தொ. பரமசிவன் ஆய்வுலகம்

தொகுதி-2

தொ.ப.வின்
ஆய்வுகள், கட்டுரைகள்,
நேர்காணல்கள் அடங்கிய
முழுமையான தொகுப்பு

சுவடு
வெளியீடு

தொ. பரமசிவன்
ஆய்வுலகம் (தொகுதி-2)

- ஆய்வுகள், கட்டுரைகள், நேர்காணல்கள்
- ஆசிரியர்
  தொ. பரமசிவன்
- முதல் பதிப்பு
  டிசம்பர்-2023
- பக்கங்கள் - 912
  (தொகுதி-2)
- அளவு - 1x8 Demy
- எழுத்து - 12
- தாள் - 18.6 N.S
- அட்டை - 300 gsm
- கட்டுமானம் - சாதாரணம்
- வடிவமைப்பு
  யாமீன் கிராஃபிக்
- பதிப்பாசிரியர்
  நல்லு இரா. லிங்கம்
- அச்சாக்கம்
  சுவடு
- **₹1200/-**
  (2 தொகுதிகள்)

THO. PARAMASIVAN
AAIVULAGAM (Vol.-2)

- Collective Works
- Author
  THO. PARAMASIVAN
- First Edition
  December-2023
- Pages - 912 (Vol.-2)
- Size - 1 x 8 Demy
- Font - 12
- Paper - 18.6 N.S
- Cover - 300 gsm art board
- Binding - Perfect with Gate Fold
- Designing
  Yaameen Graphic
- Publishing Editor
  NALLU R. LINGAM
- Printer - **Suvadu**
- **ISBN - 978-81-19023-67-7**

சுவடு
வெளியீடு

Published by
SUVADU PUBLISHERS,
7A, Ranganathan Street, Selaiyur, Chennai - 600073
Contact : 9551065500, 9791916936
suvadueditor@gmail.com / www.suvadu.in

பதிப்புரை

கடந்த காலம் என்பது மாற்றத்திற்கு அப்பாற்பட்டது. கடந்த காலத்தின் நிகழ்வுகளே வரலாறுகளாகப் பதிவு செய்யப்படுகின்றன. ஒவ்வொரு சமூக அமைப்பிலும் திரும்பத் திரும்ப நிகழும் நிகழ்வுகள் அந்தக் குறிப்பிட்ட சமூகத்தின் பண்பாடு என்ற அடையாளத்தைப் பெறுகின்றன. நாள்தோறும் வளர்ந்து வரும் சமூகத்தில், மாற்றங்களும் தொடர்ந்து நிகழ்கின்றன. போக்குவரத்து மற்றும் தொலைத்தொடர்பு வசதிகளின் பெருக்கம் அதிவிரைவில் இந்தச் சமூகத்தில் பண்பாட்டு மாற்றங்களை நிகழத்திக்கொண்டே இருக்கிறது. இருப்பினும் தமிழ்ச் சமூகத்தில் சில பண்பாட்டு அசைவுகள் பல நூற்றாண்டுகளாக, ஏன், ஆயிரக்கணக்கான ஆண்டுகளாக வேர்விட்டு வளர்ந்து நிலைத்திருக்கின்றன.

வேர்கள் வெளியில் தெரிவதில்லை. ஆனால் அவற்றின் செயல்பாடுகள் வெளியே துளிர்க்கின்றன; மலர்கின்றன. அவ்வாறே, இந்தச் சமூகத்தில் வேரூன்றிப் பரவியும் விழுதுகளாகத் தாங்கியும் நிற்கும் சில பண்பாட்டு அசைவுகள் இந்த மண்ணின், மக்களின், மொழியின் வரலாற்றை அறிந்துகொள்ள உதவுகின்றன. மானுடவியல் மற்றும் பண்பாட்டு ஆய்வாளர்கள் நிகழ்த்தும் ஆய்வுகளும் அவ்வாய்வுகளின் அடைவுகளும் நமக்குப் பல்வேறு புதிய திறப்புகளை வழங்குகின்றன.

தமிழ்ப் பண்பாட்டு ஆய்வாளர்களில் மிக முக்கியமானவரான தொ. பரமசிவன் நிகழ்த்திய ஆய்வுகள், சங்க இலக்கியம் தொடங்கி வாய்மொழி உரையாடல் வரை நீள்கின்றன; கல்வெட்டுப் பதிவுகள் தொடங்கி செவிவழிச் செய்திகள் வரை விரிகின்றன. தொ.ப.வின் ஆய்வுப் பரப்பை முப்பெரும் பிரிவுகளாகப் பகுக்கலாம்.

தொல் தமிழர் வழிபாட்டு முறைகள், நாட்டார் வழிபாடுகள், நிறுவன சமயங்களான சமண பௌத்த மதங்களின் பரவல் மற்றும் வீழ்ச்சி, கிறித்தவ இசுலாமிய சமயங்களின் வளர்ச்சி மற்றும் சமூகப் பங்களிப்பு, பக்தி இயக்கங்களின் வழி சைவ வைணவ சமயங்களின் எழுச்சி, பின்னர் காலனிய ஆட்சியின் கீழ் பல்வேறு

வழிபாட்டு முறைகளையும் இணைத்து இந்து மயமாக்கல் போன்ற ஆய்வுகளை சமயம் என்ற பிரிவில் வகைப்படுத்தலாம்.

சாதிய அடுக்குகள், தொழில் ரீதியான சாதிப் பாகுபாடுகள், பார்ப்பனர்களின் வருகை, மன்னராட்சிக் காலங்களில் வர்ணப் பிரிவுகள் மற்றும் மேலோர் ஆதிக்கம், கோயில் எனும் நிறுவனங்கள் சொத்துடைமை நிறுவனங்களாக மாற்றம் பெறுதலும் கோயில்களில் பார்ப்பனர் நுழைவும், சைவத்தின் இறுக்கமும் வைணவத்தின் நெகிழ்வுத்தன்மையும், ஸ்மார்த்தப் பார்ப்பனர்களின் அரசியல் ஆதிக்கம், திராவிடம், பொதுவுடைமை, தலித்தியம், தமிழ்த் தேசியம் உள்ளிட்ட அரசியல் கருத்தாக்கங்கள், பெரியாரின் சமூகப் பங்களிப்பு போன்ற ஆய்வுகளை சமூகம் என்ற பிரிவில் கொண்டுவரலாம்.

சங்க இலக்கியம், பக்தி இலக்கியம், பிற்கால இலக்கியம், வழக்காறுகள் மற்றும் வாய்மொழி இலக்கியங்கள், பாரதி, பாரதி தாசன் வரையிலான இலக்கியத் திறனாய்வுகள், நூல் மதிப்பீடுகள், உ.வே.சா., நா. வானமாமலை, மு. இராகவய்யங்கார், இரா. இராக வய்யங்கார், மயிலை சீனி வேங்கடசாமி உள்ளிட்ட ஆய்வாளர்களின் பங்களிப்பின் முக்கியத்துவம் போன்றவற்றை இலக்கியம் என்ற வகைமையில் இணைக்கலாம்.

தொ. பரமசிவன் அவர்கள் நிகழ்த்தியிருக்கும் ஆய்வுகளும் எழுத்து, பேச்சு மற்றும் உரையாடல் வழி வழங்கியிருக்கும் படைப்புகளும் இலக்கியம், சமூகம், அரசியல் மற்றும் ஆய்வுத் துறையில் ஆர்வமுள்ள அனைவருக்குமான கருத்துக் கருவூலங்கள் என்றால் மிகையில்லை.

அழகர்கோயில் ஆய்வு தொடங்கி தொ.ப.வின் ஆய்வுக் கட்டுரைகள், உரைகள், நேர்காணல்கள், நூல் திறனாய்வுகள் உள்ளிட்ட முழுமையான தொகுப்பைக் குறைந்த விலையில் வாசகர்களுக்கு வழங்க வேண்டும் என்று நாங்கள் எடுத்துக்கொண்ட முயற்சியின் பலனாக உருவானதே இந்தத் தொகுப்பு.

இத்தொகுப்பில் தொ. ப.வின் நூல்கள் வெளியான கால வரிசையில் கட்டுரைகள் வரிசைப்படுத்தப்பட்டுள்ளன. வெவ்வேறு தொகுப்புகளில் ஒரே கட்டுரை இடம்பெற்றிருப்பின் அதை முதலில் வெளியான தொகுப்பின் பட்டியலில் கொடுத்துள்ளோம். ஒருசில

கட்டுரைகள் தலைப்புகள் மாற்றப்பட்டும் பிற தொகுப்புகளில் வந்துள்ளன. அவற்றை அடைப்புக் குறிக்குள் கொடுத்துள்ளோம்.

இந்தத் முழுமையான தொகுப்பின் ஆக்கத்தில் பல்வேறு நிலைகளில் தகவல்கள் தனது உதவிய தோழர் மதுரை சித்திர வீதிக்காரன், அழகர் கோயில் நூலில் ஒரு தகவலைச் சரிபார்க்க உதவிய தொ.ப. அவர்களின் மகள் தோழர் விஜயலட்சுமி, அவரிடம் ஆற்றுப்படுத்திய தோழர் திருவரசன், முனைவர் ஷாகுல் ஹமீது, முனைவர் கு.ஞானசம்பந்தன் உள்ளிட்டோருக்கு எங்கள் மனமார்ந்த நன்றி.

இந்தத் தொகுப்பை வெளியிடும் திட்டம் கருவுற்ற நாள் முதல் உங்கள் கரங்களில் தவழும் வரை உறுதுணையாக நிற்கும் தோழர் நெல்லை கோமதிசங்கர், தகவல்கள் சரிபார்ப்பு மற்றும் மெய்ப்புப் பார்ப்பதில் பேருதவி புரிந்த தோழர் கோவை பிரசன்னா, நூல் வடிவமைப்பில் பேருழைப்பு நல்கிய தோழர் அ. காதர் மொய்தீன், நூல் முகப்புக்கென தொ. ப.வின் சித்திரம் தீட்டித் தந்த ஓவியர் சுந்தரன் முருகேசன் ஆகியோருக்கு அளவற்ற அன்பும் நன்றியும்.

ஆயிரக்கணக்கான ஆண்டுகாலத் தொன்மை கொண்ட நம்மிடம் ஆய்வுகளும் ஆய்வுகளுக்கான பங்களிப்பும் மிகக் குறைவாகவே உள்ளன. அடுத்த தலைமுறை ஆய்வாளர்களைத் தன்னால் அடையாளம் காண இயலவில்லை என்று ஒரு நேர்காணலில் தொ. ப. வருந்திக் குறிப்பிடுகிறார். தொ. பரமசிவன் ஆய்வுலகம் என்ற இந்த நூல், தமிழ்ச் சமூகம் குறித்த தொடர்ச்சியான தீவிரமான ஆய்வுகளின் தேவையையும் அவசியத்தையும் அழுத்தமாகப் பதிவு செய்யும் என்பது திண்ணம்.

வாசகர்களுக்கும் ஆய்வாளர்களுக்கும் தொ. பரமசிவன் ஆய்வுலகம் எனும் இந்த முழுமையான தொகுப்பு மிகவும் பயனுள்ளதாக அமையும் என்று நம்புகிறோம்.

- பதிப்பாசிரியர்

பொருளடக்கம்

வழித்தடங்கள் (2008) - 11

1. சங்க காலம் - ஒரு மதிப்பீடு - 13
2. சங்க இலக்கியத்தில் சமூக ஆய்வுகள் - 21
3. சங்க இலக்கியத்தில் சாதி அமைப்பின் மூலப் படிமங்கள் - 28
4. பண்பாடும் விலகலும் - 38
5. பண்பாட்டு மானிடவியல் நோக்கில் தமிழிலக்கிய ஆய்வுகள்; - 47
6. பாரதியின் கனவும் இன்றைய நிகழ்வும் (பகுத்தறிவியக்கம்) - 55
7. இன்றைய தமிழ்மரபு ஆக்கத்தில் திருக்குறள் - 64
8. பாரதியும் சித்த மரபும் - 71
9. பாரதிதாசனின் மொழியுணர்ச்சி - 77
10. கா.சு.பிள்ளை - 83
11. காலமும் நியாயமும் புதுமைப்பித்தனின்-திருநெல்வேலி - 90
12. தொ.பொ.மீ.யின் காப்பிய ஆய்வுகள் - 99
13. மரபும் புதுமையும் (சிற்பி) - 105
14. பாடலாசிரியனும் கவிஞனும் - வைரமுத்து - 111
15. நீராட்டும் ஆறாட்டும் - 118
16. கள ஆய்வும் இலக்கிய வாசிப்பும் - 124
17. புறநானூறு ? - 128
18. வில்லிப்புத்தூர் கண்ணா, விளையாட வாடா - 133

விடுபூக்கள் (2012) - 139

1. உணவும் குறியீடுகளும் - 141
2. மாலை - 143
3. தொன்மையா தொடர்ச்சியா - 146
4. கைம்பெண்ணும் சொத்துரிமையும் - 150
5. தம்பி உடையான் - 155

6.	திருமுலைப் பிரசாதம்	-	159
7.	ஆன்மீக சனநாயகம்	-	163
8.	சமூச வரலாற்றுப் பார்வையில் திருவிழாக்கள்	-	167
9.	வைதீகத்தின் இருண்ட முகம்	-	171
10.	கூலமும் கூலியும்	-	175
11.	தொல்லியல் ஆய்வுகள் (மறந்துபோன நேற்று)	-	178
12.	இராசராசனை இன்னும் கொண்டாடுவதேன்	-	182
13.	இராசராச சோழனின் ஏகாதிபத்தியம்	-	186
14.	சமய எச்சங்கள்	-	191
15.	நாலாயிர திவ்விய பிரபந்தமும் பக்தி இயக்கமும்	-	196
16.	தமிழ்நாட்டுக் கோசாம்பி (பேராசிரியர் நா.வானமாமலை)	-	201
17.	சைமன் காசிச்செட்டி	-	204
18.	தமிழகத்தில் நாடோடிகள்	-	209

செவ்வி (2013) - 213

1.	பார்ப்பனர்களுக்கு அதிகாரமே உணவு	-	215
2.	ஒன்றே குலம் ஒருவனே தேவன் என்பது மக்கள் விரோதச் சித்தாந்தம்	-	221
3.	மறுபடியும் மறுபடியும் பெரியாரிடம்...	-	243
4.	கால்டுவெல் என்ற மனிதர்	-	257
5.	சாதிகள் உண்மையுமல்ல... பொய்மையுமல்ல...	-	265
6.	திராவிடம் என்பது அரசியலைத் தாண்டிய பண்பாட்டு அடையாளம்	-	278
7.	திராவிடக் கருத்தியல் - ஒரு நிரூபிக்கப்பட்ட உண்மை	-	293

பரண் (2013) - 313

1.	நானும் என் ஆய்வும்	-	315
2.	நேர் காணல் (சாதி - வர்ணம் - நடைமுறை)	-	318
3.	பெயரிடுதல் என் சுதந்திரம்	-	334
4.	நிகண்டு	-	339
5.	க்ரியாவின் அகராதி	-	344

6. அறிவியல் தமிழ் - இருபதாம் நூற்றாண்டின் முதல் அறிவியல் தமிழ் நூல்	-	350
7. சிறுகதை நவீன மனிதனின் குரலாகக் கேட்கிறது	-	356
8. சீறாவின் கடவுள் வாழ்த்துப் பகுதி - ஒரு ஆய்வு	-	361
9. நில அகபரிப்புப் பண்பாடு	-	369
10. ஏக ஆதிபத்தியத்தின் வேர்கள்	-	373
11. உலகமயமாக்கல் பின்னணியில் பண்பாடும் வாசிப்பும்	-	377
12. டங்கல் என்னும் நயவஞ்சகம்	-	386
13. தமிழ்ப் புத்தாண்டு	-	400
14. தாலியின் சரித்திரம்	-	402
15. பெண் என்னும் சுமைதாங்கி	-	406
16. மஞ்சள் மகிமை	-	408
17. கோலம்	-	409
18. பெண் பூசாரிகளும் தாய்த் தெய்வ வழிபாடுகளும்	-	412
19. குல தெய்வம்: இது எங்கள் சாமி	-	414
20. இராமர் பாலம்	-	417
21. சாதிய ஆய்வுகள் நேற்றும் இன்றும்	-	419
22. Glimpses of a Hidden Heritage Tamil Culture	-	427

உரைகல் (2014) - 431

1. பொருநை நதியோரம்	-	433
2. சடங்கியல் வாழ்வு	-	436
3. படைப்பிலக்கியங்களும் பண்பாட்டு வெளிப்பாடும்	-	439
4. பேரக் குழந்தைகள்	-	443
5. அதிர்ச்சி மதிப்பீடு	-	445
6. குடும்ப விளக்கு - அறிமுகம்	-	447
7. தொலைந்துபோன பொன் தொடரின் கண்ணிகள்	-	456
8. மொழிக்கல்வியும் மதிப்பீடுகளும்	-	459
9. காஞ்சி மடமும் கைதான மடாதிபதியும்	-	473
10. அறம் - அதிகாரம்: ஒரு பார்வை	-	478
11. அன்னம் பஹு குர்வீத	-	488

12. திருக்குறள் அறிமுக உரை	-	495
13. பொதியமலைப் பிறந்த மொழி வாழ்வறியும் காலமெல்லாம்	-	500
14. தேவாங்கர் வாழ்வும் வழிபாடும்	-	504
15. மரபும் புதுமையும்	-	506
16. நமது பண்பாட்டில் மருத்துவம்	-	516
17. கல்லறைகள் அல்ல: விளைநிலங்கள்	-	529
18. தெய்வங்களின் உணவுரிமை	-	532
19. நம்ப முடியாதப் புலமையாளர்	-	538
20. இருட்டறையில் வெளிச்சம் வரவேண்டும்	-	542

மானுட வாசிப்பு (2016) - 555

இந்து தேசியம் (2018) - 657

1. நான் இந்துவல்ல நீங்கள்..? - 659
2. சங்கரமடம் - தெரிந்துகொள்ளவேண்டிய உண்மைகள் - 677
3. இந்து தேசியம் - 697
4. இதுதான் பார்ப்பனியம் - 722
5. புனா ஒப்பந்தம் - ஒரு சோகக் கதை - 766

பாளையங்கோட்டை ஊர் வரலாறு (2019) - 799

தொ. பரமசிவன் நேர்காணல்கள் (2019) - 855

1. பன்முக அடையாளம் - 857
2. காயம் படாத விளையாட்டை இனிமேல்தான் கண்டுபிடிக்கணும் - 870
3. தொல் தமிழர்களின் சுற்றுச்சூழல் அறிவியல் - 880
4. பாதுகாப்பற்றவனின் புகலிடம் சாதி - 894
5. பெரியாரைத் தோற்கடிக்க முடியாது - 899

பிற்சேர்க்கைகள்
  1. தமிழ்ப் பண்பாட்டுக்குப் புத்துயிர் அளித்தவர் - 904
  2. இலக்கியத் தொல்லியல் ஆய்வு - 910

வழித்தடங்கள்

சங்க காலம் - ஒரு மதிப்பீடு

சங்க இலக்கியங்கள் எனப்படுபவை பத்துப்பாட்டு, எட்டுத் தொகை நூல்களாகும். இவை பல்வேறு புலவர்களின் பாடல் தொகுப்புகளாகும். இப்பாடல்கள் பிறந்த காலத்துக்கும் தொகுக் கப்பட்ட காலத்துக்கும் உள்ள இடைவெளி சிந்திக்கப்பட வேண்டிய ஒன்று. 'இத்தொகுப்பில் அடங்காத பாடல்களும் அக்காலத்தில் பிறந்திருத்தல் வேண்டும். சில மறைந்திருக்கலாம்; சில கவிநலமில்லாமையால் தொகுப்புப் பெறாமல் இருந்திருக் கலாம்' என்கிறார் ஏ.வி.சுப்பிரமணிய ஐயர்.[1] இத்தொகுப்பு நூல்களின் பிரிவுகள் அகம், புறம் என்ற பொருட்பாகுபாடு, யாப்பு, அடிவரையறை இவை காரணமாக அமைந்தவையே. இவற்றுக்கு வேறு காரணம் கற்பிக்க முடியவில்லை.

கி.பி. 7ஆம் நூற்றாண்டு வரையுள்ள பாடல்களும் இத்தொகுப்பில் இடம் பெற்றிருப்பதால் இவற்றின் தொகுத்தல் முயற்சி கி.பி.3ஆம் நூற்றாண்டு தொடங்கி கி.பி.7ஆம் நூற்றாண்டு வரை நடந்திருக்கலாம்; அவை பத்துப்பாட்டு, எட்டுத்தொகை ஆகிய பெயர்களை கி.பி.9ஆம் நூற்றாண்டில் பெற்றிருக்கலாம் என்கிறார் சுப்பிரமணிய ஐயர்.[2] ஆனாலும் கி.பி.10ஆம் நூற்றாண்டில் எழுந்த நன்னூலுக்கு மயிலைநாதர் எழுதிய உரை யிலேயே இப்பெயர்களை முதல்முதலாகக் காண்கிறோம்.

ஒரு காலம் என்பது, சமூகத்தில் அதுவரை நிலைபெற்ற கருத்துக்கள் செல்வாக்கிழந்து புதிய கருத்துக்கள் தோன்றி வளர்கின்ற கால அளவைக் குறிக்கும் என்று கொள்ளலாம். இந்த அளவீட்டின்படி சங்க இலக்கியம் என்பது பல கால அடுக்குகளை உடையதாகக் காணப்படுகிறது. இலக்கிய ஆராய்ச்சியாளர்கள் பரிபாடலைக் காலத்தால் சற்றுப் பிற்பட்டது எனக் கொண்டாலும் சங்கத் தொகை நூல்களின் கணக்கிலேயே அடக்கியுள்ளனர். ஆனாலும் அந்நூலின் சமயக் கருத்து வளர்ச்சியைக் கணக்கிடும் தொல்லியல் ஆய்வாளரான சீனிவாசன்,அதைச் சங்க இலக்கியங் களுக்குப் பிற்பட்டது என்றே குறிப்பிடுகின்றார்.[3]

நமக்குக் கிடைத்துள்ள சங்க இலக்கியப் பாடல்களின் தமிழ்ப் புலவரின் மூலப் படைப்பு எது, மொழிபெயர்ப்புப் பாடல்கள்

எவை என்பது இன்னும் முடிவு செய்யப்பெறவில்லை. கி.மு.4ஆம் நூற்றாண்டைச் சேர்ந்த, பாலி மொழியில் எழுதப்பட்ட தம்மபதத்தில் 7ஆவது பகுதியான அரகந்தவர்க்கம் என்னும் பகுதியில் உள்ள இரண்டாவது பாடலை எடுத்துக்காட்டி, ஔவையாரின் 'நாடாகொன்றோ' என்னும் புறப்பாடல் (187) தம்மபதப் பாடலின் நேர்மொழிபெயர்ப்பு என்பதை மு.கு. ஜகந்நாத ராஜா நிறுவியுள்ளார்.[4] இதுபோலவே கணியன் பூங்குன்றனின் 'யாதும் ஊரே' என்ற பாடலும் தம்மபதத்தில் உள்ள மற்றொரு பாடலின் மொழிபெயர்ப்பே என்பார் தெ.பொ.மீ.[5]

நமக்குக் கிடைத்துள்ள பாடல்களைக்கொண்டு சங்க இலக்கியச் சமுதாயம் இன்ன கருத்துக்களை உடையது என்று வரையறைப் படுத்த இயலவில்லை. ஒன்றுக்கொன்று நேர்முரணாக அமைந்த கருத்துக்களைச் சங்க இலக்கியங்களில் பல இடங்களில் காண முடிகிறது. 'சங்க இலக்கியக் காலம், பாண்நாகரிகக் காலம்'என்ற கருத்தும் 'சங்க இலக்கியக் காலம் இனக்குழுக்கள் கரைந்து அரசுகள் உருவான காலம்' என்ற இரண்டு கருத்துக்கள் மட்டும் சங்க இலக்கியம் பற்றிய கருத்துக்களில் சிந்தனைக்குரியனவாகும். சங்க காலம் என ஒரு காலத்தை ஏற்றுக்கொண்டு இக்கருத்துக்களை ஆராய்ந்தால் இக்கருத்துக்கள் விவாதத்திற்கு உரியவையே.

சங்க இலக்கியப் பாடல்கள் அனைத்தும் யாப்பு வரம்பிற்குட்பட்டவை. அவற்றிலும் நேரிசை ஆசிரியப்பா என்பது மிக எளிமையான யாப்பு வடிவமாகும். இந்த யாப்பில் அமைந்த எட்டுதொகைப் பாடல்களில் சில வாய்மொழி இலக்கியத்தின் தன்மைகளைப் பெற்றுள்ளன. இப்பாடல்களுக்கும் பரிபாடல் கருத்துக்களுக்கும் உள்ள இடைவெளி மிகமிகப் பெரியதாக அமைகின்றது. எனவே, சங்க காலம் என்று ஒரு கால அளவைச் சுட்டுவதும் அதைக்கொண்டு சங்க இலக்கியங்களை ஆராய்வதும் அடிப்படைத் தவறாகவே தோன்றுகிறது.

எழுத்திலக்கியம் பிறப்பதற்கு முன் உள்ள வாய்மொழிப் பாடல்கள் நமக்குக் கிடைக்கவில்லை. மேலும் சங்க இலக்கியத்தில் அடிக்கடி பாணர்கள் குறிப்பிடப்பட்டாலும் பாணர் பாடிய பாடல்கள் எவையும் நமக்குக் கிடைக்கவில்லை. பாணர்களின் பாடல்கள் வாய்மொழிப் பாடல்களாகவே இருந்து மறைந்திருத்தல் வேண்டும். இந்தப் பாண்பாடல்களுக்கும் முந்திய

கட்டம் ஒன்று இருந்திருக்க வேண்டும். இலக்கியத்தின் தோற்று வாயான பாடல்கள் மந்திரப் பாடல்களாகவும் சடங்குப் பாடல்களாகவும் அமைந்திருக்கும். அவையும் நமக்குக் கிடைக்கவில்லை. ஆனாலும் எழுத்திலக்கியத்திற்கு முந்திய இந்த இரண்டு இலக்கிய வளர்ச்சிக் கட்டங்களின் (மந்திரப் பாடல்கள், சடங்குப் பாடல்கள்) தொல்லெச்சங்களையும் (Vestiges) நாம் சங்க இலக்கியங்களில் காணமுடிகிறது. சான்றாக, ஒரு பெண்ணுற்ற நோயினைத் தீர்ப்பதற்கு அகவன் மகள் ஒருத்தி தெய்வத்தை வேண்டிப்பாடும் நிகழ்ச்சி ஒரு பாடலில் (குறுந் 23) காணப்படுகிறது. அகவன் மகள் பாடியது மந்திரப் பாடலான வாய்மொழிப் பாடலாகும். இதற்கு அடுத்த கட்டமாகப் பாணர்களின் வாய்மொழிப் பாடல்களைக் கூறலாம். பாண்பாடல்களில் குறிப்பிடத்தகுந்த தன்மை, அவை எழுதி வாசிக்கப் பிறந்தவை அல்ல; பாடவும் கேட்கவும் பிறந்த வையாகும். அவை முன்னிருப்பவரை அடிக்கடி விளித்துச் சொல்லும். பெரும்பாலும் பெயரையும் வினையையும் மூன்றுமுறை நான்கு முறை கூறுவது (Repetition) அவற்றின் இயல்பு. எட்டுத்தொகைப் பாடல்களில் இந்த வாய்பாட்டுக்கு ஏற்ப, 'அகவன் மகளே' (குறுந் 23) 'பார்ப்பன மகனே' (குறுந் 156) 'மெல்லியலோயே' (குறு 368) 'அன்னச் சேவல் அன்னச் சேவல்' (புறம் 97) எனத் தொடங்கும் பாடல்களைக் குறிப்பிடலாம்.

தொடக்ககாலப் பாடல்களின் மொழிநடையைச் செப்பம் செய்ததில் இவ்வகையான பாண்பாடல்களின் பங்கு பெரியதாக இருந்திருக்க வேண்டும் என்று கைலாசபதி மட்டும் இக்கருத்தை உடன்பட்டு விளக்கியுள்ளார்.[6] எனவே, வாய்மொழி இலக்கியத் தன்மை பெற்ற இப்பாடல்களே, கிடைத்துள்ள சங்கப் பாடல்களில் காலத்தால் முற்பட்டவையாக இருத்தல் வேண்டும்.

பாணர்களைப் பற்றிய பேச்சு சங்க இலக்கியத்தில் அதிகமாகவே உள்ளது. ஆயினும் சங்க இலக்கியப் பாடல்களில் பாண்நாகரிகத்தின் வீழ்ச்சியினையே நாம் சந்திக்கிறோம். பாணர்கள், சங்கப் பாடல்களில் சமூகத்தில் போதிய ஆதரவின்றி, பசியோடு போராடுபவர்களாகவே காணப்படுகின்றார்கள். பாண் உவப்பப்பசி தீர்த்தனன் (புற 299) பாண் பசிப்பகைஞன் (புற 180) ஆகிய தொடர்களும், பாணர்களை ஆதரிப்பவன் 'பசிப்பிணி மருத்துவன்' (புற 173) எனப் பாராட்டப்படுவதும்,

'பாணனே, உனக்குச் சுட்ட முயலையாவது தருவோம்' (புற 319) என்னுஞ் செய்திகளும் இறந்தார்கடன் கழிக்கும்போது பாணன் சாப்பண் (சாறப்பண்) (புற 260) (புற 283, 284, 311) பாடுவதும் பாண் நாகரிகத்தின் வீழ்ச்சியைக் காட்டும் பாடல்களாகும். மாறாக, இதே காலத்தில் கிழார்களும் புலவர்களும் அரசனுக்கு அருகிலிருக்கின்றார்கள்; ஊர்களையே பரிசாகப் பெற்றார்கள். 'கபிலன் பெற்ற ஊரினும் பலவே' (பதிற் 35) பாண்பாட்டுத் துறையில் அமைந்த பாடல்கள் எல்லாம் வடமூலங்கிழார், அடை நெடுங்கல்வியார், ஔவையார், ஓரம்போகியார் ஆகிய புலவர்கள் பாடிய பாடல்களாகவே இருக்கின்றன. புலவர்களே தங்களைப் பாணர்களாகப் பாவனை செய்து பாடுகிறார்கள். எடுத்துக்காட்டாக, சிறுகுடிகிழான் பண்ணனை ஒரு பாணன் வாழ்த்துவதாக அமைந்த பாடல், சோழவேந்தன் குளமுற்றத்துச் துஞ்சிய கிள்ளிவளவனால் பாடப்பெற்றதாகும். எனவே, பாணர்கள் பேசும் சங்க இலக்கியப் பாடல்கள் எல்லாம் பாண் நாகரிகம் 'வாழ்ந்த' காலத்தில் பிறந்தவை அல்ல. கிட்டத்தட்ட அழிந்துவிட்ட பாண் நாகரிகத்தின் நினைவு களிலிருந்து பிறந்தவையாகும்.

இப்பாண் நாகரிகத்தின் வீழ்ச்சிக்கான காரணத்தையும் நாம் சிந்தித்தாக வேண்டும். புதிய குடியேற்றம் அல்லது மக்கள் தொகைப் பெருக்கம் காரணமாக உற்பத்தி முறையில் வளர்ச்சி ஏற்படுகிறது. 'எரிபுனக் குறவன் அன்ன' (புற 231) 'மரங்கொல் கானவன்' (குறு 214) 'குறத்தி மாட்டியவறற்கடைக் கொள்ளி' (புற 108) முதலிய தொடர்கள், காட்டு வாழ்க்கையினையுடைய குறவர்கள் மரங்களை வெட்டி எரித்து விவசாய நிலங்களாக மாற்றியதைக் காட்டுகின்றன. 'நாம் மரங்களை வெட்டி எரித்துச் சுட்ட நிலத்தில் இப்பொழுது சிவப்புத் தினை கரும்பைப்போல வளர்ந்துள்ளது' என்றே குறுந்தொகைப் பாடலில் ஒரு செய்தியைக் காண்கிறோம். அரிசில்கிழார், பெருங்குன்றூர்க்கிழார், கிள்ளிமங்கலம்கிழார், ஆவூர்க்கிழார், ஆவூர் மூலங்கிழார், ஆலத்தூர்க்கிழார் முதலிய புலவர்களின் பெயர்கள் நிலவுடைமையின் வளர்ச்சியைக் காட்டுகின்றன. நிலக்கிழார்களான இப்புலவர்கள் அரசர்களுக்கும் குறுநிலத் தலைவர்களுக்கும் நெருங்கியவர்களாக இருந்தார்கள்.

சோழவேந்தன் நலங்கிள்ளியிடம் கோவூர்க்கிழார் பெற்றிருந்த செல்வாக்கும், பேகன் என்ற குறுநிலத் தலைவனின் அகவாழ்க்

கையைத் திருத்தும் பெருங்குன்றூர்க்கிழார், அரிசில்கிழார் ஆகியோரின் செல்வாக்கும் வரிபெறும் முறைபற்றிப் பாண்டிய மன்னனுக்குப் பிசிராந்தையார் கூறும் அறிவுரைப் பாடலும் இதற்குச் சான்றாகும். இது இரண்டாவது வளர்ச்சி நிலையாகும்.

இங்கு விவசாய வளர்ச்சியோடு வாணிக வளர்ச்சியும் ஒருங்கு நிகழ்ந்தது. வாணிகர் செல்வாக்கில் வளர்ந்த மதங்களான சமணமும் பௌத்தமும் இக்காலத்திலேயே கால்கொண்டிருக்க வேண்டும். வாணிகர்களைக் குறிப்பிடும் சாத்தனார் என்ற பெயர் வழக்கினைச் சங்க இலக்கியங்களில் பெருகவே காணமுடிகிறது. ஆயினும் சங்க இலக்கியப் பாடல்களில் சமண, பௌத்தக் கருத்துக்கள் விரிவாகப் பேசப்படவில்லை.

உலோச்சனார், இளம்போதியார் முதலிய சங்கப் புலவர்களுடைய பெயர்கள் பௌத்த, சமணச் சார்பைக் காட்டுகின்றன. சமணரின் அறங்களில் ஒன்றான கொடைகளில் அறிவுக் கொடையும் (ஞானதானம்) ஒன்றாகும். பள்ளி என்ற சொல் கல்விக்கூடத்தின் பேராகவும் மாறியது, சமணப்பள்ளிகள் கல்வி நிலையங்களாகவும் இருந்ததாலேயே! கல்விச் சிந்தனையையொட்டிய நெடுஞ் செழியனின் புறநானூற்றுப்பாடலில், சமணர்களின் கல்விச் சிந்தனையின் தாக்கம் என்று கூறலாம். வடக்கு நோக்கி உண்ணா நோன்பிருந்து உயிர்விடும் வழக்கத்திற்குச் சான்றாகச் சங்க இலக்கியத்தில் கோப்பெருஞ்சோழன், புறப்புண் நாணி வடக்கிருந்த மன்னன் ஆகிய இரு செய்திகள் காணப்படுகின்றன. எனினும் இது தமிழ் நிலத்து வழக்கமாகத் தெரியவில்லை; சமணர் தொடர்பாலே ஏற்பட்டதாகத் தெரிகிறது. கி.பி. 5ஆம் நூற்றாண்டில் எழுந்த திருநாதர் குன்றுப்பாறைக் கல்வெட்டு, இது சமணர் வழக்கு என்பதை உறுதி செய்கிறது. கி.மு. முதல் நூற்றாண்டிலும் அதன் பின்னரும் தமிழ்நாட்டில் பரவலாகக் காணப்படும் கல்வெட்டுக்கள், குறிப்பாக உப்பு வாணிகன், பொன் வாணிகன் ஆகியோரைக் குறிப்பனவாகும்.[7] அழகர்மலைக் கல்வெட்டு தமிழ்நாட்டு வணிகர் ஆதரவோடு சமணம் வளர்ந்ததை நமக்கு உணர்த்துகிறது. இவற்றோடு ஆடுதுறை மாசாத்தனார், ஒக்கூர் மாசாத்தனார், கருவூர் கதப்பிள்ளைச் சாத்தனார், பெருந்தலைச் சாத்தனார், மதுரைக் கூலவாணிகன் சீத்தலைச் சாத்தனார், மோசிசாத்தனார், வடமவண்ணக்கன்

பேரிசாத்தனார், பெருஞ்சாத்தனார், ஒக்கூர் மாசாத்தியார் ஆகிய புலவர்களின் பெயர்களை அழகர்மலைக் கல்வெட்டோடு ஒருங்கு நோக்குகையில், தமிழ்நாட்டில் சமண, பௌத்தம் செல்வாக்குப் பெற்றிருந்ததை உணரமுடியும். சங்கப் பாடல்கள் காட்டும் சமூக மாற்றங்களில் இது மூன்றாவது கட்டமாகும்.

இந்த இடத்தில் வரலாற்றாசிரியர் ந.சுப்பிரமணியன் கூறும் ஒரு கருத்து சிந்திக்கத்தக்கது. 'சமணமும் பௌத்தமும் தமிழ்நாட்டில் நுழைவதற்கு மிக முன்னரே ஆரியப் பிராமணரின் இந்துமதக் கருத்துக்கள் தமிழகத்தை அடைந்துவிட்டன. சமூக வாழ்வையும் சமய வாழ்வையும் பாதித்தன'[8] என்பது அவர் கருத்து.

சங்க இலக்கியக் காலத்தில் இருவகைப்பட்ட பார்ப்பனக் குடியேற்றம் தமிழ்நாட்டில் நிகழ்ந்திருக்கிறது. பாரியின் அரசவைக் கவிஞரான கபிலர், கள்ளும் புலாலும் உண்ணும் அந்தணராக இருந்துள்ளார். இவர் பாரியின் 'தோழனாகவே' தம்மைக் கொள்கிறார். பாரியின் மக்களைத் 'தம் மக்கள்' என்கிறார். பாரிக்குக் குருவாகவோ புரோகிதராகவோ இருந்ததாகக் கூறமுடியாது.

மற்றொரு புறநானூற்றுப் பாடலில் பூஞ்சாற்றூர்ப் பார்ப்பான் கௌணியன் விண்ணந்தாயனை ஆவூர் மூலங்கிழார் பாடுகின்றார். 'ஆறங்கங்களையுடைய வேதத்திற்கு மாறுபட்ட சமண பௌத்தர்களின் மிகுதியைச் சாய்க்க வேண்டி' விண்ணந்தாயன் பல வேள்விகளை நடத்தினான் என்பது அப்பாடலின் செய்தியாகும். இப்பாடலின் வழி வேதத்தலைமையினை மறுத்த சமண பௌத்த எதிர்ப்பில், தமிழ்நாட்டுப் பார்ப்பனர் முனைந்து நின்ற செய்தியை அறிகிறோம். வேதகாலத்து அந்தணர் கள்ளும் புலாலும் உண்டதற்கு ஒரே சான்று, கபிலரது பாடல் மட்டுமே. இந்த வேறுபாடு கூர்ந்து உணரத்தக்கது. எனவே, சமண பௌத்தத்திற்கு முன்னும் பின்னுமாகத் தமிழ்நாட்டில் இரண்டு பார்ப்பனக் குடியேற்றங்கள் நிகழ்ந்திருக்கின்றன. இக்கருத்தில் எஸ். இராம கிருஷ்ணன் மட்டும் உடன்படுகிறார். தென்னகம் வந்த சிந்துவெளி யினரான திராவிடரோடு வந்த புரோகிதர்களும் பின்னாளில் ஆரியராகவே வந்த பிராமணர்களும் கலந்ததால் உருவான தமிழக அந்தணர் கூட்டம் என்பது அவர் கருத்து.[9] இராமகிருஷ்ணன் கருத்துப்படி, கபிலர் திராவிடரோடு வந்த புரோகித வகுப்பைச் சார்ந்தவராக இருக்கலாம். இப்பிரிவினர் அக்காலத்தில் சமயத்

தலைமை பெறவில்லை. அரசர்களுக்குத் தோழனாகவே விளங்கி யிருக்கின்றனர். பின்னாளில் ஆரியராக வந்த பிராமணரே வேந்தன் பணியுமளவு சமயத் தலைமை பெற்றவராக விளங்கினர். 'பார்ப்பார்க்கு அல்லது பணிபு அறியலையே' (பதிற். 63) 'பார்ப்பார் தப்பிய கொடுமையோர்' (புறம் 34) ஆகிய தொடர்களும் 'அரசே, உன்னுடைய தலை நான்மறை கற்ற அந்தணர் உன்னை வாழ்த்தும்போது மட்டும் பணிவதாகும்' (புறம் 6) என்பன போன்ற கருத்துக்களும் வேதத்தை எதிர்த்த சமண பௌத்த எதிர்ப்புகளுக்குப் பின் வந்தவையே.

சமண பௌத்த எதிர்ப்பிலேதான் வேதங்களின் பெருமை, வேதங்கற்ற பிராமணர் உயர்வு ஆகிய கொள்கைகள் தமிழ்நாட்டில் புகுந்திருத்தல் வேண்டும். தமிழ்நாட்டில் இக்கருத்துக்களே சற்றுப் பின்னர் வந்த பக்தி இயக்க எழுச்சிக்கு அடிப்படையாக அமைந்தன. பக்தி இயக்க முன்னோடிகளில் ஒருவரான சம்பந்தர் 'வேத வேள்வியை நிந்தனை செய்துழல்' சமணர் பௌத்தர் என்றே அவர்களைக் கண்டிக்கிறார். எனவே, வேதப் பெருமையும் வேதியர் உயர்வும் கூறும் சங்க இலக்கியப் பாடல் தமிழகத்தில் சமண பௌத்தர் வருகைக்குப்பின் வந்தவையே. இது சங்க இலக்கியப் பாடல்களில் நான்காவது கட்டப் பகுதியாகும்.

இந்த நான்கு கட்டப் பிரிவினை ஆதாரமாகக் கொண்டு தொல்லியல் ஆய்வு, மொழியியல் ஆய்வு, யாப்பு வளர்ச்சி, சமயக் கருத்துக்களின் மாற்றங்குறித்த ஆய்வு, சமூக இயல் ஆய்வு, இனக்குழு ஆய்வு ஆகியவற்றின் முடிவுகளை ஒருங்கு தொகுத்து, சங்கப் பாடல்கள் காலவரிசைப்படி அடுக்கப்பட வேண்டும். கிடைத்துள்ள தொகுப்பினை அப்படியே ஏற்றுக்கொள்வது பல குழப்பங்களுக்கே அடிப்படை.

அடிக்குறிப்பு

1. ஏ.வி. சுப்ரமணிய ஐயர், *தமிழ் ஆராய்ச்சியின் வளர்ச்சி (1971)* பக். 78-79.
2. மேலது; பக். 80-81
3. K.R. Srinivasan, Some aspects of Religion as revealed by early monuments and Literature of the South India, MUJ, 1960, P. 147.
4. மு.கு.ஜெகந்நாதராஜா, *புறநானூற்றில் தம்மபதம், ஆராய்ச்சி, டிசம்பர் (1971),* பக்.450-452.
5. *1980இல் கலந்துரையாடலில் தெரிவித்த கருத்து.*
6. K.Kailasapathy, Tamil Heroic Poetry, P. 115.
7. Iravatham Mahadeven, Corpus of Tamil - Brahmi Inscriptions, (Reprint of the Seminar on Inscriptions) 1960 and Tamil - Brahmi Inscriptions, State Dept of Archae, 1970.
8. N. Subramanian, Sangam Polity,(1960), P. 265.
9. *எஸ். இராமகிருஷ்ணன், இந்தியப் பண்பாடும் தமிழரும், ப.193.*

சங்க இலக்கியத்தில் சமூகவியல் ஆய்வுகள்

பத்தொன்பதாம் நூற்றாண்டின் பிற்பகுதியில் ஏட்டிலிருந்த சங்க இலக்கியங்கள் அச்சுக்குக் கொண்டுவரப்பட்டன. இவற்றை தேடிக் கண்டுபிடித்து அச்சிலேற்றிய அரிய முயற்சி உ.வே.சாமிநாத ஐயராலும்சி. வை.தாமோதரம் பிள்ளையாலும் முன்னெடுத்துச் செல்லப்பட்டது. இவர்களது முயற்சிக்கு முன்னரே, 1850 முதலாக மழவை மகாலிங்க ஐயரால் தொல்காப்பியம் பகுதி பகுதியாக அச்சிடப்பட்டது. பின்னர் சங்க இலக்கியங்களின் மீள்கண்டுபிடிப்பு தமிழ் அறிஞர்களால் அரிய பெரிய இலக்கிய முயற்சியாக மட்டும் கருதப்பெறவில்லை; தொன்மையான தமிழ்ப் பண்பாட்டின் மீள்கண்டுபிடிப்பாகவும் கருதப்பட்டது.

தேசிய இயக்கம் சிறு முளையாகவும் திராவிட இயக்கம் குறு வித்தாகவும் தோன்றியிருந்த காலம் அது. கிறித்துவுக்குச் சற்று முன்னும் பின்னுமான சங்க இலக்கியப் பரப்பின் தொன்மை, அக்காலத்திய தமிழ்க் கல்வியாளர்களைப் பெருமகிழ்ச்சி கொள்ள வைத்தது. அதற்கும் மேலாக இந்தியத் துணைக்கண்டத்தின் சமயச் சார்பற்ற, அதிலும் குறிப்பாக, தமிழ்நாட்டில் வைதீகச் சமயச் சார்பற்ற ஒரு பேரிலக்கியப் பரப்பு என்பதாகவும் அது கொண்டாடப்பட்டது.

அதன்பின்னர் ஆய்வுணர்வோடு சங்க இலக்கியங்களை எழுதியும் பேசியும் வந்த அறிஞர்கள் பலராவர். இவர்களில் 'உரைவிளக்க ஆசிரியர்கள்' பணியாற்றிய சிலரை நீக்கிவிட்டு 'இலக்கியம் சமூகத்தின் விளைபொருள்களில் ஒன்று' என்ற உணர்வோடு சங்க இலக்கியங்களை அணுகிய அறிஞர்களை மூன்று காலகட்டத்தைச் சேர்ந்தவர்களாகப் பிரிக்கலாம்.

கனகசபைப் பிள்ளை, மு. இராகவையங்கார், எம்.சீனிவாச ஐயங்கார் ஆகியோர் முதல் காலகட்டத்தினர். கா.சு.பிள்ளை, மா.இராசமாணிக்கனார், ஔவை சு.துரைசாமி, எஸ். வையாபுரிப் பிள்ளை ஆகியோர் இரண்டாம் காலகட்டத்தைச் சேர்ந்தவர்கள். பேராசிரியர் நா.வானமாமலை, க.கைலாசபதி, கா.சிவத்தம்பி,

பி.எல்.சாமி, கோ.கேசவன் ஆகியோர் மூன்றாம் கட்டத்தைச் சார்ந்தவர்கள். சமூகவியல் என்ற விஞ்ஞானப் பார்வையோடும் தன்னுணர்ச்சியோடும் இவ்வகையான ஆய்வு நெறியினைத் தமிழில் முழுமையாக்கியவர்கள் இவர்களே.

ஆய்வாளர்களில் முதற் காலகட்டத்தினைச் சார்ந்த கனகசபைப் பிள்ளையின் 'ஆயிரத்து எண்ணூறு ஆண்டுகளுக்கு முற்பட்ட தமிழகம்' என்ற நூல், அன்றிருந்த காலச் சூழ்நிலையில் புதிய முயற்சியாகும். 'உரையாசிரியர்களின் பிடிக்குள்' அகப்படாமல் தமிழ் இனக்குழுக்கள் சிலவற்றின் அடையாளங்களைத் தேட முற்பட்டார் கனகசபைப் பிள்ளை. அம்முயற்சி பின்வந்தோருக்கு வழிகாட்டியாக அமைந்தது. அவரை அடுத்து வந்த மு.இராகவையங்கார் அக்காலச் சூழ்நிலையில் வடமொழியோ, ஆங்கிலமோ அறியாத எளிய மனிதர். இருந்தபோதும் அவரது 'தொல்காப்பியம் பொருளதிகார ஆராய்ச்சி' (1908)யும் வேளிர் வரலாறும் (1913) குறிப்பிடத்தகுந்த முயற்சிகளாகும். உரை மரபுகளிலிருந்து வெளியேறி மு.இராகவையங்கார் சங்க இலக்கியங்கள் குறிப்பிடும் வேலன்மார், இன்றும் கேரளத்தில் முருகப் பூசாரிமார் சாதியினராக வாழ்கின்றனர் என்று எடுத்துரைத்தார்.

ஐயங்காரது 'வேளிர் வரலாறு' பின்வந்த ஆய்வாளர்களால் இன்றளவும் ஏற்கப்படவும் மறுக்கப்படவும் இயலாத நூலாக விளங்குகின்றது. சங்க இலக்கியங்களில் காணப்படும் பொருட் பெயர், இடப்பெயர், காலப்பெயர்களைப் பின் வந்த ஆய்வாளர் களுக்கு வசதியாக அவரே எடுத்துக்காட்டி விளக்கினார். சங்க இலக்கிய ஆய்வுகளைக் கள ஆய்வுகளோடு இணைத்த முதல்வர் அவரே என்றால் மிகையாகாது. அவரை அடுத்து வந்த எம்.சீனிவாச ஐயங்கார் சங்க இலக்கியங்கள் காட்டும் திணை நில மக்களிடத்தில் நிகழ்காலச் சாதியமைப்பின் வித்துக்களைக் காண முயலுகிறார். The Tamil Caste என்ற தலைப்பில் 33 பக்கங் களில் (59-91) அவர் எழுதியுள்ள கருத்துக்கள் நிகழ்கால இனவரை வியல் ஆய்வாளர்களுக்குப் பெரிய சவாலாகும். மாவட்ட ஆட்சி யாளர்களின் கீழ் அரசிதழ் (District Gazetteers) தயாரிக்கும் பணியில் இருந்ததால், தமிழ்நாட்டுச் சாதியமைப்புக் குறித்த களப்பார்வை அவருக்குக் கிடைத்த வாய்ப்பாக இருந்தது.

சங்க இலக்கிய ஆய்வாளர்களில் இரண்டாம் கட்டத்தினரைச்

சார்ந்தவர்களாக பேராசிரியர் கா.சு.பிள்ளை, இராசமாணிக்கனார், ஔவை சு.துரைசாமி ஆகிய மூவரைக் குறிப்பிடலாம். கா.சு.பிள்ளையின் 'மரவழிபாடு, நாகவழிபாடு' குறித்த சிறிய ஆங்கில நூல் (Tree Worship & Ophiolatry) சங்க இலக்கியச் செய்திகளில் புதிய பார்வையைச் செலுத்திய நூலாகும். மா.இராசமாணிக்கனாரின் 'பத்துப்பாட்டு ஆராய்ச்சி' சங்க இலக்கிய ஆய்வுகளைக் கள ஆய்விற்கு எடுத்துச்சென்ற மற்றொரு நூலாகும். சங்க இலக்கிய வேளிர் மரபினருக்கும் இக்கால சாதிக்குழுவினர்க்கும் உள்ள உறவினை, தொடர்ந்த கல்வெட்டுச் சான்றுகளின் மூலம் அவர் முன்வைத்துள்ளார். எம். சீனிவாச ஐயங்காரால் தொடங்கப்பட்டு மா.இராசமாணிக்கனாரால் முன்னெடுத்துச் செல்லப்பட்ட கருதுகோள்களைக் கள ஆய்வுகளின் மூலமாகவும் கல்வெட்டுச் சான்றுகளின் மூலமாகவும்தான் ஆய்வாளர்கள் ஏற்றுக் கொள்ளவோ, மறுதலிக்கவோ முடியும்.

மூன்றாவது காலகட்டத்தைச் சார்ந்த ஆய்வுகளே சமூகவியல் ஆய்வுகள் என்ற பெயருக்குத் தகுதியானவை. இவர்கள் காலத்தில் சமூகவியல் நன்கு அறிமுகமான படிப்புத் துறையாகவும் ஆகிவிட்டது. சமூகம் என்பது பல்வேறு வகையான நிறுவனங்களின் சேர்க்கையாகும். இந்நிறுவனங்கள் குடும்பம், கல்வி, வழிபாடு என காட்சிக்குப்படும் நிறுவனங்களாகவும் அமையும்; கற்பு, அறம் எனக் கருத்தியல் நிறுவனங்களாகவும் அமைகின்றன. சமூக வியலின் அடிப்படை இலக்கணங்களில் ஒன்று, எல்லாப் பொருட்களும், நிகழ்வுகளும், அசைவுகளும் தம்மிலே தாமே முழுமையுடையவை அல்ல. அவை புறநிலை எதார்த்தங்களோடு (Objective Realities) தொடர்புடையனவாகும். குறிப்பாக, பொருள் உற்பத்தி முறைகளோடு அவை உறவுடையன. சமூக அசைவுகள் ஒன்றை ஒன்று சார்ந்தே இயங்குகின்றன. இச் சார்பு இயக்கத்தின் அளவிலே ஏற்படும் மாற்றம் அதன் பண்பிலும் மாற்றத்தை ஏற்படுத்துகின்றது. இந்த விதிகளை மனத்தில் கொண்டு சமூக அசைவுகளையும் அவற்றை வெளிப்படுத்தும் இலக்கியங்களையும் மதிப்பிட வேண்டும். இந்த விஞ்ஞானப் பார்வையை ஏற்றுக் கொண்டவர்களே சங்க இலக்கியங்களின் மூன்றாம் கட்ட ஆய்வாளர்கள். பேராசிரியர் நா. வானமாமலை தொடங்கி மனோன்மணி சண்முகதாஸ் வரையிலான ஆய்வாளர்களை இம்மூன்றாம் பிரிவினர்களாகக் கொள்ளலாம்.

தமிழ் ஆராய்ச்சி உலகில் பொதுவாகவும் குறிப்பாக, சங்க இலக்கிய ஆராய்ச்சிகளிலும் சமூகவியல் பார்வைகள் குறுக்கு வெட்டாகப் பாய்ந்து புது நெறிகளை உருவாக்கியது 1960களில் தான். ஈழத்துத் தமிழறிஞர் க.கைலாசபதியே இதனைத் தொடங்கி வைத்தவராவார். 1966இல் வெளிவந்த 'பண்டைத் தமிழர் வாழ்வும் வழிபாடும்' என்ற அவரது நூல், தமிழ் ஆய்வுலகில் ஒரு திருப்புமுனையாகும். இந்நூலின் முதல் நான்கு கட்டுரைகள் சங்க இலக்கியங்களை ஆய்வுப் பொருளாக்கியவையாகும். இந்நூலின் முன்னுரையில் 'சமூகவியல், மனிதவியல், அகழாராய்ச்சி, வரலாறு போன்ற பிற அறிவியற்றுறைகளின் துணைக்கொண்டு எமது இலக்கியத்தை ஆய்வது இன்றைய நிலையில் மிகவும் பயனுள்ள செயல் என்பது எனது கருத்தும் நம்பிக்கையும்' என (சற்றுத் தயக் கத்துடனேயே) அவர் கூறுகிறார். 1968இல் அவரது Tamil Heroic Poetry என்ற ஆங்கில நூல் வெளிவந்தது. இந்த நூலில் தமது சமூகவியல் பார்வைகளை சாட்விக் (H.M.Chadwick) எழுதிய The Heroic Age என்ற நூலிலிருந்தும் எட்டுத் தொகை நூல்களை ஆராய்ந்த ஜான் மாரின் (John Mar) நூலிலிருந்தும்தான் பெற்றுக் கொண்டதாக அவர் கூறுகிறார்.

1969இல் பேராசிரியர் நா.வானமாமலை 'ஆராய்ச்சி' என்னும் இதழைப் பாளையங்கோட்டையிலிருந்து தொடங்கினார். தமிழ் ஆராய்ச்சியினைப் புதிய தளங்களுக்கு எடுத்துச்சென்றதில் ஆராய்ச்சி இதழின் பணி மதிப்பிடற்கரியதாகும்.

இதன் ஏழாம் இதழில் பேராசிரியர் கா.சிவத்தம்பி எழுதிய 'திணைக் கோட்பாட்டின் சமூக அடிப்படைகள்' என்ற கட்டுரை வெளிவந்தது. திணைப் பாகுபாடுகளை சமூக வளர்ச்சிப் போக்கில் விளக்கிக்காட்டும் கட்டுரை இது. எடுத்துக்காட்டாக, ஊடல் என்னும் உரிப்பொருளைப் பேரா. சிவத்தம்பி பின்வருமாறு விளக்குகிறார். (தமிழிலக்கியம் பயிற்றுவிக்கும் பேராசிரியர்கள் கண்களில் இன்றுவரைகூட இக்கட்டுரை படாதது தமிழ்க் கல்வியுலகத்தின் அவலமாகும்).

"மருதத்தின் ஒழுக்கமுறையான ஊடலின் சமூக, பொருளா தார முக்கியத்துவம் எளிதில் புரியக்கூடியதே. மருதத்தில் வேளாண்மையின் வளர்ச்சியானது விரிவான தனி நிலவுடைமை வளர்ச்சிக்கு அடிகோலியது. வீரயுகத்தின் பெண்குலக் கலைஞர்கள்

நிலப்பிரபுத்துவ யுகத்தில் பரத்தையர்களாக மாறினார்கள். பரத்தமை சமுதாயத்தால் ஏற்றுக்கொள்ளப்பட்ட, மண உறவுக்கு வெளியே இன்பம் காணும் வாயிலாக விளங்கிற்று. ஏனெனில், சொத்துரிமைக்கும் குடும்பப் பரம்பரை உரிமைக்கும் இடையூறு செய்யாத ஒரு தனியுரிமையாக இது திகழ்ந்தது. சிக்கலாகவும் அறைகூவலாகவும் மனையில் வாழும் கிழத்திக்கு இருந்தது."

'ஆராய்ச்சி' இதழில் தொடர்ந்து மயிலை சீனி.வேங்கடசாமி, பி.எல்.சாமி, கா.சுப்பிரமணியன், ஆ.சிவசுப்பிரமணியம், செ.வை. சண்முகம், தா.வே.வீராசாமி, மு.கு.ஜெகநாத ராஜா ஆகியோர் சங்க இலக்கியம் குறித்து சமூகவியல் பார்வையோடு எழுதிய கட்டுரைகள் குறிப்பிடத்தகுந்தனவாகும். இவற்றுள்ளும் குறிப்பிட்டுச் சொல்லத் தகுந்தன 'வேலன் வழிபாடு' பற்றிய பி.எல். சாமியின் கட்டுரையும் 'சங்க இலக்கியத்தின் இனக்குழு வாழ்க்கை' என்ற கா.சுப்பிரமணியனின் கட்டுரையுமாகும். ஆராய்ச்சி இதழில் சங்க இலக்கியம் குறித்துக் கட்டுரை எழுதிய பலரும், பின்னாளில் சமூகவியல் பார்வையோடுகூடிய நூல்கள் பலவற்றை எழுதிவெளியிட்டனர்.

பி.எல்.சாமியின் 'தமிழ் இலக்கியத்தில் தாய்த் தெய்வ வழிபாடு' (1975), மயிலை சீனி.வேங்கடசாமியின் 'பழங்காலத் தமிழர் வணிகம்' (1974), கா.சுப்பிரமணியனின் 'சங்க காலச் சமுதாயம்' (1976), பி.எல்.சாமியின் 'சங்க நூல்களில் முருகன்', 'சங்க நூல்களில் மீன்கள்', 'சங்க நூல்களில் மணிகள்' பேராசிரியர் கா. சிவத்தம்பியின் 'இலக்கணமும் சமூக உறவுகளும்' (1982), 'Studies in Ancient Tamil Society' (1998) ஆகியவை சங்க இலக்கியம் குறித்த சமூகவியல் பார்வைகளைப் பெருமளவு வளர்த்தெடுத்த நூல்களாகும். ஆராய்ச்சி இதழ் வழியாக வந்த ஆய்வாளர்கள் ஒருபுறமாக 1980இன் தொடக்கத்தில் சங்க இலக்கியங்களின் மீதெழுந்த சமூகவியல் ஆய்வுகளின் அடுத்தகட்ட வளர்ச்சி தொடங்கியது.

சமூகவியல் பார்வை கொண்டு சங்க இலக்கியத்தை ஆராய்ந்த மேற்குறித்த ஆய்வாளர்களின் பணி நினைக்கப்பட வேண்டியதாகும். குறிப்பாக சமூகவியல், மானுடவியல் சார்ந்த தமிழியல் ஆய்வுகளை நிகழ்த்தியவர்களும் நிகழ்த்துவோர்களும் பேராசிரியர் நா.வா.வின் ஆராய்ச்சி நெறிமுறைகளைப் படித்தே தீரவேண்டும்.

1979 டிசம்பரில் வெளிவந்த கோ.கேசவனின் 'மண்ணும் மனித உறவுகளும்' என்ற நூலின் ஐந்து கட்டுரைகளில் மூன்று கட்டுரைகள் சங்க இலக்கியம் குறித்தனவாகும். ஆய்வுலகத்தோடு தொடர்புடைய கல்லூரித் தமிழாசிரியர்களை இக்கட்டுரைகள் அதிர்ச்சியடையச் செய்தன என்றால் மிகையாகாது. மார்க்சிய சமூகவியல் சிந்தனையோடு எழுதப்பட்ட இக்கட்டுரைகள் சங்க இலக்கியங்கள் குறித்த உரையாசிரிய அணுகுமுறைகளையும் அவை உருவாக்கி வைத்திருந்த 'புனிதங்களையும்' உடைத்தெறிந்தன. "நன்னடை நல்கல் வேந்தற்குக் கடனே" என்னும் புறநானூற்றுப் பாடல் அடிக்குப் பாடவேறுபாடான, 'நன்னடை நல்கல் வேந்தற்குக் கடனே', என்பதே சரியானது என வீரயுகத்தை விளக்கி வாதிடுகிறார் அவர். சங்க இலக்கியங்களின் காலம், இனக்குழுக்கள் கரைந்தும் கரைக்கப்பட்டும் அரசுகள் உருவான காலம் என்னும் கருத்தை 'போரும் பூசலும்' எனும் கட்டுரை மிகத் துல்லியமாகவே முன்வைத்தது.

கேசவனுக்குப் பின்னர் சங்க இலக்கியம் குறித்த சமூக ஆய்வுகளில் புதிய வரவாக யாரையும் குறிப்பிட்டுச் சொல்ல இயலவில்லை.

சங்க இலக்கியம் குறித்த சமூகவியல் ஆய்வுகள் பெரும்பாலும் இடதுசாரிச் சிந்தனையாளர்கள் எனப்படும் மார்க்சியர்களாலேயே செய்யப்பட்டுள்ளன. இவ்வகை ஆய்வுகளின் பிற்பகுதியில் மார்க்சிய அணுகுமுறை குறித்த பார்வை மாற்றங்களும் நிகழ்ந்தேறியுள்ளன. எடுத்துக்காட்டாக, கேசவன் நூலுக்கு எழுதிய முன்னுரையில் கைலாசபதி இவ்வாறு குறிப்பிடுகிறார். "உற்பத்தி உறவுகளினடியாக உருவாகும் பொருளாதார அமைப்பே ஒரு சமூகத்தின் அத்திவாரமாய் உள்ளது. அதாவது பொருளாதார அமைப்பே அடித்தளம். அதன்மீது பல்வேறு மேல்தளங்கள் அமைகின்றன. சமூக உறவுகள், கருத்துக்கள், நிறுவனங்கள், தத்துவங்கள் ஆகியன உருவாகின்றன. மார்க்சிய மூலக்கருத்துக் களில் ஒன்று இதுதான். பொருளாதார அடித்தளமே சமூகத்தின் கருத்து வகைகளை, அதாவது சமூகத்தினுடைய சித்தாந்த மேற் கட்டுக்கோப்பை, (அரசியல், சட்ட, சமய, தத்துவார்த்த, கலை இலக்கியக் கருத்துக்களை) நிர்ணயிக்கின்றது. உலகளாவிய பொது விதியாக மார்க்ஸ் இவ்வடிப்படைக் கருத்தைக் கூறினார்."

70களில் பேராசிரியர் நா.வானமாமலையும் 'மார்க்சிய சமூகவியல் கொள்கை' என்ற தம்முடைய நூலில் இக்கருத்தையே எதிரொலித்தார் எனலாம்.

பின் நவீனத்துவச் சிந்தனைகள் வலிமை பெற்றுவரும் இந்நாளில் இந்த அளவுகோலின் தகுதிப்பாடு கேள்விக்கு உள்ளாக்கப்பட்டுள்ளது என்றாலும் சமூகவியல் ஆய்வுத்துறையின் முன்னோடி முயற்சிகள் தங்களுக்குரிய இடத்தை இழந்துபோய்விடவில்லை.

சங்க இலக்கியத்தில் சாதி அமைப்பின் மூலப்படிவங்கள்

சங்க இலக்கியம் என இன்று அறியப்படும் பதினெட்டு நூல்களையும், அவற்றுக்கு முன்னெழுந்ததாகக் கருதப்படும் தொல்காப்பியத்தையும் முன்னிறுத்தியே கடந்த ஒரு நூற்றாண்டுக் காலமாகத் தமிழிலக்கிய ஆய்வுகள் மேற்கொள்ளப்பட்டு வந்துள்ளன. கனகசபைப் பிள்ளை முதல் கமில் சுவலபில் காலம் வரை, இந்தப் பத்தொன்பது நூல்களும் எவ்விதக் கேள்விகளுக்கும் உட்படுத்தப்படாமல் ஒரு குறிப்பிட்ட காலத்தைக் காட்டும் எழுத்துக்களாகவே கருதப்பட்டு வந்துள்ளன. அவ்வப்போது நடைபெற்ற ஆய்வுகள் அல்லது விவாதங்களும்கூட, இந்தத் தொகுதியில் உள்ளவற்றைக் காலவாரியாக அடுக்குவதில் ஏற்பட்ட சிக்கல்களையே மையமிட்டு வந்துள்ளன.

சமூகவியல் சார்ந்த வரலாற்றுப் போக்கில் இத்தொகுதியை ஆராய முன்வந்த அண்மைக்கால ஆய்வாளருக்கு முந்தைய ஆய்வாளர்கள் ஏற்றுக்கொண்ட 'அமைதி' பொருத்தமாகப்பட வில்லை. எனவே, தவிர்க்க இயலாதவாறு சில கேள்விகளை முன்வைக்க வேண்டிய கட்டாயம் இன்றைய ஆய்வாளர்களுக்கு ஏற்பட்டுள்ளது.

பக்தி நெறிக் காலத்துக்கு முந்திய, இயற்கை நெறி சார்ந்த, சாதிய அமைப்புகள் வேர் கொள்ளாத, தொல் பொதுவுடைமைக் கூறுகளையுடையதான ஒரு சமுதாயத்தைச் சங்க இலக்கியங்கள் படம் பிடிக்கின்றன என்ற முன்னோர் கருத்து நமக்கு முழு நிறைவு தரவில்லை. காலம் என்பதற்கான வரையறை என்ன? சங்க இலக்கியங்கள் அனைத்தும் ஒருபோக்கு உடையனவாகவே தோன்றுவது ஏற்றுக்கொள்ளக்கூடியதா? மாறுபட்ட போக்குடைய கருத்தியல் தளம் ஏதும் சங்க இலக்கியங்களில் இருந்து அறியப் படவில்லையே, அது ஏன்? இன்று கையகப்பட்டுள்ள இப்பனுவல் களில் (Text) ஏற்புடைமை சரியா? சங்கப் பாடல்கள் பிறந்த காலத்துக்கும் தொகுக்கப்பட்ட காலத்துக்கும் இடைப்பட்ட காலத்தைச் சேர்ந்த கருத்தாக்கங்கள் சங்க இலக்கியங்களில் ஊடுருவியிருக்

காதா? என்றெல்லாம் எழும் கேள்விகளுக்கு இலக்கிய ஆய்வுலகம் இதுவரை உறுதியான மறுமொழி ஏதும் தரவில்லை.

சங்க இலக்கியங்களைக் காலவரிசைப்படி அடுக்கும் முயற்சி யினை மா.இராசமாணிக்கனார் தொடங்கிவைத்த பிறகும்கூட அவ்வகையில் தொடர் நிலை ஆய்வுகள் மேற்கொள்ளப்பெற வில்லை. கலித்தொகையும் பரிபாடலும் திருமுருகாற்றுப் படையும்ஏனைய சங்க இலக்கியங்களுக்கும் பிற்பட்டவை என்ற கருத்தினை மட்டும் எல்லாரும் ஏற்றுக்கொண்டுள்ளனர். அப்படியானால் பிற தொகை நூல்களிற் பாடிய கபிலரும் கலித்தொகைக் கபிலரும் இருவேறு புலவர்கள் என்ற கருத்தேனும் பரவலாக்கப்பட்டதா எனில், இல்லை என்றே தோன்றுகிறது. இவ்வாறே, திட்டமிட்ட அமைப்புடன்கூடிய ஐங்குறுநூற்றினைப் பிற அகநூற்களின் காலத்தோடு சேர்த்துப் பார்ப்பதும் ஆய்வு நெறிக்கு முரணாகத் தோன்றுகிறது.

பாடநூல் தோய்வினால் (Dealing with the text) மட்டுமன்று, சொற்களின் வளர்ச்சியினைக் கணக்கில் கொள்ளும்போது, குறுந்தொகை, நற்றிணை, அகநானூறு என அடி அளவால் பிரிக் கப்பட்டுள்ள அகப்பாடல்களும்புறநானூற்றின் பெரும்பகுதியும் ஆக, இவையே காலத்தால் முற்பட்டதாகக் கருதப்படும். தொல் காப்பியப் பனுவலின் ஏற்புடைமை (குறிப்பாகப் பொருளதிகாரம்) ஐயத்திற்குரியதே. மூவாயிரத்துக்கும் மேற்பட்ட சங்கப் பாடல் களில் ஒருமுறைகூடக் காணப்பெறாத 'வருணன்' என்னும் சொல், தொல்காப்பியத்தின் அடிப்படையான திணைநிலைத் தெய்வத்தின் பெயராகக் காட்டப்படுவது எப்படி? சங்க இலக்கியப் பெரும் பரப்பில் 'இந்திர விழவு'எனும் ஒரே ஒரு சொல் (ஐங்.62) தவிர இந்திரன் எங்குமே பேசப்படவில்லை. இவையெல்லாம் தற்செயல் நிகழ்வுகளென்று ஒதுக்க முடியாது. மூலபாடத்தைக் கேள்விக் குள்ளாக்கும்தரவுகள்இவை. இவ்வகையில் நீளநீளச்சிந்திக்கும்போது கோ.கேசவன் கூறும் ஒரு கருத்தே ஏற்றுக்கொள்ளக்கூடியதாக இருக்கிறது.

"சங்கப் பாடல்கள் என நமக்கு வழங்கப்பட்டுள்ளவை, அன்றைய கால அரசதிகாரத்துக்கான சிந்தனையாளர்களின் கவனமான தேர்ந்தெடுப்புகளாக உள்ளன எனலாம். குலக்குழு அமைப்பிலிருந்து நிலத்தை அடிப்படையாகக் கொண்ட

அரசு, இறைமை மாற்றத்தின்பொழுது மன்னர் பரம்பரையின் தொடர்ச்சியினை நிச்சயப்படுத்துவதற்காக இத்தகைய தொகுப்பு முயற்சிகள் நடைபெற்றிருக்கக்கூடும் எனலாம். இத்தகைய சூழலை மனங்கொண்டே சங்க இலக்கியத்தை வரலாற்று ஆதாரமாகக் கொள்ளவேண்டியுள்ளது. சங்க இலக்கியம் குறை ஆதாரமே; ஆனால் தவிர்க்கவியலாத அளவுக்கு சார்ந்திருக்கப்பட வேண்டிய குறை ஆதாரமாகும்" என்கிறார் கோ.கேசவன். 'இன்மை' உருவாக்கும் பல கேள்விகளுக்குச் சங்க இலக்கியத்தைப் பொருத்தமட்டில் இதுவே தகுந்த விடையாகும்.

அகமணமுடைய, அதனால் பிறப்பு வழிப்பட்ட, சாதியப்படி நிலைகளை - குறிப்பாகப் பார்ப்பன மேலாண்மையை ஏற்றுக் கொள்கின்ற, குறிப்பிட்ட தொழிலோடும்நிலத்தோடும் பிணைக் கப்பட்ட, சடங்கு சாத்திர அடையாளங்களையுடைய ஒரு மக்கள் திரளையே நாம் இன்று 'சாதி' என்னும் பெயரோடு அடையாளப் படுத்துகிறோம். சாதி என்னும் சொல்லுக்குத் திராவிட வேர்ச்சொல் காணும் முயற்சி பலிக்கவில்லை என்றாலும் தொல்காப்பியத்தில் ஒரே ஒரு இடத்திலும், சங்க இலக்கியத்தில் ஒரேஒரு இடத்திலும் "நீர்வாழ் சாதி" (தொல் மரபியல் 588) "பறவைச் சாதி" (பெரும்பாண்: 209) என அஃறிணை உயிரினங்களின் தொகுதியைக் குறிப்பிட இச்சொல் பயன்படுத்தப்பட்டுள்ளது.

சாதி என்னும் சொல்லுக்குத் திராவிட மொழிகளில் வேர் எதுவும் காணப்படவில்லை என்பதோடு இச்சொல்லை அடியாகக் கொண்டு விரிவெடுத்த சொற்களையும் தமிழ் இலக்கியப் பரப்பில் காண முடியவில்லை. ('சாதியம்' என்ற சொல் 20ஆம் நூற்றாண்டு ஆக்கமாகும்). மாறாக, பிறப்பினைக் குறிக்கும் வேர்ச்சொல்லாக வடமொழியில் 'ஜா' என்பதைக் காண்கிறோம். ஜன்மம், ஜாதகம், பத்மஜா, வனஜா, ஜலஜா, பங்கஜ முதலிய சொற்கள் பிறப்பைக் குறிக்கும் 'ஜா' என்னும் வடமொழி வேரிலிருந்து பிறந்தவை. (பங்கே ஜய இதிபங்கஜ: பங்கஜத்தில் (சேற்றில்) பிறந்ததால் பங்கஜம்) எனவே சங்க இலக்கியத்தில் பயிலும் 'சாதி' எனும் சொல் 'ஜாதி' என்னும் வடசொல்லின் தமிழ் வடிவம் என்றே கொள்ள முடிகிறது. 'குலம்' என்னும் சொல்லும் அவ்வாறே வடமொழி வேர்ச்சொல்லாகும் (பார்க்க: குலபதி, குலோத்துங்கன்).

சங்க இலக்கியங்களில் தெளிவாகக் குலமும் கோத்திரமும்

(கோத்திரம் என்னும் சொல்லும் ஓரணியில் கட்டப்பட்ட பசுக்கள் என ஆரியரின் தாய்வழி உறவு முறையினைக் காட்டும் வடமொழிச் சொல்லாகும்) சொல்லப்பட்ட மக்கள் பார்ப்பனர் மட்டுமே. வாதூளி (வாதூல கோத்ரம்), நெடும்பாரதாயன் (பாரத்வாஜ), கவுணியன் (கவுண்டில்ய), கோதமன் (கௌதம்) என்றவாறு பார்ப்பனக் கோத்திரப் பெயர்கள் காணப்படுகின்றன. இவை இன்று வரை மாறாமல் இருக்கின்றன என்பது குறிப்பிடத்தக்கது. "பொதுவாகச் சாதிமுறை முழுவதற்குமே அந்தணர் அச்சாணி ஆவர்" என்று ந.சுப்பிரமணியன் குறிப்பிடுவது இவ்விடத்தில் எண்ணத்தகும் (சங்ககால வாழ்வியல், ப.314).

சாதி, குலம் ஆகிய இரண்டு சொற்களைத் தவிர்த்து குடி, கணம் என்னும் இரண்டு சொற்களும் குறிப்பிட்ட மக்கள் திரளைக் குறிக்கச் சங்க இலக்கியத்தில் காணப்படும் சொற்களாகும். இவற்றுள் குடி என்னும் சொல் 'ஒருவர் தோற்பினும் தோற்பது நுங்குடியே' (புறம் 45) 'ஒரு குடிப்பிறந்த பல்லோர்' (புறம் 183) என ஒரு குடும்பத்தைக் குறிக்கவும் 'இந் நான்கல்லது குடியுமல்ல' (புறம்) 'குடிபழிதூற்றும்' (புறம்) எனப் பெரிய மக்கள் திரளையும் குறிக்கப் பயன்பட்டுவந்துள்ளது. 'கணம்'என்னும் சொல் 'உமணர் பதி போகு நெடுநெறிக் கணநிரை வாழ்க்கை' (அகம் 390) 'நிலையா வாழ்க்கைக் கணங்கொள் உமணர்' (நற்.138) என உப்பு வணிகத்துக்காக அலைந்து திரியும் மக்கள் தொகுதியைக் குறிக்கப் பயன்பட்டுவந்துள்ளது.

சங்க இலக்கியப் பரப்பு முழுவதையும் கணக்கில் கொண்டு பார்க்கும்பொழுது, அவற்றுள்ளும் பழமை சான்ற குறுந்தொகை, நற்றிணை, அகநானூறு, புறநானூறு ஆகிய நான்கு தொகை நூல்களையும் ஊன்றிப் பார்க்க நேரிடுகிறது. காலப்பழமையில் முன்னிலைப்பட்ட இந்நூல்களிலிருந்து நாம் பெறக்கூடிய செய்தி களைப் பின்வருமாறு வகைப்படுத்திக் காணலாம்.

1. சங்ககாலம் தொடங்கி இன்றுவரை பொருண்மை மாறாமல் அடையாளம் காணப்படும் சொற்கள் பரதவர்,பார்ப்பனர்ஆகிய இரண்டு மட்டுமே. தமிழகத்தின் தென்மாவட்டக் கடற்கரையோரம் மட்டும் காணப்படும் இம்மக்களைத் 'தென் பரதவர்'என்றே சங்க இலக்கியம் குறிக்கிறது. அதுபோலவே சங்க இலக்கியம் கூறும் அந்தணப் பார்ப்பனக் கோத்திரங்களும் இன்றும் உயிர் வாழ்வனவே.

2. சங்க இலக்கியம் குறிப்பிடும் 'வேலன்மார்' அதே பெயரில் இன்றும் வடமலபாரில் 'முருக பூசாரி' மார்களாக, தனிச்சாதியினராக வாழ்ந்து வருவதனைப் பி.எல்.சாமி கள ஆய்வின் வழி எடுத்துக் காட்டியுள்ளார்.

3. பாணர்கள் இசைத் தொடர்பு ஏதுமின்றி நெல்லை மாவட்டத்தின் சில பகுதிகளில் வாழ்ந்துவருகின்றனர். காலனி ஆட்சியின் தொடக்கம் வரை தோல் தைப்பவர்களாக இருந்த இவர்கள், பின்னர் கனத்த இராணுவ உடை தைப்பவராகவும், பின்னர் தானியங்கிப் பட்டறைகளில் தோல், ரெசின் (செயற்கைத் தோல்) ஆகியவற்றால் ஆன இருக்கைகளைத் தைப்பவராகவும், பின்னர் இந்நூற்றண்டின் நடுப்பகுதியில் துணி தைப்பவராகவும் மாறி, இன்று தங்கள் மரபுத் தொழில் அடையாளத்தை இழந்தவ ராகக் காட்சி தருகின்றனர்.

4. நிகழ்காலத்தில் மறைந்து வரும் சடங்குகள் சிலவும், மறைந்து விட்ட சடங்குகளில் தொல்லெச்சங்களும் பறையரைப் 'பூசாரித் தொழில்' உடையவராகக் காட்டினாலும், சங்க இலக்கியங்கள் அவரைப் பூசாரித் தொழில் செய்பவராகக் காட்டவேயில்லை.

5. 'உழவர்', 'மரங்கொல்கானவர்', 'குன்றக்குறவர்', 'மறவர்', 'இடையர்' ஆகிய சொற்கள் சங்க இலக்கியத்தில் 'குடி'யினை விளக்கும் சொற்களாக அமையாமல் தொழிலைக் காட்டும் சொற் களாகவே காணப்படுகின்றன. எடுத்துக்காட்டாக, தொல்காப்பியர் கூறும் 'ஆயர்' என்ற சொல் தொழில் சார்ந்த 'குடி'ப் பெயராகத் தோன்றினாலும் சங்க இலக்கியத்தின் முற்பகுதியில் 'ஆயர்' என்ற சொல் ஒரே ஒரு இடத்திலும் (புறம் 390) 'இடையர்' என்னும் நிலம் சார்ந்த தொழிற்பெயர் பதினோரு இடத்திலும் வருகின்றன. எனவே 'இடையர்' என்ற நிலப்பெயரே ஆயர் என்ற பெயரைவிடத் தொன்மை சார்ந்ததாகத் தோன்றுகிறது.

6. கடம்பர் என்பது தனிக்குடிப் பெயராகத் தோன்றினாலும் சங்க இலக்கியத்திலும் பின்வந்த இலக்கியங்களிலும் இம்மக்கள் திரளை அடையாளம் காண இயலவில்லை. கடம்ப மரத்தினைக் குலக்குழுச் சின்னமாக உடைய ஒரு தொல்குடியினராக இவர்கள் இருக்கலாம். சிலப்பதிகாரக் காலம் தொடங்கி, கடம்ப மரம் முருகன் என்னும் தெய்வம் உறையும் மரமாகக் ('கடம்பமர் காளை' தேவாரம்) கருதப்பட்டுள்ளது.

7. ஆவியர், ஓவியர், கள்வர், மழவர் என்னும் பெயர்கள் தொல் குடிகளைச் சுட்டிய பெயராகக் காணப்படினும், இப்பெயர்களைக் கரைந்துபோன இனக்குழுக்களின் தொல்லெச்சமாகத்தான் கொள்ள முடிகிறது.

8. 'ஒளியர்' (பல்லொளியர் பணிபு ஒடுங்க) எனப்படும் தொல்குடிப்பெயர், கி.பி. எட்டாம் நூற்றாண்டில் மாமல்லபுரம் கல்வெட்டில் 'ஒளிநாகன்' என மாற்று வடிவம் காட்டுகிறது. பின்னர் அச்சொல்லைக் கல்வெட்டிலும் இலக்கியத்திலும் காண இயலவில்லை.

9. மட்கலங்கள் செய்யும் தொழிலாளர் 'வேட்கோ' எனச் சங்க இலக்கியத்தில் சுட்டப்பெறுகின்றனர். வேள் என்றால் 'மண்' என்றே பொருள். இளங்கோ, கடுங்கோ, பூரிக்கோ, ஆவிக்கோ, விச்சிக்கோ என வரும் பெயர்களால் 'கோ' என்னும் பெயர் தலைமைத் தன்மை யினைச் சுட்டுவதாகத் தெரிகிறது. மட்கலம் செய்யும் தொழிலாளர் சமூகத்தலைமையினை ஏற்ற செய்தி, விடுவிக்க வேண்டிய ஒரு வரலாற்றுப் புதிராகும். முதலாம் இராசராசனின் ஆனைமங்கலச் செப்பேட்டில் 'வேட்கோவன்' என்ற குடிப்பெயரோடு ஐந்து பேர் கையெழுத்திட்டுள்ளனர். பிற்காலக் கல்வெட்டுகளில் 'வேட்கோ' என்ற பெயரோடு 'கலமிடும் குசவன்' என்ற பெயரும் காணப்படுகிறது. மட்பாண்டத் தொழிலாளர் இக்காலத்தில் வேளார் எனப்படுவதோடு, சிற்றூர்களில் பூசாரித் தொழிலும் செய்துவருவது குறிப்பிடத்தக்கது.

10. சங்க இலக்கியங்களில் 'உப்பு வணிகர்' ஆகக் காட்சி தருபவர் உமணர் ஆவர். கிறித்துவின் சமகாலத்தைச் சேர்ந்த அழகர் மலைத் தமிழ்க் கல்வெட்டு, உப்பு வணிகன் ஒருவனைக் குறிப் பிடுகிறது. ஆனால் சங்க இலக்கியம் காட்டும் உமணர்களின் 'கணநிரை'வாழ்க்கையின் சுவடுகள் ஏதும் தோன்றவில்லை. 'பூவிலைப் பெண்டு' என்னும் மற்றொரு தொடரும் 'பருத்திப் பெண்டு' என்பது போலத் தொழிலைச் சுட்டுவதாகவே தோன்றுகிறது.

11. இரும்புக் கருவிகளைப்பற்றிய செய்திகள் சங்க இலக்கியத்தில் நிறையவே காணப்படினும் 'மிதியுலைக் கொல்லன்', 'செம்பு சொரி கம்மியன்', 'மரங்கொல் தச்சன்' என, கைவினைத் தொழில் பற்றிய குறிப்புகள் மிக அருகிலேயே கிடக்கின்றன. 'கம்' என்னும் சொல் 'குறைத்தல்' எனும் பொருளில் வேர்ச்சொல்லாக நின்று கம்மியர்,

கம்மர், கம்மாளர் ஆகிய சொற்களைப் பிறப்பித்துள்ளது.

12. பாணன், பாடினி, விறலி, வயிரியர், கோடியர் ஆகிய சொற்கள், இசைக் கலைஞர்களை - இசையினையே தொழிலாக உடைய ஒரு மக்கள் தொகுதியைக் - காட்டுகின்றன. இப்பிரிவினரைப் பிறப்பு வழிப்பட்ட கூட்டத்தினர் என்பதைவிட, தொழில் வழிப்பட்ட கலைஞர் கூட்டத்தினராகவே காணமுடிகிறது.

13. சங்க இலக்கியத்தில் தனிக்கவனம் பெறவேண்டியவர்கள் புலையன், புலைத்தி என்னும் பெயர்களால் சுட்டப்படும்மக்களாவர்.

"புலையன் இழி பிறப்பாளன்(புறம் 363). அவன் ஈமச்சடங்கு செய்பவன். இறந்தவர் உடலை இடுகாட்டிலோ சுடுகாட்டிலோ இடும்போது அவன் பெருந்துடி முழக்குவான் (நற் 347) கணவனை இழந்த பெண்களைப் புல்மேல் அமர்த்திச் சடங்குகள் செய்து படையல் உணவு தருவான் (புறம் 360). அவன் தண்ணுமை என்னும் தோற்கருவி இசையினையும் முழக்குவான் (நற். 77). புலைத்தி துணி வெளுக்கும் தொழிலையுடையவள். சில இடங்களில் - களர் நிலத்தில் சிறு கிணறு(கூவல்) தோண்டி அவள் துணி வெளுப்பாள் (புறம் 311). அவள் இரவு நேரங்களில் துணி வெளுப்பாள் (நற். 90). அவள் கூரிய நகங்களும் துணிக்குரிய பசைதோய்ந்த விரல்களையும் உடையவள் (அகம்.387). முருகு அவள்மீது இறங்கச் சாமியாடுவாள் (புறம் 259). இவ்வருணனையோடு 'இழிசினன்' என வரும் மற்றொரு தொடரும் (புறம் 289) தண்ணுமை முழக்குபவனைக் குறிப்பதால், புலையனே இழிசினன் என்று தெரிகிறது.

மேற்குறித்த இசையோடும்துணி வெளுக்கும் தொழிலோடும் தொடர்புடைய 'புலையர்' சமூக வாழ்க்கையில் மட்டுமன்றி பிறப் பினாலும் இழிந்தவர்களாகக் (இழிபிறப்பாளன்) கருதப்பட்டதை ஐயமின்றி உணர்கிறோம்.

இந்த ஒற்றைச் சான்றினை மட்டும் கொண்டு, சங்க இலக்கியக் காலத்தில் பிறப்பு வழிப்பட்ட சாதிப் படிநிலைகள் இருந்ததாகக் கொள்ள முடியவில்லை. மலைப்பகுதியில் வாழும் பழங்குடி மக்களிடத்திலும்கூட, அடுத்து வாழும் மந்திரச் சடங்கு செய்யும் குடியினரைக் கண்டு அஞ்சுவதும்விலகுவதும் அவர்களை இழிந்தவர் களாகக் கருதுவதும் களஆய்வு செய்த அறிஞர்களால் எடுத்துக் காட்டப்பட்டுள்ளது. புலையர் அவ்வகைப்பட்ட குடியினராக இருக்கலாம்.

மறுதலையாக, சங்க இலக்கியம் காட்டும் இனக்குழு வாழ்க்கைப் பண்புகளையும் நாம் கணக்கில் கொள்ள வேண்டும். பேரா.க.சுப்பிரமணியனின் 'சங்ககாலச் சமுதாயம்' என்னும் சிறுநூல் இவ்வகைப் பார்வையில் ஆழமும் நுட்பமும் உடையதாக அமைந்துள்ளது.

சங்க இலக்கியங்கள் பிறந்த காலத்தில் தமிழ்நாட்டு மக்கள் தொகை, அரசு என்னும் நிறுவனத்தின் வளர்ச்சி நிலை, மூவேந்தர், வேளிர்கள் ஆகியோரின் இறையாண்மை எல்லைகள், குறிப்பிடத்தகுந்த அளவு நாடு முழுவதும் வணிகப் பெருக்க மின்மை, இயற்கை வருணனையளவு நகர வருணனையும் அங்காடி வருணனையும் சங்க இலக்கியத்தில் பதிவு பெறாமை ஆகிய செய்திகளையும் 'இன்மை'களையும் நாம் கூர்ந்து நோக்க வேண்டும்.

இந்த இடத்தில் 'சாதி அமைப்பு குறித்த தமிழ் வரலாற்றறி ஞர்களின் கருத்தைத் தொகுத்துப் பார்ப்பது, நமது சங்க இலக்கியப் புரிதலுக்கு உதவியாக அமையும். தொடக்ககால வரலாற்றாசிரியர்களான கனகசபைப் பிள்ளையும் எம்.சீனிவாச ஐயங்காரும் சாதி பற்றிய ஆய்வோடு இனம் (Race or Ethnicity) பற்றிய ஆய்வினையும் நிகழ்த்தினர். இருவரும் பார்ப்பனரை 'ஆரியர்' என்றனர். 'ஆரிய வருகைக்கு முன்னர் தமிழ்நாட்டில் சாதி அமைப்பு இல்லை. என்கிறார் எம்.சீனிவாச ஐயங்கார் (Tamil Studies 1914 P.) தமிழ்ச் சாதிகளை திராவிடர், நாகர், நாக திராவிடர் என இனஞ்சார்ந்து அவர் வகைப்படுத்திக் காட்டுகிறார்.

கே.கே.பிள்ளை, சி.இ.இராமச்சந்திரன் போன்றோர் தமிழ் நாட்டுத் தொழிற்பிரிவுகளும் பார்ப்பனரின் வருணாசிரமக் கோட்பாடும் கூடித் தமிழ்நாட்டில் சாதிப்பிரிவுகள் தோன்றின என்று சங்க இலக்கியச் சான்றுகளைக் கொண்டு முடிவு செய்கின் றனர். (சி.இ.இரா. சங்க கால வரலாறு ப.171)

பேரா நா.வானமாமலை, க.சுப்பிரமணியன் போன்றோர் சங்க இலக்கியச் சமுதாயத்தை இனக்குழுக்களின் சிதைவுக் காலமாகப் பார்க்கின்றனர். இனக்குழுக்களுடன் வேந்தர்கள் மோதி அவற்றைக் கரைத்த செய்தி, சங்க இலக்கியப் பதிவுகளையுடையது என்பதை மறுக்க முடியாது.

இந்த இருசாரார் கருத்துக்களோடு இன்னுஞ்சில செய்திகளை

மனங்கொள்வது சங்க இலக்கியம் காட்டும் மக்கள்திரள் குறித்த தெளிவான பார்வைக்கு நம்மை இட்டுச் செல்லும்.

சங்க காலத்தில் நால்வருணக் கோட்பாடு தமிழ்நாட்டில் நடைமுறையில் இருந்ததா என்பது நாம் விடை காணவேண்டிய முதற் கேள்வியாகும். அந்தணர், அரசர், வணிகர், வேளாளர் என்று வருணாசிரம நால்வகைப் பிரிவினைத் தொல்காப்பியம் பொருளதிகாரமே முதலில் நமக்குக் காட்டுகிறது. நால்வருணப் பாகுபாட்டை விரித்துக்கூற வேண்டிய இடங்களில் தொல் காப்பியர் பயன்படுத்தும் கரகம், வைசியன் ஆகிய சொற்கள் சங்க இலக்கியத்தின் முதற்பகுதியில் எங்குமே காணப்படவில்லை. நூல், கரகம், முக்கோல், மணை ஆகியவற்றோடு, பார்ப்பனர்களைச் சங்க இலக்கியங்களில் காணவும் இயலவில்லை. தொல்காப்பியர் குறிப்பிடும் 'வணிக', 'வாணிக'ஆகிய சொற்கள் சங்க இலக்கியங் களில் ஒவ்வோர் இடத்தில் மட்டுமே பயின்று வந்துள்ளன. கரகம், வைசிய, வாணிக ஆகிய மூன்று சொற்களும் திராவிடமொழிச் சொற்களல்ல; ஆரியமொழி வேர்ச்சொற்களை உடையன என்பதும் கருதத்தக்கது.

நால்வருணப் பாகுபாட்டைக் குறிக்கும் சங்கப்பாடல் ஒன்றே ஒன்றுதான்.

"வேற்றுமை தெரிந்த நாற்பா லுள்ளும்
கீழ்ப்பால் ஒருவன் கற்பின்
மேற்பால் ஒருவனும் அவன்கட் படுமே"   (புறம்)

என வரும் இந்தப்பாட்டை பாண்டியன் அறிவுடை நம்பி என்னும் அரசனே பாடியுள்ளான்.

'சங்க இலக்கியக் காலம், இனக்குழுக்கள் தம்முள் முட்டி மோதியும் வேந்தர்களோடு மோதியும் கரைந்துகொண்டிருந்த காலம்'என்னும் பேரா.நா.வா-வின் கணிப்பினை ஏற்றுக்கொண்டு மேற்குறித்த பாடலை நோக்கினால், நமக்குச் சில புதிய பார்வைகள் கிடைக்கின்றன.

சங்க இலக்கியத்தின் பிற்பகுதியில் காணப்படும் கிழார்களின் பெருக்கமும் சங்கப் புலவர்களில் கிழார் என்னும் பெயருடைய வர்களோடு - பார்ப்பனப் புலவர்களின் பெருக்கமும், பார்ப்பனர் - கிழார்களின் கூட்டிணைவும் (புறம் 166) பூஞ்சாற்றூர்ப்பார்ப்பான்

கவுணியன் விண்ணந்தாயனை ஆவூர் மூலங்கிழார் பாடியது. 'அரசு' என்னும் நிறுவனத்தின் விரைவான வளர்ச்சியினைத் தெற்றென நமக்கு எடுத்துக்காட்டுகின்றன. அரசு எனும் நிறுவன வளர்ச்சிக்குத் துணையாக நின்று, அதிகார மையங்களை உருவாக்கப் பண்பாட்டுத் தளத்தில் ஒரு துணை தேவையாகின்றது. பார்ப்பனர்களின் நால்வருணக் கோட்பாடு அத்தகைய துணையாக, மரபு வழித் தொழில்பிரிவுகளோடு குறுக்குவெட்டாகப் பாய்ந்து கலந்தபோதே சாதிப்பிரிவுகள் தமிழ்நாட்டில் தோன்றியுள்ளன. பிறப்பு வழிப்பட்ட சமத்துவமற்ற வருணப்பாகுபாடு அதிகார உருவாக்கத்துக்கு உதவியாக அமைவதால், மூவேந்தர்களில் ஒருவனான பாண்டியன் அறிவுடை நம்பி வருணக் கோட்பாட்டை மனமுவந்து ஏற்றுக்கொள்வதில் வியப்பில்லை. அரசு உருவாக் கத்துக்கு ஒரு தத்துவம் தேவைப்படுவதுபோலப் பேரரசுகளின் உருவாக்கத்துக்குத் துணைநின்ற பெருந்தத்துவம் குறித்த க.கைலாசபதியின் கட்டுரை இங்கே நினைக்கத் தகுந்தது.

தமிழ்நாட்டில் அரசுருவாக்கத்துக்குத் தேவையான பண்பாட்டுத் தளத்தை வருணக் கோட்பாடு உருவாக்கித் தருவதற்கு முன்னர், தொல்மந்திர நம்பிக்கையும் இனக்குழுப் பண்பினைக் காட்டும் 'கூட்டூண்' வாழ்க்கையும் கொண்ட, நிலவழிப்பட்ட, தொழில் வழிப்பட்ட மக்கள் திரள்களே தமிழ்நாட்டின் சாதிய அமைப் புக்கு மூலப்படிவங்களாக இருந்தன. இதுவே மேற்குறித்த ஆய்வு களிலிருந்து நமக்குக் கிடைக்கும் செய்தியாகும்.

பண்பாடும் விலகலும்

நாகரிகம், பண்பாடு என வழங்கும் தமிழ்ச் சொற்களும் கலாசாரம் (கலை ஆசாரம்) என வழங்கும் வடசொல்லும் Culture, Civilization என வழங்கும் ஆங்கிலச் சொற்களும் உணர்த்துகின்ற பொருள்தான் என்ன? இந்தப் பொருளின் வளர்ச்சியும் தேய்வும் இன்று எப்படி இருக்கிறது? இவை குறித்து நம்மிடம் சரியான விஞ்ஞானப் பார்வை ஒன்று இருக்கிறதா? நாளைய உலகம் பற்றி எண்ணுகின்ற, பேசுகின்ற நமக்கு, இவை விடைகாண வேண்டிய அடிப்படையான கேள்விகளாகும்.

நாகரிகம் என்பது பழைய தமிழ்ச் சொல். பண்பாடு என்னும் சொல் இருபதாம் நூற்றாண்டின் ஆக்கம். மனிதனின் செம்மையான செயல்களில் வெளிப்பட்டுத் தோன்றும் நிகழ்வுகளை மட்டுமே இன்றைக்கும் 'நாகரிகம்' என்ற சொல் குறிக்கிறது. பண்பாடு என்ற சொல் சிந்தனையில் செம்மை, செயலில் செம்மை என்ற இரண்டையும் சேர்த்தே குறிக்கிறது. கலாசாரம் என்ற வட சொல்லும் Culture என்னும் ஆங்கிலச் சொல்லும் இதே அளவுக்குப் பொருள் வீச்சு உடையனவாகக் கொள்ளப்படுகின்றன. ஒரு குறிப்பிட்ட மக்கள் கூட்டம் சொல் வழியாகவும் (பேச்சு மொழி, சொல் வழித் தோன்றும் பிற கலைகள்) சொல் அல்லாத வழியிலும் (அசைவுகள், சடங்குகள் முதலியன) தன்னை வெளிப்படுத்திக் கொள்ளும். இவ்வெளிப்பாடுகள் கண்ணுக்குப் புலப்படுவனவாகவும் அமையும்; புலப்படாதவாறும் அமையும் என்பது பண்பாடு குறித்த ஒரு விளக்கமாகும். இது வெளிப்பட்டுத் தோன்றும் பண்பாட்டின் கூறுகளை மட்டுமே விளக்குகிறது.

இதனை உலகியற் பண்பாடு (Material Culture) என்பதற்குரிய விளக்கமாகவே கொள்ள வேண்டும். இதுமட்டுமின்றி வேறு சிலவும் பண்பாட்டின் கூறுகளாகவும் அமைகின்றன. ஒன்று, பல்லாயிரக்கணக்கான ஆண்டு பரிணாமத்திலிருந்து பெற்ற அனுபவங்கள் மனித மூளையில் உறைநிலையில் இருக்கின்றன. அவை சற்றே இளகி, மனிதக் கூட்டத்தின் செயல்பாடுகளை வடிவமைக்கின்றன. மற்றொன்று, உடல்ரீதியாக உயர்வகைப் பாலூட்டியான மனிதன் என்னும் உயிரியின் இயல்பு ஊக்கங்கள் (Instincts) இவையிரண்டும்

மனிதக் கூட்டத்தின் நடவடிக்கைகளில் குறுக்குவெட்டாகப் பாய்கின்றன. இவற்றையும் சேர்த்தே நாம் பண்பாட்டினை மதிப்பிட வேண்டும்.

பண்பாடு என்பது பொருள் உற்பத்தியிலிருந்து தொடங்குகிறது. பொருள் உற்பத்திதான் மனித மிருகத்தை மனிதனாக மாற்றியது. ஒரு கல்லை மற்றொரு கல்லால் செதுக்கிக் கற்கருவிகளை உற்பத்தி செய்ததுதான் திட்டமிட்டும் தன் நினைவோடும் மனிதன் செய்த முதல் உற்பத்தியாகும். கற்கருவிகளின் உற்பத்தி மனிதக் கூட்டம் செய்த உற்பத்தி வினையாகும். அது தனிநபரின் சாதனை அல்ல. கற்காலக் கருவிகள் தொல்லியல் ஆய்வாளர்களால் இன்றளவும் தொகுதி தொகுதியாகத்தான் கண்டுபிடிக்கப்படுகின்றன. எனவே ஒன்று இரண்டு மனிதர்கள் அல்லர்; மனிதக்கூட்டம்தான் கருவிகளை உற்பத்தி செய்தது. கல்லிலே உற்பத்தியைத் தொடங்கிய மனிதன் பின்பு இரும்பு, வெண்கலம், மரம், பொன், வெள்ளி எனத் தன் உற்பத்தி அனுபவங்களைக் கூட்டு உழைப்பினால் விரிவாக்கிக்கொண்டான்.பண்பாடு என்பதும் கூட்டு உற்பத்தியில் விளைந்ததுதான். கூடித் தொழில் செய்கிறபோது அதன் விளைவுகளில் ஒன்றாக உழைப்பில் ஈடுபட்ட தனி மனிதர்களுக்கு இடையிலான உறவு வளர்கிறது. கனமான ஒரு பொருளை நான்கு பக்கங்களிலும் நின்று தூக்கியோ நகர்த்தியோ செல்லும் மனிதர்கள் தங்களுக்குள் ஒருவரை ஒருவர் புரிந்துகொள்கின்றனர்; விட்டுக்கொடுக்கின்றனர். ஒருவருடைய அனுபவத்தை மற்றவர்கள் பகிர்ந்துகொள்கின்றனர். 'இம்', 'மெதுவா', 'இன்னும் கொஞ்சம் மேலே', 'கொஞ்சம் வேகமா', 'அதை விட்டுவிட்டு இந்தப் பக்கம் வாங்க', 'நீங்க அந்தப் பக்கமாப் பிடிங்க'என்பது மாதிரியான சொல்லாடல்களுக்கு மத்தியில் கனமான ஒரு பொருள் நகர்த்தப் படுகிறது; அல்லது மேலே தூக்கிச் செல்லப்படுகிறது; அல்லது கீழே இறக்கி வைக்கப்படுகிறது. இதன் விளைவாக கூட்டு உழைப்பிற்குப் பின்னர், அதற்கு முன் இருந்ததைவிட அவ்வுழைப்பில் ஈடுபட்ட நபர்களுக்கு இடையில் உறவுக்கான உணர்வுகள் செம்மையடைகின்றன அல்லது வளர்கின்றன.

உற்பத்தி உணர்வு என்பது மனிதனுடைய இயல்பூக்கங்களில் (Instinct) ஒன்றாகும். 'தன்னைப்போல இன்னொன்றைப் பிறப்பிக்க வேண்டும்'என்ற உணர்வே காம நாட்டத்தின் அடிக்கூறு

ஆகும். மகப்பேறு இன்மை என்ற ஏமாற்ற உணர்வு மனிதனுக்கு மேலோட்டமான உளவியல் சிக்கலன்று; உற்பத்தி உணர்வின் அடிப்படையாகப் பிறந்த ஏமாற்ற உணர்வுதான்.

மனிதன் தன் வாழ்நாள் முழுவதும் உற்பத்தி உணர்வோடேயே வாழ்கின்றான். மனித இன மறு உற்பத்திக்கு வேண்டுமானால் வயது ஒரு தடையாகலாம். ஆனால் அவனது ஆக்க உணர்வு வேறு பலதுறைகளில் வெளிப்பட இயலும். 90 வயதிலும் ஒருவன் ஒரு ஓவியத்தைப் படைக்கலாம். 100 வயதிலும் ஒருவன் ஒரு சிறுகதையை ஆக்கலாம். எனவே ஆக்க உணர்வு என்பது மனித னோடு பிணைந்து பிறந்தது ஆகும். அதிலிருந்து அவனைப் பிரிக்க முடியாது. முதுமை என்பது மனிதனின் நுகர்வு உணர்ச்சியை வேண்டு மானால் குறைக்கலாம். அவனது ஆக்க உணர்வினைக் குறைக்க முடியாது.

மனிதன் ஆக்கவும் நுகரவும் பிறந்தவன். அவன் பிறந்த நாள் தொட்டு அவனுடைய அசைவுகள் ஆக்க உணர்வு சார்ந்தே அமைந்திருக்கின்றன. பெரியவனாக வளரும்வரை மனிதன் நுகரத்தானே செய்கிறான்? அவன் எங்கே ஆக்குகிறான்? என்ற கேள்வி எழலாம். மனிதன் இளமைக் காலத்தில் நுகரும்போதே ஆக்கத்திற்கான கல்வியையும் சேர்ந்தே பெறுகின்றான். ‘இந்தத் துணியைவிட அந்தத் துணி உறுதியானது, அந்த உணவைவிட இந்த உணவு சுவையானது, இந்தப்பொருள் இன்ன மணம் உடையது’ என்றவாறு பொருள்களின் தன்மை பற்றிய கல்வியினையும் இயற்கை பற்றிய கல்வியினையும் தன்னை அறியாமலேயே அவன் பெற்றுக்கொள்கிறான். நுகரும்போதே பெற்ற இந்தக் கல்வி, பின்னர் அவன் பொருள்களை ஆக்கும்போதும் பொருளாக்கம் பற்றிய கோட்பாடுகளை வகுக்கும்போதும் அவனுக்குத் துணை செய்கின்றது. சுருக்கமாகச் சொல்வதானால், இளமைக் காலத்தில் மனிதன் நுகர்கிறான். நுகரும்போதே ஆக்கத்திற்கான கல்வி பெறுகின்றான். பின்னர் பொருள்களை ஆக்குகிறான். குறிப்பிட்ட பொருளின் ஆக்கம் நிறைவு பெற்றவுடன், அவன் அடையும் மகிழ்ச்சிக்கு அளவில்லை. தனக்கு நிறைவு தரக்கூடிய வகையில் மணல் வீட்டைக் கட்டிமுடித்த குழந்தையின் மகிழ்ச்சியும், சமையலைச் செய்து முடித்த தாயின் மகிழ்ச்சியும், ஒரு நாற்காலியைச் செய்து முடித்த தச்சனின் மகிழ்ச்சியும் ஒரு சிறுகதையினை

நிறைவு செய்த எழுத்தாளரின் மகிழ்ச்சியும் தரத்தில் ஒன்றுதான். இவர்களின் மகிழ்ச்சி உண்மையானது. ஏனென்றால் இவர்கள் யாரும் கட்டுப்பாடுகளுக்கு உட்பட்டுத் தங்கள் பொருளை ஆக்கவில்லை. ஆக்கப்படும் பொருளின் முழுமை பற்றியும் நுகர்வோன் பற்றியுமே அவர்கள் எண்ணுகின்றனர்.

இனி, அடுத்தகட்டமாக ஆக்கப்பட்ட பொருளுக்கான சமூக அங்கீகாரத்திற்காக அவர்கள் மனம் ஏங்குகிறது. ஏனென்றால் ஆக்கம் அல்லது படைப்பு பற்றிய அவர்களது மகிழ்ச்சி அப்பொழுதே முழுமையாகிறது. மணலில் வீடு கட்டிய எந்தக் குழந்தையும் அடுத்தவர் பார்க்கும் முன்னர் அதனை இடிப்ப தில்லை. பிறருக்குக் காட்ட வேண்டும், பிறர் பாராட்ட வேண்டும் என அக்குழந்தை எண்ணுகிறது. பாராட்டு என்பது அதன் படைப்புக்கான அங்கீகாரம்தான்.

முளிதயிர் பிசைந்த காந்தள் மெல்விரல்
கழுவுறு கலிங்கம் கழாஅது உடீஇ,
குவளை யுண்கண் குய்ப்புகை கழுமத்
தான் துழந்து அட்ட தீம்புளிப் பாகர்
இனிதெனக் கணவன் உண்டலின்
நுண்ணிதின் மகிழ்ந்தன்று ஒண்ணுதல் முகனே

என்பது ஒரு குறுந்தொகைப் பாட்டு, இப்பாடலில் படைப்பாளி தனது ஆக்கத்திற்கான அங்கீகாரத்தை ஆழ்ந்த மகிழ்ச்சியுடன் எதிர்கொள்வதைக் காணலாம்.

ஆக்கம் என்பது ஒரு உலகியல் பொருளை அல்லது கலைப் படைப்பை இயந்திர கதியில் உருவாக்குவது அன்று. ஒரு படைப்பு அல்லது படைப்பின் மாதிரி, மனிதர் பலரின் புலன்களுக்கும் நுகர்வுக்கு உரியதாகும். எந்தப் படைப்பும் ஒரு மனிதனின் நுகர்வுக்காக ஆக்கப்படுவது கிடையாது. அது சமூக நுகர்வுக்காக ஆக்கப்படுவதாகும்.

எடுத்துக்காட்டாக, மறுபடியும் சமையலையே எடுத்துக் கொள்வோம். ஒரு தாய் சமையலறையில் செய்யும் ஆக்கங்கள், அவளுக்கு மட்டும் உரியதன்று; குடும்பத்தின் உறுப்பினர் அனை வருக்கும் உரியது. சமையல் செய்கின்ற தாய் முழுமையான ஈடு பாட்டோடு நுகர்வோரையும் நுகர்வோரின் நலன்களையும் நினைவில் கொண்டே சமையல் செய்கிறாள்.

பாரதிதாசன் என்னும் ஆக்கஇலக்கியவாதி ஒரு சமையலறை யைப் படம் பிடிக்கிறார்.

"கொண்டவர்க்கெது பிடிக்கும்
குழந்தைகள் எதை விரும்பும்
தண்டூன்றி நடக்கும் மாமன்
மாமிக்குத் தக்க தென்ன"

என்ற சிந்தனையோடு அவள் சமையல் வேலையில் ஈடுபடுகின்றாள். மூத்த பிள்ளை விரும்பி உண்ணுகின்ற பொரியலைச் செய்து கொண்டிருக்கின்றபோதே அந்தப் பிள்ளை அதனை முக மலர்ச்சி யோடு உண்ணும் காட்சியும் அவள் மனக்கண்ணில் தெரிகின்றது. 'இச் இச்'என்று சப்புக்கொட்டி உண்ணும் ஓசைகூட அவள் காதிற்குக் கேட்கிறது. இந்தச் சமையலறைக் காட்சியில் சமைக்கின்ற, அந்தப் பெண் 'கறிகள் தோறும் உண்பவர் தம்மைக் கண்டாள்' என்கிறார் பாரதிதாசன். பெறுபவனுக்கான ஆக்கம் நுகர்வோனுக்கான உற்பத்தி என்பதுதான் பண்பாட்டின் அடித்தளமாகும்.

பண்பாடு பற்றிய இந்த விளக்கங்களைப் பின்னணியாக வைத்துக்கொண்டு, இன்றைய நிகழ்வுகளை நாம் நோக்குவோம். குறிப்பாக, பொருள் ஆக்கம் அல்லது உற்பத்தி என்பது ஆதிக்கப் போட்டிகள் நிறைந்த இந்த உலகத்தில் எவ்வாறு அமைந்திருக்கிறது என்பதைக் கூர்ந்து உணர வேண்டும்.

ஐரோப்பிய விஞ்ஞானத்தின் பின்விளைவாக இயந்திர நாகரிகம் பிறந்தது. பொருள் ஆக்கம் அல்லது உற்பத்தி என்பது பலப்பல கட்டங்களாகப் பிரிக்கப்பட்டது. நமது பாரம்பரியப் பொருள் உற்பத்தி என்பது, தொழில்நுட்பத்தை அடிப்படையாகக் கொண்டது. புதிய எந்திர நாகரிகம் என்பது விஞ்ஞானத்தை அடிப்படையாகக் கொண்டது. இந்தப் புதுவகை உற்பத்தியில் சக்கரத்தைச் செய்பவன் அதை மட்டுமே செய்துகொண்டிருக்கிறான். சக்கரத்திற்கான ஆரக்கால் செய்பவன் அதை மட்டுமே செய்து கொண்டிருக்கிறான். சக்கரத்தோடு ஆரக்கால்களை இணைக்கும் திருகாணி செய்பவன் அதை மட்டுமே செய்துகொண்டிருக்கிறான். சக்கரத்தின் நடுப்பகுதியில் ஆரக்கால்களை இணைக்கும் குடம் செய்பவன் அதை மட்டுமே செய்துகொண்டிருக்கிறான். 'வேலைப் பிரிவினை' (Division of Labour) என்பது விஞ்ஞான உற்பத்தியின் அடிநாதமாகப் போய்விட்டது. இந்தப் பொருள் உற்பத்தியில்

ஈடுபட்டவர்களிடத்தில் சக்கரம் பற்றியோ சக்கரத்தால் தாங்கப் படும் வண்டியைப் பற்றியோ ஒரு முழுமையான பார்வை இருக்க இடமில்லாமல் போகிறது. ஆனால் பாரம்பரியமாகத் தொழில்நுட்ப அடிப்படையில் வண்டி செய்பவன், சக்கரத்தின் உறுப்புக்கள் பற்றி மட்டுமல்லாது, அச்சு, அடிமரம், நுகக்கால் குச்சி வரை ஆன பொருள் அறிவையும் அவற்றிற்குரிய வெவ்வேறு மரங்களைப் பற்றிய அறிவையும் பெற்றிருந்தான். 'ஆக்கப்படும் பொருள் பற்றிய முழுமையான பார்வை' மரபுவழித் தொழில்நுட்பத்தில் அமைந் திருந்தது. மாறாக, புதிய விஞ்ஞானம் வேலைப்பிரிவினை மூலம் அதிலிருந்து மனிதனை விலக்கி வைத்தது. அவனையும் ஒரு நடமாடும் இயந்திரமாக முடக்கிவைத்தது. ஓர் ஆங்கிலப் படத்தில் சார்லி சாப்ளின் வேலைப் பிரிவினையைக் கிண்டல்செய்து சில காட்சிகளை அமைத்திருந்தது நினைவிருக்கலாம். திருகாணிகளை முடுக்கிவிடும் வேலையில் உள்ள ஒருவன் வேலை முடிந்து வீடு திரும்பும்போதும் தன் நினைவு இழந்து எதையாவது முடுக்கிவிடும் தோற்றத்தோடும் கையசைவுகளோடும் நடந்து வருவான். எல்லாருடைய கேலிக்கும் இலக்காவான்.

மரபுவழித் தொழில்நுட்ப அடிப்படையில் படைப்பவன் - நுகர்பவன் என்ற வேறுபாடு மிகக்குறைவாக இருந்தது; அல்லது சில கட்டங்களில் இல்லாமலே இருந்தது. காய்ச்சல் கண்ட பெண் ஒருத்தி, தனக்கு மருந்து தேடுகிறாள். கடையில் வாங்கும் சுக்கு, வீட்டில் கறிக்கென வைத்திருக்கும் கருமிளகு, கண்மாய்க்கரையில் கிடக்கும் கண்டங்கத்திரி, தோட்டத்தில் நிற்கும் தூதுவளை இலை ஆகியவற்றைச் சேர்த்து, குடிநீர் தயாரித்து அருந்துகிறாள். ஆக்கப்படும் பொருள் பற்றிய முழுமையான ஞானம் அவளுக்கு இருக்கிறது. நுகருகின்றவள் என்ற முறையில் விளைவுகளின் ஏற்ற இறக்கங்களை அவளால் உணர முடிகிறது. அடுத்த பொழுதுக்கான மருந்தில் புதிதாக சிலவற்றைச் சேர்க்கிறாள்; அல்லது சில பொருட் களை நீக்குகிறாள். ஆனால் புதிய விஞ்ஞானத்தில் மருந்து பற்றி அறிவதற்கோ மருந்தின் உட்கூறுகள் பற்றித் தெரிந்துகொள்வதற்கோ மருந்து செய்முறை பற்றி அறிந்து கொள்வதற்கோ அவளுக்கு வாய்ப்பில்லை. ஆஸ்பரின், அனாசின், கால்பால், பாராசிற்றமால் ஆகிய மருந்துப் பெயர்களைச் சாதாரணமாக உச்சரிக்கும் இளந்தாய் மார்களில் ஆயிரத்தில் ஒருவருக்குக்கூட, அம்மருந்து பற்றிய எந்த அறிவும் இல்லை. படைப்பாளிக்கும் நுகர்வோருக்கும் உள்ள

வேறுபாடு மிகப் பெரியதாக வளர்ந்துகொண்டே போகிறது. இதைப்போலவேதான் கும்மியடித்தல், கோலாட்டம் ஆடுதல் ஆகிய கலைகளில் இருந்து பெண்களும், காவடியாடுதல் போன்ற கலைகளில் இருந்து ஆண்களும் அந்நியப்பட்டுப் போனார்கள்.

படைப்பு அல்லது ஆக்கம் பற்றிய குறைந்தபட்ச ஞானம் விஞ்ஞானப் பொருள் உற்பத்தி முறையில் இல்லாத காரணத்தால், மற்றொரு பக்கவிளைவும் ஏற்படுகிறது. இரு சக்கர, நான்கு சக்கர வாகனங்களைப் பயன்படுத்துவோருக்கு Warranty என்ற கவர்ச்சிகரமான விளம்பரங்கள் செய்யப்படுகின்றன. ஒரு வாகனத்திற்கு ஒரு வருட, இரண்டு வருட பழுது நீக்கும் உத்தரவாதம் (One or Two years Guarantee) பொருள் உற்பத்தி செய்பவனுக்கு இலாபத்தை அதிகரிக்கிறது. நுகர்வோனுக்கு நட்டத்தைத் தருகிறது.

மரபு வழியான பொருள் உற்பத்தி முறையிலிருந்து நாம் மெல்ல மெல்ல விலக்கப்பட்டுவிட்டோம். விஞ்ஞானப் பொருள் உற்பத்தியின்மூலம் பன்னாட்டு நிறுவனங்கள் மரபு வழிப் பண்பாட்டின் மீது தாக்குதல் தொடுக்கின்றன. ஒரு குடும்பத்தின் தாய், வீட்டிலேயே ஊறுகாய் செய்தல், குழந்தைக்கான பொட்டு, கண்மை ஆகியன செய்தல் ஆகியவற்றிலிருந்து விலகிவிட்டாள். குழந்தைகள் பூவரச இலைகளில் ஊதல் செய்தல், நுங்கு எடுத்த பனங்காயில் வண்டி செய்தல் ஆகிய விளையாட்டுப் பொருள் உற்பத்தியில் இருந்து விலகிவிட்டனர். அச்சிட்ட பாடப்புத்தகத்திற்கு வெளியே, சுயமாகக் கதை சொல்ல ஆசிரியர் மறந்து போனார். வேப்பம் புண்ணாக்கு, புங்க இலை ஆகிய பூச்சிக்கொல்லி மருந்துகளிடமிருந்து அந்நியப்பட்டு விவசாயி புதிய விஞ்ஞானம் தந்த பூச்சிக் கொல்லி மருந்துகளை உபயோகிக்கிறார். சமூகத்தின் எல்லா உறுப்பினர்களும் தங்கள் மரபுவழிப் பொருள் உற்பத்தி அறிவினை மெல்ல மெல்ல இழந்து வருகின்றனர்.

மரபுவழி உற்பத்தி அல்லது பொருள் ஆக்க அறிவை இழந்து வரும் சமூகம், மெல்ல மெல்ல நுகர்வுக் கலாச்சாரத்திற்குத் தள்ளப்படுகிறது. நுகர்வுக் கலாச்சாரம் என்பது உடனடி இலாபத்தை நோக்கமாகக் கொண்டு உருவாக்கப்படுவதாகும். எனவே நீண்ட காலத்திற்குச் சிந்திப்பதும் நீண்டகாலப் பயன்பாட்டிற்குப் பொருள் உற்பத்தி செய்வதும், அடுத்த தலைமுறையைப் பற்றிச் சிந்திப்பதும் தேவையற்றதாகப்படுகின்றன. Use and Throw (பயன்படுத்தித்தூர

எறி) என்ற ஒரு மதிப்பீட்டுடன் இப்பொருள் உற்பத்தி செயற்படுகிறது. அடுத்த தலைமுறைக்குப் பயன்படுவதற்காக பனை நெற்றினை நடுவதிலும் யாருக்கும் ஆர்வமில்லை. ஆயுள் காப்பீட்டிலும்கூட குறைந்தகாலத்தில் பயன் தரும் திட்டங்களே விரும்பப்படுகின்றன. இருபதாண்டுகளில் பயன் தரும் தென்னையைவிட இரண்டாண்டுகளில் பயன்தரும் தென்னையே எல்லாராலும் விரும்பப்படுகிறது. இருபதாண்டுகளில் பலன் தரும் தென்னை மிக நீண்ட ஆயுள் வட்டம் உடையது என்பதையும், அது அடுத்த தலைமுறைக்குப் பயன்படும் என்பதையும் மறந்துவிடுகிறார்கள். இதன் விளைவாக பதினைந்து ஆண்டுகள் பயன்படுத்திய பேனா, இருபத்தைந்து ஆண்டுகளாகத் தொடர்ந்து பயன்படுத்தி வரும் கைக்கடிகாரம், மிதிவண்டி ஆகிய பொருள்கள் கவர்ச்சி அற்றனவாகப் போய்விடுகின்றன.

பொருள் ஆக்க நோக்கினைவிட, லாப நோக்கினையே முன்வைக்கும் தரகு முதலாளித்துவம் மற்றொரு உத்தியினையும் கையாள்கிறது. அதுதான் ஒரு பொருளைத் திட்டமிட்டுப் பழசாக்குவது. மின் சாதனங்கள், மின்னியல் சாதனங்கள், குறிப்பாக - இருசக்கர வாகனங்கள், வானொலி, தொலைக்காட்சிப் பெட்டிகள் ஆகியன வாங்கிய இரண்டு ஆண்டுகளிலேயே பழைய 'மாடல்கள்' ஆகிவிடுகின்றன. ஒரு சின்ன மாற்றத்தோடு புதியதாக வரும் மாடல்கள் இரு சக்கர வாகனத்தையும் தொலைக்காட்சிப் பெட்டியையும் பழசாகவும் பயனற்றதாகவும் கருத வைக்கின்றன. பகட்டான விளம்பரங்கள் இந்தப் பணியை ஒன்றிரண்டு மாதங்களுக்குள் வெற்றிகரமாகச் செய்து முடித்துவிடுகின்றன. இவற்றிற்கு முதலில் பலியாவது நகர்ப்புறம் சார்ந்த மத்தியத் தர வர்க்கத்தினர்தான். 'நீங்கள் வைத்திருக்கிற வண்டி 91 மாடல். இப்பொழுதெல்லாம் அதற்கு உதிரி உறுப்புக்களே கிடைக்காது. ஆகையால் அதை விற்றுவிட்டுப் புதியது வாங்குங்கள்' என்பது அடிக்கடி நம் காதில் விழும் பேச்சாகும். 'திட்டமிட்டுப் பழசாக்குதல்' Planned Obsolescence என்னும் இந்த உத்திக்கு அதிகம் பலியாவோர் சற்றே அதிகம் மாதச் சம்பளம் வாங்கும் வங்கி ஊழியர்கள், தனியார் நிறுவன ஊழியர்கள், பேராசிரியர்கள், நிறைய கையூட்டுப் பெறும் வேலையில் அமர்ந்து இருப்போர் ஆகியோரே.

பொருளுற்பத்தியிலிருந்து விலகும் ஒரு சமூகத்தில், அதன் ஆசைகளும் நம்பிக்கைகளும்கூட அதிலிருந்து விலகிவிடுகின்றன. அண்மைக்காலமாக பணித் தொழில் (Service) சார்ந்த கல்வியே மக்களால் பெரிதும் விரும்பப்படுகின்றது. மருத்துவக் கல்வி, பொறியியற்கல்வி, வணிகம், வணிக மேலாண்மை, நிதி மேலாண்மை ஆகியவற்றின் மீதான கவர்ச்சி என்பது, கறுப்புப் பணத்தின் மீதும் அதன் வழிப் பெறும் அதிகாரத்தின் மீதான கவர்ச்சியின் குறுவடிவமுமே ஆகும்.

பண்பாட்டு மானிடவியல் நோக்கில் தமிழிலக்கிய ஆய்வுகள்

மனிதகுலம் இயங்கிக்கொண்டிருக்கின்றது என்பதற்கான அடையாளங்களில் ஒன்று கருவிகளின் வளர்ச்சியாகும். மனிதகுலத்தின் ஒட்டுமொத்த அறிவுத்திறன் கருவிகளின் வளர்ச்சியிலேயே தன்னை அடையாளப்படுத்திக்கொள்கின்றது. பேபருண்மையாகப் புலப்படுகின்ற லேசர் கருவிகளும்செயற்கைக் கோள்களும் மட்டும் கருவி என்ற கணக்கில் அடங்குவதில்லை. புதிய புதிய அறிவுத் துறைகளின் தோற்றமும்வளர்ச்சியும் அவற்றில் பிறந்த கோட்பாடுகளும் கருவிகள்தாம். இருளுக்குள்ளும்புதை மணலுக்குள்ளும் ஆகாய வெளிக்குள்ளும்மறைந்து கிடக்கும் நிகழ்வுகளும்உண்மைகளும் இந்தக் கருவிகளின் வெளிச்சத்திலேயே நமக்குத் துலக்கமாகப் புலப்படுகின்றன.

இவற்றுள் அண்மைக்காலத் தமிழிலக்கிய ஆய்வுகளுக்குச் சுடர் விளக்குகளாக சமூகவியல், மானிடவியல், உளவியல், வழக்காற்றியல் ஆகிய புதிய அறிவுத்துறைகள் நமக்குப் பெரிதும் துணை நிற்கின்றன. ஆய்வுலகத்தைப் பொருத்தமட்டில் ‘தொன்மை’என்பது இருள் நிறைந்த வெளியாகும். தமிழர்கள் அல்லது திராவிடர்களின் வாழ்க்கைமுறை தொன்மை காரணமாக ஆய்வுலகத்தில் இருண்மை நிறைந்ததாகவே உள்ளது. மாறாத தொடர்ச்சியினையுடைய மொழியும்இலக்கியமுமே தமிழர்கள் பெற்றிருக்கின்ற பெரும்பேறாகும். மொழி, இலக்கியத் துறை ஆய்வுகளுக்கு மேற்குறித்த பிற துறை அறிவுகளே நமக்கு விளக்காக நிற்கின்றன.

எடுத்துக்காட்டாக இரண்டு கேள்விகளை முன்நிறுத்துவோம். ‘ஆய்’என்னும் தமிழ்ச் சொல்லிற்கான ஆண்பாற் சொல் எது? தந்தை என்ற சொல்லைக் கொண்டு இக்கேள்விக்குப் பதிலளிக்க முற்பட்டனர் தமிழ் உரையாசிரியர்கள்.

ஆதன் + தந்தை = ஆந்தை

பூதன் + தந்தை = பூந்தை

எனத் தமிழ் உரையாசிரியர்கள் விளக்கமளிக்க முற்பட்டனர்.

தந்தை என்பதனையே அவர்கள் அடிச்சொல்லாகக் கொண்டு தங்கள் ஊகத்தினை நிறுவ முற்பட்டனர். ஆனால் எந்திர நாகரிகம் படராத திருவாங்கூரில் வாழும் மக்களிடம் வழங்கும் 'அந்தை' என்ற சொல்லே இதற்குரிய விடையாகும். தந்தையை 'அந்தை' என்பதோடு தந்தைக்கு மூத்தவனை (பேரப்பன், பெரியப்பன்) 'வலியந்தை' (வலிய மூத்த) என்ற சொல்லால் இம்மக்கள் குறிப்பிடுகின்றனர். இது இனவரைவியலாளர்கள் கண்டெடுத்துத் தந்த சொல்லாகும்.

இது போலவே உரையாசிரியர்களும் இலக்கணிகளும் எதிர்கொண்ட மற்றொரு கேள்வி 'ஒன்பது', 'தொண்ணூறு' ஆகிய எண்ணுப் பெயர்களின் சொல்லாக்கமாகும். உரையாசிரியர்கள் மட்டுமன்றித் தொல்காப்பியரே திணறிய இடம் இது. தேவநேயப் பாவாணர், புலவர் குழந்தை போன்ற இலக்கண அறிஞர்களே உரையாசிரியர்களின் கருத்தினை உடன்பட மறுத்திருக்கின்றனர். ஆனால் மறுபுறமாகச் சரியான விடையினை அவர்களால் கண்டடைய இயலவில்லை. இன்று நாம் கண்டுகொண்டு பயன் படுத்துகின்ற புதிய அறிவுத்துறைகளின் வெளிச்சம், ஏழு அல்லது எட்டு நூற்றாண்டுகளுக்கு முன்னர் பழைய உரையாசிரியர்களுக்குக் கிடைக்கவில்லை. புதிய ஒளிகளும் வழிகளும் கிடைத்த பின்னர் நமக்கு அவர்கள் எதிர்கொள்ளவியலாத கேள்விகளுக்கு விடை கிடைத்துள்ளது. பண்பாட்டு மானிடவியல் நோக்கில் தொல் தமிழ் அல்லது மூலத் திராவிட மொழி பேசிய மக்கள் எட்டினையே முழுமையான அடிப்படை (Unit) அலகாகக் கொண்டிருந்தனர் என்பதே இதற்குரிய விடையாகும். வழக்குத் தமிழில் எல்லை (எட்டிய மட்டும், எட்டாக்கனி) முழுமை (எட்டும் பறி போயிற்று) ஆகிய தொடர்களே இதற்குரிய சான்றுகளாகும். எழுத்து மரபில் அல்லது அறிவுலக மரபில் இன்றளவும் தச்சர், கொல்லர், சிற்பிகள் ஆகிய கலைஞர்கள் எட்டினையே அடிப்படை எண்ணாகக் கொண்டு தொழில் செய்துவருகின்றனர். இது நாம் கண்கண்ட உண்மையாகும். பதின்முறை (Decimal System) என்பது தொல் காப்பியருக்குச் சில நூற்றாண்டுகளுக்கு முன்னர்தான் தமிழர்களால் கைக்கொள்ளப்பட்டிருக்க வேண்டும். எனவேதான் தொல்காப்பியர் சிக்கலில் மாட்டிக்கொண்டுள்ளார். எட்டு வரையான எண்ணுப் பெயர்களைப்போல் (ஈர், மூ, நால், அறு, எழு, எண்) ஒன்பது, பத்து ஆகிய எண்ணுப் பெயர்களுக்குத் திராவிட மொழிகளில் வேர்ச் சொல் இல்லை என்பதும் உண்மையாகும்.

மாறாக எட்டிற்கான வேர்ச்சொல்லான 'எண்' என்பது காட்சித் தளத்திலும்கருத்தியல் தளத்திலும் (Counting and thinking) பயன் படுவதனை இங்கு நாம் நோக்க வேண்டும். அறிவு வளர்ச்சிக்கு எழுத்தறிவைவிட எண்ணறிவே முதன்மையானது ஆகும். இந்த உண்மையினை நாம் உணர்ந்துகொள்ளும் அளவிற்குப் பண்டைய உரையாசிரியர்களால் உணர்ந்துகொள்ள இயலாமல் போய்விட்டது என்பதே வரலாற்று உண்மையாகும்.

பண்பாடு என்பது உடல் சாராத ஒரு தகவமைப்பு என்றே மானிடவியலாளர்கள் கூறுகின்றனர். ஆனாலும் உடம்பு பற்றிய கருத்தியல்களும்பண்பாட்டுக் கூறுகளுக்கு நிலைக்களனாகின்றன. ஏனென்றால் மனிதத் திரள்களின் உடற்கூறுகள், அவை சார்ந்த தட்பவெப்ப நிலையினாலும்நிலத்தாலும் தீர்மானிக்கப்படுகின்றன. ஒரு பண்பாட்டை வடிவமைப்பதிலும் வேறுபடுத்துவதிலும் மேற்குறித்த மெய்ம்மைகள் ஒரு திட்டவட்டமான பங்கினை ஆற்றுகின்றன. இந்தக் கருத்துநிலையோடு தமிழ்மொழியின் புழங்குசொல் ஒன்றினை எடுத்துப் பார்க்கலாம். 'குளித்தல்' என்ற சொல் நீரினால் உடம்பின் அழுக்கினை நீக்குதல் என்ற பொருளினைத் தருகின்றது. சங்க இலக்கியம் தொடங்கி, சமகால இலக்கியங்கள் வரை நாம் எல்லா எழுத்துக்களிலும் இந்தச் சொல்லை இதே வடிவத்தில்தான் காண்கின்றோம். நாம் குறிப்பிட்ட தட்பவெப்பநிலை சார்ந்த கருத்து நிலையினை நோக்குவதானால் இந்தச் சொல்லின் சரியான மூலவடிவம் 'குளிர்த்தல்' என்பதனை அறியலாம். தமிழ்நாடு, ஈழம் போன்ற வெப்பமண்டலப் பகுதிகளில் தொழில் ஆற்றி உடலின் வெப்பநிலை கூடும்போது அதனைக் குளிரவைப்பது நீராட்டுதலாகும். 'குளி' என்ற சொல்லிற்குத் தமிழில் வேர் இல்லை என்பதும் இங்கு எண்ணத் தகுந்தது.

"குள்ளக் குளிரக் குடைந்து நீராடி"
என்பது ஆண்டாள் பாசுரம்.
"குளித்து மணற்கொண்ட கல்லா இளமை
என்ற புறநானூற்றுப் பாடல் அடியும்
"நீருள் குளித்தானை"

என்ற திருக்குறள் அடியும் முறையே குளிர்த்து, குளிர்த்தானை என்று திருத்தப்பட வேண்டும். 'ரகர' ஒற்றினை நீக்கினாலும் யாப்பு

பிழைபடாமல் போனதும் பதிப்பாசிரியர்கள் இந்தச் சொல்லில் சறுக்கியதற்கு மேலும் ஒரு காரணமாகலாம்.

இவ்வாறாக, கையில் கிடைக்கும் எழுத்துப் பிரதிகளுக்கு வெளியே அவை கூறும் மானிடவியல், பண்பாட்டு மானிடவியல் உண்மைகளைத் தேடும் முயற்சியினை 19ஆம் நூற்றாண்டில் கனகசபைப் பிள்ளையே தொடங்கிவிட்டார். 20ஆம் நூற்றாண்டின் தொடக்கப் பகுதியில் இரண்டு அறிஞர்கள் இதன் பக்கம் தம் பார்வையைச் செலுத்தினர். ஒருவர் தமிழில் வேளிர் வரலாறும், தொல்காப்பியப் பொருளதிகார ஆராய்ச்சியும் செய்த மு. இராகவை யங்கார். மற்றொருவர் 1914இல் வெளிவந்த Tamil Studies என்ற நூலின் ஆசிரியர் எம். சீனிவாச ஐயங்கார். இவர்களில் எம்.சீனிவாச ஐயங்கார் தமிழிலக்கியம் காட்டும் திணை நில மக்கள் நிகழ் காலத்தில் யாவர்? என்ற ஆராய்ச்சியினைத் தொடங்கினார். அவரே முல்லைத் திணை மக்களாகிய ஆயர் அல்லது இடையர் தனி மக்கள் பிரிவினர் அல்லர் என்றும் கால்நடை வளர்த்த மக்கள் திரளினருக்கான பொதுப்பெயர் அது என்றும் குறிப்பிட்டார். அது போலவே மு. இராகவையங்காரும் வேளிர் வரலாறு பற்றிய தம்முடைய சிறிய வரலாற்று நூலில் சமகால மக்கள் திரளினைக் காண முற்பட்டார். இந்த இருவரின் முயற்சிகளும் மரியாதைக் குரிய தோல்விகளாகும். கணங்கள் சாதித் திரள்களாக வடிவ மாற்றம் பெற்றபோது உற்பத்தி முறையில் ஏற்பட்ட மாற்றங் களும்வளர்ச்சியும் இவற்றின் அடியாகப் பிறந்த அரசியல் நிறுவனங் களின் வளர்ச்சியும் ஆகிய காரணிகளை அன்று அவர்களால் கண்டறிய இயலவில்லை. இன்னும்கூட இந்த முயற்சிகள் தெளிவு பெறாமலேயே உள்ளன. தமிழ்நாடு முழுவதற்குமான கள ஆய்வுகளே திணை மக்கள் பிற்காலத்தில் சாதிக் குழுக்களாக மாறியதைக் கண்டறியும் வழிமுறையாகும். எடுத்துக்காட்டாக, 'உடையார்' என்ற சாதிப் பெயரோடு இன்று அறியப்படும் மக்கள் திருவண்ணாமலை மாவட்டத்துத் திருக்கோவிலூர்ப் பகுதியிலும்திருச்சி மாவட்டத்து முசிறி, லால்குடிப் பகுதிகளிலும் பின்னர் தெற்கே தேவகோட்டை முதல் பரமக்குடி வரையிலான பகுதிகளிலும் வாழ்கின்றனர். 'பார்க்கவகுலம்' என்ற பௌராணிகப் பெயரோடு தங்களை இவர்கள் இன்று அடையாளப்படுத்தி வருகின்றனர். இவர்களது 'இடப்பெயர்ச்சிக் கதைகள்' யாவும் திருக்கோவிலூர்ப் பகுதியினையே தொட்டு நிற்கின்றன.

பெரும்பாலும் புன்செய் வேளாண்மையில் ஈடுபடும் இம்மக்களில் மலையமான் (மலையமகன்); நத்தமான் (நத்தமகன்), சுருதிமான் (சுருதிமகன்) என்ற மூன்று பிரிவுகள் உள்ளன. கோவிலூர் எனப்படும் ஊர் சங்ககாலத்தில் மலையமான் பெருமுடிக்காரியின் ஊரான 'கோவலூர்' ஆகும். அதியமான் இந்த நிலப்பகுதியினைக் கைப்பற்றிய செய்தியினை ஔவையார் பாடுகின்றார்; பரணர் பாடியதாகவும் சொல்லுகின்றனர். 9ஆம் நூற்றாண்டு வரை இந்த நிலப்பகுதியை மீண்டும் மலையமான்கள் ஆண்டுள்ளனர். அதன் பின்னர் அந்நாட்டுக் குடிமக்களின் ஒரு பிரிவினர் தெற்கு நோக்கி திருச்சி, தேவகோட்டைப் பகுதி நோக்கி இடம் பெயர்ந்த காலத்தையும் அதன் காரணத்தையும் நாம் ஆராய வேண்டும். மொத்தத்தில் தமிழர்களிடத்தில் வழங்கும் இடப்பெயர்ச்சிக் கதைகளையும் காரணங்களையும் தொகுத்துக் கண்டறியும்போது மட்டுமே, பெருந்திரளான மக்கள் பண்பாட்டு வரலாற்றினை நாம் அறிந்துகொள்ள இயலும்.

'இவ்வகையான ஆய்வுகளுக்குச் சாதியினை முன்நிறுத்த வேண்டுமோ?' என்ற கேள்வி சமகாலச் சூழ்நிலையில் நமக்கு எழுவது இயற்கையே. தமிழ்ச் சமூகம் இன்றளவும் சாதிகளின் அடுக்காக மட்டுமே இருக்கின்றது. இதுவே நாம் எதிர்கொள்ளும் கசப்பான நடைமுறையாகும். தமிழர்கள் வாழ்கின்ற எல்லா நிலப் பகுதிகளிலும் இதுவே நிகழ்நிலை என்பதை நாம் ஒத்துக்கொள்ள வேண்டும்.

தமிழர்களுக்குச் சாதி என்பது ஒரேநேரத்தில் வலிமையான அடையாளமாகவும் வன்முறைக்கான கருவியாகவும் விளங்குகின்றது என்பதை நாம் மறந்துவிட இயலாது.

இந்த நோக்கு நிலையோடு பழந்தமிழ் இலக்கியங்களை நாம் ஆய்வு செய்யப் புகுந்தால், நிலைபெற்றுள்ள முடிவுகளுக்கு நேர் எதிர்மாறான முடிவுகளுக்கே நாம் வரவேண்டியது இருக்கும்.

ஒருபுறமாக நமக்குத் தொடர்ச்சியாகக் கிடைத்திருக்கின்ற எழுத்து ஆவணங்களின் (இலக்கியங்களும் கல்வெட்டுகளும்) அருமை (Rarity), மறுபுறமாக அவற்றின் போதாமை (Inadequacy) இவற்றிற்கு எதிர்த் தலையாக தமிழர்களின் தொகுக்கப்படாத வழக்காறுகள் (Lores). இந்த இடைவெளி கள ஆய்வினால் மட்டுமே நிரப்பப்படக்கூடியதாக அமையும்.

பெருந்திரளான தமிழ் மக்கள் புலால் உண்ணும் வழக்க முடையவர். ஆனால் சங்க இலக்கியத்திற்குப் பின் குணங்குடி மஸ்தான் வரையிலான தமிழ் இலக்கியங்களை வேற்று மண்ணி லிருந்து கற்றுணரும் ஒருவர், தமிழ்ச் சமூகத்தைப் புலால் உண்ணாத (Vegetarian) சமூகமாகவே கணிப்பர். அப்படியானால் நமக்குக் கிடைத்துள்ள எழுத்து சார் ஆவணங்கள் எல்லாம் சமூகத்தின் மேல்தட்டுச் சார்பு உடையன என்ற கசப்பான உண்மையினை நாம் எதிர்கொள்ள வேண்டியுள்ளது. இந்தச் சாதிய அடுக்குமுறை காரணமாகத் தமிழ்நாட்டில் கி.பி. ஏழாம் நூற்றாண்டில் எழுந்த பக்தி இயக்கத்தின் இலக்கியங்களை நாம் மறுபார்வைக்கு உட்படுத்தியாக வேண்டும். தமிழர்களின் உணவு, உடை, சடங்குகள், தொன்மங்கள், தெய்வங்கள், திருவிழாக்கள் ஆகியன பக்தி இயக்கத் திற்கு எதிர்வினையாற்றிய முறை இதுவரை யாராலும் பேசப்பட வில்லை. கள ஆய்வாளர்கள் மட்டுமே இதுபற்றிப் பேச இயலும் என்பதே உண்மையாகும். எடுத்துக்காட்டாக அழுக்கு, வறுமை என்பவற்றின் குறியீடாக இன்றுவரை 'மூதேவி' என்னும் சொல் வழங்கப்படுகிறது. 'பெருந்தேவி' (அரசனின் பட்டத்தரசி) என்பது போல் 'மூதேவி' (மூத்த தேவி) என்ற சொல் உணர்த்தும் பழமை யான தெய்வத்தின் வரலாற்றைக் காணலாம்.

"சேட்டை தன் மடியகத்துச் செல்வம்
பார்த்திருக்கின் றீரே"

என்று கி.பி. 8ஆம் நூற்றாண்டில் இத்தெய்வத்தினைத் தொண்டரடிப் பொடியாழ்வார் பழித்துக் கீழானதென்று ஒதுக்குகின்றார். அதே காலத்தைச் சார்ந்த இராசசிம்ம பல்லவன் கட்டிய காஞ்சி கைலாசநாதர் கோயிலின் 56 சன்னதிகளில் இத்தெய்வத்திற்கு மூன்று சன்னதிகள் உள்ளன. கி.பி. 10ஆம் நூற்றாண்டு வரை இத்தாய்த்தெய்வத்தின் சிற்பங்கள் தமிழ்நாட்டின் எல்லாப் பகுதிகளிலும் பரவலாகக் கிடைக்கின்றன. எனவே இத்தெய்வம் தமிழர்களின் பண்பாட்டு வரலாற்றில் தவிர்க்கவியலாத ஒன்றாகும்.

மழை இல்லாக் காலங்களில் மழை வேண்டிச் செய்யப்படும் தமிழ்நாட்டார் சடங்குகள் இத்தெய்வத்தை நோக்கியே அமைந் திருக்கின்றன. வீட்டின் எல்லாப் பகுதிகளிலும் விளக்கேற்றப்படும் திருக்கார்த்திகைத் திருவிழாவின்போது வேளாண்மைக்குரிய எருக்குழியிலும் விளக்கு ஏற்றப்படும். இவ்விளக்கு 'உரக்குழி

நாச்சியாருக்கு' அல்லது 'குப்பைக்குழி நாச்சியாருக்கு' என்றே சொல்லப்படுகின்றது. பக்தி இயக்கத்தால் மேட்டிமை உணர்வுடன் 'கழித்துக்கட்டப்பட்ட' ஒரு தெய்வத்தினை நாட்டார் (Folk) தம் நினைவுகளிலும் சடங்குகளிலும் ஏந்திப் பாதுகாத்து வருகின்றனர். நாட்டார் பண்பாட்டின் இவ்வகையான 'எதிர்வினைகளே' பெருந்திரளான மக்களை சைவ, வைணவ நெறிக்குள் நுழைய விடாமல் நிறுத்தி இருக்கின்றன. நாம் நின்று நிதானித்துப் பேசவேண்டிய செய்திகள் இவை.

கி.பி. ஏழாம் நூற்றாண்டிற்கு முந்திய பண்பாட்டு வேர்களை நாட்டார் பண்பாடு அல்லது வெகுமக்கள் பண்பாடு ஆயிரத்து முந்நூறு ஆண்டுகளாகத் தொடர்ந்து பாதுகாத்து வந்திருக்கின்றது. பக்தி இயக்கத்திற்கு எதிரான சித்தர்களின் கலக மரபு, இசுலாத்தின் வருகை, கிருத்துவத்தின் 'விரைவான' பரவல் எனச் சுழன்றடித்த பேரலைகளுக்குள்ளாகவும் நாட்டார் பண்பாடு எதிர்வினையாற்றி இருக்கின்றது. தமிழ்நாட்டில் பெரும்பாலான மக்கள் திரள்கள் ஆண்வழிச் சொத்துரிமையினையே மரபாகக் கொண்டிருக்கின்றனர். அதன் விளைவாகப் பிறந்த 'மணப் பெண்ணுக்குச் சீர்வரிசை' என்ற அடிக்கூறு தமிழர்களின் பண்பாட்டு அசைவுகளில் ஒன்றாக அமைகின்றது. மேற்குறித்த பேரலைகள் அனைத்தும் இந்த அடிக்கூறினை உள்வாங்கிக்கொண்டு தம்மைத் தகவமைத்துக் கொண்டிருக்கின்றன. அரசு 'நிலையிட்ட' பண்பாட் டிற்கு எதிராக இவ்வகையான பண்பாட்டு அடிக்கூறுகள் பலவற்றை தமிழ்ச் சமூகம் கொண்டிருக்கின்றது. 'காடு கெழு செல்வி', 'துணங் கையஞ் செல்வி' என்றெல்லாம் சங்க இலக்கியத்தில் போற்றப்படும் தாய்த் தெய்வ வழிபாடு இவற்றுள் குறிப்பிடத்தகுந்தது. சங்க இலக்கியங்களில் பலகாலும் பயின்று வரும் 'நாடன்' என்ற சொல்லிற்கு இணையான பெண்பாற் சொல், இலக்கியங்களில் காணப்பெறவில்லை. விதிவிலக்காக ஒரு பதிவினை நாம் குறிப் பிட்டாக வேண்டும். 13ஆம் நூற்றாண்டில் பிறந்த வைணவ "வாழித் திருநாமப் பாட்டு" மட்டும் ஆண்டாளை "மல்லிவளநாடி" என்று குறிப்பிடுகின்றது. மல்லிவளநாடு என்பது ஆண்டாள் பிறந்த திருவில்லிபுத்தூர்ப் பகுதியினைக் குறிப்பதாகும்.

புதுக்கோட்டை மாவட்டத்தில் மிகப் பிற்காலத்தில்தான் சிற்றரசர்களின் உருவாக்கம் நடந்தது. நாட்டுத் தலைமைக்

குரியவள் பெண் என்னும் கருத்தில், அப்பகுதியில் 'நாடியம்மனே' முதன்மையான தாய்த் தெய்வமாக இன்றளவும் போற்றப்படு கின்றது. நாடிமுத்து என்பது அப்பகுதியில் மக்கட் பெயராகவும் விளங்குகின்றது.

நெல்லை மாவட்டம் சங்கரன்கோயில் பகுதி, கல்வெட்டுகளில் 'தென் கல்லக நாடு'என்று குறிக்கப்பெறுகிறது. அந்நிலப்பகுதியில் 'கல்லக நாடியம்மன்'என்ற பெயரில் தெய்வம் ஒன்று இன்றும் வழிபடப் பெறுகின்றது. ஆண்வழி அரசுரிமை என்ற கோட்பாட் டினைத் தமிழ்ச் சமூகம் ஏற்றுக்கொள்ள மறுத்து வந்திருக்கிறது என்பதே இதன்வழி நமக்குக் கிடைக்கும் செய்தியாகும். எனவே தமிழகத்தில் 'அரசுருவாக்கம்'என்பது எவ்வாறு நிகழ்ந்தது என்பதனை பண்பாட்டு மானிடவியல் நோக்கில் மீள் ஆய்வு செய்ய வேண்டும்.

இந்தத் துறையின் வளர்ச்சி இன்று நமக்கு ஓரளவு மகிழ்ச்சி யளிப்பதாக இருக்கின்றது. மறுபுறமாக 'களம் திறந்து கிடக்கின்றது; ஆய்வாளர்களைக் காணோம்'என்ற கவலையும் உடன் எழுகின்றது. அறுபது ஆண்டுகளுக்கு முன்னர் இத்துறையில் கால் பதித்து முத்திரை பதித்த பெயர் மயிலை சீனி. வேங்கடசாமி. கள ஆய்வோடு பண்பாட்டினை இனங்காட்டும் நுணுக்கமான சொல்லாய்வுகளைக்கூட அவர் செய்திருந்தார். 'நீர்'என்ற சொல்லின் முதற்சொல் 'ஆல்'என்பதாகும் என்று கண்டு காட்டியவர் அவரே. இதுவே உண்மையாகும். மழை பனிக்கட்டியாகப் பெய்தால் 'ஆலங்கட்டி மழை'என அழைப்பது நெல்லை மாவட்ட வழக்கு. அவருக்குப்பின்னர்இத்துறையில்பேராசிரியர்கள்நா.வானமாமலை, க.கைலாசபதி, கா.சிவத்தம்பி, ஆ. சிவசுப்பிரமணியன், தே.லூர்து என்று விரல் விட்டு எண்ணும் பெயர்களையே நம்மால் குறிப்பிட முடிகின்றது. இவ்வகையில் ஈழத்தைச் சார்ந்த மனோன்மணி சண்முகதாஸ் 'சாதியும் துடக்கும்'என்ற நூலின் மூலம் தன்னை அடையாளப்படுத்திக்கொள்கின்றார். இவ்வகையான சிந்தனைப் போக்கில், 'போகும் இடம் தூரம்; போக வேண்டும் நெடுந்தூரம்' என்ற கவிதையடியோடு இந்தக் கட்டுரையினை நிறைவு செய்யலாம்.

பாரதியின் கனவும் இன்றைய நிகழ்வும் (பகுத்தறிவியக்கம்)

இருபதாம் நூற்றாண்டின் தமிழின் மொழி, கலை, இலக்கிய வரலாறு பெருமளவிற்குப் 'பாரதி'என்ற தனிமனிதனுக்குக் கடன் பட்டதாகும். அதுபோலவே தமிழ்நாட்டின் 20ஆம் நூற்றாண்டின் சமூக வரலாற்றின் கணிசமான பகுதி 'பெரியார்' என்ற தனி மனிதனுக்கு உரியதாகும். இருவரும் சமகாலத்தில் வாழ்ந்தவர்களே. ஆயினும் பாரதிக்கு இரண்டாண்டு மூத்தவராகப் பிறந்து, பாரதி மறைவிற்குப் பின்னர் 52 ஆண்டுகள் வாழ்ந்து தொண்டு செய்யும் வாய்ப்பைப் பெரியாருக்கு இயற்கை வழங்கியது. 39 வயதில் பாரதி மறைந்துபோக, அந்த வயதிற்குப் பின்னரே பெரியார் தம் பொது வாழ்க்கையைத் தொடங்கினார். முறையான பள்ளிப் படிப்பும் தன் காலத்தில் வெளிவந்த உயர்ந்த நூல்களைப் படிக்கும் வாய்ப்பும் பாரதிக்கு இருந்தன. பெரியார் நூறு விழுக்காடு அனுபவ அறிவும் சுயசிந்தனையும் சார்ந்து இயங்கியவர். பாரதியின் நண்பர்களில் சிலர் பின்னாளில் பெரியாருக்கு நெருங்கிய நண்பர்களாயினர். அவர்களுள் குறிப்பிடத்தகுந்தவர்கள் திவான் பகதூர் குத்தி கேசவப் பிள்ளை, ஸ்ரீமான் சர்க்கரைச் செட்டியார், வ.உ.சி., பாரதிதாசன் ஆகியோர் ஆவர். பாரதி வாழ்ந்த காலத்திலேயே (1920) பெரியார், தமிழ்நாடு காங்கிரசுத் தலைவராகத் தேர்ந்தெடுக்கப்பட்டார். அவரது செல்வமும் செல்வாக்கும் அக்காலத்தில் தமிழ்நாடு காங்கிரசில் இருந்த பிளவுகளும் அதற்குக் காரணமாக இருந்தன. 1921 செப்டம்பரில் மறைந்த பாரதி, தமிழ்நாடு காங்கிரசு இயக்கத் தலைவராக இருந்த பெரியாரைப்பற்றி எதுவும் எழுதியதாகத் தெரியவில்லை.

விடுதலைக்காக பாரதியாரும் பெரியாரும் தேர்ந்தெடுத்துக் கொண்ட களங்கள் வெவ்வேறு அடிப்படையில் இருந்தன. ஆனாலும் இந்த இருவரது முயற்சிகளுக்கும் விளைநிலமாக தமிழ்நாட்டுச் சமூக வாழ்வில் சில மரபுகள் இருந்தன. இந்த இருவருக்கும் 600 ஆண்டுகளுக்கு முன்னதாகத் தமிழ்நாட்டில் 'சித்தர் மரபு'என்னும் ஒரு கலக மரபு தோன்றி மறைந்திருந்தது.

1875இலேயே 'இந்து மதச் சீர்திருத்தபத்திரிக்கை' என்ற பெயரோடு ஒரு பத்திரிகை தோன்றியிருந்தது. ஒடுக்கப்பட்ட வகுப்பில் பிறந்த அயோத்திதாசப் பண்டிதர் 1885இல் 'திராவிட பாண்டியன்'என்ற இதழைத் தொடங்கினார். 1891இல் பறையர் மகாசன சபையும் 1893இல் 'பறையன்'தமிழ் இதழும் ரெட்டைமலை சீனிவாசனால் தொடங்கப்பட்டன. சுதேசமித்திரன் ஜி.சுப்பிரமணிய ஐயர், அக்காலத்திலேயே தன் விதவை மகளுக்கு மறுமணம் செய்து வைத்திருந்தார். 1882இல் அத்திப்பாக்கம் வெங்கடாசல நாயக்கர் என்பவர் 'இந்துமத ஆசார ஆபாச தர்சனி' என்ற பெயரில் 782 பாடல்களையுடைய ஒரு கவிதை நூலை அச்சிட்டு வெளியிட்டிருந்தார். சித்தர்களின் 'கலகமரபு மறைந்துவிட்டிருந்தாலும்கூட வேளாங்கண்ணிக்கும் நாகூருக்கும் 'இந்து'மக்கள் சென்று கொண்டுதான் இருந்தனர். இந்த மரபின் தொடர்ச்சியாகவே பாரதி, பெரியார் ஆகிய இருவரது சமூக விடுதலைக் கருத்துக்களை நாம் அணுக வேண்டும்.

'பெரியாரியம்'என்பது உருப்பெற்றது பாரதி மறைந்து பத்து அல்லது பன்னிரண்டு ஆண்டுகள் கழித்தே ஆகும். 1916இல் பிராமணர் அல்லாதார் அறிக்கை (Non-Brahmin Manifesto), 1917இல் அன்னிபெசண்டின் ஹோம்ரூல் இயக்கத்திற்கு பிராமணர் அல்லாதார் காட்டிவந்த எதிர்ப்பு (குறிப்பாக வ.உ.சி), வகுப்புவாரிப் பிரதிநிதித்துவக் கொள்கையில் இராஜாஜி, சீனிவாச ஐயங்கார், சத்தியமூர்த்தி ஆகியோர் பெரியாருடன் உடன்பட மறுத்தது, 1924 சேரன்மாதேவி குருகுலக்கிளர்ச்சி, 1927இல் தமிழ்நாட்டு வருகையின்போது காந்தி வருணாசிரமக் கொள்கையை வெளிப்படையாக ஆதரித்துப் பேசியது, 1929இல் நடந்த நாத்திக மாநாடு, 1932இல் பெரியாரின் ஐரோப்பியச் சுற்றுப்பயணம், தென்னிந்தியாவின் முதல் கம்யூனிஸ்டான சிங்காரவேலருடன் பெரியாரின் தோழமை ஆகியநிகழ்வுகளே "பெரியாரியம்" என்ற கருத்தியல் ஒன்று உருப்பெறக் காரணமாய் அமைந்தன.

பாரதி புனிதமாகக் கருதிய பலவற்றைப் பெரியாரியம் நிராகரித்தது. தயானந்த சரஸ்வதி, இராஜாராம் மோகன்ராய் ஆகியோரது சமூக சீர்திருத்தக் கருத்துக்களில் பாரதிக்குப் பெருவிருப்பம் இருந்தது. குறிப்பாக தயானந்த சரஸ்வதியின் (Back to the Vedas) 'வேதப் பொற்காலத்துக்குத் திரும்புதல்'என்ற

முழக்கம் பாரதியை மிகவும் கவர்ந்தது. ஆனால் பெரியாரியமோ பாரதியின் புனிதங்களை ஒட்டுமொத்தமாக நிராகரித்தது. பெரியாரியத்தின் கடவுள் மறுப்புச் சிந்தனைக்கு, பாரதி ஒருபோதும் உடன்பட்டிருக்க மாட்டார். சமூக சமத்துவத்துக்குப் பாரதி கண்ட வழி - இழந்த பெருமையை மீட்டல், கனகலிங்கத்துக்குப் பூணூல் அணிவித்துப் பிராமணனாக உயர்த்துதல், மனையாளைத் தெய்வமாக உயர்த்துதல், நந்தனைப் பார்ப்பானாக்குதல் என்பதாகக் கனவுகளோடு அமைந்திருந்தது. ஆனால் பெரியாரியமோ, நடைமுறைகளையும் நிகழ்வுகளையும் கணக்கில் எடுத்துக்கொண்டு, சமூக அடுக்குகளை மோதிச் சிதைப்பதாக இருந்தது. ஒரு கவிஞனுக்கே உரிய கனவுகள், கற்பனைகள், அழகுணர்ச்சி, ஆவேசம் இவையெல்லாம் பாரதியிடத்தில் அதிகமாகவே இருந்தன. ஆனால் மொழி, கலை, இலக்கியம் பற்றி, உயர்ந்த எண்ணங்களோ, மதிப்பீடுகளோ பெரியாரியத்திற்கு இல்லை.

"சிலப்பதிகாரம் - இது விபச்சாரத்தில் ஆரம்பித்து பத்தினித் தனத்தில் வளர்ந்து, முட்டாள்தனத்தில் மூடநம்பிக்கையில் முடிந்த பொக்கிஷமாகும்" என்கிறார் பெரியார்.

'பகுத்தறிவு' என்பதைப் பாரதியும் பெரியாரும் கீழ்க்காணும் வகையிலேயே எடுத்துக்கொண்டனர்.

முன்னோருடையது என்பதனால் எதனையும் ஏற்றுக் கொள்ளாமல், சமூக சமத்துவம், சகோதரத்துவம் ஆகியவற்றுக்கு எதிரான எல்லாவற்றையும் மறுப்பதும் நீக்குவதும் பகுத்தறிவாகும். இந்த மறுப்பு, மனத்தாலும் சொல்லாலும் செயலாலும் அமைய வேண்டும். செயலால் மறுப்பது என்பது மோதுதல், எதிர்த்தல் எனப் பலவகையான போராட்ட வகைகளை உள்ளடக்கியதாகும். சுருக்கமாகச் சொல்வதனால் அச்சத்திலிருந்தும் ஆதிக்கத்திலிருந்தும் மனிதனை விடுதலை செய்வதே பகுத்தறிவின் நோக்கமாகும்.

தாங்கள் வாழ்கின்ற சமூகத்தின் அனைத்து முரண்பாடுகளையும் அடையாளம் காணுகிற வாய்ப்பு இருவருக்கும் இருந்தது. அவற்றை எதிர்த்துப் போரிடுவதில் எதனை முன்னிலைப்படுத்துவது என்பதில்தான் இருவருக்கும் கருத்து வேறுபாடு. 'அரசியல் விடுதலையின்றிச் சமூக விடுதலை இல்லை' என்பது பாரதியின் கருத்து. 'சமூக விடுதலையின்றி அரசியல் விடுதலை பயன் தராது' என்பது பெரியாரியத்தின் மையமாகும். பின் வந்த பொதுவுடைமை

இயக்கத்தினரும் பாரதியின் கருத்தையே பெரியாரியக்கத்தின் மீதான விமர்சனமாக வைத்தனர்.

"இந்தப் 'பிராமணரல்லாதார் கிளர்ச்சி' கால கதியில் தானே மங்கி அழிந்து விடுமென்று நிச்சயிப்பதற்கும் போதிய காரணங்கள் இருக்கின்றன. முதலாவது, இதில் உண்மையில்லை... 'பிராமண ரல்லாதார்' என்ற வகுப்பே கிடையாது. அதுவே பொய். எனவே, இந்தக் கிளர்ச்சியின் மூலமே பொய்யாக இருப்பது கொண்டு இதனை உண்மையில்லாத கிளர்ச்சி என்கிறேன். உண்மையாகவே, இந்தியாவில் ஜாதிபேதங்களில்லாமல் சமத்துவக் கொள்கை வெற்றியடைய வேண்டுமென்றால், அதற்கு ஸ்வராஜ்ய ஸ்தாபனமே சரியான உபாயம். ஸ்வராஜ்யம் கிடைத்தால் சட்டசபைகளில் எல்லா ஜாதி மேதாவிகளும் கலந்திருப்பார்களாதலால் அந்தச் சபை களின் மூலமாக இந்தியாவில் முதலாவது ராஜரீக வாழ்வில் சமத்துவக் கொள்கையை நிறுத்திவிடலாம். பிறகு சமூக வாழ்விலும் அக்கொள்கை தானே பரவிவிடும்" ('ஜாதி பேத விநோதங்கள்' பாரதியார் கட்டுரைத் தொகுப்பு, பாரதி பிரசுராலயம், பகுதி 4, பக். 119 - 121)

மறுபுறத்தில் பெரியாரோ, சமூக விடுதலைக்கான குரல்கள் காங்கிரசு இயக்கத்திற்குள் ஒடுக்கப்படுவதாகக் கருதினார். அது மேல்சாதியினரின் நலன்களை மட்டுமே கருத்திற்கொண்டு மற்றவர்களைப் புறந்தள்ளுவதாகக் குற்றம் சாட்டினார். இந்தக் குற்றச்சாட்டின் வேகம், ஒட்டுமொத்தமாகபாரதியை நிராகரிக்கும் அளவுக்குச் சென்றது.

"தோழர்கள் ஆரியா எங்கே? சக்கரை எங்கே? வரதராஜுலு எங்கே? கல்யாணசுந்தரம் எங்கே? தண்டபாணி எங்கே? பவானிசிங் எங்கே? தர்மலிங்கம் எங்கே? எல்லாரும் காங்கிரஸ் ஜாதிவிட்டு நீக்கப்பட்டாய்விட்டது. சிதம்பரம் பிள்ளை கதி என்ன ஆயிற்று? கள்ளு, சாராயம் குடித்துக்கொண்டு கஞ்சா அபின் அடித்துக் கொண்டு திரிந்த ஒரு சுப்பிரமணிய அய்யருக்கு பாரதி பட்டம் கொடுத்து இன்று திருவிழாவாகக் கொண்டாடப்படுகிறது. அவரை விட யோக்கியமாக நாட்டுக்கு உழைத்த மற்ற குடும்பம் பல இன்று சோத்துக்கு வழியில்லாமல் திண்டாடுகின்றன" - குடிஅரசு, 6.6.1937.

பெரியாரியத்தின் அடிப்படைபற்றிப் பாரதியார் கொண்டி ருந்த கருத்தும்பாரதியாரைப் பற்றி பெரியார் கொண்டிருந்த

மதிப்பும் பிழையானவை என்று பின்வந்த காலத்து அரசியல், சமூக நிகழ்வுகள் நமக்குக் காட்டிவிட்டன.

பெரியாரியம் உருப்பெற்றதற்கான சமூக அவலங்களைக் காண்பதற்கு (வேறு சான்றுகள் தேடத் தேவையில்லை) 'பாரத ஜனங்களின் தற்கால நிலைமை'என்னும் தலைப்பில் பாரதி எழுதிய கவிதை ஒன்றே போதும். இந்தக் கவிதையில் பாரதி காட்டும் மதிப்பீடுகளை நாம் கூர்ந்து கவனிக்க வேண்டும். "இந்த மக்கள் தம் நிலைகெட்டவர்கள். வாழ்க்கையில் எதற்கெடுத்தாலும் அஞ்சி யஞ்சிச் சாகும் இயல்புடையவர்களாக இருக்கிறார்கள். மரத்திலும் குளத்திலும் வாழும் பேய்கள் மட்டுமன்றி, இன்னும் பல வஞ்சனைப் பேய்கள் இவர்களை ஆட்கொண்டுள்ளன. மக்கள் வரிப்பணத்தில் நடக்கும் அரசியலைக்கூட இவர்கள் பேயாகக் கருதி அஞ்சி ஒடுங்குகின்றனர். அதிலே இவர்களுக்கு ஈடுபாடு இல்லை. சாத்திரப் பேய்கள் சொல்லும் வார்த்தைகளையெல்லாம் இவர்கள் நம்பு கின்றனர். தங்களுக்குக் கஞ்சியில்லாத காரணமும் இவர்களுக்குத் தெரியவில்லை. வாழ்க்கையில் எழுந்து நடக்கும் வலிமையும் இவர்களுக்கில்லை. இவர்கள் கண்ணற்ற குழந்தைகள், பிறரை நம்பி ஏமாறுகின்றனர். இந்த நாட்டில் மிருகங்களைப்போல வாழ்ந்து கொண்டிருக்கின்றனர்." இரக்க உணர்வு மிகுந்த இந்தக் கவிதையில், மக்களில் பெரும்பாலோர் சாத்திரங்களை நம்பிக் கெட்டுப்போவதாகவும்அரசியல் ஈடுபாடு அற்றவர்களாக இருப்ப தனையும் பாரதி வலியுறுத்திச் சொல்லுகிறார். இந்த இரண்டு தளைகளையும் அறுக்கும் விடுதலைச் சித்தாந்தமாகவே பெரியாரியம் பிறந்தது.

"தந்த பொருளைக் கொண்டே - ஜனம்
தாங்குவார் உலகத்தில் அரசரெல்லாம்
அந்த அரசியலை - இவர்
அஞ்சுதரு பேயென்றெண்ணி நெஞ்சம் அயர்வார்"

என்ற கவிதை மக்கள்திரளின் பெரும்பாலோரான 'பிராமணரல் லாதாரை' மனத்தில் கொண்டு எழுதப்பட்டது எனலாம். '1885இல் தேசியக் காங்கிரசின் தொடக்கத்திற்குச் சென்னையிலிருந்து சென்ற ஆறு பிரதிநிதிகளில் ஐந்து பேர் பிராமணர்களாயிருந்தனர். அகில இந்தியக் காங்கிரசுக் குழுவுக்கு, சென்னைப் பிரதேசக் காங்கிரசிலிருந்து தேர்ந்தெடுக்கப்பட்ட பதினைந்து பேரில்

பதினான்கு பேர் பிராமணர்களாக இருந்தனர்' என்று வரலாற்றுக் குறிப்புகள் தெரிவிக்கின்றன. 1910க்கும் 1919க்குமிடையில் அரசு உயர்நிர்வாகக் குழுவில் இடம்பெற்றிருந்த ஒன்பது இந்திய அதிகாரிகளில் எட்டுபேர் பிராமணர்களாக இருந்தனர். 1912இல் உள்ளாட்சித் துறையிலிருந்து சட்டமன்றத்திற்குத் தேர்ந்தெடுக்கப் பட்டவர்களில் நெல்லை மாவட்டம் தவிர ஏனைய எல்லாத் தொகுதிகளிலிருந்தும் வந்தவர்கள் பிராமணர்கள் மட்டுமே. பெரும் பாலான மாவட்டக் காங்கிரசின் தலைவர்களும் பிராமணர்களே. காங்கிரசு மாநாடுகளைப் பற்றியும் காங்கிரசு இயக்கத்தைப் பற்றியும் பல கட்டுரைகள் எழுதிய பாரதிக்கு இவை தெரியாத உண்மைகளல்ல. எனவே, அரசியலில் ஈடுபாடு காட்டாது அதனைப் பேய் என்று 'அஞ்சி ஒதுங்கும்' மக்களாகப் பாரதி குறிப்பிடுவது பெரும்பான்மையான பிராமணரல்லாத மக்கள் திரளையே ஆகும். ஆனால் பாரதிக்குப் பின் அரசியல் நிகழ்வுகள் பாரதி கருதியதுபோல நிகழவில்லை. அதுவரை திலகர், பாரதி, வ.உ.சி., காங்கிரசாக இருந்த தமிழ்நாடு காங்கிரசு 1920களில் கிருஷ்ணசாமி ஐயங்கார், ராஜாஜி, சத்தியமூர்த்தி காங்கிரசாக மாறிவிட்டது என்கிறார் ஓர் ஆய்வாளர். இந்த நிலைமை விடுதலை பெற்ற இந்தியாவிலும் நீடித்தது. அரசியல் நிர்ணய சபையிலிருந்து தேர்ந்தெடுக்கப்பட்ட அரசியல் சட்ட வரைவுக்குழு'வின் (Constitution Drafting Committee) எட்டு உறுப்பினர்களில் ஆறுபேர் பிராமணர்களாக இருந்தார்கள். ஏனைய இருவரில் ஒருவர் முஸ்லீம், மற்றொருவர் அம்பேத்கர்.

வகுப்புவாரிப் பிரதிநிதித்துவம் என்பது பெரியாரியத்தின் செம்பாதியான பகுதியாகும். 'அனைத்துச் சாதியார்க்கும் அரசியல் அதிகாரம்' என்பதே இதன் உண்மையான பொருள்.

1919இல் திருச்சியில் கூடிய காங்கிரஸ் மாநாட்டிலும் 1920இல் திருநெல்வேலி மாநாட்டிலும் மீண்டும் 1921இல் தஞ்சாவூர் மாநாட்டிலும் 1923இல் சேலம் மாநாட்டிலும் 1924இல் தமிழ்நாடு காங்கிரஸ் தலைவராகத் திருவண்ணாமலை மாநாட்டிலும் பெரியார் தொடர்ந்து வகுப்புவாரிப் பிரதிநிதித்துவம் பற்றிய தீர்மானத்தைக் கொண்டுவந்து கொண்டேயிருந்தார். 1925இல் காஞ்சிபுரம் மாநாட்டிலும் தன் முயற்சியில் தோற்றுப் போய், காங்கிரசைவிட்டே வெளியேறினார். 1921இலும் 1922இலும் சென்னை அரசாங்கம் வெளியிட்ட ஆணைகள் விரிவாக்கப்பட்டு

1928இல் மீண்டும் அரசுப்பணிகளுக்கான வகுப்புவாரிப் பிரதிநி-தித்துவ ஆணை சென்னை அரசாங்கத்தால் வெளியிடப்பெற்றது. 1950இல் புதிய அரசியல் சட்டப்படி இந்த ஆணை செல்லாது என்று நீதிமன்றம் அறிவிக்க, பெரியார் கிளர்ச்சியைத் தொடங்கினார். 1951இல் அரசியல் சட்ட முதல் திருத்தம் பிற்பட்ட சாதிகளின் வேலைவாய்ப்பு உரிமையைக் காப்பாற்றப் பிறந்தது.

பிற்படுத்தப்பட்ட மக்களுக்காக 29.01.1953 மைய அரசு காகா சாகேப் காஸ்கர் ஆணையத்தை (கமிஷன்) 30.03.1955இல் அமைத்தது. அதன் அறிக்கையைக் கிடப்பிலே போட்டது. தாழ்த்தப்பட்ட மக்களுக்காக மீண்டும் 27.04.1965இல் இளைய பெருமாள் குழுவை அரசு அமைத்தது. 30.01.1969இல் 'தீண்டாமை ஒழிய பரம்பரை அர்ச்சகர் முறை கோயில்களில் ஒழிக்கப்பட வேண்டும்' என்று இந்தக்குழு அறிக்கை தந்தது. மீண்டும் 1978இல் மண்டல்குழு அமைப்பு, 30.12.80இல் அறிக்கை தரப்பட்டது. 30.04.82இல் நாடாளுமன்றத்தில் வைக்கப்பட்டுக் கிடப்பில் போடப்பட்டது.

1990இல் வி.பி.சிங் அமலாக்க ஆணை தந்து பதவியிழந்தார். 1993 காங்கிரஸ் ஆட்சி நிறைவேற்ற வேண்டிய கட்டாயத்துக்கு ஆட்பட்டது.

1919 தொடங்கி 1993 முடிய மக்கள்தொகையில் பெரும்பாலான பிற்படுத்தப்பட்ட, தாழ்த்தப்பட்ட மக்களது உரிமைக்குப் போராடியது பெரியாரியமே. சமூகநீதி என்பது பெரும்பாலான நலன்களைப் புறக்கணித்து அமைய முடியாது என்பதைப் பெரியாரியம் உணர்த்தி நின்றிருக்கிறது.

மாற்றங்களை விரும்புகிற யாரும் மாற்றம் தேவைப்படும் அமைப்பின் முரண்பாடுகளைக் கணக்கெடுத்தல் வேண்டும். பாரதிக்கு, பிரிட்டிஷ் அரசியல் ஏகாதிபத்தியமே தலையாய முரண்பாடாகத் தோற்றமளித்தது. பெரியாருக்கோ அதனைவிடப் பல நூறாண்டுகள் மூத்த சமுதாய ஏகாதிபத்தியமே தலையாய முரண்பாடாகத் தோன்றியது. காங்கிரசைக் கையகப்படுத்திய பிராமணர்களல்லர், பிராமணியமே எதிர்க்கப்பட வேண்டியது என்பதே பெரியாரின் நிலைப்பாடாக இருந்தது. பலநூறு ஆண்டு களாக, சமூகத்தின் சடங்குத் தலைமையினை (Ritual Leadership) பிராமணர்கள் ஏற்றிருந்தனர். இந்தச் சடங்கியல் தலைமை

'வருணாசிரம தருமம்' என்னும் அடிக்கட்டுமானத்தின் மீது எழுப்பப் பட்டிருந்தது. காங்கிரஸ் இயக்கத்தின் தலைமையேற்றிருந்த காந்தியாரோ 1921இலேயே (அக்.6) 'யங் இந்தியா' பத்திரிகையில் வருணாசிரம தர்மத்தின் மீது நம்பிக்கை தெரிவித்து விளக்கம் தந்திருந்தார். 1925இல் சேரன்மாதேவி குருகுலக் கிளர்ச்சி அவரைப் பெரிதும் பாதித்திருந்தது. 1927இல் தமிழ்நாட்டிற்கு வந்த காந்தி கடலூரில் நடைபெற்ற பொதுக்கூட்டத்தில் வேதங்கள், புராணங்கள், உபநிடதங்கள், அவதாரங்கள், மறுபிறப்பு, பசுப் பாதுகாப்பு ஆகியவற்றில் தனக்கிருந்த நம்பிக்கையை வெளிப் படுத்தி வருணாசிரம தர்மத்தைப் பலமாக ஆதரித்துப் பேசினார். இந்தக் கட்டத்தில் சுயமரியாதை இயக்கத்தில் சிங்காரவேலு செட்டியார், எஸ்.இராமநாதன், ப.ஜீவானந்தம் ஆகியோரின் தொடர்பும் தோழமையும் பெரியாருக்குக் கிடைத்தன. 1932இல் பெரியார் ஐரோப்பிய நாடுகளுக்குச் சுற்றுப்பயணம் சென்று வந்தார். குறிப்பாக சோவியத் ரஷ்யாவில் மூன்றுமாத காலம் தங்கி வந்தார்.

1932இன் கடைசியில் நாத்திகவாதமும் பொதுவுடைமையும் சேர்ந்து பெரியாரின் பகுத்தறிவுச் சிந்தனைக்குப் புதிய பரிமாணம் தந்தன. 1932 அக்டோபர் முதல் 1933 முடிய பெரியாரின் குடியரசு இதழில் வெளிவந்த விளம்பரங்களையும் கட்டுரைகளையும் படித்தால், அச்சங்களில் இருந்தும் ஆதிக்கங்களில் இருந்தும் விடுதலை செய்வதற்காகதிட்டமிட்ட எழுத்துப்பணிகள் நடை பெற்றதைக் காணலாம். தோழர் சிங்காரவேலரின் 'கடவுளும் பிரபஞ்சமும்' என்ற நூல் வெளியீடு, வாரந்தோறும் 'அரசும் மதமும்' என்ற லெனின் நூலின் தமிழ் மொழிபெயர்ப்பு, 'நாஸ்திகம்' என்ற ஒரு கட்டுரை, 'விஞ்ஞான முறையும் மூடநம்பிக்கையும்' என்ற தலைப்பில் சிங்காரவேலரின் கட்டுரை, 1933இல் நடக்கவிருந்த கும்பகோணம் மகாமகம் பற்றிய எதிர்ப்புக் கட்டுரைகள், பெரிய புராணத்தை விமர்சனம் செய்து 'மெய்கண்டான்' என்பவர் எழுதிய கட்டுரைகள், காரல்மார்க்ஸ் பற்றிய கட்டுரை ஒன்று எனத் தரத்திலும் அளவிலும் பெரிய மாற்றங்கள் ஏற்பட்டிருக்கின்றன.

இருபத்தொன்றாம் நூற்றாண்டின் தொடக்கப் பகுதியில் அரசியல், சமூக ஏகாதிபத்தியங்கள் மிக நுட்பமான தளத்தில் செயல்படுகின்றன. தகவல் தொடர்புச் சாதனங்களில் ஏற்பட்டுள்ள

விரைவான விஞ்ஞான வளர்ச்சியை அவை கருவியாகப் பயன்படுத்துகின்றன. இதன் விளைவாக இந்தியா போன்ற வளர்ச்சி குறைந்த நாடுகளின் மீது உலக ஏகாதிபத்தியங்கள் ஒரு பண்பாட்டுப் படையெடுப்பை நிகழ்த்துகின்றன. இதன் விளைவாக ஒருபுறம் மத அடிப்படைவாதமும்மற்றொருபுறம் நுகர்வுக் கலாச்சாரமும் மக்கள் மீது திணிக்கப்படுகின்றன. உலகத்தை ஒரே சந்தையாக ஆக்குதல் (Globalization) என்ற வாணிகக்கோட்பாட்டினை அடிப்படை யாகக் கொண்டு உலகின் பெரிய வணிக நிறுவனங்கள் இதனைச் செய்துகொண்டிருக்கின்றன. சுதேசியப் பொருள் உற்பத்தியும் சுதேசியப் பண்பாடும் அழிக்கப்படுவது காந்தியடிகளுக்கோ, பெரியாருக்கோ, பாரதிக்கோ உடன்பாடான கருத்தன்று. களமும் காட்சிகளும் மாறியிருக்கின்றன. மீண்டும் இப்பொழுது அனைவரும் கூட்டாக ஆதிக்கங்களை எதிர்க்க வேண்டிய வரலாற்றுத் தேவை ஒன்று உருவாகியிருக்கிறது. பாரதி, பெரியார் காலத்தைப் போலல்லாமல் அதனை எதிர்கொள்ளப் படித்தவர்கள் முன்வர வேண்டும்.

இன்றைய தமிழ் மரபு ஆக்கத்தில் திருக்குறள்

ஐரோப்பிய அறிவொளி இயக்கத்தின் பின்விளைவாகப் பதினெட்டாம் நூற்றாண்டின் பிற்பகுதியில் இந்திய மண்ணில் சில புதிய காற்றுகள் வீசத் தொடங்கின. 1799இல் கட்டபொம்மன், 1801இல் ஊமைத்துரை, மருதுபாண்டியர் ஆகிய ஏகாதிபத்திய எதிர்ப்பு வீரர்கள் தமிழ் மண்ணில் சாய்க்கப்பட்டதற்கு அரை நூற்றாண்டிற்கு முன்னரே கிழக்கிந்தியப் பகுதியில் காலனி யாதிக்கம் வலிமையாகக் கால்கொண்டுவிட்டது. அடிமைப் படுத்திய மண்ணின் மரபுகளையும் மக்களையும் புரிந்துகொள்ளும் முயற்சியில் காலனி ஆட்சியாளர்கள் 18ஆம் நூற்றாண்டின் பிற்பகுதியிலேயே இறங்கிவிட்டனர். இந்தவகையில் ஐரோப்பியப் பாதிரிமார்களின் பணி அவர்களுக்குப் பேருதவியாக இருந்தது. கி.பி.1799இல் கல்கத்தாவில் இருந்த சர். வில்லியம் ஜோன்ஸ் பிராமணப் பண்டிதர்களின் உதவியைக் கொண்டு இந்திய நாட்டில் வழக்கத்தில் இருந்த அறங்களையும் சட்டங்களையும் தொகுக்கும் பணியில் ஈடுபட்டார். மனுதர்மத்தை அடிப்படையாகக்கொண்டு எழுதப்பட்ட 'Hindu Law' என்னும் அந்தத் தொகுப்பே பின்னர் பல்லாண்டுக் காலம் காலனி ஆட்சியாளர்களால் 'தருமசாத்திரமாகக்' கொள்ளப்பட்டது.

ஆனால், தென்னிந்தியாவிற்கு வந்த கிறித்துவப் பாதிரிமார்கள் முற்றிலும் வேறுபட்ட ஒரு அறநூலை இங்குக் காண நேர்ந்தது. வில்லியம் ஜோன்சின் முயற்சிக்கு முன்னரே கி.பி.1794இல் கிண்டர்ஸ்லீ (Kindersley) என்பவர் திருக்குறளின் சில பகுதிகளை ஆங்கிலத்தில் மொழிபெயர்த்திருந்தார் (Extracts from the Teroo-ValluverKuddul - Ocean of Wisdom Forming part of Specimens of Hindu literature, London, W Blumer&Co.).

18ஆம் நூற்றாண்டின், முற்பகுதியிலேயே பெஸ்கி என்னும் வீரமாமுனிவர் திருக்குறளின் சில பகுதிகளை இலத்தீனில் மொழி பெயர்த்திருந்தார். கி.பி.1811இல் அம்பலவாணக் கவிராயர் என்பவர் திருக்குறள் மூலத்தைத் தமிழில் அச்சிட்டதாகத் தெரிகிறது. அதே

ஆண்டில் எல்லிஸ் (F.W. Ellis) திருக்குறளின் பகுதிகளை ஆங்கிலத்தில் மொழிபெயர்த்து வெளியிட்டு இருந்தார். அன்று சென்னை மாகாணத்தின் தலைமைக் கருவூல அதிகாரி பொறுப்பில் இருந்த எல்லிஸ், வள்ளுவர் உருவம் பொறித்த தங்கக்காசினை வெளியிட்டதனை அறிஞர் ஐராவதம் மகாதேவன் கண்டறிந்து வெளிப்படுத்தி உள்ளார். கி.பி.1840இல் முகவை இராமனுசக் கவிராயர் துணையோடு பரிமேலழகர் உரையோடும் ஆங்கில மொழிபெயர்ப்போடும் ட்ரூ (Drew) வெளியிட்ட திருக்குறள் வெளி வந்திருக்கிறது. பின்னர் திருக்குறளுக்கு 1896இல் ட்ரூ, லாசரஸ் ஆகியோரின் (Drew, Lazares) முழுமையான ஆங்கில மொழி பெயர்ப்பும் அதே ஆண்டில் போப்பின் ஆங்கில மொழிபெயர்ப்பும் வெளிவந்தன. கி.பி.1861இல் நல்லூர் ஆறுமுக நாவலர் திருக்குறள் பரிமேலழகர் உரையினைப் பதிப்பித்து வெளியிட்டார். ஆக மொத்தத்தில் 19ஆம் நூற்றாண்டின் நடுப்பகுதியில் காலனி ஆட்சியாளர்களும் பாதிரிமார்களும் திருக்குறளை முற்றுமாக அறிந்திருந்தனர் எனத்தெரிகிறது.

சாதிவருணக் கோட்பாடுகளுக்கு மாற்றான சிந்தனைகளை முன்வைக்க கிறித்தவப் பாதிரிமார்களுக்குத் திருக்குறளும் சித்தர் பாடல்களும் உதவியாக இருந்தன எனக்குறிப்பிடும் இர்சிக், அவ்வகையான முயற்சிகளில் ஒன்றாக ஹென்றி மார்ட்டின் 1865இல் எழுதிய ‘கிரணமாலிகை’என்ற நூலைக் குறிப்பிடுகிறார்.[1]

‘இந்து சாத்திரம்’என்று அன்றைய ஆட்சியாளர்கள் நம்பியிருந்த, சாதி வருண அடிப்படையில் மக்களை அடையாளப்படுத்திய வடமொழி நூல்களுக்கு மாற்றாக, தம்மைச் சமூகத்தின் தலைவர் களெனக் கொண்டு ஆன்மீக, சமூக மேலாண்மை செய்து வந்த பிராமணர்களின் சார்பில்லாத ஒரு நூலாக அது விளங்குவதையும் கண்டனர். கி.பி.1828இல் தமிழ் இலக்கணம் எழுதிய சி.டி. இரேனியஸ் அடிகளார், “பிராமணர்கள் பொய்க் கதைகளைக் கூறி ஜனங்களை ஏமாற்றுகிறார்கள்” என்று தம் இலக்கண நூலில் ஒரு எடுத்துக்காட்டு வாக்கியம் அமைக்கிறார்.[2]

கி.பி.1832இல் தமிழில் ‘பூமி சாஸ்திரம்’என்ற முதல் அறிவியல் நூலை எழுதிய இரேனியஸ் அடிகளார், பிராமணியத்தை அறிவு வளர்ச்சிக்கான தடையாகக் கருதியிருக்கிறார் என்று தோன்றுகிறது. இவரைப் போன்ற கருத்துடையவர்களுக்குத் திருக்குறள் தமிழரை

அடையாளம் காட்டும் மாற்று நூலாகத் தென்பட்டிருக்க வேண்டும். (இரேனியஸ் அடிகளாரும் திருக்குறளின் 13 அதிகாரங்களை ஆங்கிலத்தில் மொழிபெயர்த்து இருப்பதாகச் சிலர் கூறுகின்றனர்.) பின்னர் பேராயர் கால்டுவெல்லின் திராவிட மொழிகள் பற்றிய கண்டுபிடிப்பு தமிழ் அறிஞர்களிடையே புதிய சில சிந்தனைகளைத் தோற்றுவித்தது. 1880களின் தொடக்கத்தில் தமிழ்நாட்டில் சுற்றுப் பயணம் செய்த கர்னல் ஆல்காட், பிளவட்ஸ்கி அம்மையார் இருவரும் தமிழ்நாட்டில் பிரம்ம ஞானசபை (Theosophical Society) என்ற அமைப்பின் மூலம் 'இந்து' என்னும் கோட்பாட்டை தத்துவ ரீதியாகவும் முன்வைத்தனர். சென்னையில் தொடங்கப்பட்ட 'இந்து' நாளிதழும் இந்து பத்திரிக்கை வளாகத்தில் தொடங்கப்பெற்ற காங்கிரசின் முன்னோடி இயக்கமான சென்னை மகாஜன சபையும் அதனைத் தொடங்கிய ஜி.சுப்பிரமணிய ஐயரும் அனந்தா சார்லுவும் பிரம்மஞான சித்தாந்தத்தின் பின்விளைவுகளேயாவர்.[3]

வேதத்தின் உயர்வும் வடமொழி உயர்வும் பிரம்மஞான சபையாரால் உயர்த்திப்பிடிக்கப் பெற்றன. 'தேசிய சமஸ்கிருத இயக்கம்' என்ற ஒன்றும் பிரம்மஞான சபையாரால் தொடங்கப் பெற்றது. பிராமணிய நலன்களைப் பிரதிபலித்த இச்சபையாருக்கு எதிராக சைவர்கள் கிளர்ந்து எழுந்தனர். பாளையங்கோட்டை, தூத்துக்குடி ஆகிய இடங்களில் சைவ சபைகள் தொடங்கப் பெற்றன. இதே நேரத்தில்தான் வேதமல்லாத மரபுகளை முன்னிறுத்தி, பிராமண எதிர்ப்புணர்வுடன், தாழ்த்தப்பட்டோர் தலைவரான அயோத்திதாசப் பண்டிதர் 'திராவிட' என்ற சொல்லை சமூக அரசியல் தளத்தில் வலிமையாக முன்வைத்தார். 'திராவிட பாண்டியன்' என்ற இதழை 1886இல் தொடங்கி, ஜான் இரத்தினம் அடிகளாரை அதன் ஆசிரியராக்கினார். அதனை அடுத்து தமிழ்ச் சைவ முன்னோடிகளில் ஒருவரும் திருவனந்தபுரம் சைவப்பிரகாச சபையினைத் தொடங்கியவரும் தத்துவப் பேராசிரியருமான மனோன்மணியம் சுந்தரம்பிள்ளை, சமூக அரசியல் தளத்தில் ஆரியம் X திராவிடம் என்ற எதிர்வினை முன்வைத்ததோடு மனுநீதி X திருக்குறள் என்ற சாத்திர எதிர்வினையும் வெளிப்படையாக முன்வைத்தார். இதற்கிடையில் பௌத்த மதத்தின் பக்கம் சார்ந்து, சென்னை மகாபோதி சபையில் பங்கெடுத்துக்கொண்டிருந்த அயோத்திதாசப் பண்டிதர், திருக்குறளை பௌத்த மதச்சார்போடு விளக்கத் தொடங்கினார்.

மறுபுறத்திலே "ஆரியராலே இந்தியாவில் விக்கிரகாராதனை தடிப்புக் கொண்டது மாத்திரமல்ல;இந்துக்களுக்குள் சதுர்வர்ண பேதங்களும் பஞ்சமருக்குள் தொண்ணூற்று சாதி விகற்பங்களும் உற்பத்தியாகின. இத்யாதி வேதங்களுக்கு காரணபூதராயிருந்தவர் ஆரியராய் இருந்த பிராமணரே" என்றும் எழுதிச் செல்கிறார். இதே காலகட்டத்தில் (1898) புராட்டஸ்டண்டு கிறித்தவத் தத்து வத்தை விளக்கும்வகையில் "இரட்சணிய சமய நிர்ணயம் அல்லது வஸ்து நிர்ணய பிரகரணம்" என்ற நூலை கிறித்தவக்கவிஞர் எச்.ஏ.கிருட்டிணப்பிள்ளை எழுதினார்.[4] இத்தத்துவ நூலில் பல இடங்களில் 'மகா ஞானியாகிய திருவள்ளுவர்', 'திருவள்ளுவர் என்னும் மகாஞானி', 'தமிழ்நாட்டுத் தீபம் போன்ற திருக்குறள்' என்று திருவள்ளுவரையும் திருக்குறளையும் பல இடங்களில் அங்கீகாரம் செய்கிறார். இதே கால எல்லையில்தான் இந்து கோட்பாட்டாளர்களால் நடத்தப்பட்ட திருவல்லிக்கேணி இந்து தியாலஜிகல் பள்ளித் தமிழாசிரியரும் வேதாந்தியுமான கோ.வடிவேலு செட்டியார் திருக்குறளுக்கு உரை எழுதுகிறார். ஆக, இருபதாம் நூற்றாண்டின் தொடக்கப்பகுதியில் திருக்குறள் சைவர்களாலும்கிறித்தவர்களாலும்தாழ்த்தப்பட்டவராலும்வேத ாந்திகளாலும் ஏற்றுக்கொள்ளப்பட்ட நூலாகக் காட்சியளித்தது. மறுபுறத்தில் அது வேதமரபுகளுக்கும் மனுநீதிக்கும் மாற்றான தாகவும் தமிழர்களின் சொந்த அடையாளங்களில் ஒன்றானதாகவும் காட்சியளித்தது.

1905க்கும் 1935க்கும் இடையில் தொடங்கப்பட்ட தமிழ் இதழ்களின் முகப்புக் குறிக்கோள்களாகத் திருக்குறள் பாடல்கள் அச்சிடப்பட்டுள்ளன.[5]

விவசாயத்தீபிகை (சுழன்றும் ஏர்ப்) 1905 டிசம்பர்
அறிவுவிளக்கம் (எப்பொருள்யார்) 1911 பிப்ரவரி
வித்தியாபாநு (கற்ககசடற) 1914
தமிழகம் (தவஞ்செய்வார்) 1915
தனவைசிய ஊழியன் (குடிசெய்வல்) 1920
குமரன் (கற்றதனால்)
நச்சினார்க்கினியன் (கற்ககசடற) 1923 அக்டோபர்
வைத்தியக்களஞ்சியம் (அன்பிலார்) 1923
அன்பானந்தன் (அன்பிலார்) 1923

மாருதி (தொட்டனைத்தூறும்) 1926 அக்டோபர்
வீரசைவம் (கற்கசடற) 1930 ஜனவரி
சன்மார்க்கன் (பெருமைக்கும்) 1933 நவம்பர், டிசம்பர்
தமிழர்நேசம் (தொட்டனைத்தூறும், மலர்மிசை) 1935 ஜனவரி
செல்வக்களஞ்சியம் (தொட்டனைத்தூறும், வெள்ளத்தனைய)

மேற்குறித்த வரலாற்றுப் போக்கினைச் சரியாக அவதானித்து கலாநிதி ந.சுப்பிரமணியன், கௌசல்யா சுப்பிரமணியன் ஆகியோர் கூறும் கருத்து இவ்விடத்துப் பொருத்தமாக உள்ளது. "கடந்த நூற்றாண்டின் பிற்பகுதியிலே தமிழரின் தனித்தன்மை வாய்ந்த பண்பாட்டுப் பாரம்பரியம் பற்றிய உணர்வு முளைவிட்டதைத் தொடர்ந்து, இந்த நூற்றாண்டில் குறள் மீது தனிக்கவனம் ஏற்படலாயிற்று. இந்து மதத்தின் தர்மசாத்திர சார்பான வர்ணாசிரம தர்மமுறைகளுக்குப் புறம்பான பண்பாட்டுத் தளத்தை நாடமுற்பட்டவர்களுக்குக் குறளின் பொதுமை அறம் தக்கதொரு மாற்றுத் தளமாகக் கவனத்தைப் பெற்றது. அக்காலம் வரை பல்வேறு சமயப் பிரிவினராலும் உரிமை கொண்டாடப்பட்டு வந்த அந்த நூலை அத்தகு நிலையினின்று வேறுபடுத்தி நோக்கி, தமிழரின் பொதுவான மறைநூலாகக் காணும் சிந்தனைகள் முளைவிட்டன."[6]

20ஆம் நூற்றாண்டில் தமிழர்களின் தாய்மொழி உணர்ச்சி விரைவாக வளர்வதற்கு எதிர்மறையான காரணிகள் சிலவும் தூண்டுகோலாக இருந்தன. அவற்றுள் சில:

1) சென்னைப் பல்கலைக்கழகத்தில் உள்நாட்டு மொழியாக மட்டுமே தமிழ் அங்கீகரிக்கப்பட்டிருந்தது. இடைநிலைப்பட்ட வகுப்பில் (F.A.) விருப்பப் பாடமாக மட்டுமே இருந்த தமிழையும் நீக்கிவிடும் முயற்சியும் சென்னைப் பல்கலை ஆட்சிப் பேரவையில் நடைபெற்றது.

2) 1915 முதல் 1930 வரை ஆந்திரப் பல்கலைக்கழகமும் மைசூர்ப் பல்கலைக்கழகமும் போலத் தமிழ்ப் பல்கலைக்கழகம் ஒன்று வேண்டுமெனத் தமிழறிஞர் சிலர் குரல் எழுப்பியபோது, அதற்கு உரிய மதிப்பு கிடைக்கவில்லை.

3) 1930களில் பிறந்த இந்தி எதிர்ப்பு உணர்ச்சி[7]

ஏறத்தாழ 40 ஆண்டுக்காலம் பெருகி வந்த தமிழுணர்ச்சி

சமய எல்லைகளை மீறித் திருக்குறளைத் தமிழர்களின் சுய அடையாளங்களில் ஒன்றாக ஆக்கிக்காட்டியது. குடிஅரசு 22.05.1938 இதழில் வெளியாகியுள்ள ஒரு கேலிச்சித்திரத்தில் கிரீடமணிந்து ஒரு கையில் தொல்காப்பியத்தையும் மற்றொரு கையில் திருக்குறளையும் வைத்துள்ள பெண்ணை ராஜாஜி கத்தியால் குத்தப்போகிறார். தலைப்பு "தமிழ்த்தாய் மீது ஆச்சாரியார் கத்திவீச்சு."[8]

ஒரு தேசிய இனமாகத் தம்மை அடையாளம் காணும் முயற்சியில் தமிழர்கள் இறங்கியபோது, வடமொழி வேதங்களை உயர்த்திப் பிடித்த பிராமணியத்திற்கு எதிராகத் திருக்குறளைத் தமிழ் வேதம் எனக்கருதினர். நாடெங்கும் வள்ளுவர் பெயராலும் திருக்குறளின் பெயராலும் மன்றங்கள் தோன்றின. 1927இல் தென்காசி திருவள்ளுவர் கழகம் தொடங்கப்பட்டது.

1935இல் சென்னையில் திருவள்ளுவர் திருநாட்கழகம் கட்சி, மத எல்லைகளைத் தாண்டித் தமிழர்கள் பலரால் தொடங்கப்பட்டது. இதன் சார்பில் 1935இல் மறைமலை அடிகள் தலைமையிலும் 1936இல் டாக்டர் உ.வே.சா. தலைமையிலும் 1937இல் பாகனேரியில் சிவக்கவிமணி சி.கே.சுப்பிரமணிய முதலியார் தலைமையிலும் மாநாடுகள் நடைபெற்றன.[9] 'தமிழ்நாடு தமிழர்க்கே' என்ற முழக்கத்தைப் பெரியார் முன்வைத்ததும் இந்தக்காலப் பகுதியிலேயாகும்.

1947இல் கல்வியமைச்சர் அவினாசிலிங்கம், பள்ளி வகுப்புகளில் திருக்குறளைக் கட்டாயமாகப் போதிக்கவேண்டும் என அறிவுறுத்தினார்.

கடந்த நூற்றாண்டின் நடுப்பகுதியில் சமூக நீதிக்கான தேட்டமாகப் பிறந்து பின்னர் தேசிய இன அடையாளம் தேடும் முயற்சியாக வளர்ந்து நின்ற தமிழ்ச்சமூகத்தின் சமூக, பண்பாட்டு, அரசியல் நிகழ்வுகளில் திருக்குறள் என்ற நூல் ஒரு தனியிடத்தைப் பெற்றிருந்தது. தாங்கள் கருதிய தம் மரபுகளைத் தமிழர்கள் இருபதாம் நூற்றாண்டில் மீட்டுருவாக்கம் செய்துகொள்ள திருக்குறள் உதவிய கதையும் இதுதான்.

அடிக்குறிப்புகள்

1. Eugene F is chick, Tamil Revivalism in The1930s, CreA, Madras, 1986, P.15.
2. இந்த அரிய நூலை எனக்குக்காட்டி உதவியர் பேரா. கி.முப்பால்மணி, கோவை.
3. விரிவான செய்திகளுக்குப் பார்க்க: தொ.பரமசிவன். இந்திய தேசியமும் திராவிட தேசியமும் உறவுகளும் முரண்களும் (கட்டுரை) கவிதாசரண், இதழ்கள் நவ.1997, மார்ச் - ஏப் 1998.
4. எச்.ஏ.கிருட்டிணப்பிள்ளை, இரட்சணிய சமயநிர்ணயம், இரண்டாம் பதிப்பு, தூத்துக்குடி, 1956 பக்.40, 128.
5. நூற்பட்டியல் உதவி: பேரா.வீ.கோபால், மதுரை.
6. கலாநிதி ந.சுப்பிரமணியன், கௌசல்யா சுப்பிரமணியன், இந்தியச் சிந்தனை மரபு, சவுத் ஏசியன்புக்ஸ், சென்னை, 1993, ப.178.
7. பார்க்க: K.Nambi Arooran, Tamil Renaissance and Dravidian Nationalism 1905-1944, Koodal Publish, Madurai, 1980.
8. எஸ்.வி.இராஜதுரை, வ.கீதா, பெரியார்: சுயமரியாதை சமதர்மம், விடியல் பதிப்பகம், கோவை. 1996. ப.652.
9. திருவள்ளுவர் திருநாள்மலர், கழகப்பதிப்பு, 1968, பக்.11,12

பாரதியும் சித்த மரபும்

தமிழ்ச் சித்தர்களின் மரபு, குறைந்தது பத்து நூற்றாண்டுப் பழமையினை உடையது. தமிழுக்குப் புதுநெறி காட்டிய புலவர் பாரதியும் இந்த மரபுக்கு விலக்காக இருக்கமுடியாது. வள்ளுவர், இளங்கோ, கம்பர், ஔவையார் எனத் தனது கவிதை முன்னோடிகளைக் கொண்டாடும் பாரதி,

'எனக்கு முன்னே சித்தர் பலர் இருந்தாரப்பா
யானும் வந்தேன் ஒரு சித்தன் இந்த நாட்டில்
மனத்தினிலே நின்றிதனை எழுது கின்றாள்
மனோன் மணியென் மாசக்தி வையத்தேவி'

என்றும் பாடுகிறார்.

சித்தர் என்று தன்னைச் சொல்லிக்கொண்ட உடனே, சித்தர்களின் சொற்கூட்டுகளில் ஒன்றான 'மனோன்மணி' என்ற சொல்லும் உடனடியாக பாரதி கவிதையில் வந்துவிழுகின்றது. பாரதி மீது பல்வேறு வகையான சிந்தனைத் தாக்கங்கள் உண்டு. இவையெல்லாவற்றிலிருந்தும் நீந்திக் கரையேறி ஒரு எல்லையினைத் தொடுவதற்கு பாரதியைக் காலம் அனுமதிக்கவில்லை. தன் வாழ்க்கையில் ஒரு கால்நூற்றாண்டுக் காலம் மட்டுமே பல்வேறு வகையான சித்தாந்தங்களில் ஒட்டியும் மோதியும் தன் கருத்துலகத்தைப் படைத்துக்கொள்கிறார் பாரதி.

அத்வைத சித்தாந்தத்தைக் கொண்டாடும் ஸ்மார்த்தப் பிராமண வகுப்பில் பிறப்பு, சிவபூசனை செய்யும் தாய்வழிப் பாட்டனார், எந்திர நாகரிகத்தின்மீது நாட்டமுடைய தந்தை, சிற்றின்பக் கவிதைகள் பெருக்கெடுத்த அரண்மனைத் தொடர்பு, வேதத்தின் பெருமையினை உணர்த்தும் காசிநகரத்துக் கல்வி, நாட்டு விடுதலைக்குப் பவானி பூசையைக் கருவியாகக் கொண்ட திலகரின் ஆளுமை, மண்டையம் சீனிவாச ஆச்சாரியார் என்னும் பழுத்த வைணவக் குடும்பத்துடன் அரசியல், கல்வித்தொடர்பு, வேதாந்தியான அரவிந்தரின் நட்பு - இவையெல்லாம் பாரதியின் ஆன்மீக உலகத்தைப் பலமுறை தடம்மாற்றிக் காட்டியிருக்கின்றன. இந்த நிகழ்வுகளோடு புதுச்சேரி நகரக் குள்ளச்சாமி,

யாழ்ப்பாணத்துக் கோவிந்தசாமி, குவளைக் கண்ணன் ஆகிய மெய்ஞானத் தேட்டமுடைய சிலரின் தொடர்புகள் ஆகியவை அனைத்தும் கலந்த கலவையே பாரதியின் ஆன்மிகச் சிந்தனைகளாகும்.

பாரதியை நேரில் அறிந்தவரான ஏ.வி.சுப்பிரமணிய ஐயர், திருநெல்வேலி மேலரத வீதியில் பாரதி தன்னுடைய நண்பர்கள் சிலருக்குச் சாகாவரம் பெற்றுவிடலாம் என்ற தத்துவத்தை உபதேசித்த தகவலைச் சொல்லி, "பாரதியார் தமிழ்நாட்டுச் சித்தர் பரம்பரையைச் சேர்ந்து ஜீவன் முக்தர் நிலையினை அடைய முயன்றிருக்கலாம்" என்று கருதுகிறார். "அவருடைய விசித்திரமான நடை, உடை, பாவனை, வாழ்க்கை முறை, அசாதாரணமான மனப்போக்கு, பௌதீக மனப்பான்மையை அறவே வெறுத்த நிலை, பணத்தையும்பௌருஷத்தையும் துச்சமாகக் கருதிய பாங்கு ஆகியவற்றை நோக்கினால் இந்தக்கருத்து வலுப்பெறுகிறது" என்றும் பாரதியின் ஆளுமையினை அவர் விளக்குகிறார். தமிழ்ச் சித்தர் நெறியின் வரலாற்றினை எழுதிய ஆர்.வெங்கட்ராமன், "பாரதி தன்னைச் சித்தர் என்று அழைத்துக்கொண்டார். அவரது சில கவிதைகளில் உருவமும் மொழிநடையும் மட்டுமன்றி, அவருடைய படிமங்களும் உள்ளடக்கங்களும் சித்தர் பாடல் களின்று பெறப்பெற்றவை" என்கிறார். ஆர்.வெங்கட்ராமன் கருத்தை முழுமையாக நம்மால் மறுக்கவியலாது.

பச்சை முந்திரித் தேம்பழங் கொன்று
பாட்டுப் பாடிநற் சாறு பிழிந்தே
இச்சை தீர மதுவடித் துண்போம்.

என்பது போன்ற படிமங்கள் பாரதியின் பல பாடல்களில் காணப் படுகின்றன என்பது உண்மையே.

இருப்பினும் பாரதியின் ஆன்மீக நிலைபாட்டை வரையறுப் பதில் பல கருத்து மாறுதல்கள் ஏற்படுகின்றன. குடிப்பிறப்புக் காரணமாகவோ அல்லது வேறு காரணமாகவோ பாரதியினை, 'அத்வைதி'என்று காட்டச் சிலர் முற்படுகின்றனர். தி.சா.ராஜு போன்றோர், பாரதி ஆரிய சமாஜக் கருத்தியல் தாக்கம் பெற்றவர் என்னும் கருத்தையும் மறுத்து,"பாரதியிடம் பிரம்ம சமாஜத்தின் செல்வாக்கே அதிகமாகயிருந்தது. அவர் சீர்திருத்தப் போக்கை வலியுறுத்திய பிரம்ம சமாஜத்தையே பெரிதும் போற்றியிருப்பார்

என்று கருதத் தோன்றும். ஆயினும் நுணுகி நோக்கின் பாரதி ஆரிய சமாஜத்தின் செல்வாக்கிற்கு ஆளாகி இருந்தார் என்பது புலனாகும்” என்கிறார் க.கைலாசபதி.

தமிழ்நாட்டுச் சித்தர் நெறியில் பலவகைப்பாடுகள் உண்டு. சீர்திருத்தவாதிகள், கலகக் குரல் எழுப்பியோர், யோக நிலையில் இருந்தவர்கள், மருத்துவர்கள், ரசவாதிகள், இவர்களில் எதுவு மற்றோர் என அவர்களைப் பலவகையாகப் பிரிக்கலாம். தத்துவ ரீதியாக காபாலிகம், பௌத்த தாந்திரீகம், நாதசித்த வழிபாட்டு நெறி ஆகியவற்றின் கலவையாகத் தமிழ்நாட்டுச் சித்தர் மரபினைக் காணுகின்றார் ஆர்.வெங்கட்ராமன். நாதசித்த மரபினரில், மச்சேந்திர நாதர் அவரது மாணவரான கோரக்க நாதர் ஆகிய இருவரும் குறிப்பிட்டுப் பேசப்பட வேண்டியவர்கள். மச்சேந்திர நாதர் ‘வரம்பற்றகாமம்’ (Sexual Laxity) என்னும் கோட்பாட்டினை முன்வைத்தவர் ஆவார். ‘மகாசுகம்’என்பது ஒரு உயர்வான நெறி என்ற கோட்பாட்டினை உடையவர். ஆனால் அவர் மாணவர் கோரக்கநாதர் இதனைக் கடுமையாக எதிர்த்துத் துறவு நெறியினை முன்னிறுத்தினார்.

‘மகாசுகம்’பற்றிய பாரதியின் சில கவிதைகள் ஆழ்ந்த சிந்தனைக்குரியவை.

“காதலினால் மானிடர்க்குக் கலவி உண்டாம்
காதலினால் மானிடர்க்குக் கவலை தீரும்
ஆதலினால் காதல் செய்வீர் உலகத்தீரே”

“வட்டங்கள் இட்டும் குளமகலாத
மணிப்பெரும் தெப்பத்தைப்போலே
விட்டுவிட்டுப் பல லீலைகள் செய்து- நின்
மேனிதனை விடலின்றியே
எட்டுத் திசையும் ஒளிர்ந்திடும் காலை
இரவியைப் போன்ற முகத்தாய் - முத்தம்
இட்டுப் பல முத்தம் இட்டு பலமுத்தம்
இட்டுனைச் சேர்ந்திட வந்தேன்
கூடிப் பிரியாமலே - ஒரி ராவெலாம்
கொஞ்சிக் குலவி யங்கே
ஆடி விளை யாடியே - உன்றன் மேனியை

ஆயிரங் கோடி முறை
நாடித் தழுவி மனக் குறை தீர்ந்து நான்
நல்ல களி யெய்தியே”

என்பன போன்ற பாடல்கள் எல்லாம் மச்சேந்திரநாதரின் சித்த நெறிக்குச் ‘சில கணங்களேனும்’பாரதி ஆட்பட்டிருந்ததைக் காட்டு கின்றன. கோரக்க சித்தர் காயசித்திபற்றிப் பேசியவர். பாரதி இந்த நெறியிலும் தன்னுடைய பார்வையைச் செலுத்துகின்றார். காயசித்திபற்றிப் பேசியவர்கள் ரசவாதத்திலும் ஈடுபாடு கொண்டிருந்தனர். பாரதி, ‘யோகசித்தி’என்ற பாடலில்,

“தோளை வலியுடைய தாக்கி -உடற்
சோர்வும் பிணிபலவும் போக்கி - அரி
வாளைக் கொண்டு பிளந் தாலும் கட்டு
மாறா வுடலுறுதி தந்து - சுடர்
நாளைக் கண்டதோர் மலர்போல் - ஒளி
நண்ணித் திகழுமுகம் தந்து - மத
வேளை வெல்லும்முறை கூறித் தவ
மேன்மை கொடுத்தருளல் வேண்டும்”

என்கிறார்.

இந்தக் காயசித்திக் கோட்பாட்டின் வழியாக, மதவேளை வெல்லும் முறையினை மட்டுமல்ல;காலனை வெல்லும் முறையினையும் அவர் யாசிக்கிறார்.

“காலா, உனை நான் சிறுபுல்லென மதிக்கிறேன் - என்றன்
காலருகே வாடா, சற்றே உனை மிதிக்கிறேன்”

என்றும்,

“பார் மீதில் நான் சாகாது இருப்பேன் கண்டீர்”

என்றும் பேசுகின்ற பாரதி, பகவத்கீதை மொழிபெயர்ப்பு நூலில்,

“சாகாதிருத்தல் - மண்மீதில் மாளாமல் மார்க்கண்டேயன்
போல வாழ்தல் - இதுவே கீதையின் ரசம்”

என்று விளக்கம் தருகிறார். Occultism என்னும் சித்து நெறியின் மீது பாரதிக்கு இருந்த ஈடுபாட்டினை,

"கல்லை வயிரமணி யாக்கல் - செம்பைக்
கட்டித் தங்கமெனச் செய்தல் - வெறும்
புல்லை நெல்லெனப்புரிதல் - பன்றிப்
போத்தைச் சிங்கஏ றாக்கல் -மண்ணை
வெல்லத் தினிப்புவரச் செய்தல்"

ஆகிய சக்திகளைப் பெற அவர் வேண்டுவதிலிருந்து அறிய முடிகிறது.

ஆனாலும் பாரதியினை, 'அத்வைதி' என்றோசித்தர் மரபில் முழுமையாகக் கால் ஊன்றியவர் என்றோ சொல்ல முடியாது. மாயை குறித்த தனது சொந்தக் கருத்தைப் பாரதி, பதஞ்சலி யோகசூத்திர விளக்கத்தில் இன்னும் தெளிவாகக் கூறுகிறார்.

"மாயையாவது யாதெனில் ஸர்வ மங்களமாகிய ஜகத்தில் ஜீவன் தன் கற்பனாசக்தியால் ஏற்படுத்திக்கொள்ளும் தீமை. இது பூர்வத்தில் சங்கராச்சாரியார் சொன்ன லட்சணத்துக்கு பேசப் பட்டது. மாயை தவிர ஜகத்தேயல்ல என்று சங்கராச்சாரியார் சொன்னார். ஸர்வ மங்களகரமான ஜகத்தில் ஜீவன் கற்பனையில் செய்துகொள்ளும் தீமையே மாயையென்று நாம் சொல்லுகிறோம்."

இந்த விளக்கத்திற்குப் பிறகு பாரதியினை, 'அத்வைதி' என்று கூறுவது நியாயமில்லை.

"நாட்டு மக்கள் பிணியும் வறுமையும்
நையப்பாடு என்று ஒருதெய்வம் கூறுமே"

என்ற பாரதியின் ஆன்மீகம் தற்சார்பானது அல்ல; சமூக விடுதலைக் கானதாகும். பாரதிக்கு வேதாந்தச் சார்பு இருந்தது உண்மையே. வேதங்களைப் பற்றியும் உபநிடதங்களைப் பற்றியும் பாரதிக்கு உயர்வான எண்ணம் இருந்ததும் உண்மையே. ஆனாலும் பக்தி இயக்கத்தின் பாதிப்பே பாரதியிடம் மிகுதியாக இருந்தது. சித்த நெறியில் காயசித்தி வேண்டுகின்ற பாடலிலும் கூட,

"விந்தை தோன்றிட இந்நாட்டை - நான்
தொல்லை தீர்த்துயர்வு கல்வி - வெற்றி
சூழும் வீரமறி வாண்மை.
கூடுந் திரவியத்தின் குவைகள் - திறல்
கொள்ளுங் கோடிவகைத் தொழில்கள் - இவை

நாடும் படிக்குவினை செய்து - இந்த
நாட்டோர் கீர்த்தியெங்கு மோங்கக்-கலி
சாடுந் திறனெனக்குத் தருவாய்"

என்றே முடிக்கின்றார்.

பாரதியின் ஆன்மீகம் மக்கள்திரள் சார்ந்ததாக அமைந்தது. எனவே அது தனக்கு மட்டும் ஆன்ம விடுதலை தேடும் வேதாந்த மாக மாறவில்லை. சித்தர் மரபின்பால் அவருக்கு ஏற்பட்ட கவர்ச்சியும்கூடத் தன்முனைப்பானதல்ல.

"சுற்றி நில்லாதே போ பகையே
துள்ளி வருகுது வேல்"

என்றும்,

"அச்சமில்லை அழுங்குத லில்லை
நடுங்குத லில்லை நாணுத லில்லை"

என்றும், துணிந்து செயல்திறம் வேண்டி நின்ற கவிஞன் உணர்ச்சி பூர்வமான பக்தி மார்க்கத்தைத் தழுவி நின்றதில் வியப்பெதுவு மில்லை" என்று விளக்குகிறார் க.கைலாசபதி. சித்த நெறிக்குள்ளாகப் பாரதியின் பயணம் சிறிதுகாலம் நடைபெற்றது என்பதில் ஐயமில்லை. ஆனால் அவரது இலக்கு இன்னும் நெடுந்தொலைவில் இருந்தது.

பாரதிதாசனின் மொழியுணர்ச்சி

ஒலி, ஒளி, வண்ணம் என்று ஊடகம் எதுவானாலும், ஒரு படைப்புக் கலைஞன் தன்காலத்தின் முத்திரையினைச் சுவடு தெரியாமல் ஆக்கிவிட்டுத் தன் படைப்பினை ஆக்க முடியாது. காலம் என்பது பெரு வெள்ளத்தைப்போல ஆழமாகவும் வலிமை யாகவும் தொடர்ந்து சமூக அசைவு இயக்கங்களைச் சுமந்து செல்வதாகும். எனவே அரசியல், சமூகம், கலை என, துறைகள் எதுவாயினும் மிகப்பெரிய ஆளுமையுடைய ஒரு கலைஞன் உருவாகும் முன்னர் அகநிலையாகவும் புறநிலையாகவும் அவ்உருவாக்கத்தில் பங்குபெறுவது அவன் சார்ந்த காலமாகும்.

பாரதிதாசன் என்ற பெருங்கவிஞனின் உருவாக்கத்தில், வள்ளலாருக்கும் பாரதிக்கும் ஒரு பங்கு இருந்ததை மறுக்க முடியாது. யாப்பிலக்கணத்தை ஒரு அவலமாக மாற்றிய பதினெட்டு, பத்தொன்பதாம் நூற்றாண்டுக் கவிராயர்களிடமிருந்து, எளிய சொற்களில் அமைந்ததாக கவிதையை மீட்டெடுத்துக் கொடுத்ததில் வள்ளலாரும்பாரதியும் பாரதிதாசனால் நினைக்கப்பட வேண்டி யவர்களாயினர். அதுபோலவே, பாரதிதாசன் என்ற கவிஞனின் கருத்தியல் தளத்தை இருபதாம் நூற்றாண்டின் முதற்பகுதியில் ஆக்கிக் கொடுத்தவர்கள் பலராவர். கவிதை, சமூகம், இதழியல், பெண் விடுதலை, அரசியல் எனப் பாரதிதாசனின் இயங்குதளங்கள் பலவாக இருந்தன. இவையெல்லாத் தளத்திலும் நிகழ்ந்த, நடந்தேறிய, புது முயற்சிகளும் நிகழ்வுகளும் பாரதிதாசனின் மொழிபற்றிய பார்வையினை எவ்வாறு வடிவமைத்தன என்பதே நம்முன்னுள்ள கேள்வியாகும்.

கவிஞன் என்ற முறையில், பாரதிதாசனை மூன்று காலப் பகுதியைச் சேர்ந்தவராகவே நம்மால் பார்க்க முடிகிறது. முதலாவது, சுப்பிரமணியர் துதியமுதும் கதர்ராட்டினப் பாட்டும் எழுதிய பாரதிதாசன். 1933இல் பெரியார் கூட்டிய நாத்திகர் மாநாட்டில் கலந்துகொள்ளும் வரை, அதாவது பாரதி மறைந்து பதின்மூன்று ஆண்டுகள் வரை பாரதிதாசனின் இயங்குதளம் வேறாக இருந்தது. 'பிராமணரல்லாதார் என்று ஒரு சாதியே கிடையாது. இதன் (திராவிட இயக்கத்தின்) ஆரம்பமே பொய்'என்று எழுதிய

பாரதியாரின் பாதிப்பு பாரதிதாசனின் மீது பதிந்திருந்தது இதற்குக் காரணமாக இருக்கலாம். 1925இல் சேரன்மகாதேவிகுருகுலச் சிக்கலில், வ.வே.சு. ஐயருடன் பெரியார் ஒரு பெரிய போராட்டத்தையே நடத்தினார். அதே ஆண்டில், அந்த முரண்பாடு தீரும் முன்னர் வ.வே.சு. ஐயர் மறைந்தார். வ.வே.சு.ஐயர் மறைந்த பொழுது, 'தேச சேவகன்'இதழில் அவருக்கு ஒரு இரங்கற் கவிதை எழுதிய பாரதிதாசன், பின்னாளில்வ.வே.சு. ஐயரின் குருகுலத்தைத் தாக்கியும் கவிதை எழுதினார் என்பதை நினைவில் கொள்ள வேண்டும். தமிழ்த் தேசியம் ஒரு பெரும் புயலாக உருவெடுத்த முப்பதுகளிலும் நாற்பதுகளிலும் பாரதிதாசனின் கவிதை இரண்டாவது காலப்பகுதிக்கு வருகின்றது.

பாரதிதாசனின் மூன்றாம், நான்காம் கவிதைத் தொகுதிகள் ஐம்பதுகளில் வெளிவந்தாலும் நாற்பத்தொன்பதிற்குப் பின்னான பாரதிதாசன், தமிழையும் இசையினையும் போற்றிய 'குமரகுருபரராகவே' வாழ்ந்து மறைந்தார். பாரதிதாசனின் மொழிபற்றிய பார்வைகள் 1928க்கும் 49க்கும் இடைப்பட்டவையே என அறுதியிடலாம். எனவே, 1928க்கு முன்னர் மொழித் தளத்திலும் சமூகத் தளத்திலும் நடந்தேறிய நிகழ்வுகளை முதலில் தொகுத்துக் காணலாம்.

தமிழ் என்ற சொல் பாரதிதாசனைப் பொருத்தவரை ஒரு மந்திரச் சொல்லாகும். அவருக்கு உணவும் உடையும் உயிர்மூச்சும் அதுதான். தமிழ் அவருக்குக் காதலி, மனைவி, தாய்; ஏன்? "துய்யநற்றமிழ்ச் சாராயம்" என்றுகூடச் சொல்வார். தமிழ் அவருக்கு 'உயிருக்கு நேர்; சுடர் தந்த தேன், மண்ணுலகில் அறங்காக்கும் தமிழ்'. சுருக்கமாகச் சொல்வதானால், அது எங்கணும் நிறைந்த தெய்வதம்.

பாரதிதாசனின் மொழி உணர்ச்சியினை இயல்பு நிலை, எதிர் நிலை என்ற இரண்டு வகையாகப் பார்க்கலாம். எதிர்நிலையாகப் பிறந்த அவரது தமிழ் உணர்ச்சிக்குக் குமரகுருபரர், தமிழ் விடு தூது நூலாசிரியர் ஆகியோர் வழிகாட்டியாவர். சமூக அரசியல் தளத்தில், நேரிடையாக வடமொழி எதிர்ப்பு என்பது மனோன்மணியம் சுந்தரம்பிள்ளை தொடங்கி மறைமலையடிகள் எனத் தொடர்ந்தது. இவை அனைத்தும் சமூகத்தின் மேல்தளத்தில் இருந்து பிறந்த எதிர்ப்பலைகளாகும்.

இருபதாம் நூற்றாண்டின் தொடக்கம் முதலாக, தமிழ் நூல் வெளியீடுகளும் இதழியல் முயற்சிகளும் சிறு வெளியீடுகள் என்ற எல்லையினைத் தாண்டி விரைவாக நடந்தேறின. அச்சு ஊடகத்தின் வழியாகப் புதிய தமிழ் அறிவுலகம் ஒன்று உருவாகத் தொடங்கியது. 1917இல் திரு.வி.க.வின் 'தேச பக்தன்' இதழும் ஜனக சங்கர கண்ணப்பரின் 'திராவிடன்' இதழும் தொடங்கிய பொழுது, இந்த அறிவுலகம் சனநாயகப்படத் தொடங்கியது. சமூகத்தின் பெருந்திரளான சாதி மக்களின் குரல்கள் எழுத்துலகில் புகுந்தபொழுது, மொழி பற்றிய சமூகத்தின் பார்வை துலக்கம் பெற்றது. 1920க்கு முன்னர் தமிழ் என்னும் சொல்லைக் கொண்ட இதழ்கள் பல. செந்தமிழ் (1902), தமிழகம் (தஞ்சாவூர் - உலக நாதம் பிள்ளை தொடங்கியது - 1904) 'தமிழகம்' (தஞ்சாவூர், டி. ராஜமையங்கார், சி.எஸ்.முத்துசாமி ஐயர் தொடங்கியது - 1905), 'தமிழ் மாது (1906), ஒரு பைசாத் தமிழன் (1907), 'தமிழ் நாஷனல் பத்திரிக்கை' (1907), 'செந்தமிழ்ச் செல்வி' (1909), 'செந்தமிழ்ச் செல்வம்' (1911), 'தமிழ்' (1911), 'தமிழன்' (1912), 'தமிழ்க் களஞ்சியம்' (1917), 'தமிழர் நேசன்' (சென்னை, எ. ரெங்கசாமி ஐயங்கார் வெளி யிட்டது 1917), 'தமிழர் நேசன்' (1917), (சென்னை, அ.மாதவையா, பெ.நா. அப்புசாமி ஆகியோரால் தமிழர் சங்கத்தின் வெளியீடாக வந்தது, 'தமிழ் மகவு' (1917), 'தமிழ்ச் சபைத் தீபிகை' (1918), (சென்னை ரெவ. சிபி.ஞானமணி நடத்தியது), தமிழ்ச் சபைத் தீபிகை' (1918), (திருச்சி, சகோ. எஸ்.கே.தேவ சிகாமணி நடத்தியது)', தமிழ்க் கழகப் பத்திரிக்கை' (1919), பி. வரதராஜுலு நாயுடு நடத்திய 'தமிழ் நாடு' (1920) ஆகிய இருபத்தோர் இதழ்கள் இவ்வரிசையில் அடங்கும். 1920களின் தொடக்கம் முதலாக திராவிட இயக்கத்தின் பாதிப்பு மொழி பற்றிய சிந்தனைகளின்மேல் விழத் தொடங்கியது. 1920இல் பெரியார் வடார்க்காடு மாவட்டம் திருப்பத்தூர் காங்கிரசு மாநாட்டில் இராமாயணத்தையும் மகாபாரதத்தையும் 'புழுத்த வேதம்'என்று ஏசி, தீயிட்டுக் கொளுத்த வேண்டும் என்று பேசி அரசியல் தளத்தில் அதிர்ச்சி அலைகளை உண்டாக்கினார்.

அதே ஆண்டில் ஆதிதிராவிட மக்கள் மட்டும் வாக்களித்து ஆதிதிராவிடர் பிரதிநிதிகளைத் தேர்ந்தெடுக்க வேண்டும் என்று 'திராவிடன்' இதழ் எழுதி சமூகத்தளத்தில் அதிர்ச்சி அலைகளை உருவாக்கியது. 1922இல் பே_விட் என்பவர் 'ஜாதி பேதமற்றோன்' என்றோர் இதழைத் தொடங்கி நடத்தியிருக்கிறார். 16.12.1921இல்

சென்னை அரசாங்கம் அரசுப் பணியில் வகுப்புவாரி ஒதுக்கீடு குறித்த தனது முதல் ஆணையை வெளியிட்டது.

1924இல் தமிழகத்தின் தென் பகுதியில் ஒரு தமிழ்ப் பல்கலைக் கழகம் தொடங்க வேண்டும் என்ற குரல் தமிழ் அறிஞர்களிடம் எழுந்தது. ஜே.என்.இராமநாதன் 'தமிழ்ப் பல்கலைக் கழகம்'என்ற பெயரிலே ஒரு பதிப்பகம் தொடங்கினார். 'தமிழ் மொழிக்கென ஒரு பல்கலைக்கழகம் அமைவது குறுகிய பார்வை' என்று இந்து நாளிதழ் தலையங்கம் ஒன்று எழுதியது. அதே நேரத்தில் 'இந்துஸ்தானி இந்தியாவின் பொது மொழி ஆக வேண்டும்' என்று காந்தியடிகள் வெளியிட்ட கருத்தை மறுத்துப் பெரியார் ஒரு தலையங்கம் எழுதினார். இந்தி மொழி பற்றிய முதல் எதிர்ப்புக் குரல் தமிழகத்தில் இதுவாகவே இருந்தது. இந்தி எதிர்ப்புணர்ச்சி என்பது இதற்கு ஏழு எட்டு ஆண்டுகளுக்குப் பிறகே தமிழறிஞர் களைப் பற்றிக்கொண்டது. இடைக்காலத்தில் இந்தி எதிர்ப்புக் கட்டுரைகளை சிங்காரவேலரும் மயிலை சீனி. வேங்கடசாமியும்அ. ராகவனும் எழுதிக்கொண்டிருந்தனர்.

1925இல் மதுரையிலிருந்து 'ஸ்ரீவைஷ்ணவன்' என்ற இதழ் வெளியிடப்பட, அதற்குப் போட்டியாக, பார்ப்பனரல்லாதார் என்ற உணர்ச்சியோடு, சேலம் செவ்வாய்ப்பேட்டையிலிருந்து 'சாத்தாத ஸ்ரீவைஷ்ணவன்' என்ற இதழ் ஒன்றும் 'ஸ்ரீவைஷ்ணவன்' என்ற பெயரில் மற்றொன்று திருநெல்வேலியிலிருந்தும் வெளிவந்தன. 1923இல் பொதுவுடைமைக் கருத்துக்களைத் தாங்கி 'சுதர்மா'என்ற ஒரு இதழும் வெளிவந்திருக்கிறது.

பாரதிதாசனின் முதல் கவிதைத் தொகுதி 1935இல் பெரியாரின் முன்னுரையுடன் குஞ்சிதம் குருசாமியால் வெளியிடப்பெற்றது. இத்தொகுதியில் தமிழுணர்ச்சிப் பாடல்கள் ஒரு கூறாக அடுக்கப் பட்டிருந்தன. இத்தொகுதிப் பாடல்களில் இந்தி எதிர்ப்புணர்ச்சி இல்லை என்பதும் இவற்றில் வடசொற்கள் மிகுதியும் இடம் பெற்றிருந்ததும் (சபாஷ், கரகோசம்) கூர்மையான அவதானிப்பிற் குரியன. எனவே, இப்பாடல்கள் பெரும்பாலும் 1930க்கு முன்னர் பிறந்தவையாக இருக்க வேண்டும். (1930களில் உருவான தமிழ்த் தேசிய உணர்ச்சியினை விளக்கி யூசின் இர்சிக் தனி ஒரு நூலே எழுதியுள்ளார்.)

முப்பதுகளின் தொடக்கம் முதலாக இந்தி எதிர்ப்புக் கட்டுரைகள் பெரியாரின் குடி அரசில் தொடர்ந்து வெளிவந்தன. அ.இராகவன் 'தமிழ்ப் பண்டிதர்களே இன்னும் தூக்கமா?'என்று கேட்டு, 'தமிழ் மொழியின் மேன்மை பற்றி 50 பக்கத்தில் புத்தகம் போட்டு 2 ரூபாய்க்கு விற்கும்' தமிழ்ப் புலவர்களைச் சாடிவிட்டு, இந்தி எதிர்ப்புக் கிளர்ச்சிக்கு "அடிகளும்முதலியாரும் பிள்ளையும் நாட்டாரும் முன்வரப் போகிறார்களா இல்லையா?" என்று கேள்வியெழுப்பினார்.

('இந்தியும் காந்தியும்', 'தமிழ்ப் புலவர்களே இன்னும் தூக்கமா?' குடி அரசு 1931 ஜூலை 26).

1937 இந்தி எதிர்ப்புப் போராட்டத்தின்போது மொழியுணர்ச்சியின் வெப்பம் கொதிநிலையை எட்டியது. தமிழ் உணர்ச்சியும் இந்தி எதிர்ப்பும் நாணயத்தின் இரு பக்கங்களாயின. பாரதிதாசனின் 2ஆம் தொகுதியிலுள்ள 'திராவிடம்' என்ற கருத்தாக்கத்தினை முன்னிறுத்திய பாடல்களும் 'தமிழியக்கம்' என்ற சிறுநூலும் இந்தக் கொதிநிலையின் வெளிப்பாடுகளாகும். மொழி விடுதலையைச் சமூக விடுதலையின் ஒரு கூறாக முன் வைத்தார் பெரியார். கல்யாணம், தாரா முகூர்த்தம், கன்னிகாதானம் ஆகிய எதிர்நிலைச் சொற்களை எடுத்துக்காட்டி, கருத்தியல் அடிமைத்தனத்திற்கும் விடுதலைக்கும் சொற்களும் மொழியும் ஊடகமாக அமைவதனை அவர் விளக்கிக் காட்டினார்.

பாரதிதாசனின் மொழி பற்றிய பார்வை இந்தச் சமூக விடுதலைக் களத்திலேயே காலூன்றி நின்றது. 'பண் நிகர் தெலுங்கு கண்டை நிகர் கன்னடம்' என்று பாடுகின்ற பாரதிதாசன், 'தெலுங்கினிலே பாடிடுமோர் தமிழன் செய்கை தேனென்றா நினைக்கின்றார் தமிழகத்தார்' என்று எதிர்க் கேள்வியும் எழுப்புகின்றார். இராமாயணத்தைக் கொளுத்த வேண்டும் என்ற பெரியாரின் அருகினில் இருந்துகொண்டே, கம்பராமாயணத்தில் 'கைவைத்த' டி.கே.சி.யைக் கண்டிக்கவும் செய்கிறார்.

'காலே அரைக்கால் கம்பராமாயணம்' என்று அடங்காத சினத்தோடு டி.கே.சி.யைக் கேலி செய்கிறார். "எனக்கில்லை கடவுள் கவலை" என்று பாடியவரும் பாரதிதாசன்தான். குமரகுருபரரின் தமிழ்ப்பாட்டுக்கு மீனாட்சி அம்மை முத்துமாலை பரிசளித்தாள்

என்ற கதையினை ஏற்றுக்கொண்டு அவளைத் 'தொழும் சீமாட்டி' என்று பாடவும் அவரால்தான் முடிந்தது.

பாரதிதாசனின் மொழியுணர்ச்சி காற்றிலே வேர் கொண்டதன்று. சமூக விடுதலை என்ற விரிந்த தளத்திலே அது வேர் கொண்டது. தன் கவிதையில் இரண்டு இடங்களில் மொழி விடுதலையையும் சமூக விடுதலையையும் ஒன்றாகப் பார்க்கிறார் அவர்.

'சாதி களைந்திடல் ஒன்று - நல்ல
தண்டமிழ் வளர்த்தல் மற்றொன்று'
'சாதி களைந்திட்ட ஏரி-நல்ல
தண்டமிழ் நீரினை ஏற்கும்'

என்ற பாடலடிகள் மொழி விடுதலை என்பது சமூக விடுதலையின் ஒரு பகுதி என்ற பார்வை அவருக்கு இருந்ததனைத் தெளிவுபடுத்து கின்றன. இந்த சமூக விடுதலைத் தளத்தினை, அவர் சார்ந்திருந்த திராவிட இயக்கம், அவர் கவிஞராக மலர்வதற்கு முன்னரே உருவாக்கி வைத்திருந்தது. பாரதிதாசன் தன் கவிதையில் உருவாக்கிய 'மொழி உணர்ச்சி அலைகள்' அவர் சார்ந்திருந்த இயக்கத்திற்கே உரிமையானவை. திராவிட இயக்கம் 20களில் உருவாக்கிய தமிழ் அறிவுலகத்தின் சங்கொலியாகவே அவர் பாடல்கள் அமைந்தன என்பதே வரலாற்று உண்மையாகும்.

ஒரு தேசிய இனம் காலத் தேவை கருதித் தன்னை அடையாளப் படுத்திக்கொள்ளும்போது மொழியே அங்கு முதன்மை பெறுகிறது. மரபுவழிச் சமூக ஆதிக்க சக்திகள் புதிதாக உருவாகி வந்த அரசியல் அதிகாரத்தைக் கைப்பற்ற முனைந்தபோது, திராவிட இயக்கம் அதற்கு எதிர்முகம் காட்டியது. உருவாகி வரும் புதிய அரசியல் அதிகாரத்தை தமிழ்த் தேசிய இனம் கைப்பற்ற முனைந்தபோது, அதன் செயல்பாடுகள் மொழி என்னும் தளத்தில்தான் அழுத்தமாகக் காலூன்றின. அந்தத் தளத்தில் திராவிட இயக்கத்தின் பணியினை ஏற்று வலிமையாகச் செய்து காட்டியவர் பாரதிதாசனாவார்.

கா.சு. பிள்ளை

காந்திமதிநாதன் சுப்பிரமணியன் என்ற இயற்பெயருடன் கா.சு.பிள்ளை, எம்.எல். பிள்ளை, 'தமிழ்க்காசு' என்று பல பெயர்களால் அறியப்பட்ட பேராசிரியர் கா.சு. திருநெல்வேலியில் பிறந்தவர். தமிழ், ஆங்கில இலக்கியப் பட்டங்களுடன் சட்டமும் பயின்று சென்னை சட்டக் கல்லூரியில் பேராசிரியராகப் பணி யாற்றியவர். தான் எழுதிய 'குற்றவியலின் அடிப்படைகள்' என்னும் ஆங்கில நூலுக்காக 1920இல் 'தாகூர் சட்டப் பரிசினை' வென்றவர். சென்னையில் சட்டப் பேராசிரியராகவும் பின்னர் அண்ணாமலைப் பல்கலைக்கழகத்தில் தமிழ்ப் பேராசிரியராகவும் பணியாற்றியவர். ஒருமுறை நெல்லை நகர்மன்ற உறுப்பினராகத் தேர்ந்தெடுக்கப்பட்டுப் பணியாற்றியவர். 'மணிமாலை' என்னும் ஓர் இதழை நடத்தியவர். 'சைவ சித்தாந்தம்', 'சைவக் குரவர் வரலாறு', 'தொல்காப்பிய ஆய்வு', 'தேவார ஆய்வு', 'சங்க இலக்கிய ஆய்வு', 'மருத்துவ நூல் ஆக்கம்' என்று பல துறைகளிலும் எழுதிக் குவித்தவர். ஆனாலும் தமிழர்களால் மறக்கப்பட்ட நல்லறிஞர்.

இருபதாம் நூற்றாண்டின் முதல் ஐம்பது ஆண்டுகள் தமிழ்ச் சமூகத்தில், முன்னெப்போதும் இல்லாத வகையில் பல்வேறு அரசியல், சமூக நிகழ்வுகள் அரங்கேறிய காலம் ஆகும். மொழி, அரசியல், சமூகம், சமயம், எழுத்து முயற்சிகள் என எல்லாத் தளங்களிலும் நேர் எதிரான மாற்றங்களைத் தமிழ்ச் சமூகம் கண்டிருந்த காலமது. இந்த மாற்றங்களில் சில இன்னும் முழுமை யடையவில்லை. எல்லாச் சமயங்களுக்கும் ஒரு நுண்ணரசியல் தளம் உண்டு. இந்த நுண்ணரசியல் பத்தொன்பதாம் நூற்றாண்டின் இறுதிப்பகுதியில், வெளிப்படையான அரசியல் தளமாக வடிவெடுத்தது. இந்தக் காலத்தில் பல்வேறு சமயங்களைக் குறிப்பதற்காகப் பிறந்த 'இந்து' எனும் சொல்லையே இந்திய தேசிய எழுச்சிக்கு அடிப்படையாக வைதிக சமயத்தாரான மேல் சாதியினர் சிலர் 'உருமாற்றிக்' காட்டினார்கள். அதன் விளைவாக இந்திய தேசிய இயக்கத்தின் தொடக்கக் காலத்தில் அரசியல் தலைவர்களில் சிலர் அதனை 'இந்து மறுமலர்ச்சி' இயக்கமாகவே கருதினர். இருபத்தொன்றாம் நூற்றாண்டின் தொடக்கப்பகுதி

வரை 'இந்து' என்ற சொல் அரசியல் முகம் ஒன்றையும் சமய முகம் ஒன்றையும் என, இரண்டு முகங்களைக் கொண்டிருக்கிறது. தமிழ்ச் சமூக வரலாற்றில் இந்த, "இரட்டைமுகத் தோற்றத்தால் இரட்டை நாக்குகள் பிறக்கும்" என்ற பெருங்கேட்டினை முன்னுணர்ந்து சொன்ன அறிஞர் கா.சு.

இனி, தமிழக வரலாற்றில் இன்றுவரை நிகழும் ஒரு கருத்தியல் போருக்கான வரலாற்றுப் பின்னணியினைக் காலவாரியாக நோக்கலாம். மான்டேகு - செம்ஸ்போர்டு சீர்திருத்தத்தின்படி சென்னையில் அமைந்த முதல் அமைச்சரவை, சில சமூக அரசியல் சீர்திருத்தங்களைக் கொண்டுவர விரும்பியது. அவற்றுள் ஒன்று 'இந்து' அறநிலையத் துறை சீர்திருத்தம் ஆகும். தனி நபர்கள் அல்லது தனிச் சாதிக்குழுக்களின் ஆதிக்கத்தில் இருந்த சமய அறநிலையங்களை மக்களுக்கு ஆக்கும் நோக்கத்துடன் இந்த முயற்சி ஆர்வத்துடன் முன்னெடுக்கப்பட்டது. ஆர்வ முன்னெடுப்புக்களில் சறுக்கல்களும் இயல்பாகவே பிறக்கும் என்பதே வரலாறு. இதற்கான ஒரு சட்ட முன்வரைவினை (மசோதாவினை) 1922 டிசம்பரில் சென்னை அரசாங்கம் சுற்றுக்கு விட்டது.

இந்த மசோதாவில் உள்ள சட்ட ரீதியான கூறுகளை அலசி ஆராய்ந்த சட்டப் பேராசிரியர் கா.சு.பிள்ளை, அக்காலத்தில் சென்னைச் சட்டமன்றத் தேர்வுக்குழு உறுப்பினர்களாக இருந்தவர்களுக்கு (Select committee members of the Madras Legislative Council) ஒரு கடிதம் எழுதினார். 'தான் ஒரு சைவர்' என்ற முறையில் சைவக் கோயில்களின் மிகை வருமானம் (Surplus), சைவம் அல்லாத பிற பணிகளுக்குச் செலவிடப்படக் கூடாது என்று அதில் அவர் குறிப்பிட்டிருக்கிறார். ஆனால் இந்த மசோதாவை பார்ப்பனரல்லாதோரும் பார்ப்பனர்களும் வெவ்வேறு காரணங்களுக்காக எதிர்த்தனர். இந்த மசோதா முதல்முறையாகச் சென்னை சட்டமன்றத்தில் 1923 ஏப்ரலில் நிறைவேற்றப்பெற்றது. அதன் பின்னரும் இது குறித்த எதிர்ப்புக்கள் தொடர்ந்தன.

எனவே இரண்டாவது முறையாகவும் சட்டமன்றத் தேர்தலில் வெற்றிபெற்ற நீதிக்கட்சியினால் சட்டமன்றத்தில் 1924 ஏப்ரலில் மீண்டும் இந்த மசோதா நிறைவேற்றப்பட்டது. 'இந்து' நாளிதழ் மசோதா நிறைவேற்றப்பட்ட பின்னரும்கூட (1924 ஏப்ரல் 10) இதனைக் கண்டித்து எழுதியது.

இந்த இடைப்பட்ட காலத்தில் 1923 டிசம்பரில் வெளிவந்த 'செந்தமிழ்ச் செல்வி' 12ஆம் இதழில் பேரா.கா.சு.பிள்ளை இரண்டு கட்டுரைகள் எழுதியுள்ளார். ஒன்றின் தலைப்பு 'இந்துமத அறநிலையப் பாதுகாப்பு மசோதா', மற்றொன்று, 'சுமார்த்தக் கலப்பால் சிவாலயத்தில் நிகழும் இடையூறுகள்' என்பதாகும். 'இந்து மத அறநிலையப் பாதுகாப்பு மசோதா' என்ற அநுபந்தக் (பின்னிணைப்புக்) கட்டுரையில் கா.சு.பிள்ளை பின்வருமாறு குறிப்பிடுகின்றார். 'மசோதாவில் இந்து மதம்' என்று பொதுவாய்ச் சுட்டப்பட்டிருக்கிறது. இந்து மதம் என்ற ஒரு சமயம் எவர் களாலும் கையாளப்படவில்லை. ஆனால் இந்துக்கள் என்று அரசாங்கத்தாரால் அழைக்கப்படுகிற நம்மவர்களின் மதம் (SIC) என்று கருதியிருக்கலாமென்று தோன்றுகிறது. அவ்வாறாயின், நம்மவர்கள் அனுசரிக்குஞ் சமயம் பலவாயிருக்கின்றன. அவை சித்தாந்த சைவம், லிங்காயதம், வைஷ்ணவம், மாத்வம், ஸ்மார்த்தம் எனப் பல பிரிவுகளையுடையதாக இருக்கின்றன. ஒவ்வொரு வகுப்பார் ஒவ்வொரு சமயத்தையுடையவர்களாக இருக்கிறார்கள்."

பின்வந்த 75 ஆண்டு காலத் தமிழக வரலாறு, பேரா. கா.சு. பிள்ளையின் அச்சம் நியாயமானது என்று நமக்குக் காட்டியிருக் கின்றது. ஏனென்றால் 'இந்து' என்ற சொல் வேதங்களிலோ, புராணங் களிலோ, சமயங்களிலோ காணப்படும் ஒரு சமயம் சார்ந்த சொல் (Religious Utterance) அன்று.

ஆங்கிலேயர் இட்டு வழங்கிய அந்தப் பெயரை ஓர் அரசியல் சொல்லாடலாக வைதீக மதம் பிற்காலத்தில் மாற்றிவிட்டது. விடுதலை பெற்ற இந்தியாவின் அரசியல் சட்டத்திலும் இந்தச் சொல் ஒரு சமய அதிகாரம் படைத்த சொல்லாக மாறிவிட்டதை நாம் பார்த்துக்கொண்டிருக்கிறோம்.

செந்தமிழ்ச் செல்வி 12ஆம் இதழில் பேரா.கா.சு.பிள்ளை எழுதியுள்ள 'சுமார்த்தக் கலப்பால் சிவாலயங்களில் நிகழும் இடையூறுகள்' என்னும் கட்டுரை தமிழகச் சமய வரலாற்றில் குறிப்பிடத்தக்க ஓர் ஆவணமாகும். இந்தக் கட்டுரையில் பேரா. கா.சு.பிள்ளை தம் காலத்திய கோயில் நிகழ்வுகள் சிலவற்றை, சில குற்றச்சாட்டுகளாக முன் வைக்கிறார். அவரது குற்றச்சாட்டுக்களை அவரது சொற்களிலேயே பின்வருமாறு வகைப்படுத்தலாம்.

1. "திருச்செந்தூரில் மூலஸ்தானத்திலுள்ள மூர்த்திக்கு ஆதி சைவர்

களை நீக்கி மத்வ அல்லது சுமார்த்தக் குருக்களை நியமித்து விட்டார்கள். அவர்கள் கோயிற் பூசை முறைகளை விதிக்கும் குமார தந்திரம் என்னும் ஆகமத்தை ஒரு சிறிதும் உணராதவர்கள். அவர்களது பூசை ஆகமத்திற்கு முற்றும் விரோதமானவைகள்."

2. "திருச்செந்தூரில் சுவாமிக்கு நிவேதன காலத்திலேயே அவருடைய சந்நிதானத்திலேயே ஓர் இடத்தில் சுவாமிக்கு உடன் உண்ணுந் துணையாகக் கருதப்படும் சில சுமார்த்தர்களுக்கு இலை போட்டு அன்னம் படைக்கின்றார்கள். சாதாரண சுமார்த்தர்களே முருகக் கடவுளுக்கு உடனுண்ணுந் துணையானால் சுமார்த்தமத ஆசிரியரை கடவுளுக்குச் சமானமாக உபசரிப்பார்களென்பதற்கு யாது ஐயமுளது?"

3. "ஆகம விதிக்கு விரோதமான தை மா த்துப் பத்திர தீபம் போன்ற சுமார்த்த விழாக்களும் அலங்கார முறையும் சுமார்த்தரது சொற்சத்தியால் திருநெல்வேலிச் சிவாலயத்தில் ஏற்பட்டுவிட்டது".

4. "இராமேசுவரம் சிவாலயத்தை எடுத்துக் கொள்ளலாம். நெடுங் காலமாகப் பரம்பரையாக ஒரு சைவப் பண்டாரச் சந்நிதியின் ஆதிக்கத்திலிருந்த அவ்வாலயத்தை பல சமயத்தார் ஆளுகைக்கு உள்ளாக்கி, நாளடைவில் அதிகரித்து வருகின்ற அவ்வாலய வரும்படி மிகுதியைக் கோயில் குருக்களுக்காவது வழிபடும் சைவ சமயிகளுக்காவது பயன்படுத்தாமல் கோயிலுக்குச் சிறிதும் இயைபில்லாத வடமொழிக்கல்வி (பயிலும்) சுமார்த்த வைணவப் பிராமணர்களுக்கே கொடுக்கும்படி ஐகோர்ட்டுத் தீர்ப்பும் ஏற்பட்டுவிட்டது. இஃது எதுபோலிருக்கிறதென்றால், சூட்சி மிக்க சில கிறித்தவர்கள் ஒரு மகமதியப் பள்ளிவாசலின் வரும்படியை எடுத்துக் கிறித்தவப் பாதிரியாய் வருபவர்களுக்குக் கிறித்துமதம் போதிக்கப் பயன்படுத்தினாற்போல் தோன்றுகிறது."

5. "பல சிவாலயங்களில் தேவாரம் ஓதும்போது அதற்கு இடையூறாகப் பிராமணர்களுக்குப் பிரசாதம் செலவழிப்பதென்கிற தவறு நிலைத்திருக்கிறது. அதீக்ஷதர்களாகச் சுமார்த்தர்கள் தமிழைச் சூத்திர பாஷை என்றிகழுகிறார்கள்."

மேற்குறித்த குற்றச்சாட்டுகளை முன்வைக்கின்ற பேரா.கா.சு. 1921இல் இராசவல்லிபுரம் சிவாலயத்தில் சுமார்த்தர்களின் தொடர்பு இன்றியே ஒரு குடமுழுக்கு விழா நடத்தப் பெற்றதையும்

பதிவு செய்கின்றார். அதுமட்டுமன்றி, தமிழறிவு மிக்க ஒரு 'ஹைகோர்ட் வக்கீலுக்கு' திருநெல்வேலி நெல்லையப்பர் ஆலயத்தில் சைவ சமயப் பிரசங்கம் செய்ய சுமார்த்த தருமகர்த்தாக்கள் தடை விதித்தனர் என்றும் கூறுகின்றார். அந்த 'ஹைகோர்ட்டு வக்கீல்' அவரேதான். மேலும் 'பல சிவாலயங்களில் சங்கராச்சாரியார் மூலஸ்தானத்தினுள் நுழைந்து சிவார்ச்சனை செய்ய முயன்றிருப்பது தெரிகின்றது' என்றும் குறிப்பிடுகின்றார்.

பேரா.கா.சுவின் அச்சத்திற்கு ஒரு வரலாற்றுப் பின்னணி உண்டு. 'பிரம்மஞான' (Theosophy) சபையை நிறுவிய கர்னல் ஆல்காட் என்ற அமெரிக்கரும் பிளாவட்ஸ்கி அம்மையார் என்ற இரஷ்யப் பெண்மணியும் 1881இல் திருநெல்வேலி நெல்லையப்பர் கோவிலில் பூரண கும்ப மரியாதையுடன் வரவேற்கப்பட்டனர். கர்னல் ஆல்காட் கோயில் வளாகத்தில் ஒரு சொற்பொழிவு நிகழ்த்தியதாகவும் தெரிகிறது. 'பிரம்மஞான' சபையினர் தனி இறைவனை ஏற்றுக்கொள்பவர்கள் அல்லர். அவர்கள் வடமொழி வேதத்தினை மட்டுமே பரப்ப முயன்றவர்கள். கர்னல் ஆல்காட் இந்தியாவை 'ஆரியா வர்த்தம்' என்று குறிப்பிட்டு அதை 'ஐரோப்பிய நாகரிகத்தின் தொட்டில்' என்றும் வருணித்திருக்கின்றார். அன்று தொடங்கி திருநெல்வேலி நெல்லையப்பர் கோயில் நடைமுறையில் கி.பி. 2003 வரை சுமார்த்தர்களுக்கும்சைவர்களுக்கும் இடையே ஒரு முரண்பாடு தொடர்ந்துகொண்டே இருக்கிறது. (அது ஒரு தனிவரலாறு). பின் வந்த வரலாற்று நிகழ்வுகள் பேரா.கா.சுவின் அச்சம் நியாயமானதே என்பதைக் காட்டுகின்றன. 'செந்தமிழ்ச் செல்வி' 12ஆம் இதழில் 'இந்து மத அறநிலையப் பாதுகாப்பு மசோதா' என்னும் தலைப்பில் வெளியிட்ட தம்முடைய கட்டுரையில் "அவரவர்கள் (சித்தாந்த சைவர், லிங்காயதர், வைஷ்ணவர், மாத்வர், ஸ்மார்த்தர்) அறநிலையங்களை அவரவர்கள் மேற்பார்க்கும்படியான விதமாய் அச்சட்டத்தில் விதிகள் ஏற்படுத்த வேண்டியது மிக்க அவசியமாயிருக்கிறது" என்றும் தெளிவுபடுத்தியிருக்கிறார்.

பேரா.கா.சு. இவ்வாறு எழுதிய பத்தாண்டுகளுக்கு உள்ளாகவே தமிழ்நாட்டில் பெரியாரும் அனைத்திந்திய அளவில் அம்பேத்கரும் 'இந்து' என்ற சொல்லின்மீது கடுமையான விமர்சனங்களை முன்வைத்தனர். பேரா.கா.சு. 1940இல் தமிழர் சமயம் என்ற

பெயரில் நூலொன்றை எழுதினார். அந்த நூலில் அவர் தன்னுடைய கருத்துக்களை மேலும் விரிவு செய்து வெளியிட்டார்.

1. இந்து மதம் என்ற மதம் கிடையாது. இந்திய மதங்களுள் தமிழர் சமயமும் ஒன்று எனலாம். (1958:ப.133)

2. குலப்பிறப்பு, நூல் நம்பிக்கை, வணக்கமுறைக் கட்டுப்பாடுகள் இல்லாத ஒரு பெருந்தனநெறி தமிழர் சமயம். (ப.129)

3. அறிவு ஆராய்ச்சிக்கும் காலத்தேவைக்கும் ஏற்றபடி பிராமணர், சூத்திரர் என்ற வேறுபாடு கிரிமினல் சட்டத்தில் இல்லாததுபோல் சிவில் சட்டத்திலும் ஒழிக்கப்பட வேண்டும். (ப.123)

4. சீர்திருத்தங்களை எல்லாம் ஒருங்கு சேர்த்து ஜாதிக்குறைவு நீக்கும் சட்டம் (Caste Disabilities Removal Act) ஒன்று இந்திய சட்ட சபையில் நிறைவேற்றுவதற்குத் தக்க கிளர்ச்சி செய்து அதனை முற்றுப் பெறுவித்தல் வேண்டும்.

5. விதவைச் சொத்துரிமை என்ற குறைவுபட்ட சொத்துரிமை இந்துச் சட்டத்திலிருந்து எடுபட வேண்டும்.

6. கலப்புமணத்துக்கு இடையூறான விதிகளைச் சட்ட வாயிலாக ஒழித்தல் வேண்டும்.

விடுதலை பெற்ற இந்தியாவின் புதிய அரசியல் சட்டம் பிறப்பதற்குப் பத்தாண்டுகள் முன்னரே பேரா.கா.சு. வெளியிட்டுள்ள கருத்துக்கள் இவை. இவற்றுள் சில இன்னும் நமக்கு எட்டாக் கனிகளாகவே உள்ளன.

கடந்த பத்தாண்டுகளில் வடமாநிலங்களில் காஞ்சா அய்லய்யா எழுதிய 'நான் இந்துவல்ல'என்ற நூல், படித்தவர்கள் மத்தியில் புதிய சிந்தனைகளை எழுப்பியுள்ளது. தமிழிலும் 'நான் இந்துவல்ல நீங்கள்' என்ற தலைப்பில் ஒரு நூல் வெளியாகியுள்ளது. 'இந்து' என்று அரசியல் சட்டம் குறிப்பிடும் மக்கள் திரளில் பெரும்பான்மையோர் இந்துக்கள் அல்லர் என்பதே இந்த விமர்சனங்களின் கருத்தாகும். இவ்வகையான எல்லா எதிர்ப்புக் குரல்களிலும் மையமாக அமையும் கருத்து ஒன்றாகவே உள்ளது. அதாவது, "இந்து என்பது ஒரு சமயச் சொல்லாடல் அன்று, அது ஒரு நுண் அரசியல் (Micro Political) சொல்லாடலாகும். வைதீகத்தை மீட்டெடுக்கும் சுமார்த்தருக்கே அந்தச் சொல் ஆதாயமானதாகும். எனவே அந்தச்

சொல்லிற்கான அரசியல் சட்டவரம்பினை மறுபரிசீலனை செய்ய வேண்டும்" என்பதே அந்தப் பொதுக் கருத்தாகும்.

இந்தப் பின்னணியில் நோக்கினால் பேரா.கா.சு. 'வருவதை உணர்ந்த ஓர் அறிஞர்' என்பதை நம்மால் உறுதிபடக் காண முடிகின்றது.

சான்று நூல்கள்

1. கருவை. பழனிச்சாமி, கா.சு. பிள்ளையின் ஆராய்ச்சித்திறன், மதுரை, 1981.
2. செந்தமிழ்ச்செல்வி, சிலம்பு 1 - பரல் 12, (1923 டிசம்பர் - 1924 சனவரி)
3. R. Suntharalingam, Politics and Social Awakening in South India 1852-1891, The University of Arizona Press, 1974.

காலமும் நியாயமும் (புதுமைப்பித்தனின் திருநெல்வேலி)

குறத்தி குத்தின பச்சை மாதிரி புதுமைப்பித்தன் என்ற படைப் பிலக்கியவாதியோடு ஒட்டிக்கொண்ட பெயர் 'திருநெல்வேலி'. நைல்நதி, கங்கைக்கரை என்பதுபோல இடத்தைக் குறிக்கும் பெயர்ச்சொற்கள் அங்கே வாழ்ந்த மனிதர்கள், அவர்களின் நினைவுகள், கனவுகள், ஆக்கங்கள் என்று பொருண்மை விரிவு பெற்றுக்கொண்டே போகின்றன. புதுமைப்பித்தன் என்ற பெயரோடு ஒட்டிக்கொண்ட 'திருநெல்வேலி'க்கும் அதுதான் நியாயம்.

வீரபாண்டியன் பட்டணத்தின் சிறுபகுதியாகவே (சுப்பையா பிள்ளையின் காதல்கள்) சென்னையில் காலந்தள்ளிய சுப்பையா பிள்ளையின் கண்கள், தாம்பரம் ரயில் நிலையத்தில் நாள்தோறும் தெற்கே இருந்து வரும் வண்டியில் 'திருநெல்வேலியிலிருந்து தமக்குத் தெரிந்த யாரும் வந்தால் பார்க்கலாமே' என்று துழாவு கின்றன. இப்போது தெரிகின்றது, அந்தக் கண்கள் புதுமைப்பித்த னுடையவை என்று. 'நிலத்தில் கிடந்தமை கால் காட்டும்' என்கிற திருக்குறள் சொற்கள் பண்டிதத்தனமாகத் தோன்றலாம். ஆனாலும் அது தள்ளிவிட முடியாத உண்மை. உலகை மாற்றிய புரட்சிக் காரர்கள்கூட சைபீரியாவின் 'லேனா' ஆற்றின் பெயரை 'லெனின்' என்று சூட்டிக்கொண்ட வரலாற்றுண்மையினையும் நாம் மறந்து விடுவதற்கில்லை.

காலனி ஆட்சியாளர்கள் தேச வரைபடத்தில் கோடு போட்டுக் காட்டிய திருநெல்வேலியில்லை, புதுமைப்பித்தனுடையது. எழுத்துப் பறவைகள் தங்கி இளைப்பாறிப்போன புதுமைப்பித்தன் என்ற ஆலமரம், தாமிரபரணிக்கரையில் கால்கொண்டது. வெள்ளை மருத மரங்களும் மாந்தோப்புகளும் நஞ்சை வயல்களும் கொண்ட தனி உலகம் அது. மேற்கே பாபநாசம் தொடங்கி அம்பாசமுத்திரம், கல்லிடைக்குறிச்சி, மேலச்செவல், கோபாலசமுத்திரம், (இன்றும் அடையாளம் காணச் சிரமப்படும்) செங்காணி, திடியூர், பாளை யங்கால் என்று கிழக்கு நோக்கி வந்து கொக்கிரகுளம், கைலாச புரம், சுலோசன முதலியார் பாலம், சிந்துபூந்துறை, பேராச்சி கோயில், வண்ணார்பேட்டை என்று வடக்கு நோக்கி நகர்ந்து, வெள்ளக்

கோயில் சுடுகாடு, அருகன்குளம் என்று மீண்டும் கிழக்கே திரும்பி ஸ்ரீவைகுண்டம் வரை செல்லும் அதனுடைய எல்லை. பாளையங் கோட்டைக்குத் தெற்கும் பாலாமடைக்கு வடக்கும் ஸ்ரீவை குண்டத்துக்குக் கிழக்கும் இந்த எல்லைக்குள் சேராதவையாகும்.

சிவன்கோயில், ஊர்ப்பொட்டல், கி.மு.அய்யர் (அல்லது) கணக்கப்பிள்ளை, அர்ச்சகர்,மறவர்கள், சேரி என்று வார்ப்படம் போட்டு எடுத்ததுபோலக் கிராமங்கள். சுப்புணி, சுப்புஐயர், சுப்பு சாஸ்திரி, சுப்பு பிள்ளை, சுப்பு வேளான், சுப்புக் கோனார் என்று சுப்பிரமணியத் திருநாமங்கள் செழித்திருக்கிற மண். ஸ்ரீவைகுண்டத் திலிருந்து சேரன்மகாதேவி வரை தாமிரபரணிக்குத் தெற்கும் வடக்குமான இந்தப் பூமிதான் புதுமைப்பித்தனின் திருநெல்வேலி. கிரா.வின் சொற்களில் 'தீரவாசம்'தான். கயத்தாறு, எட்டயபுரம் கரிசல் காடுகள் இதில் அடங்கமாட்டா என்பதுதான் குறிப்பிடத் தக்க செய்தியாகும்.

நினைத்துப் பார்த்தால் வியப்பாக இருக்கிறது. திருநெல்வேலிக்கு வந்த 1922ஆம் ஆண்டு முதல் சென்னைக்குப் போகும் 1933 வரைதான் புதுமைப்பித்தனுக்குத் திருநெல்வேலி வாழ்க்கை கிட்டி யிருக்கிறது. 16 வயது முதல் 27 வயது வரையான இந்தப் பதினோராண்டுக்காலமே புதுமைப்பித்தனைத் 'திருநெல்வேலிக் காரராக' ஆக்கியிருக்கிறது. அந்தப் படைப்பிலக்கியவாதியின் மண் சார்ந்த கதைகளும் கற்பனைகளும் மனிதவாசிப்பும் கல்லூரிவாசிப்பும் இந்தக் கால எல்லையில்தான் உருவாகி வளர்ந்திருக்கின்றன. அழகிய நம்பியாபுரம் (நாசகாரக்கும்பல்), வாசவன்பட்டி (துன்பக் கேணி), வாணிதாஸபுரம் (கல்யாணி), கோபாலபுரம் என்று மாற்றுப் பெயர் சூட்டப்பட்டாலும் கோபால சமுத்திரம், செய்துங்க நல்லூர் என்று அந்த வருணனைகள் உண்மை முகம் காட்டிவிடுகின்றன. சென்னையிலிருந்து வண்ணார்பேட்டைக்குள் வந்து சேர்ந்தால் "இந்த உலகத்திலே கிறிஸ்து சொன்ன மோட்ச சாம்ராஜ்யம் கிடைத்து விட்ட மாதிரி" என்கிறார் புதுமைப்பித்தன் (சாயங்கால மயக்கம்). "திருநெல்வேலி ஜில்லாவின் வசீகர சக்தியின் ஒருபகுதி அது" என்றுதான் தாமிரவருணி வடகரைக் கிராமமான நாரணம்மாள்புர வருணனைக்கு முற்றுப்புள்ளி வைக்கிறார் அவர் (புதிய கூண்டு). இந்த வசீகரம் மண், மரம், நதி என்பவற்றோடு மொழி, மனிதர்கள், சமூக அசைவுகள் என்றும் விரிவாக அவரது எழுத்துக்களில் பதிவாகியுள்ளன.

தாமிரபரணி தீரத்தில் கணிசமான எண்ணிக்கையில் வாழும் நாடார், கோனார், ஐயர், தலித்துக்கள் என்று எல்லாரும் பதிவாகி இருக்கிறார்கள். இதே பகுதியில் வாழ்ந்தாலும் நிலத்தோடு நேரடித் தொடர்பு இல்லாத பட்டு நூல்காரர், மூப்பனார், பண்டாரம்ஆகிய சிறுபான்மைச் சாதியினர் இந்தப் பார்வைக்குள் சிக்கவில்லை. பதிவு பெற்றிருக்கிற பிராமணர்களெல்லாம் 'சிவபர மாகத்தான்' இருக்கிறார்களே தவிர பெருமாள் 'திருவடிகளாகக்' காணவில்லை. (கோபாலய்யங்கார் மட்டும் விதிவிலக்கு) எண்ணிக் கையில் கணிசமாக இருந்தாலும்கூட, பாளையங்கால் பாசன எல்லைக்கு அப்பால் குளத்துப் பாசனக்காரர்களாக வாழும் ரெட்டியார்களையும் காணவில்லை. போக்குவரத்துச் சாதனங்களும் மின்சாரமும் அரிதாக இருந்த முப்பதுகளிலும் நாற்பதுகளிலும், சாதிகளுக்கு இடையிலே ஆன குறுக்குவெட்டான உறவுகளுக்கு இவ்வளவுதான் எல்லையாக இருந்தது.

எனவே, தேரிக்காட்டு நாடார்களைப் பற்றிப் புதுமைப்பித்தன் எழுதவில்லை என்று குறைபட்டுக்கொண்டு இருப்பதில் அர்த்த மில்லை. கடந்த ஐம்பது ஆண்டுக் காலத்தில் பிராமணர்களிடம் இருந்தும் வேளாளர்களிடமிருந்தும் தாமிரபரணி நஞ்சை நிலங்கள் மற்ற சாதியாருக்குக் கைமாறியிருப்பதனைப் புதுமைப்பித்தன் தன் காலத்தில் கற்பனை செய்திருக்கக்கூட நியாயமில்லை. ஆனால் புதுமைப்பித்தன் பார்க்க நேர்ந்த 'சோம்பேறி தர்மங் களின்'பின் விளைவுதான் இது. பார்க்கப்படுகிற எல்லா மனித உயிர்களிடத்தும் - 'மகா மசானத்து'க் கிழவன் முதல் 'கொடுக்காப் புளி மர'க் குழந்தைவரை நகைச்சுவைக்குப் பின்னாலே கண்ணீரைத் தேக்குகிற புதுமைப்பித்தன், ஓரிடத்தில் மட்டும் பாதிக்கப் பட்ட மக்களிடமிருந்து அந்நியப்பட்டு நிற்பதை நம்மால் விளங்கிக் கொள்ள முடியவில்லை. புதுமைப்பித்தனின் 'பூலோகச் சொர்க்க மான' தாமிரபரணிக் கரையில் நஞ்சைநிலத் தொழிலாளர்கள் அனைவரும் 'தேவேந்திர குலத்தார்' எனப்படும் பள்ளர்கள்தான். இந்த நிலப்பகுதியில் அன்றும் இன்றும் பறையர்கள் விவசாய வேலையில் ஈடுபடுவதில்லை. ஆனால் புதுமைப்பித்தன் தன்னுடைய சிறுகதைகளில் இந்த மக்கள் திரளின் வாழ்க்கையைச் சொன்னதில்லை. (அண்மையில் கண்டுபிடிக்கப்பட்டு வெளி வந்துள்ள 'அன்னையிட்ட தீ'என்ற முற்றுப்பெறாத நாவலில் ஓர் இடத்தில் 'பள்ளன்'என்ற சாதி அடையாளத்தைக் குறிப்பிடுகிறார்).

ஆனால் பறையர், சேரி ஆகிய சொல் வழக்குகளில் இருந்து இவர் விலகவில்லை. இந்த விலகல்தன்மை அல்லது அந்நியத்தன்மைக்கான காரணமும் நமக்கு விளங்கவில்லை. இதைத் 'தற்செயல் நிகழ்ச்சி' என்று எளிமையான காரணம் சொல்லித் தள்ளிவிடவும் முடியவில்லை.

மேலகரம் கந்தசாமிப் பிள்ளையைப்போல 'எதையும் கொத்திப் பிடிக்கும் அதிதீட்சண்யமான கண்கள்' புதுமைப்பித்தனுக்கு உண்டு. இரண்டு உலகப் பெரும்போர்களுக்கு நடுவிலே மாறிவரும் காலத்திற்கு ஏற்ப அகலிகை கல்லாகப் போகமுடியும். இராமாயணம் 'நாரத இராமாயண'மாக முடியும். தாமிரபரணித் தீரமும் மாறிக்கொண்டுதான் இருந்தது. மாற்றங்களைப் புதுமைப்பித்தனும் கணக்கிடத் தவறவில்லை.

மாற்றங்களில் மற்றொரு வகையினை மட்டும் மிக ஆழமாக உள்வாங்கிக்கொள்கிறார் புதுமைப்பித்தன். காலனி ஆட்சியாளர்கள் தங்கள் தேவைகளுக்காக நேரடியாக இடப்பெயர்ச்சி செய்த மக்கள் திரளைப் போல, தாமே முன்வந்து இடம் பெயர்ந்தவர்களும் உண்டு. 150 ஆண்டுகளுக்கு மேலான காலனி ஆட்சியில் மரபுவழி கிராமப் பொருளாதாரமும் அதிகாரமும் கட்டவிழ்ந்தபோது, குறிப்பாக முதல் உலகப் பெரும் போருக்குப்பிறகு தாமிர வருணிக்கரையி லிருந்து இரண்டு சாதியார் அருகிலிருக்கும் கொழும்புக்குப் பிழைப் புத் தேடிப் போனார்கள். கடல்தாண்டிப்போகும் சிரமம் தவிர, மற்றபடி அது அவர்களுக்கு மதுரையளவு தூரம்கூட இல்லை.

பிரிட்டிஷ் அதிகாரத்துக்கு முன் செயலிழந்துபோன கணக்குப் பிள்ளை வகையறாக்களும்சவரத் தொழிலாளர்களும் (நாவிதரும்) தலித்துகளும் ஆன மூன்று சாதியாரும் அவர்களில் குறிப்பிடத் தக்கவர்கள். தாமிரபரணிக்குத் தெற்கே நான்குநேரி வட்டாரத்தி லிருந்த சைவ ரெட்டியார்களும் இதில் அடக்கம். ஆனாலும் புதுமைப்பித்தனின் திருநெல்வேலிக்குள் இந்த நிலப்பகுதியும் அடங்கவில்லை. இந்த மக்களும் பதிவு பெறவில்லை.

பிள்ளைமார்களையும் நாவிதர்களையும் மட்டுமே கொழும்புக் குப் போனவர்களாக அவர் கணக்கிடுகிறார். 1960களின் தொடக் கப்பகுதிவரை தாமிரபரணிக்கரையின் ஒவ்வொரு கிராமத்திலும், 'கொழும்புப் பிள்ளை வீடு'என்று ஒரு அடையாளம் காட்டப் பட்டது. அதுபோலவே பேரூர்களிலும் சிற்றூர்களிலும் அலங்காரக்

கண்ணாடிகளும் மெத்தையிட்ட நாற்காலிகளுமாகக் 'கொழும்பு சலூன்'களும்' சிலோன் சலூன்'களும்' ரீகல் சலூன்'களும் காட்சியளித்துக்கொண்டிருந்தன. "தங்க அரைஞாண், கடிகாரச் சங்கிலி, வாட்டசாட்டமான உடம்பு, கையில் நல்ல ரொக்கம், கொழும்புப் பிள்ளை என்ற பட்டம்" என்று கொழும்புப் பிள்ளையின் வகை மாதிரியை வருணிக்கிறார் புதுமைப்பித்தன். (மனிதயந்திரம்) எப்படியும் கொழும்புக்குப் போய்ச் சம்பாதிக்க வேண்டும் என்ற வெறியுடன் கிளம்பி, முடிவில் பின்வாங்கிப்போன கொக்கிரகுளம் மீனாட்சிசுந்தரம் பிள்ளை, (மனிதயந்திரம்) கொழும்பிலே கொடிகட்டிப் பறந்த உமையாள்புரம் மீனாட்சிசுந்தரம் பிள்ளை, கொழும்பிலே கடை வைத்து ஐ.பி.கொடுத்துக் கடன்காரர்களை ஏமாற்றிய வடலூரு குமாருப் பிள்ளை (நியாயந்தான்) என்று, புலம்பெயர்ந்து வாழப்போன தமிழர்களின் வாழ்நிலைகளை முதலில் பதிவுசெய்தவர் புதுமைப்பித்தனே. 'கடை முதலாளியான பிறகு வைப்பாட்டி இல்லாவிட்டால் கௌரவக் குறைவு'என்கிற சைவப்பிள்ளைகளின் போலி மனப்பான்மையும் அவர் கண்களுக்குத் தப்பவில்லை.

கையிலே ரொக்கத்துடன் கொழும்பிலிருந்து வந்து சாதிய எல்லைகளை மீறத்துடித்த மருத்துவர் மருதப்பனார், சாதி மேலாண்மையினைத் தக்கவைக்கத் துடிக்கும் வேளாள சாதி மேட்டிமையோடு மோதிப் பரிதாபகரமாகத் தோற்றுப்போன செய்தி, 'நாசகாரக் கும்பல்' என்று புதுமைப்பித்தனின் சுயசாதி விமர்சனம் வரை வளர்ந்துவிடுகிறது.

தமிழகத்தின் எல்லாப் பகுதிகளிலும் நிகழ்ந்திருக்கக்கூடிய, ஆனால் படைப்பிலக்கியத்தில் பதிவு பெறாத, மற்றொரு இடப் பெயர்ச்சியினைப் புதுமைப்பித்தன் பதிவுசெய்து வைத்துள்ளார். காலனி ஆதிக்கம் உறுதியாகக் கால்கொண்டுவிட்ட பிறகு, பாரம் பரியக் கைவினைத் தொழிலாளர்கள், சேவைத் தொழிலாளர் ஆகிய மக்கள் திரள்களில் சிலர், அரசுயந்திரத்தோடு நேரடித் தொடர்பு கொள்ள வேண்டிய சூழ்நிலை உருவானது. செருப்புத் தைக்கும் தொழிலாளர்களில் தமிழ் பேசும் 'செம்மான்' பிரிவினர் ஆங்கிலப் படைகளுக்கும், பின்னர் போலீஸ் துறைக்கும் தேவைப்பட்ட வர்களானார்கள். குதிரைக்குப் புல் அறுத்துக் கொடுக்கும் சாக்கில், இடையர்களும் வெள்ளை அதிகாரிகளோடு நெருக்கமானார்கள்.

அப்படியே முதல் உலகப் போருக்குப்பின் தானியங்கிகளின் பெருக்கம் அதிகரித்தபோது, பாரம்பரியமான தொழிலுடைய கிராமத்துக் கொல்லாசாரிகள் (கொல்லர்கள்) கிராமங்களில் அரிவாள் அடித்துக் கொடுப்பதிலும் வண்டிப்பட்டை செய்வதிலும் ஈடுபட்டவர்கள், தானியங்கிகளைப் பழுதுபார்க்கும் பட்டறைகளை நகரங்களில் நிறுவி ஓரளவு சம்பாதித்தார்கள். தென் தமிழ்நாட்டில் டி.வி.எஸ்., ஜெயராஜ் நாடார், ஏ.ஆர்.ஏ.எஸ். போன்ற பெரு முதலாளிகளின் வருகைக்கு முன்னால், பட்டறைத் தொழில் இவர்களின் கையிலேதான் இருந்தது. கைவினைத் தொழிலாளர்கள் நகர்ப்புறமயத்துக்கு ஆட்பட்ட இந்த சமூக, பொருளாதார அசைவியக்கத்தை 'தியாகமூர்த்தி' கதையில் பதிவு செய்கிறார் புதுமைப்பித்தன். 'சைக்கிள்', 'கடிகாரம்' ரிப்பேரில் ஆரம்பித்து, வரவர மோட்டார் கண்டக்டர், டிரைவர் பிறகு 'மெக்கானிக்' பருவங்களைக் கடந்து தமக்குத்தாமே சொந்தமாக வைத்துக் கொண்ட மோட்டார் என்ஜினியர் என்ற பட்டத்துடன் 'ஒர்க் ஷாப்' என்ற பெயருடைய ஒரு கொல்லுப்பட்டறையை ஆரம்பித்தார் ராமசாமிப த்தர்.

'காலம் இருக்கிற தர்பார்' ராமசாமிப் பத்தரைச் செங்காணி கிராமத்திலிருந்து திருநெல்வேலிக்குக் கொண்டுவந்து சேர்த்து, சம்பாதிக்க வைத்தது; மைனராக அலைய வைத்தது; குடும்பத்தைத் தரைமட்டமாக்கியது. ஒரு நாவலுக்குரிய கருப்பொருளைச் சிறுகதையில் செலவழித்துவிடுகிறார் புதுமைப்பித்தன்.

திருநெல்வேலியோடு ஒட்டிக்கொண்ட இன்னொரு சொல் 'கிறித்துவம்'. கடந்த இரண்டு நூற்றாண்டுக் காலமாக அதன் தலைமையிடமான பாளையங்கோட்டையும் புதுமைப்பித்தனின் தாமிரபரணி எல்லைக்குள்ளேயே அமைந்துள்ளது. இங்கே கிறித்துவ சமயத்தைப் பெருவாரியான நாடார்கள் தழுவிக்கொண்ட முறை புதுமைப்பித்தனுக்கு ஏற்புடையதாக இல்லை. பாதிரியார்கள் 'நீரைத் தெளித்து நீங்கள் கிறிஸ்தவர்களாகக் கடவது' என்று சொன்னவுடன் நாடார்கள் கிறித்துவர்களாகிவிட்டார்களாம். கிறித்துவச் சமூகம், 'சுதந்திரமும் சிறுமைப்புத்தியும் அறிவும்' படைத்தது என்று வெளிப்படையாகவே கூறுகிறார் (புதிய கூண்டு). குற்றவாளிக் கூண்டில் நிற்பவர் 'சொள்ளமுத்துப் புள்ள' என்று சாதியோடு தன் பெயரைச் சொன்னதும் பெஞ்சு மாஜிஸ்டிரேட்

தேவ இறக்கம் நாடார் அவர்மீது சீறிவிழுகிறார். "சொள்ளமுத்து இன்னு சொல்லுமேவே, புள்ள என்ன புள்ள' (நியாயம்). சாதி அவமானங்களிலிருந்து கிறித்துவம் சார்ந்து மீண்டெழுந்து வரும் 'சாணார்களை'(நாடார்களை)சகித்துக்கொள்ள இயலாத வேளாள சமூகத்தின் எரிச்சல் உணர்வு இது. 'தர்மம் செய்யும் ஏகாதி பத்தியமாக, ஏகாதிபத்தியம் செய்யும் தர்ம ஸ்தாபனங்களாக' என்று ரோமன் கத்தோலிக்கக் கிறித்தவ நிறுவனங்களைத் தாக்குகிறார் புதுமைப்பித்தன். கிறித்தவ சாமியார்களில் சிலர் 'விபரீத ஆசையும்' 'நேர்மையற்ற காம விகாரமும்' உடையவர்களாக இருப்பதாகக் குற்றஞ் சாட்டுகிறார். நிச்சயமாக 'இந்துத்துவப்' பார்வை இல்லை என்றாலுங்கூட, இனந்தெரியாத ஒரு எரிச்சல் உணர்வு அவரிட மிருந்து வெளிப்பட்டிருப்பதைக் காணமுடிகிறது. இதுவும் புதுமைப்பித்தனின் ஒரு பரிமாணம்தான்.

புதுமைப்பித்தனின் திருநெல்வேலியில் வடுகர்களுக்கு (தெலுங்கு பேசும் மக்களுக்கு) இடமில்லை. நாடார் சாதியினரும் நிலம் சார்ந்த சாதியினர் இல்லை. அவர்கள் புதிய அரசியல் அதிகாரத்தில் மட்டுமே பங்கெடுத்துக்கொண்டவர்கள்; அதுவும் 'சற்றே சுதந்திரமும் அறிவும் கொடுத்த' கிறித்தவ மதத்தின் வழியாகத்தான்.

ஒரு படைப்பிலக்கியவாதிக்கெனச் சில நியதிகள் உண்டு. அந்த நியதிகளை அவனும் அவன் வாழும் காலமும் சேர்ந்து உருவாக்கு கின்றனர். படைப்பிலக்கியவாதிக்கென அமைந்த இயங்குதளத்தை, காலமென்றும் வெளியென்றும் பிரித்துப் பார்க்கலாம். வெளி என்னும் இயங்குதளம் நிலவியல் சார்ந்ததாகவும் அமையலாம்; கருத்தியலாகவும் அமையலாம். ஆக மொத்தத்தில், படைப்பிலக் கியவாதி இயங்குகின்ற காலம், அவன் சார்ந்த நிலவியல், அந்த நிலவியல் உருவாக்கிய கருத்தியல் ஆகிய அனைத்தும் கலந்தே அவன் படைப்பு உருவாகின்றது.

இயங்குகாலத்தைப் போக்கு நீச்சலாகவும் எதிர் நீச்சலாகவும் படைப்பிலக்கியவாதி தன் படைப்பின் வழியே கடக்க முயலு கின்றான். அவனுக்குப் பிறகும் இயங்குகின்ற காலம் - புதிய மனிதர் களோடு படைப்பிலக்கியவாதியை எடைபோடுகிறது. அவனது சமகாலத்து மதிப்பீடுகள் சில புதிய ஒளி பெறுகின்றன; சில குறைகின்றன; சில கூடுகின்றன. இதுவே இயற்கை நியதியாகும்.

பொதியமலையிலிருந்து புன்னைக்காயல் வரை ஓடிவருகிற தாமிரபரணி நீர்ப்பெருக்கு, நம்மாழ்வார், குமரகுருபரர், சிவஞான முனிவர், புதுமைப்பித்தன் என்று காலத்தை ஊடறுக்க முயன்ற படைப்பாளிகள் பலரைக் கண்டிருக்கிறது. பாரதிக்குக்கூடச் சில ஆண்டுகள் இந்த நதிக்கரை வாழ்க்கை கிட்டியிருக்கிறது. ஆனாலும் இந்தப் பட்டியலில் பருத்திக்காட்டுக் கரிசலிலிருந்து வந்த பாரதிக்கு மட்டுமே 'வலிமை அழகு, பீரங்கி அழகு' என்று பேச முடிந்திருக்கிறது என்பது நின்று யோசித்துப் பார்க்கக்கூடிய இடமாக இருக்கின்றது.

மனித மனத்தின் (அசைவுகளையும்கனவுகளையும் அவற்றின்) அடிப்படையான உருவாக்கத்திலும் நிலம் தன்னுடைய பங்கைத் தொடர்ந்து ஆற்றியே வருகின்றது. மனித மூளையில் படிந்துவிட்ட மணங்களும் ஒலிகளும்கூட, அவை உருவான நிலவியல் சார்ந்தே இயங்குவதனைத் தரமான இலக்கியப் படைப்புகளிலிருந்து நம்மால் உணரமுடிகிறது.

படைப்புக்கான கலைத்தன்மையை வடிவமைப்பதில் படைப் பாளியின் நிலத்துக்கு ஒரு பங்கிருக்கின்றது. திருவல்லிக்கேணி தார்ச்சாலை, கட்டடங்கள், பத்து மணி அலவலகம், மெரினாக் கடற்கரை ஆகிய இடங்களிலிருந்து தமிழ்ப் புனைகதையை மீட்டெடுத்த புதுமைப்பித்தனைத் தொடர்ந்தே, கொங்கு மண்டலமும் காவிரிக்கரையும் கரிசல் காடுகளும் தாமிரபரணிக் கரையும் தமிழிலக்கியத்தில் 'நவீனத்தால்'ஏற்றுக் கொள்ளப்பட்ட இடங்களாயின.

புதுமைப்பித்தனின் கருத்தியலை உருவாக்கிய இயங்குதளமான திருநெல்வேலிப்பகுதியின்நிலவரலாற்றையும்நிலவியல்பண்பாட்டு வரலாற்றையும் உணர முற்படுவது, புதுமைப்பித்தன் வாசிப்பின் ஒரு பகுதியாகும். இந்நிலப்பகுதி குறித்த, சார்ந்திருக்ககூடிய எழுத்துப் பிரதிகளாக கும்பினியார் ஆவணங்களைத் தவிர்த்துவிட்டுப் பார்த்தால், டேவிட் லூடனின் புத்தகம் மட்டுமே எஞ்சுகின்றது (Peasant History in south India - OUS -1985).

நஞ்சை, புஞ்சை, இரண்டுமான பகுதி என நெல்லை மாவட்ட நிலத்தினை மூன்றாகப் பகுத்துக்கொண்ட லூடனின் நூல், இந்நிலப் பகுதி குறித்த அடிப்படையான சில தரவுகளை நமக்குத் தருகின்றது. அவர் தருகின்ற தரவுகளில் நமக்குப் பயன்படும் செய்திகள் சில

உண்டு. ஒன்று, 19, 20ஆம் நூற்றாண்டுகளில் சாணார் (நாடார்), மறவர், வடுகர் (தெலுங்கு பேசும் மக்கள் குறிப்பாக நாயக்கர்) என்ற மூன்று சாதியாரும் வணிக, நில உறவுகளில் பெற்றிருந்த இடத்தை வரையறுக்க முயல்வது (P. 46-52). மற்றொன்று, பொருளாதார அதிகாரப் பங்கீடு. 19,20ஆம் நூற்றாண்டுகளில் புஞ்சை நிலத்தைப்போல நஞ்சை நிலமும் பெரிய மாற்றங்கள் எதனையும் சந்திக்கவில்லை என்பது (P. 159). லூடன் தரும் தரவுகளுக்கு மேலதிகமாக நம்மால் ஒன்றைச் சொல்ல முடியும். திருநெல்வேலி மிராசுதார் (அ) பண்ணையார்களுக்குத் தஞ்சை, திருச்சி மிராசுதார் களைப்போல 50, 100 ஏக்கர் நிலங்கள் கிடையாது. பண்ணையார் தகுதிக்குத் தாமிரபரணிப் பாசனத்தில் 5 ஏக்கர் நிலம்போதும். மடங்களைத் தவிர்த்து 50 ஏக்கர் நிலமுடைய ஒரு பண்ணை யாளரைக்கூட தாமிரபரணிக் காலில் தேடிப்பிடிக்க இயலாது. எனவே, சாதிக்கும் நிலத்துக்குமான உறவில் சமூக, பண்பாட்டுத் தளங்களில் மட்டுமே மேல் சாதியின் நிலவுடைமை ஆதிக்கம் செல்லுபடியானதே தவிர, பொருளாதாரத் தளத்தில் அது வலுவானதாக இல்லை.

புதுமைப்பித்தனின் படைப்புகளில் சரிபாதியினை தாமிரபரணி மண்ணும் மனிதர்களுமே உருவாக்கியிருக்கிறார்கள். காலனி ஆட்சியின் வீழ்ச்சிக் காலத்தில் எழுந்த புதுமைப்பித்தனின் படைப்புகள், இந்த மண்ணையும் மக்களையும் இப்படித்தான் மதிப்பிட்டிருக்கின்றன. இந்த மதிப்பீடுகள் களம் சார்ந்தவை மட்டுமல்ல, காலத்தையும் சார்ந்தவை என்பதையும் நாம் மறந்துவிடவில்லை.

தெ.பொ.மீயின் காப்பிய ஆய்வுகள்

பத்தொன்பதாம் நூற்றாண்டின் இறுதியில் மரபுவழித் தமிழ்ப்புலமையின் மீது புதிய கதிர்கள் சில பாய்ந்தன. மனோன் மணியச் சுந்தரனார் இந்நிகழ்வின் முதல் அடையாளம். ஆங்கிலக் கல்விவழி தமிழ்த் தொல்லிலக்கியங்களைப் புதுமுறை வாசிப்புக்கு உட்படுத்திய சுந்தரனாரைத் தொடர்ந்து, திருமணம் செல்வக் கேசவராயர், மறைமலையடிகள், பரிதிமாற் கலைஞர், வையாபுரிப் பிள்ளை என ஒருசாராரும் ஆங்கிலக் கல்வி பெறா நிலையிலும் புதுமுறை வாசிப்புக்குக் களம் அமைத்த ரா. இராகவையங்கார், மு. இராகவையங்கார் என மற்றொரு சாராரும் இவர்களில் குறிப்பிடத்தக்கவர்களாவர்.

இவர்களைத் தொடர்ந்து ஆங்கிலம் உள்ளிட்ட பிறமொழிகளின் அறிவோடு தமிழ் ஆய்வுக் களத்தின் பரப்பினை விரிவுபடுத்திய பெயர்களில் ஒன்று தெ.பொ.மீ. மொழியியல் துறையில் காலூன்றி நின்றுகொண்டு ஆங்கில இலக்கியம், வரலாறு, இலக்கிய வரலாறு, ஒப்பிலக்கியம், தமிழ்நாட்டுக்கு வெளியே தமிழ் இலக்கியங்களின் செல்வாக்கினைத்தேடல், தத்துவ விசாரம் எனப் பல துறைகளிலும் தனது கருத்துக்களை அவர் வெளியிட்டுள்ளார். தமிழிலக்கிய நெடும் பரப்பின்மீது அவருக்கிருந்த தோய்வு, தமிழ்க்காப்பியங்கள் குறித்த அவரது எழுத்துக்களில் அழுத்தமாகப் பதிவு செய்யப்பட்டுள்ளது எனலாம்.

சிந்தாமணி, மணிமேகலை, கம்பராமாயணம் ஆகியவை குறித்த கட்டுரைகளோடு சிலப்பதிகாரத்தை வரியடைவே படித்து, 'குடிமக்கள் காப்பியம்' என்ற தனியொரு நூலையும் படைத்துள்ளார் அவர். இக்காப்பியங்களை ஆய்ந்தறிய (தெ.பொ.மீயின் கருத்திலே 'ஆய்ந்துணர') அவர் படைப்பாளியின் வெளியீட்டுத் திறனையே அளவுகோலாகக் கொள்கிறார்.

"வெளியீடு இல்லையானால் கலை ஏது? ஆதலின் முடிந்த நோக்குடன் வெளியீடாய் வருவதே கலையின் இயல்பாகும். வெளி யீட்டுக்கென்றே வெளியீடு எழுகிறது. அந்த வெளியீட்டினாலேயே அது நிலைபெறடைகிறது. இந்த வெளியீடே அதன் மாறா வடிவம் (பரிபூர்ண அவதாரம்). வெளியீட்டின் ஆராய்ச்சியே கலை யாராய்ச்சி" என்று, தான் கொண்ட வெளிப்பாட்டுக் கொள்கை

யினை விளக்குவதோடு, நிறைவாக 'முடிந்த நோக்கு' என்பதையும் முன் வைக்கிறார். இந்த முடிந்தநோக்கு என்பது 'புருடார்த்தங்கள்' ஆகும். "கீழை நாட்டுக் காப்பியங்கள் அறமும் பொருளும் இன்பமும் வீடுமாய்ப் பொலிவ"தாக அவரது ஒட்டு மொத்த மதிப்பீடு அமைகின்றது.

இந்த மதிப்பீட்டின் அடிப்படையில் காப்பியங்களில் 'ஆழ்ந் திருக்கும் கவியுளம் காண' அவர் முயலுகின்றார். அவரது பார்வையில் காப்பிய ஆசிரியர்கள் 'நிறைமொழி மாந்தர்'களாக அமைந்து விடுவதனால், படைப்பு குறித்த அவரது பார்வைகள் பாராட்டுக் களாகப் பல சமயங்களில் அமைந்துவிடுவது தவிர்க்க இயலாதது ஆகிவிடுகிறது. அவர் காப்பியங்களின் அகநிலைக்குட்பட்டுத் தாமே சில கேள்விகளை எழுப்புகின்றார். கொலைக்களக் காதையில் கோவலன் பேசாதது ஏன்? தேவந்தி பாத்திரப்படைப்பின் அமைதிதான் என்ன? சிலப்பதிகாரத்தில் கவுந்தி வருவானேன்? நடத்தையினால் இருவேறு கோவலரா? மாடலன் காட்சிச் சான்றா? ஏன்? என்று கேள்விகளையே தலைப்புகளாக்கி இளங்கோவடி களின் சார்பில் தாமே மறுமொழி கூறமுயலுகின்றார். 'கானல்வரி ஒரு அகப்பாட்டே' என்பதனை நிறுவ முற்படும்போது மட்டும், நச்சினார்க்கினியரின் அகம் பற்றிய கோட்பாட்டைப் 'பிறழ்ச்சி' என்று நிறுவுகின்றார்.

'மணிமேகலை'க் காப்பியத்தின் காலத்தை அறுதியிட முனை கின்றபோது, வையாபுரிப்பிள்ளையின் கருத்தோடு உடன்படாது, மயிலை. சீனி.வேங்கடசாமியின் கருத்தோடு (1942) உடன்படுகிறார். மகாயானம், ஹீனயானம் எனப் பௌத்தம் பிரிவுபடுவதற்கு முன்னுள்ள நிலையினையே மணிமேகலை காட்டுகிறது என்பது தெ.பொ.மீயின் கருத்தாகும். "புத்தருக்குக் கோயில் கட்டி வழிபடாமல் அவரது திருவடிநிலைகளை மட்டும் வணங்கிய காலத்தில் எழுந்தது மணிமேகலை. இது தேரவாதபௌத்தப் பிரிவைச் சேர்ந்தது" என்கிறார். இக்கருத்தையே பின்வந்த ஆராய்ச்சி யாளர் நா.வானமாமலையும் உடன்படுகின்றார்.

"சௌத்ராந்திகர், வைபாஷிகர், யோககாரர், மாத்யாமிகர் என்ற நான்கு வகைப் பிரிவுகளைப்பற்றி மட்டுமே பேசக் கேட்கிறோம். நான்காம் நூற்றாண்டில் புத்த நந்தியோடும், சாரி புத்தரோடும் வாதிட்டு வென்ற ஞானசம்பந்தர் 'அறுவகைத்தேரர்' என்கின்றார்" என்று கேள்விக்கணை விடுக்கிறார் தெ.பொ.மீ. சிவஞான

மாபாடியம் எழுதிய சிவஞான முனிவரும் பௌத்தத்தின் வகைபாடுகள் 12 என வரையறுக்கின்றார். தத்துவப் பேராசிரியராக இருபதாம் நூற்றாண்டில் முளைத்தெழுந்த ராகுல் சாங்கிருத்யாயன் -தம் வாழ்க்கையிற் கடைசிப் பொழுதுகளில் பௌத்தராகவே வாழ்ந்தவர் -பௌத்தத்தின் உட்பிரிவுகள் 18 என்கிறார்.

ஐம்பெருங் காப்பியங்கள், ஐங்குறுங் காப்பியங்கள், கம்பரா மாயணம், பெருங்கதை, சூடாமணி ஆகிய காப்பியங்கள் பற்றிய அவரது கருத்துக்கள் இங்கே மீண்டும் எண்ணத்தக்கவை. இவற்றிலும் குறிப்பாக, சிலப்பதிகாரம் குறித்தும் மணிமேகலை குறித்துமே அவர் விரிவாக எழுதியுள்ளார் எனலாம்.

கலை என்பது குறித்துப் பொதுவாகவும், காப்பியம் பற்றிக் குறிப்பாகவும் அவர் வெளியிட்ட கருத்துக்களையே இக்கட்டுரை யின் முன்னுரைப் பகுதியாகக் கொள்ளலாம்.

"பொருட்களைத் துய்த்துணரும் வகைகளில் குறிப்பிட்டதொரு முறையே அழகனுபவம் என்றாயிற்று. இந்த அழகனுபவத்தில் இருந்துதான் கலை எழுகிறது. ஓவியம் எழுதுதல், பாட்டுப் பாடுதல் இவையெல்லாம் கலை. கலை என்பது ஒரு செயற்பாடு. கிரியா சக்தியின் நடனம் எனலாம்" என்கிறார் தெ.பொ.மீ. இக்கருத்துக்களை வெளியிடும் ஆங்கில நூலான ஆபர் கிராம்பியின் (Theory of Art) அருங்கலைக் கொள்கை என்ற நூலையும் பேசுகின்றார்.

'உயர்ந்த குறிக்கோளை வெளிப்படுத்தும் வகையில் செல்கின்ற இன்பக் கதையே பாட்டு வடிவில் பலப்பல புனைந்துரைகளோடும் செல்லும்போது காப்பியமென்று பேர்பெறும்' என்பதோடு, 'புருடார்த்தங்களாய் உறுதிப் பொருள்களாய்த் திரண்ட உயர்ந்த நோக்கமே காப்பியத்தின் பெருமை என்பதாயிற்று' என அவர் மேலும் தன் கருத்தினைத் தெளிவுபடுத்துகின்றார்.

'மணிமேகலைப் பனுவலின் ஏற்புடைமையினையும் ஒரு கேள்விக்குறியாக்குகின்றார் தெ.பொ.மீ. 'ஐவகைச் சமயமும் அறிந்தனள்'என்று கூறும் மணிமேகலைக்குள் பத்து வகைச் சமயக் குறிப்புப் பேச்சு எவ்வாறு வந்தது? எஞ்சியவை இடைச் செருகலா? என்று கேள்வி எழுப்புகிறார் தெ.பொ.மீ. இக்கேள்விக்கான விடை இன்னும் தமிழ் ஆய்வுலகில் கிடைக்கப்பெறவில்லை. அதுபோலவே சூளாமணியிலும் காப்பியப் பண்புகளை நோக்க

அது பெருங்காப்பியமாகக் கொள்ளப்பெற வேண்டும் என்பது தெ.பொமீயின் மதிப்பீடு ஆகும்.

தமிழில் பெரும்பான்மையான காப்பியங்களைப் பற்றிக் கருத்துரைத்தவர் தெ.பொ.மீ. நுட்பமான ஆய்விலே பிறந்த கருத்துக்களையும்கூட அவர் தன்விருப்பமாகவே (அபிப்பிராயமாகவே) வெளியிட்டுள்ளார். காப்பிய ஆசிரியர்களையும் உணர்ச்சிவசமான நிலையில் பாராட்டுகின்றார். 'அமுதசுரபிக்கு இத்தகையதோர் உயிர்நிலையைச் சாத்தனார் தந்துள்ளாரா? எமது கனவுதானோ! அறிஞர் ஆராய்க' என்று ஓர் இடத்தில் அவர் குறிப்பிடுவது, அவரது ஆராய்ச்சிக்கும் தன்விருப்பத்திற்கும் இடையிலான உறவினைக் காட்டும் பகுதியாகும்.

தெ.பொ.மீயின் சமகாலத்தவராக, காப்பிய ஆய்வுக்களங்களில் தொழிற்பட்டவராக, மு.வ., மார்க்கபந்து சர்மா, அ.ச.ஞான சம்பந்தன், ஔவை துரைசாமி, மா.ராசமாணிக்கனார், பேரா. நா.வானமாமலை ஆகியோரைக் குறிப்பிடலாம். இவர்கள் அனைவரிடமும் இருந்து தெ.பொ.மீயின் பார்வை வேறுபடுகிறது. தமிழ்க் காப்பியங்கள் குறித்து இடையிடையே அவர் கூறிச் செல்லும் அபிப்பிராயங்கள் (தன்விருப்பங்கள்) இங்கே குறிப்பிடத் தக்கவையாகும்.

'கோவலனிடமும் வீரம் காண்கிறார் இளங்கோவடிகள். இன்று உலகம் போற்றும் வீரம் காந்தியடிகள் காட்டிய வீரம். இதனை இரண்டாயிரம் ஆண்டுகளுக்கு முன் காண்கிறார் இளங்கோவடிகள்' என்று ஓரிடத்திலும் 'காந்தியுகம் கனிய வேண்டுமானால் வெற்றார வாரக் கதைகளை விட்டு சிலப்பதிகாரம் போன்ற கதைகளில் ஈடுபட வேண்டும்' என்று மற்றோரிடத்திலும் குறிப்பிடுகின்றார்.

"திருத்தக்கதேவர் சிந்தாமணியில் வற்புறுத்துவது கொல்லாமை என்னும் அஹிம்சா தர்மமாகும். அஹிம்சையின் அடிப்படையில் அரசியல் அமைய வேண்டும் எனக் காப்பியம் பாடுபவர் திருத்தக்கத்தேவர் ஒருவரே எனலாம். அவர் காப்பியத்தின் பொருளாழம் காந்தியுகத்தில் நன்கு விளங்கும்" என்பது தெ.பொ.மீ.யின் மதிப்பீடு.

மணிமேகலைக் காப்பியத்தில் தான்பெறும் செய்தியினைப் பின்வருமாறு அவர் குறிப்பிடுகிறார்: "கிழக்கிந்தியக் கடலை மணிமேகலா தெய்வத்தின் மேன்மையாகக் கொள்வது நம்முடைய கடமையாகும். நமக்கும் கீழைநாடுகளுக்கும் உள்ள தொடர்பு,

கடவுளர் விரும்பிய தொடர்பு என்பதும் உண்மை."'கடவுளர் விரும்பிய தொடர்பு'என்பது ஆய்வு உலகத்தின் வெளிப்புறமாக அமைந்த தெ.பொ.மீ.யின் தன்விருப்பம் ஆகும்.

இராமாயணத்தின் சாரமாக அவர் எழுதும் செய்தி, அவரது இலக்கியப் பார்வையினை மேலும் நமக்குத் தெளிவாக்குகின்றது. சீதையின் சிறைவாசம் ஒரு சத்தியாக்கிரஹப் போர். "இந்நாட்டில் வழங்கும் எல்லா மொழியிலும் இக்கதை (இராமாயணக் கதை) இன்ப ஊற்றாகச் சுரந்து அன்பு நீராகப் பரந்து, வான் ஆறாக வெள்ள மிட்டு ஓடி இந்திய வாழ்வை வளர்க்கிறது. இரண்டாயிரம் ஆண்டுகளாக இந்நாடு இவ்வாறு உருப்பெற்று வருகிறது. இராமனே இந்நாட்டு அரசரின் மேல்வரிச் சட்டம். சீதையே இந்நாட்டுப் பெண்களின் உயிர்நிலை.இந்நாட்டுப் பெண்களிற் பலர் சீதையே ஆயினர்; ஆகின்றனர்; ஆவர்."

சமகாலக் காப்பிய ஆய்வாளர்களிடமிருந்து தெ.பொ.மீ. வேறுபடுமிடத்தை மேற்குறித்த சொற்களால் நாம் உணர முடிகின்றது. இலக்கிய உலகில் அவர் தீவிரமாக இயங்கிய காலம் **1930** முதல் **1960** வரை எனலாம். இக்காலகட்டத்தைச் சார்ந்த திறனாய்வுகள் தமிழ்ச் சூழலில் பெரும்பாலும் தமிழடையாளம் தேடும் முயற்சியை நோக்கமாகக் கொண்டவை ஆகும். இந்தியாவில், தமிழ்நாட்டில் மட்டுமே தேசிய இயக்கத்துக்கு மாற்றாக மற்றொரு இயக்கம் பண்பாட்டுத் தளத்திலும் சமூகத் தளத்திலும் அக்காலத்தில் வலிமை பெறத் தொடங்கியது. ஏனைய இந்திய மொழிகளிலும் தேசிய இயக்கம் உருவாக்கிய அசைவுகளும் அதிர்வுகளும் தமிழிலக்கிய உலகிலும் ஆராய்ச்சி உலகிலும் அதற்கு மாற்றானவொரு திராவிட இயக்கத்தால் உருவாக்கப்பட்டன.

1920களில் தேசிய இயக்க அரசியலில் தீவிரமாக ஈடுபட்டவர் தெ.பொ.மீ., வேதாந்தியான கோ.வடிவேலு செட்டியாரின் மாணாக்கர். சென்னை நகராண்மைக் கழகத்தின் உறுப்பினர். இவரது உடன்பிறந்த தெ.பொ.கிருஷ்ணசாமிப் பாவலரும் தேசிய இயக்கத்தில் ஈடுபட்டு 'தேசபந்து'இதழில் திராவிட இயக்கத்தை மிகக் கடுமையான சொற்களால் விமர்சித்தவர். தெ.பொ.மீயும் **1937**இல் நடந்த இந்தி எதிர்ப்புப் போராட்டத்தில் திராவிட இயக்கத்தவரால் கடுமையாக விமர்சிக்கப்பட்டவர் ஆவார்.

1930 முதல் **1960** வரை தமிழிலக்கியச் சூழலைக் கடுமை யாகப் பாதித்த இந்த அரசியல் பின்னணியைத்தான் நம்மால்

விளங்கிக்கொள்ள இயல்கிறது. சமகாலத் தமிழ் ஆய்வாளர்களின் 'தமிழ் அடையாளம்'தேடும் முயற்சியிலிருந்து விலகி, அதற்கெதிராக எல்லாக் காப்பியங்களையும் காந்தியுகத்தின் ஆன்மீகப் பார்வை யோடு அணுகுகிறார் தெ.பொ.மீ. இதனையே, காப்பியங்கள் வீட்டின்பத்தை நோக்கமாக உடையனவாக அவர் கருதுவதிலிருந்து நாம் உணர்கிறோம். "வேதங்கள் அரசனைப்போலக் கண்டிப்பாகப் பேசுபவை. இதிகாசங்களோ புத்திமதி சொல்லும் நண்பனைப் போன்றவை. காப்பியங்களோ காதலியின் இன்னுரைபோல்" என்று ஓரிடத்தில் பேசுகிறார் தெ.பொ.மீ.

வடமொழியின் சம்கிதைகளில் ஒன்றுக்கு காந்தா சம்ஹிதை என்று பெயர். நீதிக் கருத்துக்களை, அன்புக்குரிய காதலி இன்ப உணர்வோடு கலந்து சொல்வதுபோல அது அமைந்திருப்பதாகச் சொல்லுவர். இதை மனத்தில் கொண்டே தெ.பொ.மீ. காப்பியங் களைக் காதலியின் இன்னுரையாகக் கூறுகிறார். எனவேதான் தமிழ் அடையாளம் தேடும் சமகாலக் காப்பிய ஆய்வாளர்களிடமிருந்து விலகி நின்று சீதையினை இந்நாட்டுப் 'பெண்களின் உயிர்நிலை' யாகவும்கிழக்கிந்தியக் கடலை 'மணிமேகலா தெய்வத்தின் கோவிலா'கவும், இராமகதையினை 'இந்திய வாழ்வை வளர்க்கும் நூலா'கவும் அவரால் பார்க்க முடிகின்றது. சிந்தாமணியின் அரசியலை காந்தியுகத்தின் அரசியலாக அவரால் விளக்கவும் முடிகிறது.

தமிழ் அடையாளம் தேடும் முயற்சிக்கு எதிராகப் பன்முகப் பண்பாடு கொண்ட இந்திய நாட்டில் 'இந்தியம்'என்னும் ஒற்றை அடையாளத்தைத் தமிழ்க் காப்பிய ஆய்வுலகில் நிறுவ முயலும் காந்தியவாதியாக தெ.பொ.மீ.காட்சி தருகிறார்.

அவர் சார்ந்திருந்த ஆன்மீகத்தளமான வேதாந்தமும் பன்முகத் தன்மைக்கு எதிராக ஒற்றை அடையாளம் காட்டும் தன்மை கொண்டது என்பது அவரது நிலைப்பாட்டுக்கு மற்றொரு காரணம் ஆகும்.

தெ.பொ.மீ.நூல்கள் (பயன்பட்டவை)

1. குடிமக்கள் காப்பியம்
2. நீங்களும் சுவையுங்கள்
3. பிறந்தது எப்படியோ?
4. சமணத்தமிழ் இலக்கிய வரலாறு
5. கானல் வரி

மரபும் புதுமையும் (சிற்பி)

திராவிட இயக்கத்தார் 1967இல் அரசியல் அதிகாரம் பெற்றனர். இந்த நிகழ்வு எதிர்மறையாகச் செயல்பட்டு, மரபுத் தமிழ்க்கவிதை சந்தித்த தேக்கநிலை உடைபடுவதற்குக் காரணமா யிற்று. இத்தேக்கநிலை உடைபட்டதன் அடையாளமாக 'வானம்பாடி'க்காரர்கள் உருவாகிறார்கள். திராவிட இயக்கத்தின் அரசியல், பொருளாதாரத் தோல்விகள் வெளிச்சத்திற்கு வந்தபோது அதை நம்பியிருந்து ஏமாற்றத்தைச் சந்தித்த இளம் படைப்பாளிகள் தங்களுக்குள் ஒரு புதிய இணைப்பினைக் கண்டனர். இந்த இணைப்புக்குரிய வலிமையான, தெளிவான 'அரசியல்' ஒன்று அப்போது அவர்களுக்குக் கிடைக்கவில்லை என்பதைப் பின்வந்த இருபது ஆண்டுகள் காட்டின.

சிற்பி, 'வானம்பாடி'க் கூட்டத்திலிருந்து வந்தவர். வானம்பாடிக் கவிஞர்களின் தொடக்ககாலச் சிந்தனையை அடையாளம் காட்டுவது போல, ஜூலை 1971இல் சிற்பியின் 'ஒளிப்பறவை' வெளிவருகிறது. முன்னரே இரண்டு கவிதைத் தொகுதிகளை வெளியிட்டிருந்தாலும் சிற்பியைக் கவிஞராகத் தமிழ்நாட்டிற்கு அடையாளம் காட்டியது அவரது மூன்றாவது தொகுதியான ஒளிப்பறவையே. வானம்பாடிக் கூட்டம் கலைந்துபோனதை 1976 டிசம்பரில் வெளிவந்த அவரது 'சர்ப்ப யாகம்' அடையாளம் காட்டுகிறது. ஒளிப்பறவை முன்னுரையில் "சொற்களில் புதிய வண்ணச் சேர்க்கை, உருவக நிறைவு, படிம அமைப்பியல், நவநவமான உத்திகள், மரபில் காலூன்றிப் புதுமை வானில் கிளை பரப்பும் கவிதைப் போக்கு, மனிதப் பண்பின் மலர்ச்சி - இவற்றில் நம்பிக்கை கொண்ட ஒரு கூட்டத்தைச் சேர்ந்தவன் நான். அந்தச் சாயல்கள் என் கவிதை களிலும் தென்படும் என்று நம்புகிறேன்" என்று வாக்குமூலம் தருகிறார் சிற்பி. இவரது வாக்குமூலத்தை அதே தொகுதியில் ஒரு சின்ன விமர்சனத்தோடு அங்கீகாரம் செய்திருக்கிறார் ஜெயகாந்தன். "சிற்பி பாலசுப்பிரமணியம் தமிழ் மரபோடு கவிதை எழுதுகிறார். அந்த மரபை மீறாமலேயே புதுமை செய்ய வேண்டும் என்று முனைகிறார். இவருக்கு உண்மையான நாட்டம் புதுமையிலா மரபிலா என்று எனக்குப் புரியவில்லை. ஏதாவது ஒன்றில் இவர்

நிச்சயம் வெற்றி பெறுவார் என்று எனக்குத் தோன்றுகிறது."

மரபு என்றால் என்ன? அதே சொல்; அதே யாப்பு; அதே வகையான உணர்வு வெளிப்பாடுகள் - இவை மட்டும்தானா? இல்லை. வடிவ மரபுகளுக்கும் அப்பால் அதற்குப் பொருளுண்டு, மரபு என்பது நேற்றைய வாழ்வின் சாராம்சம். மரபினை அதுவாகப் புரிந்து கொள்வதைவிட அது மீறப்படும்போதும் மாற்றப்படும்போதும் ஏற்படும் எதிர்ப்புக் குரல்களைக் கொண்டே சரியாகப் புரிந்து கொள்ள முடியும். பாரதியும் புதுமைப்பித்தனும் மரபறியாதவர் களில்லை. அவர்கள் சமகாலத்தில் சந்தித்த எதிர்ப்புணர்ச்சியே அவர்களை மரபுகளை மீறிய புதிய படைப்பாளிகளாக அடையாளம் காட்டியது. 'சமகாலத்து அங்கீகாரம்' மறுக்கப்பட்டதும், தனி வாழ்க்கைத் துயரங்களும், மரபுகளை மீறியதற்காக அவர்கள் பழைய சமூகம் ஒன்றிற்குச் செலுத்திய விலைகளாகும்.

சரி, இனி மரபு பற்றிச் சிற்பி என்ன கருதுகிறார் என்று பார்ப்போம். "மரபின் சரித்திரச் சாதனைகள் ஒருநாளும் மண்மூடி மறைந்து போகாது. நொய்ந்தது அழியும்; தேய்ந்தது சிதையும். ஆனால் ஆற்றல் வாய்ந்தது வாழும்; பயனுள்ளவரை வாழும்."

"மரபுகளைப் பட்டை உரித்துக்கொண்டு புதுமை துளிர்க்கிறது, மலர்கிறது, கனிகிறது" (நிலவுப் பூ).

காட்டப்பட்ட மேற்கோள்களிலிருந்து மரபுகளின்மீது சிற்பி கொண்டுள்ள உயர்ந்த மரியாதையும்புதுமையின் தோற்றத்தை 'மரபின் பட்டை உரிப்பு' என்று அவர் கருதுவதும் நமக்குப் புரிகின்றன. பின்னர் புதுக்கவிதை பற்றிப் பேசவருகிறபோது "1968இலேயே புதுக்கவிதைப் பாணியை நான் தொடங்கிவிட்டேன். அப்போது நான் புதுக்கவிதையை விமர்சித்ததும் உண்மைதான் என்றாலும், அந்தப் புது வடிவத்தின் உருவிலும் செறிவிலும் என்னையும் அறியாமல் ஈடுபட்டுவிட்டேன்" என்று 'சிரித்த முத்துக்கள்' இரண்டாம் பதிப்புக்கு 1985இல் எழுதிய முன்னுரையில் சிற்பி குறிப்பிடுகிறார். சுருக்கமாகச் சொன்னால், தானும் தன் கவிதையும் மரபிலிருந்து 'பரிணமித்து புதுமைக்கு வந்ததாகச் சிற்பி கருதுகிறார்' என்று தோன்றுகிறது.

இனி, புதுமை என்பது குறித்து நாம் சிந்திக்க வேண்டும். புதுமையைச் செரித்துக்கொள்ளுதல் என்பது மரபிலிருந்து பெறப்

படும் சக்தியால்தான். இயங்குகின்ற எல்லாப் பொருள்களிலும் உண்மைகளிலும் புதிய ஒரு பரிமாணத்தைக் காலம் ஏற்படுத்தவே செய்யும். ஆனால், புதுமை என்பது நேற்றுப் பூத்த அதே செடியில் இன்று ஒரு புதிய பூ பூப்பதல்ல. மரபினுடைய உயிர்க்கூறுகள் என்று வரையறுக்கப்பட்ட சிலவற்றை முற்றாக நிராகரிப்பதையும் அந்த இடத்தில் புதிய ஓர் ஆக்கத்தை நிகழ்த்துவதையுமே புதுமை என்று நாம் கருதுகிறோம். 'நாணமும் அச்சமும் நாய்கட்கு வேண்டுமாம்' என்கிறபோது, ஈராயிரம் ஆண்டு மரபு மதிப்பீடு ஒன்று நிராகரிக்கப்பட்டு, பெண் புறவாழ்க்கைக்கும் உரிமையுடையவளாக ஆக்கப்படுகிறாள். தொடர்புடைய எல்லை காட்டும் சொற்களும் மரபிலக்கியப் பொருளை இழந்துபோகின்றன.

"கஞ்சி பறித்தார் எழும் காதல் பறித்தார் கெட்ட
வஞ்சகம் சேர் சின்ன மானிடச்சாதி"

என்று அகம், புறம் பாகுபாட்டை நிராகரித்து வந்து, இரண்டுக்கு மிடையே நிறுத்தப்பட்ட இரும்புமுள்வேலிகளை அடித்து நொறுக்கிவீழ்த்தும் அதேநேரத்தில், கவிஞன் 'மானிடச்சாதியின்' விடுதலைக்கான தன்னுடைய முதல் கவிதை அழைப்பினை முன்வைக்கிறான். கவிதையில் புதுமை பொலிகிறது.

எனவே புதுமை என்பது மரபை நிராகரிப்பது மட்டுமல்ல. புதிய ஒன்றை முன்னிறுத்துவதுமாகும். நிலவுப்பூ (1963), சிரித்த முத்துக்கள் (1968), என்ற இரு கவிதைத் தொகுப்புகளும் சிற்பியைப் பாரதி, பாரதிதாசன் வழியில் வந்த மரபுக் கவிஞராகவே இனங்காட்டுகின்றன. பின்னர் வெளிவந்த மூன்றாவது கவிதைத் தொகுதியான ஒளிப்பறவை (1971), புதிய உறவுகளை அடையாளம் காணும் குழந்தையைப்போல ஆர்வமும் மகிழ்ச்சியும் பொங்க மரபின் மடியிலிருந்து விடுபடத் துடிக்கிறது. சிற்பியின் நான்காவது கவிதைத் தொகுதியான சர்ப்ப யாகம் (1976), சிற்பியின் புதிய உறவுகளை அடையாளம் காட்டுகிறது.

நெகிழ்ந்த தவத்துக்கு தேவ சௌந்தர்யம்
கவிழ்ந்து கொடுத்த அம்ருத கவிதையே!
தேவபோகமும் மோகயாகமும் தந்த
அபூர்வ மனிதராகம் நீ!

சகுந்தலையின் பிறப்புப்பற்றிய கவிதை இது. முதல் மூன்று தொகுதி

களிலும் தன்னுணர்ச்சியோடு ஒதுங்கி நிற்கிற சிற்பி, ஒளிப்பறவை யிலும் பின்வந்த இரண்டு தொகுதிகளிலும் வடசொற்களை அளவுக்குமீறிக் காதலிக்கிறார். இந்தக் காதலின் வெளிப்பாடுதான் தேவசௌந்தர்யம், அம்ருத கவிதை, அபூர்வராகம், தேவயோகம், மோகயாகம் என்பதுபோல வந்துவிழுகிற சொற்கூற்றுக்கள். இது மட்டுமல்ல; இந்தத் தொகுதிகளில் (மகாபாரத, இராமாயண) இதிகாச உவமைகள் சரஞ்சரமாய் வந்து விழுகின்றன. மாறுதல் என்பது வரவேற்புக்குரியது. ஆயினும் சிற்பியின் இந்த மாறுதல் ஒரு கவிமனத்தின் பரிணமிப்பு அல்ல. மாறாக, அதுவரை தான் கொண்டிருந்த கருத்துக்களைத் தானே கேலிசெய்துகொள்ளும் மனப்பான்மைதான்.

"பண்டு தமிழ்ச் சங்க
மண்டப மிருந்த
கபாட புரத்துக்கு
யாத்திரை போக
கடல் கொண்டு போன
பஃறுளியாற்றில்
தூண்டில் வீசித்
தூங்கி இருக்க" (சர்ப்ப யாகம்)

தமிழ்நாட்டில் சிலர் முற்பட்டது உண்மைதான். ஆனாலும் 'துய்ய நற்றமிழ்ச் சாராயம்' என்று பாடிய பாரதிதாசனின் 'பேரக் கவிஞன்' தேசிய இனம் குறித்த தன்னுணர்ச்சியை எழுபதுகளில் முழுமையாக இழந்து போனதுதான் இங்கு வேதனைக்கு உரியதாகும். இருண்ட ஆப்பிரிக்காவின் இதயத்தைத் தேடி (சர்ப்பயாகம்) சிற்பி நடக்கிறபோது, நாமும் உடன் நடக்கிறோம். சிரித்துக்கொண்டிருக்கிற சினேக லதாவிற்காக (சர்ப்பயாகம்) நாமும் மனசுக்குள் அழுகிறோம். ஆனால், இந்த மனிதநேயம் மட்டுமே ஒரு கவிஞனின் படைப்புலகத்தை முழுமையாக்கிவிடுவதில்லை.

இனி சிற்பியின் படைப்பில் ஒரு மூன்றாவது பரிமாணத்தைப் பார்க்கிறோம். 'சூரியநிழல்' (1990) தொகுப்பில் ஒரு கவிதை,

"ஆற்றுப் படைகளும்
மலைபடுகடாமும்
வியாசர் வால்மீகி
ஊற்றுக் கொடைகளும்

சுரந்து விம்மியதும்
இந்தக் கானகங்களில்!

....

....

மாமல்லபுரங்கள்
பூம்புகார்கள்
மாடமதுரைகள்
காண்பதற்காகக்
காடு கொன்று
நாடாக்கியவன்.
இன்று
இயந்திர நாகரிக
நெரிசலில்
தன்னை மறந்தான்
மனிதன் என்னும்
தன்நாமமும் கெட்டான்!"

சிற்பியின் மூன்றாவது பரிணாமத்தில் 'தேவ சௌந்தர்யங்கள்' கொஞ்சம் மூத்துப் போயிருக்கின்றன. 'கபாடபுரத்துப் பண்டித' வழியினர் அவ்வளவு மோசமானவர்களாக இப்பொழுது தெரிய வில்லை. சங்க இலக்கியங்களும் தேவாரமும் சிற்பிக்கு மீண்டும் நினைவுக்கு வருகின்றன.

சுருக்கமாகவே கேட்கலாமே! நிலவுப்பூவும் (1963) சிரித்த முத்துக்களும் (1968) காட்டும் சிற்பியின் ஒளிப்பறவையைக் (1971) காணும்பொழுது இவரது இன்னொரு பரிமாணம் தெரிகிறது. இது பரிமாணம் மட்டுமல்ல. பரிணாமமும் (வளர்ச்சியும்)கூடத்தான். ஆனால்,சிற்பியின் இரண்டாவது பரிமாணத்துக்கும் மூன்றாவது பரிமாணத்துக்கும் இடையில் நடந்த நிகழ்வுகள்தான் என்ன?

பாரதிக்குப் பின்னாலே இங்கே நடந்துபோன அரசியல், சமூக, பண்பாட்டு நிகழ்வுகள் பலப்பல. அவை அனைத்தையும் தமிழிலக்கியம் பிரதிபலித்ததா என்பது கேள்விக்குரியது. பாரதிக்கும் பின்வந்த கவிஞர்களுக்கும் உள்ள இடைவெளியை பாரதிதாசனே பாலம்போட்டு இணைத்துவைத்தார். அரசியல் விடுதலையை முன்னாக வைத்துப் பலவகையான தளங்களிலும் பாரதியின்

விடுதலை உணர்வு கிளைவிட்டுப் படர்ந்தது. பாரதிதாசனின் விடுதலை உணர்வோ சமூகத் தளத்தில் மையம் கொண்டிருந்தது. அதனால்தான் அவரது மொழியுணர்வு தேசிய இன உணர்வினை வளர்த்தெடுத்தது. ஆனால் புதிய அரசியல், புதிய ஆதிக்கம் பற்றிய தன்னுணர்ச்சிகள் பாரதிதாசன் காலத்தில்கூட மலரவில்லை. எனவே பின்வந்த கவிஞர்களுடைய விடுதலையுணர்வு, புதிய சமூக எதார்த்தங்களுக்கேற்ப அரசியல், பொருளாதார, பண்பாட்டுத் தளங்களில் மிக நுட்பமாகச் செயல்பட வேண்டிய தேவை ஏற்பட்டது.

இந்தப் புதிய சமூக எதார்த்தங்களைப் பற்றிய சிந்தனைகள், 1971க்குப்பிறகு சிற்பி இருந்த அரசியல் தளத்திலே அவருக்குக் கிடைக்கவில்லை. இந்தச் சமூக எதார்த்தங்களே மீண்டும் ஒருமுறை தத்துவங்களைச் செழுமைப்படுத்தின. எனவேதான் 1976 டிசம்பரில் வெளிவந்த 'சர்ப்ப யாகம்' அப்பொழுது தேசத்தை மலைப்பாம்பாகச் சுற்றிக்கொண்டு அதன் உயிர்ப்பையே அடக்க முயன்ற 'அவசர நிலை'யைக் காணத் தவறிவிட்டது. நாடு முழுவதும் அவசரநிலை இருள் சூழ்ந்தபோது எந்தப் படைப்பாளி நிலாச்சோறு சாப்பிட்டுக்கொண்டிருக்க முடியும்?

வளர்ச்சியையும் இன்று தொடர்புச் சாதனங்களின் கடன் களையும் மட்டுமே ஏகாதிபத்தியங்கள் நவீன ஆயுதமாய்க் கையிலெடுத்திருக்கின்றன. ஆப்பிரிக்காவில் மட்டுமல்ல; உலகெங் கிலும் தேசிய இனங்கள் மார்க்சிய வெளிச்சத்தில் தன்னுணர்ச்சி பெற்றிருக்கின்றன. இந்த 'ஞானம்' அண்மைக்காலமாகத் தமிழ்க் கவிதையில் முகம் காட்டி நிற்கிறது. நடைமுறைகளால் செழுமைப் படுத்தப்பட்டிருக்கும் தத்துவங்களின் சார்பு, சிற்பியின் அடுத்த பரிமாணத்தில் முகங்காட்டினால் நமக்கு மகிழ்ச்சிதான். அப்பொழுது அவரைப் 'புதுமைக் கவிஞர்' என்று நாம் ஏற்றுக்கொள்ள முடியும்.

• 1991இல் எழுதப்பட்ட கட்டுரை இது. 'சிற்பியின் படைப்புக் கலை' நூலில் வெளிவந்தது. பின்வந்த நாட்களில் கவிஞருக்கும் கட்டுரையாளர்க்கும் பார்வை மாற்றங்கள் நிறைய இருப்பினும், ஆய்வு அறம் கருதி கட்டுரை பிறந்த வண்ணமே நூலில் சேர்க்கப் பட்டுள்ளது.

பாடலாசிரியனும் கவிஞனும்

ஓர் இலக்கியப் படைப்பாளி (அல்லது) படைப்புக் கலைஞன், தான் வாழும் காலத்தில் மதிக்கப்பட்டதாகத் தமிழிலக்கிய நெடும் பரப்பில் கிடைக்கும் சான்றுகள் மிகமிகக் குறைவு. வள்ளுவர் வறுமையோடு போராடியதற்குத் திருக்குறளுக்குள்ளேயே சாட்சியங்கள் கிடைக்கின்றன. 'காவிரி நாடன்ன கழனி' நாட்டைப் பாடிவிட்டு வறண்ட முகவை மாவட்டத்தில் நாட்டரசன் கோட்டையிலே வந்து கம்பன் மறைந்து போனான். நம் சமகாலத்திய கொடுமையான உதாரணங்கள் பாரதியும் புதுமைப்பித்தனும். மரியாதைக்குரிய விதிவிலக்கு பாரதிதாசன்தான். எதிர்த்தட்டாக, 'வாசிப்பு இடைவெளியை' இட்டு நிரப்பிய புனைகதையாளர் களைத் தமிழர்கள் தலையிலே தூக்கிவைத்துக் கொண்டாடிய காலமும் உண்டு. ஆனாலும்கூடச் சமகாலத்தில் நியாயம் செய்யப் பட்ட ஒன்றிரண்டு நிகழ்வுகளும் தமிழில் இல்லாமல் இல்லை. 'இந்த மகாகவியை தமிழ்நாடு எப்போது அடையாளம் காணப் போகிறது' என்று பாரதி வாழ்ந்த காலத்திலேயே பரலி சு.நெல்லையப்பர் (1919இல்) எழுதினார்.

இருபத்தொன்றாம் நூற்றாண்டின் தொடக்கப்பகுதியில் இவ்வகையான பார்வைகள் மழுங்கலாகவும் கூர்மையாகவும் என, இரு நிலையிலும் வளர்ந்திருக்கின்றன. அச்சு ஊடகங்களின் மூலதனப் பிற்புலம், காட்சி ஊடகங்களின் அரக்கவலிமை, அறிவியல் கருவிகளின் வளர்ச்சி என்று, இந்த நிலைமைக்குப் பல காரணங்கள் உண்டு. எனவே வைரமுத்து என்ற, காட்சி ஊடகம் சார்ந்த ஒரு கலைஞன் மீது சமகால விமர்சனங்கள் 'சரமாரியாக'க் குவிவது இயற்கைதான்.

கவிஞர் வைரமுத்துவைத் துளைத்தெடுத்த விமர்சனக் கணைகள் பெரும்பாலும் ஒரே தரப்பில் இருந்து வந்தவை. 'தீவிர இலக்கியக்காரர்கள்', 'இலக்கியச் சிற்றிதழ் எழுத்தாளர்கள்' என்று அறியப்பட்ட இவர்கள் கடுமையான, விரைவான படிப்பாளிகள்; அறச்சீற்றமுடையவர்கள். பகை முரண் எது? இணைமுரண் எது? என அறிந்துகொண்டவர்கள். தாக்கத் துடிக்கும் இவர்களுக்கு உள்ளாகத் தாங்கத்துடிக்கும் இன உணர்ச்சியும் உண்டு.

சென்னைப் பல்கலைக்கழகம் மறைமலை அடிகளின் பாடநூலுக்கு நெருக்கடிகள் தந்தபோது, 'சான்றோர் மெய்மறை போல'த் தானே ஓடிவந்து காத்து நின்றவர் பெரியார். அதுபோல எழுத்தாளர் சு.சமுத்திரத்தின் மீது 'சாதி விமர்சனம்'பாய்ந்தபோது, எதிர் நின்று தாங்கிப் பிடித்தவர்கள் இவர்கள்தாம்.

இவர்களின் நிலைப்பாட்டின்படி, "திரைப்படத்துறை என்பது அறஉணர்ச்சி இல்லாத ஒரு சந்தை. அது அதிகாரச் சார்புடையது. இருளும் ஒளியும் அங்கே அருகருகே இல்லை. நாணயத்தின் இரண்டு பக்கங்களைப் போல இரண்டும் ஒன்றை ஒன்று நெருங்காதபடி அந்த உலகம் அமைந்துள்ளது. 'மலையாளம் போனவர்கள் ஏ சுடலை, மாறி வரப் போறதில்ல' என்ற கதைப்பாடல் உலகம் போல, திரைப்படத் துறைக்குப் போனவர்கள் 'தாமான தன்மை யோடு' திரும்பிவரப் போவதில்லை. அவர்கள் சுயத்தை இழந்து போவார்கள்." கவிஞர் வைரமுத்துவின் மீதான விமர்சனங்களை வைப்பவர்களின் கருத்தியல் அடிப்படை இதுதான். விதிவிலக்குகள் இருக்கலாம். ஆனால் பொதுவான உண்மை இது என்பதுதான் தமிழ்ப் படத்துறையின் வரலாறு.

இந்த இடத்தில் நமக்குச் சில கேள்விகள் எழுகின்றன. திரைப் படப் பாடல்கள் எல்லாம் கவிதைகள் ஆகுமா? அவை கவிதையாக இருக்க வேண்டுமா? திரைப்படப் பாடல்களைக் கவிஞர்கள்தாம் எழுத வேண்டுமா? இதுவரை எழுதியவர்கள் எல்லாம் கவிஞர்கள் தாமா? இந்தக் கேள்விகளை எல்லாம் ஒரே கேள்வியாகச் சிந்தித்துப் பார்க்கலாம். பாடலாசிரியரும் (Lyricist) கவிஞரும் (Poet) ஒருவர் தானா? இருவரா? தமிழ் யாப்பு இசை ஒழுங்குடையது. ஆனால் யாப்பு என்னும் ஓசை நெறிக்குட்பட்டவையெல்லாம் இசைப் பாடலாகுமா?

இந்தக் கேள்விக்கான விடைகள், தமிழிலக்கிய வரலாற்றில் மேற்பரப்பிலேயே நமக்குக் காணக் கிடைக்கின்றன.

ஆழ்வார்களின் பாசுரங்களை நாதமுனிகள் தொகுத்தபோது, அவை அனைத்தும் யாப்பு ஒழுங்கு வகைக்கு உட்பட்டவையாக இருந்தாலும் அவற்றை 'இயற்பா', 'இசைப்பா' என இரண்டாக அவர் வகுத்தார். நம்மாழ்வாரின் திருவாய்மொழி மட்டுமே இசைப்பாடல் வகையாகும். அவரது கட்டளைக் கலித்துறையில் அமைந்த திருவிருத்தமும்நேரிசை ஆசிரியப்பாவில் அமைந்த

திரு ஆசிரியமும்நேரிசை வெண்பா யாப்பில் அமைந்த பெரிய திருவந்தாதியும் 'இயற்பா' வகையினைச் சார்ந்தன என்றே அவர் பகுத்திருக்கின்றார். திருமங்கையாழ்வாரின் மடல்களும் முதலாழ் வாரின் அந்தாதிகளும் 'இயற்பா'தாம். அதாவது, கவிதை வேறு; பாடல் (Lyric) வேறு என்ற கலை உணர்ச்சி அவர்களுக்குத் இருந் திருக்கிறது. இந்த நோக்கில் பார்ப்பதானால், சங்க இலக்கியங்கள் பெரும்பாலும் இசைப் பாடல்களின் தொகுப்பே. எனவேதான் அதில் காணக் கிடைத்த செய்திகளைவிடக் காணக் கிடைக்காத செய்திகள் அதிகம். இசைப்பாடல்களின் தனித்தன்மையை இளங் கோவடிகளும் நன்கு உணர்ந்திருக்கிறார். அவரது பெருங்காப்பி யத்தில் இசைப்பாடல்கள் சில 'உள் வைத்துக் கட்டப்பட்டுள்ளன'. அவற்றைக் கமலி என்னும் பேராசிரியர் அண்மையில் ஆராய்ந்து எடுத்துக்காட்டியுள்ளார். குன்றக் குரவையில், 'அஞ்சனப் பூழி அரிதாரம்'எனத் தொடங்கி நான்கு அடிகளும் இசைப்பாடல்களில் தொகையறவு. 'ஆடுதுமே தோழி ஆடுதுமே தோழி'என்ற அடுத்த அடி எடுப்பு (பல்லவி), அடுத்த இரண்டு அடிகளும் தொடுப்பு (அனு பல்லவி), அடுத்து வரும் நான்கடிப் பாடல்கள் மூன்றும் முடிப்பு (சரணம்). இந்த முடிப்புப் பகுதிகள் மடக்கணியோடு இணைந்தவை. இந்த இசைப் பாடல்களைத் தவிர, நேரிசை ஆசிரியப்பாவில் அமைந்த சிலப்பதிகாரத்தின் எஞ்சிய பகுதிகள் எல்லாம் இயற்பா ஆகும். இசைப் பாடலாசிரியன் தகுதியை அடிகளாரே அரங்கேற்று காதையில் ஒன்பது அடிகளில் (36-44) வரையறுத்துக் காட்டியுள்ளார். அப்படியானால் இளங்கோவடிகள் என்ற கவிஞர் எங்கிருக்கிறார்? பெரும்பாலும் இயற்பாக்களிலும் ஓரளவு இசைப் பாடல்களிலும் அவர் தன்னை முன்னிறுத்திக் காட்டுகின்றார்.

பாடலாசிரியரும் கவிஞரும் ஒருவரல்லர்; ஒருவராகவும் இருக்கலாம் என்பதுதான் தமிழிலக்கியப் பெரும்பரப்பு நமக்குத் தரும் செய்தியாகும். வேறு சொற்களில் சொல்வதானால், தன் முன் இயங்குகிற உலகம் பற்றிய ஆழத்தையும் நுட்பமுமான உணர்வுகளையும் படைப்புக் கலைஞன் 'கவிதை'யாகத்தான் முழுமையாக வெளிப்படுத்த முடியும். 'இசைப் பாடல்' ஆசிரியனுக்கு அது இயலாது. விதிவிலக்காகவே தமிழிலக்கிய எடுத்துக்காட்டுகள் உள்ளன. இளங்கோவடிகளையும் குமரகுருபர ரையும் நீக்கிப் பார்த்தால், கவித்துவம் மிகுந்த இசைப் பாடல்கள்

(lyrics) பாரதியிடமிருந்தே (கண்ணன் பாட்டு) பிறந்தன. சீர்காழி அருணாசலக் கவிராயர், முத்துத்தாண்டவர், புதுக்கோட்டை கோபாலகிருஷ்ண பாரதியார், மாயூரம் வேதநாயகம் பிள்ளை உள்ளிட்ட கலைஞர்கள் இசைப்பாடலாசிரியர் (Lyricists) என்னும் வகைப்பாட்டில்தான் அடங்குவர்; கவிஞர் என்ற கணக்கிலில்லை.

தமிழ் எழுத்திலக்கிய மரபினைவிட வாய்மொழி இலக்கிய மரபு பெருமளவு இசை ஒழுங்கு சார்ந்ததாகும். எனவே இசைப்பாடல் மரபு (lyric) என்பது வாய்மொழி இலக்கிய மரபிற்குக் கடன் பட்டதாகும். எடுத்துக்காட்டாக, இசைப் பாடல்களில் முடிப்பு (சரணம்) எனப்படும் பகுதி ஒரே உணர்வை மூன்றாக, நான்காக அடுக்கிச் சொல்வதாகும். தமிழ் யாப்பிலக்கணம் இதனை "ஒரு பொருள் மேல் மூன்றடுக்கிய ஒத்தாழிசைக் கலிப்பா' எனக் குறிக்கின்றது. அச்சுக்கு வந்த, வராத தாலாட்டு, ஒப்பாரிப் பாடல் களைத் தொகுத்துப் பாருங்கள். அப்பாடல்களின் அடிக்கூறு மூன்றடுக்கு உடையதாக அமைந்திருக்கும்.

'மழை பெய்த வாசலிலே மண்ணளையப் பிள்ளையில்ல
தண்ணீர்க்குப் போகையிலே தடம்மறிக்கப் பிள்ளையில்ல
கறித் தேங்காய் அரைக்கையிலே கை நீட்டப் பிள்ளையில்ல'
என்பது ஒரு ஒப்பாரிப் பாடல்.
தாலாட்டில் அரிதாக மூன்றடுக்குகளும்
பெரும்பாலும் ஈரடுக்குகளும் வரும்.
'அத்தையடிச்சாளோ அரளிப் பூ செண்டாலே
மாமன் அடிச்சானோ மல்லிகைப்பூ செண்டாலே'

'வில்வப் பொடி மணக்கும்
விரிச்ச தலைப் பூ மணக்கும்
கதம்பப் பொடி மணக்கும்
கட்டழகன் கூந்தலிலே'
என்பதாக இந்த அடுக்குகள் அமையும்.

"தமிழ்க் கவிதை மரபில் நாட்டுப்புற மரபும் இசைப்பாடல் மரபும் தனித் தடங்களாகும்" என்ற காவ்யா சண்முகசுந்தரத்தின் கருத்தில் நமக்கு உடன்பாடில்லை. எல்லாக் கலைகளுக்கும்கவிதைகளுக்கும் நாட்டார் மரபில்தான் வேர்கள் உண்டு. குறிப்பாகக் கவிதைக் கலையிலும்இசைக் கலையிலும் இந்த வேர்களை நம்மால் எளிதாக அடையாளம் காண இயலும்.

இப்போது மீண்டும் பழைய தளத்திற்கு வருவோம். பாடலாசிரியர் (Lyricist), கவிஞர் (Poet) என்ற இரு பரிமாணங் களையுடையவர் கவிஞர் வைரமுத்து என்பது இப்போது நன்றாக விளங்கும். பாடலாசிரியர் வைரமுத்துவின் மீது பாய்ந்த கணைகள் கவிஞர் வைரமுத்துவைக் காயப்படுத்தி இருக்கின்றனவா? 'வைரமுத்து கவிதைகள்' தொகுப்பிலிருந்து அப்படி ஏதும் நடக்கவில்லை என்றே தோன்றுகின்றது. இசைப்பாடல்களில் பேசமுடியாத முகங்களும் நிகழ்வுகளும் கவிஞர் வைரமுத்துவால் தன்னுணர்ச்சியோடு உள்வாங்கப்பட்டுள்ளன என்பதற்கு, 'வைரமுத்து கவிதைத் தொகுப்பு' சான்றாகும். எடுத்துக்காட்டாக, அவரது 'கூடு' என்ற கவிதையைக் காட்டலாம்.

புறம்போக்கு நிலத்தில் கட்டப்பட்ட தன்வீடு அதிகாரிகளால் இடிக்கப்படும் நிகழ்ச்சியினைக் கண்டு துரைச்சாமியின் தாயாகிய ஒரு நடுத்தர வயதுப் பெண் புலம்புவதாக 'மறுவில்லாத'பேச்சு மொழியில் இந்தக்கவிதை அமைந்திருக்கிறது. நாட்டார் கவிதை மரபினை முழுவதும் அது உள்வாங்கிக்கொண்டிருக்கிறது.

வீட்ட இடிக்கிறாக
வெறப்பாக நிக்கிறாக
ஓட்டப் பிரிக்கிறாக
ஓடிப்போயிக் கூட்டியாடா..

.....

சாமிகளா சாமிகளா
சர்க்காரு சாமிகளா
முள்ளெடுக்கப் போயிருக்கும்
மூத்தவனக் காங்கலையே
ஏழாவது படிக்கப் போன
எளையவளும் காங்கலையே..

என்ற 'அடுக்கு'முறை, நாட்டார் கவிதைகளின் அடிக்கூறுகளில் ஒன்றாகும். நாட்டார் கவிதை மரபிலிருந்து பேரிலக்கியங்கள் கடன் பெற்றுக்கொண்ட மற்றொரு கூறு 'கனவும்கனவு பலித்ததும்'ஆகும்.

வெள்ளாட்டுக் காம்பில்
வெசம் வடியக் கனாக்கண்டேன்
ஓடையெல்லாம் ரத்தம்

ஓடிவரக் கனாக் கண்டேன்
காத்து கறுப்பாச்சே
கண்டகனாப் பலிச்சிருச்சே

இந்த வெளித்தோற்றத்திற்கு அப்பால் கவிதையின் உள்ளாகப் பொதிந்து கிடக்கின்ற கவிதையின் உணர்வுகளே வாசகனை உயிர்ப்பிக்கின்றன.

கள்ளுக்கடையில் இருக்கும் அப்பன், முள்விறகு பொறக்கப் போன மூத்த மகன், வெளிறிய தாவணியுடன் ஏழாவது படிக்கப் போன மகள், தாயாரோடு வீட்டிலிருக்கும் அடுத்த பையன் இவர்களெல்லாம் கவிதைக்குள் பேசப்பட்டவர்கள்தாம். இதற்கு அப்பாலாக எழுதப்படாத வரிகளும் இந்தக் கவிதைக்குள் உள்ளன. ஒரு சிற்றுந்து (Jeep), குழாய்க்கால் சட்டையும் வெள்ளை அரைக்கை சட்டையுமாக (அது என்ன முத்திரையோ?) கல்லாய் இறுகிய முகத்தோடு நிற்கும் அதிகாரிகள், கையில் கடப்பாரையும் மண்வெட்டியும் தலையில் தலைப்பாகையுமாக 'அதிகார வால்' களாகப் பத்துப் பதினைந்து பேர். ஒரு டவாலி சேவகன், தேவைப் பட்டால் வேண்டுமெனத் தூரத்தில் பத்து காக்கிச் சட்டைகள் என்ற அதிகாரச் சூழலுக்குள் துடித்து நின்றபடி துரைச்சாமியின் தாய் புலம்புகின்றாள். இந்தப் புலம்பல் ஒரு அரை மணிநேரம் நீடிக்கின்றது. அப்பனோடு துரைச்சாமி இன்னும் வந்து சேரவில்லை.

புலம்பலையே போராட்டமாக நிகழ்த்துகின்ற நடுத்தர வயதுத்தாய், தான் தோற்றுக்கொண்டிருப்பதை உணருகின்றாள். 'அறுகம்புல் புத்தி சொன்னா அருவா கேட்காது' என்ற ஞானம் அவளுக்கு உறைக்கின்றது. மாலையிலே பள்ளிவிட்டு வந்து வேதனையும் திகைப்புமாக நிற்கப்போகின்ற செல்ல மகள் முகம் அவள் நினைவிற்கு வருகிறது. அவளைப்போலவே பூக்க இருக்கின்ற செடி, வீட்டின் பின்புறம் அவள் நீருற்றி வளர்த்த செடி. அதிகார மையங்கள் அந்த மல்லிகைச் செடியின் இருப்பையும் உயிர்ப்பையும் நிராகரிக்க எந்த நியாயமும் அவ்விடத்தில் இல்லை. இருந்தாலும் அந்தக் கொடுமையும் நடந்துவிடுமோ என்கிற பதைபதைப்பு. தன் இருப்பு நிராகரிக்கப்பட்டபோது மல்லிகைச் செடிக்கு நேரப் போகின்ற மரணத்தை அவள் தடுத்து நிறுத்தப் போராடுகின்றாள்.

பொத்தி வளத்த கொடி
பூப்பூக்கு முன்னால

கத்தி எறியாதிக
கடப்பாரை வீசாதிக
ஆசையில வச்ச கொடி
கசங்காம இருக்கட்டும்
அவவச்ச மல்லிகைதான்
எவளுக்கோ பூக்கட்டும்

என்கின்ற உயிர்ப்பான வேண்டுகோளுடன் முடிகின்றது கவிதை. மல்லிகைச் செடி என்னாயிற்றோ, தெரியாது.

தன்னையொத்த உயிர்க் கூட்டத்தையும் பயிர்க் கூட்டத்தையும், அவற்றின் இருப்பையும்வாழ்வையும் ஏற்றுக்கொள்வதே கலாச்சாரத்தின் ஆணிவேராகும். கற்றுத் தரப்படாத தன்னியல்பான இந்த 'ஏற்பே'மனிதனை மனிதனாக்குகின்றது. 'வாடிய பயிரைக் கண்டபோதெல்லாம்'வாடச் செய்து அவனைக் கவிஞனாகவும் ஆக்குகின்றது. அதிகார மையங்களின் நிழலேஅக்கினித் திராவகமாக துரைச்சாமியின் தாய் முகத்தில் வீசி எறியப்பட்டதாகக் கவிமனம் துடிக்கின்றது. காலம் (Time) வெளி (Space) என்ற இரண்டு பரிமாணங்களின் பின்னணியில் மனிதவாழ்வின் அசைவுகளைப் புரிந்துகொண்ட கவிஞர்களுக்கே இது சாத்தியமாகும். கவிஞர் வைரமுத்துவிற்கு இது சாத்தியமாகியிருக்கிறது. பாடலாசிரியர் என்ற எல்லையைக் கடந்த வைரமுத்து கவிஞர்தான். 'கூடு'கவிதை போன்ற 'பேர் சொல்லும் பிள்ளைகள்' அவருக்கு நிறையவே இருக்கின்றன.

நீராட்டும் ஆறாட்டும்

வெப்ப மண்டல உயிரினங்கள் நீராடுவதில் பெரு விருப்பம் உடையன. தமிழ்நாடு வெப்ப மண்டலத்தின் பகுதியாகும். எனவே, தமிழர்களும் நீராடுவதில் வேட்கையுடையவர்கள். சுனையிலும் அருவியிலும் ஆற்றிலும் கடலிலும் நீராடலைத் தமிழ் இலக்கியங்கள் பலபடப் பேசுகின்றன.

நீராடல் வேறு, நீர் விளையாட்டு வேறு. ஆட்டனத்தி காவிரியில் நீர் விளையாடும்போது நீரோடு அடித்துச் செல்லப்பட, அவன் மனைவி ஆதிமந்தி அவனைத் தேடிக் கண்டடைந்த கதையினைச் சிலப்பதிகாரம் பேசுகின்றது. அருவி நீர் அடித்துச் செல்லும் பெண்ணை இளைஞன் ஒருவன் காப்பாற்ற, அவர்கள் இருவரும் காதலர்கள் ஆகின்றனர். இதனைப் 'புனல்தரு புணர்ச்சி' என்று அகப்பொருள் இலக்கியம் ஓர் உத்தியாகவே பேசுகின்றது.

'குளித்தல்' என்ற சொல்லையே நீராடுவதைக் குறிக்க இன்று தமிழர்கள் பயன்படுத்திவருகின்றனர். இது பொருட்பிழையான சொல்லாகும். குளித்தல் என்ற சொல்லுக்கு உடம்பினைத் தூய்மை செய்தல் அல்லது அழுக்கு நீக்குதல் என்பதல்ல பொருள்; சூரிய வெப்பத்தாலும் உடல் உழைப்பாலும் வெப்பமடைந்த உடலைக் 'குளிர வைத்தல்' என்பதே அதன் பொருளாகும். 'குளிர்த்தல்' என்ற சொல்லையே நாம் குளித்தல் எனத் தவறாகப் பயன்படுத்துகிறோம். 'குள்ளக் குளிரக் குடைந்து நீராடி' என்கிறார் ஆண்டாள். அச்சிடப் பட்ட தமிழ் இலக்கியம் முழுவதிலும் இச்சொல்லை நாம் தவறாகவே பயன்படுத்தி வந்துள்ளோம். தமிழகத்தில் பெரும் பாலான உழைப்புச் சாதியார் மாலை அல்லது முன்னிரவு நேரத்தில் குளிக்கும் வழக்கமுடையவர் ஆவர். மாடு மேய்த்து மாலையில் திரும்பும் கண்ணனை அவன் தாய் யசோதை 'நீராட்டமைத்து வைத்தேன். ஆடி அமுது செய்' என்றழைப்பதாகப் பெரியாழ்வார் பாடுகின்றார்.

ஆரிய நாகரிகத்தில் நெருப்புப் போன்று திராவிட நாகரிகத்தில் நீரும் நீராடலும் சடங்கியல் தகுதி உடையன. மணமகளை அலரிப் பூவும் நெல்லும் இட்ட நீரால் மகப்பேறுடைய பெண்கள் நால்வர் நீராட்டும் வழக்கத்தினை அகநானூறு (86) குறிப்பிடுகின்றது. பெண்ணின் பூப்பு நீராட்டு, அரசர்களின் வெற்றி நீராட்டு (விஜயாபிஷேகம்), இறந்தார்க்கு ஊரறிய 'நீர்மாலை' எடுத்து வந்து நீராட்டுதல் என்பனவெல்லாம் தமிழரின் வாழ்வியல் அசைவுகளாகும். தென் மாவட்டங்களில் புதுமணமக்கள் மலையாடுதல் அல்லது கடலாடுதல் என்பது ஒரு சடங்காகப் பின்பற்றப்படுகிறது.

குளிக்கும்போது தமிழர்கள் பயன்படுத்திய சவுக்காரம் (சோப்) ஏதேனும் உண்டோ என்ற கேள்வி எழுகின்றது. 'நுணுக்கிய மஞ்சளால்' குழந்தைகளைத் தேய்த்துக் குளிர்ப்பாட்டி குழந்தையின் நாக்கினையும் வழிக்கும் செய்தியைப் பெரியாழ்வார் குறிப்பிடுகின்றார். ஆடுமகள் மாதவி குளித்த முறையினை இளங்கோவடிகள்,

பத்துத் துவரினும் ஐந்து விரையினும்
முப்பத் திருவகை ஓமா லிகையினும்
ஊறிய நன்னீர் உரைத்த நெய்வாசம்
நாறிருங் கூந்தல் நலம்பெற ஆட்டி

என நுட்பமாகக் குறிப்பிட்டுச் செல்கிறார். இந்த மூவகை நீராடலை உரையாசிரியரே விளக்குகின்றார்.

பூவந்தி, திரிபலை, கருங்காலி, நாவல் முதலிய பத்துத் துவர்ப்புப் பொருள்களை ஊறவைத்த நீர் ஆடுமகளின் தோல் வனப்புக்காக; கோட்டம், அகில், சந்தனம், முதலிய மணப் பொருள்கள் உடல் நறுமணத்திற்காக; இலவங்கம், கச்சோலம், இலாமிச்சம், தான்றி, புன்னைத்தாது போன்ற முப்பத்திரண்டு வகை மூலிகைகள் ஊறிய நீர் நோயற்ற உடல்நலத்துக்காக.

தமிழர்களின் மருத்துவ அறிவினைக் காட்டும் இலக்கியப் பகுதி இது. ஆனாலும், பெரும்பாலும் பெண்கள் மஞ்சள் மட்டும் தேய்த்துக் குளி(ர்)ப்பதனையே வழக்கமாகக் கொண்டிருந்தனர். நாட்டார் பாடல் ஒன்று, மதுரை மீனாட்சி,

நாழி நறுக்கு மஞ்சள் நன்னாழிப் பச்சை மஞ்சள்
அரைச்சு வழிச்சாளாம் - மீனாள் - அஞ்சுவகைக் கிண்ணத்திலே
தேய்ச்சுக் குளிச்சாளாம் - மீனாள் - தெப்பமெல்லாம் பூமணக்க

என்று அழகுணர்ச்சியுடன் தகவல் தருகின்றது.

கிருமிக் கொல்லியாக அறியப்பட்ட மஞ்சளும் வேப்பிலையும் தமிழர்களால் பெரிதும் பயன்படுத்தப்பட்டுள்ளன. பூப்பு நீராட்டு விழாவினை 'மஞ்சள் நீராட்டு' என்று குறிப்பிடுவது வழக்கமாக உள்ளது. அம்மை நோய் கண்டு மீண்டவர்களை, முதற்குளியலில் மஞ்சளையும் வேப்பிலையையும் அரைத்த கலவையினையே தேய்த்துக் குளி(ர்)ப்பாட்டுகின்றனர். பத்திருபது நாட்கள் குளி(ர்)க்காத அந்த உடலில் எழுகின்ற நாற்றம் இந்தக் கலவையால் நீக்கப்படுகின்றது. அத்துடன் மென்மையான அழுக்கு நீக்கியான பாசிப் பயற்றுப் பொடியினையும் பயன்படுத்துகின்றனர்.

நீண்ட தலைமுடி உலர வேண்டும் என்பதற்காகத் தமிழ்நாட்டுப் பெண்கள் நாள்தோறும் தலை நீராடுவதில்லை. சில நாட்களில் கழுத்தளவில் ஆன 'அரைக் குளியலை' மேற்கொள்கின்றனர். தலை நீராடுவதனை யாழ்ப்பாணத்தார் 'தோய்ந்து வந்தேன்' என்ற பழந்தமிழ்ச் சொல்லால் வெளிப்படுத்துகின்றனர்.

குழந்தைகளுக்குத் தேய்க்கும் எண்ணெயினை அழகான சிறிய வெண்கலக் கிண்ணங்களில் ஊற்றி வைப்பர். இதற்கு 'வால்கிண்ணம்' என்று பெயர். எண்ணெய் தேய்த்துக் குளி(ர்)க்கும் போது புளியம்பழம், பீர்க்கங்காய் ஆகியவற்றின் கோதுகளைக் (நார்க்கூடுகளை) கொண்டு உடல் தேய்க்கும் வழக்கம் அண்மைக்காலம் வரை வழக்கிலிருந்தது. ஆண்கள் பெரும்பாலும் சிகைக்காய்த் துகளையே தேய்த்து வந்துள்ளனர். கொட்டைப் பூந்திக்காயினை ஊறவைத்து நுரை வரும் பக்குவத்தில் தேய்ப்பதும் உண்டு.

விளையாட்டுப் பிள்ளைகளுக்கு வியர்வையும் உடல் வெப்பமும் ஒரு பொருட்டாவதில்லை. எனவே, குழந்தைகள் குளி(ர்)ப்பதை விரும்புவதில்லை. இளந்தாய்மார்கள் அவர்களோடு மன்றாட வேண்டும். இந்தத் தாய்மனநிலையினைப் பிள்ளைத் தமிழ் இலக்கியத்தில் 'நீராடற் பருவம்' என்று ஓர் உறுப்பாக்கி வைத்துள்ளனர், தமிழ் இலக்கியவாதிகள்.

நீ பிறந்த திருவோணம்
இன்றுநீ நீராடவேண்டும் எம்பிரான்! ஓடாதே வாராய்

என்று இளந்தாயாகி 'மன்றாடும்' பெரியாழ்வாரின் பாசுரம் ஆணையும் பெண்ணாக்கும் உணர்வு வல்லமை கொண்டதாகும்.

கலவியாடலைச் 'சுனையாடல்' என்ற குறிப்புச் சொல்லால் சுட்டுவது தமிழ் உரையாசிரியர் வழக்கு. கருவுற்ற பெண்ணைக் 'குளியாமல் இருக்கிறாள்' எனக் குறிப்பால் உணர்த்துவது நாட்டார் பேச்சு வழக்கமாகும்.

பழந்தமிழ் மரபில் 'மஞ்சள் நீராட்டு' என்ற சொல் பூப்பு நீராட்டினை மட்டும் குறிப்பதன்று. போர்க்காலம் செல்லும் வீரர்கள் மஞ்சள் நீராட்டு செய்து அல்லது மஞ்சள் உடை உடுத்துச் செல்லுவர். அது இறப்பினை எதிர்கொள்ளும் வீரவுணர்வினையும் தியாக உணர்வினையும் குறிக்கும். இவ்வழக்கத்தின் தொல்லெச் சமாகவே அரக்கனை அழிக்கச் செல்லும் தாய்த் தெய்வத்தின் 'சாமியாடி' (பிரதிநிதி) மஞ்சள் நீராடி மஞ்சள் உடை உடுத்திச் செல்கிறார்.

சைவ, வைணவப் பெருஞ்சமய நெறிகள் கிளர்ந்தெழுந்தபோது அவை நாட்டார் மரபின் வலிமையான அடிக்கூறுகளைத் தன்வயமாக்கிக்கொண்டன. அவற்றில் ஒன்று, நீராடல் ஆகும். வெப்ப மண்டல மனிதர்களைப்போலவே அவர்கள் வழிபடும் சிவன், திருமால் ஆகிய தெய்வங்களும் நாள்தோறும் குளி(ர்)க் கின்றன. இதற்குத் 'திருமஞ்சனம் ஆடல்' என்று பெயர். வட இந்தியக் கோயில்களில் திருமேனிகளை நாள்தோறும் திருமஞ்சனம் ஆட்டுவதாகத் தெரியவில்லை. அவை வெப்ப மண்டலத்திற்கு வெளியே இருப்பதே காரணமாகும். மேலும், அவை பெரும்பாலும் சுதையினால் ஆனவை. தமிழ்நாட்டில் மூலத்திருமேனி சுதையில் அமைந்திருந்தால் திருவிழா (உற்சவ)த் திருமேணிக்குத் திருமஞ்சனம் செய்வது வழக்கம்.

கோயில்கள் பெருவளர்ச்சி பெற்ற காலத்தில் கோயில்களில் திருமஞ்சனநீர் எடுத்துவரத் தனிப்பணியாளர்கள் 'மஞ்சனக்காரர்' என்ற பெயரில் அமர்த்தப்பட்டனர். மதுரைக் கோயிலுக்கருகில் இன்றும் 'மஞ்சனக்காரர் தெரு' அமைந்திருக்கின்றது. தெய்வத்

திருமேனிகளை நீராட்டுவதோடு திருமுழுக்கும் செய்வதுண்டு. அதனை வடமொழியில் 'அபிஷேகம்' என்பர். 'பஞ்ச கௌவியம்' (பால், தயிர், நெய், மூத்திரம், சாணம்) எனப்படும் ஆனைந்து கொண்டு சிவத்திருமேனிகளை முழுக்காட்டுவது மரபு. 'ஆவினுக்கு அருங்கலம் அரன் அஞ்சாடுதல்' என்பதோடு 'பால் நெய்யாடுவர் பாலைத் துறையரோ' என்றும் அப்பர் திருமுழுக்காட்டினைக் குறிப்பிடுகின்றார். கையில் கனலேந்திச் சுடலையில் ஆடும் சிவனுக்குத் திருமுழுக்கு உவப்பானது என்பது சைவர்களின் மரபு.

'ஆறாட்டு' (தீர்த்தவாரி) என்ற சொல்லைக் கேட்டவுடன் கேரள மாநிலத்தில் திருச்சூரில் யானை ஊர்வலத்துடன் நடைபெறும் ஆறாட்டுத் திருவிழாவே நினைவுக்கு வரும். தமிழ்நாட்டிலும் குளம், ஆறு, கடல் முதலிய நீர்த்துறைகளுக்குத் திருமேனிகளை எடுத்துச் சென்று நீராட்டும் வழக்கம் உள்ளது. இந்த ஆறாட்டு பெரும்பாலும் தைப்பூச நாளிலும் மாசி மகத்திலும் நடைபெறுகின்றது. தமிழகத்தின் ஆற்றங்கரைகள் அனைத்திலும் ஒன்றிரண்டு தைப்பூச மண்டபங்கள் அல்லது துறைகள் உள்ளன. அழகர்கோயில் ஐப்பசி மாதத்தில் நடைபெறும் தலையருவித் திருவிழாவில் இறைத்திருமேனியை அருவி நீரில் அமர வைத்து நீராட்டுகின்றனர்.

தமிழக நாட்டார் தெய்வங்களுக்கும் ஆறாட்டு செய்வதுண்டு. நவராத்திரி விழாவில் அரக்கனைக் கொன்றழித்துத் திரும்பி, குருதிப் பலி பெற்ற பின், தாய்த் தெய்வம் கோயிலுக்குள் செல்லும். மறுநாள் அருகிலுள்ள நீர்த்துறைக்குத் தனியாக இடுப்பில் குடத்துடன் சென்று ஆறாடி, குடத்தில் நீர் எடுத்துத் திரும்பும். பெருந்தெய்வக் கோயில்களின் ஆறாட்டு ஆடம்பரம் நிறைந்த விழாவாகும். தாய்த் தெய்வக் கோயில்களில் அது 'சினம் தீர்ந்த' கதையாகும்.

கங்கையாடுதல், இராமேசுவரக் கடலாடுதல் ஆகியவை பாவங் களைப் போக்கும் என்பது வைதீகர்களின் நம்பிக்கை. திராவிட நாகரிகத்தில் அது உடலையும் நினைப்பையும் மறுமுறையும் உயிர்ப்பித்துக்கொள்ளும் நோக்கமுடையதாகும். 'திருவெண்காட்டு முக்குளத்து நீரில் குளி(ர்)த்தால் தீவினைகள் சேர மாட்டா' என்பது சம்பந்தரின் கருத்தாகும். ஆனால் அப்பரோ,

> கங்கை யாடிலென் காவிரி யாடிலென்
> பொங்குதண் குமரித் துறைபுகுந் தாடிலென்
> எங்கும் ஈசன் எனாதவர்க் கில்லையே

என்று அந்த நம்பிக்கைகளை மறுத்துரைக்கிறார். வைதீகத்திற்கும் சைவத்துக்குமான முரண்பாடு இது.

ஒரு காலத்தில் தமிழகம் முழுவதும் பரவியிருந்த சமண மதம் கரைந்துபோனதற்குப் பண்பாட்டளவிலான காரணங்கள் பல உண்டு. அவற்றுள் ஒன்று, கடுந்துறவு நெறியினை மேற்கொண்ட சமணத் (திகம்பரத்) துறவிகள் நீராடுவதில்லை என்பதும் ஆகும்.

களஆய்வும் இலக்கிய வாசிப்பும்

புத்தக வாசிப்பு என்பதனை அறைக்குள் நிகழும் ஒரு பொழுதுபோக்குச் செயலாகவே நம்மில் பலரும் கருதுகின்றனர். ஆனால் ஒரு நல்ல வாசகனுக்கு, புத்தகம் என்பது உயிருள்ள ஒரு பொருள். நல்ல வாசிப்பில் புத்தகத்திற்கு ஊடாக எழுதியவனின் முகம் நிழலாடுவது இயல்பு. படைப்பிலக்கியங்களில் அத்துடன் வேறு பல முகங்களும் தெரிகின்றன. இந்த உறவினைத் தராத புத்தகமும் நல்ல புத்தகமில்லை. அல்லது வாசிப்பும் நல்ல வாசிப்பு இல்லை.

தி. ஜானகிராமனின் நாவல்களைப் படித்தால் தஞ்சை மண்ணில் பயணம் பண்ண வேண்டும் என்ற பேராசை வாசகனுக்கு ஏற்படும். ஜிம்கார்பெட்டின் வேட்டைக் கதைகளைப் படிக்கும் போது தனிமை உணர்வும் பொறுமை உணர்வும் நம்முள் தலை தூக்குகின்றன. ஏன், காதுகள்கூடக் கூர்மை அடைகின்றன. எழுத்துக்கும் வாசிப்புக்குமான உறவு நிலை இது.

இந்த அளவுகோல் சமகால இலக்கியங்களுக்கு மட்டுமல்ல, பழங்கால இலக்கியங்களுக்கும் பொருந்தும். வீட்டுக்கு முன் பந்தலிட்டு நடக்கும் கிராமத்துத் திருமணங்களில் பந்தலின் கீழ் இன்றும் புதுமணல் விரிக்கப்படுகின்றது. இதைக் காணும்போதுதான் "தருமணல் ஞெமிரிய திருநகர் முற்றம்" எனும் இலக்கிய அடியின் பொருளை நம்மால் முழுமையாக உணரமுடிகிறது. உண்மையான புத்தக வாசிப்பு என்பது, மண் வாசிப்பும் மனித வாசிப்பும் கலந்த ஒன்று என்பதனை உணர்ந்துகொள்ள வேண்டும். எழுத்திலக்கி யங்களும் மனிதவேர்களும் உயிர்ப்பவைதான். கள ஆய்வு என்பதும் மண் வாசிப்பும் மனித வாசிப்பும் கலந்த ஒன்றுதான்.

சிலப்பதிகாரத்தைக் கூர்ந்து படித்தால் இளங்கோவடிகள் பயணம் செய்வதில் நாட்டமுடையவர் என்பது தெரியும். அவருடைய தாவர வருணனைகளைக் கூர்ந்து பார்த்தால், அவர் பூம்புகாரில் இருந்து மதுரை வரை ஒருமுறையேனும் நடந்து சென்றிருக்க வேண்டும் என்று தோன்றுகிறது. "இடுமுள் வேலி எயினர் கூட்டுண்ணும் நடுவூர் மன்றம்" என்பது சிலப்பதிகாரத்தில் வரும் ஒரு தொடராகும். சுமார் 50 ஆண்டுகளுக்கு முன்வரை, தமிழகத்தின் மேற்குத் தொடர் அடிவாரத்தில் மின்சாரத்தையும் பேருந்தையும் காணாத கிராமங்கள் இருந்தன. 40, 50 குடிசைகள் அமைந்த இந்தக் கிராமங்கள் முள்ளால் வேலியிடப்பட்டிருந்தன. சினமிகுந்த நாட்டு நாய்களே இந்தக் கிராமங்களின் காவலர்கள். இங்கு வாழ்ந்த மக்கள் எழுத்தறிவு பெறாத வறியவர்களாக இருந்தனர். இந்தக் கிராமங்களுக்கு அருகில் செல்லும்போதே முள்வேலிக்கு உள்ளிலிருந்து நாய்களின் குரைப்பு நம்மை அச்சுறுத்தும். வேலியிட்ட இந்தக் கிராமங்களில் ஊர்நடுமன்றமும் உண்டு. இளங்கோவடிகளின் காலத்தில் இவை பெருவாரியாக இருந்திருக்க வேண்டும். இளங்கோவடிகள் காட்டும் எயினர்கள் (வேடர்கள்) முள்வேலியிட்ட ஊர் இன்றைய புதுக்கோட்டை மாவட்டப் பகுதிகளாகும். இந்த ஊர்நடுமன்றத்தில் விழாவில் 'சாலினிப் பெண்'தெய்வமேறி ஆடினாள் என்கிறார் இளங்கோவடிகள். இதற்கு அடியார்க்குநல்லாரும் அரும்பத உரைகாரரும் உரையெழுதிக் காட்ட முடியாத இளங்கோவடிகளின் உணர்வுகளைக் களஆய்வின் நேர்க்காட்சிகள் மட்டுமே நமக்கு ஊட்ட முடியும்.

காட்சிகள் மட்டுமல்ல, இலக்கிய வாசிப்பும் காட்சி பிறந்த களங்களும் பொருள் உடையனவாகும். இலக்கியக் காட்சிகளையும் களங்களையும் ஒன்றிணைத்து ஆய்வு செய்த அறிஞர்களின் முதல்வர் மு. இராகவையங்கார், இரண்டாமவர் மயிலை சீனி, வேங்கடசாமி ஆவர். கதைப் பின்னலோடுகூடிய ஒரு புறநானூற்றுப் பாடலை நக்கண்ணையார் என்னும் ஒரு பெண்பாற் புலவர் பாடியுள்ளார். அவர் 'பெருங்கோழியூர் நாய்கன் மகள்' என்பது பாடலின் அடிக்குறிப்பு தரும் செய்தியாகும். சோழ இளவரசன் ஒருவன், மல்லாட்டில் ஆமூர் மல்லனை வென்றுவிடுகிறான். ஆனால் ஆமூர் மல்லன் பக்கத்து ஊர்க்காரன் என்பதாலும் அடையாளம் தெரியாத சோழ இளவரசன் வெளியூரான் என்பதாலும் அவன் ஆடிய முறை

தவறென்று ஊர்க்காரர்கள் சிலர் கூச்சலிடுகின்றனர். தன் வீட்டுப் பின்புறத்தில் நின்று ஆட்டத்தைப் பார்த்துக்கொண்டிருந்த, இளம் பெண்ணான இந்தப் புலவர், 'சோழன் ஆடிய முறை சரிதான்' என்று தன் பாடலில் பதிவு செய்கின்றார். பாடலைப் படிப்பவர்களுக்கு இந்த இடம் எங்கிருந்தது என்று அறிய ஆவல் ஏற்படும். அறிஞர் மு.இராகவையங்காரே இதனைத் தெளிவுபடுத்தினார்.

புதுக்கோட்டைக்கும் தஞ்சைக்கும் நடுவில் இப்போதுள்ள பெருங்களூர் என்ற ஊரின் கல்வெட்டு அவ்வூரினைப் பெருங்கோழியூர் என்று குறிப்பிடுகின்றது. இரண்டாயிரம் ஆண்டுகளுக்கு முற்பட்ட காலத்தில் பாடல் ஒன்று பிறந்த களத்தினை இன்று அடையாளம் காண்பது இலக்கியத்தின் மீதான நம் ஈர்ப்பினை ஆழப்படுத்து கின்றது.

சங்க இலக்கியம் கற்பிக்கும் ஆசிரியரை மறைமுகமாகக் கேலி செய்ய மாணவர்கள் 'பசலை' என்னும் சொல்லுக்குப் பொருள் விளக்கம் கேட்பது வழக்கம். என்னிடத்திலும் மாணவர்கள் இப்படிக் கேட்டதுண்டு. 'காதல் கொண்ட பெண்ணின் மீது பசலை மஞ்சளாகப் பூக்கும்' என்று ஆசிரியர் விளக்கம் தருவார். மாணவர்கள் தங்களுக்குள் கேலியாகச் சிரித்துக்கொள்வார்கள். சில ஆண்டுகளுக்கு முன் திருமண நிகழ்விற்காக முதல் நாளே ஒரு சிற்றூருக்குச் செல்லவேண்டியதிருந்தது. மணமகனும் மணமகளும் பக்கத்துத் தெருக்காரர்கள். முந்தைய நாள் இரவு மணமகனுக்குக் காய்ச்சல். மணமகள் வீட்டிலிருந்து வந்த பெண், மணமகனுக்குக் காய்ச்சல் என்று தெரிந்ததும் பதற்றத்துடன் 'மணமகளுக்கும் காய்ச்சல்' என்று சொன்னாள். கேட்டுக்கொண்டிருந்தவர்கள் யோசிக்கின்றபோதே, ஒரு பாட்டி கேலியாகச் சிரித்துக்கொண்டே சொன்னாள். "ஆமாடி போ, அது பசலக் காச்சல், நாளைக்கு சரியா போயிரும்." எனக்குள் பொறிதட்டியது மற்றவர்களிடம் விசாரித்தபோது அந்தப் பாட்டி விளக்கினார்: "கலியாணத்திற்கு முதல்நாள் பெண்ணுக்கும், மாப்பிள்ளைக்கும் காய்ச்சல் வந்தால் அது பசலைக் காய்ச்சல். அதுக்கு மருந்து கிடையாது. கலியாணம் முடிஞ்ச மறுநாள் அது சரியா போயிரும்." உரையாசிரியர்களும் பேராசிரியர்களும் தரமுடியாத, காலம் காலமாகப் பைத்தியக் காரத்தனம் என்று கருதப்பட்ட ஒரு இலக்கியப் புதிருக்கான விடையினை அந்தப் பாட்டியிடமிருந்துதான் நான் கற்றுக்கொண்டேன்.

இதேபோல, 'செண்டலங்காரன்' என்ற சொல்லிற்குத் தான் பொருளுணர்ந்து கொண்ட செய்தியினை 'என் சரித்திரம்' நூலில் அறிஞர் உ.வே.சா. குறிப்பிடுகின்றார். இதுபோன்ற சான்றுகளை நூற்றுக்கணக்கில் தர முடியும். அதுவல்ல நாம் சொல்ல நினைப்பது.

மீண்டும் சொல்லுவோம், களஆய்வு என்பது மனித வாசிப்பு. மனித வாசிப்பு என்பது அதற்கான சூழல் உருவானால்தான் கிடைக்கும். ஒரு குறிப்பிட்ட சூழலில் மனிதர்கள் புலப்படுத்துகின்ற சொற்கள், ஆசைகள், நமபிக்கைகள், சடங்குகள் ஆகியவையே சூழலை முழுமையாக்குகின்றன. இலக்கியத்தில் தெரியாத 'மறை நிலங்களை' நாம் கள ஆய்வின் வழியாகவே தெரிந்துகொள்ள முடியும்.

புறநானூறு..?

கணிப்பொறி அறிஞர், நாவலாசிரியர், நாட்டார் கள ஆய்வில் ஈடுபாடு காட்டியவர், குறுங்கட்டுரையாளர் என்பதாகத் தொடங்கிய அவரது எழுத்து 'வேலை' ஆழ்வார் அறிமுகம், திருக்குறள் உரை என்று விரிவடைந்து, இப்போது சங்க இலக்கியப் பெருவெளிக்குள் நுழைய முயன்றிருக்கிறது.

எந்த வெளியும் யாருக்கும் 'காணியாட்சி' யுடையதல்ல. அந்தக் காலமெல்லாம் மலையேறிவிட்டது. ஆனாலும் அறிவுலகப் பெரு வெளிக்கு எனச் சில நாகரிக வரம்புகள் உண்டு. இயற்கைக்கும்தான். செவ்விலக்கியங்களாகிய சங்க இலக்கியங்கள் ஆழ்ந்தும் அகன்றும் நுணுகியும் நிற்பன. அந்தப் பெருங்கடலுக்குள் இறங்க 'அசட்டுத் துணிச்சல்' பற்றாது. 224 பக்கங்களையுடைய 'புறநானூறு - ஓர் எளிய அறிமுகம்' (முதல் தொகுப்பு) என்னும் நூலின் முதல் ஐந்து பக்கங்களும் பேறுபெற்றவை. எஞ்சிய எல்லாப் பக்கங்களும் எழுத்து, சொல், தொடர், பொருள், கருத்து எனக் குறைவில்லாத அளவு பிழைகளைச் சுமந்துகொண்டிருக்கின்றன. "எல்லாப் பிழையும் பொறுத்தருள்வாய் கச்சி ஏகம்பனே" என்று வேண்டிக்கொண்டிருக்க 100 ரூபாய் கொடுத்து நூல் வாங்கும் வாசகனால் இயலாது. சங்க இலக்கியங்களைத் தேடி அலைந்து தொகுத்த உ.வே.சா.வின் முன்னுரைகளை மட்டும் படிப்பவர்கள்கூட இந்தப் பதிப்பினை மன்னிக்கமாட்டார்கள். ஒரு சொல்லைப் பிறழ உணர்ந்தாலும்கூட சான்றோர் செய்யுட்களில் விரவிக் கிடக்கும் நாகரிகம் நிறைந்த சொற்கள், நம்மைக் காலை வாரி விட்டுவிடும், 'அம்மா மண்ட பத்துக் காவிரி ஓட்டம் போல'. 'மள்' என்னும் சொல் சுஜாதா உரையிலே மிகச் சாதாரணமாக 'மல்'லாகி விடுகின்றது. சுஜாதா விற்குக் கல்லும் கள்ளும் ஒன்றாகலாம், புள்ளும் புல்லும் ஒன்றாக லாம். மூலபாடத்தில் அறிந்தும் அறியாமலும் செய்யப்படும் பிழைகள் படைப்பாளிக்குச் செய்யப்படும் அப்பட்டமான துரோகம். ஷேக்ஸ்பியரின்மில்டனின் கவிதைகளை இப்படிச் செய்தால் மேலைநாடுகளில் நீதிமன்றத்தைச் சந்திக்க வேண்டியதிருக்கும்.

அச்சுப் பிழைகள் என்று கவசம் தேடும் பிழைகளைப் பெரிய மனத்தோடு ஒதுக்கிவிட்ட பிறகும், பொருளையே புரட்டிப்போடும் மூலபாடப் பிழைகளில் சில இதோ!

பாடல் எண் 27 வல்லாய் (வல்லார் - படர்க்கை இங்கு முன்னிலையானது)

33 - தனிமகள் (தனிமகன்)

45 - மலைந்தோன் (மிலைந்தோன்) மலைதல் - போரிடல், மிலைதல் - தலையில் சூடல்

55 - புகழ் (புகல் - போர்)

84 - நாய்க்கன் (நாய்கன் - ஊர்த்தலைவன்)

தமிழ்நாட்டு அசை உயிரினங்களையும் பயிரினங்களையும் பற்றிய ஞானம்கூட வேண்டாம். பிரியம் இல்லாதவர்களுக்குச் சங்கப் பாடல்களின் சுவையும் அழகும் புரிய நியாயமில்லை.

'ஆர்' என்பது சோழர்களின் அடையாளப் பூ. இதனை 'ஆத்தி' என்றும் கூறுவர். மூன்று இடங்களில் 'ஆத்தி'யை 'அத்தி' என்று சுஜாதா உரையெழுதியிருக்கிறார். தமிழ் மரபுப்படி அத்தி பூக்காத தாவரம். ஆர் என்னும் பூவை ஏ.கே. ராமானுஜம் laburnum என்று குறிக்க, 'சங்க இலக்கியத் தாவரங்கள்' நூல் (கு.சீனிவாசன்) 'பாகினியா பர்பூரியா' என்று விளக்குகிறது. நிகழ்காலப் பெயர் 'மந்தாரம்'. நிலம் பற்றிய புரிதலில் சுஜாதா மற்றுமொரு சாதனையினைச் செய்திருக்கிறார். 'கழி' என்றால் உப்பங்கழி. மண் நீரும் கடல் நீரும் சந்திக்கும் இடம். இக்காலத்தில் 'காயல்' என்பார்கள். இந்த இடத்தில் மலரும் பூ நெய்தல், 'கழியிலே மலர்ந்த நெய்தல்' என்பதனைக் 'கழிவுநீரில் மலர்ந்த நெய்தல்' (பாடல் எண் 48) என்பது, வாசகன் பற்றிய அலட்சிய மனோபாவம் மட்டுமல்ல; புறநானூறு என்னும் செவ்விலக்கியம் 'ஒரு நாவல் அளவுதான்' என்று கருதும் பேதைத்தனமும்கூட.

கணிச்சி (பாடல் 42) என்றால் மழு. தொன்மங்களின்படி எமன் கையில் உள்ள ஆயுதம். பரசுராமனுக்கும் 'மழுவாள் நெடியோன்' என்று பெயர் உண்டு. எமன் கையிலுள்ள மழுவைப் பிடுங்கி எறிந்துவிட்டு இந்தத் 'தென்கலை வைணவர்' பலராமன் கைக்கலப்பையைக் கணிச்சி என்று சொல்லி எமனுடைய தோளில் ஏற்றியிருக்கிறார்.

அச்சம் தரத்தக்க பறவையின் குரல் (பாடல் 41) என்பதற்குப் பதிலாக 'அஞ்சுகிற பறவையின் குரல்'என்கிறார். சாயல் என்றால் அழகின் அசைவு என்று தெரியாமல்,'சாய் இன்று' (பாடல் 127) என்பதற்குச் 'சாய்ந்தது'என்று எழுதிப் போகிறார். தலைகீழ் உரை விளக்கங்களும் போதுமான அளவுக்கு இந்த உரையில் உள்ளன.

படரினும் (பாடல் எண் 35) செல்லாவிட்டாலும் (சென்றாலும்)

அறம் பழியா (பாடல் எண் 159) விதியைப் பழி சொல்லி (விதியைப் பழி சொல்லாத)

புரப்போர் (பாடல் எண் 72) செல்வந்தர் (ஆதரிக்கப்படும் வறியவர்)

பாடலுக்கு உரை என்பது பாடலைப் புரிந்துகொண்டவர்களாலே எழுதப்படுவது என்பது வாசகர் நம்பிக்கை; இல்லை என்கிறார் சுஜாதா.

எளிய அறிமுகம் என்பதால் சில இடங்களில் 'அறஞ்செய விரும்பு' நடையில் உரை அமைந்திருக்கிறது. அது போர் என்னும் (89) - அது போர் என்னும், நீரினும் இனிய (102) நீரினும் இனியவன் என்பவை உதாரணங்கள். உண்மையில் 'அது போர் என்னும்' என்பதற்குப் 'போர் வந்துவிட்டதென ஆர்ப்பரிப்பான்' என்பதே பொருள். புறப்பாட்டின் காலமும் சூழலும் உரையாசிரியரால் உள்வாங்கப்படவில்லை என்பதால் இவ்வாறான நெருடல்கள் நூலில் பல இடங்களில் எதிர்ப்படுகின்றன.

'மருந்து கொள் மரத்தின் வாள்வடு' (பாடல் எண் 180) என்றால் 'மருந்து போட்ட தழும்புகள்'என்று எழுதுகிறவர் 'மருந்தாகித் தப்பா மரம்' என்ற குறளுக்கு எப்படி உரை எழுதினார்? மருந்தாகவும் பயன்படும் மரம் உடல் முழுக்க வடுக்களைச் சுமக்க நிற்கும். அது அடுத்தாரைக் காக்கும் பண்புக்கு உவமை. இருந்துவிட்டுப் போகட்டும்! 'மருந்து போட்ட தழும்புகள்'என்ற சொற்சேர்க்கைக்கு என்ன பொருள்? தழும்பான பின்பு மருந்து போடும் வழக்கம் எங்கிருக்கிறது?

'உற்றுழி உதவியும்' எனத் தொடங்கும் (183)பாடலின் கடைசி அடிகளுக்குச் சுஜாதா தரும் பொருள், "கீழ்சாதியைச் சேர்ந்த படித்தவன் மேல்சாதியைச் சேர்ந்தவனுக்குச் சமமாக மதிக்கப் படுவான்." இதென்ன ஆரியக்கூத்து!

எளிய அறிமுகம் என்பது இடிதாங்கியா, முகமூடியா?

இந்த உரை நூலின் ஆபத்தான பகுதி, சுஜாதா தந்திருக்கிற முன்னுரை. அதிலே வெளிப்படுகிற வன்முறை உணர்வு, அலட்சிய மனோபாவமும் கிண்டலும் நிறைந்தது. புறநானூற்றை எளிய அறிமுகம் செய்ய வந்தவருக்கு அவர் உதிர்க்கின்ற ஆங்கிலப் பெயர்கள் அனாவசியமானவை; வாசகனை ஏமாற்றுபவை. க.கைலாசபதியின் Tamil Heroic Poetry, கா.சிவத்தம்பியின் Drama in Ancient Tamil Society, சங்க இலக்கியத்தில் இயற்கைபற்றிப் பேசிய தனிநாயகம் அடிகளாரின் Landscape and Poetry, ஜான் மாரின் The eight anthologies of the Tamils ஆகிய நூல்களைப் படிப்பதற்கு சுஜாதாவிற்கு நேரம் இல்லாமல் போயிற்றா? இந்த முன்னுரையில் தமிழர்களின் காலப்பெருமைக்கு ஒரு கொட்டு, ஹார்ட்டின் மொழிபெயர்ப்புக்குப் பாராட்டு (அவரது மொழிபெயர்ப்பிலும் தவறுகள் உள்ளன), ஏ.கே.ராமானுஜத்துக்குச் சிலாகிப்பு என்று புகுந்து விளையாடுகிறார் சுஜாதா.

புரியாத தமிழ், வருணனைத் தோரணங்கள், பொருத்தம் இல்லாதபடி வருணனைகள் - இவையெல்லாம் புறநானூற்றில் மண்டிக் கிடப்பதாக சுஜாதா 'கண்டுபிடித்திருக்கிறார்'. ஒரு உண்மையான படைப்புக் கலைஞனுக்கு ஒவ்வொரு சொல்லும் கோலத்துப் புள்ளிகளைப்போலத் தவிர்க்க முடியாதது. பத்தாயிரம் பக்கங்கள் வரை தமிழில் எழுதியுள்ள ஒருவருக்குக் கவிதையின் சொல்லும், சொல்லுக்குப் பின்னுள்ள உணர்வும், அழகும் புரிய வில்லை என்பது வேடிக்கைக்கும் வேதனைக்கும் உரியதாகும். நூலின் கடைசிப் பக்கம் வரை 'விறலி' என்பதைப் 'பாட்டுக்காரி', 'பாடுபவள்' என்று எழுதும் அபத்தம் அதனால்தான் விளைந்தது போலும். விறல் - (சத்துவம்) முகபாவனை, விறலி - ஆடுமகள், பாடினி - பாடுமகள் (விறலி மலையினையும் விறலி மஞ்சளையும் நுணுகி ஆராய்ந்தால் ஆயிரம்பக்க நாவல் ஒன்று எழுதலாம், தெரியுமோ!)

காலத்தின் மொழிநடையினை உள்வாங்கத் தெரியாதவர்கள் அந்தக் காலத்து இலக்கியங்களைப் படிக்க முயன்று ஒதுக்கி வைத்து விடலாம். உரை எழுதக்கூடாது. புரியாத தமிழ், பொருத்தமில்லாத வருணனை என்றெழுதுவது சிறுபிள்ளைத்தனம். ஆழ்வார்களின் பாசுரங்களை ஒழுங்காகப் படித்தவர்கள்கூட இப்படிச் சொல்ல

மாட்டார்கள். சங்கப் பாடல்களின் முதற்பெருமை, அவை இசைப் பாடல்கள் (Lyrics) என்பதே. இசைப் பாடலில் அளபெடைகளைப் பிழைபட எழுதுவது என்பது இசையில் சுரம் பிசகிப் போவது போலாகும். இந்த விபத்து இந்த நூலில் பலமுறை நிகழ்ந்துள்ளது. கவிதையாகவும் அவை மலரும். கலைஞர்களுக்கும் அவர்களை ஆதரித்த வள்ளல்களுக்கும் இடையிலே நிலவிய உறவினையே புறநானூறு முதன்மைப்படுத்துகிறது. அந்த நோக்கமே அந்தத் தொகுப்பின் அடிப்படை என்பதைப் புரிந்துகொண்டே புற நானூற்றுப் பாடல்களை அணுகவேண்டும். 'பொருத்தமில்லாத வருணனை' என்கிற சுஜாதாவின் அளவுகோலை (கத்தரிக்கோலை)ப் பயன்படுத்தினால் பாரதி, பாரதிதாசன் வகையிலான தமிழ்க் கவிதையின் பெரும்பகுதியைக் கிழித்துப் போட்டுவிடலாம். அதற்கும் சுஜாதா மகிழ்ச்சியோடு சம்மதமளிப்பார்.

'புறநானூறு - ஓர் எளிய அறிமுகம்' என்ற பெயரில் உயிர்மை பதிப்பகம் வெளியிட்ட நூலுக்கான மதிப்புரை, 'இந்தியா டுடே', ஜூலை 2003 இதழில் வெளிவந்தது.

வில்லிப்புத்தூர் கண்ணா, விளையாட வாடா

புறநானூறு ஓர் எளிய அறிமுகம் (முழுத் தொகுப்பு)பதிப்பின் முன்னுரையில் எழுத்தாளர் சுஜாதா சில கேள்விகளை எழுப்பியிருக் கிறார். அவரது புறநானூறு முதல் தொகுப்பிற்குப் பேராசிரியர் தொ. பரமசிவன் 'இந்தியா டுடே'இதழில் முன்வைத்த கடுமையான விமர்சனத்திற்கான எதிர்வினை இது எனத் தெரிகிறது. இருந்தாலும் சுஜாதா முன்வைக்கின்ற சில கேள்விகள் விடை தேடுவதற்குரிய னவாகவே எமக்கும்பட்டன. இந்தக் கேள்விகளுக்கான விடையைத் தொ.ப.விடமே கேட்பது நல்லது எனக் கருதினோம். இந்த முழுத் தொகுதியினைக் கண்டு அவரும் கொதித்துப் போயிருந்தார். இருந்தாலும் நம்முடைய கேள்விகளுக்கு அமைதியாகவே பதில் சொன்னார். - ச.நவநீதகிருஷ்ணன்

திணை, துறை, பாடினவர், பாடப்பட்டவர் குறித்துச் சந்தேகப்படு கிறாரே, சுஜாதா?

நான் சுஜாதாவிற்குப் பதில் சொல்ல விரும்பவில்லை. தன் கண்ணிலுள்ள உத்திரம் பற்றித் தெரியாமலே அடுத்தவர் கண்ணி லுள்ள தூசியைப்பற்றிப் பேசுகின்றவர் அவர். உங்களைப் போன்ற வர்களுக்காகப் பதில் சொல்லுகின்றேன்.

தமிழறிஞர் என்ற வகையில் புறநானூற்றை எப்படிப் புரிந்துகொள்ள வேண்டும் என்று கருதுவீர்கள்?

நான் தமிழறிஞன் அல்லன். 'கற்பனவும் இனிமையும்' என்ற மாணிக்கவாசகர் கருத்திலே எனக்கு உடன்பாடு உண்டு. நான் ஒரு தமிழ் மாணவன். அவ்வளவுதான்!

புறநானூற்றிற்கென்று தனியான புரிதல் ஒன்றுமில்லை. சங்கப் பாடல்களில் மூன்றில் இரண்டு பகுதியான அகப்பாடல்களில் தெளிவு பெற்றவர்களே புறப்பாடல்களைப் புரிந்துகொள்ள முடியும். அகப் பாடல்களும் புறப் பாடல்களும் உள்ளங்கையும் புறங்கையும் போல. அகத்திணை தெரியாதவர்களுக்குப் புறத்திணை தெரியாது என்பது தொல்காப்பியர் கருத்து.

எட்டுத்தொகை என்ற பெயரில் நம் கையிலிருக்கும் தொகை நூல்களெல்லாம் கவிதைத் தொகுப்புகள் அல்ல. அவை இசைப் பாடல்களின் (Lyrics) தொகுப்புகளாகும். சங்க இலக்கியம் குறித்த பெரும்பாலான ஆய்வுகள், இவை கவிதைத் தொகுப்பு என்ற பிழையான இடத்திலிருந்தே தொடங்குகின்றன. திணை, துறைகள் எல்லாம் இசைப்பாடல்கள் என்ற கணக்கிலேயே அமைக்கப்பட்டுள்ளன. இந்தத் திணை, துறை அமைப்பு இசை நூல்களாக இவற்றைத் தொகுத்தவர்களின் பணியாகும். எனவேதான் துறைக் குறிப்புகளில் சில புனைவுகள் காணப்படுகின்றன. எல்லாப் பாடல்களும் ஏகாரமாகிய நெடில் ஒலியோடு முடிவதே அவை இசைப் பாடல்கள் என்பதற்கான முதல் அடையாளமாகும். இசை ஆய்வாளர் மம்முது (அறியப்படாத ஓர் அறிஞர்; மதுரையில் இருக்கிறார்) சங்கப் பாடல்களிலும் சிலப்பதிகாரப் பாடல்களிலும் ஈற்றடிகளே பல்லவிகளாக அமைந்துள்ளன எனக் குறிப்பிடுகின்றார். பாடல், பாட்டு, செய்யுள் என்ற அனைத்துமே இசைத் தன்மையை உணர்த்தும் சொற்கள் என்பதை நீங்கள் மறந்துவிடக்கூடாது. நம்மாழ்வாரின் திருவாய்மொழி மட்டுமே இசைப்பாடலாகும். பிற நூல்கள் இயற்பா என்ற பகுப்பில்தான் அடங்கும். அப்படித்தான் இலக்கியத்தையும் இசையினையும் உணர்ந்த முன்னோர்கள் பகுத் திருக்கின்றனர். இசைப் பாடல்களில் சில கவிதையாகவும் அமை யலாம். பாரதியாரின் 'கண்ணன் பாட்டு', பாரதிதாசனின் 'இசை யமுது' பாடல்களில் சிலவும் அவற்றிற்கு எடுத்துக்காட்டு.

"காளை புகுதக் கனாக் கண்டேன் தோழி நான்" என்பது இசைப்பாடலும் கவிதையுமாகும். "என்னைப்பரிபாலிப்பதற்காகவே நடந்து வந்தீர்களோ, என் பிராண நாதா" (நன்னு பாலிம்ப நடச்சி வச்சிதியோ நா பிராணநாதா) என்பது இசைப் பாடல்தான்; அது கவிதையாகாது. இன்னொரு செய்தியினையும் இந்த இடத்தில் மனங்கொள்ள வேண்டும். புறநானூற்றுப் பாடல்கள் பிறந்த காலத் திற்கும் அவை தொகுக்கப்பட்ட காலத்திற்குமான இடைவெளி, பாடல்களில் தோய்ந்தவர்களால் உணரப்படுகின்றது. மொழியியல் அடிப்படையில் நோக்குவதானால், இப்பாடல்கள் பத்துத் தலைமுறைகள் என்ற அளவில் பிறந்தவை. நிகழ்வுகள், தொன்மங்கள், இயல்பான செய்திகள், ஏன், சடங்கு அடிப்படையில் பிறந்த பாடலாகக்கூட இவை இருக்கின்றன. பிறந்த மகனைக் காண வந்த அதியனை ஔவையார் பாடிய பாடல் ஒரு சடங்குப் பாடலாகும்.

பிற்காலச் செப்புப் பட்டயம் ஒன்று இதனைப் 'புத்ரமுக தரிசனம்' என வடமொழிச் சொல்லால் குறிப்பிடுகின்றது. காலனிய ஆட்சியின் தொடக்கக் காலம்வரை ஜமீன்தார் குடும்பங்களில் இப்பழக்கம் தொடர்ந்து நீடித்திருக்கின்றது. கணிப்பொறிக்குள்ளே எல்லாம் இதனைக் கண்டுபிடிக்க முடியாது. அதேபோலக் கோப்பெருஞ்சோழன் பிசிராந்தையார் நட்பும் ஒரு வியப்பான செய்தியே. இதை Parapsychology என்ற வகையில் பார்க்கலாம். இந்த நிகழ்வினை நேரில் கண்ட புலவர் ஒருவரே. 'வியத்தொறும் வியத்தொறும் வியப்பிறந்தன்றே' என்கிறார். இதையெல்லாம் நம்பலாமா எனக் கேட்டால், ரா.வீழிநாதனின் வேதப் பாடல்களின் மொழிபெயர்ப்பை எவ்வளவு தூரம் நம்பலாமோ, அவ்வளவு தூரம் நம்பலாம்.

அரசர்கள் பாடியதாகச் சில பாடல்கள் உள்ளனவே. அவை உண்மையிலேயே அரசர்கள் பாடியவைதானா?

சங்க இலக்கியப் பாடல் தொகுப்புகளின் பெருமைகளில் ஒன்று, அவை சமூகத்தின் அனைத்துத் தரப்பு மக்களாலும் படைக்கப் பட்டவை என்பதாகும். கூல வணிகன் (தானிய வணிகன்) வண்ணக்கன் (பொன்னின் மாற்று அறிந்து சொல்பவன்) அறுவை வணிகன் (துணி வாணிகன்), கணக்காயன் (ஆசிரியன்), காமக்காணி (சோதிடம் வல்லவன்), குயத்தி, குறமகள் என்று அனைத்துத் தரப்பினரும் செய்யுள் செய்யும்போது, அரசதிகாரம் பெற்ற கிழார்களும் அரசன் மனைவியரும் அரசர்களும் ஏன் பாடியிருக்கக்கூடாது? அதுமட்டுமல்ல; சங்கப் பாடல்களை ஆக்கியவர்களில் 33 பேர் பெண்பாற் புலவர்கள். இந்தக் காலம் போல மொழியாசிரியர்களும் எழுத்துச் சந்தையினை வளைத்துக் கொள்ளக்கூடியவர்களும்தான் இலக்கியவாதிகள் என்பது அந்தக் காலத்தில் இல்லை.

புறநானூறு காட்டும் நாகரிகம் அன்றைய தமிழ்ச் சமுதாயத்தின் நாகரிகமா? அப்படியென்றால் அது பஞ்ச காலமா? புலவர்கள் தம் பாடல்களையும் தடாரிப் பறைகளையும் வைத்துக்கொண்டு ஊர் ஊராகப் பரிசு கேட்டு அலைந்தார்களா?

புலவர்கள் என்ற சொல்லிற்கு அக்காலத்தில் உங்கள் மொழியில் சொல்வதானால், அறிவுஜீவிகள் என்பதுதான் பொருள். சங்கப் பாடல்கள் பிறந்த காலம், பாண் நாகரிகம் (bardic culture) அழிந்துகொண்டிருந்த காலம். அதாவது, இனக்குழுக்கள்

கரைந்து அரசுகள் உருவாகிக்கொண்டிருந்த காலம். எனவே கிள்ளி வளவன் போன்ற சோழ மன்னர்களே தங்களைப் பாணர்களாகப் பாவித்துப் பாடிய பாடலும் புறநானூற்றில் உள்ளது. இதனை விரிவாகப் பார்க்கவேண்டுமானால் Heroic Poetry (C.M. Bowra) என்ற நூலையும் க.கைலாசபதியின் Tamil Heroic Poetry என்ற நூலையும் பார்க்க வேண்டும். தான் அறியாத துறைகளில் எல்லாம் கிரீடம் தாங்க ஆசைப்படுபவர்களுக்கு இவையெல்லாம் புரிய நியாயமில்லை. பாணர்கள் ஓரிடத்தில் தங்கி நில்லாத பறவைகள் போல. உணவு உடை போன்ற அடிப்படைத் தேவைகளைத் தவிர, நுங்கம்பாக்கத்திலே வீடு வாங்கிப்போட்டு வாடகைக்கு விடவேண்டும் என்ற ஆசை அவர்களுக்குக் கிடையாது. பாண் நாகரிகம் சார்ந்த கலைஞர்கள் சுயமரியாதை உடையவர்கள். "எத்திசைச் செலினும் அத்திசைச் சோறே" என்ற செம்மாப்பு உடையவர்கள். அவர்களைப்பற்றிப் பேச நமக்கு உரிமை உண்டே தவிர, தகுதி கிடையாது.

அடுத்ததாக, புறநானூறு காட்டும் நாகரிகம் அன்றைய தமிழ்ச் சமுதாயத்தின் நாகரிகமா? என்ற கேள்வியே சிறுபிள்ளைத் தனமானது. புறநானூறு என்ற பெயரில் நம் கையில் கிடைத் திருக்கும் தொகுப்பிலுள்ள பாடல்கள், குறைந்தது பத்துத் தலை முறையினரால் பாடப்பட்டவை. புறநானூற்றுத் தொகுப்பு அக்காலத்தில் நிலவிய கலைஞர்கள் - புரவலர்கள் ஆகிய இரு தரப்பாரின் உறவினை மட்டுமே மையப்படுத்தியதாகும்.

எனவேதான் புறநானூற்றுப் பாடல்களில் வேந்தர்களைவிட வேளிர்களும் வள்ளல்களுமே அதிகம் பாடப்பட்டுள்ளனர். அன்று வாழ்ந்த மக்கள்திரளின் அனைத்து அசைவுகளும் சங்க இலக்கி யத்தில் பதிவு பெறவில்லை. 'இழவே தலையெடுக்கும்படியான பேறு' என்று வைணவத்திலே ஒரு சொல் வழக்கு உண்டு, கண்ணனைப் பெற்ற இன்பத்தினைவிட அவனைப் பெறாத நாள் களுக்கான வருத்தமே யசோதையின் மனத்தில் தூக்கலாக நின்றதாம். சங்கப் பாடல்களுக்கும் இது பொருந்தும். சங்க இலக்கியங்களைப் பொருத்தமட்டில் நமக்குக் கிடைத்துள்ளதைப் போல எட்டு அல்லது ஒன்பது பங்கு நமக்குக் கிடைக்காமல் போயின என்றே தோன்றுகின்றது. அதாவது, அக்காலத்தில் பிறந்த இலக்கியங்களில் பத்து முதல் பதினைந்து விழுக்காடே நமக்குக்

கிடைத்துள்ளன. எனவேதான் அக்காலச் சமுதாயத்தைப்பற்றி விடைகாண முடியாத பல கேள்விகளும் எஞ்சியிருக்கின்றன. ஆனாலும் எளிமையும் நேர்மையும் கலந்த, உணர்வும் உன்னதமான விழுமியங்களும் கொண்ட ஒரு சமூகத்தின் வெளிப்பாடாகச் சங்க இலக்கியங்கள் அமைந்துள்ளன.

ஓரிடத்தில் தங்கி வாழாத இசைக் கலைஞர்களின் பசித் துயரம், பஞ்சத்தின் வெளிப்பாடாகாது. குறைந்த மக்கள் தொகையும் நிறைந்த இயற்கை வளமும் கொண்ட காலம் அது. மக்கள் அளவியல் (Demography) அறிஞர் சந்திரசேகரைக் கேட்டால் நிறையவே சொல்லுவார். முறையாகத் தமிழ் படித்த, பொருள் முதல்வாதிகளைக் கேட்டால் அவர்களும் சொல்லுவார்கள். சங்ககால வேளாண் உற்பத்தி, சந்தைக்கான உற்பத்தியல்ல; சமூக நுகர்வுக்கான உற்பத்தி. மிகப்பெரிய வணிகநோக்குடைய சந்தைகள் அக்காலத்தில் கிடையாது. பன்னாட்டு மூலதனமும் பகாசுரச் சுரண்டலும் கிடையாது. அதனால்தான் சங்ககாலத்திற்குப் பின்னர் நெடுங்காலம் வரையிலும்கூட, தமிழ்நாட்டில் 'சோறு' விற்பனைப் பொருள் ஆகாமல் இருந்தது. எனவே காலப் பின்னணியையும் உற்பத்திச் சக்திகளின் வளர்ச்சியினையும் கணக்கில் எடுத்துக் கொள்ளாமல் வைக்கோல் போரில் கூளம் பிடுங்கினாற்போல மரபு இலக்கியங்களை அணுகக்கூடாது. அவை அவ்வளவு மலிவான சரக்கல்ல.

அவர்களுக்கு நிசமாகவே தேரும் யானையும் குதிரையும்தான் பரிசாகக் கிடைத்தனவா?

சங்க இலக்கியக் காலத்தில் புலவர்கள் குதிரைகளைப் பரிசாகப் பெற்றனர் என்று கண்டுபிடிக்கின்ற அறிவு ஜீவிகளுக்கெல்லாம் நம்மால் பதில் சொல்லித் தீராது. யானையும் தேரும் என்பதெல்லாம் அதிகாரம் தருகின்ற ஊர்திப் பரிசுகள். தேர் என்றவுடன் திருவாரூர் ஆழித்தேரைக் கற்பனை செய்துகொண்டால் நாம் என்ன செய்வது?

வருணனைத் தோரணங்கள், அவற்றின் பொருத்தமின்மை என்றெல்லாம் சொல்லுகிறார்களே?

மரபுக் கவிதைகள் மிக மிக மென்மையானவை. அவை 'கட்டிப் பிடி கட்டிப் பிடிடா.. கண்ணாளா கண்டபடி கட்டிப் பிடிடா' என்ற ரகமில்லை. (உள்ளுறை, இறைச்சி என்ற பொருள் இலக்கணச்

சொற்களோடு உங்களை நான் அச்சப்படுத்த விரும்பவில்லை) அவற்றை நுகர்வதற்கு அழகுணர்ச்சியும் தோய்வும் தேவை.

"மென்னடை அன்னம் பரந்து விளையாடும்
வில்லிபுத்தூர் உறைவான் தன்
பொன்னடி காண்பதோர் ஆசையினால்"

என்ற ஆண்டாளின் பாசுரத்தையும்,

"தென்னன் தமிழின் உடன் பிறந்த
சிறுகால் அரும்பத் தீயரும்பும் தேமா
நிழற்கண் துஞ்சும் இளம்
செங்கட் கயவாய்ப் புனிற்றெருமை"

என்ற குமரகுருபரரின் பாட்டையும் செவ்விலக்கியங்களில் தோய்ந்தவர்களால்தான் சுவைக்க முடியும். ஏனென்றால் பாடவந்தவரின் உணர்வு முழுமை, இந்தச் சொற்களுக்குள்ளேதான் புதைந்து கிடக்கின்றது. தெரிந்துகொள்ள வேண்டும் என்று ஆசைப்படுகிறவர்களுக்குத்தான் இது புரியும். எல்லாம் தெரிந்தவர்களுக்கு இதுவெல்லாம் புரியாது.

பொருத்தமில்லாத வருணனைத் தோரணங்களை நீக்கிவிட வேண்டும் என்றால் ஆண்டாளின் பாசுரத்தை "வில்லிபுத்தூர் கண்ணா, விளையாட வாடா" எனத் திருத்தி வாசிக்கலாம்.

காலச்சுவடு, மே2004

விடுபூக்கள்

உணவும் குறியீடுகளும்

தண்ணீரும் உணவும் மனித உடலை வளர்ப்பன. உணவு என்பது இயற்கையும் செயற்கையும் ஆகிய பொருட்களால் ஆனது. மனித குலத்தில் மக்கள் இனங்கள் ஒவ்வொன்றுக்கும் தனித்தனியே உணவு நெறிகள் உண்டு. எளிதில் கிடைப்பது, பச்சையாக உண்பது, சமைத்து உண்பது, விதிக்கப்பட்டவற்றை உண்பது, விதிக்கப் பட்ட நேரத்தில் உண்பது, விதிக்கப்பட்ட முறையில் உண்பது, விதிக்கப்பட்ட சடங்கியல் அசைவுகளோடு உண்பது என மக்கள் திரள்களின் உணவுப் பழக்கவழக்கங்களைப் பல்வேறு வகையில் அணுகலாம். இதற்கு எதிர்நிலையாக விலக்கப்பட்ட முறை, உணவு, காலம், அளவு, பொருட்கள் என்றும் மனிதர்களின் உணவுப் பழக்கவழக்கங்களைப் பகுத்துக் காண முடியும்.

கருவுற்ற பெண்ணைத் தாய் வீட்டிற்கு அழைத்துச் செல்லும் போது சுற்றியுள்ளவர்களுக்குப் பழம் கொடுப்பது தமிழ் மக்களின் வழக்கமாகும். நெல்லை மாவட்டத்தில் இச்சடங்கிற்குப் 'பழம் போடுதல்' என்றே பெயர். இங்கே பழம் என்பது பிறக்கப்போகும் குழந்தையின் முழுமையான வளர்ச்சியைக் குறிக்கும் குறியீடாகும்.

கீரை வகைகள் மனித உணவின் ஒரு பகுதியானாலும் எல்லாக் காலத்திலும் அவை காய் கனிகளைவிட மலிவாகக் கிடைப்பன வாகும். கீரை வளர்ப்பு என்பது ஒரு காலத்தில் வேளாண்மையின் ஒரு பகுதியாகக் கருதப்படவில்லை. காட்டுப்போக்கில் தானே முளைத்துக் கிடக்கும் கீரை வகைகளையே மக்கள் பெரும்பாலும் உணவிற்குப் பயன்படுத்தியுள்ளனர். உணவின்றி வாடிய மக்களின் கடைசி உணவாகக் கீரை அமைகின்றது. அதாவது கீரை ஏழ்மையின் சின்னமாக அமைகின்றது. வறுமைப்பட்ட மக்களே கீரையினை உணவாகக் கொண்டனர் என்பதனைச் சங்க இலக்கியம் இரண்டு இடங்களில் குறிப்பிடுகின்றது. எனவேதான், இன்றளவும் கோயில் களில் கீரை தெய்வங்களுக்கு உணவாகப் படைக்கப்படுவதில்லை. ஏனென்றால் தெய்வங்கள் ஏழ்மையானவை அல்ல; எல்லாச் செல்வங்களையும் மக்களுக்கு அருளுவனவாகும்.

தரைக்குக் கீழாக விளையும் கிழங்கு வகைகள் வள்ளி, உள்ளி (வெங்காயம்), பூண்டு போன்றவற்றை ஆசாரப் பார்ப்பனர்கள்

இன்றளவும் உண்பதில்லை. எனவே, பெருந்தெய்வக் கோயில்களில் அவை அனுமதிக்கப்படுவதில்லை. அவை 'பிறப்பினால் கீழ்ப்பட்டவை' என்ற பார்ப்பனக் கருத்தியலே அதன் குறியீடாகும்.

பயறு வகைகள் பனிக்காலத்தில் புன்செய் மண்ணில் விளைபவையாகும். அவற்றை நுகரும் மக்களாலும் அவை இறப்பின் அல்லது இழப்பின் குறியீடாகவே கருதப்படுகின்றன. 'பயறு அவித்தல்' என்ற சொல்லாட்சி தென் மாவட்டங்களில் இழப்பினைக் குறிப்பதாகும்.

குறிப்பிட்ட பறவை அல்லது விலங்கினைக் குலக்குறிச் சின்னமாக உடைய மக்கள், அவற்றின் இறைச்சியை உண்ணுவதில்லை. அது குலமுதல்வரைக் கொன்று உண்ணுவதாகும் என்ற நம்பிக்கையே இதன் அடிப்படை. பெரும்பாலும் தெய்வத்திற்குப் பலியிடும் பறவைகள் அல்லது விலங்குகள் ஆணாக இருக்க வேண்டும் என்பது எழுதப்படாத நியதியாகும். பெண் உயிரி விலக்கப்பட்டது என்பதே இதன் குறியீடாகும்.

உண்டு முடித்தபின் உண்ணும் 'தாம்பூலம்' (வெற்றிலை, பாக்கு) மகிழ்ச்சியின் குறியீடாகும். இறந்தவர்களின் வாயில், வெற்றிலை, பாக்கு வைத்து அனுப்புதல் அவர்கள் மகிழ்ச்சியாக மறுஉலகப் பயணம் செய்கிறார்கள் என்பதன் குறியீடாகும்.

பழைய இனக்குழுக்களின் நம்பிக்கைகள் செறிந்து முற்றுகிற போது அவை குறியீடுகளாக வளர்ந்து நிலைபெற்றுவிடும். இந்தக் குறியீடுகளில் பிற்காலத்தில் அதிகாரம் குறுக்குவெட்டாகப் பாய்ந்து, இவற்றை ஊதிப் பெருக்க வைக்கும். எடுத்துக்காட்டாக, வைதீகச் சார்புக்கு ஆட்பட்ட மக்கள் புலால் உணவை உண்ட கலத்தில், இலையில் மோர்ச்சோறு உண்ணமாட்டார்கள்.

ஆனால், குறியீடுகள் அனைத்தும் இனக்குழுச் சமூகங்களில் அதிகாரச் சார்பின்றிப் பிறந்தவை என்பதே மனிதகுல வரலாறு காட்டும் உண்மையாகும்.

மாலை

மலர்களுக்கும் மனிதர்களுக்கும் உள்ள உறவு பிரிக்க முடியாதது. அதுவும் தமிழ்நாட்டைப் போன்ற வெப்ப மண்டலப் பகுதிகளில் பயிர் உலகத்துடன் ஆன இந்த உறவு விரிவானதாகவும் ஆழமானதாகவும் அமைந்துவிடுகின்றது.

அரும்பு, மொட்டு, பூ, மலர் என்பவை மலரின் பருவத்தைக் குறிக்கும் தமிழ்ச் சொற்களாகும். இவற்றோடு 'பூ(வி)ரி' (தென்னம்பூரி), மடல் என்ற சொற்களும் இங்கே நினைக்கத் தகுந்தவை. இணர், தாது, பொகுட்டு, அல்லி, புல்லி, தோடு, மடல் என்பவை பூவின் உறுப்புகளைக் குறிக்கும் பெயர்களாகும். பூ வகைகளாக நீர்ப்பூ, நிலப்பூ, பொடிப்பூ, கோட்டுப்பூ (கொம்பிலே பூப்பது) என்பன பழைய பெயர்ப் பகுப்பு முறையாகும். விதி விலக்காக, ஊமத்தை அன்றி எல்லா வகைப் பூக்களும் அழகுணர்ச்சி, மருத்துவப் பயன், உணவுப் பயன், சடங்கியல் மதிப்பு ஆகியவற்றைக் கருத்தில்கொண்டு தமிழர்களால் பயன்படுத்தப்படுகின்றன.

பூத்தொடுப்பது அல்லது கட்டுவது என்பது தமிழ்நாட்டில் கலையாகவும் தொழிலாகவும் மதிக்கப்பட்டு வருகின்றது. இதனைத் தொழிலாகக் கொண்ட சாதியார் தமிழகத்தில் 'பண்டாரம்' என்றும், கேரளத்தில் 'வாரியார்' என்றும் அழைக்கப்படுகின்றனர். கண்ணி, தொடரி, பிணையல், மாலை, ஆரம், தார் என்பன கட்டப்பட்ட மலர்களைக் குறிக்கும். பூக்களும் கட்டப்பட்ட பூக்களும், அரசர் களிடத்திலும் சமய எல்லைக்குள்ளும் அடையாளமாகவும் பயன் படுத்தப்பட்டு வந்துள்ளன. சேரருக்குப் பனம்பூ மாலை, சோழருக்கு ஆத்தி மாலை, பாண்டியருக்கு வேப்பமாலை ஆகியவை உரியன என்று தமிழிலக்கியங்கள் குறிப்பிடுகின்றன. தமிழ்ச் சமய இலக்கியத்தில் 'மகிழ மாலை நம்மாழ்வாருக்கு உரிய அடையாளமாகக் கருதப்படுகிறது. இவையன்றி, வழிபடு தெய்வங் களும் ஒவ்வொரு பூவோடும் மாலையோடும் சேர்த்தே அடையாளம் காட்டப்படுகின்றன. ஆத்தி, கொன்றை, பொன்னரளி, நந்தியாவட்டை ஆகிய பூக்கள் சிவபெருமானோடு சேர்த்துப் பேசப்படுகின்றன. ஆனால், பக்தி இலக்கியங்கள் காட்டும் குறிப்பின்படி, ஒருகாலத்தில் சிவபெருமானுக்கு இண்டைப்பூவும்

வன்னிப்பூவும் ஊமத்தம்பூவும்கூடச் சூட்டப்பட்டன என்று தெரிகிறது. முருகன் என்னும் தெய்வம் கடப்பம் பூவோடு தொடர்புடையவனாகப் பேசப்படுகிறான். போரிலே வெற்றி பெற்ற பின்னர் அரசன் தன் வீரர்களுக்குப் பொன்னாலான சிறு தாமரை மலரைப் பரிசாக அளித்த செய்தி சங்க இலக்கியத்தில் காணப்படுகிறது. இந்தப் பரிசளிப்பு விழாவினைப் 'பூக்கோள்' என்று சங்க இலக்கியம் குறிப்பிடுகின்றது.

பூக்களால் கட்டப்பட்ட மாலைகளில் பல்வேறு வகையான வேறுபாடுகளை நாம் உணரமுடிகிறது. நெருக்கமாகக் கட்டப்பட்ட பூமாலைக்குப் 'பிணையல்' என்று பெயர். சற்றே இடைவெளியுடன் கட்டப்பட்ட மாலைகளுக்குக் 'கண்ணி' என்று பெயர். கண்ணி என்பது இரண்டிரண்டு பூக்களால் கோர்க்கப்பட்ட மாலையாகும். கண்ணியைவிடச் சற்றே நெருக்கமாகக் கட்டப்பட்டது 'சரம்' ஆகும். தொடுக்கப்பட்ட பூச்சரத்திற்குத் தொடையல் என்று பெயர். மனைகளிலும் மண்டபங்களிலும் அழகுக்காகத் தொங்கவிடும் மாலைகளுக்குத் 'தொங்கல்' என்று பெயர். தமிழர் வாழ்வியற் சடங்குகளின்போது அழகும் நம்பிக்கையும் கலந்த வகையில் பல்வேறு வகையான மாலைகள் இடம்பெறுகின்றன. சில நேரங் களில் பூக்களில்லாத மாலையும் சடங்கியல் தகுதி பெறுகின்றன. எருமைத் தலை அரக்கனை அழிக்கக் கிளம்பும் தாய்த் தெய்வத் திற்கு வெற்றிலை மாலையும் எலுமிச்சம்பழ மாலையும் அணிவிக் கப்பெறுகின்றன (பெண்கள் அணியும் தங்கத்திலான காசு மாலையும் இவ்வகையில்தான் சேர்த்தி; கேலி உணர்வோடு அணிவிக்கப்பெறும் முறுக்குமாலை, பழமாலை ஆகியவற்றையும் இப்படியே கருத வேண்டும்).

இவையன்றி மணமாலை, நீர்மாலை, பிணமாலை ஆகியவையும் தமிழர் வாழ்வில் இடம்பெற்றுள்ள மாலைகளாகும். பெண்ணைப் பூவாகக் கருதுவதும் பெண்ணின் உடல் மலர்ச்சியைப் 'பூப்பு' என்ற சொல்லால் குறிப்பிடுவதும் பெண் தெய்வங்களுக்குப் 'பூச்சொரிதல்' என்ற விழா நடத்துவதும் தமிழர் பண்பாட்டின் மற்றொரு கூறாகும்

'மணமாலை' என்பது மணத்துக்குரிய ஆணும் பெண்ணும் தங்களின் இசைவினை மாலை மாற்றுவதனால் அடையாளப் படுத்துதலைக் குறிக்கும். நகரத்தார் சாதியிலும் வேறு சில சாதி

களிலும் தங்களின் குலதெய்வக் கோயிலில் சார்த்திக் களைந்த மாலைகளையே திருமண நாளில் மணமக்கள் மாற்றிக்கொள் கிறார்கள். 'நீர்மாலை' என்பது பெற்றோருக்குப் பிள்ளைகள் செய்யும் நீர்ச்சடங்கினைக் குறிக்கும் சொல்லாகும். இறந்தவரைக் குளிர்ப்பாட்ட நீர்க்கரகம் ஏந்தி வரும் பிள்ளைகள், அதனை மாலையுடன்தான் கொண்டுவருவர். 'நீர்மாலை' என்ற சொல்லுக்கு நீரும் மாலையும் என்பதே பொருளாகும். திருவிழாக்களில் இறைவன் அல்லது இறைவியின் அருளாற்றலை ஏந்திவரும் சாமியாடியும் கோயில் மாலையினையே அணிந்து வருகிறார். எனவே, மாலை என்பது முந்திய தலைமுறையினரோடான உறவுக்கும் புதிய உறவுக்கும் தெய்வங்களோடு கூடிய உறவுக்கும் குறியீட்டு அடையாளமாகவே தமிழர்களால் கருதப்பட்டு வந்தது என்பதனை உணரலாம்.

மணம் முடித்த பின் இளவயதில் மங்கலப் பெண்ணாக மறைந்து போன தங்கள் குடும்பத்துப் பெண்களைத் திருநிலைப்படுத்தித் தெய்வமாக்குகின்றபோது அதற்கு 'மாலையம்மன்' என்ற பெயரையே தமிழர்கள் இட்டு வழங்கிவருவதும் நினைக்கத் தகுந்ததாகும். விதிவிலக்கான ஒரு செய்தியையும் இவ்விடத்தில் குறிப்பிட வேண்டும். குழந்தை பிறக்கும்போது தாயின் கருப்பை யிலுள்ள நஞ்சுக்கொடி குழந்தையின் கழுத்தைச் சுற்றியபடி பிறந்தால் அக்குழந்தைக்கு மாலை, மாலைசூடி, மாலையப்பன் என்று பெயரிடும் மரபும் தமிழ்நாட்டில் வழக்கத்தில் இருந்துவருகிறது. அத்துடன் மாலைசூடிப் பிறந்த குழந்தை தாய்மாமனுக்கு ஆகாது என்ற நம்பிக்கையும் உள்ளது.

தொன்மையா? தொடர்ச்சியா?

பிறந்து வளர்ந்த ஊரில் இருந்து 29 ஆண்டுகள் விலகி நின்ற என்னைப் பார்த்து அந்த 85 வயது முதியவர் கேட்டார் : “பேரப்புள்ள, நீ அந்த வகையறாவா?”

“எப்படிக் கண்டுபிடிச்சீங்க தாத்தா?”

“அதான், அந்தக் காது காட்டிக் குடுத்திட்டில்லா..” பொக்கை வாய் கொள்ளாத சிரிப்பு அவருக்கு.

ஆம்! எங்கள் குடும்ப மூதாதையர்களிலே யாரோ ஒருவருக்குக் காது மடல் நீளம். என் தாத்தா, பெரியப்பா, அப்பா, அவர்களின் பிள்ளைகள், பேரக் குழந்தைகள் என எல்லாருக்கும் அந்த அடையாளம் உண்டு. உயிரணுத் தொடர்ச்சி என்பது சாதியச் சமூகங்களிலேயே கூர்மையான அக்கறையோடு கவனிக்கப்பட்டு வருகின்றது. இதன் பெயர் ‘தொன்மை’. உயிர்க் கூடத்தின் எல்லா வகையான அசைவுகளுக்குமான தொடர்ச்சி. உயிரியலின் தந்தை கிரகாம் மெண்டல் இருந்திருந்தால் இன்னும் விரிவாகப் பேசி யிருப்பார்.

இந்தத் தொடர்ச்சி என்பது உடல் சார்ந்தது மட்டுமன்று; மக்கள் திரளின் எல்லா வகையான அசைவுகளிலும் அதன் இயக்கங்களிலும் உள்ளார்ந்ததாக இயங்கிக்கொண்டே இருக்கும். உணவு, உடை, மொழி, கலை வெளிப்பாடுகள் என்பவற்றோடு கருத்தியல் தளத்திலும் இந்தத் தொடர்ச்சி உண்டு. முதுமைக்கு மரியாதை தருவது என்பது, வேர்களுக்குத் தரும் மரியாதை ஆகும். கண்ணுக்குப் புலப்படாத வேர்களே உயிர்க்கூட்டத்தைத் தாங்கிப் பிடித்துக்கொண்டிருக்கின்றன. வெட்டுப்பட்ட அடிமரங்கள்கூடத் தளிர்ப்பது வேர்களின் சக்தியால்தான்,

தொன்மை அல்லது பழமை என்பது, ‘கவைக்கு உதவாதது, அப்பாவித்தனமானது, மூடநம்பிக்கை கொண்டது. மாறிவரும் உலகத்தைப் பார்க்க மறுப்பது, கட்டுப்பெட்டித்தனமானது. சமகாலச் சமூகத்தால் பரிதாபத்தோடு மன்னிக்கப்பட வேண்டியது.’ இந்தச் சமூக உளவியல் அடிமைப்பட்ட நாடுகளில் மட்டுமே

நடைமுறைச் சாத்தியமாகும். நம்முடைய நாட்டில் இது எப்படிச் சாத்தியமாகிறது? காலனிய ஆட்சிக்கால அடிமை மனநிலை இன்னமும் நம்மைவிட்டுப் போகவில்லை என்பதைத்தானே தெருவெல்லாம் சிதறிக் கிடக்கும் ஆங்கிலவழிப் பள்ளிகள் காட்டிக்கொண்டு நிற்கின்றன. ஆனபோதும்கூட, தொன்மை அல்லது பழமை என்பதனை நம்மால் சுருக்கிப் பார்க்க இயலாது.

பண்பாடு என்பது தொன்மையான அசைவுகளின் தொடர்ச்சியாகும். இது உயிர்த்திரள்களின் காலஞ்சார்ந்த அசைவுகளின் வெளிப்பாடு. உயிர்த்திரள் என்றால் அறுகம்புல்லும் மூங்கில் தூறும் ஆலமரமும் நமக்குக் காட்டுகின்ற வெளிப்பாடுகள். புதர் என்பதன் முந்திய வடிவமான அறுகம்புல், தூறு என்பதனை வெளிக்காட்டும் மூங்கில் (பெரும்புல் வகை), விழுதுகளாக வெளியினை நிரப்பும் ஆலமரம் என்பவையே தொன்மையும் பண்பாடும் என்னவென்று நமக்கு இயற்கை உணர்த்தும் பாடங்கள். 'ஆல் போல் தழைத்து அறுகுபோல் வேரூன்றி மூங்கில் போல் சுற்றம் முசியாது' என்ற வாழ்த்து மரபு கண்ட மக்கள் கூட்டத்தார் பண்பாடுமிக்கவர்கள்.

பெர்லினைச் சேர்ந்த டாக்டர் ஜேகோர் 19ஆம் நூற்றாண்டின் கடைசிப் பகுதியில் ஆதிச்சநல்லூரில் தங்கத்தால் ஆன நெற்றிப் பட்டத்தைக் கண்டெடுத்தார். இன்றும் தமிழ்நாட்டின் சில பகுதிகளில், சில சாதிகளில் இது மணமகளுக்குத் தாய்மாமன் அணிவிக்கும் நெற்றிப் பட்டம் என்பது களஆய்வு செய்தவர்களுக்குத் தெரியும். அப்படியானால் ஆதிச்சநல்லூர் பண்பாட்டுத் தொடர்ச்சி நம்மிடம் உயிரோடு இருக்கிறது என்பதுதானே உண்மை! ஆதிச்சநல்லூரில் தாய்த் தெய்வத்தின் வெண்கலச் சிற்பம் கண்டெடுக்கப்பட்டது. தமிழ்நாட்டின் 90 விழுக்காடாக அம்மன் கோவில்கள்தானே இருக்கின்றன?! ஆற்றல் மிகுந்த தாய்த் தெய்வ வழிபாடுதான் தமிழர்களின் பண்பாடு என்பது இன்றளவும் உறுதியாகிக்கொண்டிருக்கிறது.

பண்பாடு என்பது சொல்லும் சொல் அல்லாத (non-verbal) மரபுகளும் சார்ந்தது. மரபு என்பது பண்பாட்டின் வேர்களாகும். 'கன்னு வந்து பயிர மேஞ்சுதாம்; இவ(ன்) கழுதய பிடிச்சி காத அறுத்தானாம்' என்பது இன்றும் தமிழ்நாட்டுக் கிராமப் புறங்களில் கேட்கக்கூடிய சொலவடை (சொல் அடை). இந்தச் சொலவடை பல நூற்றாண்டுக் கால மரபின் தொடர்ச்சியாகும்.

உழுத உழுத்தஞ்செய் ஊர்க்கன்று மேய
கழுதை செவி அரிந்தற்றால்

என்பது முத்தொள்ளாயிரப் பாடல் அடியாகும். 'பழி ஓர் இடம், பாவம் ஓர் இடம்' என்பதுதான் இதன் கருத்தாகும். அப்படியென்றால் பழந்தமிழன் பயன்படுத்திய ஒரு சொல் வழக்கினை நிகழ்காலத் தமிழர்களும் பயன்படுத்திவருகின்றனர் என்பதுதானே உண்மை?

நகர்ப்புறத் தமிழர்களுக்கு மறந்துபோய்விட்ட வழக்கங்கள் சில, கிராமப்புறத்துத் தமிழர்களால் இன்றும் பின்பற்றப்பட்டு வருகின்றன. அவற்றிலே ஒன்று, வீட்டு விழாக்களிலும் ஊர்க்கோவில் விழாக்களிலும் மண்ணைப் புதிது செய்தல் என்பதாகும். அதாவது, சுவரை வெள்ளையடிப்பதுபோல நிலத்தை என்ன செய்வது என்ற கேள்விக்கான விடையாக இது அமைகின்றது. 'புதுமணல் புரப்புதல்' என்பது வீடு அல்லது விழாக்களம் என்பதன் முன்னால் புதிய மணலைப் பரப்புவதாகும். 'தருமணல் ஞெமிரிய திருநகர் முற்றம்' என்று நெடுநல்வாடை இந்த வழக்கத்தைக் குறிக்கின்றது.

சங்க இலக்கியக் காலத்திலுள்ள மக்கட் பெயர்கள் சில இன்றும் தொடர்ந்து இடப்படுவதே அக்காலச் சமூகத்தின் பின் தொடர் பினைக் காட்டுகின்றது. கண்ணன், குமரன், முருகன், சாத்தன், காரி, நாகன், நாகை முதலிய பெயர்கள் சங்ககாலம் தொடங்கிப் பல நூற்றாண்டுகளாகத் தொடர்ந்து இடப்படுவதே 'மரபு' என்ற சொல்லை விளக்கப் போதுமானதாகும்.

ஒரு காலத்தில் சமண பௌத்த சமயங்களும் பின்னர் சைவ வைணவ மதங்களும் தமிழ்நாட்டுச் சமய வாழ்விலும் அரசியலிலும் பெரும் சூறாவளியை உருவாக்கிக் காட்டின. இருந்தபோதும் இன்றுவரை தமிழர்களை ஆயுதம் ஏந்திய தாய்த் தெய்வங்களின் வழிபாட்டிலிருந்து அப்புறப்படுத்த இயலவில்லை. தமிழகத்தில் அம்மன் கோயில்கள்தான் எண்ணிக்கையிலும் மிகுதி. அவைதாம் உயிர்ப்போடும் விளங்குகின்றன.

'மாமோட்டுத்துணங்கையஞ்செல்வி', 'பழையோள்', 'காடுகெழு செல்வி', 'கானமர் செல்வி', 'கடல்கெழு செல்வி' என்று சங்க இலக்கியங்கள் தாய்த் தெய்வத்தைப் பலபடப் பேசுகின்றன. தொல்காப்பியர் கூறும் திணைநிலைத் தெய்வங்களான ஆண் தெய்வங்களில் வருணனும் இந்திரனும் அப்போதே காணாமல் போய்விட்டனர்.

திருமண விருந்துகளில் இனிப்புணவாகப் பாயசம் வழங்கப் படுவதுகூட சங்க கால உணவு மரபின் தொடர்ச்சிதான். அதனை 'உளுந்து தலைப்பெய்த கொழுங்களி மிதவை' என்று சங்க இலக்கியம் குறிப்பிடும்.

ஒரு பெண் தாய்மையில் கனிகிறாள் (முழுமையடைகிறாள்) என்பதே பூப்பு என்ற சொல் உணர்த்தும் அக்காலத் தமிழர்களின் பண்பாட்டு வெளிப்பாடாகும். இயற்கையான கருச்சிதைவினை 'காய் விழுந்தது' என்றே நெல்லை மாவட்டத்தில் குறிப்பிடுகின்றனர். பூப்புக்கும் கனிவுக்கும் இடையிலான இந்தச் சொல், தாய்மை குறித்த தமிழ்ப் பண்பாட்டின் மதிப்பீட்டிற்கான அடையாளமாக இருந்துவருகிறது.

கலாச்சாரம் என்பது பொருள் உற்பத்தி சார்ந்தது. அந்த உற்பத்தி எதுவாகவும் இருக்கலாம். மனித இன மறு உற்பத்தி வரை. 'பால் பலவூறுக பகடு பல் சிறக்க' என்ற ஐங்குறு நூற்றின் வாழ்த்துப் பாடலை வாசித்துக்கொண்டிருக்கும் நள்ளிரவுப் பொழுதில் இராப்பாடி அந்த வாழ்த்தினைப் 'பட்டி பெருக பால்பானை பொங்க' என்று தன்னுடைய மொழியில் தெருவெல்லாம் வழங்கிக் கொண்டு போகிறான்.

உலகமயமாக்கக் காலத்தில் வாழுகின்ற நமக்குத் 'தொன்மை' மரபு வழிப்பட்ட சமூக விழுமியங்கள் எல்லாம் தேவையற்றவை யாகிவிட்டன. நமக்கு 'யுனெஸ்கோ' தெரியும். அதற்கு அடித் தளமான

பசியும் பிணியும் பகையும் நீங்கி
வசியும் வளனும் சுரக்கென வாழ்த்தி

என்ற மணிமேகலை ஆசிரியரின் சிந்தனை விளங்காது. வறுமை யினால் வருகின்ற பசிக்குப் பொருளாதாரக் காரணங்களைக் கண்டறிய முயலும் காலம் நம்முடையது. பசியினை ஒரு சமூக நோயாகவும் (பசிப்பிணி) தொடரும் பசியினை அழிவு சக்தியாகவும் (அற்றார் அழிபசி) அடையாளம் காட்டிய வள்ளுவர் நமக்குக் 'கல்லில் வடித்துக் கதை படிக்க' மட்டும்தான்.

கைம்பெண்ணும் சொத்துரிமையும்

1919இல் பிரிட்டிஷ் அரசாங்கம் இந்தியாவில் ஒன்றரை வயது முதல் பதினான்கு வயது வரை உள்ள விதவைகளின் எண்ணிக்கையைப் பட்டியலிட்டு வெளியிட்டது. அதனைப் பார்த்து தேசிய இயக்கத் தலைவரான காந்தியடிகள் அதிர்ந்துபோனார். அதன்பிறகு, அரைமனத்தோடு விதவை மறுமணத்தை அவர் ஆதரித்துப் பேசலானார். ஆனால், 'இரண்டாவது திருமணம் என்பதை என் வீட்டுப் பெண்களுக்குச் சிபாரிசு செய்யமாட்டேன்' என்றும் ஒரு பேட்டியில் அவர் வெளிப்படையாகவே கூறியிருந்தார். மனைவியை இழந்தவர்கள் மட்டும் விதவைகளை மறுமணம் செய்துகொள்ளலாம் என்று காந்தியடிகள் பரிந்துரை செய்ததுதான் இதற்குக் காரணம். இந்தக் கருத்துக்கு எதிர்வினை ஆற்றிய தமிழ்நாட்டுக் கவிஞர் பாரதியார், 'ஸ்ரீமான் காந்தி சொல்வதைக் கேட்டால் பின்னாளில் புருஷ விதவைகளின் எண்ணிக்கையைப் பார்த்து நாம் பரிதாபப்பட வேண்டும்' என்று கேலி செய்தார்.

இருபதாம் நூற்றாண்டின் தொடக்கம் வரை தமிழ்ச் சமூகத்திலும் பெரும்பாலான சாதிகள் குழந்தை மணம் செய்யும் வழக்கம் உடையதாக இருந்தன. அதேபோலக் கைம்பெண் மறுமணம் செய்யும் வழக்கத்தையும் அந்தச் சாதிகள் கொண்டிருந்தன. பிராமணர், வேளாளர், ஸ்மார்த்த பிராமணப் புரோகிதத்தோடு திருமணம் செய்த சில பிற்படுத்தப்பட்ட சாதியார் ஆகியோர் மட்டுமே கணவனை இழந்த பெண்ணுக்கு மறுமணம் செய்யும் வழக்கத்தைத் தடை செய்திருந்தனர்.

1880களில் வங்காளத்தில் பிராமணர்கள், பண்டிதர்கள், பத்ரலோக் வர்க்கத்தினர் ஆகியோரிடத்திலே வழக்கத்தில் இருந்த கைம்பெண் கொடுமையைக் கண்டித்து 'கைம்பெண் மறுமணச் சங்கங்கள்' தொடங்கப்பட்டன. சென்னையில் இப்படி ஒரு சங்கத்தைத் தொடங்குவதில் முன் நின்றவர் சுதேசமித்திரன் ஜி.சுப்பிரமணிய ஐயர். 10 வயதில் திருமணமாகி விதவையான தன்னுடைய 13 வயது மகள் சிவப்ரியாவிற்கு அவர் 1889இல் பம்பாயில் கூடிய காங்கிரஸ் மாநாட்டில் மறுமணம் செய்து வைத்தார்.

விதவை, கைம்பெண், கைம்பெண்டாட்டி (கம்மனாட்டி), அறுத(ந)லி, முண்டை, வெள்ளைச் சேலைக்காரி என்பன தமிழில் கைம்பெண்ணைக் குறிக்க வழங்கும் இழிவான சொற்கள். இவை வசைச் சொற்களாகவும் வழங்குகின்றன. கணவனை இழந்த பெண் முழுமை இல்லாதவள் (மூளி) என்ற நினைப்பே இதற்குக் காரணம். மூளி என்ற சொல்லும் வசைச் சொல்லாகப் பயன்படுகிறது.

கைம்பெண் மறுமணம் அனுமதிக்கப்பட்ட சாதிகளில்கூட கணவனை இழந்த அன்றும் அதைத் தொடர்ந்து சில நாட்களும் கைம்பெண்ணின் உணவு, உடை, நடமாட்டம், சமூக உறவுகள் ஆகியவை கடுமையாகக் கட்டுப்படுத்தப்படுகின்றன.

தாலி உள்பட அனைத்து அணிகளையும் கழற்றிடுதல், தலை யணை இல்லாமல் வெறுந்தரையிலோ அல்லது சாக்கின் மீதோ அறையின் ஒரு பகுதியில் அல்லாமல் 'மூலையில்' உறங்குதல், வெற்றிலை பாக்கு போடும் பழக்கம் உடையவராக இருந்தால் உடனே நிறுத்துதல், முதல் எட்டு அல்லது பதினைந்து நாட்களுக்கு ஒருவேளை மட்டுமே உணவு உண்ணுதல், தலைக்கு எண்ணெய் தேய்க்காமல் வாராமல் இருத்தல், பிற ஆடவர் முகம் பார்க்காமல் இருத்தல் ஆகிய கொடுமையான வழக்கங்கள் இன்றும் கூடச் சில சாதியாரிடத்தில் உள்ளன. பிராமணப் புரோகிதத்தை ஏற்றுக்கொண்ட சில சாதியாரிடத்தில் இவை மிகக் கடுமையாகப் பின்பற்றப்பட்டு வருகின்றன. கைம் பெண்ணுக்கு மொட்டை யடிக்கும் வழக்கம் உடைய பிராமணர்கள் இப்பொழுது அதைக் கைவிட்டுவிட்டார்கள்.

இறந்த கணவனுடன் மனைவி தீப்பாய்தல் என்னும் வழக்கமும் தமிழ்நாட்டில் அரசு மரபினரிடத்திலும் அவர்களோடு

தொடர்புடைய குடும்பத்தினரிடத்திலும் இருந்திருக்கிறது. முதலாம் இராசராச சோழரின் தாய், கணவன் இறந்தவுடன் அவன் உடலோடு தீப்பாய்ந்த பெண்களில் ஒருத்தி என்று திருக்கோவிலூர்க் கல்வெட்டு கூறுகிறது. பால் குடிக்கும் குழந்தையைக்கூட விட்டுவிட்டுத் தன் கணவனின் ஈமத் தீயில் அவள் பாய்ந்தாள் என்பதனை,

.... சுரந்த
முலை மகப் பிரியினும் முழங்கெரிநடுவன்
தலைமகற் பிரியாத் தையல்

என்று கல்வெட்டு வியந்து பாராட்டியுள்ளது. ஆனால், விதிவிலக்காக எங்கேனும் அன்றித் தமிழ்நாட்டில் பெருவாரியான மக்களிடம் இவ்வழக்கம் இருந்ததில்லை.

ஒப்பாரி என்பது தமிழ்ச் சமூகத்தின் குடும்ப அமைப்புக்குள் பெண்கள் பட்ட துயரங்களை அவர்களின் கவித்துவ ஆற்றலோடு ஒருசேரப் புலப்படுத்தும் இலக்கிய வடிவம். இந்த இலக்கிய வடிவத்தில் பதிவு செய்யப்பட்டுள்ள பெண்களின் துயரங்கள் குறிப்பிடத்தக்கன. சொத்துடைய கணவன் இறந்தவுடன் அவனுடைய பங்காளிகள் (தந்தைவழி உறவினர்) எல்லாச் சொத்துகளையும் எடுத்துக்கொள்வதை ஒப்பாரிப் பாடல் ஒன்று பின்வருமாறு பதிவு செய்கின்றது. குழந்தை இல்லாத கைம் பெண்ணின் துயரம் இப்பாடல்:

செஞ்சியிலே ரெண்டுகடை
தேங்காய்க்கடை நம்மகடை
சீமானும் போன அன்னைக்கி
தேங்காயெல்லாம் சூறை சூறை
மதுரையிலே ரெண்டு கடை
மாங்காக் கடை நம்ம கடை
மன்னவனும் போன அன்னைக்கி
மாங்காயெல்லாம் சூறை சூறை

நாட்டு விடுதலைக்குப் பின்பு ஏற்பட்ட சட்டப் பாதுகாப்புகளுக்கு முன்னர் பெண்களுக்குத் தனியாகச் சொத்துரிமை என்பது தமிழ்ச் சமூகத்தில் மறுக்கப்பட்டே வந்துள்ளது. குழந்தை இல்லாமல் கைம்பெண்ணான ஒரு பெண்ணுக்குக் கணவனின் பரம்பரைச்

சொத்திலோ அவர் ஈட்டிய சொத்திலோ முழு உரிமை கிடையாது. கணவனை இழந்தபின் ஒரு குழந்தையைத் தத்தெடுக்கும் உரிமையும் அவளுக்குக் கிடையாது. சொத்து முழுவதும் கணவனின் உடன் பிறந்த ஆண்களின் கட்டுப்பாட்டுக்கு வந்துவிடும். அவர்களிடமிருந்து அவள் பிரிந்து செல்ல விரும்பினால், கணவனின் சொத்தில் ஒரு மிகச்சிறு பகுதி, அவளது உணவு, உடைத் தேவைகளுக்கு மட்டும் அளிக்கப்படும். இதற்கு 'அறுப்புச் சுகம்' (கட்டிக்கொண்ட தாலியை அறுத்துக்கொண்டதால் பெற்ற உரிமை) என்று பெயர். இந்த வழக்கம் கிறித்துவ மதத்திற்கு மாறிய பின்புகூட சில சாதியாரிடம் இருந்தது என்பது ஆனந்த ரங்கம்பிள்ளையின் நாட்குறிப்பு தரும் சாட்சியாகும்.

கி.பி. 1746ஆம் ஆண்டு பிப்ரவரி மாதம் 12ஆம் தேதி தண்டிகைக் கனகராய முதலியார் என்ற ரோமன் கத்தோலிக்கக் கிறித்துவர், பெருஞ்செல்வத்தையும் தன் மனைவியையும் விதவையான மருமகளையும் விட்டுவிட்டு இறந்துபோனார். பிரெஞ்சுத் துரைத்தனத்தில் மிகுந்த செல்வம் சேர்த்தவர் இவர். கனகராய முதலியாரின் தம்பி சின்ன முதலி என்ற லாசரு முதலியார், தன்னுடைய அண்ணனின் சொத்து முழுவதும் வேறு வாரிசு இல்லாததால் தனக்கே சேர வேண்டும் என்றும் கனகராயர் முதலியாரின் மனைவி நட்சத்திரம் அம்மாளுக்கும் (குழந்தை இல்லாத) விதவையான மருமகள் சந்திரமுத்து அம்மாளுக்கும் 'கைம்பெண் கூறு' ஆகச் சிறிது பணம் மட்டுமே கொடுக்க வேண்டும் என்றும் புதுச்சேரி ஆளுநர் துய்மா துரையிடம் வாதிடுகின்றார். ஆளுநரோ, ஆனந்தரங்கம்பிள்ளை உட்பட இருபது பேர் கொண்ட 'மாநாட்டாரிடம்' வழக்கைத் தீர்க்கச் சொல்லி ஒப்படைக்கிறார். இந்த மாநாட்டார், லாசரு முதலியின் வாதத்தை ஏற்றுக்கொண்டு மாமியாரும் மருமகளுமான இரண்டு விதவைகளுக்கும் 'அன்ன வஸ்திரங்களுக்குத் தாவுயில்லாமல் (சாகின்றவரை உணவுக்கும் உடைக்கும் தட்டுப்பாடு இல்லாமல்) நாலாயிரத்து இருநூறு வராகன் கொடுத்து ஒதுக்கிவிட்டனர். இந்தத் தொகையிலும் விதவை மாமியாருக்கு மூன்றில் இரண்டு பங்கும் விதவை மருமகளுக்கு மூன்றில் ஒரு பங்கும் என்று கணக்குத் தீர்க்கின்றனர். 200 ஆண்டுகளுக்கு முன்பு வரை விதவையின் சொத்துரிமை இவ்வாறுதான் இந்தியா முழுவதிலும் இருந்தது.

கடந்த இருபது ஆண்டுகளில் இறந்துபோன அரசு ஊழியரின் விதவை மனைவிக்கான ஒய்வூதியத் திட்டம் நாடு முழுவதும் பல்லாயிரக்கணக்கானோர் உயிரையும் மானத்தையும் காப்பாற்றி இருக்கிறது. ஆனாலும்கூட, விதவைத் துயரத்துக்கு மாற்றாக இன்னமும்கூட சில வடமாநிலங்கள் 'ரூப்கன்வர்' போல 'சதி மாதாக்களை' உருவாக்கிக்கொண்டிருப்பது துயரமான செய்தியாகும்.

ஒப்பீட்டளவில் வட மாநிலங்களில் பெரியாரோ அம்பேத்கரோ உருவாகித் தம் கருத்துகளை எளிய மனிதர்களிடம் சேர்ப்பிக்கவில்லை என்பது கசப்பான, ஆனால் உண்மையான வரலாற்று நிகழ்வாகும்.

தம்பி உடையான்

ஒருதாய் வயிற்றில் தனக்குப் பின் பிறந்தவனை 'தம்பி' என்னும் உறவுமுறைச் சொல்லால் குறிப்பது வழக்கம். இராமனுடைய தம்பிமார்களை 'எம்பெருமான் பின்பிறந்தார்' என்று குறிக்கின்றார் கம்பர். பெரியதம்பி, நல்லதம்பி, சின்னதம்பி என்று தமிழ்நாட்டிலும் சிவத்தம்பி, விநாசித்தம்பி, நன்னித்தம்பி என்று ஈழத்திலும் மக்களின் பெயர் வழக்குகளைக் காண்கிறோம். மலையாளப் புனைகதை எழுத்துக்களில் திரிவிக்ரமன் தம்பி, மதுசூதனன் தம்பி, நாராயணன் தம்பி முதலிய பெயர் வழக்குகளைக் காண்கிறோம்.

ஆனால், தமிழகத்தில் கீழக்கரை இசுலாமியரிடம் செய்குத் தம்பி, சக்குத்தம்பி, முகமது தம்பி முதலிய பெயர் வழக்குகளைக் காண்பது விதிவிலக்காகவும் வியப்பாகவும் இருக்கிறது. 17ஆம் நூற்றாண்டில் கீழக்கரையில் வாழ்ந்த வள்ளல் சீதக்காதியின் தந்தை பெயர் பெரியதம்பி மரைக்காயர் என்ற மாமுநைனா மரைக்காயர் என்பதாகும். இசுலாமிய மரபு சாராத 'தம்பிப் பெயர்' வழக்கினை இசுலாமியர் எவ்வாறு ஏற்றுக்கொண்டனர்? இவர்கள் யாருக்குத் தம்பி? என்ற கேள்விகள் வரலாற்றுக் குறிப்புடையனவாகும்.

சேதுபதி அரச மரபினைக் கூர்ந்து கவனித்தால், அவர்களுக்கும் கீழக்கரை இசுலாமியருக்குமான உறவு நிலை புலப்படும். 'சேதுபதி மன்னர்களின் தம்பி' என்ற வகையில்தான் கீழக்கரை இசுலாமியர்கள் தம்பிப் பட்டத்தைப் பெற்றிருக்கிறார்கள். இந்தப் பட்டத்தை இவர்கள் தாங்களே சூட்டிக்கொண்டிருக்க இயலாது. சேதுபதி மன்னர்கள் கொடுத்த இந்தப் பட்டத்தை இவர்கள் பெற்றுக்கொண்டிருக்கிறார்கள்.

கீழக்கரையில் வாழ்ந்த இசுலாமியர்கள் 'அஞ்சுவண்ணம்' என்னும் அரேபிய வணிகக் குழுவுடன் வந்த சாமந்தப் பண்ட சாலிகள் ஆவர். (அதாவது பண்டகச் சாலைக் காப்பாளர் என்று பொருள்). இன்றளவும் கீழக்கரையில் இசுலாமியர்கள் கீழப் பண்டகச்சாலை, மேலப் பண்டகச்சாலை என இரு பிரிவினராக வாழ்ந்துவருகின்றனர்.

16ஆம் நூற்றாண்டின் நடுப்பகுதியில் இராமநாதபுரத்திற்கு மேற்கே 'போகலூர் சத்திரக்குடி' என்னுமிடத்தில் சேதுபதி மன்னர் களின் முன்னோர்கள் சிறிய அளவில் மண்கோட்டை கட்டிக் கொண்டு வாழ்ந்திருந்தனர். அக்காலத்தில் வைகையாற்றங்கரைப் பகுதியை ஆண்டுவந்த வானாதிராயர் அரச மரபினர் மிகப் பலவீனமாக இருந்தனர். இந்நிலையில் கீழக்கடற்கரையில் தங்கள் வணிக மேலாதிக்கத்தை நிலைநாட்ட விரும்பிய இசுலாமியர்கள், சேதுபதி மரபினர் கிழக்கே இடம்பெயர்வதை விரும்பினர். கிழக்குக் கடற்கரையில் நிலவிய போர்த்துக்கீசியரின் கடலாதிக்கமும் அவர்களின் ஆதரவினால் பரவிக்கொண்டிருந்த கத்தோலிக்கக் கிறித்துவ மரபும் இசுலாமியர்களுக்குச் சவாலாக விளங்கின. எனவே, தரவைக் காடாக (கல்லும் கள்ளியும் மேய்ச்சல் நிலமுமாக) இருந்த இராமநாதபுரத்தில் கோட்டை கட்டிக்கொண்டு சேதுபதிகள் அரசமரபை நிலைநிறுத்தப் பொருளுதவி செய்தனர்.

சேதுபதிகளுக்குச் செய்த உதவிகளுக்குக் கைமாறாக கீழைக் கடற்கரையின் சங்கு, சிப்பி சேகரிப்பு உரிமையினையும் கடற் கரையை ஒட்டிய கச்சத்தீவு போன்ற பகுதிகளில் சாயவேர் சேகரிக்கும் உரிமையினையும் கீழக்கரை இசுலாமியர் பெற்றுக் கொண்டார்கள். அத்தோடு சேதுபதி மன்னரிடமிருந்து தம்பி என்ற உரிமை உணர்வு காட்டும் பெயரினையும் பெற்றுக்கொண்டனர். இதன் தொடர்ச்சியாக, 17ஆம் நூற்றாண்டின் நடுப்பகுதியில், கிரியோலி அடிகள் என்பவரால் கடற்கரையினை ஒட்டி பரப்பப் பட்ட கத்தோலிக்கத்தை எதிர்க்கும் பணியினையும் அவர்கள் மேற்கொண்டனர். இப்பணியில் வள்ளல் சீதக்காதியின் தந்தை பெரியதம்பி மரைக்காயர் முன்னணியில் நின்றார்.

சீதக்காதி திருமண வாழ்த்துப் பாடல் என்ற சிற்றிலக்கியம் ஒன்று, 'பேறாகவே வந்த பெரிய தம்பி தன்புகழை மாறாமலே வளர்க்க வந்த சீதக்காதி மன்னன்' என்று சீதக்காதியின் தந்தை பெரியதம்பி

மரைக்காயரை அறிமுகப்படுத்துகின்றது கூரைப்பள்ளி எனப்படும் வேதாளை பள்ளிவாசலில் உள்ள மீசான் (கல்லறை) கல்வெட்டு ஒன்று, இதுகுறித்த அசைக்க முடியாத சான்று ஒன்றினை நமக்குத் தருகின்றது.

'.... திருவடி
சீமை தேசாத்தியத்துக்கு மணிய
மாக நின்று நகருக்குள் ஏழு
கரை துறைக் கோவிலும்
சுட்டு இடிச்சுக் கீர்த்தியும்
மரைக்காயர் குமாரரான சேகு
இபராகிம்'

என்று குறிப்பிடுகின்றது. இக்கல்வெட்டு சீதக்காதியின் அண்ணன் சேகு இபுராகிம் மரைக்காயரின் கல்லறைக் கல்வெட்டு ஆகும். நசுருக்கள் என்பது அக்காலத்தில் கிறித்துவர்களைக் குறிக்கும் சொல் என்று இக்கல்வெட்டினைக் கண்டுபிடித்த அறிஞர் எஸ்.எம். கமால் விளக்கம் தருகின்றார்.1* எனவே, இடிக்கப்பட்டவை கத்தோலிக்கக கிறித்தவத் தேவாலயங்கள் என்பது தெரியவருகிறது. இந்தப் பகுதியில் கத்தோலிக்கக் கிறித்துவ மதத்தைப் பரப்பிய கிரியாலி அடிகளாரும் கொல்லப்பட்டார் என்று கிறித்தவர்களின ஆவணங்கள் குறிப்பிடுகின்றன. மேற்குறித்த கல்வெட்டு 'பெரியதம்பி மரைக்காயர் திருவடி சீமை (சேதுநாடு) தேசாதியத்துக்கு மணியமாக நின்று இந்தச் செயலைச் செய்தார்' என்று குறிப்பிடுகின்றது.

17ஆம் நூற்றாண்டின் தொடக்கப் பகுதியிலும் நடுப் பகுதியிலும் எழுந்துவந்த சேது அரச மரபினருக்கு மேற்கிலிருந்து மதுரை நாயக்கர்களும் கடற்பகுதியிலிருந்து போர்த்துக்கீசியர்களும் தொல்லையாக இருந்தனர். கடற்பகுதி வழியாக வந்த போர்த்துக்கீசியர்களும் கத்தோலிக்கக் கிறித்தவமும் இசுலாமியர் செல்வாக்கால் மட்டுப்படுத்தப்பட்டன. அவர்கள் செய்த உதவிக்குக் கைமாறாகவே சேதுபதி மன்னர்கள் தம்பி என்ற உறவுமுறையினைப் பகிர்ந்து கொடுத்தனர்.

திருவனந்தபுரம் பகுதியில் வழங்கப்படும் தம்பிப் பெயர் வழக்கு அரசமரபினரின் 'ஒன்று விட்ட' (அதாவது மூத்தோர் சொத்தில் பங்குரிமை இல்லாத) உறவுமுறையினைக் குறிக்கும் சொல்லாகும் என்பதையும் நினைத்துப் பார்க்க வேண்டும். அதே நிலையில்தான்

கீழக்கரை இசுலாமியரின் தம்பிப் பெயர் அரச மரபில் உரிமை இல்லாது பெற்றுக்கொண்ட (ஒன்றுவிட்ட) உறவு முறைப்பெயர் ஆகும்.

தம்பி என்ற ஒன்றுவிட்ட உறவுமுறைச் சொல் 20ஆம் நூற்றாண்டுத் தமிழ்நாட்டு அரசியலில் திருப்புமுனையினை ஏற்படுத்திய மாற்றங்கள் நமது சமகால அரசியலாகும். 'தம்பி உடையான் படைக்கு அஞ்சான்' என்ற பழமொழியும் இப்படித்தான் பிறந்திருக்க வேண்டும். கம்பராமாயணத்தில் 'தம்பியை இன்றி மாண்டு கிடப்பனோ தமையன் மேல்' என்று கும்பகர்ணன் பேசும் வீரவசனம் நம் நினைவிற்கு வருகின்றது.

ஐரோப்பியர் படைகள் வலிமையடைந்து கீழைக் கடற்கரை யிலிருந்து போர்த்துக்கீசியர் மறைந்தபோது இசுலாமியரின் கிறித்துவப் பகையுணர்வும் மறைந்து போயிற்று.

1.எஸ்.எம்.கமால், 14 வேதாளை கூரைப்பள்ளிக் கல்வெட்டு, ஆவணம் இதழ் 4, சனவரி 1994.

திருமுலைப் பிரசாதம்

நெல்லை மாவட்டம் அம்பாசமுத்திரத்திற்கு வடக்கே மூன்று கி. மீ. தொலைவிலுள்ளது சிற்றூர் மன்னார் கோவில். 'அழகிய மன்னார் இராசகோபாலன்' என்பது கோயிலில் குடிகொண்ட திருமாலின் பெயராகும். அட்டாங்க விமானம் என்னும் 'திரித' விமானத்துடன்கூடிய கோயில் இது. 11ஆம் நூற்றாண்டில் முதலாம் இராசேந்திர சோழன் காலத்திய கோயில். சோழனின் 24ஆம் ஆட்சியாண்டுக் கல்வெட்டு ஒன்று இக்கோயில் சேர மன்னன் இராசசிம்மனால் கட்டப்பட்டது என்று கூறுகின்றது. வழக்கமான தலபுராணம் எல்லாம் உண்டு. இக்கோயிலைப்பற்றித் திருமலை ஐ.ஏ.எஸ். எழுதிய 'இராசேந்திர விண்ணகர்' என்ற ஆங்கில நூலைத் தமிழ்நாடு அரசு தொல்லியல் துறை வெளியிட்டுள்ளது. இக்கோயிலின் இரண்டு தளங்களிலும் பிற்காலச் சேரர் ஓவியங்கள் கண்ணைக் கவர்கின்றன.

இக்கோயில் இராசகோபுரத்தை அடுத்து உட்புறமாகப் பிற்காலச் சேரர் படைப்பான மண்டபம் ஒன்றுள்ளது. பிற்காலச் சேர மன்னர்களில் ஒருவரான பூதல வீர உதயமார்த்தாண்டன் நெல்லை மாவட்டத்தின் பெரும்பகுதியை வெற்றி கொண்டபோது இந்தக் கோயிலில் இந்த மண்டபம் எழுப்பப்பட்டிருக்க வேண்டும். மண்டபத்துத் தூண் ஒன்றில் கேரள பாணி மகுடம் அணிந்த ஒரு சிலை காணப்படுகிறது. மற்றொன்றில் அரசியின் மெய்க்காப்பாளப் பெண் ஒருத்தி இடையில் குத்துவாளுடன் காணப்படுகிறாள். இது ஒரு விதிவிலக்கான காட்சியாகும். அடுத்துள்ள ஒரு தூணில் ஆறடி உயரமுள்ள கருங்கல்லாலான பெண்ணின் சிலை ஒன்று காணப்படுகிறது. இந்தச் சிலையே நம் கட்டுரைக்குப் பொருளாகும்.

சிலையில் கேரள பாணிக் காதணிகளும் கழுத்தணிகளும் அரை ஆடையும் கொண்டையும் காணப்படுகின்றன. மார்பில் ஆடை எதுவுமில்லை. வலது கை, பெருத்த வலது மார்பகத்தில் பாலைப் பிதுக்குகின்ற நிலையில் உள்ளது. இம்மார்பின் மேற்பரப்பில் ஓர் அங்குலம் சுற்றளவில் துளை ஒன்று காணப்படுகிறது. மார்பகத்தின் உட்பகுதி குடையப்பட்டுள்ளது. மார்பகத்தின் காம்புப் பகுதி

தனியாகச் செய்து பொருத்தப்பட்டு இருந்திருக்கிறது. இப்போது அது காணப்படவில்லை. இப்போது அவ்விடத்தில் துளை மட்டும் காணப்படுகிறது. சிறு கிண்ணம் ஒன்றை ஏந்திய இடது கை, வலது மார்பகத்தின் கீழே உள்ளது.

தமிழகத்தில் வேறு எங்கும் இப்படியொரு சிலை காணப் பட்டதாகக் குறிப்புகள் இல்லை. இந்தச் சிலை உணர்த்தும் பொருள் என்ன? வலது மார்பிலிருந்து பாலைக் கிண்ணத்தில் வடிக்கும் தோற்றத்தில் சிலை செதுக்கப்பட்டுள்ளது. அத்துடன் நின்றிருந்தால் ஞானசம்பந்தருக்குப் பொற்கிண்ணத்தில் தன் பாலைக் கறந்து கொடுத்த உமையவளின் சிலை என்று நாம் எண்ணிக்கொள்ளலாம். அதற்கும் வழியில்லை. ஏனென்றால், சிலை பெருமாள் கோயிலின் முன் மண்டபத்தில் வைக்கப்பட்டுள்ளது.

தமிழ்நாட்டுத் தாய்த் தெய்வ மரபில் தாய்த் தெய்வத்தின் முலையில் மானிடக் குழந்தைகள் வாய் வைத்து உண்ணுவதில்லை. எனவேதான் அவளுக்கு உண்ணாமுலையம்மை என்று பெயர் (வடமொழியில் அபித குஜாம்பாள் - எச்சில் படாத முலையாள் என்றழைப்பர்).

இந்தச் சிலையில் பாலை ஊற்றுவதற்காக வலது மார்பகத்தில் துளையிடப்பட்டுள்ளது. எனவே, காட்சிப்பொருளாக மட்டு மல்லாமல் ஒரு சடங்கின் பங்களிப்பிற்குரியதாக இச்சிலை இருந்துள்ளது.

அதாவது, வலது மார்பகத்தின் மேலுள்ள துளை வழியாகப் பால் ஊற்றப்பட்டு முலைக்காம்பின்வழி இடதுகை ஏந்திய கிண்ணத்தில் வழிந்து அது பிரசாதமாக வழங்கப்பட்டிருக்க வேண்டும். ஏதேனும் ஒரு திருவிழாவின் பகுதியாக அல்லது சடங்காக இது நிகழ்த்தப்பட்டிருக்க வேண்டும். உள்ளூர் வழக்கு மரபிலோ தலபுராணத்திலோ இதுகுறித்த எந்தச் செய்தியும் கிடைக்கவில்லை. பால் உண்ணும் குழந்தை உருவம் எதுவும் சிலை அருகில் வடிக்கப்படவும் இல்லை.

பாலூட்டும் தாய் என்பவள் வளமை வழிபாட்டின் குறியீடு ஆவாள். ஆயினும், பாலூட்டும் தோற்றத்தில் சிலை எதுவும் இதுவரை தமிழ்நாட்டில் கண்டறியப்படவில்லை. குழந்தையோடு தொடர்புபடுத்தப்படும் கோயில் சடங்கு ஒன்றைச் சில பெருந்

தெய்வக் கோயில்களில் காணமுடிகின்றது. சில பெரிய கோயில் களில் தாமரைப்பூ உருவம் கீறிய (மேலோட்டமாகச் செதுக்கிய) கல் ஒன்று நடப்பட்டிருக்கும். அப்பகுதி மக்கள் மகப்பேற்றுத் தீட்டு கழிந்தவுடன் பிறந்த குழந்தையை அக்கல்லின் முன்னர் கிடத்தி வணங்கி எடுத்துச் செல்வர். இது யோனித் தெய்வ வழிபாட்டின் எச்சமாகும். ஆனால், மன்னார் கோயிலில் காணப்படும் சிலை பாலூட்டும் தாய் தொடர்பானது.

குழந்தைக்கு உணவூட்டுதல் என்பது ஒரு கோயில் சடங்காக இன்றும் கேரளத்தில் நிகழ்த்தப்படுகிறது. குருவாயூர்க் கோயிலில் நடைபெறும் 'அன்னப் பிராசனம்' (அதாவது குழந்தைகளுக்கு முதற்சோறூட்டும் சடங்கு) மிகவும் புகழ் பெற்றதாகும்.

கேரளத்தில் தெய்வ உருவங்களை வண்ணப் பொடிகளால் தரையில் எழுதி வணங்கும் முறை இன்றும் வழக்கத்திலுள்ளது. இதற்குக் 'களம் எழுதுதல்' என்று பெயர். வழிபாடுகள் முடிந்தபின் தெய்வ உருவங்களைக் கலைப்பதற்குக் 'களமழித்தல்' என்று பெயர். இதுகுறித்து குமரி மாவட்ட வரலாற்றாய்வாளர் அ.கா. பெருமாள் தரும் குறிப்பு நமக்குத் துணை செய்கிறது. களமழித்தல் சடங்கு, வரையப்பட்ட தெய்வ உருவங்களின் மார்பகங்களை மட்டும் வண்ணப் பொடிகளால் செய்யாது நெல்லையும் அரிசி யையும் குவித்துச் செய்திருப்பர். களமழிக்கும்போது சுற்றியுள்ள மக்களுக்கு இந்த நெல்லும் அரிசியும் பிரசாதமாக அளிக்கப்படும். இதற்கு 'திருமுலைப் பிரசாதம்' என்று பெயர். குழந்தைக்குப் பால் கொடுத்தலை மலையாள மொழியில் இன்றும் 'முலை கொடுத்தல்' என்றே சொல்கின்றனர். திருமுலைப் பால் தாய்த்தெய்வத்தின் அருளாகக் கருதப்படுகிறது. இது ஆகம ரீதியிலான பெருங்கோயில் மரபன்று; நாட்டார் மரபாகும். மன்னார் கோயிலில் இச்சிலை உள்ள மண்டபம் கேரள மக்களின் பண்பாட்டு அசைவுகளில் ஒன்று என்பதில் ஐயமில்லை.

மன்னார் கோயிலோடு கேரள மக்களும் உறவு கொண்டுள்ளனர். இக்கோயிலிலுள்ள குலசேகர ஆழ்வார் சந்நிதியை எழுப்பித்தவர் மலை மண்டலத்து 'முல்லப்பள்ளி வாசுதேவ கேசவனான செண்டலங்கார தாசர்' என்பது இங்குள்ள கல்வெட்டால் தெரியவருகிறது. எனவே, இது கேரள மக்களோடும் உறவுடைய கோயிலாக விளங்கியிருக்கிறது.

வண்ணப் பொடிகளால் களமெழுதும் வழக்கம் மேற்குமலைத் தொடரின் கீழ்புறத்தில் இல்லை. எனவே, கேரளத்துச் சிற்பியொருவன் திருமுலைப் பிரசாத வழிபாட்டைத் தமிழ்நாட்டின் கல்லிலே நிலைநாட்டியிருக்கிறான். தாய்ப்பாலை 'அம்மம்' என்பது தமிழிலக்கிய வழக்கு. நாட்டார் மரபில் 'அமுதப்பால்' என்பர். எனவே, இச்சிலையினை 'அமுதூட்டும் சிலை' என்றழைக்கலாம்.

ஆன்மீகச் சனநாயகம்

சுமார் நான்காண்டுகளுக்கு முன்னால் தமிழ் நாட்டில் பகுத்தறிவாளர்களுக்கும் இடதுசாரிகளுக்கும் பண்பாட்டு நெருக்கடி ஒன்று உருவாயிற்று. தொடக்கத்தில் 'பேச்சற்றுப்போன' இரு சாராரும் பின்னர்தான் 'சுதாரித்துக் கொண்டனர்'.

அன்றைக்கிருந்த ஜெயலலிதா அரசு யாரும் கேட்காமலேயே கோவிலில் உயிர்ப்பலி கொடுக்கும் வழக்கத்தைத் தடுத்து நிறுத்தச் சட்டம் ஒன்று கொண்டுவந்தது. இந்தச் சட்டத்தை இந்துத்துவ வாதியானராம.கோபாலனும் வரவேற்றார். திராவிடர் கழகத் தலைவர் கி.வீரமணியும் வரவேற்றார். (ஆனால் பெருந்திரளான மக்கள் இந்தச் சட்டத்தினைஎதிர்த்து அடுத்த தேர்தலில் தங்கள் தீர்ப்பினைஎழுதி அந்தச் சட்டத்தைத் திரும்பப் பெறச் செய்தனர்).

பகுத்தறிவாளர்களுக்கும் இடது சாரிகளுக்கும் இப்படி ஒரு சிக்கல் உண்டாகக் காரணம் என்ன? சமூகத்தின் அடிப்படை அலகுகளையும் அதன் அசைவுகளையும் இனங்கண்டுகொள்ளாமல் ஒரு வெற்றிடத்தை நாம் உருவாக்கி வைத்திருந்தோம். அந்த வெற்றிடத்தில் இந்துத்துவமும் அதன் மேல் சாதி உணர்வும் தங்களை இருத்திக்கொண்டனர். இதுதான் நிகழ்ந்தது. சட்டம் பிறப்பிக்கப்பட்டு ஒருமாத காலத்திற்குள்ளாகவே நெல்லை மாவட்டம் ஒத்தைப்பனை சுடலை கோவில் திருவிழாவில் எந்த அரசியல் கட்சி ஆதரவும் இன்றி மக்கள் இந்தச் சட்டத்தை மீறினர். அரசதிகாரத்தால் போக்குக்காட்ட மட்டுமே முடிந்தது. பண்பாட்டைப் புரிந்துகொள்வதில் ஏற்படும் வெற்றிடங்களை நிரப்பிக் கொள்வது இன்று நம் அவசியத் தேவைகளில் ஒன்று.

பகுத்தறிவாளர்கள், இடதுசாரிகள் இருசாராரையும் சேர்த்தால் கூட தமிழ்நாட்டில் தெய்வ நம்பிக்கை இல்லாதவர்கள் நான்கைந்து விழுக்காடுகூடத் தேற மாட்டார்கள். அனைத்திந்திய அளவில் இது இன்னும் குறைவு. எனவே வெகுமக்களைப் புரிந்து கொள்ளுதல் என்பதில் அவர்களின் ஆசைகள், கனவுகள், ஆதங்கங்கள், நம்பிக்கைகள் ஆகியவற்றையும் கணக்கில் எடுத்துக் கொள்ளவேண்டும்.

முதலில் இறைவன், கோவில், தெய்வம், கடவுள் ஆகிய சொற்கள் 'உணர்த்தும்' பொருளை விளங்கிக் கொள்ளவேண்டும். 'இறை' என்ற சொல்லுக்கு 'வரி' என்பதும் 'மிகை' என்பதும் முதற்பொருளாகும். வரிபெறும் அரசனுக்கு இறைவன் என்று பெயர். சங்க இலக்கியத்திலேயே பார்ப்பனரை உயர்த்திக் கூறும் புறநானூற்றுப் பாடல் ஒன்றில் அரசன் 'இறைவன்' என்ற சொல்லால் குறிக்கப்படுகின்றான். 'இறைவற்கு இறைகஒருங்கு நேர்வதுநாடு' (733) என்று அரசனுக்கு முறையாக வரி செலுத்தவேண்டும் என்கிறார் வள்ளுவர்.

'கோயில்' என்பது கோவாகிய அரசனின் இல்லத்தை (அரண் மனையை)க் குறிக்கும் சொல்லாகும். "சென்றாள் அரசன் செழுங்கோயில் வாயில்முன்" என்பது சிலப்பதிகாரம். தெய்வம் என்ற சொல்லும் கடவுள் என்ற சொல்லும் ஒரே பொருளைக் குறிக்கவில்லை. கடவுள் என்ற சொல் ஒன்றே ஒன்றான (The என ஆங்கிலத்தில் குறிக்கப்பெறும்) ஒன்றைக் குறிக்கிறது. அரசியல் சொல்லாடல்களில் நாம் இதனை ஏக ஆதிபத்தியம் என்று குறிக் கிறோம். நிறுவன சமயங்களான சைவம், வைணவம், கிறித்துவம், இசுலாம் ஆகியன எல்லாம் 'ஒரு கடவுள்' கோட்பாட்டினை உடையன. வேதங்களை மட்டுமே புனிதமாகக் கொண்டாடும் 'ஸ்மார்த்தம்' (சங்கரவேதாந்தம்) பிராமணர்களில் ஒரு பிரிவினருக்கு மட்டுமே உரியது.

இவற்றைத் தவிர்த்துவிட்டுச் சமூகத்தின் பெருந்திரளான மக்களால் வழிபடப்பெறும் தெய்வங்கள் பலவாகும். இவை குறித்த பார்வைகள் நுண் அரசியல் (Micro Political) தளத்தில் நமக்குக் கிடைக்கவில்லை. அவை குறித்த தேடலும் நமக்கில்லை. இதுவே பண்பாட்டுத் தளத்தில் நமக்கு ஏற்பட்ட சறுக்கலின் அடிப் படையாகும். இதற்கான காரணங்களையும் நாம் தேட வேண்டும். நம்மில் பலர் பாரதி என்ற பெருங்கவிஞனின் ஆளுமைக்கு உட்பட்டவர்கள்.

ஆயிரம் தெய்வங்கள் உண்டென்றுதேடி
அலையும் அறிவிலிகாள் - பல்
ஆயிரம் வேதங்கள் அறிவொன்றே தெய்வமென்(று)
அறைகுதல் கேளீரோ

என்ற பாரதியின் பாடலடிகள் நமக்கு உவப்பாக இருந்தது. 20ஆம்

நூற்றாண்டின் தொடக்கப் பகுதியில் இந்தியச் சமூகத்தை ஒருமைப் படுத்தக் கனவு கண்ட கவிஞனின் கருத்து இது. அதுபோலவே 'ஒன்றே குலமும் ஒருவனே தேவனும்' என்ற திருமூலரின் பாடலடி அண்ணாவின் மேற்கோளால் பகுத்தறிவாளருக்கும் உவப்பாக இருந்தது. ஆனால் இன்று, "இந்தியர்கள் ஒரு குலம், இராமனேஒரு தெய்வம் " என்று இந்துத்துவவாதிகள் நம்மை அச்சுறுத்துகின்றனர்.

இத்தோடு நம்முடைய சறுக்கலுக்கான வரலாற்றுக் காரணமும் உண்டு. தொழிற் புரட்சிக்குப் பின்னர் உலகத்தின் கீழ்ப் பகுதியைவெற்றிகொண்ட ஐரோப்பியர்கள் அந்நாட்டு மக்களின் பண் பாடுகளைப் பற்றி எழுதத் தொடங்கினர். அவ்வாறு எழுதத் தொடங்கியவர்கள், தம்முடைய பண்பாட் டோடு இசைவுடையவற்றையும் ஆசிய நாடுகளில் தேடினர். அவர்களில் ஒருவரானமாக்ஸ் முல்லர், இந்தியாவின் எழுதப் படாத வடமொழிவேதங்களைக் கண்டறிந்து இந்தியாவை 'வேதங் களின் நாடு' என அடையாளப்படுத்தினார். பின் வந்த ஐரோப்பிய ஆய்வாளர்களும் இந்தியா ஆய்வாளர்களும் இந்த அடையாளத் திலேயே தங்களைக் கரைத்துக் கொண்டனர். இடதுசாரிகளும் இதில் தப்பவில்லை.இதன் விளைவாக இந்திய மக்களின் மிகப் பெரும்பாலோரில் வேதமல்லா மரபு (Non Vedic Tradition) சார்ந்த பண்பாட்டு அசைவுகள் பகுத்தறிவாளர், இடதுசாரிகள் என இரண்டு சாரார் கண்களுக்கும் தப்பிவிட்டன. பெருந்திரளான இந்த மக்கள் பண்பாட்டின் ஆன்மிகம் இவர்களால் பேசப்பட வேயில்லை.

பாரதியின் வார்த்தைகளில் சொல்வதானால், மாடனையும் வேடனையும் காடனையும் வழிபடுகின்ற இந்த வெகுமக்கள் திரளின் ஆன்மிக உணர்வுகள் உன்னதமானவை; சுரண்டல் தன்மையற்றவை; மற்றவற்றின் இருப்பைக் கண்ணியமாக ஏற்றுக்கொள்பவை; அதிகாரச் சார்பற்றவை; புரோகிதத்தால் தின்னப்படாதவை; சொத்துடைமை சாராதவை. இத்தனைப் பண்புகளையும் விரித்து விளக்குவதற்கு இங்கே இடமில்லை. நாட்டார் தெய்வம் ஒன்றையும் அதற்குரிய வழிபாட்டு நெறிகளையும் இழை இழையாய் விரித்து அவதானித்தால் இந்த உண்மை நன்கு விளங்கும். சமயச் சண்டைகளும் சாதிச் சண்டைகளும்போல நாட்டார் தெய்வங்கள் தமக்குள் சண்டையிட்டதாகக் கதைகள்கூடக் கிடையாது.

சண்டைகளின் விளைவாகப் பின்னர் தெய்வமாக்கப்பட்டவர்கள் இரு தரப்பினராலும் வணங்கப்படுகிறார்கள். பெண்களின் ஆன்மீக உணர்வு, நாட்டார் தெய்வ வழிபாடுகளில் மதிப்பிடம் பெறுவதுபோல, சைவ, வைணவ, கிறித்துவ, இசுலாமியப் பெருஞ் சமய நெறிகளில் மதிப்பிடம் பெறுவதில்லை.

வேறுவகையில் சொல்வதானால் நாட்டார் தெய்வங்களின் சனநாயக உணர்வு, மானுடத்தின் சரிபாதியான பெண்களால் ஏந்திப் பிடிக்கப்படுகிறது. பெருங்கோயில் சார்ந்த ஆன்மீகம் வெறுப் பிற்கும் மற்றதை நிராகரிப்பதற்கும் நம்மைக் கொண்டு சேர்க்கும்.குத்துவிளக்கு ஏற்றும் பெண்களின் ஆன்மீகம் மற்றதை மதிக்கும் மனப்பாங்கினை நமக்குத் தருகின்றது. ஏனென்றால், அது புனிதநூல்களாலும் ஆகமங்களாலும் கட்டப்படவில்லை.

இந்தப் பின்னணியில் நின்று யோசித்தால் கிராமக் கோயில் பூசாரிகளுக்கு இந்துத்துவவாதிகள் ஆகமப்பயிற்சி தருவது எவ்வளவுஆபத்தானது என்பது புரியும்.

சமூக வரலாற்றுப் பார்வையில் திருவிழாக்கள்

திருவிழாக்கள் என்பது சமூக அசைவுகளில் ஒன்று ஆகும். திருவிழாக்கள் இல்லாமல் ஒரு சமூகம் இயங்க இயலாது. சுடுவெயிலில் நடப்பவன் மரத்து நிழலில் தங்கி, அடுத்து நடப்பதற்கான உடல், மன வலிமையினைச் சேர்த்துக்கொள்வதுபோலத் திருவிழா என்பது ஒரு 'சமூக இளைப்பாறுதல்' நிகழ்வு ஆகும். ஆடுதல், பாடுதல், கூடிக் களித்தல், கூடி உண்ணுதல் ஆகிய அசைவுகளும் தொடர்ந்து வரும் அவற்றின் நினைவுகளும் ஒரு சமூகத்தைச் சோர்வின்றி இயங்கச் செய்கின்றன. இதுவே திருவிழாவின் பொருள் என்று சொல்லலாம்.

இன்று நாம் திருவிழா என்பதனைத் திருவள்ளுவர் 'சிறப்பு' என்ற சொல்லால் குறிப்பிடுகின்றார். அதாவது 'பொது அல்லாத' ஒரு சமூக நிகழ்வு என்று அதற்குப் பொருள். திருவிழா என்பது குறிப்பிட்ட நாளில் குறிப்பிட்ட நேரம் சார்ந்த ஒரு கொண்டாட்ட மாகும். மணவிழா, பிறந்தநாள் விழா, மூத்தோர் வழிபாடு போன்ற வீட்டு விழாக்களுக்கு நாளும் நேரமும் தனித்தனியாகவே அமைந்துள்ளன. சமூகத் திருவிழாக்களுக்கு அவை ஒரே நேரத்தில் அமைய வேண்டும்.

ஊர், சாதி, சடங்குகள், தெய்வங்கள் ஆகிய அளவுகோல்களை முன்னிறுத்தி நடைபெறும் திருவிழாக்களையே பொதுவாக நாம் திருவிழாக்கள் என்று ஏற்றுக்கொள்கிறோம். ஆனால், இந்த எல்லைகளைத் தாண்டி ஒரு குறிப்பிட்ட மொழி பேசுவதோடு ஒரே நிலப்பகுதியில் வாழும் மக்கள்திரள் கொண்டாடும் விழாக்களே உண்மையான திருவிழாக்களாகும். இந்தத் திருவிழாக்கள் அந்தந்த நிலப்பகுதியின் பருவநிலை சார்ந்தே பெரும்பாலும் அமைகின்றன. இந்தப் பருவநிலைகள் என்பன, குறிப்பிட்ட மொழி பேசும் அந்த மக்களின் நாட்காட்டி முறையின்படி வரையறுக்கப்பட்டதாகும்.

இந்த வகையில் தமிழர்களுக்குச் சாதியும் மதமும் கடந்த திருவிழாவாக இன்று எஞ்சி நிற்பது 'தைப்பொங்கல்' திருவிழா

வாகும். தைப்பொங்கல் திருவிழாவும் இன்று நாள் (விண்மீன்) மாறியுள்ளது. 'மகரசங்கராந்தி' என்ற பெயரில் ஆரியர்களின் சூரியக்கணக்கின்படி இத்திருவிழா இன்று தை மாதம் முதல் நாளில் கொண்டாடப்பெறுகின்றது. ஆங்கிலேயர்களும் சூரியக் கணக்கினைப் பின்பற்றுபவர்கள் என்பதால் தைப்பொங்கல் அவர்களின் நாட்காட்டிப்படி எப்போதும் சனவரி 14ஆம் நாளில் வருகின்றது.

திராவிடர்கள் அல்லது பழந்தமிழர்கள் சந்திரக்கணக்கு நாட்காட்டி முறையினைக் கொண்டவராவர். 'திங்கள்' என்ற தமிழ்ச் சொல் அதனால்தான் சந்திரனையும் குறிக்கின்றது; மாதத்தினையும் குறிக்கின்றது. சந்திரனுக்குரிய நாள் திங்கள்கிழமை என்றே பெயர் பெறுகின்றது. பழந்தமிழர்கள் ஒரு நாளினை அந்த நாளுக்குரிய விண்மீனைக் கொண்டே சித்திரை நாள், கார்த்திகை நாள் என்று அழைத்தனர். இன்றளவும் தமிழ்நாட்டில் பெரும்பாலான சாதியாரும் குழந்தைகளின் பிறந்தநாளை நட்சத்திரத்தினைக் (நாள்மீனைக்) கொண்டே கொண்டாடுகின்றனர். வேணாட்டு (திருவனந்தபுரத்து) அரசமரபினர் சித்திரைத் திருநாள், மூலம் திருநாள் என்று பிறந்தநாளின் பெயர் கொண்டே அழைக்கப் படுகின்றனர்.

பக்தி இயக்கத்தின் எழுச்சிக்குப் பிறகு, ஆரிய நாகரிகத் தாக்கம் காரணமாகத் தமிழர்கள் சில நேரங்களில் சூரியக் கணக்கு முறை யினையும் சில நேரங்களில் சந்திரக் கணக்கு முறையினையும் பின்பற்றத் தொடங்கினார்கள். இதன் விளைவாகத் திங்கள் பிறப்பு நாள், 'மாதப்பிறப்பு' நாளாக மாறிவிட்டது.

பழந்தமிழர்களிடத்தில் முழுநிலவு நாளே மாதத்தின் (திங்களின்) தொடக்க நாளாக இருந்தது. ஆரியரின் சூரிய நாட்காட்டி முறை யினைப் பின்பற்றியதால் அந்தத் திங்களுக்குரிய நாள் (நட்சத்திரம்) மாதத்தின் நடுவில் வருவதாயிற்று. கவிஞர் பாரதியார் தனது கட்டுரை ஒன்றில் அயன, விசுக் காலங்களைக் கணிப்பதில் 21 நாட்கள் பிழைபட்டுப் போனதாகவும் இதனால் திருவிழா நாள்கள் மாறி மாறி வருவதாகவும் இதனைத் திருத்த வேண்டுமெனவும் குறிப்பிட்டுள்ளார். தமிழர்களின் சந்திர நாட்காட்டி (சாந்த்ரமானம்) சூரிய நாட்காட்டி முறையாக (சௌரமானம்) மாற்றப்பட்டதால் வந்த குழப்பம் இதுவாகும்.

கி.பி. ஏழாம் நூற்றாண்டில் வாழ்ந்த ஆண்டாள் தன்னுடைய திருப்பாவை முதற் பாட்டில் 'மார்கழித் திங்கள் மதிநிறைந்த நன்னாளால்' என்று மார்கழி முழு நிலவு நாளன்று பாவை நோன்பு தொடங்கியதாகக் குறிப்பிடுகின்றார். ஆனால், இன்று மார்கழி மாதத்தின் நடுவில்தான் முழுநிலவு நாள் வருகிறது. ஆண்டாளின் கணக்குப்படி மார்கழி முழுநிலவு நாளில் தொடங்கிய பாவை நோன்பு, தை முழு நிலவு நாளுக்கு முந்திய நாள் நிறைவடைகின்றது. மறுநாள் முழு நிலவு நாளாகிய தைப்பூசம் நாளாகும். அன்றுதான் ஆண்டாளின் கூற்றுப்படியே,

பாற்சோறு மூடநெய் பெய்து
முழங்கை வழிவாரக் கூடியிருந்து

குளிருகின்ற நாளாகும். அது பாவை நோன்பின் நிறைவான முப்பதாவது நாளாகும். இதுவே பழந்தமிழர்கள் கொண்டாடிய தைப்பொங்கல் திருநாள் ஆகும். தமிழ்நாட்டின் எல்லா ஆற்றங்கரை களிலும் இன்றளவும் தைப்பூசத் துறைகளும் தைப்பூச மண்டபங் களும் காணப்படுவதே இதற்கு எடுத்துக்காட்டாகும். இவ்வகை யான நிகழ்வுதான் கோயில் சார்ந்து கேரளத்தில் திருவிழாவாகக் கொண்டாடப்பெறுகின்றது.

தைப்பூசம் போன்றே மாசி மாதத்துச் சிவராத்திரியும் பங்குனி மாதத்து உத்திரமும் சித்திரை மாதத்துச் சித்திரைத் திருவிழாவும் வைகாசி மாதத்து விசாகமும் முழுநிலவு நாட்களாகும்.

இந்த முழு நிலவு நாட்களே தமிழர்களின் திருவிழா நாட்களாகும். இந்தத் திருவிழா நாட்களை எல்லாம் ஆரியச் செல்வாக்கினால் உருவான பக்தி இயக்கம் தனதாக்கிக்கொண்டது. இவற்றுள் மாசி மாதத்துச் சிவராத்திரி முழுநிலவு நாளைத் தமிழகத்து மக்கள் இன்றளவும் நாட்டார் தெய்வ வழிபாட்டிற்குரிய நாளாக வைத்துள்ளனர். நெல்லை, தூத்துக்குடி, குமரி மாவட்டங்கள் புவியியல் அமைப்பில் வடமேற்குப் பருவ மழையோடு தென் மேற்குப் பருவ மழையினையும் பெறுகின்ற நிலப்பகுதிகளாகும்.

எனவே, இந்த மூன்று மாவட்டங்களிலும் பங்குனி மாதத்து உத்திர நாளே நாட்டார்தெய்வ வழிபாட்டிற்குரிய நாளாக ஆகிவிடு கின்றது. திருஞானசம்பந்தரின் மயிலாப்பூர்ப் பதிகம் 'தைப்பூசம்', 'பங்குனி உத்திரம்' ஆகிய இரண்டு நாட்களையும் பக்தி இயக்கம் தன் மயமாக்கிக்கொண்டதை உணர்த்துகின்ற சான்றாகும்.

இதனுடன் குறிப்பிடத்தகுந்த மற்றொன்று, வைகாசி மாதத்து விசாக நாள் ஆகும். அந்த நாள் புத்தர் பிறந்த நாளாகும். பின்னாளில் அது முருகனுக்கு (விசாகப் பெருமாளுக்கு) உரியதாக ஆயிற்று. தென்கலை வைணவர்களுக்கு அது நம்மாழ்வார் பிறந்தநாளும் ஆகும்.

திருவிழாக்கள் பொதுவாகத் தமிழ் நிலத்தின் மரபாகத் தெய்வங் களைச் சார்த்தியே நடைபெறுகின்றன. (விடுதலை நாள், மே நாள் போன்ற சமயச் சார்பற்ற திருவிழாக்களைத் தமிழ்ச் சமூகம் இன்னமும் பண்பாட்டு ரீதியாக உள்வாங்கவில்லை). தமிழ்நாட்டுத் திருவிழாக்களின் பொதுவான கால எல்லை தைமாதம் முதல் ஆடிமாதம் வரையே ஆகும். தமிழகம் வெப்ப மண்டலத்திலுள்ள நிலப்பகுதியாகும். எனவே, வேளாண்தொழில் சார்ந்த பணிகள் பெரும்பாலும் இல்லாத காலப்பகுதியே தமிழர்களின் திருவிழாக் காலமாகின்றது. தமிழகத்து நாட்டார் தெய்வங்கள் (குறிப்பாகத் தாய்த் தெய்வங்கள்) இந்தக் கால அளவில்தான் கொண்டாடப் படுகின்றன.

இந்த வரையறையினைத் தாண்டிய சில திருவிழாக்களும் தமிழ்நாட்டில் உண்டு. இன்று பரவலாகக் கொண்டாடப்பெறும் தீபாவளி நாள் என்பது விசயநகர மன்னர்களின் காலத்தில் தெலுங்குப் பார்ப்பனர் வழியாகத் தமிழ்நாட்டுக்கு வந்த திருவிழா ஆகும். வடநாட்டில் இது சமண சமயத்தைச் சேர்ந்த திருநாள் ஆகின்றது. விசயநகர அரசு நாட்டார் பண்பாட்டோடு சமரசம் செய்துகொள்ள நேர்ந்தபோது, நவராத்திரித் திருவிழாவினைப் (தசரா) பெரிதுபடுத்தியது.

எருமைத்தலை அரக்கனை ஆயுதம் ஏந்திப் போரிட்டு அழித்த கன்னட நிலப்பகுதிக் கதை சிலப்பதிகாரக் காலத்திலேயே தமிழ கத்தில் அறிமுகமாகியிருந்தது. அந்தக் கதையினை விசயநகர அரசமரபு கொண்டாடத் தொடங்கியபோது ஆயுதம் ஏந்திய (தந்தைத் தெய்வச் சார்பு இல்லாத) தமிழகத்தின் தாய்த் தெய்வங் களும் புத்துயிர் பெற்றன. இதன் விளைவாக வைதீகத்துக்கு மாற்றான திருவிழாக்களைத் தமிழ்நாட்டார் மரபு தனது வலிமையான பண்பாட்டுக் கருவியாகக் காப்பாற்றிக்கொண்டிருக்கின்றது. அரசியல் வரலாறும் சமூக வரலாறும் மாற்றங்களைச் சந்திக்கின்ற போது அம்மாற்றங்களின் பண்பாட்டு வெளிப்பாடாக இந்தத் திருவிழாக்களே அமையும்.

வைதீகத்தின் இருண்டமுகம்

தமிழ்ச் சமூகத்தில் 'துறவு' என்பது ஆணுக்கு மட்டுமே உரிய வாழ்நெறியாகக் கருதப்படுகிறது. பெண் உறவை நீக்கிய ஆணுக்கான மரியாதை நம் சமூகத்தில் நிறையவே உண்டு. சமணச் சார்புடைய திருவள்ளுவரும் 'துறந்தார்' என்னும் பெயரில் ஆண் துறவிகளின் பெருமையை விரிவாகக் கொண்டாடியுள்ளார்.

மாறாக ஆண் உறவு வேண்டாம் என்று வாழும் பெண்களுக்கு நம் சமுதாயத்தில் உரிய மரியாதைகூடக் கிடைப்பதில்லை. நெடுங்காலம் இதுவே வாழ்நிலையாக இருந்தபோது, காலனி ஆட்சிக்குச் சற்று முன்னர் தமிழ்நாட்டுக்கு வந்த கத்தோலிக்கக் கிறிஸ்தவம் மீண்டும் பெண் துறவை இங்கு அறிமுகப்படுத்தியது. பெண் துறவிகள் கல்வி, மருத்துவம் ஆகிய சேவைகளோடு இணைக்கப்பட்டனர்.

தமிழ்நாட்டில் பெண்துறவு பழிப்புக்குள்ளான கதையை மிக நுட்பமாகக் காணவேண்டும். தமிழ்நாட்டுச் சிவன் கோயில்கள் சிலவற்றில் தனித்துவமான ஒரு திருவிழா கொண்டாடப்படுகிறது. அதாவது, இறைவனை (சிவனை) அடைய இறைவி (அம்மன்) தவம் இருப்பதாகவும் தவத்தின் முடிவில் இறைவன் மனமிரங்கி, கோயிலுக்கு வெளியே ஒரு இடத்தில் காட்சி கொடுப்பதாகவும் இத்திருவிழா நடத்திக் காட்டப்படுகிறது. நெல்லை மாவட்டத்தில், குறிப்பாகத் திருநெல்வேலி, சங்கரன்கோயில் ஆகிய இரண்டு இடங்களில் இத்திருவிழா பெரிய அளவில் கொண்டாடப்படுகிறது. திருநெல்வேலிக் கோயில் அப்பர், சம்பந்தரால் பாடப்பெற்ற ஆகம வழிப்பட்ட தொன்மையான கோயிலாகும்.

நெல்லை மாவட்டத்தின் மேற்குப் பகுதியிலுள்ள சங்கரன் கோயிலிலுள்ள இறைவன் சங்கரநாராயணன் என்று அழைக்கப் படுகிறார். கல்வெட்டுகளில் இந்நாட்டுப் பகுதி 'தென்கல்லக நாடு' ஆகும். கல்லக நாடியம்மனுக்குப் புளியங்குடியில் ஒரு கோயில் உள்ளது. சங்கரன்கோயில் பெரிதும் கொண்டாடப்படும் சிவத்தலமாகும். 'ஆடித்தபசு' என்னும் திருவிழாவில் இலட்சத்

துக்கும் மேற்பட்ட மக்கள் கூடுகின்றனர். இறைவி (அம்மன்) தவம் செய்து அவருக்கு இறைவன் சங்கரனார் அருட்காட்சி கொடுப்பதே இத்திருவிழாவின் உச்சக்கட்ட நிகழ்ச்சியாகும்.

இக்கோயிலைப் பற்றியோ இத்திருவிழாவினைப் பற்றியோ தொல்லிலக்கியக் குறிப்புகளோ கல்வெட்டுக் குறிப்புகளோ கிடைக்கவில்லை. எனவே இக்கோயிலைப் 'பழைய சிவன் கோயில்' என்று கோயில் ஆய்வாளர்கள் ஏற்றுக்கொள்வதில்லை. இக்கோயிலின் தனித்துவமான பிற கூறுகளைக் கவனிக்க வேண்டும். இக்கோயிலில் அடியவர்களுக்கு பிரசாதம் (இனிமம்) ஆக பாம்புப்புற்று மண்ணே வழங்கப்படுகிறது. நெல்லை, தூத்துக்குடி மாவட்டங்களில் வீட்டுக்குள் பாம்பு போன்ற நச்சுயிரிகளின் நடமாட்டம் தென்பட்டால் இக்கோயிலுக்கு நேர்ந்துகொள்கின்றனர். நேர்த்திக்கடனாக வெள்ளித் தகட்டாலான பாம்பு, தேள் உருவங்களைக் காணிக்கையாகச் செலுத்துகின்றனர். இக்கோயிலுக்குள் அமைந்த தெப்பக்குளம் நாகதீர்த்தம் என்றே வழங்கப்படுகிறது.

இதுபோன்ற ஐயத்துக்கிடமான தோற்றக்கூறுகளையுடைய கோயில்கள் பெரும்பாலும் பிற சமயத்தவரிடமிருந்து பறிக்கப் பட்டவையாகும். பிற சமயத்தவர்கள் என்போர் பெரும்பாலும் பௌத்தர்களும் சமணர்களும் ஆவர். பௌத்த சமயம் கி.பி. பத்தாம் நூற்றாண்டுக்குள் தமிழ்நாட்டின் தென்பகுதியிலிருந்து மறைந்துவிட்டது. எனவே இக்கோயில் சமணர்களிடமிருந்து பறிக்கப்பட்டது என்பதனைக் கருதுகோளாக வைத்துக்கொள்ளலாம். தமிழ்நாட்டுத் திருவிழாக்களிலும் தவம் செய்யும் அம்மன்மார் பெரும்பாலும் வெள்ளை சாத்தியே தவக்கோலக் காட்சி தருகின் றனர். வெள்ளை சாத்துதல் என்பது வெண்ணிறத் துணி சாத்துதல் அல்லது வெண்ணிறத் திருநீற்றுக் காப்பு சாத்துதல் என இரண்டு வகையில் அமைகின்றது.

வெள்ளை நிறத்துக்கும் துறவுக்குமுரிய ஒரே தொடர்பு, தமிழ்நாட்டுச் சமயவரலாற்றில் (கத்தோலிக்கம் தவிர) சமணத்துக்கு மட்டுமே உரியதாகும். கந்தி, கவுந்தி, ஆர்யாங்கனை, குரத்தியடிகள் ஆகிய பெயரோடு சமணப் பெண்துறவிகள் அழைக்கப்பட்டதனை நிகண்டுகள் பேசுகின்றன. இன்றும் சமண மதத்துப் பெண் துறவிகள் வெண்ணிறச் சேலையும் வெள்ளை முழுக்கைச்

சட்டையுமாக வாழ்கின்றனர். தமிழ்நாட்டில் சமணப் பெண் துறவிகள் மிகக்குறைவு. கர்நாடகத்தில் இவர்களை மிக அதிகமாகப் பார்க்கலாம். சமணத்தில் பொதுவாகத் துறவுநிலைக்கான கட்டுப்பாடுகள் மிகமிக அதிகம். தலை மழிப்பு, வெள்ளாடை, அணிகலன்களையும் சொத்துக்களையும் முழுவதும் விட்டு விடுதல் ஆகியவற்றோடு, ஆண் குழந்தைகளைத் தொட்டுத் தூக்கக்கூடத் தடை விதிக்கப்பட்டுள்ளது. கல்வி உரிமை மட்டுமே முழுமையாக வழங்கப்பட்டுள்ளது. எனவே வெள்ளாடை. உடுத்திய தவம் என்பது சமணத்திலிருந்து வைதிகம் பெற்றுக்கொண்ட நெறியாகும்.

சங்கரன்கோயில் ஒரு நாகவழிபாட்டுத் தலம் என்பதனைப் புற்றுமண்ணும் நாகத்தீர்த்தமும் நமக்கு உணர்த்துகின்றன. சமண சமயத் தீர்த்தங்கரர் 24 பேரும் வணக்கத்துக்குரியோர்கள். அவர்களில் பார்சுவநாதர், சுபார்சுவநாதர் ஆகிய இரண்டு தீர்த்தங்கரர்களின் சிற்பங்களில் அவர்களின் தலைமீது நாகம் குடை பிடிப்பது போன்ற வடிவமைப்பினை நிறையவே காணலாம். இவர்கள் இருவரில் பார்சுவநாதர் தலைமீது ஐந்து தலைநாகமும் சுபார்சுவநாதர் திருமேனி மீது ஏழு தலைநாகமும் குடை பிடித்திருக்கும். இவற்றுள் சங்கரன்கோயிலில் வழிபடப் பெற்ற தீர்த்தங்கரர் யார் என்பது அடுத்து வரும் கேள்வியாகும். இந்த இடத்தில் நெல்லை மாவட்டத்தில் பெருக வழங்கும் ஒரு தாலாட்டுப் பாடல் நமக்குத் துணை வருகிறது.

சங்கரனார் கோயிலிலே
சன்னதியில் புன்னைமரம்
அதிலே குடியிருக்கும்
அஞ்சுதலை செந்நாகம்

இதிலிருந்து சங்கரன்கோயிலில் வழிபடப் பெற்றவர் பார்சுவநாதரே என்று கொள்ளலாம்.

இதை வலுப்படுத்தும் இன்னொரு சான்றும் உள்ளது. சமண மதத்தின் தீர்த்தங்கரர் இருபத்து நான்கு பேருக்கும் ஒவ்வொரு இலாஞ்சனை (இலக்கினை) உண்டு. அதிலே பார்சுவநாதர் சிற்பத்தில் அடிப்புறத்தில் பாம்பு அவரது இலக்கினையாகக் காட்டப்பட்டுள்ளது. (ஏனையோருக்கு நிலப் பிறை, சங்கு, மான் போன்றவை காட்டப் பெற்றிருக்கும்).

மேற்குறித்த செய்திகளால் சங்கரன்கோயில் பார்சுவநாதர் கோவிலாக இருந்து பின்னர் வைதிகத்துக்கு (இந்து மதத்திற்கு) மாற்றப்பட்ட கோவிலாக இருக்க வேண்டும். இந்த மாற்றம் எந்தக் காலத்தில் நிகழ்ந்திருக்கலாம்? கி.பி. பதின்மூன்றாம் நூற்றாண்டோடு தென் தமிழகத்தில் சமணத்தின் சுவடுகள் முழுவதுமாக அற்றுப்போகின்றன. எனவே அதற்குப் பின்னரே இந்த மாற்றம் மெல்ல மெல்ல நிகழ்ந்திருக்க வேண்டும். சங்கரா பரணம் என்ற பெயரில் சைவமும் ஆதிசேடன் என்ற பெயரில் வைணவமும் பாம்பு வழிபாட்டைத் தமக்குள் கொண்டுள்ளன. எனவே சங்கரரும் நாராயணருமாக இந்தக் கோயிலைச் சமணத்தி லிருந்து பறித்துக்கொள்வது எளிதாகப் போயிற்று.

சமணக் கோயில் வைதிகத்தால் பறிக்கப்பட்டு இந்துக் கோயில் ஆனதற்கு இருபதாம் நூற்றாண்டு எடுத்துக்காட்டு, நாகர்கோயில் நாகராஜா கோயில் ஆகும். சுமார் ஐம்பது ஆண்டுகளுக்கு முன்புவரை அக்கோயிலில் சமணத் துறவிகள் இருந்தனர். இன்னும் அக்கோயில் தூண்களிலுள்ள சிற்பங்கள் (தீர்த்தங்கரர் சிற்பங்கள்) அக்கோயில் சமணக் கோயிலாக இருந்தமைக்கான சான்றுகளாக எஞ்சி நிற்கின்றன.

-செம்மலர், செப்டம்பர் *2010*

கூலமும் கூலியும்

தமிழிலிருந்து ஆங்கிலத்துக்குப் போன சொற்களை நினைத்துப் பெருமைகொள்கிற தமிழர்கள் நிறைய உண்டு. அரிசி, கட்டுமரம், மிளகுத் தண்ணீர் ஆகியவற்றோடு ஆங்கிலத்திற்குப் போன சொற்களில் ஒன்று (COOLIE) கூலி என்பதாகும். ஆக்ஸ்போர்டு அகராதி இந்தச் சொல்லிற்கு 'இந்திய, சீனத் தொழிலாளி' என்று பொருள் சொல்கின்றது. இந்தச் சொல்வழக்கு ஆங்கிலேயர்களால் இழிவாக வழங்கப்பட்டதுமுண்டு.

இந்தச் சொல்லின் வேர்ச்சொல் 'கூலம்' என்பதாகும். இதற்குத் 'தானியம்' என்பது பொருள். செய்கின்ற வேலைக்கு அன்றன்று தானியங்களை (கூலத்தை)ப் பெறுபவர் கூலியாவார். கூலி என்ற சொல்லிற்கு மாற்றாக ஊதியம், சம்பளம் ஆகிய சொற்கள் பிற்காலத்தில் வழங்கப்பட்டன. சம்பளம் என்பது, சம்பா நெல்லும் அளத்து உப்பும் உழைப்புக்குப் பதிலாகப் பெற்றதைக் குறிக்கும் சொல்லாகும். பணப் பொருளாதாரம் பெரிதாக இல்லாமல் பண்டமாற்றுப் பொருளாதாரம் நிலவிய வேளாண்சமூகக் காலத்தில் ஏழைத் தொழிலாளர் பெற்றதே 'கூலி'யாகும். பிற்காலத்தில் கூலி வேலை செய்யும் ஏழை மக்களைக் குறிக்கவும் 'கூலி' என்ற சொல் பயன்பட்டது. மேலோர் மரபில் ஏழ்மை நிலையினை மட்டு மல்லாமல், சமூக மரியாதை பெறாதவர்கள் என்பதனையும் இந்தச் சொல் உணர்த்துகின்றது.

வேளாண்மைப் பொருளாதாரம் செழித்திருந்த காலத்தில், பொருளாலும் சாதியாலும் ஒடுக்கப்பட்ட மக்கள், மாதச் சம்பளம் பெற்றதில்லை. மாதச் சம்பளம் என்பது காலனிய ஆட்சியாளர்கள் வந்தபின் ஏற்பட்ட அரசு நடைமுறையாகும். அதற்கு முந்திய காலத்தில் நெல், பிற தானியங்கள், பால், கள் போன்ற பொருள் உற்பத்தியோடு தொடர்புடைய மக்கள் தங்களுக்குள் தங்கள் பண்டங்களை மாற்றிக்கொண்டனர்.

கோயிற் பண்பாடு வளர்ந்தபோது வேளாண்மைப் பொருளா தாரம் கோயிலோடு பிணைக்கப்பட்டது. இக்காலகட்டத்தில்தான் துணைக்கருவிகள் செய்தல், கருவிகளை (இசைக் கருவிகள், உழவுக் கருவிகளை) பழுது நீக்குதல், முடிதிருத்துதல், சலவை செய்தல்

என்பன போன்ற புதிய சேவைத் தொழில்களும் அவற்றிற்கான சேவைச் சாதிகளும் உருவாக்கப்பட்டன. உழுதொழிலாளியாகவும் மருத்துவராகவும் தோலால் ஆன இசைக் கருவிகள் செய்பவராகவும் அவற்றைப் பழுதுபார்ப்பவராகவும் இருந்த பறையர் சாதியார் கோயிலோடு பிணைக்கப்பட்டனர். கால்நடைகளை மேய்த்துப் பால் உற்பத்தி செய்துவந்த இடையர்கள், கோயில் விளக்கிற்கு நெய் கொடுப்பதற்காகக் கோயிலுக்குரிய ஆடுகளையும் மாடுகளையும் பேணும் சாதியராகக் கோயிலோடு பிணைக்கப்பட்டனர். இவ்வகையில் சில உற்பத்திச் சாதிகளைக் கோயில்களின் அதிகார மையம் சேவைச் சாதிகளாக மாற்றியது வரலாற்று நிகழ்வாகும்.

சமூக அதிகாரத்தினையும் ஆன்மீக அதிகாரத்தையும் கோயில் நிர்வாகத்தையும் கையில் எடுத்துக்கொண்ட பார்ப்பனர்கள் புரோகித சேவைச் சாதியாரே. அவர்கள் மட்டும் தங்களுடைய வேலைக்காக மன்னர்களிடம் 'நிரந்தர'க் குடியிருப்பு வசதியினையும் நஞ்சை நிலங்களின் மேலாதிக்க உரிமையினையும் நிரந்தரமாகப் பெற்றுக்கொண்டுவிட்டனர். கிராமங்களிலும் கோயில்களிலும் பணி செய்த சேவைச்சாதிகள் (இடையர் தவிர) ஆண்டு மானியமாக நெல்லையும் பிற தானியங்களையும் கூலியாகப் பெற்றுக் கொண்டனர். அவர்களுக்குத் தரப்பட்ட மானியம் 'துடவை' எனப்பட்டது. எளிய மக்கள் தங்களுக்குக் கிடைத்த சிறுசேவைகளுக்காக நெல்லையே கூலியாகச் செலுத்தினர். எடுத்துக்காட்டாக, ஆற்றைக் கடக்க ஓடம் செலுத்துபவருக்குத் தரப்படும் கூலி 'ஓடக்கூலி'யாகும்.

கோயில் ஆடுகளையும் மாடுகளையும் பேணி வளர்த்த, கோயில் விளக்கிற்கு நெய் அளந்த, இடையர்களுக்கு சேவைக்காகக் கூலியோ மானியமோ கிடையாது. அந்த வேலை 'வெட்டி' வேலையாகும். எனவே, கல்வெட்டுக்களில் அவர்கள் 'வெட்டுக்குடிகள்' என அழைக்கப்பட்டனர். அவர்களுக்கான ஊதியம் ஆடு, மாடுகளின் இனப்பெருக்கத்தால் கிடைக்கும் கன்றுகளேயாகும். 'வெட்டுக்குடி இடையன்' என்னும் சொற்றொடரைத் தமிழ்க் கல்வெட்டுக்களில் பரவலாகக் காணலாம்.

இவர்களைப் போலவே இடுகாட்டிலும் சுடுகாட்டிலும் சேவை செய்யும் 'வெட்டியான்' என்ற பெயருடைய பணியாளருக்கு உடனுக்குடன் ஊதியம் தரப்படுவதில்லை. ஆண்டு ஊதியமாக,

தான் பணி செய்யும் குடிகளிடமிருந்து நெல்லினைப் பெற்றுக் கொள்ளலாம். இவர்களைப் போலவே தானிய அறுவடைக்களத்தில் வாழ்த்துப் பாட்டுப் பாடும் பாணர்களுக்கும் அந்த ஒரு பொழுதில் தரப்படும் தானியமே அந்த ஆண்டு முழுவதுக்குமான ஊதியமாகும்.

அரசதிகாரத்திற்கு நேரடியாகச் சேவை செய்யாத, சிற்றூர்களில் வாழ்ந்த கொல்லரும் தச்சரும் குடிமக்களிடமிருந்து ஆண்டு ஊதியமாகத் தானியங்களைப் பெற்றனர். ஆனால், இச்சிற்றூர் அமைப்புகளில் ஒரு நுட்பமான பண்பாட்டசைவு நிகழ்ந்தது. வெள்ளத்தாலோ வறட்சியாலோ பஞ்சம் ஏற்படும் காலங்களில் விளைச்சல் எதுவுமில்லாமல் போய்விடலாம். அவ்வகையான நேரங்களில் ஊரின் எளிமையான குடிமக்கள் தங்கள் தேவை யினைச் சுருக்கிக்கொண்டு கொல்லருக்கும் தச்சருக்கும் அவர்களைப் போன்ற முடிதிருத்தும் தொழிலாளி, சலவைத் தொழிலாளி போன்றவர்களுக்கும் உயிர் வாழ்வதற்கு மட்டும் தேவையான குறைந்தளவு தானியங்களைக் கொடுத்துதவுவது வழக்கம். இதற்கு 'தசைக் கூலி' என்று பெயர். அதாவது, அடுத்த பருவத்திற்குத் தேவையான உடல் வலிமையேனும் அவர்களுக்கு இருக்க வேண்டும். இதற்காகத் தங்கள் உடல்நலத்தைக் காத்துக்கொள்ள அவர்களுக்குத் தரப்படும் குறைந்தபட்சக் கூலி இது. இந்த வழக்கம் காலனி ஆட்சி நடைபெற்ற போதும்கூட உயிரோடிருந்தது.

கோயிலுக்குள்ளாக மட்டும் பணி செய்தவர்களில் பார்ப்பனப் புரோகிதர்களும் பார்ப்பன உதவியாளர் (பரிசாரகர்), மடைப்பள்ளிப் பணியாளர், இசைக்காரரர்கள் (சின்ன மேளம்) ஆகியோரும் நாள்தோறும் சோற்றுக்கட்டியினையும் ஊதியமாகப் பெற்றனர். திருவிழாக்காலங்களில் மட்டும் அந்த உரிமையினை மற்றவர்கள் பெற்றனர்.-

தொல்லியல் ஆய்வு
(மறந்துபோன நேற்று)

தொல்லியல் துறையைப்பற்றி ஒரு பழமொழி உண்டு, 'வரதட்சணை இல்லாத அழகான மணமகள்' என்று. அதனால், பெரிதும் படித்தவர்களாலேயே கவனத்தில் கொள்ளப்படாத துறை இது. ஆனால் தொன்மையான கிரேக்க நாகரிகத்தைப் பார்த்துப் பொறாமை கொண்ட ஐரோப்பியச் சமூகம் தொல்லியல் ஆய்வுகளில் நாட்டம்கொள்ளத் தொடங்கியது.

இந்தியாவில் காலனி ஆட்சியாளர்களே இந்த ஆர்வத்தைப் பதியவைத்தனர். ஹரப்பா நாகரிகம், அரிக்கமேடு கண்டுபிடிப்பு என இவையெல்லாம் காலனி ஆட்சிக்காலத்தில்தான் நடை பெற்றன.

கடந்த நான்கைந்து ஆண்டுகளாகத் தமிழ்நாட்டில் தொல்லியல் ஆய்வுகளில் ஆர்வம் அதிகரித்து வருகிறது. தமிழ்நாட்டில் தஞ்சையை மையமாகக்கொண்டு 'தொல்லியல் ஆய்வுக்கழகம்' என்ற அமைப்பு 20 ஆண்டுகளாக இயங்கிவருகிறது. இது அரசு சாராத அமைப்பாகும். இதன் செயல்பாடுகளின் விளைவாக 1905இல் நிறுத்தப்பட்ட ஆதிச்சநல்லூர் அகழாய்வு 2005இல் மீண்டும் தொடங்கப்பட்டது. சத்தியமூர்த்தி, நம்பிராசன், அறவாழி ஆகிய அறிஞர்கள் இதில் பங்கேற்றனர். வழக்கம்போலவே மைய அரசின் இந்த அகழாய்வுப்பணி அறிக்கை, தமிழில் இதுவரை வெளியிடப்படவில்லை. 150 ஏக்கர் பரப்பளவுள்ள ஆதிச்ச நல்லூரில் 600 சதுரஅடிப் பரப்பில் மட்டுமே இந்த ஆய்வு மேற் கொள்ளப்பட்டது. இந்தக் குறுகிய பரப்பிலேயே 165 தாழிகள் இப்போது கண்டெடுக்கப்பட்டன. அவை ஒன்றன் கீழ் ஒன்றாக மூன்று அடுக்குகளாகக் காணப்பட்டன. இப்படி இன்னும் எத்தனை 'கால அடுக்குகள்' தோண்டப்படாமலேயே இருக்கின்றன என்று தெரியவில்லை.

(ஒரு அடுக்கு என்பது ஒரு காலத்தைக் குறிக்கும்). ஆனால் முந்தைய (1905) அகழ்வாய்வாளர்களான டாக்டர் ஜேகோர், அலெக்ஸாண்டர் ரீ ஆகியோருக்குக் கிடைத்த வெண்கலப் பொருட்களில் ஒன்றுகூட இந்த ஆய்வில் கிடைக்கவில்லை (செம்பாலான ஒரு குழந்தை தவிர).

இந்த 2005ஆம் ஆண்டு அகழாய்வு, விவாதப்புயல் ஒன்றையும் தொடங்கிவைத்தது. கண்டுபிடிக்கப்பட்ட பானை ஒன்றின் உட்புறமாக பிராமி எழுத்துக்கள் இருந்ததாக முதலில் பத்திரிகைச் செய்தி வந்தது. அதைக்கண்டு தமிழ் ஆர்வலர்கள் வானத்துக்கும் பூமிக்குமாகக் குதித்தனர். பானை ஓட்டின் உட்புறமாக எழுத்து இந்தியாவில் இதுவரை எங்கும் கண்டுபிடிக்கப்படவில்லை.

எலும்பும் சாம்பலும் படிந்த கீறல்களையே இவர்கள் பிராமி எழுத்துக்களாக வாசித்துவிட்டனர் என்பதுதான் உண்மை. ஐந்தாண்டுகள் கழித்து ஆர்வக்கோளாறு காரணமாக ஏற்பட்ட இத்தவறினை அரைகுறையாக ஒப்புக்கொண்டனர்.

ஆனால் ஆதிச்சநல்லூர் நாகரிகத்தைக் கரிம வேதியல் ஆய்வுக்கு உட்படுத்தி கி.மு. 8ஆம் நூற்றாண்டுக்குக் கொண்டு சென்றது இந்த ஆய்வின் சாதனையாகும். (முந்தைய ஆய்வுகள் ஆதிச்சநல்லூர் நாகரிகத்தைச் சங்ககாலத்தில் கி.மு. 3ஆம் நூற்றாண்டில் நிறுத்தியிருந்தன).

ஆனால் ஆதிச்சநல்லூர் மக்கள் பேசிய மொழி எது என்ற கேள்விக்கான விடை இன்னும் எஞ்சியே நிற்கிறது. ஆதிச்சநல்லூர் புதைமேட்டின் குடியிருப்புப் பகுதிகளைக் கண்டறிவதற்கான முயற்சியும் முழுமையாக வெற்றிபெறவில்லை. இந்த மேட்டின் உட்புறமாக ஆற்றங்கரை ஓரமாக அமைந்திருக்கும் இரண்டு ஏக்கர் நிலப்பகுதி, தொல்லியல் ஆய்வாளர்களால் இன்னமும் தீண்டப்படாத பகுதியாகவே உள்ளது.

ஆதிச்சநல்லூர் நாகரிகத்தின் வியப்புக்குரிய செய்தி, அங்கு வாழ்ந்த மக்கள் உலோகவியலில் பெற்றிருந்த அறிவாகும். இரும்பு, செம்பு, கலப்பு உலோகமான வெண்கலம் ஆகியவற்றை அந்த மக்கள் பயன்படுத்தியிருக்கின்றனர். அந்த அறிவு குறித்த எந்தக் கூடுதலான தகவலையும் இந்த 2005 ஆய்வு தரவில்லை. மாறாக,

புதைமேடு ஆக்கப்படுவதற்கு முன், இந்த இடம் தாதுச்சுரங்கமாக இருந்தது என்கிற ஓர் தகவலை மட்டுமே தந்துள்ளார்கள்.

ஆதிச்சநல்லூருக்கு நேர் வடக்கே, வல்லநாட்டு மலையில் கருங்காலி ஓடைக்கு இருபுறமாகவும் இருக்கிற 200 ஏக்கர் பரப்பளவுள்ள தொல்லியல் தளத்தை மத்திய அரசின் ஆய்வுக்குழு கண்டுகொள்ளவே இல்லை என்பது வருந்தத்தக்கது.

ஆனால், தமிழகத்தில் வேறு சில இடங்களில் நடந்த ஆய்வுகள் நம்பிக்கையும் மகிழ்ச்சியும் அளிப்பனவாக உள்ளன. முதலாவது ஆண்டிப்பட்டிக்கு அருகில் பிராமி (தமிழி) எழுத்தில் அமைந்த நடுகற்களின் கண்டுபிடிப்பாகும். தமிழ்ப் பல்கலைக்கழக மாணவர்களே இதைக் கண்டுபிடித்தனர். இந்த நடுகல் ஒன்றில் 'ஆகோள்' என்ற சொல் கண்டுபிடிக்கப்பட்டது. இது தொல் காப்பியர் பயன்படுத்திய சொல்லாகும். "வேயே புறத்திறை ஊர்கொலை ஆகோள்" என்பது தொல்காப்பியக் கூற்றாகும். தொல்காப்பியம் வழக்குமொழிக்கு முதன்மை தந்ததற்கு இதுவே சான்றாகும். இரண்டாவதாக தமிழ் எழுத்து, மக்கள் புழங்கிய எழுத்தல்ல. அது மேலோர் மரபு சார்ந்தது என்ற பேராசிரியர் கா.சிவத்தம்பி போன்றோரது கருத்தை இந்தக் கண்டுபிடிப்பு தகர்த்தெறிந்தது.

அடுத்து, மிக அண்மைக்காலத்தில் பழனிக்குத் தெற்கே 20 கி.மீ. தொலைவில் 'பொருந்தில்' என்ற இடத்தில் ஓர் அகழாய்வு மேற்கொள்ளப்பட்டது. பேராசிரியர் கா. இராஜன் இந்த ஆய்வை முன்னின்று நடத்தினார். ஒரே ஆய்வுக்குழியில் 7500 மணிகள் கண்டெடுக்கப்பட்டன. ஆங்கிலத்தில் "CORNELIAN BEADS" என வழங்கும் இவற்றைத் தமிழில் 'சூது பவளம்' என்பார்கள். இந்தக் கற்கள் தமிழ்நாட்டில் கிடைப்பதில்லை. குஜராத்திலிருந்து கொண்டுவரப்பட்டதாக இருக்கலாம். கேரளத்தின் வழியாக ஐரோப்பிய நாடுகளுக்கு ஏற்றுமதி செய்வதற்காக இந்தக் கற்கள் அங்கே மணிகளாகச் செய்யப்பட்டிருக்க வேண்டும் என்று கருதப்படுகிறது. பொருந்தில், தமிழக கேரள வணிகப்பாதையில் அமைந்திருந்தது குறிப்பிடத்தக்கது.

'பொருந்தில்' என்னும் ஊர்ப் பெயர் சங்க இலக்கியத்திலேயே காணப்படுகிறது. எனவே இது சங்ககால நாகரிகத்தைக் காட்டும் கண்டுபிடிப்பு என்பதில் ஐயமில்லை.

இந்தியாவில் ஆய்வுக்குரிய தொல்லியல் தளங்களாக 3500 தளங்களை மைய அரசு பட்டியலிட்டுள்ளது. ஆனால் தமிழகத்தில் மட்டுமே 5000 தளங்கள்வரை உள்ளன என்பது கள ஆய்வாளரின் நம்பிக்கையாகும். அண்மையில் இந்தத் தொல்லியல் தளங்களைப் பேராசிரியர் கா.இராஜனின் மாணவர்கள் பட்டியலிட்டு, இரு நூல் தொகுதிகளை வெளிக்கொண்டு வந்துள்ளனர் என்பது குறிப்பிடத்தக்கது.

வேர்களைப்பற்றிய அறிவு என்பது, விஞ்ஞானத்தில் ஒரு பகுதிதான். பண்டைக்காலத் தொழில்நுட்பத்தைப் புரிந்து கொள்வது ஐரோப்பியக் கொடும்பிடியிலிருந்து இத்தருணத்தில் நம்மை விடுவிக்க உதவும் என்பது இடதுசாரி ஆய்வாளர்களின் நம்பிக்கையாகும்.

இராசராசனை இன்னும் கொண்டாடுவதேன்?

ஏகாதிபத்தியத்தின் கலை வெளிப்பாடுகள் எவ்வாறு இருக்கும் என்பதற்கு ஒரு நல்ல உதாரணம், சோழப் பெருமன்னன் முதலாம் ராசராசனால் (கி.பி. 985 - கி.பி. 1012) கட்டப்பட்ட தஞ்சைப் பெருங்கோயில். ஆனால், அந்தப் பெருவேந்தனே இக்கோயிலைத் தான் கட்டியதாகக் குறிப்பிடாமல் 'கட்டுவித்ததாகக்' குறிப்பிடு கின்றான்.

பாண்டியகுலாசநி வளநாட்டு தஞ்சாவூர்க்
கூற்றத்து தஞ்சாவூர்
நாம் எடுப்பிச்ச திருக்கற்றளி ஸ்ரீ ராஜராஜீச்வர
முடையார்க்கு
நாங்குடுத்தநவும் அக்கன் குடுத்தநவும் நம்
பெண்டுகள்குடுத்தநவும்
மற்றும் குடும்பத்தார் குடுத்தநவும் ஸ்ரீவிமாநத்தில்
கல்லிலேவெட்டுக

என்று திருவாய்மொழிஞ்சருள வெட்டிந

என்பது இக்கோயிலின் முதல் கல்வெட்டு.

உடையார் என்பது அக்காலத்தில் அரசனுக்கும் இறைவனுக்கும் பொதுவாக வழங்கிய பெயராகும். அக்காலத்து மன்னர்களின் வழக்கப்படி அரசன் இக்கோயிலுக்கு ராஜராஜேச்வரம் என்று தன் பெயரையே சூட்டியுள்ளான். அக்கன் என்று குறிப்பிடப் படுவது, அவனது தமக்கையாரான 'ஸ்ரீவல்லவரையர் வந்தியத்தேவர் தேவியார் ஆழ்வார் பரநிந்தகன் குந்தவை' யாரைக் குறிப்பிடுவதாகும்.

பெண்டுகள் என்பது மனைவியரையும் பணிமகளிரையும் குறிக்கும். அரசனும் அதிகாரிகளும் கொடுத்த தங்கம், வெள்ளியால் ஆன நகைகள், கலங்கள், உலோகத்திருமேனிகள் தவிர, இக்கோயில் முழுவதும் கல்லாலேயே ஆக்கப்பட்டது. மலைகளே இல்லாத ஒரு நிலப்பரப்பால் சூழப்பட்ட இக் 1கற்றளிக்குத் தேவையான கற்கள் நார்த்தா மலையிலிருந்து (இன்றைய திருச்சி மாவட்டம்)

கொண்டுவரப்பட்டது என் ஆய்வாளர்கள் கருதுகின்றனர்.

1. கற்றளி = கற்கோவில்

196 அடி உயரமுள்ள இக்கோயிலின் விமானம் (கருவறைக்கு மேல் உள்ள பகுதி) செதுக்கப்பட்ட கற்களை அடுக்கிக் கட்டப் பட்டதாகும். ஆயிரமாண்டுக் காலத்தில் எத்தனையோ புயல், மழை இயற்கைச் சீற்றங்களைக் கண்டபோதும் ஒரு கல்கூட ஒரு சென்டிமீட்டர் அகலம்கூட விலகவில்லை என்பதுதான் இதனுடைய தொழில்நுட்பச் சிறப்பு. வெளியிலிருந்து பார்க்கும்போது கோபுரம்போலத் தெரியும் இந்த விமானம், கற்களை வட்டமாக அடுக்கியே கட்டப்பட்டதாகும். நடுவில் தளங்கள் கிடையாது. கி.பி. 1010ஆம் ஆண்டு ஏப்ரல் 22ஆம் நாள், ஆறாண்டுக் காலத்தில் கட்டப்பட்ட இக்கோயிலில் வழிபாடு தொடங்கியது.

உண்மையில் இதன் பெருமையெல்லாம் இதைக் கட்டிய கல்தச்சர்கள், சிற்ப ஆசாரிகள், உழைப்பாளிகள் ஆகியோரின் உடல் உழைப்பையும் மதி நுட்பத்தையுமே சாரும். ஆயிரத்துக்கும் மேற்பட்ட பணியாளர்கள் இக்கோயிலில் பணியாற்றியுள்ளனர். காவிரிநாட்டின் பல ஊர்களிலிருந்தும் 400 2தளிச்சேரிப் பெண்டுகள் கொண்டுவரப்பட்டு நியமிக்கப்பட்டனர். இவர்கள் கோயிலில் அலகிடுதல், மெழுக்கிடுதல் போன்ற பணி செய்பவ ராகவும் ஆடுமகளிராகவும் மூன்று வகையாகப் பிரிக்கப்பட்டி ருந்தனர்.

2. தளி - கோயில், சேரி - சேர்ந்து வாழும் இடம்

விளக்கெரிப்பதற்காக நானூறு இடையர்களுக்கு ஆடுகள், மாடுகள், எருமைகள் ஆகியன வழங்கப்பட்டன. இந்த ஆடுகள் 'சாவா மூவாப்பேராடுகள்' என அழைக்கப்பட்டன. இவர்கள் ஒவ்வொருவரும் நாளொன்றுக்கு உழக்கு நெய் விளக்கெரிக்கக் கோயிலுக்குக் கொடுக்க வேண்டும்.

நெல் அளக்கும் மரக்காலுக்கும் நெய் அளக்கும் உழக்குக்கும் 'ஆடவல்லான்' என்று அரசன் பெயரே சூட்டப்பட்டது. கோயிலுக்கான பாதுகாவலர்கள் 'திருமெய்க்காப்புகள்' எனப் பட்டனர். தஞ்சை மண்டலத்தின் ஒவ்வொரு ஊர்ச்சபையாரும் ஒரு திருமெய்க்காப்பாளரைப் பெரியகோயிலுக்கு அனுப்ப வேண்டும். தளிச்சேரிப் பெண்டுகளைப்போல இவர்களுக்கும்

ஆண்டொன்றுக்கு 100 கலம் நெல் வழங்கப்பட்டது. இக்கோவிலைக் கட்டிய சிற்பிக்கு 'இராஜராஜப் பெருந்தச்சன்' என்ற பட்டம் வழங்கப்பட்டது. கோவிலில் நாவிதப்பணி செய்வாருக்கும் 'இராஜராஜப் பெருநாவிசன்' என்ற பட்டம் தரப்பட்டது.

இராஜராஜன் பிறந்த ஐப்பசி மாத சதைய நட்சத்திரத் திருவிழா, ஐப்பசி மாதம், இக்கோவிலில் கொண்டாடப்பட்டது. இந்நாட்களில் ஆடியருளும் திருமஞ்சன நீரிலும் தண்ணீர் மீதிலும் ஒரு நாளைக்கு, 'ஏல அரிசி ஒரு ஆழாக்கும் பெருஞ்சண்பக மொட்டு ஒரு ஆழாக்கும்' இடப்பெற்றுள்ளன என்று ஒரு கல்வெட்டால் அறியலாகிறது. திருச்சதைய நாள் பன்னிரண்டனுக்கும் 'திருவிழா எழுந்தருளின் தேவற்குத்' திருஅமுது செய்வதற்கு ஏற்பாடு செய்யப்பட்டமையை ஒரு கல்வெட்டு காட்டுகின்றது. மன்னன் இக்கோவிலில் உள்ள இறைத்திருமேனிகளுக்குக் கொடுத்த தங்க அணிகலன்களின் எடை மட்டும் 1230 கழஞ்சு 4 மஞ்சாடி ஒரு குன்றி ஆகும். இது சுமார் 2 கிலோ 692 கிராம்களாகும். தங்கத்தாலான கலன்கள் இக்கணக்கில் சேராது.

இக்காலத்தவர் கருதுவதுபோல இக்கோயில் தமிழ்ச்சைவ நெறிப்படி கட்டப்பட்டது அன்று. காசுமீரத்துப் பாசுவத சைவ நெறிப்படி கட்டப்பட்டதாகும். இக்கோவிலின் கருவறையைச் சுற்றியுள்ள ஊழ்த்திருச்சுற்றில் வாமம், அகோரம், சதாசிவம், சத்யோஜாதம் என்ற நான்கு திருமேனிகளைக் காணலாம். மூலலிங்கம் ஈசானதேவராகும். மூலலிங்கம் ஊன்றப்பட்ட ஆவுடையார் 32 முழம் திருச்சுற்று உடையதாகும்.

என்னதான் வியப்பைத் தந்தாலும் தஞ்சைப் பெருங்கோவில் ஏகாதிபத்தியத்தின் 10ஆம் நூற்றாண்டு வெளிப்பாடு என்று கூறுவதே பொருந்தும். ஏகாதிபத்தியத்துக்கென்று சில கலாச்சார வெளிப்பாடுகள் உண்டு. அவற்றில் ஒன்று அளவின் பிரம் மாண்டம் (133 அடி உருவத் திருவள்ளுவர் சிலை, பிரமிடுகள் போன்றவையும் இப்படித்தான்). மற்றொரு பண்பு, பொருள் களையும் மனிதர்களையும் தரவரிசைப்படுத்தும் நுட்பம்.

ஒரு நகைக்கான வர்ணனையில் முத்துக்களின் தர வரிசை இவ்விதமாக ஒரு கல்வெட்டில் கூறப்பட்டுள்ளது: 'ஸ்ரீராஜராஜ தேவர் ஸ்ரீபாதபுஷ்பமாக அட்டித்திருவடி தொழுத இரண்டாந் தரத்தில் முத்தில் கோத்த முத்து வட்டமும் அனுவட்டமும் ஒப்பு

முத்துங் குறுமுத்தும் நிம்பொளமும் பயிட்டமும் அம்புமுதுங்கறடும் இட்டையுஞ் சப்பத்தியுஞ் சக்கத்துக்குளூர்ந்த நீரும் சிவந்த நீரும் உடைய முத்து ஆயிரத்தைந்நூற்று இரண்டினால் நிறை நாற்பத்தியொரு கழஞ்சே ஒன்பது மஞ்சாடியும்..'

ஏகாதிபத்தியத்தின் மற்றொரு பண்பு அளவுகளின் கூர்மை அல்லது ஆணைகளின் துல்லியத்தன்மை

நிலன் இருபத்தைஞ்சே இரண்டு மா முக்காணி அரைக்காணிக் கீழ்

ஒன்பது மா முந்திரிகைக்கீழ் அரையினால் பொன்
இருநூற்று நாற்பத்தாறு
கழஞ்சரையே மூன்று மா முக்காணியும்

என்று ஒரு ஆணை செல்கிறது.

ஆனால் இந்தப் பேரரசு எளிய மக்கள் வாழ்விடங்களான பறைச்சேரி, கம்மளச்சேரி, வண்ணாரச்சேரி, ஊர் நத்தம், பாழ் நிலம், ஊடறுத்துப்போகும் வாய்க்கால்கள் ஆகியவற்றை இறையிலி நிலங்களாக அறிவித்திருக்கிறது. அந்த நிலையே ஆங்கிலேயர் ஆட்சிக்காலம்வரை தொடர்ந்தது. எப்படியிருந்தாலும் தீண்டாச் சேரியும் பறைச்சேரியும் வாழ்ந்த காலம்தான் அது. பறைச் சுடுகாடும் கம்மாளச் சுடுகாடும் தனித்தனியாக இருந்த காலம்தான் அது. இந்தப் 'பொற்காலம்' பற்றி நிறையவே இன்னும் பேச வேண்டும்.

அப்படியானால் இராசராசனைத் தமிழுலகம் இன்னமும் ஏன் கொண்டாடுகிறது? இராசராசன் தில்லையிலே அவன் காலத்தி லேயும் நிலைபெற்றிருந்த பார்ப்பன மேலாதிக்கத்துக்கு எதிராகவே இக்கோவிலைக் கட்டியிருக்கிறான். தேவாரத் திருப்பதியங்களைப் பாட நாற்பத்தெட்டுப் பேரை நியமித்திருக்கிறான். அதன் விளை வாகத்தான் தில்லைக்கோவிலின் மேன்மையைக் கொண்டாடிய சேக்கிழார் தஞ்சைப் பெருங்கோவிலைப்பற்றி மறைமுகமாகவேனும் ஒரு சொல் பாடவில்லை.

இராசராச சோழனின் ஏக ஆதிபத்தியம்

சென்ற கட்டுரையில் முதலாம் இராசராசனை ஏகாதிபத்திய வாதி என்று குறிப்பிட்டிருந்தோம். 'இந்தச் சொல்லாடல் நவீன காலத்தியது அல்லவா?' என்று சில வாசகர்கள் குழம்பியிருக்கலாம். முதலில் இந்தச் சொல்லினுடைய பொருளை ஆழ்ந்து நோக்க வேண்டும். மற்ற எல்லாவற்றையும் நிராகரித்துத் தான் 'மட்டுமே' மேலெழும்பும் ஒரு நபரை அல்லது சித்தாந்தத்தையே ஏக ஆதிபத்தியம் என்கிறோம். அமெரிக்கா என்பது ஒரு அரசின் ஏகாதிபத்தியம் என்றால் மற்ற விளையாட்டுக்களை எல்லாம் அழித்து மேலெழும்பும் கிரிக்கெட் விளையாட்டுக் கலாச்சார ஏகாதிபத்தியம் அல்லவா? சங்கராச்சாரியாரின் அத்வைத சித்தாந்தம் ஒரு தத்துவ ஏகாதிபத்தியம் அல்லவா?

உலகமெல்லாம் தனக்கு மட்டுமே என்பது சங்க காலம் தொடங்கி மன்னர்களின் நோக்கமாக இருந்திருக்கிறது.

தென்கடல் வளாகம் பொதுமையின்றி வெண்குடை நிழற்றிய ஒருமையோர்

என்று சங்க இலக்கியம் மன்னர்களின் ஏகாதிபத்திய உணர்வைக் குறிப்பிடுகிறது.

அகிலமெலாம் கட்டி ஆளினும் கடல் மீது ஆணை செல்லவே நினைப்பார்

என்று பட்டினத்தாரும் பாடுவார்.

இராசராசனின் 1 மெய்க்கீர்த்தியின் முதல் இரண்டு அடிகளைப் பாருங்கள்:

1. மெய்க்கீர்த்தி - மன்னர்களின் புகழ்ப்பாட்டு முன்னுரை

திருமகள் போலப் பெருநிலச் செல்வியும்
தனக்கேயுரிமை பூண்டமை மனக்கொள்

என்பது முதல் இரண்டு அடிகளாகும். செல்வங்களும் நிலவளமும்

பூமியில் வேறு யாருக்கும் கிடையாது என்பது அவனது நோக்கமாகும்.

சோழமண்டலம் மட்டுமல்லாமல் பாண்டி மண்டலம், சேர மண்டலம் ஆகியவற்றோடும் ஈழ மண்டலத்தையும் வென்று தனக்கு மும்முடிச் சோழன் என்று தானே பெயர் சூட்டிக்கொண்டவன் அவன். அவை மட்டுமின்றி வேங்கை நாடு, கங்கை பாடி, தடிகை பாடி, நுழம்பாடி, ஈழ மண்டலம் இவை எல்லாவற்றையும் வெற்றிகொண்டவன். அதாவது இன்றைய கர்நாடகத்தில் வட கிழக்குப் பகுதி, ஆந்திரத்தின் தென்பகுதி, கேரளத்தின் தென்பகுதி இவையெல்லாம் அவன் ஆட்சியின்கீழ் வந்தன.

அந்தந்த நாட்டுப் 2பண்டாரங்களைக் கொள்ளையடித்த செல்வமே 216 அடி உயரமுள்ள கற்கோபுரத்தை உருவாக்கியது, வென்ற நாடுகள் அனைத்துக்கும் அவன் தனது பட்டப் பெயர் களையே சூட்டினான். எடுத்துக்காட்டாக, பாண்டி நாட்டுக்கு ராஜராஜப்பாண்டி மண்டலம் என்று பெயர் சூட்டினான். தஞ்சைக் கோவில் கல்வெட்டு ஒன்று, ‘உடையார் ஸ்ரீராஜராஜதேவர் மலைநாடு எறிந்து கொண்டுவந்த பண்டாரத்திலிருந்து எடுத்துச் செய்த’ பொன்னாலான அணிகலன்களைப்பற்றிப் பேசுகிறது. அதாவது, சேரநாட்டு அரச பண்டாரத்தைக் (கருவூலத்தை) கொள்ளையடித்துக் கொண்டுவந்த பொன்னால் கோவில் இறைவனுக்கு நகைகள் அளித்துள்ளான்.

2. பண்டாரம் - கருவூலம்

ஐப்பசி மாதம் சதைய நட்சத்திரத்தில் பிறந்தவன். எனவே தன்னுடைய பிறந்தநாளைக் கேரளா உட்பட எல்லாக் கோவில் களிலும் கொண்டாட ஏற்பாடு செய்தவன்.

அவரது மெய்க்கீர்த்தியின் மூன்றாவது அடி ‘காந்தளூர்ச்சாலை கலமறுத்தருளி’ என்பதாகும். அண்மையில் கண்டுபிடிக்கப்பட்ட கல்வெட்டு ஒன்றில் இவ்வரியை அடுத்து ‘மலையாளிகள் தலையறுத்து’ என்ற தொடர் காணப்படுகிறது.

தஞ்சைக்கோவிலுக்குத் தான் மட்டுமன்றித் தன் பணியாளர்கள் அனைவரையும் நன்கொடை அளிக்கச் செய்திருக்கிறான். தன்னுடைய பெயரே எல்லா இடங்களிலும் விளங்க வேண்டும் என்பதற்காகப் பணியாளர்களுக்கு மிக உயர்ந்த விருதாகத்

தன்னுடைய பெயரான 'ராஜராஜன்' என்பதை அளித்துள்ளான்.

ராஜராஜன் பெருந்தச்சன்

ராஜராஜப் பெருந்தையான் (ரத்தினங்களைத் துணியில் தைப்பவர்)

ராஜராஜப் பெருநாவிசன் என்பவை போன்ற பட்டங்களை அளித்துள்ளான்.

அதுமட்டுமல்லாமல் அளவுக் கருவிகளுக்கும் தன்னுடைய பெயரையே சூட்டியுள்ளான் என்பதை ஏற்கனவே பார்த்தோம். தஞ்சைக்கோவில் பணியாளர் 1100 பேரில் 400 பேர் ஆடல் மகளிர் ஆவர். 400 ஆடல் மகளிரும் சோழ மண்டலத்திலிருந்த 112 கோவில்களிலிருந்து தருவிக்கப்பட்டவர்கள். சிவபெருமான் நடராசத் திருக்கோலமே அவன் மனம் விரும்பிய வடிவமாகும். அத்திருமேனியை 'ஆடவல்லான்' என்று குறிப்பிடும் ராசராசன், அதற்காகவே 400 தளிச்சேரிப் பெண்டுகளை (ஆடுமகளிர் தேவதாசிகள்) நியமித்தான்.

இவையன்றிக் கோயிற் பாதுகாவலர்களாக 'திருமெய்க்காப்பு' எனப்படும் பணியாளர்களை நியமித்தான். இவர்களைச் சோழ மண்டலத்திலுள்ள பல்வேறு ஊர்ச்சபையாரும் அரசன் ஆணைப்படி அனுப்பியுள்ளனர்.

இவையன்றி வாரிக அரசியலின் வழிகாட்டியாகவும் ராசராசன் திகழ்ந்துள்ளான். தான் வென்ற பாண்டி மண்டலத்தை ஆளத் தன் பிள்ளைகளை நியமித்து, அவர்களுக்குச் சோழ பாண்டியர் என்று பட்டம் கொடுத்தான். சோழ பாண்டியர் என்ற பெயர் தாங்கிய கல்வெட்டுக்கள் பல மதுரை, நெல்லை மாவட்டங்களில் காணப்படுகின்றன.

'இவனுக்கு 15 மனைவியர் இருந்தனர். பட்டத்தரசி தந்தி சக்தி விடங்கி ஆவார். முதலாம் ராசேந்திரனைப் பெற்றெடுத்த பெருமைக்குரியவர் 'வானவன் மாதேவி' என்று வரலாற்றாளர் குறிப்பிடுகின்றனர்.

பல்வேறு ஊர்களிலுள்ள நிலங்களிலிருந்து தஞ்சைக் கோவிலுக்குக் காணிக்கடனாக ஆண்டொன்றுக்கு வந்த நெல் 1 லட்சத்து 20 ஆயிரம் கலம் ஆகும். எனவே, இந்தக் கோயில்

பணியாளர்களில் கணிசமான அளவு கணக்கெழுதுவோர் இருந்துள்ளனர். 4 பண்டாரிகள், 116 பரிசாரகர், 6 கணக்கர்கள், 12 கீழ்க்கணக்கர்கள் இக்கோவிலில் பணி செய்துள்ளனர். கோவிலுக்குரிய விளக்குகளுக்கு நெய் அளக்க 400 இடையர்கள் நியமிக்கப்பட்டிருந்தனர். இவர்களுக்கு 'வெட்டுக்குடிகள்' என்று பெயர். அதாவது, சம்பளமில்லா வேலைக்காரரர்கள் என்று பொருள். இவர்கள் வசம் ஒப்புவிக்கப்பட்ட எண்ணிக்கையிலான ஆடுமாடுகளின் 'மிகுபயன்' மட்டுமே ஊதியமாகும். அதாவது 96 ஆடுகள் அல்லது 48 பசுக்கள் அல்லது 32 எருமைகள் ஒரு 'இடையன் வசம்' ஒப்புவிக்கப்படும். இந்த எண்ணிக்கை குறையாமல் வைத்துக்கொண்டு அவன் கோவிலுக்கு நெய் அளக்க வேண்டும். எனவே, இந்த ஆடுகளுக்கும் மாடுகளுக்கும் 'சாவா மூவாப் பேராடுகள் அல்லது பசுக்கள்' என்று பெயர். அதாவது இவர்களைப் பொறுத்தமட்டில் அரசுக்கு பொருட்செலவோ நெற்செலவோ கிடையாது.

நாம் சென்ற கட்டுரையில் குறிப்பிட்டதுபோல அளவுகளின் துல்லியத்தன்மை ஏகாதிபத்தியத்தை அடையாளம் காட்டும் ஒரு அம்சமாகும் (கணிப்பொறிக் காலத்தை நினைவு கொள்க).

ஒரு மாநிலமும் வரியிலிருந்து தப்ப முடியாது. சோழ சாம்ராஜ்யத்தில் நிலப்பரப்பைத் துல்லியமாக அளந்து இறை வசூல் செய்யும் ஏற்பாடு செய்யப்பட்டிருந்தது.

நிலன் நாற்பத்தொன்பதரையே
நான்குமா முக்காணிக்கீழ் அரையே
ஒரு மாவரைக் கீழ் முக்காலே ஒருமாவினால்
இறைகட்டின காணிக்கடன்..

என்று வரும் இந்நிலப்பரப்பின் அளவினைக் காண்போம்.

இக்கல்வெட்டிலிருந்து அந்நாளில் நிலப்பரப்பைக் கணக்கிட வேலி, குழி, சதுரசாண், சதுர அங்குலி, சதுரநூல் இவற்றை அலகீடாகக் கொண்டிருந்தனர் எனத் தெரிகிறது.

மேலும், ஒரு வேலி பரப்பளவுள்ள நிலத்தை 320 சமபங்குகளாக்கி, அதன் ஒரு பங்கை முந்திரி (1/320) என்றும், முந்திரிக்கும் கீழுள்ள பரப்பை மேலும் 320 சமபங்குகளாக்கி, அதன் ஒரு பங்கைக் கீழ் முந்திரி (1/320 - 1/320) என்றும், கீழ் முந்திரிக்குக் கீழ் உள்ள

நிலத்தை மேலும் 320 சமபங்குகளாக்கி, அதன் ஒரு பங்கைக் கீழ் கீழ் முந்திரி (1/320 - 1/320 - 1/320) என்றும் குறிப்பிட்டனர். கீழ் கீழ் முந்திரிக்குக் கீழுள்ள மிகச் சிறிய நிலப்பரப்பை இருபத்தைந்து சம பங்குகளாக்கி, அதன் ஐந்து பங்கைக் கீழ் கீழ் கீழ் நான்குமா என்றும், பத்துப் பங்கைக் கீழ் கீழ் கீழ் எட்டுமா என்றும், பதினைந்து பங்கைக் கீழ் கீழ் கீழ் அரையே இருமா என்றும், இருபது பங்கைக் கீழ் கீழ் கீழ் முக்காலே ஒருமா என்றும், இருபத்து ஐந்து பங்கைக் கீழ் கீழ் முந்திரி என்றும் வகுத்துள்ளனர்.

இறுதியில் கணக்கிடும் மிகச்சிறிய நிலப்பரப்பின் அளவு கீழ் கீழ் முந்திரிக்குக் கீழுள்ள மேற்கூறிய நான்கு அளவு முறைகளில் ஏதாவது ஒன்றினைக் கொண்டு முடியும்.

பொதுவில், நிலப்பரப்பின் அளவு முறை கீழ் கீழ் முந்திரி என்ற அளவிலேயே முடியும். நில அளவையை மேலே குறித்த முறையில் முந்திரி, அரைக்காணி, காணி, அரைமா, முக்காணி, ஒருமா, மாகாணி, கால், அரை, முக்கால், ஒன்று என்று கீழ் கீழ் முந்திரியிலிருந்து முந்திரி முந்திரியாகக் கீழ் முந்திரி, முந்திரி வேலி வரையில் கூட்டி அலகிட்டு அதன் பரப்பை அட்டவணை ஒன்றில் காட்டியுள்ள வாய்ப்பாட்டின்படி கணக்கிட்டு வேலிக்கணக்கில் குறித்துள்ளனர்.

சமய எச்சங்கள்

தமிழ்நாடு பல சமயங்களின் வாழ்விடமாகவும் சமய முரண்களின் நிலைக்களனாகவும் இருந்தது. சமயங்கள் என்பன நிறுவன சமயங்கள் ஆகும். நிறுவன சமயங்கள் பிறப்பதற்கு முன்னரே தமிழகத்தில் தெய்வ நம்பிக்கைகளும் சடங்குகளும் கோயில்களும் இருந்தன. சமகால ஆராய்ச்சியாளர்கள் இதனை 'நாட்டார் சமயம்' என்ற சொல்லால் குறிக்கின்றனர். இச்சொல்லாக்கத்தின் பொருத்தப்பாடு குறித்து நாம் சிந்திக்க வேண்டியுள்ளது.

Folk Religion, Prescribe Religion ஆகிய ஆங்கிலச் சொற்களுக்கு இணையாகத் தமிழில் நாட்டார் சமயம், தொல்பழஞ்சமயம் ஆகிய சொற்களை ஆய்வாளர்கள் பயன்படுத்திவருகின்றனர். இத்தொடராக்கத்தில் உள்ள 'சமயம்' என்னும் சொல்லாட்சி பொருத்தமானதாகத் தோன்றவில்லை. 'சமயம்' என்பது நிறுவனம் ஆனது. ஒரு புனித நூல் (பைபிள், குரான், வேதம் போல), புனிதத் தலங்கள் (ரோமாபுரி, மெக்கா, காசி என்பவை போல), குறிப்பிட்ட ஆகம ரீதியான வழிபாட்டு முறைகள் (காரணமாகமம், காரியாகமம், பாஞ்சராத்திர ஆகமங்கள் போல) என்பன நிறுவன சமயங்களின் இலக்கணமாகும். இந்த இலக்கணத்தோடு பொருந்திவராத நாட்டார் வழிபாட்டு நெறிகளைச் 'சமயம்' என்ற சொல்லால் குறிப்பது பொருத்தமாகாது. 'நாட்டார் வழிபாட்டு நெறிகள் (அல்லது) வழிபடுநெறிகள்' என்ற தொடரே பொருத்தமாக அமையும்.

அதுபோலவே 'தொல்பழஞ்சமயம்' என்னும் சொல்லாட்சி, அவ்வகையான நெறிகள் முழுவதும் அழிக்கப்பட்ட மேற்குலக நாடுகளுக்குள் பொருந்துவதாக அமையும். இந்தியாவிலும், குறிப்பாகத் தமிழகத்திலும் அவை பெருவாரியான மக்களிடம் வாழ்நெறியாக உள்ளன. அதுமட்டுமன்று; நிறுவன சமயங்களின் அசைவுகளிலும் அவை பெருமளவு ஊடாடிக் கிடக்கின்றன. அதாவது, நிறுவன சமயங்களின் ஆகமங்களுக்கு முரணாக அவை அவற்றுக்குள் கலந்து கிடக்கின்றன. எனவே கால ஓட்டத்தில் மறைந்துவிட்ட, அழிந்துவிட்ட அல்லது வாழ்விழந்த என்னும்

பொருள் தரும் 'தொல்பழம்' என்னும் பெயருக்கு அவை பொருத்த மானவையல்ல.

சமண, பௌத்த மதங்கள் தமிழகத்தில் வாழ்ந்து மறைந்து விட்டன என ஆய்வாளர்கள் கூறுகின்றனர். உண்மையில் பௌத்தம் மட்டுமே தமிழகத்தில் மறைந்துவிட்ட சமயம் ஆகும். சமணம் தமிழகத்தின் தென்பகுதியில் மட்டுமே மறைந்துவிட்ட சமயம் ஆகும். அழிந்துவிட்டதாகக் கருதப்படும் எந்தப் பொருளும் அல்லது நிறுவனமும் அல்லது கருத்தியல்களும் முழுமையாக மறைந்துவிடுவதில்லை. இதுவே இயற்பியல் அறிஞர்களுக்கும் மார்க்சியம் அறிந்தவருக்கும் முழு உடன்பாடான கருத்தாகும். அழிந்துபட்டதாக நாம் கருதுவனவற்றின் எச்சங்கள் நமது வாழ்விலும் சமய வாழ்விலும் பரவலாக ஊடுருவிக்கிடக்கின்றன.

அழிந்த சமயங்களின் எச்சங்கள் சொல்லாகவும் தொடராகவும் சொல்லடைகளாகவும் பழமொழிகளாகவும் தன்னுணர்ச்சியின்றி நம் நினைவில் நிற்கின்றன. சில இடங்களில் நினைவுகளோடு சடங்குகளாகவும் இவை காணப்படுகின்றன. இவற்றை ஒருங்கு தொகுத்துக் காண்பது சமயங்களின் வாழ்வினையும் சரிவினையும் புரிந்துகெள்வதற்கான எடுத்துக்காட்டுகளாகும்.

நிறுவனச் சமயங்களாகத் தமிழ்நாட்டில் மறைந்துவிட்டதாகக் கருதப்படும் சமயங்களின் சொல், தொடர், நம்பிக்கைகள், பிற அசைவுகள் என்பன சமய எல்லைகளைத் தாண்டி இன்றும் வாழ்கின்றன. எடுத்துக்காட்டாக, ஆழ்வார் என்னும் பெயர், வைண வத்துக்கேயுரிய சொல்லாகவும் நாயனார் (நயினார்) என்னும் பெயர் சைவத்திற்கேயுரியதாகவும் கருதப்படுகின்றன.

பௌத்த மரபில் 'ஆழ்வார்' என்ற சொல் ஆசார்யர்களை (அறமுரைக்கும் ஆசிரியர்களைக்) குறிப்பதாக வழங்கியிருக்கிறது. ஈழம் அடிப்படுத்த தாடையாழ்வார் ஒருவரை நீலகேசி உரையி லிருந்து அறிகிறோம் (மொக்கலவாதச் சருக்கம்). இப்பெயர் வழக்கிற்கு இதுவே காலத்தால் முற்பட்ட பயன்பாடு என்று தெரிகிறது. இதற்கு மறுதலையாக 'ஆழ்வார்' என்ற சொல், ஆழ்வார்களின் பாசுரங்களில் ஓரிடத்திலேனும் காணப்படவில்லை என்பதையும் நோக்க வேண்டும். பிற்காலக் கல்வெட்டுகளிலும் உரைகளிலும் இப்பெயர் திருமாலையும் அரச குடும்பத்துப் பெண்களையும் குறிக்கப் பயன்பட்டிருக்கிறது.

வைதீக, சைவ, வைணவ நெறிகளில் காவியாடை துறவிக் குரியதாக மதிக்கப்படுகிறது. இந்தச் செந்துவராடையை முதலில் பயன்படுத்தியவர் பௌத்தத் துறவிகளே ஆவர். 'சீவரத்தர்' என்ற சொல் செவ்வாடையணிந்த பௌத்தத் துறவிகளைக் குறிக்கும் சொல்லாகும். பிற்காலத்தில் 'செங்கல் பொடிக்கூறை வெண்பல் தவத்தவர்' என ஆண்டாள் தம் பாசுரத்தில் வைதிகத்து நாராயணரைக் குறிக்கின்றார்.

தமிழகத்தில் முருகன் கோயில்களிலும் திருமால் கோயில்களிலும் நேர்த்திக்கடனாக குழந்தைகளுக்கும் பெரியவர்களுக்கும் தலைமுடி வழிக்கும் வழக்கம் நடைமுறையாக உள்ளது. இதற்கான விதி பெருங்கோயில் வழிபாட்டை ஒழுங்குப்படுத்தும் ஆகம நூல்களில் இல்லை என்பர். கோயில் தொடர்புடைய பிரா மணர்களிடமும் இவ்வழக்கம் இல்லை என்பது குறிப்பிடத்தக்கது. இவ்வழக்கம் பௌத்தத் துறவிகளின் ஒழுக்கமாகும். பௌத்தத் துறவிகள் தம் உடமையாகக் கொள்ளக்கூடிய எட்டுப் பொருள்களில் மழிகத்தியும் ஒன்றாகும் என்பர் அறிஞர். புனிதர்களின் வழிபாட்டோடு இவ்வழக்கம் தமிழகத்துக் கத்தோலிக்கக் கிறித்துவத்திலும் புகுந்துவிட்டது.

அமாவாசை, பௌர்ணமி நாள்களில் தமிழ்நாட்டுப் பெண்கள் காலையிலேயே குளித்து, பழையன உண்ணாமல் நோன்பிருக் கின்றனர். அன்று வரும் காவியாடைப் பிச்சைக்காரர்களுக்கு உணவளிப்பது நோன்பின் (விரதத்தின்) பயன் என்கின்றனர். அமாவாசை, பௌர்ணமி எனப்படும் காருவா, வெள்ளுவா நாட்களில் ஒரு வட்டத்திலுள்ள பௌத்தத் துறவிகள் கூடி 'சங்கம்' நடத்துவர். இலங்கைச் சிங்களவர் இதனைப் 'போயா தினம்' என்பர். அன்று பிச்சைக்கு வரும் பௌத்தத் துறவிகளுக்கு உணவிடவே பெண்கள் மட்டும் இவ்வழக்கத்தைக் கொண்டிருந்தனர் என்று தெரிகிறது. இந்த நோன்பு ஆண்களுக்குரியதல்ல என்பதும் இது குறித்த பதிவுகள் தேவாரத் திருவாசகங்களிலேலா பாசுரங்களிலோ காணப்படவில்லை என்பதும் குறிப்பிடத்தகுந்தது.

தொழுகைக்குரிய சிறப்பு நாளாக வெள்ளிக்கிழமையினை இசுலாமியர்களும் ஞாயிற்றுக்கிழமையினைக் கிறித்தவர்களும் கருதுவதுபோல, பௌத்தர்கள் வெள்ளிக்கிழமையினைப் புனித நாளாகக் கருதுவர். வீட்டினைத் தூய்மை செய்வதற்கும் கோயில்

வழிபாட்டிற்கும் உகந்த நாளாகப் பெண்கள் வெள்ளிக்கிழமை யினையே கருதுகின்றனர். இது பௌத்த தெரியின் எச்சமாகும். இதுவும் சைவ, வைணவ தோத்திர, சாத்திர நூல்களில் பேசப்படாத செய்தியாகும்.

தமிழ்நாட்டுப் பக்தி இயக்கம் என்பது சைவ, வைணவ மதங்களின் எழுச்சி மட்டுமன்று அது சமண, பௌத்த மதங்களுக்கு எதிரான கலகக் குரலும் ஆகும். இதன் விளைவாக சமணமும் பௌத்தமும் தமிழ்நாட்டில் வேரற்றுப் போயின. சமணமும் பௌத்தமும் வெறுத்தற்குரிய மதங்களாகச் சைவ வைணவர்களால் கருதப்பட்டன. இந்த வெறுப்புணர்வின் எச்சங்கள் தமிழரிடையே இன்னும் வசைச் சொற்களாக வழங்கி வருகின்றன.

வயதிற் பெரியவர்களின் நிர்வாணம் கேலிக்குரியதாக ஆக்கப் பட்டது. திகம்பர சமணத் துறவிகளின் மீதான எதிர்ப்புணர்வில் தான், அம்மணம், மயிராண்டி, மயிரைப் பிடுங்கு போன்ற வசைச்சொற்கள் இன்னும் வழக்கத்திலுள்ளன. நிர்வாணமாக இருத்தல், உடம்பில் மயிரின்றி இருத்தல், உடம்பின் மயிர்க்கால் களைக் கத்தி கொண்டு மழித்துக்கொள்ளாமல் கையினாற் பிடுங்கும் லோசனம் என்னும் வழக்கத்தைக் கடைப்பிடித்தல் ஆகியனவே மேற்குறித்த வசைச் சொற்கள் பிறக்கக் காரணங்களாகும். நிலையற்றவன், உறுதியற்றவன், ஒற்றைப்போக்கு இல்லாதவன் என ஒருவனைக் குறை கூறும்போது, 'ஏழுவழி போகிறவன்' என்பது வசை மரபு ஆகும். இது சமண சித்தாந்தத்தில் பேசப்படும் சப்த பங்கி என்னும் ஏழு நிலைகளைக் குறித்ததாகும். சமணமதம் தனியொரு இறைவனை ஏற்றுக்கொள்ளாததாகும். உண்டு, இல்லை, சொல்ல முடியாதது என்ற மூன்றையும் மாறிமாறிக் கூட்டி ஏழு நிலைகளைச் சமணத் தத்துவம் பேசும். அதையே வெற்றி பெற்ற சைவம் வசைச் சொல்லாக நிறுவிக் காட்டியுள்ளது.

சைவ நெறிக்குள்ளும் மறைந்துபோன காளாமுக, பாசுபத, மாவிரதிகள் பற்றிய சொற்களும் தொல் எச்சங்களாக விளக்கு கின்றன. நெற்றியில் மட்டுமன்றி உடம்பு முழுவதும் நீறு பூசிக் கொள்வது அவர்களது வழக்கம். சிவபெருமானையே, 'மெய்யெலாம் வெண்ணீறு சண்ணித்த மேனியன்' என்று அப்பர் பாடுகிறார். மேற்குறித்த மூன்று பிரிவினரும் ஆண்டிக் கோல முடையவர்கள். இவர்களில் மாவிரதிகள் கபால மாலை அணிந்த

வர்கள். சிவபெருமானின் நெற்றிக்கண்ணைப்போலத் தம் நெற்றியிலும் 'கண்' வரைந்துகொண்டவர்கள். எனவே, குழந்தைகளுக்கு அச்சம் தரும் தோற்றமுடையவர்கள். காட்சி ஊடகங்களின் வளர்ச்சிக்கு முன்னர் குழந்தைகளை அச்சுறுத்த 'பூச்சாண்டி வருகிறான்', 'மூனு கண்ணு பூச்சாண்டி வருகிறான்' என்ற தொடர்களைப் பயன்படுத்தும் வழக்கமிருந்தது.

மேற்குறித்தவை அனைத்தும் மறைந்துபோன சமயங்களின் நினைவெச்சங்களாகும். அவற்றின் பருப்பொருள் எச்சங்கள் மலைக் குகைகள், குடைவரைக் கோயில்கள், அழிந்துபட்ட கோயில்கள், அழிவுற்ற நிலையில் காணப்படும் கோயில்கள், கற்சிற்பங்கள் என்னும் நிலையில் தமிழ்நாட்டில் நிறையவே உள்ளன. அவை குறித்துத் தொல்லியல் துறையினர், வரலாற்றாய்வாளர்கள், மானிடவியலாளர் ஆகியோர் நிறையவே எழுதியுள்ளனர். இவையன்றி, மறைந்துபோன தெய்வங்கள் குறித்த ஆய்வு தமிழ்நாட்டில் இன்னும் தொடங்கப்படவேயில்லை.

நாலாயிர திவ்வியப் பிரபந்தமும் பக்தி இயக்கமும்

தமிழ்நாட்டில் கி.பி. ஆறாம் நூற்றாண்டில் கால்கொண்ட பக்தி இயக்கம் சைவம், வைணவம் என்று இரண்டு பிரிவாக வளர்ந்தது. வேதத்தினைப் புனித நூலாக ஏற்றுக்கொண்டதோடு தனித்த தன்மையினை உடைய ஒரு இறைவனை உருவப்படுத்திக்கொண்டதும் இவை இரண்டின் பொதுவான அம்சமாகும். இவை இரண்டினைத் தவிர வேதத்தினை மட்டும்கொண்டாடும் ஸ்மார்த்தம் தமிழ்நாட்டில் தனியொரு மதமாக உருவாகவேயில்லை.

தமிழ்நாட்டு வைணவப் பக்தி இயக்கத்தின் வெளிப்பாடாக ஆழ்வார்களின் பாடல்கள் பிறந்தன. கால அடைவுப்படி முதலாழ்வார்கள் எனப்படும் மூன்று பேர் கி.பி. ஆறாம் நூற்றாண்டளவில் தமிழ்நாட்டின் வடகோடிப் பகுதியான தொண்டை மண்டலத்தில் பிறந்தவர்கள். பின் வந்த ஆழ்வார்களில் திருமழிசை ஆழ்வார் தொண்டை மண்டலத்தைச் சார்ந்தவராவார். கி.பி. எட்டாம் நூற்றாண்டளவில் தொண்டரடிப் பொடியாழ்வார், திருமங்கையாழ்வார், திருப்பாணாழ்வார் ஆகியமூவரும் சோழ நாட்டில் பிறந்தவர்கள். குலசேகர ஆழ்வார் சேர நாட்டு அரச மரபினைச் சேர்ந்தவர். எஞ்சிய ஆழ்வார்கள் நால்வரும் பாண்டிய நாட்டில் மதுரைக்குத் தெற்கேயுள்ள நிலப்பகுதியில் பிறந்தவர்கள். இதற்கு மாறாக, பெரும்பாலான சைவக் குருமார்களும் அடியார்களும் சோழ நாட்டுக்காரரர்களாகவே இருந்தனர் என்பது இங்கே குறிப்பிடத்தக்க செய்தியாகும்.

'ஆழ்வார்' என்ற சொல்லிற்கு 'அரச மரபில் பிறந்த பெண்' என்பதே பொருளாகும். அரச குடும்பத்துப் பெண்களும் அரசனின் மனைவியும் மற்றவர்களால் 'ஆழ்வார்' என்றே அழைக்கப்பட்டனர். சோழர் காலக் கல்வெட்டுக்களும் வைணவ உரையாசிரியர்களும் இக்கருத்தினை உறுதி செய்கின்றனர். இந்தப் பெயர்வழக்கே பக்தி இயக்கத்தின் அடிக்கூறுகளில் ஒன்றான நாயக - நாயகி பாவனையில் வெளிப்பாடாகும். 'திருமாலாகிய இறைவன் ஒருவனே ஆண்; மனித உயிர்கள் எல்லாம் பெண்களே' என்பது நாயக - நாயகி பாவனையின்

கருத்தாகும். வைணவ மரபு இறைவனைப் 'புருஷோத்தமன்' (புருஷ உத்தமன்) எனப் பெயரிட்டு அழைக்கின்றது. சமண பௌத்த மதங்களின் துறவு நெறிக்கு எதிராகப் பக்தி இயக்கம் 'குடும்பம்' என்னும் அமைப்பினை உயர்த்திப் பிடித்தது. சைவ சமயம் இப்போக்கிற்குத் தன் பங்களிப்பாக 'அர்த்த நாரீஸ்வர' வடிவத்தை அளித்தது. தமிழ்நாட்டு வைணவமோ பாகவதக் கதைகளை அடியாகக் கொண்டு கண்ணனின் காதல் விளையாட்டுக்களைக் காமச்சுவை (சிருங்கார ரசம்) படப் பாடிக் காட்டியது.

ஆழ்வார்களில் பெண்ணாகப் பிறந்த ஆண்டாளின்பாடல்கள் அனைத்தும் கண்ணனை நோக்கிய காதல் பாடல்களே. ஆழ்வார் களில் கடைக்குட்டியாகக் கருதப்படும் மதுரகவியாழ்வார் தன்னுடைய குருவான நம்மாழ்வாரைப் பற்றி மட்டுமே பாடினார். நாராயணனைப் பற்றிப் பாடவில்லை. ஆழ்வார்களின் பாடல்கள் கி.பி.11ஆம் நூற்றாண்டளவில் நாதமுனி என்பவரால் அடைவுபடுத்தப்பட்டன. நாலாயிரம் என்ற முழுமையான எண்ணாகக் குறிப்பிடப்பட்டாலும் அவைமொத்தம் 3,786 பாசுரங்களே ஆகும். இப்பாடல்கள் அனைத்தும் இயற்பாடல்கள், இசைப்பாடல்கள் என்று இரண்டாகத் தொகுக்கப்பட்டுள்ளன.

ஆழ்வார்கள் பாடல்களிலிருந்து நாம் காணுகின்ற ஒரு புதுமை, அவர்கள் இலக்கியத்தின் வகைமைகளைப் பெருக்குவதற்கு நடத்திய பல்வேறு சோதனை முயற்சிகளாகும். வைணவ இலக்கிய வகைகளை ஆராய்ந்த ம.பெ. சீனிவாசன், 24 வகையான பிரபந் தங்கள் ஆழ்வார்களின் பாசுரங்களில் காணப்படுவதாகக் குறிப்பிடு கின்றார். இந்தச் சோதனை முயற்சிகளின் தளமாக 'மேலோர் எழுத்து மரபு' என அறியப்பட்டவற்றிலிருந்து அவர்கள் புறம் போகவும் தயாராக இருந்தார்கள். குறிப்பாக, நாட்டார் இலக்கிய மரபில் ஒருவரை வாழ்த்தும் முறையிலிருந்து 'பல்லாண்டு' என்ற இலக்கிய வடிவத்தை அவர்கள் ஆக்கினார்கள். தாலாட்டுப் பாசுரங்கள் இங்கே எண்ணத் தகுந்தவை. பிள்ளைகளைக் கொஞ்சும் முறையிலிருந்து 'பிள்ளைத்தமிழ்' என்ற இலக்கிய வகைமை யினையும் அவர்கள் உருவாக்கினர். பெரியாழ்வாரின் 'கண்ணன் பிள்ளைத்தமிழ்' கவிதைச்சுவையின் மேலெல்லை எனலாம். இவையன்றி நாட்டார் சடங்கிலிருந்து அவர்கள் உருவாக்கிய இலக்கிய வடிவமே 'பாவை' ஆகும். எழுத்திலக்கிய மரபினை

நாட்டார் இலக்கிய மரபினை நோக்கி நகர்த்திய இந்தச் சாதனை இலக்கிய வளர்ச்சிக்குத் தமிழ் பக்தி இயக்கத்தின் மிகப்பெரிய பங்களிப்பாகும்.

இந்திய இலக்கிய மரபில் கவிதை இலக்கியம் பின்வந்த பல நூற்றாண்டுகளாகச் செழித்து வளரக் காரணமாக அமைந்தது 'கண்ணன்' என்னும் தெய்வத்தின் பிள்ளை விளையாட்டு (பாகவதக்) கதைகளாகும். பின்வந்த பல நூற்றாண்டுகளில் இந்தியாவில் பல்வேறு மொழிகளில் கண்ணன் என்னும் தெய்வத்தை மைய மிட்டுக் கவிதை இலக்கியம் வளர்ந்தது. இந்த இலக்கிய முயற்சியை இந்திய மொழிகளில் ஆழ்வார்களே தொடக்கி வைத்தார்கள்.

சமண, பௌத்த மதங்களுக்கு எதிராகக் கிளர்ந்தெழுந்ததே தமிழ்நாட்டு பக்தி இயக்கம். சைவமும் வைணவமுமே சமண, பௌத்த மதங்களை எதிர்த்தன. அவ்விரு மதங்களும் தங்களின் எழுச்சிக்கு ஒரு தமிழ் அடையாளத்தைத் தேடின. அவை சமண, பௌத்த மதங்களைத் 'தமிழ் அடையாளம் அற்றவை' எனக் குற்றம் சாட்டின. நாலாயிர திவ்வியப் பிரபந்தம் கண்ணனை 'தென்னன்' என்றும் பேசிக் காட்டியது. வேறுவகையில் சொல்வதானால் இந்திய இலக்கிய அரங்கில் தமிழ்நாட்டுப் பக்தி இயக்கமே தேசிய இனம் என்னும் பார்வையை முதலில் முன்வைத்தது.

தமிழ்நாட்டுப் பக்தி இயக்கத்தின் முக்கியமான மற்றொரு கூறாகப் பன்னிரண்டு ஆழ்வார்களில் ஒருவரான தொண்டரடிப் பொடியாழ்வார் இன்றளவும் அதிர்ச்சி தரும் ஒரு செய்தியினை முன் வைக்கின்றார். 'பிராமணனாக இருக்கும் ஒருவன் பக்தனாக முடியாது. பக்தனாக இருக்கும் ஒருவன் பிராமணனாக முடியாது. எனவே, நான் எனது பிராமணத் தன்மையினை விட்டுவிடுகிறேன்' என்று பிராமணனான தொண்டரடிப் பொடியாழ்வார் பாடுகின்றார்.

குளித்து மூன் றனலை யோம்பும்
குறிகொளந் தன்மை தன்னை
ஒளித்திட்டே னென்கண் இல்லை -*(896)*

என்பது அவர் தம் வெளிப்படையான முழக்கம்.

இவருக்கு வடமொழியில் 'பக்தி சாரர்' என்றே பெயர்.

இந்த வகையான எதிர்ப்பதிவு கி.பி. ஏழாம் நூற்றாண்டளவில் இந்தியாவின் எந்த ஒரு மொழியிலும் இடம்பெற்றிருப்பதாகத் தெரியவில்லை. கிபி பன்னிரண்டாம் நூற்றாண்டில் வந்த வைணவ உரையாசிரியர்களும் தத்துவ ஆசிரியர்களும் இந்தியாவின் எந்த ஒரு மொழியிலும் இடம்பெற்றிருப்பதாகத் தெரியவில்லை. இந்த முன்னெடுப்பில் குறிப்பிடத்தகுந்தது. சுத்தம் X அசுத்தம் என்ற கருத்தியலாகும். ஆழிவார்களின் பாடல்களிலேயே கண்ணன் என்னும் குழந்தையை முன்னிறுத்தி, சுத்தம் என்னும் பிராமணிய அல்லது வைதீகக் கோட்பாட்டினைத் தகர்த்து எறிய முற்பட்டனர். குழந்தை என்பது சுத்தி, அசுத்த அளவுகோல்களுக்கு அப்பாற் பட்டது. அது ஒரு அழகு வெளிப்பாடு மட்டுமே.

எனவே, கண்ணன் என்னும் குழந்தையின் அழுக்கினையும் கொண்டாடும் பாடல்கள் நாலாயிர திவ்வியப் பிரபந்தத்தில் நிறையவே உள்ளன. இது பிராமணியத்தின் கருத்தியலுக்கு எதிரான இலக்கிய வெளிப்பாடாகவும் வாழ்வியல் வெளிப்பாடா கவும் அமைகின்றது. இந்த அணுகுமுறையே பின்னாளில் இராமா னுசர் என்னும் சமயப் புரட்சியாளர் தமிழ்நாட்டில் தோன்றுவதற்கு வழிவகுத்தது.

இறைவனின் (திருமாலின்) பண்புகளாக ஆழ்வார்கள் கற்பித் தவற்றை சௌசீல்யம், சௌலப்யம், காருண்யம் என்ற மூன்று நிலைகளில் சுருக்கமாக வகைப்படுத்தலாம். சௌசீல்யம் என்பது எல்லா வகையான நற்குணங்களின் சேர்க்கையாகும். இந்த நற்குணங் களில் தலையாயது, தனது அடியார்களைக் குறித்துத் தனது பிராட்டி குறை கூறினாலும் அதனை மறுப்பது ஆகும்.

தன்னடியார் திறத்தகத்துத் தாமரையாளாகிலும்
சிதகுரைக்குமேல்
என்னடியார் அது செய்யார் செய்யின் அது
நன்றென்று உரைப்பர் போலும்

என்பது ஆழ்வாரின் பாசுரமாகும். சௌலப்யம் என்பது இறைவனின் எளிவந்த தன்மை ஆகும். எல்லாம்வல்ல இறைவன் தன்னை ஒரு இடைப்பெண் வெண்ணெய் திருடியதாகச் சொல்லி உரலோடு சேர்த்துத் தாம்புக் கயிற்றால் கட்டியபோது அதனை ஏற்றவாறு இருந்தான்.

கண்ணிநுண் சிறுத்தாம்பினால் கட்டுண்ணப்
பண்ணி பெருமாயன்

என்பது மதுரகவியாழ்வார் பாசுரமாகும். 'சாமான்யன் என்று இடும் ஈடெல்லாம் இடுங்கோள் என்றிருந்தான்' என்பது இவ்வடிகளுக்கு உரையாசிரியர் தரும் மெல்லுரை (வியாக்யானம்) ஆகும். அவனுடைய கருணைத்திறம் (காருண்யம்) குறித்த செய்திகள் பாகவதக் கதைகளை அடியொற்றி ஆழ்வார் பாடல்களில் நிறையவே காணக் கிடைக்கின்றன.

இவ்வகையான அணுகுமுறைக்குக் கிருஷ்ணாவதாரம் மட்டுமே இடம் தருகின்றது. ஆழ்வார் பாடல்களில் 30 விழுக்காட்டிற்கு மேலாகக் கிருஷ்ணாவதாரத்தையே கொண்டாடுகின்றன. அரசதிகாரத்தோடு தொடர்புடைய இராமாவதாரத்தை அவர்கள் விதிவிலக்காக மட்டுமே கொண்டாடினர். அது மட்டுமன்று, கிருஷ்ணாவதாரத்தின் முழுமையாகக் காட்டப் பெறும் 'கீதாச்சார்யனை' ஆழ்வார்கள் கொண்டாடவேயில்லை. ஆழ்வார்களின் பாடல்களில் ஒரே ஒரு இடத்தில் மட்டுமே கீதை பற்றிய குறிப்பு ஒன்று வருகின்றது.

எனவே, நாலாயிர திவ்வியப் பிரபந்தம் கீதாச்சாரியனைக் கொண்டாடவில்லை; பாகவதக் கிருஷ்ணனையே கொண்டாடுகின்றது என்பதே நாம் உணர்ந்துகொள்ளவேண்டிய செய்தியாகும்.

தமிழ்நாட்டுக் கோசாம்பி

சற்றே குள்ளமான உருவம், சிவந்த நிறம், வாசிப்பின் வீச்சினைக் காட்டும் அகலமான பரந்த நெற்றி, தடித்த மூக்குக் கண்ணாடி, முழங்கைச் சட்டை, வேட்டியின் ஒரு நுனியை ஒரு கையில் பிடித்தவாறு பாளையங்கோட்டை தெற்குக் கடைத்தெருவில் நடந்து செல்லும் அவரை 'வானமாமலை வாத்தியார்' என்றுதான் ஊர் மக்களுக்குத் தெரியுமே தவிர, "தமிழ்நாட்டுக் கோசாம்பி" என்று தெரியாது. அவர் மறைந்தபிறகு யாழ்ப்பாணம் பல்கலைக்கழகம் அவருக்கு டாக்டர் பட்டம் வழங்கியதும் தெரியாது.

அவர் எந்தக் கல்லூரியிலும் பணியாற்றியதில்லை. ஆனாலும் இன்றைய தமிழ் ஆய்வுலகத்திற்கு அவர் பேராசிரியர் நா.வானமா மலைதான். நெல்லை மாவட்டம் நாங்குநேரியில் ஒரு பழுத்த வைணவக் குடும்பத்தில் பிறந்தவர். நாற்பதுகளில் கம்யூனிஸ்ட் கட்சிக்குள் ஈர்க்கப்பட்ட தோழர்கள் ஆர். நல்லகண்ணு, ஏ. நல்லசிவம், பாலவிநாயகம், பின்னாளில் புகழ்பெற்ற வழக்கறிஞரான நாங்குநேரி என்.டி.வானமாமலை, பாளை என்.சண்முகம், ஆர்.எஸ். ஜேக்கப் ஆகியோராடும் கட்சிப் பணியாற்ற முன்வந்த தோழர் அவர். சிறிது காலம் பள்ளி ஆசிரியராகப் பணியாற்றிவிட்டு, பின்னர் கட்சியின் நெருக்கடியான காலத்தில் பள்ளிப்பணியை உதறிவிட்டு வந்தவர். தான் பிறந்த நாங்குநேரி வட்டத்தில் ஜீயர் மடத்திற்கு எதிராகத் தோழர் நல்லகண்ணு விவசாயிகளைத் திரட்டிப் போராடியபோது, அவருக்குப் பின்னிருந்து உதவியவர். பொதுவுடைமைக் கட்சிக்கான சிறு வெளியீடுகளைத் தமிழாக்கித் தந்தவர். ஒருமுறை பாளை நகராட்சி உறுப்பினராகப் பணியாற்றிய அனுபவமும் அவருக்கு உண்டு, சிறைவாழ்க்கையும் அவருக்கு வாய்த்திருந்தது.

ஐம்பதுகளின் கடைசிப் பகுதிகளின்போது கல்வியுலகமும் தமிழ் ஆராய்ச்சி உலகமுமே அவருக்கு ஆர்வமாக இருந்தன. பெரியாரி டமிருந்து பிரிந்து வந்து பொதுவுடைமைக்காரரான சாத்தான்குளம் அ.ராகவன் நட்பும் அதற்கு ஒரு காரணமாகும். ஒருகாலத்தில்

தமிழ், மரபுவழிப்புலமை, சித்தர் பாடல்களை ஏற்றுக்கொள்ளாதது போலவே, எழுத்தறியா மக்களின் பாடல்களையும் கதைப் பாடல்களையும் பழமொழிகளையும் ஏற்றுக்கொள்ள மறுத்தது. 1957இல் பேராசிரியர் நா.வா. 'தமிழ்நாட்டுப் பாமரர் பாடல்கள்' என்ற பெயரில் ஒரு சிறிய தொகுப்பினை ஆய்விற்கான குறிப்புகளுடன் வெளியிட்டார். அதுவரை அவற்றையெல்லாம் தமிழ் ஆய்வுலகம் அருங்காட்சியகப் பொருளாகவே ஒதுக்கி வைத்திருந்தது. பேரா. நா.வா., அவை உயிருள்ள புழங்கு பொருள்கள் என்பதனை மெய்ப்பித்தார். இன்றைக்கு வேரும் விழுதுமாகக் கிளைவிட்டு நிற்கின்ற நாட்டார் வழக்காற்றியல் ஆய்வுப் புலங்களுக்கு அவரே வித்தூன்றியவர்.

அறுபதுகளின் இறுதிப் பகுதியில் மதுரைப் பல்கலைக்கழகம் கட்டபொம்மன் கதை, கான்சாகிபு சண்டை, காத்தவராயன் கதை ஆகிய கதைப்பாடல்களை அச்சிட்டு வெளியிட்ட போது, தமிழ்ப்பண்டிதம் நெற்றி சுருக்கியது; ஆனால் ஆய்வுலகம் வரவேற்றது. அக்கதைப் பாடல்களின் பதிப்பாசிரியர் பேரா. நா.வா. அப்பணியை அவரிடம் ஒப்படைத்தவர் பேரா. தெ.பொ.மீ.

ஐம்பதுகளிலும் அறுபதுகளிலும் பொதுவுடைமைச் சித்தாந்தத்தை முறையாகப் பயின்ற தமிழ்நாட்டு இளைஞர்களில் பெரும்பாலானோர், பேரா.நா.வா. எடுத்த வகுப்புகளுக்குக் கடன் பட்டவராவார். 1971இல் தமிழ்வழிக் கல்விக்கு எதிரான குரல்கள் எழுந்தபோது அதனை எதிர்த்துப் பொதுக்கூட்டங்கள் நடத்தினார். 'தமிழால் முடியும்' என்ற நூலையும் எழுதினார்.

பேராசிரியர் நா.வா., கல்வியாளர் மட்டுமல்லர். எதிர்கால உணர்வுடன்கூடிய மிகச் சிறந்த ஆய்வாளரும் ஆவார். மணிமேகலை கூறும் பரபக்க லோகாயதம் குறித்தும் அவரால் எழுதமுடியும்; பரிபாடலின் முருக ஸ்கந்த இணைப்புப் பற்றியும் அவரால் பேசமுடியும். அறுபதுகளின் கடைசிப் பகுதியில் அவர் 'நெல்லை ஆய்வுக்குழு' என்னும் அமைப்பினை நிறுவி, 'ஆராய்ச்சி' என்ற இதழினையும் தொடங்கினார்.

அவர் வாழ்ந்த காலம் வரை 24 முறை ஆராய்ச்சி காலாண்டு இதழாக வெளியாயிற்று. சோவியத் நாட்டு வித்தாலிக்கோ பூர்ணிக்கோவுடன் தமிழ்நாட்டின் அ. ராகவன், மு.கு. ஜெகநாதராஜா, ஈழத்துப் பேராசிரியர் கா.சிவத்தம்பி, ஆ. சிவசுப்பிரமணியன்,

க.சுப்பிரமணியன், மே.து.ராசுகுமார் எனத் தமிழ் ஆய்வுலகத்தின் எல்லைகளை விரித்துக்காட்டிய பெருமை ஆராய்ச்சி இதழுக்கு மட்டுமே உண்டு. எளிய தமிழில் அறிவியல் கட்டுரைகள் பல எழுதிய பேராசிரியர் ரொமிலா தாபரின் நூலொன்றினை, 'வரலாறும் வக்கிரங்களும்' என்ற பெயரில் தமிழில் மொழிபெயர்த்தார். 'தமிழ் உரைநடை வளர்ச்சி' என்ற அவரது நூலும் காலத்தின் தேவையாகும்.

'தமிழர் பண்பாடும் தத்துவமும்' 'விடுகதைகளும் பழமொழிகளும்' ஆகிய அவரது நூல்கள் தமிழ் ஆய்வுலகத்திற்குப் புதிய பரிமாணங்களைத் தந்தன. கர்நாடகத்தின் தார்வார் பல்கலைக்கழகம் அவரை கௌரவப் பேராசிரியராக நியமித்தது. தமிழில் எழுந்த நாட்டார் படைப்புகளை ஆய்வு செய்ய வைத்தது. ஆராய்ச்சி இதழில் ஒவ்வொரு கட்டுரைக்கும் அவர் எழுதிய முதற்குறிப்பு ஆய்வாளர்களுக்குப் புதிய வெளிச்சம் காட்டின.

'குகனொடும் ஐவரானோம்' என்பதுபோல, அவரது ஆய்வு நட்புலகம், ரொமிலா தாபர் முதல் மயிலை சீனி வேங்கடசாமிவரை அகன்றது. எழுத்தாளர் கி.ரா முதல் சிட்டி வரை அதில் அடக்கம். 'தம்மின் தம்மக்கள்' என்ற திருக்குறள் அறிவுலக நாகரிகத்தின் அடையாளம் ஆகும். அந்த நயத்தக்க நாகரிகம் அவருக்கு வாய்த்திருந்தது என்பதற்கு அவர் உருவாக்கிய நெல்லை ஆய்வு வட்டத்திலிருந்து வெளிவந்த பேராசிரியர்களே சான்றாவர்.

தே. லூர்து, எஸ். தோதாத்ரி, ஆ.சிவசுப்பிரமணியன், ந.முத்துமோகன், பொன்னீலன், சி.சொக்கலிங்கம், செந்தீ நடராசன், மே.து.ராசுகுமார், நா.இராமச்சந்திரன், வெ.கிருஷ்ணமூர்த்தி ஆகிய ஆய்வாளர்களின் ஆக்கத்தில் அவருக்குப் பங்குண்டு.

1980இல் போபாலில் மகள் வீட்டிற்குச் சென்றிருந்த பேராசிரியர் அங்கே காலமானார். பேராசிரியரின் ஆய்வுத் தொண்டினைத் தமிழர்கள் மறந்துவிட்டதில் வியப்பேதும் இல்லை. ஒருவேளை மீண்டும் மறப்பதற்காக நூற்றாண்டு விழா நேரத்தில் நினைப்பார்களோஎன்னவோ!

சைமன் காசிச் செட்டி

இருபதாம் நூற்றாண்டில் உருவான தமிழ் அறிவுலக ஆக்கத்தில், தமிழகத்து அறிஞர்களைப் போல ஈழத்தவர்களுக்கும் ஒரு பங்குண்டு. இந்த அறிவுலகத்தின் வேர்கள் 19ஆம் நூற்றாண்டிற்குள்ளும் ஊடுருவிக் கிடக்கின்றன. சி.வை. தாமோதரனார், கனகசபைப் பிள்ளை, ஆறுமுக நாவலர் ஆகியோரைத் தமிழ் வரலாறு தெரிந்தவர்கள் அடிக்கடி நினைவு கூர்வார்கள். தமிழக, ஈழ அறிவுலக ஊடாட்டம் இருபதாம் நூற்றாண்டின் முதல் கால்பகுதி வரை வலிமையாகத் தொடர்ந்தது. மதுரை தமிழ்ச் சங்கத்தை நிறுவிய பொன். பாண்டித்துரைத் தேவரும் அவர் தொடங்கிய செந்தமிழ் இதழும் நெடுங்காலம் அதன் ஆசிரியராகப் பணியாற்றிய மு.இராகவையங்காரும் இதற்குக் காரணமாவார்கள்.

தமிழகம் ஈழம் என்ற நிலவேறுபாடு கருதாமல் யாழ்ப்பாணத்துக் கனகசபைப் பிள்ளை, சுன்னாகம் குமாரசாமிப் பிள்ளை, யாழ்ப்பாணம் முத்துத் தம்பியாப் பிள்ளை, சி. கணேசையர், சதாசிவ ஐயர் என ஈழத்துத் தமிழ் அறிஞர்கள் அனைவரும் செந்தமிழ் இதழைத் தமிழ் ஆராய்ச்சிக்குப் பயன்படுத்தியுள்ளனர். (இக்காலப் பகுதிக்குப் பின்னர் மீண்டும் 1960களின் பிற்பகுதியில் தான் ஈழத்துத் தமிழாய்வு முயற்சிகள் தமிழ்நாட்டுக்குக் கிட்டின என்பதையும் நினைவில் கொள்ள வேண்டும்).

மனோன்மணியம் சுந்தரனார் பல்கலைக்கழகத் தமிழியல் துறை, 2001இல் 'இரேனியஸ்: தமிழியல் முன்னோடி' என்ற நூலை வெளியிட்டது. நெல்லை மாவட்டம் பாளையங்கோட்டையில் 19 ஆண்டுக்காலம் வாழ்ந்த இரேனியஸ் (C.T.E. Rhenius) 1832இல் 'பூமிசாஸ்திரம்' என்ற முதல் அறிவியல் தமிழ்நூலை எழுதி வெளியிட்டார். ஆஸ்திரேலியக் கண்டம் கண்டுபிடிக்கப்படாத காலம் அது. மின்சாரமும் நெடுஞ்சாலையும் போக்குவாத்துச் சாதனமும் அக்காலத்தில் தமிழகத்தில் அறிமுகமாகவில்லை. போக்குவரத்திற்குக் குதிரைகளும் குதிரை வண்டிகளும், அஞ்சல் போக்குவரத்திற்குப் பங்கா வண்டிகளும் காடா விளக்குகளும் கைவிளக்குகளும்தாம் அக்காலத்தில் அறிமுகமாகியிருந்தன. அறிவியல் கண்டுபிடிப்புகளாகத் தாளும் மையும் அச்சு எந்திரங்

களும் மட்டுமே அக்காலத்தில் இருந்தன. இந்தப் பின்னணியில் நினைத்துப் பார்க்கும்போது, அக்காலத்து அறிவு முயற்சியாளர்களுடைய உழைப்பு வியப்போடு கூடிய மரியாதைக்குரியதாகும்.

இரேனியஸ் அடிகளின் சமகாலத்தில் வாழ்ந்து, எழுதி, தமிழர்களால் பெரும்பாலும் மறக்கப்பட்ட இன்னுமொரு முன்னோடியின் பெயர், சைமன் காசிச் செட்டி. தமிழியல் ஆய்வுகளில் ஒரு முன்னோடிக்கான பங்கினை இவரும் ஆற்றியிருப்பதை நினைத்து வியப்படையாமல் இருக்க முடியாது. செட்டியாரின் 'The Castes Customs Manners and Literature of the Tamils' என்னும் நூல், அவர் மறைந்து (1861) நெடுங்காலத்திற்குப்பிறகு 1934இல் அவரது பேர்த்தியின் முயற்சியால் வெளியிடப்பட்டுள்ளது. மீண்டும் 1988இல் ஆசிய கல்விச் சேவை (AES) பதிப்பகம் இந்நூலை வெளியிட்டுள்ளது. செட்டியார் தம் சமகாலத்தில் வெளிவந்த Man in India என்ற ஆங்கில இதழில் தம் கட்டுரைகளை எழுதியுள்ளார் என்பதும் தெரியவருகிறது.

தமிழியல் ஆய்வுகளில் இரேனியஸ் அடிகளைத் தொடக்கப் புள்ளி எனக் கொண்டால், செட்டியாரை அவரைத் தொட்டடுத்த துணைப்புள்ளியாகக் கொள்ள முடியும். ஏனென்றால், பின்வந்த ஒரு நூற்றாண்டுக்கால வளர்ச்சிக்கான குறுவித்துக்களைச் செட்டியார் தன் எழுத்துக்களில் தூவியுள்ளார். ஹென்றி பவரின் 'வேத அகராதி' (தமிழ்), பேராயர் கால்டுவெல்லின் 'திருநெல்வேலி வரலாறு' (ஆங்கிலம்), 'திருநெல்வேலி சாணார்கள்' (ஆங்கிலம்), கனகசபைப் பிள்ளையின் '1800 ஆண்டுகளுக்கு முற்பட்ட தமிழர்' ஆகியன எல்லாம் செட்டியாரின் எழுத்துக்களுக்குக் கடன்பட்டிருக்கின்றன.

தொல்காப்பியரும் சங்க இலக்கியமும் அறியப்படாத காலத்தில், தமிழர் சாதி அமைப்பு குறித்தும் தமிழ்ப் பெண்களின் அணிகலன்கள் குறித்தும் அவர் திரட்டியுள்ள தரவுகள் மிக நுட்பமானவை. நிகண்டு நூல்கள் மட்டுமே அக்காலத்தில் அவருக்குக் கிடைத்த சமூக வரலாற்று ஆவணங்களாகும். இவற்றில் காணப்படாத, கள ஆய்வில் மட்டுமே கிடைத்திருக்கக்கூடியவை அவரது நூலில் நிறையவே காணக்கிடைக்கின்றன.

தமிழ்ச் சாதிகள் குறித்து செட்டியாருக்குப் பின்வந்த எழுத்துக்களில் செர்ரிங் அடிகளார், எட்கர் தர்ஸ்டன் ஆகியோருடைய பதிவுகள் கணிசமானவை. இவர்களுக்குக் கிடைத்த தரவுகள்

நிறுவனப் பின்புலத்தின் வழியாகப் பெற்றவை. செட்டியார் கள ஆய்வின் வழியேதான் இத்தரவுகளைத் திரட்டியிருக்க இயலும். கடந்த இரண்டு நூற்றாண்டுக் காலத்தில் வெகுசன ஓட்டத்தில் கரைந்துபோன சாதிகளைப் பற்றிய குறிப்புகள் இவரது நூலில் காணக்கிடைக்கின்றன. எடுத்துக்காட்டாக, கல்கட்டு இடையர் (Kalkat Ideiyar) பற்றி இப்போது அறிய இயலவில்லை; அஞ்சாலி இடையர் (Anjali Ideiyar), தாலியால் பெற்ற பெயர்; குறுக்கை வெள்ளாளர் என்பது நடுநாட்டில் திருநாவுக்கரசர் பிறந்த சாதிப் பெயர். நீலவண்ணார் - ஆடைகளுக்கு நீலச்சாயம் இடுபவர்; சாய வண்ணார் - துணிகளுக்குச் சிவப்புச் சாயம் இடுபவர்; இவர்களோடு பிற்கால ஆய்வாளர்கள் குறிப்பிடும் 'பொதர வண்ணார்' சாதியையும் எடுத்துக் காட்டுகிறார். பொதர வண்ணார் (என்ற புறத்து வண்ணார்) நெல்லை மாவட்டத்தில் மட்டும் இன்னும் வாழக்கூடியவர்கள். 'தாழ்நிலைச்' சாதிகளுக்குத் துணி நெய்து தருபவராக 'கோடியர்' என்னும் பிரிவினரைக் குறிப்பிடுகிறார்.

தமிழ்நாட்டுச் சாதிகளைப்பற்றிய தரவுகளே இவரது நூலில் பெரும்பாலும் காணப்படுகின்றன. 1834இல் அவற்றை இவர் எங்கிருந்து பெற்றார் என்பது தெரியவில்லை. செட்டியாரின் நூலில் மிக நுட்பமான பதிவொன்றினை நான் கள ஆய்வில் கண்டு வியந்திருக்கிறேன். கோவில்களில் சிற்பங்களுக்கு வண்ணம் தீட்டும் தொழிலையுடைய ஒரு சாதியார் தமிழ்நாட்டில் இருந்துள்ளனர். பெரும்பாலும் கரைந்துபோன இச்சாதியாரை 'மொச்சியர் - வண்ணம் தீட்டுபவர்' என்கிறார் இவர். நெல்லை மாவட்டத்தின் ஒன்றிரண்டு ஊர்களில் ஒன்றிரண்டு குடும்பங்களாக வாழும், எண்ணிக்கை சிறுத்த இச்சாதியாரின் பெயர் 'நொச்சியர்' என்பதாகும். வண்ணம் தீட்டும் தொழிலாளியாக இருந்த இவர்கள் தற்போது வெள்ளையடிக்கும் தொழிலை மேற்கொண்டு வாழ்கின்றனர். இவர்களில் சிலர் கருவி இசைப்பயிற்சி (கிளாரினெட், நாதசுரம்) உடையவர்களாகவும் வாழ்கின்றனர்.

கடற்சிப்பி சுட்டுச் சுண்ணாம்பு ஆக்கும் தொழிலையுடையவர் இப்போது 'சுண்ணாம்புப் பறையர்' எனப்படுகின்றனர். இவர்களே இலக்கியங்கள் குறிப்பிடும் 'கடையர்' என அடையாளப்படுத்தப் படுகின்றனர். செட்டியாரின் சாதித்திரள் பதிவுகளில் இரண்டு மிகவும் குறிப்பிட்டுச் சொல்லத் தகுந்தவை.

சங்க இலக்கியத்தில் பேசப்படும் பாணர் சாதியார் நெல்லை மாவட்டத்தில் கணிசமாக வாழ்கின்றனர். பறை செய்யும் இசைக்காரரான இச்சாதியினர், மோட்டார் தொழிலின் வருகை யினையொட்டிப் பேருந்துகளில் தோலால் ஆன இருக்கைகள் தைக்கும் தொழிலுக்கு ஈர்த்து வரப்பட்டனர். பின்னர் தையல் தொழிலுக்கு மாறினர். துன்னூசி, கொழுத்துன்னூசி என்ற தொடர்கள் இலக்கியங்களில் தோற்கருவிகள் தைப்பவரின் கருவி யினைக் குறிப்பிடுகின்றன. 'துன்னர்' என்னும் சாதியினரைத் 'தோல் தைப்பவர்' எனக் குறிக்கின்றார் செட்டியார். தமிழ்நாட்டில் அல்லது ஈழத்தின் பகுதிகளில் இவர்கள் இப்பெயரோடு வாழ்ந்திருக்க வேண்டும். இவர்கள் தொல்தமிழ் மரபினரான பாணர்களின் கால்வழியினராக இருக்க வேண்டும்.

செட்டியார் 'உவலையார்' என்றொரு சாதியாரைக் குறிப்பிட்டு, அவர்கள் நிலத்தடிநீரைக் கண்டுபிடிப்பவர்கள் (நீரோட்டம் பார்ப்பவர்கள்) என்று விளக்குகிறார். வறண்ட காடுகளில் அமைந்த கிணறுகளை 'உவலைக்கூவல்' என்று சங்க இலக்கியம் குறிப்பிடுகிறது. 'கோவலர், ஊறாது இட்ட உவலைக்கூவல்' என்ற அகநானூறு (21) நீரற்றுப் போனதால் இடையர் பயன்படுத்தாமல்விட்ட ஒரு கிணற்றினைப் பேசுகின்றது. 'தலைவன் நாட்டில் மான் குடித்தபின் எஞ்சிய கலங்கிய உவலைக் கூவல் நீர் இனிமையானது' என்று ஐங்குறுநூற்றில் (203) ஒரு தலைவி பேசுகின்றாள். கூவல் என்பது சிறிய தோண்டுகிணறு (அடிகிணறு அன்று) ஆகும். தமிழ்நாட்டில் மரபுவழியாகக் கிணறு தோண்டும் பணியினைச் செய்தவர் யார் என்பது இதுவரை விடையில்லாத கேள்வியாகும். ஏனென்றால், இருபதாம் நூற்றாண்டு வரை கிணறு தோண்டும் வேலை செய்வோர் ஒட்டர்களாகவும் (ஒரிய நாட்டிலிருந்து வந்தோர்), போயர்களாகவுமே (கன்னடம் பேசும் சாதியார்) இருந்தனர். செட்டியாரின் இந்தப் பதிவு தமிழ்ப்பண்பாட்டு வேர்களில் ஒன்றை இனங்காட்டியிருக்கிறது.

இவையன்றி ஈழத்துக்கேயுரிய கோவியர், நளவர், திமிலர், கரையார் ஆகிய மக்களையும் அவர் குறிப்பிடுகிறார். தமிழ்நாட்டு மகளிரின் அணிகலன்களை இவரே (இளங்கோவடிகளுக்குப் பின்னர்) முதலில் பட்டியலிடுகின்றார். பின்னர் 1950களின் நடுப்பகுதியில் 'தமிழ்நாட்டு அணிகலன்கள்' என்னும் 'நுண்கலைச்

செல்வர்' அ.இராகவனின் புகழ்பெற்ற நூல் வெளிவந்தது குறிப்பிடத் தகுந்ததாகும்.

தமிழ் ஆய்வுகளில் 'இனவரைவியல்', 'பண்பாட்டு மானிடவியல்' முயற்சிகள் இப்போதுதான் அரும்பி வளர்கின்றன. இத்துறையின் வளர்ச்சிக்கு 150 ஆண்டுகளுக்கு முன் வித்திட்ட முன்னோடி என்ற பெயரைச் சைமன் காசிச் செட்டி பெற்றுக்கொள்கின்றார்.

இந்தக் காலப்பழமை காரணமாகவே தேசவழமைச் சட்டம், தேநீர்க்கடை போன்ற ஈழத்துச் சமகால உறுத்தல்களோ, தலித் இலக்கியக் கலகக்குரல்களோ அவரது நூலில் இடம்பெறாமல் போய்விட்டன என்பதையும் மனங்கொள்ள வேண்டும்.

தமிழகத்தில் நாடோடிகள்

தமிழகத்தின் மக்கள் திரள்களைப்பற்றிய பாடல்களும் பழமொழிகளும் கதைகளும் நம்மிடம் நிறையவே உள்ளன. சாதிகளின் பேரிட்ட புராணங்களும் நம்மிடம் நிறையவே உண்டு. இவை சில இடங்களில் தலபுராணங்களாகவும் வெளிப் பட்டிருக் கின்றன. ஆனால், மக்கள் திரள்கள் குறித்த ஆய்வு முயற்சிகள் காலனிய ஆட்சிக் காலத்தில்தான் நம்மிடையே அரும்பத் தொடங்கின. இவ்வகையான முயற்சிகள் நிகழ்கால ஆய்வாளர்களால் முழுமையான ஆய்வுணர்வுடன் கூடியவை என்று ஏற்றுக்கொள்ளப்படுவதில்லை. அதற்கான காரணங்களும் உண்டு. ஐரோப்பிய அறிஞர்களால் ஆங்கிலத்தில் எழுதப்பட்ட இவ்வகை எழுத்துக்களில் 'வெள்ளைத்திமிர்' ஊடும் பாவுமாகப் பரவிக் கிடக்கின்றது என்பது இக்கால ஆய்வாளர்களின் மதிப்பீடாகும். இந்தக் கடுமையான விமரிசனத்தை நாம் எளிதாகப் புறந்தள்ளிவிடவும் முடியாது.

மிக அண்மைக் காலமாகவே, 'நம்முடைய வரலாற்றை நாம் எழுத வேண்டும்' என்ற உணர்வு நிலை தமிழ்க் கல்விச் சூழலில் முகிழ்த்து வருகின்றது. இந்த நூல் அந்த எண்ணத்திற்கும் அதற்கு அடுத்தக்கட்ட வளர்ச்சிக்கும் நம்மை இட்டுச் செல்கின்றது.

(அந்தவகையிலும் நாம் இன்னும் நெடுந்தூரம் செல்ல வேண்டியுள்ளது). இந்தச் சூழலில் நிலைகுடியாக இல்லாமல் அலைந்து திரியும் மக்கள் பற்றிய ஆவணமாக இந்த நூல் வெளிவந்திருப்பது மகிழ்ச்சிக்குரிய ஒன்று. 18 சாதிகளைப் பற்றிய கட்டுரைகளும் மூன்று சிறப்புக் கட்டுரைகளுமாக கட்டுரைகள் இந்நூலில் அமைந்துள்ளன.

முதற் கட்டுரையான பக்தவத்சல பாரதியின் 32 பக்க ஆய்வுக் கட்டுரை பாராட்டுக்குரியது. நிலைகுடி இல்லாத ஒரு வாழ்க்கை நிகழ்காலச் சமூகத்திலும் தொடர்வது குறித்த தன்னுணர்ச்சியுடன் அவர் மக்களை அணுகியிருக்கிறார். ஆனாலும், தொடர்ந்து வரும் சில கட்டுரைகளில் இந்த வகையான பார்வை நமக்குக் காணக் கிடைக்கவில்லை. 'நாடோடி' என்ற சொல் பழகிப்பழகிப் பொருள் தேய்ந்துவிட்ட சொல் அல்ல. மாறாக ஆக்கத்திலேயே குறையுடைய

சொல் ஆகும். நாடோடிகள் 'ஓடிச் செல்பவர்கள்' அல்லர். மக்கள் இடம்பெயர்தல் என்பது அன்றும் இன்றும் ஆட்சியதிகாரத்தால் ஒரு அழிசெயலாகவே பார்க்கப்படுகின்றது. எனவேதான், 'பதி எழு அறியாப் பழங்குடி' என்பதனைச் சிலப்பதிகாரம் பெருமையாகப் பேசுகின்றது. தோற்றுப்போன அரசர்களை, வென்ற அரசர்கள் காட்டிற்குள் வெருட்டி ஓட்டுவதை

'செம்பியனை சினமிரியப் பொருது சுரம் புக ஓட்டி'
என்று செப்பேடுகளும்
'பாண்டியனைச் சுரம் இறக்கின பெருமாள்'
என்று கல்வெட்டுக்களும் பெருமையாகக் கூறுகின்றன.
'குறுகி வந்தடையா மன்னரை வெங்கூடு கலக்கி
சிறுகால் நெறியே போக்குவிக்கும் செல்வன்

என்று பாண்டியன் நெடுமாறனைப் பெரியாழ்வார் போற்று கின்றார். இவ்வாறு தங்கள் வாழ்விடத்தைக் கைவிட்டு அச்சத்தால் ஓடியவர்களுக்கே 'நாடோடி' என்ற சொல் பொருந்தும். மேலும், நாடு என்பதற்குப் பொதுவான வரையறை ஏதும் தமிழ் வாழ்க்கை யிலும் வழக்கிலும் இல்லை. இரண்டு மூன்று கிராமங்கள் அல்லது பத்து இருபது கிராமங்கள் உள்ளடங்கிய பகுதிகள்கூடத் தமிழ்நாட்டில் நாடு என்ற பெயரோடு வழங்குகின்றன. பறம்பு நாடு 300 ஊர்களை உடையது என்பது கபிலரின் புறநானூற்றுப் பாடலாகும்.

எனவே, 'அலைகுடிகள்' என்ற சொல்லே நாடோடிகள் என்ற சொல்லைவிடப் பொருள் காட்டும் சொல்லாகும். அலைகுடிகள் குடும்பத்தோடு தொடர்ந்த இடப்பெயர்வு உடையவர்கள். அவர்களும்கூட ஏறத்தாழ 100 சதுர கி.மீ. பரப்பளவிற்கு உள்ளாகவே இயங்கிவருகின்றார்கள். குடும்பத்தை, அதாவது பெண் மக்களையும் குழந்தைகளையும் ஓரிடத்தில் நிலையாக இருக்கவைத்துவிட்டு ஆண்கள் மட்டுமே சுற்றித் திரியும் 'பூம்பூம் மாட்டுக்காரரை' நாடோடிகள் என்பது பொருத்தமானதன்று. அவர்களைப்போலவே 'இடையர்'களும் ஆவர். கிழக்கு முகவை மாவட்டத்தின் பரமக்குடி, முதுகுளத்தூர், கடலாடி, இளையான்குடி வட்டங்களைச் சேர்ந்த (நான் அப்பகுதியில் 16 ஆண்டுகள் இருந்திருக்கிறேன்) இவர்கள், சொந்த ஊரில் வீடும் நிலபுலங்களும் - ஏன் வங்கிக் கணக்கும் வழக்குமன்றத்

தொடர்புகளும்கூட - உடையவர்களாக இருக்கின்றனர். தங்கள் சாதியால் நடத்தப்பெறும் ஆண்கள் கல்லூரியிலும் பெண்கள் கல்லூரியிலும் ஆட்சிக்குழு உறுப்பினர்களாகவும் கல்லூரி ஆசிரியர்களாகவும் உள்ளனர். இவர்களின் பிள்ளைகள் சிலர் மலேசியாவிலும் அரபு நாடுகளிலும் வேலை செய்து பெரும் பணக்காரர்களாகவே உள்ளனர். இவர்களில் ஒருவர் பொறியியற் கல்லூரி நடத்துகின்றார். மற்றொருவர் சட்டமன்ற உறுப்பினராக இருக்கின்றார். இவர்களை 'நாடோடிகள்' என்ற கணக்கில் சேர்க்க இயலாது. இடையர்களில் அறியப்பட்ட 27 பிரிவுகளில் மலைப்பகுதிகளில் வாழும் குடும்ப இடையர் (குரும்பாடு மேய்ப்பவர்) மட்டுமே 'பழங்குடி' என்ற கணக்கில் அடங்குவர்.

பக்தவத்சல பாரதி இந்த நூலின் முதற் கட்டுரையில் மட்டுமே 'நாடோடியம்' என்பதைச் சமகால உணர்வுடன் பார்க்கின்றார். எஞ்சிய கட்டுரைகளில் பெரும்பாலானவை இம்மக்கள் திரள் களைக் கடந்த காலத்தின், 'தொல்லெச்சங்களாகவே' பார்க்கின்றன. இது ஒரு நெருடலான செய்தி. 150 ஆண்டுகளாகக் காலனிய ஆட்சியிலும் அதன்பின் வந்த 50 ஆண்டுக் காலத்திலும் இவ்வகையான மக்கள் திரள்களில் பல பெருஞ்சமூக நீரோட்டத் தால் உள்வாங்கப்பட்டன; அல்லது கரைக்கப்பட்டன. இவர்கள் மட்டும் விளிம்புநிலையிலும் விளிம்புநிலைக்குத் தள்ளப்பட்டு, வேர்கொள்ள முடியாத 'அலைநீர்த் தாவரங்களாக' வாழ்ந்து(?) கொண்டிருக்கின்றனர்.

வலையர்களில் ஒரு பிரிவினர், ஆற்றங்கரைப் பரிசலோட்டிகள், நெல் குற்றும் சாதியார், களம் பாடும் பாணர்கள் ஆகியோர் பெருஞ் சமூக ஓட்டத்தில் கரைக்கப்பட்டுவிட்டனர். எடுத்துக்காட்டாகத் தோலால் ஆன இசைக்கருவிகளை ஆக்கி, வயற்கள வாழ்த்துப் பாடிய பாணர்களைக் குறிப்பிடலாம். இசைக் கருவிகளுக்காகத் தோல் தையல் செய்த இவர்கள், தானியங்கிப் பட்டறைத் தொழில் தோன்றியபோது 'கார்'களுக்கான தோல் இருக்கைகள் தைக்க நகர்ப்புறமாயினர். சிலர் தையல் எந்திரத்தின் வருகையோடு துணித் தையல் வேலையினையும் மேற்கொண்டனர். நெல்லை மாவட்டத்தில் ஒருகாலத்தில் தையற்கலைஞர்களில் இவர்களே பெரிய எண்ணிக்கையில் இருந்தனர். இவர்களில் வறுமையாளர் சிலர் தையல் எந்திரத்தைத் தெருத்தெருவாகத் தள்ளிச் சென்று

கிழிந்த துணிகளைத் தைத்துக் கொடுத்தனர். இன்று தையற் கலைஞர்களுக்கான சாதி அடையாளம் ஏதும் கிடையாது. அதாவது, தையற் கலைஞர்கள் என்ற சாதிப்பிரிவினை இவர்களால் சாதி எல்லை கடந்து உருவாக்கப்பட்ட டது.

இந்த நூலில் உள்ள கட்டுரைகள் பெரும்பாலும் வட தமிழகத்தில் உள்ள 'அலைக்குடி'களைப்பற்றியே அமைந்திருக் கின்றன. தமிழகத்தின் தென்பகுதியில் இவ்வகையான குடிகள் மிக அருகியே காணப்படுகின்றனர் என்பதும் உண்மையே. இதற்கான காரணங்களைக் கண்டறியச் சமூக வரலாற்றியல் ஆய்வுகள் மேற்கொள்ளப்படும்.

அடித்தள மக்களின் வரலாற்றை அறிய விரும்புவோர்க்கு இந்த நூல் மிகப் பெரிய தகவல் களஞ்சியமாகும். வேளாண் உற்பத்தியோடு தொடர்புடைய நாழிமணிக்காரர், சாதிப்பிள்ளை போன்ற கட்டுரைகள் சமூக வரலாற்றுக்கு அரிய தரவுகளாகும். குறிப்பாக, 'சாதிப்பிள்ளை' என்பது தனித்த, ஆழமான சமூக வரலாற்றாய்வுக்கு உரியது. நாட்டார் ஆவணங்களில் 'பிள்ளை வர்த்தனப் பட்டயம்' என்ற ஒன்றுண்டு. இரண்டு சாதிகளுக்கு இடையில் நிலவும் 'தந்தை - மகன்' உறவு நிலையினைக் குறிக்கும் ஆவணமாகும் இது. எனவே, சாதிப் பிள்ளை என்பது ஒரு சாதியை மட்டும் குறிக்கும் சொல்லாகத் தோன்றவில்லை. ஒரு அமைப்பு முறையினைக் குறிக்கும் சொல்லாகவே அது அமைந்திருக்கின்றது. நாடோடிகளின் கூட்டு வாழ்க்கை என்னும் கட்டுரை, அலைகுடிகள் சனநாயக உணர்வுக்கும் மற்றதை மதிக்கும் பண்புக்கும் எடுத்துக்காட்டாக அமைந்திருக்கின்றன.

வரலாற்றைக் கீழிருந்து எழுதத் தொடங்குவது என்பதே இன்று அறிவுலகத்தின் கொள்கையாகும். அந்தவகையில் இந்த நூல் ஒரு புதிய சிறு தடம் பதித்திருக்கிறது. அத்துடன் எழுதப்பட்ட வரலாறு குறித்த நிறைய கேள்விகளையும் எழுப்பியிருக்கின்றது. அதுவே இந்த நூலின் வெற்றியுமாகும்.

பக்தவத்சல பாரதி (ப.ஆ)

செவ்வி

தொ. பரமசிவன் நேர்காணல்கள்

பார்ப்பனர்களுக்கு அதிகாரமே உணவு

உங்களைப் 'பெரியாரிஸ்ட்' என்று அழைக்கலாமா?

95 சதவிகிதம் நான் 'பெரியாரிஸ்ட்'தான். கலை, பண்பாடுகள் பற்றி அவர் புரிந்துகொண்டதில் எனக்குக் கருத்து வேறுபாடு உண்டு. எனினும், அவரது காலம் வேறு என்பதையும் நாம் கணக்கில் கொள்ளவேண்டும்.

மீதி ஐந்து சதவிகிதம் கருத்துவேறுபாட்டைப்பற்றி விரிவாகச் சொல்லுங்கள்.

அவர் வேலை தொடங்கியது 1925இல். அப்பொழுதிருந்த சூழ்நிலையே முற்றிலும் வேறு. அவருடைய மிகப்பெரிய பலம், அவருக்குப் பள்ளிப்படிப்பு இல்லாதது. அனுபவம் சார்ந்த சுயசிந்தனை மேலேயே அவர் நம்பிக்கை வைத்திருந்தார். பெரியார் ஒரு கோடீஸ்வரர். ஆனால் அப்பொழுதிருந்த சீனிவாச அய்யங்கார் அவரை வீட்டுக்கு வெளியே வைத்துதான் சாப்பாடு போட்டார். காங்கிரஸ் மாநாட்டில் பார்ப்பனர்களுக்குத் தனிப்பந்தி நடந்துகொண்டிருந்த காலம் அது.

சமூகத்தின் மேல்தட்டு மக்களுக்கும் அடித்தள மக்களுக்கும் எவ்விதத் தொடர்பும் இல்லாமலிருந்தது. அடித்தள மக்களின் பண்பாடுபற்றிய தகவல் பரிமாற்றமும் ஏதுமில்லை. ஐம்பதிற்குப் பிறகுதான் பெரியாரின் படமேகூட கிராமத்து மக்களின் வீடுகளுக்குள் நுழைகிறது. பண்பாட்டை மிகவும் Crude ஆகப் புரிந்துகொண்டார் பெரியார். அவரது அணுகுமுறை வேறு.

பார்ப்பனியம் கோலோச்சி நின்றபோது, 'பார்ப்பான்' என்ற சொல்லையே இழிசொல்லாக மாற்றிக்காட்டியதுதான் பெரியாரின் சாதனை. அவருடைய வெற்றி, அதிர்ச்சி மதிப்பீடுகளைக் கொண்டிருந்தது.

'தாலி பொய்', 'தெய்வம் பொய்' என்று தெருவில் நின்று சொல்லும் தைரியம் வேறு யாருக்கும் இல்லை. தாலிக் கலாச் சாரத்தை முற்றிலும் நிராகரித்தார் பெரியார். முதல் தலைமுறை எழுத்தறிவு பெற்றோர் வீடுகளில்கூட, கைலி உடுத்துவது மதம் சார்ந்த விஷயமாக இருந்தது. அதுகூட கலாச்சார அதிர்ச்சியைக் கொண்டிருந்தது எனலாம். உயர்ந்த ஒழுக்கமுடைய எதார்த்தமான மனிதர் பெரியார். அவர் ஒருகாலத்திலும் Cult Figure ஆக மாறாததும் அவருடைய சாதனைதான்.

பெரியாரை, கம்யூனிஸ்டுகள் எப்படிப் புரிந்துகொண்டனர்?

1920 முதல் சிங்காரவேலர் செய்த பணிக்கு எதிர்விளைவுகள் இல்லை. பண்பாட்டுத் தளத்தில் சாதி ஏற்றத்தாழ்வுகளுக்கு எதிராகப் போராடிய பெரியாரைக் கம்யூனிஸ்டுகள் ஆதரிக்கவில்லை.

அவரை 'பாசிஸ்ட்' என்று முத்திரை குத்தினார்கள். பார்ப்பனீ யத்தைச் சரியாகப் புரிந்துகொள்ளாமல் பெரியாரை எதிர்த்தார்கள்.

'பிராமண துவேஷம்' என்ற சொல்லைக் கம்யூனிஸ்டுகள்தான் உருவாக்கினார்கள். ஒட்டுமொத்தத் 'தமிழ் துவேஷ'த்தைப் இவர்கள் புரிந்துகொள்ளாததுதான் இதற்கெல்லாம் காரணம்.

நாட்டார் வழக்காற்றியல் ஆய்வுகளுக்கு நீங்கள் எப்பொழுது வருகிறீர்கள்?

1973இல் பெரியார் இறக்கிறார். 76இல் நெருக்கடிநிலை வருகிறது. அதன்பின் சிறுதேக்கம் நிலவுகிறது. அதற்குப்பிறகு நான் கள ஆய்வுகளில் ஈடுபடுகிறேன். மக்கள் வாழ்வியலிலிருந்து நிறைய கற்றுக்கொள்ள ஆரம்பித்தேன். விதவை மறுமணம் இன்றுகூடப் புரட்சிகரமாகத் திகழ்கிறது. ஆனால் உண்மையில் தமிழக மக்களின் பண்பாட்டில் 70 சதவிகிதம் மக்களிடம் விதவை மறுமணம், மணமுறிவு இயல்பாகவே உண்டு. 30 சதவிகித மக்களுக்கு மட்டும்தான் இதெல்லாம் கிடையாது. நிறைய பேருக்கு இது தெரியாது. உண்மையில் இதுதான் மூடநம்பிக்கை.

நாட்டார் மரபு, பார்ப்பனீயம் - விரிவாக விளக்குங்கள்.

நாட்டார் மரபு என்பது, எப்பொழுதுமே வைதீக மரபிற்கு எதிரானது. பார்ப்பனீயம் எப்பொழுதும் அதிகாரம் சார்ந்தது.

அதிகாரத்தைத் தக்கவைத்துக்கொள்ளாதது நாட்டார் மரபு. எடுத்துக்காட்டாக, நகர்ப்புறமயமாதல் நடைபெறும்போது வேலையற்ற கிராமத்து மக்கள் நகரங்களைத் தேடிச் செல்கின் றார்கள். பார்ப்பனர்களோ நகரத்திற்குச் சென்றது அதிகார மையங் களைத் தேடித்தான். பழைய கோயில் சார்ந்த அதிகார மையங்கள், காலனிஆட்சிக்குப் பின், மாவட்ட ஆட்சியருக்கு மாறுகிறது.

எனவே பார்ப்பனர்கள் கல்கத்தா - ராமகிருஷ்ணாபுரம், டெல்லி - சவுத் ப்ளாக், சென்னை - மாம்பலம் போன்றவற்றை உருவாக்குகிறார்கள். ஆன்மீக அதிகாரமில்லாமல் பார்ப்பனர்களால் உயிர்வாழ முடியாது. பார்ப்பனர்களுக்கு அதிகாரமே உணவு. குறிப்பாக, பிற சாதியினரை ‘உட்காரு, எழுந்திரு’ என்று சொல்லும் அதிகாரம். மண் சார்ந்த காதல் நம்மைப்போல் பார்ப்பனருக்கு இல்லை.

நம் வீட்டின் ஆடு, மாடு இறந்தால்கூட அத்துயரம் நம்மை விட்டு நீங்க நாளாகும். ‘இந்த சைக்கிள் அப்பாவுடையது’, ‘இந்த வாட்ச் தாத்தாவுடையது’ என்று மூத்த தலைமுறையின் மீதான பற்று நம்முள் வேரோடியிருக்கிறது. திராவிட நாகரிகம் இவ்விதமான கால, வெளி உறவுடன் பிணைக்கப்பட்டது.

ஆனால் பார்ப்பனர்களோ, தலைமுறையாகத் தொட்டுத் தடவிப் பூசை செய்த விக்ரகங்களையும் வெறும் அதிகாரத்திற்காக விட்டுவிட்டுப் போவது, அவர்களுக்கு வெகு சாதாரணமாக வாய்த்திருக்கிறது. இன்று எல்லா அக்ரகாரங்களும் பூட்டிக் கிடப்பது இதனால்தான். ஆனால் எந்த அம்மன் கோயிலும் பாழடைவதில்லை. ஆண்டுக்கு ஒருமுறையாவது பங்குனி உத்திரத்தில் சாஸ்தா கோயில் உயிர்பெற்றுவிடுகிறது.

நாட்டார் வழிபாட்டு மரபில் ஆன்மீக அதிகாரம் எல்லாருக்கும் பகிர்ந்தளிக்கப்படுகிறது. தனித்த அதிகாரம் கொண்ட பூசாரி யாருமில்லை. நம்மோடு சாதாரணமாகப் பழகிக்கொண்டிருக்கும் ஒரு மனிதர், பூசை வேளையில் மட்டுமே நம்மைவிட்டுச் சற்று விலகியிருக்கிறார். பூசை முடிந்ததும் மீண்டும் நம்மோடு இணைந்துகொள்கிறார். இங்கு அதிகாரமோ ஏற்றத்தாழ்வோ இல்லை.

தமிழகத்தில் நாட்டார் வழக்காற்றியல் ஆய்வுகளின் வரலாறுபற்றி...

நாட்டார் மரபுகளின் ஆய்வுகள், அயோத்திதாசப் பண்டித ரிலிருந்து தொடங்குகின்றன எனலாம். இவர் வேதமில்லாத நாகரிகத்தைப்பற்றி ஆய்வு செய்யும்பொழுதும் தலித் மக்களின் வேர்களை ஆராயும்பொழுதும் நாட்டார் மரபுகளை உள்ளுணர் வுடன் கண்டுகொள்கிறார். அவரது தேடல் 1870 முதல் 1914 வரை, நாட்டார் மரபுகளில் சமண, பவுத்தக் கூறுகளை அடையாளம் காண்பதில் இருக்கிறது.

இதற்குப் பின்பு மயிலை சீனி வேங்கடசாமி, பேரா. நா. வானமா மலை, பேரா. லூர்து ஆகியோர் விரிவான ஆய்வுகளை மேற்கொள்கின்றனர். இவ்விதமான ஆய்வுகளின் விளைவுகளால் இன்றைக்கு 'இதுவும் மக்கள் பண்பாடுதான்' என்பது மாறி, 'இதுவே மக்கள் பண்பாடு' என்ற இடத்துக்கு வந்தடைந்திருக்கிறோம். நாட்டார் மரபையும் பார்ப்பனர்கள் தங்களுடைய விஷயமாக ஆக்கிக்கொள்ளும் வேலையும் நடைபெற்றுவருகிறது.

தலித் மக்கள் இவ்விதமான வழிபாட்டு முறைகளிலும் ஒடுக்கு முறைக்கு உள்ளாகிறார்களே? வழிபாட்டு முறை என்றதும் இந்து மதம் உள்ளே நுழைந்துவிடுகிறதே?

தலித் மக்கள் இந்துக்கள் அல்ல என்பது நமக்குத் தெரியும். இந்து என்பதற்கு ஒரு சாதாரண விளக்கம் - கிறித்துவரல்லாத, முஸ்லிம்கள் அல்லாதவர் என்றே இருக்கிறது. மீதி 80 சதவிகிதம் மக்களுமே தொல்சமயத்தைச் சார்ந்தவர்கள்தான். 'ஸ்மார்த்த பிராமணர்கள்' மட்டுமே இந்துக்கள். இவர்களைத் தவிர வேறு யாருமே இந்துக்கள் இல்லை. சைவர்கள், வைணவர்கள் யாரும் தங்களை இந்துக்கள் என்று சொல்லிக்கொள்ள மாட்டார்கள். நம்முடைய மதம் இந்து மதமாயிருந்தால் நம்முடைய அம்மா, அப்பாவிற்குச் சாதாரணமாக நான்கு வேதங்களையும்பற்றித் தெரிந்திருக்க வேண்டும்.

80 சதவிகித மக்களுக்கு நான்கு வேதங்களின் பெயர்கூடத் தெரியாது. பிறகு எப்படி இவர்கள் இந்துக்களாக இருக்க முடியும்? பவுராணிய மரபில் 18ஆம் நூற்றாண்டு வரை இந்தச் சொல்லே இல்லை. சங்கரமடம் மட்டும்தான் இதைப்பற்றிப் பேசுகிறது. விளக்கு என்பது திராவிட நாகரிகக் குறியீடு. இது ஒரு

நாட்டார் மரபைச் சார்ந்தது. ஆனால் இன்று இந்துத்துவவாதிகள் திருவிளக்குப் பூசை என்ற பெயரில் எல்லாக் கோயில்களையும் பிடித்துக்கொண்டார்கள், வைதீக மரபிற்கெதிரான நாட்டார் மரபை இன்று இந்துமதம் கையகப்படுத்திக்கொள்ள நினைக்கிறது.

சிறு தெய்வ வழிபாடுபற்றிய பண்பாட்டுரீதியான பார்வை திராவிட இயக்கம், பகுத்தறிவு இயக்கம், பொதுவுடைமை இயக்கம் ஆகியவற்றிற்கு இல்லாததால், நாட்டார் மரபையும் அவர்கள் கவனிக்கத் தவறிவிட்டனர். நம்பிக்கையையும் மூட நம்பிக்கையையும் வேறு விதமாகப் புரிந்துகொண்டார்கள். காட்டுச்சாமி மீதான நம்பிக்கை மூடநம்பிக்கை அல்ல.

பார்ப்பனர்களுக்குப் பசுதானம் கொடுப்பதுதான் மூடத்தனம், மௌடீகம். நாட்டார் மரபில் தெய்வநம்பிக்கை என்பது, உற்பத்திமுறையோடு சம்பந்தப்பட்டது.

சாப்பாடு, சாராயம், மாமிசம் அனைத்தையும் கடவுளுக்குப் படைக்கிறார்கள். தெய்வங்களுக்கும் மனிதர்களுக்கும் உள்ள உறவானது, நாட்டார் மரபில் எதார்த்தமான உறவாக இருக்கிறது. நாட்டார் மரபில் இழிவு என்று ஒன்றில்லை. இறந்துபோன தந்தை, மகன் உருவில் வருகிறான். அப்பா, மகனாக வருகிறார். தந்தை பெயர்ந்து மகனாக வருவதால் பெயரன் (பேரன்) என் ஆயிற்று. இறந்த உடல்கூட நாட்டார் மரபில் மரியாதைக்குரியதாக இருக்கிறது.

தீட்டு என்பது இங்கு இல்லை. பார்ப்பனிய மரபு இதற்கு நேர் எதிர். இறந்த உடல்களுக்குச் சடங்குகள் செய்வதற்கென்றே சவுண்டிப் பார்ப்பனர்கள் என்று வைத்திருக்கிறார்கள். பார்ப்பனர் களைப் பொருத்தவரை, இறந்த உடல் என்பது தீட்டுக்குரியது. அதிகார வேட்கையினால் உற்பத்தியிலிருந்து தங்களை அறுத்துக் கொண்டவர்கள் பார்ப்பனர்கள். உற்பத்தியிலிருந்து விடுபடும்போது இயல்பாகவே ஏற்றத்தாழ்வுகள் வந்துவிடுகின்றன.

தெய்வ நம்பிக்கை சாதியமைப்போடு, உற்பத்தியுறவோடு பார்க்கப்பட்டது. நாதசுரவித்வான் தோளில் துண்டு போடக்கூடாது. சாதி, மனிதனின் தோலோடு தைக்கப்பட்டிருக்கிறது. கர்ப்பப் பையிலிருக்கும்போதே சாதி உடலில் எழுதப்பட்டுவிடுகிறது. சாதிபற்றிய பார்வை, பொதுவுடைமைவாதிகள் கருத்துக்களோடு

உடன்படாமலே நிற்கிறது. இன்னும் கீழ்வெண்மணித் தியாகி களைத் தொழிலாளிகள் என்கிறார்கள்; தலித்துகள் என்று பதிவுசெய்ய மறுக்கிறார்கள்.

தாமிரபரணியில் 17 பேர் கொல்லப்பட்டதற்கு மிகவும் பலவீனமான எதிர்ப்புதான் இருந்தது. இவர்கள் வேற்று சாதியினர் என்றால் சும்மா விடுவார்களா? இந்தக் குரூரமான யதார்த்தத்தை மார்க்சியவாதிகள் புரிந்துகொள்ள வேண்டும். இன்றும் நாட்டார் திருவிழாக்களில் பார்ப்பனரல்லாத பிற்படுத்தப்பட்ட மக்களால் தலித்துகள் ஒடுக்கப்படுகின்றனர். திராவிட வளர்ச்சி, மேல்சாதி அதிகாரத்தைப் பறித்துப் பிற்படுத்தப்பட்ட மக்களிடம் ஒப்படைத் திருக்கிறது. பிற்படுத்தப்பட்ட மக்கள் மீண்டும் தலித்துகள் மீது, ஒடுக்குமுறையைப் பயன்படுத்துகின்றனர்.

எனவே, திராவிட, பொதுவுடைமை இயக்கங்களில் தலித்து களுக்கு நம்பிக்கை இல்லாமல் போய்விட்டது. பிற்படுத்தப்பட்ட மக்களிடம் நேரடியாக மோதுவதுதான் தலித்துகளுக்கு இருக்கும் ஒரே வழி என்றாகிவிட்டது. இந்நிலையில், நாட்டார் மரபினையும் தலித் மக்கள் எழுச்சியினையும் பார்ப்பனீயத்தையும் விஞ் ஞானப்பார்வை கொண்டே பார்க்க வேண்டியிருக்கிறது.

பகுத்தறிவு இயக்கத்தின் தேவையையும் பார்ப்பனர்கள் பகுத்தறிவு இயக்கத்தை, நாட்டார் மரபினை முன்வைத்து விமர்சிப்பதையும் அதனுடைய அரசியலையும் நாம் புரிந்துகொள்ள வேண்டும். அவ்வாறு புரிந்துகொண்டால், சிறுதெய்வ வழிபாட்டுமுறையும் பகுத்தறிவும் எல்லாரும் மேலோட்டமாய் நினைப்பதைப்போல எதிரெதிரானவை அல்ல என்பது தெரியும்.

நேர்காணல் செய்தவர்:
ஆர்.ஆர்.சீனிவாசன் தலித்முரசு,
டிசம்பர், 2001

ஒன்றே குலம், ஒருவனே தேவன் என்பது மக்கள் விரோதச் சித்தாந்தம்

தமிழகப் பண்பாட்டுச் சூழல், நாட்டுப்புறத் தெய்வங்கள், பெருந்தெய்வங்களின் சமூக மரபுகள் என்று நாம் பார்க்கத் தவறிய பல விஷயங்களைப்பற்றிய தொ.ப.வின் ஆய்வுகள் சலசலப்பை ஏற்படுத்தியிருக்கின்றன. டாக்டர் பட்டத்திற்காக இவர் ஆராய்ந்தெழுதிய 'அழகர் கோயில்' நூல் பல்கலைக்கழக வட்டாரங்களில் ஒருவித அதிர்வை ஏற்படுத்தியது.

'தெய்வங்களும் சமூக மரபுகளும்', 'அறியப்படாத தமிழகம்' ஆகிய நூல்களைத் தொடர்ந்து சமீபத்தில் வெளியான 'பண்பாட்டு அசைவுகள்' நூல் விசேஷக் கவனம் பெற்றது.

தொ. பரமசிவனிடமிருந்து தெறிக்கும் கருத்துகளும் சான்று மேற்கோள்களும் வாழ்ந்துபெற்ற பட்டறிவும் மலைப்பை ஏற்படுத் தக்கூடியவை என்கிறார் ஆய்வாளரான ஆ.இரா. வேங்கடாசலபதி.

மதுரை தியாகராயர் கல்லூரியின் தமிழ்த்துறைப் பேராசிரிய ராகப் பணிபுரிந்த இவர், தற்போது நெல்லையிலுள்ள மனோன் மணியம் சுந்தரனார் பல்கலைக்கழகத்தின் தமிழியல் துறைத் தலைவர். இலக்கியம், சமயம், கோயில் மரபு, பண்பாடு என்று எந்த விஷயத்தைத் தொட்டாலும் அற்புதமாக விவாதித்துக்கொண்டே போகும் இவரது விமர்சனங்கள், சிறு பத்திரிகை வட்டாரத்தில் உன்னிப்பாகக் கவனிக்கப்பட்டிருக்கின்றன. இழந்துகொண்டிருக்

கின்ற பல தொன்மையான மரபுகளைப்பற்றிய தன்னுணர்வை உருவாக்குகின்றன இவரது எழுத்தும் பேச்சும்.

மதுரையில் தங்கும்விடுதியொன்றின் மேல்தளம். அங்கு சந்தித்துப் பேசியபோது, பேச்சில் தன் அகங்காரமில்லை, தன்னுடைய கருத்து மட்டுமே சரி என்கிற பிடிவாதங்களில்லை. ஆனால் பேச்சினூடாகப் பிஞ்சுத்தீயாகப் பரவியிருக்கிறது கோபம். திராவிட இயக்கங்களின் மீது பரிவும் அவற்றின் தற்போதைய சரிவு குறித்த வருத்தமும் இழையோடப் பேசுகிறார். உரையாடலின்போது இறுக்கமில்லாமல் சரளமாக வரும் நெல்லைக்கே உரித்தான வட்டாரப் பேச்சு, அதில் வெளிப்படும் வாஞ்சை எல்லாமே பேசும்பொழுதை முக்கியமாக்கிவிடுகின்றன.

உங்களைப்பற்றி முதலில் சொல்லுங்களேன்...

என்னுடைய சொந்த ஊர் பாளையங்கோட்டை. அப்பா, அம்மா இருவருக்கும் இதே ஊர்தான். பெரும்பாலும் கிறிஸ்தவ நகரம் என்று அறியப்பட்டிருந்தது இவ்வூர். உண்மையில் ஒன்பதாம் நூற்றாண்டைச் சேர்ந்த வைஷ்ணவக் கோயிலெல்லாம் இங்குண்டு. இதன் பழைய பெயர் ஸ்ரீவல்லப மங்கலம். மதுரைக்குத் தெற்கே, பெரிய கோட்டையுள்ள நகரம் இது. பின்னாளில் தென்னிந்தியத் திருச்சபை இங்கிருந்ததால் இது கிறிஸ்தவ நகரமாகவும் வளர்ச்சி பெற்றது.

கல்வித் தரமுடைய நகரம் இது. நூறு ஆண்டுகளுக்கும் மேலாகக் கண் தெரியாதோர் பள்ளி இங்கிருக்கிறது; காது கேளாதோருக்கான பள்ளியும் இருக்கிறது. அவர்களாலும் படிக்க முடியும் என்கிற நம்பிக்கை ஊட்டின நகரம் இது. கைதிகளும் இங்கு படிக்க முடிந்தது. நிறைய நூலகங்கள் இருந்ததால் வாசிப்புப் பழக்கமும் அதிகம்.

திராவிட இயக்கத்தால் உருவான வாசிப்பும் பயிற்சியும் முக்கியம். குறிப்பாகப் பிற்படுத்தப்பட்ட சாதியிடம், அதிலும் முதல் தலைமுறையினரிடம் பாதிப்பை ஏற்படுத்திய காலம். அதனால் என்னைப் போன்றவர்களுக்கு விளையாட்டைப் போலவே, வாசிப்பும் பழக்கமானது. அதிலும் வாசிப்பு, அரசியல் வாசிப்பாக இருந்தது. 1969இல் நான் இளங்கலைப் பொருளாதாரம் படிக்கிறபோது வகுப்பில் இருந்த 63 மாணவர்களில் மூன்று

பேர்களைத் தவிர மற்ற அனைவருக்கும் ஏதேனும் ஒரு கட்சிச் சார்பு இருந்தது. தன்னுடைய வீடு, தெரு, சாதி தாண்டி மாணவனுக்கென்று ஒரு பொதுஉலகம் இருந்தது. அவர்கள் பேசுவதற்கும் சண்டை போடுவதற்கும் ஏதோ ஒரு தத்துவம் இருந்தது. பள்ளிகளிலேயே அப்போது திமுக மாணவர்களுக்கும் காங்கிரஸ் மாணவர்களுக்குமிடையே சச்சரவுகள், சண்டைகள் எல்லாம் வரும்.

என்னைப் போன்று முதல் தலைமுறையாகப் படிக்கிற குடும்பங்களிலிருந்து வருகிறவர்கள் தன்னுணர்வோடு சிந்திக்கிறபோது பெரியார், தி.மு.க என்றுதான் இருக்க முடியும். அப்படித்தான் எங்களில் பெரும்பாலானவர்கள் இருந்தோம். கல்விச்சூழல், இயக்கச் சூழல் இரண்டும் இருந்தன. அப்போது எல்லா மாணவர்களும் பாடப் புத்தகங்களுக்கு அப்பால் ஏதேனும் ஒரு புத்தகத்தையோ இதழையோ கையில் வைத்திருப்பார்கள். அது தரமான இதழாக இருக்கும். அந்த வாசிப்புப் பழக்கம் நாற்பதாண்டுகளில் கணிசமாகக் குறைந்துவிட்டது; தொலைக்காட்சிப் பாதிப்பு வந்தபிறகு இன்னும் குறைந்துவிட்டது. தொடர்ந்து வாசிப்பு இருந்தால்தானே சிந்தனை இருக்கும்.

அந்த இயக்க ஈடுபாடுதானே அப்போது மொழியுணர்வை உருவாக்கியது?

நிச்சயமாக. ஏனென்றால் மொழி என்பது மக்களைவிட்டுத் தனித்து நிற்பதில்லையே. பெருவாரியான மக்கள்திரளின் மொழி எதுவோ, அது அப்போது அறிவுலக மொழி அல்ல. ஆங்கிலத்திற்கும் தமிழ்மொழிக்கும் ரொம்பக் காலமாகத் தொடர்பு இல்லை. அப்போது புதிதாக எழுத்தறிவு பெற்ற இளைய தலைமுறை எங்களது தாய்மொழியின் இடம் எங்கே என்று இயல்பாகக் கேள்வி கேட்டது. அவனுக்கு அம்பலம் என்றால் புரியும். நாட்டாமை என்றால் புரியும்.

சமஸ்கிருதம் கலந்த சொற்களை அவனால் புரிந்துகொள்ள முடியவில்லை. சமூக விடுதலை என்பது மொழி சார்ந்த தளத்திலும் இயங்குவது; தவிர்க்க முடியாதது. என்னுடைய மொழிக்கான இடம் எங்கே என்கிற தேடல் இருந்தபோது, திராவிட இயக்கத் தவர்களின் மொழியுணர்வு தனக்கானதாக இளைய தலைமுறைக்குத் தோன்றியது. அதுவும் விடுதலையின் ஓர் அம்சம்தானே!

அதற்கு இரைபோடுகிற மாதிரி ஐம்பதுகளிலும் அறுபதுகளிலும் திராவிட இயக்கத்தின் பெரிய தலைவர்களும் சிறிய தலைவர்களும் ஆளுக்கு ஒரு பத்திரிகையை நடத்திக்கொண்டிருந்தார்கள். ஒரே சமயத்தில் இருபது பத்திரிகைகளுக்கு மேல் வந்துகொண்டிருந்தன. அண்ணா, கலைஞர், நெடுஞ்செழியன் ஒவ்வொருவர் கையிலும் பத்திரிகைகள். பெரியார் வழி தனி. 1925இலிருந்து குடியரசு தொடங்கிய பிறகு, அதை விடுதலையாக மாற்றி நீண்டகாலம் இயங்கியவர். தமிழிதழியல் வரலாற்றில் நெடுங்காலம் இயங்கிய வர்களாக அவரையும் டி.எஸ். சொக்கலிங்கத்தையும் சொல்ல வேண்டும். அதற்குப் பிறகு ஏ.என். சிவராமன். இப்படி அன்றைய இளைஞர்களுக்குத் தாக்கத்தை ஏற்படுத்தப் பலதரப்பட்ட சூழல் இருந்தது.

அந்தச் சமயத்தில் தனித்தமிழ் வாதத்தை முன்வைத்த மறைமலை யடிகள் போன்றவர்களை நீங்கள் ஆதரிக்கவில்லையா?

மறைமலையடிகளைப் பொறுத்தவரை அவருக்கு வேறொரு நோக்கமும் இருந்தது. சைவம் சார்ந்த தமிழியக்கத்தை அவர் முன்வைத்தார். ஆனால் திராவிட இயக்கங்களின் மொழி, எதுகை மோனையுடன் ஒலிநயத்தை உள்வாங்கிக்கொண்டதாக இருந்தது. எதைச் சொன்னாலும் ஒலிநயத்துடன் சொன்னார்கள்; எழுதி னார்கள். மக்களுக்கு அந்த மொழிநடை பிடித்துப்போனது. பழமொழிகளை, விடுகதைகளை, சொல்லடைகளை அவர்கள் பயன்படுத்தினார்கள். காங்கிரஸில் முக்கியமான தலைவர்களாக திரு.வி.க., டி.எஸ். சொக்கலிங்கம் போன்றவர்கள் இருந்தாலும், அவர்கள் சமூகத்தின் மேல்அடுக்கிலிருந்தது வந்தவர்கள். எளிய மக்களிடையே புழங்கிய பழமொழி, ஒலிநயம், விடுகதை, பேச்சு மொழி அவர்களுக்குக் கைவரவில்லை. திராவிட இயக்கத்துக் காரர்களுக்கு அது கைவந்தது.

உங்களுடைய டாக்டர் பட்டத்துக்கான ஆய்வை எங்கே செய்தீர்கள் அப்போதிருந்த சூழல் உகந்ததாக இருந்ததா?

ஆய்வுகள் அப்போது சிறிய அளவிலேயே இருந்தன. வேறு எந்த மொழி பேசுகிற தேசிய இனமும் செய்யாத தவறை நாம் செய்தோம். அப்போது தமிழகத்தில் இருந்தவர்கள் நான்கு கோடி மக்கள். இருந்தும் நூறு ஆண்டுகளுக்கு மேலாக சென்னைப் பல்கலைக்கழகத்தை வைத்துக்கொண்டிருந்த வேறு மாநிலம் எங்குமில்லை.

சென்னைப் பல்கலைக்கழகத்தில் தமிழ்மொழிக்கு இருந்த இடமே விசித்திரம். 1857இல் தொடங்கிய பல்கலைக்கழகத்தில் 1914 வரைக்கும் தமிழ்ப் பாடத்திட்டக் குழுவே கிடையாது. முதன்முதலாகத் தமிழில் பட்டம் வந்ததும் 1929இல்தான். ஆக, ஒரு பல்கலைக்கழகம் தொடங்கப்பட்டு 75 ஆண்டுகளாகியும், அது எங்கே இருக்கிறதோ அந்த மாநிலத்தின் மொழிக்குப் போதுமான இடம் இல்லையென்றால் அது என்ன நியாயம்? ஆனால் அதை நாம் சகித்துக்கொண்டிருந்தோம். 1925இலேயே தமிழ்ப் பல்கலைக் கழகம் வேண்டும் என்கிற குரலுடன் முயற்சிகள் நடந்தன. அப்போது எம்.எஸ். பூர்ணலிங்கம் பிள்ளை என்கிற தமிழறிஞர், சேலத்தில் தமிழன்பர்கள் மாநாட்டைக் கூட்டி மதுரையில் தமிழ்ப் பல்கலைக்கழகம் அமைய வேண்டும் என்று தீர்மானமே போட்டார். ஆனால் தஞ்சையில் தமிழ்ப் பல்கலைக்கழகம் உருவானது 1983இல். இதற்கு இவ்வளவு ஆண்டுகள் காத்திருக்க வேண்டியிருந்தது. தமிழ்க் கல்விச் சூழல் பெருவாரியான மக்களின் மொழிக்கு நெடுங்காலமாக நெருக்கமாக இல்லை. பல்கலைக்கழகங்களோ தமிழ் மொழியுடன் உறவு கொண்டதே கடந்த இருபத்தைந்து ஆண்டுகளாகத்தான்.

இந்தச் சூழலில் ஆறு ஆண்டுகள் கல்லூரி ஆசிரியராக வேலை பார்த்த பிறகு, 1976இல் மதுரைப் பல்கலைக்கழகத்தில் ஆய்வுக் காகப் போய்ச் சேர்ந்தேன். கள ஆய்வு என்பதன் பெருமை அப்போதுதான் புலப்பட்டது. புத்தகங்களுக்குள்ளேயே, நூலகங்களுக்குள்ளேயே ஆராய்ச்சி என்ற நிலைமாறி, தெருவையும் ஆய்வையும் இணைக்கிற களஆய்வு சாத்தியமானது.

களஆய்வை எந்த அளவுக்கு மக்களுக்கு நெருக்கமாகக் கொண்டுபோக முடிந்தது?

1960களின் கடைசிப்பகுதி வரை டாக்டர் பட்டத்திற்கான தமிழ் ஆய்வேடுகளை ஆங்கிலத்தில்தான் கொடுக்க வேண்டும். அறிஞர்களான மு.வ.வோ, வ.சுப மாணிக்கமோ ஆங்கிலத்திலேயே ஆய்வேடுகளைக் கொடுத்தார்கள். அதனால் அந்த ஆய்வுகள் எளிய மக்களைப் போய்ச் சேரவில்லை. அது அவர்களைப்பற்றியதாக இருந்தாலும்கூட, இதையடுத்தே தமிழ் ஆய்வுகள் தமிழியல் ஆய்வுகளாக மாறின. எழுத்தறிவில்லாத பெருவாரி மக்களின் மொழியை ஆராய, மொழியியல் என்கிற துறை உருவானது. இதன்

ஆய்வாளர்கள் காடு மேடெல்லாம் அலைந்து சாதாரண மக்கள் மொழியைப் பதிவு செய்தபோது தொடங்கியது களஆய்வு. அதை எழுபதுகளில் முக்கியமாக வளர்த்தெடுத்தது நா. வானமாமலை நடத்திய 'ஆராய்ச்சி' என்கிற ஏடு. அப்புறம்தான் தமிழ் ஆய்வுகள் தமிழியல் ஆய்வுகளாக வளர ஆரம்பித்தன.

அறிவு என்பதும் ஆராய்ச்சி என்பதும் புத்தகங்களுக்குள்ளாகவும் நூலகங்களுக்குள்ளாகவும் மட்டுமே இருக்க முடியாது. தெருக்களுக்குப் போய் மக்களைச் சந்தித்து மக்களிடமிருந்து கற்றுக்கொள்வதற்கு நிறைய விஷயங்கள் இருக்கின்றன என்கிற தன்னுணர்ச்சி வந்த பிறகே, புதுப்புது ஆய்வுகள் பிறந்தன. எளிய மக்களிடமிருந்து கற்றுக்கொள்வதற்கு எவ்வளவு விஷயங்கள் இருக்கின்றன? அவர்களுக்கு எழுதத் தெரியாவிட்டாலும், அவர்கள் அறிஞர்கள் இல்லை என்று யாரும் சொல்ல முடியாது. மக்களிடமிருந்து கற்பது, கற்றுக்கொடுப்பது என்கிற இருமுனைப் போக்குடையதாகப் பிறகு மாறின ஆய்வுகள்.

அழகர்கோயிலைப்பற்றி நான் களஆய்வு செய்தேன். அதைச் சமூகவியல் பார்வையுடன் செய்தேன். அதற்கு முன்பு கோயில் ஆய்வுகள் என்றால் கட்டட ஆய்வுகள், கலை ஆய்வுகளாகவே இருந்தன. அதைவிட்டுக் கோயிலுக்கும் மக்களுக்கும் உள்ள உறவைப்பற்றிச் சொல்லப்படவில்லை. என்னுடைய ஆய்வு முழுக்க முழுக்க அதிலேயே மையம் கொண்டது.

வங்காளத்தைச் சேர்ந்த பி.கே. சர்க்கார் என்பவரின் புத்தகம் எனக்கு உந்துதலாக இருந்தது. மக்களுக்கும் சமூக நிறுவனங்களுக்குமான உறவை ஆராய்கிறது அந்தப் புத்தகம். நம் நாட்டில் மிகப்பெரிய சமூக நிறுவனம் என்பது கோயில்தான். மற்ற சமூக நிறுவனங்கள் எல்லாம் அழிந்துபோய்விட்டன. காலனி ஆட்சியில் அழிந்ததுபோக மிஞ்சியது கோயிலும் சாதியும்தான். இந்த இரண்டு சமூக நிறுவனங்களுக்கிடையே உள்ள தொடர்பைப்பற்றியதுதான் என்னுடைய ஆய்வு. குறிப்பிட்ட நான்கு சாதிகளுக்கும் அழகர் கோயிலுக்கும் உள்ள உறவையே அந்த ஆய்வில் விவரித்திருக்கிறேன்.

சாதிகளுக்குக் கோயிலுடன் அந்த அளவுக்கு நெருக்கம் இருந்ததாக உணர்ந்தீர்களா?

சாதி என்பது குரூரமான யதார்த்தம். சமூகம் என்பதே

இங்குச் சாதியின் அடுக்குகளாகத்தான் இருக்கிறது. இதை மாற்ற வேண்டும் என்பது வேறு விஷயம். ஆனாலும் இதைத் தவிர்க்க முடியவில்லை. இங்கே தனிநபர்கள் என்று யாருமில்லை. எல்லார் மீதும் விரும்பியோ விரும்பாமலோ சாதி போர்த்தப்பட்டிருக்கிறது. சிலருக்குப் பச்சை குத்தியதுபோலத் தோலோடு சேர்த்துக் குத்தப் பட்டிருக்கிறது. சாதியைச் சமூகத்தின் முக்கியமான அலகாக எடுத்துக்கொண்டே எல்லா ஆய்வுகளையும் செய்கிறோம், அது அல்லாத ஆய்வுகள் அனைத்தும் முழுமையில்லாத ஆய்வுகள் என்று நினைக்கிறேன்.

அழகர்கோயிலைப்பற்றிய உங்களுடைய ஆய்வேடு வந்தபோது அது கவனிப்பிற்கு உள்ளானதா?

ஆய்வேட்டைப் பரிசீலித்த மூன்று தேர்வாளர்களுமே அதை மிகச் சிறந்தது என்று சொன்னதால், மதுரைப் பல்கலைக்கழகமே அதை நூலாக வெளியிட்டது. ஆனால் வெளியிடப்பட்டுப் பத்தாண்டுகளாகிவிட்டன. மிக அண்மைக்காலமாகத்தான் அந்த ஆய்வேடு பலரால் கவனிக்கப்பட்டிருக்கிறது. கோயிலின் தலபுராணத்திற்குப் பின் உள்ளூர்க் கைங்கர்யம் நிறைய இருக்கும். இன்னொருபுறம் அந்தக் கோயிலைப்பற்றிய வாய்மொழிக் கதைமரபு இருக்கும். அழகர் கள்ளழகராக ஏன் வேஷம் போடுகிறார் என்பதற்குக் களஆய்வின்போது நிறைய தகவல்களைச் சேகரித்தேன். மக்கள் ஒருகட்டத்தில் தங்களது கலாச்சாரத்தின் பிரதிநிதியாகக் கடவுளை ஆக்குவார்கள். அப்படி ஆக்கப்பட்ட கடவுள்களும் கோயில்களும் மட்டுமே உயிர் வாழும்; மற்றவை பாழடைந்து போய்விடும்.

பெரும்பாலான தலபுராணங்களுக்குள் உண்மையின் துகள் உள்ளே புதைந்திருக்கும். அதைச் சுற்றி ஆசைகள், நம்பிக்கைகள், ஏக்கங்கள், எல்லாவற்றிற்கும் மேலாக பௌராணிக மரபுகளெல்லாம் இருக்கும். தல புராணம் என்பது வேறு; தல வரலாறு என்பது வேறு. கோயிலைப்பற்றிய மக்களின் எழுதப்படாத கதைகள், வெளியுலகம் அதிகம் அறியாத சிறுசிறு சடங்குகள், நியமங்கள் எல்லாவற்றையும் தொகுக்க வேண்டும்.

உதாரணத்திற்கு ஒன்று, அழகர்கோயில் பகுதியிலுள்ள சில கிராமங்களில் வீட்டு வேலை செய்வதற்கோ மாடு மேய்ப்பதற்கோ ஆட்களை அமர்த்தினால், சித்திரை மாதம் அழகர் ஆற்றில்

இறங்குகிற அன்று வேலையைவிட்டுச் சொல்லிக்கொள்ளாமலேயே நின்றுகொள்ளலாம்; அதற்கு முன் நிற்க முடியாது. அதற்குச் 'சித்திரை விடுதி' என்றே பெயர். சித்திரை அன்றைக்கு ஒருவன் தன்னைத்தானே விடுதலை செய்துகொள்ளலாம். அப்படியொரு எழுதப்பட்டாத சட்டம் மக்கள் வரலாறாக, அதேசமயம் கோயில் சார்ந்ததாகவும் இருக்கிறது. எழுத்துலக அறிஞர்களுக்கு இந்த வரலாறெல்லாம் புரியாது. அந்த மாதிரி எழுதப்படாத வரலாற்றை நாம் சொல்கிறோம்.

தமிழகம் முழுக்க இருக்கும் தாலாட்டுப் பாடல்களில் அழகருக்கும் மீனாட்சிக்குமுள்ள 'அண்ணன் - தங்கை' உறவுமுறை யைப் போற்றும் பாடல்கள் அதிகம். அண்ணன் தங்கைக்கு இடை யிலான பாசம், திராவிடக் கலாச்சாரத்தால் அழுத்தம் பெறக்கூடிய உறவு. இதுகூட மக்களின் வாய்மொழி வந்த மரபேயொழிய, அரசின் அங்கீகாரம் பெற்ற மரபல்ல. சட்ட ரீதியாகவோ சடங்கு ரீதியாகவோ இரு தெய்வங்களுக்கும் உறவில்லை. இவை எல்லாமே ஆகமங்களை மீறின செயல்கள்தான். மீனாட்சி, கிறிஸ்துவுக்கெல்லாம் முற்பட்ட திராவிடப் பெண் தெய்வம். அநேகமாகப் பாண்டியர்களின் குலதெய்வமாக இருக்கலாம். இந்தியாவிலேயே தனித்த தன்மையுடைய பெண் தெய்வம். திருமணமாகாத ஒரு கன்னிப்பெண் முடிசூடி ஆளுகிறாள் என்கிற கதை இந்தியாவில் வேறெங்கும் கிடையாது. அந்த அளவுக்குத் தொன்மையான தெய்வம். இந்த உறவுமுறையையும் நான் ஆய்வு செய்திருக்கிறேன்.

மதுரை மீனாட்சியம்மன் கோயிலுக்குள் குறிப்பிட்ட சமூகத்தினர் அனுமதிக்க மறுக்கப்பட்ட மாதிரியான நிலைமை, அழகர் கோயிலிலும் இருந்ததா?

இருந்தது. ஆனால் ராமானுஜர் 12 ஆம் நூற்றாண்டில் வந்தபோது, நிறையக் கோயில்கள் அதன் பழைய ஆச்சாரங் களிலிருந்து நெகிழ்ந்து கொடுத்தன. அவர்தான் மைசூருக்கருகி லுள்ள மேலக்கோட்டையில் அரிஜன ஆலயப் பிரவேசத்தைச் செய்து காட்டியவர். சாதி வேற்றுமைகள் பாராட்டுவதில் வைணவம் நெகிழ்ந்து கொடுத்தபோது, சைவம் இறுக்கமாக இருந்தது. இதை உணர முடிகிறது.

அப்படி இறுக்கமாக இருந்தபோதும் பெருந்தெய்வங்களுடன் மக்களை நெருக்கமாக்குகிற கதைமரபு, சொல்லாடல் எல்லாம் எப்படி உருவாயின?

பெருந்தெய்வக் கோயில்களிலுள்ள மக்களின் கற்பித முறைகள் எல்லாமே ஆகம விதிகளுக்கு எதிரானவை. ஆகமங்கள் ஒருபோதும் மக்களின் கற்பித உறவுகளை ஏற்பதில்லை. அழகர், கள்ளழகராக வேடம் போடுவதை எந்த ஆகம விதி ஏற்கும்? காரமடை ரெங்கநாதர் கோயிலுக்குள் இருளர்கள் தண்ணீர்ப் பையுடன் வந்து சுத்தம் செய்கிறார்கள். இதை ஆகமம் ஏற்குமா? ஆனால் அன்றைக்கிருந்த அரசும் அதிகாரிகளும் கோயில் நிர்வாகமும் மக்களை எதிர்த்து ஒன்றும் செய்ய முடியாது என்பதால் இவற்றை ஏற்றுக்கொண்டன.

சிறுதெய்வ வழிபாடு என்கிற எளிய மக்களுடன் இணைந்த வழிபாட்டை எப்படி எடுத்துக்கொள்கிறீர்கள்?

சிறு தெய்வம், பெருந்தெய்வம் என்பதெல்லாம் நாம் சௌகரியத்திற்காகப் பயன்படுத்தும் சொற்கள். பெருந்தெய்வங்கள் ஒரு கடவுள் என்கிற கோட்பாட்டை உருவாக்கும்; மக்களுடைய தெய்வங்கள் அப்படியல்ல. சிறு தெய்வ வழிபாட்டுமுறையைப் பலமாக உள்ளிழுத்துக்கொண்டே பெருந்தெய்வங்கள் இங்கு நிற்க முடிகிறது.

மீனாட்சியை சிவனின் மனைவி சக்தியாகப் பெருவாரியான மக்கள் பார்க்கவில்லை; அவர்கள் தாயாகத்தான் பார்க்கிறார்கள். சிறு தெய்வங்கள் என்று நீங்கள் குறிப்பிடுகிற கோயில்கள் சொத்துடைமை நிறுவனங்களாக மாறுவதில்லை. ஆனால், அரசின் ஆதரவு பெற்ற எல்லாக் கோயில்களும் சொத்துடைமை நிறுவனங்களாக மாறிவிடுகின்றன. சிறு தெய்வங்கள் என்கிற கிராமப்புறத் தெய்வங்கள் எல்லாமே கைகளில் ஆயுதங்களை ஏந்தியிருக்கும். மக்களோடு மக்களாகச் சில இடங்களில் கூரை இல்லாதபடி நின்று, அவர்களுடைய உணவை உண்டு, உடுத்துப வற்றை உடுத்தி, எளிய மக்களின் வாழ்விலும் கனவிலும் கலந்துவிட்டவை அந்தத் தெய்வங்கள்.

சாதிய அடக்குமுறைகளும் ஒடுக்குமுறைகளும் பிறப்பதற்கு முன்பே இந்தத் தெய்வங்கள் பிறந்துவிட்டன. இந்த ஆன்மிகம்

நாட்டு மக்களின் ஆன்மிகம். அதிகாரச் சார்பற்ற ஆன்மிகம்; மற்றவர்களையும் மற்றவற்றையும் ஏற்றுக்கொள்கிற ஆன்மிகம்.

இன்றைக்குக் கிராமங்களில் மற்ற மதத்தினருடன் ஒருவித உறவுணர்ச்சியே உண்டு. அதை நகர்ப்புறம் சார்ந்த, படித்த, அதிகார மையங்களில் எதிர்பார்க்க முடியாது. ஏனென்றால் இங்கு இருப்பது முழுக்க அதிகாரச் சார்புடைய ஆன்மிகம். கடவுளுக்கும் மனிதர்களுக்கும் இடையில் சிலர் குறுக்கே வந்து நிற்கிறார்கள். நாட்டார் தெய்வங்களில் இந்தப் பாகுபாடில்லை.

எவ்வளவுதூரம் மக்கள் ஒரு கோயிலுக்கு வந்து குவிகிறார்களோ அந்த அளவுக்கு அங்கே அதிகார மையம் உருவாக்கப்படுகிறதா? உதாரணத்திற்கு, பழனி கோயிலுக்கு வருகிறவர்களின் எண்ணிக்கை அதிகரித்த பிறகே பூஜை செய்வது பிற்படுத்தப்பட்டவர்களிடமிருந்து பறிபோனதாகச் சொல்லப்படுவது உண்மைதானா?

மிகப்பெரிய ஆன்மீக மையமாக விளங்குகிற கோயிலை அரசு அதிகாரம் தனக்கென எடுத்துக்கொள்கிறது. பழனி கோயிலில் முன்பு பூஜை செய்தது பிற்பட்ட சமூகத்தினர். ஆனால் திருமலை நாயக்கர் காலத்தில் களவாளாக இருந்த இராமப்பையன் இன்னொரு சமூகத்தினர் கையிலிருந்து திருநீறு வாங்குவதை விரும்பவில்லை. இதையடுத்தே அங்கு பூஜை செய்யும் உரிமை பிராமணர்களுக்கு மாறுகிறது. இதே மாதிரி கதைப்பாடல்களின்படி பார்த்தால் ராமேஸ்வரம் கோயிலிலும் பூஜை செய்திருப்பது பிற்படுத்தப்பட்ட சமூகம்தான். பிறகு அங்கும் மாற்றப்பட்டிருக்கிறது. அரசு அதிகாரம் உள்ளே நுழைய நுழைய எளிய மக்கள், உணர்வு ரீதியாக அந்தக் கோயிலிலிருந்து விலகிவிடுகிறார்கள். அதிகாரம் குறுக்கே பாய்ந்தால் மக்கள் விலகிவிடுவது காலம்காலமாக நடக்கும் பழக்கம். மக்கள் எங்கே பெருந்திரளாகக் கூடுகிறார்களோ அந்த ஆன்மிக மையங்களைத் தனதாக்கிக்கொள்ள எந்த அரசும் முயற்சி பண்ணிக்கொண்டேயிருக்கும். பாண்டிய அரசோ, சோழ அரசோ அல்லது இன்றைக்கிருக்கிற அரசுகளோ உடனடியாக அக்கோயில்களைத் தனது கட்டுப்பாட்டில் கொண்டுவந்துவிடுகிறதே!

கிராமப்புறங்களில் இருக்கிற நாட்டார் தெய்வங்கள் பெரும்பாலும் பிற்படுத்தப்பட்ட, தாழ்த்தப்பட்ட சமூகத்துடன்தான் பின்னிப் பிணைந்திருக்கின்றனவா?

இன்றைக்கும் சில குடும்பங்களுக்கான தெய்வங்கள் இருக் கின்றன. குறிப்பிட்ட சாதியினருக்கான தெய்வங்கள் இருக்கின்றன. சமூகத்தின் மேலடுக்குகளில் உள்ள சாதியினர் பெரும்பாலும் இந்தக் கோயில்களுக்கு வருவதில்லை. மூன்று நான்கு பிற்படுத் தப்பட்ட சாதியினருக்குச் சேர்ந்து சில குலதெய்வங்கள் இருக் கின்றன. நெல்லை மாவட்டத்திலுள்ள சாஸ்தா கோயில்களில் பெரும்பாலானவை மூன்று அல்லது நான்கு சாதிகளுக்குப் பொதுவானவையாகவே இருக்கும். திருவிழா அன்று மட்டும் எல்லாரும் கூடுவார்கள். ஓராண்டு காலமாக அவர்கள் அந்தத் தெய்வத்தை நினைத்துக்கொண்டே இருக்கிறார்கள். அவனுக்கு ஒரு சிக்கல் வருகிறபோது கோயில் இருக்கும் திசையை நோக்கிக் கும்பிடுகிறான்; நேர்ந்துகொள்கிறான். அவனுடைய கடந்தகால நினைவுகளோடும் மூதாதையர்களின் நினைவுகளோடும் கலந்து பிசையப்பட்ட உணர்வுடன் இருக்கிறது அவனது நாட்டார் தெய்வம்.

இப்படிப் பிணைந்திருக்கிற உறவுகளை வலுவிழக்கச் செய்யும் விதத்தில் சபரிமலை, திருப்பதி, மேல்மருவத்தூர் என்று பொதுவான தெய்வங்களை நோக்கி நகர்த்திச் செல்லும் முயற்சியும் வெவ்வேறு விதத்தில் நடக்கிறதே. இதைத் திசைதிருப்பும் காரியமாக நினைக்கிறீர்களா?

சபரிமலையாகட்டும் மேல்மருவத்தூராகட்டும், அவையெல் லாம் மத்தியதர வர்க்கத்து ஆன்மிகம். அடித்தள, எளிய மக்களின் ஆன்மிகம் அல்ல. எளிய மக்களின் கனவில் ஒருபோதும் சிவபெருமான் வரமாட்டார். அவர்களுடைய குலதெய்வம்தான் வரும். அதனால் மூதாதையர்களின் நினைவுகளுடன் பிணைந்திருக் கிற இந்த வழிபாட்டு உறவை அவ்வளவு சுலபமாக அகற்றிவிட முடியாது.

கிராமப்புறத் தெய்வங்கள், நாட்டார் தெய்வங்கள் என்று தூக்கிப் பிடிப்பதன் மூலம் அது பழைய நிலப்பிரபுத்துவக் கலாச்சாரத்தையும் மதிப்பீடுகளையும் தூக்கிப்பிடிக்கிற, அதை நியாயப்படுத்துகிற மாதிரி என்று தோன்றாதா?

பிரபுத்துவம் என்கிற சொல், நாட்டார் தெய்வங்களுடன் சேர்க்க முடியாத சொல்தான். இந்தத் தெய்வங்களை வழிபடுகிற எவரும் நிலப்பிரபுக்கள் அல்லர். நிலமானிய முறை உற்பத்தி செய்த சில

மதிப்பீடுகள் இங்கொன்றும் அங்கொன்றுமாக இருக்கலாம். ஆனால் இந்த நாட்டார் தெய்வங்கள் நேரடியாக உற்பத்தித்தளத்துடன் தொடர்புடையவை. மாரியம்மன், மழையோடும் அடுத்த பருவப் பயிருடனும் தொடர்புடைய தெய்வம். இதே மாதிரி கிராமத் தெய்வங்கள் இன்பத்தை மட்டுமே கொடுக்கக்கூடிய தெய்வங்கள் அல்ல. இன்பத்திலும் துன்பத்திலும் பங்கெடுக்கிற தெய்வங்கள். நிலமானிய மதிப்பீடுகள் நில உடைமையாளர்களுக்குச் சாதகமாக இருந்ததே தவிர, அதை எல்லாரும் சேர்ந்துதான் உருவாக்கினார்கள். ஆகவே நிலப்பிரபுத்துவ ஆன்மிகம் வேறு; இந்த எளிய மக்களின் ஆன்மிகம் வேறு.

இருந்தாலும் இன்றைக்கு நாட்டார் தெய்வங்களுக்கான மரபு, அதற்கான முக்கியத்துவம் அதிகரித்திருக்கிறதே? அதற்கான தேவை இப்போதிருக்கிறதா?

இருக்கிறது. ஒரே தெய்வக் கோட்பாடு என்பது அரச உருவாக் கத்திற்குத் தேவையானது. "ஒன்றே குலம்; ஒருவனே தேவன் என்பதெல்லாம் மக்கள் விரோதச் சித்தாந்தம்" என்றே நான் கருதுகிறேன். இந்துத்துவவாதிகளைக் கேட்டால் 'ஒன்றே குலம் என்றால் எல்லாரும் இந்தியர்' என்கிறார்கள். 'ஒருவனே தேவன் என்றால் இராமன்' என்கிறார்கள். ஆனால் பன்முகத் தன்மையுள்ள கலாச்சாரத்தைப் பேணிக் காப்பவை இந்த நாட்டார் தெய்வங்கள். இந்தப் பன்முகத் தன்மையை எதிரொலிக்கிறவரைக்குமே சமூகம் ஜனநாயகத் தன்மையுடன் இயங்கும். ஒரே கடவுளை எப்போது கொண்டுவந்து நிறுத்துகிறீர்களோ, அப்போது பலதரப்பட்ட தெய்வங்களை நிராகரிக்கிறீர்கள் என்று அர்த்தம். இன்றைய தேவை எல்லாரும் நூறு நூறு தெய்வங்களைக் கும்பிடுங்கள் என்பதுதான். ஏனென்றால் நூறுவகைப்பட்ட மனிதர்களை, நூறுவகைப்பட்ட நம்பிக்கைகளை, நூறுவகைப்பட்ட வழிபாட்டு முறைகளை நாம் அங்கீகாரம் செய்தாக வேண்டும். அப்படியிருந்தால்தான் நாம் ஜனநாயகரீதியாக இயங்குகிறோம் என்று பொருள்.

மறுபுறம் இன்றைக்கு ஆன்மிகத்திலும் அரசியலிலும் மையப் படுத்துகிற வேலை நடக்கிறது. அப்படி நடக்கும்போது பல விஷயங்கள் அடிபடுகின்றன. இப்படி அடிபட்டு ஒற்றைக் கலாச்சாரம் ஒன்று உருவாவதை நாம் ஒருபோதும் ஏற்க முடியாது. சுதந்திரப் போராட்டத்தின் இடைப்பகுதியில் விநாயகரைக்

கொண்டுவந்தபோது அது இந்திய தேசியத்திற்கு உதவும் என்று நினைத்தார் திலகர். இன்றைக்கு இராமர் தேவை என்று இன்னும் சிலர் நினைக்கிறார்கள். இந்த இரண்டையும் நாம் ஏற்க முடியாது.

இந்தித் திணிப்புக்குப் பின்னால் வலுவான அரசியல் இருக்கிறதா?

அது வெளிப்படையாகவே தெரிகிறதே. அதிகாரத்தைக் குவித்து வைக்கும் நோக்கிலேயே இதெல்லாம் நடக்கின்றன. குவிக்கப்பட்ட அதிகாரங்கள் எப்போதும் பெருவாரியான மக்களுக்கு எதிராகவே இருக்கும். சமூக விடுதலை, அரசியல் விடுதலை என்று நாம் சொல்கிற எல்லா விஷயங்களுக்கும் எதிரான போக்கு இது.

இன்னொருபுறத்தில் கோயிலில் நுழைய அனுமதி இல்லாமல், வழிபாட்டு உரிமை இல்லாமல், சமூகத்தின் பல தளங்களில் ஒதுக்கப்பட்டதால்தானே, ஒருவன் அந்த மதத்தைவிட்டே மாறிப்போகும் சூழ்நிலை உருவானது?

மதமாற்றத்தில் ஒன்றைக் கவனிக்க வேண்டும். பிற மதங்களினால் ஈர்க்கப்பட்டு அவர்கள் சென்றார்கள் என்பதைவிட, எந்த இடத்தில் இருந்தார்களோ அந்த இடத்தில் அவர்களுக்கான உரிமை மறுக்கப்பட்டு, விரட்டியடிக்கப்பட்டார்கள் என்பதுதானே உண்மை? குறிப்பிட்ட கோயிலுக்குள் நுழையக் கூடாது என்று அவர்களை ஒதுக்கிவைத்திருந்தார்கள். எந்தக் கோயிலுக்குள் போக முடியுமோ அந்தக் கோயிலுக்குள் அவர்கள் போய்விட்டார்கள். அவர்கள் போனார்கள் என்று சொல்வதைவிட, விரட்டப் பட்டார்கள் என்று சொல்வதுதானே சரியாக இருக்கும்? கிறிஸ்தவம் இங்குள்ள சாதிமுறையை அப்படியே பேணிக்கொண்டது. இஸ்லாம் சாதிமுறையை ஒதுக்குகிறது. இதன்மூலம் சாதியில் மேல், கீழ் என்கிற அழுத்தமான பாகுபாடு சற்று விலகிவிட்டதில்லையா?

இந்தச் சூழ்நிலைகளைத் திராவிட இயக்கங்கள் சரிவர உணர்ந்து செயல்பட்டனவா?

இருபதாம் நூற்றாண்டில் திராவிட இயக்கங்கள் வந்த பின், மேல் சாதியாக்கம் என்பது தோற்றுப்போய்விட்டது. மதத்தின் தத்துவச் சண்டைகளைத் தனது வருகையின்மூலம் நிறுத்திவைத்தன இந்த இயக்கங்கள். ஆனால் பெரியார் மற்ற மதத்திற்குள்ளும் சாதி வேறுபாடுகள் பாராட்டுவதைக் கண்டித்தார்; குடியரசு இதழில் எழுதினார். இடதுசாரி ஆராய்ச்சியாளர்கள்மீது எனக்குக்

கடுமையான கோபமுண்டு. அவர்கள் திராவிட இயக்க எழுத்தை விமர்சித்தார்கள். ஆனால் அதை முழுமையாகப் படிக்கவில்லை. பெரியாரின் எழுத்துகளைப் படிக்காமலேயே அவரை நிராகரித் தார்கள். இது பெரிய தவறு.

வர்க்கத்துக்கும் சாதிக்குமான உறவை மிகச் சரியாகப் புரிந்து கொண்டவர் பெரியார். வர்க்கத்தின் மூலவடிவமாகத்தான் சாதியைப் பார்த்து, சாதி ஒழிப்பில் கவனம் செலுத்தினார். இடதுசாரிகள் அப்படிச் செய்தார்களா? கீழ் வெண்மணியில் 44 பேர் உயிரோடு கொளுத்தப்பட்டபோது, நிலக்கூலிகள், தொழிலாளர்கள் என்பதால் மட்டும் கொளுத்தப்படவில்லை; சாதிரீதியாகவும் ஒடுக்கப்பட்டவர்கள் என்பதாலும் கொளுத்தப்பட்டார்கள். பொதுவுடைமை எழுத்துகளில் இது பதிவாகவில்லை. அவர்கள் வர்க்கத்தைக் கணக்கில் எடுத்துக்கொண்ட அளவுக்குச் சாதியைக் கணக்கில் எடுத்துக்கொள்ளவில்லை. அந்தத் தவற்றை இப்பொழுது உணர ஆரம்பித்திருக்கிறார்கள்.

1997இல் மதுரையில் பெரியாரைப்பற்றி மூன்று நாள்கள் கருத்தரங்கம் நடத்தினோம். பொதுவுடைமைச் சித்தாந்தத்தில் நம்பிக்கையுள்ளவர்கள் தமிழகம் முழுக்க இருந்து வந்திருந்தார்கள். அதன் முடிவில் வலியுறுத்தப்பட்ட விஷயம், பெரியாரை மீட்டெடுக்க வேண்டும். 1954இல் ஏ.எஸ்.கே. அய்யங்கார், 'பகுத்தறிவுச் சிகரம் பெரியார்' என்ற புத்தகத்தில் "பெரியாரை நமது தோழர்கள் சரிவரப் புரிந்துகொள்ளவில்லை" என்று வருத்தப் படுகிறார். அந்த வருத்தத்திற்கான காரணங்கள் இன்னமிருக்கின்றன.

இப்படி நீங்கள் சொன்னாலும் இங்குச் சாதியக் குரல்கள்தானே வலுவாகக் கேட்கின்றன?

இதுவரைக்கும் குருடர்களும் செவிடர்களுமாக யார் அடக்கி வைக்கப்பட்டிருந்தார்களோ அவர்களுக்கு இப்போது பார்வை கிடைத்திருக்கிறது; காது கேட்கிறது. இதுவரைக்கும் இங்கே அமைதி நிலவுவதாகச் சொல்லப்பட்டனவெல்லாம் மயான அமைதி. இதிலிருந்து வெடித்துக் கிளம்பும் குரல்கள் கலகக் குரல்களாகத்தான் இருக்கும். ஒடுக்குமுறைக்குள்ளானதை எப்போது உணர்கிறானோ, அப்போது ஒருவன் பெருமூச்சு விடுகிறான்; முணுமுணுக்கிறான்; அதற்கடுத்துக் கலகக் குரல்

எழுப்புகிறான். இப்போது எழுந்திருக்கிற கலகக் குரல்கள் நிரந்தர அமைதியை நோக்கிச் செல்லக்கூடியவை. நான் அப்படித்தான் பார்க்கிறேன். இன்றைக்கு மறுவாசிப்பு, மறுபார்வை, மீள்சிந்தனை என்கிற சொற்றொடர்களையெல்லாம் நீங்கள் கேட்டிருக்கலாம். இதுவரைக்கும் எது வரலாறு என்று சொல்லப்பட்டதோ, அதுவல்ல வரலாறு; எது ஆன்மிகம் என்று சொல்லப்பட்டதோ, அதுவல்ல ஆன்மிகம். ஒரு மாற்றுக்கலாச்சாரம், ஒரு மாற்றுவரலாறு பதிவு செய்ய இன்றைக்கு எழுத்துலகம் முன் வருகிறது. யாருடைய குரல்கள் பதிவு செய்யப்படாமல் விடப்பட்டதோ அந்தக் குரல் களைப் பதிவு செய்யவேண்டிய நிர்ப்பந்தம் உருவாகியிருக்கிறது.

எழுதப்பட்ட வரலாற்றையெல்லாம் திருத்தி எழுதுவதுதான் நம் முன்னுள்ள முக்கியமான வேலை என்றார் வரலாற்றாசிரியரான டி.டி.கோஸாம்பி. இதுவரை எழுதப்பட்டனவெல்லாம் அரசர்களின் வரலாறு, மேல்சாதியினரின் வரலாறு. இதுவரை பேசப்பட்டது மேல்சாதியினரின் இலக்கியம்; மேல்சாதியினருக்கான கலைகள்; பெருவாரியான மக்கள் திரளின் வரலாறு, இலக்கியம், கலைகள் எங்கே போயின?

இதைச் சொல்வதுதான் மாற்றுக்கலாச்சாரம். இதைக்கூட ஒரு வசதிக்காக மாற்றுக்கலாச்சாரம் என்று சொல்கிறோமே தவிர, இதுதான் உண்மையான கலாச்சாரம், உண்மையான வரலாறு.

பிற்படுத்தப்பட்டவர்களுக்கும் தாழ்த்தப்பட்டவர்களுக்கும் அடித்தளத்தில், பொருளாதாரத்தில் ஒரே மாதிரியான நிலை இருந்தாலும், வழிபடுவதில் ஒத்த கருத்து இல்லையே? சண்டை, சச்சரவுகள் அதிலிருந்துதானே கிளம்புகின்றன?

தெய்வங்கள் பொதுவாகவே இருந்திருக்கின்றன. மாரியம்மனை எல்லாரும் கும்பிட்டாலும், அந்தத் தேரைத் தொட்டு இழுக்கிறபோதுதான் சிக்கல் வருகிறது. இது சாதிய அடிப்படையில் கோயிலைப் பேண முயல்கிறபோது வருகிற தகராறு. இன்னும் சொல்லப்போனால் தாழ்த்தப்பட்டவர்கள் வணங்குகிற தெய்வங் களை மற்ற சாதியினர் வணங்குவதும் உண்டு. அவர்களது தெய்வங் களைப் தமிழ்நாட்டில் புறந்தள்ளுவதில்லை. நாட்டார் தெய்வங் களில் வேறுபாடில்லை. தெய்வ வழிபாட்டில், அதற்கான சமூக உறவுகளில் மட்டுமே சிக்கல்.

ஒன்று செய்தால் போதும், இந்தியாவில் பல பிரச்சினைகள் தீர்ந்துவிடும். மதம்மாற அனுமதித்த மாதிரி, சாதி மாற ஏன் இந்திய அரசியல் சட்டம் அனுமதிக்கவில்லை? சாதி காரணமான மேல், கீழ் என்கிற அடுக்குமுறையை ஏன் அது பேணிப் பாதுகாக்கிறது? இந்திய நாட்டின் குடியரசுத் தலைவர் பொறுப்புக்குத் தலித் சமூகத்தைச் சேர்ந்த ஒருவர் வரலாம். ஆனால் பெருந்தெய்வக் கோயிலின் கருவறைக்குள் இருக்கிற பத்தடி வெளிக்குள் மட்டும் அவருக்கு அனுமதி கிடையாது. ஏன் அந்த உரிமையை ஒரு குறிப்பிட்ட சாதிக்கானதாக வைத்திருக்கிறது அரசியல் சட்டம்? இதை எடுப்பதில் என்ன சிரமம்? என்னதான் வேதம் படித்தாலும் பிறப்பு காரணமாக அந்த வெளி மற்றவர்களுக்கு மறுக்கப்பட்டுக் கொண்டிருக்கிறது. முதலில் சாதிய மறுப்பைக் கோயில் கருவறைகளிலிருந்து தொடங்குங்கள். பிறப்பு வழிப்பட்ட மேலாண்மையைக் கோயில்களின் மூலமாகத் தக்கவைத்துக்கொள்கிறவரைக்கும் ஆன்மிக அதிகாரத்தையும் அதன் மூலம் அரசியல் அதிகாரத்தையும் உயர்சாதி தக்கவைத்துக்கொண்டிருக்கும். எனவே மேல், கீழ் என்கிற அடுக்குமுறையை நியாயப்படுத்துகிற எல்லாமே பிராமணீயம்தான். அது ஒரு ஒடுக்குமுறைக் கருத்தியல்; அது பிராமணர்கள் இல்லாத இடத்திலும் இருக்கிறது. எப்போது பிற்படுத்தப்பட்ட ஒருவர், தாழ்த்தப்பட்டவரைச் சாதியின் பெயரால் ஒடுக்குகிறாரோ, அந்த ஒடுக்குமுறை உறவைப் பிராமணீயம் என்று சொல்கிறோம். ஏனென்றால் இதைக் கற்றுக்கொடுத்தது அவர்கள்தான். முதலாளித்துவம் என்று இதை மார்க்சிஸ்டுகள் சொன்னார்கள்; இதையே பிராமணீயம் என்று சொன்னார் பெரியார். அதுதான் வித்தியாசம்.

சாதி முறையை அரசியல் சட்டம் பேணுகிறது என்று பெரியார் சொன்னதில் என்ன தவறு? பிறப்பு வழிப்பட்ட சாதிக் கொடுமைகளை அரசியல் சட்டம் நன்றாக உணர்ந்திருக்கிறது. அதேசமயம், கோயில் கருவறை என்று வருகிறபோது அதே சாதிய அடுக்கை அது பாதுகாக்கிறது. அனைத்துச் சாதியினரும் அர்ச்சகராகலாம் என்று சொன்னால் அதைக் கவனமாக நிராகரிக்கிறது. இதைச் சொன்னால் நம்மில் பலருக்கு உறுத்தலாகத் தெரியலாம். ஆனால் இதுவே நடைமுறை உண்மை.

இந்த உணர்வைப் பெருவாரியான மக்களிடம் எடுத்துக்கொண்டு போவதற்கான அமைப்புகள் இன்றைக்கு இருக்கின்றனவா?

சில அமைப்புகள் இருக்கின்றன. அம்மாதிரி சிந்தனையும் செயல்பாடும் அவற்றிடம் இருக்கவே செய்கின்றன. ஆனால் பெரியார் பெயரைச் சொல்கிறவர்களிடம் அந்த அமைப்புகள் நிச்சயமாக இல்லை. திராவிட இயக்கங்கள் நீர்த்துப்போய்விட்டன. இதற்குக் காரணம் வாக்கு வங்கி அரசியல்; இருந்தாலும் அவர்களது செயல்பாட்டையும் தேவையையும் நிராகரித்துவிட முடியாது.

பண்பாட்டுச் சிதைவுகள்பற்றி விரிவாக எழுதியிருக்கிறீர்கள். உலகமயமாக்கல், தாராளமயமாக்கல் என்கிற உரத்த கோஷங்களின் பின்னணியில் நிறைய மாற்றங்கள் இப்போது நடக்கும்போது, எதைத் தமிழ்ப் பண்பாடு என்று சொல்ல முடியும்?

பெருவாரியான மக்கள் இன்னும் பண்பாட்டுடனே வாழ்கிறார்கள். மூச்சுவிடுகிறோம் என்கிற தன்னுணர்ச்சியுடன் நாம் மூச்சுவிடுவதில்லை. அது மாதிரி இயல்பாகவே ஒரு பண்பாட்டுப் பின்னணியுடன் இயங்கிக்கொண்டிருக்கிறோம். பண்பாடு என்பது மூளையில் உறைநிலையில் இருக்கிறது. சில நேரங்களில் அது நிலத்தடி நீர் போல இருக்கிறது. பண்பாட்டை, ஒரு தேவையை நீங்கள் உணரும்போதே, சமூகம் அதை உணரமுடியும். பண்பாடு மீறப்படும்போது அதை உங்களால் உணரமுடியும். பண்பாட்டைப் புரிந்துகொள்வது ஆராய்ச்சியாளர்களின் வேலை. ஆனால் மக்கள் அதனுடனேயே இயங்கிக்கொண்டிருக்கிறார்கள்.

பண்பாடு என்பது பொருள் உற்பத்தியுடன் தொடர்புடையது. அந்தப் பொருள் என்பது என்னவாக வேண்டுமானாலும் இருக்கலாம். இன்றைக்குப் 'பன்னாட்டு மூலதனம்' என்கிற பெயரில், நுகர்வுக் கலாச்சாரம்மூலம் நம் பண்பாட்டின் நுட்பமான வேர்கள் அழிக்கப்படுகின்றன. அது பொருள் ஆக்கத்திற்கு எதிரான கலாச்சாரம். இருபத்தைந்து ஆண்டுகளுக்கு முன்பு கிராமத்துக் குழந்தைகள் பனை ஓலைகளில் காற்றாடி செய்வார்கள். பூவரசு இலையை வைத்து ஊதல் செய்வார்கள். சிறு பொருளையேனும் தானே ஆக்கிக்கொள்கிற அந்தக் கலாச்சாரம் இப்போது அடிபட்டுப் போய்விட்டது. இப்போது எந்தக் குழந்தையும் தானே ஆக்கிக் கொள்வதில்லை. எல்லாம் கடைகளில் வாங்கிக் கொடுக்கப்பட்டு, ஆக்கம் என்கிற சுயமான உற்பத்தி உணர்வு அடிபட்டுப்

போய்விடுகிறது. இதைத்தான் அறுந்துபோன நுட்பமான வேர் என்று சொன்னேன். இப்படி நுகர்வுக் கலாச்சாரத்தின் பின்னணியில் நாம் இழந்தவை பல.

மண்பானை செய்பவனுக்குப் படிப்பு இல்லாமல் இருக்கலாம். ஆனால், தரமான மண்பானையை வடிவமைக்கத் தெரியும். தொழில் நுட்பம் தெரியும். நுகர்வுக் கலாச்சாரம் நுழைந்ததில் இன்றைக்கு ஒரே சீரான பிளாஸ்டிக் குடங்கள் வந்துவிட்டன. உலகமயமாக்கல் என்பதற்குப் பின்னால் நமது பண்பாடு அழிக்கப்பட்டுக்கொண்டிருக்கிறது. தஞ்சை, மதுரை, நெல்லையில் முன்பு விதவிதமான பித்தளைப் பாத்திரங்கள் இருக்கும். இப்போது அந்தப் பன்முகத் தன்மை அழிந்துபோய்விட்டது. இதற்கு முக்கியக் காரணம் பன்னாட்டு மூலதனமும் அதற்கு எடுபிடிகளாக இருக்கக்கூடிய நம்முடைய தகவல் தொடர்பு ஊடகங்களும். இவை கொடூரமான வன்முறையை நமது பண்பாட்டின் மீது நிகழ்த்துகின்றன.

பாரம்பரியமாக நாம் உப்பைப் பயன்படுத்துவதை எதிர்க்கிற விதத்தில், நிறுத்து என்று அதிகாரத் தொனியில் தொலைக்காட்சி விளம்பரம் வருகிறதே! அதில் வன்முறை இல்லையா? உங்கள் மேனியின் சிகப்பழகிற்கு என்று சொல்வதில் வன்முறை இல்லையா? கறுப்பாக இருக்கும் பெருவாரியான மக்களை அழகில்லை என்று தாழ்த்திவிட முடியுமா? சிகப்பு மட்டும்தான் அழகா? ஆயுத வன்முறையைவிட இது கொடூரமான வன்முறை இல்லையா? அரசியல் ஒடுக்குமுறையிலிருந்துகூட விடுபட்டுவிடலாம். இந்தப் பண்பாட்டு ஒடுக்குமுறையிலிருந்து விடுபடுவது கஷ்டம்.

சௌகர்யம் என்று கருதித்தானே நுகர்வுக் கலாச்சாரத்திற்குப் பலரும் ஆட்படுகிறார்கள்?

யாருடைய சௌகர்யத்திற்காக இதை அனுமதிக்கிறார்கள்? நுகர்வுக் கலாச்சாரம் நமக்கானது என்றால், இதில் நாம் என்பவர்கள் யார்? நகர்ப்புறம் சார்ந்த, படித்த, உத்தரவாதமான, மாதச்சம்பளம் வாங்குகிற, குளிர்சாதனம் அல்லது மின்விசிறிக்குக் கீழ் வேலை பார்க்கிறவர்களின் நாமா? தீப்பெட்டித் தொழிற்சாலைகளின் வெக்கைக்கிடையே வேலை பார்க்கும் குழந்தைகளின் நாமா? நாம் என்கிற சொல்லாடலை நமக்குச் சௌகர்யமாக உருவாக்கிக் கொள்கிறோம். ஆனால் இது பெருவாரியான மக்களின் நலனுக்கு

எதிரானது என்பதை நாம் ஒப்புக்கொள்ள வேண்டும்.

இயந்திரகதியிலான நுகர்வுக் கலாச்சார வேகத்திற்கிடையில் நமது தனித்த பண்பாட்டைத் தக்கவைத்துக்கொள்வது சாத்தியம்தானா?

நாம் இன்னும் அந்த அளவுக்குப் பண்பாடு அற்றவர்களாக மாறிப்போய்விடவில்லை. இன்னும் பேருந்தில் கர்ப்பிணிப் பெண் வந்தால் எழுந்து இடம் கொடுக்கிறார்கள். இன்னும் நாம் விலக்கப்பட்ட உறவுமுறையில் திருமணம் செய்யப் போகவில்லை. குழந்தைகளின் மீதான வன்முறையை நாம் இன்னும் நியாயப் படுத்தவில்லை. இன்னும் இறந்துபோன மனித உடலுக்குச் செய்கிற மரியாதை போன்ற பழக்கங்கள் தொடர்கின்றன. பண்பாட்டின் நுட்பமான வேர்கள் சிதைக்கப்பட்டுக்கொண்டிருந்தாலும், முழுக்க அறுபட்டுப் போய்விடவில்லை.

படித்து உணர்ந்தவர்கள்தான் இதை மக்களிடம் கொண்டுபோக வேண்டும். இந்நிலையில் வலுவான கருவிகளான ஊடகங்கள் எல்லாம் மக்களுக்கு விரோதமாக இருக்கின்றன. இதில் வெற்றி பெறுகிறோமா, தோல்வி பெறுகிறோமா என்பதல்ல விஷயம். இதையும் மீறி நாம் தொடர்ந்து இயங்க வேண்டும். ஒருகட்டத்தில் வணிக நலன்களுக்கு எதிராக மக்கள் வருவார்கள். பிலிப்பைன்ஸில், அர்ஜென்டைனாவில் கிளர்ந்தெழுந்ததைப் போல இங்கும் வருவார்கள். நான்காண்டுகளோ பத்தாண்டுகளோ, கட்டாயம் இப்படியொரு குரல் எழும்பும். எல்லாவற்றையுமே இழக்க யார் சம்மதிப்பார்கள்?

அதேசமயம், மக்கள் பண்பாடு புது விஷயங்களை வரவு வைத்துக்கொண்டபடி இருக்கிறது. மிளகை மட்டுமே பயன்படுத்திக் கொண்டிருந்தவர்கள் மிளகாயை வரவு வைக்கவில்லையா? ஆனால் பன்னாட்டு நிறுவனங்கள் நினைக்கிற வேகத்தில் இங்கு மாற்றம் நடக்காது. இத்தகைய பண்பாட்டுப் படையெடுப்புகளை எதிர்க்கக்கூடிய ஆற்றல் இன்றைக்கு இல்லை. வலி கடுமையாக உணரப்படுகிறபோது எதிர்ப்பு ஆற்றல் வரத்தான் செய்யும்.

இருந்தும் நுகர்வுக் கலாச்சாரமும் பண்பாட்டுச்சிதைவும் ஒழுங் கமைக்கப்பட்ட அளவுக்கு, எதிர்ப்பு ஒழுங்கமைக்கப்பட வில்லையே?

ஒழுங்கமைவு என்பது அதிகாரக் கட்டமைப்பு சார்ந்த சொல். மக்கள் சம்பந்தப்பட்ட எதுவும் தோராயமாக இருக்கலாம்.

ஆனால் துல்லியமாக இருக்க முடியாது. ஒவ்வொரு நாட்டிலும் அதனதன் தன்மைக்கேற்பவே எதிர்ப்புக் குரல் வெளிப்படும். இயற்கை வளங்கள் சார்ந்த குரல் இப்போது இங்கு கேட்கிறது. பாலித்தீன் பைகளை, பிளாஸ்டிக் குவளைகளை எதிர்த்து அரசே பேசவேண்டிய தேவையிருக்கிறது. இயற்கைச் சாயத்திற்கான ஆதரவு இருக்கிறது. இப்போது அறிமுகப்படுத்தப்படுகிற எதுவும் நிரந்தரமானதில்லை என்பதையே இது வலியுறுத்துகிறது. பண்பாடு என்பது கற்றுக்கொண்டிருக்கிறபோதே, அடுத்த தலைமுறைக்குக் கைமாற்றுகிற விஷயம். அப்பாவிடமிருந்து பிள்ளைக்கு வருவது மட்டுமல்லாமல் தாத்தாவிடமிருந்தும் பேரன், பேத்திக்கு வருவதுதான் பண்பாடு. அப்படிக் கைமாற்றிக் கொடுக்கிறபோது, நீண்டகாலப் பயனுடையதாக இருக்கவேண்டும் என்கிற உணர்வும் மெதுவாக உருவாகிக்கொண்டிருக்கிறது. ஓராண்டுக் காலம் மட்டும் உயிரோடு இருக்கிற முருங்கைமரத்தை அருப்புக்கோட்டைப் பகுதிகளில் அறிமுகப்படுத்திப் பார்த்தார்கள்; மக்கள் ஏற்றுக் கொள்ளவில்லை. உடனடிப் பயன்பாட்டை நாம் ஏற்றுக்கொள் வதில்லை. கூடுதலான விளைச்சலை எதிர்பார்த்து, விவசாயி களிடம் இருப்பதும் பலமான அம்சம். படித்தவர்கள், குறிப்பாகத் தன்னுடைய பலனைப் பேணுவதில் மட்டுமே அக்கறை காட்டக்கூடிய மாதச் சம்பளக்காரர்கள் மீதும் அதிகாரிகள் மீதும் அவர்கள் நம்பிக்கையிழக்க ஆரம்பித்துவிட்டார்கள். இது எங்கே போய்முடியும்? இந்தக் கருத்துகள் மக்களிடம் எந்தவிதமான சலனத்தை ஏற்படுத்த முடியும்?

இப்போதுதான் சலனங்கள் தொடங்கியிருக்கின்றன. இது காலப் போக்கில் பெருகும்; குறையாது. மரபுவழிப்பட்ட எல்லா நிறுவனங்கள் மீதும் மக்கள் நம்பிக்கையை இருந்து கொண்டி ருக்கிறார்கள். எந்த அரசியல்வாதியையும் நம்பத் தயாராக இல்லை. எந்தப் படித்தவனையும் நம்பத் தயாராக இல்லை. எனவே பிரச்சனைகள் கடுமையாகி அவர்களது கழுத்தை நெருக்குகிற நிலை உருவாகிறபோது மக்கள் எப்படி எதிர்வினையாற்றுவார்கள் என்று சொல்ல முடியாது. பன்னாட்டு நிறுவனங்கள் எந்த அளவுக்கு நெருக்கடி கொடுக்கின்றனவோ, அந்த அளவுக்கு எதிர்வினையும் இருக்கும்.

பாரம்பரியமான உறவுமுறை சிதைந்திருக்கிறது; சொத்துரிமை முறையும் சிதைந்திருக்கிறது. நகர்மயமாதல் என்கிற போக்கும்

சில மாற்றங்களை உண்டாக்கத்தான் செய்யும். இந்த விஷயங்கள் சிதைந்துகொண்டிருப்பதைக் கடுமையாக உணரும்போது அதற்கான மாற்றைத் தேடுகிற மனநிலை உருவாகும். ஆனால் தேடவிடாமல் உறவுகள் அதே நிலையில் இருப்பதான மயக்கத்தை காட்சிவழி ஊடகங்கள் ஏற்படுத்திக்கொண்டிருக்கின்றன. சிதைந்துகொண்டிருக்கிற கட்டமைப்பை உயிரோடு இருக்கிற மாதிரி காட்டுகின்றன இந்த ஊடகங்கள்.

எதிலுமே நம்பிக்கையிழக்கிற மனநிலைக்கு மக்களைத் தள்ளுவது இன்னொரு அபாயத்தை விளைவித்துவிடுமில்லையா?

நம்பிக்கையின்மை காரணமாகச் சிலவிதங்களில் சமூக மாற்றங்கள் நிகழும். முதலாவது வன்முறைகள்; அதிலும் வக்கிரமான வன்முறைகள். இரண்டாவது குடும்ப அமைப்புகளில் அதிர்வுகள். இருந்தாலும் சாதி அமைப்பு சிதையவில்லை. ஏனென்றால் இன்னமும் அரசாங்கமும் காவல்துறையும் தராத பாதுகாப்பை, கிராமப்புறத்தில் இருப்பவர்களுக்குத் தருகிறது சாதி. பொருளாதாரப் பாதுகாப்பைத் தராவிட்டாலும், உணர்வு ரீதியான பாதுகாப்பை அது தருகிறது. இன்னும் கூடுதல் பாதுகாப்பைப் பெற அரசியல் அதிகாரத்தைத் தேடுகிறது. எல்லாவற்றிற்கும் காரணம் பாதுகாப்புணர்வு. நகர்ப்புறங்களில் இந்தப் பாதுகாப்புணர்வைத் தொழிற்சங்கம் கொடுக்கிறது. சாதி ஒழிப்பு என்பது சாத்தியமில்லை. சாதிக் கரைப்புதான் சாத்தியம். கலப்பு மணம் இதற்குத் தீர்வு என்றும் நான் நம்பவில்லை.

ஹோலிப் பண்டிகைகளுக்கு இன்றைக்கு இங்கும் வரவேற்பிருக்கிறது. தேசியம் பரவலான அடையாளமாக அதைச் சொல்கிறார்கள். கூடவே காதலர் தினம், அன்னையர் தினம் கொண்டாடுவதெல்லாம் எதனுடைய அடையாளம்?

பல்வேறு பகுதிகளின் மொத்தக் கலாச்சாரத்தையே நாம் இந்தியக் கலாச்சாரம் என்று சொல்கிறோம். திருவிழா என்பது ஒரு சமூகம் இளைப்பாறிக்கொள்கிற நிகழ்ச்சி. அதன் மூலம் அது புத்துயிர் பெறும். வெயிலில் நடப்பவன் நிழலில் ஓய்வெடுக்கிற மாதிரி. ஆனால் இளைப்பாறுவதையே முழுநேரத் தொழிலாக நமது ஊடகங்கள் ஆக்கிவிட்டன. ஒவ்வொரு திருவிழாவும் அந்தந்த மக்களின் உற்பத்தி சார்ந்த வெளிப்பாடு. அறுவடை முடிந்து கோடைக்காலத்தில் நமது திருவிழாக்கள் வரும். இப்போது

நுகர்வுக் கலாச்சாரத்திற்குத் தீனி போடக்கூடிய விஷயமாகிவிட்டன புதுப்புதுத் திருவிழாக்கள். சுயமான அறிவு உற்பத்தியும் சுயமாகப் பொருள் உற்பத்தியும் இருக்கிற இடத்தில்தான் அதற்கென்று தனிக் கலாச்சாரமும் இருக்கும். அதை நாம் இழந்துகொண்டிருக்கிறோம். திராவிட இயக்கங்கள் எழுச்சி பெறுகிற காலத்தில் பொங்கலைத் தமிழர்களின் திருநாளாக அடையாளம் காட்டினார்கள். இன்றைக்கு ஹோலிப் பண்டிகைக்கு வாழ்த்துச் சொல்லிக்கொண்டிருக்கிறார்கள் அதே இயக்கத் தலைவர்கள்.

பொதுநலம் பேசுகிறவர்கள் தன்னுடைய கோப உணர்ச்சியைக் கைவிட்டுவிடக் கூடாது. அதுபோல மான அவமானம் பார்க்கக் கூடாது. அப்படி எந்த எதிர்ப்பையும் மீறிச் செயல்பட்டவர் பெரியார். அவரிடம் இருந்த பொதுநலம் சார்ந்த கோபம்தான் இன்றையத் தேவை.

நேர்காணல் செய்தவர்.
மணா தீராநதி,
ஜூன் 2002

மறுபடியும் மறுபடியும் பெரியாரிடம்

தமிழ்நாட்டின் மைய அரசியல் பாஸிஸத்தை நோக்கி அசைந்து கொண்டிருக்கிறது. பொடா, மதமாற்றத் தடைச்சட்டம் போன்ற கொடிய சட்டங்களை எதிர்த்து வெகுசனங்களிடையே இயக்கங்களோ கலகங்களோ பெரிய அளவில் தோன்றவில்லை. திராவிட இயக்கத்தின் வீறுமிகு சாதனைகள், வெற்றிகள் எல்லாமே துடைத்தெறியப்பட்டுவிட்டன. மறுபடியும் பெரியாரைப் பார்ப்பனியம் வெற்றிகொண்டதா? இது எப்படிச் சாத்தியமாயிற்று?

பெரியாரைப் பார்ப்பனியம் வென்றுவிட்டதோ என்றதொரு ஐயப்பாடு உங்களுக்கு ஏற்பட்டிருப்பது நியாயம்தான். புறநிலையில் நிகழும் மாற்றங்களைக் கவனிக்கும், சிந்திக்கும் யாவருக்கும் இவ்வாறான ஐயம் தோன்றும்தான். ஆனால் பெரியார் பார்ப்பனியத்தை வெல்லப் புறப்பட்ட காலமும் இப்போதிருக்கும் காலமும் ஒன்றல்ல. இதுகுறித்துக் கவலையோடு சிந்திக்க நம்மைப்போல சிலரும் இருக்கிறோம் என்பதுதான் முக்கியமானது. இந்த வீழ்ச்சி வந்திருக்கக் கூடாது. இவ்வீழ்ச்சி நிகழ்ந்ததற்கான காரணங்கள் பல. பெரியார் இறந்து முப்பது வருடங்களாகின்றன. பெரியாரிடத்திலே நம்மைப்போலக் கலை இலக்கியவாதிகள் நூற்றுக்குநூறு உடன்பட முடியாது. பெரியாருக்குக் கலை, இலக்கியம்பற்றி எந்தவித உயர்ந்த அபிப்பிராயமும் கிடையாது. ஆனால் ஒரு தவற்றை பெரியார் செய்தார். அந்தத் தவற்றை வரலாற்றில் கௌதம புத்தரும் செய்திருக்கிறார் என்று நான் நினைக்கிறேன். பெரியார் தன்னுடைய இயக்கத்துக்குப் பின்புலமாகச் சொத்துக்கள் இருந்தால் பலமாக இருக்கும் என்று கருதினார்.

அவருடைய மூதாதையரின் சொத்துக்களையும் அவரின் சொத்துக்களையும் சேர்த்து இயக்கம் பெரியதொரு சொத்து டைமை நிறுவனமாகிவிட்டது. பெரியார் இருக்கும்வரை எல்லாரும் சரியாக இருந்தார்கள். பெரியார் மறைந்தபின்பு ஒரு சொத்துடைமை நிறுவனத்துக்கு இருக்கக்கூடிய எல்லாப் பலவீனங் களும் பெரியாரின் இயக்கத்துக்கும் வந்து சேர்ந்தன. பெரியார், கொள்கைகளை மாத்திரம் வைத்துவிட்டுப் போயிருந்தார் என்றால் இந்த வீழ்ச்சி நிகழ்ந்திருக்காது. பார்ப்பனியம் மறுபடியும் மேலெழுந்திருக்க முடியாது.

பெரியார் தன்னுடைய இயக்கத்தைச் சொத்துடைமை நிறுவனமாக்கியது பெரும் தவறு என்றுதான் நான் இப்போது அபிப்ராயப்படுகிறேன். இதற்கு அப்புறமாக இந்த நாடாளுமன்ற சனநாயகத்தின் பண்புகள், நேரு போன்ற சோசலிஸவாதிகளுக்குப் பின் ஏற்பட்ட அரசியல் மாறுதல்கள், குறிப்பாக ராஜீவ் காலத்தி லிருந்து மீண்டும் நேரெதிர்த் திசையிலே பயணம் சென்ற கதை, இவையெல்லாவற்றையும்விடப் பெரிய கொடுமை - பெரியாரைப் பின்பற்றியவர்கள், பெரியாரைப் பேசியவர்கள் நாடாளுமன்றத் திற்குள் புகுந்து அதிகாரத்தைக் கைப்பற்றியபோது அதிகாரம் அவர்களைக் கொள்கைகளிலிருந்து அந்நியப்படுத்திக்கொண்டே போனது. 1967இலிருந்து 2003வரை, கிட்டத்தட்ட முப்பத்தைந்து வருடங்களாக அவர்கள் புறப்பட்ட இடத்திலிருந்து நேர் எதிர்த்திசையிலேயே பயணப்படுகிறார்கள்.

இது தவிர, மின்னியல் ஊடகத்தின் வளர்ச்சியும் குறிப்பிடத்தக்கது. நூற்றுக்கு எழுபது பேருக்கு மட்டுமே கையெழுத்துப்போடத் தெரிகிற நாட்டிலே, மின்னியல் ஊடகங்கள் காட்சிரீதியாக ஒரு மனிதனிடம் கொண்டுபோய்ச் சேர்க்கும் செய்திகளை, எழுத்து ஊடகத்தால் செய்ய முடியவில்லை. நீங்கள் நான்கு நாவல்கள், நானூறு சிறுகதைகள், இருநூறு திறனாய்வு நூல்கள் எழுதி எவ்வளவு பேரைச் சென்றடைய முடியுமோ அவ்வளவு பேரிடமும் ஒரு பத்து நிமிடச் செய்தியாலோ இருபது நிமிட நாடகத்தாலோ உங்கள் கருத்துக்கு நேரெதிரான கருத்துக்களை மின்னியல் ஊடகங்கள் பரப்பிவிடுகின்றன.

ஆனால் எனக்கு நம்பிக்கை இருக்கிறது. பெரியார் தனது போராட்டத்தைத் தொடங்கும்போது அவரைப் பின்பற்றிச்

சிந்திக்கக் கூடிய எளிய மனிதர்கள் இருக்கவில்லை. இன்றைக்கு மிகக் கூர்மையான சிந்தனையுடன் எளிய மக்களிடமிருந்து தோன்றிய பெரியாரியவாதிகள் இருக்கிறார்கள். இன்னும் சில இழப்புக்குப் பிறகு, உலக மயமாக்கலின் பொருளாதார, கலாச்சார இழப்புக்களை நாம் உணர்ந்த பிறகு, பெரியாருக்குத் திரும்புவதைத் தவிர தமிழருக்கு வேறு வழி இல்லை என்றே நான் நினைக்கிறேன்.

எளிய மனிதர்களிடமிருந்து தோன்றிய சிந்தனையாளர்கள். பெரியாரியத்தை நோக்கித் திரும்புவார்கள் என்கிறீர்கள். ஆனால் இவ்வாறான பல சிந்தனையாளர்கள் மூர்க்கமாகத் தற்போது பெரியாரை எதிர்க்கிறார்களே? சிவகாமி, ரவிக்குமார் போன்ற தோழர்கள் 'பெரியாரைச் சாதி இந்து மனநிலை உடையவர்' என்றெல்லாம்கூடப் பழிக்கிறார்கள். பேராசிரியர் வீ. அரசு 'ஈரோட்டுப் பாதை சரியா?' என்ற ஜீவாவின் நூலைப் பதிப்பித்துள்ளார். இவற்றுக்கு என்ன சொல்கிறீர்கள்?

ஜீவானந்தத்துடைய 'ஈரோட்டுப் பாதை சரியா?' என்ற நூலை அரசு அவர்கள் வேண்டுமென்றே பதிப்பித்துள்ளார்; விருப்பத்துடன் பதிப்பித்துள்ளார் என்று சொல்லமுடியாது. அந்நூலைப் படித்தபின் நமக்கு என்ன தோன்றுகிறது? மார்க்ஸியவாதிகள் பெரியாரிடம் எப்படித் தோற்றுப் போனார்கள் என்பதை, ஏற்கெனவே எஸ்.வி. ராஜதுரை 'பெரியார்: சுயமரியாதை சமதர்மம்' என்னும் நூலிலே நிறுவியுள்ளார். ஜீவா, தமிழ்நாட்டிலே மார்க்ஸியம் பேசியவர்களிடையே மிக நேர்மையான மனிதர். வார்த்தையையும் வாழ்க்கையையும் ஒன்றுபோல வைத்திருந்தவர். இலக்கியத்துக்கும் கட்சிக்கும் முடிச்சுப்போட்ட முதல் ஆள் அவர். அவர் அக்கட்டுரைகளை எழுதியதற்குப் பின்பாக நடந்த மாற்றங்கள், இடதுசாரி இயக்கங்களிடையே ஏற்பட்ட பிளவுகள், திரிபுவாதங்கள், மொழி, சாதி - இவை இரண்டு தளங்களின் மேலும் அவர்கள் சிந்திக்க மறுத்தது, அதை உணர்ந்து இப்போது இறங்கி வருவது போன்ற நிகழ்வுகளுடன் பொருத்தி இந்த நூலைப் படித்தபிறகு, 'ஈரோட்டுப் பாதைதான் சரியானது' என்ற இடத்துக்கு நான் வந்திருக்கிறேன்.

'வல்லினம்' பத்திரிகையிலே 'பெரியார் சிந்தனையாளர் அல்ல' என்ற ரவிக்குமாரின் நேர்காணல் வெளியானபோது வல்லினம் ஆசிரியர்கள் என்னை அந்த நேர்காணலுக்கு எதிர் வினையாற்றுமாறு

கேட்டிருந்தார்கள். நான் அவர்களுக்கு ஒரு சிறிய கடிதம் எழுதினேன். அது மறுஇதழிலே வெளிவந்திருக்கிறது. என்னுடைய எதிர்வினை என்னவெனில், இந்த நேர்காணலில் ரவிக்குமாரின் முகத்தைவிட அ.மார்க்ஸின் முகமே தூக்கலாகத் தெரிகிறது. ரவிக்குமார் போன்றவர்கள் செய்கிற வேலை, 'வைக்கோல் போரில் கூளம் பிடுங்குவதுபோல' பெரியாரை வெட்டியும் சிதைத்தும் குறுக்கியும் மேற்கோள் காட்டும் சோ. ராமசாமி செய்யும் வேலை; நண்பர் ரவிக்குமார் நெஞ்சாரப் பொய் சொல்கிறார்.

தவிரவும், பெரியார் தனது காலத்திலே சூத்திரன் என்ற வார்த்தையை நம் எதிரியிடமிருந்து பெற்றே பிரயோகித்தார். பிராமணன், சூத்திரன் என்பது பார்ப்பான் கற்றுத்தந்த வார்த்தை. அந்த வார்த்தையை வைத்துக்கொண்டுதான் அன்றைய கால கட்டத்தில் பெரியாரால் பேச முடிந்தது. சூத்திரன் என்றொரு சாதியே கிடையாது. திராவிட இயக்கத்தின் தோற்றுவாயாகப் பார்ப்பனர் அல்லாதோர் அறிக்கை வெளியிட்டார்கள். அப்போது காலமெல்லாம் அன்னிபெசன்டை எதிர்த்துவந்த சுப்பிரமணிய பாரதி, அன்னிபெசன்டோடு இந்த விசயத்தில் உடன்பாடு கொண்டு பிராமணர் அல்லாதோர் என்றொரு ஜாதியே கிடையாது. 'திராவிட இயக்கத்தின் ஆரம்பமே பொய்' என்று எழுதுகிறான். சூத்திரன் என்ற சொல் மீது பெரியாருக்கு நம்பிக்கையே கிடையாது. ஆனால் அந்தக் காலகட்டத்தில் நம் எதிரியின் சொல்லாடலான அந்தச் சொல்லைத்தான் பெரியாரும் உபயோகிக்க வேண்டிவந்தது. காலம் என்றவொரு பிரமாணத்தைக் கருத்திலேயே எடுக்காமல் பெரியாரின் ஒருசில வார்த்தைகளில் தொங்கிக்கொண்டு சிவகாமி, ரவிக்குமார் போன்றவர்கள் பெரியார்மீது வைக்கும் விமர்சனம் தங்களை அடையாளம் காட்டும் முயற்சியே அன்றி, பெரியாரை அடையாளம் காட்டும் முயற்சி அல்ல. அன்று இந்தியாவைப்பற்றி கார்ல் மார்க்ஸ் எழுதியவற்றின்மேல் நமக்கு இன்று விமர்சனம் உண்டல்லவா? அவர் இந்தியாவைப்பற்றி எழுதும்போது பல அறிவுத்துறைகள் பிறக்கவே இல்லை. இன்னும் சொல்லப்போனால், இந்தியன் என்று ஒருவனே அப்போது கிடையாது; இப்போதும் கிடையாது. காலங்களுக்கு உரிய நியாயங்களுடன் பெரியாரைப் பொருத்திப் பார்க்க வேண்டும். அப்படியல்லாத விவாதங்கள் பெரியாருக்கு நியாயம் இழைக்காதவை.

இன்று சாதிய விடுதலைக்கான பாதை குறித்துப் பல்வேறு தரப்பினரால் பல்வேறு சாத்தியங்கள் முன்வைக்கப்படுகின்றன. தோழர் சந்திரபோஸ் போன்றவர்கள் தமிழ்த் தேசிய விடுதலை சாத்தியமின்றி, சாதிய விடுதலை சாத்தியமில்லை என்கிறார்கள். தமிழ்த் தேசியம் குறித்து உங்கள் கருத்து என்ன?

தமிழ்த் தேசியத்தைப் பெரியார் தனது பணியைத் தொடங்கிய காலத்திலிருந்து கொஞ்சம் தள்ளித்தான் வைக்கிறார். 'தமிழ்நாடு தமிழருக்கே' என்ற முழக்கம் முப்பதுகளின் கடைசியில்தான் வருகிறது. திருச்சியிலே மாநாடு நடத்துகிறபோது அதிலே கரு. முத்து தியாகராச செட்டியார் போன்ற ஆலையதிபர்கள் உள்படப் பலர் கலந்துகொள்கிறார்கள். ஆனால் தமிழ்த் தேசியம் குறித்துப் பெரியார் பேசும்போது தேசியம் வேறு, சாதி விடுதலை வேறு என்று பேசவில்லை. இவை இரண்டையுமே அவர் அருகருகாக வைத்தே பேசினார். அதைத் தெளிவாக உள்வாங்கிக்கொண்டுதான் 'சாதி களைந்திடல் ஒன்று; நல்ல தமிழ் வளர்த்தல் மற்றொன்று' என்ற இரு கடமைகளை முன்னிறுத்தி பாரதிதாசன் பாடுகிறார். சாதிய விடுதலையைத் தள்ளிவைத்துவிட்டுத் தமிழ்த் தேசிய விடுதலையோ, தேசிய விடுதலையைத் தள்ளி வைத்துவிட்டுச் சாதிய விடுதலையோ சாத்தியமற்றது என்பதுதான் பெரியாரின் கருத்து. எனவே இவை இரண்டையும் தனித்தனியாகப் பார்க்கக் கூடாது என்றே நான் நினைக்கிறேன்.

பெரியார் பல சந்தர்ப்பங்களில் தேசாபிமானத்தைக் கண்டிக்கிறார். தன்னையொரு தேசத்துரோகி என்றும் அழைக்கிறார். நமது மொழி, சாதி காப்பாற்றுவது என்கிறார். இவையெல்லாம் தமிழ்த் தேசியம் உள்பட எல்லாத் தேசியங்களையும் அவர் எதிர்த்ததன் வெளிப்பாடல்லவா?

ஆம். பெரியார் தன் இலட்சியங்களில் தெளிவாய் இருந்தார். அதற்காக எதுவேண்டுமானாலும் செய்யத் தயாராகவிருந்தார். தேசாபிமானத்தைக் கண்டிக்க வேண்டிய வேளையில் அவர்தான் கண்டித்தார். தமிழ்நாடு தமிழருக்கே என்றும் அவர்தான் சொன்னார். தமிழ்மொழி மேல் பெரியாருக்கு உயரிய பற்றெல்லாம் கிடையாது. பெரியார் தெளிவாகத் தன் பொதுவாழ்க்கையைப்பற்றி எழுதுகிறார். 'இந்த நேரத்தில் இந்தப் பணி அவசியமாய் இருப்பதாலும் இதைச் செய்ய வேறு யாரும் முன்வராததாலும்,

எனக்கு இதைத் தவிர வேறு பற்றுகள் இல்லாத காரணத்தாலும் நான் பொதுவாழ்க்கையில் ஈடுபடுகிறேன்' என்கிறார். அவர் பற்றற்றவர். அவர் புத்தகங்களிலிருந்து பாடம் கற்றுக்கொண்டவரல்லர். அவர் தனது கடைசிக்காலம் வரை தீராத வாசிப்புப் பழக்கம் உடையவராய் இருந்தபோதிலும் அவர் நிகழ்வுகளிலிருந்து பாடம் கற்றுக்கொண்டவர்; மக்களிடமிருந்து கற்றுக்கொண்டவர். அவரே தேர்தலில் பார்ப்பனர்களை ஆதரிக்கிறார். அவர் அனுபவங்களின் மாணவர். தனது விடுதலை இலட்சியங்களை அடைவதற்காக எது வேண்டுமானலும் செய்யக் கூடியவர் பெரியார்.

நமது பண்பாடு, மரபு, இலக்கியம் எல்லாவற்றையுமே ஒழித்துக்கட்ட வேண்டும் என்கிறாரே பெரியார். தமிழ்ப் பண்பாட்டுப் பலங்களை ஆழமாக ஆராய்ச்சி செய்தவர் என்ற முறையில் உங்களின் கருத்து என்ன?

பெரியார் காலத்திலே சமூகம், பண்பாடுபற்றி நம்மைப்போன்ற ஆய்வாளர்களோ மாணவர்களோ மிகவும் குறைவாகவே புரிந்துகொண்டிருந்தோம். பெரியாருக்குப் பின்பு முப்பது வருடங்கள் போய்விட்டன என்பதை நீங்கள் கவனிக்க வேண்டும்.

நம்முடைய மரபுக்குள்ளே ஒரு கலக மரபு இருக்கிறது. இந்தக் கலக மரபுகள் நமது இன்றைய கருத்தியல் போராட்டங்களுக்கு ஆதாரமாக நிற்கின்றன. பெரியாருடைய இலக்கியக் கோட்பாடு களை நாம் இன்று ஏற்றுக்கொள்ள முடியாது என்பதுபோல மரபு, பண்பாடு குறித்த பெரியாரின் பார்வைகளையும் அன்றைய காலகட்டத்தின் பார்வைகளாகவே நாம் கருத வேண்டும். பெரியாரோடு சிந்தனை நின்றுவிடவில்லையே! பெரியாரைத் தொடர்ந்தும் நாம் சிந்தித்துக்கொண்டிருக்கிறோம். நம்மைப் பெரியார் சிந்திக்கவைக்கிறார். மேலே போகப்போக வேறுபல வெளிச்சங்கள் தென்படுகின்றன.

நமது பண்பாடுகளுக்குள்ளேயே பல புரட்சிகரமான அம்சங்கள் உண்டு. அதாவது கார்ல் மார்க்ஸ் சொன்னதுபோல, 'காலந்தோறும் ஒடுக்குமுறை இருந்திருக்கிறது என்றால் அதற்கு எதிரான கலகக் குரலும் காலம்தோறும் இருந்துகொண்டேயிருக்கிறது.' இது நம் வாழ்வியலில் தொடர்ச்சியாகப் பதிவாகியிருக்கிறது. பார்ப்பானைச்

சாமி என்றுதான் சொன்னார்கள். ஆனால் நாட்டுப்புறங்களிலே எளிய சனங்களிடையே பார்ப்பானைப் பற்றிப் புழங்கும் வசை மொழிகளை நினைத்துப் பாருங்கள். அதுவும் நமது பண்பாடுதானே. நமது பண்பாடுகளுக்குள்ளும் பலமான வேர்கள் இருக்கின்றன; அவற்றைப் பிடித்துக்கொண்டு மேலே மேலே போகலாம் என்பது எனது கருத்து.

நம்முடைய பண்பாடு என்கிறீர்கள். தமிழ்ப் பண்பாடு என்பது ஆதிக்கச் சாதிகளால் கட்டப்பட்ட பண்பாடுதானே. இந்த ஆதிக்கசாதிப் பண்பாட்டை நமது பண்பாடாக நாங்கள் எப்படி ஏற்றுக்கொள்ள முடியும்?

இது நிரம்ப நாட்களாகவே கேட்கப்பட்டு வரும் கேள்வி; என்னைப்போன்ற ஆய்வாளர்கள் புத்தகங்களை மட்டும் நம்புபவர்கள் அல்லர். பேருந்து வசதிகள்கூட இல்லாத கிராமங்களுக்கும் சென்று அம்மக்களின் வாழ்வியலைக் கண்டு வருபவர்கள். பண்பாடு என்று வகைப்படுத்துவதைவிட, நான்கு தென் மாநிலங்களையும் துளுவையும் உள்ளடக்கிய திராவிட மொழி பேசுபவர்களின் பண்பாடு என்றுதான் வகைப்படுத்த வேண்டும். "திராவிடப் பண்பாடு என்று எதைச் சொல்வது? அடையாளம் காட்ட முடியுமா?" என்று ஒருமுறை என்னைக் கேட்டார்கள். திராவிடப் பண்பாட்டில்தான் பார்ப்பனர்களுக்குத் தனியாகவும் பார்ப்பனர்கள் அல்லாத அனைத்துச் சாதிகளுக்குமான பொது அம்சங்கள் தனியாகவும் ஒவ்வொரு சாதிக்குமான சின்ன சின்ன பண்பாட்டு அசைவுகள் தனியாகவும் இருப்பதை நான் பார்க்கிறேன். எடுத்துக்காட்டாக மூன்று செய்திகளை முன் வைக்க விரும்புகிறேன்.

ஒன்று : தாய்மாமனுக்கான மரியாதை. ஒரு தாய் வழிச் சமூகத்தின் எச்சப்பாடாக, திராவிடமொழி பேசுகிற எல்லா மக்களிடத்திலும் தாய்மாமனுக்கான மரியாதை என்பது ஒரு ஒற்றுமைக் கோடு. இது பார்ப்பனர்களிடம் கிடையாது. பிற்காலத்தில்தான் அவர்கள் இதை நம்மைப் பார்த்துக் கடைப்பிடித்து, தாய்மாமன் மகளையெல்லாம் திருமணம் செய்துகொண்டார்கள்.

இரண்டு : இறந்த உடலுக்கான மரியாதை. இந்த மரியாதையைப் பொறுத்த அளவில் நம்மிடமிருந்து துல்லியமாக, வெளிப்படையாகப் பார்ப்பனர்கள் வேறுபட்டு நிற்கிறார்கள்.

மூன்று : வீட்டுக்கு வெளியே பெண்ணின் மீது நிகழ்த்தப்படும் வன்முறை. வீட்டுக்குள்ளே மனைவியை அடிப்பவர்கள் இருக்கிறார்கள். அது தமிழ்நாட்டிலே, இந்தியாவிலே அன்றா நிகழ்வு. வீட்டுக்கு வெளியே பெண்மீது நிகழ்த்தப்படும் உடல் வன்முறையைத் திராவிடப் பண்பாடு கண்டிக்கிறது. வீதியிலே வைத்து மனைவியை அடித்தால் அடுத்த வீட்டுக்காரன் குறுக்கே வருவான். 'உன் வீட்டுக்குள் வைத்து அடி, தெருவிலே அடிக்காதே' என்று தடுப்பான். அதேபோல் பேருந்துக்குள் ஒரு நிறைசூலி ஏறினால் எழுந்து இடம் கொடுப்பார்கள்; பேருந்துக்குள் சாதி இல்லை. கர்ப்பிணிப் பெண் சலுகையளிக்கப்பட்ட பெண்ணாகவே நமது பண்பாட்டில் பார்க்கப்படுகிறாள்.

இந்த மாதிரியான நிறையக் கூறுகள் திராவிடப் பண்பாட்டிலே உள்ளன. அதுதவிர சாதி சார்ந்து, வட்டாரம் சார்ந்து ஒவ்வொரு சாதிக்கும் வட்டாரத்துக்குமான சில பண்பாட்டு அசைவுகள் உள்ளன. இந்த அசைவுகூட ஒரு சாதிக்கு எல்லா இடத்திலும் பொதுவாய் இராது. அவை வட்டாரம் சார்ந்து வேறுபடும். எனவே தலித் பண்பாடு, தமிழ்ப் பண்பாடு என இரண்டாக, வேறு வேறாக என்னால் பார்க்க இயலவில்லை. இது களஆய்வு எனக்குக் கற்றுத்தந்த பாடம். எல்லாச் சாதிகளுக்கும் தனித்தனியான பண்பாட்டு அசைவுகள் இருப்பது போன்று, தலித்துகளுக்கும் சாதி சார்ந்து, உட்பிரிவு சார்ந்து, வட்டாரம் சார்ந்து சில அசைவுகள் இருக்கின்றன. இந்த அசைவுகள் காரணமாகத்தான் உட்பிரிவுகளே பிறந்திருக்கின்றன. எனவே தலித் பண்பாடு, தமிழ்ப் பண்பாடு எனப் பிரிப்பதில் எனக்கு உடன்பாடு கிடையாது.

நீங்கள் சொன்ன உதாரணத்திலிருந்தே ஒரு கேள்வி. பேருந்துக்குள் சாதி இல்லை என்கிறீர்கள். தலித் மக்களை இந்தத் திராவிடப் பண்பாடுதானே பேருந்திலேயே ஏறக்கூடாது என்றும், அப்படியே ஏற அனுமதித்தாலும் இருக்கையில் உட்காரக்கூடாது என்றும் ஒடுக்குகிறது? எனவே திராவிடப் பண்பாட்டிலேயே ஒடுக்கும் சாதியின் பண்பாடு, ஒடுக்கப்பட்ட சாதியின் பண்பாடு என இரண்டு இருக்கிறது அல்லவா? அதாவது தமிழ்ப் பண்பாடு என்கிற ஆதிக்கச் சாதிப் பண்பாடு, தலித் பண்பாடு என அது இரண்டாகத்தானே கிடக்கிறது?

ஒடுக்குமுறைக்குக் காரணம் சாஸ்திரம் சார்ந்தது கிடையாது.

சொத்துடைமை சார்ந்த விடயம் அது. தன்னுடைய உலக வாழ்வின் இன்பங்களை யாரும் பறித்துவிடக்கூடாது என்றும் அவ்வின்பங்களைப் பெருக்கிக்கொள்ள வேண்டுமென்றும் நிகழ்த்தப்படுவதே ஒடுக்குமுறை. ஒடுக்கும் மக்களும் ஒடுக்கப்படும் மக்களும் எழுத்தறிவற்றவராய், சாஸ்திரம் அறியாதவராய்க்கூட இருப்பர். ஆனால் பார்ப்பனியப் பண்பாடு, இந்தச் சொத்துடைமை சார்ந்த ஒடுக்குமுறையை நியாயப்படுத்துவதற்காக அதைப் பண்பாட்டு ஒடுக்குமுறையாகக் கற்பித்து அதை நியாயப்படுத்தவும் செய்தது. சாதியை நியாயப்படுத்தும் எந்த நூலும் பண்டைய தமிழில் கிடையாது.

தமிழிலே சாதி ஒடுக்குமுறைக்கான எல்லாச் சிந்தனைகளும், வாழ்க்கையையும் பார்ப்பனிய மேலாண்மையையும் அதை நியாயப்படுத்தும் வடமொழிப் பனுவல்களையும் ஏற்றுக்கொண்ட பின்புதான் தொடங்குகிறது.

தமிழ்ச் சிறுபத்திரிகைச் சூழலில் நான் அவதானித்த விடயம், கடந்த பதினைந்து வருடங்களாக - அதாவது பிரம்மராஜன், சாருநிவேதிதா, கோணங்கி தலைமுறைக்குப் பின்னான தலைமுறையில் பெயர் சொல்லுமளவுக்கு ஒரு ஒத்தப் பார்ப்பான் இலக்கிய, தத்துவார்த்தப் புலங்களில் இல்லை. எப்படியிருக்கிறது தமிழ்ச் சிறுபத்திரிகைச் சூழல்? உங்களுக்கு இச்சூழல் நிறைவளிக்கிறதா?

இந்த இலக்கியப் போக்குகள் நிறைவளிக்கின்றனவா என்று கேட்டால், அது வேறு. ஆனால் ஒன்று; இவர்கள் உறங்கிக் கொண்டிருக்கவில்லை. இயங்கிக்கொண்டிருக்கிறார்கள். ஐம்பது களிலே ஏ.சி. செட்டியார் மைய அரசினுடைய சாகித்ய அக்காதெமிக்காகத் தொகுத்த சிறுகதைக் களஞ்சியம் நூல் வெளிவந்தது. நான் மாணவனாக இருந்தபோது எங்களுக்கெல்லாம் அது பாடமாக வைக்கப்பட்டிருந்தது.

அகிலன், புதுமைப்பித்தன், அழகிரிசாமி, வெங்கட்ராம் அதில் இருந்தார்கள் என்று நினைக்கிறேன். இவர்கள் தவிர பதினெட்டுச் சிறுகதைகள் அடங்கிய அத்தொகுப்பிலே, மிகுதி எழுத்தாளர்கள் எல்லாருமே பார்ப்பனர்கள். அறுபதுகளின் கடைசிப் பகுதியிலிருந்து சிறுகதை, நாவல் இரண்டு துறைகளும் பார்ப்பனர்களிடமிருந்து தமிழர்களால் பறிக்கப்பட்டுவிட்டது. அதைத் தொடர்ந்து எழுபதுகளின் கடைசிப் பகுதியில் நாடகத்

துறையும் பார்ப்பனர்களிடமிருந்து பறிக்கப்பட்டுவிட்டது. இன்று மறுபடியும் பார்ப்பனர்கள் மெல்ல இந்த இரும்புக் கோட்டைக்குள் நுழைய முயல்கிறார்கள். ஆனால் பாலகுமாரன் ஒரு கதை எழுதினால் உடனே எதிர்வினை வருகிறது. இந்தியா டுடே இலக்கிய மலர் வெளியிட்டால் உடனே கடுமையான விமர்சனம் வருகிறது. எனவே பார்ப்பனர் அல்லாதோரின் எழுச்சியின் சில நியாயங்களையாவது ஒத்துக்கொண்ட மாதிரி, பார்ப்பனர்கள் எழுத வேண்டிய சூழ்நிலை ஏற்பட்டுள்ளது. இல்லாவிட்டால் சுஜாதா திருக்குறளுக்கு உரை எழுத வருவாரா?

நீண்டகாலமாகவே ஈழத்துக்கும் தமிழகத்துக்குமான இலக்கிய உறவுகள் உள்ளன. இந்தப் பின்னணியில் நீங்கள் ஈழத்து இலக்கியப் போக்குகளை அவதானித்துள்ளீர்களா? இன்றைய ஈழத்து எழுத்துகள் குறித்து உங்கள் மதிப்பீடுகள் என்ன?

ஆறுமுகநாவலர் காலத்திலே அவர்கள் ஈழம் வேறு, தமிழகம் வேறு என்று பிரித்துப் பார்த்தது கிடையாது. அதற்குப் பின்னர் இருபதாம் நூற்றாண்டின் தொடக்கத்திலே பாண்டித்துரைத் தேவர் தமிழாராய்ச்சி உலகுக்குத் தனது பங்களிப்பாகச் 'செந்தமிழ்' என்ற இதழைத் தொடங்குகிறார். ஆசிரியராக முதலிலே இரா. ராகவ அய்யங்காரும் பிறகு மு. இராகவ அய்யங்காரும் இருக்கிறார்கள். இந்தப் பத்திரிகையிலே 1925 வரை - பெரியார் தேசிய இயக்கத்தி லிருந்து வெளியேறும் வரை - யாழ்ப்பாணத்து அறிஞர்கள் நிறைய பேர் எழுதியிருக்கிறார்கள்.

யாழ்ப்பாணம் கணேசய்யர், வல்லைக் குமாரசாமிப் புலவர், வீ. கனகசபை, காசிவாசி செந்திநாதய்யர், சுன்னாகம் அ. குமாரசாமி பிள்ளை, நா. கதிரைவேற்பிள்ளை, சூ. முத்துத்தம்பிப் பிள்ளை, கல்குளம் குப்புசாமி அய்யர், தி. சதாசிவம் பிள்ளை, மு. சாம்ப சிவனார் என நிறைய பேர் எழுதியுள்ளார்கள். பின் 1930களிலே ஈழத்தையும் தமிழகத்தையும் இணைப்பவராக விபுலானந்த அடிகள் இருந்தார். அதன்பின் அறுபதுகளிலே கைலாசபதி, சிவத்தம்பி போன்ற அறிஞர்கள் அந்த உறவைப் புதுப்பிக்கிறார்கள். இருபதாம் நூற்றாண்டின் ஆரம்பப் பகுதிகளில் ஈழத்து எழுத்தாளர்களின் செயற்பாடுகள் குறித்து நாம் ஆய்வுகள் நடத்தித் தொகுத்தல் அவசியம். இதுபற்றி நான் கா. சிவத்தம்பியிடம் பேசியுள்ளேன்.

இப்போதுள்ள ஈழத்து இலக்கியம் பற்றி என்ன கருதுகிறேன்

என்றால், ஈழத்து இலக்கியம் சிறுகதை, கவிதை போன்றவற்றில் மிகவும் நிறைவளிக்கக்கூடியதாக இருக்கிறது என்றே கருதுகிறேன். எதிர்காலத்தில் தமிழ்நாட்டு இலக்கியத்துக்கு வழிகாட்டக் கூடிய னவாய் ஈழத்து இலக்கியம் அமையும். தவிரவும் ஈழத்தில் நடைபெறும் கருத்துப் போர்களில் தமிழ்நாடுபோல நான் என்ற தன்முனைப்பு முன்னிறுத்தப்பட்டு விவாதப் பொருள் பின்தள்ளப் படுவதில்லை. இது மிக ஆரோக்கியமான போக்கு.

இன்று நமது இந்துச் சமூகங்களில், ஈழத்திலோ இந்தியாவிலோ இருக்கக்கூடிய முதன்மையான ஒடுக்குமுறையும் கொடுமையும் சாதியமே ஆகும். சாதி விடுதலையைச் சாதிக்க வித்தியாசம் வித்தியாசமான அமைப்புகளும் இயக்கங்களும் ஒன்றுக்கொன்று முரணான வேலைத்திட்டங்களை முன்வைக்கிறார்கள். ஆயுதப் பாதை, தேர்தல்பாதை, சீர்திருத்தம், தமிழ் அடையாளம் என்றெல்லாம் பல போக்குகள் வரையப்படுகின்றன. இதுகுறித்து நீங்கள் என்ன சிந்திக்கிறீர்கள்? எமது சமூகத்தின் சாதிய விடுதலை எவ்வழியில் சாத்தியப்படும்?

இது தெளிவு ஆழமான சிந்தனையைக் கோரும் கேள்வி. இதற்கு ஒரு தனி மனிதரால் பதில் சொல்ல முடியும் என்று எனக்குத் தோன்றவில்லை. சாதிபற்றிய முறையான தெளிவுகளே நமக்கு இதுவரை கிடைக்கவில்லை. தொடக்கத்தில் சாதிபற்றிய ஆய்வுகள் எல்லாம் ஐரோப்பாவிலிருந்து வந்தவர்களாலேயே எழுதப்பட்டன. அதுதவிர, ஒரு சாதியினுடைய அசைவைப்பற்றிய அதனுடைய போர்க்குரல்பற்றிய போதுமான பதிவுகளெல்லாம் நம்மிடத்தில் இல்லை. இங்கே சாதிப் பிரச்சினையின் ஆழமும் அகலமும் விரிவும் நாம் நம்பிக்கொண்டிருப்பவற்றைவிட மிகமிகப் பெரியன. குறிப்பாகக் காலமும் வெளியும் பங்கிடப்பட்ட முறைமையை நாம் உடைத்தெறிய வேண்டும். காலப்பங்கீடும் வெளிப்பங்கீடும் 1800 வருடங்களுக்கு முன்பே இங்கே ஒழுங் கமைக்கப்பட்டுவிட்டன. காலம் காலமாய் அதை நுணுக்கமாகச் செதுக்கிச் செதுக்கித் தமிழ்ச்சாதி அமைப்பு முறையை உண்டாக்கி விட்டார்கள். இது எப்போது ஆழமானதென்றால், தமிழ் வரலாற்றிலே ஆறு நூற்றாண்டுக் காலம் அரசியல் அதிகாரம் தமிழர்களிடம் இல்லை. அப்போதுதான் இது மிகக் கொடுமை யானதாக ஆக்கப்பட்டது. பின்பு காலனி ஆட்சியாளர்கள் பங்கிடப்பட்ட வெளிகளிலே கை வைக்கவில்லை. அவற்றைத்

தேசவழமைச் சட்டங்களாக்கிவிட்டார்கள். மன்னர் காலங்களிலே மன்னர்களை அண்டிப்பிழைத்த உயர்சாதியினர் காலனி ஆட்சிக் காலத்தில்தான் நேரடியாகப் பெருமளவு அரசியல் அதிகாரத்தைக் கைப்பற்றிக்கொண்டார்கள். அது காலங்காலமாக இன்றுவரை தொடர்கின்றது. இந்திய அரசியல் சட்டம் வரை தொடர்ந்தது. எனவே காலப்பங்கீடு, வெளிப்பங்கீடு ஆகிய முறைமைகளை உடைப்பதற்கானதிட்டம்என்ன? ஒருகூட்டுச்சிந்தனையூடாகத்தான் அதை உடைக்கலாம் என நான் கருதுகிறேன்.

உலகமயமாக்குதல் என்பது தவிர்க்க முடியாததே எனச் சில மேலைத் தேய அறிஞர்கள் கருதுகிறார்கள். உற்பத்திச் சக்திகளின் வளர்ச்சி எப்படி கைவினைச் சங்கங்களிடமிருந்து உற்பத்தியை விடுவித்துத் தேசமயமாக்கியதோ அதேபோன்று, இன்றைய காலத்தில் உற்பத்திச் சக்திகளின் அபரித வளர்ச்சி என்பது தேச எல்லைகளை உடைத்து உலகமயமாவதை நாம் எதிர்கொண்டு உற்பத்தியையும் விநியோகத்தையும் நியாயமாகப் பங்கீடு செய்ய வேண்டும் என்பது அவர்கள் கருத்து. மூன்றாம் உலக இடதுசாரிகள் உலகமயமாக்கலைக் கடுமையாக எதிர்க்கிறார்கள். இதிலே உலகமயமாக்கல் மூலம் தலித்துகள் பொருளுற்பத்தியில் நேரடியாகப் பங்குகொண்டு, ஓரளவு பொருளியல் முன்னேற்றத்தைச் சாத்தியப்படுத்தலாம் என்றும் சில தலித் அறிஞர்கள் கூறுகிறார்கள். இது குறித்து உங்கள் கருத்து என்ன?

நான் 'டங்கல் என்னும் நயவஞ்சகம்' என்றொரு சிறு நூல் வெளியிட்டுள்ளேன். காலச்சுவடு வெளியிட்டுள்ள, தொ.ப.வின் 'மரபும் புதுமையும்' நூலில் இடம்பெற்றுள்ளது. இனி ஓர் உலகப்போர் வராது. ஏனெனில் உலகப் போரைத் நடத்திக்கொள்ள தவணைமுறையில் ஏகாதிபத்தியம் கற்றுக்கொண்டுவிட்டது. எனவே உலகமயமாக்கல் என்பது ஒரு கொடுமையான பொருளாதாரச் சுரண்டல் மட்டுமல்லந அதைவிடப் பன்மடங்கு மோசமான கலாச்சாரச் சுரண்டல் என்று நான் நினைக்கிறேன். ஏனெனில் சுயமான பொருளுற்பத்தி, சுயமான அறிவுற்பத்தி இவை இரண்டும் தங்களைத்தவிர வேறு எவரிடமும் இருக்கக் கூடாது எனக் கருதித் திட்டமிட்டு அழிக்கிறார்கள். ஆனால் உலகமயமாக்கலிலே வேறு சில விளைவுகளும் உண்டு. குறிப்பாக இந்தியாவினுள்ளே கணிப்பொறியியல் வருகை எனக்கு மிகவும் மகிழ்ச்சியைக் கொடுத்தது. ஏனெனில் அதுவொரு பயனுறு

அறிவியல். வெள்ளைக்காரன் கொண்டுவந்த சூத்திரங்களை மனனம் செய்யும் பார்ப்பனர்களுக்குச் சாதகமான கல்விமுறையைக் கணிப்பொறி உடைத்துள்ளது. உனக்கு என்ன மனப்பாடம் செய்யத் தெரியும் என்ற கேள்வியைத் தவிர்த்து, உனக்கு என்ன செய்யத் தெரியும் என்ற கேள்வி கல்வித் துறையிலே கேட்கப்படும் நிலை தோன்றியுள்ளது. இது நமக்குச் சாதகமான சில பின்விளைவுகளை உண்டாக்கும்.

ஒரு காலத்திலே கிராமத்திலிருந்து பார்ப்பனர்கள் நகரங் களுக்குச் சென்று குடியேறினார்கள். இதற்கும் மற்ற சாதியினர் நகரமயமானதற்கும் இடையே ஒரு பெரும் வித்தியாசம் உண்டு. பார்ப்பனர்கள் அதிகாரங்களைத் தேடி, இழந்துபோன அதிகாரங் களைமீட்டெடுக்கும்முயற்சியிலேநகரங்களுக்குக்குடிபோனார்கள். நகரங்களின் பெரும் பதவியைக் கைப்பற்றினார்கள். முதலில் மாவட்டத் தலைநகர்களுக்குப் போனார்கள்; அங்கும் நம்மவர்கள் சென்றபோது சென்னைக்குப் போய் மாம்பலம் போன்ற புதிய குடியிருப்புகளை உருவாக்கினார்கள்.

அங்கும் நம்மாட்கள் போனபோது, அவர்கள் வட இந்தியாவை நோக்கி நகர்ந்தார்கள். மாதுங்கா, சௌத் பிளாக் போன்ற இடங்களைக் கையகப்படுத்தினார்கள். பின் தம் பூர்வதேசம் என்ற பெருமையோடு இங்கிலாந்துக்குப் போனார்கள். இங்கிலாந்தின் கை தளர்ந்தபோது அமெரிக்காவுக்குப் போனார்கள். ஆனால் இன்றைக்கு அமெரிக்காவிலே இருக்கக்கூடிய இந்தியர்களிலே கணிசமானோர் பார்ப்பனர் அல்லாதவர்கள். அங்கும்போய் அவர்கள் சாதிச் சங்கங்கள் உருவாக்குவது கவலைக்குரியது. உலகம் முழுவதும் பரவுதல் தனக்கு மட்டுமே சாத்தியம் என்ற பார்ப்பனியக் கருத்தியலை ஒடுக்கி, கணிப்பொறிமூலம் அந்த வெளிக்குள் பார்ப்பனர்கள் அல்லாதவர்கள் பிரவேசித்துள்ளார்கள்.

மீண்டும் பெரியாரை முன்வைத்து ஒரு கேள்வி. தமிழ்நாட்டில் ஒருசில பின் நவீனத்துவச் சிந்தனையாளர்களைத் தவிர்த்துப் பார்த்தால் பெரியாரை ஏற்றுக்கொண்டு பேசுபவர்களும் சரி, பெரியாரை மறுத்துப் பேசுபவர்களும் சரி - பெரியாரைப் பகுத்தறிவு, கடவுள் மறுப்பு, சாதிப் பிரச்சினை, பெண் விடுதலை போன்ற எல்லைகளுக்குள் மட்டுமே நிறுத்திப் பேசி வருகிறார்கள். பெரியாரிடம் காணக்கிடைக்கும் ஒழுங்கமைப்புவாதக் கூறுகளை

இவர்கள் பேசுவதில்லை. குடும்பம், குழந்தை பெற்றுக்கொள்ளல், நீதிமன்றம், நீதி, காதல் போன்ற அறங்களையெல்லாம் உடைத் தெறிந்து இயங்கியவர் பெரியார். இன்று வெகுசனங்களின் தலைவர்களுக்கெனச் சுட்டப்படும் புனிதங்களையெல்லாம் பெரியார் கலைத்துப் போட்டவர். நிர்வாணம் தொடங்கி நீதிமன்ற அவமதிப்புவரை அவர் காட்டாத கூத்துக்கள் கிடையாது.

பெரியாரின் இந்தக் கலகப் பண்புகள் குறித்து இன்றைய ஒடுக்கப்பட்டோரின் தலைவர்கள், சிந்தனையாளர்கள் மௌனம் சாதிப்பது ஏன்? இவர்களின் அதிகார வேட்கைக்குப் பெரியாரின் கலகப் பண்புகள் ஒரு தடையெனக் கருதுகிறார்களா?

ஆம். பெரியார் ஒரு கலக மரபுச் சிந்தனையாளர். அவர் நீதிமன்றங்களில் பேசியதைக் கவனித்தாலே அவற்றைப் புரிந்துகொள்ளலாம். குறிப்பாக, நாடு விடுதலை பெற்ற பிறகு, அவர் தமிழ் மக்களின் பெரும் தலைவர் ஆனதன் பிறகு, கிட்டத் தட்ட அவருடைய எழுபத்து நான்காவது வயதிலே "நான் அப்படித் தான் அய்யா சொன்னேன். அதுதான் நியாயமென்று இப்போதும் கருதுகிறேன். என்ன தண்டனை கொடுக்கிறீர்களோ கொடுங்கள்" என்று திருச்சி நீதிமன்றத்திலே மாவட்ட ஆட்சித்தலைவர் மலையப்பன் வழக்கிலே பெரியார் சொன்னார். பெரியாரின் கலகமரபுகளைப் பின்பற்றியவர்கள் 1967க்கு முன்னே தி.மு.க.வில் சிலர் இருந்தார்கள். ஆனால் அரசியல் அதிகாரம் என்ற தேனைத் தொட்டு நாக்கிலே தடவியபோது இவர்கள் பெரியாரை என்ன, எதை வேண்டுமானாலும் விற்கத் தயாராகவிருந்தார்கள்; இப்போதும் தயாராக இருக்கிறார்கள்.

நேர்காணல்: ஷோபாசக்தி காலம் 18

கால்டுவெல் என்ற மனிதர்

ஏறக்குறைய ஐம்பத்துமூன்று ஆண்டுகள் திருநெல்வேலி வட்டாரத்தில் வாழ்ந்து ஒப்பீட்டு மொழியியல், சமூகவியல், சமயம் எனப் பல்வேறு துறைகளில் சிறந்த பங்களிப்பைச் செய்தவர் கால்டுவெல். ஆய்வாளர் என்ற முறையில் கால்டுவெல் என்ற மனிதர் உங்களை எந்த அளவிற்குக் கவர்ந்துள்ளார்?

பதினெட்டாம் நூற்றாண்டின் நடுப்பகுதியில் கால்டுவெல் தமிழ்நாட்டில் அதன் தென்கோடிப் பகுதியான இடையன்குடிக்கு வருகிறார். திருச்செந்தூருக்கும் கன்னியாகுமரிக்கும் இடையிலுள்ள கடற்கரைப்பகுதி தமிழ்நாட்டிலேயே மிகமிக வெப்பமான பகுதி. இந்த இடத்தை அவர் தேர்வு செய்ததற்கான காரணம் நமக்குப் புரியவில்லை. ஆனால் இன்றுகூட அந்த ஊரிலே நம்மால் ஒருநாள் இருக்கமுடியாது. அந்த அளவுக்கு வெயிலும் செம்மணல் தேரியினுடைய சூடும் தாங்கமுடியாது. அந்த ஊரிலே இந்த ஐரோப்பியர் 53 ஆண்டுக்காலம் இருந்திருக்கிறார் என்பது என்னைப் பொறுத்தமட்டில் வியப்புக்குரிய ஒன்றாகவே உள்ளது. நான் அந்த ஊருக்குக் கால்டுவெல் நினைவுக் கருத்தரங்கிற்காக மூன்றுமுறை சென்றுள்ளேன். ஆண்டுதோறும் ஜூலையில் கருத்தரங்கை நடத்துகிறார்கள்.

கால்டுவெல் என்ற மிஷனரியைவிட, கால்டுவெல் என்கிற அர்ப்பணிப்பு உணர்வுடைய சமூகச் சீர்திருத்தவாதியைத்தான் எனக்கு ரொம்பப் பிடிக்கும். கால்டுவெல் வருகிறபோது, ஏன்.. இப்ப ஒரு இருபது ஆண்டுகளுக்கு முன்னர்கூட அந்தப் பக்கம் பேருந்து வசதி கிடையாது. தேரிமணல், சாலைகளைக் காற்றிலே மூடிவிடும் என்பதனாலே பனைஓலைகளைப் போட்டு

அதன்மீது ஜீப் ஓட்டுவார்கள். இதுதான் போக்குவரத்து வசதி. அப்படியென்றால் பதினெட்டாம், பத்தொன்பதாம் நூற்றாண்டின் நடுப்பகுதியிலே அந்த நிலம் எவ்வாறு இருந்திருக்கும்? கால்டுவெல் குதிரைவண்டியிலும் குதிரையிலும்தான் பயணம் செய்திருக்கிறார். இடையன்குடி என்ற பெயரோடு வழங்கிய சின்ன கிராமத்தினுடைய செம்மணல் தேரிக்காட்டின் தென்பகுதியை விலைக்கு வாங்கி, அதிலே ஒரு தேவாலயத்தைக் கட்டி, பக்கத்திலேயே தனக்கு ஒரு வீட்டைக்கட்டி, தேவாலயத்தினுடைய வலதுபுறத்திலே, தான் மதம் மாற்றிய அந்த எளிய நாடார் கிறிஸ்தவ மக்களுக்காகத் தெருக்களை, வீடுகளை அமைக்கிறார். அவ்வளவு நேர்த்தியாக, ஒழுங்காக இன்றளவும் அவை இருக்கின்றன.

கால்டுவெல் காலத்திய இடையன்குடி எப்படி இருந்திருக்கும் என்பதற்கு வேறு எடுத்துக்காட்டே தேவையில்லை. இன்றைக்கும் அந்த தேவாலயத்திற்கு நேர் எதிரே இருபது மீட்டர் தாண்டிச் சென்றால், அந்தப் பழைய இடையன்குடி கிராமம் உள்ளது. அதே பழைய ஓலைக்குடிசைகள். பனைமடலால் ஆன வேலிகள். அழுக்கு, வறுமை, வெள்ளாடு இவற்றோடு அப்படியே இருக்கிறது. கால்டுவெல் வருகிறபோதும் இப்படித்தான் இருந்திருக்க வேண்டும். கால்டுவெல் நாடார் மக்களிடம் வருகிறபோது அவர்கள் பதநீரை இறக்கிக் கருப்புக்கட்டி உற்பத்தி செய்துகொண்டிருந்தார்கள். அன்றைக்குத் தென்மாவட்டங்களிலேயே இடையன்குடிக்கு ஒரு ஆறு கிலோமீட்டருக்கு முன்னால் உள்ள திசையன்விளை பெரிய கருப்பட்டிச் சந்தை. அதை நம்பித்தான் அந்த மக்களுடைய வாழ்வாதாரம் இருந்தது.

இன்றைக்கு அந்த மக்கள் கல்வி, சமூக விடுதலை, பாதுகாப்பான வீடு இவற்றோடு நான்காவது தலைமுறையைக் கழித்துக்கொண்டு கால்டுவெல்லைத் தங்களுடைய குலதெய்வமாக, 'சாஸ்தா' என்று நாம் சொல்வதைப்போலக் கருதுகிறார்கள். ஏனென்றால் அவர் தந்த வாழ்க்கைதான் இதெல்லாம். ஒரு சுவையான செய்தி. திசையன்விளையைச் சேர்ந்த ஒரு பெரிய தொழிலதிபர், பாளையங்கோட்டையிலே இருக்கிறார், Bellpins முதலாளி செல்லத் துரை நாடார். அவர் என்னிடம் ஒரு கேள்வியைக் கேட்டார்.

"சீர்திருத்தத் திருச்சபைக்காரர்கள் எல்லாம் ஒரு புதிய இடத்தை வாங்கி அதில் ஊரை நிர்மாணிப்பார்கள். அப்படி நிர்மாணிக்கிறபோது

அதற்குச் சமாதானபுரம், சுவிசேஷபுரம், கடாட்ஷபுரம், மெய்ஞானபுரம் என்ற மதம் சார்ந்த ஒரு பெயரை இடுவார்கள். வேதாகமம் சார்ந்த பெயர்கள் அவை. ஆனால் கால்டுவெல் இடையன்குடி என்னும் பெயரை ஏன் மாற்றவில்லை?'' என்று கேட்டார்.

எனக்குத் தெரியவில்லை என்று சொன்னேன் நான். அவர் சொன்னார், "நான் கால்டுவெல் பிறந்த ஊருக்குப் போனேன். அவர் பிறந்த ஊரின் பெயர் Shepherdyard. அதாவது தமிழிலே சொல்வதானால் இடையன்குடி. இது தன்னுடைய ஊர்ப்பெயரை நினைவுபடுத்துகிற ஊர் என்பதாலே இந்த ஊர்ப் பெயரை மட்டும் கால்டுவெல் மாற்றவில்லை" என்றார். எனக்கு ரொம்ப வியப்பாக இருந்தது; நெகிழ்ச்சியாகவும் இருந்தது. இவர் தன்னுடைய ஊர்ப்பெயரைக் கொண்ட ஊரை இங்குத் தேர்ந்துகொண்டதாலோ என்னவோ, அங்கு 53 ஆண்டுகள் வாழ்ந்திருக்கிறார். இடையிலே ஒரேயொருமுறை மட்டும் இங்கிலாந்து சென்று வந்திருக்கிறார். தன்னுடைய மகளைக்கூடப் பக்கத்தில் நாகர்கோயிலிலே இருந்த இன்னொரு மிஷனரியில்தான் திருமணம் செய்து கொடுத்திருக்கிறார்.

இப்பொழுது அங்கு கால்டுவெல் தனக்காகக் கட்டிய வீடு இருக்கிறது. வீட்டிலே வேறெந்த நினைவுச் சின்னமும் இல்லை. கால்டுவெல் பயன்படுத்திய கோட் ஸ்டாண்டு மட்டும்தான் உள்ளது. தேவாலயத்திலிருந்து அந்த வீட்டிற்கு நடந்து செல்ல நூறு அடிதான். இந்த நூறு அடியையும் அந்த மணலிலே வெயிலிலே நம்மால் நடந்து செல்ல இயலாது. அதற்குப் பின்னாலே கால்டுவெல் மேனிலைப்பள்ளி உள்ளது. கால்டுவெல் மனைவி அந்த ஊர்ப் பெண்களுக்காக உருவாக்கிய ஒரு தையல்பள்ளியின் இடிந்த கட்டடம் இருக்கிறது. இவ்வளவுதான் அங்கு இருக்கிற மிச்சம்.

இந்த தேவாலயம் அவ்வளவு நேர்த்தியாக எண்ணி எண்ணிக் கட்டப்பட்டது. அந்தக் கோபுர மணியினுடைய ஓசை தனியாக இருக்கும். அது கால்டுவெல்லின் தம்பி ஐரோப்பாவிலிருந்து வாங்கி அனுப்பியது என்று சொல்கிறார்கள். இந்தக் கோபுர மணிக்குச் செல்லும் படிக்கட்டுகள் கலைநேர்த்தியுடன் செய்யப்பட்டிருக்கின்றன.

கொடைக்கானலிலே கால்டுவெல் இறந்தாலும் அவர் விருப்பப்படி மூன்று நாட்களாக அந்த உடலைப் பாதுகாத்து மலையிலிருந்து டோலி கட்டிக் கீழே இறக்கி (அன்றைக்கு அதானே சாத்தியம்) அங்கிருந்து ரயிலிலே மதுரை வழியாக திருநெல்வேலி கொண்டுவந்து, அங்கிருந்து பீட்டன் அல்லது சாரட் என்று சொல்லக்கூடிய குதிரை வண்டியிலே பாளையங்கோட்டை தேவாலயத்தில் வைத்துப் பூசைசெய்து, இடையன்குடிக்குக் கொண்டு சென்று அந்தத் தேவாலயத்திலே அடக்கம் செய்திருக்கிறார்கள். அவர் மனைவியும் அங்கேதான் அடக்கம் செய்யப்பட்டார். பெரிய வியப்பு இதுதான்.

சமூகவிடுதலை, பொருளாதார விடுதலை, சமூக மரியாதை இவைதான் அவர் பெற்றுத் தந்தது. இவற்றை அவர் மதம் மாற்றிய எந்தக் குடும்பமும் இதுவரை இழக்கவில்லை. மாறாகப் பெருக்கிக்கொண்டே இருந்திருக்கிறது. இன்னொரு செய்தி எனக்கே கொஞ்சம் வியப்புதான். நாடார்கள் என்ற, பதநீரும் கள்ளும் இறக்கும் தொழில் செய்யும் சாதிக்காரரர்களை அவர் மதமாற்றம் செய்தார். அந்தச் சாதிக்காரரர்களை மதமாற்றம் செய்வது எந்தப் பிரச்சினைக்கும் வழிவகுக்காது. இன்னொரு சாதியைச் சேர்த்தால் சாதிமோதலுக்கு வழிவகுக்கும் என்று அவர் நினைத்திருக்கலாம். அதனாலேதான் இடையன்குடியிலே தேவாலயத்திற்கு அறுபது மீட்டர் தூரத்திலே வாழக்கூடிய இடையர்கள் இன்றும் கிறிஸ்தவர்களாக ஆகாமல் அப்படியே இருக்கிறார்கள்.

அதுமட்டுமல்லாமல் கால்டுவெல்லைப்பற்றி நிறைய கதைகள் அந்த ஊரிலே சொல்லப்படுகின்றன. அதிலே முக்கியமான கதை. கால்டுவெல் ரொம்பக் கோபக்காரராம். தெருக்களில் வீட்டினுடைய ஓர் அறையை அரையடி முன்னால் தள்ளிக் கட்டினால் அங்கிருந்து கூப்பிட்டுச் சாதிப்பெயரைச் சொல்லித் திட்டுவாராம். அதைப் பெருமையோடும் மகிழ்ச்சியோடும் இன்றைக்கும் சொல்கிறார்கள். ஏனென்றால் அவரைத் தங்களுடைய முப்பாட்டன் அல்லது குலதெய்வம் என்று அவர்கள் கருதுவதாலே. சின்ன ஊராக இருந்தாலும், அந்த ஊரின் முகமே தனி அழகாக இருக்கிறது.

கால்டுவெல் காலத்தில் பயணம் மட்டுமல்ல; மின்சாரம் இல்லை, பேருந்து இல்லை, சாலை வசதி இல்லை. தனக்குக் கோதுமையை வாங்க வேண்டியிருந்தால்கூட கால்டுவெல் தூத்துக்

குடிக்கோ பாளையங்கோட்டைக்கோதான் வந்திருக்க வேண்டும். இப்படி சிரமம்மிகுந்த காலத்திலே 53 ஆண்டுகள் ஒரேயொருமுறை இங்கிலாந்து சென்றுவந்ததைத் தவிர, அந்த ஊரிலே அந்த மனிதர் வாழ்ந்தார் என்பது மகத்தான தியாகம். ஒரு குளிர் நாட்டிலிருந்து வந்து இந்தத் தகிக்கிற வெப்பத்திலே 53 ஆண்டுகள் குடும்பத் தோடு வாழ்ந்திருக்கிறார். தன்னுடைய மகளையும் இங்கேயே திருமணம் செய்துகொடுத்திருக்கிறார். அதனால்தான் சொல்கிறேன், ஒரு மொழியியல் அறிஞர் என்பதைவிட, அவர் தேர்ந்தெடுத்துக் கொண்ட மக்கள், அன்றைக்குச் சமூக மரியாதையே இல்லாத ஒரு பெரிய மக்கள் கூட்டம்.

ஆனால் இந்த மக்கள் மிகுந்த நன்றியறிவுடையவர்கள் என்பதை அவர் கண்டுகொண்டார். இதனால் அவர்களுக்கு வேண்டிய எல்லாத் தேவைகளையும் நிறைவு செய்திருக்கிறார். மருத்துவ வசதியை எப்படிச் செய்தார் என்பதுபற்றிய எந்தத் தகவலும் எனக்குக் கிடைக்கவில்லை. அதுவரை அவர்கள் பனைஓலைக் குடிசைகளில்தான் வாழ்ந்துகொண்டிருந்தார்கள். இன்றைக்கு மூன்றாவது, நாலாவது தலைமுறைப் பட்டதாரிகளை இடையன்குடியிலே பார்க்கலாம். இதுதான் நான் அந்த ஊருக்குச் சென்றுவந்த அளவிலே கால்டுவெல்லைப்பற்றித் தெரிந்துகொண்ட செய்திகள்.

'திராவிடமொழிகளின் ஒப்பிலக்கணம்' என்ற கால்டுவெல் படைப்பைத்தான் பெரும்பாலும் எல்லாரும் தெரிந்திருக்கிறோம். ஆனால் அவருடைய மற்ற படைப்புகள் அவற்றின் முக்கியத்துவம் பற்றிச் சொல்லுங்கள்.

குறிப்பாக 'Sanars of Tamilnadu'ன்னு அவர் எழுதின புத்தகம் இருக்கு. Ethnographic Study-ன்னு நாம இன்றைக்குச் சொல்றோமே... முதல்ல விஞ்ஞானப்பூர்வமாகச் செய்யப்பட்ட Ethnographic Study அதுதான். அதுலதான் அந்த Lore-ஐ எல்லாம் அவர் கணக்குல எடுத்துப் பேசுவாரு.

அதுல ஒரு கதை. நாடார்கள் ஈழத்துல இருந்து பனங் கொட்டையோட வந்தாங்க அப்படின்றது. நான் அதை ஒரு வரலாற்று உண்மையாகக் கருதுறேன். ஏனென்றால் ஈழம் என்ற சொல்லுக்குத் தமிழில் பனை என்ற பொருள் உண்டு. பனைமீது விதிக்கப்பட்ட வரிக்கு ஈழம்பூச்சி என்றே பெயர். ஈழவர் என்று

கேரளாவிலே சொல்லப்படுகின்ற சாதியார் ஈழத்திலிருந்து கேரளா விற்கு வந்தவர்கள். அதுபோல நெல்லை மாவட்டத்தினுடைய எல்லையோரத்திலே வாழ்கிற இல்லத்துப் பிள்ளைமார்னு சொல்லப்படக்கூடிய சாதியினரை ஈழப்பிள்ளைமார் என்றுதான் சொல்வார்கள். அவர்களும் அங்கிருந்துதான் வந்திருக்கணும். Sanars of Tamilnadu ஓர் அருமையான Ethnographic Study. இன்னுஞ் சொல்லப்போனா, கனகசபைப் பிள்ளை, சீனிவாச ஐயங்கார், இவர்களுக்கெல்லாம் அது முன்னோடி நூலாக இருந்தது என்று நான் கருதுகிறேன்.

Ethnographic aspect-ல அவரோட படைப்ப நாம வச்சுப் பார்க்கற ஒரு தேவையும் அதனுடைய முக்கியத்துவமும் உங்களுடைய வார்த்தைகளில் இருந்து புரியுது. இந்தியர்களுக்கு வரலாற்றுப் பார்வை இல்லை என்பதாகக் கால்டுவெல் கருதுகிறார். அதுபோல "ஒரு மன்னனைப் பற்றியோ ஒரு நிகழ்ச்சியைப் பற்றியோ உள்ளதை உள்ளவாறே எழுதுவதில் இந்தியர்களுக்கு மிகப்பெரிய சுணக்கம் இருக்கிறது. கவிஞர்களின் கட்டற்ற கற்பனைக்கு இடங்கொடுக்கும் போதுதான் எந்த ஒரு படைப்பும் ஆர்வம் ஊட்டுவதாக அமைகிற தென்று அவர்கள் கருதுவதுபோல் தோன்றுகிறது. புராதனமான இந்திய வரலாறு என்று நாம் சொல்வோமானால் கல்வெட்டுகளிலும் நாணயங்களிலும் காணக் கிடைக்கும். பழமரபுக்கதைகள், புராணங்கள் இப்படி எந்தப் பெயரில் இருந்தாலும் அவை தூக்கியெறியப்பட வேண்டும். அதனால் சிறப்பு எதுவும் இல்லை; மாறாகச் சாதாரணமானதுதான்" என்று கால்டுவெல் குறிப்பிடுகிறார். இதைப்பற்றி நீங்கள் என்ன நினைக்கிறீர்கள்?

History of Tinnevelly-யிலே ஓர் இடத்துல வந்து அவர் எழுதுறாரு, இந்த மக்களுக்கு வரலாற்று உணர்வு கிடையாதுன்னு; Historic Sense கிடையாதுன்னு. அது ஒரு அபத்தமான ஸ்டேட்மெண்ட். ஏன்னா கால்டுவெல் காலத்துல கல்வெட்டியல் துறை தொடங்கப்படல. இந்தியாவுல இருக்கிற கல்வெட்டுல 75 விழுக்காடு கல்வெட்டுகள் தமிழ்நாட்டுல. அதுல 75 விழுக்காடு தமிழ்க் கல்வெட்டுகள். அதுல கிட்டத்தட்ட ஒரு 30 ஆயிரம் கல்வெட்டுகள் அச்சிடப்பட்டிருக்கு. இதைத் தெரிந்திருந்தால் கால்டுவெல் அப்படிச் சொல்லியிருக்க மாட்டார். அவர் காலத்துல அதற்கான வாய்ப்பு அவருக்குக் கிடைக்கவில்லை. சுந்தரம்பிள்ளை போன்றவர்களுக்குக் கிடைத்த கல்வெட்டு வாசிக்கிற வாய்ப்பு அவருக்குக் கிடைக்கவில்லை.

அவர் வாழ்ந்த நிலப்பகுதியும் அப்படிப்பட்ட பகுதி. இரண்டாவது, அந்த நிலப்பகுதி பார்ப்பனியத் தாக்கம் இருந்த பகுதி அல்ல. இந்த நிலப்பகுதியில் வாழ்பவர்கள் பார்ப்பனிய மேலாண்மைக்கு அடிமைப்பட்டவர்கள் இல்லை. அவர்களெல்லாம் வெள்ளாள மேலாண்மைக்கு அடிமைப்பட்டவர்களாகத்தான் இருந்தார்கள்.

History of Tinnevelly புத்தகத்துல ஒரு இடத்துல வரலாறு பற்றி அவர் சொன்ன கருத்தை நீங்க சொன்னீங்க. இந்திய வரலாறு அப்படின்னு ஒன்னு, சொல்லப்போனா அந்த வரலாறுங்கிற அர்த்தத்தைப் பிரதிபலிக்கக்கூடிய ஒரு கருத்து வந்து நம்முடைய நாணயங்கள்லேயும் கல்வெட்டுக்கள்லேயும்தான் இருக்கு. அதற்குப்பிறகு வேறு எதுலயுமே இல்ல அப்படின்னு கருத்து சொல்றாரு. அதேபோல மகாவம்சத்துலதான் இந்த வரலாறோட தன்மை இருக்கு. இலங்கைல இருந்து எழுதப்பட்ட மகாவம்சம் அது.

கால்டுவெல் காலத்துல எழுத்து மரபுக்கான மரியாதை இருந்தது. இன்றைக்கு இல்லை. இன்றைக்கு நாம வாய்மொழி மரபுக்கான மரியாதை தருகிறோம். கால்டுவெல் காலத்துல அப்படி ஒரு அறிவுலகம் தோன்றல. அவர் அதையெல்லாம் கதை என்ற நினைப்புலதான் பதிவு செய்யல.

வழக்கு மொழியிலிருந்துதான் வேர்ச்சொற்களையெல்லாம் திராவிடமொழிகளோட ஒப்பீட்டு நிலைக்கு முக்கியமாகப் பயன்படுத்தறார். ஆனா வரலாறு அப்படின்னு பார்க்கும்போது எழுத்துமொழியில அமைந்த வரலாற்றைத்தான் பார்க்கிறார். அவர் காலத்து அறிவுலகம் அப்படித்தான் இருந்தது. இப்ப அதேமாதிரி, எதார்த்தத்தை எதார்த்தமாகவே பதிவு பண்றது இந்தியர்களுக்குக் கைவராத கலைன்னும்சொல்றார். ஏன் அப்படின்னா, புலவர்கள் அல்லது கவிஞர்கள் ரொம்ப உணர்ச்சி மேலீட்டோட, கற்பனைநயம் கலந்து எழுதுவதைத்தான் அவர்களுடைய எழுத்துக்கள்ல பார்க்க முடியுது. ஒரு மன்னனைப்பற்றி நாம குறிப்பிடும்போதுகூட, மிகையாவே எழுதுறாங்க. கால்டுவெல்லோட குற்றச்சாட்டு உண்மைதான். காரணம் அவர் காலத்துல தமிழ் உரைநடை வளர்ச்சி பெறல. எல்லா மொழியும் கவிதையாகவே இருந்தது; கணக்கு உள்பட. எனவே இந்த மிகை வேடப்புனைதல் என்பது கவிதைக்குரிய அடிப்படைப் பண்பு. அறிவுக்கான ஊடகம்

என்பது கவிதையாக இருந்தபோது இந்த மிகைவேடப்புனைதல் என்பது தவிர்க்கமுடியாத அம்சம்.

அந்த மிகையை வந்து அவர் ஏத்துக்கவே இல்ல. ஒரு இடத்துல அவர் என்ன சொல்றார்; Poeticalo aspect-லே எழுதப்பட்ட பனுவல்கள் popular legends இதெல்லாம் டிஸ்கார்டு பண்ணனும். அதனால பெரிய இழப்பு எதுவுமே இல்ல அப்படிங்கிறார். அவர் காலத்து அறிவுலகச் சூழல் அப்படி. பின்னால வரவர நமக்கு மாறிடுச்சு.

நேர்காணல்: ஆ. தனஞ்செயன்
மாற்றுவெளி, நவம்பர் 2008

சாதிகள் உண்மையுமல்ல; பொய்மையுமல்ல

தொ.ப.வின் மணிவிழாவினைத் திருநெல்வேலி இலக்கிய நண்பர்கள் அண்மையில் கோலாகலமாகக் கொண்டாடியுள்ளனர். மணிவிழாவினையொட்டி அவரது வீட்டில் நடந்த சந்திப்பு இது. அவருடன் செலவிடப்படும் ஒவ்வொரு நொடியும் வரலாறு குறித்த மாயையை அகற்றுகிறது. அவருடன் மேற்கொண்ட மிக இயல்பான உரையாடலிலிருந்து...

கடந்த 30 ஆண்டுகாலத் தமிழ் இலக்கியச் சூழலில் ஒரு மாற்றம் ஏற்பட்டுள்ளது. தலித் கலை இலக்கியச் செயல்பாடுகள், பெண்ணிய விழுமியங்கள் முன்னிறுத்தப்படுதல், வரலாறு குறித்த தெளிவுகள் என மாறிவந்துள்ள இச்சூழலில் நாட்டார் வழக்காற்றியல், தொல்லியல், இனவரைவு ஆய்வுகள் ஆகிய துறைகள் முக்கியப் பங்களிப்பு ஆற்றியுள்ளன. தொல்லியல் ஆவணங்களும் உள்ளூர் வரலாறுகளும் முக்கியத்துவம் பெறும் பண்பாட்டு அடையாளங்களை மீட்டெடுக்கும் காலகட்டமாக இது இருக்கிறது. இதில் உங்களது பங்களிப்பு புதிய ஒளியைப் பாய்ச்சுவதாகக் கருதப்படுகிறது.

அண்மையில் என்னைப்பற்றிக் குறிப்பிடும்போது, ஐரோப்பிய முறையியலைத் தள்ளிவைத்துவிட்டு எழுதுகிறார் என்று குறிப்பிட்டிருந்தார்கள். அதுதான் நான் எடுத்துக்கொண்டுள்ள முறையியல்; வேறு ஒன்றுமில்லை. கிராமத்துல, கம்மாய்க் கரையிலயோ கோயில் வாசல்லயோ பெரிசுகள் உக்காந்து பேசிக்கொண்டிருக்கும் இல்லையா? அதுதான் என்னோட முறையியல். அதை all pervasive என்பார்கள்.

ஒருமணி நேரம் அந்தப் பெரிசுகள் பேசிக்கொண்டிருப்பதைக் கேட்டாக்க, ஒரு மரத்தப் பத்தி பேசுவாங்க, வாழ்க்கையோட எத்திக்ஸ் பத்தி பேசுவாங்க, வெள்ளைக்காரனப் பத்திப் பேசுவாங்க, நவாப் காலம் பத்திப் பேசுவாங்க...

சயன்டிஃபிக்கா பேசுவாங்கன்னு சொல்ல முடியாது. Lore என்று சொல்லக்கூடிய வழக்காறுகள் இருக்கு பாருங்க... அவர்கள் வழக்காறுகளில் பல விசயங்களைத் தழுவுகிறார்கள். இந்தப் பல விசயங்களையும் தழுவிப் பார்க்கிறபோதுதான், எல்லாக் கோணங் களிலும் ஊன்றிப் பார்க்க முடிகிறது.

யூரோப்பியன் சிஸ்டமாலஜி என்னன்னா, Profile-ம்பான். அதனால் ஒரு பக்கப் பார்வை மட்டும்தான் நமக்குக் கிடைக்கும், வரலாறுன்னா எந்த அரசன் எத்தனை வருசம் ஆண்டான்னு... அது அல்ல. அவன் காலத்தில் என்ன நிகழ்ந்தது? முக்கியமான செய்தி என்ன? அவன் எந்தப் பக்கம் ஆட்சி செய்தான்? இதைப் பார்க்கணும்னா Lore தான். Loreன்னா வழக்காறுதான். இந்த வழக்காறுக்குள்ள நிறைய விஷயங்கள் புதைஞ்சு கிடக்குது. அதைத் தோண்டித்தான் எடுக்கணும்.

அதில் புனைவுகளும் சேர்ந்துதானே இருக்கிறது? தரவுகளை எப்படிப் பிரிப்பது?

இல்லீங்க. அதுல புனைவு இருக்காது. உண்மை புதைஞ்சு போயிருக்கும். அது ரீடிங்கற கணக்குல வராது. ஈசைபர்மெண்ட் அப்படிங்கிற கணக்குலதான் வரும். டென்னிஸ் பந்துல ஒரு கோடு போட்டிருப்பான். அது எங்க தொடங்குது. எங்க முடியுதுன்னு தெரியாது. பிரிக்கிறது பெரிய கஷ்டம்.

அப்படித்தான் பார்க்கணும். இந்த வழக்காறுல உள்ளதுதான் 'பார்ப்பானுக்கு முந்தி பறையன்'ங்கிறது. அது ஒரு சமூக நிகழ்வுதான். பிராமணர்கள் வருவதற்கு முன் யார் Priest ஆக இருந்தாங்கங்கற கேள்விக்கு அது பதில் சொல்லுது. அவர்கள் வருவதற்கு முன் பறையர்கள்தான் Priest ஆக இருந்தனர். 'தம்பி உடையார்'னு ஒரு கட்டுரை எழுதியிருக்கிறேன். எனக்கு ரொம்ப நாளா ஒரு கேள்வி. நான் பரமக்குடியில் இருந்தபோது கீழக்கரை முஸ்லிம்ககிட்ட மட்டும் ஒரு வித்தியாசமான பெயர் வழக்கு இருந்ததக் கவனிச்சிருக்கேன். செய்குத் தம்பி, முகமது தம்பி, சதக்குத் தம்பினு பெயர் வைச்சிருப்பாங்க. இந்தக் கேள்விக்கு ரொம்ப நாளா எனக்கு விடை கிடைக்கல. திரும்பத் திரும்பத் தோண்டிப் பார்த்தா, சீதக்காதி அப்பா பேரு பெரிய தம்பி மரைக்காயர். யாருக்குப் பெரிய தம்பி? இவர் தம்பின்னா

அண்ணன் யாருன்னு வரலாற்று ரீதியாப் பார்த்தா, விஜய ரகுநாத பெரிய தம்பி அவர் பேரு. அப்படின்னா சேதுபதி தம்பி. சேதுபதிக்கு எப்படி தம்பியானாங்கன்னு பாத்தா, போகலூர்ல இருந்த மண் கோட்டைய விட்டுட்டு, இராமநாதபுரத்துல கோட்டை கட்டறதுக்குப் பணம் கொடுத்து கிழக்க அழைச்சிட்டு வந்திருக்காங்க, கீழக்கரை மரைக்காயர்கள். இதுக்குப் பதிலா என்ன கேக்கிறாங்கன்னா, கடற்கரையின் மேலாதிக்கத்தக் கேக்குறாங்க. சங்கு வியாபாரம் செய்வது போன்ற உரிமைகள் வாங்கிக்கிறாங்க. இப்படி ராஜா, தன்னை நிலைநிறுத்திய தம்பிங்கிறதால தம்பி பட்டம் கொடுக்கிறாங்க. இன்னமும் போட்டுக்கிட்டே வராங்க. இப்படி ஒன்றையொன்று தோண்டித் தோண்டிப் பார்க்கணும். இப்படிப் பார்த்தால் நிறைய விஷயங்கள் தெரியும்.

நான் இப்படித்தான் பார்த்துக்கிட்டிருக்கிறேன்; எழுதிக்கிட்டு இருக்கிறேன்.

இதற்கான கேள்விகள் உங்களுக்கு எங்கிருந்து எழுகின்றன? இது உங்கள் வாசிப்பு சார்ந்த விஷயமா? அல்லது வேறு ஏதோ தேடல்கள் தொடர்பான விஷயமா?

வாசிப்பு, மறுவாசிப்பு ரெண்டுந்தான். இதுபோக, இந்த மாதிரி கேள்வி கேட்கிற பழக்கம் எங்கிருந்து வந்ததுன்னா, மயிலை சீனி. வேங்கடசாமி, ராகவன் பிள்ளை, வானமாமலை மூலம் ஏற்பட்ட பாதிப்புகளிலிருந்து வருது. இந்தக் கேள்விகளுக்கு விடை இல்ல. விடைகளைத் தேடுகிறபோது ஒருபக்கம் வரலாற்று நிகழ்ச்சிகள்ல விடை இருக்கு. ஒருபக்கம் வேறு இதுகள்ல விடை இருக்கும்.

அடிப்படையில் பெரியாரிஸ்டாக இருக்கிற நீங்கள், எப்படி இதுபோன்ற வாசிப்புகளுக்குள் வந்தீர்கள்?

ஒன்று வளர்ப்புன்னு சொல்லணும். நான் பிறந்து வளர்ந்த சூழல் இருக்கே, அது. சமய நல்லிணக்கம் என்பது பெரியார் படிச்சு எனக்கு வரவில்லை. அது இயல்பாகவே என் வீட்டில் இருந்தது. இந்த ஊர்ல எல்லா இதயும் பார்க்கலாம். சவேரியார் கோயில் திருநாள்ல போயிப் பார்த்தீங்கன்னா, மற்ற மதத்துக்காரங்க கூட்டம் நிறைய இருக்கும். கிறிஸ்துமஸுக்குப் பாலகன் பிறப்புன்னு பிறந்த குழந்தையப் பார்க்கப்போற ஒரு கலாசாரம் இந்த ஊருல இருக்கு. உங்க வீட்டுல புதுசா ஒரு குழந்தை பிறந்திருந்துச்சுன்னா

நான் சோப்பு, பவுடர், பால் பவுடர் டின் வாங்கிக்கிட்டுப் பார்க்க வருவது போல, எல்லாச் சாதி மக்களும் பாலகன் பிறப்புக் குடில் அமைக்கப்பட்டிருக்கிற இடத்துக்குப் போவாங்க. 'பாலகன் பிறந்துருக்கான் பாருங்க, பாலகன் பிறந்திருக்கான் பாருங்க'ன்னு போவாங்க. இந்தக் கலாசாரம் மத எல்லைகளைத் தாண்டிப் பாய்கிறது.

இந்த மாதிரி சமய நல்லிணக்கம்ங்கிறது, சகிப்புத்தன்மைங்கிறதே ஒரு கெட்ட வார்த்தையாயிட்டுது. இந்தச் சமய நல்லிணக்கம் யாருகிட்ட இயல்பா இருக்குதுன்னா, பெண்களிடம் இருக்கிறது. நம்மில் சரிபாதியாகப் பெண்கள் இருக்கிறதாலதான் இங்க மதக் கலவரங்கள் இல்ல. ஒரு குழந்த பிறந்தாலே பார்க்கணும்ங்கிற கலாச்சாரத்துல சாதியோ மதமோ ஆபரேட் ஆகிறதில்ல. இது தமிழ்நாட்டின் தென்பகுதியில் இருக்கு. ஏன்னா தென்பகுதி கல்சுரலா பெரிய சிரமங்களுக்கு ஆளாகாத பகுதி. Undisturbed.

இந்த மாதிரியான சூழல்ல ஊர், தெரு, வீடு எல்லாமே இயல்பாகவே சமூக நல்லிணக்கத்தப் பேணுகிற, விரும்புகிற சூழல்ல வளர்ந்தது ஒரு முக்கியக் காரணம். அதுல பாளையங்கோட்டைக்கு முக்கியப் பங்கு இருக்கு.

இந்த மாதிரியான சூழல் தமிழ்நாடு முழுவதும் இல்லையா? இல்லை என்றால் ஏன் இல்லாமப் போச்சு?

இங்க இருக்கு. தமிழ்நாடு பூரா இருக்கா இல்லையான்னு எனக்குச் சொல்லத் தெரியல. ஏன்னா, என்னுடைய களஆய்வுகள் தென் மாவட்டங்களில்தான். MRT என்று சொல்லப்படுகிற மதுரை, இராமநாதபுரம், திருநெல்வேலி மாவட்டங்களில்தான் இருந்துள்ளது.

உங்கள் முதல் முதல் களஆய்வு மதுரை அழகர்கோயில் பற்றிய களஆய்வுதானா?

ஆமா. அதுல நான் எடுத்துக்கிட்டது வந்து...

கோயில்னா ஒரு சட்டம் வச்சிருந்தாங்க. Paradigm இருந்தது. நான் அத எடுக்கல. ஒரு கோயிலுக்கும் நாலு சாதிகளுக்கும் உள்ள உறவ எடுத்துக்கிட்டேன். சித்திரைத் திருவிழாவில் பார்த்தால், எல்லாச் சாதிகளும் வராங்க. இப்ப, ஆகமம் உள்ள கோயில்கள் இருக்கு; ஆகமங்கள் இல்லாத கோயில்களும் இருக்கு. அடித்தட்டு மக்கள் மத்தியில் ஆகமங்களுக்கு எந்த மரியாதையும் கிடையாது.

அப்படிப்பட்ட மக்கள் ஏன் சித்திரைத் திருவிழாவில் கூட்டம் கூடுகிறார்கள் என்பதுதான் நம் கேள்வி. அந்த மக்களான கள்ளர், பறையர், தாழ்த்தப்பட்ட மக்கள் இடையர் ஆகிய நான்கு சாதிகளுக்கும் அந்தக் கோயிலுக்கும் உள்ள உறவுதான் என் ஆய்வு. அப்படிப் போகும்போது சடங்குகளைப் பற்றிய நம்பிக்கைகள், பழமொழிகள், கல்வெட்டுகள் எல்லாம் பயன்பட்டன.

மதுரை அழகர் கோயிலிலுள்ள கள்ளழகர் கோயில் போலவே, திருவில்லிப்புத்தூர் அருகே திருவண்ணாமலையிலும் ஒரு கோயில் இருக்கிறதே?

அது மதுரை அழகர்கோயிலின் Replica. ஒரு ஊரோ கோயிலோ பெரிய அளவுக்கு முக்கியத்துவம் பெறும்போது அது மாதிரி Replica-க்கள் உருவாகும். டூப்ளிகேட். காசின்னு ஒரு ஊரைப் பார்த்துத் தென்காசின்னு பேர் வைச்சாங்கள்ல.. அத மாதிரி.

இந்த இரு கோயில்களிலும் சில குறிப்பிடத்தக்க வழிபாட்டு முறைகள்கூட ஒரே மாதிரி உள்ளன?

வைணவம் நாட்டார் கோயில்களில் நிறைய இருக்கு. அந்த வகையில் மதுரை கள்ளழகர் கோயில்லயும் இங்கேயும் வழிபாட்டு முறைகள் ஒரே மாதிரி இருக்கலாம். தமிழ்நாட்டில் அரசர்கள் வைணவத்தை ஆதரிக்கவில்லை. சோழர்கள் சைவத்தைத்தான் ஆதரித்தார்கள்; வைணவத்தை விரட்டினார்கள். அதையும் மீறி வைணவம் எப்படித் தாக்குப் பிடிச்சுதுன்னா, நாட்டார் மக்களாலதான். அதாவது 'நான் பிராமின்' மக்களைக் கோயிலுக்குள் வரவழைச்சது மூலமா வைணவம் தாக்குப் பிடிச்சுது. நாட்டார் மக்களுடன் சமரசம் செய்துகொண்டு வாழத் தொடங்கியது. இது 12, 13ஆம் நூற்றாண்டுகளுக்குப் பிறகு. மேலோர் மரபுகள் வறுமைப்படும்போது கீழோர் மரபுகளுடன் எல்லா வகைகளிலும் சமரசம் செய்துகொண்டு மேலும் வாழ்கிறது. இவ்வாறு வைணவம் சிக்கல்பட்டபோது, கீழோர் மரபுகளுடன் சைவம் அவ்வாறு செய்யவில்லை. இது தொடர்பாக 'வைணவம் எவ்வாறு நாட்டார் கூறுகளை வரவு வைத்துக்கொண்டது?' என ஒரு கட்டுரையும் 'தென்கலை வைணவத்தில் ஒரு கலகக் குரல்' என ஒரு கட்டுரையும் எழுதியுள்ளேன்.

தமிழ்நாட்டில் ராமஅவதாரத்துக்கு மரியாதை கிடையாது; கிருஷ்ண அவதாரம்தான். இப்ப மதவாத சக்திகள் ராமனைத்தான் கையில் எடுக்குது. 'ஜெய் ராம்', 'ஜெய் ராம்'ங்கிறாங்க. கிருஷ்ணனைக் கையில் எடுக்க மாட்டாஙக. ஏன்னா ராமன்தான் அரச வம்சத்தைச் சேர்ந்தவன்; அரசக் கல்வி கற்றவன்; ஆயுதப் பயிற்சி பெற்றவன்; கையில் ஆயுதம் தாங்கியவன். கிருஷ்ண அவதாரம் பார்த்தீங்கன்னா ஏழைக்குடியில் பிறந்தவன், அழுக்கானவன், திருடுபவன், பொய் சொல்பவன், பெண்கேளாடு கூடிக் குலாவுபவன். இதற்கு மூலம் பாகவதக் கதைகள். பாகவத மதம்தான் முதலில் உருவாகிறது. அதிலிருந்து வைணவம் உருவாகிறது. இந்தக் கதைகளைத்தான் ஆழ்வார்கள் பாடியிருக்கிறார்கள். ராமனைப்பற்றி அதிகமாகப் பாடியதில்லை. கிருஷ்ணாவதாரத்தின் பாகவதக் கதைகள்தான் ஆழ்வார் பாசுரங்களில் வருகின்றன. குறிப்பாக, பகவத்கீதையைப் பற்றி ஆழ்வார்கள் பேசவே இல்லை என்பது கவனிக்கத்தக்கது. ஒரே ஒருவர் போகிறபோக்கில் குறிப்பாகக் குறிப்பிடுகிறார். அதையும் தேடிக் கண்டுபிடிச்சாதான் உண்டு. அவ்வளவுதான். பகவத்கீதை கொண்டாட்டத்துக்குரிய ஒரு நூல் இல்ல.

அப்போ 18ஆம் நூற்றாண்டுக்குப் பின்னர் வந்த சமய சீர்திருத்த வாதிகள் ஏன் வைணவத்தைத் தூக்கிப் பிடிக்கவில்லை?

ஒன்று, அது மிகவும் சிறுபான்மை நலனாகிப் போச்சு. இன்னொன்று, அதைவிட நேரடியாக ஆங்கிலேய முறையியலைப் பின்பற்றிவிட்டார்கள். பெரியார் உள்பட எல்லாரும் ஐரோப்பிய நாகரிகத்தையே எடுத்துக்கொண்டார்கள்.

தொல்லியல் கூறுகளை இன்று இடதுசாரிகள் கையாள்கிறார்கள். அவர்கள் அதை எவ்வாறு பார்க்கிறார்கள்?

இன்னும் சரியாகச் செய்யவில்லை. உதாரணமாக, 'சாமியாட்டம்' என்று ஒரு நாட்டார் கலை இருக்கிறது. ஐரோப்பிய முறையியலைப் படித்தவர்கள், பெரியாரைப் படித்தவர்கள் எல்லாரும் 'சாமியாட்டம்' ஒரு காட்டுமிராண்டித்தனம் என்றுதான் கூறுவார்கள். ஆனா அதைக் கூர்ந்து கவனிச்சா, சாமியாட்டம் பழைய போர் நடனத்தின் எச்சப்பாடு என்பது தெரியும். அதாவது ஒவ்வொரு சமூகத்திற்கும் வார் டான்ஸஸ், பாஸ்டரா டான்ஸஸ் என்று உண்டு. தமிழ்ச் சமூகத்தின் வார் டான்ஸின் மிச்ச

சொச்சம்தான் சாமியாட்டம். இப்படிப் பார்ப்பதற்கு இன்னும் நாம் பழகலை. சாமியாட்டம் நடந்தாலே விலகி ஓடுவார்கள்.

சாமியாட்டம் அந்த வட்டார வரலாறுகளோடு தொடர்புடையது. சில இடங்களில் ஆயுதம் தாங்கியிருக்கும். சில இடங்களில் அது இல்லாம இருக்கும். ஆயுதம், தாங்கி இருந்தால் அது என்ன வகையான ஆயுதம், அத எதுக்குப் பயன்படுத்தறாங்கன்னு பார்க்கணும். அப்படி மக்கள் கலாச்சாரத்தோட தம்மை முழுமையாக அடையாளப்படுத்திக்கொள்ளும் பார்வை இன்னும் இடதுசாரிகளுக்கு வரல்ல. சாமியாட்டம் வார் டான்ஸுன்னே அவங்க நினைக்கல, இல்லயா? அத மாதிரி விளையாட்டுகள். இப்ப பல்லாங்குழிபற்றி ஒரு கட்டுரை எழுதினேன். அதப் படிச்சிட்டு இடதுசாரிகளெல்லாம் தலையில தூக்கிக் கொண்டாடப் போறாங்கன்னு நினைச்சேன். ஆனா எந்த இடதுசாரியும் அதைப் படிக்கல. அது பிரைவேட் பிராபர்டீஸைக் கலாசார ரீதியாக நியாயப்படுத்துகிற ஒரு விளையாட்டு. உனக்கு ஏழு குழி, எனக்கு ஏழு குழி. குழிக்கு அஞ்சு முத்துகள் என இந்த விளையாட்டு சமத்தன்மையோடு தொடங்குகிறது. மீண்டும் குழிக்கு அஞ்சு முத்துகள் என்ற நிலையே ஏற்படக்கூடாது என்பதுதான் விதி. மேடு பள்ளமாவதும் பள்ளம் மேடாவதும் விளையாட்டு. தோற்றவன், நான் தோற்றுப் போனேன் என்றே நினைக்க மாட்டான். விதி என்னைத் தோற்கடித்துவிட்டது என்றுதான் கூறுவான். நீ என் சொத்தைப் பறித்துக்கொண்டாய் என்று கூறமாட்டான். விதிதான் என் சொத்தை அபகரித்துக்கொண்டது என்றுதான் நினைப்பான். தோற்றுப்போனவன் கடைசியில் கஞ்சி குடிக்கணும். 'கஞ்சி குடி, கஞ்சி குடி' என்பார்கள். தோற்றவனுக்கு அவர்கள் மீது கோபமே வராது. இந்த ஒழுங்குகளைக் கலாச்சாரரீதியாக உருவாக்குவதுதான் விளையாட்டு. இதை ஒவ்வொரு கட்டமாகப் பிரிச்சு எழுதியிருந்தேன். இதை இடதுசாரிகளால் புரிஞ்சுகொள்ள முடியவில்லை.

உள்ளூர் வரலாறுகளை எழுதும் முனைப்பு இன்று ஏற்பட்டுள்ளது. அதற்கான ஆதாரங்களை எவ்வாறு தேடுவது?

அந்த வட்டார நிலவியல், அந்த வட்டார வரலாறு, அந்த வட்டாரத்திலுள்ள நிறுவனங்கள்.. பாளையங்கோட்டை வரலாற்றை எழுதினால் Blind School பத்திப் பேசாம இருக்க முடியுமா? 100 ஆண்டுதான் ஆகிறது என்றாலும், தமிழ்நாட்டில் பார்வையற்றவர்

களுக்காக உருவாக்கப்பட்ட முதல் பள்ளி.. இந்தியாவிலேயே பெரிய பள்ளிக்கூடம்.. 1903ஆம் ஆண்டில் இந்தியாவிலேயே முதல்முறையாக Brailey எழுத்தில் புத்தகம் வெளியிட்டான். இவ்வளவு முக்கியத்துவம் வாய்ந்த நிறுவனத்தப் பத்தி எழுதாம இருக்க முடியுமா?

இதுபோன்ற வட்டார நிறுவனங்கள், சடங்குகள், விழாக்கள் இதையெல்லாம் பார்க்க வேண்டியிருக்கு.

நீங்கள் பாளையங்கோட்டை வரலாறு எழுதுகிறீர்கள் இல்லையா? திருநெல்வேலி, பாளையங்கோட்டை இரண்டும் அடுத்தடுத்த ஊர்கள் என்றாலும் வேறு வேறு அடையாளங்களைக் கொண்டதாகத்தான் எப்போதும் இருந்திருக்கிறதா? அல்லது கிறித்துவத்தின் வருகைக்குப் பின்னர் இந்தத் தனி அடையாளங் களைப் பெற்றதா?

காலனிய ஆட்சி வந்தபிறகுதான் தனித்தனியானது. அதுக்கு முன்னாடி ஒன்னாத்தான் இருந்தது. காலனியாட்சி வந்தபிறகுகூட, சாதி வேற்றுமைகள் கடுமையாக இருந்தன. (இரண்டு நகரங்களின் அடையாளங்களைப் பிரிக்கும் முக்கிய அம்சமாக இது விளங்கியது). குறிப்பாக, பிராமண ஆதிக்கம் பின்வாங்கிய பின்னரும் வெள்ளாள சாதி ஆதிக்கம் வந்து சேர்ந்தது. சாதி வேற்றுமையைப் பாதுகாப்பதற்காக வெள்ளாளர்கள் பட்டபாடு கொஞ்சநஞ்சமல்ல.

வெள்ளாளர்கள் கிறித்துவத்துக்குள்ளும் வந்தார்கள் இல்லையா?

அங்கயும் போயி எங்க சாதி ஆசாரம் உயர்வானதுன்னு சொல்லி ருக்காங்க. அவன் முடியாதுன்னுட்டான். இதனால கிறித்துவத்தில் அவர்கள் நீண்டகாலம் வெற்றியடைய முடியவில்லை. 'வெள்ளாள ஆசாரமும் குருமார் போதகமும்' என்று பாதிக்கப்பட்டவர்கள் ஒரு புத்தகம் எழுதியிருக்காங்க. கிறித்தவனானாலும் வெள்ளாளர்கள் வெள்ளாளர்தான். கோயிலில் நாடார்களுடன் சமமாக உட்கார முடியாதுன்னு சொல்லியிருக்காங்க. கல்லறையும் தனியா கட்டினாங்க. கச்சகட்டி பிள்ளைமார்களுக்கு எனத் தனிக் கல்லறைத் தோட்டம் உருவாக்குனாங்க. இதெல்லாம் நடந்திருக்கு.

சீர்திருத்தக் கிறித்தவம் வந்த பிறகுதான் இதெல்லாம் மாறியதா?

18, 19ஆம் நூற்றாண்டுகள்ல தாங்க முடியாத நெருக்கடி இருந்தது. நெல்லை மாவட்டத்துல ஏராளமான நாடார்கள் கிறித்து

வத்துக்குப் போறாங்க. இந்த அளவுக்கு வேற எந்த மாவட்டத்துலயும் ஒரு சாதியினர் கிறித்துவத்துக்கோ இஸ்லாத்துக்கோ போனதில்ல. ஏன் போனாங்கன்னா, வரலாற்றில் வழக்கமா சொல்கிற பிராமண ஆதிக்கம் இங்க கிடையாது. ஏன்னா இவங்க வாழ்ந்த நிலப்பகுதியில் பிராமணர்களே கிடையாது. வெள்ளாள சாதி ஆதிக்கம்தான் அதிகம் நிலவியது. அத எதுத்துதான் அவங்க போராடுனாங்க. உள்ளூர் வரலாறு எழுதும்போது இதமாதிரி பல தரவுகளுக்கான ஆதாரங்களத் தேடி நாம் போகவேண்டியிருக்கு.

இனவரைவியல் ஆய்வுகள் எந்த அளவுக்கு முக்கியத்துவம் வாய்ந்தவை?

இன்றைக்குச் சாதிகளின் வரலாற்றைப் பத்தி ஆராய்வதுதான் இனவரைவியல் ஆய்வுகள் எனப்படுது. சாதிகள் உண்மையா, பொய்யா என ஆராய்ச்சியாளர்கள்கிட்ட கேட்டா, 'சாதி உண்மையுமல்ல; பொய்யுமல்ல' என்பார்கள். ஏன்னா, பரம்பரையா இந்த மண்ணில் வாழ்ந்த மக்கள்தானே எந்தவொரு சாதியினரும்? எனவே, மண்ணின் வரலாறு அவங்க சாதிக்குள்ள பாய்ந்திருக்கும், இவங்க வரலாறு மண்ணின் வரலாற்றுக்குள் பாய்ந்திருக்கும், இல்லையா? இதுதான் இனவரைவியல் ஆய்வுகள். ஆராய்ச்சியாளனைப் பொறுத்த மட்டுல, சாதி உண்மையுமல்ல; பொய்யுமல்ல.

ஆனால் தென் அமெரிக்கா போன்ற பகுதிகளில் மேற்கொள்ளப்படும் இனவரைவியல் ஆய்வுகளுக்கும் இங்கு நடைபெறும் இனவரைவியல் ஆய்வுகளுக்கும் இடையே வேறுபாடுகள் உண்டல்லவா?

ஆமா. சாதி என்பது இந்தியச் சமூகத்துக்கு மட்டும் Peculiar ஆனது.

சாதிகளில் உட்கூறுகளும் இருக்கின்றன...

அடிப்படையா சாதி என்பது உள்வட்டத் திருமணங்களுடைய வரம்பு சார்ந்தது. எதுவரை உங்க சாதி இருக்கும்னா எதுவரைக்கும் நீங்க கலியாணம் பண்ணிக்கலாமோ அதுவரைக்கும் உங்க சாதி. அந்தக் காலத்தில பாளையங்கோட்டையில இருந்து சென்னைக்குப் பெண் எடுக்கவோ கொடுக்கவோ முடியாது. ஏன், இங்கிருந்து 20, 30 மைல்கள் தாண்டிக்கூடப் பெண் எடுத்ததுமில்ல, கொடுத்தது மில்ல.

ஏன்னா ஒரு பொருளாதார யூனிட்டுங்கறது 10, 15 மைல்களுக்கு உள்ளதான் இருக்கும். எல்லாப் போக்குவரத்தையும் அதுக்கு உள்ளதான் வச்சுக்க முடியும். சாதிகளில் உட்பிரிவுகள் என்பது காலனி ஆட்சிக்கு வெகுகாலத்துக்கு முன்பு உருவாகியிருக்கு. தொழில்ரீதியா கீழ போகும்போது அவங்க சாதியிலயே கீழானவங்க ஆகறாங்க. இவ்வாறு ஒரே சாதியில் பல தொழில் பார்ப்பவர்கள் பல உள்சாதிகளாகப் பிரிக்கப்பட்டிருப்பதைப் பார்க்கலாம். உழவுத் தொழில் செய்கிறவர், மருத்துவம் பார்க்கிறவர், பூசாரித் தொழில் பார்க்கிறவர், சுண்ணாம்புத் தொழில் செய்கிறவர், இறந்த மாடுகளைக் கொண்டு டானரி தொழிலில் ஈடுபடுகிறவர் என, ஒரே சாதியில் பல உட்பிரிவுகளைப் பார்க்கிறோம் இல்லையா? அதைப் போலத்தான்.

இதுபோன்ற உழைக்கும் சாதியினருக்கு எழுத்தறிவு என்பது எப்போதும் இருந்தது கிடையாதா?

எழுத்தறிவு என்பது அதிகாரம் சார்ந்தது இல்லையா? அது கீழ் சாதியினருக்கு அனுமதிக்கப்பட்டதில்லை. நில ஆவணங்கள் சம்பந்தப்பட்ட கணக்கப்பிள்ளைகள் எப்போதும் எழுத்தறிவு பெற்றவர்களாக இருந்துள்ளனர்.

அதிகாரிகள் எழுத்தறிவு பெற்றவர்கள். மற்ற மக்கள் கையில் தொழில்நுட்ப அறிவு இருந்தபோதும், எழுத்தறிவு பெறாதவர்கள். நமது பாரம்பரிய விவசாயம் குறித்த அறிவுகள் எழுத்தில் ஒருபோதும் பதிவு செய்யப்பட்டதில்லை. நாம் வென்ற இடமும், தோற்ற இடமும் அதுதான். தொழில்நுட்ப அறிவு எழுத்தில் வராமல் நினைவுகளிலேயே தங்கித் தங்கி வந்திருக்கிறது. இப்படிப் பெருவாரியான மக்கள் எழுத்து தெரியாத குருடர்களாகத்தான் இருந்துள்ளனர்.

அடித்தட்டு மக்கள் வரலாறு என்பது நினைவுகளில்தான் தொடர்ந்து வந்துள்ளது.

ஆம்; ஆனால் நில உரிமையைப்பற்றிப் பேசுகிறபோது, Possession-ஐ முக்கியமாகக் கருதுனாங்க. அதாவது, அனுபவ பாத்தியதை என்பது முக்கியமாக இருந்துள்ளது.

தமிழ் அடையாளங்களை முன்னிறுத்துவதில், தேடிக்கண்டு பிடிச்சுப் பதிப்பிப்பது முன்பு பதிப்புத்துறையில் காணப்பட்டது. அதுபோல

தொல்லியல்களை, நாட்டார் வழக்காறுகளைப் பதிப்புகளாக்கும் முயற்சி உள்ளதா?

இல்லை. அதற்கான நிறுவனமோ அமைப்போ இதுவரை ஏற்படல. நாட்டார் வழக்காற்றியலில் நாட்டார் நம்பிக்கைகள், திருவிழாக்கள் என்று கொஞ்சம் பதிவு பண்றாங்க. ஆனா, ஒட்டுமொத்தமான தமிழ் அடையாளம் கருதி மேற்கொள்ளப்படும் அமைப்போ, நிறுவன முயற்சிகளோ இல்ல. நிறுவனங்களால்தான் இதைச் செய்யமுடியும். எம்.ஐ.டி.எஸ். மாதிரியான ஆட்கள் கொஞ்சம் கொஞ்சம் வர்றாங்க. ‘அறியப்படாத தமிழகம்’ பற்றி முழுமையாகக் கொண்டுவர வேண்டும். இடதுசாரிகள்தான் இதைச் செய்யமுடியும். அரசு இதையெல்லாம் கண்டுகொள்ளாது. இன்னமும் சாதியத்தில் உயிர்கொண்டுள்ளதால், அது கண்டு கொள்ளாது. அடையாளம் பற்றிய தன்னுணர்ச்சி, பீரோகிரட்ஸ்க்குக் கிடையாது. இருந்திருந்தா உயிர்ப்பலி தடைச் சட்டத்தைக் கொண்டுவந்திருக்க மாட்டாங்க.

இதில் பெரியாரிஸ்டுகள் செய்த தவறு என்ன? தவறு செய்தாங்கன்னு எந்த அடிப்படையில் முடிவுக்கு வர்றீங்க?

தமிழ் அடையாளத்தை முன்னிறுத்தி வளர்ந்த திராவிடக் கட்சிகள், கண்ணகி போன்ற அடையாளங்களுடன் தன்னைச் சுருக்கிக் கொண்டன இல்லையா? அடித்தட்டு மக்கள் வரலாறு களை நோக்கி அது விரிவடைந்ததா?

உயிர்ப்பலி தடைச்சட்டத்தைக் கருணாநிதி கொண்டு வந்திருக்கவே மாட்டார். அந்த அம்மா இருக்கப்போயிதான் கொண்டு வந்தது. அரசு மட்டத்தில், பீரோகிரட்கள் மத்தியில் இன்னமும் மேட்டுக்குடி மனோபாவம் போகவில்லை. அரசு உணவாக இன்னமும் சைவ உணவுதானே உள்ளது? 92 சதவீத மக்களின் உணவான அசைவ உணவு அரசு மட்டத்தில் புறக்கணிக் கப்படுகிறதே?

இந்த மட்டத்தில் தி.மு.க. சமரசம் செய்துகொண்டதாகக் கூறலாமா?

ஆம்; சமரசம்தான் செய்துள்ளது. ஆனாலும் உயிர்ப்பலித் தடைச்சட்டம் போன்றவற்றைத் தி.மு.க. கொண்டுவராது என்று நினைக்கிறேன்.

இன்றைய அரசியல் சூழ்நிலையில், திராவிட இயக்க விழுமியங்கள் எந்த அளவுக்கு எதிர்காலத்தில் காக்கப்படும் என்ற அச்சம் எழுந்துள்ளதே?

ஒருகாலத்தில் வேதங்கள், சாத்திரங்கள் அடிமைப்படுத்தியது போல இப்போது மீடியா நம்மை அடிமைப்படுத்தியிருக்கு. இதுக்குக் காரணம் பன்னாட்டு மூலதனம். இன்றைய பிரச்சனை இந்தியாவோட முடிஞ்சு போற பிரச்சனையில்ல. தமிழ்நாட்டின் வெப்பச் சூழலுக்கு அரைக்கால் சட்டைதான் சரியான ஆடை. அப்படீன்னா அரைக்கால் சட்டையை நாகரிகமாக்குவதற்கு மலேசியாவில் அரைக்கால் சட்டையைக் கொண்டு வராங்க. சபாரி ஆடையிலேயே முழுக்கால் சட்டையில்லாமல் அரைக்கால் சட்டை போடறாங்க. தென் அமெரிக்கச் சட்டையைக் கேலி பண்ணி நாலு நாடகங்களை, வடக்கத்தி ஜவுளி வியாபாரிகள் ரேமண்ட்ஸ், விமல் போன்றவர்களுக்காகப் போடுவார்கள். முழுக்கால் சட்டையை ஆதரிக்கவேண்டிய கட்டாயம் அவர்களுக்கு இருக்கிறது.

அந்த நபர்களை 'டவுசர்' என்றுகூட கேலி செய்வார்கள்.

ஜவுளித் துறையில் ஏற்படுத்தப்பட்ட மூலதனத்துக்கு அது பாதிப்பு ஏற்படுத்தும். அரைக்கால் சட்டை போட ஆரம்பிச்சிட்டா முழுக்கால் சட்டை நின்னுபோகும், இல்லையா? இதனால அதச் செய்ய விடமாட்டாங்க. இன்னக்கி பன்னாட்டு மூலதனத்துக்குத் தேவையான சந்தையை உருவாக்குவதில்தான், கலை இலக்கியத் துறை உட்பட அனைத்துத் துறைகளும் ஈடுபட்டிருக்கு.

பண்பாட்டு அடையாளங்களை மீட்டெடுப்பது என்பது, உலகமய மாக்கலுக்கு எதிரான போராட்டமாகத்தான் முடியுமா?

ஆம்; அது பொருளாதார ரீதியான பண்பாட்டு மரபுகளை மீட்டெடுப்பது. இப்ப, திருநெல்வேலியில யூஸ் அண்ட் த்ரோ பிளாஸ்டிக் கப்புகளைத் தேநீர் விடுதிகளில் பயன்படுத்தக் கூடாதுன்னு ஆணை போட்டதால எல்லா இடத்துலயும் பேப்பர் கப்புகள் பயன்படுத்துறாங்க. 50 பைசா குறைவுனாலும் பரவாயில்ல. நாங்க எங்க வீட்டு நிகழ்ச்சிகளிலும் பிளாஸ்டிக் கப்புகளப் பயன்படுத்தறது இல்ல. ஏன்னா பிளாஸ்டிக் கப்புகள் தீண்டாமையைப் பாதுகாக்கிற ஒரு கருவி. அதேபோல நானோ என் நண்பர்களோ எங்கள் வீடுகளில் மோர், தயிர் போன்றவற்றுக்கு

மண்பாண்டங்களைத்தான் பயன்படுத்துகிறோம். இரட்டை மண்குடங்களை வைத்து நடுவில் தண்ணீர் ஊற்றி, காய்கறிகளை வைத்தால் பல நாட்களுக்கு வாடாது. வாழைக்காய், தேங்காய்களைத் தொட்டித் தண்ணியில் போட்டுவைக்கும் பழக்கம் இன்னமும் கிராமங்களில் உள்ளது. பல நாட்கள் ஆனாலும் கெட்டுப் போகாதே. பிரிட்ஜ் எதற்கு? மார்கழி மாதத்தில் மறுநாள் கோலத்தில் பூ வைப்பதற்கும் முதல்நாளே மொட்டுகளைப் பறித்துவந்து தொட்டித் தண்ணீரில் போட்டுருவாங்க. மறுநாள் காலையில் மலர்ந்துவிடுவதில்லையா? நாட்டார் கலைகளைப் போல, நமது பாரம்பரிய மருத்துவமும் முதலில் பாதுகாக்கப்படவேண்டிய ஒன்று. இன்றைக்கு 1200 அலோபதி மருந்துகள் இருக்கின்றன என்றால், அதில் ஆயிரம் மருந்துகளின் காப்புரிமைகள் பன்னாட்டு நிறுவனங்களிடம் உள்ளன. அதிலும் பல நோய்களுக்கு மருந்தே இல்லை என்கிறான். அதனால் நமது பாரம்பரிய மருத்துவ அறிவுகளைக் கொள்ளையடிக்கத் தொடங்கிட்டான். நாம் நமது நாட்டார் மருத்துவத்தைப் பாதுகாக்கத் தொடங்கணும்.

அது போல நமது சிறு கோயில்கள், நடுகற்கள் குறித்த சொல்கதைகள், பாடல்கள் மறைந்துகொண்டே வருகின்றன. அதைச் சொல்வதும் பாடுவதும் கேலியாகப் பார்க்கப்படுகிறது.

ஆமா. அதுக்குக் காரணமும் மீடியாதான்.

இன்னும் 30 ஆண்டுகளில் இதெல்லாம் மறைந்துபோகும் என்ற அச்சம் ஏற்பட்டுள்ளதே!

இதையெல்லாம் முறையாக ஆவணப்படுத்த வேண்டிய தேவை உள்ளது.

'சென்னை சங்கமம்' போன்ற நிகழ்வுகள்மூலம் இது பாதுகாக்கப்பட வாய்ப்பு உள்ளதா?

அங்க வேடிக்கை பார்க்கதான் வாரான். எட்டுக் கால் மாடு இருக்குன்னு சொன்னா அத வேடிக்க பார்க்க வருவான் இல்லையா? அது மாதிரி. இதெல்லாம் வணிகமயமாகத்தான் வாய்ப்பு இருக்கிறது.

சந்திப்பு : அப்பணசாமி தீராநதி, ஜூன் 2010

திராவிடம் - பண்பாட்டு அடையாளம்

தமிழ்ப் பண்பாட்டு ஆய்வுத்துறையில் முன்னோடி நீங்கள். இத்துறையில் நீங்கள் ஏற்படுத்திய திருப்பங்கள் என்ன?

ஆராய்ச்சி வழிமுறைகள் என்று சொல்லக்கூடிய ஆங்கிலேயர் வழிமுறையைத்தான் எனக்கும் கற்றுக்கொடுத்தார்கள். பாஜ்பாய், ஆண்டர்சன், பாலின் வி.யுங் போன்றவர்களின் முறையைத்தான் எனக்கும் கற்றுக்கொடுத்தார்கள். ஆனால் ஆங்கிலேயரின் முறையில் 'ப்ரொபைல்' என்று சொல்லக்கூடிய ஒருபக்கப் பார்வைதான் எல்லா விஷயங்களிலும் கிடைக்கின்றன. முழுமையான பார்வையை நான் நம்முடைய எளிய மக்களுடைய உரையாடலிலிருந்து எடுத்துக்கொண்டேன். அவர்களிடமிருந்து கற்றுக்கொள்ள வேண்டியது நிறைய இருக்கிறது என்பதுதான் என்னுடைய கருத்து.

குறிப்பாக அவர்களது சொல்லடைகள், பழமொழிகள், கதைகள், நம்பிக்கைகள், சடங்குகளிலிருந்து கற்றுக்கொள்வதற்கு நிறைய இருக்கிறது என்பதே எனது நம்பிக்கை. ஒரு உதாரணம் சொல்கிறேன். உயரமாக வளரும் ஒரு தென்னை நாற்றை வாங்கிச் செல்கிற ஒரு விவசாயி என்னுடன் பேருந்தில் வந்துகொண்டிருந்தார். இது என்ன ரகம் என்று கேட்டேன். அவர் 'நக்கவாரி' என்று பதிலளித்தார். அவருக்குத் தெரியாது, நக்கவாரம் என்றொரு தீவு உண்டு என்பது; அதைத்தான் நாம் நிகோபர் தீவுகள் என்று சொல்கிறோம். முதலாம் ராஜேந்திர சோழன் வெற்றிகண்ட தீவுகளிலே ஒன்று அது. தென்னை வளம் மிகுந்த பூமி. நக்கவாரத்திலிருந்து வந்த அந்த வகைக்கு நக்கவாரி என்று இவர்கள் பெயரிட்டிருக்கிறார்கள். எப்படி கலிங்கத்திலிருந்து வந்த பட்டாடை, பிறந்த இடத்தால் கலிங்கம் என்று பெயர் பெறுகிறதோ, சின்னாளப்பட்டியில் நெய்யப்பட்ட சேலை, சின்னாளப்பட்டி

என்று பெயர் பெறுகிறதோ அதுபோல, நக்கவாரத்திலிருந்த தென்னை நக்கவாரி என்று அழைக்கப்படுகிறது. நக்கவாரத் தீவைப் பற்றி அந்த விவசாயிக்குத் தெரியாமல் இருக்கலாம். நக்கவாரி என்ற சொல்லின் வேரைக் கண்டுபிடிப்பதற்குக் கல்வெட்டுத் தகவல் வழிகாட்டுகிறது.

கல்வெட்டுகள், ஓலைச்சுவடிகளைத் தாண்டி ப்ரொபைல் என்ற குவிமைய ஆராய்ச்சி வழிமுறையிலிருந்து வேறுமுனைகளில் பண்பாட்டை ஆராய முடியும் என்ற கருத்தில்தான் என் முயற்சியைச் செய்தேன்.

இதேபோல் தமிழர்கள் விளையாட்டையும் ஆராய்ந்துள்ளேன். பல்லாங்குழி விளையாட்டையே எடுத்துக்கொள்ளுங்கள். பல்லாங்குழி விளையாட்டில் ஐந்தைந்து முத்துகளுடன் ஏழேழு குழிகள் இருவருக்கும் என ஆட்டம் தொடங்கும். திரும்ப எந்தக் குழியிலும் ஐந்து வரக்கூடாது. நான்கு வந்தவுடனேயே 'பசு' என்று எடுத்துவிடுவார்கள். ஐந்தைத் தொட்டுவிடக் கூடாது. இது ரொம்ப யோசிக்க வைக்கிற விளையாட்டு. தோற்றுப்போனால் எதிர்த்தரப்பு உங்களைச் சுரண்டிவிட்டது என்று நீங்கள் நினைக்கவே மாட்டீர்கள். நமக்கு விதி இந்த விளையாட்டில் இவ்வளவுதான் என்று சென்றுவிடுவீர்கள். தோல்வியை ஏற்றுக்கொள்ளும் மனப் பக்குவத்தை இந்த விளையாட்டு உங்களுக்குத் தருகிறது இல்லையா? நான் ஏமாற்றி விளையாடிவிட்டேன் என்று சொல்லமாட்டீர்கள். நான்தான் குழியைத் தப்பாகப் பிரித்து ஆடிவிட்டேன் என்று ஏற்றுக்கொள்வீர்கள். சமத்தன்மை குலைந்து பள்ளங்கள் மேடாகி விடும், மேடு பள்ளமாகிவிடும் என்ற தத்துவத்தை விளக்கி, சமத்துவம் எப்படி சமூகத்தில் சிதைகிறது என்பதைக் காட்டும் விளையாட்டு இது. எப்படி தனிச்சொத்து உண்டாகிறது என்பதையும் விளக்கும் விளையாட்டு. இது பெண்களுக்கு வீடுகளுக்குள் விளையாடக் கொடுக்கப்படுகிறது. இந்த ஆய்வுமுறையை வெள்ளைக்காரர்களால் ஒருபோதும் செய்யமுடியாது.

இதுபோன்ற ஆராய்ச்சிமுறைக்குத் தூண்டுதலாக இருந்தது, ஓரளவுக்குப் பேராசிரியர் வானமாமலை, சாத்தான்குளம் ராகவன் பிள்ளை, மயிலை. சீனி வேங்கடசாமி என்று சொல்லலாம். இவர்கள் மூன்று பேர்தான், புத்தகங்களுக்கு வெளியேபோய் மக்களை வாசிப்பதைப்பற்றிக் கற்றுக்கொடுத்தவர்கள்.

உங்கள் காலத்தில் களப்பணிகள் செய்த அனுபவத்தைப்பற்றி...

நான் ஆய்வுசெய்தபோது காமிரா இருந்தது. அளவில் மிகப்பெரிய டேப்ரிக்கார்டர் இருந்தது. ஆனால் வண்ணப்படங்கள் எடுக்க முடியாது. மும்பைக்கு அனுப்பித்தான் புகைப்படங்களைப் ப்ரிண்ட் எடுக்க முடியும். பத்துப் பதினைந்து முகவரிகளைக் கள ஆய்வு செய்வதற்குக் கையில் வைத்துக்கொள்வோம். பேருந்து நிலையத்திற்குச் செல்வோம். எந்த ஊருக்குப் பேருந்து உடனடி யாகக் கிடைக்கிறதோ அந்த ஊருக்குப் போய்விடுவோம். சந்திக்கப்போகிற எளிய கிராமவாசியிடம் அப்பாய்ண்ட்மெண்ட் கேட்டுப் போகமுடியாது. அங்கே அவருக்காகக் காத்திருக்க வேண்டும். அதைவிடப் பெரிய விஷயம் என்னவென்றால், போன உடனேயே நேரடியாகவோ மறைமுகமாகவோ நமது சாதி குறித்துக் கேட்பதில் அவர்கள் தெளிவாக இருப்பார்கள். இன்றுவரை தமிழகத்தில் ஒடுக்கப்பட்ட மக்கள் கள ஆய்வு செய்யமுடியாது என்பதே பச்சையான உண்மை. நெல்லை மாவட்டத்திலாவது பரவாயில்லை. மற்ற மாவட்டங்களில் நிலைமை மிகவும் மோசம்.

நீங்கள் ஒரு சொல்லை உச்சரிக்கும் முறையிலிருந்தே அவர்கள் சாதியைக் கண்டுபிடித்துவிடுவார்கள். இன்னும் சாதி வழக்காறுகள் இருக்கின்றன. நெல்லை மாவட்டத்திலே அவாள், அவுக, அவிய, அவ்வ... எனப் பல சொற்கள் இருக்கின்றன. இந்தச் சொல்லை உச்சரிக்கிற முறையிலேயே அவர்கள் என்ன சாதி என்பது வெளிப்பட்டுவிடும்.

தமிழகத்தில் முற்காலத்தில் தாய்த்தெய்வ வழிபாடு பரவலாக இருந்ததைப்பற்றி ஆராய்ந்துள்ளீர்கள். இப்பின்னணியில் அப்போதிருந்த பெண்களின் நிலைக்கும் தற்போதிருக்கும் பெண்களின் நிலைக்கும் வித்தியாசம் என்ன?

பெண்களின் எழுதப்படாத சோகங்கள் காலம்காலமாக நீடித்தே வருகின்றன. ஆனால் தாய்த்தெய்வ வழிபாடு அவர்களுக் கெல்லாம் ஒரு மருந்துபோல, ஓபியம்போல இருந்தது. பெண் அதிகாரத்தைப் பெறமுடியும் என்ற நம்பிக்கையை ஊட்டியது தாய்த்தெய்வங்கள்தான். கையிலே ஆயுதம் வைத்திருக்கக்கூடிய தாய்த்தெய்வம் அவளது நம்பிக்கையின் சின்னமாக இருக்கிறது. அதனால் தாய்த்தெய்வக் கோயில்களிலே பெண்கள் சாமியாடு வதும் திருநீறு வழங்குவதும் ஏற்றுக்கொள்ளப்பட்ட ஒன்றாக

இருந்திருக்கிறதே, அதுவே அதற்குச் சான்று. பெண்கள் தாங்கள் அன்றாடம் ஒடுக்கிவைக்கப்படும் வாழ்வில் நம்பிக்கை வைக்கும் இடமாகத் தாய்த்தெய்வக் கோயில்கள் இருக்கின்றன. இன்றுவரை அது தொடர்கிறது. ஆகமப் பெருஞ்சமயக் கோயில்களைவிட ஆயிரம் மடங்கு அதிகமான சிறிய கோயில்கள் இன்றும் இருக்கின்றன.

சென்னையிலே ஒரு கபாலீஸ்வரர், பார்த்தசாரதி பெருங்கோயில் களுக்கு நடுவே ஐந்நூறு அம்மன் கோயில்கள் இருக்கின்றன அல்லவா? இதுதான் அதற்கு உதாரணம்.

நீங்கள் திராவிட இயக்கத்தின் தாக்கம் உள்ளவர்; பெரியாரியர். நீங்கள் மேற்கொள்ளும் பண்பாட்டு ஆய்வுகளும் பெரியாரின் கருத்துகளும் முற்றிலும் முரண்படுவதல்லவா?

மேலோட்டமாகப் பார்ப்பவர்களுக்கு வேண்டுமானால் அப்படி இருக்கலாம். பெரியார், ஆகம வழிப்பட்ட விழாக் களையும் பெரிய கடவுள்களான பிள்ளையாரையும் ராமனையும் எதிர்த்தாரே தவிர, அவர் சுடலைமாடனையும் கருப்பசாமியையும் காத்தவராயனையும் எதிர்த்தாரா? இல்லையே! ஏனென்றால் பெரியாரின் நோக்கம் என்பது விடுதலை என்பதுதான். ஆகமவழிபாடு, ஆகமநெறிக்குட்பட்ட நிறுவனங்கள், தெய்வங்கள், அதற்குரிய சடங்குகள் தோன்றும்போதுதான் கருமார்கள் உருவாகி அடிமைத்தனமும் சேர்ந்தே வருகிறது. நாட்டார் தெய்வ வழிபாட்டில் அடிமைத்தனம் கிடையாது. பெரியார் காத்தவராயன் சிலையை உடைக்கலையே! பிள்ளையார் சிலையைத்தானே உடைத்தார்?

இதில்தான் கடவுள் வேறு, தெய்வம் வேறு என்ற நிலைமையை வேறுபட்டு நின்று பார்க்கவேண்டும். கடவுள் என்பது எஜமானன். ராஜசிம்மாசனத்திலே உட்கார்ந்திருக்கிற எஜமானன். தெய்வம் என்பது என்னோடு சமதளத்தில் பழகிக்கொண்டிருப்பது. எங்களுக்கு வேண்டிய வரம் தரவில்லையென்றால் நம்வீட்டுப் பெண்கள் தெய்வத்தை நோக்கி, 'உனக்குக் கண் இருக்கிறதா?' என்று கேட்பார்கள். பெண்கள் கடவுளைச் சபித்து மண்ணள்ளித் தூற்றுவதைக்கூட நான் பார்த்திருக்கிறேன். இதிலே சமத்தன்மை குறையாத உறவுநிலை உள்ளது. இதுதான் தெய்வத்துக்கும் அவர் களுக்குமான உறவு. ஒவ்வொரு ஊரிலும் ஒவ்வோர் சாதியின ருக்கும் ஒரு கோயில் உண்டல்லவா? அங்கே யாரேனும் ஒருவர்

இறந்துபோனால் அந்தக் குறிப்பிட்ட தெய்வம் கதவைச் சாத்திக் கொண்டு குளிக்காமல் உண்ணாமல் துக்கம் காக்கிறது. மாநகராட்சிப் பகுதியிலே எந்தச் சாதிக்குரியவர் இறந்துபோனாலும் அதற்குரிய கோயிலின் நடை சாத்தப்படுகிறது. அதற்குப் பூசை கிடையாது; அபிசேகம் கிடையாது; சடலத்தை எடுத்துப் போனபிறகுதான் எல்லாம் நடக்கும். ஒரு உறவினரைப்போல தெய்வமும் துக்கம் காக்கிறது. அப்போதுதான் தெய்வம் எனக்கு அணுக்கமாகிறது. அது எனக்கு அம்மா.

ஆகமவழிப்பட்ட பெரிய வடிவங்களைத்தான் நான் கடவுள் என்கிறேன்.

13ஆம் நூற்றாண்டிற்குப் பிறகு தமிழகத்தில் ஆதிக்கம் செலுத்திய பிற பண்பாட்டுக் கூறுகள் அவற்றின் தாக்கங்கள்பற்றி நிறைய எழுதியுள்ளீர்கள். அதன் சாதகங்கள், பாதகங்களை இன்றைய சூழலின் பின்னணியில் சுருக்கமாகச் சொல்ல முடியுமா?

வெளிப்படையாகவே பேசலாம். விஜயநகர ஆட்சியின்போது பிராமணர்கள் தொடங்கி ஒடுக்கப்பட்டவர்கள் வரை தெலுங்கு மக்கள் தமிழகத்தில் குடியேறினார்கள். அவர்களுடைய வருகைக்குப் பிறகுதான் நிறைய விஷயங்கள் புராண அடிப்படையிலும் ஆகம அடிப்படையிலும் மாற்றப்பட்டன. அதற்கு முன்பு காரடையான் நோன்பும் வரலட்சுமி நோன்பும் இங்கே கிடையாது. தீபாவளிகூட அவ்வளவு சிறப்பாகக் கொண்டாடப்பட்டது கிடையாது. இதற்குப் பிறகு தமிழகத்தில் ஏற்பட்ட பாதகமான அம்சங்கள்தான் நிறைய. நேர்மறையான தாக்கங்கள் என்று சொன்னால், அங்கேயிருக்கும் உழைக்கும் மக்கள் தமிழ்நாட்டின் பருத்தி வேளாண்மைக்கும் நெசவுக்கும் செய்த தொண்டுதான் தமிழகத்தின் பொருளுற்பத்தி முறையில் பெரிய பங்களிப்பாக இருந்தது. சௌராஷ்டிரர்களின் பங்களிப்பும் இதில் சேரும். இத்துடன் ஒரு பண்பாடு இன்னொரு பண்பாட்டை உள்வாங்கிக்கொள்ளும் வேறுசில முறைகளும் உள்ளன. குறிப்பாக ரொட்டி உண்ணும் பழக்கம் பற்றிப் பேச வேண்டும். தமிழகத்தில் வெள்ளையர் வருகைக்குப் பின்புதான் ரொட்டி என்ற உணவு அறிமுகமாயிற்று. அதைத் தமிழகம் புறம்தள்ளவில்லை. பிரசவத்துக்குப் பின்பு பெண்கள் சாப்பிடும் சத்துணவாக ரொட்டி இங்கு மாற்றப்பட்டுள்ளது. அதற்குப் பெயர்தான் கலாச்சாரத் தகவமைப்பு. இதற்கு 250 வருட வரலாறு இருக்கிறது.

இத்துடன் சிவப்பு நிறத்தோல் மீது ஏற்பட்ட கவர்ச்சியும் தமிழக மக்களுக்கு 13ஆம் நூற்றாண்டுக்குப் பிறகே ஏற்பட்டது. 'கருப்பின் கண் மிக்குள்ளது அழகு' என்று தமிழில் கறுப்பு நிறம் போற்றப்பட்டுள்ளது. இங்கே கறுப்புதான் அழகாக ஒரு காலத்தில் இருந்தது. இஸ்லாமியப் படையெடுப்புகள், அதற்குப் பிறகு ஏற்பட்ட படையெடுப்புகளைத் தொடர்ந்து பார்த்து வந்தால், ஆட்சியதிகாரம் கறுப்புநிறத் தமிழ்மக்களிடம் இருந்து மெதுமெதுவாகப் பறிக்கப்படுகிறது. மனிதனுக்கு ஆதியிலிருந்தே அதிகாரத்துக்கான வேட்கை இயல்பு உண்டு. இதனால் சிவப்பு என்பது அதிகாரம் சார்ந்தது, அதிகாரத்தோடு தொடர்புடையது என்ற எண்ணம் மேலோங்கித் தமிழ் உளவியல் சிதைக்கப்பட்டு மாற்றப்படுகிறது. இன்றைக்கும் கறுத்த நிறமுள்ள ஒரு வட்டாட்சியரைவிட சிவப்பு நிறமுடைய வட்டாட்சியர் தன்னுடைய பணியைத் தமிழ்நாட்டில் வெற்றிகரமாகச் செய்ய முடியும் என்பதே யதார்த்தம்.

தமிழ்ப் பண்பாட்டுக்குள்ள தனித்தன்மை என்ன?

குடும்ப அமைப்பைப் பேணிக்கொள்வதற்குத் தாய்க்குத் தரப்படும் முக்கியத்துவம் தாய்மாமனுக்குத் தரப்பட்டிருக்கும். இன்னொன்று, பிணத்துக்குத் தந்திருக்கும் மரியாதை. மற்றொன்று பெண்ணின் உடல் மீதான வன்முறையை நீங்கள் பொதுஇடத்தில் இப்போது தமிழகத்தில் பகிரங்கமாய் யாரும் நடத்திவிட முடியாது. டெல்லிக்கு அருகே முப்பது ஆண்டுகளுக்கு முன்பு ஒரு காவல்துறை அதிகாரி ஒரு பெண்ணை நிர்வாணமாக அழைத்துக் கொண்டு போனது போன்ற சம்பவங்கள் இங்கே நடைபெறாது. தெருவழியாகத் துச்சாதனன் பாஞ்சாலியை இழுத்துச்செல்வதைப் பார்த்து, பாரதியாரே பாடியுள்ளார். துச்சாதனன் தெரு வழியாகப் பாஞ்சாலி இழுத்துச் செல்லப்பட்ட காட்சியைப் பார்த்த ஜனங்கள் நெட்டைமரங்கள் போல, பெட்டைப் புலம்பலிட்டுப் பார்த்துக்கொண்டிருந்தனர் என்றும் ஏன் அடிக்காமல் விட்டார்கள் என்றும் கேட்கிறார். விருந்தோம்பல் என்பது நமது பண்பாட்டுக்கே உரிய தனித்த கூறு.

உலகமயமாதல் பின்னணியில் அனைத்துப் பண்பாட்டு அடையாளங் களும் ஒடுக்கப்படுவதால், பண்பாட்டுச் சிதைவுகள் ஏற்படும் இன்றைய சூழ்நிலையில், தமிழர்கள் எப்படித் தங்கள் பண்பாட்டைத் தக்கவைக்கப்போகிறார்கள்?

பண்பாடும் கலாச்சாரமும் உற்பத்தி சார்ந்த விஷயம். இன்றைய நவீன உலகில் உற்பத்தி மூலதனத்தைச் சார்ந்துள்ளது. இந்த மூலதனம் பொருளுற்பத்தியிலிருந்து தனி நபரை அந்நியப்படுத்துகிறது. அதாவது பண்பாட்டிலிருந்து அந்நியப்படுத்துகிறது. நான் சிறுவனாக இருந்தபோது எனக்கு வேண்டிய காற்றாடியை நானே செய்துகொள்வேன். எனக்குவேண்டிய பட்டத்தை நானே செய்து கொள்வேன். எனக்கு வேண்டிய விசிலைப் பூவரச மர இலை யிலிருந்து இரண்டு ஓட்டாஞ்சில்லு வைத்துச் செய்துகொள்வேன். இன்று எல்லா விளையாட்டுக் கருவிகளும் கடையிலிருந்தே குழந்தைகளுக்கு வாங்கித்தரப்படுகின்றன. தனக்குரிய விளை யாட்டுக் கருவியைத் தானே உற்பத்தி செய்துகொள்ளக்கூடிய வாய்ப்புகூடக் குழந்தைக்குத் தரப்படுவதில்லை. உற்பத்தியிலிருந்து அந்நியப்படும்போது மனிதன் கலாச்சாரத்திலிருந்து அந்நியப் படுகிறான். இன்றைய நுகர்வுக் கலாச்சாரம் மனிதனைப் பொருளுற்பத்தியிலிருந்து அந்நியப்படுத்திவிடுகிறது.

நீங்கள் பிறந்து வளர்ந்த பாளையங்கோட்டை உங்கள் ஆளுமையை எப்படிப் பாதித்துள்ளது?

இது பாரம்பரியமாக எழுத்தறிவு பெற்ற ஊர். பேராசிரியர் நா.வானமாமலை, ராகவன் பிள்ளை போன்றவர்கள் வாழ்ந்து எழுதிய ஊர். நான் பிறந்த வீட்டுக்குப் பக்கத்திலேயே மாவட் மைய நூலகம் இருந்தது; பெண்கள் கல்லூரி இருந்தது. கண் தெரியாதவர்களுக்கான பள்ளியும் காது கேளாதவர்களுக்கான பள்ளியும் ஒரு நூற்றாண்டுக்கு முன்பாகவே தோன்றிய ஊர் இது. கல்வித் தாகத்தை இயல்பாகவே பெற்றுள்ள மண் இது. வாசிப்புப் பழக்கமுடையவர்கள் நிறைய இருந்தார்கள். அருகில் உள்ள திருநெல்வேலி நகரில் இல்லாத அளவுக்கு, இங்கேதான் பழைய புத்தகக் கடைகள் அதிகம். அது மட்டுமல்ல; பார்வையற்றவர் களுக்கான பிரெய்லி எழுத்து வடிவ நூல் இங்கேதான் முதல் முறையாக ஆக்கப்பட்டது. "வறியவர்க்கெல்லாம் கல்விநீரோடை; வரவிடவில்லை மதகுருக்கள் மேடை" என்பார் பாரதிதாசன். இது சைவ, வைணவ மதகுருக்களுக்குத்தான் பொருந்தும். ஆனால் கிறிஸ்தவ குருக்கள் இங்கே கல்வியை வீட்டைத் தேடிக்கொண்டுவந்து தந்தார்கள். இலவசப்பள்ளிகளைத் தொடங்கினார்கள். அதிக கல்விக் கட்டணங்கள் கிடையாது. இந்த மாவட்டத்தில் மிகக்

குறைந்த செலவில் கல்வியை, எளிய மக்களுக்கு வழங்கியதில் கிறிஸ்தவ மதத்துக்குப் பெரிய பங்குண்டு.

தமிழக மக்களாலும் திராவிடக் கட்சிகளாலும் ஒரு நல்ல தலையீட்டைச் செய்து ஈழத்தமிழர் இனப்படுகொலையை நிறுத்த இயலவில்லையே? மார்க்சீய இயக்கங்களும் இதில் சரியான நிலைப்பாட்டை மேற்கொள்ளவில்லையே? இதற்குக் கலாச்சார ரீதியான காரணங்கள் என்ன?

உலகத்திலேயே கொடுமையான தண்டனை ஏமாற்றம்தான். ஐம்பது ஆண்டுகால உழைப்பைக் கலைஞர் பாழாக்கிவிட்டார்.

ஒரு தமிழ் விரோதக் கட்சி மத்தியில் அதிகாரத்தில் இருக்க, இங்கேயுள்ள மாநில ஆட்சி தனது அதிகாரத்தை இழக்க விரும்ப வில்லை. அதனால் தலைகுனிந்து தாள் பணிந்தது. மார்க்சியர்களைப் பொறுத்தவரை 1925இலிருந்தே ஏமாற்றி வருகிறார்கள்.

குறிப்பாக இந்தியா பல்வேறு மேடுபள்ளங்களை உடைய நாடு என்பதை அவர்கள் புரிந்துகொள்ளவே இல்லை. சாதி, மதம், இனம், கலாச்சார வெளிப்பாடு உடைய நாடு என்பது அவர்களது உணர்வில் இல்லை. அவர்களுடைய சர்வதேச அரசியலில் மாவோ மட்டும்தான், மண்ணுக்கேற்ற மார்க்சியம் என்பதை நடைமுறைப் படுத்தியவர். ரஷ்யப்புரட்சியும் சீனப்புரட்சியும் வேறுவேறாகவே நிகழ்ந்தன. அதுபோன்றில்லாமல் ரஷ்யாவின் நிலைப்பாட்டையே எடுத்ததால் மக்களின் மனநிலையோடு இவர்களால் ஒன்றிப்போக இயலவில்லை. சிங்கூர் மக்களின் மனநிலையைப் புரிந்துகொள்ள இவர்களால் இயலவில்லை. தோற்றுப்போனதற்காக வெட்கப் பட்டார்களா?

ஸ்டாலின் காலத்தில் நடைபெற்ற அரசியல் களையெடுப்பைப் போலத்தான் கொள்கையாளர்களைத் தொடர்ந்து இவர்கள் கொன்றுகொண்டிருக்கிறார்கள். இந்தி பொதுமொழி என்பதில் ஆரம்பத்திலேயே கோசாம்பி போன்றவர்கள் முரண்பட்டார்கள். இந்தியா என்ற பெரிய அடையாளத்திற்குள் அனைத்துப் பிராந்திய அடையாளங்களையும் கரைக்க முயலும்போது இவர்கள் தொடர்ந்து தோற்றுத்தான் போவார்கள். திராவிட இயக்கத்தினருக்கு நேர்ந்ததும் அதுவே.

நாடாளுமன்ற ஜனநாயகத்தின் உள்ளார்ந்த பண்பே இதுதான். அனைத்து இயக்கங்களையும் மனத்தளவிலும் சிந்தனை அளவிலும் அரிக்க வைப்பது அது. அப்படித்தான் திராவிட இயக்கத் தலைவர்களும் சிதைவுக்கு உள்ளானார்கள். நாத்திகம் பேசிய இயக்கம், "ஒன்றே குலம் ஒருவனே தேவன்" என்று பேசவந்ததே வாக்குவங்கி அரசியல்தானே. அப்படித்தான் சிதைவு தொடங்கியது. அதை யொட்டிச் சமூகமும் ஊழல்மயமானது. இலங்கையில் இனப்படு கொலை தீவிரமாக நடைபெற்ற வேளையில் என்னைப் போன்றவர்கள் தூக்கமாத்திரை போட்டுக்கொண்டுதான் தூங்கினோம். எங்களால் நிம்மதியாகத் தூங்க முடியவில்லை. இரவு ஒன்பதே காலுக்கு நான் பி.பி.சி தமிழோசை கேட்பேன். அதையெல்லாம் அப்போது நிறுத்திவிட்டேன். எத்தனை நாளைக்குத்தான் சாவைக் கேட்டுக்கொண்டே இருப்பது? நாளைக்குச் சாகப்போகிறார்கள் மனிதர்கள் என்று தெரிந்தால் எப்படித் தூக்கம் வரும்? இந்தப் படுகொலையை நேரடியாக ஆதரித்தவர்கள், மறைமுகமாக ஆதரித்தவர்கள் மீதான ஆத்திரம் எனது உயிர்மூச்சு உள்ளவரை நீடித்திருக்கும்.

பண்பாட்டு ஆய்வுக்கு நீங்கள் வந்ததன் பின்னணி என்ன?

நான் என்.ஜி.ஓ காலனியில் குடியிருந்தபோது, எனது வீட்டுக்கு அடுத்த வீட்டில் சிறிய பையன் இருந்தான். விளையாடத் தோழர்களே இல்லாமல் இருப்பான். அவன் ஒத்தையாகப் பந்தைப் போட்டுக்கொண்டு ஆடிக்கொண்டிருப்பான். அதுபோல, ஆடுகளம் இருந்து ஆடுவோர் இல்லாமல் அப்பகுதி இருந்தது. எனவே நான் இங்கு ஆட வந்தேன்.

இன்று நாட்டுப்புறவியல் ஆய்வும் படிப்புகளும் கவர்ச்சிகரமான துறைகளாகியுள்ளன. ஆனால் இதனால் நாட்டுப்புறக் கலைக்கும் கலைஞர்களுக்கும் ஏதாவது வளர்ச்சி ஏற்பட்டுள்ளதா?

நாட்டார் வழக்காற்றியல் துறையின் வளர்ச்சி என்பது இதுவரை ஊடகங்கள் கட்டியமைத்த பிம்பங்களுக்கு எதிரானது. அவற்றை அவர்கள் வளரவிடமாட்டார்கள். நாட்டார் வழக்காற்றியல் ஆய்வின் முடிவுகள், கடந்த ஒரு நூற்றாண்டாக அச்சு ஊடகங்களும் கல்வி அமைப்பும் கூறிய கருத்துக்களை முழுவதும் உடைத்துள்ளது. அதனால் இந்தத் துறையின் வளர்ச்சியிலே அவை எதிர்மறையான பங்கையே ஆற்றும். தஞ்சை அருங்காட்சியகத்திலே இருக்கிற

கஜசம்ஹார மூர்த்தி சிலையைவிட நேர்த்தியாக, ஒரு கல்லிலே கருப்பசாமி சிலையை வடிக்கமுடியும் என்பதை அவர்கள் நம்ப மாட்டார்கள்; வடிக்கவும் முடியும். ரசிக்கவும் முடியும் என்பதை அவர்கள் ஏற்றுக்கொள்ளமாட்டார்கள். ஆளும் வகுப்பாருக்கு எது உகந்ததாக இருக்கிறதோ அந்தக் கலைகளைத்தான் அவர்கள் முன்னெடுத்துப் போவார்கள். நாட்டார் வழக்காற்றியல் துறையின் வளர்ச்சி, ஊடகத்துறைக்கு எதிரானது. சென்னை சங்கமம் போன்ற நிகழ்ச்சிகளெல்லாம் தேவையின் அளவில் மிகமிகச் சிறிய முயற்சிகள். இப்போதுதான் கூத்துப்பட்டறைபோல தஞ்சாவூரில் பேராசிரியர் மு. ராமசாமி தலைமையில் ஓர் இடத்தை அமைக்க உள்ளார்கள். இதற்குக் கனிமொழி தனது நாடாளுமன்ற உறுப்பினர் நிதியிலிருந்து ஒரு கோடி ரூபாயை ஒதுக்கியுள்ளார். இதன்மூலம் பத்துப் பதினைந்து ஆண்டுகளில் தமிழ்க் கலாச்சாரத் தலைநகரமாக, திருச்சியைப்போலத் தஞ்சாவூர் மாறுவதற்கு வாய்ப்புகள் உருவாகலாம்.

தமிழ்ச் செம்மொழி மாநாட்டில் நீங்கள் பங்கெடுக்கிறீர்களா?

இல்லை; ஏனெனில் தூக்கமில்லாமல் கழிந்த இரவுகள் திரும்பத் திரும்ப நினைவுக்கு வருகின்றன. அதனாலே கலந்துகொள்ளப் போவதில்லை. கலைஞர் கூப்பிட்டதினால் சிவத்தம்பி போகலாம்; நான் போகமாட்டேன்.

இன்று மக்களிடையே கோவில்களுக்குச் செல்லும் வழக்கம் அதிகரித் துள்ளது. புதிய புதிய ஆன்மீகப் பின்பற்றல்களும் உருவாகியுள்ளன. நித்தியானந்தா போன்ற சாமியார்களின் வளர்ச்சிபற்றி என்ன நினைக்கிறீர்கள்?

98 முதல் 99 விழுக்காடு மக்களுக்குக் கடவுள் நம்பிக்கை உள்ளது. அதிலே தீங்கு ஒன்றுமே இல்லை. அவர்களின் ஆன்மீகத் தேவையை நிறைவேற்ற வேண்டிய சைவ, வைணவ மடங்கள் தம் கடமையிலிருந்து வழுவித் தங்கள் சொத்தைக் காப்பாற்றுவதில் குறிக்கோளுடன் மாறியதால்தான் இதுபோன்ற நிலைமைகள் ஏற்பட்டுள்ளன. அவர்களால் உருவான வெற்றிடத்தில் காஞ்சி மடம் போன்ற ஸ்மார்த்த நிறுவனங்கள் வந்தன. அதை சங்கராச்சாரியார் நிரப்பினார். இது ஒன்று.

இத்துடன், இதுபோன்ற புதிய பின்பற்றுதல்களுக்கு ஆளாகு பவர்கள் அதிகமும் மேல் நடுத்தர வர்க்கத்தினர்தான். அதில்

நிறையப்பேர் பெண்கள். வயிற்றுக்குச் சோறு இல்லாத ஏழைக்கு இதில் பங்கே இல்லை. நித்தியானந்தர் விவகாரம் போன்றவை எல்லாம் ஊடக வன்முறை; அவ்வளவே. காலம் காலமாகச் சாமியார்கள் இதைத்தான் செய்து வருகிறார்கள். அதை, பத்துப் பக்கத்தில் படம் போட்டு விற்பனை பண்ணுவதுதான் ஊடக வக்கிரம்.

ஊடகங்கள் நுகர்வுவெறியை உருவாக்குகின்றன. உடல் சார்ந்த நுகர்வுவெறியின் வெளிப்பாடுதான் நித்தியானந்தாவும் தேவநாதனும். பாலுணர்வு இயற்கையானது. ஊடகங்கள்தான் அதை வக்கிரமானதாக மாற்றுகின்றன.

நீங்கள் நாத்திகர் என்கிறீர்கள். ஆனால் உங்களது ஆராய்ச்சிகளோ பெரும்பாலும் கோயில்கள் சார்ந்தது? இது எப்படி?

எனக்குத் தெய்வங்கள் மீது நம்பிக்கை இல்லை. அவற்றை வணங்குகிற மக்கள் மீது கவர்ச்சி இருக்கிறது; நம்பிக்கை இருக்கிறது. அவர்களின் அழகை நான் ரசிக்கிறேன். கோவிலுக்குப் போகும் அனைவரும் தினசரி சிவபூசையோ விஷ்ணுபூசையோ செய்கிற மக்கள் அல்ல. கோயில் என்பதும் திருவிழா என்பதும் நிறுவனங்கள். திருவிழாக்களின்றி ஒரு சமூகம் இயங்கமுடியாது. உங்களுக்கு நவராத்திரி; ரஷ்யாவிலே அது மேதினக் கொண்டாட்டம்; அவ்வளவுதான். திருவிழாக்கள் ஒரு சமூகம் இளைப்பாறிச் செல்கிற இடமாக உள்ளது. அதுதான் கோயிலும்கூட. இந்தக் கோயில்கள் அதிகார மையமாக மாற்றப்பட்டபோது பெரியார் அதைக் கண்டனம் செய்தார்.

எந்தக் கோயிலுக்குப் போனாலும் நான் சாமி கும்பிடுவதில்லை. அன்றைக்குக்கூட பாண்டிச்சேரி போய்விட்டுத் திரும்பி வரும்போது சமயபுரம் போகவேண்டுமென்று எனது மனைவி கூறினார். ஆனால் கோயிலுக்குப் போனால் எனக்கு ஆராய்ச்சி உணர்வு வந்துவிடும். சமயபுரம் வந்தவுடனே மாலிக்காபூர் கொள்ளையடித்துப் போகும்வழியில் கண்ணனூரையும் கொள்ளை யடித்துப் போகிறான் என்கிற செய்தி என் ஞாபகத்தில் வருகிறது. கண்ணனூர் என்று இஸ்லாமிய ஆவணங்களில் பதிவு செய்யப் பட்டிருக்கும் ஊர்தான், தற்போது சமயபுரம் என்றழைக்கப்படுகிறது. அங்கே ஒரு அரண்மனை உள்ளது. இந்தச் சமயபுரம் கோயிலே சோழமாதேவியின் பள்ளிப்படைக் கோயில் என்ற எண்ணம்

உண்டு. சமயபுரம் அம்மனின் சிலை மிக அழகாக இருக்கும். ஒரு பெண் உயிருடன் அமர்ந்திருப்பது போன்ற தோற்றம்.

பெரியாரை ஜெயமோகன் போன்றவர்கள் மரபைப் பரிசீலிக்காமல் விரட்டியடித்தவர் என்று கூறுகிறார்களே?

பெரியார் ஓர்மையுடன் செயல்பட்டவர். அவர் அதிகார மையங்களையும் பெருங்கதையாடல்களையும் எதிர்த்தார். நாட்டார் நம்பிக்கைகள், அது சார்ந்த கதைகளை எதிர்க்கவில்லை. நாட்டார் தெய்வங்களைப்பற்றி அவர் பேசவேயில்லை. உயிர்ப்பலித் தடைச்சட்டம் வந்தபோது நான் கூறினேன், பெரியார் இருந்திருந்தால் அச்சட்டத்தை எதிர்த்திருப்பார் என்று. 'அவன் சாமிய அவன் கும்பிடறான். அவன் சாமிக்கு அவன் வெட்டறான். சாமியா திங்குது? பத்து நிமிஷத்துக்குப் பிறகு மனிதன்தானே சாப்பிடுகிறான்' என்று சொல்லியிருப்பார், என்றே நான் சொன்னேன். ஆனால் வீரமணி அச்சட்டத்தை ஆதரித்தார்.

கோயில் நுழைவுப் போராட்டங்களுக்குப் பெரியார் ராமானுஜரை மாதிரியாக எடுத்துக்கொண்டாரா?

எடுக்கவில்லை. ஏனெனில் ராமானுஜர், கோயில் என்னும் ஆன்மீக நிறுவனத்தைக் காப்பாற்றும் முயற்சியிலே ஈடுபட்டவர். இதுபோக ராமானுஜரைப்பற்றிய ஆய்வுகள் அப்போது பெரிய அளவில் இல்லை. ஆனால் ராமானுஜர் மேல் பெரியாருக்கு மரியாதை இருந்தது.

இப்போது திராவிடம் என்ற கருத்தாக்கம் கேள்விக்குள்ளாவது சமூகக் காரணங்களால் அல்ல; வாக்குவங்கி அரசியல் சார்ந்தது. இந்த முறையைத் தொடங்கிவைத்திருப்பவர் ராமதாஸ்; கட்சி அரசியல் சார்ந்த குழப்படியாக இது உள்ளது.

முதலில் திராவிடம் என்பது அரசியல் என்பதைத் தாண்டிய பண்பாட்டு அர்த்தம். இன்றும் உயிர்ப்புடனேயே தொடர்கிறது. நான்கு தென்மாநிலங்களிலுள்ள பண்பாட்டுக் கூறுகளுக்கிடையில் ஒற்றுமை நிலவுகிறது. மூன்று பொதுக்கூறுகளைச்சுட்டிக்காட்டலாம் என்று நினைக்கிறேன். தாய்மாமனுக்கான மரியாதை, இரண்டாவது தாய்த்தெய்வ வழிபாடு, மூன்றாவது இறந்த உடலுக்கான மரியாதை. இந்த நான்கு மொழிக்காரர்களுக்கிடையே இன்றும் இவை தொடர்கின்றன.

இன்றைக்கும் பிராமணர்கள் சடலத்துக்கு மரியாதை கொடுப்பதில்லை. பிராமணர்களுக்கும் பிராமணர் அல்லாதவர்களுக்கும் இன்னும் நீடித்திருக்கும் வித்தியாசங்கள் உள்ளன. பிராமணர்கள் இன்றும் கருப்பட்டிக் காப்பி சாப்பிடுவதில்லை. ஏனெனில் கீழ்சாதியினராகக் கருதப்படுபவர்கள் தம் கையால் தொட்டுச் செய்யும் பொருள் என்பதால் அவர்கள் அதை விரும்புவதில்லை. பிராமணர் வீடுகளின் உள்ளே பீன்ஸ்கூட சென்றுவிட்டது. ஆனால் இன்னமும் பனங்கிழங்கு செல்ல முடியவில்லை. ஏனெனில் பூமிக்குக் கீழே விளையும் பொருளைச் சூத்திரனும் பன்றியும் சாப்பிட்டுவிடுகிறார்கள். அதனால் அதை அவர்கள் தொடுவதில்லை. ஆம்லேட் சாப்பிடுகிறார்கள்; உருளைக் கிழங்கு சாப்பிட ஆரம்பித்துவிட்டனர். ஏனெனில் அவையெல்லாம் துரைமார் கொண்டுவந்த பொருள்கள். சங்கீத சீசனை டிசம்பரில் வைப்பது அவர்களது கண்டுபிடிப்புதானே? ஏன் தொண்டை கட்டுறடிசம்பரில் சங்கீத சீசன் வருகிறது? கோடையில்தானே வைக்கவேண்டும்? வெள்ளைக்காரர்களை மகிழ்விக்க அவர்களுக்குகந்த டிசம்பரில் சங்கீதக் கச்சேரிகளை வைத்தார்கள். அவர்களுடைய கிறிஸ்துமஸ் விடுமுறையில் மகிழ்விக்கத்தானே இந்த ஏற்பாடு?

தான் சாப்பிடுவதை அடுத்தவர்கள் பார்க்கக்கூடாதென்று தலைவாசல் கதவைச் சாத்திவைத்துச் சாப்பிடுவது பிராமணர்கள் தானே. அவர்களின் சாமிக்குக்கூடத் திரையை மூடித்தானே தளிகை வைக்கிறார்கள்? ஆனால் சுடலைமாடனுக்கு முன்னால் பகிரங்கமாக ஆட்டை அறுத்துப் போட்டிருப்பார்கள்; அதை எல்லாரும் பார்க்கலாம். அதனால் பல வழக்கங்கள் உயிரோடுதான் இருக்கின்றன.

தமிழ் காட்டுமிராண்டி பாஷை என்று பெரியார் சொன்னது தமிழ்த்தேசியர்களைக் கோபத்துக்குள்ளாக்குகிறதே?

பெரியார் நிறைய அதிர்ச்சி மதிப்பீடுகளை வைத்தார்; ராமன் படத்தைச் செருப்பால் அடித்தார்; பிள்ளையார் சிலையை உடைத்தார். ஆனால் தமிழ் எழுத்துச் சீர்திருத்தத்தைப் பெரியார் தானே செய்தார்? வேறு எந்தத் தமிழறிஞரும் முன்வரவில்லையே! மறைமலை அடிகளோ, தெ.பொ.மீ.யோ, மு. ராகவய்யங்காரோ செய்யவில்லையே! காட்டுமிராண்டி பாஷையைத் திருத்துவதற்கு அவர் முயற்சி எடுத்தவர் இல்லையா? உரைநடை என்பது

மணிக்கொடியால்தான் வளர்ந்தது என்று வேதவசனம் மாதிரி சொல்கின்றனர். ஆனால் 1925இல் பெரியாரின் தலையங்கங்களைப் பார்க்க வேண்டும். அவரின் உரைநடை அத்தனை அற்புதமாக இருக்கிறது. பாரதியைக்கூட விட்டுவிடுகிறார்கள். இதுவெல்லாம் பெரியாரைத் திட்டி அதிகாரத்தைத் தக்கவைக்கிற முயற்சிகள்தான்.

கன்னடர்கள், தெலுங்கர்கள், மலையாளிகள் ஆட்சி செய்ய முடியுது...

தமிழர்கள் அல்லாதவர்களுக்கு வாக்களித்தது இங்குள்ள தமிழன் தானே? அவன் ஒரு குறுகிய எண்ணத்துக்குள் அடைபட்டவன் அல்ல என்பதைத்தானே இது காட்டுகிறது?

இந்தியாவிலேயே அரசியல் தலைவர்கள் சாதிப்பட்டம் போடாமல் இருக்கிறது தமிழ்நாட்டில் மட்டுமே. கருணாநிதி, ஜி.கே. வாசன் ஆகியோரின் சாதி யாருக்காவது டெல்லியில் தெரியுமா? ஆனால் வட இந்தியாவில் பார்த்தீர்களெனில் குப்தாக்கள், சர்மாக்கள் என எல்லாரும் சாதிப்பெயர் கொண்டவர்கள். கேரளாவில்கூட நம்பூதிரி, மேனன் எல்லாம் இருக்கிறார்கள். அந்த வகையில் சாதிப்பட்டத்தைத் துறந்தவன் தமிழன். இது பெரியாரின் வெற்றி அல்லவா? யாவரும் கேளிர் என்ற அடிப் படையில் தெலுங்கனும் மலையாளியும் கேளிர் என்று வாழ்பவன் தமிழன். யார் ஆட்சிக்கு வந்தாலும் அவர் தமிழனுக்கு விசுவாசமாக இருக்கிறாரா என்றுதான் பார்க்கவேண்டும் என்று பெரியார் தெளிவாகச் சொல்கிறார். காவிரி விஷயத்தில் ஜெயலலிதா தமிழகத்தை விட்டுக்கொடுக்கமாட்டார் அல்லவா? அப்புறம் என்ன, தமிழ்த் தேசியத்தை முன்னெடுத்துப் போவதில் எல்லாராலும் ஏற்றுக்கொள்ளப்பட்ட வைகோ தெலுங்கர். அவரைத் தமிழர் இல்லையென்று சொன்னால் தமிழன் ஒத்துக்கொள்வானா?

திராவிடம் என்கிற கருத்தாக்கம் இன்னும் வலுவானது நினைக் கிறீர்களா?

வலுவாக இருக்கிறது என்று கருதவில்லை; அர்த்தமுடையதாக இருக்கிறது என்று நினைக்கிறேன்.

கால்டுவெல் திராவிடமொழிக் குடும்பம் என்று சொன்னதன் மீதான விமர்சனம் பற்றி..

அவர் இன்னொன்றையும் சொன்னார்; அது தமிழ்த் தேசியர்களுக்கு உவக்காத விஷயம். பறையர்களைத் தனது முதல்பதிப்பில் 'தூய தமிழ்ச்சாதி' என்று எழுதியிருந்தார். அதற்கடுத்த பதிப்பில் அந்தப் பகுதி அகற்றப்பட்டுவிட்டது. அந்தப் பகுதியோடு சேர்த்து தற்போது ஒரு பதிப்பு கவிதாசரண் மூலம் வெளியிடப்பட்டுள்ளது. அத்துடன் கால்டுவெல் இனவரைவியலாளர்தானே தவிர, அரசியல்வாதி அல்ல. அவர் வரலாற்றாய்வாளரும்கூட. அவருடைய கருத்துகளை எடுத்துக்கொள்வதும் மறுப்பதும் இவர்களது நேர்மை சார்ந்தது.

ராமதாஸ் சொல்லும் அதே கருத்துகளின் போக்கிலேயே விரக்தியான மனநிலையில் தலித்துகளும் சொல்கிறார்கள். திராவிட அரசியல் ஏமாற்றிவிட்டது என்ற விமர்சனத்தை வைக்கிறார்கள். ஆனால் அம்பேத்கரின் எழுத்துகளை முதலில் மொழிபெயர்த்து இங்கே 1935ஆம் ஆண்டிலேயே அவரை அறிமுகப்படுத்தியவர் பெரியார்.

திராவிட இயக்கத் தலைமைகள் பின்பு இந்தியாவின் போலி ஜனநாயக அமைப்பை நம்பி நாசமாகப் போயின. குறிப்பாக அந்தத் தேர்வுக்குத் தொண்டர்கள் அல்ல காரணம்; தலைமைதான் காரணம்.

நேர்காணல்: சங்கர ராமசுப்பிரமணியன்
சண்டே இண்டியன் (2010)

திராவிடக் கருத்தியல் - ஒரு நிரூபிக்கப்பட்ட உண்மை

உங்கள் குடும்பப் பின்னணி பற்றிச் சொல்லுங்கள்?

நான் இந்த ஊரில் (நெல்லையில்) பிறந்து வளர்ந்தவன். பத்துத் தலைமுறையாக இந்த ஊரைச் சேர்ந்தவன். ரொம்ப நடுத்தரமான குடும்பத்திலே, பிற்படுத்தப்பட்ட வகுப்பிலே பிறந்தவன். இந்த ஊரினுடைய கல்விப் பின்புலம்தான் என்னை வெவ்வேறு வகையாகச் சிந்திக்கத் தூண்டியது. என் வீட்டுக்குப் பக்கத்திலேயே மாவட்ட மைய நூலகம், மேல்நிலைப்பள்ளி, கல்லூரிகள் அமைந் திருந்தன. இந்தப் பின்னணியிலிருந்து வந்ததுதான் என்னுடைய பலம் என்று நான் கருதுகிறேன். மற்றபடி எனக்கு வாசிப்புக்குரிய குடும்பப் பின்னணி என்று எதுவும் கிடையாது. நான் முதல் தலைமுறைப் பட்டதாரி.

ஆனால் வாசிப்பு தொடங்குகிறபோதே, அன்றைக்கிருந்த பண்ணையார்த்தனமான காங்கிரஸ்காரரர்களைப் பார்த்ததால், காங்கிரஸ் எதிர்ப்புணர்வோடுதான் நாங்கள் வாசிக்க ஆரம்பித் தோம். நான் பத்து வயதிலேயே முரசொலி வாசிக்கத் தொடங்கி விட்டேன். நான் மட்டுமல்ல; சராசரி வாசிப்புத்தன்மை அன்றைக் குத் தமிழ்நாட்டிலே நன்றாக இருந்தது. 1962ஆம் ஆண்டுத் தேர்தலில் அண்ணா தோற்றுப்போனதற்கு நாங்கள் நான்கு ஐந்து நண்பர்கள், (எட்டாம் வகுப்பு மாணவர்கள்) பள்ளி மைதானத்திலே நின்று, ‘அண்ணா தோற்றுப்போய்விட்டாரே’ என்று அழுதோம். எட்டாம் வகுப்புப் படிக்கும்போதே அந்த அளவுக்கு வாசிப்பு, அரசியல் ஈடுபாடு இருந்தது. காரைக்குடியில் முதுகலை படித்தேன். அங்கு அன்று நல்ல ஆசிரியர் குழாம் இருந்தது.

பின்னர் மதுரைப் பல்கலைக்கழகத்தில் ஆய்வுக்குப் போனேன். முதலில் புதுமைப்பித்தன்பற்றி ஆய்வு செய்யத்தான் போனேன். என்னுடைய ஆய்வு நெறியாளர் மு. சண்முகம் பிள்ளை, 'கோயிலைப்பற்றி ஆய்வு செய்' என்று சொன்னார். அப்போது அழகர் கோயிலை எடுத்துக்கொண்டேன். அந்த ஆய்வு என்னைப் பல இடங்களுக்கு இழுத்துச் சென்றது. இன்றைக்கும் அந்த ஆய்வும் முறையியலும் மதிக்கக்கூடியவையாக உள்ளன.

குடும்பத்தை ஊரிலே விட்டுவிட்டு, கோயிலைப்பற்றி ஓராண்டுகாலம் நான் கள ஆய்வு செய்தேன். தெருவிலே சந்திக்கிற எல்லா மனிதர்களும் வாசிப்பதற்குரிய ஒரு புத்தகம் என்ற ஞானம் அப்போதுதான் வந்தது. கிராமங்களிலே இருக்கும் மக்களின் உலகம், புத்தகத்திற்கு வெளியே இருக்கிற உலகம். அதைப் புத்தகத்தால் அளக்கும்போது புதிய புதிய பொருள்கள் கிடைத்தன.

தமிழ்ச் சமூகத்தில் சாதி என்பது ஆரம்பத்திலிருந்து இப்போதிருக்கும் நிலையில்தான் இருக்கிறதா?

ஆதிச் சமூகத்தில் ஓர் இனக்குழு இன்னொரு இனக்குழுவைப் பார்த்துப் பயப்படும். அதற்குக் காரணம் மந்திர நம்பிக்கை. இந்தக் குழுவைச் சேர்ந்தவன் நம்மை அழித்துவிடுவான் என்கிற அச்சத்தின் காரணமாக வேறுபாடுகள் இருந்தன. எனவே வெளியில் திருமணம் செய்வதில்லை. குழுக்களுக்குள்ளே திருமணம் செய்யத் தொடங்கினார்கள். சாதியினுடைய வரையறையையும் அதன் எல்லையையுமே ஆங்கிலத்தில் Endogamy என்று சொல்வார்கள். எதுவரைக்கும் நீங்கள் திருமணம் செய்துகொள்ள அனுமதிக்கப் படுகிறீர்களோ அதுவரைக்கும் அது ஒரு சாதி. ஒரே பட்டப் பெயரைத் தரித்திருந்தாலும்கூட, ஒரே சாதிக்குள்ளே பல்வேறு பிரிவுகள் இருக்கின்றன. அந்தந்தப் பிரிவுகள் எல்லாம் அதற்குள்ளே மட்டும் திருமண உறவுகளை வைத்துக்கொள்ளும்.

சாதிகள் எப்படி உருவாகின என்பது குறித்துச் சரியான ஆய்வு தமிழ்நாட்டில் இல்லை...

புராதனப் பொதுவுடைமைச் சமூகத்தின் எச்சப்பாடுகளெல்லாம் இன்னும் சாதிக்குழுவில் இருக்கின்றன. சாதிக்குழுவிலே கோவிலை மையமிட்டோ அல்லது பொதுநிகழ்ச்சிகளை மையமிட்டோ வரி வசூல் செய்கிறார்கள். இந்த வரி வசூல் என்பது, ஏழை - பணக்காரன்

அனைவருக்கும் சமமாகும். ஐம்பது ரூபாய் வரி என்றால், அதற்கு நூறு ரூபாய் கொடுத்தால் ஏற்றுக்கொள்ளமாட்டார்கள். "மிஞ்சிய ஐம்பது ரூபாயை 'நன்கொடை' என்று ஏற்றுக்கொண்டு வரவு வைத்துக்கொள்வோம்; வரி ஐம்பது ரூபாய் என்றுதான் பற்றுச்சீட்டு தருவோம்" என்பார்கள்.

புராதனப் பொதுவுடைமைச் சமுதாயத்தில் இருந்த சமத்துவம் (All are equal) சாதிக்குள்தான் நிலைநாட்டப்படுகிறது. கணவாழ்வின் எச்சங்கள் சாதியில் இருக்கின்றன. சாதி என்பது ரொம்ப இளகியிருந்தது. அதிலே வருணாசிரமம் குறுக்குவெட்டாய்ப் பாய்ந்தபோது மேல் கீழ் என்ற நிலை வருகிறது. தமிழர்களின் ஆட்சி வீழ்ந்து, விஜயநகர ஆட்சிக் காலத்தில் மேல், கீழ் நிலை மேலும் வலுப்பெற்றது. அப்பொழுதுதான் சாதிப் புராணங்கள் வருகின்றன. எல்லாச் சாதிகளும், 'நாங்கள் இந்தத் தேவர்களிடம் இருந்து பிறந்தோம்; ராஜாவின் குடும்பத்துடன் உறவு கொண்டோம்' என்று சொல்லிவந்தார்கள். சாதிகள் இடம் பெயர்வது, சாதிப் புராணங்கள் பெருக்கத்திற்கு ஒரு முக்கிய காரணம்.

திருநெல்வேலியில் இருக்கிற குறிப்பிட்ட சாதியில் 200 குடும்பங்கள் மதுரைப் பக்கம் போவதாக இருந்தால் அங்கே கேட்பார்கள், 'உங்களுடைய சாதியின் சமூகத் தகுதி என்ன?' (சடங்கியல் தகுதியே - Ritual Status - சாதியின் இடத்தைத் தீர்மானித்தது). சாதியநிலையை வரையறுக்கக்கூடிய விஷயமாகப் புரோகிதப் பார்ப்பனியம்தான் இருந்தது. எடுத்துக்காட்டாகச் சொல்வோமானால், மணமுறிவும் மணவிலக்கும் உடைய சாதி கீழ்சாதி. ஆக ஒடுக்கப்பட்ட சாதியில் இந்த வழக்கம் இருந்ததாலே, இந்த வழக்கம் இருந்தவன் எல்லாம் கீழ்சாதி. இந்த வழக்கம் இல்லாதவன் மேல்சாதி என்பது மாதிரியான சாதிப் புராணங்கள் நிறைய வந்தன. எல்லாம் சேர்ந்து சாதி ரொம்ப இறுக்கமாக ஆகிவிட்டது.

அது எந்தக் காலகட்டம் என்பதை விளக்க முடியுமா?

ஒரே ஒரு இராப்பொழுதில் இது வந்திருக்க முடியாது. கொஞ்சம் கொஞ்சமாக வளர்ந்து விஜயநகர ஆட்சிக் காலத்தில் தான் வைதீகத்திற்கு அதிகமான செல்வாக்கு ஏற்பட்டது. அப்போதுதான் இது நிலைப்படுத்தப்பட்டது. அதற்குப் பிறகு வளர்ந்துகொண்டே வருகிறபோது, சாதி தன்னைத்தானே மறு

உற்பத்தி செய்துகொள்கிறது. ஒரே சாதிக்குள்ளேயே ஒரு பிரிவு உயர்ந்தது, ஒரு பிரிவு தாழ்ந்தது என்று உள்ளது. எடுத்துக்காட்டாக ஒரு பிரிவில் மாமியார் தாரை வார்த்துக் கொடுப்பதில்லை; மாமனார்தான் தாரை வார்த்துக் கொடுப்பார். அதனால் அந்தப் பிரிவு உயர்ந்த பிரிவு. இது ஓர் ஆணாதிக்க வெளிப்பாடுதான். இப்படிப்பட்ட பிரிவுகள் காரணமாகச் சாதி வேறுபாடுகள் நிறைய வந்தன.

இராஜராஜ சோழனைக் கடுமையாக விமர்சித்துக் கட்டுரை எழுதியிருக்கிறீர்கள். இராஜராஜ சோழன் காலத்திலே பார்ப்பனர்களுக்கு முக்கியத்துவம் கொடுக்கப்பட்டதா? சாதி ஏற்றத்தாழ்வு இருந்ததா?

இராஜராஜ சோழன் ஒரு பேராண்மை என்பதால், அவன் காலத்திலே தேட ஆரம்பிக்கிறோம். ஆனால், பல்லவர் காலத்திலேயே பார்ப்பனர்கள் வர ஆரம்பித்துவிட்டார்கள். கிராமம் என்பது கிரமம் என்ற சொல்லிலிருந்து வந்தது. வேதத்தில் குறைந்தபட்சப் படிப்பு (அதாவது நம்முடைய 10வது, 12வது என்று வைத்துக்கொள்வார்கள்) வரைக்கும் படித்தவர்க்குக் கிரமம் என்றும் அவர்களுக்குத் தரப்பட்ட ஊரை, அதாவது வேதம் படித்தவர்கள் வாழும் ஊரைக் கிராமம் என்றும் அழைத்தார்கள். இது பல்லவர் காலத்திலேயே தொடங்கிவிட்டது.

இராஜராஜ சோழன் காலத்திலே காஷ்மீரிலிருந்து பார்ப்பனர்கள் அதிகமாக வந்தார்கள். அவர்கள் பெரும்பாலானோர் பிருகச்சரணம் என்று சொல்லக்கூடிய பிரிவாக இருந்தார்கள். பிருகச்சரணம் என்றால் பெரிய அளவில் இடம் பெயர்ந்தவர்கள் என்று அர்த்தம். நான்கு வேதம் படித்தவர்களை ‘சதுர்வேதி’ என்று அழைத்தார்கள். மூன்று வேதம் படித்தவர்கள் ‘திரிவேதி’ என்று அழைக்கப்பட்டார்கள். சோழர்கள் காலத்திலே வேதக்கல்வியை அரசாங்கம் ஊக்குவித்தது; வேதமுறைகளைக் கற்றுத் தருவதற்கு அரசாங்கம் ஏராளமான மானியம் கொடுத்தது. ஏனென்றால், நிர்வாகத்தைக் கையில் எடுத்துக்கொண்டு பார்ப்பனியம் தன்னை ஆழமாக நிலைநிறுத்திக்கொண்டது.

சோழர் காலத்துக் கல்வெட்டுகளில் கம்மாளச் சுடுகாடு, பறைச் சுடுகாடு என்று சுடுகாட்டில்கூட சாதிவேறுபாடு இருந்தது. அதற்குச் சான்று கல்வெட்டுகளில் இருக்கிறது. கோயில் கலாச்சாரம் என்று உருவாகும்போது அதில் சாதி வேறுபாடு வருகிறது. ஏனென்றால்

கோயிலுக்குள்ளே குறிப்பிட்ட சாதியினரே அனுமதிக்கப்படு கிறார்கள். சாதியின் பல்வேறு பண்புகளில் ஒன்றாகத் தீண்டாமை உள்ளது. கோயிலுக்குள்ளேயும் வீட்டுக்குள்ளேயும் புறவெளியிலும் மக்களில் சிலருக்கு அனுமதி மறுக்கப்பட்டுள்ளது.

ஏழாம் நூற்றாண்டில் பல்லவச் செப்பேடுகளில் பார்ப்பன வீடுகளில் பின்புறம் உள்ள தென்னை மரம், பனை மரங்களிலே ஈழவர் மரம் ஏறக்கூடாது என்ற தடை இருந்தது. ஈழவர் என்பவர் வட மாவட்டங்களில் கள் இறக்கும் சாதியினர் ஆவர்.

பல்லவர்கள் தமிழர்கள்தான் என்று சிலர் கூறுவதைப்பற்றி விளக்கமுடியுமா?

இவர்கள் ஆந்திராவும் கர்நாடகாவும் சந்திக்கிற இடத்திலிருந்து வருகிற சாதியாவார்கள். அவர்கள் காஞ்சிபுரத்தைப் பிடித்துப் பல்லவ அரசை நிலைநாட்டிக்கொண்டார்கள். சங்க காலத்தில் கச்சிப்பேடு என்று அதற்குப் பெயர். காஞ்சிபுரம் ஒரு பெரிய ஊர்தான். அந்நகர் தமிழகத்தின் வடபகுதி என்பதால் சேரர்களும் சோழர்களும் அதைக் கைப்பற்ற முடியவில்லை.

பல்லவர்கள் தமிழர்கள் அல்லர். ஏனென்றால் அவர்களின் தொடக்ககாலச் செப்புப் பட்டயங்கள் சாருதேவி என்கிற ராணி வெளியிட்ட ‘கீரகடகல்லி’, ‘குணபதேயம்’ (இந்த நிலப்பகுதி யெல்லாம் ஆந்திரப்பிரதேசத்தில் உள்ளன) ஆகியன எல்லாம் வடமொழிப் பட்டயங்களாகவே இருந்தன. எனவே இவர்கள் எல்லாம் தமிழ் மன்னர்கள் அல்லர். தமிழ்நாட்டிற்கு வந்து, தங்களைத் தமிழர்களாக ஆக்கிக்கொண்டார்கள்.

களப்பிரர்கள்பற்றி இரண்டு விதமான கருத்துக்கள் உள்ளன. ‘களப்பிரர்கள் காலம் இருண்ட காலம்’ என்று ஒரு பிரிவினரும் ‘பார்ப்பனர் ஆதிக்கத்தை ஒழித்த காலம்; எனவே அது ஒரு பொற்காலம்’ என்று இன்னொரு பிரிவினரும் கூறுகிறார்கள்? இதைப்பற்றி?

களப்பிரர்கள் தமிழர்கள். இவர்கள் தஞ்சையைக் கைப்பற்றிச் சில காலம் வைத்திருந்தார்கள். இப்பொழுதும் தமிழ்நாட்டில் களப்பாளங்குளம் என்ற பெயருடைய ஊர்களை நிறையப் பார்க்கலாம். வேளாளர்களில் ஒரு பிரிவினர் தங்களைக் களப்பிரர்கள் என்று சொல்லிக்கொள்கிறார்கள். களப்பிரர்கள் காலத்தை

இருண்ட காலம் என்று சொன்னது சைவ எழுத்தாளர்கள்தாம். ஏனென்றால் களப்பிரர்கள், சமண மதத்தை ஆதரித்தார்கள்; சமண மதம் வேதத்தை நிராகரித்தது. எனவே, களப்பிரர் காலத்தை இருண்டகாலம் என்று சொல்கிறார்கள். களப்பிரர்கள் காலம் இருண்ட காலம் என்பதைப்பற்றி மு. அருணாசலம் பிள்ளையின் நூல் ஒன்று ஆங்கிலத்தில் சென்னைப் பல்கலைக்கழக வெளியீடாக உள்ளது.

மயிலை சீனி. வேங்கடசாமி தொடங்கிவைத்த முயற்சியின் காரணமாக இன்றைக்கு இந்தக் கருத்து மாறிவருகிறது. அச்சுதன் என்கிற மன்னனைத் தவிர வேறு எந்தக் களப்பிர மன்னனைப் பற்றியும் செய்திகள் இல்லை. விஜயாலயச் சோழன் களப்பிரர்களிடம் இருந்துதான் தஞ்சையைக் கைப்பற்றினான்.

களப்பிரர்கள் பற்றித் தமிழ்நாட்டில் கல்வெட்டுகள் இல்லை. கர்நாடகத்தில் கொஞ்சம் உள்ளது. அதுதவிர ஒரு சில பாடல்கள் மட்டுமே உள்ளன. அவர்கள் தஞ்சைக்கும் திருச்சிக்கும் இடை-யிலான நிலப்பகுதியைக் கைப்பற்றி இருந்தார்கள். குறிப்பாகச் செந்தலை என்ற தஞ்சைக்கு அருகேயிருக்கும் ஊர் அவர்களுடைய தலைநகரமாக இருந்தது என்று தெரிந்தது. அதற்கு மேல் தெரியவில்லை. வரலாற்றுச் சான்றுகளும் கிடைக்கவில்லை.

சைவ மதம் தமிழ் மதமே, சைவ மதத்தைப் பின்பற்றிய பார்ப்பனர்கள் தமிழர்களே, குலம் என்ற சொல்தான் 'ஜாதி' என்று மாறியது என்று சிலர் கூறுகிறார்கள். இது சரியா?

'ஜாதி' என்ற சொல்லில் உள்ள 'ஜா' என்ற வேர்ச்சொல் எந்த திராவிட மொழியிலும் கிடையாது. அது வடமொழியில் மட்டும் தான் இருந்தது. அதற்குப் 'பிறப்பு' என்று அர்த்தம். 'ஜா' என்று சொன்னால் பிறப்பு வழிப்பட்டது. பத்மஜா என்றால் பத்மத்திலே பிறந்தவர்; வனஜா என்றால் வனத்திலே பிறந்தவர்; கமலஜா என்றால் கமலத்திலே பிறந்தவர்; அந்த வேர்ச்சொல்லே தமிழ்ச் சொல்லாக இல்லாதபோது இன்றைக்கு இருக்கிற ஜாதி அமைப்பை நாம் கற்பனை செய்துகூடப் பார்க்கமுடியாது.

இரண்டாவது, சைவம்தான் தமிழ் மதம் என்பதை நிலை நிறுத்தும்போது, பெரியார் கூட இருந்த சைவ அறிஞர்கள், குறிப்பாக மறைமலை அடிகள் போன்றோர் பார்ப்பன எதிர்ப்பு என்கிற

அம்சத்திலே பெரியாரை ஆதரித்துக்கொண்டு, 'சைவ மதம்தான் தமிழர்களின் உண்மையான மதம்' என்ற நிலை எடுத்தார்கள். 'பழந்தமிழ்க் கொள்கையே சைவ சமயம்' என்று மறைமலையடிகள் ஒரு புத்தகமே எழுதினார். இந்தக் கருத்தோட்டத்தை ஆராய்ச்சி யாளர்கள் யாருமே ஏற்றுக்கொள்ளமாட்டார்கள்.

'உமா'கூட தமிழ்ச்சொல் அல்ல. பார்வதியைக் குறிக்கும் இதன் தமிழ்வடிவம் 'உமை'. இந்தச்சொல் 'ஹிமா' என்ற வடசொல்லின் தமிழ் வடிவம். ஹிமா என்றால் பனி என்று அர்த்தம். ஹிமாத்திரி என்றால் பனிமலை, இமயமலை என்று அர்த்தம். ஹிமா என்ற சொல் தமிழில் 'உமா' என்று ஆகிவிட்டது. ஹிமாலய என்பதுதான் உமா. உமாதான் உமை; பார்வதியைக் குறிக்கும் பழைய சொல். பார்வதி என்பவர் இமயபர்வதத்தில் பிறந்தவர். முதலில் சைவ மதத்தின் வேர்கள் தமிழ்நாட்டில் இருந்திருக்கின்றன. அதேநேரத்தில் காஷ்மீரில் ஶ்ரீகண்டர் உருவாக்கிய பாசுபத சைவம் இங்கே வருகிறது. அதை வைத்துக்கொண்டுதான் சைவத் தத்துவங்களை உருவாக்குகிறார்கள். இராஜராஜ சோழனின் குருமார்களெல்லாம் காஷ்மீர் சைவப் பண்டிதர்கள்தான்.

தஞ்சாவூர்க் கோயில், பாசுபத சைவ அடிப்படையில் கட்டப்பட்டது; சித்தாந்த சைவம் அல்லது தமிழ்ச் சைவம் என்ற அடிப்படையில் கட்டப்படவில்லை. கோயில் உள்ளே போனால் பார்க்கலாம். அகோரம், வாமம், சதாசிவம், ஜாதம், ஈசானம் என்று ஐந்து மூர்த்தங்கள் இருக்கின்றன. இவையெல்லாம் பாசுபத சைவ நெறிகள்; தமிழ்ச் சைவநெறிகள் அல்ல.

பாசுபத சைவத்திற்கும் தமிழ்ச் சைவத்திற்கும் வேறுபாடு என்ன?

அறுபத்துமூன்று நாயன்மார்களில் மதுரைக்குத் தெற்கே ஒருத்தர்கூட இல்லையே என்று கேட்டால், சைவர்கள் அதிகம் கோபப்படுவார்கள். இதுதான் உண்மை. அப்பொழுது சமண மதம் செழித்து இருந்த பூமியாக அது இருந்தது.

அதற்குப் பின்னாலே பாசுபதம் வந்தது. பாசுபத சைவம் தமிழ்ச் சைவத்திற்கு மூத்த வடிவம். பாசுபத சைவம் பற்றி விரிவாகப் பல நூல்கள் வந்துள்ளன. தமிழில் திருமந்திரம்கூட பாசுபத சைவத்தில்தான் உள்ளது.

எல்லா மன்னர்களாலும் ஆதரிக்கப்பட்ட மதமாக சைவம் இருந்தது. அப்பொழுதுகூட தமிழ்ச் சைவம் வரவில்லை. இராஜராஜ சோழன் காலத்தில்கூட தமிழ்ச் சைவம் வரவில்லை. சோழ அரசு வைணவத்தை ஆதரிக்கவேயில்லை. சைவ மதத்தின் தோற்றம் என்று கேட்டால், அது காஷ்மீரம்தான். ஸ்ரீகண்டர்தான் அதைத் தோற்றுவித்தார். அதை லகுலீசர் தமிழ்நாட்டிற்குக் கொண்டு வந்திருக்கிறார். கிடாரிப்பட்டி மலைக்கோயிலில் லகுலீசர் சிற்பம் ஒன்று உள்ளது.

தமிழ்நாட்டில் அனைத்துச் சாதியினருமே 'நாங்கள்தான் ஆண்ட பரம்பரையினர்' என்று சொல்லிக்கொள்கிறார்கள். இது எந்த அளவிற்கு உண்மை?

வரலாற்று ஆசிரியர்கள் வேடிக்கையாகச் சொல்வார்கள், 'இராஜா என்பவன் சாதி கெட்டவன்' என்று. ஏனென்றால் அரசியல் காரணங்களுக்காக எல்லாச் சாதியிலும் ஒரு பெண்ணை எடுத்துக்கொள்வார்கள். ஓர் அரசியல்வாதி அரசியல் செல்வாக் குள்ள சாதியிலே பெண் எடுத்துக் காட்டுவான். அந்த சாதியின் வாக்கெல்லாம் அவனுக்குக் கிடைக்கும். இதேபோல்தான் அப்போதும். எனவே ராஜாக்கள் ஒரே ஜாதி இல்லை என்பதைவிட உண்மை இருந்திருக்க முடியாது. அந்தந்த ராஜாக்கள் பெயரை, பெருவாரியாக உள்ள ஜாதிகள் சில பட்டப்பெயராக வைத்துக்கொண்டு 'நாங்கதான் ஆண்டோம்' என்று சொல்கிறார்கள்.

'உடையார்'களை எடுத்தால், திருக்கோவிலூர்ப் பக்கத்திலே இருக்கிற மலைமான் திருமுடிக்காரி நாட்டுக் குடிமக்களாகிய இவர்கள், இடப்பெயர்ச்சியாகி தெற்கு நோக்கி வருகிறார்கள். திருச்சி மாவட்டத்திலே லால்குடி, முசிறி போன்ற இடத்திலே தங்குகிறார்கள். திரும்பவும் தெற்கு நோக்கி தேவகோட்டை, இளையாங்குடி பகுதியில் தங்குகிறார்கள். தேவகோட்டை பகுதியி லுள்ளவர்களெல்லாம் பிரிட்டோ அடிகள் காரணமாக கிறிஸ்த வர்களாக மாறிவிட்டார்கள். ஆனாலும் இன்னும் மலையமான், சுருதிமான் என்ற பெயரால் பிரிவுகள் வைத்திருக்கிறார்கள். அவர்கள் மலையமான் நாட்டிலிருந்து இடம்பெயர்ந்து வந்த மக்கள்தானே தவிர, மலையமான் அரச குடும்பத்தைச் சார்ந்தவர்கள் அல்லர். இப்படி நிறைய ஜாதிகளைச் சொல்லலாம்.

மூவேந்தர்கள் பற்றி?

பல்வேறு இனக்குழுக்கள் கலைந்தபோது மூன்று அரச மரபினர் மேலெழும்பி வருகிறார்கள். அதுதான் சேர, சோழ, பாண்டியர்கள். ஒவ்வொரு அரச வம்சத்துக்கும் பலவகையான பெயர்கள். பாண்டியன், செழியன், மாறன், வழுதி, தென்னவன், மீனவன். இத்தனை இனக் குழுக்கள் கரைந்து மேலே வரும்போது பாண்டியன் என்ற பொதுப் பெயரோடு வருகிறார்கள். இப்படி சோழர்களில் செழியன், வளவன், கிள்ளி, செம்பியன், சோழன் என இருந்தார்கள். இவர்களையெல்லாம் பார்த்தால் பத்துப் பேர், பதினைந்து பேர். அந்தப் பத்துப் பேரும் பதினைந்து பேரும் கரைந்து கரைந்து, அதில் ஒன்று மேல் வந்து நிலைத்து நிற்கும்.

அப்படித்தான் மூவேந்தர்கள் உருவானார்கள். வேந்தன் என்று சொன்னால் சேர, சோழ, பாண்டியன் ஆகிய மூன்று பேரையும் குறிக்கும். இவர்கள் கூடக் கடைசியில் போன இடம் தெரியாமல் மறைந்தார்கள். இறுதியாக 1648இல் பாண்டியன் ஒருவன் அப்படியே தெற்கு நோக்கி வந்து தென்காசிப் பகுதியில் முடி சூட்டிக் கொண்டான் என்று தெரிகிறது. அவனது பரம்பரையையே கண்டுபிடிக்க முடியவில்லை!

வேந்தர்களின் மீது ஜாதிப் பெயரைச் சூட்டி இன்று அழைப்பதை அறியாமை என்று சொல்லலாமா?

அப்படித்தானே சொல்லமுடியும்! பாண்டியன் என்ற பட்டப் பெயர் பல ஜாதியிலே இட்டுக்கொள்கிறார்கள். பாண்டியன் என்று பெயர் இட்டுக்கொள்கிறவர்கள் எல்லாம் பாண்டியர்களா? ஆனால் சேரன், சோழன் பெயர்கள் இட்டுக்கொள்ளவில்லை. பாண்டியன் பெயர் மட்டும் மக்கள் பெயராகத் தொடர்ந்து நீடித்துக்கொண்டே இருக்கிறது. ஏனென்றால் அந்த அரசமரபுதான் பதினேழாம் நூற்றாண்டு வரைக்கும் உயிரோடிருந்தது. சேர, சோழ மரபுகள் காணாமல் போய்விட்டன. வேந்தர்கள், இனக்குழுக்கள் காலத்தில் பிறந்தவர்கள். அவர்களைச் சாதியோடு தொடர்புபடுத்தவே முடியாது.

அதுபோல, பாண்டியனைக் குறிக்கும் பெயரை நெல்லை மாவட்டத்திலே இட்டுக்கொண்டேஇருக்கிறார்கள். பாண்டியர்கள் இயற்கையாக இட்டுக்கொள்கிற பெயர் வேம்பன். வேம்பன்

என்பது வேப்பமரத்தைக் குறிப்பது. நெல்லை மாவட்டத்திலே பார்ப்பனர்களிலிருந்து ஒடுக்கப்பட்டவர்கள் வரை எல்லாரும் 'வேம்பு' என்ற பெயரை இட்டுக்கொண்டே இருக்கிறார்கள். வேம்பன் என்பது பாண்டியன் பெயர். திருநெல்வேலிக்கே வேம்பநாடு என்றுதான் பெயர். மூவேந்தர்களிலும் பழைய குடியினர் பாண்டியர்கள்தான்.

வர்ணாசிரமப் படிநிலையில் முன்னொரு காலத்தில் மேல்நிலையிலிருந்த ஒரு ஜாதி, பின்னர் கீழ்நிலைக்குத் தள்ளப்படுவதற்குச் சாத்தியமுண்டா?

தலித் மக்களில் ஒரு பிரிவினர் (சித்தர் குருசாமி போன்றவர்கள்) அப்படிக் கூறிக்கொள்கிறார்கள். வரலாற்று ரீதியாக இது தவறு. திடீரென்று ஆங்கிலேயர்கள் ஆட்சிக்காலத்தில் சாதிப்படிநிலையில் மாற்றம் வரமுடியாது. இன்னும் சொல்லப்போனால், ஆங்கிலேயர்கள்தான் சாதியை ஒடுக்குவதற்கு 1856 Caste Disabilities Removal Act சட்டத்தைக் கொண்டுவந்தார்கள். அப்போதுதான் கல்வியிலும் மருத்துவமனையிலும் சாதிவேறுபாடுகள் கிடையாது என்பது நடைமுறைக்கு வந்தது. ஆங்கிலேயர்கள் காலத்தில்தான் நாங்கள் அடிமைப்பட்டோம் என்று கூறிக்கொள்வதெல்லாம் வரலாற்றுப் பிழை. யாரும் ஏற்றுக்கொள்ள மாட்டார்கள்.

இனவரைவியல் தொடர்பான விவாதங்கள் தொடர்ந்து பேசப்படுகின்றன. இனவரைவியல் எந்த அடிப்படையில் நடைபெறுகிறது?

இனவரைவியல் என்பது நிலத்தோடும் வெளியோடும் உறவுடைய விஷயங்கள்தான். இதைப்பற்றி 'இனவரைவியலும் தமிழ்நாவலும்' என்ற பெயரில் ஆ. சிவசுப்பிரமணியன் ஒரு புத்தகம் எழுதி இருக்கிறார். இனவரைவியல் என்றால் நம்முடைய தொல்காப்பியர் சொல்லுகின்ற உரிப்பொருள்கள்தாம். உரிப்பொருள் என்பது தெய்வம், உணவு, மரம், விலங்கு, பறவை, இசை முதலியவற்றைக் குறிக்கும். எடுத்துக்காட்டாக செங்கோடான் என்று பெயர் இருந்தால் அவர் மதுரைக்காரராக நிச்சயம் இருக்க முடியாது. கொங்கு மண்டலத்துக்காரராகத்தான் இருக்க முடியும். நீர்காத்தலிங்கம், பரமார்த்தலிங்கம் என்று பெயர் இருந்தால் அவர் நிச்சயமாக நாஞ்சில் நாட்டுக்காரராகத்தான் இருப்பார். வடிவு என்ற பெண் இருந்தால் பூர்வீகத்திலே திருநெல்வேலிக்காரர்களாகத்தான் இருப்பார்கள்.

தெய்வம் வித்தியாசப்படும். சுடலைமாட வழிபாடு திருநெல்வேலி, கன்னியாகுமரி மாவட்டங்களிலும் கருப்பசாமி வழிபாடு மதுரை, இராமநாதபுர மாவட்டங்களிலும் இருக்கிறது. திருச்சி, அரியலூரில் காத்தவராயன் வழிபாடும் கோவை மாவட்டத்தில் அண்ணன்மார் சாமி வழிபாடும் வடக்கே தென்ஆற்காடு மாவட்டத்தில் பொன்னி யம்மன் வழிபாட்டு முறையும் இருக்கின்றன. தெய்வங்கள் நிலத்துக்கு நிலம் வேறுபடுகின்றன அல்லவா?

தினை அரிசியினை நாம் பெரும்பாலும் உட்கொண்டிருக்க மாட்டோம். ஆனால் சங்கரன்கோவில் மக்கள் தினை அரிசி சாப்பிட்டிருப்பார்கள்; அந்நிலப்பகுதியில்தான் தினை விளையும்.

உணவு வித்தியாசம், நிலம் வித்தியாசம், மரம் வித்தியாசம் இருக்கின்றது. பூவரசு மரங்கள் நெல்லை மாவட்டத்தில் இருக்கிற மாதிரி வேறு எங்கும் காண முடியாது. அதேபோல போகன்வில்லா செடிகளை எல்லா இடங்களிலும் காணமுடியாது. காலத்தோடும் வெளியோடும் தொடர்புடைய மனிதர்களும் பிறப்புகளும் இனவரைவியலின் கூறுகள்.

மொழி அடிப்படையில் இனம் பிரிக்கப்பட்டுள்ளதா?

மொழி, இனத்திற்கான முதல் அடையாளம். மொழி மட்டுமே இனத்துக்குரிய அடையாளம் ஆக முடியாது. ஒரு நிலப்பரப்பு, ஒரே வகையான பொருளாதார வாழ்க்கைமுறை, ஒரே வகையான சடங்குகள், உறவு முறைகள் எல்லாம் சேர்ந்துதான் ஓர் இனத்தை அடையாளம் காட்டமுடியும்.

மதம், இனத்திற்கான அடையாளமாக இருக்கமுடியுமா?

மதம் இனத்திற்கான அடையாளமாக இருக்கவே முடியாது. ஏனென்றால் மதம் மாறும்போது அடையாளம் மாறுவதில்லை. இத்தாலியில் இருக்கிற கத்தோலிக்கக் கிறிஸ்தவமும் நெல்லை மாவட்டத்தில் உள்ள கிறிஸ்தவமும் ஒரே இன அடையாளமாக இருக்க முடியாது. நாம் விரும்பினால் இன்றைக்கு மாலையிலே இஸ்லாம், நாளை மறுநாள் இந்து என மாறிக்கொள்ளலாம். எனவே மதம், இனத்திற்கான அடையாளமாக இருக்க முடியாது.

திராவிடம் என்பது இன அடையாளம் கிடையாது; அதற்கு வரலாற்று ஆதாரம் இல்லை, அறிவியல் அடிப்படை அற்றது

என்று ஒரு வாதம் வைக்கப்படுகிறது. அதே நேரத்தில் ஆரியம் x திராவிடம் என்று தொடர்ந்து பேசப்பட்டு வருகிறது. இதில் எது சரியானது? இதை விளக்கமுடியுமா?

திராவிடம் என்ற கருத்தாக்கம் உருவாவதற்கு அன்றைக்கு இருந்த அடிப்படையான காரணங்களில் ஒன்று காலனி ஆட்சியிலே ஏற்பட்ட சமூகமாற்றம். அதைவிட தமிழ், தெலுங்கு, கன்னடம், மலையாளம் மாநிலங்களுக்கு இடையே அடிப்படையிலே கலாச்சார ஒற்றுமைக் கூறுகள் உண்டு என்பதை மறந்துவிடக் கூடாது. வட இந்தியர்கள் இந்த நாலு மாநிலத்தவர்களையும் ஒன்றாக 'மதராஸி' என்று குறிப்பிடுவது தற்செயலானதல்ல. தோற்ற அமைப்பில் இருக்கும் ஒற்றுமைதான் இவர்களை ஒரே இனமாக மற்றவர்களைப் பார்க்க வைக்கிறது. தமிழ், தெலுங்கு, கன்னடம், மலையாளம் - இந்தச் சமூகத்தில் எந்த ஜாதியாக இருந்தாலும் சில அடிப்படையான கலாச்சார ஒற்றுமைகள் உள்ளன. எடுத்துக்காட்டாக, தாய்மாமன் மரியாதை என்பது இன்றும் நான்கு மாநிலங்களிலும் கடுமையாய் இருக்கிறது. ஆண்கள் மீசை வைத்துக்கொள்வது இந்த நான்கு மாநிலங்களில் மட்டுமே அதிகம் காணப்படுகிறது. அதேமாதிரி இறுதி மரியாதை, சடங்கியல் தகுதிக்கும் முக்கியத்துவம் கொடுக்கப்படுகிறது.

பூர்வீகத்திலே அனைவரும் ஒரு மொழி பேசுபவர்களாக இருந்தார்கள் என்று கால்டுவெல் ஏற்கெனவே நிரூபித்திருக்கிறார். அது உண்மைதான். ஓர் இனத்துக்காரரர்களாய் இருந்தோம்; ஏன் பிரிந்தோம் என்று தெரியவில்லை. வரலாற்றுத் தொடர்ச்சியும் காரணங்களும் தெரியவில்லை.

தமிழ்நாட்டில் இக்கருத்தை அரசியல் ரீதியாகவும் முன் வைத்தார்கள். அரசியல் ரீதியாகத் தோற்றுப்போய்விட்டதால் திராவிடக் கருத்தியலே தோற்றுப்போனது என்று சொல்லமுடியாது.

ஆரியர் என்பது ஓர் இனமா அல்லது கூட்டமைப்பா?

ஆரியர் என்பது இனம்தான். குறிப்பாக இந்தோ ஆரியர் என்ற இனமே இருக்கிறது. ஜெர்மனிக்கும் சமஸ்கிருதத்துக்கும் அடிப்படையிலே சில வேர்ச்சொற்களைக் கண்டுகொண்டதன் காரணமாகத்தான் மேக்ஸ்முல்லர் இந்தியாவைத் தன் பூர்வதேசம் என்று நினைக்கிறார். 'ஜா' என்ற வேர்ச்சொல் ஆங்கிலத்தில் 'ஜி'

என்றும், சமஸ்கிருதத்தில் ஜாதி என்றும் இருக்கிறது. ஆரியர் உயர்வு வாதத்திற்கு அடித்தளம் இட்டவர் மேக்ஸ்முல்லர். அவர்தான் ஆரியர் இனம் ஆளப்பிறந்த இனம் என்று கூறினார்.

கீழைநாட்டு வேதநூல்களை இது தொடர்பாக மொழி பெயர்த்தார். ஆரிய இனத்திற்குச் சில அடிப்படை மரபுகள் உள்ளன. இனத்திற்கும் நமக்கும் வேறுபாடுகள் உள்ளன. நாம் வெப்ப மண்டலத்திலே வாழ்கிறவர்கள். தமிழர்களும் மலையாளிகளும் நீரைக் கொண்டாடுவார்கள். நீர் சார்ந்த சடங்குகள், புனிதங்கள் நமக்கு அதிகம். கங்கைச் சமவெளியில் வாழ்ந்த ஆரியர்களுக்கு நெருப்பு சார்ந்த சடங்குகள் அதிகம். அவர்கள் தந்தை வழிச்சமூகம்ந நாம் தாய்வழிச் சமூகம். அவர்கள் கிராமப்புற நாகரிகம், நாம் நகர நாகரிகம்.

சடங்குகள் என்பவை தமிழர்களின் வாழ்வோடு பின்னிப் பிணைந் துள்ளன. இதில் எந்த அளவு மூடநம்பிக்கை உள்ளது? எந்த அளவு அறிவியல் சார்ந்து உள்ளது?

நம்பிக்கைக்கும் மூடநம்பிக்கைக்கும் என்ன வித்தியாசம்? இது என் தெய்வம், அது வழிகாட்டுகிறது என்று நம்புவது நம்பிக்கை. அந்த நம்பிக்கைக்கு எங்கே அதிகாரம் குறுக்கே வருகிறதோ அங்கே மூடநம்பிக்கை பிறக்கிறது. 'உனக்காக நான் யாகம் பண்றேன், ஹோமம் பண்றேன்' என்று சொல்வது மூடநம்பிக்கை. அதாவது அர்ச்சகர் என்ற அதிகாரம் இங்கே குறுக்கே வருகிறது. நம்பிக்கை இயல்பானது. அதிகாலையில் வயல்வெளிக்குப் போகிற வழியில் சூரிய உதயத்தைப் பார்த்துவிட்டால், செருப்பைக் கழற்றிவிட்டுக் கும்பிடு போடுகிறோம். அதை மூடநம்பிக்கை என்று சொல்ல முடியாது. ஏனென்றால் அந்தச் சூரியன் இல்லையென்றால் பயிர் விளையாது. அது ஒரு நம்பிக்கை. அதுவே பெரிய கோயிலாக உருவெடுத்து, அங்கே அர்ச்சகர் வரும்போது, மூடநம்பிக்கை பிறந்துவிடுகிறது.

நம்பிக்கையில் அரசு அதிகாரம் மட்டுமல்ல, ஏதோ ஓர் ஆன்மீக அதிகாரம் குறுக்கே வந்துவிட்டால்கூட, அது மூடநம்பிக்கையாகி விடும். இன்றைக்கு இருக்கிற அறிவியல் என்பது European Science தான். அதை Pure Science என்று எங்களைப் போன்றவர்களால் ஒத்துக்கொள்ள முடியாது. ஒருவகையான சுரண்டல் நோக்கத்தை உள்ளடக்கியதாகவே அவர்களது அறிவியல் உள்ளது. எனவே இது

மூடநம்பிக்கைக்கு எதிரான அறிவியல் அன்று. இன்றும் பதின்மூன்று என்ற எண்ணைப் பார்த்து அவர்கள் பயப்படுகிறார்களே!

சந்தையை விரும்புகிற முதலாளிகளும் 'நாடு என்பது பிரிந்துபோகக் கூடாது' என்று கூறுகிறார்கள். இவர்களை எதிர்க்கின்ற இந்தியாவிலுள்ள இடதுசாரிகளும் நாடு பிரிந்துபோகக்கூடாது என்கிறார்கள். இதில் எது உண்மை?

நம்முடைய இடதுசாரிகள், முதலாளிகளாக மாறிக் கொண்டிருக்கிறார்கள். ஏற்கெனவே இவர்கள் முதலாளித்துவச் சிந்தனைக்குள் வந்துவிட்டார்கள். இவர்களுக்குக் கூடங்குளத்தில் ரஷ்யா விற்ற ரியாக்டர் மாதிரி இன்னும் 10 ரியாக்டர்களை ரஷ்யா இந்தியாவிலே விற்க வேண்டும் என்றே விருப்பம். இது ஒருவகையான ஏகாதிபத்தியச் சிந்தனை. ஏகாதிபத்தியத்தில் இடது என்ன, வலது என்ன? இடதுசாரிகளில் ஒரு பகுதியினர் ஏகாதி பத்தியவாதிகளாக, சிந்தனை அளவிலே முதலாளித்துவவாதிகளாக உருமாறிக்கொண்டிருக்கிறார்கள் என்றுதான் அர்த்தமாகிறது.

இன்றைக்குத் தீவிர இடதுசாரிகள் கூட்டுக்குடும்பத்தை வலியுறுத்துகிறார்கள். ஏனெனில் 'கலாச்சாரம் என்பது அப்பா, அம்மாவிடம் இருந்து வந்ததில்லை. கதை சொல்லும் தாத்தா, பாட்டி இல்லாத குடும்பம், கலாச்சாரம் இழந்து போயிருக்கிறது' என்கிறார்கள். கூட்டுக்குடும்பம் நரகமாக மாறும்போது தனிக் குடும்பத்தை ஆதரிக்கிறோம். எப்படி இருந்தால் மகிழ்ச்சியோ அப்படியே வாழ்கிறோம். இப்படித்தான் வாழவேண்டும் என யாரும் நிர்ப்பந்திப்பதில்லை. மாறிவரும் பொருளாதார உறவுகளும் உற்பத்தி உறவுகளும் புறச்சூழலைத் தீர்மானம் செய்கின்றன.

இடதுசாரிகள் போராட்டச் சிந்தனைகளில் இருந்தே வெளிவந்து விட்டார்கள். அது, எதுவரைக்கும் கொடூரமாக இருக்கிறது என்று பார்த்தால், இலங்கையின் இறையாண்மைக்குள் தமிழர் பிரச்சினைக்குத் தீர்வுகாண வேண்டும் என்று சொல்லுகின்ற அளவிற்கு முதலாளித்துவச் சிந்தனை உள்ளவர்களாக மாறிப் போனார்கள். இலங்கை ஒன்றாய் இருப்பது இந்தியாவிற்கு நல்லது. ஏனென்றால் இந்தியா, இலங்கையைச் சந்தையாக்கப் பார்க்கிறது; சீனாவும் சந்தையாக்கப் பார்க்கிறது. 'இலங்கை இறையாண் மைக்குள் ஒரு சிக்கல் இருக்கிறது' என்று மூன்று லட்சம் பேரைக் கொன்றபின் சி.பி.எம். கூறுகிறது. இதை எப்படி ஒத்துக்கொள்வது?

இலங்கையின் இறையாண்மையைப் பாதுகாப்பதில் இவர்களுக்கு ஏன் இவ்வளவு ஆர்வம்?

இராமேஸ்வரத்திலே இந்திய இறையாண்மை, இலங்கை அரசால் சிக்கலுக்குள்ளாகிறது அல்லவா? ஒரு நாட்டின் எல்லைக்குள் வந்து அந்த நாட்டுக்காரனைச் சுட்டுக் கொல்வது இந்த நாட்டின் இறையாண்மையைப் பாதிக்கிற விசயம்தானே? அதை 600 முறை இலங்கை அரசு செய்திருக்கிறது. இவர்கள் ஒருமுறைகூடக் கண்டிக்காது இருப்பது ஏன்? இலங்கை இறையாண்மைபற்றிக் கவலைப்படுகிறவர்கள் இடதுசாரிகளே அல்ல; இடதுசாரிப் போர்வையில் மறைந்து இருக்கிற வலதுசாரிகள்; பா.ஜ.க.வின் மாற்றுவடிவம்.

சங்க இலக்கியத்தில் இயற்கையோடு வாழ்ந்து வந்தோம். மரங்களை வெட்டுவது என்பது உடன்பிறந்த சகோதரியை வெட்டுவதுபோலக் கருதப்பட்டது. ஆனால் இப்பொழுது இயற்கைக்கு எதிரான கூடங்குளம் அணுமின் நிலையம் போன்ற திட்டங்களை ஆதரிக்கும் அளவுக்கு மக்கள் மாறிவிட்டார்கள். இது ஏன்?

காலனி ஆட்சியிலே செல்வங்களை மட்டுமல்லாது, மீட்டெடுக்க முடியாத கலாச்சார மதிப்பீடுகளையும் இழந்து நிற்கிறோம் என்பதே உண்மை. அந்த இழப்பை இப்போதாவது உணர வேண்டும். இயற்கைக்கும் நமக்குமுள்ள தொடர்பு அறுந்துகொண்டே போகிறது. குறிப்பாக ஆங்கில மருத்துவம் வந்ததினால் நிறைய தாவரங்களுக்கும் தமிழர்களுக்குமான தொடர்பு காணாமல் போய்விட்டது. சித்த மருந்துக் கடையிலே இருக்கும் வேர்களை எத்தனை பெண்கள் அடையாளம் காட்டு வார்கள்? நான் அடையாளம் காட்டும் தாவரத்தை என் மகளோ மருமகளோ காட்ட முடியாது. இயற்கைக்கும் நமக்கும் தொடர்பு அறுந்துகொண்டே வந்ததுதான் ஆங்கில மருத்துவம் வளரக் காரணம்.

நம்முடைய குழந்தை மருத்துவமுறையிலே கோரோசனை, கஸ்தூரி இவை முக்கியமானவை. கோரோசனை என்பது பசுவினுடைய அட்ரினல் கிளாண்ட். கஸ்தூரி என்பது கஸ்தூரி மானுடைய அட்ரினல் கிளாண்ட். இந்த கிளாண்ட்களை மருந்துகளோடு சேர்த்துக் கொடுத்தால் குழந்தைக்கு நோய் எதிர்ப்புச் சக்தி உருவாகும். இந்த மருந்துகளை இன்று நாம் இழந்து

போனோம். இப்படி உயிர் உலகத்தோடும் பயிர் உலகத்தோடும் நம் தொடர்பு அறுந்துகொண்டே வந்ததுதான் காலனி ஆட்சி நமக்குச் செய்த மிகப்பெரிய கொடுமை; துரோகம். இப்போதுதான் நாம் யோசிக்கிறோம். ஆனாலும் இன்னும் நம்மிடையே பச்சை மரத்தை வெட்டும்போது யாராவது இரண்டு கிழவன் அல்லது கிழவி, 'ஏன் பச்சை மரத்தை வெட்டுறே' என்று கேட்கத்தான் செய்கிறார்கள். ஒரு திடப்பொருளாகத் தாவரங்களைப் பார்க்கிற வழக்கம் நம்மிடம் எப்பொழுதும் இருந்ததில்லை.

நம்முடைய தாவரங்களிலிருந்து மருத்துவப் பயனை மீட்டெடுப் பதற்குரிய வழி நம்மிடையே இருக்கிறது. ஐரோப்பியர்களிடையே அது இல்லை; குரோட்டன் தாவரத்தின் மருத்துவப் பயனை அவர்கள் இன்னமும் மீட்டெடுக்கவில்லை. நிச்சயமாகக் குரோட்டன் என்ற தாவரத்திற்கு, அது பிறந்த மண்ணிலே ஒரு மருத்துவப் பயன் இருந்திருக்க வேண்டும். ஐரோப்பியர்கள் நிறைய விஷயங்களைப் புதைத்துவிட்டுப் போய்விட்டார்கள். இன்றைக்கு இதை எங்கிருந்து மீட்டெடுக்க முடியுமென்றால், இலக்கியத்திலிருந்து மட்டும்தான் மீட்டெடுக்க முடியும். இன்னும் அமெரிக்கப் பல்கலைக்கழகத்திலே வரலாற்றுப் பாடம் மரியாதை இல்லாத பாடமாகத்தான் இருக்கிறது. ஏனென்றால் அவர்களுக்கு வரலாறு கிடையாது. அவர்களுடைய பார்வையெல்லாம் எதிர் காலத்திலேதான் அதிகமாக இருக்கிறது. பிற நாடுகளை அடிமை செய்வதற்கு ஏதுவாக, படையெடுக்கப் போகிற நாட்டைப்பற்றி அறிந்துகொள்வதற்காக மொழியியல் கொண்டுவந்தார்கள். இப்படித்தான் குறுகிய காலத்தில் மொழியைக் கற்றுக்கொண்டு, தேசத்தின் கலாச்சாரத்தை அடிமைப் படுத்துவதற்கு உபயோகித் தார்கள்.

தமிழர்கள் தொன்மங்களை இழந்தமைக்குப் பெரியாரைப் பழி சுமத்துகிறார்கள். இது சரியா?

பெரியாரைக் கொண்டாடுவது அறிவுலகத்துக்கு அடையாளம் என்று ஒரு காலத்தில் சொல்லப்பட்டது. மார்க்சியவாதிகள் பெரியாரைக் கொண்டாடினார்கள். 'பகுத்தறிவின் சிகரம் பெரியார்' என்று சொல்லி 1954இல் தொழிற்சங்கத் தலைவர் தோழர் ஏ.எஸ்.கே. ஐயங்கார் புத்தகம் எழுதினார். பெரியாரைக் கொண்டாடியது அறிவுலகத்துக்கு ஒரு அடையாளம் என்று கருதப்பட்டதுபோல,

இந்தப் பத்து ஆண்டுகளில் பெரியாரைப் பழிப்பது என்பது அறிவுலகத்துக்கு அடையாளம் ஆகிப்போய்விட்டது. பெரியார் மீதான விமர்சனத்துக்குப் பெரியாரின் ஆளுமை இன்னமும் ஒரு நூற்றாண்டிற்குத் தாங்கும்.

பெண்ணுரிமை பற்றி வாய்கிழியப் பேசுகிற கூட்டம் கூட பெரியாருடைய தாலி நிராகரிப்புப்பற்றிப் பேசுவதில்லை. வட இந்தியப் பெண்கள் இயக்கத்தில்கூட 'தாலியை நிராகரியுங்கள்,' என்று யாரும் சொன்னதில்லை. பெரியார், கடவுளை மட்டும் அல்ல, தாலியையும் நிராகரியுங்கள் என்று வலியுறுத்தினார். அதைப்பற்றிப் பேசவோ சிந்திக்கவோ யாரும் தயாராக இல்லை. ஆனால் பெரியாரைப் பழிப்பது ஒரு நாகரிகம் ஆகிவிட்டது. அந்த வகையிலேதான் தொன்மங்கள்பற்றிப் பேசுகிறார்கள்.

பெரியாரினால் தொன்மங்கள் காணாமல் போய்விட்டன என்று கூறுவது தவறு. பெரியார் என்றுமே நாட்டார் கலாச்சாரத்தின் மீது போர் தொடுக்கவேயில்லை. அது அவரின் நோக்கமும் இல்லை. அவர் வைதீகத்தின் மீதும் நகரக் கலாச்சாரத்தின் மீதும்தான் போர் தொடுத்தார். பெரியார் பிள்ளையார் சிலையைத்தானே உடைத்தார், சுடலைமாடன் சிலையை உடைக்கவில்லையே? சுடலைமாடன், காத்தவராயனை அவர் ஒன்றும் செய்யவில்லையே? பெரியார் தொன்மங்களைக் காலி செய்துவிட்டார் என்று சொல்ல முடியாது. ஏனென்றால் தொன்மங்கள் இன்றைக்கும் உயிரோடுதான் இருக்கின்றன. பெரியாரைப்பற்றியே நிறையத் தொன்மங்கள் வந்துவிட்டன.

பெரியார் வாழ்ந்த காலத்தில் சூழல் வேறு; இன்றைக்கு இருக்கும் காலம் வேறு. பெரியாருக்குப் பிறகு உலகம் முப்பது ஆண்டுகள் சுற்றியிருக்கிறது. முப்பது ஆண்டுகளுக்குப் பிறகு, புதிய அறிவியல் கருவிகள் எவ்வளவு வந்திருக்கின்றன! இதை வைத்துக்கொண்டு பெரியாரை அளக்க முற்படுவோம். பெரியாருக்கு அப்புறம் பெண்களின் வாழ்க்கைத்தரம் உயர்ந்திருக்கிறது. பெரியாரே இருந்தால் இன்றைய பெண்கள் அடைந்திருக்கும் வளர்ச்சியைக் கண்டு மகிழ்ச்சி அடைவார். பெண்கள் இல்லையென்றால் உலகம் இல்லை என்று நம்புகிறார்கள். இன்னமும் நம்முடைய பெண் தெய்வங்களின் கையிலிருக்கிற ஆயுதத்தைத் தூக்கிப்போட யாருக்கும் தைரியம் வரவில்லை. அதுதான் போர்க்குணம்; அதுதான் பண்பாடு.

அறிவியல் வளர்ந்திருக்கிற இந்தக் காலத்தில் சிறுதெய்வ வழிபாடுகளை அல்லது நாட்டார் தெய்வங்களை எப்படி நாம் பார்க்க வேண்டும்?

பெரியார், நாட்டார் தெய்வங்களை எதிர்க்கவில்லை. காளியம்மன், மாரியம்மனை எதிர்க்கவில்லை. இந்த நாட்டார் தெய்வங்கள் ஒவ்வொரு மனிதனின் இரத்த ஓட்டத்திலும் கலந்த விஷயம். மழை வேண்டுமென்றால் மாரியம்மனுக்கு மழைக்கஞ்சி எடுக்க வேண்டும். இது நம்பிக்கை; மூடநம்பிக்கை இல்லை. நாட்டார் தெய்வங்கள் என்பவை அதிகார மையங்கள் அல்ல; காமாட்சி அம்மனைப்போல, மீனாட்சி அம்மனைப்போல அதிகார மையத்தைச் சார்ந்த தெய்வங்கள் அல்ல.

நாட்டார் தெய்வத்திலே தெய்வத்திற்கும் மனிதனுக்கும் குறுக்கே நிற்கிற அதிகாரம் எவ்வளவு நேரம்? சாமி ஆடும் நேரம் மட்டும்தான். அந்தப் பத்து நிமிடம் சாமி ஆடுவான். அந்நேரம்தான் அவனுக்கு அதிகாரம். அதற்குப் பிறகு அவனும் கடப்பாரையைத் தூக்கிக்கொண்டு மற்றவர்களோடு வேலைக்குக் கிளம்பிவிடுவான். நாட்டார் தெய்வங்கள் ஜனநாயகத் தன்மை வாய்ந்தவை. நான் என்ன சாப்பிடுகிறேனோ அதைச் சாப்பிடுவதுதானே என் தெய்வம்? இதுவும் ஒரு உயர்தர சமத்துவம்தானே! நான் பன்றிக் கறி சாப்பிட்டால் என் தெய்வமும் பன்றிக்கறி சாப்பிடணும். நான் ஆட்டுக்கறி சாப்பிட்டால் என் தெய்வமும் ஆட்டுக்கறி சாப்பிடணும். நான் ரோட்டிலே சாப்பிட்டால் என் தெய்வமும் ரோட்டில் சாப்பிடணும். இந்தத் தெய்வத்தை எப்படி நீங்கள் அழிக்க முடியும்?

ஆனால் சாதி சார்ந்து நாட்டார் தெய்வங்கள் அடையாளப்படுத்தப் படுகின்றனவே?

சில பெரிய சாதிகளுக்கு மட்டும்தான் வரையறுக்கப்பட்ட தெய்வங்கள் உண்டு. மாரியம்மன் எந்தச் சாதியின் தெய்வம்? ஒரு காலத்தில் மாரியம்மன் உழவுத் தொழில் செய்தவனுடைய தெய்வம். இன்றைக்கு மழை வேண்டுபவர்களுக்கெல்லாம் மாரியம்மன் தெய்வம். எல்லாத் தெய்வங்களையும் அப்படிச் சேர்க்க முடியாது. சிற்சில தெய்வங்கள் வட்டாரம் சார்ந்திருக்கின்றன; சாதியைச் சார்ந்திருக்கின்றன.

நமது மரபுசார்ந்த இலக்கியங்களை மீட்டெடுப்பதன் மூலமாக நமது வாழ்க்கை முறையை நெறிப்படுத்த முடியுமா?

இலக்கியங்களை மீட்டெடுப்பது என்பது வாழ்வியலின் மதிப்பீடுகளை மீட்டெடுப்பதுதான்.

மாடுபிடித்தல் என்பது நமது தொன்மங்களில் ஒன்று. அது இன்றைக்கு அவசியம்தானா?

மாடு பிடிக்கிறதோ மாடு அடக்குறதோ கிடையாது. மாட்டை அணைத்தல் என்பதே சரியானது. திமிலை அணைத்துப் பிடித்தல், கொம்பை ஒடித்துப் பிடிக்கிறது இல்லை. அது ஒரு விளையாட்டு. அவர்கள் மாட்டை அணைத்துப் பிடிப்பதற்காகவே போகிறார்கள். தொலைக்காட்சிப் பேட்டியில் பார்க்கும்போதுகூட 'நான் இருபது வருடமா மாட்டை அணைக்கிறேன்' என்றே கூறுவார்கள். சட்டத்தைக் கொண்டுவந்து இதைத் தடுக்கிறார்கள்; அதுவும் வனவிலங்குச் சட்டத்தின் கீழ்.

அடிப்படையில் மாடு வனவிலங்கே கிடையாது. வீட்டில் பிறந்து வீட்டில் வளர்ந்த காளை எப்படி வனவிலங்கு ஆகும்? கோவிலுக்கு நேர்ந்துவிட்ட மாட்டை, ஊர் கூடி வளர்த்துவிட்ட மாட்டை எப்படி வனவிலங்கு என்று சொல்வீர்கள்? அது வீட்டுக்காரர்கள் அழைத்தால் ரொம்ப சாதுவாகக் கூடவே போகும். தொலைக்காட்சியில்கூடக் காட்டினார்கள் அல்லவா? ஒரு பதினெட்டு வயதுப்பெண், மாட்டைக் குளிப்பாட்டி, ஜல்லிக்கட்டுக்குக் கூட்டிக்கொண்டு வருவதை! அது எப்படி வனவிலங்கு ஆகும்? அது வளர்ப்பு மிருகம் (Domestic Animal)தான்.

பிடிக்கிறவன் வெறும் கையோடுதான் அதைப் பிடிக்கிறான். ஆயுதத்தை எடுத்துக்கொண்டு போகவில்லை. எனவே அது வன்முறை ஆகாது. ஆயுதம் எடுத்தால்தானே வன்முறை?

சில நேரம் விபத்துகள் நடந்திருக்கின்றன. அதுவும் மாடு கூட்டத்தைப் பார்த்து, தப்ப முயற்சிக்கிறபோது அது மிரண்டு ஓடுகிறது. அப்பொழுது கொம்பைப் பயன்படுத்துகிறது. முறையான பாதுகாப்புக்கு ஏற்பாடு செய்ய வேண்டும்.

பெரியாருடைய கருத்துக்கள் தமிழ்நாட்டில் ஏற்படுத்திய விளைவுகள் என்ன?

சாதிப்பெயர் இல்லாமல் இருக்கின்ற தைரியம் இந்தியாவிலேயே தமிழர்களுக்கு மட்டும்தான் இருக்கிறது. தமிழ்நாட்டில் எந்த வீட்டிலும் யாரும் நீங்கள் எந்த ஜாதி என்று விருந்தினரை விசாரிப்பதில்லை. இஸ்ரோவின் தலைவர் மாதவன் நாயர், கம்யூனிஸ்ட் கட்சித் தலைவர் இ.எம்.எஸ். நம்பூதிரிபாட், மிஸ்ரா, குப்தா என்று சாதிப்பெயர் இல்லாமல் மற்ற மாநிலங்களில் இருப்பதில்லை. நாம்தான் மூன்று தலைமுறைகளாகச் சாதிப்பெயர் துறந்து இருக்கிறோம், இது பெரியாராலேதான் சாத்தியமாயிற்று.

பெரியார் தலித் மக்களின் உரிமைகளுக்காகப் பாடுபட்டார். இதனாலேயே பெரியாரை நிராகரிப்பது பார்ப்பனர்களுக்கு ஒரு நாகரிகமாக மாறிவிட்டது. லால்குடி தாலுகாவில் தாழ்த்தப்பட்ட கிறிஸ்தவர்கள் மாநாடு **1925**இல் நடந்தது. அதை நடத்தவிடாதபடி செய்ய செயின்ட் ஜோசப் கல்லூரிப் பேராசிரியர்கள் முயன்றார்கள். அப்போது திருச்சி கத்தோலிக்கர்களில் பெரும்பான்மையினராக வெள்ளாளர்களும் பார்ப்பனர்களும் இருந்தனர். வெள்ளாளர்களும் பார்ப்பனர்களும் லால்குடி தாழ்த்தப்பட்ட கிறிஸ்தவ மாநாட்டை நடக்கவிடாமல் தடுக்க முயன்றனர். ஆனால் மாநாடு நடத்தப் பெரியார் தொடர்ந்து உதவி செய்தார். எதிர்ப்புகளைக் கண்டித்து, தொடர்ந்து ‘குடியரசு’ இதழில் எழுதினார்.

இப்படியாக, பெரியார் தொடர்ந்து தாழ்த்தப்பட்ட கிறிஸ்தவர் களுக்கு ஆதரவாக இயங்குவதைப் பொறுக்க முடியாமல் **1933**இல் கத்தோலிக்க மாநாடு கூட்டி, பெரியார் இயக்கத்தைத் தடை செய்ய வேண்டும் எனத் தீர்மானம் போட்டார்கள். அதுமட்டுமல்லாமல், பெரியார் கடவுள் மறுப்புக் கொள்கை உள்ளவர்; கத்தோலிக்க மதக் கொள்கைக்கு எதிராகச் செயல்படுகின்றார் என்று, சுதந்திரம் அடைந்ததிலிருந்து பெரியாரைக் கத்தோலிக்கக் கல்லூரிகளில் நுழையவிடாமல் தடை செய்தார்கள். யார் பெரியாரை எதிர்க்கிறார்கள் என்பதை நாம் பார்த்தோமென்றால், பெரியாரின் வெற்றி புலப்படும்.

கீற்று.காம் 20.05.2012

பரண்

நானும் என் ஆய்வும்

உங்கள் இளமைக்காலம் பற்றிச் சொல்லுங்களேன்?

நான் இந்த ஊரில் (பாளையங்கோட்டை) பிறந்தவன். பிற்படுத்தப்பட்ட சாதியில் பிறந்தவன். எங்கள் வீட்டில் பதினொரு குழந்தைகள். எல்லாரும் இளம்வயதில் மரணமடைந்தார்கள். ஒரு அக்காளும் ஒரு அண்ணனும் நானும் மட்டுமே இப்போது மிச்சம். என் தம்பி பிறந்த நாற்பதாம்நாள் என் தந்தை காலமாகிவிட்டார். பெரிய வீடும் தொழுவத்தில் நான்கு மாடுகளும் மட்டுமே எஞ்சியிருந்தன. எங்கள் தாயார் மிகுந்த சிரமத்தோடுதான் எங்களை வளர்த்தார்.

இந்த ஊரில் பிறந்ததினால் உங்களுக்குக் கிடைத்த வாய்ப்பு என்ன?

இந்த ஊரில் கல்விச்சூழல் மிகச் சிறப்பாக அமைந்திருந்தது. எங்கள் வீடு நகரத்தின் மையப்பகுதியில் இருந்தது. ஐந்து நிமிட நடைத்தொலைவில் பள்ளிகளும் கல்லூரிகளும் மாவட்ட மைய நூலகமும் அமைந்திருந்தன. அடுத்தடுத்த தெருக்களில் பேரா. நா. வானமாமலை, என் குருநாதர் சி.சு.மணி, அவருடைய உறவினர் சாத்தன்குளம் அ.ராகவன் ஆகியோர் வாழ்ந்திருந்தனர். என்னுடைய வளர்ச்சியை செப்பம் செய்ததில் இந்த நிறுவனங்களுக்கும் அறிஞர்களுக்கும் பெரும் பங்குண்டு.

நீங்கள் அடிப்படையில் பெரியாரியல்வாதி. ஆனால் தெய்வங்களைப் பற்றியே நிறைய எழுதுகின்றீர்களே?

பெரியார், சமூக அதிகாரத்தையும் ஆன்மிக அதிகாரத்தையும் தக்கவைத்துக்கொள்ள பார்ப்பனர்கள் உருவாக்கிவைத்திருந்த பெருந்தெய்வங்களையே குறிவைத்துத் தாக்கினார். அதிகார வலிமையில்லாத நாட்டார் தெய்வங்களைப்பற்றியோ கோயில்களைப்பற்றியோ அவர் கவலைப்படவில்லை. அதிகாரத்தை எதிர்த்து அடிமைத் தளையை அறுத்தெறியத்தான் அவர் போராடினார்.

என்னுடைய எழுத்துக்களிலும் அதிகாரத்தை அடையாளம் காட்டுவதே நோக்கமாக இருந்தது. குறிப்பாக சமண, பௌத்தர் களிடமிருந்து வைதிகத்தால் திருடப்பட்ட பெருங்கோயில்கள்பற்றி நான் எழுதியிருக்கின்றேன். அண்மையில்கூட தென் மாவட்டங் களில் புகழ்பெற்ற சங்கரன்கோயில் சமணர்களிடமிருந்து பறிக்கப் பட்ட பார்சுவநாதர் கோயில் என்று கட்டுரை எழுதியுள்ளேன். நாட்டார் தெய்வங்களைப் பொறுத்தமட்டில் அவற்றின் தோற்றக் காரணங்களையும் வழிபாடுகளையும் மக்கள்திரளின் நம்பிக்கைகள் சார்ந்து எழுதியுள்ளேன். அவை மறைமுகமான நாத்திகம்தான்.

பண்பாடுபற்றி நீங்கள் எழுதிய எழுத்துக்கள் எந்த வகையைச் சார்ந்தவை?

என்னுடைய 'அறியப்படாத தமிழகம்' நூல், பெரும்பாலும் புழங்கு பொருட்பண்பாடு சார்ந்ததுதான். பண்பாடுகளின் உள்ளடக்கம் பெரும்பான்மையாக நாட்டார் மக்களின் நினைவுகளிலும் கனவுகளிலும் தங்கி வாழ்பவைதான். அதைத்தான் நான் எழுதியிருக்கின்றேன். அவற்றிற்கு அடிப்படை மனித வாசிப்புதான்.

உங்களுடைய ஆய்வு முறையியல் பற்றிச் சொல்லுங்களேன்?

நான் ஆய்வு செய்கின்றபோது பாஜ்பாய், ஆண்டர்சன், பாலின் யங் ஆகியோரின் ஆங்கில நூல்களைத்தான் எனக்குக் கற்றுக் கொடுத்தார்கள். என்னுடைய கள ஆய்விலிருந்து அவற்றின் போதாமையினை நான் உணர்ந்துகொண்டேன். என்னுடைய ஆய்வுமுறையியல் நாட்டார் மக்களின் உரையாடல் மரபிலிருந்து உருவானது. அதுதான் மற்றவர்களுக்குச் சுவையாகவும் சிறிது வியப்பாகவும் இருந்தது. அ.மார்க்ஸ் ஒருமுறை சொன்னதுபோல என்னுடைய வாசகர்கள் என்னுடைய இரசிகர்களாக மாறியதும் அதற்காகத்தான்.

பார்ப்பனியத்தை எப்படிப் பார்க்கின்றீர்கள்?

பார்ப்பனியம் என்பதே அதிகாரத்தை நோக்கிய நகர்வுதான். இந்த அளவுகோலின்படி நம்மிடம் இன்று புதிய பார்ப்பனர்கள் நிறையவே உருவாகியுள்ளனர். இவர்களால்தான் சமூக மாற்றம் தடைபெறுகின்றது. இதனை எதிர்த்து நாம் கலாச்சார அரங்கில் போராடவேண்டும். எளிமையின் சின்னமான வெள்ளையுடை

அதிகாரத்தின் சின்னமாக மாறிப்போய் Minister White என இவர்களால்தான் பெயர் பெறுகின்றது. உணவு, உடை, மொழி, கலை, இலக்கியம் என எல்லாத் தளங்களிலும் கலாச்சார யுத்தத்தை நடத்தவேண்டிய கடமை நமக்கு இருக்கின்றது. அதற்காக நாம் இளைஞர்களை ஆயத்தப்படுத்த வேண்டும்.

(பேரா. ச. நவநீத கிருட்டிணனுக்கு அளித்த நேர்காணல், 'தமிழாய்வு' என்னும் தொகுப்பு நூலுக்காக..)

நேர்காணல்
(சாதி வர்ணம் நடைமுறை)

பண்பாடு என்ற சொல்லாக்கத்தைப்பற்றிக் கூறுங்களேன்?

பண்பாடு என்பது இரண்டு வகைப்படும். ஒன்று உலகியல் பண்பாடு; அதாவது மெட்டீரியல் கல்ச்சர் என்று சொல்லப்படுவது. இன்னொன்று அது அல்லாத அதற்குப் புறனாக இருக்கக்கூடிய பண்பாட்டு அசைவுகள். பண்பாடு என்ற சொல்லைப் பொறுத்த மட்டிலே, அது இருபதாம் நூற்றாண்டிலே இரசிகமணி டி.கே.சி. அவர்களுடைய ஆக்கம். 'பண்பெனப்படுவது பாடறிந்து ஒழுகுதல்' என்ற கலித்தொகை வரிகளிலிருந்து அவர் உருவாக்கினார். ஆனால் நம்முடைய பழைய தமிழ் மரபிலே நாகரிகம் என்ற சொல், இன்று நாம் ஆங்கிலத்திலே Culture என்றும் Civilization என்றும் இரண்டாகச் சொல்கிறோமே, இது இரண்டையும் ஒருசேரக் குறிக்கும். 'பெயக்கண்டும் நஞ்சுண்டமைவர் நயத்தக்க நாகரிகம் வேண்டுபவர்' என்பது ஒரு மனச் செவ்வியைக் குறிக்கும். எனவே நமக்குப் பழைய சொல் நாகரிகம்தான். அதுவே Culture என்பதையும் Civilization என்பதையும் குறிக்கும். பண்பாடு என்பது இருபதாம் நூற்றாண்டுச் சொல். ஆனால் இது மிக நல்ல சொல்லாக்கம் ஆகும். இதற்கு இணை கிடையாது.

பண்பாடு என்பது மதம் சார்ந்ததா? அன்றி நிலம் சார்ந்ததா?

பண்பாடு என்பது நிலம் சார்ந்தது. ஏனென்றால் உலகில் மதங்கள் எல்லாம் உருவாகிச் சில நூற்றாண்டுகள்தான் ஆகின்றன. ஆனால் பண்பாடு உருவாகிப் பல நூற்றாண்டுகள் ஆகிவிட்டன. மதம் என்பது ஒரு நிறுவனக் கட்டுமானம். மதங்கள் நிறுவனமாக மாறுவதற்கு முன்னாலேயே, மனிதன் எப்பொழுது மனிதனா கிறானோ அப்பொழுதே ஒரு பண்பாடு உருவாகிறது. இந்தப் பண்பாடு, நிலம் சார்ந்துதான் உருவாகிறது. எடுத்துக்காட்டாகச் சொல்லுவதானால், திராவிடப் பண்பாடு, அரேபியப் பண்பாடு, சீனப் பண்பாடு, தென்னமெரிக்க மக்களின் பண்பாடு என்று பல்வேறு வகையான நிலம் சார்ந்த பண்பாடுகள் உருவாகின. இதை வரலாற்றிலே படிப்பதாக இருந்தால்கூட, மஞ்சளாற்றங்கரை

நாகரிகம், நைல் நதிக்கரை நாகரிகம், சிந்துச் சமவெளி நாகரிகம், காவிரிக்கரை நாகரிகம் என்றுதான் படிக்கிறீர்கள். எனவே பண்பாடு என்பது நிலம் சார்ந்தது.

நிலம் என்றால் வெறும் மண் அன்று. நிலம் என்பது நிலம், நிலப்பகுதியில் வாழ்கிற மக்கள், அவர்கள் பேசுகிற மொழி, அவர்களுடைய உற்பத்திப் பொருள்கள், அவர்களுடைய பல்வேறு வகையான கருவிகள், புழங்கு பொருள்கள், இசை, கலை இலக்கிய வெளிப்பாடுகள், வாய்மொழி மரபுகள் எல்லாம் சேர்ந்ததற்குப் பெயர்தான் பண்பாடு. அது நிலம் சார்ந்துதான் பிறக்க இயலும். வேறெங்கும் வேண்டாம், தமிழ்நாட்டு அரிவாளைப்போல் கனடாவிலோ உஸ்பெக்கிதானிலோ ஒரு அரிவாள் இருக்க முடியுமா? தமிழ்நாட்டுப் பாத்திரங்களைப்போல அங்கே ஒரு பாத்திரம் இருக்க முடியுமா? தமிழ்நாட்டு இசைபோல அங்கே ஒன்று இருக்க முடியுமா? முடியாது. அவையவை அந்தந்த மண் சார்ந்து பிறக்கின்றன. அந்த மண் சார்ந்தது பண்பாடு என்பதைக் குறிக்கின்ற மிகப்பெரிய தமிழ்ச் சொல்தான் திணை என்பது. வேறு வகையில் சொல்வதாக இருந்தால் Cultural Geography என்று ஆங்கிலத்தில் சொல்வார்களே, அதை உணர்த்துவதுதான் திணை என்பது.

இங்கே தமிழ்நாட்டிலோ ஆந்திராவிலோ எந்தச் சாமியும் சட்டை அல்லது அது மாதிரி ஒரு அணிகலனையோ போட்டுக் கொள்வதில்லை. ஆனால் ஐரோப்பாவிலோ குளிர் நாடுகளிலோ எல்லாத் தெய்வமும் சட்டை மாதிரி ஒன்றைப் போட்டுக்கொண் டிருக்கும். மிகவும் அடிப்படையாக மொழி அளவிலே பேசுவதாக இருந்தால், 'ஒரு மனங்குளிர்ந்த வரவேற்பைத் தருகிறோம்' என்று நாம் சொல்கிறோம். ஆனால் ஆங்கிலத்தில் அதனை 'Warm Welcome' என்று சொல்கிறார்கள். இந்த இரு நாடுகளிலும் பருவகாலச் சூழ்நிலையின் காரணமாக அந்த மொழியிலே அந்த வெளிப்பாடு வெவ்வேறாக அமைந்திருக்கிறது. இங்கு பண்பாடு என்பது நிலம் சார்ந்தது. மதங்கள் பிறப்பதற்குப் பல நூறு ஆண்டுகளுக்கு முன்பே மக்கள் பண்பாடுடையவர்களாக இருந்தார்கள். மதங்கள் உருவாகி, பண்பாட்டிலே இடைவெட்டாகப் பல செய்திகளை நிகழ்த்துகிறது. மதம் என்பது அதிகாரத்தை நோக்கிய ஒரு நகர்வு. அது எந்த மதமாக இருந்தாலும் சரி.

மதங்கள் என்பவை அதிகாரத்தை நோக்கிய நகர்வு என்று கூறுகிறீர்கள். இந்தக் கூற்று சமண, பௌத்த மதங்களையும் உள்ளடக்கியதா? அல்லது இந்த அவைதிக மதங்கள் அதற்கு விதிவிலக்கா?

சமண, பௌத்த மதங்கள் உபநிடதக் காலத்தினுடைய கருத்தாக்கங்களை எதிர்த்துப் பிறந்தவை. உபநிடதக் காலத்தின் கருத்தாக்கங்களின் முதன்மையான ஒரு விசயம் மனம் அல்லது ஆன்மா. இந்தக் கோட்பாட்டை நிராகரித்துப் பிறந்தவைதான் சமண, பௌத்த சமயங்கள். பௌத்தத்துக்கு ஆனாத்ம வாதம் என்றே ஒரு பெயர் உண்டு. ஆன்மா என்றொரு பொருள் இருக்க முடியாது என்பதுதான் அதன் வாதம். இன்னொன்று மனம் என்ற சொல்லைத் தமிழிலே முதன்முதலில் பயன்படுத்துபவர் வள்ளுவர்தானே தவிர, சங்க இலக்கியங்களிலே கிடையாது. அந்தச் சொல்லுக்குத் திராவிட வேரும் கிடையாது. மனம் என்பதை எங்கெல்ஸ் மிக அழகாக விளக்குவார். மூளையில் விநோதமான பிரதிபிம்பமான அந்தக் காலகட்டத்தையும் எங்கெல்ஸ் வரையறுப்பார். மனம் என்பது மூளையினுடைய பிம்பம் அல்ல; பிரதிபிம்பம். இரண்டாவதாக விநோதமானது. எனவே அது எதார்த்தமானது; உண்மையானது அன்று. சமண, பௌத்த மதங்கள் இந்தியாவிலே வணிக எழுச்சியின் காலத்திலே பிறந்தவை. அந்த இரண்டையும் வணிக மதங்கள் என்றே சொல்லலாம். அந்த இரண்டும் வணிகர்களுடைய ஆதரவில்தான் வளர்ந்தன. செல்வம் எப்பொழுதும் நில உடைமையாளர்களைவிட வணிகர்களிடத்திலேதான் குவியும். இந்த வணிகர்களுக்கும் நில உடைமையாளர்களுக்குமான முரண்பாடு என்பது இந்திய வரலாற்றிலே முக்கியமான ஒரு செய்தி. அதை எதுவரைக்கும் பார்க்கலாம் என்று கேட்டால், இந்திராகாந்தி - சரண்சிங் இந்த இரண்டு பேருக்குமான கருத்து வேறுபாடுவரை பார்க்கலாம். இந்த இரண்டு மதங்களும் வணிக மதங்கள். வணிகம் உற்பத்தி சாராத செல்வக் கொழிப்புக்கு வழிவகுக்கும். நம்முடைய பகுதியில்கூடச் சொல்வார்கள் மிளகாயைப் பயிர் செய்யும் விவசாயியைவிட, மிளகாயை நுகரும் மக்களைவிட, மிளகாயைக் கைமாற்றிக் கொடுக்கிற வணிகர் நிறைய இலாபம் பெறுவார்கள். சமணம், பௌத்தம் ஆகிய வணிக மதங்கள், 'தனி ஒரு கடவுள் இருக்க முடியாது என்று சொன்னவை.' இவை எல்லாமே நிரீஸ்வர

மதங்கள்; அதாவது ஈஸ்வரன் என்ற ஒரு பொருள் இருக்க முடியாது என்று சொன்னவை. அதனால்தான் அவை வேதத்துக்கு மாறான சமயங்கள் என்று சொல்லப்படுகின்றன. இன்னும் சரியாகச் சொல்வதானால், ஒரு மதம் அல்லது ஒரு கருத்தாக்கத்தில் மூலதனப் பின்புலத்திலே நாம் பேசுவதாக இருந்தால், நாம் முதன்முதலில் சமண மதத்தையும் பௌத்த மதத்தையும்தான் பேசவேண்டும். என்ன மூலத்திற்கு அவை சார்பாக இருந்தன? அவை வணிக மூலதனத்திற்குச் சார்பாக இருந்தன.

மனம் என்ற சொல் திருக்குறளில்தான் கையாளப்பட்டிருக்கிறது என்று நீங்கள் கூறுகின்றீர்கள்? ஆனால் தொல்காப்பியத்தில் ஆறறிவுடையது மனனே என்று வருகிறது இங்கு இச்சொல் என்ன பொருளில் ஆளப்பட்டிருக்கிறது?

முதலில் மிக நுணுக்கமான கேள்வி இது. தொல்காப்பியத்திலே நிறைய இடைச்செருகல்கள் உள்ளன. அவற்றை ஒரு நூலாக ஒரு ஆசிரியனுடைய பனுவலாக ஏற்றுக்கொண்டதனாலேதான், நிறைய ஆராய்ச்சிகள் பிழைபட்டும் போயின. அதிலே ஒன்று இந்த மனம் என்ற சொல். இந்தச் சொல்லுக்குத் திராவிட மொழியில் வேர்ச் சொல்லே கிடையாது. 'ஆறறிவுடைய அவற்றொடு மனனே' என்ற தொல்காப்பிய நூற்பாவின் கடைசி அடி, ஒரு இடைச்செருகல். தொல்காப்பியத்தில் இதுபோன்ற இடைச்செருகல்கள் நிறைய இருக்கின்றன என்பதற்கான அடையாளம் 'வருணன் மேய பெருமணல் உலகமும்' என்பார் தொல்காப்பியர். ஆனால் 2681 சங்கப் பாடல்களில் ஒரு பாடலிலேகூட வருணன் என்ற சொல் ஒரு முறைகூட வரவில்லை என்பதே தொல்காப்பியத்தில் நிறைய இடைச் செருகல்கள் உள்ளன என்பதைக் காட்டுகிறது. நீங்கள் கேட்டிருக்கின்ற இந்த மனம் என்ற சொல்லும் அப்படித்தான். ஏனென்றால் சங்க இலக்கியத்திலே மனம் என்ற சொல்லே கிடையாது.

பண்பாடு நிலம் சார்ந்தது என்கிறோம். தொல்காப்பியத்தில் நால்வகை நிலங்கள்பற்றிக் கூறப்பட்டு, ஒவ்வொரு நிலத்திற்கும் தனித்தனியே ஒழுக்கம். பொழுது, யாழ், தொழில் முதலியன கூறப்பட்டுள்ளன. இவற்றை நால்வகைப் பண்பாடுகள் எனக் கொள்வதா? அப்படியானால் தமிழ்ப் பண்பாடு என்பதை எவ்வாறு வரையறுப்பது?

நான்குவகை நிலத்திலும் வாழ்ந்த மக்கள் பேசிய மொழி தமிழ்தான். ஒரு தேசிய இனம் என்று சொல்வதானால், ஒரு குறிப்பிட்ட நிலப் பகுதியினுடைய தட்ப வெப்பநிலை, விளை பொருள்கள், ஒரு அரசியல் அதிகாரத்துக்குக்கீழ் இருக்கிற பொதுவான பல செய்திகளைப் பகிர்ந்துகொள்கிற முறை, இவை எல்லாம் சேர்ந்துதான் ஒரு தேசிய இனத்தைத் தீர்மானிக்கிறது. தமிழர் என்பது ஒரு தேசிய இனமானால், தொல்காப்பியருடைய நூலை முழுமையும் அப்படியே நம்பி எடுத்துக்கொள்ள இயலாது. ஏனென்றால் தொல்காப்பியம் நிறைய இடைச்செருகல்களை உடையதாக விளங்குகிறது.

தமிழகம் முழுக்க நாடார் மரபுகள் இருக்கின்றன. நாட்டார் தெய்வங்கள் என்றுதான் அவற்றை வகைப்படுத்த வேண்டுமே தவிர, இசக்கியம்மனைக் கும்பிடுபவர்கள், கருப்புசாமியைக் கும்பிடுபவர்கள், சுடலைமாடனைக் கும்பிடுபவர்கள், காத்தவ ராயனைக் கும்பிடுபவர்கள், செல்லியம்மனைக் கும்பிடுபவர்கள் என்றெல்லாம் பிரிக்க இயலாது. அடிப்படையான பொதுப் பண்பு அவைதிக தெய்வங்களை வழிபடுபவர்கள் தமிழர்கள் என்பதுதான். பெரும்பான்மையான தமிழர்கள் வேதச் சார்பற்ற தெய்வங்களை வழிபடுகிறவர்கள் என்பதுதான் அடிப்படையான செய்தி. எனவே இதன் காரணமாகவே எல்லாம் வேறுபட்டுப் போகாது. ஒரே மதத்துக்குள்ளாக மேரி மாதாவைச் சிலை வழியாகக் கும்பிடுபவர்களும் உண்டு; மேரி மாதா வழிபாட்டை நிராகரிப்பவர்களும் உண்டு. ஆனால் அவர்கள் எல்லாரும் கிறிஸ்தவர்கள் என்ற பொதுப் பெயராலேதான் அறியப்படுகிறார்கள். இதுபோல இசுலாம் மார்க்கத்திலும் கலிஃபாக்களில் இரு பிரிவினர் உண்டு. ஆனால் எல்லாருமே இஸ்லாத்தை ஒத்துக்கொள்பவர்கள். இதுபோலத்தான் இவர்கள் உள்ளுக்குள் இருக்கக்கூடிய பிரிவினர். ஆனால் ஒரு கருத்தாக்கம் சார்ந்த பிரிவுகள் அல்ல; வட்டாரம் சார்ந்த பிரிவுகள். இந்த வட்டாரம் சார்ந்த தன்மையை அழிப்பது தான் உலகமயமாக்கலின் குறிக்கோள். இந்த வட்டாரம் சார்ந்த தன்மையை அழிப்பதுதான் இந்துத்துவத்தின் குறிக்கோள். எனவேதான் இந்துத்துவத்தையும் உலகமயமாக்கலையும் நாம் ஒருசேர எதிர்க்க வேண்டும்.

தமிழ்ப் பண்பாடு என்று நீங்கள் கேட்கிறபொழுதே ஒரு அடையாளத்தை முதன்மைப்படுத்துகிறீர்கள். மொழியினை - அது

மிகமிக நியாயமானது - ஒரு மொழி பேசுகிறவர்கள் ஒரு நிலப் பகுதியிலே பலகாலமாக (பல நூற்றாண்டுகாலமாக) தொடர்ந்து வாழ்கிறவர்கள். அவர்களுடைய சமூக அசைவுகள், அதனுடைய வெளிப்பாடுகள், இவைதான் பண்பாடு. நீங்கள் கேட்கும் கேள்விக்கு மிக அடிப்படையாக நான் ஒரு பதில் சொல்கிறேன். உலகமெங்கிலும் இல்லாத ஒரு பழக்கம் தமிழ்ப் பண்பாட்டுக்கு உண்டு. பண்பாடு என்று சொல்வதாக இருந்தால், தமிழ்ப் பண்பாடு என்பதைவிட திராவிடப் பண்பாடு என்பதுதான் மிகப் பொருளுடையது. திராவிட மொழி பேசும் எல்லா மக்களிடத் திலும் இருக்கக்கூடிய ஒரு வழக்கம் முறைப்பெண், முறை மாப்பிள்ளை. Cross cousin marriage என்று சொல்வார்கள். அது எப்படி வெளிப்படுகிறது என்று கேட்டால், 'தாய்மாமனுக்கான மரியாதை' வேறு எந்த மொழியிலும் தாய்மாமன் என்பதற்கான ஒரு சொல் கிடையாது. தமிழிலே மட்டும்தான் அம்மான் என்று ஒரு சொல் உண்டு. அம்மையுடன் பிறந்தவன். மலையாளத்தில் இது அம்மாவன் என்று வழங்கப்பெறும். இந்த எழுநிலைப்பால் உறவும் திராவிட மொழிபேசும் இனத்தாரிடமும் பினீசிய இனத்தாரிடமும்தான் உள்ளன. உலகத்திலே வேறு யாருக்கும் இது கிடையாது. இந்திய சாதிகளைப்பற்றி ஆராய்ந்த ஆக்ஸ்ஃபோர்டு பல்கலைக்கழகப் பேராசிரியர் ஹட்டன் எவ்வாறு வகைப்படுத்து கிறார் என்றால், 'It is purely non-bhraminical' என்கிறார். பிராமண ரல்லாத எல்லாச் சாதியாருக்கும் தமிழ், தெலுங்கு, மலையாளம், கன்னடம், துளு - இவற்றைப் பேசுகிற எல்லாச் சாதியாருக்கும் இந்த முறைமாப்பிள்ளை - முறைப்பெண் என்ற மரபு உண்டு. இங்கு தாய்மாமன் மகனும் மகளும் கேலிக்குரியவர்கள். ஆனால் வடநாட்டில் இந்த நிலையில்லை. எனவே சாதி எதுவாக இருந்தாலும், அதாவது பார்ப்பனர் அல்லாத சாதி எதுவாக இருந்தாலும் மாமியார் - மருமகன் உறவு என்பது திராவிடச் சமூகத்திலே ரொம்ப இறுக்கமானது. பெரும்பாலான திராவிடச் சாதிகளிலே, மாமியார் மருமகனை நேரில் நின்று வரவேற்பதோ, தொட்டுவிடுவதோ, வாழ்த்துச் சொல்வதோ, மருமகன் மாமியார் காலில் விழுந்து வணங்குவதோ கிடையாது. இது ரொம்ப அடிப்படையான விசயம்.

இரண்டாவதாக, திராவிடப் பண்பாடு என்று எதையும் காட்ட முடியுமா என்றால் அது, 'இறந்தவரின் உடலுக்கான மரியாதை'.

இந்த இறந்துபோன உடலை ஆங்கிலத்திலே corpse என்பார்கள். இறந்துபோன உடலுக்கான மரியாதை என்பது, திராவிடச் சமூகத்தில் மிக முக்கியமானது. யார் யார் இரத்த உறவு உடையவர்களோ அவர்கள் அந்தப் பிணத்தைத் தொட்டு, அதன் மீது விழுந்து, அழுது புலம்பி அரற்றுவது என்பது இறந்த உடலுக்கான மரியாதை. இறந்துபோன ஒரே காரணத்துக்காக ஒரு உடலைத் தனக்கு அன்னியமாகக் கருதுவது தமிழ்நாட்டிலே பார்ப்பனர்களிடம் மட்டுமே வழக்கமாக உள்ள ஒன்று.

மூன்றாவதாக, பெண்ணின் உடல் மீதான வன்முறை என்பது உலகின் எல்லாச் சமூகங்களிலும் இருக்கின்றது. கணவன், மனைவியை அடிப்பது, ஒரு ஆண் தன் தாயை அடிப்பது. ஆனால் இங்கு குடும்ப அமைப்புக்கு வெளியாக, பொது இடங்களிலே பெண்ணின் உடல் மரியாதைக்குரியது என்பது திராவிடப் பண்பாடு. எனவே எந்த ஆண்மகனும் தன் மனைவியைத் தெருவிலே நின்று அடிக்கக்கூடாது. நாகரிகம் உருவாகிறபொழுது எல்லாச் சமூகத்தைப்போலவும் திராவிடச் சமுதாயமும் சங்க இலக்கியச் சமூகமும் ஆணாதிக்கச் சமூகம்தான். ஆனால் அந்த ஆணாதிக்கம் என்பது குடும்ப எல்லையைத் தாண்டி வரக்கூடாது என்று ஒரு கட்டுப்பாடு திராவிடச் சமூகத்திலே உண்டு. மனைவியை வீட்டுக்குள்ளே அடிக்கலாம்; ஆனால் வெளியிலே அடிக்கக்கூடாது. இது ஒரு எதிர்மறையான வெளிப்பாடு. உடன்பாடான வெளிப்பாடு என்னவென்று கேட்டால், உடல் என்கிற அளவில் உலகில் எல்லா நாகரிகங்களிலும் குழந்தைகள் மரியாதைக்குரியவர்கள். சில நாகரிகங்களிலே முதியோர்கள் மரியாதைக்கு உரியவர்கள்; சலுகை அளிக்கப்பட்ட குடிமக்கள். ஆனால் திராவிடப் பண்பாட்டிலே, கருக்கொண்டு இருக்கின்ற ஒரு பெண் சலுகை அளிக்கப்பட்ட குடிமகள். இது வீட்டிற்குள்ளாக மட்டுமல்ல; வெளி அரங்கிலும் நடைபெறும் தற்போதும் உயிர்ப்போடு இருக்கிற ஒரு வழக்கம். வாயும் வயிறுமாக ஒரு பெண் நகரப் பேருந்திலே நின்றுகொண்டு வந்தால், யாரேனும் ஒரு வயது முதிர்ந்த பெண்ணோ ஆணோ அந்தப் பெண்ணுக்கு இடம்தருமாறு குரல் கொடுக்கின்றனர். எனவே அவள் சலுகை அளிக்கப்பட்ட குடிமகள். அங்கே சாதியோ மதமோ தொழிற்படுவது இல்லை என்பதுதான் முக்கியமான செய்தி. தள்ளிய வயிற்றோடு ஒரு பெண் நிற்கிறபொழுது சாதியோ மதமோ தொழிற்படாமல், அவள் பெண் என்பது மட்டுமே அங்கு

தொழிற்படுகிறது. இம்மாதிரியான கலாச்சார அசைவுகளைக் கொண்டதுதான் திராவிடச் சமூகம்.

ஐவகைத் திணைகளில் பாலைத்திணை குறித்து மட்டும் தொல்காப்பியம் விரிவாகச் சொல்லவில்லை; கருப்பொருள்கள் கூறவில்லை. இதற்கு தொல்காப்பியர் காலத்தில் இந்த நிலம் அல்லது திணை இல்லை எனப் பொருள் கொள்ளலாமா அல்லது அவரது காலத்திற்கு முன்பு இருந்து அவர் காலத்தில் மறைந்து விட்டது, அதனால் சொல்லாமல் சென்றுவிட்டார் என்று பொருள் கொள்ளலாமா?

தொல்காப்பியம் என்பது நூற்றுக்கு நூறு வாழ்க்கை சார்ந்த நூல் அன்று. 'எழுத்தும் செய்யுளும் ஆயிரு முதலின்' என்பதுதான் தொல்காப்பியம். அதாவது வாய்மொழி மரபும் அதிகாரம் சார்ந்த எழுத்து மரபும் சேர்ந்த ஒரு நூல்தான் தொல்காப்பியம். அது வாழ்க்கையைக் கவிதையாக்குவதற்கான இலக்கணம்தானே தவிர, வாழ்க்கையை நேரடியாகக் கவிதையாக்குவதற்குரிய இலக் கணத்தைத் தொல்காப்பியர் தரவில்லை. வாழ்க்கையைக் கவிதையாக்கும்போது சில விசயங்கள் வடிகட்டப்படும். வேறொரு வகையில் சொல்கிறேன். பரத்தமை என்பது மிகப்பெரிய நிறுவனம். தொல்காப்பியர் உள்பட அனைவரும் ஏற்றுக்கொண்ட நிறுவனம். பரத்தைக்குக் குழந்தை இருந்ததாகப் பாடலே இருக்கக்கூடாது. இது ஒரு எழுதப்படாத மரபு. ஆனால் பரத்தைக்குக் குழந்தை இல்லாமல் இருந்திருந்தால் அடுத்த தலைமுறைக்குப் பரத்தை கிடைத்திருக்கமாட்டாள். தொல்காப்பியச் செய்யுளில் வாழ்க்கையை அப்படியே கவிதையாக்குவதற்குத் தொல்காப்பியர் இலக்கணம் செய்யவே முடியாது. வாழ்க்கையைக் கவிதையாக்கு வதற்குச் சில வடிகட்டி முறைகளைக் கொண்டுதான் தொல் காப்பியர் இலக்கணம் செய்திருக்கிறார்.

ஏனென்றால் தொல்காப்பியர் எழுத்துமரபு சார்ந்து பேசுகிறார். ஒன்றை மறந்துவிடக்கூடாது. இன்றுவரை இந்தத் தேசத்திலே மூன்று பேரில் ஒருவர் எழுத்தறிவு பெறாதவர். எனவே, எழுத்துமரபு என்பது அதிகாரம் சார்ந்தது. தொல்காப்பியர் எப்படிக் கவிதை யாக்கலாம் என்பதற்குத்தான் இலக்கணம் வகுக்கிறார். பெரும்பகுதி அவற்றைச் சார்ந்ததாக இருக்கிறது. நூற்றுக்குநூறு வாழ்க்கை சார்ந்தது என்றால், அதற்குத் தொல்காப்பியர் இலக்கணம்

செய்யவே தேவையில்லை. நீங்கள் நிலம் என்று எத்தனை சதுர கிலோ மீட்டர்களை வைத்துக்கொள்கிறீர்கள் என்பது எனக்குத் தெரியாது. ஆனால் ஒரு நிலப்பகுதி கொண்டே - உதாரணமாக நெல்லை மாவட்டத்தை எடுத்துக்கொள்ளுங்கள் - ஆங்கில அரசு உருவாக்கிய ஒரு வருவாய் மாவட்டம். இந்த நெல்லை மாவட்டத்துக்குள்ளே சங்கரன்கோயிலில் மட்டும்தான் தினை விளைகிறது சங்கரன்கோயிலில் உள்ள கோமதி அம்மன் கோயிலில் தான் தினை மாவைக் கொண்டு மாவிளக்கு ஏற்றுவார்கள். எனவே இடம் என்பதும் நாடு என்பதும் இருபது சதுர கிலோ மீட்டருக்கு இடையிலே மாறுபாடுடையதாக உள்ளது. நாடு என்பது தமிழ்நாடு என்ற அளவிலே பாண்டியநாடு, சோழநாடு என்கிற அளவிலே நீங்கள் புரிந்துகொள்ளக்கூடாது.

'முன்னூறு ஊர்த்தே தண்பறம்பு நன்னாடு' என்பது பாரியி னுடைய பறம்பு நாட்டைப்பற்றிக் கபிலருடைய கருத்து. அந்த நிலப்பகுதியிலேயே சின்ன வேறுபாடு ஒன்று இருக்கிறது. ஆனால் ஒட்டுமொத்தத் தமிழ்நாட்டின் அடிப்படையான கலாச்சாரக் கூறுகளைப்பற்றி நான் முதலிலே சொன்னேன்.

திருநெல்வேலியிலே நாங்கள் சந்தி, முடுக்கு என்று சொல்லுவோம். ஆனால் கொஞ்சம் தள்ளிப்போய் கங்கை கொண்டானில் கேட்டால், கோடி என்று சொல்வார்கள். இது மாதிரியான வேறுபாடுகள் தவிர்க்க இயலாதவை. ஏனென்றால் பயணம் அதிகமாக இல்லாத, சாலைப் போக்குவரத்தும் வேறுவகையான தொலைத்தொடர்பு வசதிகளும் இல்லாத காலம். எனவே அது அப்படித்தான் இருக்கும்.

தொல்காப்பியர் கூறும் களவியல், கற்பியல் என்பனவற்றை வாழ்க்கைக்குரிய இலக்கணமாகக் கொள்ளலாமா அல்லது வாழ்க்கையில் நடக்கிற விசயங்களை எழுத்து வடிவில் கொண்டு வந்தார் என்று கருதலாமா?

தொல்காப்பியர் கருத்துப்படி, அவர்காலச் சமூகம் திருமணத் துக்கு முந்தைய உடல்உறவை அனுமதித்தது. அந்த முதல் உடல் உறவு காதலனுக்கும் காதலிக்கும் இடையே ஏற்படுவதற்கு மனிதம் காரணம் அல்ல, 'பால்' என்னும் தெய்வம் காரணம் என்று தொல்காப்பியர் நம்பினார். ஆனால் அரசுருவாக்க முயற்சிகளில் அவற்றை ஒழுங்குபடுத்த வேண்டிய தேவை தொல்காப்பியருக்கு

ஏற்பட்டது. அரசுருவாக்கமும் அதிகார வழிகளும் உருவாகிறபோது, இயற்கையான காதலில் சில வேறுபாடுகள் தோன்றுகின்றன. 'பொய்யும் வழுவும்' தோன்றுகின்றன. 'பொய்யும் வழுவும் தோன்றிய பின்னர் ஐயர் யாத்தனர் கரணம் என்ப' என்று தொல்காப்பியர் சொல்வதிலிருந்தே, சில ஆண்களோ பெண்களோ தங்களுடைய காதலை மறைத்துக்கொள்ளத் தலைப்பட்டிருக் கிறார்கள் என்பதுதான் உண்மை. ஆனால் திராவிட மரபில் ஒரு ஆணும் ஒரு பெண்ணும் சேர்ந்து பழகுவது கருத்தியல் ரீதியாகப் பால் என்னும் ஒரு தெய்வத்தின் காரணமாக நிகழ்வது. எனவே அவர்கள் சேர்ந்து பழகுவதை களவு ஒழுக்கம் என்று சொன்னார்கள். களவு ஒழுக்கம், அந்த ஆணும் பெண்ணும் ஊராரை எதிர்த்து ஓடிப்போனால் அதை 'உடன்போக்கு ஒழுக்கம்' என்று சொன் னார்கள். காதலிப்பவரைக் கைவிட்டுவிட்டால் அந்த ஆண்மகனை 'அறமில்லாதவன்' (அறமிலி) என்று சொன்னார்கள். ஒரு பெண்ணை ஒரு ஆடவன் காதலிப்பது ஒழுக்கம். பிறகு ஏன் களவியல் என்று வந்தது என்று கேட்டால், ஆதிக்கச் சமூகம் உருவாகிவிட்ட காரணத்தினாலே அந்தப் பெண்ணினுடைய தாய் தந்தையுடைய அனுமதியில்லாமல் இவன் எடுத்துக்கொண்ட காரணத்தினாலே - தெரியாமல் எடுத்துக்கொண்ட காரணத்தினாலே - அதைக் களவு என்றனர். மற்றபடி அதற்கு 'ஒழுக்கம்' என்றுதான் பெயர்.

பால் என்னும் தெய்வத்தைக் குறித்துக் கூறினீர்கள். இது குறித்து விளக்க முடியுமா?

பால் என்னும் தெய்வத்தைக் குறித்து, தொல்காப்பியரும் பேசி யிருக்கிறார். சங்க இலக்கியச் செய்யுள்களிலும் குறிப்பு வருகிறது. பால் என்று சொன்னால், பிரிவு என்று பொருள். அறத்துப்பால், பொருட்பால், இன்பத்துப்பால் என்று கூறுகிறபொழுது பால் என்பதற்குப் பிரிவு என்றுதானே பொருள்? அதுகூட எழுத்து மரபு சார்ந்த செயற்கைப் பிரிவு என்று சொல்லலாம். ஆண்பால், பெண்பால் என்று சொல்கிறபோது பால் என்பது இயற்கையான ஒரு பிரிவு. இந்தப் பெண்ணுக்கு இந்த ஆண் என்று தீர்மானித்தது அந்தப் பால் என்னும் தெய்வம். அதற்கு முன்னே என்ன நடந்தது? கரடிக் குழுவைச் சேர்ந்த பெண்களெல்லாம் புலிக் குழுவைச் சேர்ந்த ஆண்களுக்கு மனைவிமார்கள். புலிக் குழுவைச் சேர்ந்த பெண்களெல்லாம் கரடிக் குழுவைச் சேர்ந்த ஆண்களுக்கு

மனைவிமார்கள். இதன் பெயர் Polyandry. பிறகு அடுத்தகட்ட வளர்ச்சியாக கரடிக் குழுவிலே இருக்கிற ஒருவன் புலிக் குழுவிலே உள்ள ஒரு பெண்ணைத் திருமணம் செய்துகொண்டால், அந்தப் பெண் இந்த ஆண்மகனுக்கு மட்டுமல்லாமல் அவனோடு பிறந்த எல்லாருக்கும் மனைவி. இதற்கு சகோதரப் பல கணவன் என்று பெயர். இந்த நீண்ட வழக்கத்திலேதான் திரௌபதியைப் புரிந்துகொள்ள வேண்டும். நாட்டார் மரபு இந்தச் சகோதர பல கணவன் முறையை ஏற்றுக்கொண்டதால்தான், 'திரௌபதி ஐவருக்கும் தேவி; அழியாத பத்தினி' என்று சொன்னார்கள். இதற்குப் பிறகு 'ஒருவனுக்கு ஒருத்தி' வருகிறது. பரத்தைமை என்ற நிறுவனம் அங்கீகரிக்கப்பட்ட பின்னாலே ஒருவன், 'ஒருவனுக்குப் பலர்' என்றானது. தேவதாசி ஒழிப்புச் சட்டம் வந்த இருபதாம் நூற்றாண்டு நடுப்பகுதி வரையிலே இதுதான் தமிழகத்திலே ஒழுக்கமாக இருந்தது. பலதாரத் திருமணச் சட்டம் வந்த பிறகும்கூட, நிறைய அரசு ஊழியர்கள்கூட தங்கள் மனைவியுடைய தங்கைகளைத் திருமணம் செய்திருப்பதையும் ஒன்றாக வாழ்க்கை நடத்திவருவதையும் நடைமுறையில் காண்கிறோம்.

இந்தப்பால் என்னும் தெய்வம் இன்னாருக்கு இன்னாரென்று பிரித்துக் காட்டியது. இது ஆண் பெண்ணுக்கு மட்டுமல்ல. உணவிலேயும்கூட இன்னாருக்கு இவ்வளவு என்று பிரித்துக் காட்டியது. கிரேக்க மரபிலேயும் இதுபோல ஒரு தெய்வம் இருந்தது. Morrea என்று பெயர். ரித என்ற சொல் இதிலிருந்துதான் தோன்றியது. இது வேதகாலத்திலேயே செத்துப்போன ஒரு கடவுள். பால் என்னும் தெய்வமும் செத்துப்போய் ரொம்பக் காலமாகிவிட்டது. ஆனால் இந்த வழக்கத்தின் எச்சத்தை நாம் மலையடிவாரக் கிராமங்களில் இன்றும் காணலாம்.

'சாதிப்பாகுபாடு தமிழர்களுடையது; வருணப் பாகுபாடுதான் ஆரியர்களுடையது. சாதி இங்கிருந்துதான் வடநாட்டிற்குச் சென்றது' என்று ஒரு சிலர் கூறுகின்றார்களே, இதுகுறித்துத் தங்கள் கருத்து?

ஒன்றை நினைவில் கொள்ளவேண்டும். சாதி என்பதற்கு நம்மிடம் ஒரு மாற்றுச்சொல் கிடையாது. இந்தச் சாதி என்ற சொல் வடமொழி வேரான 'ஜா' என்றதிலிருந்துதான் தோன்றியது. வடமொழியில் மட்டுமல்ல; இந்தோ ஆரிய மொழிகள் எல்லாவற்றுக்கும் 'ஜா' என்பது பிறப்பைக் குறிக்கிற ஒரு சொல்.

வனஜா, ஜலஜா என்று வடமொழியில் சொல்வதாக இருந்தாலும் 'ஜீன்' என்று விஞ்ஞானக் கலைச்சொல்லாகச் சொல்வதாக இருந்தாலும் சரிதான். இவை அனைத்திலும் இந்தோ ஆரியமொழி வேர்ச்சொல்லான 'ஜா' என்னும் சொல் பிறப்பைக் குறிப்பதாகவே உள்ளது. ஜனனம், ஜாதகம் என்ற சொற்கள் எல்லாம் சான்றுகள். தமிழிலே குடி, கணம் ஆகிய சொற்கள்தான் இருக்கின்றன. இச்சொற்கள் இன்றைய சாதிப் பாகுபாடுகளை விளக்கிக் காட்டுமா என்றால் காட்டாது. இன்று சாதி என்று நாம் எதை அர்த்தப்படுத்திக் காட்டுகிறோமோ அதை, குடி, குலம், கணம் என்ற சொற்கள் அர்த்தப்படுத்திக் காட்டாது. இந்தச் சொற்களை வெவ்வேறு பொருள்களிலே நம்மவர்கள் பயன்படுத்தியிருக்கிறார்கள். வருணக் கோட்பாடு ஆரியர்களுடைய குடும்ப நூல்களில்தான் இருந்தது. Scripturesஇல்தான் இருந்தது. அது ஒருபோதும் நடைமுறையிலே இருந்ததில்லை. நடைமுறையிலே இந்தியாவிலே பொதுவாக இருந்த தெல்லாம் மேலாண்மையிலே பார்ப்பன சாதி, பார்ப்பனர்களை அடுத்த ஒரு மேல்சாதி. சாதியப் படிநிலையிலே சில இடங்களிலே அஃது அல்லாத ஒரு சாதி. இவை அல்லாத ஒடுக்கப்பட்டவர்கள். இந்த நான்கு பெரும் பிரிவுக்குள்ளாக இந்தியாவில் உள்ள எல்லாச் சாதிகளும் அடங்கிவிடும். இதுதான் இந்தியா முழுக்கப் பொதுவிதி. இதிலே நிறைய வேறுபாடுகள் உள்ளன.

வருணத் தத்துவப்படி பார்ப்பன, சத்திரிய, வைசிய, சூத்திர இதன்படி பார்ப்பதாக இருந்தால், தமிழ்நாட்டிலே பார்ப்பனர்களை அடுத்த மேல்ஜாதியாக வன்னியர்களும் மறவர்களும் இருந்திருக்க வேண்டும். வேளாளர்கள் சூத்திரர்களாக இருந்திருக்க வேண்டும். வேளாளர்கள் தங்களைச் சைவ வேளாளர்கள் என்றனர். சிவஞான போதம் இந்த வருணக்கோட்பாட்டை ஒத்துக்கொண்டு சறுக்குகிற இடம் இதுதான். தங்களைச் சூத்திரர்கள் என்று ஒத்துக்கொள்ளவும் அவர்களால் முடியவில்லை. இந்த வருணப் பாகுபாட்டிலிருந்து தங்களை விடுவித்துக்கொள்ளவும் அவர்களால் இயலவில்லை.

எனவே வேளாளர்கள் சத் சூத்திரர்கள்தான். சூத்திரர்களில் வேறானவர்கள் அல்ல. அவர்களைவிட வைசியர்கள் உயர்வான வர்கள் என்றால் அந்தச் சாதிக்காரரர்கள் ஒத்துக்கொள்ளமாட் டார்கள். நான் என்ன சொல்ல வருகிறேன் என்றால், வருணக் கோட்பாடு ஒருபோதும் வடநாட்டிலும் தென்னாட்டிலும்

நடைமுறையில் இருந்ததில்லை. இங்கு சாதி அடுக்குகள்தான் உள்ளன. இந்தச் சாதிகள் வட்டாரம் சார்ந்து, தொழில் சார்ந்து, அரசு இயந்திரம் என்னும் நிறுவனத்தின் வளர்ச்சி சார்ந்து வேறுவேறாகக் கிளைத்தன. அரசு இயந்திர வளர்ச்சி அல்லது தொழில் வளர்ச்சி என்பதற்கு ஒரு எடுத்துக்காட்டுச் சொல்ல வேண்டுமென்றால், 'பாணன் பறையன் கடம்பன் துடியன் என்று இந்த நான்கல்லது குடியுமல்ல' என்ற பாடலில், பறையன் என்ற ஒரு குடியைப்பற்றிச் சங்க இலக்கியம் பேசுகிறது.

இன்றைக்குப் பறையர் எனப்படுவோர் பெரும்பாலும் ஒடுக்கப் பட்ட மக்களாகவும் உழுதொழிலாளர்களாகவும் இருக்கின்றனர். நிலமற்ற கூலித்தொழிலாளர்களாக சில இடங்களில் இருக்கின் றனர். அப்படிமட்டும்தான் இருக்கிறார்களா? பெரியபுராணத்தைக் கூர்ந்து கவனித்தால், நந்தனார் பறையர் என்னும் பிரிவைச் சார்ந்தவர். சேக்கிழாரே சொல்வார், 'ஊரில் விழும் பறைத் துணைவை உணரிமையாகக் கொண்டு சார்பில் வரும் தொழில் செய்வார்.' எனவே பறைத் தொழில் என்றால் என்ன? உழவிலே உழு தொழில், இறந்த விலங்குகளினுடைய உடலோடு தொடர்புடைய தொழில்களைச் செய்ததினாலே நரம்பு சார்ந்த இசைக்கருவிகளைச் செய்தும் தோல் சார்ந்த இசைக் கருவிகளைச் செய்தும் இதன் காரணமாகவே இசையுருவாகி இசைஞானமும் பெற்றும் - சேக்கிழார் கருத்துப்படியே நந்தனார் இசை கற்றவர். 'ஆடுதலும் பாடுதலு மாகி வல்லார்' என்றே சொல்கிறார். கோரோசனை எடுத்ததினாலே மருத்துவத் தொழில் செய்பவர். தோலைப் பதப்படுத்துவதற்கு மிக அடிப்படையான சுண்ணாம்புத் தொழில் செய்பவர். அப்படி யானால் ஒரு பறையர் என்பவர் மருத்துவத் தொழில் செய்பவர், இசையாளர், இசைக் கருவிகளை ஆக்குபவர், இசைக் கருவிகளைப் பழுது நீக்குபவர், நல்ல நடனக் கலைஞர், சுண்ணாம்பிலே தொழில் செய்பவர், உழு தொழில் செய்தவர்.

இன்னொரு விசயம் கேள்விப்பட்டிருப்பீர்கள், வள்ளுவர் பறையர்; அவர்கள் நெசவுத்தொழில் செய்தவர்கள் என்று பறையர் களிலே வாதிரியார் என்ற பிரிவு - இன்னமும் நெசவுத் தொழில் செய்துவருகின்றனர். அப்படியானால் இத்தனைத் தொழில்களையும் ஒரு சாதி செய்கின்றதென்றால் சமூக உற்பத்திக்கு எவ்வளவு பெரிய பங்களிப்பைச் செய்த சாதியாக அது இருந்திருக்க வேண்டும்? அது

எப்படி இழிந்த சாதியாகப் போயிற்று? அரசு உருவாக்கத்தின்போது அந்தச் சாதி சார்ந்த தொழில்களையெல்லாம் சுத்த - அசுத்தக் கோட்பாட்டைக் கொண்டு இழிவாக்கி, அந்தச் சாதியை இழிந்த சாதியாக்கிவிட்டனர். தமிழகத்தில் சாதி ஒரு குடிதான். இன்றைக்கும் நெல்லை மாவட்டத்திலே ஒரு சாதியைச்சொல்லி அந்தச் சாதி மக்கள் குடியிருக்கிற தெருக்களைச் சொல்கிறபோது, குடி என்றுதான் சொல்கிறார்கள். அது பார்ப்பாரக் குடியிருப்பு, அது வெள்ளாளர் குடியிருப்பு என்றுதான் சொல்கிறார்கள். சாதி என்ற சொல்லால் அல்ல.

வருணாசிரமக் கோட்பாடான பார்ப்பன, சத்திரிய, வைசிய, சூத்திர என்பதற்கும் தொல்காப்பியத்தில் கூறப்பட்டிருக்கும் அரசர், அந்தணர், வணிகர், வேளாளர் என்ற பிரிவிற்கும் உள்ள வேறுபாடு என்ன? முறைவைப்பிலும் மாறுபட்டுள்ளதே?

அரசர், அந்தணர், வணிகர், வேளாளர் என்று சொல்லக்கூடிய தொல்காப்பிய நூற்பாவை ஏற்றுக்கொள்ளவில்லை. தொல் காப்பியத்திலே இடைச் செருகலாகச் செய்யப்பட்ட நிறைய நூற்பாக்களிலே அது ஒரு நூற்பா. 'வண்' என்ற சொல் சங்க இலக்கியத்திற்குள்ளே எங்காவது வந்திருக்கிறதா? சங்க இலக்கியத் திலே, புலவர்கள் பயன்மொழியிலேதான் வந்திருக்கிறதே தவிர, ஒரே ஒரு இடத்திலே அறவிலை வாணிகன் மாதவன் என்று வந்திருக்கிறது. அந்தச் சொல்லுக்குப் பெருவழக்கு கிடையாது. ஏனென்றால் அச்சொல்லுக்கான வேர்ச்சொல் திராவிட மொழியிலே கிடையாது. வண் என்றால் கொள்வது, கொடுப்பது என்பதாகத்தான் உண்டு. வேறு ஒரு சொல் வணிகனைக் குறிக்கத் தமிழ்மொழியில் இல்லை. சங்க இலக்கியத்திலும் பெருவழக்குப் பெறவும் இல்லை. தொல்காப்பியத்தில் இருக்கிற நிறைய சொற்கள் சங்க இலக்கியத்தில் இல்லை. ஏனென்றால் அவை இடைச் செருகல்கள். வருணன் என்ற சொல் சங்க இலக்கியத்திலே 2681 பாடல்களிலே ஒரு பாடலில்கூட இல்லையே! பின் எப்படி அந்தத் தொல்காப்பிய நூற்பாவை நான் அதிகாரப்பூர்வமானதாக எடுத்துக்கொள்ள முடியும்?

களப்பிரர்கள் அயலவர்கள், களப்பிரர் காலம் இருண்ட காலம் என்று ஒரு பிரிவினராலும் களப்பிரர் காலம் சமணம் முதலிய அவைதிக மதங்கள் எழுச்சியுற்ற காலம் என்று வேறொரு பிரிவி

னராலும் கூறப்படுகிறதே. அக்காலத் தமிழ்ச் சமூகத்தில் களப்பிரர்கள் உருவாக்கிய தாக்கம் என்ன?

களப்பிரர்கள் காலம் என்பது அவைதிக சமயங்கள் எழுச்சி பெற்ற காலம் என்பதில் எந்தவிதக் கருத்து வேற்றுமையும் கிடையாது. அதுதான் வரலாற்று முடிவு. அவைதிக மதங்கள் எழுச்சியுற்ற காரணத்தினாலே அம்மதங்களைச் சேர்ந்தவர்களுக்கு அது இருண்ட காலமாகத்தான் தோன்றும். சங்க இலக்கியக் காலத்துக்கும் இந்தக் களப்பிரர்கள் காலத்துக்கும் இடையே உள்ள வேறுபாடு என்னவென்று கேட்டால், சமூக வளர்ச்சி, உற்பத்தி வளர்ச்சி, நெடுஞ்சாலைப் பெருக்கம், உற்பத்திப் பொருள்களுக்கான ஒரு சிறிய அளவிலான சந்தை, ஏறத்தாழ அவைதிக மதங்கள் என்று அறியப்பட்ட சமண, பௌத்த மதங்கள் இரண்டுமே வணிகர்களின் ஆதரவினால் வளர்ந்த மதங்கள், தட்சணாவரம் என்று சொல்லக்கூடிய தென்னகப் பெருவீதியைப் பெரிய வழியாக்கியது சமணர் கூட்டம்தான். ஆனைமலைக் கல்வெட்டைப் பார்த்தால் உப்பு வாணிகன், கடல் வாணிகன் என்று வணிகர்களின் பெயராகவே இருக்கும். அந்தக் காலத்திலே நிறுவன மதம்போல இருந்த பார்ப்பன மேலாண்மை (அப்பொழுது வைதிக மதங்கள்தான் இருந்தன. சைவ, வைணவ மதங்கள் இல்லை. அவற்றின் குறுவித்துகளைத்தான் அப்பொழுது பார்க்கிறோம். சைவமும் வைணவமும் மதங்களாக வளர்ச்சி பெறாத காலம்) வைதிகம் தன்னை முதன்மைப்படுத்திக்கொண்ட காலம்.

வைதிகம் என்று நான் குறிப்பிடுவது, கோயில் சாராத, வேதத்தை மட்டும் கொண்டாடுகிற மிகப் பிற்காலத்திலே ஸ்மார்த்தர்கள் என்று அறியப்பட்ட பார்ப்பனர்கள், சமூக அரசியல் மேலாண்மையைப் பெற்றிருந்த காலம். 'நின் முன்னோர் பார்ப்பன நோவன செய்யார்' என்றெல்லாம் அரசனை, தான் உயர்த்திய கைக்குக் கீழே குனிய வைக்கிற அளவுக்கு வல்லமை பெற்றிருந்த காலம். அந்த வல்லமையை சமணமும் பௌத்தமும் சாய்த்துக் காட்டின. வைதிகம் மீண்டும் எழுகிறபோது சைவத்தையும் வைணவத்தையும் உள்வாங்கிக்கொண்ட வைதிகமாகத்தான் அது எழமுடிந்ததே தவிர, பழைய வடிவிலான வைதிகமாக எழமுடியவில்லை.

இதன் பின்னாலே, சங்கரர் காலத்திலே அது மறுபடியும்

தலைதூக்கியது. களப்பிரர் காலத்தைப்பற்றி அறியப் போதுமான கல்வெட்டுச் சான்றுகள் இதுவரை கிடைக்கவில்லை என்றுதான் சொல்லவேண்டும். களப்பாளர்கள் என்று சில குடும்பங்கள் இங்கே இருந்திருக்கின்றன. களப்பிரர் பிற மொழியாளர்கள் அல்லர். இங்கேயே அவைதிக மதமாக எழுச்சிபெற்ற ஒரு புதிய அரசியல் அதிகாரம் பெற்றவர்கள் என்றுதான் கூறவேண்டும்.

புனிதம் x தீட்டு, சுத்தம் x அசுத்தம் - இந்தக் கோட்பாடு தமிழ்ச் சூழலுக்கு எப்படி வந்தது? இங்கு மதிப்பு / மரியாதை என்பதுதானே மரபு?

பார்ப்பனியத்தின் உயிர்நாடியான பண்புகளில் ஒன்று, இந்த சுத்தம் - அசுத்தம் என்ற கோட்பாடுதான். இதைத்தான் பிற்கால வைணவம் பார்ப்பனியத்துக்கு எதிராக உடைத்தெறிய முற்பட்டது என்று நானே ஒருமுறை கூறியிருக்கிறேன். இந்த சுத்த அசுத்தக் கோட்பாட்டிலேதான் பார்ப்பனியம் தொக்கி நிற்கிறது.

குழந்தையின் மலம்பட்ட தாயின் உடம்பு அழுக்கானதா? எல்லாப் பெண்ணும் தோட்டிதானே? அழுக்கைக் கொண்டாடுகிற ஒரு கடவுளையே தமிழன் கொண்டிருந்தானல்லவா? அழுக்கை உரமாக்குகிற மூத்ததேவி என்ற கடவுள். அந்தத் தேவியை, அழுக்கை உரமாக்குகிற, செல்வத்தின் ஆதாரத்தை உருவாக்கித் தருகிற ஒரு தேவியை, சுத்த - அசுத்தக் கோட்பாடு கொண்டு கொன்றுவிட்டார்கள். எல்லா அழுக்கும் உரம். உரமெல்லாம் செல்வம். அப்படியானால் அழுக்கெல்லாம் செல்வம். இதுதான் நம் மரபுவழிப் பார்வையாக இருக்க முடியும். 'ஒரு ஆட்டைப் புதைத்த இடத்திலே ஒரு முருங்கை மரம் நட்டால் அது அப்படிச் செழித்து வளரும்' என்று பெருமையோடுதான் சொல்வார்கள். இறைச்சியிலிருந்தும் எலும்பிலிருந்தும் வளர்ந்த காயென்று அதை ஒதுக்கமாட்டார்கள். அழுக்கு - சுத்தம் எல்லாம் உடலுழைப்போடு சம்பந்தமில்லாத, ஆனால் உற்பத்தியை ஏதேனும் ஒருவகையிலே கட்டுப்படுத்த முயல்கிற பார்ப்பனியத்தின் வெளிப்பாடாகும்.

தமிழ் ஒப்புரவு, எண் 7 அக்டோபர் - நவம்பர் 2004-

பெயரிடுதல் என் சுதந்திரம்

கடந்த இருபது நூற்றாண்டுகளாக எவ்வெவ்வகையில், எவ்வெவ்வாறு எல்லாம் மனிதர்களுக்குப் பெயரிட்டு வழங்கினர் என்பதைக் காலவாரியாகக் காண்பது சுவையும் பயனும் தரும் முயற்சியாகும். ஒரு சமூகத்தின் ஆசைகளும் கடந்தகால நினைவுகளும் எதிர்பார்ப்புகளும் அழகுணர்ச்சியும் நம்பிக்கையும் மனிதப் பெயரிடும் வழக்கத்தில் பொதிந்து கிடப்பதைக் காணலாம்.

இருபதாம் நூற்றாண்டுத் தமிழர்களின் பெயர் வழக்குகளில் காணப்படும் கூறுகளை முதலில் வரிசையிட்டுப் பார்க்கவேண்டும். தெலுங்கு, கன்னடம், மலையாளம், சௌராட்டிரம் ஆகிய மொழி களைப் பேசும் மக்கள் தமிழகத்தில் குடிபுகுந்ததனால் ஏற்பட்ட செல்வாக்கு ஒருபுறம் என்றால், வேதங்கள், இதிகாசங்கள், புராணங்களை உயர்த்திப் பிடிக்கும் பார்ப்பனியச் செல்வாக்கு இன்னொருபுறம்; தேசிய, திராவிட, பொதுவுடைமை இயக்கங் களின் செல்வாக்கு மற்றொருபுறம். இவற்றோடு பத்திரிகைகள், வானொலி, தொலைக்காட்சி ஆகியவை ஸ,ஜ,ஷ,ஹ,ஸ்ரீ ஆகிய ஒலிகளின் மீது ஏற்படுத்தி வைத்திருக்கும் போலிக் கவர்ச்சி, கிறித்துவமும் ஆங்கிலமும் கலந்து ஏற்படுத்திய தூய ஆங்கில அல்லது புதிய தமிழ்ப் பெயராக்கங்கள் என, இக்காலத் தமிழரின் பெயரிடும் மரபு வேடிக்கைக் கோலங்கள் பலவற்றைக் காட்டி நிற்கிறது. இந்த வேடிக்கைக் கோலங்களுக்கு நடுவில் கண்ணன், குமரன், முருகன், சாத்தன் ஆகிய மிகச்சில பெயர்களை மட்டும் தமிழர்கள் தம் மக்களுக்குத் தொடர்ந்து இட்டு வழங்குவது வியப்புக்குரியது.

கி.பி. 17ஆம் நூற்றாண்டுவரை தமிழ் மக்களின் இயற்பெயர்கள் பெரும்பாலும் நான்கு அல்லது ஐந்து எழுத்துப் பெயர்களாகவே இருந்துவந்துள்ளன. அரசியல், சமூகம், ஆன்மிகம் ஆகிய துறைகளில் செல்வாக்குப் படைத்தவர்களை இயற்பெயர் இட்டு வழங்குவது

மரியாதைக் குறைவு என்ற எண்ணமும் பல் நூற்றாண்டுகளாகத் தமிழர்களுக்கு இருந்துள்ளது. ஏறைக்கோன், மலையமான், ஆவூர்கிழார், கோவூர்கிழார், அரிசில்கிழார், இளங்கோ, ஆரூரன், கழுமலவூரன், வாதவூரடிகள், பெரியாழ்வார் முதலிய பெயர்களை இதற்குச் சான்றாகக் காட்டலாம்.

பக்தி இயக்கமாக எழுச்சிபெற்ற சைவமும் வைணவமும் தமிழர்களின் பெயரிடும் மரபைத் தலைகீழாக மாற்றின. அரசியல் அதிகாரத்தில் இருந்தவர்கள் விசயாலயன், ஆதித்தன், பராந்தகன், உத்தமன், இராசராசன், இராசேந்திரன், குலோத்துங்கன், விக்கிரமன் என்று வடமொழிப் பெயர்களைத் தங்களுக்குச் சூட்டிக்கொண்டு மகிழ்ச்சியடைந்தனர். கி.பி. 7ஆம் நூற்றாண்டு முதல் பெருகி வளர்ந்த பார்ப்பனியத்தின் செல்வாக்கிற்கு இந்தப் பெயரிடும் மரபுகளும் சான்றுகளாக நிற்கின்றன.

மற்றொருபுறத்தில் திருமுறைகளும் பாசுரங்களும் ஊட்டிய மொழி உணர்ச்சி மக்கள் பெயரிடும் மரபிலும் எதிரொலித்தது குறிப்பிடத்தக்கது. எடுத்த பாதம், மழலைச் சிலம்பு, நீறணி பவளக்குன்றம், உய்யநின்று ஆடுவான், கரியமால் அழகன், கரிய மாணிக்கம் எனத் தேவாரமும் ஆழ்வார் பாடல்களும் மக்கள் பெயர் வழக்குகளில் பதிவாயின. ஆவூர் மூலங்கிழார், ஏணிச்சேரி, முடமோசியார் என ஊர்ப்பெயர் சாத்தி வழங்கும் மரபு வளர்ந்து தெய்வத் திருத்தலங்களின் பெயரையே மக்கள் பெயராக இடும் மரபு இக்காலத்தில்தான் உருவானது. ஐயாறன், ஆரூரன், திருமாலிருஞ்சோலை, கயிலாயன் எனத் திருத்தலப் பெயர்களை இடும் இந்த மரபும் காசி, திருப்பதி, பழநி, குற்றாலம், சிதம்பரம் என இன்றுவரை தொடர்ந்து வருவதைக் காணமுடியும்.

சங்ககாலத்திலிருந்து இரண்டாயிரம் ஆண்டுகளாகத் தொடர்ந்து இடம் பெற்றுவரும் பெயர்வழக்குகளாகப் பார்த்தால் கண்ணன், குமரன், சாத்தன் (சாத்தையா, சாத்தப்பன்), நாகன் (நாகப்பன், நாகராசன், நாகம்மாள்), மருதன் மருதையன், மருதப்பன், மருதமுத்து) ஆகியவற்றைக் குறிப்பிடலாம்.

அதேபோல் தமிழகத்தில் குறைந்தது ஐந்து நூற்றாண்டுக் காலம் செழித்து வளர்ந்திருந்த சமண, பௌத்த மதங்களின் செல்வாக்கும் தமிழ் மக்களின் பெயர்களில் இன்றளவும் தங்கியுள்ளது. குணம் என்ற முன்னடையோடு கூடிய பெயர்களும்

பாலன் என்ற பின்னடையோடு கூடிய பெயர்களும் சமணக் கல்வெட்டுகளில் மிகுதியாகக் காணப்படுகின்றன. குணசீலன், குணசேகரன், குணபாலன், தனசீலன், தனபாலன், சத்யபாலன் ஆகிய பெயர் வழக்குகள் சமணத்தின் தொல்லெச்சங்களாகும். நாகேந்திரன், ஜீவேந்திரன் ஆகிய பெயர் வழக்குகளும் அவ்வாறே வந்தன. சாத்தனார், சாத்தையா என்னும் பெயர்களில் இன்றுவரை வணங்கப்பெறும் தெய்வங்களும் சமணமதத்தின் சிறு தெய்வங் களேயாகும். தர்மராஜன் என்ற பெயரும் அர்ச்சுனன் என்ற பெயரும் பாண்டவர்களைக் குறிப்பதல்ல. தர்மராஜன் என்ற பெயர் புத்தருக்கு வழங்கிய பெயராகும். அப்பர் தேவாரத்தில் இந்தப் பெயர் மார்க்கண்டனுக்கும் கூறப்படுகிறது. புத்தம், தம்மம், சங்கம் என்பது பௌத்தர்களின் மும்மைக் கோட்பாடாகும். அதேபோல் அர்ச்சுனன் என்ற பெயர் மருதன் என்ற தமிழ்ப் பெயரின் வடமொழிப் பெயர்ப்பேயாகும்.

தென்மாவட்டங்களில் இப்பொழுதும் வழங்கும் பெயர்களில் சோணை என்ற முன்னடைப் பெயரைப் பரவலாகக் காணலாம். சோணைமுத்து, சோணாசலம் என்பதாக இவை அமைகின்றன. 'பொன்' என்று பொருள்படும் பாலிமொழிச் சொல்லான 'சோனா' என்பதே இது. பாடலிபுத்திரத்தில் ஓடும் நதியினைச் சோனை (பொன்னி) நதி எனச் சங்க இலக்கியம் கூறும். 'தம்ம, அத்த' எனவரும் பாலிமொழிச் சொற்கள் வடமொழிகளில் 'தர்மம், அர்த்த' என்று வழங்கும். அதுபோலவே 'சோண' எனவரும் பாலிமொழிச் சொல் சுவர்ண, சொர்ண (தங்கம்) என ஒலிமாற்றம் பெற்று வந்துள்ளது. சோணைமுத்து என்ற பெயருக்குத் 'தங்கமுத்து' என்று பொருள். சோணாச்சலம் என்றால் 'தங்கமலை' என்று பொருள். அதேபோல் மண்ணாங்கட்டி, அகோரம், ஆபாசம், அமாவாசை, பிச்சை முதலிய பெயர்கள் மந்திர நம்பிக்கையின் அடிப்படையில் பிறந்தவை. குழந்தைகளைத் தீயஆவிகள் அண்டாது என்ற நம்பிக்கையில் இவை விரும்பி இடப்படுகின்றன. இந்த நம்பிக்கை ஒடுக்கப்பட்ட சாதியரிடத்தேதான் வலுவாக இருக்கின்றது என்பது குறிப்பிடத்தக்கது.

ஒடுக்கப்பட்ட மக்களிடத்தில் பரவலாக வழங்கும் பெயர்களாக இன்றும் சிலவற்றை அடையாளம் காண்கிறோம். பலவேசம், கழுவன், விருமன், ஒச்சன், சுடலை, பேச்சி, பிச்சை, ஆண்டி முதலியவை

பெரும்பாலும் சிறுதெய்வப் பெயர்களை ஒட்டி அமைந்தவை. இவை அரசியல் அதிகாரத்தால் ஒடுக்கப்பட்ட மக்களிடத்தில் மட்டுமே வழங்கப்பெறும் பெயர்களாகும். அதாவது இவை 'கீழோர் மரபு' சார்ந்த பெயர்களாக அறியப்படும். பெருந்தெய்வங்களின் பெயர்களையோ பெரியசாமி, ராஜா என மேன்மை சுட்டும் பெயர்களையோ ஒடுக்கப்பட்ட சாதியினர் தம் பிள்ளைகளுக்கு இடமுடியாதவாறு பண்பாட்டு ஒடுக்குமுறை நிலவிய காலம் அது. மேல்சாதியினர் அவர்களை வேலை ஏவும்போது இந்தப் பெயர்களால் அழைப்பது தங்களுக்குக் 'கௌரவக் குறைவு' என்று கருதினர். இவ்வகையான பெயர் வழக்குகளும் அடையாளங்களும் 15ஆம் நூற்றாண்டுவரை இலக்கியங்களிலோ கல்வெட்டுகளிலோ காணப்படவில்லை. வரலாற்றுப்போக்கில் பெயரிடும்முறையில் மேலோர், கீழோர் என்னும் பிரிவுகள் 15ஆம் நூற்றாண்டில் பிறந்த விஜயநகரப் பேரரசு என்னும் இந்து சாம்ராஜ்யத்தினால் விளைந்தவை. அவர்கள் வந்தபிறகு விஸ்வநாதன், திருமலை முதலிய பெயர்கள் வந்தன. இன்றும் பரவலாக இப்பெயர்கள் இடப்படுகின்றன. ஆங்கிலேயர்கள் எவ்வாறு ராபர்ட்சன், ஜான்சன் என 'சன்' பெயர்களைப் பின்னடையாக இடுகின்றனரோ, அதேபோல் தமிழர்களும் கண்ணப்பன், முத்தப்பன் என 'அப்பன்' பெயர்களைப் பின்னடையாக இடும் வழக்குகள் உள்ளன. ஆனால் அவர்களைப்போல் குடும்பப் பெயர்களை இடும் வழக்கு நம்மிடம் இல்லை. தஞ்சாவூர்ப் பகுதி கள்ளர் மக்களிடையே மட்டுமே அந்த வழக்கு இருந்துவருகிறது.

இந்துக் குடும்பங்கள் இன்றும் கிறித்துவப் பெயர்களை இடும் வழக்கத்தை வைத்துள்ளன. உதாரணத்திற்கு அந்தோணியம்மாள், ஆரோக்கியம்மாள் எனப் பெயர் வைத்துக்கொண்டு இந்துக்களாகவே உள்ளனர். அதே நேரத்தில் முன்பு முஸ்லிம்கள் இந்துப் பெயர் வழக்குகளைப் பயன்படுத்தினர். உதாரணத்திற்கு ராஜா முகம்மது, முத்துமுகம்மது எனப் பெயர்கள் வைத்துள்ளனர். தற்போது இந்தப் பெயர்கள் பரவலாக வைக்கப்படுவதில்லை. கத்தோலிக்கக் கிறித்துவர்களும் அருள், மலர் எனத் தமிழ்ப் பெயர்களைத் தற்போது இடுகின்றனர். இன்று மக்கள் இஷ்டப்படி வடமொழிப் பெயர்களை இட்டு வருகின்றனர். ஷ,ஜ,ஸ,ஹ, ஸ்ரீ என ஒலிகள் வருவதுபோல் பெயர்களை வைக்கின்றனர். இது ஓர் ஏமாளித்தனமே தவிர வேறில்லை. அதேபோல் எண் ஜோதிடம்

பார்த்துப் பெயரிடும் அபத்தமான வழக்கமும் இன்று தமிழர் களிடத்தில் பரவலாகியுள்ளது.

என்னைப் பொருத்தவரை பெயர்இடுதல் என்பது சுதந்தரமான ஒரு விஷயம். எனது பேர்த்திக்கு 'மதுரா' எனப் பெயர் சூட்டி யுள்ளனர்; அவர்கள் டெல்லியில் இருப்பதால் அவ்வாறு பெயர் வைத்துள்ளனர். நமக்கு ஊர்ப்பெயர் இடுவது வழக்கமான ஒன்றுதான். ஆனால் அந்தப் பகுதியில் உள்ளவர்களுக்கு அப்பெயர் புதிதாக இருக்கிறது.

த சண்டே இண்டியன்

நிகண்டு

'எதற்கெடுத்தாலும் தொல்காப்பியமா?' என்று என்னதான் 'நவீனர்கள்' முகம் சுழித்தாலும் தொல்காப்பியத்திலிருந்துதான் தொடங்க வேண்டியிருக்கிறது. நிகண்டு என்ற சொல்லும் அதற்குரிய பொருளும் இன்றைய தமிழ் ஆய்வாளர்கள் பெரும்பாலோருக்குத் தெரியாது. தமிழர்களின் மரபுவழி அறிவுத் தொகுதி எங்கே கிடக்கிறது என்னும் ஞானமும் கவலையும் இவர்களுக்குத் தேவை யில்லை. ஆனால் சமூக அக்கறையுள்ள ஆய்வாளர்களுக்கு இது அடிப்படைத் தேவையாகும்.

நிகண்டு என்னும் சொல் தமிழ்ச் சொல்லாகத் தோன்றவில்லை. அது தமிழ்ச் சொல்தான் என்று நிறுவுவதற்கு சுந்தர சண்முகனார் போன்றோர் பெருமுயற்சி செய்துள்ளனர். நம்முடைய பார்வையில் அந்த முயற்சி தேவையில்லாதது. தொல்காப்பியப் பொருளதிகாரத்தில் 'உரியியல்' என்று ஓர் இயல் உள்ளது. இந்த இயலே தமிழ் அகராதியின் மூலம் என்று கிரகோரி ஜேம்ஸ் (Gregory James) என்ற அமெரிக்கர் 'தமிழ் அகராதிகளின் வரலாறு' (History of Tamil Dictionaries) என்ற தன் நூலில் எழுதுகின்றார்.

உரிச்சொல் கிளவி அல்லது உரிச்சொல் பனுவல் என்பது பிங்கல, கயாதர நிகண்டுகளிலும் காணப்படும் பழைய பெயராகும். நன்னூல் உரையில் 'உரிச்சொல் பனுவல்' என்ற தொடரே காணப்படுகிறது. 'காங்கேயன் உரிச்சொல்' என்பதே 16 ஆம் நூற்றாண்டில் பிறந்த ஒரு நூலின் பெயராகும். எனவே இரண்டு நூல்களின் பழைய பெயர் உரிச்சொல் (அ) உரிச்சொல் பனுவல் என்று தெரிகிறது.

தொலைக்காட்சியிலே வியக்கத்தகுந்த காட்சி ஒன்றைப் பார்த்த குழந்தை, கண்களை அகல விரித்து 'ஐ' என ஒலி எழுப்புகிறது. இந்த ஒலியின் பொருளை எழுத்திலக்கியங்களில் விளக்க முடியாது. 'ஐ...' வியப்பு ஆகும் என்று தொல்காப்பியர்தான்

இதன் பொருளைத் தமது உரியியலில் விளக்குகின்றார். வெள்ளரிக்காயின் மிகச்சிறிய பிஞ்சினை 'தவப்பிஞ்சு' என்று நம் வீட்டுப் பெண்கள் கூறுவார்கள். 'தவ' என்பது உரிச்சொல் ஆகும். அண்மைக்காலமாகப் பேச்சுத் தமிழில் புழங்கிவரும் சூப்பர், தூள் என்னும் பண்பு அடைச்சொற்கள் எல்லாம் மரபிலக்கணப்படி உரிச்சொற்களாகவே கருதப்பட வேண்டும்.

தொல்தமிழ் இலக்கணமரபு அந்த அளவு நெகிழ்வுடையது. இப்பொழுது ஒன்று புரிகிறது. அதாவது மக்கள் மொழியின் உயிர்ப்பினையும் ஆற்றலையும் அறிய விரும்புபவர்கள் எல்லாம், தம் தேடலைத் தொல்காப்பியத்தின் உரியியலிருந்துதான் தொடங்க வேண்டும். 70, 80 ஆண்டுகளுக்கு முன்னர் வித்துவான் படிப்பில் நிகண்டுகள் சேர்க்கப்பட்டிருந்தன. பின்னர், அது கைவிடப்பட்டபோது. அகராதியியல் அறிவே தமிழர்களுக்குக் கிடைக்காமல் போயிற்று. பிற்காலத்தில் வையாபுரிப்பிள்ளை. மு.அருணாசலம், சுந்தர சண்முகனார், வ.ஜெயதேவன் ஆகியோர் நிகண்டுகளைப்பற்றிக் கட்டுரைகளும் நூல்களும் எழுதியுள்ளனர். தமிழில் இதுவரை 35 நிகண்டு நூல்கள் நமக்குக் கிடைத்துள்ளன.

இவற்றோடு 20ஆம் நூற்றாண்டிலும் 'நவமணிக்காரிகை' என்ற பெயரில் சோழவந்தான் அரசஞ்சண்முகனார் ஒரு நிகண்டு நூல் செய்துள்ளார். தமிழ் நிகண்டு நூல்கள் பொதுவாக, 12 தொகுதிகளாகப் பிரிக்கப்பட்டுள்ளன. இவற்றுள் 12ஆவது தொகுதி, தொகைப்பெயர்ப் பிரிவாகும். அதாவது தொகைச்சொற்களைப் பட்டியிலிடுகின்றது. எடுத்துக்காட்டாக, காலம் மூன்று, பொறிகள் ஐந்து, அரசு உறுப்புகள் ஆறு, சிற்பத் தொழிலுக்கு வேண்டிய மூலப்பொருள்கள் பத்து, அலங்காரம் இருபத்தெட்டு என்ற வகையில் இது அமைகின்றது. பதினொன்றாம் தொகுதி 'ஒரு சொல் பல்பொருள்' பெயர்த் தொகுதியாகும். ஒரு சொல்லுக்குரிய எல்லாப் பொருளையும் கூறும். இதுவே அகராதிகளின் மூலவடிவமாகும். ஏனைய பதினோரு தொகுதிகளும் கருத்துக்குச் சொல் தருவனவாகும். அதாவது ஆங்கிலத்தில் Thesaurus தெசாரஸ் எனப்படும் நூல் வகையைச் சேர்ந்தவை. இவை முறையே, தெய்வப்பெயர்த் தொகுதி, மக்கள் பெயர்த் தொகுதி, விலங்கினப் பெயர்த் தொகுதி, மரப்பெயர்த் தொகுதி, இடப்பெயர்த் தொகுதி, செயற்கைவடிவப் பெயர்த் தொகுதி, பண்புப்பெயர்த் தொகுதி,

செயல் பற்றிய பெயர்த்தொகுதி, ஒலி பற்றிய பெயர்த்தொகுதி என்றவாறு அமைகின்றன.

ஆங்கில மொழிகளில் Thesaurus என்னும் கருத்து விளக்கச் சொல் தொகுதி முதன்முதலாக 1752இல் Rogets என்பவரால் செய்யப்பட்டது. தமிழில் தொன்மையான நிகண்டு நூல்களான திவாகரமும் பிங்கல நிகண்டும் முறையே 9ஆம் 10ஆம் நூற்றாண்டுகளில் செய்யப்பட்டன. எனவே கருத்துக்குச் சொல் தேடும் முயற்சி தமிழர்களின் பழைய வழக்கம் என்று தெரிகிறது.

அறியப்பட்ட எழுத்திலக்கியங்களைவிட நிகண்டு நூல்கள் காட்டும் தமிழ் அறிவுலகம் மிகமிகப் பெரியதாகும். 10 வகையான பெயர்த்தொகுதிகளில் அவை மேலோர் வாழ்நிலைகளைவிட எளிய மக்களின் வாழ்க்கையிலிருந்து நிறைய செய்திகளை எடுத்துக்காட்டுகின்றன. அத்துடன் ஆய்வாளர்களுக்கு இன்றளவுமான பேச்சுத்தமிழ் மொழியினைப் புரிந்துகொள்ள, அவைதவிர உதவி செய்யக்கூடிய இலக்கியக் கருவிகள் வேறு எவையுமில்லை. இந்நிகண்டு நூல்கள் சமய எல்லைகளைத் தாண்டியனவாகவும் அமைகின்றன என்பதும் குறிப்பிடத்தக்கது.

ஒவ்வொரு தொகுதிகளிலிருந்தும் சில எடுத்துக்காட்டுகளைக் காணலாம். நிகண்டுகளைப்பற்றிய புரிதலுக்கு இவை உதவும். இந்த எடுத்துக்காட்டுகள் திவாகரத்திலிருந்து மட்டும் இங்கே காட்டப்படுகின்றன.

தெய்வப் பெயர்களில் சிவன், திருமாலாகிய கடவுள்களோடு சமண சமயம் சார்ந்து அருகனுக்கு நாற்பத்து மூன்று பெயர்களையும் அடித்தள மக்களின் வழிபடு தெய்வமான காடுகாளுக்கு ஏழு பெயர்களையும் காளிக்குப் பதினான்கு பெயர்களையும் பகவதிக்கு இருபத்திரண்டு பெயர்களையும் திவாகரத்தில் காணலாம். நெருப்புக்கு 21 பெயர்கள். இரண்டாவதான மக்கட்பெயர்த் தொகுதியில் துறவிகள், அறிஞர்கள், அரசர்கள், பரிவாரங்கள் ஆகிய பெயர்களோடு மருத்துவர், குயவர், உப்பு விற்போர், சித்திரக்காரர் ஆகியோர்தம் பெயர்களையும் ஊன் வினைஞர், தோல் வினைஞர், கள் வினைஞர், பாணர், கழைக்கூத்தர், தமிழ்க்கூத்தர், வெறியாடுவோன், தேவராளன்கூத்தர் ஆகியோரின் பெயர்களையும் திவாகரம் பட்டியலிடுகின்றது. இதனால் நமது எழுத்திலக்கியங்களில் பெருமளவு விலக்கப்பட்டோர்,

நிகண்டு நூல்களால் மதிக்கப்படுகின்றனர் என்பதை உணரலாம். ஏடாவும் ஏடியும் தோழியும் முன்னிலைப் பெயர்களாகின்றன. இவற்றோடு உடலுறுப்புக்களின் பெயர்களும் பேசப்படுகின்றன. விலங்கினப் பெயர்த்தொகுதியில் விலங்குகளின் வகைகளுள் அவற்றின் இளமைப் பெயர்களும் தரப்படுகின்றன. ஆட்டின் பொதுப்பெயர்களைக் கூறிவிட்டு, துருவாடு, வெள்ளாடு, வரையாடு என வகைமைப் பெயர்களையும் அடுக்கிச் சொல்லும் நிகண்டு நூல்களில் அடுத்ததாக குட்டிவகைப் பெயர்களையும் காணுகின்றோம். பறவைகளின் வகைகளைப் பேசியபிறகு மயிலின் பெயரோடு மயில் பீலியன் பெயர், மயில் இறகு முடியின் பெயர், மயில் சிகைகளின் பெயர்களைக் கூறி, மிக நுணுக்கமாக நத்தை, நண்டு, கரையான், புழு ஆகிய பெயர்களும் பட்டியலிடப்படுகின்றன. நாலாவது மரப்பெயர்த்தொகுதியில் 79 மரங்களின் பெயர்கள் பேசப்படுகின்றன. பூமாலையின் வகைகளாக மட்டும் 27 குறிக்கப்படுகின்றன. ஐந்தாவதான இடப்பெயர்த் தொகுதியில் ஊரைக் குறிக்க 27 பெயர்கள். அவற்றில் ஒரு நூற்பா, 'கல்வியூரி, கல்லூரியாகும்' என்கிறது. ஆறாவதான பல்பொருள் பெயர்த்தொகுதியில் உலோகங்கள், மணிகள், அலங்காரப் பொருள்கள் பட்டியலிடப்படுகின்றன. சோறு என்பதனை உணர்த்த 24 சொற்களும் கள்ளுக்கு 48 சொற்களும் காட்டப்பட்டுள்ளன. தமிழர்கள் மதுவை ஒழுக்கக் கோட்பாடு சார்த்திக் காணவில்லை என்பதற்கு இது சான்றாகும். தமிழில் சிற்றுண்டி என்ற சொல் முதன்முதலாக இத்தொகுதியில்தான் காணப்படுகின்றது. பூரிகம் (பூரி), தோசை ஆகியவை அப்ப வகை உணவுகளாகும் எனத் திவாகரம் கூறுவதும் சமகால இலக்கியங்களில் இச்சொற்கள் காணப்படவில்லை என்பதும் சிந்திக்கத்தகுந்ததாகும்.

ஏழாவதான செயற்கை வடிவப் பெயர்த்தொகுதி, ஆயுதங்களின் வடிவப் பெயர்களை முதலில் பேசுகின்றது கழுமரத்தின் பெயரைக் கழுமுள் என்று சொல்வதிலிருந்து இப்பொழுது வழிபடு பொருள் களாகத் தமிழ்நாட்டில் காணப்படும் கழுமரங்களின் வடிவத்தினை அறியமுடிகிறது. பின்னர் பெண்களின் அணிகலன்களைப் பேசிவிட்டு, இசைக் கருவிகளின் உறுப்புகளின் பெயர்களையும் நுட்பமாக அறியத் தருகின்றது. வீட்டில் பயன்படுத்தப்பெறும் பொருள்களான பாய், விளக்கு, நாழி, குடை, உரல் என்பவற்றோடு விளக்குமாறு, தலைச்சும்மாடு ஆகிய பெயர்களையும் இப்பகுதி

பட்டியலிடுகின்றது. பண்புபற்றிய பெயர்த்தொகுதி, எட்டாவதாக கணிதவியல் அறிஞர்க்கும் அழகியல் குறித்துப் பேசுவோருக்கும் ஒரு அரிய கருவூலமாகும். ஐம்பொறிகளின் நுகர்வுபற்றிய கலைச்சொற்கள் இப்பகுதிகளில் நிறையவே இடம்பெற்றிருக் கின்றன. ஒன்பதாவதான செயல்பற்றிய பெயர்த்தொகுதி மனித வுடலின் எல்லா அசைவுகளுக்குமான சொற்களைப் பட்டியலிடு கின்றது.

பத்தாவதாக அமைவது ஒலிபற்றிய பெயர்த்தொகுதி. இதில் இசைத்துறைச் சார்ந்த கலைச்சொற்கள் நூற்றுக்கணக்கில் இடம்பெற்றுள்ளன. இத்தொகுதி எழுத்தில்லாத ஓசைப் பெயர் களையும் பட்டியலிட்டுக் காட்டுகின்றது என்பது குறிப்பிடத்தக்க செய்தியாகும். 'ஒரு சொல் பல்பொருள்' பெயர்த்தொகுதி என்பது, பதினொன்றாவது. இது தமிழ் மரபுக் கவிதையினைப் புரிந்துகொள்வதற்குத் துணை செய்வதாகும்.

இவ்வகையில் திவாகர நிகண்டு 9500 சொற்களைப் பதிவு செய்து வைத்துள்ளது. பிங்கல நிகண்டு 14700 சொற்களையும் சூடாமணி நிகண்டு 11,000 சொற்களையும் பதிவு செய்து வைத் துள்ளன. நிகண்டுகளின் பெருமையெல்லாம் அவை பெரும் பாலான தமிழ் எழுத்திலக்கியங்கள்போல மேலோர் மரபு மட்டும் சார்ந்தவையல்ல என்பதே. அவைதிக மரபுகளைத் தேடத் தொடங்கிய அயோத்திதாச பண்டிதருக்கு, நிகண்டு நூல்களின் அருமை புரிந்தது. அதனால்தான் அவர் தம் ஆய்வுநூல்களில் அடிக்கடி மேற்கோள்காட்டுகிறார்.

கலகக்காரர்களும் எதிர்க்கலகக்காரர்களும்,
டி.தர்மராஜ் (தொ.ஆ)
கல்லாத்தி, திருநெல்வேலி,

கிரியாவின் (க்ரியா) அகராதி

கிரியா நிறுவனத்தினர் தற்காலத் தமிழ் அகராதி ஒன்று வெளியிட்டு உள்ளனர். 1016 பக்கங்கள், 16,000 சொற்கள், 23,000 விளக்கங்கள். தரமான தாள், நேர்த்தியான அச்சு, இத்தனைக்கும் பின்னால் நிற்கிற மனித உழைப்பு, கணிப்பொறிச் செலவு. அனைத்தையும் கணக்கிட்டால் 170 ரூபாய் விலை அதிகமில்லை தான். இந்தத் தயாரிப்புக்கு அமெரிக்க நாட்டு Ford Foundation நிறுவனம் நிதியுதவி வழங்கியிருக்கிறது. மைய அரசின் கல்வித் துறையும் மானியம் தந்துள்ளதாகத் தெரிகிறது.

25/01/92 தினமணி நாளிதழில் ஐராவதம் மகாதேவன் 'நினைந்து நினைந்து, நெகிழ்ந்து நெகிழ்ந்து, அன்பில் நனைந்து நனைந்துய இதற்கொரு ஒரு விமரிசனம் எழுதியிருந்தார். மொத்தத்தில் 'பார்த்தவர்கள் பாராட்டுகிறார்கள்; பாராதவர்கள் பாராட்டத் துடிக்கிறார்கள்' என்கிற பாணியில் அது அமைந்திருந்தது. மகாதேவன் இந்த அகராதித் திட்ட ஆலோசனைக் குழுவில் ஒரு உறுப்பினரும்கூட. வழக்கமாகப் புலவர்கள் தயாரிக்கும் அகராதி இல்லை இது. 'அறிஞர்கள்' தயாரித்திருக்கின்ற அகராதி. வீரமா முனிவர், வின்சுலோ முதலிய வெளிநாட்டுக்காரரர்கள் தொடங்கி, கதிரைவேற்பிள்ளை, க.நமச்சிவாயனார், பவானந்தம் பிள்ளை, மதுரைப் பேரகராதி வரையிலான அகராதிகளுக்கும் இந்த அகராதிக்கும் என்ன வித்தியாசம்? அவையெல்லாம் கற்காலம், இது தற்காலத் தமிழ் அகராதி. தற்காலம் எங்கிருந்து தொடங்குகிறது! 1956இல் தொடங்குகிறது.

'தமிழ் எதிர்கொண்ட தற்காலச் சவால்களால்' பெரிய பாதிப்புகள் அந்த ஆண்டிலிருந்துதான் தொடங்குகின்றனவாம். அப்படியென்ன சவாலும் பாதிப்பும்?

ஒருவேளை, 'ஒரு கிலோமீட்டருக்கு ஒரு பள்ளிக்கூடம்' என்கிற கோட்பாட்டை முன்வைத்தார்களே, அதைச் சொல்லுகிறார்களோ! 1956க்கு முன் தமிழுக்குச் சவால்களே இல்லையோ! தமிழில் வசனகாவியம் எழுதிய மாயூரம் வேதநாயகம்பிள்ளையும்

1870களில் தமிழை மருத்துவக் கல்லூரிப் பாடமொழியாக்க நூலெழுதிய சாமுவேல் ஃவிஸ்கிரீனும் மகாகவி பாரதியும் அறிவியல் நூலெழுதிய சேலம் பகடால் நரசிம்மலு நாயுடுவும் 17ஆம் நூற்றாண்டுத் 'தமிழ்விடு தூது' நூலாசிரியனும் 1926இல் இந்தி எதிர்ப்புக் கட்டுரை எழுதிய பெரியார் ஈ.வெ.ராவும் தமிழர்களை ரொம்பத்தான் ஏமாற்றியிருக்கிறார்கள்.

'மணிக்கொடிக் காலத்திலிருந்தான் தமிழில் புதிய உரைநடை வீச்சுத் தோன்றிற்று' என்று தமிழில் ஒரு 'தேவ வசனம்' உண்டு (அருளியவர் சிட்டி). அதுகூட 1956க்கு முன்தானே?

'தற்காலப் பொதுஎழுத்துத் தமிழுக்கானது' என்று இந்த அகராதியின் எல்லை வரையறுக்கப்பட்டிருக்கிறது. அகராதி முழுவதையும் புரட்டிய பின்னர்தான் தெரியும், 'சுண்ணாம்பில் இருக்கிறது சூட்சுமம்' என்பது மாதிரி, 'தற்காலம், எழுத்துத் தமிழ்' என்ற இரண்டும் எல்லைகள் அல்ல; முகமூடிகள் என்று. எழுத்துத் தமிழ் என்றால் என்ன? வணிகரீதியான அல்லது சித்தாந்த ரீதியான பத்திரிகை எழுத்தா? அல்லது அறிவு நூல் எழுத்தா? செய்திகள், கட்டுரைகள் ஆகியவற்றில் காணப்படும் எழுத்து மட்டும்தானா? புனைகதை எழுத்தும் சேருமா? என்றெல்லாம் யோசிக்க வேண்டியதில்லை. பெருவாரியான மக்களிடமிருந்து அந்நியப்பட்டு நிற்கிற, நகர்ப்புறம் சார்ந்த, தகவல் தொடர்புச் சாதனங்களில் ஆதிக்கம் செலுத்துகிற தமிழ் மட்டுமே இங்கு எழுத்துத்தமிழ் என்று கணக்கிடப்பட்டிருக்கிறது.

சொல் என்பது ஒலிகளின் திரட்சி மட்டுமன்று. பொருளையும் செயலையும் வெளிக்காட்டும் ஒரு அடையாளம் என்று மட்டும் அதைக் கொள்ளலாகாது. மொழி பேசுகின்ற மக்கள் கூட்டத்தின் பொருள்களோடும் அதற்குத் தொடர்புண்டு. மொழிக்கூட்டத்தின் பொருளும் பொருளுற்பத்தி முறையும் வகைமையும் மொழியின் சொல் தொகுதியில் வெளிப்படும். அதுபோலவே, ஒரு சொல்லின் அழிவும் குறிப்பிட்ட பொருள் அல்லது கருத்தின் அழிவாகவே அமையும். ஒரு எடுத்துக்காட்டு சொல்லலாம். கடந்த முப்பது ஆண்டுகளில் நெல்லை, குமரி மாவட்டங்களில் சுமார் 20 இலட்சம் மக்கள் புழங்கிய சொல் 'அக்கானி' (கூழ்ப்பதனீர்). இந்தப் பொருள் உற்பத்தி அழிந்தது; செய்முறை அழிந்தது; சொல்லும் அழிந்தது. வேறுவகையில் சொல்வதானால், ஒரு மொழி

பேசும் மக்கள் கூட்டத்தில் சுயமான உற்பத்திமுறையும் சொல்லும் அழிக்கப்பட்டன. பன்முகப்பட்ட கருத்துக்களும் சொற்களும் அழிக்கப்படுகின்றன. எனவே ஒரு பொது எழுத்து மொழி என்பது, பன்முகமான பண்புகளைக் குலைத்தும் அழித்தும் மேலெழுகிற ஆதிபத்தியம் ஆகும்.

மாறு என்ற தமிழ்ச்சொல் பெருக்கு, கூட்டு, விளக்கு என்ற முன் ஒட்டுக்களோடு வரும் சொல்லாகும். தென்மாவட்டங்களில் இதற்கு வாரியல் என்றும் பெயர். (ஈர்க்குப்) புல்மாறு, (தென்னை) ஈர்க்குமாறு, கொளுஞ்சிமாறு, பனங்கொளுஞ்சி மாறு, குறத்திமாறு, (மூங்கில்) குச்சிமாறு என்பன பலவகைப்பட்ட உற்பத்திப் பொருள்களாகும். இவை அனைத்தையும் மறைத்துவிட்டு, நகர்ப்புறத்தில் ஒரு சிறு தொகையினர் மட்டும் பயன்படுத்தும் 'துடைப்பம்' என்னும் சொல் மட்டும் அகராதியில் முன்நிறுத்தப்பட்டுள்ளது. உண்மையில் எந்த வகை மாறும் துடைக்கின்ற பணியைச் செய்வது இல்லை. அவை பெருக்கும், கூட்டும், விளக்கும். துணியைப் போலத் துடைக்காது. இவையெல்லாம் அகராதித் தயாரிப்புக் குழுவினருக்குத் தெரியாதா? தெரியும். இது Neo Brahminismத்தின் முகங்களில் ஒன்று.

அரசு அல்லது அதிகாரம் சார்ந்ததாகச் சொற்பொருள் தருவதில் அகராதி தனிக்கவனம் செலுத்தியிருக்கிறது. எடுத்துக்காட்டாக, அவைத்தலைவர் என்ற சொல் சட்டமன்ற மக்களவைத் தலைவரை மட்டுமே குறிப்பதாக அகராதி சொல்கிறது. சாதாரணக் கூட்டத்தின் தலைவர் அவைத்தலைவர் ஆகமாட்டாரா? சீர்மரபினர் / முன்னாள் குற்றப் பரம்பரையினர் என்ற வரலாற்றை இந்த அகராதி மறக்காமல் சொல்கிறது. அதுபோல் 'அரிஜனம்' என்ற சொல் இடம்பெற்றிருக்கிறது. இன்னும் எழுத்துத் தமிழுக்கு வராததால், 'தலித்' இடம் பெறவில்லை போலும். 'அவசரச்சட்டம்' இருக்கிறது; 'நெருக்கடிநிலை' (Emergency) இல்லை. 'ஒதுக்கீடு' என்ற சொல்லுக்கு 'Reservation' என்ற பொருள் வேண்டுமென்றே தரப்படவில்லை. அரசாங்கம் தரும் 'அகவிலைப்படி' இடம் பெற்றுள்ளது. ஆனால் 'அகவிலை' (விலைவாசி உயர்வு) காணப்படவில்லை.

மக்களோடு இணைந்து அரசாங்கம் பயன்படுத்தும் சொற்களிலும் பல, இந்த அகராதியில் விடுபட்டு இருக்கின்றன. 'அடைப்பான்' கால்நடைகளுக்கு வரும் நோய்களில் ஒன்று.

மக்களும் கால்நடைத்துறையும் அடிக்கடி பயன்படுத்தும் இந்தச் சொல்லுக்கு உண்டான இந்தப் பொருள் அகராதியில் கிடையாது. பெருவாரியான தமிழர்கள் அன்றாடம் புழங்கிவரும் எழுத்தில் இடம்பெற வேண்டிய சொற்கள் மறவாமல் இடம்பெற்றிருக் கின்றன. புராணிகர், புருஷார்த்தம், புரோகிதம், மந்திரம், மகிமை, மகானுபாவன், உபநயனம், உக்கிராணம், ஜானவாசம், ஜென்மம், சகதர்மிணி, ஸ்லோகம், ஆசாரியா, பரமாசாரியார், ஜகத்குரு, ஜபம், ஜன்மம், ஷொட்டு, திராபை இவற்றோடு தண்டும் கமண்டலமும் படத்துடன் தரப்பட்டு தண்டின் கீழ் கமண்டலம் என்று எழுதப்பட்டுள்ளது. எனக்குத் தெரிந்த நாலைந்து தமிழாசி ரியர்களிடம் 'திராபை'க்குப் பொருள் கேட்டேன். மலங்க மலங்க விழித்தார்கள். நல்லகாலம், இந்த அகராதி வந்தது, பிழைத்தேன்!

அகராதியிலே 'கர்ப்பிணி' உண்டு. 'சூலி'யோ 'நிறைசூலி'யோ கிடையாது. அசட்டுப்பிசட்டு, சாங்கோபாங்கம் என்ற ஒலிமடக்குச் சொற்கள் காணப்படுகின்றன. அரசல்புரசல், செங்கல்மங்கல் என்ற சொற்களைக் காணோம். 'தலைக்குத் தண்ணீர் விடுதல்' என்பது 'பூப்பு நீராட்டல்' என்பதே முதற்பொருள் (First Meaning). அந்தச் சொல் தற்காலத்துக்கு ஒத்துவராத அநாகரிகம் என்பத னாலும் பெருவாரியான தமிழர்களிடம் அந்த வழக்கம் இல்லை என்பதனாலும் கைவிடப்பட்டுள்ளது.

எல்லா மத வழக்குகளும் அகராதியில் இடம்பெற்றுள்ளன. ஆனாலும் 'மசாலா' என்ற சொல்லுக்கு 'இசுலாமிய இலக்கிய வகை' என்ற பொருள் காணப்படவில்லை. 'மரைக்காயர்' என்ற சொல் இலங்கைத் தமிழ் வழக்காகவும் 'பள்ளிவாசல் நிர்வாக உறுப்பினர்' என்றும் பொருள் தரப்பட்டுள்ளன. கீழக்கரையிலும் காயல்பட்டினத்திலும் நெல்லை மாவட்டத்தின் பிற பகுதிகளிலும் வாழும் இலட்சத்துக்கு மேற்பட்ட எண்ணிக்கையுடைய மரைக்காயர் முசுலிம்கள் அனைவரும் இலங்கை அகதிகளா? 'மாதா கோயில்' மரியன்னையின் கோயில் என்று அகராதி கூறுகிறது. கத்தோலிக்கக் கிறிஸ்தவர்களின் எல்லாக் கோயில்களையும் மாதா கோயில் என்றே தமிழர்கள் குறிப்பிடுகிறார்கள். மாதாவுக்கு அமைக்கப்பட்ட தனிக்கோயிலுக்கு 'கெபி' என்ற சொல்லைப் பயன்படுத்துகிறார்கள். 'துன்பம்' என்ற பொருளில் 'அவஸ்தை' என்ற சொல் தரப்பட்டுள்ளது. கத்தோலிக்கக் கிறித்தவர்களின் 'அவஸ்தை பூசுதல்' காணப்படவில்லை.

பிப்ரவரி 10இலிருந்து 25 வரை ஏதோ வாசிக்கத் தெரிந்த நான் சந்தித்த சில சொற்கள், இந்த அகராதியில் இடம்பெறும் அளவிற்குத் தகுதி பெறாமல் போய்விட்டன. வாய்மடை, கண்ணாறு, எக்கரடித்தல், பன்னரிவாள், நோக்கால் (நுகக்கால்), ஒதுக்கல் (ஆண்டுத் திவசத்திற்கு முதல் நாள்), எழுதம், கவி(ழ்) தம், (வீட்டுச் சுவர் உறுப்புக்கள்) தவளைக்கொத்து (வீட்டுக் கூரையில் தொட்டில் கட்டப் பயன்படும் இரும்புக் கொக்கி), அம்மாயி, சீயான் (தாத்தா), தாய்விளக்கு, கூட்டு மாத்திரை, தவிதாயம், தொழி, கம்மனாட்டி, அகராதியில் சுமங்கலி இருப்பதனால் வா(ழ்)வரசி காணாமல் போனாள். உக்கிராணம் இருப்பதால் 'ஆக்குப்புரை' காணாமல் போய்விட்டது. 'ஜகத்குரு' இருப்பதனால் 'சாமியாடி'யும் 'ஆதாளி' திரளை கொடுத்தலும் 'சூறை' கொடுத்தலும் தேவையில்லாமல் போய்விட்டன. 'எழுத்துத் தமிழ்' என்ற கவசம் எத்தனை குண்டுகளை வேண்டுமானாலும் தாங்கும் போல.

இது மட்டுமல்ல; மரபுவழி உறவுமுறைச் சொற்கள், தொழில் சார்ந்த சொற்கள், நாட்டார் விஞ்ஞானம் சார்ந்த சொற்கள், ஏட்டிலும் இடம்பெற்ற பழமொழிகள் காட்டும் சொற்கள் ஆகியவை மொத்த மாகவே காணாமல் போயிருக்கின்றன. அகராதியில் 'ஆரியம்' உண்டு. 'ஆரியக்கூத்து' காணோம். அதுதான் அகராதியே இருக்கிற தென்று விட்டுவிட்டார்கள் போலும்!

'அரிச்சந்திரன்' என்ற சொல்லுக்கு முதற்பொருள் (புராணப் பாத்திரம்) காணோம். தமிழ்ச்சொல்லுக்கு ஆங்கிலப் பொருள் தரும் இடங்களிலும் மயக்கங்கள் ஏற்பட்டிருக்கின்றன. அடித்தல் திருத்தல் என்ற சொல்லுக்கு 'Corrections' என்று மட்டும் பொருள் தரப்பட்டுள்ளது. இது Scoring out and corrections என்று இருந் திருக்க வேண்டும். இரசிகர் என்ற சொல்லுக்குத் தமிழில் அரைப் பொருளும் ஆங்கிலத்தில் குறைப்பொருளும் தரப்பட்டுள்ளது. இந்தச் சொல்லுக்குத் தமிழில் உள்ள கலைஞர், எழுத்தாளர் ஆகிய சொற்கள் ஆங்கில மொழிபெயர்ப்பில் காணப்படவில்லை. நஞ்சுக்கொடி என்பதற்கு Placenta and Umbilical cord என்பது பொருளாகும். ஜீரீணீநீமீஸீமீணீ மட்டும் தரப்பட்டுள்ளது.

ஆங்கிலச் சொற்கள் ஒலித்திரவு இன்றி அதே பொருளில் தமிழில் விளங்கும்போது அவற்றைத் 'தமிழர்கள் புழங்கும்

ஆங்கிலச் சொற்கள்' என்று பட்டியலிடுவதே முறை. மாறுபட்ட பொருளில் விளங்கும் ஆங்கிலச் சொற்களை மட்டுமே (Assault) அகராதியில் சேர்த்திருக்க வேண்டும். அப்படிச் சொற்களும் சேர்க்கப்பட்டிருக்கின்றபோது 'மிகப்பரவலாகத் தமிழில் விளங்கும்' ஆங்கிலச் சொற்கள் இந்த அகராதியில் இடம்பெறவில்லை. ஆங்கிலச் சொற்கள் தமிழில் நிலைத்திரா அல்லது ஆங்கிலச் சொற்களைத் தமிழ்ச் சொற்களாக ஏற்பது சரியில்லை என்ற கருத்துக்களின் அடிப்படையில் இந்த ஐராவதம் மகாதேவன் 25.01.1992 தினமணி நாளிதழில் எழுதியிருப்பது யாரை ஏமாற்ற?

ஆறுகோடிப் பேர் பேசும் ஒரு மொழியில் 16,000 சொற்களை மட்டுமே, அதுவும் கணிப்பொறி மூலம் தேர்ந்தெடுப்பது என்பது ஒரு வரலாற்றுப் பொய்மை. நாம் குறிப்பிடும் பெருவாரியான சொற்களை இவர்கள் கலைச்சொற்கள் என்று ஒதுக்கிவிடலாம். சொல்லுக்கும் கலைச்சொல்லுக்கும் இவர்கள் என்ன அளவுகோல் வைத்தார்கள்? வட்டார வழக்கினைக் காட்டும் சிறுகதை, நாவல், ஆகியவற்றை எந்த அளவுகோலைக் கொண்டு சேர்த்துக் கொண்டார்கள் அல்லது விட்டுவிட்டார்கள்? இவர்கள் தொகுப் புக்கு எடுத்துக்கொண்ட பத்திரிகைகள்தாம் எவை எவை? இவர்கள் பெயர் குறிப்பிடும் அறிஞர்கள் எல்லாம் இந்த அகராதி ஆக்கத்தில் 'முழுமையாகப் பங்கெடுக்க' அனுமதிக்கப்பட்டார்களா? இதற்கெல்லாம் தெளிவான பதில் கிடையாது. இந்த அகராதி அறிஞர் குழுவில் இருந்த ஐராவதம் தன்னுடைய கட்டுரையில் 'வட்டார, சமூக, மத வழக்குகளும் ஓரளவு பேச்சுத் தமிழும் இந்த அகராதியில் சேர்க்கப்பட்டுள்ளது' என்கின்றாரே தவிர, எந்த வட்டாரம்? எந்த மதம்? எந்தச் சமூகம்? யாருடைய பேச்சு வழக்கு?

சுருக்கமாகச் சொன்னால், தற்காலம், எழுத்துத்தமிழ் என்னும் இரண்டு போர்வைகளில் தமிழன் கையைக்கொண்டே தமிழன் கண்ணைக் குத்தும் அவலம் மீண்டும் ஒருமுறை வெற்றிகரமாக அரங்கேற்றியிருக்கின்றது. ஆனந்தவிகடன், தினமணி, சுஜாதா, ஐராவதம் மகாதேவன், அமெரிக்கன் கான்சலேட், ஆல் இண்டியா ரேடியோ, தூர்தர்சன், வெளிநாட்டுப் பிராமணர் ஆகியோருக்காவும் கிரியாவின் தற்காலத்திற்காகவும் அரைப் பார்ப்பனர்களாலும் புதிய பார்ப்பனர்களாலும் (Neo Brahmins) தயாரிக்கப் பட்டுள்ள அகராதி இது.

"சர் ஜனாஉற் சுகினோ பவந்து"

அறிவியல் தமிழ்:
இருபதாம் நூற்றாண்டின்
முதல் அறிவியல் தமிழ் நூல்

அறிவியல் தமிழ் இன்று பரவலாகப் பேசப்படும் துறைகளில் ஒன்று. தன்னுடைய மொழியில் அறிவியல் கற்பிக்கப்படாத போது, சமூகத்தின் அறிவு வளர்ச்சி தடைப்படுகிறது, சமூகநீதி மறுக்கப்படுகிறது என்ற எண்ணம் அறிஞர்களிடையே வளர்ந்துவரும் காலம் இது. அறிவியல் தமிழாக்க முயற்சிகளில் கலைக்கதிர் இதழ், தினமணி நாளிதழ், தமிழ்ப் பல்கலைக் கழகம் ஆகிய நிறுவனங்கள் முனைந்து நிற்கின்றன. பெ.நா.அப்புசாமி தனிநபராக 50 ஆண்டுகாலம் பணிசெய்தார். இன்று வா.செ. குழந்தைசாமி போன்ற அறிவியல் அறிஞர்களும் டாக்டர். இராம. சுந்தரம், இராதா செல்லப்பன் முதலிய பேராசிரியர்களும் இத்துறையில் உழைத்துவருகின்றனர். தமிழகத்தின் சில கல்லூரிகளில் இன்று அறிவியல் தமிழ், பாடத்தாள்களில் ஒன்றாகவும் வைக்கப்பட்டுள்ளது. ஆயினும், இந்த எல்லையைத் தமிழர்கள் தொடுவதற்குக்கூட 150 ஆண்டுகள் ஆகியிருக்கின்றன என்பதுதான் வரலாற்று உண்மை. 1832இல் நெல்லை மாவட்ட சி.எஸ்.ஐ. திருச்சபைப் போதகர் இரேனியஸ் (Rhenius) அடிகளார் எழுதிய 'பூமி சாஸ்திரம்' என்னும் நூலோடு அறிவியல் தமிழின் வரலாறு தொடங்குகிறது. 1850க்கும் 1880க்கும் இடையே மருத்துவர் சாமுவேல் கிரீன் என்ற அமெரிக்கர், மருத்துவக் கல்லூரிகளிலும் தமிழ் பயிற்றுமொழி ஆகவேண்டும் என்ற நோக்கத்தோடு, மருத்துவ நூல்கள் சிலவற்றைத் தமிழில் மொழிபெயர்த்து ஆக்கினார்.

உடற்கூறு இயல், மகப்பேறு மருத்துவம், வேதியியல் ஆகிய துறைகளில் அவரது தன்னாக்க, மொழியாக்க நூல் முயற்சிகள் குறிப்பிடத்தகுந்தவை. "பிறநாட்டு நல்லறிஞர் சாத்திரங்கள் தமிழ்மொழியில் பெயர்த்தல் வேண்டும்" என்ற பாரதியின் கவிதை பிறப்பதற்குமுன் பிறந்த நூல்கள் இவை. இன்றைக்கு 142 ஆண்டுகளுக்கு முன், ஆங்கில மருத்துவத்தை 33 பேருக்குத் தமிழில் கற்பித்து, டாக்டர் கிரீன் புரிந்த அறிவியல் தமிழ்ச் சாதனையை, நன்றியுடன் குறிப்பிடுகிறார் இராதா. செல்லப்பன்.

இவ்வகையான முன்முயற்சிகளும் தமிழ்ப் பத்திரிகைகளின் வளர்ச்சியும் உள்நாட்டு அறிஞர்களையும் 1880ஆம் ஆண்டிற்குப் பின் அறிவியல் தமிழில் எழுதச்செய்தன. அந்தவகை முயற்சியாளர்களின் சிலருடைய பெயர்கள் மட்டுமே தாய் நாட்டினரால் அறியப்பட்டுள்ளன. அறிவியல் தமிழ் முயற்சியில் அறியப்படாத பெயர்களில் ஒன்று, சேலம் பகடால நரசிம்மலு நாயுடு.

சேலம் பகடால நரசிம்மலு நாயுடு, தமிழில் புத்தகம் வாசிக்கும் பழக்கம் உள்ளவர்களுக்கு மட்டுமே தெரிந்த பெயர். அதுவும் காங்கிரஸ் கட்சியின் வரலாற்றை முதன்முதலில் எழுதியவர் என்னும் அளவிலேதான். சேலத்தைச் சேர்ந்த இவர் 1881இல் கோயம்புத்தூருக்குக் குடிபெயர்ந்திருக்கிறார். அங்கிருந்துகொண்டு ஆஸ்திகமத சித்தாந்தம், ஆரியர் சத்தியவேதம், காசி யாத்திரை ஆகிய நூல்களை எழுதியிருக்கிறார். கோவையிலிருந்தே 'கலாநிதி' என்ற பத்திரிகையையும் சிலகாலம் நடத்தி இருக்கிறார்.

1900ஆவது ஆண்டு ஜனவரி மாதம் 1ஆம் நாள் இவர் எழுதி வெளியிட்ட நூலின் பெயர் 'விவசாயம் அல்லது கிருஷி சாஸ்திர சாரசங்கிரகம்'. 20ஆம் நூற்றாண்டின் முதல்நாளில் பழந்தமிழ் மொழிக்குப் புதியதாய் பொழுது விடிந்தது. அறிவியல் தமிழின் வரலாற்றில் குறிப்பிட்டுச் சொல்ல வேண்டிய நூல் இது. ஐந்து பக்கங்களில் வாழ்த்து, ஏழு பக்கங்களில் முகவுரை, நூன்முகம் 26 பக்கம், 138 பக்கங்கள் நூல். இந்த அரிய தமிழ் நூலுக்கு அக்காலத்தில் சென்னையிலிருந்த விவசாய அறிஞர் டாக்டர் எஸ். பழனியாண்டி என்பவர், ஆங்கிலத்தில் ஒரு பக்க அளவில் வாழ்த்துரை வழங்கியிருக்கிறார். 138 பக்கங்களை உடைய இந்த நூலில் 10 அத்தியாயங்கள் உள்ளன.

1. மண்ணின் உற்பத்தி, வகுப்புகள், குணங்கள்
2. மண்ணில் இருக்கவேண்டிய எருவின் விபரங்கள்.
3. விவசாயத்துக்கு இன்றியமையாத தண்ணீரின் குணங்கள்
4. பூமியைப் பண்படுத்தும் வகை
5. பண்படுத்துவதற்கேற்ற கருவிகள்
6. பண்படுத்துவதற்கேற்ற கால்நடைகள்
7. அக்கால்நடைகளைப் பாதுகாக்கும் முறைகள்
8. நமது இராஜதானியில் விளையும் பயிர் வகைகள்
9. அவற்றை விளைவிக்கும் காலம்
10. அவற்றின் விளைவிப்பைப்பற்றிப் பெரியோர் சொல்லியிருக்கும் பழமொழிகள்.

இத்துடன் பயிர்த்தொழில் செய்வோர், நிலம், பயிர், இவை குறித்த புள்ளிவிவரங்களோடுகூடிய அட்டவணைகள். ஆராய்ச்சி நெறிமுறைகள் (Methodology) குறித்த அரட்டல்களோ அலட்டல் களோ இல்லாத காலத்தில் (1900) இந்நூல் ஆராய்ச்சி நெறிமுறை களோடுகூடிய அறிவியல் நூலாக எழுதப்பட்டது.

கோவை பாஷ்யகாரலு நாயுடு என்பவரும் அக்காலத்தில் வேளாண்மைத்துறையில் பணிபுரிந்த ராஜகோபால் நாயுடு என்பவரும் தனது நூல் முயற்சிக்கு உதவியர்கள் என்று குறிப்பிடும் நாயுடு, அப்போது கோவை மாவட்ட ஆட்சித்தலைவராக இருந்த நிகில்சன் துரையே தன்னை 'பட்டிக்காட்டுத் தமிழில்' இந்த நூலை எழுதும்படி வழிகாட்டியதாக நன்றியுடன் குறிப்பிடுகிறார்.

1900 வரையான சென்னை அரசாங்கத்தின் வேளாண்துறை யினுடைய (30) வெளியீடுகளையும் அமெரிக்க அரசாங்கத்தின் 60 வெளியீடுகளையும், இவை தவிர உட்ரோப் ராபின்சன் (Woodrof Robinson) ஆகியோர் ஆங்கிலத்தில் அக்காலத்தில் எழுதிய விவசாய நூல்களையும் இந்நூலாசிரியர் படித்து எடுத்து ஆண்டிருக்கிறார். பிற நாடுகளில் வாழ் இந்தியர்கள், அங்குள்ள வேளாண் அறிவியல் குறித்து எழுதிய கடிதங்களை மேற்கோள் காட்டியிருக்கிறார் எல்லாவற்றிற்கும் மேலாகத் தானே கோவைக்கு அருகில் 3500 ரூபாய் கொடுத்து நிலம் வாங்கி, அதில் பல சோதனைகளை நிகழ்த்திப் பார்த்திருக்கிறார். இக்காலத்துப் பல்கலைக்கழக ஆராய்ச்சியாளர்கள் ஆராய்ச்சிக்கான நேர்மையையும் உழைப்பை

யும் நாயுடுவின் புத்தகத்தைப் படித்துப்பார்த்தே தெரிந்து கொள்ளலாம்.

நாயுடுவின் கலைச்சொல்லாக்க முயற்சிகளும் அதற்கு அவர் வகுத்துக்கொண்ட நெறிமுறைகளும்தான் இன்றளவும் இந்நூலின் உயிர்ப்புக்குக் காரணமாக அமைகின்றன. நாயுடுவுக்கு முந்திய இத்துறையாளர்களில், சாமுவேல் கிரீன் கலைச்சொல்லாக்க முயற்சிகளைச் செய்தார் என்றும், (i) Ma-teria Medica and Pharmacy (ii) Midwifery (iii) Diseases of Women and children (iv) Medical Jurisprudence தலைப்புகளில் அவர் வெளியிட்டார் என்றும் இராதா செல்லப்பன் கூறுகின்றார். நாயுடு இதனைக்குறித்து ஏதும் அறிந்திருந்ததாகத் தெரியவில்லை. பின்னர் 1985இல்தான் கலைச்சொல்லாக்க நெறிமுறைகளை விரிவாகப் பேசும் டாக்டர். இராதா செல்லப்பனின் 'கலைச்சொல்லாக்கம்', டாக்டர் வா.செ. குழந்தைசாமியின் 'அறிவியல் தமிழ்' ஆகிய நூல்கள் வெளி வருகின்றன. இந்த வரலாற்றுப் பின்னணியை மனத்திலே கொண்டு நாயுடுவின் முயற்சியை மதிப்பிட வேண்டும்.

ஆங்கில மொழியில் அமைந்த அறிவியல் கலைச்சொற்களைத் தமிழாக்குவதற்கு நாயுடு எடுத்துக்கொண்ட முயற்சிகளைக் கீழ்க்காணுமாறு பகுத்துப் பார்க்கலாம்.

1. தமிழில் வழக்கு மரபிலுள்ள சொல்லைப் பயன்படுத்துதல்

    Loamy Soil - பசலை மண்
    Cotton Soil - கரிசல் பூமி
    Gravel - சரளை மண்
    Riderpost - கோமாரி, அலரி, காற்று நோவு

2. வழக்கு மரபிலுள்ள இரண்டு சொற்களைக் கூட்டி ஒரு சொல்லாக்குதல்

    Black Alluvial Soil - கரிசல் படுகை நிலம்
    Black Peaty Soil - கருங்கற்றை நிலம்

3. ஆங்கிலச் சொற்களுக்கு இணையான தமிழ்ச் சொற்களைப் பொருள் வேறுபடுத்திப் பயன்படுத்துதல்

    Manure - எரு
    Fertiliser - உரம்

4. *தானே புதிய சொற்களை ஆக்குதல்*

    Hydrogen - ஜலமூலம், ஜலவாயு, ஜலதம்
    Nitrogen - நிர்ஜீவமூலம் அல்லது குருசரகம்
    Carbon - கரிஅணு, கரிமூலம் இங்காலம்
    Phosphorus - பிரகாசிதம் அல்லது காடிகாரமூலம்
    Chlorine - இலவணமூலம் அல்லது உறரிதம்
    Potash - காரமூலம் அல்லது சாம்பற்காரம் அல்லது சர்ஜிதம்

5. *ஆங்கிலச் சொல்லை தமிழ்மைப்படுத்துதல்*

    Manganese - மாங்கனிஸ் அல்லது காந்தப்போலி
    Kentaky Blue Grass - கென்டகி நீலப்புல்

6. *ஆங்கிலச் சொற்களை அப்படியே பயன்படுத்துதல்*

    Iodine - ஐயோடைன்

நாயுடுவின் நூலில் குறிப்பிட்டுச் சொல்லவேண்டிய மற்றொரு கூறு, அந்நூலின் எளிமையான நடையாகும். பெறுபவனை மனத்தில் கொண்டு கருத்துக்கு முதலிடம் தருகின்றார். அதனால் எளிய சொல்லாட்சியும் சிறிய தொடர்களும் இயல்பாகப் பிறக்கின்றன. ஒப்பனையில்லாத மொழிநடை நூலாசிரியரின் நோக்கத்தை நிறைவேற்றிவிடுகிறது.

(எ.டு) மாங்கனிசை அல்லது காந்தப்போலி

"இது மண்ணிலும் சாம்பலிலும் இருக்கிறது. இதனை திட்பம் பிராணவாயு, குளோரைன் என்னும் இரண்டு வாயுக்களை உண்டாக்குவதற்கு உபயோகப்படுகிறது. இது சுத்தமாகவிருந்தால் எஃகைப்போல வெருத்திருக்கும். காற்றிலிருக்கும் ஜீவமூலத்தை இது நிதானமாகக் கிரஹித்துக்கொள்ளும். இதற்கு ஜலத்தைப் பிரிக்கும் தன்மையுண்டு".

இன்றைய அறிவியல் அறிஞர்களின் சிந்தனைக்குரிய ஒரு பெரிய பணியினையும் நாயுடு செய்திருக்கிறார். வேளாண் அறிவியல் போன்ற உலகின் பழைய துறைகளில் மரபுவழியாகப் பெற்ற தொழில்நுட்ப அறிவினையும் நாம் பயன்படுத்த வேண்டும் என்பது அவர் கருத்து. தோராய விஞ்ஞானம் (Empirical Sciences) எனப்படும் உயிரியல், பயிரியல் துறைகளில் இந்த முயற்சிகளை நம் நாட்டில் அறிவியல் கற்பிக்கும் பேராசிரியர்கள் இன்றுவரை

மதிப்பதே இல்லை. ஏனென்றால், நாயுடு எழுத்தாளராக மட்டுமல்லாமல் விவசாயியாகவும் தனது நிலத்தில் பல சோதனைகளைச் செய்து பார்த்திருக்கிறார். அதிக எழுத்தறிவு பெறாத சமூகத்தின் தொழில்நுட்ப அறிவானது, அந்தச் சமூகத்தின் வழக்குத் தொடர்கள், பாடல்கள், பழமொழிகள் இவற்றிலேதான் பொதிந்து கிடக்கும். அவ்வகையில் நாயுடு, வேளாண்மை தொடர்பான 680 பழமொழி களையும் சொல்லடைகளையும் தன் நூலின் இறுதி அத்தியாயமாகத் தொகுத்துத் தந்திருக்கிறார். இப்பழமொழிகளும் தொழிலின் பெருமை, தொழிலாளியின் உழைப்பு, நிலம், வேலியடைப்பு, பருவகாலம், மழை, உரம், நீர்பாய்ச்சல், களையெடுப்பு, விதை, பயிர், பயிர்விதைகள் (எள், பருத்தி, கரும்பு, வாழை, தென்னை) கால்நடைகள் என்ற வகையில் வகுத்துத் தரப்பட்டுள்ளன. இது மரபுவழித் தொழில்நுட்பத்திற்கும் புதிய விஞ்ஞான அறிவுக்குமான இடைவெளியைப் பாலம் கட்டி நிரப்பும் உன்னதமான முயற்சியாகும்.

இன்றைய அறிவியல் தமிழ் முயற்சியாளர்களால் நினைக்கப்பட வேண்டிய நூல், சேலம் பகடால நரசிம்மலு நாயுடு அவர்களின் விவசாயம் அல்லது கிருஷி சாஸ்திர சாரசங்கிரகம்.

சிறுகதை நவீன மனிதனின் குரலாகக் கேட்கிறது

சோ.சிவபாதசுந்தரம், 'கௌதம புத்தர் அடிச்சுவட்டில்' என்னும் தன்னுடைய பயணநூல் வாயிலாகத் தமிழ் வாசகர்களால் அறியப்பட்டவர். அவ்வப்போது தமிழ் இதழ்களில் கட்டுரைகள் எழுதி வந்த சிட்டி (பெ.கோ சுந்தரராஜன்), தி. ஜானகிராமனுடன் இணைந்து 'நடந்தாய் வாழி காவேரி' என்னும் பயணநூலை எழுதியவரும் ஆவார். சிட்டியும் சிவபாதசுந்தரமும் இணைந்து 1977இல், 'தமிழ் நாவல்: நூறாண்டு வரலாறும் வளர்ச்சியும்' என்றொரு நூலை எழுதி வெளியிட்டவர்கள். இப்போது தமிழ்ச் சிறுகதைகளையும் 'அளந்து' அறிந்து எழுதியுள்ளனர்.

தமிழ்ப் படைப்பிலக்கியத் துறைக்கும் தமிழ்க் கல்வித் துறைக்கு மான இடைவெளி, தமிழ்நாட்டில் 20ஆம் நூற்றாண்டின் தொடக்கம் முதல் பெரிதாகிக்கொண்டே வந்தது (பாரதிகூட தமிழாசிரியர் வேலையை மூன்றுமாதக் காலத்தில் உதறி எறிந்து விட்டு வெளியிலே வந்தபின் 'அன்மொழித்தொகை சோறு போடாது; நெல்லுதான் சோறு போடும்' என்று தமிழாசிரியர் களுக்கு வழிகாட்ட முயன்றான்). இந்த இடைவெளியை இட்டு நிரப்பப் பேராசிரியர்கள் சிலர் முயன்றனர். மதுரைப் பல்கலைக் கழகத்தில் பேராசிரியராக இருந்த முத்துச்சண்முகம் பிள்ளை இந்த இருவரையும் அழைத்து 1976இல் தமிழ் நாவல் குறித்தும் 1978இல் தமிழ்ச் சிறுகதை குறித்தும் பல்கலைக்கழகத்தில் உரையாற்ற வைத்துள்ளார். எனவே இந்த நூலில் நூலாசிரியர் இருவரும் 'பல்கலைக்கழக அங்கீகார முத்திரையை' அழுத்தமாகவே பதித் துள்ளனர். தமிழ்ச் சிறுகதையின் வரலாற்றை 1850 தொடங்கி வ.வே.சு.ஐயர் வரை, அடுத்து 1945 (புதுமைப்பித்தன்) வரை, அடுத்து 1960 வரை, அதன் பின்னர் என்று நான்கு காலகட்டமாக இவர்கள் பகுத்திருக்கின்றனர். 1989இல் வெளியிடப்பட்ட நூலில் 1978 வரை மட்டுமே வெளிவந்த சிறுகதைகளைப்பற்றிப் பேசுவது, பின்வந்தவற்றைப் பேசமறுக்கும் 'பெரிய மனுஷ'த்தனமாக இருக்கலாம்; விமர்சனம் ஆகாது. நூலாசிரியர்களின் பின்னிரண்டு காலப்பகுப்புகளும் நாட்டு விடுதலைக்குப்பின் எழுந்த புதிய

சூழ்நிலைகளில் பிறந்தவை. இந்தப் பகுப்புமுறைகளுக்கான நியாயங்கள் நூலாசிரியர்களால் சரிவரக் காட்டப்படவில்லை.

சிறுகதை என்பது புதிய தொழில் வளர்ச்சி காரணமாக விளைந்த சூழ்நிலைகளில் பிறந்த இலக்கிய வடிவமாகும். இந்தச் சூழ்நிலையில் சமூகத்தில் எழும் புதிய அலைகளினால் புரட்டி எடுக்கப்படும் மனிதன், தான் இழந்ததையும் பெற்றதையும் சிந்திக்கிறான். பழைய சங்கிலிகள் இற்றுப்போக, புதிய தளைகள் அவன் கால்களைச் சுற்றுகின்றன. எனவே சிறுகதை என்பது நவீன மனிதனின் குரலாகக் கேட்கிறது. எனவே இந்த வடிவத்தில் சலனம், அதிர்ச்சி, ஏமாற்றம். நம்பிக்கை, எதிர்ப்புணர்வு என எல்லாம் கலந்து நிற்கின்றன. எந்த நிலையிலும் அவன் உலக வாழ்க்கையை மறுதலிக்க முடியாதவனே. மண்ணுலக வாழ்க்கையிலிருந்து அவனால் பிரிந்து நிற்க இயலாது. எனவேதான் "வாழ்க்கையின் குறுக்குவெட்டுத் தோற்றம் ஒன்றைக் கலைநயமும் சொல்அழகும் கொண்டதாகச் சித்திரித்தால் அதுவே சிறந்த சிறுகதையாகிறது" என்கிறார் ராஜம் கிருஷ்ணன்.

ஆயினும் இந்த நூலாசிரியர்களின் இலக்கியக் கொள்கை வித்தியாசமானது; அதிலே அவர்கள் 'மிகச் சரியாகவே' நின்றிருக் கிறார்கள். எனவே நூலில் திரும்பத் திரும்பப் பேசப்படுவதெல்லாம், சிறுகதையின் வடிவம்தான். 'வடிவ அமைப்புள்ள', 'வடிவ உணர்வுடன்', 'சிறப்பான வடிவத்தில்' ஆகிய சொற்றொடர்கள் இந்த நூல் முழுதும் விரவிக் கிடக்கின்றன. ஒரு படைப்பின் வடிவம் என்பது அதன் உள்ளார்ந்த தன்மையில் கால் கொண்டிருக்கிறது; உள்ளடக்கத்தின் செம்மை வடிவத்தில் விளங்கி நிற்கிறது. ராஜம் கிருஷ்ணனின் கருத்திலே வெளிப்படுவதுபோல, ஒரு மரத்தின் குறுக்குவெட்டுத் தோற்றம், அதன் உள்ளார்ந்த தன்மையானது, வேதியியல் உயிரியல் மாற்றங்களை உள்வாங்கிக்கொண்ட முறை யினை வெளிப்படுத்துகிறது. அந்த அனுபவமும் புறச்சூழ்நிலை களும் கூடி வினைப்பட்டு, அது ஒரு வடிவத்தினைப் பெறுகிறது. நிச்சயமாக அந்த வடிவம் மூளியாக நிற்பதில்லை. சதுரமாகவோ செவ்வகமாகவோ வக்கிரப்படுவதும் இல்லை. உள்ளடக்கத்தின் தன்மைக்கும் வடிவத்திற்குமான இந்த உறவை நூலாசிரியர்கள் மிகச் சௌகரியமான முறையில் மறந்துபோய்விட்டார்கள். எனவே நூல் முழுவதும் வடிவழகிய புராணமாகத் தோற்றமளிப்பது தவிர்க்க முடியாததாகிவிடுகிறது "சிறுகதையின் இலக்கியத்தரம் வடிவ

முழுமையைச் சார்ந்திருப்பதால், அண்ணாதுரையின் படைப்புகள் ஆழ்ந்த மதிப்பீட்டுக்குத் தகுதியானவை" என்று முத்தாய்ப்பு வைக்கும் இடத்தில், நூலாசிரியர்களின் இலக்கியக் கோட்பாடு வாசகர்களுக்குத் தெளிவாகிவிடுகிறது. இந்த வகையான கோட்பாடு காரணமாகவே இவ்வரலாற்று விமர்சன நூல், பல விபத்துக்களைச் சந்தித்து ஒரு தகவல் களஞ்சியமாக மாறியிருக்கிறது.

நூலாசிரியர்களின் 'முதிர்ச்சி' காரணமாக இந்தத் தகவல் களஞ்சியமும் முழுமையடையவில்லை. 368 பக்கங்களில் அமைந்த இந்த நூலில் 'தூரன்' என்ற பெயர் எப்படி விடுபட்டுப் போகமுடியும்? மாலன், பாலகுமாரன், பிரபஞ்சன், சுப்பிரமணிய ராஜு ஆகியோர்களின் பெயர்கள் குறிப்பிடப்படும்பொழுது இந்தப் பட்டியலில் 'பூமணி'யின் பெயர் இல்லாமல் போனது எப்படி? இத்தனைக்கும் எழுபதுகளில் மாலன், செயப்பிரகாசம், சுப்பிரமணிய ராஜு ஆகியோரின் கதைகள் வெளிவந்த அதே கண்ணதாசன் இதழ்களில் பூமணியின் சிறுகதைகளும் வெளிவந்தனவே! வேலையில்லாத இளைஞர்களின் மனநிலையைச் சித்திரிக்கும் கதைகளை எழுதியதாக 'வண்ணநிலவன், பிரபஞ்சன், வீர வேலுசாமி மூவரும்' என்று குறிப்பிட்டுவிட்டுப் போகிறது. வேலையில்லாத இளைஞனின் சிந்தனைப்போக்கை விளக்கும் 'கிழிசல்' கதை மாணவர்களின் பாடப்புத்தகத்தில் இடம்பெற்றபிறகும்கூட, இந்த வரலாற்றுப் புத்தகத்தில் இடம்பெறாமல் போனது, இந்த நூலின் வரலாற்றுத்தன்மையைக் கேள்விக்குறியாக்குகிறது.

மற்றுமொரு செய்தி, தனிநபர்களின் பெயர்கள் விடுபட்டுப் போனதற்கான சமாதானம் செல்லுபடியாகாத மற்றுமொரு இடமும் இந்த நூலில் உண்டு. தமிழ்ச்சிறுகதை வரலாற்றில் 'மணிக்கொடி'யைவிட அழுத்தமாக நினைக்கப்பட வேண்டிய மற்றுமொரு பத்திரிகை 'தாமரை' ஆகும். நூலாசிரியர்களின் அங்காந்த பார்வைக்குரிய பெருமையான பல்கலைக்கழக ஆய்வுப் பெருமையும் 'தாமரை' இதழுக்கு நிறையவே உண்டு. எழுபதுகளில் கவனத்தைக் கவர்ந்த இளம் எழுத்தாளர்கள் பலருக்குப் பயிற்சிக்களமாகத் தாமரை அமைந்தது என்பது தமிழ்ச்சிறுகதை வரலாற்றில் மறைக்க முடியாத உண்மையாகும். கால் நூற்றாண்டுக் காலமாகத் தமிழ்ச் சிறுகதைக்குப் பணியாற்றிய தாமரையைப்பற்றி ஒருசொல்கூட இந்த நூலில் இல்லை என்பது வியப்புக்குரிய செய்தியில்லை. ஏனென்றால் தாமரைக்குப் 'புருஷ

பார்வை'தான் உண்டே தவிர 'அரசபார்வை' கிடையாது.

தமிழ்ச் சிறுகதையின் வரலாற்றைப்பற்றி அவ்வப்போது எழுத வந்த எல்லாருக்கும் 'மணிக்கொடி' பற்றிய ஒரு மயக்கமே உண்டு. "மணிக்கொடியின் பல்வேறு கட்டங்களில் எழுதியவர்கள் யாவரையும் ஒன்றுசேர வைத்துப் பார்த்தல் கூடாது. மணிக்கொடி காலத்தில் எழுத ஆரம்பித்து, அதற்கு வெகுகாலத்திற்குப் பின்னரே சிறுகதையின் வளர்ச்சிக்கு உதவும் வகையில் எழுதும் முதிர்ச்சி பெற்றோர் பலர் இருக்கின்றனர்" என்று கூறுவார் சிவத்தம்பி. நூலாசிரியர்கள் இருவருக்கும் பிற்காலத்திய மணிக்கொடியோடு சிறிது தொடர்பு இருந்திருக்கிறது. அந்தத் தொடர்பு தந்த மயக்கம் இந்த நூலுக்குள்ளும் மணிக்கொடி புராணத்தை அரங்கேற்றி யிருக்கிறது.

தனித்தனியாகச் சிறுகதை எழுத்தாளர்களின் படைப்பாற்றல் குறித்து, இந்த நூலாசிரியர்களின் கருத்தைத் தொகுத்துப் பார்ப்பது, நூலாசிரியர்களின் முகங்களை விளங்கிக்கொள்ள நமக்குதவும். பா. செயப்பிரகாசத்தின் காடு, கிராமத்து இராத்திரிகள், இரவுகள் உடையும் ஆகிய சிறுகதைத் தொகுதிகள் நூலாசிரியர்களின் பார்வைபெறும் புண்ணியத்தோடு பிறக்கவில்லை. 'ஒரு ஜெருசலேம்' தொகுதியிலுள்ள 'அம்பலக்காரரர் வீடு' என்ற கதையை மட்டும் எடுத்துக்காட்டிவிட்டு நூலாசிரியர்கள் எழுதுகின்றனர்.

"இந்தக் கதையின் அமைப்பு நல்லவடிவ உணர்வுடன் காணப்படுகிறது. செயப்பிரகாசத்தின் பல கதைகள் 'ஒரு ஜெருசலேம்' என்ற தொகுதியில் காணப்படுகின்றன."

இப்படி ஒரு வரலாற்று விமரிசன நூலைப் பெறுவதற்குத் தமிழிலக்கிய உலகம் தவம்செய்திருக்க வேண்டும்.

சுந்தரராமசாமியின் தொடக்ககாலச் சிறுகதைகள்பற்றி நூலாசிரியர்களின் மதிப்பீடு இது:

"முற்போக்கு அணியில் கண்ட சமுதாய நோக்கில் இரண்டொரு கதைகளை எழுதியபின், கவிதைகளும் சில கட்டுரைகளும்தான் அப்போது அவருக்குப் பழக்கமான இதழ்களில் எழுதிவந்தார்."

மேற்குறித்த வரிகளிலே தெறிக்கிற அலட்சிய மனோபாவம், சராசரித் தமிழ் வாசகனின் மீதுள்ள நூலாசிரியர்களின் அபிப்பிராயம் ஆகும்.

புதுமைப்பித்தனின் சிறுகதை மேதைமையை இவர்கள் தவிர்க்க முடியாமல் ஒத்துக்கொண்டாலும் (ப.121) புதுமைப்பித்தன் சிருஷ்டிகளில் வடிவ வகைகள், உத்தி வேறுபாடு, தத்துவச் செறிவு, உணர்ச்சிச் சாயல்கள், பொருட்செழுமை, சிந்தனைப்போக்கு, சொல்லாட்சி, கலைநோக்கு, பற்றின்மை முதலிய அம்சங்கள் தற்காலத் தமிழிலக்கியத்தில் வேறொருவரும் துணிந்து கையாளாத வகையில் விரவிக் கிடப்பதைக் காணலாம் (ப.120) என்பதுதான் இவர்களுடைய ஒட்டுமொத்த மதிப்பீடாகும்.

'சாப விமோசனம்' கதையில் எல்லாரையும்போல அகலிகையின் கற்பை விவாதப் பொருளாக்காமல், இராமனின் சாப விமோசனம் கொடுக்கும் தகுதியையே கேள்விக்குறியாக்கியிருக்கிறார் புதுமைப் பித்தன். இந்தக் கதையைப் படித்துவிட்டு புராணக் கதைகளைத் தம் விருப்பப்படி மாற்றக்கூடாது என்ற 'நீதி'யை வலியுறுத்தக் கலைமகளில் 'அகலிகை கதை' என்ற சிறுகதையை இராஜாஜி எழுதினார் என்பது நூலாசிரியர் தரும் புதிய செய்தியாகும். டெல்லிப் பல்கலைக்கழக ஆராய்ச்சியாளர் ஒருவர் துணையோடு புதுமைப்பித்தன் இலக்கியத் திருட்டு (Plagiarism) நடத்தினார் என்பதையும் நூலாசிரியர்கள் தெளிவாக நிறுவியிருக்கிறார்கள். தொ.மு.சி.இரகுநாதன் எழுதிய 'புதுமைப்பித்தன் வரலாற்றில்' இலக்கியத் திருட்டு பற்றித் தமிழர்களுக்குப் புதுமைப்பித்தனே முதலில் எடுத்துக் கூறினார் என்ற செய்திக்கு இவர்கள் மறை முகமாக மறுப்புரையை வழங்குகிறார்கள் என்பதும் எதையோ செரிக்க இயலாமல் திணறும் இவர்களின் முகமும் நுணுகிப் படிப்பவர்களுக்குப் புரியும்.

கடைசியாக இராஜாஜியின் சிறுகதைகள் பற்றிச் சிறப்புச் சொற்பொழிவாற்றிய தலைசிறந்த திறனாய்வாளரான கைலாசபதி, 'கலையழகு குன்றியவை' என்று குறிப்பிட்டதை எடுத்துக்காட்டி, 'படைப்பிலக்கியத்தில் கலையம்சம் முக்கியமானதென்பதைக் காலகதியில் முற்போக்குவாதிகள் ஒப்புக்கொள்ள வேண்டி வந்தது' என்பது மேற்கண்ட கூற்றிலிருந்து நிரூபிக்கப்படுகிறது - இந்நூலின் நோக்கத்தைக் கம்பீரமாகச் சுட்டிக்காட்டி முடித்திருக்கிறார்கள்.

இந்நூல் இலக்கணச் சுத்தமாக மேல்தட்டு மனோபாவத்துடன் நமக்குத் தரப்பட்டுள்ள தகவல் களஞ்சியம்.

சீறாவின் கடவுள் வாழ்த்துப் பகுதி : ஓர் ஆய்வு

> "பாரிடை நபிகள் தோன்றிப் பதினொரு
> நூற்றாண்டின்பின் சீருயர் பாண்டி நாட்டில்
> செந்தமிழ் உமறு ஞானி
> ஈறிலா இறைவன் தூதர் இனியற் கதைவடித்தார்."

வடித்த கதை தமிழுக்குப் புதியது. தமிழ்க் காப்பிய உலகத் தலைமக்களில் பெரும்பான்மையோரைப் போலவே, உமறுவின் காப்பியத்தலைவரும் தமிழ்தவிர் நிலத்தைச் சார்ந்த அறமகனாரே.

உமறு வடித்த கதை தமிழுக்குப் புதியதென்றாலும், உமறு தமிழுக்குப் புதியவரல்லர். 'நரிவிருத்தம்' பாடித்தமிழிலக்கியத்தோடு அறிமுகம் செய்துகொண்ட திருத்தக்கரைப்போல, உமறு 'முதுமொழி மாலை' பாடித் தமிழோடு அறிமுகம் செய்துகொண்டார். கானில் வாழ்வை முகமதுநபியைக் கண்களால் காணக் கவிஞர் கொண்ட ஏக்கம், 88 கவிமலர்களாகித் தமிழ்ச்சோலையில் மணம் பரப்புகிறது.

உமறுவின் காவியச்சுவடியில் முதல் ஏடாகக் 'கடவுள் வாழ்த்து' என்னும் பெயரில் காப்புச்செய்யுளோடு அமைந்த 21 செவிநுகர் கனிகளே இக்கட்டுரைக்குப் பொருளாகின்றன. புலவர் மணி நூர்முகமதுவின் விளக்கப் பதிப்பான 'உமறு தரும் சீறா'வில் மட்டுமே இப்பாடல்கள் கடவுள் வாழ்த்து, திரு நபி வாழ்த்து, முறுசலின்கள் வாழ்த்து என்ற தலைப்புகளோடு அச்சேறி உள்ளன. கடைசி 3 பாடல்கள் பாடல் புலவரின் அவையடக்கச் செய்யுள்களாகும். 21 பாடல்களுமே ஐஞ்சீர், அறுசீர், எழுசீர்களால் இயன்ற ஆசிரிய விருத்தங்கள். ஆய்வினைத் தொடங்குமுன் சிறிய ஐயம் ஒன்று எழுகிறது. ஒரு பெருங்காவியத்தின் ஒரு பாடலை அல்லது ஒரு படலத்தை மட்டும் கொண்டு நூலினைத் திறனாய்தல் முறையாகுமா? முறையன்று என்கிறார் டாக்டர் வ.சுப.மாணிக்கம்.

"தோள் கண்டார் தோளே கண்டார் என்றபடி, தனிப்பாடல் கண்டார் தனிப்பாடலையே கண்டார்; படலங் கண்டார் படலத்தையே கண்டார் என்ற குறுநிலைக்குக் காப்பியம் குறைந்துவிடுகின்றது" என்பது அவர் கருத்தாகும்.

முன்னும் பின்னுமாகப் பாடல்களையும் படலங்களையும் விட்டுவிட்டு இடையிலே ஒன்றை அளவுகோலாகக் கொள்வதையே அவர் மறுக்கிறார். ஒரு நூலின் முதற்சுவடி, படிப்போர்க்கு கவிஞனையும் கவிதையையும் இனங்காட்டும் பண்பும் பயனும் உடையதாகும். அவன் சமைக்கவுள்ள கவிதைப் பெருமாளிகையின் பரப்பினையும் உயர்ச்சியினையும் கலைநுணுக்கங்களையும் தாங்கிநிற்கும் அடிப்படையாகும். எனவே இந்த ஐயத்தைக் களைந்துவிட்டுத் தலைப்புக்கு வருவோம்.

சீறாவின் ஆரம்பத்திலுள்ள காப்புச்செய்யுளான, 'திரு உருவாய்' என்ற பாடலே மூலப்பிரதிகளில் இல்லை என்றும் சீறாவைப் பதிப்பித்த புலவர் நாயகம் இதை எழுதியிருக்கலாம் என்றும் அறிஞர்கள் சிலர் கருதுகின்றனர். இது ஆர்.பி.எம். கனி அவர்கள் தரும் செய்தி. இனி மேலே செல்வோம்.

தமிழ் இலக்கண, இலக்கிய மரபுகளைத் தெளிவுற உணர்ந்தவர், கவிஞர் உமறு. நிறைவிலாது போயினும் குறைவிலாத காப்பிய இலக்கணங்களை அவரது திருநூல் பெற்றுத் திகழ்கிறது. இருப்பினும் உமறுவின் கடவுள் வாழ்த்து, அவையடக்கப் பகுதிகள் ஒரு தமிழ் மாணவனின் உள்ளத்தில் பல வினாக்களை எழுப்புகின்றன. ஒரேயொரு ஊகம் மட்டுமே இவ்வினாக்களுக்குத் தெளிவான விடையினைத் தருகிறது.

கடவுள் வாழ்த்துப் பகுதியிலும் அதைத் தொடர்ந்து அவை யடக்கப் பகுதியிலும் ஏனைய தமிழ்க்காப்பிய வல்லார் தரும் செய்திகளை உமறு தரவில்லை.

தண்டியாசிரியர் காப்பிய இலக்கணம் வகுப்பதற்கு முன்னும் பின்னும் தமிழில் காப்பியங்கள் எழுந்ததுண்டு.

"வாழ்த்து வணக்கம் வருபொருள் இவற்றில் ஒன்று
ஏற்புடைத்தாகி முன்வர இயன்று"

என்பது தண்டியாசிரியர் கூறும் இலக்கணம். ஆனால் வாழ்த்து,

வணக்கம் இவற்றில் ஒன்றோடு 'வருபொருள்' கூறாத காப்பியக் கவிஞர்கள் தமிழில் யாரும் இலர். முன்னோடிக் காப்பியங்களான சிலம்பிலும் மேகலையிலும் பதிகங்கள் அப்பணியை நிறைவு செய்கின்றன. நூற்பொருளோடு அல்லது கதையோடு தொடர்பில்லாத ஆனால், நூற்பிறப்போடு தொடர்புடைய செய்திகள் இப்பகுதியில் வருதல் மரபு. இக்காப்பிய மரபு புலவர் உமறு அறியாததன்று.

'இராமாவதாரப் பேர்க்கதை' என்று நூற்பெயரையும் "வாங்கரும் பாதம் நான்கும் வகுத்த வான்மீகி யென்பான் எழுதியது" என்று முதனூலையும் "சடையன் வெண்ணை நல் ஊர்வயின் தந்ததே" என்று நூல் பிறந்த இடத்தையும் கம்பர் குறிப்பிடுகின்றார்.

அலகில்சீர் நம்பி ஆருரர் பாடிய "தெரிவரும் பெருமைத் திருத்தொண்டர் தம், பொருவருஞ்சீர் புகலலுற்றேன்" என்று நூலின் தலைமக்களையும் "ஈங்கிதன் நாமம் கூறில் திருத்தொண்டர் புராணம்" என்று நூற்பெயரையும் "தூய பொன்னணி சோழன் நீடுழிபார், ஆயசீர் அநபாயன் அரசவை" என்று நூல் அரங்கேறும் களத்தையும் குறிப்பிடுகின்றார் சேக்கிழார் பெருமான்.

"முழுதுணர் முனிவன் (வியாசன்) தன் சொல்லாகிய மாப்பெரும் காப்பியம்" என்று தனக்கு முதனூலையும் ஆக்கியவரையும் "மன்னு மாதவன் சரிதமும் இடையிடை வழங்கும் என்று மாசையால் யானும் ஈதியம்புதற் கிசைந்தேன்" என்று தான் இக்கதையை விரித்த காரணத்தையும் குறிப்பிடுகின்றார் வில்லிபுத்தூரார். பிற செய்திகளை அதே காலத்தில் எழுந்த வரந்தருவாரின் பதிகம் கூறுகின்றது.

நூற்பெயர் "சிந்தாமணி" என்றும் "சீவகசாமியென்பான் வாளேறனைய புகழான் சரிதம்" நூலின் பொருள் என்றும் கூறி 24 பாடல்களில் சீவகனின் வரலாற்றைச் சுருங்கக் கூறியும் விடுகின்றார் திருத்தக்கர்.

"ஆரியவளன் தன் காதை அறமுதல் விளங்கச் சொல்வாம்" என்று முதல் பாடலிலே நூற்பொருளையும் தலைவன் பெயரையும் "ஆரியனூரில் தேம்பா அணியெனப் பிணித்தல் செய்வாம்" என்று நூல் பிறந்த ஊரையும் நூற்பெயரையும் 13 பாடல்களில் சொல்லிவிடுகின்றார் வீரமாமுனிவர்.

முதற்பகுதியில் 12 பாடல்களில் கம்பர் தந்த செய்திகளை, 10 பாடல்களில் சேக்கிழார் தந்த செய்திகளை, 8 பாடல்களில் வில்லியார் தந்த செய்திகளை, கதைச் சுருக்கமும் சேர்த்து 29 பாடல்களில் திருத்தக்கர் தந்த செய்திகளை, 20 பாடல்களைப் பாடிய புலவர் உமறு தரவில்லையே! ஏன்?

காப்பியம் இயற்றும் புலவனின் இயல்பை, ஒரு உவமையின் வழி மாறனலங்காரமுடையார் விளக்குகின்றார். "தலைவனைப் பிரிந்த தலைவியின் கண்கள் துயிலமாட்டா. எவைபோலத் தெரியுமா? பெருங்காப்பியம் பாடுதற்கு உட்கொண்ட புலவர் கண்போல."

"முற்ற உணர்ந்து முதுகாப் பியம்புணர்ப்பான்
உற்றவர்தங் கண்போன் றுறங்காவாம் - இற்பிரிந்தால்
நல்லியலார் வந்தனைசெய் நாவீறன் மால்வரைமேல்
மெல்லியலார் இன்ப விழி"

என்பது மாறனலங்கார ஆசிரியரின் கருத்தாகும். ஒரு செய்தியை மனங்கொள்ள வேண்டும். இக்காப்பிய மரபுகளை உமறு அறியாதவரல்லர்.

நூற்பெயர் சீறா என்பது, இது முதனூலாகிய "சீறத்துநபி" என்பதைத் தழுவி வந்தது என்ற, முதலில் பதிப்பித்த புலவர் சீறாவை முதன் நாயகம் எழுதிய சிறப்புப்பாயிரத்தால்தான் அறிகிறோம். "சீறாவென்ன முதனூல் நாமமே நாட்டி முதுபயன் அறம் பொருளின்பம் வீடனைத்து மடக்கிய திறம் பெருங்காப்பியம் செய்தனர்' என்கிறார் அவர். உமறு ஏன் இதைக்கூடச் சொல்லவில்லை? நூற்பொருள், அண்ணல் நபி அவர்களின் புனித வரலாறு என்று சொல்லவுமா மறந்துபோனார்?

உமறுப்புலவரை ஆதரித்த வள்ளல் சீதக்காதி என்பது தீர பரவலாக வழங்கிவரும் கதை. அவரைப்பற்றி சிறுகுறிப்பினை முதற்பகுதியில் கூறவேண்டாம். நூலின் எந்த இடத்திலும் கூறவில்லையே ஏன்? புனித வரலாறு பாடும்போது, மனித வரலாறு இடைவிரவ வேண்டாம் என்று எண்ணினாரா? அப்படி எண்ணவில்லை என்று மிக உறுதியாகச் சொல்லலாம். தன்னைப் புரந்த உசேன் நயினார் மகன் அபுல்காசிம் மரக்காயரை நூலின் பல இடங்களில் நன்றியுணர்வோடு பாராட்டுகின்றார் உமறு.

இன்னுமொன்று; சீறாப்புரணத்தைச் சுவைக்கின்ற தமிழிலக்கிய மாணவர்கள் அனைவருக்கும் ஒரு சிறு வருத்தம் துளிர்ப்பதுண்டு. "உமறு ஏன் இந்நூலை நிறைவு செய்யவில்லை?" என்று அபுல்காசிம் மரைக்காயர் வீட்டுமுன் சீறா அரங்கேறியதாகவும் நாட்டுவழக்கில் செய்தி ஒன்றுண்டு நிறைவடையாத காப்பியத்தையா உமறு அரங்கேற்றினார்? இவ்வரங்கேற்றம்பற்றி அவையடக்கப் பாடல்களில் உமறு ஏன் குறிப்பிடவில்லை?

இது ஒருபுறமிருக்க, "உமறுப்புலவர், நபிகள் நாயகத்தின் வாழ்வின் முக்கிய நிகழ்ச்சிகளை மட்டுமே பாடியுள்ளார். எனவே தன்னளவில் சீறா நிறைந்த காப்பியமே" என்று சிலர் வாதிட முற்படுகின்றனர். ஆர்வத்தைக் காட்டும் இக்கருத்து, இலக்கிய மாணவர்க்கு அமைதி தரவில்லை.

அண்ணலார் வாழ்வின் முக்கிய நிகழ்ச்சிகளை மட்டும் பாட உமறு நினைத்திருந்தாரென்றால், அவர்களின் பிறப்பு வளர்ப்பு முதலிய நிகழ்ச்சிகளைப் பாடாது, அவர்களை "ஓதுவீராக" எனக் கூறி திருத்தூதுவராக ஆட்கொண்டருளிய புனித நிகழ்ச்சியில் தொடங்கினால் போதும்.

மக்கா நகரை அண்ணல் நாயகம் வென்றது அவரது வாழ்வில் எத்துணைப் பெரிய நிகழ்ச்சி! அதைக்கூடப் புலவர் உமறு பாடவில்லையே!

அண்ணலாரின் இறுதி ஹஜ் திருப்பயணத்தின்போது ஒரு வெள்ளிக்கிழமையில் (ஹிஜிரி 10 துல்ஹஜ் 9) அரபாத் திடலில் கசுவா என்னும் ஒட்டகத்தின் மீதேறி, கூடியிருந்த இலட்சத்து இருபத்திநாலாயிரம் முசுலிம்களிடையில் (குத்பா என்னும்) சொற்பொழிவு நிகழ்த்துகையில்,

"இன்றைய தினம் உங்களுக்காக உங்களுடைய தீன் என்னும் சன்மார்க்கத்தை முழுமையாக்கினேன். என்னுடைய பேறுகளை உங்கள் மீது பூர்த்தி செய்துவிட்டேன். உங்களுக்காக இஸ்லாம் (என்னும் சாந்தி) மார்க்கத்தை நான் உவந்தேன்" என்று இறைத் திருமொழி அவர்களுக்கு அறிவிக்கப்பட்டது. அப்பொழுதுதான் அண்ணலாரின் வாழ்வுத் திருப்பணி முழுமையாகிறது. எனவே அதுவரையுள்ள நிகழ்ச்சிகளைப் பேசாத எந்த நூலும் நபிகள் நாயகத்தின் வரலாற்றை முழுமையாகச் சொல்லவில்லை என்றே

பொருளாகும். இதை உணர்ந்துதான் காயல்பட்டினம் பனி அகுமது மரைக்காயர் "சின்னச்சிறா" பாடினார். ரவண சமுத்திரம் ஹாஜி மொன்னான் முகமது காதிரி சத்தாரியும் புலவர் நாயகமும் "ரெளலா ஷரீபில் ஜீவித்திருந்த படலம்" வரை பாடினார்கள்.

சீறாப்புராணம் தவிர முதுமொழி மாலை, சீதக்காதி திருமண வாழ்த்து, சீதக்காதி நொண்டி நாடகம், கோவை நூல் ஒன்று, சில தனிப்பாடல்கள், இவையும் உமறுப்புலவரின் படைப்புக்கள் என்பர். முதுமொழி மாலை சீறாவுக்கு முற்பட்டது. ஏனைய நூல்களிலாவது சீறாப்புராணம் பிறந்த கதையாவது உமறுப்புலவரைப் பற்றிய செய்திகளாவது காணப்படுகின்றனவா எனில், இல்லை. "உமறுப்புலவர் அவர்கள் தன்னைப்பற்றிய விவரங்களைத் தாம்பாடிய மற்ற கவிதை நூல்களிலும் குறிப்பிடவில்லை" என்று தெளிவாக்குகிறார் எஸ்.ஏ. செய்யது அசன் மௌலானா அவர்கள்.

"உமறு பற்றி ஆதாரப்பூர்வமான தகவல்கள் மிகவும் குறைவு" என்று வருந்திக் கூறுகிறார் ஆர்.பி.எம். கனி அவர்கள். எனவே இதுவரை கூறிவந்த செய்திகளிலிருந்து நமக்குக் கிடைக்கும் தெளிவான செய்தி இதுதான்.

வள்ளல் நாயகத்தின் வரலாற்றைக் கவிபொருளாக்க எண்ணங் கொண்ட உமறு, அவ்விலக்கியத்திற்குக் காப்பிய வடிவம் தரவேண்டுமென்று முதலில் எண்ணவில்லை எனவேதான் காப்பிய மரபுகளைக் கடவுள் வாழ்த்துப் பகுதியில் அவர் அடியொற்றிச் சொல்லவில்லை.

நூலின் முதற்பகுதியின் 21 பாடல்களைப் புறத்திறனாய்வு செய்து நாம் காணும் முடிவு இது. ஆனால் சீறா நிறைவடையாது. அதற்கான காரணத்தைக் காண இயலவில்லை.

அப்படியாயின், 'நாயக இலக்கியத்திற்கு முதன் முதலாக என்ன வடிவத்தைத் தேர்ந்தெடுக்க உமறு எண்ணினார்? என்ற கேள்வி அடுத்து இயல்பாகவே பிறந்துவிடுகிறது.

சீறாப்புராணத்தை அகத்திறனாய்வு செய்யும்போது இக்கேள்விக்கு ஊகமாக ஒரு விடை கிடைக்கிறது.

63 ஆண்டுகள் வாழ்ந்திருந்த உமறுப்புலவரின் காலம் கி.பி. 1631 முதல் 1694 முடிய ஆகும். மிஃராஜ் மாலை பாடிய ஆலிப்புலவரைத் தவிர, உமறுவுக்கு முன்னர் இசுலாமிய இலக்கிய மரபுகளைத்

தமிழில் உருவாக்க முசுலிம் புலவர்கள் இல்லை. உமறுவின் காலத்தில் கி.பி. 1659 முடிய அரசாண்ட மன்னர் திருமலை நாயக்கராவார். இவர் காலம், தமிழில் சிற்றிலக்கியங்கள் பல்கிப் பெருகிய காலம். தமிழ்ச் சமய இலக்கிய வரலாற்றில் பேரலையாக எழுந்த குமரகுருபர அடிகள், பிள்ளைத் தமிழும் கலம்பகமும் மாலை நூல்களும் பாடியருள் மக்களிடம் சமயம் பரப்பிய காலம் அது. வள்ளுவர் உள்ளிட்ட எல்லாப் புலவர்களும் காலச் சூழ்நிலைக்குக் கட்டுப்பட்டவர்களே. எனவே அக்காலப் புலவர் உமறு, 'நபிநாதரின் சீர்மிகு உயர்வாழ்வு, காப்பியமாக்குதற்குரிய உன்னத வாழ்வு' என்பதை உணர்ந்த உமறு, பின்னர் வடிவத்தை மாற்றிக்கொண்டார் என்றாலும் சிற்றிலக்கிய வடிவம் ஒன்றையே மனத்தில் முதலில் தேர்ந்திருக்க வேண்டும். அது பிள்ளைத்தமிழ் வடிவம் என்பதே இக்கட்டுரையில் ஊகமாகக் கொள்ளப்பெறும் முடிவாகும்.

இம்முடிவை வலியுறுத்தும் சான்றுகள் நூலுள்ளே விரவிக் கிடக்கின்றன.

இறை வணக்கத்தையும் நபிகள் நாயக வாழ்த்தையும் அடுத்து 11 பாடல்களில் முறுசலீன்கள், முந்தைய நபிமார்கள், நான்கு கலிபாக்கள், அண்ணலாரின் திருப்பேரர்கள் அசன், உசேன், 'உலுல் அஜுமிகளான சுவனவாசிகள், நான்கு இமாம்கள், முகைதீன் ஆண்டகை, சமயஞானி சதக்கத்துல்லா அப்பா ஆகியோரை வாழ்த்திப்பாடுகிறார்.

இவ்வரிசையும் வாழ்த்தும் இசுலாத்தின் பெருங்கொள்கையான இறைவனின் ஒன்றான தன்மைக்கு (ஏகத்துவத்திற்கு) முரணாத வகையில் பாடிய பிள்ளைத்தமிழ் நூலொன்றில் காப்புப் பருவம் போல அமைந்துள்ளன.

உமறுவுக்குப் பின்னர் 14 பிள்ளைத்தமிழ் நூல்களை இசுலாம் தமிழுக்குத் தந்ததுண்டு. ஆனால் உமறுவுக்கு முன்னர் இசுலாமியப் பிள்ளைத்தமிழ் நூல்மரபு உருவாகவில்லை என்பதை நினைவிற்கொள்ள வேண்டும்.

மதகை அடைந்த நிலையில், வெள்ளம் கரையை உடைக்க முற்படுவது இயல்பு. எழுந்துவிட்ட கவி உணர்வைப் புலவன் எங்கேனும் வெளியிட்டாக வேண்டும். பின்னர் உமறு பாடும்

நபி அவதாரப் படலத்திலும், அலிமா அமுதூட்டு படலத்திலும் பிள்ளைத்தமிழ் மணமே நிறைந்திருப்பதை உணர்கிறோம்.

உடன் நனி 'கலிமா' விரலினை உயர்த்தி
உதித்தனர் மகமது நபியே!
மாநிலந் தனக்கோர் மணி விளக்கெனலாய்
மகமது நபி பிறந்தனரே!
மும்மை என்றுரைக்கும் புவனமும் புரக்க
மகமது நபி பிறந்தனரே!
மன்னிய எவரும் சொற்படி நடப்ப
மகமது நபி நடந்தனரே!
மலர் தரு சோதி முகமது விளங்க
மகமது சொல் விளங்கினரே!
மண்ணகத்திருந்து கிளை எலாம் வளர
மகமது நபி வளர்ந்தனரே!

என்று அடுக்கிய கவிதைகள் தோயும்போது படிப்பது காப்பியமா, பிள்ளைத்தமிழா என்ற ஐயம் பயில்வார்க்கு அடிக்கடித் தோன்று கிறது. நாயகப் பிள்ளைத்தமிழ் பாடவேண்டும் என்ற புலவரின் உள்ளக் கிடக்கையைப் புலப்படுத்தும் கவிகளே இவை.

எனவே, இந்த ஆய்வின் சாரம் இதுதான். உமறுவின் நூல் ஒரு பெருங்காப்பியம் என்பதில் துளியும் ஐயமில்லை. இக்காப்பியம் எழுதுமுன் நாயக வரலாற்றைப் பிள்ளைத்தமிழாகப் பாடவேண்டும் என்னும் எண்ணமே உமறுப்புலவருக்கு இருந்தது. எனவேதான் சீறாப்புராணம் என்னும் காப்பியத்தின் கடவுள் வாழ்த்துப் பகுதி காப்பிய மரபுகளைத் தழுவாது அமைந்தது.

சீறா ஆய்வுத் திரட்டு, டாக்டர் சாகிர் உசேன் கல்லூரி, இளையான்குடி

நில அபகரிப்புப் பண்பாடு

தமிழகத்தின் மிகத் தொன்மையான ஊர்களில் ஒன்று திருக்கோவிலூர். இவ்வூர் தென்பெண்ணை ஆற்றின் கரையில் அமைந்துள்ளது; வள்ளல்களில் ஒருவனான மலையமான் திருமுடிக்காரியின் தலைநகரம். சங்க இலக்கியத்தில் இதற்குக் கோவலூர் என்று பெயர். இந்நகரத்தை அதியமான் அவரிடமிருந்து கைப்பற்றினான். அதனைப் பரணர் பாடியுள்ளார். இச்செய்தியை அவ்வையார் தன் புறநானூற்றுப் பாடலில் குறிப்பிடுகிறார்.

அன்றும்
பரணன் பாடினன் மற்கொல் மற்று நீ
முரண்மிகு கோவலூர் நூறிநின்
அரண்டு திகிரி ஏந்திய தோளே

என்பது ஔவையாரின் புறப்பாடலாகும்.

சங்ககாலப் புலவராகிய கபிலர், தென்பெண்ணை ஆற்றங்கரையிலுள்ள பாறையொன்றின் மீது அமர்ந்து உண்ணாவிரதம் இருந்து உயிர் நீத்தார் என்பது அக்கால வழக்காகும். இதனை முதலாம் இராசராசனுடைய கல்வெட்டொன்றும் பதிவு செய்துள்ளது.

வருபுனல் பெண்ணை
தென்கரையுள்ளது தீர்த்தத் துறையது
தெய்வக் கவிதை செஞ்சொற்கபிலன்
மூரிவண் தடக்கைப் பாரிதன் அடைக்கலப்
பெண்ணை மலையற்கு உதவி பெண்ணை
அலைபுனல் அழுவத்து அந்தரிக்சம் செல
மினல் புகும் விசும்பின் வீடுபேறு எண்ணிக்
கனல் புகும் கபிலக் கல்லது!

என்று குறிப்பிடுகின்றது, அப்பாடல் வடிவிலான கல்வெட்டு.

இன்னமும் ஆற்றின் நடுவேயுள்ள பெரும் பாறையினை அவ்வூர் மக்கள் கபிலக்கல் என்றே குறிப்பிடுகின்றனர்.

முப்பது ஆண்டுகளுக்கு முன்னர் தமிழ்நாடு அரசின் தொல்லியல் துறையினர் இவ்வூரில் ஆய்வுசெய்து, சங்ககாலக் குடியிருப்புத்

தடயங்களை வெளிப்படுத்தினர். நீர் வடிகால் போன்ற சுடுமண் குழாய்களைக் கண்டுபிடித்தனர். இந்தத் திருக்கோவிலூர் நூற்றெட்டு வைணவத் திருத்தலங்களில் ஒன்றாகும்.

பொற்புடைய மலையரையன் பணிய நின்ற பூங்கோவலூர்
தொழுது போற்று நெஞ்சே

என்று பாடுகின்றார் திருமங்கை ஆழ்வார். இவ்வூரிலுள்ள திருமால் கோவில் இறைவனின் பெயர், உலகளந்த பெருமாள் ஆகும். இதுகுறித்துச் சுவையான கதையொன்று வைணவ மரபில் வழங்கி வருகிறது.

முதலாழ்வார்கள் காலத்தில் மழையும் குளிருமான இராப் பொழுதொன்றில், ஒரு வீட்டின் புறத்தேயுள்ள இடைகழியில் (திண்ணையில்) அடியார் ஒருவர் வந்து தங்கினார். சற்றுநேரம் கழித்து மற்றொருவர் வந்து 'நானும் உள்ளே வரலாமா' என்று கேட்கிறார். இங்கே 'ஒருவர் படுக்கலாம்; இருவர் இருக்கலாம், மூவர் நிற்கலாம்' என்று அவரையும் சேர்த்துக்கொள்கின்றார். இன்னும் சற்றுநேரம் கழித்து, இந்த மூவருக்கும் நடுவில் நான்காவதாக ஒருவர் புகுந்துவிட்டார். இடநெருக்கடியினாலே திணறிய மூவரும் உள்ளே புகுந்த நான்காமவரை இருட்டிலே கண்டறிய முடியவில்லை. மூவரும் ஆளுக்கொரு பாசுரம் பாடிய 'மூவருமே முதலாழ்வார்கள்' எனப்படும் பொய்கையாழ்வார் பூதத்தாழ்வார், பேயாழ்வார் ஆகிய மூவரும் ஆவர்.

இக்கதையினை இழை இழையாகப் பிரித்துக் காணவேண்டும். அந்த இடைகழி முதலில் வந்த மூவருக்கும் உரிமையானதல்ல; வல்லடியாக உள்ளே புகுந்த நான்காமவருக்கும் உரிமையானதல்ல. கடைசியில் அந்த இடம் அவ்வூரின் உலகளந்த பெருமாளுக்கு உரிமையாயிற்று. இது எப்படி நியாயமாகும்?

வைணவம் இதை நியாயப்படுத்த ஒரு கதையினைக் கற்பித்தது. முன்னொரு காலத்தில் மாவலி என்ற மன்னன் உலகிலுள்ள நிலம் முழுவதும் தமக்கே சொந்தமென்று இறுமாப்புடன் வாழ்ந்து வந்தான். அவனது செருக்கை அடக்க நினைத்த பெருமாள், வாமனன் என்னும் குள்ள வடிவில் (பிராமணனாகி) சென்று, தவம் செய்வதற்கு மூன்றடி நிலம் வேண்டுமென்று கேட்டார். மாவலியும் தருவதற்கு உடன்பட்டான். உடனே வாமனனாக

வந்த திருமால், அந்தத் திருமேனியைக் காட்டினார். விண்ணளவு உயர்ந்த திருமேனியினால், தனக்கு வேண்டிய நிலத்தை எடுக்க முயன்றார். மாவலியின் நிலம் முழுவதையும் இரண்டடியால் அளந்து முடித்துவிட்டார். மூன்றாவது அடி நிலத்துக்காகத் தூக்கிய திருவடியை எங்கே வைப்பது என்று மாவலியைக் கேட்டார். அவன் 'என் தலைமீது வையுங்கள்' என்றான். அவன் தலைமீது வைத்து அழுத்தினார்; அவன் காணாமல் போனான். உலகம் முழுவதும் திருமாலுக்குச் சொந்தமாயிற்று. குள்ளப் பூதமாக நிலம் கேட்டுவிட்டு, விண்ணளவு உயர்ந்த திருமேனியினாலும் கால்களாலும் நிலத்தை அளப்பது எந்த வகையில் நியாயம்? இந்தத் திருவிக்கிரம அவதாரத்திற்கே உலகளந்த பெருமாள் எனப் பெயர்.

திருக்கோயிலூர் கோயில் கருவறையில் உலகளந்த பெருமாள் திருக்கோலம் அமைந்துள்ளது. தூக்கிய திருவடி, தரைக்கு மேலாகப் பத்தடி உயரத்தில் உள்ளது. இதே அளவுள்ள திருமேனியுடன் காஞ்சிபுரத்தில் உலகளந்த பெருமாள் திருக்கோயில்கள் இரண்டு உள்ளன.

பொதுவாகத் தமிழ்நாட்டில் திருமால் திருமேனிகள் நின்ற, இருந்த, கிடந்த கோலத்தில் மட்டுமே காணப்படும். விதிவிலக்காக, தொண்டை மண்டலத்தில் மட்டும் உலகளந்த பெருமாள் திருமேனிகள் காணப்படுகின்றன. இதனை அரசியல் வரலாற்றுப் பின்னணியில் நோக்கவேண்டும்.

கி.பி. ஆறாம் நூற்றாண்டளவில் தொண்டை மண்டலத்தைக் கைப்பற்றிய பல்லவர்கள், தமிழ் அரசமரபினர் அல்லர். வன்முறை யாலே நிலத்தைக் கைப்பற்றினாலும் அவர்கள் தமிழ் மக்களுக்கு 'வம்ப மன்னர்' மட்டுமே ஆவர். தங்களைப் பேரரச மரபினோடு பண்பாட்டு அளவில் இணைத்துக்கொள்ள, அவர்கள் திருமால் உலகளந்த கதையினைப் பயன்படுத்தினர். பல்லவர்களாக அறியப்பட்ட முதல் மன்னன் சிம்ம விஷ்ணு என்னும் வைணவப் பெயர் உடையவன் ஆவான்.

நிலத்தை அளக்கக்கூடிய அதிகாரம், அரசுக்கு மட்டுமே இன்றளவும் உண்டு. இந்த அதிகாரத்தை ஆண்டவனின் பெயரால், தங்களுக்கு உரியதாக ஆக்கிக்கொள்ளப் பல்லவ மன்னர்கள் திருமால் உலகளந்த கதையைப் பயன்படுத்தினர். இந்த அதிகாரப் பறிப்பைப் பண்பாட்டு அளவில், சமரசம் செய்துகொள்ளவே

திருக்கோவிலூர் இடைகழிக் கதை பிறந்தது. அடுத்தவர் நிலத்தை அபகரிக்கும் முயற்சி ஆண்டவன் பெயரால் செய்யப்பட்டது என்பதையே இடைகழிக் கதை விளக்குகிறது.

மாவலி கதையிலும் இடைகழிக் கதையிலும் அடுத்தவர் நிலம் அபகரிக்கப்பட்டது என்பதே இறுதி நிகழ்வாகும். இந்தப் பண்பாட்டு அடிப்படையில்தான் சமண, பௌத்த வழிபாட்டு இடங்களைப் பக்தி இயக்க எழுச்சியின்போது சைவ, வைணவ மதங்கள் பறித்துக்கொண்டன. இவ்வாறு பறிக்கப்பட்ட கோயில்களின் எண்ணிக்கை தமிழ்நாட்டில் மிகப்பலவாகும். திருக்கோவிலூர் கோயிலும் அந்த வரிசையில் ஒன்றாகச் சேர்கின்றது.

புதிய அரசு மரபினரான பல்லவர்கள் உலகளந்த கதையினைக் கொண்டாடினர். சேர, சோழ, பாண்டியர் ஆண்ட தமிழ்நாட்டின் பிற பகுதிகளில் இக்கதையும் திருமேனியும் கொண்டாடப்படவில்லை. எனவே நில அபகரிப்பானது, நாள்தோறும் செய்தியாகிற தமிழ்நாட்டில் இப்பண்பாட்டுப் பின்புலத்தையும் நாம் நோக்கவேண்டும்.

ஏக ஆதிபத்தியத்தின் வேர்கள்

தமிழ்ச்சாதிக்கு எழுத்துவழி அறியப்பட்ட வரலாறு 23 நூற்றாண்டுகளாக உள்ளது. கி. மு. 8ஆம் நூற்றாண்டைச் சேர்ந்ததாக அறியப்படும் 'ஆதிச்சநல்லூர் நாகரிகத்தில்' எழுத்துகள் வழங்கியதற்கான சான்றுகள் இதுவரை நமக்குக் கிடைக்கவில்லை. இந்த நெடிய வரலாற்றின் திருப்புமுனைகளை விரிவாகவும் ஆழமாகவும் நோக்கும்போது நமக்குச் சில பாடங்கள் கிடைக்கின்றன. நிகழ்காலத் தமிழன் தன்னுடைய எதிர்காலத்தை ஒழுங்குசெய்ய ஒருபோதும் இந்தப் பாடத்தைப் படிப்பதில்லை.

ஆனால் அறியப்பட்ட இந்த 23 நூற்றாண்டு வரலாற்றுக்குள் ளாகத் தமிழன் நிறையவே சாதனை நிகழ்த்தியுள்ளான். குறிப்பாகப் பண்டைத் தமிழன் இயற்கை வளங்களை நேர்மையாகவும் சரியாகவும் பயன்படுத்தியுள்ளான். தன்னுடைய கலை உணர்வு களுடன், தானே உருவாக்கிய தொழில்நுட்பத்தின் வாயிலாக அவன் படைத்த கலைக்கருவிகள் உலகின் எந்த இனத்திற்கும் குறைவானதல்ல. ஓர் எடுத்துக்காட்டைச் சொல்வதானால், இன்றளவும் காணக்கிடைக்கும் கல்நாயனங்கள் (நாதசுரங்கள்) உலகின் வன்மையான பொருளான கருங்கல்லையும் மென்மையான பொருளான இசையையும் ஒன்றுசேர்த்த விந்தையாகும். ஆயினும் வரலாற்றுக் கணக்கிலே ஐந்தொகை போட்டுப் பார்த்தால் தமிழனுக்கு நட்டக் கணக்குத்தான் மிஞ்சுகிறது. கிறித்துவுக்கு முன்னும்பின்னுமான இரண்டு நூற்றாண்டுகளில் தமிழ்நாட்டில் 'அரசு' என்னும் நிறுவனம் அரும்புகின்றது. இக்காலகட்டத்தில் தமிழ்நாட்டில் சேர, சோழ, பாண்டிய வேந்தர்கள் தோன்றி விட்டனர். இருப்பினும் தமிழகத்தின் எல்லாப் பகுதிகளும் இவர்களின் கைகளில் இல்லை. பெருவாரியான தமிழ் மக்கள் இனக்குழுத் தலைமையின் கீழும் குறுநிலத் தலைவர்களின் கீழுமே இருந்தனர். இந்த இனக்குழு வாழ்க்கையின் உயர்ந்த விழுமியங்களில், இயற்கையைத் தோழமை கொண்டதும் கூடிப் பகிர்ந்துண்டதும் குறிப்பிடத்தக்கனவாகும். எட்டுத்தொகை

நூலான நற்றிணையில் ஒரு பாடலின் கருத்து நம்மை வியக்கவும் சிந்திக்கவும் வைக்கிறது.

தலைவன், முற்றத்தில் நிற்கும் தலைவியை நெருங்குகிறான். தலைவி நாணுகிறாள். அதற்கான காரணத்தையும் கூறுகிறாள்: "தலைவனே! எனக்கு வெட்கமாக இருக்கிறது, ஏன் தெரியுமா? நீ என்னைத் தழுவ முற்படுகின்ற இந்த இடத்திற்கு நிழல்தரும் புன்னைமரம், என்னுடைய தமக்கை. உடன்பிறந்தவள் முன்னிலையில் யாராவது தன் காதலனைத் தழுவுவார்களா? சின்ன வயதிலே என் அன்னை, புன்னைக்காயை மண்ணில் மறைத்துவைத்து விளையாடுவாளாம். ஒருநாள், புதைத்த புன்னைக்காயைக் காணவில்லை. அந்த இடத்தில் நெய்யையும் பாலையும் அவள் ஊற்றி வளர்த்தாளாம். என் அன்னை எனக்குச் சொன்னாள். அதுதான் இந்த மரம். ஆகவே இம்மரம் என் அன்னைக்கு முதல் பிள்ளை; எனக்கு அக்காள்! மூத்தவள் பார்த்திருக்க இளையவள் காதலனுடன் சிரித்திருக்கலாமா? எனக்கு வெட்கமாய் இருக்கிறது."

> விளையாடு ஆயமொடு வெண்மணல் அழுத்தி
> மறந்தனம் துறந்த காழ்முளை அகைய
> நெய்பெய் தீம்பால் பெய்தினிது வளர்த்தது
> நும்மினும் சிறந்தது நுவ்வை ஆகும் என்று
> அன்னை கூறினள், புன்னையது நலனே
> அம்ம! நாணுதும் நும்மோடு நகையே - நற்றிணை 172

இப்பாடல் நமக்குச் சொல்லும் செய்தியாவது, நாள்தோறும் பார்க்கின்ற மரம், செடி, கொடிகளும் பிற உயிரினங்களும் இரத்த உறவினரைப்போல மக்களால் கருதப்பட்டன என்பதாகும். இம்மாறாத விழுமியங்களே 'அறம்' எனக் கூறப்பட்டது. காலத்திற்கேற்பவும் அதிகாரத்திற்கேற்பவும் மாறிவரும் ஆரிய 'தர்மக் கோட்பாடு' இவர்களிடம் இல்லை. இந்த அறத்தின் அடிப்படையில் இவர்களது தெய்வ நம்பிக்கை இருந்தது. பிறப்புவழியிலான உயிர்ச் சமத்துவத்தைக் குலைக்கவில்லை.

வெளியில் இருந்துவந்து இச்சமூகத்தை முதலில் பாதித்த கருத்தியல்கள் சமணமும் பவுத்தமும் ஆகும். ஆரிய வருணக் கோட்பாட்டிற்கு எதிராகப் பிறந்த இந்த மெய்யியல்கள், தமிழகத்திற்கு ஆரியர்களின் வருகைக்கு முன்னரே தமிழ்நாட்டைத் தொட்டிருந்தன. அவர்களை வடநாட்டிலிருந்து பின்தொடர்ந்து

தாக்கிவந்த 'வைதிகம்' தமிழ்நாட்டில் உருவாகிக்கொண்டிருந்த அதிகாரத்திற்கு அருகில் வந்து நின்றது. சமண, பவுத்தங்கள் வணிகப் பெருவழிகளிலும் சிற்றூர்களிலும் கால்கொண்டிருந்தன. வைதிக மதம் தமிழக நகரங்களில், அரசு அதிகாரத்திற்கு அருகில் அமர்ந்தது. தமிழ் வேந்தர்கள் மக்களைத் தரப்படுத்தும் வைதிகத்தின் முன்பு மண்டியிட்டனர்.

'அரசனே! உனது தலை வேதம் ஓதுவார் முன் தாழ்வாகட்டும்' என்னும் பொருள்பட,

இறைஞ்சுக பெரும நின் சென்னி சிறந்த
நான்மறை முனிவர் ஏந்துகை எதிரே
என்னும் புறநானூற்றுப் பாடல் (புறம்: 6) அமைந்துள்ளது.
இதைப்போல மற்றொரு பாடலில்,
... நின் முன்னோர் எல்லாம்
பார்ப்பார் நோவன செய்யார் (புறம்: 43)

என்று வட்டாட்டத்தில் கரவான வேலைசெய்து சோழ மன்னனிடம் வட்டுக்காயம்பட்ட பார்ப்பனப் புலவர் ஒருவர் பாடுகிறார். சங்க இலக்கியக்காலப் பார்ப்பனர்கள் கோயில் பூசாரிகள் அல்லர். அவர்கள் வேதம் என்னும் எழுதாச் சொல்லையே (மனப்பாடம் செய்யப்பட்ட வேத சூத்திரங்களையே) கடவுள் போலக் கொண்டவர்கள். அவர்களுக்கு உருவ வழிபாடு ஏற்புடையதன்று. ஏனென்றால் மனிதர்களைப்போல உணர்வும் இயக்கமும் உடைய கடவுளை அவர்கள் ஏற்றுக்கொள்வதில்லை. இன்று வரையும் வேதத்தையே கடவுள்போல (கடவுளாக அல்ல) ஸ்மார்த்தப் பிராமணர்கள் கொள்கின்றனர். அதாவது 'ஸ்மிருதி' எனப்படும் வேதநூற்பாக்களையே இவர்கள் கடவுளாகக் கொண்டாடுகின்றனர். இவர்களுக்கு மாறாக சிவப் பிராமணர்களும் வைணவப் பிராமணர்களும், கையும் காலும் கண்ணும் உடம்பும் கொண்ட கடவுள்களைக் கொண்டாடுகின்றனர். கோயில்கள் தனி நிறுவனமானபோது சிறுகோயில்களான ஓரறைக் கோயில் திறவுகோலும் நீர்க் குடங்களும் பூசாரிகளான பார்ப்பனர்களிடமே இருந்தன. 'குட கொண்டு கோயில் புகுவார்', 'குடமும் குச்சியும் கொண்டு' எனவரும் கல்வெட்டுச் செய்திகள் இதை உறுதி செய்கின்றன. உறுதியாக இவர்கள் வேதப் பார்ப்பனர்கள் அல்லர். ஆனால் கெட்டகாலமாக, பக்தி இயக்கக் காலத்தில்கூட

பல்லவர்களும் பாண்டியர்களும் ஸ்மார்த்தப் பிராமாணர்களுக்கே மரியாதை கொடுக்கத் தொடங்கினர். அரசுகளின் எழுச்சியோடு பக்தி இயக்க எழுச்சியாகப் பெருங்கோயில்களும் பெருகத் தொடங்கின. தேவதானம் என்பது கோயில்சார்ந்த சைவ, வைணவப் பிராமணர்களுக்குக் கொடுத்த தானங்களைக் குறித்த சொல்லாகும். இவர்களுக்குக் கொடுத்த தானங்களைவிட தமிழ்வேந்தர்கள் 'பிரம்மதேய விருத்தி' என்ற பெயரில் வேதம் ஓதும் பார்ப்பனர்களுக்கே ஆன்மீக மரியாதை கொடுத்தார்கள். வளமிக்க நன்செய் நிலங்களை மற்றவர்களிடமிருந்து பறித்து வேதம் ஓதுபவர்களுக்குக் கொடுத்தனர். இதுகுறித்த செப்பேடுகளும் கல்வெட்டுகளும் 'பொதுநீக்கி' என்ற சொல்லோடு அமைந்துள்ளன. அதாவது, மற்றவர்களுக்குள்ள உரிமையை நீக்கிவிட்டு அரசன் இவர்களுக்கு அவ்வுரிமையைக் கொடுத்துள்ளான்.

இக்காலத்திய அரசுகளின் வளர்ச்சி நிலவுரிமையின் அடிப் படையிலானது. பழைய நன்செய் நிலங்களும் புதிய கால்வாய் களால் உருவாக்கப்பட்ட புதிய நன்செய் நிலங்களும் பார்ப்பனர், வேளாளர் கூட்டணியின் கைகளுக்கு மாறின. இதனால் அரசதி காரம் என்பது, தமிழ்நாட்டில் வேளாளர்களின் நில உரிமையோடு, பார்ப்பனர்களின் ஆன்மீக அதிகாரத்தின் மீதும் அமைந்தது.

ஏன் இந்த ஒற்றை ஆன்மீகக் கருத்தை மன்னர்கள் ஆதரித்தனர்?

நாட்டார் மரபு சார்ந்த பல்வேறு தெய்வங்கள் என்ற பன்முகத்தன்மையை நிராகரித்து, 'ஒரே கடவுள்' என்ற கோட்பாடு மன்னனுக்குப் பிடித்தது. ஏனெனில், பல தலைவர்கள் என்பது மறுக்கப்பட்டு ஒரே அரசன் என்பது அவர்களுக்குத் தேவை. வேறுவகையில் சொல்வதானால், ஏக ஆதிபத்தியம் என்பதை ஆதரிக்கும் கருத்தியலாக வைதிகம் இருந்ததால் அதை மன்னர்கள் போற்றிப் புரந்தார்கள்.

ஒப்புரவு 1: முதுவேனில்

உலகமயமாக்கல் பின்னணியில் பண்பாடும் வாசிப்பும்

'பேசுகின்ற இடம் மதுரை; பேசப்படுகின்ற விசயம் புத்தகம். எனக்குக் கொஞ்சம் பயமாகத்தான் இருக்கிறது. ஏனென்றால், தமிழ்நாட்டில் எந்த ஊரில் அதிகமாகப் புத்தகங்கள் தோன்றின என்றால் மதுரையில்தான் அதிகப் புத்தகங்கள் தோன்றியுள்ளன. 'கலித்தொகை' என்னும் செவ்விலக்கியம் 'பாண்டியநாட்டு' இலக்கியம் என்றே அழைக்கப்படுகிறது. 'பரிபாடல்' என்ற செவ்விலக்கியத்துக்குப் பெயரே மதுரை இலக்கியம். அப்பேற்பட்ட ஊரிலே நின்று பேசுகிறேன் என்ற உணர்வு எனக்குத் தன்னியல்பாகவே உண்டு. இந்த ஊரின் நீரும் நெருப்பும்கூடத் தமிழ்ச்சுவை அறியும் என்கிறது ஒரு நூல்.

'உலகமயமாக்கல் பின்னணியில் பண்பாடும் வாசிப்பும்' என்னும் தலைப்பைக் கொடுத்திருக்கிறார்கள். புத்தகங்கள் என்பன வெறும் தாளும் மையும் மட்டுமல்ல. அதற்குள் எழுதியவனின் ஆன்மா இருக்கிறது. ஒரு செடியில் வேருக்கும் விழுதுக்கும் உள்ள தொடர்பு போன்றது புத்தகங்களுக்கும் வாசிப்பவனுக்குமுள்ள தொடர்பு.

புத்தகங்களின் மீது சமூகம் நடந்து போகிறது; நடந்துபோவது என்றால் எழுதியவனின் மனநிலையை நாம் உணர்ந்துகொள்வது. எனக்கு, இங்குவந்து பார்த்ததும் மகிழ்ச்சியாக இருந்தது. சில ஊர்களில் சந்தை என்று போட்டிருப்பார்கள்; இங்கு புத்தகத் திருவிழா என்று போட்டிருக்கிறார்கள். திருவிழா என்பது கொண்டாடப்பட வேண்டியது. அதேபோல் புத்தகங்களும் கொண்டாடப்பட வேண்டியவை.

உலகமயமாக்கல் என்ற சொல்லே எனக்குப் புரியவில்லை. உலகை எப்படி உலகமயமாக்குவது? மதுரையை எப்படி மதுரை மயமாக்குவது? மதுரையை வண்ணமயமாக்க வேண்டும், ஒளிமயமாக்க வேண்டும் என்று சொல்லுங்கள்; புரிகிறது! ஆனால் உலகமயமாக்கம் என்ற சொல் நமக்குப் புரியவில்லை. நம் ஆட்சியாளர்கள் நமக்கு அளித்த நன்கொடை இது. இவர்கள் ஏதோ சொல்லவருகிறார்கள். அதில் ஒரு நுண் அரசியல் இருக்கிறது; நான் கட்சி அரசியலைச் சொல்லவில்லை.

உலகமயமாக்குவது என்றால் உலகையே சந்தையாக மாற்றுவது. உலகிலே சந்தை மட்டும் இருந்தால் போதுமா? இம்மதுரையிலே சந்தையும் இருக்கும்; தமுக்கமும் இருக்கும்; மீனாட்சி கோயிலும் இருக்கும்; மனநோயாளிகளுக்கான மருத்துவ மனையும் இருக்கும்; சந்தையில் ஐந்து வயது சிறுவர், சிறுமி களுக்கு இடம் இருக்க முடியுமா அல்லது கம்பு ஊன்றி நடக்கும் வயதானவர்களுக்கு இடம் இருக்குமா? வயதானவரைத் தெருவில் பார்த்தால் ஒதுங்கி நடப்போம். ஆனால் சந்தையில் "சந்தையில இடிக்கிறதெல்லாம் சகஜம்" என்று போய்விடுவார்கள். பாக்கெட்டில் பணமில்லாதவனுக்குச் சந்தையில் இடமிருக்குமா? கன்னிப் பெண்களுக்கு அங்கு இடமிருக்குமா?

சந்தை என்பது வாங்குவதற்கான இடமே தவிர, அங்கு மனித உறவுகள் மலராது. சிறைச்சாலைகளில் மனித உறவுகள் மலரும். மருத்துவமனைகளில்கூட மனித உறவுகள் மலரும். நான் ஒரு மாதம் மருத்துவமனையில் இருந்தேன். பக்கத்து அறையில் இருந்தவர் களெல்லாம் நண்பர்கள் ஆகிவிட்டார்கள். ஆனால் சந்தையில் "அஞ்சால் விற்றால் லாபம் என்றால், அஞ்சால் விற்போம். நஞ்சை விற்றால் லாபம் என்றால், நஞ்சை விற்போம்." இது சந்தையின் தன்மை.

உலகமயமாக்கலை இடதுசாரிகள் எதிர்க்கிறார்கள்; அறிஞர்கள் எதிர்க்கிறார்கள். என்னைப் போன்ற பண்பாட்டு ஆய்வாளர்களும் எதிர்க்கிறோம். ஏனென்றால் இது ஒரு பண்பாட்டுப் படையெடுப்பு. நமது பண்பாட்டைக் குலைப்பதற்கான முயற்சி. இதைப் பண்பாட்டுத் தாக்குதல் என்றும் கூறலாம்.

பண்பாடு என்பது பொருள் உற்பத்தியில் தொடங்குகிறது. ஒரு குழந்தை, இலையில் தனக்கான பீப்பீயைச் செய்துகொள்கிறது.

தனக்கான வண்டியைச் செய்துகொள்கிறது. தனக்கான காகிதப் பயைச் செய்துகொள்கிறது. இப்படி தனக்காகச் செய்துகொள்கிற போது கலாச்சாரம் பிறக்கிறது. பொருள் உற்பத்தியில்தான் உறவுகள் மலரும். பொருள்உற்பத்தி செய்கிறபோது மனிதன் கலாச்சாரம் உடையவன் ஆகிறான்; அது வாடுகிறபோது கலாச்சாரமும் செத்துப் போய்விடுகிறது. உலகமயமாக்கம் என்ற பெயரில் இவர்கள் உலகையே சந்தையாக்க முயல்கிறார்கள். சந்தையில் எதை விற்றால் லாபம் கிடைக்கும் என்பதைத்தான் பார்ப்பார்கள்; அங்கு மனிதர்களின் உணர்வுகளுக்கு இடமிருக்காது.

மரபுவழியான அறிவுச்செல்வத்தைத் திட்டமிட்டுக் கொள்ளை யடிப்பது உலகமயமாக்கம். இதை மார்க்ஸ் 'தொகுக்கப்படாத விஞ்ஞானம்' என்றார். நம்முடைய பாரம்பரிய மருத்துவ அறிவு களைக் கொள்ளையடிப்பது உலகமயமாக்கம். கால்ல புண்ணு வந்தா மஞ்சளையும் வெங்காயத்தையும் அரைச்சுப் போடுவோம். இனி ஏதாவது ப்ரெஞ்ச் கம்பெனியோ கனடா கம்பெனியோ மஞ் சள், வெங்காயத்தையெல்லாம் நான்தான் கண்டுபிடிச்சேன்னு காப்பிரைட் வாங்கி வச்சுக்கிருவான். அப்புறம் வெங்காயம், மஞ்சள் பயன்படுத்த நாம் அவனிடம் அனுமதி கேட்கணும்; பணம் கட்டணும். இப்படி மரபுரீதியான அறிவுச் செல்வத்தைத் திட்டமிட்டே கொள்ளையடிக்கிறார்கள். அறிவு என்பது 19ஆம் நூற்றாண்டு இங்கிலாந்துத் தொழிற்புரட்சியில் கண்டுபிடிக்கப் பட்டதல்ல. நமக்கு அறிவுபற்றிய சரியான பார்வை இல்லை.

பி.எஸ்சி இரசாயனம் படிக்கும் மாணவனைப் பார்த்து இரசாயனம் எப்போது கண்டுபிடிக்கப்பட்டது எனக் கேட்டேன்; அவனுக்குத் தெரியவில்லை. கற்றுக் கொடுத்தால்தானே அவன் சொல்வான்?! மனிதன் வேட்டையாடிய நாளில் உணவு மீதப்படும் போது டிஹைட்ரேட் ஆகிறது. அதனை நாளையும் பயன்படுத் தலாம் என்பது இரசாயனமாகும். அதனை இன்னும் கொஞ்சநாள் பயன்படுத்தலாம் என்று உப்பைச் சேர்க்கும்போதே இரசாயனம் வளரத்தொடங்கியது.

மனிதகுல வரலாறு தெரியாத கல்விமுறையில் வளரும் இன்றைய தலைமுறையில் பண்பாடு பற்றிப் பேசுவதெல்லாம் பைத்தியக்காரத்தனம். உலகமயமாக்கம் என்று சொல்லிச் சொல்லியே நம்மை ஏமாற்றிக்கொண்டிருக்கிறார்கள்.

'ஒன்றே குலம், ஒருவனே தேவன்' என்று கேட்கும்போது மகிழ்ச்சியாக இருக்கும். அதை ஒரு தலைவர் சொன்னபோது ஊரே திரண்டது. 'ஒன்றே குலம், ஒருவனே தேவன்' என்று சொன்னால் சைவர்களுக்கு மகிழ்ச்சியாக இருக்கும். இது திருமூலரின் திருமந்திரம். 'ஒன்றே குலம், ஒருவனே தேவன், அவன்தான் இராமன்' என்னும்போதுதான் பிரச்சனை வெடிக்கிறது. எல்லா பிரம்மாண்டங்களும் மனித விரோதமானவை. ஜனங்களின் வாழ்வுக்கு பிரம்மாண்டம் தேவையில்லை. பிரம்மாண்டங்களுக்கு எதிரான கலாச்சாரத்தை நாம் உருவாக்க வேண்டும். 60 மாடி, 70 மாடின்னு கட்டடம் கட்டுகின்றபோதுதானே பின்லேடன் வர்றான். உலகின் அறிவுச் செல்வங்களைக் கொள்ளையடிக்க உலகமயமாக்கம் பயன்படுகின்றது. ஆப்பிரிக்காவிலுள்ள காடுகளிலும் கடற்கரையோரங்களிலும் இருந்த தாதுக்களைக் கண்டு பிடித்துக் கொள்ளையடிக்கிறாங்களே, அதுதான் இன்பஃர்மேசன் டெக்னாலஜி. எதற்கும் பயன்படாத தேரிக்காடு. அங்கே கல்லு முள்ளும் ஓணானும் குடிகொண்டு இருக்கும். அங்கே தோரியம் இருக்குன்னு சொல்றானே, அது இன்பஃர்மேசன். அங்கே பெரிய கம்பெனிக்காரன் வர்றானே, அது உலகமயமாக்கம்.

எல்லா இடத்திலும் கையவச்சுட்டு இப்ப சமையலுக்குள்ளயே வந்து கைய வச்சுட்டாங்க. பீட்ஸான்னு ஒரு இத இப்ப திங்கக் கொடுக்கிறாங்க. அதுல என்னா இருக்குன்னு நமக்குத் தெரியுமா? நம்ம வீட்ல செய்த பண்டத்துல என்னா இருக்குன்னு நமக்குத் தெரியும். "உணவெனப்படுவது நிலத்தொடு நீரே". நம்ம உணவுச் செல்வங்களை இன்னொருத்தன் கொள்ளையடிக்கிறானே, அது உலகமயமாக்கம். நிலத்தையும் உணவையும்கூடக் காக்க முடியாத சமுதாயம் வாழ்வதற்கு லாயக்கில்லாதது. திருமலைநாயக்கர் மகாலும் மீனாட்சியம்மன் கோயிலும் மட்டும் நமது முன்னோர்கள் சேர்த்துவைத்த சொத்து அல்ல. தூயநீரும் காற்றும் நமது சொத்தில்லையா? எதை வேண்டுமானாலும் விற்கலாம் என்பது உலகமயமாக்கம்; விற்கமுடியாத பொருள் மனிதனிடம் இருக்கிறது.

நாம் இங்கு திருவள்ளுவரையே விற்றுக்கொண்டிருக்கிறோம். திருவள்ளுவர் "எற்றுக்குரியர் கயவர்" என்கிறார். திருக்குறளுக்கு உயிர் இருக்கிறது. அதை எழுதியவனுக்குச் சாவு இல்லை என்கிறோம். வடநாட்டில் வியாசர் மகாபாரதத்தைச் சொல்ல, அதை

விநாயகர் தன் கொம்பை உடைத்து எழுதியதாக மரபு இருக்கிறது. ஆனால், இதைவிட சீரிய மரபு தென்னாட்டில் இருக்கிறது. விநாயகருடைய அப்பா சிவனே திருவாசகம் எழுதியதாகக் கூறப்படுகிறது. திருவாசகம் காணாமல் போய் அனைவரும் தேடுகிறார்கள்; காணவில்லை. ஒரு புத்தகத்தைக் காணாமல் ஆக்குவது தேசத்துரோகம்; அதைத் தொலைத்தவர்களுக்குத்தான் தெரியும். திருவாசகம், இறுதியில் சிதம்பரத்தில் இருந்தது; சிவபெருமான் கையிலே இருந்தது. சிவபெருமானிடம் கேட்டால் 'இது என் பெர்சனல் காப்பி' என்கிறார். என்னவென்றால், அந்தப் புத்தகத்தில் திருவாதவூர் மாணிக்கவாசகன் சொல்ல, உடையார் திருச்சிற்றம்பலமுடையார் எழுத்து என்று அதில் இருக்கிறது. இதை ஏன் சிவன் வைத்திருந்தார் எனப் பின்னால் வந்த அறிவியலாளர், தத்துவப் பேராசிரியர் சுந்தரம் பிள்ளை சொல்கிறார், "உலகைப் படைத்துக் காத்து, அழித்து, பிறகு மீண்டும் உலகைப் படைக்கும்முன் உள்ள ஒரு லஞ்ச் பிரேக்கில் படிக்க ஒரு புத்தகம் வேண்டும் அல்லவா? அதற்கு போரடிக்காமல் இருக்க சிவன் திருவாசகத்தை வைத்திருந்தார்" எனக் கூறுகின்றார் தன் மனோன்மணியத்தில். இவ்வாறு கடவுளே ஸ்க்ரைப்பாக இருந்திருக்கிறார் நம் நாட்டில்.

ஒன்றைத் திட்டமிட்டே பழசாக்குவது உலகமயமாக்கம். இந்த வருடம் இருசக்கர வாகனம் ஒன்றை வாங்கினால், அடுத்த வருடம் ஒரு சின்ன மாற்றத்துடன் புதிதாக ஒன்று வரும். இப்படித் திட்டமிட்டுப் பழசாக்கி அடுத்த பொருளை விற்பது உலக மயமாக்கம். எல்லாவற்றையும் சந்தைப்படுத்திக் கொண்டிருக்கும் போது, நாம் இந்த ஏமாளிகளிடம் பண்பாடுபற்றிப் பேசுவது முட்டாள்தனம். பண்பாடுபற்றிப் பேசுவதே நாம் ஏமாளித்தனத்தி லிருந்து விடுதலை பெறவேண்டும் என்பதற்காகத்தான்.

உலகமயமாக்கம் எழுத்து உலகத்தில் என்ன மாற்றம் ஏற்படுத்தியிருக்கிறது எனப் பார்ப்போம். சென்னை புத்தகத் திருவிழாவில் 10 இலட்சம் புத்தகம் விற்றுள்ளது எனச் சொன்னார்கள். மகிழ்ச்சி! மனிதன் வாசிக்கத் தொடங்கிவிட்டான். வாசிக்கும் மனிதன் யோசிக்கிறான். சமூகம் மாற்றம் அடையத் தொடங்கியதா எனப் பார்த்தால் மாற்றம் ஏதுமில்லை. ஏனென் றால், பாதிக்குப் பாதி வாஸ்து புத்தகங்கள் விற்றுள்ளன. இங்கு

இப்பொழுது விற்கும் புத்தகங்களைவிட பல மடங்கு குருப் பெயர்ச்சி பலன் புத்தகம் விற்றிருக்கும். குருவே வருசம் வருசம் இடம் பெயருகின்றார் என்றால் நீ உன் சிந்தனையில் இடம்பெயரக் கூடாதா?

மாறுதல் ஒன்றே மாறாதது; 15 வருசமா அப்படியே இருக்கீங் கன்னு சொன்னால், அது உண்மையில்லை; முடி லேசா நரைச் சிருக்கும்; வழுக்கை கூடியிருக்கணும். அப்படியே எதுவும் இருக்க முடியாது. மாற்றங்களை உருவாக்குபவை புத்தகங்கள். மக்சிம் கார்க்கியுடைய 'தாய்' காவியம் போன்ற புத்தகங்கள் மக்களிடம் மாற்றத்தை ஏற்படுத்தியவை. அறிந்தும் அறியாமலும் படித்த புத்தகங்கள் நமக்குள் மாற்றம் ஏற்பட உதவுகின்றன. அதென்ன அறியாமல் படித்த புத்தகம்? கொல்லைப்பக்கம் போட்ட தக்காளி திடீர்ன்னு செடியா முளைப்பதுபோல நாம் தெரியாமல் இப்படி வாசித்த புத்தகங்கள்தான் அறியாமல் படித்த புத்தகங்கள்.

மனித மனத்தில் விழும் விதைகள் முளைக்கத் தவறுவதே இல்லை. நான் எங்க ஊர் மாவட்ட நூலகத்தில் ஏழாம் வகுப்புப் படிக்கும்போது ஒரு புத்தகம் எடுத்தேன். அது சரித்திரத்தை மாற்றிய 'அங்கிள் டாம்' புத்தகம் என்று தெரியாமல் அதன் குழந்தைப் பதிப்பின் தலைப்பைப் பார்த்து எடுத்தேன். தாமு மாமாவின் கதை. இந்தப் புத்தகத்தை இப்பொழுது காணவே முடியவில்லை. நாம் அடிமையாகவே இருக்கச் சம்மதித்துவிட்டோம் என்பதை இது காட்டுகிறது. "பிறப்பொக்கும் எல்லா உயிர்க்கும்" என்ற வள்ளுவரின் வரியைப் படிக்கும்போது, அங்கிள் டாம் புத்தகம் ஞாபகம் வரும். மேல்மண், கீழ்மண் ஆவதும் கீழ்மண் மேல்மண் ஆவதும் வரலாறு. ஒரு புத்தகம் எப்பொழுதும் புரட்சியை ஏற்படுத்திக்கொண்டே இருக்கிறது.

இப்பொழுது சிலர் தினமும் ஒரு புத்தகம் எழுதுகிறார்கள். என்ன செய்யிறது? பிறப்பொக்கும் எல்லா உ யிர்க்கும் என ஒரே வரியில் அப்போதிருந்த சாதிக்கோட்பாடுகளை உடைத்த வள்ளுவரிடம் இருந்த கலகக்குரலை விடவா இனி எழுத முடியும்? எழுத்துல எதிர்ப்பு இருக்கலாம்; கலகக்குரலாய் எழுதலாம்; ஆனால் வெறுப்பு இருக்கக் கூடாது. இப்போது எழுதும் சிலரின் எழுத்தை வாசித்தால் வெறுப்புதான் முழுமையாய் வெளிப்படும். கோவம் வரலைன்னா அவன் மனுசனே இல்ல. கடவுள் இருக்காரா,

இல்லையான்னு எழுதலாம்; பேசலாம். எதிர்ப்பை வெளிப் படுத்துவது தவறல்ல. வெறுப்பு என்பது இரு காரணங்களினால் வெளிப்படுவது. ஒன்று இயலாமை; மற்றொன்று பொறாமை. இதற்கு மருந்தே கிடையாது.

எதை வேண்டுமானாலும் எழுதலாம். யாரைப் பற்றி வேண்டு மானாலும் எழுதலாம் என்ற தைரியத்தை இவர்களுக்கு யார் கொடுத்தது? உலகமயமாக்கம் எல்லாவற்றையும் சந்தைப்படுத்த முயல்கிறது. என்னிடம் வந்த இளங்கவிஞர், மழைபற்றிய கவிதைத் தொகுப்புக்குத் தலைப்புக் கேட்டார். "தீங்கின்றி நாடெல்லாம்" என்று சொன்னேன். மழையைப் பார்த்தால் ஒவ்வொரு சமயமும் ஒரு வித்தியாசம் காட்டும். ஓரிசா வெள்ளத்தைப் பார்த்தால் தெரியும் "தீங்கின்றி நாடெல்லாம் திங்கள் மும்மாரி" என்னும் வரி. அதைப்போலத் தண்ணீர் இல்லாம தவிக்கிறப்ப தெரியும் "நீரின்றி அமையாது" என்னும் வரி.

வாசிப்பதன்மூலம் யோசிக்கிறான். யோசிப்பதன்மூலம் சமூக மாற்றத்தை ஏற்படுத்துகிறான். உலகமயமாக்கலில் எல்லா வற்றையும் சந்தைப்படுத்துகிறோம். திருக்குறளை மட்டுமல்ல; திருவள்ளுவரையே சந்தைப்படுத்துகிறோம். இன்று எல்லா வற்றையும் விற்கத் தொடங்கிவிட்டோம். நுகர்வுக் கலாச்சாரம் ரொம்பப் பெருகிவிட்டது. முன்பெல்லாம் வீட்டில் ஒரு சோப்பு இருந்தது. இப்ப ஆறு பேர் இருக்கிற வீட்ல ஏழு சோப்பு இருக்குது. வெளிநாட்டுக் கம்பெனியெல்லாம் 'ஒனக்கு ஒன்னும் தெரியாது நான் குடுக்கிறேன்; இத சாப்புடு'ன்னு சொல்றான். அதுவும் நம்ம மதுரைல சொல்லலாமாங்க? தினம் ஒரு கண்டுபிடிப்பை, கண்டு புடிக்கிற ஊரு, போண்டாக்குள்ள முட்டைய வைச்சு கண்டுபுடிச்ச ஊரு. கென்டகி சிக்கன்னு ஒரு கம்பெனி; நான் கோழிக்கறி தர்றேன். அதை சமைன்னு சொல்றான். நம்ம ஊருல, நம்ம பொண்ணுகளுக்குக் கோழிக்கறி சமைக்கத் தெரியாதா?

மருத்துவம் சம்பந்தமான அறிவுச் செல்வங்களைத் திட்ட மிட்டுப் பன்னாட்டு கம்பெனிகள் கொள்ளையடிக்கின்றன. இதற்காகவே ஆராய்ச்சி பண்ண ரொம்பப் பேர் இங்கு வந்திருக் காங்க. இதற்கெல்லாம் பன்னாட்டு நிறுவனங்கள் பணம் கொடுக்கின்றன.

உலகமயமாக்கம், என்ற சொல்லிலேயே நாம் ஏமாந்து போகிறோம். 'மெய்ப்பொருள் காண்பது அறிவு'. யார் என்ன சொன்னாலும் இந்த நுகர்வுக் கலாச்சாரத்திலிருந்து நாம் விடுபட வேண்டும். இப்ப கடன் திருவிழா, லோன் மேளா எல்லாம் நடத்துறாங்க. இந்தத் திருவிழாவிற்கு எப்ப கொடி ஏத்துவாங்க, எப்ப இறக்குவாங்கன்னு தெரியல. எந்த நாடும் உலக வங்கியிடம் வாங்கிய கடனைத் திருப்பிக் கொடுத்ததாக வரலாறு இல்லை.

'மாற்ற முடியாதது எதுவோ அது அறம். மாற்றம் வந்தாலும் அதிக மாறுதல்

வராதது பண்பாடு'. உலகமயமாக்கல் என்ற ஆரவாரத்திற்கு ஏமாந்து போகிறோம். நாம் தினமும் பங்குச் சந்தை பார்க்கிறோம். எனக்கு என்னவென்றே புரியவில்லை. இப்பதான் தெரிந்தது; அது இரண்டு சதவீத மக்களுக்கான செய்தியென்று. நாம் பிரம்மாண் டங்களுக்கு எதிரான கலாச்சாரத்தை உண்டு பண்ணவேண்டும். நாயகம் ஜனங்களின் நாயகமாக இருந்தால், அது ஊடகங்களின் நாயகமாக இருக்க முடியாது. ஒருநாள் அறிஞனை முட்டாளாகக் காட்டும்.

பண்பாடு பற்றியெல்லாம் வாசிக்கிறவங்க குறைவு. இதப்பத்தி யோசிக்கிறவங்க ரொம்பக் குறைவு; பேசுறவங்க குறைவு; எழுதுறவங்க ரொம்பக் குறைவு. எனக்கு ஒரு இங்கிலீஸ் படம் ஞாபகத்துக்கு வருது. ஆண்டவர் கொடுத்த பல கட்டளைகளை மோசஸ் தொலைத்துவிட்டு, கடைசியாக உள்ளவற்றைத்தான் கடவுள் கொடுத்தார் எனச் சாதிப்பார். அது போல, நாம் எதை இழந்தோம் என்பதைக்கூட மறந்துவிட்டோம். "இழந்தோம் என்பதைவிட, இழக்கப்படுகிறோம் என்ற உணர்வே இல்லாமல் இருக்கிறோம்" என வருத்தப்படுகிறார் ஆழ்வார். இதை பாரதி "கஞ்சி குடிப்பதற்கிலார், அதன் காரணங்கள் இவையென்றும் அறிவுமிலார்" என்கிறார். நாம் எப்போதும் மேற்கேதான் பார்ப்போம். கிழக்கே சீனா, ஜப்பானையெல்லாம் பார்க்க மாட்டோம். எத்தனை பேருக்கு ஹோரட்டிஸ் என்ற அறிஞரைத் தெரியும்?

இறுதியாக, வாசிப்பு என்பது யோசிப்பைத் தரும். யோசிப் பதன்மூலம் சமூக மாற்றம் ஏற்படுத்த வேண்டும். நாம் யோசிப்

பதன்மூலம் ஜனங்களின் நிலையை மாற்றவேண்டும். பாரம் பரியமான அறிவுச்செல்வத்தை தக்கவைத்துக்கொள்ளப் போராட வேண்டும். எதையும் விற்கலாம், ஒன்றைத் திட்டமிட்டுப் பழசாக்கிப் புதியதைச் சந்தைப்படுத்தலாம் என்பது போன்ற பிரம்மாண்டங்களுக்கு எதிராகச் சிந்திக்கும் கலகக்குரல் நமக்கு வேண்டும். பண்பாடு என்பதைப் பற்றிய விழிப்புணர்வு நமக்கு வேண்டும். நன்றி"

பதிவு செய்தவர்: சித்திர வீதிக்காரன்

(மதுரை மூன்றாவது புத்தகத் திருவிழாவில் ஆற்றிய உரை)

டங்கல் என்னும் நயவஞ்சகம்

நினைக்க நினைக்க வியப்பாக இருக்கிறது. நாற்பது ஆண்டுக் காலத்திற்குப்பின் என்ன நடக்குமோ அதை, அப்படியே முன்கூட்டிச் சொல்லவல்லவர்களைச் சித்தர்கள், முனிவர்கள், நடமாடும் தெய்வங்கள் என்றெல்லாம் சொல்வது உலக வழக்கம். ஆனால் உண்மையில் அப்படிச் சொன்னவர் யார் தெரியுமா? இந்த நடமாடும் தெய்வங்களையும் இதய தெய்வங்களையும் எதிர்த்துப் பெரும்போர் தொடுத்த 'நம் அண்ணாதான்.'

நம் சிந்தை, உடல் அணு ஒவ்வொன்றும் சிலிர்த்துப்போகச் செய்த அவரது 'தீர்க்கதரிசன'த்தை நாம் தெரிந்துகொள்ள வேண்டும்.

நாற்பது ஆண்டுக் காலத்திற்குமுன் அண்ணா ஒரு நாடகம் எழுதியிருக்கிறார். இந்தியாவில் அப்போதிருந்த கிரேடி என்ற அமெரிக்கத் தூதுவர், "வெளிநாடுகளிலிருந்து மூலதனம், உதவி பெறாமலேகூட நீங்கள் நாட்டை அபிவிருத்தி செய்துகொள்ள முடியும். ஆனால் மூலதனம் தாராளமாக ஏற்கெனவே உள்ள நாடுகளின் உதவியைப் பெறாவிட்டால், உங்கள் நாட்டு அபிவிருத்தி தாமதப்படும். தக்க நிபந்தனைகளுடனும் சரியான நிலைமையிலும் பலர் பணம் கடன் கொடுக்கத் தயாராக உள்ளனர் என்பதை என் நாட்டு முதலாளிமார்கள் சார்பாக நான் கூற முடியும்" என்று பேசியிருக்கிறார்.

இதை எதிர்த்துத்தான் அண்ணா, 'சகவாச தோசம்' என்னும் இந்த நாடகத்தை எழுதியிருக்கிறார். (பூம்புகார் பதிப்பகம் வெளியிட்டுள்ள 'கட்டை விரல்' என்ற தொகுப்பில் இந்த நாடகம் வெளிவந்துள்ளது).

இந்தியா என்ற மாளிகையை, காசூர் என்ற அமெரிக்கா, காங்கிரஸ் கட்சி என்ற நபரை ஏமாற்றிக் கடன் கொடுத்துக் கொள்ளையடிக்கப் பார்க்கிறது என்பது இந்த நாடகத்தின் பொருளாகும்.

இன்றைய நிலைமையை நினைத்துப் பாருங்கள். 'காட்' ஒப்பந்தம் என்ற பெயரில் ஐந்நூறு அமெரிக்கக் கம்பெனிகள் இந்தியாவைக் கொள்ளையடிக்க நம் நாட்டில் இறங்கப்போகின்றன. அண்ணாவின் கணிப்பு நாற்பதாண்டுகளுக்குப் பிறகு கசப்பான உண்மையாகப் போகிறது. தமிழினத்திற்குப் புதுவாழ்வு தந்த அண்ணா என்ற மாமனிதரின் குரலைத் திராவிட இயக்கத் தொண்டர்கள் இனிமேலும் இதய தெய்வங்களிடம் பறிகொடுக்க மாட்டார்கள்.

"இந்தியா போன்ற மூன்றாம் உலக நாடுகளின் விஞ்ஞான வளர்ச்சிக்கு, ஆராய்ச்சிக்கு, டங்கல் திட்டம் சாவுமணி அடிக்கும் நிலை உருவாகும். தற்சார்புத்தன்மை சூறையாடப்படும். நாட்டின் தொழில்வளம், மருந்துகள் தயாரிக்கும் உரிமை, விவசாயிகளின் உரிமை, துணி ஏற்றுமதி, தாவர வளர்ச்சி, கால்நடை வளர்ச்சி போன்ற அறிவு சார்ந்த எல்லாவற்றுக்கும் தடை ஏற்படும். வர்த்தகக் கண்டுபிடிப்பு உரிமை பறிக்கப்பட்டு, ஏகாதிபத்தியவாதிகளின் காலடியில் விழவேண்டிய கட்டாயம் ஏற்படும். கண்டுபிடிப்பு உரிமை என்ற பெயரால் பொருள்களின் விலைகள் மேலும் ஏறும். சாதாரண மக்களுக்கு நோய்தீர்க்கும் மருந்துகூட எட்டாப் பொருளாகிவிடும். சுருக்கமாகச் சொல்லப் போனால், டங்கல் திட்டம் இந்தியாவின் பொருளாதார இறைமையைப் பாழ் படுத்திவிடும். இந்த மோசடித் திட்டத்தை எதிர்த்து அனைத்து முற்போக்கு சனநாயக சக்திகளுடன் இணைந்து குரல் கொடுக்க வேண்டும்"

டங்கல் டங்கல் என்கிறார்களே, அது என்ன?

டங்கல் என்பது ஒருவரது பெயர் ஆகும். ஆர்தர் டங்கல் (Arthur Dunkel) என்பது அவரின் முழுப்பெயர். அவர் 'காட்' GATT என்ற அமைப்பின் முதன்மை இயக்குநராக இருந்தார். அவர் தயாரித்த திட்டம், அவருடைய பெயராலேயே 'டங்கல் திட்டம்' (Dunkel Draft) என்று அழைக்கப்படுகிறது.

காட் (GATT) என்றால் என்ன?

இரண்டாம் உலகப் பெரும்போருக்குப் பிறகு 1947இல் அமெரிக்காவும் அதற்கு ஆதரவான மேலைநாடுகளும் சேர்ந்து 'வரி' வர்த்தகப் பொது ஒப்பந்தம்' (General Agreement on Tariff and

Trade) என்ற அமைப்பை உருவாக்கின. இந்த அமைப்பிற்குத்தான் 'காட்' என்று பெயர். அப்போதே இந்தியாவும் இதில் கையெழுத்துப் போட்டுள்ளது. முதலில் கையெழுத்திட்ட எல்லா நாடுகளும் தங்கள் நாட்டு வியாபாரத்தைப் பாதுகாத்துக்கொள்ளவும் ஒரு திட்டத்தை உருவாக்கிக்கொண்டன. ஏற்றுமதி, இறக்குமதித் தீர்வை களைக் கட்டுப்பாட்டுக்குள் வைத்திருப்பதே இதன் நோக்கமாகும்.

அதன் பிறகு 1949, 1951, 1956, 1961, 1962, 1967, 1979, 1986 என்று ஒவ்வொருமுறையும் கூடிப் பேசும்போது ஒப்பந்தத்தின் அளவு பெரிதாகிக்கொண்டே வந்தது. 1986இல் உருகுவே நாட்டில் நடந்த 8வது சுற்றுப் பேச்சில், வளர்ந்த நாடுகள் விவசாயத்தையும் வியாபார எல்லைக்குள் அடக்க முற்பட்டன. மீண்டும் 1991இல் ஜெனீவாவில் கூடிய, அமெரிக்கா, கனடா, இங்கிலாந்து, செருமனி, பிரான்சு முதலிய நாடுகள் தங்களுடைய மேலாதிக்கத்தை நிலைநிறுத்தி, மற்ற நாடுகளை இத்திட்டத்தை ஏற்றுக்கொள்ள வைத்துவிட்டன. 1993 டிசம்பரில் 117 நாடுகள் இதிலே வேறு வழியில்லாமல் கையெழுத்துப் போட்டுவிட்டன. அதிலே இந்தியாவும் ஒன்று.

'வேறு வழியில்லாமல்' என்று சொன்னால் எல்லா நாடுகளும் விரும்பிக் கையெழுத்துப் போடவில்லையா அல்லது எதிர்ப்புக் காட்டவில்லையா?

சில நாடுகள் முணுமுணுத்தன; ஒன்றும் பயனில்லை. கிராமத்தில் கந்துவட்டிக்காரனிடம் அகப்பட்ட ஏழை விவசாயியின் கதை மாதிரி, வளராத நாடுகள் அகப்பட்டுக்கொண்டன.

கந்து வட்டிக்காரன் என்றால் ?

மேலே சொன்ன வளர்ந்த நாடுகள் 1944இல் உலக வங்கி என்ற அமைப்பையும் சர்வதேச நிதி நிறுவனம் (IMF) என்ற அமைப்பையும் ஏற்படுத்தி வைத்திருந்தன. இந்த அமைப்புகளிடம் இந்தியா உட்பட ஏராளமான நாடுகள் கடன் வாங்கியுள்ளன. இந்த அமைப்புகள் கடன் கொடுக்கிறபோது ஏகப்பட்ட நிபந்தனைகளைப் போடும். அந்த நிபந்தனைகளின்படி நடந்தால் திரும்பக் கடனை அடைக்கிற சக்தி ஒரு நாட்டுக்கும் கிடையாது. 1986 வரை இந்த ஐ.எம்.எப்-க்கும் உலக வங்கிக்கும் கடன் வாங்கிய நாடுகள் ஆண்டு ஒன்றுக்கு, 10 ஆயிரம் கோடி ரூபாய்

வட்டியாகவும் தவணையாகவும் கட்டிக்கொண்டுள்ளன.

இந்தியாவுமா இவர்களிடம் வாங்கிய கடனை அடைக்கவில்லை?

இந்த அமைப்புகளிடம் கடன் வாங்கி வட்டி கட்டியே பல நாடுகள் ஓய்ந்துபோயிருக்கின்றன. இந்தியாவும் இதில் அடக்கம். 1980இல் இந்திரா காந்தி தலைமை அமைச்சராகவும் வெங்கட் ராமன் நிதி அமைச்சராகவும் இருக்கிறபோதுதான் ஐ.எம்.எப்.இல் முதலில் இந்தியா கடன் வாங்கியது. ஐ.எம்.எப்.போட்ட நிபந்தனைகளையெல்லாம் மக்களுக்குத் தெரியாமல் மறைத்து விட்டார்கள்.

நிபந்தனையோடு கூடிய கடன் என்றால்?

கடன் வாங்கும் நாடுகளுக்குத் திரும்பச் செலுத்தும் சக்தி இருக்கிறதா என்றுதானே கடன் கொடுப்பவன் பார்க்க வேண்டும். அதற்கும் மேலே போய், 'ஆண்டுதோறும் குறைந்தது இவ்வளவு தானியங்களை இறக்குமதி செய்தாக வேண்டும். கியூபாவுக்கு அரிசி ஏற்றுமதி செய்யக்கூடாது. உள்நாட்டில் இன்னின்ன பொருட்களின் விலையைக் கூட்ட வேண்டும்' என்றெல்லாம் நிபந்தனைகள் போட்டுத்தான் கடன் கொடுக்கிறார்கள்.

அதனால்தான் சொல்கிறார்கள்; இந்தியா போன்ற ஏழை நாடுகளுக்கு ஐ.எம்.எஃபும் உலக வங்கியும் பேய் பிசாசு பிடித்த மாதிரி; 'காட்' ஒப்பந்தம் இரத்தக் காட்டேரி அடித்தமாதிரி என்று. இந்தியப் பொருளாதாரத்தின் இரத்தத்தைக் குடித்து நம்மைச் சத்தற்ற நாடாக்கிவிடும் இது.

ஒப்பந்தம் நடைமுறைக்குவரும் முன்னாலேயே ஏன் இவ்வளவு கடுமையாகச் சாடுகிறீர்கள்? அமெரிக்கா, கனடா, செருமனி முதலிய நாடுகளெல்லாம் இந்தியாவின் எதிரி நாடுகளா, இல்லையே?

எதிரிநாடுகள் நம்மீது ஆயுதத் தாக்குதல்தான் தொடுக்கும். இந்த நாடுகளோ, 'நட்பு ஒப்பந்தம்' என்ற பெயரில் அட்டைகளாய் நம்முடைய இரத்தத்தை உறிஞ்சிவிடும். இன்னொன்றையும் தெரிந்துகொள்ளுங்கள். இந்த வெளிநாட்டு அரசுகள் நம்நாட்டில் முதலீடு செய்யப்போவதில்லை. அந்நாடுகளின் அரசாங்கத்தைக் கையில் வைத்திருக்கும் பெரிய பெரிய கம்பெனிகள்தான் நம் நாட்டில் முதலீடு செய்யப்போகின்றன. இந்தக் கம்பெனிகள் நாணயமானவை அல்ல. அமெரிக்காவில் மட்டும் ஃபார்ச்சூன்

500 (Fortune 500) என்ற பட்டியலில் உள்ள 500 பெரிய கம்பெனிகள் உலக அளவில் வியாபாரம் செய்கின்றன.

இந்தியா மாதிரி ஏழைநாட்டில் இந்தத் தனியார் கம்பெனிகள் என்ன பெரிய இலாபம் சம்பாதித்துவிட முடியும்?

ஒன்றை நினைவிலே வைத்துக்கொள்ள வேண்டும். இந்தியர்கள் தான் ஏழைகள்; இந்தியா ஏழைநாடு அல்ல. நெய்வேலி நிலக்கரி, நரிமணம் பெட்ரோல் போல இந்தியாவில் இன்னும் நாம் கண்டுபிடிக்காத அல்லது பயன்படுத்தாத மூலவளங்கள் நிறைய இருக்கின்றன. இந்தியாவிலேதான் மனித உழைப்பும் ரொம்ப மலிவாகக் கிடைக்கின்றது. நரிமணம் பெட்ரோலைக்கூட அந்நியக் கம்பெனிகள்தான் எடுத்துக்கொண்டுள்ளன. (நெய்வேலியில் நிலக்கரியிலும் நரிமணம் பெட்ரோலிலும் தமிழகத்திற்கு உரிய பங்குத்தொகை கிடைக்காததற்கு மத்திய அரசு மட்டுமல்ல, இந்த அந்நியநாட்டுக் கம்பெனிகளும் காரணமாகும்). எனவேதான் வளர்ந்த நாடுகள் இந்தியா மீது கண்வைத்துள்ளன.

இவர்கள் நாணயமானவர்கள் அல்லர் என்று எப்படிச் சொல்லுகிறீர்கள்?

ஒன்றிரண்டு உதாரணம் சொல்லுகிறேன். 1984 டிசம்பரில் போபால் நகரத்திலே ஒரு கம்பெனிக் கிடங்கிலிருந்து நச்சுவாயு (மித்தில் ஐஸோ ஸயனைடு) கசிந்து 4000க்கும் மேற்பட்ட ஏழை மக்கள் இறந்தார்கள். ஏராளமான கால்நடைகள் இறந்தன. கண்கள், சுவாசப்பை முதலான உறுப்புகள் பாதிக்கப்பட்ட மக்கள் பல்லாயிரம் பேர் இன்னும் அவதிப்படுகிறார்கள். பத்தாண்டுக் காலம் கழித்து அவர்களில் மிகச் சிலர்தான் தங்களுக்குரிய நட்டஈட்டுத் தொகையைப் பெற்றிருக்கிறார்கள். நாலாயிரம் இந்திய மக்கள் செத்தபிறகும்கூட 'இந்திய நீதிமன்றங்களுக்குத் தாங்கள் வெளிநாட்டுக் கம்பெனி என்பதால் தங்களை விசாரிக்க உரிமையில்லை' என்று அந்தக் கம்பெனி வாதாடியது. 'யூனியன் கார்பைடு' என்ற அந்த அமெரிக்கக் கம்பெனி தயாரிக்கும் எவரெடி செல்லை (பேட்டரியை)த்தான் நாம் இன்னும் காசு கொடுத்து வாங்கிக்கொண்டிருக்கிறோம். இன்னொரு கம்பெனி, காம்கில்ஸ் என்கிற அமெரிக்க (கனடா) கம்பெனி. இந்தக் கம்பெனிக்கு இரண்டு ஆண்டுகளுக்கு முன்னால், நமது மத்திய அரசாங்கம் குஜராத்தில் 'அயோடின்' கலந்த உப்பு தயாரிக்க ஆயிரக்கணக்கான

ஏக்கர் நிலத்தை ஒதுக்கியது. அதாவது அந்நியர்களை எதிர்த்து காந்தியடிகள் உப்புச் சத்தியாகிரகம் நடத்திய அதே குஜராத்தில், இவர்கள் உப்பு தயாரிக்க இந்தியக் கம்பெனியை அழைத்து வந்தார்கள். ஆனால் அந்தப்பகுதி மக்கள் திரண்டெழுந்து அந்த முயற்சியை எதிர்த்துப் போராடினார்கள். ஜனதாதளத்தின் தலைவர் களில் ஒருவரான ஜார்ஜ் பெர்னான்டஸ் எம்.பி. அந்தப் போராட்டத்தை முன்னின்று நடத்தினார். மக்களின் எதிர்ப்பைத் தாக்குப்பிடிக்க முடியாத கார்கில்ஸ் கம்பெனி *1993* செப்டம்பரில் அத்திட்டத்தைக் கைவிட்டுவிட்டது. இதெல்லாம் 'காட்' ஒப்பந்தத்தில் இந்தியா கையெழுத்து போடுவதற்கு முன்பு நடந்த விஷ யங்கள் என்பதை நினைவில் வைக்க வேண்டும்.

அப்படியானால் இந்தக் கம்பெனிகள்தான் இனிமேல் இந்தியாவில் மூலதனம் போட்டு வியாபாரம் செய்யப்போகின்றனவா?

இனிமேல் என்ன, ஏற்கெனவே நாம் காசு கொடுத்து வாங்கிக் கொண்டிருக்கிற மருந்துகளில் பல, இந்த வெளிநாட்டுக் கம்பெனிகள் இந்தியாவில் தயாரிப்பவைதாம். நம்முடைய ஆங்கில மருந்துக்கடைகளில் போய்ப் பார்த்தால் தெரியும், பார்க் டேவிஸ், சிப்லா, சிபா கெய்கி, கூப்பர், சாண்டஸ், பாயர், ராலிஸ், ஹோஸ்ட் (Hoeshst) இவையெல்லாம் அமெரிக்க, செருமனிய, கனடா, ஸ்விஸ் நாட்டுக் கம்பெனிகள். கடந்த மாதம் நமது பிரதமர் செருமனிக்குப் போயிருந்தபோது சிபா கெய்கி கம்பெனியினர் இந்தியாவில் தொழிலை விஸ்தரிப்பது தொடர்பாக அவரைச் சந்தித்திருக்கிறார்கள். அது மட்டுமல்ல, பல நாடுகளில் தடை செய்யப்பட்ட மருந்துகளைக்கூட இவர்கள் இந்தியாவில் விற்றுக்கொண்டுள்ளார்கள். இந்திய அரசும் அதை அனுமதித்துக்கொண்டுள்ளது. இவர்கள் மருந்து விற்கிறார்களா, நஞ்சு விற்கிறார்களா என்று ஏற்கெனவே இந்திய விஞ்ஞானிகள் இவர்களோடு சண்டை போட்டுக்கொண்டிருக்கிறார்கள்.

இந்த காட் (GATT) ஒப்பந்தத்தால் புதிதாக இந்தக் கம்பெனிகள் நமக்கு என்ன கேடு செய்துவிட முடியும்? மருந்தைப் பொறுத்தமட்டில் நாம் அதிகமாகப் பிடிவாதம் பிடிக்க முடியாது அல்லவா?

அப்படி இல்லை; எந்த வெளிநாட்டு ஒப்பந்தமும் நம்முடைய உள்நாட்டுத் தொழில் வளர்ச்சிகளை முடக்கக்கூடாது அல்லவா? *1987*இலேயே ராஜீவ்காந்தி நம்முடைய மருந்துக் கட்டுப்பாட்டுத்

திட்டத்தைத் தளர்த்தி, இந்தக் கம்பெனிகள் கொள்ளை இலாபம் அடிக்க வழி செய்தார். இப்பொழுது மிச்சம் இருக்கிற கட்டுப்பாடுகளையும் தளர்த்துகிறார்கள். ஒரு உதாரணம் சொல்ல வேண்டுமானால், கிளாக்சோ என்ற வெளிநாட்டுக் கம்பெனி தயாரிக்கிற சாண்டாக் என்கிற குடல்புண் மருந்து - பத்து மாத்திரைகளின் விலை இப்பொழுது இந்தியாவில் 29 ரூபாய்தான். பாகிஸ்தானிலே இதுவே பத்து மாத்திரை 260 ரூபாய். அமெரிக்காவிலே இருபத்து நான்கு டாலர் (அதாவது ரூ.760க்கும் மேல்). நாம் இந்த ஒப்பந்தத்திலே உள்ளபடி எல்லா மருந்துக் கட்டுப்பாட்டுச் சட்டங்களையும் நீக்கினால், இந்த மருந்து விலைகள் குறைந்தது பத்து பங்காவது கூடும். ஏழை மக்கள் மருந்து வாங்கமுடியாது. அது மட்டுமல்ல; இப்பொழுது நம் நாட்டுக் கம்பெனிகள் தயாரித்து வெளிநாட்டிற்கு ஏற்றுமதி செய்யக்கூடிய மருந்து வியாபாரமும் படுத்துவிடும்.

இந்தியா பெரும்பாலும் விவசாய நாடுதானே, இந்தக் கம்பெனி வியாபாரம் விவசாயத்தைப் பாதிக்காது அல்லவா? அந்த அளவிற்கு நிம்மதிதானே?

இல்லை இல்லை.. இந்த ஒப்பந்தத்தின் மூலம் இந்திய மக்களின் தலையில் இடிவிழுகிற இடமே அதுதான். இந்த ஒப்பந்தம் விவசாயத்தையும் கம்பெனி வியாபாரத்தோடு சேர்த்துப் பார்க்கிறது.

விவசாயம் எப்படி கம்பெனி வியாபாரமாகும்?

இந்த வளர்ந்த நாடுகளைச் சேர்ந்த கம்பெனிகள் செய்கிற பெரிய வியாபாரமே விதை வியாபாரந்தான். அதிக மகசூல் விதை, வீரிய விதை, ஒட்டுவிதை என்ற பெயரில் விவசாய நாடுகளுக்கு விதை வியாபாரம் செய்துவிட்டு, 'அந்த விதையை நாங்கள்தான் கண்டுபிடித்தோம். ஆகவே ஒவ்வொரு ஆண்டும் எங்களுக்கு அதற்குரிய ராயல்டி (வடிவுரிமைப் பங்கு) தரவேண்டும்' என்று பிடுங்கித் தின்றுகொண்டு இருக்கின்றன.

இந்த நிறுவனங்கள் எந்த நாட்டைச் சேர்ந்தவை?

அமெரிக்காவைச் சேர்ந்த கார்கில், எப்.எம்.சி., மோன் சாண்டோ, அப்ஜான் ஆகியவையும் சுவிட்சர்லாந்தைச் சேர்ந்த சிபா கெய்கி நிறுவனமும் இதிலே முக்கியமானவை. பிரிட்டனைச்

சேர்ந்த ராயல் டச் என்ற கம்பெனியும் முக்கியமானது.

உப்பு தயாரிக்க குசராத்திற்கு வந்த கார்கில் கம்பெனிதானே இதுவும்?

அதே திருடர்கள்தான் இவர்கள். ஏற்கெனவே இந்தியாவிலே கால்வைத்திருக்கிறார்கள். இந்தியாவில் இவர்கள் விதை விற்கும் இலட்சணத்தைச் சொல்லட்டுமா? 'கார்கில் சீட்ஸ்' என்ற பெயரில் இவர்கள் பெங்களூரில் வியாபாரம் தொடங்கினார்கள். கர்னாடகத்தில் ஓர் ஏக்கருக்கு எட்டு குவிண்டால் சூரியகாந்தி விளைகிறது. இந்தக் கம்பெனிக்காரர்கள், 'நாங்கள் விற்கிற விதையில் ஏக்கருக்குப் பதினாறு குவிண்டால் விளையும்' என்று விவசாயிகளை ஏமாற்றினார்கள். விவசாயிகள் வாங்கி விதைத்த பிறகு நிறைய இரசாயன உரங்களைப் போடச் சொன்னார்கள்; விவசாயச் செலவும் கூடிப்போயிற்று. கடைசியில் ஏக்கருக்கு ஐந்து குவிண்டால்தான் விளைந்தது. கர்நாடக விவசாய சங்கத்திற்குக் கோபம் வந்துவிட்டது. விவசாயிகள் கார்கில் கம்பெனி அலுவலகத்திற்கு வந்து சூறையாடிவிட்டுப் போனார்கள். அதற்குப் பிறகு இந்த அமெரிக்கக் கம்பெனி திமிராக அறிக்கை விடுகிறது. 'நாங்கள் இந்த வன்முறைக்கெல்லாம் பயப்படமாட்டோம்' என்று. இந்தத் தைரியத்தை இவர்களுக்கு யார் கொடுத்தது?

அதையும் யோசிக்க வேண்டும். இப்போது இன்னொரு சந்தேகம். ஏற்கெனவே நாம் ஐ.ஆர்.8, ஐ.ஆர் 20 மாதிரி ஒட்டு விதைகளைப் பயன்படுத்திக்கொண்டிருக்கிறோம். அந்த விதைகளும் இவர்களிடம் வாங்கியதுதானா?

நம்முடைய விவசாயத்தின் அழிவே அங்குதானே தொடங்கியது! இந்திரா காந்தி ஆட்சிக்காலத்தில் பிலிப்பைன்ஸ் நாட்டிலிருந்து வந்தவை. அங்கே ஒரு சர்வதேச அரிசி ஆராய்ச்சி நிலையம் இருக்கிறது. அது பிலிப்பைன்ஸ் நாட்டிலே இருந்தாலும் அதற்குப் பணம் கொடுத்து அதனைப் பின்னாலிருந்து நடத்துபவர்கள் அமெரிக்கக் கம்பெனிகள்தான். இவர்கள் கால் வைத்ததால்தான் நம்முடைய பூமி பாழாகத் தொடங்கியது.

எப்படி?

இவர்கள் வியாபாரத்திற்குக் கொண்டு வருகிற விதைகள் எல்லாம் அதிகமாக இரசாயன உரத்தை (யூரியா, கம்ப்ளக்ஸ், பொட்டாஷ்)

சாப்பிடும் இரகங்களாகும். அந்த உர வியாபாரத்திலும் அந்தப் பன்னாட்டுக் கம்பெனிகள் நம்மிடம் கொள்ளை அடித்தன. இந்தப் புது இரக விதைகளில் புதுப்புது நோய்கள் வரும். அதற்கான D.D.T பூச்சிக்கொல்லி மருந்துகளையும் இந்தப் பன்னாட்டுக் கம்பெனிகளே விற்கும். ஆக மொத்தத்தில், இந்தக் கம்பெனிகள் நம்மை ஒவ்வொரு கட்டத்திலும் கொள்ளை அடிக்கும்; கொள்ளை அடித்துக்கொண்டிருக்கின்றன. நமது விவசாயிகளுக்குக் கடைசி வரை தெரியாமலேயே போய்விட்ட உண்மையையும் சொல்லட்டுமா?

இது என்ன, புதைசேற்றில் அகப்பட்டவன் கதையாக இருக்கிறது, சொல்லுங்கள்?

அப்படித்தான். புதைசேற்றில் அகப்பட்டவன் எழுந்திருக்க முயற்சி பண்ணும்போதெல்லாம் திரும்பத் திரும்ப உள்ளே போவது மாதிரிதான். 1973ஆம் ஆண்டு ஒரு பஞ்சம் வந்ததே நினைவிருக்கிறதா? ஐ.ஆர்.8 நெல் விதைகளோடு வந்த 'துங்ரோ வைரஸ்' என்னும் நோய்க் கிருமிதான் அப்போது பயிர்களை அழித்துப் பஞ்சத்தை உண்டாக்கியது என்று இப்போது விஞ்ஞானிகள் சொல்கிறார்கள்.

அப்படியானால் இந்த விதைகளை விட்டுவிட்டு நம் நாட்டு இரகங்களையே பயிர் செய்யலாமே?

நாம் நினைத்தாலும் அது ஒன்றும் உடனடியாக நடக்காது. பெருமளவிற்கு நம்முடைய நாட்டு இரகங்களையெல்லாம் நாம் தொலைக்குமாறு செய்துவிட்டார்கள். 1000, 2000 வகை விதைகளை நட்டுக்கொண்டிருந்த நாம், இப்போது நான்கைந்து இரகங்களோடு நின்றுவிட்டோமே! இவர்கள் சொன்ன புதிய உரங்களைப் போட்டுப் போட்டு நம்முடைய வயல்களெல்லாம் கிழடு தட்டிப் போய்விட்டதையும் மறந்துவிடக்கூடாது. இந்த ஒப்பந்தத்தில் கையெழுத்துப் போட்ட பாவத்திற்கு இனி ஆண்டுதோறும் அவர்களுக்கு 'ராயல்டி' என்ற பெயரில் 'கப்பம்' கட்டவும் வேண்டும்.

மறுவிதைப்பிற்குத்தான் நாமே விதைகளை எடுத்துக்கொள்ளலாமே! இவர்களிடம் வாங்கத் தேவையில்லையே?

அப்படி ஒப்பந்தம் போட அந்நிய நாட்டுக்காரன் என்ன

முட்டாளா? முதல் இருபது ஆண்டுகளுக்கு நாம் ஆண்டுதோறும் கப்பம் கட்டியாகவேண்டும்.

சரி, அந்த விதையே போடாமல் வேறு விதையைப் போட்டு விட்டால் அவர்கள் கப்பம் கேட்க முடியாதல்லவா?

அதுவும் கிடையாது! 'நாங்கள் அந்த உயர் மகசூல் விதைகளைப் போடவில்லை' என்று நீங்கள் வலியப் போய் நிரூபித்தாகவேண்டும்.

அவர்கள் கேட்டால்தானே?

அவர்கள் கேட்காமலேயே நீங்கள் வலியச் சென்று நிரூபிக்க வேண்டும் என்பதுதான் ஒப்பந்தத்தில் உள்ள விதி; அதாவது (Burdon of Proof). நான் தவறு செய்யவில்லை என்று நிரூபிப்பது தேசபக்தியுள்ள இந்திய விவசாயியின் கடமை!

அப்படியென்றால் இந்திய விவசாயி அந்நிய நாட்டுக் கம்பெனிகளுக்கு அடிமையா?

இந்தியாவின் பிரதமரும் நிதிஅமைச்சரும் இந்திய விவசாயி களை அப்படித்தான் ஆக்கியிருக்கிறார்கள். இதுதான் பச்சையான உண்மை.

இந்த ஒப்பந்தக் கொடுமை வேறு எந்தெந்தத் துறைகளை யெல்லாம் பாதிக்கும்?

துணிகளுக்கான செயற்கை இழை தயாரிக்கும் அந்நியக் கம்பெனிகள் இங்கு வந்து இறங்கப்போகின்றன. அதிலே 'டூபாண்ட்' என்று ஒரு பெரிய கம்பெனி. அவர்கள் கோவாவிலே தாப்பர் என்கிற இந்தியக் கம்பெனியோடு சேர்ந்து செயற்கை இழை தயாரிக்க ஒப்பந்தம் போட்டிருக்கிறார்கள். இன்னும் 10, 15 ஆண்டுகளிலே இந்தியாவின் ஜவுளித் தொழிலும் நசிந்துபோய்விடும்.

இப்படியெல்லாம் ஒப்பந்தம் போட்டால் நம் இந்தியச் சுதந்திரம் என்னாவது?

இந்தக் கேள்வியைத்தான் இந்தியாவிலுள்ள எல்லா அரசியல் கட்சிக்காரர்களும் கேட்கிறார்கள். படித்தவர்கள் கேட்கிறார்கள்; நாட்டுப்பற்றுள்ள விஞ்ஞானிகள் கேட்கிறார்கள்; மேற்கு வங்க அரசு இதை எதிர்த்து வழக்குப் போட்டிருக்கிறது. பாரதீய சனதாக் கட்சி முதலில் ஆதரித்தது. உள்நாட்டு முதலாளிகளுக்குப் பிழைப்புப்

போய்விடுமே என்ற பயத்தில் அதுவும் இப்போது எதிர்க்கிறது. மார்ச் 29இல் நாடாளுமன்றத்தில், ஒப்பந்தம் போட்டவர்களின் செயல் இந்திய இறையாண்மையைப் பலி கொடுத்துவிட்டதாக ஜார்ஜ் பெர்னாண்டஸ் சாடியிருக்கிறார்.

சரி, இந்திய விவசாயத்தின் மீதான இவர்களின் தாக்குதல் எந்தெந்த வகையிலெல்லாம் வரும்?

வருமா? ஏற்கெனவே வந்துவிட்டது. 1992 டிசம்பரில் இதே மன்மோகன்சிங்கும் நரசிம்மராவும் - அந்நியச் செலாவணியைச் சேமித்து இந்தியாவைக் காப்பாற்றப் பிறந்தவர்கள் - 30 இலட்சம் டன் கோதுமையை இறக்குமதி செய்தார்கள். கனடாவிலிருந்து பத்தரை இலட்சம் டன், ஆஸ்திரேலியாவிலிருந்து பத்து இலட்சம் டன், அமெரிக்காவிலிருந்து ஒன்பது இலட்சம் டன் வாங்கினார்கள். இந்திய விவசாயி குவிண்டால் ஒன்றுக்கு 350 ரூபாய் விலையில் கோதுமை தரத் தயாராய் இருந்தான். ஆனால் அவர்கள் குவிண்டால் 517 ரூபாய் விலையில் வெளிநாட்டில் வாங்கினார்கள். இந்த ஒரு வியாபாரத்திலே மட்டும் 1500 கோடி ரூபாய் அந்நியச் செலாவணி பாழாகப் போயிற்று.

அது மட்டுமல்ல; அதற்கும் கொஞ்சம் முன்னாலே அமெரிக்காவிடம் இந்தியா மானிய விலைக்குக் கோதுமை கேட்டபோது, "நீங்கள் எங்கள் எதிரி நாடான கியூபாவிற்கு அரிசி ஏற்றுமதி செய்கிறீர்கள். உங்களுக்கு கோதுமை தர முடியாது" என முகத்திலாடித்தாற்போலக் கூறியது அமெரிக்கா. பிறகு 'கியூபாவிற்கு நாங்கள் அரிசி அனுப்புவதை நிறுத்திக்கொள்கிறோம்' என்று இந்திய அதிகாரிகள் அமெரிக்க விவசாயத்துறைச் செயலாளரிடம் கெஞ்சினார்கள். மடியில் இருப்பதும் போய் மானமும் போன கதையாயிற்று.

ஆக, இந்திய விவசாயி அழிந்தே போவானா?

விவசாயி மட்டுமல்ல, ரேசன் கடைகளில் (நியாயவிலைக் கடைகளில்) வாங்கிச் சாப்பிடுகிற ஏழை மக்களும் அதோகதிதான். நியாயவிலைக் கடைகளில் வழங்கும் அரிசி, கோதுமை முதலியவற்றிற்கு மானியம் கொடுத்து அரசாங்கம் விலையைக் கட்டுப்பாட்டிற்குள் வைத்திருக்கிறது. இந்த மானியத்தைக் கொடுக்காதே என்று 1986இலிருந்து உலக வங்கி இந்தியாவிற்கு நெருக்கடி

கொடுத்துக்கொண்டே இருக்கிறது. டங்கல் திட்டமும் இதேதான் சொல்கிறது. அதாவது வெளிச்சந்தை விலையும் ரேசன் விலையும் ஒன்றுபோல இருக்க வேண்டுமாம். இந்த முதலாளிகளின் பேச்சைக் கேட்டு 1993லேயே மத்திய அரசாங்கம் இந்த மானியத்திலே 12%ஐ வெட்டிவிட்டது. அரிசி விலை கூடிப் போயிருக்கிறது. இப்பொழுது மண்ணெண்ணெய்க்கும் சந்தை விலை கூடிவருகிறது. நியாயவிலைக் கடைகளில் அளவு குறைந்து வருகிறது. மண்ணெண்ணெயிலும் நாம் கணிசமான அளவு இறக்குமதி செய்கிறோம். அதை விற்றுவரும் வெளிநாட்டு முதலாளிக்கு இலாபம் குறைந்தால் நம் நிதியமைச்சருக்குத் தூக்கம் போய்விடுமே.

டங்கல் திட்டம், ஐ.எம்.எப், உலக வங்கி இவற்றையெல்லாம் மற்ற நாடுகள் எதிர்க்கவில்லையா?

எதிர்த்திருக்கின்றன; எதிர்த்தும் வருகின்றன. நைஜீரியா, செனகல், பிரேசில், பொலிவியா, தாய்லாந்து, ஏன், ஐப்பான் மக்கள்கூட இந்தத் திட்டத்தை எதிர்க்கிறார்கள். ஆப்பிரிக்காவில் சகாராப் பாலைவனத்தைச் சுற்றியுள்ள ‘சகாரா நாடுகள்’ எனப்படும் நாடுகள், இந்த நிறுவனங்களை எதிர்க்கக்கூடச் சக்தி இல்லாமல் நொறுங்கிப்போய்விட்டன. இந்தியா மாதிரி வலுவான, நிறைய மக்கள் தொகையுள்ள நாடுகள் எதிர்த்தால் வெற்றிபெற முடியும்.

ஒட்டுமொத்தமாக என்னென்ன விளைவுகள் உண்டாகும் என்று கணக்கிட்டுச் சொல்லுங்களேன்?

1) தேசமே சீரழியும். முதலில் பொது விநியோக முறை சீரழிக்கப்படும். அதைத் தொடர்ந்து மார்க்கெட் விலை உயரும். ஏழை மக்கள் உணவுக்கும் மருந்துக்கும் நிறைய செலவழிக்க வேண்டும்.விலைகளைக் கட்டுப்படுத்துகிற அதிகாரத்தை மத்திய அரசும் மாநில அரசுகளும் இழந்து போகும்.

2) நாம் வளர்ச்சி பெற்றிருக்கிற தொழில்முறைகள் சிறுகச் சிறுக அழிக்கப்படும். முதலில் குறைந்தவிலையில் பொருட்களை இறக்குமதி செய்து உள்நாட்டுக் கம்பெணிகளை மூட வைப்பார்கள். தொழிலாளர்கள் வேலையிழந்து போவார்கள். பிறகு அதே பொருளுக்குப் போட்டியில்லாத காரணத்தால் அவர்கள் வைத்ததுதான் விலையாக இருக்கும்; அதாவது தேசத்தில் இருக்கிற

கொஞ்ச நஞ்சம் பொருளாதார நீதியும் அழிக்கப்படும்.

3) நல்ல இலாபத்தில் இயங்கிக்கொண்டிருக்கிற நெய்வேலி நிலக்கரி நிறுவனம் போன்ற பொதுத்துறை நிறுவனங்கள் தனியாருக்கு மாற்றப்படும். அதனால் இடஒதுக்கீட்டுக் கொள்கை அங்கே செல்லுபடி ஆகாது. பெரியார் போராடிப் பெற்ற, அண்ணா போராடிக் காத்த வேலைவாய்ப்பு உரிமை, வி.பி. சிங் அரசு தந்த மண்டல் குழுவினால் கிடைத்த வேலைவாய்ப்பு உரிமை போன்றவை முற்றிலுமாகப் பறிக்கப்படும். ஆகவே இந்தியாவில் சமூகநீதியும் அழிக்கப்படும்.

4) கல்விக்கான மானியங்களை மத்திய மாநில அரசுகள் வெட்டத் தொடங்கிவிட்டன. இணைப்பு என்ற பெயரில் மாநகராட்சிப் பள்ளிகள் சிலவற்றை சென்னையில் மூடத் தொடங்கிவிட்டார்கள். ஐந்தாம் வகுப்புவரையுள்ள தொடக்கப் பள்ளிகளையே மூடும் அபாய நிலையை நாம் தொட்டுவிட்டோம். தமிழ்நாட்டில் மட்டும் இதுவரை தொடக்கப் பள்ளியில் பத்தாயிரம் ஆசிரியப் பணி இடங்கள் நிரப்பப்படாமல் உள்ளன. ஆட்சியிலிருக்கிற அம்மாவின் அரசாங்கம் பட்ஜெட்டில் இதுபற்றி மூச்சுவிடக்கூட இல்லை.

நம்முடைய தொலைக்காட்சிகளிலும் பத்திரிகைகளிலும் பகட்டான விளம்பரங்களும் வக்கிரமான விளம்பரங்களும் பெருகிக்கொண்டு போகின்றன. உள்நாட்டு, வெளிநாட்டுத் தனியார் கம்பெனிகளின் திருவிளையாடல்களில் இதுவும் ஒன்று. ஐம்பது ரூபாய்ப் பொருளுக்கு 80 ரூபாய் விளம்பரம் செய்து 180 ரூபாய்க்கு அதை விற்பது அமெரிக்கக் கலாச்சாரம். பள்ளிக்கூடங்களை மூடிவிட்டுப் பகட்டான விளம்பரங்களுக்கு வாழ்வு கொடுத்தால், நம் நாட்டுப் பண்பாடும் அழிந்துபோகும்.

கடந்த மார்ச் மாதத்தின் கடைசி வாரத்தில் அமெரிக்க நாட்டின் வர்த்தகத்துறை துணைச்செயலர் இராபின் ஃரபேல் இந்தியாவுக்கு வந்துவிட்டுப் போனார். அரசாங்கத்தின் மரபுகளையெல்லாம் மீறி அவருக்கு வரவேற்பு கொடுத்திருக்கிறார்கள் மக்களை மறந்த காங்கிரசாரும் மைய அரசும். மார்ச் 29, 30 தேதிகளில் டங்கல் திட்டம் பற்றிய நாடாளுமன்ற விவாதத்தில் அனைத்துக் கட்சிகளும் ஒன்று திரண்டு இதை எதிர்த்திருக்கின்றன. டெல்லியில் நடந்த ஆர்ப்பாட்டத்தில் ஜனதாதளத் தலைவர் ஜார்ஜ் பெர்னாண்டஸ்

எம்.பி. மூவாயிரம்பேருடன் கைது செய்யப்பட்டிருக்கிறார். “ஆயிரம் சமாதானங்கள் கூறினாலும், புதிய காலனி ஆதிக்கம் ஏற்படுவதைத் தடுக்கமுடியாது என்று தோன்றுகிறது” என்று தினமணி நாளிதழ் (2- 4- 94) தனது வருத்தத்தை வெளியிட்டது.

‘இந்தியாவில் வெளிநாட்டுக் கம்பெனிகள் நிறைய வரப் போகின்றன. மிக உயர்ந்த சம்பளம் கிடைக்கும்‘ என்று படித்தவர்கள் சிலர் இங்கு மனப்பால் குடித்து வருகின்றனர். அண்மையில் வந்திருக்கின்ற செய்தி அவர்கள் கனவையும் கலைத்து விட்டது. ‘காட்’டுக்கான அமெரிக்க அதிகாரி ஸ்கிமிட் என்பவர், தொழிலாளர்களின் தரம், சம்பளம் ஆகிய விஷயங்களையும் ஒப்பந்தத்தில் சேர்க்கவேண்டுமென்று மிரட்டி வருகிறார். இதற்கு உண்மையான பொருள் என்ன? ‘எங்கள் நாட்டில் அதே வேலைக் குரிய சம்பளத்தை உங்கள் நாட்டுத் தொழிலாளர்களுக்குத் தர மாட்டோம். ஏழைநாடுகளில் உள்ளதுபோலக் குறைத்துத்தான் தருவோம்’ என்பதுதான் அது.

அனுபவம் மிகுந்த பத்திரிகையாளரான குல்தீப் நய்யார் எழுதியுள்ள (2-4-94 தினமணி) செய்திகளோடு இந்தக் சட்டுரையை முடிக்கலாம்.

“முன்பு எப்போதையும்விட இப்போது நெருக்கடி கடுமையாக இருக்கிறது. இந்த விஷயத்தில் உலக வங்கியும் ஐ.எம்.எஃப்பும் சேர்ந்துகொண்டுவிட்டன. இவை ஒரு விவகாரத்தில் தலையிட ஆரம்பித்துவிட்டனவென்றால் அவை சுட்டிக்காட்டுகிற இடத்தில் கையெழுத்துப் போடுவதுதான் நமது வழக்கமாக இதுவரை இருந்து வந்திருக்கிறது. டங்கல் ஒப்பந்தத்துக்கு எதிராகத் தன்னந் தனியாகத்தான் போராட வேண்டியிருக்கும். இதனால் நிர்க்கதியான நிலையிலிருக்கிறோம் என்று அரசு கூறுகிறது. ஆனால் இது உண்மையல்ல. இந்தியாவைவிடக் கடுமையாக மலேஷியா தனது எதிர்ப்பைத் தெரிவித்துள்ளது.”

சுருக்கமாகச் சொல்வதானால் ‘டங்கல்’ என்பது ஒரு நயவஞ்சகத் திட்டம்.

இக்கட்டுரை 1994இல் மதுரையிலிருந்து குறுநூலாக வெளி யிடப்பட்டது.

தமிழ்ப் புத்தாண்டு

“தமிழகத்தில் கொண்டாடப்படும் வேறெந்தப் பண்டிகையை யையும்விட பொங்கலுக்குச் சிறப்பான தனித்துவம் உண்டு. இரண்டு அம்சங்களில் பொங்கல் மற்ற பண்டிகைகளிலிருந்து வேறுபடுகிறது. முதலாவதாக இது ஒரு தேசிய இனத் திருவிழா. சாதி, சமயங்களுக்குள் மற்ற பண்டிகைகள் சிறைப்பட்டுக் கிடக்க, பொங்கல் மட்டும் ஓர் இனத் திருவிழாவாகக் கொண்டாடப் படுகிறது. இரண்டாவதாக, பொங்கல் என்பது தீட்டு அணுகாத திருவிழா. பொங்கலுக்குப் பிறப்பு, இறப்புத் தீட்டுக்கள் கிடையாது. ஒருவேளை பொங்கலன்று காலையில் ஏதேனும் அசம்பாவிதங்கள் நிகழ்ந்தாலும் மிக விரைவாகச் சடங்குகளை முடித்துவிட்டு, வீட்டைப் பூசி மெழுகிப் பொங்கல் கொண்டாடும் பழக்கம் இன்றும் நெல்லை மாவட்டத்தில் உள்ளது.

சேனை, சேம்பு, கருணை, சிறுகிழங்கு, பனங்கிழங்கு ஆகிய மண்ணுக்கு அடியில் விளையக்கூடிய கிழங்கு வகைகள் பொங்கலுக்குப் படைக்கப்படுபவை. இவை உயர் சாதியினர் எனச் சொல்லப்படுபவர்களால் விலக்கப்பட்டவை. இன்றும் இவை பெருங்கோயில்களில் பயன்படுத்தப்படவில்லை என்பதை நாம் கவனத்தில் கொள்ள வேண்டும். இதுவே பொங்கல் எளிய மக்களின் இனிய கொண்டாட்டம் என்பதற்குச் சாட்சி.

தைப்பொங்கலை அடுத்துத் தென்மாவட்டங்களில் கொண்டா டப்படும் திருவிழா ‘சிறுவீட்டுப் பொங்கல்.’ மார்கழி மாதம் முப்பது நாட்களும் அதிகாலையில் வாசல் தெளித்துக் கோலமிட்டு, சாணத்தில் பூச் சொருகிவைக்கும் பழக்கம் உண்டு. பீர்க்கு, பூசணி, செம்பருத்தி ஆகிய பூக்களே சாணத்தில் செருகப்படும். மாலையில் வாடிவிடும் இந்தப் பூக்களைச் சாணத்துடன் சேர்த்துக் காயவைத்துவிடுவார்கள். பொங்கல் முடிந்து 8-15 நாட்கள் கழித்து சிறுவீட்டுப்பொங்கல் கொண்டாடப்படும். பெண் பிள்ளைகளுக்காகவே வீட்டுக்குள் களிமண்ணாலான சிறு வீடு கட்டப்படும். பொங்கலன்று சிறுவீட்டு வாசலில் பொங்கலிடப்படும். பிறகு பொங்கலையும் பூக்களால் ஆன எருத்தட்டுக்களையும் பெண்கள் ஆற்றில் விடுவர்.

‘மார்கழித்திங்கள் மதிநிறைந்த நன்னாளால் நீராடப் போதுவீர், போதுமினோ நேரிழையீர்’ என்னும் திருப்பாவைப் பாடல் பலரும் அறிந்ததாகும். ஆனால் சங்க இலக்கியங்களில் தை நீராடல் குறித்தும் குறிப்பிடப்படுகிறது. ‘தாயருகே நின்று தவத் தைந்நீராடுதல் நீயறிதி வையை நதி’ என்கிறது பரிபாடல். இங்கே நாம் கவனத்தில் எடுத்துக்கொள்ள வேண்டியது, ஆண்டாள் தன் திருப்பாவையில் மார்கழி முதல்நாளைக் குறிப்பிடவில்லை. மதிநிறைந்த நன்னாள் என்றுதான் குறிப்பிடுகிறார்; மதிநிறைந்த நன்னாள் என்பது பௌர்ணமி.

எனவே திருப்பாவை நோன்பு மார்கழிப் பௌர்ணமியில் தொடங்கித் தை மாதம் பௌர்ணமியில் முடிகிறது. தைப்பூசம் என்பது தைப்பௌர்ணமி. தமிழ் மாதங்கள் அனைத்தும் பௌர்ணமி யிலிருந்தே தொடங்குகின்றன. எனவே தைப்பூசம் என்பதுதான் தமிழ்ப் புத்தாண்டு. மார்கழி நீராடலில் தொடங்கும் திருப்பாவை நோன்பு, தை நீராடலில் முடிகிறது. இந்தக் காலகட்டம்தான் சிறுவீட்டுப் பொங்கல் கொண்டாடப்படும் காலகட்டம்.

தமிழ்ப்புத்தாண்டு பற்றிப் பேசுகிற இருதரப்பாரும் இந்த விஷயத்தைக் கணக்கில் எடுத்துக்கொள்வதில்லை. நமது பண்பாடு குறித்த தெளிவுடன்தான் நாம் தமிழ்ப் புத்தாண்டு குறித்த விஷயத்தை அணுக வேண்டும்.

உழைக்கும் மக்கள், வீட்டுப் பெண்களின் நம்பிக்கைகள் சார்ந்து கொண்டாடப்படும் இந்தத் திருவிழாக்கள் தமிழர்களின் நன்றி உணர்வைவலியுறுத்துபவை. வெப்பமண்டலநாடுகளில்அறுவடைத் திருநாள்கள் வெவ்வேறு பெயர்களில் கொண்டாடப்படுகின்றன. மற்ற பண்டிகைகளில் நாம் பிரார்த்தனைகளை முன்வைக்கிறோம். வேண்டுதல்களையும் கோரிக்கைகளையும் முன் வைக்கிறோம். ஆனால் அதற்கு மாறாக, பொங்கலில் நமது வாழ்க்கைக்கு அடிப்படையான உழவர்களுக்கும் சூரியனுக்கும் மாடுகளுக்கும் நன்றி செலுத்துகிறோம். இப்படிப் பல்வேறு அம்சங்களில் மாறுபட்டு விளங்குகிற பொங்கலைக் கொண்டாட வேண்டியது ஒவ்வொரு தமிழரின் கடமை.

தாலியின் சரித்திரம்

தாலி கட்டுதல், திருப்பூட்டுதல், மாங்கல்ய தாரணம் ஆகிய சொற்கள் பெண்ணின் கழுத்தில் ஆண் தாலி அணிவிப்பதைக் குறிக்கின்றது. தாலி கட்டும் நிகழ்ச்சி நடக்கும்போது மண மக்களுக்குப் பின்னால் மணமகனின் சகோதரி அல்லது சகோதரி முறை கொண்டவர்கள் கட்டாயம் நிற்க வேண்டும். மணமகனுக்குத் தாலி முடிச்சுப்போட அவர் உதவி செய்ய வேண்டும். தமிழ்நாட்டில் பெருவாரியாக நிலவிவரும் வழக்கம் இதுவே.

மணவறையில் அல்லாமல் ஊர் மந்தையில் நின்றுகொண்டு தாலி கட்டும் வழக்கமுடைய சாதியாரிடத்திலும் சகோதரியானவர் மணமகனுக்குத் தாலிகட்டத் துணைசெய்கிறார். தமிழ்நாட்டில் குறிப்பிட்ட ஒன்றிரண்டு சாதியாரிடத்தில் இரண்டு வீடுகளுக்கு இடையிலுள்ள சந்து அல்லது முடுக்குக்குள் சென்று மணமகன் மணமகளுக்குத் தாலி கட்டுவது சில ஆண்டுகளுக்கு முன்வரை வழக்கமாக இருந்தது. இது வன்முறையாகப் பெண்ணை வழிமறித்துத் தாலிகட்டிய காலத்தின் எச்சப்பாடாகும்.

ஒரு நூற்றாண்டுக்கு முன்வரை சில சாதியாரிடத்தில், மணமகன் திருமண நிகழ்ச்சிக்கு வரமுடியாதபோது மணமகனை அடையாளப்படுத்த அவன் வைத்திருக்கும் பொருள்களில் ஒன்றைக் கொண்டுவந்து மணமகளின் பக்கத்தில் வைத்து மணமகனின் சகோதரி தாலி கட்டுகிற வழக்கம் இருந்திருக்கிறது.

மதுரை மாவட்டம், மேலூர் வட்டத்தில் வாழும் அம்பலக் காரர்களிடத்தில் மணமகனுக்குப் பதிலாக அவனுடைய வளைதடியை (வளரியை) கொண்டுபோய் அவனுடைய சகோதரி மணப்பெண்ணுக்குத் தாலி கட்டுகிற வழக்கம் இருந்துள்ளது.

மணமகன் இல்லாமலேயே மணமகளுக்குத் தாலி கட்டும் வழக்கம் தமிழகத்தில் இருந்துள்ளது என்பதற்கு இவையெல்லாம் சான்றுகளாகும்.

தாலி என்ற சொல்லின் வேர்ச்சொல்லை இனங்காண முடிய வில்லை. ஆனால், தாலி, தாலாட்டு ஆகிய சொற்களைக் கொண்டு 'தால்' என்பது தொங்கவிடப்படும் அணி (காதணி, மூக்கணி, விரலணி போல) என்று கொள்ளலாம்.

நமக்குக் கிடைக்கும் தொல்லிலக்கியச் சான்றுகளிலிருந்து (சங்க இலக்கியங்கள், சிலப்பதிகாரம்) அக்காலத்தில் ஆண் பெண்ணுக்குத் தாலி கட்டும் வழக்கம் இருந்ததில்லை என்றே தோன்றுகிறது.

தமிழர் திருமணத்தில் தாலி உண்டா, இல்லையா என்று தமிழறிஞர்களுக்கு மத்தியில் 1954இல் ஒரு பெரிய விவாதமே நடந்தது. இந்த விவாதத்தைத் தொடங்கி வைத்தவர் கவிஞர் கண்ணதாசன். தாலி தமிழர்களின் தொல் அடையாளம்தான் என வாதிட்ட ஒரே ஒருவர் சிலம்புச்செல்வர் ம.பொ.சி. மட்டுமே.

கி.பி. பத்தாம் நூற்றாண்டு வரை தமிழ்நாட்டில் தாலி என்ற பேச்சே கிடையாது என்கிறார் கா. அப்பாத்துரையார். பெரும் புலவர் மதுரை முதலியாரும் தமிழ் ஆய்வறிஞர் மா. இராசமாணிக் கனாரும் பழந்தமிழர்களிடத்தில் மங்கலத்தாலி வழக்கு கிடையாது என உறுதியுடன் எடுத்துக் கூறினர்.

தொல் பழங்குடி மக்கள் பிள்ளைகளைத் தீயவை அணுகாமல் காப்பதற்குப் பிள்ளைகளின் இடுப்பில் அரைஞாண் கயிற்றில் சில பொருள்களைக் கட்டும் வழக்கம் இருந்தது. அவ்வழக்கம் மிக அண்மைக்காலம்வரை கூட நீடித்தது. இவ்வாறு ஐந்து பொருள் களைப் பிள்ளைகளின் அரைஞாண் கயிற்றில் கட்டுவதைச் சங்க இலக்கியங்கள் ஐம்படைத் தாலி என்று குறிப்பிடுகின்றன. மிக அண்மைக்காலம் வரையிலும்கூட கிராமப்புறங்களில் குழந்தை களின் அரைஞாண் கயிற்றில் நாய், சாவி, தாயத்து ஆகிய உருவங் களைச் செய்து கட்டுவது வழக்கமாயிருந்தது. நந்தனின் சேரிக் குழந்தைகள் அரைஞாண் கயிற்றில் இரும்பு மணி கட்டியிருந்த தான குறிப்பு பெரிய புராணத்தில் உள்ளது. எனவே தாலி என்னும் சொல் கழுத்துத்தாலியைத் தொடக்கக் காலத்தில் குறிப்பிடவில்லை என்பது தெளிவாகிறது.

கி.பி. ஏழாம் நூற்றாண்டில் திருமணச் சடங்குகளை ஒவ்வொன் றாகப் பாடுகின்ற ஆண்டாளின் பாடல்களில் தாலி பற்றிய பேச்சே கிடையாது. மாறாக, தான் கொன்ற புலியின் பல்லை வீரத்தின்

சின்னமாக ஆண் தன் கழுத்தில் கோத்துக் கட்டிக்கொண்டால் அதைப் புலிப்பல் தாலி என்று குறிப்பிட்டுள்ளனர்.

'புலிப்பல் கோத்த புலம்பு மணித்தாலி' (அகநானூறு)
'புலிப்பல் தாலிப் புன்தலைச் சிறார்' (புறநானூறு)
இரும்புலி எயிற்றுத் தாலி இடையிடை மனவுகோத்து' (திருத்தொண்டர் புராணம்)

தமிழ்நாட்டில் ஆதிச்சநல்லூர் உள்படப் பல்வேறு இடங்களில் தோண்டியெடுக்கப்பட்ட புதைபொருள்களில் இதுவரை தாலி எதுவும் கிடைக்கவில்லை.

தமிழ்நாட்டில் இப்போது பயன்படுத்தப்பட்டுவரும் தாலிகளில் சிறுதாலி, பெருந்தாலி, பஞ்சார (கூடு) தாலி, மண்டைத் தாலி, நாணல் தாலி (ஞாழல் தாலி), பார்ப்பாரத் தாலி, பொட்டுத் தாலி ஆகியவை பெருவாரியான மக்களால் பயன்படுத்தப்படுபவை ஆகும்.

ஒரு சாதிக்குள்ளேயே அதன் உள்பிரிவுகள் சிறுதாலி, பெருந்தாலி வேறுபாட்டால் அடையாளப்படுத்தப்பட்டன. ஒரு காலத்தில் உணவுசேகரிப்பு நிலையில் வாழ்ந்த சில சாதியார் இன்றுவரை கழுத்தில் தாலிக்குப் பதிலாகக் 'காரைக்கயிறு' என்னும் கறுப்புக்கயிறு கட்டிக்கொள்கின்றனர். கழுத்தில் காரை எலும்பையொட்டிக் கட்டப்படுவதால் அது காரைக்கயிறு எனப் பெயர் பெற்றது. பார்ப்பாரத் தாலியில் ஒரு வகை, பெண்ணின் மார்புகள் போன்ற இரண்டு உருவத்திற்கு நடுவில் ஒரு உலோகப் பொட்டினை வைத்துக்கொள்வதாகும். இது மனிதகுல வரலாற்றில் ஏதோ ஒரு தொல்பழங்குடியினரின் கண்டுபிடிப்பாக இருக்கவேண்டும்.

கி. பி. பத்தாம் நூற்றாண்டு முதலே தமிழகத்தில் பெண்ணின் கழுத்துத்தாலி புனிதப் பொருளாகக் கருதப்பட்டு வந்துள்ளதாகக் கொள்ளலாம். அதன் பின்னரே கோயில்களிலும் பெண் தெய்வங்களுக்குத் தாலி அணிவிக்கப்பட்டது. திருக்கல்யாண விழாக்களும் நடத்தப்பட்டன. நாளடைவில் தாலி மறுப்பு அல்லது நிராகரிப்பு என்பது கனவிலும் நினைத்துப்பார்க்க முடியாத ஒன்றாக மாறி விட்டது. தம் குலப்பெண்களுக்கு மேலாடை அணியும் உரிமை கோரி குமரிப்பகுதி நாடார்கள் நடத்திய தோள்சீலைப்

போராட்டத்தை ஒடுக்க அன்று நாயர்கள், நாடார் பெண்களின் தாலிகளை அறுத்தனர். அந்த இடம் இன்றும் தாலியறுத்தான் சந்தை என்று வழங்கப்படுகிறது.

இந்தியச் சிந்தனையாளர்களில் தந்தை பெரியார்தான் முதன் முதலில் தாலியை நிராகரித்துப் பேசவும் எழுதவும் தொடங்கினார். அவரது தலைமையில் தாலியில்லாத் திருமணங்கள் நடைபெறத் தொடங்கின. ஆணுக்குப் பெண் தாலி கட்டும் அதிர்ச்சி மதிப்பீட்டு நிகழ்ச்சிகளும் சில இடங்களில் நடந்தன. பின்னர் 1968இல் அண்ணா காலத்தில் நிறைவேற்றப்பட்ட சுயமரியாதைத் திருமணச்சட்டம் தாலி இல்லாத் திருமணத்தைச் சட்டபூர்வமாக அங்கீகரித்தது.

கடைசியாக ஒரு செய்தி: சங்க இலக்கியங்களில் தாலி மட்டுமல்ல, பெண்ணுக்குரிய மங்கலப் பொருள்களாக இன்று கருதப்படும் மஞ்சள் குங்குமம் ஆகியவையும்கூட பேசப்படவே இல்லை.

பெண் என்னும் சுமைதாங்கி

இரண்டு அகலமான கற்களை நெட்டுக் குத்தாக நட்டு, அவற்றின் மீது கிடைவசமாக மற்றொரு கற்பலகை வைக்கப்பட்ட அமைப்பைச் சாலை ஓரங்களில் பார்த்திருக்கலாம். இதுதான் சுமைதாங்கிக் கல். தரையிலிருந்து சுமார் நான்கு அல்லது ஐந்தடி உயரத்தில் கிடைவசக்கல் பொருத்தப்பட்டிருக்கும். போக்குவரத்து வசதியில்லாத காலத்தில் தலைச்சுமையாகப் பொருட்களைக் கொண்டுசெல்பவர்கள் பிறர் உதவியின்றிச் சுமைகளை இறக்கி வைத்து, பின்னர் யாருடைய உதவியுமின்றித் தலையில் ஏற்றிக் கொள்வார்கள். இவ்வாறு இளைப்பாறும் நேரத்தில் சுமையைத் தாங்குவதற்காக உருவான கற்களே சுமைதாங்கிக் கற்கள். வயிற்றுச் சுமை தாங்காமல் இறந்த பெண்ணின் மன ஆறுதலுக்காக, மற்றவர் களின் சுமை பகிர்ந்துகொள்ளுதல் என்னும் மனிதாபிமான நோக்கமே இதற்குப் பின்னிருக்கும் அம்சம்.

மகப்பேற்றின்போது வயிற்றுச்சுமை தாங்காமல் இறந்த பெண்களின் நினைவாகவே சுமைதாங்கிக் கற்கள் நடப்படுகின்றன. சாதாரணமாக இவற்றில் கல்வெட்டுகள் இருப்பதில்லை; விதிவிலக்காக ஒன்றிரண்டு கற்களில் இறந்த பெண்ணின் பெயர் பொறிக்கப்பட்டுள்ளது.

ஆணாதிக்கச் சமுதாயத்தில் பெண் ஒரு சுமைதாங்கி என்பதை இந்த ஓரிடத்தில் மட்டும் ஆண் சமுதாயம் ஏற்றுக்கொண்டுள்ளது. பழைய தமிழ் இலக்கியங்களிலும் கல்வெட்டுக்களிலும் சுமை தாங்கிக் கற்கள் பற்றிய குறிப்புகள் எதுவும் இல்லை. எனவே இந்த வழக்கம் விசயநகர ஆட்சிக் காலத்திலும் நாயக்கர் ஆட்சிக் காலத்திலும் பெருகியிருப்பதாகத் தெரிகிறது.

தொன்மையான சுமைதாங்கிக் கற்கள் இதுவரை கண்டறியப் படவில்லை. சுமைதாங்கிக் கற்கள் பொதுவாக ஊர் எல்லையும் நெடுஞ்சாலையும் சந்திக்கும் இடத்தில் நிழல்தரும் மரத்தடிகளில் அமைக்கப்படுகின்றன.

சுமைதாங்கிக் கற்களின் வடிவத்தைப் பொறுத்தமட்டில் கிடைவசத்தில் அமைக்கப்பட்ட கற்பலகையே இறந்த பெண்ணின்

நினைவிற்குரியதாகும். அதனைத் தாங்க நிறுத்தப்பட்ட இரண்டு கற்களும் மகப்பேற்று உதவியாளர்களைக் குறிக்கும். இந்தியா முழுவதும் மகப்பேற்றுச் சிற்பங்களில் இரண்டு பெண் உதவியாளர்கள் காட்டப்பெறுவது ஒரு மரபாகவே இருந்துவருகிறது. நாட்டார் மரபில் இந்தப் பெண் உதவியாளர்களைத் 'தொட்டுப் பிடித்தவர்கள்' என்பர்.

கிராமப்புறங்களில் ஓரளவு பொருள் வசதியுடைய குடும்பத் தவரே இந்தச் சுமைதாங்கிகளை நிறுவியுள்ளனர். பொதுவாக மகப்பேற்றின்போதும் சுமங்கலியாகவும் இறந்த பெண்களை மாலையம்மன், வாழவந்தாள், சேலைக்காரி ஆகிய பெயர்களில் வணங்குவது தமிழக நாட்டார் மரபாகும். பொருள் வசதி குறைந்த வீட்டில் மாலையம்மனுக்கு நினைவுநாளில் படைத்த புதுச்சேலை யினை ஓலைப்பெட்டியில் வைத்து உத்திரத்தில் கட்டித் தொங்கவிட்டிருப்பார்கள். மறுஆண்டு நினைவு நாளில்தான் அந்தச் சேலையினை மற்றவர் எடுத்து உடுத்துவர்.

மகப்பேற்றில் இறந்த பெண்களைப்போல, கன்னியாக இறந்த பெண்களும் வழிபாட்டுக்கு உரியவர்களாகக் கருதப்பட்டார்கள். அவர்கள் நினைவுக்குச் சேலை படைப்பதில்லை. 'கன்னிச் சிற்றாடை' மட்டுமே படைப்பர். இன்றளவிலும் கிராமப்புறத்துத் துணிக்கடைகளில் கன்னிச் சிற்றாடைகள் விற்பனைக்கு உள்ளன.

விசயநகர மன்னர் ஆட்சிக்காலம் தொடங்கி தமிழ் மக்களின் உணவு, உடை, சடங்குகள், திருவிழாக்கள் ஆகியவற்றில் பல மாற்றங்கள் நிகழ்ந்துள்ளன. மகப்பேற்றில் இறந்த பெண்ணின் நினைவாகச் சுமைதாங்கிக்கல் அமைக்கும் வழக்கமும் அக்காலத்தில் தான் தோன்றியிருக்க வேண்டும். இதுவன்றித் தமிழகப் பண்பாட்டு வரலாற்றில் சுமைதாங்கிக்கல் பற்றிய குறிப்புகள் எவையும் இல்லை.

சந்திப்பு: எஸ். கார்த்திகேயன்.

புதிய தலைமுறை, 19 ஜனவரி 2012

மஞ்சள் மகிமை

மஞ்சள்பூசிக் குளிப்பதும் மஞ்சள் கயிறு அணிவதும் பெண்ணுக்குரிய முக்கியமான செய்திகளாகும். மஞ்சள் என்பது பெண்ணோடும் 'மங்களகரம்' என்பதோடும் இணைத்துப் பேசப்படுகிறது.

ஆனால் மஞ்சள் ஆரோக்கியம் தொடர்பான ஒரு பொருளாகவே தமிழர் வாழ்வில் முன்பு இருந்துள்ளது. கிருமி எதிர்ப்புச் சக்தி, மஞ்சளில் உள்ளதாகக் கூறப்படுகின்றது.

'நோக்கி யசோதை நுணுக்கிய மஞ்சளால்' கண்ணனை நீராட்டுவதுபற்றிப் பெரியாழ்வார் பாசுரம் பேசுகிறது.

பூசுமஞ்சளில் புகழ் பெற்றது 'விறலி மஞ்சள்' ஆகும். விறல் என்றால் முகம். விறலி என்றால் முகபாவங்கள் காட்டி நடிக்கிற, நடனமாடுகிற பெண்ணைக் குறிக்கும். அன்று கூத்தாடிப் பெண்கள் அன்றைய விளக்கொளியில் நாட்டியமாடினர். அவர்களது முகம் துடிப்பாகத் தெரிய மஞ்சள் அரைத்து முகத்தில் பூசிக்கொண்டனர். விறலியர் மட்டும் பூசிய மஞ்சளைக் காலப்போக்கில் குடும்பப் பெண்களும் பூசத் தொடங்கினர். விறலியரை மதியாத நம் சமூகம் விறலி மஞ்சளை மட்டும் கொண்டாடத் தொடங்கியது; இன்றும் கொண்டாடி வருகிறது. விறலி மலை என்பதுதான் இன்று விராலிமலை என்று ஆனது என்பது கூடுதல் செய்தியாகும்.

புதுவிசை, 10 ஜூலை 2007

கோலம்

கோலம் என்னும் வரைகலை வெளிப்பாடு தமிழர் வாழ்விய லோடு பின்னிப் பிணைந்ததாகும்.

கோலம் என்னும் சொல், சங்க இலக்கியத்திலேயே மிகப் பிற்பட்ட நூலான பரிபாடலில்தான் முதன்முதலாகத் திருமாலின் வராக அவதாரத்தைக் குறிக்க "கேழல் திகழ்வரக் கோலமொடு பெயரிய" என்னும் தொடராகக் காணப்படுகிறது. பெருங்காப்பிய மான சிலப்பதிகாரத்தில் இத்தொடர் பயின்று வருகிறது. 'மாதவி தன் கோலம் தவிர்த்திருந்தாள்', 'மணமகளைப் போல யாழ் கோலம் செய்யப்பட்டிருந்தது', 'மாதவி எழுதுவரிக்கோலம் என்ற ஆட்டத் திற்காகக் கோலம் செய்திருந்தாள்', 'பழங்குடிமக்கள் குமரிப் பெண்ணைத் தெய்வக் கோலம் செய்திருந்தனர்'. இவையே சிலப்பதி காரத்தில் கோலம் என்னும் சொல் வரும் இடங்களாகும்.

ஆடுமகளுக்கும் மணமகளுக்கும் இசைக் கருவிக்கும் செய்யப் பட்ட ஒப்பனைகளையே, அதாவது வெளிப்பாடுகளையே சிலப்பதி காரம் கோலம் என்றது.

இன்று கோலம் என்பது அரிசி மாவினாலும் சுண்ணம்புப் பொடியினாலும் பல வண்ணப்பொடிகளாலும் தரையில் இடப் படும் கோலத்தைக் குறித்து நிற்கின்றது. தரையில் இடப்படும் கோலம், வீட்டின் தலைவாயிலிலும் வீட்டிற்குள் தெய்வ வழிபாடு நிகழ்த்தப்படும் இடத்திலும் கோயில்களிலும் இடப்படுகின்றது. எனவே கோலம் என்பது அழகுணர்ச்சி சார்ந்த வரைகலை வெளிப்பாடாக மட்டுமின்றிப் புனிதத்தன்மை அல்லது சடங்கியல் தன்மையுடையதாகவும் விளங்குகின்றது என்பதை உணரலாம். தொல்பழங்குடி மக்களின் நம்பிக்கைகளில் ஒன்று தரையைப் புனிதப்படுத்துவதாகும். தூய்மைப்படுத்தப்படாத தரை, தெய்வங்கள் காலூன்றி நிற்பதற்கு ஏற்றதன்று. தெய்வங்களும் வானவர்களும் பூமிக்கு (மண்ணுலகிற்கு) வரும்போது தரையினை மிதிப்பதில்லை. அவதாரமான இராமனும் கிருஷ்ணனும் மட்டுமே வெறுங்காலால் பூமியை மிதித்தவர்களாவர்.

மேலொரு பொருளுமில்லா மெய்ப்பொருள் வில்லும் தாங்கி
கால் தரை தோய வந்து கட்புலக் குற்றதம்மா

என்பது கம்பராமாயணம். இதன் பொருள், பொதுவாகத் தெய்வங்களின் கால்கள் தரைதோய வருவதில்லை என்பதாகும். தெய்வங்கள் வானுலகத்திலோ அல்லது மண்ணுலகத்தின் மரங்களிலோதான் வாழும். தரையில் மனிதர்களைப்போல வாழ்வதில்லை. தன் விருப்பத்திற்கும் தேவைக்குமேற்ப, மண்ணிற்கு வரும் தெய்வங்களுக்கு மனிதன் 'புனித இடங்களை' உருவாக்குகிறான். தெய்வச் சிலைகள் அனைத்தும் கவிழ்ந்த தாமரையின் மீதே (பத்மபீடத்தின் மீதே) அமைக்கப்படுவதன் காரணமும் இதுதான். நாட்டார் வழிபாட்டு மரபிலும் தெய்வத்தின் கால்கள் தரையிலே பதியக் கூடாது என்பதற்காக 'பூடங்கள்' (பீடங்கள்) அமைத்துள்ளனர். பீடங்களின் உச்சிப்பகுதியில் கவிழ்ந்த தாமரை போன்ற வடிவம் காட்டப்பட்டிருப்பதனைக் கூர்ந்து கவனித்தால் இதை அறிந்து கொள்ளலாம்.

படங்களோ சிலைகளோ வீட்டுப் புழக்கத்தில் இல்லாத காலத்தில் வீட்டிற்குள் தெய்வத்தை, திருநிலைகொள்ள வைப்பதற்குக் குத்துவிளக்கு மட்டுமே இருந்தது. குத்துவிளக்கும்கூட மனைப்பலகை அல்லது மண்ணால் செய்த சிறுபீடம் அல்லது கோலத்தின் மீதுதான் வைக்கப்படுகிறது. வெளியிலும் குத்து விளக்கு இல்லாத நிலையிலும் வீட்டிற்குள்ளும் தெய்வ வழிபாடு நிகழ்த்தப்படுவதுண்டு. அப்போதெல்லாம் அந்த இடங்களில் கோலங்கள் இடப்படுகின்றன. செம்மண் அல்லது பசுஞ்சாணத்தால் ஆன பிள்ளையாரும் கோலத்தின் பகுதியில்தான் வைக்கப்படுகின்றது.

கோலம் இடப்படும்முன் தரைப்பகுதி தண்ணீராலோ சாணத்தாலோ தூய்மை செய்யப்படுகின்றது. இதன்மீதே கோலங்கள் இடப்படுகின்றன. இன்றளவும் தலைவாசல் கோலமும் தரையில் தண்ணீர் தெளித்த பின்னரே இடப்படுகின்றது. கோலம் இடப்பட்ட இடங்களையே சங்க இலக்கியங்கள் 'களம்' எனக் குறிப்பிடுகின்றன. குறிப்பாக முருகப்பூசாரி வெறியாடுமிடங்கள் களமாக அமைகின்றன. இக்களத்தின் மீதே வேலனாகிய முருகப்பூசாரி நின்று ஆடுகின்றான். கேரளத்தில் இம்மரபு இன்றும் உயிரோடுள்ளது. இதற்குக் 'களமெழுதுதல்' அல்லது 'களமெழுத்து' என்று பெயர்.

'களமெழுத்து' என்பது தூய்மை செய்யப்பட்ட இடத்தில் வரையப்பட்ட கோலத்தையே குறிக்கின்றது. சர்ப்பந்துள்ளல் போன்ற வழிபாட்டு நடனங்கள், பல வண்ணப் பொடிகளால்

வரையப்பட்ட களத்தின் மீதே நடத்தப்பெறுகின்றன. "வேலன் தைஇய வெறி அயர் களனும்" என்று திருமுருகாற்றுப்படை முருகப்பூசாரி வேலன் ஆடும் களத்தைக் குறிப்பிடுகின்றது.

இலக்கியங்கள் குறிப்பிடும் 'களன் இழைத்தல்' என்ற சொல் தமிழ்நாட்டில் இன்று மறைந்துபோய்விட்டது. அதற்கு மாற்றாகவே அழகுபடுத்துதல், ஒப்பனை செய்தல் என்ற பொருளுடைய கோலம் என்ற சொல் புழக்கத்தில் வந்துள்ளது. 'தலைவாசல் கோலம்' என்பது மேலிருந்து இறங்கும் தெய்வம் மண்ணில் கால் பதிப்பதற்கு இடப்பட்ட முதல் களமாகும். வீட்டிற்குள் இடப்படும் கோலம் தெய்வத்தைத் திருநிலைப்படுத்தச் செய்யப்பட்ட இடமாகும்.

கோலம் என்பது ஏன் பெண்களுக்கு மட்டுமே உரிய கலை, சடங்கியல் வெளிப்பாடாக அமைகின்றது என்பது எஞ்சிநிற்கும் கேள்வியாகும். மனிதகுல வரலாற்றில் தொடக்கக் காலத்தில் பெண்களே பூசாரிகளாக இருந்துள்ளனர் என்பது மானிடவியல் காட்டும் உண்மையாகும். சங்க இலக்கியங்களில் முருகனுக்கு வேலனைப் போலவே புலைத்தியும் பூசாரியாக இருந்துள்ள செய்தி காணப்படுகின்றது. அதனால்தான் இன்னமும் தெய்வத்தின் ஆற்றலைத் தன் உடலில் இறக்கியாடும் சாமியாட்டம் பெண்களுக்கு விலக்கப்பட்டதாக அமையவில்லை.

கோலம் என்னும் வரைகலையின் தோற்றம் பெண்களைச் சார்ந்தது என்பதையே மனிதகுல வரலாறு நமக்கு உணர்த்துகின்றது. கோலம் வரைதல் ஒரு கடமையாகவும் உரிமையாகவும் பெண் களுக்கு அமைந்தது இப்படித்தான். எனவேதான் வறுமைப்பட்ட குடும்பங்களில்கூட கோலமிடுவதற்கு ஒருபிடிச் சுண்ணாம்புப் பொடி இன்னமும் இருக்கின்றது.

புதுவிசை

பெண் பூசாரிகளும் தாய்த் தெய்வ வழிபாடுகளும்

இன்று பூசாரித்தொழில் பெருந்தெய்வக் கோயில்களிலும் நாட்டார் தெய்வக் கோயில்களிலும் ஆண்களுடையதாகவே இருக்கிறது. பெருந்தெய்வக் (அரச ஆதரவு) கோயில்களில் ஒரு காலத்தில் நெல் குத்துதல், பெருக்குதல், மெழுகுதல் ஆகிய தொழில்களுக்கு மட்டுமே பெண் பணியாளர்கள் நியமிக்கப் பட்டனர்.

இவையன்றி, தேவரடியார் எனப்படும் பெண்கள் கோயில்களில் குடவிளக்கு ஏந்திச் சுற்றிவரவும் நடனமாடவும் நியமிக்கப்பட் டிருந்தனர். நாட்டார் தெய்வக் கோயில்களிலும் பெண்களைப் பூசாரிகளாக அனுமதிப்பதில்லை. ஆனால், சாமியாட மட்டும் அனுமதிக்கப்படுகின்றனர். பழங்குடி மக்கள் இயற்கைத் தீட்டாகக் கண்ட பெண்ணின் உடலியல் மாற்றங்களைப் பார்ப்பனியமும் ஆணாதிக்கத்துக்கான முதற்படியாக ஆக்கிக்கொண்டது. கிறிஸ்துவத்திலும் இஸ்லாத்திலும்கூட பெண்கள் பூசாரிகளாக (மௌலவிகளாக) அனுமதிக்கப்படுவதில்லை.

ஆனால், கடவுள் வழிபாட்டின் தொடக்ககாலத்தில் பெண்களே பூசாரிகளாக இருந்துள்ளனர். இந்த மறைந்த வரலாற்று நிகழ்வைக் காட்டும் விதிவிலக்குகள் உலகில் அங்கங்கே இன்றும் காணப்படுகின்றன.

தமிழ்நாட்டிலும் ‘காமக்கோட்டம்’ என அழைக்கப்பட்ட பெண் தெய்வக் கோயில்களில் பெண் பூசாரிகளே இருந்திருக்க வேண்டும். இன்றும் திருச்சிக்கு அருகே திருவானைக்கா அகிலேண்டஸ்வரி கோயிலில் ஒவ்வொரு நாளும் ஒருமுறை ஆண் பூசாரி புடவையைத் தன் மீது சுற்றிக்கொண்டு பெண்போல நின்று, பூசனை செய்யும் வழக்கம் உள்ளது.

நெல்லை காந்திமதி, காஞ்சி காமாட்சி, மதுரை மீனாட்சி, திருக்கருகாவூர் கருக்காத்த நாயகி (கர்ப்பரட்சாம்பிகை), கரூர் ஆதிரைநாயகி முதலிய கோயில்கள் ஒருகாலத்தில் காரைக்

கோட்டங்களாகவே இருந்திருக்க வேண்டும். பின்னர் அரசுகள் நிலைபெற்ற பின்னர், இவை ஆண் துணையோடு சேர்க்கப்பட்டு இவற்றின் கோயில்கள் சாமி கோயில்களாக மாற்றப்பட்டன.

தமிழ்நாட்டின் பழைய தாய்த்தெய்வங்களில் ஒன்றான மதுரை மீனாட்சி, இன்றும் திருமணத்துக்கு முன்பே அரசியாக முடிசூட்டி, செங்கோல் தாங்கி, அரசியல் கடமைகளை நிறைவேற்றுவதைப் பார்க்கின்றோம். அவள் கணவன் அரசன் ஆகாமல் கோமகனாகவே (ஸ்ரீஹஸ்பென்டு) அமைகின்றான். இந்தத் திருவிழாவின் பொருளைச் சகிக்க முடியாத ஆணாதிக்கம் கொண்ட பார்ப்பனியம், மீனாட்சி யிடமிருந்த அரசையும் செங்கோலையும் பறித்து சுந்தரேஸ்வர ருக்குப் பட்டாபிசேகம் செய்வதாக ஒரு திருவிழாவை ஆவணி மாதத்தில் நடத்துகிறது. ஆனால் அந்தத் திருவிழாவை மீனாட்சி பட்டாபிசேகத் திருவிழாவைப்போல் மக்கள் பெரிதாகக் கருதுவதும் இல்லை; ஏற்றுக்கொள்வதும் இல்லை.

இன்றும் தமிழ்நாட்டில் தாய்த்தெய்வ வழிபாட்டின் மிகப் பெரிய தொல்எச்சமாகக் காணப்படுவது மதுரை மீனாட்சி யம்மனின் பட்டாபிசேகத் திருவிழா ஆகும்.

குலதெய்வம்: இது எங்க சாமி!

சில நொடிகள் கனத்த மௌனமும் சில நொடிகள் பேரிரைச்சலும் ஏற்படுத்துகின்றன அலைகள்! கடற்கரையோரம் செழித்திருக்கின்றன பனைகள். மீன் வீச்சமும் உப்புக் காற்றும் நிறைந்திருக்கிற உவரி கிராமத்தின் கடற்கரையில் குதிரை மீது இருக்கிறார் சாஸ்தா. திருநெல்வேலியிலிருந்து 50 கி.மீ தள்ளி இருக்கிறது உவரி கடற்கரைக் கிராமம். சாலையின் இரண்டு பக்கமும் சிவப்பேறிக் கிடக்கிறது மண். வழியெல்லாம் கள்ளிச் செடிகள். சாஸ்தாவின் முன், தன் மகள் விசயலட்சுமியுடன் கைகூப்பி நிற்கிறார் தொ.பரமசிவன்.

"என் மகளுக்குக் கல்யாணம். அதான் முதல் அழைப்பை சாஸ்தா காலடியில் வெச்சு ஆசிவாங்க வந்திருக்கேன்." ஒரு தகப்பனின் அன்பு, கண்களில் பொங்கப் பேச ஆரம்பிக்கின்றார் தொ.ப.

எங்க சாஸ்தா, சைவ சாமி. குதிரை மேல ஏறி, ஊரைச் சுத்திவந்து காவல் காக்கிற முக்கியமான வேலை சாஸ்தாவுக்கு. 'கடல் பக்கமா உட்கார்ந்தபடியே குடிகளைக் காப்பாத்துவார்' ங்கிறது மக்களோட நம்பிக்கை.

தமிழர்களின் வீரவழிபாட்டுக்கான அடையாளம்தான் குல தெய்வங்கள். கால்நடைகளை, கண்மாய் நீரை, பெண்களை, விளைந்த பயிர்களைக் காக்கின்ற சண்டைகளில் உயிர்நீத்த மனிதர்கள்தான் வீரவழிபாட்டில் தெய்வங்களானார்கள். பெண் தெய்வங்களின் கதைகளும் பயங்கரமானவை. பகைவரால் கொல்லப்பட்டோர், பாலியல் வன்முறையில் இறந்தோர், பாலியல் வன்முறையிலிருந்து தப்பிக்கவும் அதை எதிர்க்கவும் தற்கொலை செய்துகொண்டோர், கணவனோடு உயிர்நீத்தோர் ஆகியோரே பெண்தெய்வங்களாக மாறினர்.

ஏழெட்டுத் தலைமுறைக்கு முன்னால் என் முன்னோர்கள் திருநெல்வேலிக்கு இடம் பெயர்ந்துவிட்டார்கள். அதன்பிறகு, சாஸ்தாவைக் கும்பிட இங்கே உவரிக்கு வருவதென்றால் வண்டி கட்டிக்கொண்டுதான் வரவேண்டும். போக்குவரத்து வசதிகள் எதுவுமே இருந்திராத காலத்தில் காட்டுப்பாதையில் வந்து

போவதன் சிரமங்கள் சொல்லித் தெரிய வேண்டியதில்லை. ஆனாலும் குலமுதல்வனை வழிபட ஒருவரும் தவறியதே இல்லை.

பின்னர் ஒருகட்டத்தில் உவரியிலிருந்து பிடிமண் கொண்டு வந்து, திருநெல்வேலியிலேயே ஒரு சாஸ்தா கோயிலை உருவாக்கினார்கள். இப்போது ஊர் ஊருக்கு சாஸ்தா, மதுரைவீரன், அய்யனார், அங்காள பரமேஸ்வரிகள் இருக்கக் காரணம், பிடிமண் கிளைக்கோயில்கள்தான். வருடத்திற்கு ஒருமுறையாவது குடிசாமியின் முன் நின்று வேண்டிக்கொண்டால்தான் எம் மக்களுக்கு மனசு ஆறும். இல்லையென்றால் குடும்பத்தில் நடக்கிற எல்லா அசம்பாவிதங்களுக்கும் குடிசாமியின் கோபமே காரணமாகச் சொல்லப்படும். கிளைக்கோயில்கள் வந்தபிறகும் தாய்க்கோயிலை இன்னும் மறக்காமல் இருப்பதுதான் இந்தச் சமூகத்தின் பண்பாட்டு அடையாளம்.

மக்கள் வசதிவாய்ப்பு அற்றவர்களாக இருந்தால், அவர்களின் குடிசாமியும் அப்படியே வறுமையில் இருக்கும். சாஸ்தாவின் குடிகள் இப்போது கொஞ்சம் வசதி பெற்றுவிட்டார்கள் போலும். கோபுரம் கட்டி கும்பாபிசேகமே நடத்திவிட்டார்கள். எங்கள் பாட்டனார் காலத்தில் சாஸ்தாவின் மீது உப்புவாசமும் மீன் வீச்சமும் அடிக்கும். இப்போது சந்தனமும் ஜவ்வாதும் மணக்கிறது. கடல் மணற்பரப்பில் கூரைகூட இல்லாமல், மக்களோடு சேர்ந்து வெயிலில் காய்ந்திருந்தவருக்குக் கருவறை வந்துவிட்டது. திருநெல்வேலி வட்டார மொழியில் பாட்டும் கதையுமாகக் கலந்திருந்த சாஸ்தாவின் வீரமும் ஈரமும் இப்போது சமஸ்கிருத மாகிவிட்டது. மக்களின் தெய்வங்கள், இப்படியே மக்களிடமிருந்து அந்நியப்பட்டுப் போய்விடுமோ என்ற வருத்தம்தான் மனதை அரிக்கிறது.

குலதெய்வங்களின் கோயில் திருவிழாக்கள் பெரும்பாலும், மகாசிவராத்திரி அன்று நடக்கும். விடியவிடிய சாமியாடி மக்கள், குடிமுதல்வனின் கோயில்களில் குறைகளைக் கேட்பர்.

பெரும்பாலும் கோயில்களில் பூசாரிகள் சாமியாடிகளாக இருப்பதில்லை. தங்கள் குடிகளின்மேலே சாமி வந்திறங்கி, தனக்கு நேர்ந்த குறைகளைச் சொல்லும். இந்த நூற்றாண்டில்தான் பல சிறுதெய்வங்கள் பெருந்தெய்வமாக மாற்றப்பட்டன. சாஸ்தா இன்றைக்கும் பெருந்தெய்வத்திற்கான தோற்றத்துடன்தான்

இருக்கிறார். எதிர்காலத்தில் எங்கள் சாஸ்தாவின் கல்குதிரை தங்கக்குதிரையாக மாறினாலும் ஆச்சரியப்படுவதற்கில்லை. பெண் தெய்வங்கள்தான் பெரும்பாலும் இந்த மாற்றத்திற் குட்படுகின்றன. இரத்தப்பலி நிறுத்தப்படுகிறபோதும் சமஸ்கிருத மந்திரம் ஓதப்படுகிற போதும் சிறுதெய்வங்கள் பெருந்தெய் வங்களாகிவிடுகின்றன. இரத்தப்பலி தருதல் என்பது பெரும்பாலும் ஆண் விலங்குகளையே தருவர். பெண்விலங்குகள் உயிர் பெருக்கும் சக்திகள் என்பதால், அவற்றைப் பலிகொடுத்தால் தெய்வம் தண்டிக்கும் என்னும் நம்பிக்கையே இதற்குக் காரணம்.

சிறுதெய்வங்கள் இல்லாத கிராமங்களைத் தமிழகத்தில் நம்மால் பார்க்கமுடியாது. அவற்றில் பாதிக்குமேல் பெண் தெய்வங்களே குடிதெய்வங்களாக இருக்கின்றன. நம்முடைய வழிபாடே தாய்த் தெய்வ வழிபாடுதானே!

ஆண்தெய்வங்களைவிடப் பெண் தெய்வங்கள் இன்னும் உக்கிரத்தோடு இருக்கும். சில பெண் தெய்வங்களுக்குப் பலிதரும் முறை அச்சமூட்டுவதாக அமைந்திருக்கும். நிறைசினையாக உள்ள ஒரு ஆட்டைக் கொண்டுவந்து பெண் தெய்வத்தின் முன் நிறுத்த, வேல் போன்ற கருவியினால் அந்த ஆட்டின் வயிற்றைக் குத்திக் கிழித்து, அதன் உள்ளே இருக்கும் குட்டியை எடுத்துப் பலிபீடத்தின் மீது வைப்பர். இதனை "சூலாடு குத்துதல்" என்று பெயரிட்டு அழைத்தனர். சில இடங்களில் சாமியாடிகள், பலியிடப் பெறும் விலங்குகளின் ரத்தத்தைக் குடிப்பதுண்டு. தாய்த் தெய்வங்கள், தம் மக்களைக் காக்க, அரக்க வடிவிலான தீமையை ஆயுதந்தாங்கிப் போரிட்டு அழிப்பதாக நம்பிக்கை. அதற்கு இத்தகைய உக்கிரத்தோடு இருக்கவேண்டும் என்கிற மக்களின் விருப்பம்தான் இத்தகைய சடங்குகள். சிறுதெய்வ வழிபாட்டின் பல சடங்குக் கூறுகள் தமிழர்களின் போர் நெறிகளுடன் தொடர்புடையவனாகத் தோன்றுகின்றன.

ஆனந்தவிகடன்
28.11.2004

இராமர் பாலம்

சேது என்பது வடமொழிப் புராணங்களின்படி, இந்தியாவின் தென் எல்லை. வடவேங்கடத்திலிருந்து தென்குமரிவரை, காஷ்மீர் முதல் கன்னியாகுமரிவரை என்றெல்லாம் நாம் குறிப்பிடுவதைப் போல பழங்காலத்தில் வடநாட்டவர்கள் பயன்படுத்திய வார்த்தை இது. இந்த எல்லை வரையறை வெறும் புராண மரபுகளின்படிதான் சொல்லப்பட்டு வந்ததே தவிர, இது அறிவியல் ரீதியான முடிவு அல்ல. இமயமலை முதல் சேதுவரை உள்ள பகுதிகள்தான் இந்தியா என்றால், சேதுவுக்கு அப்பால் பரந்து விரியும் மதுரை, திருநெல்வேலி, வைகை, தாமிரபரணி நதிகள் எல்லாம் வேறு நாட்டிலா இருக்கின்றன? அந்தக் காலத்தில் சேதுவைப்பற்றியும் இந்தியாவின் எல்லைகள்பற்றியும் வடநாட்டவர்கள் இப்படித்தான் புரிந்துகொண்டிருந்தார்கள்.

புவியியல் ரீதியாக இந்தியாவின் உண்மையான எல்லை குமரிமுனை என்பது இருபதாம் நூற்றாண்டில்தான் பெருவாரியான வடஇந்திய மக்களுக்குத் தெரியும்.

இந்தத் தெளிவு பிறப்பதற்கு முன்னால் வடநாட்டவர்களிடம் காணப்பட்ட தவறான நம்பிக்கைகளை இப்போது இராமர் பால விவகாரத்தில் ஆதாரங்களாகக் கொள்வது ஏற்புடையதல்ல. வரலாற்றுக்கு ஆதாரங்கள் உள்ளன. தொன்மத்தை மட்டுமே தாங்கிப் பிடித்துக்கொண்டிருப்பவை புராணக் கதைகள். சிவனின் திருமணத்துக்கு வந்த கூட்டத்தைத் தாங்கமுடியாமல் வடபகுதி தாழ்ந்து, தென்பகுதி உயர்ந்தது; தென்பகுதியைச் சரி செய்ய அகத்தியர் பொதிகை மலைக்கு வந்தார் என்பது வரலாற்றுச் செய்தி அல்ல. இந்தத் தொன்மக் கதையை நாம் உண்மையென்று நம்ப முடியுமா? இராமர் பாலம் கட்டினார் என்ற புராணக் கதையையும் இப்படித்தான் அணுகவேண்டும்.

அது இராமர் பாலமா, மணல் திட்டா என்ற விவாதத்தில் தொன்மங்களை ஆதாரங்களாகப் பயன்படுத்தினாலும்கூட, தமிழர்களின் இராமருக்கும் வடநாட்டவரின் இராமருக்கும் எவ்வளவோ வேறுபாடுகள் இருக்கின்றன. கம்பர் எழுதிய இராமாயணம் இராமர் பிறந்ததில் ஆரம்பித்து, அவருக்குப்

பட்டாபிஷேகம் நடப்பதோடு முடிந்துவிடுகிறது. ஆனால் வட மொழியில் எழுதப்பட்ட பெரும்பாலான இராமர் கதைகளில், சீதையை நிலம் பிளந்து விழுங்குவதும் இராமர் சரயு நதியில் விழுந்து தற்கொலை செய்துகொள்வதும்தான் முடிவு. இராமர் தற்கொலை செய்துகொள்வதாகக் காட்டுவது நம் மரபுக்கு உவப்பானதாக இருக்காது என்று கம்பர் அந்த முடிவைப் பயன்படுத்தவில்லை. தமிழில் இராமரின் முடிவைப் பாடிய ஒரே ஒரு புலவர் பாரதியார் மட்டும்தான். 'பலர் புகழும் இராமனுமே ஆற்றில் வீழ்ந்தான், பார் மீதில் நான் சாகாதிருப்பேன் கண்டீர்' என்று பாரதியாரால்தான் பாடமுடிந்தது.

தமிழகத்தில் ஒன்றாகவும் வட இந்தியாவில் இன்னொன் றாகவும் சொல்லப்படும் தொன்மத்தைச் சாட்சியாக இராமர் பாலம் பிரச்னையில் பயன்படுத்த முடியாது.

குமுதம்

சாதிய ஆய்வுகள் நேற்றும் இன்றும்

தெற்காசிய நாடுகளில் மரபுவழிச் சமூகங்களில், மனிதனைப் பிறப்பின் வழியே பிரித்துப்பார்க்கும் போக்கு நிலைபெற்றுவிட்ட ஒன்று. உலகின் அனைத்து நாடுகளிலும் காணப்படுகின்ற இந்தப் போக்கு ஒப்பீட்டளவில் இந்தியத் துணைக்கண்டத்தில் மிகுதி. அதிலும் குறிப்பாகத் தென்னிந்தியாவில் தென்னிந்தியச் சாதி அமைப்புமுறை மிக ஆழமானது; மிக நுணுக்கமானதும்கூட. அதனால் ஐரோப்பியக் காலனியவாதிகள் வடநாட்டைவிட தென்னாட்டின் சாதிகளைப் பற்றியும் சாதி அமைப்பு முறை பற்றியும் அறிய அதிக அக்கறை செலுத்தினர்.

காலனியவாதிகளின் நோக்கம் வேறாக இருந்தாலும் சாதிகளைப் பற்றிய எழுத்துகளைப் படிப்புத் துறையாக மாற்றியது அவர்கள்தான்.

Abbe. JA. Dubois தொடங்கி ராபர்ட்சன், இப்பட்சன், கூம்பஸ், எட்கர் தர்ஸ்டன் என்று விரிந்து ஜே.ஹெச். ஹட்டன் வரை இத்துறையில் ஐரோப்பியர்களின் நீண்ட பெயர்ப் பட்டியல் ஒன்றுண்டு. இவற்றில் கடைசியாகக் குறிப்பிடப்படுபவர் ஜே.எச். ஹட்டன். இவரின் Caste in India என்ற நூலை ஆக்ஸ்போர்டு பல்கலைக்கழகத்தின் மானுடவியல் துறை தனது பாடப்புத்தகமாக வைத்துள்ளது. மேல்கீழாக அடுக்கப்பட்டுள்ள சாதிமுறைகளை European Orientalist எனப்பட்ட கீழ்த்திசைவாணர்கள் முதலில் வியப்போடு பார்த்தார்கள். பின்னர் 'சாதிமுறை என்பது மரபுவழி அதிகாரக் கட்டுமானம்' என்பதனை உணர்ந்தார்கள். தங்கள் காலனிய ஆட்சி அதிகாரத்தை நிலைப்படுத்திக் கொள்ள வேண்டிய தேவை அவர்களுக்கு வந்தபோது, சாதி அதிகாரத்தின் உச்சியிலிருந்த முதல் இரண்டு அல்லது மூன்று சாதிகளைத் தங்களுடைய அதிகாரத்தின் பக்கம் இழுத்துக்கொண்டனர். இந்திய மேல்சாதிக்காரர்களுக்குத் தொடக்கக் கட்டத்தில் ஆங்கிலேய அதிகாரத்தின் 'கோ மாமிசம்' கொஞ்சம் நெருடலாக இருந்தது. பிறகு இவர்களும் அவர்களை நோக்கி நகரத் தொடங்கினார்கள்.

பெரும்பான்மை மக்கள்திரள் பல்வேறு சிறுசாதிகளாகப் பிரிந்து கிடந்தது ஆட்சியாளர்களுக்கும் மேல்சாதிக்காரர்களுக்கும் வசதியாகப் போய்விட்டது. பார்ப்பனர்கள், பார்ப்பனரை அடுத்த மேல்சாதி என்னும் இரண்டு மேல்சாதியினரும் பெரும்பாலும் இந்தியாவின் எல்லாப் பகுதிகளிலும் காலனிய அரசாங்கம் தந்த பதவிகளையும் அதிகாரங்களையும் சுகங்களையும் சுவைக்கத் தொடங்கினார்கள்.

தமிழ்நாடு மட்டும் இந்தப் பொதுவிதியிலிருந்து கொஞ்சம் விலகியிருந்தது. 19ஆம் நூற்றாண்டின் பிற்பகுதியில் தமிழ் நாட்டில் கணிசமான அளவு சாதிப்பத்திரிகைகள் வெளிவந்தன. அந்தக் காலப் பகுதியில் பார்ப்பனர்கள், பார்ப்பனரை அடுத்த மேல் சாதி, இடைநிலைச் சாதியார், ஒடுக்கப்பட்ட சாதியார் என நான்கு தரப்பிலிருந்தும் பத்திரிகைகள் வெளிவந்ததைப் பார்க் கின்றோம். பார்ப்பனருக்கும் பார்ப்பனரையடுத்த மேல்சாதிக்கும் இடையில் பெரிய முரண்பாடு தோன்றியதும் அந்த முரண்பாடு எழுத்துலகத்தில் வெளிப்பட்டதும் தமிழ்நாட்டில்தான். பார்ப்ப னருக்கும் வேளாளருக்குமான இந்த முரண்பாடு இடைநிலைச் சாதியாருக்குத் தாங்கள் எழுச்சிபெறப் பேருக்கம் அளித்தது. தங்கள் சாதிப் பெருமையினை நிலைநாட்ட எல்லாச் சாதிகளும் எழுத்துலகத்திற்குள் புகுந்தன. இதில் மிகப்பெரிய வெற்றி பெற்றவர்கள் பார்ப்பனர்கள்தான். அவர்களுக்குள் பல உட்சாதிகள் இருந்தாலும் 'இந்திய தேசியம்' என்னும் அரசியல் அடையாளத்தையும் 'இந்து' என்னும் மத அடையாளத்தையும் அவர்கள் தங்களுடைய சாதி அடையாளமாக மாற்றிக்கொண்டனர். அதன் விளைவாகப் பார்ப்பனர்களுக்குச் சாதியும் மதமும் ஒன்றாயிற்று. ஆனால் மற்ற எல்லாருக்கும் சாதி அடையாளமே முதன்மையாயிற்று. 'கிறித்தவரானாலும் நாங்கள் வேளாளர்களே' என்று தங்கள் சாதி மேலாண்மையைத் தக்கவைத்துக்கொள்ள அவர்கள் முயன்றார்கள். சீர்திருத்தத் திருச்சபையைச் சார்ந்த பாளையங்கோட்டை முத்தையா பிள்ளை 'வேளாளர் சாதி ஆசாரம்' என்ற நூலினை வெளியிட்டார். திருச்சபைக்குள் நாடார்களைவிடத் தாங்கள் உயர்ந்த சாதியார் என்பதனைக் காட்டுவதே அதன் நோக்கமாக இருந்தது. 1907இல் எட்கர் தர்ஸ்டனின் புகழ்பெற்ற தொகுப்பு நூலான Castes and Tribes of Southern India ஏழு தொகுதிகளாக வெளிவந்துள்ளது. அவருக்கு

உதவியாக இருந்தவர், ரெங்காச்சாரியார் என்ற வைணவப் பார்ப்பனர் ஆவார். போக்குவரத்து வசதிகள், மின்வசதிகள் இல்லாத அக்காலத்தில், பெரும்பாலும் வருவாய்த் துறை ஊழியர்களைக் கொண்டே அந்நூலுக்கான தரவுகள் திரட்டப்பட்டன. அன்று வருவாய்த் துறையில் எழுத்தறிவு பெற்ற அலுவலர்களாகப் பெரும்பாலும் உயர் சாதிக்காரரர்களே இருந்தனர். கிராம நிர்வாகத்தைக் கையில் வைத்திருந்த கணக்குப் பிள்ளைகளும் மேல்சாதிக்காரரர்களே. எனவே இத்தொகுப்பு நூல் மேல்சாதிக்காரப் பார்வையிலேயே தொகுக்கப்பட்டது என்பது தெளிவு.

இந்நூலின் மற்றொரு பெரும் குறைபாடு, ஒரே சாதிப் பெயரைப் பகிர்ந்துகொள்ளும் பல்வேறு உட்பிரிவுகளை இவை கணக்கில் எடுப்பதில்லை. வட்டார வேறுபாடுகளையும் இந்த நூல் முழுமையாகப் பேசவில்லை.

ஒரு சாதித்திரள் என்பது குறிப்பிட்ட நிலப்பகுதியோடும் தொழிலோடும் சடங்குகளோடும் தொடர்புடையது. அத்துடன் அந்த வட்டாரத்தில் வாழும் மற்ற சாதியாரும் ஒரு குறிப்பிட்ட சாதியரின் இருப்பினையும் பொருளியல் வாழ்வினையும் சமூக நிலையினையும் தீர்மானிக்கின்றனர். எனவே ஒரு குறிப்பிட்ட சாதிப் பட்டத்தினைத் தாங்கி நிற்கின்ற மக்கள் கூட்டம், தென்னிந்தியா முழுவதும் அல்லது தமிழ்நாடு முழுவதும் ஒத்த சமூக வாழ்நிலையினை உடையது என்பதே தவறான கருது கோளாகும். தமிழ்நாட்டின் பெரும்பான்மையான சாதியார், மக்கள் தாய முறையினையே பின்பற்றி வருகிறார்கள். ஆனால் தமிழ்நாட்டின் ஒவ்வொரு மாவட்டத்திலும் ஏதேனும் ஒரு சாதியார் அல்லது சாதியின் உட்பிரிவினர் மருமக்கள் தாயமுறையைப் பின்பற்றுவோராய் இருக்கின்றனர். இவர்களைக் குறித்த தொகுப்பு ஆய்வோ, தனித்த ஆய்வோ இதுவரை வெளிவரவில்லை.

மின்சாரம், போக்குவரத்து, நகர வளர்ச்சி ஆகிய வசதிகள் காரணமாகக் கடந்த நூறு ஆண்டுகளாகத் தங்கள் மரபுத்தொழிலை முற்றிலுமாக இழந்துபோன சாதியார், பிற சாதிகளுக்குள் கரைந்து போனார்கள். இவ்வகையான சாதிக் கரைப்பு குறித்த ஆய்வுகள் எதுவும் இதுவரை வெளிவரவில்லை. பார்ப்பனர் வருகைக்கு முன்னரும் தமிழ்நாட்டில் சடங்கியல் தலைமையேற்ற சாதிகள் சில இருந்தன. ஆனால் இவர்கள் அதிகாரப் பலமற்ற பூசாரிச் சாதிகள்.

தென்தமிழ்நாட்டில் இவ்வாறு சடங்கியல் தலைமையேற்ற (புரோகித) சாதியராகப் பாணர், பறையர், கணியார், நாவிதர், வண்ணார் ஆகியோரைக் குறிப்பிடலாம். தமிழ்நாட்டின் எல்லாப் பகுதிகளிலும் இவ்வகையான சாதியார் இருந்தனர். காலனிய ஆட்சியின் இறுதிக்கட்டம்வரை அவர்கள் ஒவ்வொரு வட்டாரத் திலும் சிறுசிறு குழுக்களாகத் தங்களது சடங்கியல் தளத்தினைத் தக்கவைத்துக் கொண்டனர். இவர்களைப் பற்றிய ஆய்வுகள் இதுவரை வெளிவரவில்லை.

இந்த இடத்தில் இருபதாம் நூற்றாண்டுத் தமிழ்நாட்டின் இயக்கச் செயல்பாடுகள் குறித்துச் சொல்ல வேண்டியுள்ளது. 1950வரை தேசிய, பொதுவுடைமை இயக்கங்கள் தமிழ்ச் சமூக மாறுதல்களைச் சாதிசார் நோக்கில் கணக்கிட முற்படவில்லை. இத்தனைக்கும் தஞ்சை மாவட்டத்தில் பொதுவுடைமைக் கட்சி 'பள்ளர் கட்சி' என்றே அடையாளம் காட்டப்பட்டது. இருந்தாலும் சாதி சார் அடையாளத்தை மறைத்தாலே போதும் என்று பொதுவுடைமைக் கட்சிகள் செயலாற்றின. பெரியாரின் தலைமை யிலான திராவிட இயக்கம் மட்டுமே 'சமூக எழுச்சி என்பது தமிழ்நாட்டில் சாதிச் சங்கங்களை அலகுகளாகக் கொண்டது' என்ற கருத்தியலோடு இயங்கியது. மேல்சாதிகளைத் தவிர்த்த எல்லாச் சாதிச் சங்கங்களின் கூட்டங்களும், மாநாடுகளும், தீர்மானங்களும் பெரியாரின் 'குடியரசு' இதழில் செய்தியாக்கப்பட்டன. அன்றைய சூழ்நிலையில் சாதி எல்லையினை மீறிய தனிநபர் இயக்கங்கள் சாத்தியமில்லை என்ற ஓர்மை அவர்களிடம் இருந்தது. (இந்தச் சாதிச் சங்கங்களின் எழுச்சி, எண்ணிக்கை சிறுத்த சாதியரை ஓரங்கட்டிய அவலத்தை வேறொரு கட்டுரையில் காணலாம்). 1950க்குப் பிறகே தனித்த ஒரு சாதி குறித்த நுட்பமான ஆய்வுகள் சில வெளிவரத் தொடங்கின. அவ்வேளையில் உசிலம்பட்டி பிறமலைக் கள்ளர் குறித்த லூயி துமோன் செய்த ஆய்வு, குறிப்பிட்டுச் சொல்லப்பட வேண்டியது. தென்தமிழ்நாட்டின் தரகு மூலதனச் சாதியினரான நாடார்கள் குறித்து ஹார்ட். கிரேவ் ஆராய்ந்தார். பின்னர் கோவை மாவட்டத்து நிலவுடைமைச் சாதிகளை பிரண்டா பெக் ஆராய்ந்தார். ஒடுக்கப்பட்ட மக்கள் குறித்த ஆய்வில் மைக்கேல் மொபிட், டேவிட் வீச் ஆகியோரது பங்களிப்புகளும் குறிப்பிடத்தகுந்தன.

தமிழில் அறுபதாண்டுகளுக்கு முன்னர் வேங்கடசாமி நாட்டார் எழுதிய 'கள்ளர் சரித்திரம்' குறிப்பிடத் தகுந்த வரலாற்று ஆய்வுநூலாகும். பின்னர் தமிழில் வெளிவந்துள்ள 'நாடார் வரலாறு' (மோசஸ் பொன்னையா), 'வரலாற்றில் வேளாண் குடிகள்', தங்கராஜ் எழுதிய 'பள்ளர் யார்?', தேவ ஆசீர்வாதம் எழுதிய 'மூவேந்தர் யார்?' முதலிய நூல்கள் ஓரளவு வரலாற்று ஆய்விற்கான தரவுகளைக் கொண்டுள்ளன. இவையன்றி ஒவ்வொரு வட்டாரத்திலும் வாழும் தனித்தன்மையுடைய சிறிய சாதித்திரள்கள் தம் குழுவைப் பற்றிய வரலாற்று நூல்களைத் தமிழ்நாட்டில் நிறையவே வெளியிட்டுள்ளன.

மேற்குறித்த முயற்சிகளைத் தவிர, தமிழ்நாட்டில் கடந்த நூற்றைம்பது ஆண்டுகளில் உருவான சமூக, அரசியல் மாற்றங்களில் சாதிக் குழுக்கள் எவ்வாறு தங்களைத் தற்காத்துக்கொண்டன அல்லது வாழ்விழந்தன என்பது குறித்த ஆய்வுகள் நிகழ்த்தப் படவில்லை. கடந்த பதினைந்து ஆண்டுகளாகத் தமிழ்நாட்டில் ஓரளவு எண்ணிக்கை வலிமையுடைய எல்லாச் சாதிகளும் அரசியல் அதிகாரத்தைக் கைப்பற்றுவது அல்லது அதிகாரத்தில் தங்கள் பங்கைப் பெற்றுக்கொள்வதில் முனைப்பு காட்டி வருகின்றன. 1996, 2001இல் நடைபெற்ற சட்டமன்றத் தேர்தலில் இந்த முனைப்பு வெளிப்படையாகவும் வேகமாகவும் வெளிப்பட்டிருந்தது. 2001 தேர்தல்களில் சாதிக்கட்சிகள் வெளிப்படையாகவே தங்களை அடையாளம் காட்டின. காலங்காலமாய் ஒடுக்கப்பட்ட மக்களின் சாதிக் கட்சியன்றி, மற்ற அனைத்துச் சாதிக் கட்சிகளிலும் சாதி அல்லாத கட்சிகளிலும் தங்கள் சாதித்திரள் குறித்த விஞ்ஞானப் பூர்வமான பார்வையோ செயல்திட்டமோ இல்லை. மாறாக 'மிக விரைவாகப் பணம் சேர்க்கும்' வழிமுறைக்கான கருவியாகவே இவர்களின் அரசியல் அதிகார வேட்கை அமைந்திருந்தது. மதுக் கடை உரிமம், அரசு வணிக வளாகத்தில் கடை பெறும் உரிமம், சந்தைகள், வாகன நிறுத்தங்கள், கட்டணக் கழிப்பறை ஆகியவற்றை ஏலம் எடுக்கும் திறன், பாலங்களில் சுங்க வரி வசூலிக்கும் உரிமம், கல் குவாரிகளில் ஏலம் எடுக்கும் உரிமை, அரசு கட்டட அல்லது சாலை ஒப்பந்தங்கள் ஆகியவையே குறுகியகாலத்தில் நிறையப் பணம் சம்பாதிக்கும் வழிவகைகளாக அடையாளம் காட்டப்பட்டன.

மரபுவழித் தொழிலை நவீனப்படுத்துவதிலோ புதிய சிறுதொழில் களைத் தொடங்குவதிலோ சாதிக்கட்சித் தலைவர்களுக்கு நாட்டமுமில்லை, திட்டமுமில்லை. இந்தப் பெரிய சாதி அலைகள் திரண்டு எழுகின்றபோது வண்ணார், மருத்துவர், பூக்கட்டுவோர் முதலிய சேவைச் சாதியார் கண்ணிற்குத் தெரியாமலேயே போய் விட்டனர். எண்ணெய் ஆட்டுபவராகிய மரபுவழித் தொழில் செய்தோர், பெரிய மூலதன நிறுவனங்களிடம் தங்கள் வாழ்விற்கான பொருளாதாரத்தைப் பலி கொடுத்துவிட்டனர்.

நுண்அலகாக எடுத்துக்கொண்டு பேசுவதானால், தமிழ்நாடு முழுவதும் வாழும் 'வேளார்' (குயவர்) எனப்படும் சாதி மரபுவழிப் பொருளாதாரத்தை முற்றிலும் இழந்துவிட்டது. இதனைவிட நுண் அலகாக ஒன்றை எடுத்துப்பார்க்கலாம். ஈர்க்குப் புல், தென்னை ஈர்க்கு, பனைமரத்தின் கொளுஞ்சி, பிறவகைப் புற்கள் இவற்றைக் கொண்டு பெருக்குமாறு (விளக்குமாறு அல்லது கூட்டுமாறு) செய்து விற்று வாழ்ந்த மக்கள், பெரிய நிறுவனங்களால் பிளாஸ்டிக் விளக்குமாறு அறிமுகப்படுத்தப்பட்டதும் வறுமையின் மடியில் தள்ளப்பட்டனர். இவர்களில் பெரும்பாலோர் 'நாட்டுக்குறவர்' எனப்படும் எளிய சாதியர். இவ்வாறு பெரு மூலதன வரவுகளில் தம் வாழ்க்கையைத் தொலைத்துவிட்ட நூற்றுக்கணக்கான சாதியர் பற்றித் தனித்தனியான ஆய்வுகள் தேவை.

அண்மைக்காலமாகத் தமிழ்நாட்டில் தலித் இயக்கங்கள் எழுச்சி பெற்று வருகின்றன. 'தலித்' என்ற சொல்லையே ஒடுக்கப்பட்ட மக்களில் ஒரு சாராரும் அவர்களின் அரசியல் தலைமையும் ஏற்றுக்கொள்ளவில்லை. ஆனால் மகிழ்ச்சிக்குரிய செய்தி என்பது, ஒடுக்கப்பட்ட மக்களின் புதிய எழுச்சிக் குரலாகும். இவர்களின் முயற்சியால் அரசியல் இதழ்களும் இலக்கியச் சிற்றிதழ்களும் நிறையவே வெளிவருகின்றன. இவற்றின் குரல்களில் இரண்டினை மட்டும் இங்கு நான் பதிவு செய்தாக வேண்டும். ஒன்று, திராவிட இயக்கத்தின் மீதும் பெரியார்மீதும் முன் வைக்கப்படும் எதிர்மறை யான விமர்சனங்கள். இந்த வகையான விமர்சனங்கள் அரசியல் தலைமையிலிருந்து வரவில்லை. இலக்கியச் சிற்றிதழ்களில் மட்டும் 'அறிவு ஜீவிகளின்' குரலாக இது ஒலிக்கின்றது. மற்றொன்று 'தலித்' என்ற சொல்லாட்சி அல்லது கருத்தியலை ஏற்றுக்கொள்ள மறுப்பது. இந்த மறுப்பு, வட்டாரம் சார்ந்ததாகவும் சாதிகளின்

உட்பிரிவுகள் சார்ந்ததாகவும் அமைகின்றது. எண்ணிக்கை பெருத்த ஒன்றிரண்டு பிற்படுத்தப்பட்ட சாதிகளோடும் வட்டாரம் சார்ந்த முரண்பாட்டினை ஒடுக்கப்பட்ட மக்களின் அரசியல் தலைமைகள் முன்னிறுத்துகின்றன. இதேநேரத்தில் எண்ணிக்கை சிறுத்த, பெரிய பிற்படுத்தப்பட்ட சாதிகளோடு முரண்பாடுகள் வேண்டாம் என்ற நிலைப்பாட்டினையும் அவை எடுக்கின்றன. ஆனால் சிற்றிதழ் அறிவு ஜீவிகள் இதுகுறித்து எவ்வகையான தன்னுணர்ச்சியும் கொண்டிருக்கவில்லை என்றே தோன்றுகிறது.

உலகமயமாக்கலின் காலடிகள் இந்தியப் பொருளாதாரத்தின் மீது பதிந்துவிட்டன. போக்குவரத்துச் செய்திகள், தொடர்புச் சாதன வசதிகள் மிக விரைவான வளர்ச்சியினைப் பெற்றுவிட்டன. பன்னாட்டுத் தளத்திற்கு இவையெல்லாம் மிகப்பெரிய வலிமை யாகிவிட்டன. நகரம், கிராமம் என்கின்ற பொருளியல்சார் சாதிக் கட்டமைப்புகள் உடையத் தொடங்கிவிட்டன. கிராமப் புறங்களில் சாதி சார்ந்த இடப்பங்கீடு சிதைவுறாமல் அப்படியேதான் இருக் கின்றது. கிராமத்தின் சமூக அதிகாரம் மேம்போக்காகச் சிதைவது போல் தோன்றினாலும் தன்னுடைய கொடுமையான முகத்தை அது அவ்வப்போது காட்டிக்கொண்டிருக்கிறது. ஒதுக்கப்பட்ட இடங்களிலேயே தலித் மக்கள் ஊராட்சித் தேர்தலில் போட்டி யிட முடியாதநிலைதான் சமூக எதார்த்தம். புதிதாகப் பெறப்பட்ட அரசின் பெரிய பதவிகள், நகர்ப்புறத்துக் காலனிகள், ஆடம்பர வாழ்க்கை ஆகிய எதுவும் ஒடுக்கப்பட்ட மக்களின் வாழ்க்கையிலும் அவர்கள் சந்தித்த சமூக அவமானங்களிலும் பெரிய மாற்றங்களை உண்டாக்கவில்லை.

சமூக ஒடுக்குமுறையானது 'நாகரிகமான முறையில் நவீன மயப்படுத்தப்படுகிறது'. எனவே இந்தக் கட்டத்தில் சாதிய ஆய்வுகளை மேற்கொள்ளும் அறிஞர்களின் முன்னால் கடமையான பணிகள் காத்துக்கிடக்கின்றன. பின்வரும் கேள்விகளை அவை நமக்கு முன்னிறுத்துகின்றன.

1. பார்ப்பனீயம் என்பது மறைமுகமாக அதிகாரம் சார்ந்த கருத்தியலும் நடைமுறையும் ஆகும் என்பது உண்மைதானா?

2. திராவிட இயக்கத்தினைப் பிற்பட்ட சாதியார்போல ஒடுக்கப்பட்ட மக்கள் பயன்படுத்த முடியாமைக்கான சமூகக் காரணங்கள் யாவை?

3. பிற்பட்ட மக்களின் சாதி உணர்வு சார்ந்த சமூக உளவியல் எந்த வகையில் சிதைக்கப்படும்? அதற்கான இயக்கப் பங்களிப்பு எவ்வாறு இருக்கக்கூடும்?

4. சாதி உட்குழுக்கள் சார்ந்த உயர்குடி மனப்பான்மையினை எவ்வாறு எதிர்கொள்வது?

இந்தக் கேள்விகளுக்கான விடைகள் மட்டுமே சாதிய ஆய்வுகளைச் சரியான தளத்திற்கு இட்டுச் செல்லும் என்று நம்புகின்றோம்.

நூல்கள்:

1. Moffatt Michael, An Untouchable Community in South India. Princeton University press, 1979

2. David Ceidge - The Parayar of Valhira Manickam

3. Rober Hardgrave's study, The Nadars of Tamilnadu: The Political culture of a community in change, 1969

4. Dumont Louis, Homo Hierarchicus: The Caste System and Its Implications, 1970

5. Dumont Louis, South Indian Sub-caste: Social Organization and Religion of the Pramalai Kallar, Translated by Michael Morton, Lewis Morton and Alice Morton, Revised by the author and A. Stern, Oxford University Press. 1986

6. Brenda E.F. Beck, Peasant Society in Konku: Study of Right and left Sub Castes in South India, 1972

Glimpses of a Hidden Heritage Tamil Culture

India as a country, was formulated by the invaders from the west, only within the past 300 years. Before that, there was no entity known as 'India'. According to the legends and myths, still prevalent all over India the sub continent comprises 56 kingdoms. Even now, India is a multi national, multi lingual and multi ethnic land. The National Anthem of India, written by Rabindranath Tagore, the Nobel Laureate lists the principal nationalities of India: Punjab, Sindh, Gujarat, Maharashtra, Dravida (all the four southern states) Utkal (the present Orissa) and Bengal.

The illusion, that India is a culturally united country was created by the Western Scholars, who were Indologists. Especially Max Muller, the German Scholar was responsible for building up this notion than anybody. In the 19th century scholars like Max Muller, Monier Williams. A.B.Keith and others fostered an impression throughout the west and in the East, as well, that Vedic culture was the pan-indian culture. And that the Brahmins were the leaders and protectors of that culture upto this day. This notion was sponsored and propagated by the political and spiritual leadership of Mahatma Gandhi and by the mass. Media was in the hands of Brahmins. There-fore this illusion still continues to survive not in reality but in print among the literate all over the world. This illusion is as false as that of considering India as a country of charmers, elephants and sadhus who sleep on beds of nails.

Let me give an example of the dominant power of Brahminocracy - a right name for the religious aristocracy in the Indian context. Till date 95% of the population of India is meat eaters. It will appear strange that these meat-eaters include Brahmins in some states. Contrary to this reality, it is popularly believed that almost all the Indians are strict vegetarians. Thus the customs and manners of the majority citizens of India are hidden from the eyes of the world and suppressed by the mass-media.

India is a country of temples. There are numerous temples, large and small, in every town and village. However, it is a fact that most of the temples do not house Brahminical deities. They are dedicated to the worship of gods and goddesses belonging to the folk-religion. The rituals in these temples are conducted by priests belonging to the

'Sudra' community which is considered to be the lowest according to the Brahmin's scales of castes. The food offerings to these gods and goddess are mainly blood sacrifices. Compared to these temples, the Brahminical temples are very few, accounting for about 12% of the total number of temples.

Broadly speaking, the cultural heritage of Tamil Nadu can be divided into two categories. One is the Brahminical heritage and the other as the Non-Brahminical heritage. The Non-brahminical heritage can be rightly named as Dravidian. The nomenclature 'Dravidian' was freely used since 9th century A.D. by poets and religious leaders to denote this southern culture. Later in the 20th century the word 'Dravidian' was used in the political context also but without success. Taking advantage of this political failure the press and other media which are controlled by the Brahmins, have begun to spread the idea that there was no distinct Dravidian culture during the entire history of Tamil Nadu. This attempt to deny the very existence of a Dravidian culture is motivated by the aim of the Brahminocracy to retain their superiority and control over the mass.

Of late, apart from the above two heritage there is a third voice heard from the Dalit community, the most oppressed of the masses, demanding it's rightful place in the cultural history of Tamil Nadu. This voice emanates from among the Dravidian group.

The difference between the Dravidian and the Dalit heritages are very few and those are not significant. Some communities from among the Non brahmin groups such as vellalar and others, who claim a higher. Place in the caste hierarchy, began imitating the brahmins and have given up the practice of divorce and widow remarriage. But for these two there is no major difference between the so called upper castes and the most oppressed people. Culturally, all the non-brahmin communities have the same heritage, customs and manners.

I would like to point out that there is a basic unity among the Dravidian people, both Dalit and others, by citing a few examples from their social and cultural behaviour. For instance, cross cousin marraiges still prevail in both these groups. By cross cousin marriage, I mean one marrying the daughter of his maternal uncle or paternal aunt. This is rather considered as one's right, than a custom. This is applicable in the case of a girl also. J.H. Hutton who has studied the Dravidian communities has correctly understood this and has termed it as 'unbrahmanical. A man and a woman who are thus related, are entitled to ridicule one another by cracking jokes, sometimes off color. Even though they are married to different woman or man, members of the family recognise this right and turn a deaf-ear, suppressing a smile. Such conversations are not considered 'unbecoming' by their other relations. Likewise, the relationship between a mother-in-law and her son-in-law is very much restricted. There is no conversation between them. In some castes the mother in law is prohibited from appearing before her son in law altogether. She will not even greet him when he comes to her house.

Another strong characteristic features of the Dravidian heritage is the social importance accorded to the maternal uncle of a child, in household rituals and social celebrations. In most of the cases, a woman delivers her first child in her father's house and or brother's house. It is the prerogative of the maternal uncle's wife to feel the child first with a pinch of sugar. Only then the mother of the child shall feed it. When a girl attains age (puberty) her maternal uncle is informed at first. Then in all domestic rituals, connected with the puberty of a girl, the maternal uncle and his wife play an important part. The saree that the girl will wear immediately after the purifying bath is a gift from her maternal uncle. These customs are powerfully alive even to this day in all the Non-brahmin communities.

The maternal uncle is the hero of the lullabies, sung by the mother Tonsure and boring of the earlobe are two important functions celebrated around the first birthday of the child. In both the functions the maternal uncle is given the place of 'honour'. He meets the expenditure of these functions.

Another important aspect in the Dravidian culture is the respect and honour shown to a dead-man. It borders on, worship of forefathers. The memory of a dead-man is honoured by his children and relations. On the other hand, a Brahmin who professes vedic culture avoid touching the dead-body of his father. Moreover they do not even treat the body with courtesy. Among the Non-brahmin communities, at least one representative from each family is expected to come and pay homage to the dead-man before the body is taken out of the house for burial/cremation. The living relatives consider it a privilege and honour to touch the body, bathe it and to act as pall bearers. This custom is entirely absent among the Brahmins.

In the rituals conducted in memory of the departed person, the food offerings are partaken by his children and close relatives. On the contrary in the Brahmin community, the children of the dead and his close relatives do not eat the food offerings. They believe that the sins committed by the dead-man will be inherited by them, if they take it. Because of this belief they have created a separate sub-caste to eat such offerings and this practice of eating the food offerings meant for a dead-man is considered as despicable.

I would like to touch upon two other distinct aspects of the Dravidian culture, which are held in high esteem for the past 18 or 20 countries. One is hospitality and the other is an aversion to any kind of physical violence on the woman.

Hospitality is practiced even under extreme poverty in the Tamil society. A poet who lived eighteen hundred years ago praised his wife for hospitality to a visitor who arrived in the middle of the night. Offering a cup of water to the thirst of the newcomer in this hot country is also considered a sign of hospitality. A householder will take it as an insult if a visitor leaves his house even without taking a cup of water.

Male chauvinism is not unknown in this land. But any physical violence against a woman is held in utter contempt by this society. It is also considered as sin. There is a reference in the literature belonging to the 1st century A.D. about a local chieftain (Nannan) who imposed the death penalty on a girl. The poets who were his contemporaries condemned him and proclaimed that for 21 generations to come, his successors will not be honoured by poets. They believed that the chieftain had gone to Hell for his unethical action. Any act of intimidation or physical violence against the person of a women, be she a relative or unrelated, by a man is held as an unpardonable crime.

These are a few distinct features of the Dravidian cultural heritage for which there is no parallel in the vedic culture. There are innumerable sources like ballads folklore, proverbs etc which remain undocumented till this date. A close study of these sources and relentless filed work will reveal the unbroken history of the Dravidian culture.

உரைகள்

பொருநை நதியோரம்

தமிழ்நாட்டின் சமூகப் பண்பாட்டு வரலாற்றைப் பேசவந்த அறிஞர் அனைவரும் தமிழ்நாட்டின் தென்பகுதியில் அமைந்த மதுரையையே தமிழ்ப்பண்பாட்டின் தலைநகரம் என்பதோடு அமைந்துவிடுகின்றனர். ஆயினும் மதுரைக்கும் தெற்கே 180 கி.மீ. வரை தமிழ்நாடு பரந்த நிலப்பரப்பினை உடையது. அங்கும் வளமான நிலமும் பண்பாடும் விளங்குகிறது என்பதைப் போதிய அளவில் கணிக்க முயலாமல் விட்டுவிட்டனர்.

தமிழ்நாட்டின் தென்பகுதியென இப்பொழுது அறியப்படும் குமரி மாவட்டம் கடந்த ஏழு நூற்றாண்டுகளாக இருமொழி வழங்கும் பகுதியாகவும்திராவிடப் பண்பாட்டின் இரு கூறுகளின் சந்திப்பிடமாகவும் விளங்கியது. எனவே தமிழர் பண்பாட்டின் தென்னெல்லை என நெல்லை மாவட்டத்தையே கொள்ளவியலும்.

திராவிட நாகரிகத்தின் தொல்லெச்சமாகத் தென்னிந்தியாவில் அறியப்படும் ஆதிச்சநல்லூர் நாகரிகம் மேனாள் நெல்லை மாவட்டத்தின் பொருநை நதிக்கரையிலேயே அமைந்துள்ளது. 'தென்' என்ற சொல்லும் 'தெற்கு' எனும் திசையும் பக்தி இயக்க எழுச்சிக் காலத்தில் பண்பாட்டின் நிலைக்களனாகக் கொள்ளப் பட்டது.

இருப்பினும் தமிழின் தொன்மையான இலக்கியப் பகுதிகளான சங்க இலக்கியத்தில் இப்போதைய நெல்லை மாவட்டப்பகுதிகள் குறித்த போதிய சான்றுகளைக் காண இயலவில்லை. பொதிய மலையும், கொற்கை, செந்தில் ஆகிய இரு ஊர்கள் பற்றிய குறிப்புகளுமே சங்க இலக்கியத்தில் எஞ்சியுள்ளன. பொருநை நதிக்கரையின் பிற ஊர்கள்பற்றிய குறிப்புகள்கூட இல்லை.

நெல்லை மாவட்டத்தின் சங்கரன்கோயில், கரிவலம் வந்த நல்லூர் பகுதிகளில் கிறித்துவின் சமகாலத்திய ரோமானியத் தொடர்புகளைக் காட்டும் சான்றுகளும்ஆதிச்சநல்லூரில் அதற்கும் சற்று முந்தியகாலப் பண்பாட்டு வெளிப்பாடும் கிடைத்துள்ளன.

தொ.ப.ஆய்வுலகம் | 433

பின்னர் பக்தி இயக்கக் காலத்தில், ஒப்பீட்டளவில் பக்தி இயக்கத்தில் நெல்லை மாவட்டத்தின் பங்கு மிகக் குறைந்த அளவே தெரியவருகின்றது. சைவ நாயன்மார் அறுபத்து மூவரில் மதுரைக்குத் தெற்கிலுள்ள நிலப்பகுதியிலிருந்து யாரும் இடம்பெறவில்லை என்பது ஆய்வுக்குரிய செய்தியாகும். அதேநேரத்தில் இப்பகுதியில் சைவத்திலும் வைணவமே வீச்சுடைய நெறியாக வாழ்ந்ததும் தெரியவருகின்றது. இந்நிலைமைக்கான காரணங்கள் என்ன?

மறுபுறத்தில் சமணத்தின் தொன்மை சுட்டும் சான்றுகள் ஒப்பீட்டளவில் நெல்லை மாவட்டத்தில் மிகுதியாக உள்ளன. குறிப்பாகக் கழுகுமலை, வள்ளியூர், மறுகால்தலை, சிங்கிகுளம் ஆகிய இடங்களைக் குறிப்பிடலாம்.

தமிழ்நாட்டின் தொல்பழங்குடிகளுள் ஒருவராகக் கருதப்படும் மலைப்பளியர் (மலைப்புளிஞர்) தமிழ்ச் சாதியினரில் அரியவகை யினரான பாணர், கணியர் முதலானோர் இந்த மாவட்டத்தில் வாழ்கின்றனர். இவர்களைப்பற்றிய விரிவான ஆய்வுகள் ஏதும் இதுவரை நிகழ்த்தப் பெறவில்லை.

பிற மொழியாளர்களாலும் படையெடுப்புகளாலும் பெரிதும் பாதிக்கப்படாமை இந்நிலப்பகுதியின் தனித்தன்மைகளில் ஒன்றாகும். அதேநேரத்தில் 16ஆம் நூற்றாண்டில் கிறித்துவம் தமிழகத்தில் முதலில் காலூன்றியதும் பின்னர் செழித்து வளர்ந் ததும் இங்கேதான். 19ஆம் நூற்றாண்டில் தமிழ்த் தேசிய எழுச்சிக்கும் இருபதாம் நூற்றாண்டில் அதன் வளர்ச்சிக்குமான கருத்துகள் தமிழ்நாட்டில் தஞ்சை, திருச்சி, மதுரை, நெல்லைப் பகுதிகளில் பிறந்தபோது அதில் பேரிடம் பெற்றது நெல்லை மாவட்டமே. மேற்குறித்த வரலாற்று நிகழ்வுகள் காரண காரியம் பின்னணியில் இதுவரை விளக்கப்படவில்லை. அவ்வப்போது நடைபெற்ற சில சிறிய முயற்சிகளைத் தவிர, வேறுவகையில் சொல்வதானால், பொருநைநதிப் பண்பாட்டு வரலாறு, காவிரி, வைகை போன்று விரிவான ஆய்வுக்கு உட்படுத்தப்படவில்லை. இவ்வரலாற்றுக்குத் தொல்லியல், தொல் இலக்கியச் சான்றுகளோடு, நூற்றாண்டு வாரியான இலக்கியச் செய்திகள், கல்வெட்டுச் செய்திகள், கோவில் வரலாறுகள், வாய்மொழி வழக்காறுகள் (குறிப்பாக நெல்லை மாவட்டத்தில் பரவலாக வழங்கும் கதைப்பாடல்கள்) கோவில் விழாக்கள், சடங்குகள் போன்றவையும்

கணக்கிலெடுத்துக்கொள்ளப்பட வேண்டும். (குறிப்பாக நெல்லை மாவட்டக் கல்வெட்டுக்கள் தொகுதி இதுவரை முழுமையாக வெளியாகவில்லை).

மேற்குறித்த அனைத்துவகைச் சான்றுகளின் துணையோடு பொருநை நதிப் பண்பாட்டு வரலாறு எழுதப்பட வேண்டும். தமிழகத்தின் முழுமையான பண்பாட்டு வரலாற்றுக்கு வேண்டிய முன் தேவைகளில் இதுவும் ஒன்று.

சடங்கியல் வாழ்வு

இந்த விண்வெளியுகத்திலும் மனித சமூகத்தால் சடங்குகளி லிருந்து விடுபட முடியவில்லை. பழைய சடங்குகள் கால ஓட்டத்தில் மறைந்து போனாலும் அவற்றின் அடிப்படையில் புதிய சடங்குகள் தோன்றிவிடுகின்றன. நவீனகால அரசு எந்திரங்கள் கூடச் சடங்குகளை உதறித்தள்ள முடியவில்லை.

நவீனகாலச் சடங்குகளை மரபு சார்ந்தவை, நம்பிக்கை சார்ந்தவை என இரண்டு வகையாகப் பகுக்கலாம். பொதுவாக, சடங்குகளின் அடிப்படை நம்பிக்கை சார்ந்ததாகும். இந்த நம்பிக் கையில் பெரும்பாலானவை தொல்பழங்காலத்திலிருந்து வருபவை. சாதி, சமயம் ஆகிய இரண்டின் எல்லைக்கு வெளியே நின்று உயிர்வாழும் சடங்குகளே மிகப் பெரும்பான்மையானவையாகும். பிறப்பு, பூப்பு, திருமணம், புதுமனை, இறப்பு, தொடர்பான சடங்குகள் ஒரு தனிமனிதனை மையமிட்டுக் குடும்ப அசைவுகளோடும் சமூக இயக்கத்தோடும் தங்களை இணைத்துக்கொள்கின்றன. இவையன்றி உள்வட்டத் திருமண அமைப்புடைய குழுக்களின் அசைவாகப் பல சடங்குகள் நிகழ்த்தப்படுகின்றன. தொல்பழைய நம்பிக்கைகள் மட்டுமல்லாமல் சடங்குகளில் அரசியல், வரலாற்றின் துணுக்குகளும் சமூகத் துணுக்குகளும் உட்பொதிந்து காணப்படுவதும் உண்டு.

எடுத்துக்காட்டாகத் திருமண வீடுகளில் நடைபெறும் அரசாணிக்கால் (அரசு ஆணைக் கால்) நாட்டுதல் என்பது அரசதிகாரத்தின் அனுமதி பெற்றுத் திருமணங்கள் நடத்தப்பட்டதின் எச்சப்பாடாகும். சில சாதிகளில் திருமணத்தின்போதும் வேறு சில சாதிகளில் இறப்புச் சடங்கின் தொடர்பாகவும் நடைபெறும் ‘பட்டம் கட்டுதல்’ என்பது அரசதிகாரத்துடன் தொடர்புடையது. ஆதிச்சநல்லூர் புதைகுழியில் கண்டெடுக்கப்பட்ட தங்கத்தாலான நெற்றிப்பட்டங்கள் இறப்புச் சடங்கின்போது பயன்படுத்தப் பட்டவையாகும். திருமண நிகழ்வின்போதும் இறப்புச் சடங்கின் போதும் பிற சாதிக்குழு உறுப்பினருக்கு அளிக்கப்படும் மரியாதை சமூக வரலாற்றோடு தொடர்புடையதாகும். இந்தப் பிறசாதியார், சேவைச் சாதியாராகவும் அமையலாம்; அதுவல்லாத பிற சாதிக்காரர்களாகவும் அமையலாம்.

சடங்குகள் தொடர்பாகத் தமிழ்நாட்டில் கனமான ஆய்வுகள் வளரவில்லை. (விதி விலக்கு ஆ. சிவசுப்பிரமணியனின் மந்திரமும் சடங்குகளும்). ஏனென்றால் சடங்குகளின் பொருண்மை விளக்கம் என்பது, சமூக வரலாற்றில் பல இயங்குதளங்கள் சார்ந்து மந்திர நம்பிக்கைகளின் அடிப்படையிலும் மானிடவியல் நோக்கிலும் சாதித் திரள்களுக்கு இடையிலான உறவுகளின் அடிப்படையிலும் பொருண்மை விளக்கம் பெறுகின்றன.

எடுத்துக்காட்டாக எண் குறித்த சடங்குகள் அல்லது சொல்லாடல்கள் மந்திர நம்பிக்கையின் அடிப்படையில் அமைந்தவை. சொல்லுக்கு மந்திர ஆற்றல் உள்ளது என்பதனை உலகின் பலசமயங்கள் ஏற்றுக்கொள்கின்றன. இந்த வகையிலே வாழ்த்துச் சொற்கள் மகிழ்ச்சியையும் வசவுச் சொற்கள் சினத்தையும் உண்டாக்குகின்றன. மங்கலச் சொல்லால் இலக்கியத்தைத் தொடங்கவேண்டும் என்ற இலக்கிய மரபு இதன் வழி வருவதாகும். ஒரு சொல்லைத் திரும்பத் திரும்பச் சொல்லுதல் (chanting or repeating) ஓதுதல் எனப்படும். மந்திரங்கள் ஓதப்படுபவை. ஓதப்படும் முறை, ஓதும் மனிதன், காலம் ஆகியவை சார்ந்து உலகியல் நிகழ்வுகளைச் சொல்லின் மந்திர ஆற்றல் கட்டுப்படுத்தும் என்பது நம்பிக்கையாகும். "பொலிக, பொலிக, பொலிக போயிற்று வல்லுயிர் சாபம்" என்பது நம்மாழ்வார் பாசுரம்.

மூன்று, ஏழு, பதினெட்டு, இருபத்தொன்று, நூறு, நூற்றெட்டு ஆகிய எண்கள் சார்ந்த புனிதம், இந்த நம்பிக்கையின் அடிப் படையில் உருவானது. தனிமனித வாழ்வுச் சடங்குகள் மனிதன் கருவில் இருக்கும்போதே தொடங்கிவிடுகின்றன. கருக்கொண்ட பெண்ணை "ஈருயிர்க்காரி" என்று அழைப்பர். சில சாதிகளில், குறிப்பாகப் பிராமணர்களிடம் வளைகாப்புச் சடங்கில் அவளுக்கும் வயிற்றிலுள்ள குழந்தைக்கும் சேர்த்து இரண்டுமுறை தீர்த்தம் வழங்கப்படுகிறது. வைணவப் பிராமணர்கள் இதனையே குழந்தைக்குரிய 'வைணவத் தீட்சை' என நம்புகின்றனர். ஸ்மார்த்தப் பார்ப்பனர்களின் வளைகாப்புச் சடங்கு, ஒரு போலித் திருமணம் (mock marriage) போலவே நடத்தப்படுகின்றது. அதாவது ஒரு பெண்ணைத் தாயாக்கிய பின்னரே அவளைத் திருமணம் செய்யும் உரிமையினை ஆண் மகன் அடைகிறான் என்னும் புராதன கால நம்பிக்கையின் எச்சப்பாடாகும் இது. இன்னும் சில சாதியாரிடம் மகப்பேற்றிற்கு அழைத்து வரப்படும் பெண்ணின் வயிற்றில்

பழங்களை வைத்துக் கட்டும் வழக்கம் உள்ளது. இச் சடங்கிற்கு 'மடிநிரப்புதல்' என்று பெயர். இதே சடங்கு கோவில்களிலும் நிகழ்த்தப்படுகின்றது. திருக்கலியாணம் முடிந்த ஏழாவது அல்லது ஒன்பதாவது மாதத்தில் முளைவிட்ட பயிர் வகைகளைத் தாய்த் தெய்வத்தின் வயிற்றைச் சுற்றிக்கட்டி வாழ்த்துப்பாடும் மரபு இருந்துவருகின்றது.

குழந்தையின் தலைமயிரை முதன்முறையாக மழிக்கும் வழக்கம் தமிழகத்தில் எல்லா மதத்தினரிடமும் ஒரு சடங்காக நிதழ்த்தப்படுகின்றது. தாய்மாமன் மடியில் குழந்தையை இருத்திக் கோயில் வளாகத்தில் நிகழ்த்தப்படும் சடங்கில் பங்கேற்க வந்தவர் களுக்கு உணவளிப்பதற்குப் பதிலாக இனிப்பு கலந்து ஊறவைத்த 'காதரிசி' வழங்கப்படுகிறது. குழந்தை தின்பண்டங்களிலிருந்து அரிசி உணவிற்கு மாறுவதை இது அடையாளப்படுத்துகின்றது எனலாம்.

திராவிடச் சாதிகளில் பூப்புச்சடங்கு மிக விரிவானது. இது இரண்டு வகைப்படும். பூப்பு நிகழ்ந்தவுடன் தீட்டுக் கழிப்புச் சடங்கு; மற்றொன்று இந்நிகழ்வினை ஊருக்கு அறிவிக்கும் சடங்கு.

படைப்பிலக்கியங்களும் பண்பாட்டு வெளிப்பாடும்

'பண்பாடு' என்பதனை ஒரு மொழியோடு மட்டும் சார்த்திப் பார்ப்பது இயற்கையாகாது. ஒரு நிலப்பகுதியில் தொட்டெடுத்த மொழிகளோடு உறவுடையதாகவே ஒரு மக்கள்திரளின் பண்பாடு அமையும். எனவே 'தமிழ்ப் பண்பாடு' என்ற சொல்லைவிட 'திராவிடப் பண்பாடு' என்ற சொல்லே பொருளுடையதாகும். தமிழோடு மட்டுமன்றி மலையாளம், துளு, கன்னடம், தெலுங்கு ஆகிய மொழிகளைப் பேசும் மக்கள் கூட்டத்தாருக்கும் இவை வழங்கும் நிலப்பகுதியினுள் அடங்கும் திருந்தாத மொழிகளைப் பேசும் மக்கள் கூட்டத்தாருக்கும் இடையே பண்பாட்டின் அடிப்படைக் கூறுகளில் ஒரு பொதுத்தன்மை நிலவுகின்றது. அந்தவகையில் புழங்கு பொருள்சார் பண்பாடும் (material culture) பெரும்பாலும் ஒத்ததாகவே அமையும். கருத்தியல் நிலையில் நிலத்தின் தன்மை, உற்பத்தி உறவுகள், புறநிலைத் தாக்குதல்கள், பருவகாலம் ஆகியவை சார்ந்து சிற்சில மாறுதல்களுடன் பண்பாட்டுக் கூறுகள் வெளிப்படும்.

மேலோட்டமாக எடுத்துக்காட்டுவதானால் 'கற்பு' என்னும் கருத்தியல் வெளிப்பாட்டினை எடுத்துக்கொள்ளலாம்

வள்ளி கீழ்வீழா வரைமிசைத்தேன் தொடா
கொல்லை குரல்வாங்கி யீனா

என்று பெண்ணின் கற்பினை இயற்கையே பாதுகாப்பதாகக் கலித்தொகை பாட்டு ஒன்று கூறும். அவள் கற்பு நெறி தவறும்போது இயற்கை தன் நிலை மாறித் தண்டிக்கும் என்பது இதன் கருத்து. புகழ்பெற்ற மலையாள எழுத்தாளர் தகழியின் 'செம்மீன் நாவல், மீனவர் வாழ்க்கையின் பிற்புலத்தில் இதே கருத்தினை வெளிப் படுத்தியது. நாவலைவிட, 'செம்மீன்' திரைப்படத்தில் இக்கருத்து உயிர்ப்புடன் காட்சிப்படுத்தப்பட்டது.

திராவிடப் பண்பாட்டின் தனித்த கூறுகளில் ஒன்று முறைப் பெண், முறை மாப்பிள்ளை உறவாகும். நூறு ஆண்டுகளுக்கு முன்புவரை பெரும்பாலான சாதித் திரள்களில் இது வலிமையான கூறாகும். சங்க இலக்கிய அகப்பாடல் தொகுதியில் இந்த வாழ்வியல் கூறுபற்றி ஏதும் கிடைக்கவில்லை. ஆனால், இந்த உறவு முறையின் பகுதியான மாமியார் - மருமகன் கூச்சம், சங்க இலக்கியங்களில் மறைமுகமாகப் பதிவு செய்யப்பட்டுள்ளது. இன்றும் பெரும்பாலான சாதிகளில் இந்த உறவு முறை கூச்சம் நிரம்பியதாகவே உள்ளது. சங்க இலக்கிய அகத்திணை மாந்தர்களுள் தலைவியின் தாயான நற்றாயும் ஒருத்தியாவாள். ஆனால் நற்றாய் கூற்றுப் பாடல்களும் மருமகனான தலைவனைப்பற்றி எதுவும் பேசுவது இல்லை என்பது ஓர் இலக்கிய மரபாகப் பின்பற்றப்பட்டுள்ளது. இந்த இலக்கிய மரபு, வாழ்வியல் வெளிப்படுத்தும் பண்பாட்டுக் கூறுகளிலிருந்து விளைந்ததாகும். வைதிகச் சார்புடைய பக்தி இலக்கியத்தில் இந்த மரபு மீறப்பட்டுள்ளதனை அப்பர் தேவாரப் பாடல் ஒன்றின் வழி அறிகின்றோம்.

உறவு பேய்க் கணம் உண்பது வெண்தலை
உறைவது ஈமம் உடலில் ஓர் பெண் கொடி
துறைகளார் கடல் தோணி புரத்துறை
இறைவனார்க் கிவள் என்கண்டு அன்பாவதே

என்பது அப்பாடல்.

திராவிட மண உறவுமுறையில் ஓர் ஆண்மகன் மனைவியைப் போல தன் உடன் பிறந்தவளுக்கும் அவள் கணவனுக்கும் கடமை உடையவன் ஆகிறான். இடர்படும் காலத்தில் வலியச்சென்று உடன்பிறந்தவளின் கணவனுக்கு உதவுவது சமூக வழக்கம். வடமொழிக் கதையான பாரதக் கதையில் அருச்சுனனுக்காகக் கண்ணன் தேரோட்டி உதவுகின்றான். தன் தங்கை சுபத்திரையின் கணவன் என்பதனால் கண்ணன் அவனுக்குச் செய்யும் உதவி இது.

மன்னர் மறுக மைத்துனன் மார்க்கு ஒரு தேரின்மேல்
முன்னங்குசென்று மோழை எழுவித்தவன்

என்று கண்ணனை இந்த உறவுமுறையின் அடிப்படையில் பெரியாழ்வார் பாடுகின்றார். இந்த உறவுமுறையின் தொடர்ச்சி யாகவே தாய்மாமன் என்பவர் ஒருவருக்குத் தந்தையினும் பெரிய

மரியாதைக்குரியவராகிறார். அண்மைக்காலத் தமிழ்த் திரைப் படங்கள் இவ்வுறவினைப் பெருமளவு வணிகமயப்படுத்தியிருப்ப தனைக் காணமுடிகின்றது.

இருபதாம் நூற்றாண்டின் நாவல், சிறுகதை ஆகிய சமகாலப் படைப்பிலக்கியங்கள் இரண்டும் பெரும்பாலும் இதழ்கள் சார்ந்தே வளர்ந்துள்ளன. இவற்றிலும் கணிசமானவை மேற்சாதியினால் தங்கள் சாதி அடையாளத்தோடும் சாதிய அடையாளமின்றியும் எழுதப்பட்டவை. அறுபதுகளின் தொடக்கப்பகுதிவரை கல்கி, மு.வ., நா.பார்த்தசாரதி, அகிலன் உள்ளிட்ட பெயர் பெற்ற படைப்பாளிகளின் ஆக்கங்களெல்லாம் இவ்வகையிலேயே அமைந்தன. தேர்ந்த கலைஞரான தி. ஜானகிராமனும் இந்த வரிசையிலிருந்து தப்பவில்லை.

பண்பாடு என்பது வெகுமக்கள் திரள் சார்ந்தது. அடிப்படைப் பண்புகள் சிலவற்றுடனும் தனிக் கூறுகளுடனும் விளங்கும் இம்மக்கள் திரளை அடையாளப்படுத்தும் எழுத்துகள் இவர்களிடமிருந்து பிறக்கவில்லை.

பண்பாட்டு வேர்களைக் கண்டு அவற்றின் வாழ்வினையும் வீழ்ச்சியினையும் அடையாளம் காட்டும் எழுத்துகள் அறுபதுகளின் பிற்பகுதியிலிருந்துதான் பிறந்தன. ஜெயகாந்தன் எழுத்துகளில் ஒரு பகுதியினை இந்த வகையினைச் சார்ந்ததாகக் கொள்ளலாம்.

இவ்வகையில் குறிப்பிட்டுச் சொல்லத்தகுந்த முதல் முதல் எழுத்தாக நீல பத்மநாபனின் 'தலைமுறைகள்' நாவலையே கொள்ள முடியும். மனித உறவுகளின் (குடும்ப உறவுகளின்) மேன்மை யினைச் சொல்லி, அவற்றின் சிதைவினை அடையாளப்படுத்தும் எழுத்துகள் கரிசல் வட்டார எழுத்துக்களிலிருந்தே பிறந்தன எனவும் சொல்லலாம்.

குறிப்பாக, கி.ரா.வின் 'புறப்பாடு' என்ற சிறுகதை பெரும்பாலும் திறனாய்வாளர்களால் பேசப்படாத ஒரு மிகச்சிறந்த கதையாகும். மரணம் குறித்த நாட்டார் மரபுகளின் உணர்வுகளைப் புலப்படுத்தும் கதை இது. வேதம், வேதாந்தம், யோகம் என்று நகர்ப்புறம் சார்ந்த மேல் மத்தியத்தர வர்க்க ஆன்மீகச் சிந்தனைகளைச் சட்டென்று தூக்கியெறியும் ஆற்றல் மிகுந்த சிறுகதை. டி.எஸ். எலியட்டின் 'பாழ்நிலம்' (Thewasteland) கவிதையினைத்தலையில்தூக்கிவைத்துக்

கொண்டாடிய தமிழ்நாட்டுத் திறனாய்வாளர்களுக்கு இந்தச் சிறுகதை பிடிபடவே இல்லை.

'சாதலும் புதுவ தன்றே' என்ற புறநானூற்றுச் சிந்தனையின் தொடர்ச்சியாக இக்கதையினைக் கொள்ள வேண்டும். பிறப்பினைப்போல இறப்பும் ஓர் இயல்பான நிகழ்வு என்பதே வெகுமக்கள் பண்பாட்டின் அடிக்கூறுகளில் ஒன்றாகும். இதனைப் புரிந்துகொள்ளாத காரணத்தால்தான் மகப்பேற்றினை ஒரு நோயாகவும் சூல்கொண்ட பெண்ணை ஒரு நோயாளியாகவும் கருதும் நவீன நாகரிகம் வேர்களை அடையாளம் காணமுடியாமல் தவிக்கின்றது.

இதன் விளைவாகவே நகர்ப்புறங்களில் மகப்பேறு மனைகள் (Maternity Homes) மகப்பேறு மருத்துவமனைகள் (Maternity Hospitals) ஆகக் காட்சி தருகின்றன.

பண்பாட்டுக் கூறுகளில் ஒன்று, அதன் அசைவுகள் வட்டாரத் தன்மைகளோடு சேர்ந்து வேறுபடுவதாகும். வட்டாரத் தன்மை யானது பண்பாட்டளவில் தமிழ்நாட்டில் ஓரளவே சிதைந்துள்ளது. எனவே அண்மைக்காலப் படைப்பிலக்கியங்களில் வட்டாரத் தன்மையுடன் வெளிவரும் நாவல், சிறுகதைகள் ஆகியன பண்பாட்டு வேர்களைத் தம்முள்ளே கொண்டிருக்கின்றன. புதுமைப்பித்தனே இம்மரபினைத் தொடங்கிவைத்தார். எனினும் மிக அண்மைக்காலமாக இந்நெறி ஒரு மரபாகச் செழித்து வளரு கின்றது. இமையத்தின் 'செடல்' நாவல் இதற்கு நல்ல உதாரணம்.

பண்பாடு என்பது பழைமையைக் கொண்டாடுவது அன்று. உயிருள்ள வேர்களை மட்டும் அடையாளம் கண்டு பாதுகாப்ப தாகும். ஏனென்றால் உயிருள்ள வேர்கள் இன்னமும் சமூக அசைவியக்கங்களை முன்னெடுத்துச் செல்கின்றன என்பதே அதற்குரிய காரணமாகும்.

பேரக் குழந்தைகள்

தமிழில் புழங்கும் உறவுமுறைச் சொற்களில் பண்பாட்டளவில் குறிப்பிடத்தகுந்தவை பேரன், பேத்தி ஆகிய இரண்டு சொற்களு மாகும். இந்தச் சொற்களின் சரியான வடிவம் பெயரன், பெயர்த்தி என்பதாகும். பேத்தி என்ற சொல்லுக்குப் பொருள் பெயர்த்தி என்பதாகும். பெயரன் என்ற சொல்லுக்கு மீண்டும் வந்தவன் என்பதே பொருள். இறந்துபோன பாட்டனே மீண்டும் பெயரனாகவும் பாட்டியே பெயர்த்தி ஆகவும் பிறந்திருக்கிறார்கள் என்பது நம்பிக்கை. இந்த நம்பிக்கையின் அடிப்படையில்தான் பெயரன், பெயர்த்தி ஆகிய சொற்கள் பிறந்தன.

பாட்டனும் பாட்டியும் பேரக் குழந்தைகளிடமிருந்து புதுமணமக்களைப்போல இன்பம் பெறுகின்றனர். மக்கள் 'மெய் தீண்டல் உடற்கின்பம்' எனும் குறள் பேரக் குழந்தைகளிடமே முழுமைபெறுகிறது. பாட்டன் பெயர் இடப்பட்ட பெயரனை பாட்டி மிகுந்த மரியாதையோடு நடத்துகிறாள். அவனைப் பெயர் சொல்லி அழைக்காமல், ஐயா, தங்கம், ராசா என்று செல்லப் பெயர்களால் அழைக்கின்றனர். பெற்ற மக்கள் இறந்த பின்னர் நீர்க்கடன் செய்வதைப்போல, பேரக் குழந்தைகளுக்குச் சடங்கியல் கடமைகள் உண்டா? உண்டு. பாட்டனாரின் இறுதி ஊர்வலம் புறப்படும்போது, பெயரன் நெய்ப்பந்தம் பிடிக்கிறான். வசதி குறைந்த வீடுகளில், ஊதுவத்தி கட்டைக் கொளுத்தி பேரக் குழந்தைகள் கைகளில் கொடுத்து வழி அனுப்புகிறார்கள். சில சாதியாரில் பேரக் குழந்தைகளை உயரத் தூக்கிப் பிடித்து வெள்ளைத் துண்டைக் கொடுத்து வீசி வழி அனுப்பச் சொல்வார்கள். பெயரனுக்கு இது கடமை என்றால், பேத்தியின் சடங்கியல் கடமைகள் என்ன? என்ற கேள்வி எழுகிறது.

முன்னெல்லாம் இறந்தவர்க்கான வாய்க்கரிசிக்கு உறவினர்கள் கொண்டுவரும் நெல்லை வீட்டு வாசலில் உரலில் இட்டுக் குத்துவார்கள். வாய்க்கரிசி நெல்லைக் குற்றும்போது, முதல் உலக்கை இடும் உரிமை மகள் வழிப் பேத்திமார்க்கே உண்டு. அதுபோலவே, நான்கைந்து நாள்கள் கழித்து பலகாரப் படையல் (கிழமை) வைக்கும் உரிமையும் அவர்களுக்கே உண்டு.

பேரன், பேத்தி என்பது சொத்துரிமைக்கு அப்பாலும் மரியாதை பெறும். ஏனெனில் அது உயிர்களின் தொடர்ச்சியைக் குறிக்கும் உறவாகும்.

நிகழ்தலைமுறைக்கும் பேரக் குழந்தைகளுக்கும் உள்ள மகள் வழிப் பேத்தி, மணஉறவுக்கு உரியவளாகக் கருதப்பட்டாள். அதன் தொடர்ச்சியாகக் கேலி செய்யும் உரிமை இன்றும் பாட்டனுக்கு வழங்கப்படுகிறது. எதிர்நிலையில் மகள் வழிப் பேரன் இதே நிலையில் பாட்டியின் கேலியைப் பெறுகிறான்.

பண்பாட்டுக் கூறுகள் பெற்றோரிடமிருந்து பெறப்படு வதைவிட தாத்தா பாட்டியிடமிருந்தே அதிகம் பெறப்படு கின்றன. நிகழ்காலத்தில் தாத்தா பாட்டியிடமிருந்து அந்நியப் பட்டுவிட்டதால், குழந்தைகளின் கதை உலகமும் கற்பனையும் சுருங்கிப் போய்விட்டன என்பது வருத்தத்திற்குரிய செய்தி ஆகும்.

அதிர்ச்சி மதிப்பீடு

நாற்பது ஆண்டுகளுக்கு முன் நான் கிழக்கு முகவை மாவட்டத்தில் வேலை செய்துகொண்டிருந்தபோது, நடந்த நிகழ்வு இது.

...மங்கலம் என்னும் பெயரிலான சிற்றூர். இருநூறு வீடுகள் இருக்கும். மருத்துவர், தச்சரைத் தவிர மற்றவர்கள் ஒரே சாதிக்காரர்கள். வறண்டுபோன காட்டோடையும் குட்டிச் சுவர்களில் நின்ற ஓர் அக்கிரகாரமும் ஊரின் பழைமையைச் சொல்லிக்கொண்டிருக்கும். கிட்டத்தட்ட ஆண்கள் அனைவருமே குடிகாரர்கள்; மனைவியை அடிப்பவர்கள். மாலை நேரங்களில் ஊர்ப் பெண்கள் அழுகிற ஓசை கேட்டுக்கொண்டே இருக்கும்.

இந்தநிலையில் இரண்டு பிள்ளைகளின் தாயான பெண்ணொருத்தி, குடிகாரக் கணவனின் கொடுமை தாங்காமல் அரளி விதையை அரைத்துக் குடித்து இறந்துபோனாள். அந்த ஊர்க்காரர்களுக்கே இந்தக் கொடுமையைத் தாங்கமுடியவில்லை. இழவு வீட்டிற்கு வந்த ஆண்களும் பெண்களும் குடிகாரக் கணவனைச் சுற்றிநின்று வைது தீர்த்தனர். குற்ற உணர்வோடு அவன் அழுதுகொண்டே தலையைக் குனிந்தபடி இருந்தான். மேலும் மேலும் வைதார்கள். இதைப் பார்த்த மற்ற பெண்களுக்கு ஒரு மகிழ்ச்சி. தன்னுடைய குடிகாரக் கணவனும் இப்படி அவமானப்பட வேண்டும் என்று மனத்துக்குள் ஒரு பழிவாங்கும் உணர்வு.

பதினைந்து நாள் கழித்து மற்றொரு பெண் இறந்துபோனாள். அவள் கணவனுக்கும் இந்த அவமானமெல்லாம் கிடைத்தது. அடுத்தடுத்த பதினைந்து நாள், இருபத்தைந்து நாட்களில் ஐந்தாறு பெண்கள் இதே மாதிரிப் போய்ச் சேர்ந்தார்கள்.

பக்கத்து ஊர்க்காரர்களுக்குச் சந்தேகம் வந்துவிட்டது. மங்கலத்துக்காரர்கள் மனைவியைக் கொன்றுவிட்டு இப்படி நாடகமாடுகிறார்கள் என்று நினைத்தார்கள். அந்த ஊருக்குப் பெண் கொடுக்கவும் எடுக்கவும் வர மறுத்தார்கள். இரண்டு மூன்று திருமணங்கள் தடைப்பட்டுப் போயின. ஊரிலுள்ள எஞ்சிய குடிகார ஆண்களுக்குப் பெருத்த அவமானமாயிற்று. இந்தத் தற்கொலை உணர்வு கொண்ட பெண்களுக்குப் பாடம் புகட்ட வேண்டும்

என்று நினைத்தார்கள். குடிப்பழக்கத்தை நிறுத்துவது என்றா? இல்லை. இனி எந்தப் பெண்ணாவது அரளி விதை தின்று தற்கொலை செய்துகொண்டால் அவளை மரியாதையாக அடக்கம் செய்வதில்லை. செத்துப்போன வெறிநாயைப் போல ஓலைப் பாயில் கிடத்தி, தெருத்தெருவாக இழுத்துச்சென்று அதன் பின்னரே அடக்கம் செய்யவேண்டுமென்று முடிவெடுத்தனர். அந்தப் பகுதியில் ஒரு வழக்கமுண்டு; ஒரு நாய்க்கு வெறி பிடித்துவிட்டது என்றால், சிறு பிள்ளைகளை ஏவிவிடுவார்கள். பத்து இருபது பிள்ளைகள் அந்த வெறிநாயை விரட்டி விரட்டிக் கல்லால் அடித்துக் கொல்வார்கள். கொல்லப்பட்ட நாயை ஓலைப் பாயில் கிடத்தி ஆரவாரத்துடன் ஊரைச் சுற்றி வருவார்கள். மல்லாந்த கால்களோடு பிளந்த வாயோடு அந்த நாய் ஓலைப்பாயில் கிடக்கும். அதன் பின்னரே ஊருக்கு வெளியிலே கொண்டுசென்று புதைப்பார்கள். ஊரின் இந்த முடிவு, பெண்களுக்கு அதிர்ச்சியாகப் போய்விட்டது.

பிளந்த வாயோடும் கலைந்த தலையோடும் விலகிக் கிடக்கும் துணியோடும் தாங்கள் ஓலைப் பாயில் கிடத்தப்பட்டுத் தெருத் தெருவாக இழுத்துச் செல்லப்படும் காட்சி அவர்களின் கற்பனையில் விரிந்தது. இறந்தபிறகும் இப்படியோர் அவமானத்தைச் சந்திக்க அவர்களது மான உணர்ச்சி இடம் தரவில்லை.

பிறகென்ன? அந்த ஊரிலிருந்தே அரளி விதை காணாமல் போய்விட்டது.

அதிர்ச்சி மதிப்பீடு, அதிர்ச்சி மருத்துவம் என்றெல்லாம் கேள்விப்பட்டிருக்கிறோம். சிற்றூர்ப் புறங்களில் அது இப்படித்தான் எதிர்வினையாற்றும் என்று நமக்குத் தெரியாமல் போயிற்று.

நாற்பது ஆண்டுகளுக்குப் பின்னரே அந்தப் பக்கம் போயிருந்தேன். மங்கலத்தார் எப்படி இருக்கிறார்கள் என்று விசாரித்தேன். குடிகாரக் கணவர்களின் எண்ணிக்கையில் ஒன்று கூடக் குறையவில்லை. ஒன்றிரண்டு பிள்ளைகள் பத்தாவது வகுப்பு வரை படித்திருக்கிறார்கள் என்பதைத் தவிர!

குடும்ப விளக்கு : அறிமுகம்

வீசும் புயல்காற்று, குமுறும் எரிமலை, இருகரையினையும் மீறிப் பார்ப்பவர் நடுங்கப் பாயும் காட்டாற்று வெள்ளம் இப்படியொரு பாரதிதாசனையே தமிழ்நாடு முதலில் கவிஞனாக அடையாளம் கண்டது. மெல்லிய தென்றல், பொலிந்த அழகுடன் நின்று எரியும் சுடர்விளக்கு, சலசலத்துச் செல்லும் தெளிந்த நீரோடை - இப்படியும் ஒரு பாரதிதாசன் உண்டு என்று நமக்குச் சாட்சியம் கூறும் நூல் 'குடும்ப விளக்கு'.

தன் ஆசான் பாரதியைப்போல் அல்லாமல் குடும்பத்தோடு நிறைந்த ஒட்டுதலுடைய கவிஞர் பாரதிதாசன். ஆசானோ முப்பத்தொன்பது வயதிலே மறைந்துபோனார். இவரோ பேரன், பெயர்த்தி எனக் குடும்ப அமைப்பின் இன்பங்களை முழுமையாகத் துய்த்தவர். 1942இல் ஐம்பது வயதைத் தாண்டிய பின்னர், குடும்ப அமைப்பின் முதல் பகுதியான 'ஒரு நாள் நிகழ்ச்சி'யை வெளியிடுகிறார் கவிஞர். 1944இல் 'விருந்தோம்பல்' என்னும் இரண்டாம் பகுதியும், 1948இல் 'திருமணம்' என்னும் மூன்றாம் பகுதியும் 1950இல் 'மக்கட்பேறு', 'முதியோர் காதல்' என்னும் நான்கு, ஐந்தாம் பகுதிகளும் வெளியிடப்பெறுகின்றன. ஆக, ஒன்பதாண்டுக் காலத்தில் ஐந்து பகுதிகளாகப் பிறந்த நூல் 'குடும்ப விளக்கு'. படைப்பாளியின் உணர்வு வளர்ச்சி, படைப்பிலே தெரிகின்றது.

முதல் பகுதியான ஒருநாள் நிகழ்ச்சியை வெளியிடுகின்றபோது, இந்நூலை ஐந்து பகுதியாக எழுதும் முன்திட்டம் எதுவும் கவிஞரிடம் இருந்ததாகத் தெரியவில்லை. அது ஒரு பெரிய நூலின் முற்பகுதிபோலத் தோன்றவுமில்லை. ஏனைய பகுதிகளுக்கும் முதற்பகுதிக்கும் உள்ள இன்னொரு வேறுபாடு, முதற்பகுதியில் கதைமாந்தர் யாருக்கும் அவர் பெயர் சூட்டவில்லை. அவன், அவள், பிள்ளைகள், மாமன், மாமி என்று உறவுமுறைப் பெயர்கள் மட்டுமே தரப்படுகின்றன. அக்காலத்தில் இந்த நூலுக்குக் கிடைத்த

வரவேற்பே கவிஞரை மேலும் நான்கு பகுதிகளை எழுதத் தூண்டி யிருக்கவேண்டும். அதனைத் தொடர்ந்தே கதை மாந்தர்களுக்கு வேடப்பன், நகைமுத்து எனப் பெயரிடவும் கவிஞர் விரும்பி யிருக்க வேண்டும்.

இல்லறத்தின் சிறப்பை விளக்க முனைகின்ற பாரதிதாசன், இந்த நெடுங்கவிதை நூலில் எதிர்நிலையாகத் துறவறத்தைக் கடுமையாகச் சாடுகிறார். அதிலும் குறிப்பாக, அப்போது தென்னிந் தியாவில் செல்வாக்குப் பெற்றுக்கொண்டிருந்த புதிய மடங் களான திருவண்ணாமலை ரமணாசிரமத்தையும் புதுச்சேரி அரவிந்தர் ஆசிரமத்தையும் கடுமையான சொற்களால் 'ஆசிரமம்', 'மலையடியில் துறவு'என்ற இரண்டு தலைப்புகளில் சாடுகிறார். அத்வைத வேதாந்தச் சார்பாக இந்த ஆசிரமங்களை நிறுவிய ரமணரும் அரவிந்தரும் அப்போது அவற்றின் தலைமைப் பொறுப்பை ஏற்றுப் புகழோடு நடத்திக்கொண்டிருந்தனர். இல்லறத்தின் சிறப்பை விளக்க ஒருபுறம் துறவு நிறுவனங்களைச் சாடும் கவிஞர், மறுபுறத்தில் அற உணர்வினை இழந்த குடும்பத்தின் நிலையினை எதிர்நிலையில் வைத்து 'இருண்ட வீடு'என்று ஒரு கவிதை நூலையும் எழுதியுள்ளார்.

பத்தொன்பதாம் நூற்றாண்டில் இறக்குமதியான எந்திர நாகரீகம், தமிழர்களின் சமூக, அரசியல் வாழ்வை மட்டுமின்றிக் குடும்ப வாழ்வையும் பெரிதும் பாதித்தது. நகர்ப்புறம் சார்ந்த குடும்பம், மத்தியதரக் குடும்பம் என்றெல்லாம் புதிய அளவு கோல்கள் உருவாகும் வகையில் குடும்ப அமைப்பில் மாற்றங்கள் நிகழ்ந்தன. பெண்கல்வி பெரிதும் பேசப்படும் பொருளாயிற்று. மாறிவரும் சமூக அமைப்புக்கேற்ப, குடும்பத்தின் கட்டுமானத்தில் மாறுதல்கள் ஏற்பட வேண்டுமென்பது பாரதிதாசனின் எண்ணப் போக்காகும். நிராகரிக்க வேண்டிய சில பழமைப் போக்குகளையும் ஏற்றுக்கொள்ள வேண்டிய புது நெறிகளையும் கொண்டு அவர் கவிதையில் நாம் காணவிரும்பிய ஓர் இலட்சியக் குடும்பத்தைப் படைத்தார். ஆனால், மரபுவழித் தமிழ்க் குடும்பத்தின் கட்டமைப்பு அவர் அடிமனத்தில் உறைந்திருந்தது என்பதனையும் நாம் மறுக்க இயலாது. 'மனைக்கு விளக்காகிய வாணுதல்' (அகம்) என்ற சங்கப் பாடலின் தொடரும் பொருளும் அவரது நூலுக்குக் 'குடும்ப விளக்கு'என்ற பெயரைத் தந்தன என்று

கொள்ளலாம். குடும்ப அமைப்பின் ஆதார அச்சாக விளங்குபவள் பெண்ணே ஆவாள். ஆகையால், பெண்ணை மையமிட்டுப் பிறந்த அகத்திணை இலக்கியங்களைபோலப் பெண்ணை மையமிட்டே 'குடும்ப விளக்கு' பிறந்தது. இந்தப் பாட்டு நூலின் தலைவி,

இரவு தன்னை
திருவிளக்கேந்தி வந்து
தெருவினில் வரவேற்கின்றாள்.

அவளே பாரதிதாசன் காட்ட முற்படும் 'குடும்ப விளக்கு'.

வீட்டில் சமையல்காரியாக, தையற்காரியாக, தச்சு வேலையும் கொல்லர் வேலையும் செய்பவளாக, துணைவனுக்குத் காதலியாக, பிள்ளைகளுக்குத் தாயாக, மருத்துவச்சியாக, முதியவர்களுக்குப் பணிமகளாக இவள் நிற்கிறாள். இவள் வீட்டில் வேலைக்காரர்கள் இல்லை. இவளிடத்தில் புதுமையின் சாயலும் பொலிந்து நிற்கின்றது. இவள் காலையில் எழுந்தவுடன் இசைக்கருவி வாசிக்கின்றாள்; பிள்ளைக்குப் படிப்புச் சொல்லிக்கொடுக்கின்றாள்; கணவனது மளிகைக் கடையில் வணிகமும் செய்கின்றாள்; கணக்கும் எழுதுகின்றாள்; இத்தனைக்கும் மேலாக இரவில் படுக்கையறையில்..

'இதுவரைக்கும் பொதுநலத்துக் கென்ன செய்தோம்?'

என்று தன் கணவனிடத்தில் ஒரு கேள்வியும் கேட்கிறாள். இவளே பாரதிதாசன் காண விரும்பிய புதிய பெண்.

தமிழ்நாட்டின் பண்டைய அறிஞர்கள் கண்ட குடும்பங்கள் நமக்குச் சீவகன் முதலிய பெருநூற்களில் காட்சியளிக்கின்றன. இன்றைய நிலையில் எளிய நடையில் அமைந்த 'குடும்ப விளக்கு' ஒரு நடுத்தரக் குடும்பம் இது என்று திட்டமாகச் சொல்லாவிட்டாலும் கோடி காட்டியதாகவாவது இருக்கும். பெண், குடும்பம் என்பனபற்றிப் பாரதிதாசன் 1940களின் நடுப்பகுதியில் கொண்டிருந்த சிந்தனை இதுவேயாகும்.

குடும்பம் என்கிற அமைப்பு குறித்த விரிந்த ஆழமான சிந்தனைகள் கடந்த நூற்றாண்டில் ஐரோப்பாவில் பிறந்தன. இருபதாம் நூற்றாண்டில் இந்தியாவின் மரபுவழிக் குடும்ப அமைப்புகள் கட்டுடைபடத் தொடங்கியபோது, குடும்பம் பற்றிய மறுசிந்தனைகள் பிறக்கலாயின. இவ்வகையான மறுசிந்தனையை

இந்தியாவில் தொடங்கி வைத்தவர் கவிஞர் பாரதிதாசன் ஏற்றுக்கொண்ட தலைவரான தந்தை பெரியார்தான். 'கலியாணம் என்பதே நாம் உண்டாக்கிக்கிட்ட ஒரு வழக்கம்தானுங்களே' (பெரியார் 1972இல் கணையாழி இதழுக்களித்த பேட்டி) என்று கூறிய பெரியார், குடும்ப அமைப்பின் 'புனிதத்தை' ஒட்டு மொத்தமாக நிராகரித்தார்.

இருபத்தொன்றாம் நூற்றாண்டின் முற்பகுதியில் நிற்கும் இன்றைய தமிழ் இளைஞர்கள் சிலர், குடும்பம் என்கிற அமைப்பை திட்டமிட்டு நாம் சிதைக்க வேண்டும். அதுவே சமூக மாற்றத்திற்கு முதற்படியாகும் என்று பேசியும் எழுதியும் வருகின்றனர். ஆனால் இந்தக் கருத்தோட்டம் இன்றைய நிலையிலும் 'அதிதீவிரம்' என்றே பெருவாரியான தமிழ் மக்களால் உணரப்படுகின்றது. அப்படியானால் பாரதிதாசன் மரபுவழிக் குடும்ப அமைப்பைப் பேணுபவர்தானா? என்ற கேள்வி இலக்கியத் திறனாய்வாளர்களிடமிருந்தும் இளைஞர்களிடமிருந்தும் தோன்றலாம். இந்தக் கேள்வி நிராகரிப்பதற்கு உரியது அன்று. மாறாக, பாரதிதாசன் பற்றிய துல்லியமான இலக்கிய, சமூக மதிப்பீட்டைக் கொள்ளும் வகையில் இது நமக்குத் துணை செய்யும் கேள்விதான்.

பாரதிதாசன் தம் தலைவராகத் தந்தை பெரியாரை ஏற்றுக் கொண்டார். 1933இல் பகுத்தறிவாளர் மாநாட்டில் 'நான் ஒரு நிரந்தர நாத்திகன்' என எழுதிக் கையொப்பம் இட்டார். ஆனாலும் கூட அவருடைய தலைவர் பெரியாரைப்போலத் தன் முழு வாழ் நாளையும் உழைப்பையும் சமூக மாற்றத்திற்காக முன்வைக்க அவரால் இயலவில்லை. அது பாரதிதாசன் தவறோ குறையோ அன்று. குடியிருக்கச் சொந்த வீடுகூட இன்றி 'வாய்க்கும் கைக்கு மான வாழ்க்கைப் போராட்டத்தில்' நின்றுகொண்டிருந்த ஒரு பள்ளிக்கூட ஆசிரியரின் எல்லையாகும். இது ஒரு நடைமுறை உண்மை. ஆனால் இந்த நடைமுறை உண்மையிலிருந்தும் சமூகம் தந்த வாழ்க்கைத் தளைகளிலிருந்தும் பாரதிதாசன் என்ற சுவடுவிடுபடத் துடித்தார். விடுதலைக்கான 'தேட்டம்' அவரிடம் முழுமையாக இருந்தது. அத்தோடு, ஒரு கவிஞருக்கான 'அழகியல் தேட்டமும்' இருந்தது. ஆக மொத்தத்தில் பெரியாரின் தூய அறிவுப்போக்கு, நகர்ப்புற நடுத்தரக் குடும்பத்தின் வாழ்க்கைப்

போக்கு, ஒரு கவிஞருக்கான அழகியல் தேட்டம், விடுதலை உணர்வு - இவையெல்லாம் சேர்ந்து பாரதிதாசனைப் படாதபாடுபடுத்தின.

அவருக்குள் கடவுள் நம்பிக்கை இல்லை. ஆனால் விடியற் காலையில் வீட்டு வாசலில் பெண்கள் இட்ட கோலம் அவரது கண்ணையும் நெஞ்சையும் கவர்ந்தன.

'அரிசிமாக்கோலம் அமைத்தனள்; அவளுக்குப்
பரிசில் நீட்டினான் பகலவன் பொன்னொளி!'

என்கிறார் கவிஞர் 'குடும்ப விளக்கில்' மட்டுமன்று, அவரது எல்லாக் கவிதைகளிலும் ஞாயிறு எழுகின்ற காட்சி சிறப்பாகவே பாடப்பட்டுள்ளது.

'உலகம் விளக்கம் உறக் கீழ்த்திசையில்
மலர்ந்தது செங்கதிர் மலர்ந்தது காலை'

என்றுதான் கவிஞரின் 'எதிர்பாரா முத்தம்'தொடங்கும். ஆனால்

'உலகம் உவப்ப வலனேர்பு திரிதரு
பலர்புகழ் ஞாயிறு கடற்கண்டாங்கு'

எனத் தொடங்கும் 'திருமுருகாற்றுப்படை' ஆசிரியருக்கும் பாரதிதாசனுக்கும் பெருத்த வேறுபாடு உண்டு.

குடும்பவிளக்கு அளவிற்கு நீண்ட நெடிய தமிழ் கவிதை எதுவும், கடவுள் வணக்கம் அல்லது வாழ்த்து இன்றித் தொடங்கியதே தமிழ் இலக்கிய வரலாற்றில் கிடையாது, பாரதியாரின் 'பாஞ்சாலி சபதம்' உட்பட. ஆனால் பாரதிதாசன் குடும்ப விளக்கில் கடவுள் வாழ்த்தும் இல்லை. கடவுள் பற்றிய பேச்சும் எங்கும் வரக் காணோம். கடவுள் வாழ்த்து இல்லாமல் நெடுங்கவிதை நூல் படைக்கப் பாரதிதாசனுக்குமுன் தமிழ்க்கவிஞர்கள் யாரும் துணிவு கொள்ளவில்லை என்பதே வரலாறாகும்.

'குடும்ப விளக்கு' முழுக்க முழுக்கத் தமிழ் மரபும், மரபுக்கு ஊடாகக் கவிஞர் கண்ட புதுமையும் கலந்து பிறந்த நூலாகும். குடும்ப விளக்கின் இரண்டாம் பகுதி 'விருந்தோம்பல்' என்றும், மூன்றாம் பகுதி 'திருமணம்'என்றும், நான்காம் பகுதி 'மக்கட்பேறு' என்றும் கவிஞரால் பெயரிடப்பட்டுள்ளன. விருந்தோம்பல் என்பது மனிதப் பொதுமை சார்ந்த ஒரு மதிப்பீடுதான். இருப்பினும் தமிழ் நாகரிகம் அதற்குச் சிறப்பான இடத்தை அளித்தது.

'அல்லில் ஆயினும்
விருந்துவரின் உவக்கும் பெருந்தோட் குறுமகள்'
என்பது சங்க இலக்கியம்.

'இருந்தோம்பி இல்வாழ்வதெல்லாம் விருந்தோம்பி
வேளாண்மை செய்தற் பொருட்டு'
என்பது திருக்குறள். 'விருந்து புறந்தருதலும் இழந்த என்னை' என்பது சிலப்பதிகாரத்துக் கண்ணகியின் கவலை. 'விருந்து கண்டபோது என்னுறுமோ' என்றுதான் கம்பன் கண்ட சீதை அசோக வனத்தில் கலங்குகிறாள். இந்தத் தமிழ் மரபினை வலிமையாகப் பற்றிக்கொண்டே,

'நற்றமிழர் சேர்த்த புகழ் ஞாலத்தில் என்னவெனில்
உற்ற விருந்தை உயிரென்று பெற்றுவத்தல்'
என்கிறார் பாரதிதாசன். காதலும் திருமணமும் மனிதப் பொதுமை சார்ந்த நிகழ்ச்சிகளாகும். திருமணத்தின் விளைபயன் 'மக்கட்பேறு' என்பது தமிழ் மக்களின் வாழ்நெறியும் நம்பிக்கையும் ஆகும்.

'மயக்குறு மக்களை இல்லோர்க்குப்
பயக்குறை இல்லை தாம் வாழுநாளே'
என்பது சங்க இலக்கியக் கருத்தோட்டம்.

'மங்கலம் என்ப மனைமாட்சி மற்றதன்
நன்கலம் நன்மக்கட் பேறு'
என்பது வள்ளுவச் சிந்தனை.

இந்தத் தமிழ் மரபு பற்றியே குடும்ப விளக்கில் மூன்றாம் நான்காம் பகுதிகள் திருமணம், மக்கட்பேறு என்றமைகின்றன.

குடும்ப விளக்கின் ஐந்தாம் பகுதி 'முதியோர் காதல்' என்பது ஆகும். மிக நெடிய தமிழ் மரபின் நீட்சிதான் இந்தப் பகுதி. ஆயினும் மரபினை இந்த அளவு விரித்துப் பாட பாரதிதாசனைப் போல் எந்தக் கவிஞனும் நெஞ்சுரம் பெறவில்லை என்பதுதான் குறிப்பிட்டுச் சொல்லத் தகுந்த செய்தியாகும். காதல் உணர்வு என்பது உடலளவில் இறந்துபோன பிறகும் நெஞ்சளவில் நின்று, அது மனிதனை இயக்குகின்றது. நவீனத் திறனாய்வாளர்களின் கருத்தின்படி சொல்வதானால், சிக்மண்ட ஃபிராய்டு தமிழ் அகத்திணை மரபுகளிடம் தோற்றுப்போன இடம் இதுதான்.

'காமஞ்சான்ற கடைக்கோட் காலை' என்று, தொல்காப்பியம் காதலை முதுமையோடு சேர்த்துப் பேசியது உண்மைதான். இருபது நூற்றாண்டுத் தமிழ் இலக்கிய வரலாற்றில் காதல் உணர்வை இளமையிலிருந்து பிரித்து முதுமையோடு பொருத்திப் பார்க்க விருப்பமும் நெஞ்சுரமும் பாரதிதாசனைத் தவிர வேறு எந்தக் கவிஞனுக்கும் வாய்க்கவில்லை. அது மட்டுமன்று; உடலாலே கூடிக்களித்த அந்த முதியவர்கள் முதுமையிலும் கூடிக் கற்றார்கள் அதுவும் திருக்குறள் கற்றார்கள்.

'குடித்தோமே பாலின் கஞ்சி
குறட்பாவில் இரண்டு செய்யுள்
படித்தோமே, அவற்றினுக்கு
விரிவுரை பலவும் ஆய்ந்து
முடித்தோமே! மொண மொணென்று
மணிப் பொறி சரியாய்ப் பத்தும்
அடித்தது துயின்றேன் இப்போது
அழைத்தீர்கள் விழித்தேன்' என்றாள்.

இரவிலே நன்றாகத் தூங்கினாயா? என்று கணவன் கேட்கும் கேள்விக்கு மனைவி கூறும் மறுமொழி இது. தொல்காப்பியர் தொட்டு பாரதியார் வரை யாரும் காணாத, காட்டாத குடும்பக் காட்சி இது. இந்தப் புதுமையின் பெயரே பாரதிதாசன். மரபு வழிக் குடும்பத்தின் மரபுவழிச் சுவையுணர்ச்சியிலிருந்து பாரதி தாசனால் விடுபட இயலவில்லை. பெற்ற குழந்தைகளையும் பேரக் குழந்தைகளையும் கொஞ்சிப் பெறுகின்ற மகிழ்ச்சி உண்மையான தாகவும் உயர்வானதாகவும் பாரதிதாசனுக்குத் தோன்றியது. இந்த மகிழ்ச்சியும் உற்பத்தி சார்ந்த கலாச்சாரத்தின் ஒரு பகுதிதான். தந்தையின் முதுகில் குதிரையேறுகின்ற இளங்குழந்தைக்கு,

'சப்பைக் குதிரை இல்லை இல்லை
தமிழன் குதிரை ஏய் ஏய் ஏய்'

என்று பாட்டுச் சொல்லிக்கொடுக்கின்றார் பாரதிதாசன். 'பாட்டியே சிறுமலைப் பழங்கள் இந்தா' என்று பேரன் கொடுக்க வருகின்றான். "உன் தாத்தாவுக்குக் கொடு போ" என்று சொல்லிவிட்டு, கொடுக்கப் போவதைக் கூர்ந்து நோக்கி மகிழ்ச்சியடைகிறாள் கிழவி. பாரதி தாசனுக்குப் பின்னும்கூட இந்த மகிழ்ச்சியை அடையாளம் கண்ட

கவிஞரும் காட்டிய கவிஞரும் தமிழ்நாட்டில் வேறு யாரும் இலர். இது பாரதிதாசனின் தனித்த பெருமை.

வேறுவகையில் சொல்வதானால் நிலமானிய மதிப்பீடுகளின் சாயலை ஒருபுறத்தில் பாரதிதாசனிடம் காணலாம். மறுபுறத்தில் சமூகநீதி என்னும் வாளேந்தி இந்த மதிப்பீடுகளில் சிலவற்றிற்கு எதிராக நின்று போராடுகிறார் அவர். ஒன்றினைச் சான்றாக எடுத்துக் காட்டலாம். விருந்தோம்பல்! விருந்தினரை முகமலர்ச்சியோடு வரவேற்றல்; அவருக்கு மிகச் சீரிய பணிவிடைகள் செய்தல்; தன் வீட்டில் தான் உண்ணுமிடத்தில் அவரோடு உடன் அமர்ந்து உண்ணுதல்; தன் வீட்டுப் பெண்களை உணவு பரிமாறச் செய்தல்; உண்ணும்போது பரிவும் அன்பும் கலந்தபடி அவருடன் உரையாடுதல்; உண்டு முடித்த பின்னரும் அவருக்கு மகிழ்ச்சியூட்டும் மிகச் சிறிய செயல்கள் செய்தல்; இவையே மரபுவழி விருந்தோம்பலின் அசைவுகள் ஆகும். இருப்பவர், இல்லாதவர், அறிஞர், வறிஞர் எனச் சமூகத்தின் எல்லாத் தரப்பிலும் விருந்தோம்பும் முறை இதுவாகத்தான் நேற்றுவரை இருந்துவந்திருக்கிறது. மனித உறவினைப் பேணி நிற்கும் உயர்மதிப்பீடுகளில் ஒன்று விருந்தோம்பல். இது உற்பத்திக் கலாச்சாரத்தின் விளைவு.

இன்று நகர்ப்புற மேல்தட்டு மக்களிடையே விருந்தோம்பலுக்கான அசைவுகள் என்ன? விருந்தினரை நகர்ப்புற விடுதிகளில் தங்க வைப்பது, பொருளியல் வளமுடையார் தம்முடைய புற வீட்டிலோ விருந்தினர் விடுதியிலோ தங்க வைப்பது, உணவு விடுதியிலிருந்து உணவு கொண்டு வருவது, வேலைக்காரரை இட்டுப் பரிமாறச்செய்வது, உடனிருந்து உண்ணும் வாய்ப்பை விருந்தினருக்குத் தராதது, விருந்தினரை வணிக வாடிக்கையாளராக நடத்துவது ஏன்? இவ்வகையான அசைவுகள் ஏன் மரபிலிருந்து வேறுபட்டு நிற்கின்றன?

பாரதிதாசனின் விருந்தோம்பல், நிலமானிய உற்பத்திசார்ந்த ஒரு பண்பாட்டின் வெளிப்பாடு. ஆனால் இன்றைய நகர்ப்புறத்து விருந்தோம்பல், தரகுப் பண்பாடு அல்லது நுகர்வுப் பண்பாடு. பின்னது உயிரற்றது. மனித உறவுகளை வணிக உறவுகளாக்குவது. பாரதிதாசன், நிலமானிய உற்பத்தி முறையின் 'நல்ல' மதிப்பீடுகளுக்கும் 'அல்ல' மதிப்பீடுகளுக்கும் நடுவில் நின்றார். சில பழைய

மதிப்பீடுகளைப் பேண நினைக்கிறார். சில பழைய மதிப்பீடுகளை அழிக்க நினைக்கின்றார்.

'முதியோர் காதலில்'கணவனும் மனைவியும் நூற்றைந்து ஆண்டுகள் வாழ்கின்றனர். அந்த வயதிலும்கூட, கணவன் அருகி லிருக்கும்போது அவளுக்கு நாணம் பிறக்கின்ற 'அம்மாயி'எனப் பேரன் அவளை அழைக்கும் குரல் கேட்டு, அவள் மனம் இன்பத்தில் ஆழ்ந்துபோகிறது. பயிர்ப் பெருக்கத்தைக் கண்டும் கேட்டும் மகிழும் உழவனைப்போல, உயிர்ப் பெருக்கத்தைக் கண்டும் கேட்டும் மகிழ்வு கொள்ளுகின்ற உற்பத்தி சார்ந்த பண்பாட்டின் வெளிப்பாடு இது. மறுபுறத்தில் புதிய விஞ்ஞானம், அதன்வழி மேற்குலகம் பெற்ற வளர்ச்சி, புதிய சித்தாந்தங்கள், இவை பற்றிய விரிந்த பேச்சு எதுவும் குடும்ப விளக்கில் இல்லை. ஆனால்,

'செவ்வையுற மகளிர்க்குக் கல்விநலம் தேடல்
செயற்பால யாவினுமே முதன்மை எனக் கொண்டே
அவ்வகையே செயல் வேண்டும்! அறிவுமனையாளால்
அமைதியுலகுண்டாகும் என்ன இதில் ஐயம்!'

குடும்ப விளக்கின் சாரமான செய்தியே இதுதான்.

தொலைந்துபோன பொன்தொடரியின் கண்ணிகள்

பத்தொன்பதாம் நூற்றாண்டு, தமிழகச் சமூக வரலாற்றில் குறிப்பிடத்தக்க காலமாகும். அதாவது ஐரோப்பியர் (ஆங்கிலேயர்) இங்கு வந்து ஒரு நூற்றாண்டு காலமான பின்னர், ஐரோப்பிய அறிவொளிக் காலத்தின் முதற்கதிர்கள் தமிழ்ச் சமூகத்தில் புதிய வெளிச்சத்தைப் பாய்ச்சின. அந்த ஒளியை ஏற்றி வந்த கருவியாக அச்சுக் கருவிகள் திகழ்ந்தன. "மூடத்தனத்தின் முடைநாற்றம் வீசுகின்ற காடு" என்ற பாரதிதாசன் கவிதை குறிப்பிடுவதுபோல, அச்சு எந்திரம் வந்து ஒரு நூற்றாண்டுக் காலம் வந்த பின்னரும் தமிழரின் இல்லங்களிலிருந்து பனையோலைகளும் எழுத்தாணிகளும் அவை சார்ந்த புனிதங்களும் விடைபெற்றுப் போகவில்லை. பத்தொன்பதாம் நூற்றாண்டில் வந்த ஆங்கிலேயப் பாதிரிமார்கள், குறிப்பாகத் தமிழறிந்த பாதிரிமார்கள் தமிழர்களுக்கு ஒரு புதிய உலகத்தைத் திறந்து காட்டினர் அல்லது படைத்துக் காட்டினர். இந்தப் புதிய உலகம், சிவனும் திருமாலும் படைத்த உலகத்திற்குப் போட்டியாக மற்றொரு உலகம் தமிழர் சிந்தனையில் உருவானது. அந்த உலக உருவாக்கத்திற்கு 'பிரமன் கைமண்ணைப்' போலப் பத்திரிகைகள் மூலப்பொருளாகின. 1850 தொடக்கம் தமிழ் இதழ்கள் இந்தப் புத்துலக உருவாக்கம் பற்றி நமக்குக் கதைகதையாய்ச் சொல்கின்றன. 'கோத்த பொய் வேதங்களும் மதக் கொலைகளும் ஆள்வோர்தம் கூத்துக்களுமாயிருந்த' தமிழக வரலாறு மக்களால் எழுதப்படும் பொன் தொடரியாக (பொற்சங்கிலி) வளரத் தொடங்கியது. இந்தப் பொன் தொடரியின் கண்ணிகள் பல தொலைந்து போய்விட்டன. இந்த கண்ணிகளில் சிலவற்றை மீட்டெடுத்துத் தந்துள்ளார் பேரா. வீ அரசு. அவருக்குத் தமிழுலகம் நன்றிக்கடன் பட்டுள்ளது.

தமிழ்நாட்டில் சமூகம் என்பது சாதிகளின் அடுக்கேயன்றி வேறன்று. 1850 முதல் 1900 வரையிலான ஐம்பது ஆண்டுகளில் ஓரளவு எண்ணிக்கை பலம்கொண்ட எல்லாச் சாதியினரும் தங்களுக்கென ஒரு பத்திரிகையினைத் தொடங்கியிருந்தனர். 'ஊமைப்பிள்ளை பேசத் தொடங்கிய கதையிது'. சில பிள்ளைகள் மட்டும் தெளிந்த நல்லாற்றலோடு பேசின. பெருநகர உருவாக்கம் காரணமாக அப்படி அறிவார்ந்த பிள்ளைகள் சில கூடி, சுய சிந்தனையோடு தமிழில் 'தத்துவ விவேசினி' என்ற இதழையும் ஆங்கிலத்தில் 'Reformer Thinker' என்ற இதழையும் தொடங்கி நடத்தியுள்ளனர். அறியப்படாத இந்த ஆளுமைகளின் பெரு முயற்சியினைப் பேராசிரியர் வீ.அரசு நிகழ்காலத்தின் தேவைகருதி வெளிப்படுத்தியுள்ளார். 1878-1888 என இந்த நாத்திக இதழ்கள் வெளிவந்த காலத்தில்தான் வைதிகர்களும் சனாதனிகளும் ஆரிய சமாஜம், பிரம்ம சமாஜம், பிரார்த்தனை சமாஜம் போன்ற அமைப்பு களையும் சென்னையில் நிறுவி அவற்றின் கிளைகளையும் உருவாக்கி வந்தனர். நாவலாசிரியாராக அறியப்பட்ட பி.ஆர் ராஜமையரின் 'Rambler of Vedanta' என்ற நூல் மிகச்சிறந்த நூலாக உயர்த்திப் பிடிக்கப்பட்டது. வைதிகத்தின் குழலான 'இந்து' (ஆங்கிலம்) 'சுதேசமித்திரன்' ஆகிய இதழ்களும் இக்கருத்துக்கு இசைந்து வினையாற்றின.

இந்த இதழ்கள் வெளிவந்த காலத்தில் தமிழ்ச் சமூகத்தின் எஞ்சிய பகுதி சைவ - கிறித்துவச் சண்டைகளால் நிரம்பியிருந்தது. யாழ்ப்பாணம் ஆறுமுக நாவலரின் புண்ணியத்தில் கிறித்துவத்தின் மீது தொடங்கப்பட்ட தாக்குதல்கள் சற்று ஆபாசமாகக்கூட இருந்தன. மற்றொருபுறம் இந்து, சுதேசமித்திரன் வழியாக உருவாக்கப்பட்ட இந்தியத் தேசியம், சிந்திக்கத் தொடங்கிய தமிழர்களை வேதாந்தப் படுகுழிக்குள் தள்ள முயன்றது. யாழ்ப்பாணம் காசிவாசி செந்திநாதஐயரின் (இவர் நாவலரின் மாணவர்) 'தேவாரம் வேதசாரம்', 'சைவ வேதாந்தம்' என்னும் இரண்டு நூல்களும் அதற்கான சான்றுகளாகும். மனோன்மணியம் சுந்தரனார் போன்ற அறிஞர்கள், சைவ சித்தாந்தத்தை இந்தப் படுகுழியில் விழாமல் காப்பாற்றினார்கள். மறுபுறம் சுயசிந்தனை யாளர்கள் சுழற்றிய 'தத்துவ விவேசினி' போன்ற வாள்கள் நகர்புறத்து மக்களோடு ஊர்ப்புறத்து மக்களையும் இந்துமத ஆசாரங்கள் என்னும் கொடும் பிடியிலிருந்து விடுவித்தன.

'ஆபாசம்' என்ற சொல்லாலே இந்து மதத்தை அடையாளப் படுத்திய இவர்களது அறிவுத்திண்மை இன்றளவும் நன்றிக்கு உரியது. இந்த வேதாந்தமே இன்று பகவத்கீதை என்ற பெயரில் இந்திய சமூகத்தை அடிமைப்படுத்தியிருக்கின்றது. ஐரோப்பிய அறிவொளிக்காலத்தின் புதிய சிந்தனைகளையும் கருத்துகளையும் இந்த இதழ் கட்டுரைகள் தமிழில் தரமுயன்றுள்ளன. ஐரோப்பிய நாத்திகர் பிராட்லாவின் (Bradlaugh) மாணவராகத் தமிழகம் வந்த ஐரோப்பியப் பேராசிரியர் சிலருக்கும் இதில் பங்குண்டு. திருநெல்வேலி ம.தி.தா.இந்துக் கல்லூரியில் பணியாற்றிய பேராசிரியர் விங்லேர் (துரை) இவர்களில் ஒருவர். இவரது மாணவராக இருந்த எழுத்தாளர் பி.ஸ்ரீ. ஆச்சாரியார் தம் நூலொன்றில் இவரைப்பற்றிக் குறிப்பிடுகின்றார்.

விங்லேர் துரை சில காலம் பாளை நகராட்சியின் நியமனத் தலைவராகவும் இருந்துள்ளார் என்பது குறிப்பிடத்தக்கது. வேறு வகையில் சொல்வதானால், அறியப்படாத இந்த ஆளுமைகளின் தொண்டினை மீளக் கண்டெடுத்து நாம் நன்றியுடன் பதிவு செய்தாக வேண்டும். அறிவியல் தமிழின் வரலாற்றினை எழுத வந்தவர்கள்கூட, 'தத்துவ விவேசினி'யில் வெளிவந்த அறிவியல் கட்டுரைகளைப்பற்றிப் பேசவில்லை.

'வெள்ளைக்காரருக்கு மீள உயிர் கொடுக்கும் சக்தியுண்டு' என்ற தலைப்பில் ஒரு ஆங்கில மருத்துவரின் சோதனை முயற்சி பற்றி நான்காம் தொகுதியில் ஒரு கட்டுரை வெளிவந்துள்ளது. அக்காலத்தில் இக்கட்டுரை படித்தவர்களிடம்கூட எத்தகைய அதிர்வலைகளை உருவாக்கியிருக்கும் என்று நினைத்துக்கூடப் பார்க்க முடியவில்லை. எனவேதான் சொல்லுகின்றோம், தமிழ் அறிவுலக வரலாற்றில் தொலைந்துபோன பொன்தொடரியின் கண்ணிகளைப் பேராசிரியர் வீ. அரசு மீட்டெடுத்துத் தந்துள்ளார். நிகழ்கால ஆய்வுலகமும் ஆய்வாளர்களும் அவருக்குப் பெரிதும் நன்றிக்கடன் பட்டுள்ளோம்.

மொழிக் கல்வியும் மதிப்பீடுகளும்

வேறுபட்ட மொழிக்கல்வியின் அடிப்படைகள், அதன் உட்கூறுகள். அதைக் கற்பிக்க வேண்டியதன் தேவை, நியாயம், வழக்கிலுள்ள மொழிக்கல்வியின் தன்மை, அதன் வரம்புகள் ஆகிய வற்றைக் குறித்து மனோன்மணியம் சுந்தரனார் பல்கலைக்கழகத்தின் முன்னாள் தமிழ்த்துறைத் தலைவர் பேராசிரியர் தொ. பரமசிவன் அவர்களுடன் உரையாடினோம். மொழிக்கல்வி குறித்து நாம் வித்தியாசமாகச் சிந்திக்க, செயல்பட அவரது கருத்துக்கள் உதவியாகயிருக்கும்.

மொழிக்கல்விக்குரிய மொழி ஏதாவது உண்டா? இன்ன வகையான மொழிதான் பயிற்றுவிக்கப்பட வேண்டும் என்று சொல்வது சரியாகுமா?

மொழிக்கல்வி என்பது குழந்தைமொழியைச் சார்ந்திருப்பது முக்கியம். எது குழந்தைமொழி என்றால், குழந்தை புழங்குகின்ற மொழியெல்லாம் குழந்தை மொழிதான்.

தகுதி வழக்கு, இயல்பு வழக்கு என்கிற வேறுபாடு குழந்தை களுக்குப் புரியாது. தகுதி வழக்கு, இயல்பு வழக்கு என்பதன் வேறுபாடுகளைக் குழந்தைக்குப் புரியவைப்பதென்பது எளிதல்ல. அவற்றை வீட்டிலே குழந்தைகள் பெற்றோர்களின் கண்டிப்பின் மூலமாகக் கற்றுக்கொண்டிருக்கின்றனர். வேண்டுமானால் அதையும் கற்றுக்கொடுக்க வேண்டும். எப்போது என்றால், ஒரு பதினைந்து வயது ஆன பிறகு. குழந்தை எந்த மொழியைத் தெரிந்துகொள்ள வேண்டும்? எந்த மொழியைத் தெரிந்து கொண்டி

ருக்கிறது? இரண்டுக்கும் இடையேயான இடைவெளி என்ன? இந்த இடைவெளியை எப்படி இட்டு நிரப்புவது? அதைப் படிப்படியாகத்தான் செய்யவேண்டும். ஆனால் மொழிக்கல்வியைத் திட்டமிடுவோர் இவற்றையெல்லாம் கவனத்தில் கொள்வதில்லை. முதலில் குழந்தைக்கு ஏற்கனவே வாய்த்துள்ள மொழி அறிவை அவர்கள் கருத்தில் கொள்ள வேண்டும். காரணம், பள்ளிக்கு வரும்போதே குழந்தை பேசத் தெரிந்த குழந்தையாகத்தான் வருகிறது. அதனுடைய மூளைக்குள்ளே சொல் தொகுதிகள் இருக்கின்றன. பள்ளிக்கு வருகிறபோது பிள்ளைகள் அறிந்திருக்கின்ற சொற்களின் அளவு, நகர்ப்புறத்தைவிடக் கிராமப்புறங்களில் கூடவாகவும் கிராமப்புறங்களிலும்கூட வசதியான வீட்டுப்பிள்ளைகளைவிட வசதி குறைவான வீட்டுப் பிள்ளைகளின் சொல்தொகுதி அதிகமாகவும் இருக்கிறது என்பது நடைமுறை உண்மை. ஆனால் இந்தச் சொல்தொகுதி எல்லாம் இப்போதுள்ள பாடத் திட்டத்திற்குள்ளே வந்துள்ளதா?

மேலும் மொழியைப் பொறுத்தமட்டிலே, பள்ளிக்கு வருவதற்கு முன்பே பிள்ளைகள்கதை கேட்க ஆரம்பித்து விடுகிறார்கள். பாட்டுப் பாட ஆரம்பித்து விடுகிறார்கள். இதுபோன்ற குழந்தைகளுக்குச் செய்யத் தெரிந்த விசயங்களை வளர்த்தெடுக்கிற முறையிலே நாம் போதித்திருக்கிறோமா? இல்லை என்றுதான் சொல்ல வேண்டும். குறிப்பாக, குழந்தைகளுக்கு மிக எளிதாகப் பிடிபடும் இசையுடன் கூடிய மொழியை நாம் பயிற்றுவிப்பதில்லை. எனக்கு 'அ'னா கற்றுக்கொடுத்தபோது ராகம் போட்டுத்தான் சொல்லித் தந்தார்கள். பன்னிரெண்டு உயிர் எழுத்துக்களையும் பாடலாக அவர்கள் கற்றுத்தருகிறபோது அதுவரிசை மாறாது. ஒரு திரைப்படப் பாடலைத் கற்கிற குழந்தை, கிட்டத்தட்ட அறுபது எழுபது சொற்கள் அடங்கிய பத்து வரிகளை அப்படியே சொல்கிறது. ஆனால் 'அ'னா, 'ஆ'வன்னாவைச் சொல்லச் சொன்னால் அது குழம்புகிறது. ஏன்?

இசையோடு அந்த விஷயத்தைக் கற்பிக்க வேண்டும். நம்முடைய மொழிக்கும் இசைக்கும் உரிய முக்கியமான விசயம் என்னவென்று கேட்டால், இந்த மொழியுடைய ஒலித்திரள்கள் இசையோடு கட்டமைக்கப்பட்டவை. மூன்று மாத்திரை அளவில் தமிழிலே ஒரு எழுத்து கிடையாது என்பது இந்த இசைத்

தமிழினுடைய அடிப்படை. ‘அ’னா ஒரு மாத்திரை, ‘ஆ’வன்னா இரண்டு மாத்திரை. ‘ஆ...’ என்று நீட்டிச் சொல்லிவிட்டால், அங்கே மொழி இசைபடுகிறது என்று சொல்கிறார்கள். தமிழ் இலக்கணிகள் ‘ம்ம்ம்...’எனச் சொன்னால் அது இயல் தமிழ் அல்ல. இசைத் தமிழின் கூறு சேர்ந்து விடுகிறது என்கிறார்கள்.

மனித உடம்பும் மனித நரம்பும் மனித உயிர்ப்பும் இசையோடு பின்னப்பட்டதனாலேயே இசையில்லாமல் ‘அ ஆ இ ஈ’ என்று கற்றுக்கொடுக்கிறபோது ஒலித்திரள்களைக் கற்றுக்கொள்ள இயலாத நிலைக்குக் குழந்தை போகிறது. அது மட்டுமன்று; பாரம்பரியமான மனித உடம்போடும் உயிரோடும் பின்னப்பட்ட இசை உணர்வையும் அது இழந்து போய்விடுகிறது. இந்த நுட்பமான வேர்களைக் குழந்தைகளின் மனத்திலிருந்து நாம் அறுத்துவிடுகிறோம்.

நான் தொடக்கப் பள்ளியில் படித்து இத்தனை ஆண்டுகள் ஆனாலும் அந்தப் பாடங்களை என்னால் சொல்ல முடியும். அதேபோல எனக்கு நன்றாக நினைவிருக்கிறது, ஐந்தாம் வகுப்பிலே வியாகப்பன் என்றொரு ஆசிரியர் இருந்தார். முக்கூடற்பள்ளிலே உள்ள பாட்டைச் சொல்லித் தருவார்.

‘ஆற்றுவெள்ளம் நாளை வரத் தோற்றுதே குறி
மலையாள மின்னல் ஈழ மின்னல் சூழ மின்னுதே
நேற்றும் இன்றும் கொம்புசுற்றிக் காற்றடிக்குதே
கேணி நீர்ப்படு சொறித்தவளை கூப்பிடுகுதே.’

இந்தப் பாட்டுக்குள்ளே என்ன இருக்கிறது? உங்கள் மண் சார்ந்த, குறிப்பாக நெல்லை மண் சார்ந்த (அந்த இலக்கியம் இங்கே பிறந்தது) ‘ஈக்கோ சிஸ்டம்’ (Eco System) என்ன என்பதைக் கற்றுத் தருகிறது.

நம்மையறியாமலேயே உணவு சாப்பிடுகிறபோது, எப்படி நாம் நம் உயிருக்குத் தேவையான ஒன்றைச் சாப்பிடுகிறோம் என்ற தன்னுணர்வு இல்லாமலே சாப்பிடுகிறோமோ அதுபோல, இந்தப் பாட்டைக் கற்கிறபோது இந்த மண்ணினுடைய ஈக்கோ சிஸ்டம் என்ன? இந்த மண்ணின் பருவகாலம் எப்படி அமையும்? நாளை மழை வரும் என்றால் இன்றைக்கு ‘ஈகோ சிஸ்டம்’ என்னவாக இருக்கும்? கிணற்றில் தவளை கூப்பிடும். மேலும்,

'சேற்று நண்டு சேற்றில் வளை ஏற்றடைக்குதே
மழைதேடி ஒரு கோடிவானம் பாடி ஆடுதே'
என்று வரும்.

இன்றைக்கும் அதுதான். இங்கே பாரம்பரியமான தொழில் நுட்ப அறிவு புதைந்து கிடக்கிறது. அதாவது, செய்து செய்து பழக்கப்பட்டு, மண்ணிலிருந்தும் பிற உயிர்களிலிருந்தும் தாவரங் களிலிருந்தும் நாம் பெற கூடியது இந்த அறிவுத் தொகுதி. இது சின்ன குழந்தைக்கு ஏதேனும் ஒரு வகையில் தரப்பட வேண்டும்; பாட்டாகவோ விளையாட்டாகவோ, எப்படியோ இது அவர்களைப் போய்ச் சேர வேண்டும்.

நமது மொழிக்குரிய கூட்டு அனுபவத்தின் சாரத்தைக் குழந்தை களுக்கு வழங்கவேண்டும் என்று சொல்கிறீர்கள். அப்படித்தானே?

ஆமாம். குழந்தைகளின் அனுபவ உலகம் இன்று சுருங்கிக் கொண்டே வருகிறது. இதனை விரிவுப்படுத்த பல நிலைகளில் செயல்பட வேண்டும். மொழிப்பாடம் வகுப்பறையில் மட்டும் நடைபெற வேண்டியதில்லை. என்னுடைய மாணவர் வே. சங்கர்ராம் சங்கரன்கோவிலிலே தாய்த்தமிழ்ப் பள்ளி நடத்துகிறார். அந்தப் பள்ளியிலே வகுப்பறையும் விளையாட்டுத்திடலும் மட்டும் கல்விக் குரியதல்ல. குழந்தைகளைக் கிராமங்களுக்கு அழைத்துப் போகிறார்கள். ஒருமுறை பயணமாகக் குழந்தைகளை சுமார் பத்து கிலோமீட்டர் வேனில் அழைத்துச் செல்கிறார்கள். ஒரு தடவை போய்வருகின்றபோது, குழந்தைகள் துளசிச்செடியைப் பார்க்கிறார்கள். குத்துச் செடியைப் பார்க்கிறார்கள். எது புல் என்று தெரிகிறது; எது மேடு என்று தெரிகிறது; எது வரப்பு என்று தெரிகிறது.

அந்த ஒரு மணிநேர அனுபவத்திலே நிறைய சொற்களைக் குழந்தைகள் கற்றுக்கொள்கிறார்கள். காரணம், மொழிக்கல்வி என்பது வெறும் ஒலித்திரள்களின் கல்வி அன்று. அது குழந்தைகளின் அனுபவ உலகம் சார்ந்த விசயம். குழந்தைகளின் அனுபவ உலகம் விரிவுபடும்போது மொழிக்கல்வியும் விரிவடைகிறது.

குழந்தைகளது அனுபவ உலகம் பயணங்களின்போதுதான் மிகப்பெரிய அளவில் விரிவடைகிறது. என்றாலும், வேறு வகை களிலும் இதைச் செய்யலாம். அடுத்த சமூகத்திலே, அடுத்த

பொருளாதாரத் தளத்திலே உள்ள குழந்தைகளுடன் உறவாடச் செய்வதன்மூலம் குழந்தையின் அனுபவ உலகம் ஆழமடையும். சென்னை நகரத்துக் குழந்தைகள், சங்கரன்கோவில் குழந்தைகளோடு இரண்டு ஆட்டம் கபடி ஆடினால் சில புதுச் சொற்களைக் கற்றுக்கொள்வார்கள்.

நடைமுறையில் இது சாத்தியப்படுமா என்பதையும் நாம் ஆராய வேண்டும் அல்லவா?

வட்டார வேறுபாடுகளோடு சேர்ந்த ஒரு மொழிக்கல்வியின் மூலமாக இதைச் செய்யலாம். குழந்தைகளுக்குப் பல்வேறுவிதமான வாழ்க்கை முறைகளை அறிமுகப்படுத்த இது உதவும். ஆனால், வழக்கிலுள்ள கல்வி இவ்வாறு இல்லை. என்னுடைய பாடப் புத்தகத்திலே 'கிணறு' என்று இருக்கும். வட மாவட்டக் குழந்தைகள் இந்தச் சொல்லைக் கேட்டுத் திணறியிருப்பார்கள் என்பது இப்போது எனக்குத் தெரிகிறது. ஏனென்றால் அங்கே கேணி என்ற சொல்தான் உண்டு. கிணறு என்ற சொல் கிடையாது. மதுரை தாண்டி திண்டுக்கல் பக்கம் போகும்போதுதான் கிணறு, கேணி என்ற இரு சொற்களும் இருக்கின்றன. இரண்டிற்கும் நுட்பமான வேறுபாடு உண்டு. பொருள் வேறுபாடு இல்லாமல் ஒரு சொல் தோன்றாது. இந்த வேறுபாட்டைக் குழந்தைகள் அறிவது அவசியம்.

இதை இப்படிச் செய்யலாம். பள்ளிக்கூடம் எந்த மாவட்டத்தில் உள்ளதோ, அந்தப் பகுதிக்குரிய மொழியை முதலில் அறிமுகப்படுத்தலாம். பிறகு பிற பகுதிகளுக்குரிய சொற்களைக் கற்பிக்கலாம். உதாரணமாக, கோவை மாவட்டம் என்றால் பருத்தி, ஈரப்பதம் உள்ள காற்று போன்றவற்றுடன் தொடர்புடைய சொற்களை அறிமுகப்படுத்திய பிறகுதான் அந்தக் குழந்தைக்கு மதுரை பக்கச் சொற்கள் பற்றிய அறிமுகம் வேண்டும்.

வழக்காறுகளான கதைகள், பாட்டுகள், விடுகதைகள், பழமொழிகள் மூலம் வேறுபட்ட அனுபவங்களையும் அவற்றுக் குரிய சொற்களையும் அறிமுகப்படுத்தலாமா?

மொத்தத்தில் வட்டார வேறுபாடுகளை உள்ளடக்கிய ஒரு மொழிக்கல்வி அவசியம். ஏனென்றால், அந்த வட்டாரம் இல்லாமல் அந்த மனிதன் இல்லை. வட்டார வேறுபாடுகளை

முற்றாக நிராகரிக்கும் ஒரு பொதுமொழியைக் கற்கும் நிலைமை பள்ளிக் குழந்தைகளுக்கு வரக்கூடாது.

வட்டார வழக்குகளில் சாதி அதிகாரமும் சமயக்கூறுகளும் பால்நிலை வேறுபாடுகளும் மிக இயல்பாக இடம் பெற்றிருக் கின்றனவே?

நேரடியாகவோ அல்லது மறைமுகமாகவோ அதிகாரம் சார்ந்து அல்லது சுரண்டல்சார்ந்து வருகின்ற சொற்களைக் கட்டாயம் அந்நியப்படுத்த வேண்டும். ஆனால் சாதி வழக்குகளில் இவை மட்டுமே இல்லை. தொழில் சார்ந்த அறிவும் அவற்றில் பொதிந்துள்ளது. குழந்தைகள் இந்த அறிவை மிக இயல்பாகவே தமதாக்கிக் கொள்கின்றனர். ஒரு தச்சர் வீட்டுக் குழந்தை படிக்க வரும்போது, அந்தக் குழந்தைக்குத் தச்சுவேலை செய்கிற கருவி களுடைய வகைப்பாடும் அவற்றினுடைய பெயர்களும் தெரிந் திருக்கும். இது சுத்தியல், இது ஆப்பு, இது ஆப்புக்கு வைக்கிற உளி - ஆப்புளி, இது கொட்டப்புளி, இது இழைப்பு என்று, இந்த மாதிரியான கருவி அறிமுகமும் அவற்றினுடைய பெயர் அறிமுகமும் அவற்றினுடைய பயன்பாடும் அக்குழந்தைக்குத் தெரிந்திருக்கும். உழவர் வீட்டுக் குழந்தைக்கு உழவு சார்ந்த சொற்களும் அந்தக் கருவிகளின் பெயர்களும் தெரிந்திருக்கும். இவ்வாறாக, உழைப்பு தொடர்பான குழந்தைகள் ஏற்கனவே பெற்றுள்ள சொற்தொகையை நாம் கைவிட வேண்டியதில்லை.

பால் வேறுபாடுகளைப் பொறுத்தவரை, இவ்வேறுபாடுகள் காட்டாத சொற்களைத் தொடர்ந்து பயன்படுத்துவது அவசியம். பெண்கள் கல்லூரி முதல்வரை ‘முதல்வர்’ என்றுதான் சொல் கிறோம். தொடக்கத்திலேயே அந்தச் சொல்லைப் பழக்கத்திற்குக் கொண்டு வந்துவிட்டோம். ஏனென்றால், முதல்வி என்று சொன்னால், அது அவ்வளவு நன்றாக இல்லை. பேராசிரியை என்று சொல்வதே எனக்கு உடன்பாடில்லை. பேராசிரியர் என்று பால்காட்டாச் சொல்லாகத்தான் அதைப் பயன்படுத்த வேண்டும்.

மொழிக்கல்வியில் வேறு சில பிரச்சினைகளும் உள்ளன. எடுத்துக் காட்டாக, குறிப்பிட்ட சமுதாயங்களுக்குரிய மொழியைக் ‘கொச்சை’ என்று சொல்லிப் புறந்தள்ளிவிடுகிறோம். அச்சமுதாயங்களைச் சேர்ந்த குழந்தைகள் பள்ளிக்கூடத்தில் பேசத்தயங்குவதையும் ஆசிரியர்கள் அவர்கள் பேசும் மொழியைப் பழிப்பதையும் கல்வி

ஆய்வாளர்களில் சிலர் சுட்டிக் காட்டியுள்ளனர். இது பற்றி..?

நம்முடைய பழைய இலக்கணங்களில் இவ்வாறு சொல்வதற்கான ஆதாரங்கள் இருப்பதாகத் தெரியவில்லை. தொல்காப்பியரை எடுத்துக்கொள்வோம். மொழிக்கு அதிகாரி மக்கள் என்பதிலே ரொம்ப அழுத்தமான கருத்துடையவர் அவர். எடுத்துக்காட்டாக, பெயர்ச்சொற்களை வகைப்படுத்துகின்றபோது, ஒரு இடத்திலே சொல்கின்றார், ‘கூடிவரும் வழக்கின் ஆடியது பெயர்’ என்கிறார். இது என்னவென்று கேட்டால், பிள்ளைகள் விளையாடுகின்றபோது அணிகளுக்குப் பெயரிட்டுக் கொள்வார்கள் அல்லவா? இதையும் கணக்கிலே சேர்க்க வேண்டும் என்பது தொல்காப்பியர் கூற்று. நேரு அணி, காந்தி அணி, வள்ளுவர் அணி என பள்ளிக்கூடத்திலே பிரித்துக் காட்டுவார்கள் அல்லவா? அதையும் கணக்கில் எடுத்துக்கொள்ள வேண்டும் என்கிறார். தொல்காப்பியர் தெளிவாக, முதன்மை தர வேண்டியது வழக்கு மொழிக்குத்தான், பேச்சு மொழிக்குத்தான் என்கிறார்.

எனவே, மக்கள் மொழி என்பது, அம்மக்களது சமுதாய நிலை என்னவாக இருந்தாலும் முதலானது. மேலும் பேச்சு மொழியிலிருந்துதான் எழுத்து மரபு கிடைத்தது. பேச்சு மொழியிலே ஒரு இலக்கணம் உண்டு. அந்த இலக்கணம்தான் எழுத்து மொழிக்குக் கொண்டுபோகப்பட்டதே தவிர, எழுத்துமொழியின் இலக்கணம் பேச்சு மொழிக்குக் கொண்டுபோகப்படவில்லை. எனவே பேசுகிற மனிதனே மொழிக்கு அதிகாரி. ஆசிரியர்களோ இலக்கண ஆசிரியர்களோ அல்ல. இன்னும் சொல்லப்போனால், இலக்கண மரபு என்பது உங்களுடைய உடம்பிற்குள்ளாக உங்களுடைய மூளைக்குள்ளாக இருக்கிறது. அதுதான் கொஞ்சம் திருந்திய வடிவத்திலே எழுத்தில் இருக்கிறது.

தொடர்ந்து மாற்றங்களுக்கு உள்ளாகும் பேச்சு மொழிதான் ஒரு மொழியின் வளர்ச்சிக்கு, பண்புக்கு ஆதாரம் என்றால், இரண்டாயிரம் ஆண்டுப் பாரம்பரியமிக்க தமிழ்மொழியில் ஏற்பட்டுள்ள மாற்றங்களை எவ்வாறு புரிந்துகொள்வது?

ஒரு சொல்லுக்கு ஒரு பொருள் என்பதே கிடையாது. ஒரு சொல்லுக்குக் காலம்தோறும் அனுபவம் சார்ந்து பொருள்கள் விரிவடைந்துகொண்டே வரும். இது ஒருபுறம். மறுபுறமாக, சொல்லை எந்தச் சூழலில் பயன்படுத்துகிறீர்களோ, அந்தச் சூழலில்

அதற்குப் பொருள் வேறுபடும். 'இந்தக் கடிதத்தை இரண்டு படிகள் எடு'என்று சொன்னால், 'இரண்டு படி அரிசி அளந்து போடு'என்று சொன்னால். 'ஒழுங்காகப் படி'என்று சொன்னால்.. படி என்ற ப்+அ+ட்+இ என்ற நான்கு ஒலிகளையும் சேர்த்து சூழலுக்குத் தகுந்தாற்போல, அனுபவத்திற்குத் தகுந்தாற்போல பொருள் வேறுபாட்டை விரித்துக்கொண்டே வருகிறோம். தாய்மொழியைத் தன்னுணர்ச்சியோடு நாம் பயன்படுத்துவது இல்லை. அந்தத் தன்னுணர்ச்சியைப் பெற்றால் மொழி அறிவு வரும். சொல்லுக்கான பொருள் மாறிக்கொண்டே வருவதற்கு ஓர் உதாரணம் சொல்லட்டுமா?

கறி என்ற சொல் இன்றைக்குப் பொதுவாக இறைச்சியைக் குறிக்கின்ற ஒரு சொல்; ஆட்டுக்கறி, மாட்டுக்கறி, கோழிக்கறி என்பதாக. ஆனால் கறி என்ற சொல்லுக்கு முதற்பொருள் மிளகு என்பதாகும். பிறகு மிளகை உரித்த வெள்ளை மிளகு செய்தபோது இதைக் கருங்கறி என்று சொன்னார்கள். அன்றைக்கு உறைப்புக்காகப் பயன்படுத்தப்பட்ட பொருள் மிளகுஎன்பதனாலேயே, கறியிட்டுச் செய்கின்ற பொருட்கள் எல்லாம் கறி என்று வந்தன. பிறகு, குழம்புக்குக் கறி எனப் பெயர் வந்தது. 'உங்க வீட்டுல இன்னிக்கு என்ன கறி?'என்று சொன்னால் 'என்ன காயிட்டுக் குழம்பு?' என்று பொருள். பிறகு, காயோடு சேர்த்துக் காயும் கறியும் இட்டுச் சமைப்பதினாலே அல்லது கறியோடு இட்டுக் காயையும் சமைப்பதினாலே அதற்குக் காய்கறி என்று பெயர் வந்தது. பிறகு துணையாக வைத்துக்கொள்ளக்கூடிய கூட்டுக்களை எல்லாம் தொடுகறி என்று முன்னடையிட்டுச் சொன்னார்கள்.

நீங்கள் மறந்துவிடக் கூடாது. இந்தக் காய்கறியிலே கீரை அடங்காது. ரசம் சேராது. எது காய்கறி என்பதற்கு ஒரு வரையறை இருக்கிறது. எங்கே காய் இருக்கிறதோ அதற்குத்தான் காய்கறி என்று பெயர். பிறகு, மிளகிட்டுச் செய்யக்கூடிய, அதிக உறைப்பு தேவைப்படுகிற புலால் உணவுக்குக் கறி என்ற பெயர் வருகிறது. அப்புறம் புலால் துண்டுகளுக்கே கறி என்ற பெயர் வருகிறது. காரணம் உறைப்புக்கு வேறு சொல் கிடைத்துவிட்டதுதான். உறைப்பிற்கான இன்னொரு தாவரம் பதிமூன்றாம் நூற்றாண்டிலே வெளிநாடுகளிலே இருந்து அறிமுகமாகிறது. அது மிளகு போல் இருந்ததனாலே, அதைக் காயவைத்த வற்றலாக்கித்தான் பயன்படுத்த

முடியும் என்பதாலே, அதற்கு மிளகாய் வற்றல் என்றும், மிளகாய் என்றும் பெயரிட்டார்கள். அதை மிளகினுடைய ஒரு மாற்று வடிவமாகக் கொண்டார்கள். அதற்கு மிளகாய் என்றும் மிளகாய் வற்றல் என்றும் பிறந்த தேசத்திலே பெயர் இருக்க முடியாது. மிளகு பால் உறைப்புடையது. காயாக இருக்கிறதுஎன்பதினாலே மிளகாய் என்று சொல்ல ஆரம்பித்தார்கள். இப்படித்தான் சொல்லும் பொருளும் அனுபவங்களும் மாறிக்கொண்டே வருகின்றன.

இந்த மாற்றங்களுள் மொழிக்கலப்பும் அடங்கும் அல்லவா?

மொழிக்கலப்புகள் எல்லாம் ஒரே மாதிரியானவையல்ல. அரசதிகாரம் சார்ந்து, எழுத்திலக்கியம் சார்ந்து வந்த மொழிக் கலப்புகள் எல்லாம் பெரும்பாலும் வடமொழி வழியாக வந்தவை. கிறித்தவம் சார்ந்தும் இஸ்லாம் சார்ந்தும் வந்த மொழிக் கலப்புக்கள் எல்லாம் மக்கள் தரப்பிலிருந்து வந்தவை. 'குஸ்கா' என்ற சொல்லை எடுத்துக்கொள்வோம். புலால் சேர்ந்த நெய்ச்சோறுக்கு குஸ்கா என்று பெயர். இது மக்கள் வழியாகப் பரவிய சொல். இன்னிக்கு குஸ்கா என்ற சொல் எல்லாருக்கும் தெரியும். பாளையங்கோட்டையில் ஒ சி சி என்றால் எல்லாருக்கும் தெரியும். இதற்கு அப்பம் என்று பொருள். இது கிறிஸ்தவம் சார்ந்து வழங்குகின்ற சொல். அதுபோல் சொல்லுக்குக் கலாச்சார ரீதியான சில முத்திரைகளும் உண்டு. ஆண்டவர் என்பதும் கர்த்தர் என்பதும் பொதுச்சொல்தான். ஆனாலும் இச்சொற்கள் கிறிஸ்தவப் பின்னணியோடுதான் அறியப்படுகின்றன. அது வாழ்தலின் அனுபவம். ஆண்டவர் என்ற சொல்லை இஸ்லாம் பாவிக்கும். உதாரணத்துக்கு நாகூர் ஆண்டவர். கர்த்தர் என்றோ இறைவன் என்றோ இஸ்லாமியர்கள் வழக்கமாகச் சொல்லமாட்டார்கள்.

இஸ்லாம் அதிகமாகப் பயன்படுத்துகிற சொல், மரியாதைக் குரிய சொல் 'அப்பா'. 'அவர்கள்' என்பதற்குப் பதிலாக 'அப்பா' என்ற சொல்லைப் பயன்படுத்துவார்கள். பீர் அப்பா, தக்கலை பீர் அப்பா, உமறுப் புலவரையே 'உமர்அப்பா' என்று எழுதுவார்கள். இது இந்த மொழிக்குள்ளிருந்து அவர்கள் எடுத்துக்கொண்ட சொல். அவர்கள் திருமணப் பத்திரிக்கையில் மணாளன், மணாளினி என்று இருக்கும். இதெல்லாம் இஸ்லாம், கிறிஸ்தவம் சார்ந்து வருகின்ற சொற்கள். அவர்களே தங்கள் புதுசமயத்திற்காக ஆக்கிக்கொண்ட சொற்கள். கோயில் என்பதற்கு மாற்றுச் சொல்லாக

தேவாலயம் என்ற சொல்லைக் கைக்கொண்டனர். அதேபோல் வழிபடும் இடத்தை இஸ்லாமியர்கள் 'மஸ்ஜித்' என்ற சொல்லாலே சொல்லவில்லை. பள்ளிவாசல் என்ற சொல்லைக் கைக்கொண்டனர். எல்லாப் பள்ளிவாசல்களிலும் குழந்தைக்கு ஐந்து கலிமாவையும் ஓதக் கற்றுக்கொடுக்கின்ற ஓர் ஆள் உட்கார்ந்துகொண்டிருப்பார். இதனால்தான் அதற்குப் பள்ளி என்றே பெயர் வந்தது. கற்றுக் கொடுக்கிற இடம் பள்ளி. இது பழைய சமண, பௌத்த மரபி லிருந்து வந்தது. இதெல்லாம் மக்கட்சமூகத்தின் அனுபவங்கள். இச்சொற்களிலெல்லாம் அதிகாரம் இல்லை. இவைபோக, அதிகாரம் சார்ந்த சொற்களும் தமிழுக்குள் வந்துள்ளன. இதற்கு நல்ல எடுத்துக்காட்டுகள்தாசில்தார், கிஸ்தி என்பன. எழுத்துமரபு சார்ந்து, அதிகாரம் சார்ந்து, அரசாங்கத்தின்மூலமாக வருகின்ற சொற்கள்.

எனவே தூய தமிழ் என்று எதுவும் கிடையாது எனலாமா?

மொழித் தூய்மை என்பது, எப்படி ஒருவனை அழுக்கான மனிதன் என்று புறந்தள்ளுகிறோமோ அப்படித்தான் தூய்மையற்ற மொழி என்று ஒரு மொழியைத் தள்ளுவது. மொழித் தூய்மை என்பது ஒலியிலே காட்ட வேண்டிய தூய்மையா? இலக்கண அமைப்பிலே காட்ட வேண்டியதா? இல்லை, பிறமொழிச் சொற்களை ஏற்கிறபோது காட்ட வேண்டியதா? தூய்மைவாதம் எல்லாமே ஒரு எல்லைக்கு மேலே பாசிசமாகத்தான் முடியும். அது இனத்தூய்மைவாதமாக இருந்தாலும் சரிதான். ஆகவே அந்தச் சொல்லை அப்படிச் சொல்லாமல் முடிந்த மட்டுக்கும் இயன்ற வரையிலும் தாய்மொழியில் என்பதே அறமாக இருக்கும். அதேசமயம், தாய்மொழி என்பது மாறாத் தன்மை யுடையதல்ல என்பதையும் நாம் மறந்துவிடக் கூடாது. புதிய வரவுகளை உள்வாங்கிக்கொள்வதாலேயே மொழி வளர்கிறது. நான் ஏற்கனவே சொன்னதுபோல் தொல்காப்பியரே இதை ஆதரிக்கிறார். உரிச் சொற்களை எடுத்துக் கொள்வோம். தொல்காப்பியர் சொன்ன மிகுதியை உணர்த்தும் உரிச் சொற்கள் எல்லாம் செத்துப்போய்விட்டன. வழக்கிலே ஒரே ஒரு சொல் மட்டும் மிஞ்சி இருக்கிறதாம். சில இடங்களிலே இளம்பிஞ்சு என நாம் சொல்வதைத் 'தவப்பிஞ்சு' என்று சொல்கிறார்களாம். அந்தத் 'தவ'மட்டும் சில இடங்களிலே இருக்கிறது. ஆனால்,

புதுமாதிரியான இதேபோன்ற சொற்கள் வந்திருக்கின்றன. 'செம' என்று பிள்ளைகள் ஒரு வார்த்தையைச் சொல்கிறார்கள். இந்த 'செம'என்பது சுமை'என்பதின் மாற்று வடிவம். சுமை என்பது மிகுதியை உணர்த்துவது; உரிச்சொல் அல்ல. ஆனால் இங்கு அது உரிச் சொல்லாகிவிட்டது. 'தூள்' என்றொரு சொல், படம் தூளாக இருந்தது என்கிறான். நன்றாக இருந்தது என்பதல்ல இதன் பொருள். ரொம்ப ரொம்ப நன்றாக இருந்தது என்பதைச் சொல்லத்தான் அவன் இவ்வாறு சொல்கிறான். 'தூள்' நிகழ்காலத்திலே பிறந்திருக் கிற ஓர் உரிச்சொல். இவை போன்ற சொற்களை நமது மொழிக் குரியவையாக நாம் பாவிக்க வேண்டும். 'சூப்பர்' - இந்தச் சொல்லை நீங்கள் ஆங்கிலச் சொல்லாகக் கணக்கில் எடுக்கக்கூடாது. இதை ஒலித்திரளாக எடுத்துக்கொண்டு, இது உணர்த்தும் பொருளை எடுத்துக்கொண்டால் இது மிகுதிப் பொருளை உணர்த்தும் ஓர் உரிச்சொல். அதைத்தான் நீங்கள் கணக்கில் எடுத்துக்கொள்ள வேண்டும். அதனால், 'மொழி மாறும் தன்மையுடையது; மாறுவதனால்தான் அது உயிரோடு இருக்கின்றது' என்பதை நாம் மொழிப்பாடத்துக்கான அடிப்படையாகக் கொள்ள வேண்டும்.

குறிப்பிட்ட வேற்று மொழிச்சொல்லைத் தமிழ்ப்படுத்துவதைப் பற்றிச் சொல்லுங்களேன். உதாரணமாக, பென்சிலைக் 'கரித்துண்டு', சாவியைத் 'திறவுகோல்', சாக்பீசை 'சுண்ணாம்புக் கட்டி'என ஏன் சொல்ல வேண்டும்?

பிறமொழிச் சொல்லுக்கான தமிழ்ச்சொல் குழந்தைக்குப் புரிகிறதா என்பதுதான் கேள்வி. 'திறவு' என்ற சொல் செயற்கை யானது என்றாலும் குழந்தைக்குப் புரிகிறது. ஏன் புரிகிறது என்றால், 'கதவைத் திற' என்று வினைவடிவமாக நீங்கள் சொல்கிற போதும் 'கோயில் நடை திறந்தாச்சா?' என்று கேட்கும்போதும் 'திறத்தல்' என்கிற வினைவடிவத்தைக் குழந்தைக்கு அறிமுகம் செய்கிறீர்கள். எனவே 'திறப்பதற்குரியது' என்ற அளவிலே 'திறவு' என்ற பெயர்ச்சொல்லைக் குழந்தைகள் எளிதாகப் புரிந்து கொள் கிறார்கள். மேலும், கதவைத் திறக்க உதவுகிற அந்த சாவியினைக் குழந்தைகள் பார்த்திருப்பார்கள்; பயன்படுத்தியிருக்கிறார்கள்.

எனவே, திறவு என்பது அவர்களுக்குச் சிக்கல் இல்லை. அனுபவ எல்லைக்கு உள்ளாக, திரும்பவும் சொல்கிறேன், குழந்தைகளின் அனுபவ எல்லைக்கு உள்ளாக, அவர்களுக்குத்

தெரிந்த மொழி எல்லைக்கு உள்ளாக, ஆங்கிலச் சொல்லிற்கு மாற்றாக ஒரு புதுச்சொல்லைக் கற்றுக்கொடுப்பதில் சிக்கல் இல்லை.

சில சமயங்களில் புதிய அனுபவங்களை அறிமுகப்படுத்தி புதுச் சொற்களைச் சொல்லிக் கொடுக்க வேண்டியிருக்கும். காப்பிக்குக் 'குளம்பி' என்ற ஒரு சொல்லைக் கொடுக்கும்போது என்ன செய்யவேண்டுமென்றால், 'குதிரையின் குளம்புபோலக் காப்பிக்கொட்டை இருக்கிறது பார்' என்று காப்பிக்கொட்டையை எடுத்துக் குழந்தைக்குக் காட்ட வேண்டும். பொருள் பற்றிய அனுபவத்தைக் கொஞ்சம் தள்ளி வைத்துவிட்டு, வெறும் ஒலிபற்றிய, சொல்பற்றிய அனுபவங்களைக் குழந்தைகளுக்குக் கொடுக்கக் கூடாது. பொருள் பற்றிய அனுபவம் குழந்தைகளுக்கு வேண்டும்.

தற்காலத் தமிழைப் பொறுத்தவரை வரலாற்று அனுபவங்கள் முக்கியமானவையாக இருந்துள்ளன. அதாவது தற்காலத் தமிழின் தன்மையை, உட்கூறுகளை மாற்றியமைத்த நிகழ்ச்சிப் போக்குகள் யாவை?

தற்காலத்தமிழைப் பொறுத்தவரை, திராவிட இயக்கத்தின் செயல்பாடுகள் முக்கியமானவை. காலங்காலமாகப் பேச்சுரிமை மறுக்கப்பட்டவர்கள், பேச வந்தார்கள். முதல்முறையாக எழுத்தைக் கற்றுக்கொண்டவர்கள் பேச வந்தார்கள். அவர்களுக்குஏற்கனவே சொல்தொகுதி ரொம்ப அதிகம். காங்கிரஸ் இயக்கத்தில் இருந்துகொண்டு தற்கால அரசியல் சூழலுக்கு உகந்த வகையில் தமிழைக் கையாண்டவர்களில் வரதராஜுலு நாயுடு, திரு.வி.க., பெரியார் ஆகியோர் முக்கியமானவர்கள். இதில் பெரியார் பேச்சு சற்று வேறுபட்டிருக்கும். ஏனென்றால், அவர் முறையான பள்ளிக் கல்வியோ. இலக்கியக் கல்வியோ பெற்றவர் அல்லர். அவருக்குக் கடைசி வரைக்கும் 'காய்ச்சல்' என்று சொல்ல வராது. 'காயலா' என்றுதான் சொல்லுவார். அவருடைய எழுத்து மொழியிலேகூட 'காயலா' என்ற சொல்தான் இருக்கும். காய்ச்சல் என்ற சொல் இருக்காது. அவரைப் பின்பற்றி வந்தவர்களில் பலர், மேலோர் மரபிலே பேசாமல்,வழக்காறுகளைப் பயன்படுத்தினார்கள்.

இவர்களது வழித்தோன்றல்களாக வந்தவர்கள், திராவிட முன்னேற்றக் கழகத்தின் முன்னணிப் பேச்சாளர்களாகக் கருதப் பட்ட பலர், கதையில்லாமல், பழமொழிகளைக் கையாளாமல்

பேசமாட்டார்கள். அவர்களுடைய பேச்சுகளில் வழக்குச் சொற்கள் நிறைய இருக்கும். எனவே வழக்குமொழிக்கான மரியாதை, பேச்சுமொழிக்கான மரியாதை, பேச்சுமொழி மட்டுமே அறிந்தவர்களுக்கான சமூக அங்கீகாரம் போன்றவை, இவர்களுடைய மொழி மூலமாக வந்தது. விலக்கப்பட்ட சொற்கள் என்பனவற்றை எல்லாம் ஒரு கலக மரபோடு பெரியார் உடைத்தார். அந்தக் கலக மரபு அவருக்குப் பின்னால் வந்த எல்லாரிடமும் இல்லை. என்றாலும்கூட, அதுவரையிலே மேடையில் விலக்கப்பட்ட சொற்களை இவர்களால்தான் சொல்ல முடிந்தது. ஒருவிதத்தில் பத்தொன்பதாம் நூற்றாண்டிலேயே இந்தப் போக்கு தொடங்கி விட்டதாகச் சொல்லலாம். உதாரணத்துக்கு 'ஒழிக' என்ற சொல்லை வள்ளலார் கவிதையிலே பயன்படுத்துகிறார். 'கருணையிலா ஆட்சி கடிந்து ஒழிக' என்கிறார். வள்ளலார் காலத்துக்குப் பின்னால் ஏற்பட்ட சமுக, அரசியல்மாற்றங்களின் விளைவாகத் தோன்றிய திராவிட இயக்கம், இத்தகைய போக்கை எதிரொலித்தது. அவ்வியக்கம் ஏற்படுத்திய வழக்குமொழிக்கான அங்கீகாரம் அது சாதித்த அதிகார மாற்றத்திற்கு அடிகோலியது.

ஆனால், இந்தப் பாதூரமான மாற்றமானது பாடநூல்களில் எதிரொலித்ததாகத் தெரியவில்லையே?

இல்லை. காரணம், பாடநூல்கள் எல்லாம் வெள்ளைக்காரன் ஆட்சியிலேயே நிலைபெற்றுவிட்டன. ஒருவித உறைநிலைக்கு வந்துவிட்டன. அதற்குப் பிறகு பாடத்திட்டத்திலே வந்த மொழிமாற்றம் என்பது மிகக் குறைவுதான். சொல்லப்போனால், திராவிட இயக்கத்தைச் சேர்ந்தவர்கள் களையெடுப்பு என்பதைப் பற்றியே அதிகம் சிந்தித்தார்கள். பயிர் வளர்ப்பைப் பற்றிப் பேசவில்லை. களையெடுப்பு என்பது பயிர்வளர்ப்பின் ஒரு அம்சம்தானே தவிர, பயிர்வளர்ப்பதன் மற்ற அம்சங்களைப்பற்றி அவர்கள் யோசிக்கவில்லை. ஏனென்றால், அவர்களின் நோக்கம் அரசியல் அதிகாரம்.

இன்றைய சூழலுக்குரிய மொழிக் கல்வி எப்படி இருக்க வேண்டும் என்று நினைக்கிறீர்கள்?

சமூகச் சூழலோடு இணைந்த மொழிக்கல்வி நமக்குத் தேவை. சூழல் என்பதைக் கருப்பொருள், உரிப்பொருள் என்பதுடன் இணைத்துப் பார்க்கவேண்டும். சூழல் என்றாலே, நாம் ஏற்றத்

தாழ்வான சாதிய, வர்க்க சூழலைத்தான் நினைவு கொள்கிறோம். ஆனால், கரு மற்றும் உரிப்பொருள் சார்ந்த அனுபவம்தான் குறிப்பிட்ட சூழலுக்கான தன்மையை வழங்குகின்றனவே தவிர, சாதி இல்லை. சங்கரன்கோயில் சார்ந்த எல்லாரும் தினைப்பயிரைப் பார்த்திருப்பார்கள். அது எப்படியிருக்கும் என்று திருநெல்வேலி ஆளுக்குத் தெரியாமல் இருக்கலாம். போத்திராஜா என்றால் இங்கு இருப்போர்க்குத் தெரியாது. ஆனால் இதைக்கேட்ட திருவண்ணாமலை மாவட்டக் குழந்தைகளுக்கு, அந்தப் பெரிய வயிறும் அந்த உருவமும் நினைவுக்கு வருகிறது இல்லையா? இங்கே சுடலைமாடன் என்றால்தான் தெரியும்.

நிலவியல் அமைப்பும் உயிரும் பயிரும் இவற்றோடு தொடர்புடைய பண்பாடும்தான் சூழலை உருவாக்குகின்றன. இவற்றோடு இணைக்கப்பட்ட மொழிக்கல்வி நமக்குத் தேவை. இதை வட்டார ரீதியாக உருவாக்கலாம். அல்லது வட்டார வழக்குகளின் தன்மையுடன்கூடிய பொது மொழியைக்கொண்டு இதைச் செய்யலாம்.

அரசு வெளியீடான பிள்ளைத்தமிழ் நூலில் இடம்பெற்ற நேர்காணல் கட்டுரை.

சந்திப்பு: வ.கீதா, கோ.பழனி

காஞ்சி மடமும் கைதான மடாதிபதியும்

சுப்பிரமணி என்கிற ஜெயேந்திர சாமியாரின் கைதை ஒட்டி, சங்கர மடத்தின் உள்விவகாரங்கள் உடைந்து சிதறி நம் முகத்தில் தெறித்து நாறுகிற நாள்கள் இவை. தந்தை பெரியாரின் வழி நின்று தன் எழுத்தால் தமிழகப் பண்பாட்டுச் சூழலில் சலனங்களை ஏற்படுத்திவரும் தொ.ப. என அன்புடன் அழைக்கப்படுகிற முனைவர் தொ.பரமசிவன் (தலைவர், தமிழியல் துறை, மனோன் மணியம் சுந்தரனார் பல்கலைக்கழகம், நெல்லை) அவர்களுடன் இதுதொடர்பாக சற்றே பேசியபோது.

காஞ்சி மடம் பற்றி இப்போது என்ன சொல்லத் தோன்றுகிறது?

காஞ்சி மடமே கடந்த 75 ஆண்டுகளில் பத்திரிகைகள் கட்டி உருவாக்கி எழுப்பிய மணற்கோட்டைதான். இது சிருங்கேரி மடத்தின் கும்பகோணம் கிளை மடம்தான். 19ஆம் நூற்றாண்டின் தொடக்கத்தில்தான் இவர்கள் கும்பகோணத்திலிருந்து காஞ்சிக்குக் குடி போனார்கள், ஆதிசங்கரரே கி.பி.8ஆம் நூற்றாண்டுக்காரரர் எனும்போது, காஞ்சி மடம் 2500 ஆண்டு பழமை வாய்ந்தது என்பது வாய்கூசாமல் சொல்லும் பொய்யாகும்.

தமிழ்நாட்டிலே பெருங்கோயில்களுக்குப் பக்கத்திலே இன்று வரை சிருங்கேரி மட த்துக்குத்தான் கிளை மடங்கள் உண்டே தவிர, காஞ்சி மடத்துக்குக் கிடையாது. திருநெல்வேலி, மதுரை என எந்த ஊரிலும் இதைப் பார்க்கலாம். அதுதான் 'ஒரிஜினல்'மடம் என்பதாலேயே இந்த நிலை. இந்தக் கிளை மடங்கள்கூட, நாயக்கர் ஆட்சிக்காலத்தின் தொடக்கத்தில் வந்தவைதான்.

தமிழ்நாட்டிலுள்ள மற்ற மடங்களுக்கும் காஞ்சி மடத்துக்கும் உள்ள முக்கியமான வேறுபாடு என்ன தெரியுமா? இந்த மடத்தின் சகல சடங்குகளிலும் தமிழ் விலக்கப்பட்ட மொழியாகும். மடாதிபதிகளும் (இப்போது வேலூரில் குடிகொண்டிருப்பவரைத் தவிர) தெலுங்கு அல்லது கன்னடத்தை தாய் மொழியாகக் கொண்ட பார்ப்பனர்கள்தாம்.

இந்த மடமும் பிராமணர்களில் ஒரு சிறுபிரிவான ஸ்மார்த் தகளுக்கு மட்டுமே உரியதாகும். சிவப் பிராமணர்களுக்குக்கூட அங்கே இடம் கிடையாது.

தமிழ்நாட்டிலுள்ள எல்லாக் கோவில்களுக்கும் தலைமைப் பீடம்போல காஞ்சி மடம் நடந்துகொள்கிறதே.. உண்மையில் கோவில்களுக்கும் இந்த மடத்துக்கும் உள்ள தொடர்பு என்ன?

இவர்களுக்கும் கோவில் வழிபாட்டுக்கும் எந்தச் சம்மந்தமும் கிடையாது. காஞ்சி காமாட்சியம்மன் கோவிலை மட்டும் இவர்கள் வளைத்துக்கொண்டார்கள். அந்தக் கோவிலிலும் அம்மனைத் தொட்டுப் பூசை செய்யும் உரிமை இவர்களுக்குக் கிடையாது. ஆதி சங்கரரின் தத்துவமே கோவில் வழிபாட்டுக்கு எதிரானது. இவர்கள் பரமார்த்தியத்திலே (உயர்ந்த தத்துவ நிலையில் சொல்வ தானால்) நாஸ்திகர்கள். அதனால்தான் இவர்கள் திருநீரு பூசிக் கொண்டாலும் யாருக்கும் எடுத்துக் கொடுப்பதில்லை. (திருநீரு என்றுகூடச் சொல்லமாட்டார்கள். புஸ்பம் என்றுதான் சொல்வார்கள்).

காமாட்சியம்மன் கோவிலுங்கூட ஒருகாலத்தில் பௌத்தர் களின் சாராதேவி கோவிலாக இருந்தது என வரலாற்றறிஞர்கள் நிறுவியுள்ளனர். இந்தக் கோயிலுக்கு, பழைய காலத்தில் காமக் கோட்டம் என்று பெயர். அதை வைத்துத்தான் இவர்கள் காமகோடி என்று பெயர் வைத்துக்கொண்டார்கள். சங்கரர் உருவாக்கிய மடம் என்று கதை கட்டிக்கொண்டார்கள்.

காஞ்சி மடாதிபதி இந்துக்களின் ஏகோபித்த தலைவர். இந்து மதத்தின் லோககுரு என்றெல்லாம் பெருங்குரல் எழுப்பப்படுகிறதே?

முதலில் இந்து மதம் என்பது ஒரு மதமே கிடையாது. எல்லா இந்துக்களுக்கும் இவர் தலைவரும் கிடையாது. சைவம், வைணவம், சாக்தம், த்வைதம், விசிஷ்டாத்வைதம் என்கிற மாதிரி பலதில் ஒன்று ஸ்மார்த்தம். ஸ்மார்த்தம் என்பது அத்வைதத்தைக் குறிக்கிற சொல். எனவே ஸ்மார்த்தப் பிராமணர்களின் தலைவ ராகத்தான் (இந்துக்களின் தலைவராவது அப்புறம்) இவரைச் சொல்ல முடியுமே தவிர ஒட்டுமொத்த பிராமணர்களின் தலைவ ராகக்கூட இவரைக்கொள்ள முடியாது. (வைணவக் கோயில் களுக்குள் காஞ்சி மடாதிபதி மூக்கை நுழைப்பதை ஜீயர்கள்

வன்மையாக எதிர்த்துள்ளனர். எல்லாவற்றையும் மீறி அராஜகமாக எல்லாக் கோவில்களுக்குள்ளும் அத்துமீறுவதை காஞ்சி சாமியார் நடைமுறையாகக் கொண்டுள்ளார்).

பிறகெப்படி இந்த மடம் இவ்வளவு செல்வாக்குப் பெற முடிந்தது?

இவருக்கு முன் இருந்த சங்கராச்சாரி பெரிய 'படிப்பாளி'. இம்மடத்தின் கொள்கையான வர்ணாசிரம தர்மத்தில் அழுத்தமான பிடிப்புக்கொண்டவர். காங்கிரசுக்கு உள்ளேயும் பிராமணரல்லாதோர் குரல் தேசிய இயக்க நாட்களில் ஓங்கி ஒலித்தபோது, ராஜாஜி இந்த மடத்துக்கு காந்தியடிகளை அழைத்து வந்துவிட்டார். இச்சந்திப்புக்குப் பிறகுதான் காந்தியடிகள் "நான் வர்ணாசிரமக் கொள்கையில் நம்பிக்கை உள்ளவன்" என்று தமிழ்நாட்டிலேயே அறிவிப்பு செய்துவிட்டுப் போனார்.

அதன்பிறகு வர்ணாசிரமத்தில் நம்பிக்கையுடைய தமிழ்நாட்டுப் பிராமணத் தலைவர்களோடு வடநாட்டுத் தலைவர்களும் வந்துபோகிற திருத்தலமாக அது மாறியது. மடத்தின் சொத்துக்களும் பெருக ஆரம்பித்தன.

73 ஆண்டுகளுக்கு முன்னால் 1932இலேயே 'குடி அரசு' இதழில் சங்கராச்சாரியின் பெருகிவரும் செல்வாக்கை எதிர்த்தும் கண்டித்தும் பெரியார் எழுதியிருக்கிறார். பெரியார் தீர்க்கதரிசி என்பதற்கு இதுவும் ஒரு உதாரணம்.

தவிரவும் சங்கர மடத்தின் பிரம்மாண்டம் என்பது ஆனந்த விகடன், பிறகு கலைமகள், கல்கி, இந்து, தினமணி போன்ற இதழ்களால் கட்டி எழுப்பப்பட்ட ஒன்றுதான். பழைய சங்கராச்சரியரின் உரைகளை கலைமகள் 'தெய்வத்தின் குரல்' என்றே வெளியிட்டது. கல்கியிலிருந்து சாவி வரை எல்லாரும் சங்கராச்சாரியாரை எல்லாவற்றுக்கும் அப்பாற்பட்ட புனிதராக எழுதிக்காட்டினர்.

"மற்ற எல்லா மதத்தையும்விட நம்முடைய மதமொன்றே (இந்து மதம்) ஆதிகாலத்திலிருந்து சிரஞ்சீவியாக இருந்து வருவதற்கும் நம்முடைய நாகரிகமே உலகத்தின் மற்ற நாகரிகங்களைவிட மகோன்னதமாக இருந்து வருவதற்கும் காரணம், மற்ற மதங்களில் இல்லாத இந்த வர்ணதர்மம்தான்"

(தெய்வத்தின் குரல் : 1021-1023ஆம் பக்கம்)

புதிய புதிய சாமியார்களின் எழுச்சிக்கு, அவர்களுக்குப் பின்னால் திரளும் மக்கள் கூட்டம்தான் காரணம். தமிழ்நாட்டில் பக்தி பெருகி வருகிறதா?

புதிதாகப் பெருகிவரும் பக்திமான்களைக் கூர்ந்து கவனித்துப் பாருங்கள். இவர்கள் எல்லாரும் அச்சு ஊடகத்துக்கும் தொலைக் காட்சி ஊடகத்துக்கும் பலியாகிப்போனவர்கள். பெரும்பாலும் நகர்ப்புறம் சார்ந்த நடுத்தரக் குடும்பம் சார்ந்தவர்கள். எளிதாகக் கிடைக்கும் பணத்துக்காகவும் உத்தரவாதமான வருமானத் துக்காகவும் கண் நிறையக் கனவுகளையும் கவலைகளையும் சுமந்து திரிபவர்கள்.

எளிய மக்களுக்கு இந்த வகையான பக்திக் கவர்ச்சி இல்லை. ஐயப்பன் வழிபாடு மட்டும் வாழ்க்கையைத் தொலைத்த எளிய மக்கள் சிலருக்கு ஒரு சின்ன ஒளியாகத் தெரிகிறது. (மார்க்ஸ் சொன்னதுபோல, ஆன்மாக்களை இழந்த மக்களின் ஆன்மாவாக) நவீன காலத்துக் கல்வியைப்போல பக்தியும் செலவுபிடிக்கும் விசயமாக மாறிவிட்டது. பிடிபடும் சாமியார்கள் எண்ணிக்கை பெருகப் பெருக, இந்த மாயை குறைந்துவிடும்.

ஆனால் உண்மையில் ஆன்மீகம் அல்லது பக்தி என்பது ஆண்டுதோறும் கள்ளும் கறியும் கொண்டு தன்னைப் புதுப்பித்துக் கொள்ளும் நாட்டார் தெய்வங்களின் காலடியில்தான் கிடக்கிறது.

அழிந்துபோய் வழிபாடற்றுக்கிடக்கும் கோவில்களெல்லாம் பெருந்தெய்வக் கோவில்கள் தானேயன்றி - சுடலைமாடன், கருப்பசாமி, மாரியம்மா போன்ற நாட்டார் தெய்வக் கோயில் களல்ல. அறநிலையத்துறையும் ஆட்சியதிகாரத்தின் ஆதரவும் நிதி ஒதுக்கீடும் எளிய மக்களின் இந்த பக்திக்குத் தேவையில்லை,

ஜெயேந்திரர் கைது பற்றி..?

சங்கராச்சாரியார் கைது, இந்துத்வா சக்திகள் வலுவாக உள்ள வடமாநிலங்களில் ஏற்படுத்திய சிறு சலசலப்பைக்கூடத் தமிழ்நாட்டில் ஏற்படுத்தவில்லை. ஏனெனில் இது தமிழையும் தமிழர்களையும் விலக்கி வைத்த மடம் அல்லவா? ஆளும்கட்சியும் எதிர்கட்சியும் வேறு எந்த நடவடிக்கையிலும் இவ்வளவு ஒற்றுமையாக இருந்ததில்லை என்பதை நாம் கவனிக்க வேண்டும். வழக்கின் முடிவு எப்படியானாலும் பத்திரிக்கைகள் உருவாக்கிய

சங்கரமடப்புனிதம் நொறுங்கிப்போய்விட்டது என்பது மட்டுமே உண்மை.

புனிதம் போச்சு என்றே சொல்லிவிட முடியுமா?

இந்த மடத்துக்குச் சென்றுவருவதையே வாழ்க்கையின் பெரும் பேராகக் கருதிய அதிகார வர்க்கத்தைச் சேர்ந்தவர்கள் (முன்னாள் குடியரசுத் தலைவர்கள், அமைச்சர்கள் உட்பட) யாருமே இப்போது வாயே திறக்கவில்லையே?

(அண்ணா அறிவாலயத்திலிருந்து வெளிவரும் 'குங்குமம்' வார இதழ், 'சாவி' பொறுப்பில் வந்தபோது அதன் முதன் இதழின் அட்டைப்படத்தில் குங்குமம் வைக்கும் பெண்ணின் பின்புலத்தில் சுவரில் காஞ்சி சங்கராச்சாரியாரின் படம் இருக்கும்).

இது வேடிக்கைதான். ஓரளவு படித்தவர்கள் வாசிக்கிற ஜீனியர் விகடன் பத்திரிக்கைக்கூட இன்னமும் 'சிறையிலிருக்கும் சங்கராச்சாரியாருக்கும் மடத்தில் இருக்கும் இளைய சங்கராச் சாரியாருக்கும்டெலிபதி மூலம் தொடர்பு இருக்கிறது' என்று எழுதிக்கொண்டிருப்பதுதான் பெரிய வேடிக்கை.

"ஏழாவது வயதிலேயே பெண்ணுக்குத் திருமணம் செய்துவிட வேண்டும். அந்த வயதில் அவனுக்கு கணவனாக வருகின்றவனிடம் அவள் தன்னை ஒப்படைத்துவிட வேண்டும். அவனையே குருவாவும் தெய்வமாகவும் ஏற்று அவனுக்குத் தன்னை அர்ப் பணித்துவிட வேண்டும். வயது ஆகிவிட்டால் பெண் எதிர்க் கேள்வி கேட்பாள். அதனால் இளம் வயதிலேயே அவளை ஒருவனிடம் அர்ப்பணித்துவிட வேண்டும். அதன்பிறகு அவளுக்கென்று எதுவும் இல்லை" - தெய்வத்தின் குரல் பக். 870, 11ஆம் பாகம்.

(இந்தப் பெரியவாள்தான் மோசம், முந்தின பெரியவாள் அருமை என்று பேசிக்கொண்டிருக்கும் தலைவர்களுக்குச் சமர்ப்பணம்)

'கூட்டாஞ்சோறு' இதழில் வெளியானது.

நேர்காணல் : ச.தமிழ்ச்செல்வன்

அறம் / அதிகாரம் : ஒரு பார்வை

கடந்த இரண்டு நூற்றாண்டுகளாக மேற்குலகத்தின் அனுபவ விரிவு சில புதிய காற்றுகளைக் கிழக்கு நோக்கி அனுப்பி வைத் திருக்கிறது. அவை கொண்டுவந்த செய்திகள் இந்திய / தமிழகப் பண்பாட்டைப் புதிய கோணங்களில் காணவும் காட்டவுமான பார்வைகளை நமக்குத் தந்திருப்பதும் மெய்தான். இப்போது வந்துள்ள செய்தி 'பின் நவீனத்துவம்'. அறிவொளிக் காலத்தின் பாதிப்பிலிருந்தே இன்றும் விடுபடாத ஒரு சமூகத்துக்கு இது தேவையே. இயற்கை உரங்களின் அருமையைப் பேசுகின்ற தொலைக்காட்சி நிகழ்ச்சியில் அடுத்ததாகப் பசுமைப்புரட்சியின் பிதாமகர்கள் சி. சுப்பிரமணியமும் எம்.எஸ். சுவாமிநாதனும் பாராட்டப்படுகின்றார்கள். பெர்லின் சுவரைப்போலப் பெரிய சுவர் ஒன்று இருந்தால் முட்டிக்கொண்டே தகர்த்துவிடலாம்தான்.

ஒற்றை நேர்கோட்டுப் பார்வையிலேயே எல்லாவற்றையும் பார்த்துப் பார்த்து ஏமாந்து, சலித்துப்போனபின் தமிழ் இலக்கியப் படிப்பாளிகளுக்கும் திறனாய்வாளர்களுக்கும் நிறையக் கேள்விகள் மிஞ்சியிருக்கின்றன. மரபுவழிப் பார்வைக்கு மறுபார்வையும்புதிய பொருள்கோடலும் இந்த ஏமாற்றத்தின் பின்வந்த தேடலின் விளைவாக நல்ல விளைவாக நமக்குக் கிட்டியிருக்கின்றன.

அப்படிப்பட்ட 'மறு பொருள் கோடல்' முயற்சியை ராஜ் கௌதமன் செய்திருக்கிறார். காலங்காலமாக மையத்தின் அருகே நெருங்கவிடாமல் ('விளிம்பு நிலை' என்ற சொல்லாட்சியில் எனக்கு உடன்பாடில்லை) மக்கள் திரளின் பார்வையிலே 'தலித்திய சாத்தி யப்பாடாக' அம்முயற்சியைத் தொடங்கியிருக்கிறார். ஃபூக்கோ ஒரு தலையாக, நீட்சே மறுதலையாக அவரது தேடலுக்கு உதவி யிருக்கின்றனர்.

புதுவகை மூலதனத்தோடும் சுரண்டலோடும் நெருங்கிய தொடர்பு கொண்டிருந்த மேற்குலகம் பெற்ற அனுபவங்களின் வெளிப்பாடுகளில் மார்க்சும் உண்டு; நீட்சேயும் உண்டு. தமிழிலக்கிய ஆக்கத்தில் இருபது நூற்றாண்டுகளாக அதிகாரம் குறுக்குவெட்டாகப் பாய்ந்த கதையினை இந்த இருவரது துணைகொண்டு அளக்க முற்படுதல் பாவகாரியமாகாது. அதிகார உருவாக்கமும் நிலைபேறும் மனித மனமொழி மெய்களைக் கட்டியாண்ட கதை சுவையானது. வரிவாங்குபவனை 'இறைவன்' என்று குறிப்பிட்ட வள்ளுவரின் சிந்தனையை ஆண்டது எது? உடலும் மனமும் குலுங்க வாய்விட்டுச் சிரிக்கும் பெண்ணைத் தடை செய்தது எது? என்ற சிந்தனை தமிழிலக்கிய வரலாற்றில் குறுக்குவெட்டாகப் பாய்கின்றபோது நமக்குப் புதிய செய்திகள் கிடைக்கின்றன.

இனக்குழுக்கள் வன்முறைக் கருவிகளால் ஒடுக்கப்பட்டு அல்லது தம்முள் கரைக்கப்பட்டு சேர, சோழ, பாண்டிய அரசுகள் உருவாயின. அந்த அரசுருவாக்கத்துக்குத் தேவையான வருணா சிரம சித்தாந்தம் வடக்கிலிருந்து வந்தது. வடக்கே வருணா சிரமத்தைத் தாக்கிவிட்டுத் தெற்கே குடிவந்திருந்த சமண, பௌத்தச் சித்தாந்தங்கள் வாணிகப் பெருக்கமில்லாத இடத்தில் அரசுருவாக்கத்துக்குப் போதிய அளவு துணை செய்ய இயல வில்லை. எனவே நிலவுடைமையோடு கூட்டுச் சேர்ந்த வருணா சிரமம், சமண பௌத்தங்களை (உருவாகி வந்த அதிகார மையங் களின் துணையுடன்) மோதித் தூக்கியெறிந்தது. அந்த இடத்தில் அதிகார மையத்தின் பண்பாட்டுத் தளத்தில் தன்னைத் தக்க வைத்துக்கொண்டது. காலனி ஆதிக்கத்தின் தொடக்கக் காலம் வரை அதனை எள் முனையளவுகூட அசைத்துப் பார்க்கப் பெருவாரியான மக்கள் திரளுக்குச் சக்தி இல்லாமல் போயிற்று.

'அறங்களை முற்றிலும் புறவயமாக அணுகும் நிலைப்பாட்டை எடுக்க முடியாது' என்ற இடத்திலிருந்து தன்னுடைய 'பொருள் கோடல்' முயற்சியைத் தொடங்கும் ராஜ் கௌதமன், சொல்லும் நாவும் கட்டுப்படுத்தப்பட்ட நிகழ்வினை முதலில் விளக்குகிறார். பின்னர் உடலுறுப்புகள் ஒவ்வொன்றும் அதிகாரக் கட்டமைப்புக்கு உட்படுத்தப்படும் கதையினைக் கூறுகிறார். கல்வியறிவு, குறிப்பாக எழுத்து மரபில் பதிவு செய்யப்பட்டது, பொருள் இகந்த உண்மை

களையும் மத உண்மைகளையும் உள்ளடக்கமாகக் கொண்டிருந்தது என்ற சரியான முடிவுக்கு வருகிறார். ஈகை, ஏற்றல் ஆகியவற்றின் பின்புறமாக ஆன்மீக அதிகாரம் தொனிப்பட்டது என்பது உண்மைதான். சிறியதாயினும் உரிய காலத்தில் செய்யப்பட்ட உதவி உலகத்தைவிடப் பெரியது என்ற வள்ளுவர் சிந்தனை இந்த இடத்தில் மறுபரிசீலனைக்குரியதாகின்றது.

நூலின் உட்பகுதியில் காலப் பரிமாணம் சரியாகவே அமைந் திருக்கின்றது என்பதற்கு 'இனக்குழு வாழ்க்கை முறையும்வீரயுக வாழ்வின் அம்சங்களும் மூவேந்தரின் முடியாட்சி முறையும் கலந்திருந்த சங்ககாலத்தில், சமண, பௌத்த, வைதீக மதங்களின் வினைக் கோட்பாடு தமிழ்ச் சமுதாயத்தின் ஆதிக்கப்பகுதிக்கு நன்கு அறிமுகமாகிவிட்டது' என வரும் பகுதி அடையாளமாகும். சமணபௌத்த மதங்கள் கடவுள் என்ற ஒரு தனிப்பொருளின் (ஈஸ்வர தத்துவம்) இருப்பை ஏற்றுக்கொள்வதில்லை. ஆனால் அவர்களின் 'மறுபிறப்புக் கோட்பாடு' வைதீகத்தால் தன்மயமாக்கப்பட்டு சாதிப் படிநிலையை நிரந்தரமாக்கிவிட்டது. இந்த இடத்தில் (ப.103) ராஜ் கௌதமனின் கணிப்பு வரலாற்றுணர்வோடு அமைந்திருக்கின்றது. இந்த நேரத்தில் அவரது கருத்தை வலியுறுத்த இன்னொன்றையும் சொல்லியாக வேண்டும். வைதீகம் தன்மயமாக்கிக்கொண்ட சமண - பௌத்தக் கோட்பாடுகளில் மற்றொன்று கழுவாய் (பிராயச்சித்தம்) என்பதாகும்.

ஈஸ்வரனது இருப்பை மறுத்துவிட்ட காரணத்தால் சமண - பௌத்தர்கள் கழுவாயினை உலகியலுக்கு உரியதாக ஆக்கி வைத் திருந்தனர். ஆனால் அதைத் தன்வயப்படுத்திய வைதீகம், புனித நீராடலாகவும்தேவர்க்கும் பார்ப்பனர்க்கும் பொருள் கொடுப்ப தாகவும் அதனைச் சுருக்கிவிட்டது. கழுவாய்க் கோட்பாடு பழைய வழிபாட்டு நெறிகளில் குறுக்குவெட்டாகப் பாய்ந்து, தனக்கென நிலையான ஒரு இடத்தைப் பிடித்துக்கொண்டது.

தமிழிலக்கியத்தில் ஆண்டாளின் பாடல்களைச் சரியாக இனங் கண்டுகொண்டவர்கள் மிகச் சிலரே. "ஆண்டாள் பாடல்களில் குமுறும் உணர்வு சோகம்தான்" (ப.182) என்பது மறுபொருள் கோடலுக்குச் சரியான எடுத்துக்காட்டாகும். கீழ்ப்படிதல் என்ற ஒழுக்கக் கோட்பாட்டின் உருவாக்கத்தில் எதிர்ப்புறமாக வன்முறை உணர்வு ஊடாடிக் கிடப்பதையும் அது அரச வன்முறைக்குச்

சட்டத் தகுதியை ஏற்படுத்துவதையும் புறம் 34ஆம் பாட்டின் வழி விளக்க முயல்வது ஏற்கக்கூடிய வகையிலே அமைந்துள்ளது.

ஒழுக்கவாதம் பற்றிய பார்வைகள், அதிகாரத்தோடு கூடி வளர்வதற்கு முன்புள்ள கால எச்சங்கள் சில, சங்க இலக்கியங்களிலே காணப்படுகின்றன. அங்கிருந்து தொடங்கி காலங்காலமாக ஒழுக்கப்பார்வைகள் மேலும் மேலும் இறுகிக்கொண்டே போகின்றன. செய்தியை இன்னும் காவிய வரலாற்றுணர்வுடன் பார்க்க வேண்டிய தேவை நமக்கிருக்கிறது. எனவே முதல் முயற்சி என்கிற 'கனிவான'பார்வையில் ராஜ் கௌதமன் நூல் வரவேற்கப்பட வேண்டிய ஒன்றாகி விடுகிறது.

பெருவாரியான மக்கள் திரள், பண்பாட்டுத் தளத்தில் கொஞ்சம் கொஞ்சமாக ஒடுக்கப்பட்ட கதையினைத் தமிழிலக்கியங்கள் பக்கம் பக்கமாக வரைந்து தள்ளியிருக்கின்றன. இந்தப் பக்கங்களில் சிலவற்றை ஒவ்வொன்றாகப் புரட்டிக் காட்டுகிறார் ராஜ் கௌதமன்.

எதிர் தலையில் நின்று கேட்கப்படும் மற்றொரு கேள்விக்கும் நாம் பதில் சொல்லியாக வேண்டும். இனக்குழு கரைவு, அரசுருவாக்கம், அரசர் வணிகர் உறவு, பார்ப்பன வேளாளர் கூட்டணி, வைதீக வளமை என்று பார்த்துக்கொண்டே செல்வதும் ஒற்றைப் பரிமாணப் பார்வைதானே? இந்த நேர்கோட்டுப் பார்வை 'எல்லைக்குப் புறம்பாகச் சமூகம் இயங்கவேயில்லையா?'என்பது மாதிரியான கேள்விகள் எளிதில் தள்ளிவிடக் கூடியன அல்ல. இந்த இடத்தில்தான் நூலின் எல்லை பற்றிய விவாதம் தொடங்குகிறது.

எல்லாவற்றிலும் மறுபொருள் தேடும் முயற்சியில் ஈடுபடும் போது, மரபுவழிப்பட்ட தமிழ்ப் புலவர்கள் தந்த கால வரிசையினை அப்படியே பின்பற்றுதல் என்பது ஓட்டக்காரனின் காலில் தளையாகப்படுகிறது. இந்த இலக்கியங்களின் 'பிரதியின் ஏற்புடைமை', இவற்றின் 'கால ஏற்புடைமை'ஆகியவை பெருத்த விவாதத்திற்குரியவை. அகநானூற்றையும் திருக்குறளையும் பரிபாடலையும் ஒரே கால எல்லைக்குள் அடக்க முடியுமா? இந்த நெடிய இலக்கியப் பரப்பில் உள்முரண்கள் ஏதும் தோன்றவேயில்லையா? சைவ சமயத்துக்குள்ளிருந்து ஒரே காலத்தில் வெளிவந்த 'கவுணியர்கோன் ஞானசம்பந்தன்'என்ற தன் அறிமுகக் குரலும் 'கோத்திரமும் குலமும் கொண்டென் செய்வீர்' என்ற

குரலும் நேர் எதிர்முனையாகத் தெரிகின்றனவே! இதற்கான காரணம் என்ன? நூலுக்குள்ளே விடை இல்லாத கேள்விகள் இதுபோலும் நிறைய.

'இரப்பவர்க்கு ஈயவைத்தார் ஈபவர்க்கருளும் வைத்தார்' என வரும் அப்பர் தேவாரப் பாடலைச் சாமர்த்தியமாக மேற்கோள் காட்டி, அறத்துக்கு மூலம் வைதீகம் (ப.52) என்கிறார் ராஜ் கௌதமன். இப்பாடலின் அடுத்த அடி "கரப்பவர் (மறைப்பவர்) தங்கட்கெல்லாம் கடுநரகங்கள் வைத்தார்" என்பதாகும். சமநிலை அழிந்துபோனால் ஆபத்து காத்திருக்கின்றது என்று சிலருக்கு அச்சமூட்டும் இந்தப் பாட்டு 'வைதீகம்' ஆகாது. வைதீகம் என்ற சொல்லை வேதத்தின் தலைமையைக் கொள்கையளவில் ஒத்துக் கொண்டவர்கள் மீதெல்லாம் திணிக்க இயலாது. வைதீகம் என்பது வேதத்தை மட்டுமே சுத்த சுயம்புவாகக் கொண்டு பொருண்மை நிராகரிப்பையும் பார்ப்பன மேலாண்மையினையும் ஒருசேர முன்வைக்கும் தத்துவமாகும். பார்ப்பனர்களின் சந்தியா வந்தனம் என்ற அடிப்படையான வைதீக வழக்கத்தைப் பார்ப்பனருடன் நின்றுகொண்டே அப்பர் கண்டிக்கிறாரே? அதனை எப்படிப் பொருள் கொள்வது?

தமிழிலக்கியப் பரப்பில் அதிகார எதிர்ப்புக் குரலாக, நிறுவன எதிர்ப்புக் குரலாக, குறைந்தது இரண்டு நூற்றாண்டுகாலம் சித்தர்களின் முழக்கம் கேட்கிறது. நாம் இன்னமும் கழற்றிக்கொள்ள முடியாத 'வேதமாயை'யிலிருந்து விடுபடத் துடித்த முதற்குரலாக வரலாற்றில் அவர்களுடைய குரலையே கேட்க முடிகிறது. அதிகார மையங்களுக்கு எதிரான அவர்களது பாடல்கள் மடங்களிலிருந்து தொகுக்கப்படவில்லை. பெருவாரியான ஒடுக்கப்பட்ட மக்களே அப்பாடல்களுக்கு உவே.சாக்களாகத் திகழ்ந்திருக்கின்றனர்.

சித்தர்களது குரல்களை எதிர்கொள்வதற்குரிய வலிமை தமிழ்நாட்டில் நிலவிய அரசதிகாரத்தால் இயலாமற் போயிற்று. 'நாதசித்த வழிபாடு'என்ற பெயரில் சித்தர்மரபோடு பண்பாட்டுச் சமரசம் செய்துகொள்ள முன்வந்த வேளாளரின் குரல், அதன் பின்னர் அதிகாரக் குரலாகத் தமிழக வரலாற்றில் ஒலிக்கவில்லை. வேளாளரைப் புறந்தள்ளிவிட்டு புதிய பிற மொழியாளரானஅதிகார மையத்தை வருணாசிரமம் இங்கே கொண்டுவந்து தன்னை நிலைநிறுத்திக்கொண்டது. இசுலாமியத் தாக்குதலில் வடநாட்டில்

பௌத்தம் அழிந்துபோக, வருணாசிரமம் தாக்குப் பிடித்த கதையினை அம்பேத்கர் விரிவாகச் சொல்லுவதனை இங்கே நினைவிலே கொள்ளவேண்டும். வைதீகம் இங்கே பார்ப்பனியத்தின் காவல் கோட்பாடாக மட்டுமே இருந்தது. வருணாசிரமமே (விசயநகரப் பேரரசர்களால்) இங்கே இந்துத்துவத்திற்குக் கால்கோள் இட்டது என்பதே வரலாற்று உண்மை.

“இலக்கியப் பிரதிகள் புனைந்து கூறும் வரலாற்றைச் சரி பார்த்துக் கொள்வதற்கான அறிவுச் சொல்லாடல்கள் கிடைக்க வில்லை” என்பதனால் “குறியீட்டு ஒழுங்கின் ஓரங்கமான இலக்கியப் பிரதியை மட்டும் வைத்துப் பொருள்கோடல் செய்யவேண்டியுள்ளது” என்கிறார் ராஜ் கௌதமன். நமக்கு எழும் கேள்விகள், இந்த அறிவுச் சொல்லாடல்கள் மட்டும் ஒரு சமூகம் உயிர்த்தும் இருந்தும் வாழ்ந்தும் வந்த தடயங்களை முழுவதும் காட்டிவிடுமா? அல்லது கையில் கிடைக்கும் கருத்தியல் தளங்கள் சமூகத்தின் பெருவாரியான மக்களின் வாழ்வை முழு வலிமையுடன் ஒழுங்கு செய்தவை எனச் சொல்லிவிட இயலுமா? காலங்காலமாக, நூற்றுக்குத் தொண்ணூறு பேர் புலால் உண்ணும் தமிழ்ச் சமூகத்தை, இந்த எழுத்துப்பிரதிகளை மட்டும் நம்பு பவர்கள் ‘புலால் வெறுக்கும் சமூகம்’என்றுதானே கருத முடியும்? முழுமையான பார்வைக்கு வரலாற்று ஆதாரங்கள் தேடிப் புறப்பட்ட ஆய்வாளர்கள் எத்தனை பேர்? இந்த எழுத்துப் பிரதிகள் காட்டுவதாக ராஜ் கௌதமன் முன்வைக்கும் கருத்தியலுக்கு மாறான தடயங்களை ஒவ்வொரு கட்டத்திலும் பெருவாரியான மக்களின் வாழ்வியற் சடங்குகளிலிருந்து காட்ட முடியும். வீட்டுச் சடங்குகள், சாதிச் சடங்குகள், கோயிற் சடங்குகள். நடைமுறைகள், பழமொழிகள் எனச் சொல்லாடலுக்கு வெளியிலும்உள்ளுமாகத் தமிழ்ச் சமூகம் வெளிப்படுத்தும் கருத்தியலுக்கும் அறிவுச் சொல் லாடல்களுக்கும் இடையிலுள்ள வெளி தனியாக அளந்தறியப்பட வேண்டிய பெரும் பரப்பாகும். அவ்வெளியினை அணுகி அறிந்தால் மட்டுமே நமது புரிதல் முழுமையாகும். இல்லை யென்றால் ‘விதவை மறுமணக் கோட்பாடே பெரியாரின் கண்டு பிடிப்புத்தான்’என்றுகூட வாதாடும் கருத்து வறட்சியாளர்களுடன் நாமும் கைகோத்துக்கொள்ள வேண்டியது வரும்.

அடுத்து தமிழிலக்கியத்தின் நெடிய பரப்பினை முழுவதும்

அறிந்த கருத்தியலாளர்கள் நம்மிடையே மிகக் குறைவு. அப்படி ஒரு பாவனையைத்தான் தமிழாசிரியர்கள் பலர் வைத்துக் கொண்டுள்ளனர். ஆனால் தமிழிலக்கியப் பரப்பினைக் குறுக்காக விசாரிக்க நமக்குப் போதிய நூல்கள் இருக்கின்றன என்ற உண்மை யினையும் நாம் மறந்துவிடுவதற்கில்லை.

'மடிவாய்' குறித்து ராஜ் கௌதமன் கூறுவது மேற்கோள் அளவில்கூட ஏற்கத்தக்கதன்று. 'மடிவாய் இடையர்' என்பது கால்நடைகளை ஒழுங்குபடுத்தும் சீழ்க்கை ஒலியாகவே சங்க இலக்கியங்களில் குறிப்பிடப்பட்டுள்ளது. 'நிறை எனப்படுவது மறை பிறர் அறியாமை' என்பது காதல் உறவு பற்றிய செய்தியே (பக்.17). அகத்திணைக் கலைச்சொல்லான 'நிறை' ,அண்மைக் காலம் வரை 'நிறையழிஞ்சவ' என்று வசவுச் சொல்லாகவும் வழங்கி வந்தது. இதனைப் புறவாழ்க்கைக் களத்தில் பொய், பொய்ச்சாட்சி கூறாமை என்று பொருள் விரித்துக் காட்டுவதனை ஏற்க முடியாது. அதுபோலவே ஒரு இலக்கியப் பிரதியினைப் பற்றிய முழுமையான பார்வை இல்லாமல், பெரியாழ்வார் பாடலைப்பற்றிக் கருத்துரைக் கிறார் ராஜ் கௌதமன். சரி, கதைக்கு வருவோம். பெரியாழ்வாருக்கு மனிதப் பிறவி, உடல்மீது ஏகப்பட்ட கோபம், சீழ், மண், மலம், ஊத்தை கொண்ட இந்த உடல்மீது ஈ மொய்ப்பதை அருவருப்புத் தோன்றும்படி வருணிக்கிறார். இப்படிப்பட்ட உடலை உடைய குழந்தைகளுக்குப் பெற்றோர் ஆசையாகக் கண்ணன் என்று கடவுளின் பெயரை வைப்பதை இவரால் தாங்கிக்கொள்ள முடியவில்லை.

"ஊத்தைக் குழியில் அமுதம் பாய்வதுபோல் உங்கள் மூத்திரப் பிள்ளையை என் முகில் வண்ணன் பேரிட்டு ஆடித்திரிமினோ' என்று கோபித்துக்கொள்கிறார்" என்றெழுதுகிறார் ராஜ் கௌதமன். (பக்.122) இத்தகைய தவறான மேற்கோள்கள், எழுத்தின் மீதான நம்பிக்கையைச் சிதைத்துவிடும். மேற்கோள் காட்டப்பெற்ற பாடல் மட்டுமன்று; அந்தப் பதிகத்திலுள்ள பத்துப் பாடல்களும் 'பிள்ளைகளுக்கும் கண்ணன் பேரை இடுங்கள்' என்று வேண்டும் (சீரணிமால் திருநாமமே இடத்தேற்றிய) பாடல்கள் ஆகும். சிக்கல் இத்தோடும் அமையவில்லை. சமணத்தின் தாக்கத்தினால் மனித உடலின் அழுக்கைச் சொல்லி வெறுப் பேற்றுவது தமிழிலக்கியத்தில் இருபதாம் நூற்றாண்டு வரை பதிந்து போன மரபாகும். இந்த இலக்கிய மரபினை எதிர்க்கும் முதற்

குரலை, அது எவ்வளவுதான் வலிமை குறைந்ததாக இருந்தாலும் பெரியாழ்வாரே ஒலிக்கிறார்.

'பூணித் தொழுவினில் புக்குப் புழுதியளைந்த
பொன்மேனி காணப் பெரிதும் உகப்பன்'

என்று மாட்டுத் தொழுவிலே வேலை செய்துவந்தவனது உடற் புழுதியை அவன் தாய் கொண்டாடுகிறாள். புழுதியோடு மூத்திரமும் பெரியாழ்வாருக்குப் பாடு பொருளாயிற்று. தெருவிலே விளையாடும் குழந்தை சிறுநீர் கழித்துவிட்டு, தாயின் நினைப்புடன் உடனே வீட்டுக்குள் ஓடி வந்து, அமர்ந்து வேலை செய்கிற தாயினைப் பின்னாகச் சேர்த்துக் கட்டிப்பிடிக்கிறது. மிச்சமிருக்கிற சிறுநீர்த்துளி தாயின் முதுகிலே சொட்டுச் சொட்டாகப் படிகிறது.

'மொட்டு நுனையில் முளைக்கின்ற முத்தேபோல்
சொட்டுச் சொட்டென்னத் துளிக்க துளிக்க என்
குட்டன் வந்தென்னைப் புறம் புல்குவான்'

என்று தாய் மகிழ்ச்சியால் சிலிர்த்துப் போகிறாள். இதுவும் பெரியாழ்வார் பாட்டுதான். எழுத்துப் பிரதிகளில் கருத்தியல் தளத்தில் இந்த எதிர் மரபு தொடர்ந்து "திரௌபதி தீட்டுக்குரிய காலத்தில் இருந்தபொழுது கூப்பிட்டாள். கடவுள் வந்தான். எனவே பக்தி செய்வதற்குச் சுத்தம், வளமை, தகுதி, காலம் என்றெல்லாம் பார்க்க வேண்டாம்"என்று 13ஆம் நூற்றாண்டு (ஆசார்ய ஹிருதயம்) வரைவந்திருக்கிறது. சுத்தம் x அசுத்தம் என்ற கோட்பாட்டை உடைக்கும் முயற்சி ஒன்று வைணவத்துக்குள் இருந்திருக்கிறது என்பதற்கான சான்றுகள் இவை.

"பார்ப்பனர்கள் வீட்டில் சமஸ்கிருதமும் வெளியில் தமிழும் உபயோகித்தார்கள்" (பக்.210) என்பது போன்ற செய்திகள், குறைந்த அளவு கள ஆய்வேதும் இல்லாமல் மரபுகளைப் புரிந்துகொள்ளும் முயற்சிகள் தோற்றுப்போகும் என்பதற்கான அடையாளமாகும். பார்ப்பனர்கள் சமஸ்கிருதத்தைத் தொழிலுக்குரிய 'புனித மொழி' யாக மட்டுமே கொண்டிருந்தார்கள். பார்ப்பனப் பெண்களுக்கு வேதக்கல்வி மட்டுமன்று; சமஸ்கிருதக் கல்வியும் தடை செய்யப்பட்டிருந்தது. அதனால்தான் சமஸ்கிருதம் பார்ப்பனருக்கு வீட்டுமொழியாக விளங்காமற் போயிற்று. அப்படியிருந்திருந்தால் பெரியாரின் வேலை இன்னும் எளிதாகப் போயிருக்கும்.

தமிழிலக்கியம், சமூகம் என எதைப் பேசினாலும் சமஸ்கிருத மூலம் தேடும் 'மோஸ்தர்' (பெரியபுராணத்துக்கு உபமன்யு பக்த விலாசம், திருவிளையாடற் புராணத்துக்கு ஹாலாஸ்ய மகாத்மியம். மெய்கண்டார் நூலுக்கு ரௌரவ ஆகமம்) ராஜ் கௌதமனையும் தொற்றிக்கொண்டிருப்பது மகிழ்ச்சி தரவில்லை.

'அதிதி பூசை' (பக். 40) பற்றிக் குறிப்பிடுகிறார்கள். இராத்திரி நேரங்களில் ஊர் மடத்தில் வந்து படுத்திருக்கும் வெளியூர்க்காரனை விசாரித்து 'இராச்சோறு' கொடுக்கும் பழக்கம் இந்த நூற்றாண்டின் நடுப்பகுதி வரை கிராமங்களில் உயிரோடு இருந்தது. 'இராமடம் ஊட்டுவாரைப் போலே'என்று இந்த வழக்கத்தை உரையாசிரி யர்களும் குறிப்பிட்டுள்ளனர். அதுபோலவே வள்ளுவர் சொன்ன மருந்து 'ஆயுர்வேதம்' என்கிற (பக்.20) பரிமேலழகரின் பார்வை, எதிர்மரபு தேடுவோர்க்கு ஏற்ற வேலையன்று. நாட்டு மருத்துவம் தென்னாட்டுக்கும் உண்டு; வடநாட்டுக்கும் உண்டு. இவ்வகையாண வறண்ட பார்வைகள் நூலின் நோக்கத்தைத் திசை மாற்றிப் போட்டு விடும் ஆபத்தான பார்வைகளாகும்.

வெள்ளைக்காரன் காலத்தில்தான் வேளாளர்கள் பார்ப்பனர் களோடு மோதத் தொடங்கினார்கள். இது 'பதவிச் சண்டை'என்று கைலாசபதி விதைத்த 'மலிவான கருத்து மாயை' இன்றும் நம்மைவிட்டு விலகிப் போகவில்லை என்பதற்கும் ராஜ் கௌதமன் சாட்சியாகிறார் (பக்.214). திராவிட இயக்கத்தின் தோற்றக் காரணி களைக் கொச்சைப்படுத்த முனைந்தவர்கள் தோற்றுப்போன செய்தியினை ராஜ்கௌதமன் இன்னும் ஏன் ஏற்றுக்கொள்ள மறுக்கிறார்? "தமிழ்நாட்டின் நாகரிகம் தோன்றிய காலத்திலேயே பார்ப்பனியம் இங்கிருந்தது" (ப.210) என்றால் ஆதிச்சநல்லூர் புதைகுழிகளை இன்னும் ஆழப்புதைத்துவிட வேண்டியதுதான்.

அதிர்ச்சி மதிப்பீடுகள் நிறைந்த ஒரு நூலை (அவர் மறுத்தாலும்) ராஜ் கௌதமன் படைத்திருக்கிறார். இத்தகைய மரபு மீறிய ஆய்வு முயற்சிகள் நமக்குக் காலத்தின் தேவையே. உடைபட வேண்டிய புனிதங்கள் தமிழ்ச் சமூகத்தில் இன்னும் நிறைய மிச்சம் இருக் கின்றன. விடை காண வேண்டிய கேள்விகளும் சந்தேகப்பட வேண்டிய சொல்லாடல்களும் குவிந்து கிடக்கின்றன. எனவே இருப்பதை ஏற்றுக்கொள்ளும் 'பக்குவமில்லாதவர்கள்'மீது நிறைய பேருக்குக் கோபம் வருவது இவர்களுடைய நோகாத பிழைப்பு

கெட்டுப்போய்விடுகிறது என்பதால்தான். கிளைத்துப் பார்த்துத் தரம் பிரித்தால் காய்கறிக் கடைக்காரருக்கும்தான் கோபம் வரும். ராஜ் கௌதமன் நன்றாகவே கோபமூட்டுகிறார்.

ஆனால் தேடப் போனவர்கள் எதையேனும் கொண்டு வரவேண்டும். விரக்தியும் சலிப்பும் மதிப்புப் பெறாத பொருள்கள். 'சமர்த்தி சந்தைக்குப் போனால் வாங்கவும் மாட்டாள், விற்கவும் மாட்டாள்."

ராஜ்கவுதமன் நூலுக்கான மதிப்புரை

காலச்சுவடு, ஜூலை 1999.

அன்னம் பஹு குர்வீத

உணவைப் பெருக்கிப் பகிர்ந்துண்ணும் பாரதீய சனாதன தர்மத்தின் விளக்க நூலாக 'அன்னம் பஹு குர்வீத' என்ற பெயரில் தமிழ் நூல் ஒன்று வெளிவந்துள்ளது. நூலாசிரியர்கள் ஜிதேந்த்ர பஜாஜ், மண்டயம் தொட்டமென ஸ்ரீநிவாஸ் ஆகிய இருவரும் ஆவர். நூலின் துணையாசிரியர் பெயரிலிருந்து அவர் 'திராவிட வேதப் பிரகர்த்தர்'களின் வாரிசு எனத் தெரிகிறது. வடக்கும் தெற்கும் இணைந்து எழுதிய இந்த நூலுக்கு இரண்டு சங்கராச்சாரியார்கள், மூன்று ஜீயர்கள், பெஜாவர் மடாதிபதி ஆகியோர் ஆசியுரை வழங்கியிருக்கிறார்கள். விஜயலெட்சுமி ஸ்ரீநிவாஸ் தமிழாக்கம் செய்துள்ளார்.

பாரதத்தின் கடந்தகால உணவுக் கோட்பாடுகளையும் நிகழ்கால நிலைமைகளையும் வருங்காலத்துக்குத் தேவையான சிந்தனைகளையும் தன் பார்வையில் நூல் முன்வைக்கிறது.

இந்தியாவின் உணவுத் தேவை குறித்த கவலை, அனைத்து இந்திய மக்களுக்கும் பொதுவானதுதான். சிந்திக்க முற்படுகிற சிலர் மட்டும் இந்தியாவின் உணவு உற்பத்திமுறைகளையும் சந்தைகளையும் பங்கிடும் முறைகள் பற்றியும் கவலைப்படுகிறார்கள். ஆசியுரை வழங்கிய பெரியவர்களுக்கு இந்தியாவின் 'ரேசன்' கடைகளைப் பற்றியோ அங்கே வழங்கப்படும் பொருள்களின் தரம், முறை பற்றியோ அனுபவம் இருக்க நியாயமில்லை. ஆனால் செயற்கை உரங்களால் கிழடு தட்டிப்போன இந்திய நிலங்களுக்கு இயற்கை உரங்களை இடச்சொல்லி ஓயாமல் கதறுகின்ற தொலைக்காட்சியில், மறுபுறத்தில் செயற்கை விஞ்ஞானி எம்.எஸ். சுவாமிநாதனுக்கு பாராட்டுவிழாச் செய்திகளும் ஒருசேர வந்துகொண்டு இருப்பதைத்தான் நம்மைப் போன்றவர்களால் செரித்துக்கொள்ள முடியவில்லை.

மனிதகுல நாகரிக வளர்ச்சிக்கான அடிப்படைக் காரணிகளில் ஒன்று, ஒவ்வொரு மக்கள்திரளும் தனக்கென்று தேர்ந்தெடுத்துக் கொண்ட உணவு உற்பத்தி முறையும் தொழில் நுட்பங்களும் உற்பத்திக் கருவிகளின் வளர்ச்சியும் உணவு குறித்த பண்பாட்டு வெளிப்பாடுகளும்தாம். இந்தியக் கலாச்சாரத்தைப் போலவே

இந்திய உணவுவகைகளும், உற்பத்தி முறைகளும் பன்முகத்தன்மை கொண்டவையே (இதை எழுதும்போது 13 நாள் ஆட்சியின் வாக்கெடுப்புக் கூட்டத்தில் ஜி.ஜி.சுவெல், வடகிழக்கு மாநிலங்களில் மாட்டிறைச்சி எப்படி அடிப்படை உணவாக விளங்குகிறது என்பதை விளக்கிப் பேசியது நினைவுக்கு வந்துதொலைக்கிறது).

'அன்னம்' என்ற சொல் அரிசியைக் குறிக்கவில்லை; சமைக்கப் பட்ட அரிசியைக் குறிக்கிறது. அன்னத்தைப் பகிர்ந்து உண்ணுதல் என்பது பிராமணர்களைத் தவிர ஏனையோர்க்கு விதிக்கப்பட்ட தர்மமாகத்தான் இருக்கமுடியும். ஏனென்றால் பிராமணர்கள் (துறவிகள் உட்பட) மற்றவர்கள் கையால், அன்னத்தைப் பெற்றுக் கொள்வதில்லை அரிசியினை மட்டுமே பெற்றுக்கொள்வார்கள். அத்தனை ஏன், பிற சாதியினர் கையால் புழுக்கப்பட்ட (அவிக்கப் பட்ட) அரிசியினை உண்பது பாவமென்று கருதிப் பச்சரிசி உணவினைத் தேர்ந்துகொண்டவர்கள் அவர்கள். சமயத் தலைமை அதிகாரத்தைப் பெற்றிருந்தவர்களின் உணவு நெறி, பாரதத்தில் இதுவாகத்தான் இருந்தது.

அன்னம் என்பது முழுமையான உணவினைக் குறிக்கும் சொல்லாகாது. இலை, தழைகள், கீரைகள், காய்கறிகள், பயறு வகைகள், நிலத்திற்குக் கீழே வளரும் கிழங்கு வகைகள், இறைச்சி, மீன் இவை எல்லாம் கலந்ததே உணவுவகையாகும். சங்க இலக்கியத்திற்குப் பின்வந்த தமிழிலக்கியத்தை - இருபதாம் நூற்றாண்டு வரை - படிக்கிற யாருக்கும், 'தமிழர்கள் எல்லாரும் புலால் உண்ணாதவர்கள்' என்ற மயக்கம் வந்துவிடும். அப்படித்தான் இந்த நூலைப் படிப்பவர்களுக்கும், 'பாரதம் புலால் உண்ணாத நாடு' என்ற மயக்கம் ஏற்படும்.

உணவும் உணவுவகைகளும் உணவு குறித்த வழக்கங்களும் நம்பிக்கைகளும் சடங்குகளும்கூட, ஒரு மக்கள்திரளின் பண் பாட்டை வெளிப்படுத்தி நிற்கின்றன. சமூக, அரசியல் ஆதிக்கங்கள் இவற்றின் குறுக்குவெட்டாகப் பாய்ந்து தங்கள் அதிகாரத்தை ஒழுங்குபடுத்தித் தக்கவைத்துக்கொண்டுள்ளன என்பதும் வரலாற்று உண்மைதான். "மாடு தின்னும் புலையா உனக்கு மார்கழித் திருநாளா?" என்ற கேள்வியோடு மட்டும் இது நிற்கவில்லை. வேட்டச் செந்நாய் தின்று எஞ்சிய இறைச்சியினை உண்ணும் மலைச்சாதி மக்கள், நரிக்குறவர், எலிக்கறி தின்னும் புலையர்,

ஈசல் பிடித்துத் தின்னும் உடலுழைப்புச் சாதியினர், பன்றியைப் பலிகொடுத்து உண்ணும் மக்கள் என்று உண்ணும் உணவே மக்களை அடையாளம் காட்டி, பாரதத்தில் அதிகாரத்தை ஒழுங்கு செய்திருந்தது. தமிழிலக்கியத்திலிருந்து ஏராளமான மேற்கோள் தரும் இந்த நூலில் 'கொழுப்பு ஆ தின்ற கூர்ம் படை மழவர்', 'ஆ உரித்துத் தின்று உழலும் புலையர்' பற்றிய குறிப்புகள் காணப் பெறவில்லை. ஆற்றுப்படை நூல்கள் காட்டும் இனக்குழு வாழ்க்கை உணவு முறைகள் பேசப்படவில்லை. மன்னர்கள் 'குளம் தொட்டு வளம் பெருக்கி' நெல் உற்பத்தியைப் பெருக்கினார்கள் என்றால், காடுகளில் வாழ்ந்த மக்கள் தீயிட்டு, நிலம் திருத்திப் புஞ்சை நிலங்களில் தானியங்களைப் பயிரிட்டனர். ஆனாலும்கூட இந்தியாவில் அதிகார வரிசை முறையினை உருவாக்கிய சனாதன தர்மம், உணவு நுகர்விலும்கூட அதை நிலைநிறுத்தி வைத்தது. பிராமணர்கள் புழுங்கல் அரிசியை மட்டுமல்ல, பூமிக்குக் கீழே விளையும் கிழங்குவகைகளையும் உண்ணமாட்டார்கள். காரணம், பூமிக்குக் கீழே விளைவன விலங்குகளாலும் சூத்திரர்களாலும் உண்ணப்பட வேண்டிய உணவுகளாகும். உருளைக்கிழங்கையும் புலாலையும் பிராமணர்களை உண்ணவைத்த 'நவீனம்' கூட அவர்களைப் பனங்கிழங்கை உண்ணவைக்க முடியவில்லை.

உலைச் சோற்றிலேயே உப்பை இட்டுச் சமைக்கும் வழக்கம் ஒடுக்கப்பட்ட மக்களுடையதாக இருந்தது. பயறுவகைகள் கீழ் மக்களோடும் இறப்புச் சடங்குகளோடும் தொடர்புபடுத்தப் பட்டன. இன்னும் தெளிவாகச் சொன்னால், பெருவாரியான மக்களின் பெருவாரியான உணவு வகைகள் திருக்கோயிலுக்குள் முழுமையாகத் தடை செய்யப்பட்டிருந்தன. இன்னும்கூட அப்பழக்கம் நடைமுறையிலுள்ளது. மிளகாய் வற்றலும் தட்டைப் பயறும் வெங்காயமும் உருளைக்கிழங்கும் தக்காளியும்கூட 'வசதி படைத்த' திருக்கோயில்களின் கருவறைக்குள் இன்றுவரை நுழைய முடியவில்லை, அவற்றை உற்பத்தி செய்யும் மக்களைப்போலவே. மாறாக, துடியான கிராமத்துத் தேவதைகள் அரபியர்களின் புகையிலைச் சுருட்டையும் 'பலி'யாக ஏற்றுக்கொள்கின்றன.

மனித மிருகம் வளர்ச்சி பெற்று மனிதக் கூட்டமாக, இனக் குழுவாக உருமாற்றம் பெற்றதனைக் காட்டி நிற்கும் சான்றுகளில் ஒன்று, கூடிப் பகிர்ந்து உண்ணும் பழக்கமாகும். உற்பத்திமுறையில்

பின்தங்கியவர்களாகவும் நகர நாகரிக வாசனை படாமலும் காடுகளுக்குள் வாழும் பழங்குடி மக்களிடம் திருமணச் சடங்கிலும் இறப்புச் சடங்கிலும் கூடிப் பகிர்ந்துண்ணும் வழக்கம் இருக்கின்றது. நகர நாகரிகத்தில்போல வெறும் வழக்கமாக இல்லாமல், சடங்குத்தன்மையோடு கூடியதாக இது இருக்கிறது. கூடி உணவு தேடி, கூடிப் பகிர்ந்துண்ணும் வழக்கம் இன்றும்கூட ஒரு தொல்லெச்சமாகத் தமிழகத்தின் மலையடிவாரக் கிராமங் களில் இருப்பதைப் பார்க்கலாம்.

தைப் பொங்கலையடுத்த மறுநாள் (கரிநாள் என்பது மக்கள் வழக்கு; 'கனு' என்பது மேலோர் மரபு) ஊரிலுள்ள மக்கள் சாதி மத வேறுபாடின்றிக் காட்டுப் பகுதியில் வேட்டைக்குச் சென்று முயல், உடும்பு, காட்டுக்கோழி, கவுதாரி போன்றவற்றை வேட்டையாடி ஊருக்குள் கொண்டுவந்து ஊர் நடுவில் இறைச்சியைப் பகிர்ந்து எடுத்துக்கொள்கிறார்கள். ஊர் மந்தை 'மன்றம்' ஆக மாற்றம் பெற்று வளர்ந்த கதையின் ஒரு பகுதி இது.

உலகின் தொடக்க காலத் தெய்வங்களில் இந்தச் சமமான பங்கீட்டு முறையினை ஒழுங்குபடுத்திய தெய்வம் ஒன்றும் உண்டு. இத்தெய்வம்பற்றித் தொன்மையான தமிழிலக்கியத்தில் சில அருகிய குறிப்புகள் காணப்படுகின்றன. இத்தெய்வத்தைப் 'பால்' என்றும் உரையாசிரியர்கள் 'பால்வரை தெய்வம்' என்றும் குறிப்பிடுகின்றனர் (பால் - வகுத்தல், பிரித்தல்). சமத்துவம் பேணிய இத்தெய்வத்துக்கு வேதமரபில் 'ரித' என்ற பெயர் காணப்படுகின்றது. (இத்தெய்வங்களைப்பற்றித் தமிழில் கைலாசபதியும் பேரா.எஸ். ராமகிருஷ்ணனும் எழுதியுள்ளனர். ஆங்கிலத்தில் நரேந்திரநாத் பட்டாச்சாரியா எழுதியுள்ளார். கிரேக்க மரபில் இத்தெய்வத்துக்கு 'மீர' Morea என்று பெயர்).

பகிர்ந்துண்ணும் கலாசாரம் இந்நாட்டுத் தொல்குடி மக்களிடம் அரும்பிய வெளிப்பாடாகும். மேலோர் மரபு பேசும் சனாதான தருமம், மக்கள் கூடியும் கலந்தும் உண்ணும் வழக்கத்தைத் தடை செய்தது என்பதே வரலாற்றுண்மையாகும்.

பிராமண 'யதி' (துறவி) அரிசியை மட்டுமே பிச்சை ஏற்றான். சமணத் துறவியோ சமைத்த உணவையே கையினால் பிச்சை ஏற்றான். உணவாக்கத்திலும் உண்ணுவதிலும் சாதியத்தைத் தாண்டிய மதம் சமணமாகும்; வைதீகமல்ல. சமணரும் உண்ணும்

மரபில் 'மேலோர்' மரபு பேணிய இடம் ஒன்றுண்டு. உண்ணும் போது பேசுவதைச் சமணம் தடை செய்தது. இந்த வழக்கமே "உண்ணும்போது உரையாடாதார்" என்று அப்பர் தேவாரத்தில் வசையாகவும் மாறியது.

"அனைத்துயிர்களும் அன்னத்திலிருந்து உற்பத்தியானவை; அன்னம் மழையால் உற்பத்தியாகிறது; மழை யக்ஞத்தால் சம்பவிக் கிறது; யக்ஞமாவது கருமத்தால், நற்காவியத்தில் உண்டாகிறது" (பக்.8) என்பதே இந்த நூலின் முதற்பகுதியின் அடிப்படையாகும்.

நூலின் ஆறாம் அத்தியாயம், மனுநீதியின்படி இல்லறத்தான் செய்ய வேண்டிய ஐந்து வகையான 'யக்ஞங்களை'ப்பற்றிப் பேசுகிறது. அத்தியாபனம் - பிரம்மயக்ஞம், தர்ப்பணம் - பித்ருயக்ஞம், ஹோமம் - தேவயக்ஞம், பலி இடுதல் - பூதயக்ஞம், அதிதி பூஜை - மனுஷ்ய யக்ஞம் ஆகியவையே மனு குறிப்பிடும் ஐந்து யக்ஞங்களாகும் (பக்.118). இந்த ஐந்து பிரிவுக்கும் பிரிவினர்க்கும் இல்லறத்தான் உணவளிக்க வேண்டும். ஆனால் தென்னகத்தில் வள்ளுவர் இல்லறத்தானுக்கு விதித்த 'ஐவர்க்கு அளித்தல்' வேறுபட்ட பட்டியலாக அமைகிறது. தென்புலத்தார் (முன்னோர்), தெய்வம், விருந்தினர், உறவினர், தான் என்ற வள்ளுவ நீதி ஐந்து பேரைக் குறிப்பிடுகிறது. இரண்டுக்குமுள்ள வேறுபாடு கூர்ந்து கவனிக்கத்தக்கது. அடையாளச் சிக்கல் இத்தோடு அமையவில்லை.

உயிர் செகுத்து உண்ணும் வேள்விக்கு (ஹோமம்) உணவளிப் பதில் வள்ளுவர்க்கு உடன்பாடில்லை. மனுவின் கோட்பாட்டை விளக்கும் இடத்தில் நூலாசிரியர்கள் ஒரு சிக்கலை எதிர்கொள் கின்றனர். மனு குறிப்பிட்ட 'அதிதி' என்ற சொற்பொருளில் பிராமணர் அல்லாதவர் சேரமாட்டார்கள் என்ற சனாதனக் கொள்கையினை மறுக்க முற்பட்டிருக்கின்றார்கள். மனுஸ் மிருதியின் 'அதிதி' பற்றிய வரிசைக்கிரமத்தை (பிராமண, ஷத்திரிய, வைசிய, சூத்திர) ஒப்புக்கொள்ளும் நூலாசிரியர்கள் (பக். 130) சிறிது நேரம் கழித்து 'பிராமணரல்லாதவர்கள் அதிதி அல்ல என்னும் மனுவின் மொழி ஓர் இலக்கணக் குறிப்பாகவே தோன்றுகிறது' (பக்.136) என்று சமாளிக்க முற்படுகின்றனர். 'பின்னும் மிருதிகள் செய்தார் - அவை பேணும் மனிதர் உலகினில் இல்லை மன்னும் இயல்பின அல்ல அவை மாறிப்பயிலும்

இயல்பினவாகும்' என்று 'ஸ்மிருதி நூல்களும் கால ஓட்டத்தில் பின்தங்கிப் போய்விடுகின்றன' என்ற பாரதியின் கருத்து நூலாசிரியர்களுக்கு எட்டவில்லை போலும்.

தேசிய இயக்கத்தில் காந்தியடிகளின் வருகைக்கு முன்னர் கலந்துண்ணும் வழக்கம் கிடையாது என்பது உண்மையல்லவா? "கௌட சரஸ்வதி பிராமணர்கள் தவிர மற்றவர்கள் கையால் அவர் தண்ணீர்கூட அருந்தமாட்டார்" என்று காங்கிரஸ் தலைவரும் இந்து மகாசபையின் பிதாமகருமான பண்டித மதன்மோகன் மாளவியாவைப்பற்றி ராஜகுமாரி அமிருதகௌர் எழுதியதனை அவ்வளவு எளிதில் மறந்துவிட முடியுமா?

'கல்லைப் போட்டாலும் செரித்துக் கொள்ளுகிற வயிறு' என்று சொல்வார்கள்: அதன் பெயர் இங்கே 'இந்து மதம்' என்பதுதான். எந்தக் கருத்தைச் சொன்னாலும் எதிர்நிற்காமல் 'அதைத்தானே நானும் சொன்னேன்' என்று தன்மயமாக்கிக்கொள்ளும் கொடுமை யான உத்தி இது. அதனால்தான் வைதீகத்தில் விரட்டப்பட்ட ஆபுத்திரன் கதையை மீண்டும் வைதீகம் தன்னதாக்கிக்கொள்ள முடிகிறது. இந்த நூலின் அநுபந்தத்தில் தமிழிலக்கியத்தின் பகுதிகள் கருத்து, சூழல் என எந்தப் பொருத்தமும் இன்றி மேற்கோள் காட்டப்பட்டிருப்பதைத் தமிழிலக்கியம் அறிந்தவர்கள் பார்வை யிலே புரிந்துகொள்ள முடியும்.

அதனால்தான் "பால் பல வூறுக பகடு பல சிறக்க", "நெல் பல பொலிக பொன்பெரிது சிறக்க" என்ற உற்பத்திப் பண்பாடு சார்ந்த ஐங்குறுநூற்றுப் பாடல் இவர்களது கண்களுக்குத் தப்பியிருக்கிறது. 'கோயில் பிச்சை'யும் அன்னதானங்களும் மட்டுமே கண்ணில் பட்டிருக்கின்றன. சின்னவயதில் ஆடிமாத இரவுப்பொழுதுகளில் நாங்களெல்லாம் தாய்மடியில் அஞ்சி ஒளிந்துகொள்ளும்படி ஓங்கியொலித்த இராப்பாடியின் (புரத வண்ணார்) குரல் எனக்கு நினைவுக்கு வருகின்றது. 'பட்டி பெருக, பால்பானை பொங்க, எட்டு லெட்சுமியும் ஏறிவிளைய கீழ்வீட்டு அம்மா படிபோடுங்க, மேல் வீட்டு அம்மா படிபோடுங்க," உற்பத்திக் கலாச்சாரத்தையும் பகிர்ந்துண்ணும் பண்பாட்டினையும் எனக்குக் கற்றுக் கொடுத்தவன் அவன்தான்; இந்த நூலாசிரியர்கள் அவனை அறியமாட்டார்கள்.

பீகார் அருங்காட்சியகத்திலுள்ள தீதர்கஞ்ச் யட்சி என்னும் சமணச்சிற்பத்தை நினைவுபடுத்துவதுபோல அட்டைப்படச்சிற்பம்

அமைந்துள்ளது. அதிலொன்றும் வியப்பில்லை. பௌத்த மரபின் 'சிந்தாதேவி'யும் சமணர்களின் அன்னதானக் கோட்பாடும்தானே வைதீக மரபின் அன்னபூரணித் தெய்வத்தை உருவாக்கின!

"தன் பிறந்த வீட்டுக்கு வருகை தந்திருக்கும் சுவாஸினிகள் குமாரிகள், வியாதியஸ்தர்கள், கர்ப்பிணிப் பெண்கள் முதலானோருக்கு" என்பதாக 'சனாதனம் தவறாத நடையில்' நூல் மொழி பெயர்க்கப்பட்டிருக்கிறது.

"இம்மாபெரும் புண்ணிய பூமியின் ஊடே மாபெரும் அன்னதானம் மீண்டும் தழைக்குமாக" (பக். 306) என்ற மாபெரிய வாழ்த்துடன் இந்த நூல் முடிந்திருக்கின்றது. 'மனிதர் உணவை மனிதர் பறிக்கும் வழக்கம்' மாய இந்த வாழ்த்துகள் போதுமான வையல்ல; வழித்துறையுமல்ல.

காலச்சுவடு, ஜனவரி மார்ச் 2000

திருக்குறள் - அறிமுகவுரை

உலக நாகரிகத்திற்குத் தமிழினத்தின் பங்களிப்புகள் பல. அவற்றுள் இரண்டைக் குறிப்பிட்டுச் சொல்லலாம். ஒன்று தமிழிசை; மற்றொன்று திருக்குறள். தமிழில் மிகச் சில சொற்களில் ஆன கவிதை வடிவம் குறள் வெண்பா ஆகும். மிக விரிந்த உலகச் சிந்தனைகளை மிகக் குறுகிய வடிவத்தில் தரமுடியும் என்பதை உலக இலக்கிய அரங்கில் முதலில் வள்ளுவரே செய்து காட்டினார் எனலாம். சின்ன குழந்தையின் சிரிப்பு முதல் 'மெய்யுணர்தல்'வரை வள்ளுவர் மண்ணுக்கும் விண்ணுக்குமான சிந்தனைகளைத் தம் அளவிற்சிறிய நூலில் பொதிந்து வைத்துள்ளார்.

வள்ளுவரது காலம் பல்வேறு அறிஞர்களால் கி.மு. முதல் நூற்றாண்டிலிருந்து கி.பி. இரண்டாம் நூற்றாண்டு வரை அறுதியிடப் படுகிறது. இலக்கிய வரலாற்று நோக்கில் பார்ப்பதானால், சங்க இலக்கியங்கள் பெரும்பாலானவற்றுக்குத் திருக்குறள் காலத்தால் பிற்பட்டது. சிலப்பதிகாரத்துக்கு முற்பட்டது.

இளங்கோவும்கம்பரும் ஆக்கியளித்த பேரிலக்கியங்களில் 'தமிழ்' என்ற அடையாளத்துக்குள்ளேயே அவர்களது முகம் தெரியும். வள்ளுவத்தை மட்டும் 'உலகப்பொதுமறை' என்கின்றோம். காரணம் என்ன? தமிழ் மொழியில் அமைந்தது என்பதைத்தவிர, இனம், நாடு குறித்த வெளிப்படையான தன்னடையாளம் எதையும் வள்ளுவர் தம் நூலில் கூற முற்படவில்லை. தமிழ், தமிழ்நாடு, வஞ்சி, மதுரை, பாண்டியர், சோழர் ஆகிய அடையாளம் காட்டும் எந்தச் சொல்லும் திருக்குறளில் காணப்படவில்லை. வள்ளுவரின் சமகாலத்தில், ஏன், அவருக்குப் பின்னரும்கூட இந்தியத் துணைக் கண்டத்தில் இலக்கியங்களின் வழி அறம் பேச வந்தவர்கள் சாதி, சமயம், நிலப்பகுதி ஆகிய அடையாளங்களைத் தாண்டிச் செல்ல இயலவில்லை. வள்ளுவர் மனிதப் பொது அறம் பேசியவர். அவரது இயற்பெயர்கூட நம்மால் அறியப்பெறவில்லை. வள்ளுவர் என்பது ஒரு குடிப்பெயராகும். 'இன்பத்துப்பாலைக் கொண்டும் மக்கட்பேறு அதிகாரத்தைக் கொண்டும் அவர் மணமானவர், மழலை இன்பம் துய்த்தவர் என்பதை அறியமுடிகிறது.

தொ.ப.ஆய்வுலகம் | **495**

'நேற்று வந்த பசி இன்றும் வந்துவிடுமோ' (குறள் எண்.1048) என்று அஞ்சுகிற இடத்திலும் நெருப்பிலே தூங்கலாம், பசியிலே தூங்க முடியாது என்று தன்னிரக்கம் காட்டும் இடத்திலும் வறுமையோடு போராடிய வள்ளுவரின் தனி வாழ்க்கையினை நாம் உய்த்து உணரலாம். இவையன்றி, திருக்குறளிலிருந்து அந்த மானுடப் பெருமலையின் எந்தப் பக்கத்தையும் நம்மால் அறிய முடியவில்லை.

இனி, வள்ளுவரின் காலத்தில் தமிழ்நாட்டில் செல்வாக்குப் பெற்றிருந்த அல்லது தமிழ்ச் சமூகத்தை இயக்கிக்கொண்டிருந்த கருத்தியல்களை நோக்கலாம். தமிழகத்தில் புகுந்த வைதீகப் பார்ப்பனர்கள், தமிழ்நாட்டு அரசு அதிகாரத்திற்கு அருகில் அமர்ந்துள்ளனர். "ஏற்ற பார்ப்பார்க்கு ஈர்ங்கை நிறையப் பூவும் பொன்னும் புனல்படச் சொரிந்த" தமிழ் மன்னர்கள் இருந்திருக் கிறார்கள். மறுபுறமாக, வைதீகத்திற்கு எதிராகக் கிளர்ந்தெழுந்த சமண, பௌத்த மதங்கள் தமிழ்நாட்டில் தங்கள் செல்வாக்கைப் பரப்பத் தொடங்கியிருந்தன. வள்ளுவர் வைதீகத்திற்கு எதிராகக் குரலெழுப்பியவர். 'பிறப்பு வழி வேற்றுமையே' வைதீகக்கொள் கையின் உயிர்நாடி. இந்தக்கொள்கை அதிகாரத்திற்கு நெருக்கமாக இருந்தபொழுது 'பிறப்பொக்கும் எல்லாவுயிர்க்கும்' என்ற வள்ளுவரின் குரல் கலகக் குரல்தானே! அதுபோல 'அந்தணர்' என்ற சொல்லைப் பார்ப்பனர்கள் தமக்கு வழங்கிய காலத்தில், வள்ளுவர் அச்சொல்லுக்கு 'அந்தணர் என்போர் அறவோர்' என்ற எதிர்மறை வரைவிலக்கணம் தர முற்படுகின்றார்.

நமது நிகழ்கால நோக்கில் வள்ளுவத்திற்குப் போதாத காலம் ஒன்று இருந்தது. 17,18,19ஆம் நூற்றாண்டுகளில் தென்னகத்திற்கு வந்தமேல்நாட்டு அறிஞர்கள், திருக்குறளை உச்சிமுகர்ந்து தலைமேல் வைத்துக் கொண்டாடினார்கள். ஆனால் 18ஆம் நூற்றாண்டில் வந்த காலனிய அரசு கல்கத்தாவில் மையம் கொண்டிருந்தது. எனவே உள்நாட்டு நீதிமுறைகளைத் தொகுத்த காலனி ஆட்சியாளர்களின் பார்வையில் திருக்குறள் படவில்லை. அதன் விளைவாக மனுதர்மத்தை அடிப்படையாகக் கொண்ட இந்துச் சட்டம், இந்திய ஏழை மக்களின் தலையில் விடிந்தது. ஆனாலும்கூட திருக்குறளை ஐரோப்பிய மொழிகளில் பெயர்த்த நன்றிக்குரியவர்களின் பெயர்களை இங்கே நினைக்கலாம்.

ஜியு போப் (G.U.Pope), கிண்டர்ஸ்லி (Kindersley), எல்லீஸ் (T.W.Ellis), ட்ரூ (W.H.Dres), சார்லஸ் இ. கோவர் (C.E. Gover), ராபின்ஸன் (E.G.Robinson), லாசரஸ் (Rev.G.Lazarus), ஸ்காட் (T.M.Scott), பாப்லி (H.A.Popley) ஆகியோர் ஆங்கிலத்திலும் பெஸ்கி பாதிரியார் (Father Beschi), டாக்டர் கிரௌல் (Dr.Graul) ஆகியோர் இலத்தீன் மொழியிலும் ஏ.எப்.காம்மர்ஸ் (A.F.Commers), ப்ரீட்சிக் ரூகர்ட் (Friedrich Ruckert) ஆகிய இருவரும் ஜெர்மன் மொழியிலும் இ.ஏரியல் (E.Ariel), டிடூமாஸ் (P.G.DeDumast), எம். லெமரேஸ், லூயி ஜெகோலியா (Louis Jacolliot), பொண்டேனோ (G.de. Barigue de. Fontainieu) போன்றோர் பிரெஞ்சு மொழியிலும் திருக்குறளைப் பெயர்த்துள்ளனர். கி.பி.1810இல் கிண்டர்ஸி (Kindersley) திருக்குறளின் சில பகுதிகளை முதலில் அச்சு வாகனம் ஏற்றினார். அதே கால அளவில் 'எல்லீசன்' என்ற தம் பெயரைத் தமிழில் எழுதியவரும், அன்றைய சென்னை மாநிலத் தலைமை நிதி அதிகாரியுமான எல்லீஸ் (F.W.Ellis) வள்ளுவதாசனாக வாழ்ந்திருக்கிறார். கிபி.1818இல் சென்னையில்உருவான குடிநீர்த் தட்டுப்பாட்டினைப் போக்க எல்லீஸ் வெட்டிய கிணறுகளில் ஒன்று சென்னை ராயப்பேட்டை பெரிய பாளையத்தம்மன் கோயிலில் இன்றும் உள்ளது. இக்கிணற்றின் கைப்பிடிச் சுவரில் பதிக்கப்பட்டுள்ள ஒரு கல்லில் எல்லீஸ் துரை 1818ஆம் ஆண்டில் வெட்டி வைத்த கல்வெட்டு இன்றளவும் நம் பார்வைக்கு உள்ளது. அதில்

'மயங்கொண்ட தொண்டிய சாணுறு நாடெனும்
ஆழியிலிழைத்த வழகுறு மாமணி
குணகடன் முதலாக குடகடலளவு
நெடுநிலத்தாழ நிமிர்ந்திடு சென்னப்
பட்டணத் தெல்லீச னென்பவன் யானே
பண்டார காரியப் பாரஞ்சுமக்கையிற்
புலவர்கள் பெருமான் மயிலையம்பதியான்
தெய்வப் புலமைத் திருவள்ளுவனார்

திருக்குற டன்னிற் றிருவுளம் பற்றிய
இருபுனலும் வாய்ந்த மலையும்
வருபுனலும் வல்லரணும் நாட்டிற் குறுப்பு

என்பதின் பொருளை யென்னுள்ளாய்ந்து..'

என்ற வரிகளில் ஓர் அழகிய குறளை மேற்கோளாகக் கையாண்டிருக்கிறார்.

மற்றொரு கல்வெட்டு, திண்டுக்கல் நகரிலுள்ள எல்லீஸ் கல்லறையின்மீது பொறிக்கப்பட்டுள்ளது. இதில்,

'எல்லீசன் என்றும் இயற்பெயருடையோன்
திருவள்ளுவப் பெயர்த் தெய்வஞ் செப்பி
அருள் குறள் நூலுள் அறப் பாலினுக்குத்
தங்கு பல நூல்உ தாரணக் கடலைப் பெய்து
இங்கி லீசுதனில் இணங்க மொழி பெயர்த்தோன்.'

என்று குறிப்பிடப்பட்டுள்ளது. இக்கல்வெட்டுகளிலிருந்து எல்லீஸ் துரையின் ஆழ்ந்த தமிழ்ப்புலமையையும் அவருக்குத் திருவள்ளுவர் மீதும் திருக்குறள் மீதும் இருந்த ஈடுபாடும் தெளிவாகத் தெரிகின்றன.

எல்லீஸ், மாநில நிதி அதிகாரியாகவும் அக்கசாலை (Mint)யின் தலைவராகவும் இருந்த காரணத்தால், திருவள்ளுவர் உருவம் பொறித்த (புழக்கத்தில் வராத) தங்க நாணயங்களை வெளியிட்டார் என்று தெரிகிறது. இந்நாணயங்களை அண்மைக்காலத்தில் நாணயவியல் அறிஞர்கள் ஐராவதம் மகாதேவன், அளக்குடி ஆறுமுக சீதாராமன் ஆகிய இருவரும் கண்டுபிடித்துள்ளனர்.

திருக்குறளின் பெருமையில் நாட்டமுடைய உரையாசிரியர்கள் பலர் இந்நூலுக்கு உரை எழுதியுள்ளனர். 12ஆம் நூற்றாண்டுக்கு முன்னரே, பரிமேலழகர் உள்ளிட்ட பத்துபேர் குறளுக்கு உரை செய்துள்ளனர். இருபதாம் நூற்றாண்டில் சாதி, சமய எல்லை கடந்து 50க்கும் மேற்பட்டோர் உரை எழுதியுள்ளனர். திருக்குறளுக்கு எழுந்த உரை நூல்களுள் குறிப்பிட்டுச் சொல்லத்தக்கவை சில: பரிமேலழகர், மு.வரதராசனார், தேவநேயப் பாவாணர் ஆகியவ ரோடு ஐரோப்பிய மொழிகளில் பெயர்த்த வீரமாமுனிவர் இந்நூலின் அறத்துப்பாலுக்கும் பொருட்பாலுக்கும் தமிழில் உரை எழுதியுள்ளார்.

திருக்குறளுக்கு இருபதாம் நூற்றாண்டில் ஒரு பெண்மணியும் உரை எழுதியுள்ளார் என்பது குறிப்பிடத்தக்க செய்தி. திருச்சி மாவட்டம் மருங்காபுரி ஜென் தாரிணி கி.சு.வி. இலட்சுமி அம்மணி என்பார் 1929இல் திருக்குறள் தீபாலங்காரம் என்ற

பெயரில் சாது அச்சுக்கூடப் பதிப்பாக ஒரு உரை நூலை வெளியிட்டுள்ளார்.

ஜார்ச் உக்ளோ போப் என்ற ஜி.யு.போப் (1820-1908) என்பது தமிழர்கள் நன்றியுடன் நினைக்கக்கூடிய பெயர்களில் ஒன்று. திருக்குறளை முழுமையாக ஆங்கிலத்தில் முதலில் மொழி பெயர்த்தவர் இவரே. 1886இல் இவரது திருக்குறள் ஆங்கில மொழிபெயர்ப்பு வெளியானது. தமிழ் எழுத்து இலக்கியங்களை முறையாகப் பயின்ற ஜி.யு போப், தமிழ்ப் பேச்சு மொழியின் நுட்பங்களையும் உணர்ந்தவர். அவரது திருவாசக மொழி பெயர்ப்பு உலகறிந்த ஒன்று. சைவ சாத்திர நூலான 'திருவருட் பயனை'யும்தமிழ்ச் சமூகத்தின் எட்டாம் நூற்றாண்டு வாழ்வியலைக் காட்டும் 'புறப்பொருள் வெண்பாமாலை' என்னும் இலக்கண நூலையும் மொழிபெயர்த்துள்ளார். நீதி நூலான நாலடியாரையும் மொழிபெயர்த்தார். புறநானூற்றின் சில பாடல்களை மொழி பெயர்த்ததோடு அந்நூல் குறித்த கட்டுரைகளையும் அக்கால இதழ்களிலே எழுதியுள்ளார். போப் இலண்டனில் 1908இல் காலமானார்.

போப் குறள் மொழிபெயர்ப்பு நூலைப் பின்னர் சைவ சித்தாந்த நூற்பதிப்புக் கழகம் இருபதாம் நூற்றாண்டில் வெளியிட்டது. அதில் போப் எழுதிய முன்னுரையின் சில பகுதிகள் விடுபட்டுள்ளதாக கா.மீனாட்சிசுந்தரம் குறிப்பிடுகின்றார்.

இங்கு திருக்குறளுக்கு மட்டும் போப்பின் ஆங்கில மொழி பெயர்ப்பு எடுத்தாளப்பட்டுள்ளது. இந்நூல் வெளியீடு குறளை யாவரிடத்தும் கொண்டுசெல்வதற்கும் தமிழ் அறியாதாரிடத்தும் குறளை அறிய வைப்பதற்குமான முயற்சியாகும்.

யாதுமாகி பதிப்பகம் வெளியிட்ட ஜி.யு.போப் திருக்குறள் ஆங்கில மொழிபெயர்ப்புக்கான முன்னுரை.

பொதியமலைப் பிறந்த மொழி வாழ்வறியும் காலம் எல்லாம்

உத்தமதானபுரம் வேங்கட சாமிநாதையர் எனும் உ.வே.சா. இருபதாம் நூற்றாண்டுத் தமிழர்களால் நன்றியுணர்வுடன் நினைக்கப்படும் ஆளுமையாகும். பத்தொன்பதாம் நூற்றாண்டின் இறுதிப் பகுதியில் தொடங்கிய அவரது அறுபது ஆண்டு காலப் பேருழைப்பு, தமிழர்களின் இலக்கியப் பெரும் புதையலைக் கண்டெடுத்துக்கொண்டு வந்தது. உலக நாகரிகத்திற்குத் தமிழர்களின் பங்களிப்பான சங்க இலக்கியங்களைத் தேடிக் கண்டெடுத்து அச்சிட்டு வெளிப்படுத்தியது, அவர் தமிழ்ச் சமூகத்திற்கு செய்த மிகப்பெரிய தொண்டாகும். எண்பத்தேழு வயது வரையிலான அவரது முழு வாழ்க்கையும் இப்பெரும் பணிக்கென நேர்ந்துவிடப்பட்டது போலவே அமைந்திருந்தது.

பத்துப்பாட்டு, எட்டுத்தொகை எனும் இருபெரும் இலக்கியத் தொகுதிகளை அவர் தேடி நடந்த காலத்தில் தமிழ்நாட்டில் மின்சாரம் கிடையாது; பேருந்து வசதிகள் கிடையாது; உணவகங்களோ தங்கும் விடுதிகளோ கிடையாது; ஒன்றிரண்டு தொடர் வண்டித் தடங்கள் மட்டுமே இருந்தன. அவரது பயணத்தின் பெரும்பகுதி மாட்டுவண்டிகளில் கழிந்தது.

பத்துப்பாட்டு, எட்டுத்தொகை மட்டுமன்றித் தமிழரின் பெருஞ் செல்வங்களான சிந்தாமணி, மணிமேகலை, சிலப்பதிகாரம் ஆகியவற்றையும் அவரே உரையுடன் அச்சிட்டு வெளிக் கொணர்ந்தார். ஐயர் அவர்களின் திருநெல்வேலிப் பயணங்கள் அவரது வாழ்வில் குறிப்பிடத் தகுந்தவை. இச்சிறு வெளியீடு, வாசிப்பவர்களுக்கு இதனை நன்கு உணர்த்தும். இதற்கான பின்புலத்தை நாம் விளங்கிக்கொள்வது அவசியம். ஐயரவர்கள் பெற்ற பெரும்பேறு, அவரது பதினாறாவது வயதில் அவரது தந்தையார் அவரைத் திருசிரபுரம் மகாவித்துவான் மீனாட்சிசுந்தரம் பிள்ளையிடம் தமிழ் பயில மாணவனாகச் சேர்த்துவிட்டதுதான். பிராமணர்களாகப் பிறந்தவர்கள் தமிழிலக்கியக் கல்வியை விரும்பாத காலம் அது. அவருக்குக் கிடைத்த மற்றொரு வாய்ப்பு, தன் ஆசிரியர் வழியாகத்

திருவாவடுதுறை மடத்தோடு கிடைத்த தொடர்பாகும். திருவாவடுதுறை மடத்துத் தலைவர்கள் அக்காலத்தில் தமிழிலக்கியத்தில் மிகுந்த பயிற்சியுடையவர்களாக இருந்தனர். சைவர்களுக்கான மடம் என்றாலும் அம்மடத்தில் பெரும்பாலும் திருநெல்வேலிச் சைவ வேளாளர்களே மடாதிபதிகளாகவும் தம்பிரான்களாகவும் பொறுப்பேற்று இருந்தார்கள்.

காலனிய ஆட்சிக் காலத்தில் தமிழகத்தில் பெருமளவு கல்வியறிவு பெற்றவர்களாகவும் அவர்களே இருந்தார்கள். அவர்கள் தம் வீடுகளில் நிறைய ஏடுகளைச் சேர்த்து வைத்திருந்தார்கள். இலக்கியப் பயிற்சியும் ஏடு சேகரிப்பும் கொண்டவர்கள் 'பிள்ளை' என்ற தங்களின் சாதிப் பட்டத்திற்குப் பதிலாக 'கவிராயர்' என்ற பட்டம் சூட்டிக்கொண்டார்கள். தமிழ்க் கல்வி பயில விரும்பிய அக்கால ஐரோப்பியர்களில் பலருக்குக் கவிராயர்களே ஆசிரியர்களாக இருந்திருக்கின்றனர். 1832இல் பாளையங்கோட்டையிலிருந்துகொண்டு ரேனியஸ் அடிகளார் என்ற செருமானியர் 'பூமி சாஸ்திரம்' என்ற முதல் தமிழ் அறிவியல் நூலை எழுதினார். இவருக்குத் தமிழாசிரியராக வாய்த்தவர் பாளை, வண்ணார்ப்பேட்டையிலிருந்த திருப்பாற்கடல்நாதன் கவிராயர் ஆவார். இவரது குடும்பத்தாரைப்பற்றியும் உ.வே.சா. தம் நூலில் குறிப்பிடுகின்றார். வடமொழி அல்லாத தமிழ் மரபுகளை ஐரோப்பியர் அறிந்து கொள்ள, கவிராயர்களே பெரும் உதவியாக இருந்துள்ளனர். ஐயருக்குக் கிடைத்த திருவாவடுதுறை மடத்துத் தொடர்பு, பழந் தமிழ் இலக்கியச் செல்வங்களைத் திருநெல்வேலி மாவட்டத்தில் தேடுமாறு அவருக்குக் கைகாட்டி உதவியது.

ஐயர் அவர்கள் பதிப்பித்த நூல்களின் முன்னுரையிலிருந்து, ஒவ்வொரு நூலுக்கும் அவருக்குத் திருநெல்வேலி மாவட்டத்திலிருந்து ஒன்று அல்லது இரண்டு பிரதிகள் கிடைத்திருக்கின்றன என்பது தெரியவருகின்றது. அவரது திருநெல்வேலிப் பயணம் நிகழ்ந்த காலம் 1888, 1889, 1890 ஆகிய ஆண்டுகள் ஆகும். அக்காலத்தில் திருநெல்வேலியிலிருந்து கிழக்கே வெள்ளூர், ஸ்ரீவைகுண்டம், பெருங்குளம், ஆழ்வார் திருநகரி ஆகிய ஊர்களுக்கும் தெற்கே களக்காடு ஆகிய ஊர்களுக்கும் மேற்கே அம்பாசமுத்திரம் வீரகேரளம்புதூர் (ஊற்றுமலை), குற்றாலம் ஆகிய ஊர்களுக்கும் வடமேற்கே கடையநல்லூர், சங்கரன்கோவில்,

கரிவலம்வந்தநல்லூர் ஆகிய ஊர்களுக்கும் அவர் மாட்டு வண்டியிலே பயணம் செய்திருக்கின்றார் என்பது தெரிகின்றது. பத்துப்பாட்டு மூலம் முழுவதும் அடங்கிய பிரதி, அவருக்குக் களக்காட்டிலிருந்த தெற்கு மடத்தில்தான் கிடைத்தது. ஐயர் அவர்கள் கைக்குக் கிடைத்த ஏடுகளெல்லாம் அரைப்பிரதிகளும் குறைப்பிரதிகளும்தான். ஏடுகளில் சில மட்டுமே எடுத்துப் பயன்படுத்தும் நிலையில் இருந்தன.

ஐயர் அவர்களின் நண்பரும் அவரைப்போன்றே பதிப்புத் துறையில் ஈடுபட்டவருமான யாழ்ப்பாணத்து சி.வை. தாமோதரம்பிள்ளை, அக்காலத்தில் ஏடுகள் கிடைத்த நிலையினைப் பின்வருமாறு குறிப்பிடுகிறார். "ஏடு எடுக்கும்போது ஓரஞ் சொரிகிறது. கட்டு அவிழ்க்கும்போது இதழ் முறிகிறது. ஒன்றைப் புரட்டும்போது துண்டுதுண்டாய்ப் பறக்கிறது. இனி எழுத்துக்களோவென்றால் வாலுந் தலையுமின்றி நாலு புறமும் பாணக் கலப்பை மறுத்து மறுத்து உழுது கிடக்கின்றது." படிப்பாரும் பாதுகாப்பாரும் இல்லாமல் கரையானால் சிதிலமடைந்த ஏடுகளின் நிலைமை இப்படித்தான் இருந்தது.

இந்த நிலையிலிருந்து ஏடுகளை வாசிப்பதே பெருந்துன்பம். அவற்றின் பாட வேறுபாடுகளைக் கண்டறிந்து மூலப்பிரதியினை மீட்டுருவாக்கம் செய்வதென்பது ஞானசம்பந்தர் செய்ததுபோல, எலும்பைப் பெண்ணுருவாக்கிய கதைதான். அத்தோடு உரைகளையும் படித்து, அவற்றின் பொருளை உணர்ந்து, விளங்காத பகுதிகளுக்கு உரை எழுதி, ஒப்புமைப் பகுதிகளையும் பிற இலக்கியங்களிலிருந்து கண்டெழுதி, அன்றைக்கிருந்த அச்சுக்கூட வசதிகளைக்கொண்டு இவற்றை வெவ்வேறு எழுத்துருக்களில் பதிப்பித்தது என்பது, இன்றைக்குப் பல்கலைக்கழகத் துறைகளாலும் இயலாத செயலாகும். அந்தப் பேருழைப்பிற்கு நன்றி செலுத்தும் விதமாகவே சென்னைப் பல்கலைக்கழகம் அவருக்கு 1932இல் டாக்டர் பட்டம் வழங்கியது. 1948இல் அவர் பணியாற்றிய மாநிலக் கல்லூரியின் முன்னர் அவருக்குச் சிலை வடிக்கப்பட்டது.

அவரது பேருழைப்பினை அக்காலத்தில் கண்டு வியந்த அறிஞர்கள் சி.வை. தாமோதரம் பிள்ளை, ஜி.யு. போப், பாரீஸ் நகரப் பேராசிரியர் ஜூலியன் வில்சன் ஆகியோர் ஆவர். திருவாவடுதுறை மடத்தைப்போல அவரை ஆதரித்த பெருமக்களில்

சேலம் இராமசாமி முதலியார், பூண்டி அரங்கநாத முதலியார், வித்துவான் தியாகராச செட்டியார், பாண்டித்துரைத் தேவர் ஆகியோர் குறிப்பிடத்தகுந்தவர் ஆவர்.

தமிழ் இன்று செம்மொழி என்ற உயர்தகுதியினை அடைந் துள்ளது. இதற்கான அடிப்படை, தமிழில் பிறந்த சங்க இலக்கி யங்களே ஆகும். அவற்றை மீட்டெடுத்துத் தந்த உ.வே.சா தமிழ் இனத்தின் நன்றிக்குரியர். அவரின் சங்க இலக்கிய மீள் கண்டு பிடிப்பே வைதிகத்துக்கு மாற்றான ஒரு பெரும் பண்பாடு தென்னிந் தியாவில் பிறந்து வளர்ந்த வரலாற்றுண்மையினைத் தமிழ்நாட்டுக்கு எடுத்துக்காட்டியது. அதுவே தமிழ்த்தேசிய இன அடையாளத்தைக் கண்டது. திராவிட இயக்கத்தார்க்கும் முற்போக்கு இயக்கத்தார்க்கும் அடுத்த கட்ட வளர்ச்சிக்கான திசையினையும் காட்டியது.

சென்னை அரசாங்கக் கல்வித்துறை 1906இல் ஐயரவர்களுக்கு 'மகாமகோபாத்யாய' (பெரும்பேராசிரியர்) பட்டம் வழங்கிய போது தமிழ்ச் சமுதாயத்தின் நன்றியை ஐயரவர்களுக்குக் கவிஞர் பாரதியார் பின்வருமாறு புலப்படுத்தினார்:

நிதியறியோம் இவ்வுலகத் தொருகோடி
இன்பவகை நித்தம் துய்க்கும்
கதியறியோம் என்று மனம் வருந்தற்க
குடந்தைநகாக் கலைஞர் கோவே
பொதியமலைப் பிறந்தமொழி வாழ்வறியும்
காலமெல்லாம் புலவோர் வாயிற்
துதியறிவாய் அவர் நெஞ்சின் வாழ்த்தறிவாய்
இறப்பின்றித் துலங்குவாயே

தமுஎகச வெளியிட்ட உவே.சா. சிறுவெளியீட்டுக்கான
முன்னுரை

தேவாங்கர் வாழ்வும் வழிபாடும்

கடந்த இருபது ஆண்டுகளாகத் தமிழில் புதிய அறிவுத்துறைகள் மலர்ச்சி பெற்று வருகின்றன. அவற்றுள் ஒன்று இனவரைவியல் (Ethnography) ஆகும். திரு.சொ.சாந்தலிங்கத்தின் நூல் இந்த வகையினைச் சேர்ந்ததாகும். மலர்ந்து வரும் அறிவுத்துறையில் வெளிவரும் நூல் என்பதால் இந்நூல் வரவேற்புக்கும் பாராட்டுக்கும் உரியதுதான்.

பெரியாரின் பகுத்தறிவு இயக்கத்தைப் படித்த தமிழர்கள் தவறாகப் புரிந்துகொண்டதனால், தங்கள் சாதி உட்பட சாதிகளைப்பற்றிய எழுத்தும் பேச்சும் தவிர்க்கப்பட வேண்டியவை என்று தவறாகக் கணித்துவிட்டனர். அண்மையில் நாட்டார் வழக்காற்றியல் துறையின் எழுச்சிக்குப் பின்னர் இக்கருத்து தவறு என்பது நிலைபெற்றுவிட்டது. தமிழ்நாட்டைப்போல நெடிய வரலாறும் ஆயிரத்துக்கும் மேற்பட்ட சாதிகளையும் உடைய சமூகத்தின் தொல்வரலாறு, சாதிப்புராணங்களிலும் தொன்மங்களிலும் சடங்குகளிலும் புதையுண்டு கிடக்கின்றது என்பதை இப்போதுதான் நாம் உணர்கிறோம்.

எம் தமிழ்நாட்டில் இத்தகைய உணர்வைத் தோற்றுவித்த ஆய்வாளர்களில் அறிஞர் மா.இராசமாணிக்கனார், சீனிவாச அய்யங்கார் ஆகிய இருவரையும் நன்றியோடு நினைவு கூறுதல் வேண்டும். அந்தவகையில் தமிழ்ச்சாதிகள் மட்டுமின்றி, தமிழகத் துக்குள் புலம் பெயர்ந்த பிறமொழிச் சாதித் தொகுதிகளும் ஆராய்ச்சிக்கு உரியனவாகும். தமிழகத்திற்குள் புலம் பெயர்ந்து வந்த பிறமொழிபேசும் சாதியர்கள்தான், தமிழகத்தில் பருத்தி உற்பத்திக்கும் கடந்த பத்து நூற்றாண்டுகளாக மிகப்பெரிய பங்களிப்பைச் செய்துவந்துள்ளனர் என்பது தமிழ்நாட்டின் சமூக, பொருளாதார வரலாற்றில் மிக முக்கியமான வரலாற்றுப் பதிவாகும். புலம் பெயர்ந்த மக்களானாலும் அவர்கள் திராவிடக்

கலாச்சாரத்தின் பங்காளிகளாகவே இருந்து வருகின்றனர் என்பதும் சமூக வரலாற்றுண்மையாகும்.

திராவிடக் கலாச்சாரத்தின் அடிக்கூறுகளின் மையமான ஆதிச்சநல்லூர் நாகரிகம் தொட்டு நம்மோடு கலந்து நிற்பது தாய்த் தெய்வ வழிபாடாகும். தமிழ்நாட்டில் கன்னடம் பேசும் தேவாங்கரின் சௌடாம்பிகை அம்மன் வழிபாடும் அந்த வகை யிலேயே சேர்த்து எண்ணப்பட வேண்டியதாகும்.

இன்னும் ஒரு வரலாற்றுக் குறிப்பினையும் இவ்விடத்தில் பதிவு செய்ய வேண்டும். தமிழ்நாட்டு அரசுகளில் முழுநேரப்படை வீரர் எண்ணிக்கை மிக குறைவு. போர்க்காலங்களில் நெசவு, கோயிற் காவல் முதலிய பணி செய்யும் சாதியரும் ஆயுதம் ஏந்திப் போராடி யிருக்கின்றனர். சௌடாம்பிகை அம்மன் வழிபாட்டில் சக்தி நிறுத்துதல் என்னும் சடங்கு கன்னட தேவாங்கர், குறுவாள் (அ) குத்துவாள் ஏந்திப் போராடிய சாதியர் என்பதைக் காட்டுகின்றது. பேராண்மையோடு தங்கள் குருதியினைத் தெய்வத்திற்குப் படைக்கும் இச்சடங்கும் திராவிடப் பண்பாட்டின் ஒரு கூறுதான். இன்னும் தெளிவாகச் சொல்லுவதானால் கன்னடமும் களி தெலுங்கும் கவின் மலையாளமும் துளுவும் ஒருதிரத்தில் உதித்தெழுந்த கதையின் பகுதி இது.

சிலநாட்கள் என் மாணவராகவுமிருந்த திரு.சொ. சாந்தலிங்கம் அவர்களிடமிருந்து நானும் சில விளக்கங்களைப் பெற்றுக் கொண்டிருக்கிறேன். அவரின் இந்தச் சிறுநூல் அவர் புதிய துறையில் தடம் பதித்திருப்பதைக் காட்டுகிறது. இப்புது நெறியில் அவரும் ஏனைய தமிழ் ஆய்வாளர்களும் இன்னும் நெடுந்தூரம் போக வேண்டும். அப்போதுதான் தமிழக வரலாறு முழுமை பெறும்.

நூலாசிரியரின் முயற்சிக்கும் உழைப்புக்கும் எனது பாராட்டுகள்.

முனைவர் சொ.சாந்தலிங்கம் நூலுக்கான அணிந்துரை.

மரபும் புதுமையும்

தகவல் தொடர்புச் சாதனங்களின் வீச்சுகளுக்குட்பட்ட இப்பத்தாண்டுகளில் ஒரு ஞாயிற்றுக்கிழமை மாலை சமூக மாற்றத்துக்கான கருத்துகளைப் பேச இவ்வளவு இளைஞர்களை ஒருசேரச் சந்திப்பதில் மகிழ்ச்சியடைகிறேன். நான் நகரத்தின் உட்பகுதியில் வசிக்கிறேன். ஞாயிற்றுக்கிழமை மாலை மாடியிலிருந்து பார்த்தால் குண்டு வீச்சில் காலியான நகரம் போல மதுரை இருக்கும்.

மரபு - புதுமை என்கிற இரண்டு சொற்கள் அடிக்கடி பேசப்படுகின்ற சொற்கள். இன்றைக்கு நாம் எங்கே நின்றுகொண்டிருக்கிறோம்? நம்முடைய நாடு எங்கே நின்றுகொண்டிருக்கிறது? இந்த நாட்டினுடைய பெருவாரியான மக்களின் ஆசைகள், ஏக்கங்கள், கோபங்கள், தாகங்கள், நம்பிக்கைகள், கனவுகளெல்லாம் என்னென்ன? இவைபற்றி உங்களுக்குத் திட்டவட்டமான கருத்துகள் இருக்குமென நினைக்கிறேன்.

பன்னாட்டு மூலதனமுடைய பெரிய நிறுவனங்கள் இந்தியாவுக்குள் இறங்கியிருக்கின்றன. எந்த தேசத்திலே உப்பெடுப்பதற்காக காந்தியடிகள் பெரிய போராட்டத்தை நடத்தினாரோ அந்த தேசத்தில் அதே மாநிலமாகிய குஜராத்தில் உப்பெடுத்து விற்பதற்காக கார்கில் இண்டியா என்ற வெள்ளைக்காரக் கம்பெனியைக் கூட்டி வந்தார்கள். உப்பெடுப்பதற்கு 50,000 ஏக்கர் நிலத்தைக் கொடுத்தார்கள். உப்புச் சத்தியாக்கிரகம் வரலாற்றுக் காரியமாகப் பேசப்படுகிற தேசத்தில், உப்பெடுக்க மறுபடியும் அவனைக் கூட்டிக்கொண்டு வருகிறார்கள். நாட்டின் நிலைமையைச் சொல்ல இன்றைக்கு இது ஒன்று போதும். இன்னொன்றையும் சொல்ல வேண்டும். அதே குஜராத் மாநிலத்தில் 50,000 மக்கள் திரண்டெழுந்து நிலத்தைக் கொடுக்கக்கூடாது என்று போராடினார்கள். அரசாங்கம் எல்லாவிதப் பாதுகாப்பும் கொடுத்த பிறகும் கூட, கார்கில் இண்டியா நிறுவனம் உப்பெடுக்கிற தொழிற்சாலையை நம்மால் நடத்த முடியாது என்று விட்டுவிட்டுப் போய்விட்டது; அதுவும் இன்றைய இந்தியாதான்.

மரபு என்கிற செய்தியைப்பற்றிப் பேசுவோம். மரபு என்று சொன்னவுடன் ராஜா, ராணி, கோட்டைகள், வேகமாக வந்து கொண்டிருக்கிற குதிரைகள் என்று எல்லாரும் ஏதோ ஒரு பழைய காலத்தை நினைக்கக்கூடாது. மரபு என்பது வழிவழியாக வருகிற வழக்கம். ஆனால் அது வெறும் வழக்கம் அல்ல. அது உருவாகப் பல ஆண்டுகாலம் ஆகியிருக்கின்றது. பலநூற்றாண்டு காலம் ஆகியிருக்கின்றது. 'மரபுகள் பேணப்பட வேண்டியன' என்கிற கருத்து நம்முடைய அறிஞர்களால் ஈராயிரம் ஆண்டுகளுக்கு முன்பே வைக்கப்பட்டிருக்கிறது.

தொல்காப்பியத்தில் மரபியல் என்ற இயல் உண்டு. அதற்கு முன்னாலேயே ஆக்கப்பட்ட மரபுகள் இருக்கின்றன அல்லவா? தொல்காப்பியர் சொல்லும் மரபுக்கும் இன்றைய நம்முடைய வாழ்க்கைக்கும் சம்பந்தம் இருக்கிறதா? இருக்க முடியும் என்று நம்புகிறீர்களா? இன்றைக்கும் கன்றுக்குட்டி என்று சொல்கிறோம். கீரிக்குட்டி என்று சொல்வதில்லை. கீரிப்பிள்ளை என்று சொல்கிறோம். அணில் பிள்ளை, தென்னம்பிள்ளை என்று சொல்கிறோம். இது ஒரு சொல் மரபு; இவ்வகையான சொல்மரபு உட்பட பல மரபுகளை அவர் பதிந்துவைக்கிறார்; அவ்வளவுதான். அந்தக் காலத்திலே நாம் நின்றுகொண்டிருக்கிறோம் என்பதோ அவர் சொன்ன மரபுகளை அப்படியே பின்பற்ற வேண்டுமென்பதோ நம்முடைய நோக்கமல்ல. அணிலுடைய குஞ்சை அல்லது குட்டியை, கீரியினுடைய குட்டியை அல்லது குஞ்சை, 'பிள்ளை' என்று சொல்வது மரபு; சொல் மரபு. தொல்காப்பியத்தை நம் வாத்திமார்கள் படித்ததில்லை; ஆனால் 'பிள்ளை' என்று சொல் கிறார்கள். இப்படி ஒவ்வோர் அசைவினிலும் மரபு வெளிப்படுகிறது.

விருந்தாளி வந்தால் இப்படிச் செய்வது நம் மரபு என்று குழந்தைக்குச் சொல்லிக்கொடுக்கிறோம். பரிமாறுவதற்குக்கூட மரபு இருக்கிறது. முதலில் உப்பை வைக்கவா, வற்றலை வைக்கவா என்று? தென்கலை வைணவர்களில் ஒரு பிரிவு உண்டு. அவர்களின் பிரிவுக்கான காரணம் கேட்டால் இதையும் ஒரு காரணமாகச் சொல்வார்கள். தத்துவார்த்த ரீதியாகப் பல காரணங்கள் இருந்தாலும் சாப்பிடும்போது பிறர் உப்பை முதலில் வைப்பார்கள்; நாங்கள் வைக்க மாட்டோம் என்பார்கள்.

சொல் மரபு; இலக்கண மரபு; கவிதை மரபு வாழ்க்கையின் ஒவ்வொரு கட்டத்திலும் ஒவ்வொரு சமூக உறவிலும் ஒவ்வொரு தனி மனித உறவிலும் விளைகின்ற மரபுகள், பேணப்படுகின்ற மரபுகள் என நிறைய உண்டு. நாம் அமெரிக்கச் சமுதாயம் அல்ல. முந்நூறு, நானூறு ஆண்டுகளுக்குள்ளாகப் பத்துப் பேர் ஒன்று கூடி வாழும் சமூகம் அல்ல. நாம் நெடுங்காலமாக நம் மண்ணிலே ஒரு பண்பாட்டைத் தோற்றுவித்தோம். அது எல்லா நிலைகளிலும் வெளிப்பட்டுக்கொண்டிருக்கிறது. உணவிலே உடையிலே பேசுகிற முறையிலே மரபுண்டு. இன்னார் இன்னாரிடத்திலே இப்படிப் பேசவேண்டுமென்று ஒருசில மரபுகள் இருக்கின்றன; பொருளாதார மரபுகளுண்டு; கல்வி மரபுகளுண்டு; எல்லாத்துறைகளிலும் மனித அசைவுகள் எங்கெங்கு உண்டோ அங்கெல்லாம் மரபுகளுண்டு, சின்ன அசைவுகள் முதற்கொண்டு.

சாதாரணமாக என் வீட்டில் வேட்டியை - கைலியை மடித்துக் கட்டிக்கொண்டிருக்கிறேன். சகோதரி ஏதோவொன்று என்னிடம் கேட்க வருகிறார். அவர்கள் என்னை நெருங்கும்போது மடித்துக் கட்டிய கைலியை இறக்கிவிட்டுவிட்டேன். இது மரபு. வெறும் உடலசைவு அல்ல. இழக்கக்கூடாத மரபுகளை இழந்து தொலைத் திருக்கிறோம். இழக்க வேண்டிய மரபுகளைக் கட்டி அழுகிறோம்.

புதுமை என்றால் என்ன?

மரபும் புதுமையும் என்கிற இதே தலைப்பில் நண்பர் சிற்பி அவர்களின் கவிதைக்கு விளக்கம் எழுதினேன். கொஞ்சம் மறுத்தும் எழுதினேன். அவர் சொல்கிறார் மரபு, பட்டை உரித்துக்கொண்டு புதுமை தருவது. பட்டையை உரித்துக்கொள்வது வெறுமனே காலம்சார்ந்த பரிமாணம் மட்டும்தான். பாம்புக்கு ஆண்டுகள் ஆயின என்று அர்த்தம். காலம் என்கிற பரிமாணம் ஒரு பொருளின் மீது வினைப்படுவதால் மட்டும் புதுமை நிகழ்ந்துவிடாது. அதற்கப்பாலும் புதுமை உண்டு.

ஆயிரமாண்டுகள் என்று ஆலமரத்தைச் சொன்னால், எப்போது அது புது மரம்? எப்போது வாழுகின்றது? பாரம்பரியமான தன்னுடைய பழைய மரபணுக்களை அது நிறைய நிராகரிக்கலாம்; ஒட்டுமொத்தமாக அல்ல. பாரம்பரியமான வாழ்க்கை முறையை நிராகரித்துவிட்டு அதைப் புதிது பண்ணுவதல்ல, சுவரை வெள்ளையடித்துக் கொத்திப் பூசிப் புதிது செய்வது போலல்ல.

பழைய சமூக அமைப்பினுடைய ஏதேனும் ஓர் உறுப்பை, ஏதேனும் ஒரு நிறுவனத்தை, ஏதேனும் ஒரு கருத்தை முற்றிலும் நிராகரித்துவிட்டுப் புதியது ஒன்றைக் கட்டியெழுப்புவது சிக்கல். ஒன்றை 'எவல்யூசன்' என்பார்கள்; இன்னொன்றை ரெவல்யூசன் என்பார்கள். இரண்டுக்குமிடையே காலப் பரிமாணம் என்று சொல்லுவார்கள். புரட்சிக்குப் பின்னால் நடந்த விளைவுகளைக் கணக்கிட்டுப் பார்த்துச் சில மரபுகளை நாம் தவறவிட்டுவிட்டோம் என்று சொன்னார்கள்.

உளவுத்துறையிலே ஒரு மரபுண்டு. எனது நண்பர் ஒருவர் நெடுங்காலம் சோவியத் ரஷ்யாவில் இருந்தார். சுற்றுலா போய்த் திரும்பியவர் அல்ல; கணிசமான காலம் வாழ்ந்தவர். அவர் சொன்னார், "இந்தியாவிலிருந்து ஏற்றுமதி செய்யப்படுவதில் பழங்கள் அதிகம் உண்டு. புளிப்புள்ள பழங்கள் நம்முடைய பகுதியில் பூமத்திய ரேகை அருகேதான் அதிகம் விளையும். நம்நாட்டில் வாழைப்பழம் விலை ஏறியதற்கு அது ஏற்றுமதியாவது ஒரு காரணம். இன்னும் இங்கே அறுபது லட்சம் கால்நடைகள் இருக்கின்றன என்றாலும், நல்ல தோலில் செய்த காலணி நமக்குக் கட்டுப்படியாவதில்லை. காரணம் நிறைய தோல் ஏற்றுமதி. அதைப்போல வாழைப்பழம் நிறைய ஏற்றுமதியாகிறது. அதை வாங்க ஒரு கிலோமீட்டர்கூட சோவியத் ரஷ்யாவில் மக்கள் நீண்ட வரிசையில் நிற்பார்கள்." நான் ஏன் என்று கேட்டேன். நண்பர் சொன்னார், "புளிப்பும் இனிப்புமான பழங்கள் ஓரளவுக்கு அங்கும் உற்பத்தியாகின்றன. அது கிட்டத்தட்ட நின்றுபோய் விட்டது. ஏனென்றால் பனிப்பகுதியில் புதர்ச் செடிகளில் விளைகிற பழங்கள்தான் உண்டு. புரட்சிக்குப் பின்னாலே கூட்டுப் பண்ணை வருகிறபோது, ஒரு பெரிய நிலமாக ஆக்குகையில் வரப்புகளெல்லாம் அழிந்துவிட்டன. வரப்புகள் அழிந்துபோனதால் வரப்புகளில் நின்ற புதர்ச்செடிப் பழங்களும் அழிந்துபோய்விட்டன. கூட்டுப் பண்ணையின் பின்விளைவுகளில் இது ஒன்று. ஆக பழ உற்பத்தி அங்கு குறைந்துவிட்டது."

மரபு என்பதைப் பொருளாதாரம் - சமூகம் சார்ந்து பேசாமல், பண்பாடு சார்ந்த ஒன்றாக நான் பேச விரும்புகிறேன். சங்ககாலப் பாடல் ஒன்று; வயலிலே நெல் அறுத்திருக்கிறார்கள். பயிர்களின் அடித்தாள் இன்னும் இருக்கின்றது. வயலில் ஈரம் இருக்கிறது. அதை

உழுதுவிட்டுப் போகும்போது பின்னால் விதைத்துக்கொண்டு வருவார்கள். உழுது விதைக்கும் இடைவெளியில் வயல்மீன் பிடிக்கிறார்கள்.

தாமிரவருணிப் பாசன வயல்களில் மீன் உண்டு. நான் சிறுவனாக இருந்தபோது மீன் பிடித்திருக்கிறேன். உண்ண மாட்டேன். எனது வீட்டில் உண்ணுவார்கள். பெரும்பாலும் வயலில் விளைவது உழுவை மீன்கள்தான். வயலில் விளையும் அல்லது கலிக்கும் என்று சொல்லுவார்கள். Culture என்பதற்குச் சரியான தமிழ்ச்சொல் கலிப்பு என்பது. (கலித்தல் - பெருகுதல்)

அரிகால் மாறிய அங்கண் அகல்வயல்
மறுகால் உழுத ஈரச் செறுவின்
வித்தொடு சென்ற வட்டி பற்பல
மீனொடு பெயரும் யாணர் ஊர

ஒரு வயலில் ஒரு பயிர் அறுத்தாயிற்று. ஒரு பயிர் விளையப் போகிறது. இரண்டுக்கும் நடுவில் மீன் விளைகிறது. உற்பத்தி சார்ந்த கலாச்சாரம் இதில் வெளிப்படுகிறது. என்றைக்கு யூரியாவும் காம்போசும் வயலில் இறங்கியதோ அன்றே மீன் போச்சு. நெல் உற்பத்தி கூடிவிட்டது. மீன் உற்பத்தி குறைந்து விட்டது. வயல் உழுவை அழிந்தது தெரியாமல் போய்விட்டது. வயல் உழுவை என்றால் யாருக்கும் தெரியாது; பொருள் அழிகிறது; செயல் அழிகிறது; சிந்தனை அழிகிறது. ஒரு மரபின் பின்விளைவைக் கவனிக்காமல் முரட்டுத்தனமாக அழிக்கும்போது அது எதுவரைக்கும் பாதிக்கிறது?

'அக்கானி' என்று ஒன்று உண்டு. நெல்லுக்கு மாற்றாகத் தருவார்கள். அவ்வளவும் குளுக்கோஸ். நானும் என் தந்தையும் அவர் தந்தையும் அருந்தியது, என் மகனுக்குக் கிடைக்கவில்லை. சீனி அதிகமாக, காப்பி என்ற பானத்தின் நுகர்வு அதிகமாக அதிகமாக, கரும்பு உற்பத்தி அதிகமாக 'அக்கானி' என்ற பொருள் அழிந்தது. சொல், பொருள், ஓர் அனுபவம் ஆகியன அழிந்தன. அடுத்த தலைமுறைக்கு அக்கானி காய்ச்சத் தெரியாது.

சோழர் காலத்தில் நிலத்திற்கு ஒரு வரி போடுகிறான். பயிருக்கு ஒரு வரி, ஊடு பயிருக்கு ஒரு வரி, வேலிப் பயிருக்கு ஒரு வரி, வரப்புப் பயிருக்கு ஒரு வரி என்று போடுகிறான். ஒரு நிலம்,

நாலு வகையான வரி. என்ன கொடுமையான ஆட்சி - ஒருபுறம். இன்னொருபுறம், ஒரு நிலத்தில் ஒரே நேரத்தில் நாலு பொருள்கள் விளைந்தன என்பது. நஞ்சை நிலத்து வயல் வரப்பில் மருந்துச் செடிகளைப் பயிரிடும் மரபு நமக்கு இருந்தது. 'செங்கொடுவேரி' என்ற மருந்துப்பயிர். அதற்கு வரி போட்டிருக்கிறான்.

சயின்ஸ் அண்ட் டெக்னாலஜி என்று சொல்வார்கள். சயின்ஸ் என்றால் என்ன, டெக்னாலஜி என்றால் என்ன? விஞ்ஞானத் தொழில்நுட்பம் அவ்வளவுதான். ஆர்க்கிமிடிஸ் மிதத்தல் விதியைக் கண்டுபிடிக்கும் முன்பே மனிதன் படகைக் கண்டுபிடித்துவிட்டான். ரோமானியக் கலங்கள் பூம்புகார்த்துறைமுகத்தில் வந்து நின்றாயிற்று. அது டெக்னாலஜி. மிதத்தல் விதியைக் கண்டுபிடித்தது சயின்ஸ். பாரம்பரியமான அறிவுத் தொகுதி முழுக்கவும் தொழில்நுட்ப ரீதியாக அமைந்தது. அதனால் காலிலே புண்ணானதும் மருந்தை அரைத்துக் கட்டினால் அம்மருந்து பயனளிக்காமல் போவதில்லை. பக்க விளைவுகளையும் உண்டாக்காது. ஏனென்றால் அது பல்லா யிரக்கணக்கான முறை சோதனை செய்யப்பட்டது.

ஆனால் விஞ்ஞானக் கோட்பாடுகள் அடுத்த ஐந்தாண்டில் மற்றொரு விஞ்ஞானியால் நிராகரிக்கப்படுகின்றன. கடந்த நூற்றாண்டின் பிற்பகுதியில் இந்த விஞ்ஞானத்தை நம் தலையில் கட்டினான். என்ன நடந்தது? ஏன் எதற்கு எனக் கேள்வியில் லாமல் பாரம்பரிய மரபுகள் எல்லாவற்றையும் நிராகரித் தோம். பண்பாட்டின் சல்லிவேர்கள் அறுந்துபோயின. அறுந்து போகப்போக வேரிலே சிக்கல் ஏற்பட்டது. வேரில் புழு தாக்கினால் அது கொழுந்தில் தெரியும். வேரிலே வெக்கை கட்டியதால் மேலேயிருக்கும் முடி வாடுகிறது. நம்முடைய குழந்தைகளிடத்தில், இளைஞர்களிடத்தில், இளம் பெண்களிடத்திலே மாறுதல் ஏற்படுகிறது. பதினைந்து நாட்களுக்கு ஒருமுறை வெவ்வேறு பிராண்ட் சோப்பை மாற்றச் சொல்கிறார்கள். வெவ்வேறு பிராண்ட் என்றாலும் கூட்டிக்கழித்துப் பார்த்தால் இந்துஸ்தான் லீவர், கோத்ரேஜ் அண்ட் பாயிஸ் என எல்லாம் ஒரே பிராண்டிலிருந்து வருவனவாயிருக்கும்.

நான் நாகர்கோவில் கலை இலக்கியப் பெருமன்ற நிகழ்வில் பேசியது எழுத்தாளர் பொன்னீலனுக்கு மிகவும் பிடித்துவிட்டது. எனது சின்ன மகள் 'பரணிபட்டு சென்டர், ஆகா பரணிபட்டு

சென்டர்', என்று பாட்டுப் பாடியது. இது தொலைக்காட்சியில் வருவது. பாட்டுப் பாட வேண்டுமென்ற ஆசை இயல்பானது; சரியானது. பாட்டுப் பாடிக்கொண்டே நடந்துபோவார்கள். ஆனால் பாட்டின் பொருள்? குழந்தைக்கு இசைப் பசி உள்ளது. மனிதனைப்போல மற்ற பாலூட்டிகளுக்கும் இசைக்கு மயங்கும் தன்மை உள்ளது. ஆனால் குழந்தை இந்தப்பாடலைப் பாடியது கொழுந்து வாடுவதற்கான அடையாளமாகும்.

உணவு, உடை என்று உற்பத்திக் கலாச்சாரத்தோடு தொடர் புடைய மரபுகளை நாம் கைகழுவியிருக்கிறோம். உடை ஒரு தேசத்தினுடைய பருவகாலச் சூழலுக்கு ஏற்பப் பரிணமித்துள்ளது. இறுகக் கட்டிய வேட்டி நமக்கு வேண்டாம் என்று வைத்துக் கொண்டால் முழுக்கால் சட்டை சித்திரை வெயிலில் எப்படி வந்தது? தென் அமெரிக்க நாடுகளில் அரைக்கால் சட்டை கலாச் சாரமாக இருக்கும்போது, இங்கு அது கலாச்சாரம் ஆகாமல் தடுக்கப்படுகிறது. முழுக்கால் சட்டை அரைக்கால் ஆனால் கோடி கோடியாக லாபம் குறைந்துபோகும். எப்படி நல்ல புத்தகம், நல்ல சினிமா உங்கள் கண்ணுக்குக் கிடைக்காமல் பார்த்துக் கொள்கிறார்களோ அப்படி. 'அக்ரகாரத்தில் கழுதை', 'மோகமுள்', 'பதேர் பாஞ்சாலி' படங்களை மதுரையில் போட தியேட்டர் தரமாட்டார்கள் என்பதே உண்மை. ஊருக்கு வெளியே ஜெயராஜ் தியேட்டர்தான் கிடைக்கும். இப்படி பத்துப் படங்கள் பார்த்தால் உங்கள் சுவை மாறிவிடும்; லாப நோக்கமுடைய வணிக சினிமா படுத்துவிடும். இதுவே எல்லாத் துறைகளிலும் நடக்கிறது.

உற்பத்திக் கலாச்சாரத்திலிருந்து அந்நியப்பட்டுக் கொண்டே போகிறோம். எனது அம்மாவுக்கு ஐம்பது வகையான உணவுகள் சமைக்கத் தெரியுமென்றால் என் மனைவிக்கு நாற்பது, முப்பதுதான் தெரியும். ஊறுகாயும் வற்றலும் வெப்ப மண்டலத்துக்கான மழைநேர உணவுகள். வெய்யில் காலத்தில் மருந்தாகும் உணவுகள், எந்த நாட்டை எடுத்தாலும் மருந்துக்கும் உணவுக்கும் வித்தியாசம் இருக்காது. ஐரோப்பிய விஞ்ஞானம் மருந்து வேறு, உணவு வேறு என்று கற்றுத் தந்தது; அதைப் பிடித்துத் தொங்குகிறோம். குழந்தை மருத்துவத்தில் மட்டும் கொஞ்சம் மருந்தும் உணவும் பேசப்படுகிறது. நாட்டு வைத்தியரிடத்தில் பத்தியம் உண்டு. ஆங்கில மருத்துவரிடம் கிடையாது. மூன்றாம் உலக நாடுகளைக் கொள்ளை அடிக்க மருந்து வேறு.. உணவு வேறு..!

மருந்து உற்பத்தி மரபிலிருந்து அந்நியப்பட்டோம். நான் பிறந்தபோதுகூட கோரோசனை எல்லாம் கொடுத்திருக்கிறார்கள். கிராமங்களில் எல்லா வீடுகளிலும் கோரோசனை இருக்கும். சின்ன சிவப்பு உருண்டை. முப்பது ஆண்டுகளுக்குள்ளாக அது காணாமல் போய்விட்டது. பன்னாட்டு மூலதனக் கம்பெனிகள் இந்தியாவுக்குள் அவ்வளவு மருந்துகளை இறக்குமதி செய்துள்ளன. அந்தக் காற்று வீட்டுக்குள் நுழைகிறதென்று உங்களுக்குத் தெரிவதில்லை. சிறுநீரகத்துக்குப் பக்கத்தில் மாடும் பசுவும் அதிகமான சத்துக்களைச் சேர்த்துவைத்துக்கொள்ளும். பசுவினுடைய அட்ரினல் சுரப்பியை எடுத்து மருந்து கலந்து குழந்தைக்குக் கொடுப்பார்கள், பசுவினை அறுத்துப் பார்த்தபோது என்னது இது என்று எடுத்து வைத்திருந்து அதை மருந்து என்று கொடுத்தார்கள். பல நூற்றாண்டுகால மரபில் பசுவின் 'அடினைல் கிளாண்டை' மருந்தாக மனிதன் கண்டுபிடித்தான்; அதற்குக் 'கோரோசனை' என்றுபெயர்.

பாட்டியிடம் இருந்த மருத்துவ அறிவுத் தொகுதி உங்களது சகோதரிக்கு இருக்கிறதா? குழந்தைக்குக் காய்ச்சல் என்றால் மெட்டாசின் வாங்கி வா என்கிறோம். டோலாபார், அனசின் என்று பெயர் தெரியும்; அதனுள் இருக்கிற ரசாயனம் தெரியாது. நுகரும் பொருளின் உற்பத்தி ஞானத்தோடுதான் தொழில்நுட்பம் வளரவேண்டும். உங்கள் சகோதரிக்கு நெல்லிக்காய் ஊறுகாய் போடத் தெரியாததற்கு எங்கோ இருக்கிற இம்பிரியலிசத்தின் கை காரணமாக இருக்கிறது. ஏகாதிபத்தியம் உங்கள் வீட்டு ஊறுகாய்ப் பானையை உடைக்கிறது. உற்பத்தி அறிவைப் பிடுங்கிக்கொள்கிறது. நீ 'ருசி' வாங்கு அல்லது 'கம்பெனி ஊறுகாய்' வாங்கு என்று உன்னிடம் சொல்கிறது. இந்த உணர்வுகளோடு மரபுகளைப்பற்றி விஞ்ஞானத்தைப்பற்றிச் சிந்திக்க வேண்டும். மரபைப்பற்றித் தெரியாதவர்கள் உண்மையைப்பற்றிப் பேசக்கூடாது. மரபுகளை உணர்க. கடவுள் உட்பட எல்லாவற்றையும் நிராகரிப்போம்; அறிந்து நிராகரிப்போம்; உணர்ந்து நிராகரிப்போம்; இன்றைய கல்விமுறை மரபை அறியவிடாமல் உங்களைப் பார்த்துக்கொள்கிறது.

நான்கு ஆண்டுகளுக்கு முன்பு திருச்சி பாரதிதாசன் பல்கலைக் கழகத்தில் கெமிஸ்ட்ரி படிக்கிறவனுக்குச் சங்க இலக்கியம் எதற்கு என்று, அகநானூறு புறநானூறு தெரியக்கூடாதென்று பாடத்தைக்

குறைத்தார்கள். உயர்நிலைப் பள்ளியில் படிக்க முடியாத பாடல் அது. அதைப் படிக்கச் சரியான வயது இதுதான். சிந்தனையாளர்களின் கடும் எதிர்ப்புக்குப் பிறகு மீண்டும் சேர்த்தார்கள். மரபை நீங்கள் தெரிந்துகொள்ளக் கூடாது. ஏனென்றால் உங்கள்மீது படரக்கூடிய ஏகாதிபத்தியம் தனக்கென ஒரு மரபு இல்லாதது.

நேற்றின் அனுபவங்களை நிராகரித்தவனுக்கு நாளை என்பது கிடையாது. மரபை உணர்க. எல்லா மரபையும் உடைத்துவிட்டுக் கவிதை எழுதுக. ஆத்மாநாம் மாதிரி எழுதினாலும் சரி.. வைரமுத்து மாதிரி எழுதினாலும் சரி. ஆனால் யாப்பிலக்கணத்தைத் தெரிந்துகொண்டு நிராகரியுங்கள்.

தேவையும் அனுபவமும் அடுத்தகட்டச் சிந்தனைக்கு உங்களைக் கொண்டுபோகும். என் தகப்பனுக்கு மண்ணெண்ணெய் விளக்கு போதும். எனக்குப் போதாது. வெளிச்சம் வேண்டும்; காற்று வேண்டும். இருட்டும் திருட்டும் பயமும் இருந்த காலத்தில் சிறிய சன்னல் இருந்தது. இப்போது போதாது; உடைத்துப் பெரிய சன்னல் கட்ட வேண்டும்.

சீர்திருத்தம் என்பது மரபை மீறிய புதுமை. ஊறிப்போன விசயத்தை முதலில் உடைத்தது சித்தர்களின் கலக மரபும் ராமானுஜர் மரபும். ராமானுஜர் மரபு மென்மையானது. ஆனால் ஆழமான வேர்களைக் கொண்டது. இவர்கள் இரண்டு பேரும் பெற்ற வெற்றி சிறியது. ஆனால் வரலாற்றில் அவற்றின் பாதிப்பு இருந்தது. மறு நூற்றாண்டிலே நம் மரபிலே ஒரு விபத்து நேரிட்டது. மாலிக்காபூர் வடக்கே இருந்து படையோடு வந்துவிட்டான். சிறிய குடிசையில் தீவிபத்து என்றால் தெருவின் மனநிலையே மாறிவிடும். யார் வீட்டிற்குள்ளும் யாரும் புகுந்து தண்ணீர் எடுப்பர். அதுபோல மாலிக்காபூர் வந்ததும் சித்தர்களின் கலக மரபு விரிவடையாமல் நின்றுவிட்டது. அந்த நெருப்பின் மீது இந்த நெருப்பு தண்ணீராக வந்து விழுந்தது.

திட்டமிட்ட தீர்க்கமான மரபுகளை நிராகரிப்பதில் வெற்றி யினைப் பெற்றவர் தந்தை பெரியார் ஒருவர்தான். நிராகரிக்கப்பட வேண்டிய மரபுகளை நிராகரிப்பதில் பெரிய வெற்றியைப் பெரியார் பெற்றார். 'பிரசன்ஸ் ஆப் திங்ஸ்' என்பது போல 'ஆப்சன்ஸ் ஆப் திங்ஸ்' என்பதையும் பார்க்க வேண்டும். உண்மையைப்போல இன்மையும் ஆய்வுக்குரிய விசயம்.

சிறுபான்மை மக்களுக்குப் பெரியாரின் அருமை அவரின் இறப்புக்குப் பின்னர்தான் தெரிந்தது. பெரியார் இருந்தபோது அவரின் பணிகளின் வீச்சினை உணரவில்லை. அவர் இறந்த பிறகுதான் தமிழ்நாட்டில் சிறுபான்மையினர் தமக்கு ஏற்பட்ட உணர்வு நெருக்கடிகளின் மூலம் இவ்வளவு காலம் தம்மைக் காப்பாற்றியது அரசியல் சட்டம் அல்ல; பெரியாரும் அவரது சிந்தனைகளும்தான் என்பதை உணர்ந்தார்கள். சித்தர்களில் சிலர்தான் கடவுளை நிராகரித்தார்கள். ராமானுஜர் கடவுளை நிராகரிக்கவில்லை. பெரியார் ஒருவரே விஞ்ஞானப்பூர்வமாக, துணிச்சலாகக் கடவுளை நிராகரித்தார்,

வைணவமாகட்டும் சைவமாகட்டும் ஏன், மார்க்ஸே ஆகட்டும். முதலில் எதிரியின் கருத்தை மறுத்தல், பிறகு தன் கருத்தை நிறுவுதல் - பிறர் மதம் மறுத்தல், தன் மதம் நிறுவுதல்; இதுதான் முறையியல். தமிழ்ச் சிந்தனை மரபு இது. நம்முடைய மரபுகள் முற்றாகச் செத்துப் போய்விடவில்லை; தினம் தினம் அவை சாகடிக்கப்படுகின்றன என்பதே உண்மை.

எழுத்து வடிவம்: வே.சங்கர்ராம்

(1995ஆம் ஆண்டு மதுரை அறிவுச்சுடர் நடுவத்தில் ஆற்றிய உரை)

நமது பண்பாட்டில் மருத்துவம்

பண்பாடு என்ற சொல்லை, நாம் மிகச் சுருக்கமாகவே புரிந்து கொண்டிருக்கிறோம். உண்மையில் பண்பாடு தனிமனித ஒழுக்கம் சார்ந்ததன்று. பண்பாடு ஒரு சமூகத்தினுடைய வெளிப்பாடு; ஒரு மக்கள்திரள் தன்னை வெளிப்படுத்திக்கொள்கிற முறை; சொல்லாலே, செயலாலே, கருத்தினாலே தன்னை வெளிப்படுத்திக் கொள்கிற முறைக்குப் பண்பாடு என்று பெயர். நம்முடைய தெய்வங்கள், நம்முடைய இசை, நம்முடைய கலை, நம்முடைய உணவு, நம்முடைய உடை, நம்முடைய உடையை நாம் செய்கிற முறை, நம்முடைய உடையை நாம் உடுத்துகிற முறை எல்லாமே பண்பாடு சார்ந்த அசைவுகள் ஆகும்.

பண்பாடு, ஒரு முழுமையான பொருள். இந்த முழுமை சார்ந்த பார்வை இல்லாதுபோன காரணத்தினாலும் ஒரு wholistic approach இல்லாதுபோன காரணத்தினாலும் பண்பாடு பற்றிய நமது பார்வை மிகவும் பலவீனமாக இருக்கிறது.

பண்பாடு, நம்முடைய ரத்த ஓட்டத்தோடு கலந்ததாகும். அது நமது மூச்சுக்காற்றைப் போல! நான் உங்கள் முன்னாலே மூச்சுவாங்கிக்கொண்டு பேசிக்கொண்டிருக்கிறேன் என்று நினைக்க வில்லை. நாம் மூச்சு வாங்கிக்கொண்டிருக்கிறோம் என்பது எப்போது தெரியுமென்றால், மூச்சிலே ஏதேனும் அடைப்பு ஏற்படும்போது அதை உணர்கிறோம்.

பண்பாடு என்பதை அது மீறப்படுகிறபோது உணர்கிறோம். இன்னொரு கட்டமாக, தேவைப்படுகிறபோதும் பண்பாட்டை உணர்வோம். நம் வீட்டிற்குத் தண்ணீர் போதாது என்கிறபோது வீட்டின் மண்ணிற்குக் கீழாகவே தண்ணீர் இருக்கிறதே என்று எனக்குத் தோன்றும்.

எனவே சமூகத் தேவை ஏற்படுகிறபோதும் நடைமுறை வாழ்க்கை மீறப்படுகிறபோதும் நாம் பண்பாட்டைப் பற்றிக் கவலைப்படுகிறோம்.

'உலகமயமாக்கம்' என்ற சொல்லை ஏன் திரும்பத் திரும்பக் கேட்டுக்கொண்டிருக்கிறோம்? உலகமயமாக்கம் என்றால் 'பொருளாதாரநடவடிக்கை' என்றுதான் பத்திரிகை படிப்பவர்களும் மெத்தப்படித்தவர்களும் தெரிந்துகொண்டிருக்கிறார்கள். உண்மையில் உலகமயமாக்கல் கலாச்சாரத் தாக்குதலாக இருக்கிறது. மிகப்பெரிய தொன்மையான கலாச்சாரமுடைய தமிழ்மொழி பேசுகிற மக்கள் மீதும் இந்தியாவில் மற்ற மொழி பேசுகின்ற மக்கள் மீதும் அது தன் மூலதனம் கொண்டு தொடுத்திருக்கிற கலாச்சார யுத்தம். இந்தக் கலாச்சார யுத்தத்தை நம்மீது தொடுத்திருப்பது யார் என்று கேட்டால், மிக மிகப்பெரிய நம்பமுடியாத அளவிலான பன்னாட்டு மூலதனமே எனலாம்.

நூற்றைம்பது ஆண்டுகாலக் காலனி ஆட்சியிலே எதையெதை எப்படிப் பார்க்கவேண்டும் என்கிற பார்வையை நாம் இழந்துபோ யிருக்கிறோம். அதன் விளைவாக நாம் இன்று எப்படிக் கட்டப்பட்டிருக்கின்றோம்? இன்று இங்கு இருக்கிற, குறிப்பாக இருபத்தைந்து வயதுக்குக் கீழாக இருக்கிற இளைஞர்கள் எப்படி இருக்கிறார்கள்? அவர்கள் உளவியல் எப்படிக் கட்டமைக்கப் பட்டுள்ளது? எது எது தேவையோ, அதையெல்லாம் தேவை யில்லை என்கிறது. எது மறக்கப்பட வேண்டியதோ அதையெல்லாம் நினைக்க வேண்டும் என்கிறது. எதையெல்லாம் மீற வேண்டும் என நினைக்கிறோமோ, அதற்கெல்லாம் அடங்கிப்போக வேண்டு மென்கிறது. உண்மையிலே கலாச்சாரப் போலித்தனத்தால் நாம் கட்டப்பட்டிருக்கிறோம். பன்னாட்டு மூலதனம் இப்பொழுது என்ன செய்கிறது என்றால், தான் எந்தெந்த நாடுகளிலெல்லாம் கொள்ளையடிக்கப்போகிறதோ அங்கெல்லாம் முதலில் பண்பாட்டு வன்முறையை ஏவுகிறது. வன்முறை என்றால் நமக்குத் தோன்றுவது கத்தி, கம்பு, ஏ.கே.47. ஆனால் பண்பாட்டு வன்முறை மிகவும் நுட்பமானது. இதற்கு உதாரணம் தரலாம் என நினைக்கிறேன். தினத்தந்தியிலே சுக்குக்கு என்ன பயன், மிளகுக்கு என்ன பயன், தூதுவளைக்கு என்ன பயன் என்று ஒரு சின்ன இடத்திலே போடுவார்கள். அதற்கு அவர்கள் தரும் பெயர் 'பாட்டி வைத்தியம்'. இதன் மரபுச் சொல் 'கை மருத்துவம்' அல்லது வீட்டு மருத்துவம்.' இச்சொல்லுக்குரிய பாரம்பரியமான அறிவுத் தொகுதி என்னுடைய வீட்டிலேயே பிறந்த எல்லாப் பெண் பிள்ளைகளுக்கும் பங்கிடப்பட்டிருக்கிறது முந்தைய

சமுதாயத்திலே! என் சகோதரிக்கும் என் மனைவிக்கும் என் மகளுக்கும் அதில் சிறுதுளி தெரியும். அதை ஏன் பாட்டி வைத்தியம் என்று சொல்கிறார்களென்றால் அது ஒரு வன்முறை யான சொல்லாடல். உங்கள் மேனியின் சிகப்பழகிற்கு என்று சொல்கிறார்களே? அதுவும் ஒரு பண்பாட்டு வன்முறைதான். அவ்வகையில் 'பாட்டி வைத்தியம்' என்ற சொல் ஒரு பண்பாட்டு வன்முறையாகும். ஏனென்றால், பாட்டி எப்படி சமகாலச் சமூகத்தோடு இயங்கிச் செல்ல முடியாதோ, அதுபோல இந்த மருத்துவமும் சமகாலச் சமூகத்தோடு இயங்கிச் செல்ல முடியாது. பாட்டி எப்படிப் பரிவோடு பார்க்கப்பட வேண்டியவளோ, அதுபோல இந்த மருத்துவமும் பரிவோடு பார்க்கப்பட வேண்டியது; அவ்வளவுதான்.

இது என்னுடைய வைத்தியம். அது பாரம்பரியமான வேர்களை என்னிடத்திலே கொண்டுவந்து சேர்த்திருக்கிறது. நாம் மிக ஆழமான வேர்களைக் கொண்ட ஆலமரம் போன்றவர்கள். நமது பண்பாட்டு வேர்கள் மிக வலுவானவை; நீளமானவை; மிகத் தொன்மையானவை. நம்மருகில் இருக்கும் ஆதிச்சநல்லூர்ப் பண்பாட்டிலிருந்து நமக்குச் சில செய்திகள் தெரிகின்றன. அந்த மக்கள் தாய்த் தெய்வத்தை வணங்கியிருக்கிறார்கள். கி.மு. பத்தாம் நூற்றாண்டளவில் வெண்கலம் பயன்படுத்தி இருக்கிறார்கள். உலோகவியலில் அவர்களுக்கிருந்த அறிவு தொல்லியல் ஆய்வாளர்களுக்குப் பெரும் வியப்பைத் தருகிற செய்தி.

இந்தியாவினுடைய மற்ற பகுதிகளிலெல்லாம் இரும்புக்காலம் முடிந்து வெண்கலக்காலம் தொடங்குகிறது. ஆனால் இங்கு இரும்புக்காலம் தோன்றுகிறபோதே வெண்கலக்காலம் தோன்றி யிருக்கிறது. தொல்லியல் ஆய்வாளர்கள், இந்தியாவிலேயே இரும்பை உருக்குகிற தொழில்நுட்பம் தாமிரபரணிக் கரையைப் போல் எங்கும் சிறந்ததாக இல்லை என்கிறார்கள். வெண்கலம் என்ற கலப்பு உலோகத்தைச் செய்கிற முறைக்கு அவர்கள் பயன்படுத்திய உலைகள் நமக்குக் கிடைத்திருக்கின்றன. பயன் படுத்திய, உலோகத்தை உருக்கி ஊற்றுகிற சுடுமண் வாய்களை நானும் நண்பர் லேனா. குமார் போன்றவர்களும் வீரவநல்லூர்க் கருகில் கண்டுபிடித்திருக்கிறோம். அவர்கள் என்ன கலனை (உருக்குவதற்கான பாத்திரம்) பயன்படுத்தினார்கள்? அவர்கள்

என்ன எரிபொருளைப் பயன்படுத்தினார்கள்? வெப்பம் பற்றிய அவர்களின் அறிவு என்னவாக இருந்தது? இவையெல்லாம் ஆராய்ந்து கண்டுபிடிக்கப்பட வேண்டியவையாகும்.

நம்முடைய முன்னோர்கள், நமக்கு நல்ல வீட்டை, நல்ல காற்றை, நல்ல மண்ணை, இவை எல்லாவற்றையும்விட, இவை பற்றிய அறிவையும் விட்டுச் சென்றிருக்கிறார்கள். இதை உணரும் போதுதான் பண்பாடு பற்றிய அடையாளங்களைப் புரிந்து கொள்கிறோம்.

இந்தப் பின்னணியில் நாம் மருத்துவம் பற்றிப் பேசலாம். பண்பாட்டில் மருத்துவம் மட்டும் இல்லை; நம்முடைய இசை, கலை, நாடகங்கள், இலக்கியம், சிற்பம், சமயம், அந்தச் சமயம் சார்ந்த வாழ்வியல் விழுமியங்கள், இவையெல்லாம் சேர்ந்ததுதான் பண்பாடு. மருத்துவம் என்ற சொல்லுக்குத் தமிழின் வேர்ச்சொல் "மரு". இச்சொல்லுக்குத் தமிழில் 'மணம்' என்று பொருள். இந்தச் சொல் எப்படி வந்திருக்கக்கூடும்? தாவரங்களை வகைப்படுத்துகிறபோது மனிதன் அந்த மணங்களிலிருந்துதான் வகைப்படுத்தியிருக்க வேண்டும். மருக்கொழுந்து என்றால் மணமுள்ள கொழுந்து என்று அர்த்தம். இந்த மணம் தாவரங்களில் மட்டுமல்ல, அசைகின்ற உயிர் உலகத்திற்குக்கூட உண்டு. உதாரணமாக, புனுகுப் பூனை.

எனவே இந்த 'மரு' என்ற சொல், தாவரங்களை மணங்களினாலே அறிவதில் இருந்துதான் வந்திருக்கும் என நினைக்கிறேன். எனவே உணவாகட்டும், மருந்தாகட்டும், தாவரங்கள் எனும் நிலை உயிரிகளை அவற்றின் மணத்தைக் கொண்டே அறிவதென்பது மிகவும் நுட்பமானது.

அறிவு என்பது எழுத்து மூலம் சார்ந்ததாகக் கருதக் கூடாது. அப்படிக் கருத வைத்தது ஐரோப்பிய மெய்காண் முறைமை. அதனால்தான் ஐரோப்பியர், எழுதத் தெரியாதவனெல்லாம் முட்டாள் என்று சொன்னார்கள். எழுதத் தெரியாத நம் முன்னோர்களுடைய தாவரம் பற்றிய அறிவு பொய்யானதா? அவர்களுடைய மருந்து பற்றிய அறிவு பொய்யானதா? உலகம் பற்றிய அறிவு, அவர்களது வாழ்வியல் விழுமியங்கள் பற்றிய தன்னுணர்ச்சி பொய்யானதா?

அறிவு என்பது எழுத்து மரபு சார்ந்தது. எழுத்து வருபவனுக்குத்தான் அறிவு வரும் என்பது ஒரு பொய். எழுத்து பிறப்பதற்கு முன்னாலேயே அறிவு பிறந்தது. எழுதப்படிக்கத் தெரியாத ஒருவன், ஓர் அழகான சிற்பத்தை ஆக்க முடியும்; ஒரு நாற்காலியைச் செய்ய முடியும். இது எழுத்து மரபு பிறப்பதற்கு முன்னால் பிறந்த அறிவு. இதைத்தான் கார்ல் மார்க்ஸ் 'தொகுக்கப்படாத அறிவு' என்று சொல்வார்.

எப்பொழுது நீங்கள் எல்லாவற்றையும் புத்தகமாக / பனுவலாக (textualize) பண்ண விரும்புகிறீர்களோ, எழுத்து மூலம் கொள்ளை கொண்டு போய் 'இதுதான் இதுதான்' என்று சொல்கிறீர்களோ, அப்போது அது முடிந்துபோகிற விசயம். அ. மார்க்ஸ் கூறியது போல, சித்த மருத்துவ அறிவு ஏற்படுத்தப்பட்டதினாலே முடிந்து போனது என்று நினைத்தால், நம்மைப்போல முட்டாள் யாரும் கிடையாது. ஏனென்றால் அண்டம் பற்றிய, பூமியைப் பற்றிய நமது அறிவு இன்னும் முழுமையானதல்ல. அறியப்படாத மனிதரைப் போல, அறியப்படாத தாவரங்கள், அறியப்படாத உயிரினங்கள் என நிறைய இருக்கின்றன. இவை பற்றிய அறிவு பெருகப் பெருக மனித வாழ்க்கை இன்னும் எளிமையாகும்; இன்னும் இனிமையாகும்.

எனவே இந்த எழுத்து மரபுக்கு முந்திய காட்டு வாழ்விலிருந்தும் மணத்திலிருந்தும் பெற்ற மருத்துவ அறிவு என்பது மணங்களைக் கொண்டு தாவரங்களை வகைப்படுத்திய அறிவுதான். மனித உடம்பிலிருந்தே மணிதன் நிறைய விசயங்களைக் கற்றுக் கொண்டான். வெட்டுகின்ற ஆயுதத்தை, குத்திக் கிழிக்கின்ற ஆயுதத்தை, அரைக்கின்ற ஆயுதத்தை இவற்றையெல்லாம் மனிதன் பல்வரிசையிலிருந்தே தெரிந்துகொண்டான். தன்னை முழுமையான ஒன்றாகக் கருதி, தன்னிலிருந்தே கற்றுக்கொண்ட விசயம். இப்படித்தான் மருத்துவ அறிவு தொடங்கியிருக்கிறது.

மருத்துவ அறிவு ஏனைய அறிவைவிடக் கூர்மையானதாக இருக்க வேண்டும். "மருந்து ஆய்ந்து கொடுத்த அறவோன்" என்பது சங்க இலக்கியம். நோயாளிக்கு அவன் விருப்பப்பட்டதைக் கொடுக்காமல் ஆய்ந்து ஆய்ந்து மருந்து கொடுத்தானே, எனவே ஆராய்ச்சி இந்த மருத்துவ உலகிலிருந்துதான் தொடங்குகிறது.

மருந்து ஆய்ந்து கொடுத்த அறவோன்; இது Professional Ethics என்று சொல்லக்கூடிய தொழில் சார்ந்த அறம். தமிழ்ச் சமூகத்தில் இது வேறு யாரையும்விட மருத்துவம் செய்பவருக்கே அவருடைய தொழில் சார்ந்த அறம் முன்னிலைப்படுத்தப்படுகிறது.

இந்த அறம் முன்னிலைப்படுத்தப்பட்ட காரணத்தினாலேதான் அரசுகள் எல்லாம் உருவாகிறபோது, சொத்துகளெல்லாம் பிறக்கிற போது, ஆசைகள் உருவாகிறபோது, மருத்துவத்தை ஒரு தொழிலாக, ஒரு முழுநேரப் பணியாக யாரும் கையிலெடுத்திருக்கமாட்டார்கள். எனவேதான் துறவிகளின் சித்த மரபுக்கு முன்னாலே இங்கே சமண மரபு என்று ஒன்று இருந்தது. நாமெல்லாம் ஒரு ஆயிரம் ஆண்டுகளுக்கு முன்னாலே, பிற்படுத்தப்பட்ட, தாழ்த்தப்பட்ட மக்களெல்லாம், சமணர்களாகத்தான் இருந்தோம். இன்றைக்கும் சமண மதத்தினுடைய தாக்கம் நம் வாழ்வில் உள்ளது. சமண மதம் நான்கே நான்கு விசயங்களைத்தான் வலியுறுத்தும். அந்த நான்கு என்னவென்றால்,

சோற்றைக் கொடையாகக் கொடுப்பது (அன்னதானம்) கல்வியைக் கொடையாகக் கொடுப்பது (ஞானதானம்) மருந்தைக் கொடையாகக் கொடுப்பது (ஔசத தானம்) அடைக்கலம் கொடுப்பது (அடைக்கல தானம்)

இந்த நான்கையும் கழித்துவிட்டுப் பார்த்தால் அந்த 'யுனெஸ்கோ' என்ற அமைப்பே இல்லை.

கல்வியைக் கொடையாகக் கொடு, மருந்தைக் கொடையாகக் கொடு. இப்படிச் சொன்னது, உலகத்திலேயே சமண மதம் ஒன்றுதான். அது வேதத்தை எதிர்த்த மதம்; வைதீகத்தை நிராகரித்த மதம் என்பதை நினைவில் கொள்ள வேண்டும். அது திகம்பரத் துறவிகள் இருந்த மதம். அவர்கள் மருத்துவ ஏடுகளைத் தவிர வேறு எதையும் கையிலே வைத்துக்கொள்ளக் கூடாது. அவர்கள் வாழ்ந்த குகைகளிலே குடிக்கத் தண்ணீர்க்குழி மட்டுமே உண்டு; குடிக்க டம்ளர்கூடக் கிடையாது. முழுநேர மருத்துவப் பணியாளராக, ஒரு நாளைக்கு ஒரு பொழுது மட்டும் சாப்பிட்டு, பட்டினி கிடந்த துறவிகள் இருந்தனர். இந்த மருத்துவம் இப்படித்தான் பாதுகாக்கப்பட்டு வந்தது. இப்படித்தான் இருந்தனர் அந்த மருத்துவ அறிஞர்கள். ஆனால் நாம் இன்று சொல்வதுபோல

அசையும் உயிர்களெல்லாம் அந்த மருத்துவத்தில் கிடையாது. ஏனென்றால் அவர்கள் புலால் உண்ணாத நோன்பிகள் ஆவர். அதேபோல உலோகங்கள் சார்ந்த மருத்துவமும் அவர்களிடம் இல்லை. அவர்கள் முழுக்க முழுக்க மூலிகைகளைப் பயன்படுத்துகிற மருத்துவர்களாகவே இருந்தார்கள். இன்றைக்கும் அழிந்துவிட்ட சமணக் குகைகள் நெல்லை மாவட்டத்தில் இருக்கின்றன.

இந்த மதத்தை வீழ்த்திவிட்டு வைதீகம் வந்தது. பாண்டிய அரசு, சோழ அரசு என்ற இனக்குழுக்கள் கரைக்கப்பட்டு, பிற அரசுகள் உருவாகும்போது மருத்துவம் தொழிலாக ஆகிறது. அதுவரை மருத்துவனும் ஆசிரியனும் காசு பெறக்கூடாது. மருந்தும் விற்பனைக்குரிய பொருளன்று. மருந்து விற்பனைக்குரிய பொருளன்று என்ற எண்ணம் கி.பி.ஏழாம் நூற்றாண்டுவரை இருந்தது. 12, 13ஆம் நூற்றாண்டுவரை இன்னொரு நினைப்பும் இருந்தது. அது, சோறு விற்கக் கூடாது; நெல் விற்கலாம்; அரிசி விற்கலாம். வைதீகம் தமிழ்நாட்டை முழுவதும் வென்றெடுத்த பிறகே சோற்றுக்கட்டியினைச் சத்திரங்களில் விற்க ஆரம்பித்தனர். இருபதாம் நூற்றாண்டின் நடுப்பகுதிவரை தண்ணீர் விற்கக்கூடாத பொருளாக இருந்தது. இது நம் பண்பாடு.

எனவே, தமிழ்நாட்டில் அரசு இயந்திரம் உருவானபோது, வைதீகம் அதற்குக் குறுக்குவெட்டாகப் பாய்ந்தது. ஏனென்றால் அதுதான் அரசுக்கு உவப்பான சித்தாந்தமாகும். அப்பொழுது மிகப்பெரிய சமூக நிறுவனமாகக் கோயில் உருவானது. மாவட்ட ஆட்சித்தலைவரிடம் எவ்வளவு அதிகாரம் புதைந்துகிடக்கின்றதோ அவ்வளவு அதிகாரம் கோயிலிலே இருந்தது. கோயிலின் அதிகாரத் திலிருப்பவர்கள், நாம் என்ன சாதி, நாம் எங்கே இருக்கலாம், எப்படி உடுத்தலாம் என்பனவற்றைத் தீர்மானித்தனர். மருத்து வத்தைச் செய்துவந்த சாதியினர் கோயிலுக்கு வெளியே நிறுத்தப் பட்டார்கள். (அன்றைய கணக்குப்படி பார்த்தால், குலம் அல்லது குடி; இன்றையக் கணக்குப்படி சாதி).

அதற்கு முன், அரசு உருவாகிறபோது அக்குடிகளின் நிலைமை என்ன என்று கேட்டால், உங்களுக்கு மிகவும் வியப்பாக இருக்கும். கி.பி.எட்டாம் நூற்றாண்டிலே மாறஞ்சடையன் என்கின்ற பாண்டியனுக்கு முதலமைச்சராக இருந்தவர் மருத்துவச் சாதியைச் சார்ந்தவர். இவர் இறந்த பிறகு இவரது தம்பி முதலமைச்சராகிறார்.

இவர்கள் மானூருக்குப் பக்கத்திலே இருக்கிற களக்குடி எனும் ஊரைச் சார்ந்தவர்கள். இவரைப் பற்றியும் இவரது தம்பியைப் பற்றியும் பேசுகிற கல்வெட்டு, மதுரை மாவட்டம் ஆனைமலை நரசிங்கப் பெருமாள் கோயிலில் இருக்கிறது. எனவே, ஒருகாலத்தில் அரசனுக்கும் அரசதிகாரத்திற்கும் நெருக்கமாக மருத்துவர்கள் இருந்திருக்கிறார்கள்.

அதற்குப் பின், அரசதிகாரம் பெருகப் பெருக அரசுகள், பேரரசுகளாக மாற மாற, கோவில்கள் துணை நிறுவனங்களாக ஆக, மருத்துவம் செய்கிற சாதி வெளியில் வைக்கப்பட்டது. அப்புறம் வைதீகம் அரசைக் கையிலெடுத்துக்கொண்டது. இன்றைக்கும்போல அன்றைக்கும் எழுதப்படாத அதிகாரம் அதன் கையிலே இருந்தது. மருத்துவக் காரணம் என்ற பெயரில் மருந்துப் பொருள்களின் மீது வரிவிதித்தனர் அரசர்கள். இது நம் பண்பாட்டில் ஏற்பட்ட மிகப்பெரிய மாற்றம்.

அ. மார்க்ஸ் சொன்னதுபோல, ஆக இரண்டு மேல்சாதியிலே யாரும் மருத்துவராகக் கூடாது, மருத்துவத் தொழில் செய்யக் கூடாது. ஏனென்றால் அவர்களுக்கு மற்ற எல்லாரும் தொடப்படாத சாதி. இந்தத் தொடப்படாத சாதிக்காரனுக்கு எப்படி உடம்பைத் தொட்டு மருத்துவம் செய்வது? எனவே மருத்துவர்கள் பட்டுத் துணியைப் போட்டு 'நாடி' பார்த்தனர்.

இன்னொரு செய்தி, சித்த மருத்துவத்தில், இரசவாதம் என்றும் ஆங்கிலத்திலே alchemy என்றும் சொல்லப்படும் கீழ் உலோகங் களை உயர்ந்த உலோகங்களாக்கும் முறை சொல்லப்பட்டுள்ளது. ஒரு பேரரசு உருவாகிறபோது அது பல நிகழ்வுகளைக் கண்கொத்திப் பாம்பாகக் கவனித்துக்கொண்டிருக்கும். அரசுகள் alchemy வளர்வதை விரும்பாது. ஏனென்றால், ஒருவன் இரும்பைத் தங்கமாக்குகிற நுட்பத்தைக் கண்டுபிடித்துவிட்டால், ஒரேநாளில் அந்த அரசாங்கத்தைக் கவிழ்த்துவிட முடியும். எனவே அரசு அதை விரும்பாது. எனவே இந்த அரசியல் உருவானபோது alchemy முழுமையாக அரசினாலே தடை செய்யப்பட்ட ஒன்றாக இருந்தது.

சோழ அரசின் வீழ்ச்சிக்கு முக்கியமான காரணங்களில் ஒன்று, அடித்தள மக்களைச் சார்ந்து நிற்கிற வணிகக் குழுக்களை அது புறந்தள்ளியதாகும். இதனால் மக்களுடைய எதிர்ப்பு அரசுக்கு

உருவானது. மக்களுடைய எதிர்ப்பை அணிதிரட்டியவர்கள் சித்தர்கள். இவர்கள் நகர்ப்புறத்துக்கு வரவே இல்லை. எனவே இந்தச் சித்தர்களெல்லாம் கிராமப்புறத்துக்குப் போனார்கள். மருந்து அவர்களுக்கு ஒரு வலிமையான ஆயுதமாக இருந்தது. ஏனென்றால் மருத்துவனுக்கு மட்டும் எந்த நேரத்திலும் எங்கும் நடக்கின்ற உரிமையைச் சமுதாயம் அளித்திருந்தது. எனவே மக்களுடைய நம்பிக்கையை அவர்கள் பெற்றிருந்ததற்கு இந்த மருந்து எனும் ஆயுதம்தான் காரணம். சித்தர் மரபு வளர்ந்தபோதுதான், நஞ்சை மருந்தாகப் பயன்படுத்தக்கூடிய முறை பிறந்தது. அதற்குமுன் அது இருந்ததாகத் தெரியவில்லை சித்தர்களையும் மக்களையும் இணைத்தது மருந்து.

நாங்கள் கல்லூரியில் படித்துக்கொண்டிருக்கிற காலம் வரைக்கும் சித்தர்களின் இலக்கியத்தை மதிக்கவேமாட்டார்கள். "ஆச்சு போச்சுன்னு பாட்டு எழுதியிருக்கான். இதைக் கல்லூரிப் பிள்ளைகளுக்குச் சொல்லிக்கொடுக்க முடியுமா?" என்பார்கள். இப்பொழுதுதான் கலக மரபு சித்தர்கள் என்று சொல்லி, சித்தர் பாடல்களைக் கொஞ்சமாவது வைத்திருக்கிறார்கள்.

மிகச்சில ஏடுகள் தவிர, 19ஆம் நூற்றாண்டிலே மக்களிடம் மனப்பாடமாக இருந்ததைப் பெற்றுத்தான் பெரும்பாலான சித்தர் பாடல்களை அச்சிட்டுவந்தார்கள். அதனாலேயே அதில் சில தவறுகள் எல்லாம் இருந்தன. ஆயிலைத் (oil) தடவுவாய் என்றெல்லாம் பாட்டிருக்கிறது. இந்த ஏடுகளெல்லாம் திருவா வடுதுறை மடத்திலேயோ, தருமபுரம் மடத்திலேயோ, குன்றக்குடி மடத்திலேயோ இருக்காது. இங்கெல்லாம் சங்க இலக்கியமிருக்கும். தேவாரம் இருக்கும். திருவாசகம் இருக்கும். ஆனால் மருத்துவ ஏடுகள் இருக்காது. ஏனென்றால் இவை மக்களிடமிருந்து பெறப்பட்டுத்தான் பதிப்பிக்கப் பெற்றன. இதற்குத் திருத்திய பதிப்பு கொண்டுவருவதற்கு ஒரு உ.வே. சாமிநாதய்யர் கிடைக்கவில்லை. ஏனென்றால் இவை மடங்களில் பாதுகாக்கப்படவில்லை.

ஆங்கிலம் தெரிந்தால் எல்லாம் தெரிந்துவிடும் என்கிற ஒரு கலாச்சார போலித்தன்மை நம் முதல் எதிரி. இந்தப் போலித் தன்மையை முதலில் உடைக்க வேண்டும். இதை ஒரு வன்முறை யாகக் கொண்டுவருகிறார்கள்.

நான் முதலிலேயே கூறியபடி, இந்த 'பாட்டி வைத்தியம்' என்ற சொல் ஒரு வன்முறை. நம்முடைய பாரம்பரியமான வேர்களை எல்லாம் அழித்தால்தான் (பண்பாடு என்பது ஆணிவேராகவும் பக்கவேர்களாகவும் சல்லிவேர்களாகவும் அமைந்தது. இதை அறுத்து எறிந்தால்தான்) பன்னாட்டு முதலாளிகளுக்கு எதையும் சந்தைப்படுத்த முடியும். எனவே ஆங்கில மருத்துவம் வருகிறபோதே அதிகாரத்தோடு வருகிறது. எதுவரைக்கும் அதிகாரத்தோடு வந்தது என்று கேட்டால், 1920 வரைக்கும் கீழ்சாதிக்காரர்கள் யாருமே மருத்துவராக முடியாது. அதுவரை மருத்துவக் கல்லூரியிலே சேர வேண்டுமானால் குறைந்தபட்சம் சமஸ்கிருதம் தெரிந்திருக்க வேண்டும் என்ற விதி இருந்தது.

ஆங்கில மருத்துவம் படிப்பதற்கு இது ஒரு முன் நிபந்தனை. இன்று பிற்படுத்தப்பட்ட, மிகவும் பிற்படுத்தப்பட்ட, தாழ்த்தப் பட்ட தாழ்த்தப்பட்ட என்றெல்லாம் சொல்கிறோமே, இந்தச் சாதிகளிலே எத்தனை பேருக்கு அன்றைக்கு சமஸ்கிருதம் தெரிந்திருக்கும்? 1920இல் பனகல் அரசரின் நீதிக்கட்சி அமைந்த பிறகுதான் அந்த ஆணையை நீக்கினார்கள். அதுவரை ஆங்கில மருத்துவம் என்பது மேல்சாதி அதிகாரத்தோடு கட்டப்பட்டிருந்தது. அதிகாரம் என்பதே இங்கு சாதி வழியாகக் கட்டப்பட்டது. நம்மால் இன்றைக்கும்கூட அதை முழுமையாக உடைத்து எறிய முடியவில்லை.

சித்த மருத்துவம் நோயாளியை மதிக்கின்ற மருத்துவ முறையாகும்.

உற்றவன் தீர்ப்பான் மருந்து உழைச்செல்வான்
மற்றிந்தாற் கூற்றே மருந்து

என்பது வள்ளுவர் கண்ட மருத்துவ நெறியாகும்.

நோயாளி மதிக்கப்பட வேண்டியவன். நோயாளிகளிடமிருந்து மருத்துவர் கற்றுக்கொள்ளக்கூடிய விசயங்களும் இருக்கின்றன. ஆங்கில மருத்துவம் நடைமுறையில் அதை ஏற்றுக்கொள்வதில்லை. மருத்துவரிடம் நோயாளி ஒரு கேள்வி கேட்டால், நோயாளியை ஆங்கில மருத்துவர் மதிப்பதில்லை. எனவே நோயாளி மதிக்கப்பட வேண்டியவன், அவனிடமிருந்து கற்றுக்கொள்ள விசயம் இருக்கிறது என்பதையும் நிராகரிக்கிறது அந்த மருத்துவம்.

இயல்பான நிகழ்வுகளை, இல்லாத நோய்களை எல்லாம் கண்டுபிடிக்கிறார்கள். எப்படி? பிரசவம் ஓர் இயல்பான நிகழ்வு. கருக்கொண்டிருக்கிற பெண்ணை ஓர் ஆங்கில மருத்துவரிடம் அழைத்துப்போனால் அந்தப் பெண்ணை மருத்துவர் ஒரு நோயாளியாகவே பார்க்கிறார். அப்படித்தான் அந்த மருத்துவ முறை, European Epistemology அவருக்குக் கற்றுக்கொடுத்திருக் கிறது. அவரையறியாமலே அந்த மருத்துவமுறைக்கு அடிமையாய் இருக்கிறார். கருக்கொண்ட பெண்ணை நோயாளியாகப் பார்ப்பது மாபெரும் தவறு. கருக்கொள்ளுதல் இயல்பான நிகழ்வு. அது எப்படி நோயாகும்? மருத்துவர்கள் இல்லாமலேயே காலம் காலமாக எத்தனையோ மகப்பேறுகள் நடந்திருக்கின்றனவே!

கருக்கொண்டு நான்கு மாதமான பெண் ஆங்கில மருத்துவரிடம் போகும்போது, "வயித்துல பிள்ளை எப்படி இருக்கிறதோ" என்று நினைத்துக்கொள்கிறாள். திரும்பிவரும் போது 'குழந்தை' என்ற சொல்லை மறுத்துவிட்டு 'baby' என்ற சொல்லோடு வருகிறாள். இங்கு கொள்ளை அடிக்கப்பட்டது நம்முடைய காசு மட்டுமல்ல, நம்முடைய கலாச்சாரம்; நம்முடைய மொழி.

பார வண்டி செய்கிற ஆசாரிக்கு அதனைப் பற்றி முழுமையான அறிவு உண்டு. என்ன மரத்தில் செய்ய வேண்டும், என்ன பட்டை போட வேண்டும், எவ்வளவு பாரம் தாங்கும், பட்டையினுடைய கனம் என்ன என்று, பொருள் பற்றிய முழுமையான அறிவு உண்டு. பொருளுற்பத்தி பற்றின இந்த முழுமையான அறிவு வேலைப் பிரிவினை (Division Of Labour), சிறப்புப் பயிற்சி (Specialisation) இவற்றால் பாதிக்கப்பட்டுள்ளது.

மருந்து பற்றிய முழுமையான அறிவு ஆங்கில மருத்துவர் களுக்குக் கிடையாது. மருத்துவப் பிரதிநிதிகள் போய் மருத்துவ ரிடம் விளக்கிச் சொன்னால் உண்டு. பொருள் பற்றிய முழுமையான அறிவு இருக்கக் கூடாது என்பதிலே தெளிவாக இருக்கிறது, உலகமயமாக்கலுக்குப் பின்னணியில் இருக்கிற பன்னாட்டு மூலதனம்.

நமக்குக் காய்ச்சல் வருகிறது. நம்முடைய பாட்டி வீட்டிலே இருக்கிற சுக்கு, மிளகு இன்னும் சில பொருட்களை இன்னின்ன விகிதத்தில் என்று கலந்து குடிநீரிட்டுத் தருகிறார். இரண்டு

நாட்களில் சரியாகவில்லையா? நிலவேம்பைச் சேர்த்துக்கொடு என்கிறார். பிணி பற்றிய அறிவு, எடுத்துக்கொள்ளக்கூடிய மருந்துப் பொருட்களைப் பற்றிய அறிவு நம்முடைய பாட்டிக்கு இருக்கிறது. அவளே மருத்துவராக இருக்கிறார்; அவரே pharmacologist ஆக இருக்கிறார்; அவரே நர்சாகவும் இருக்கிறார்.

நம்மிடமிருந்த பொருள் பற்றிய இந்த அறிவைக் கொன்றழித்தது யார், இதை மீட்டெடுப்பது யார், மீட்டெடுப்பது எப்படி என்பது நம்முன்னுள்ள கேள்வி.

இந்தப் பாரம்பரியமான அறிவுத் தொகுதி, மருத்துவத்துறையில் மட்டுமன்று. எல்லாத் திசைகளிலும் கொன்றழிக்கப்படுகிறது என்பதைத்தான் நான் சொல்ல விரும்புகிறேன்.

ஏனென்றால் வெப்பமண்டலம் பற்றிய அல்லது அண்டத்தின் இந்தப் பகுதியைப் பற்றிய அறிவை உள்வாங்கிக்கொண்ட மருத்துவமோ இலக்கியமோ இசையோ இருந்திருக்க வேண்டு மல்லவா? இவையனைத்தும் இல்லாமல் போனதற்கான காரணம், இந்த மூலதனத்தினுடைய உள்ளார்ந்த சுரண்டல்தன்மை ஆகும். அப்படியென்றால் இதற்கு எதிராக நாம் என்ன செய்ய வேண்டும்?

நம்முடைய முன்னோர்கள் சமூகப் பொறுப்புடையவர்கள் என்பதினால்தான் நமக்குச் சுத்தமான தாமிரபரணி நீரை விட்டுச் சென்றிருக்கிறார்கள். அவர்கள் சமூகப் பொறுப்புடையவர்கள் என்பதினாலேதான் வயல்களிலே இரசாயன உரங்களை இடாமல், இயற்கை வளத்தை அப்படியே நம்கையில் தந்துவிட்டுப் போனார்கள். நாம்தான் ஃபாக்டம்பாசையும் யூரியாவையும் போட்டோம்; பூச்சி மருந்துகளைத் தெளித்தோம்.

Cultural Osmosis என்று சொல்லுவார்கள். ஒரு நல்ல உதாரணம் சொல்லவேண்டுமென்றால், தமிழ்நாட்டில் கோதுமை விளையாது. ரொட்டி கோதுமையில் செய்யப்படுகிற உணவு. ரொட்டியை ஐரோப்பியர் கொண்டுவந்தனர். ரொட்டி மட்டுமல்ல; கேக், மக்ரூன் என இன்னும் என்னென்னவோ கொண்டுவந்தனர். இந்த ரொட்டியை மட்டும், பிரசவித்த பெண்ணின் Post natal உணவாக மாற்றிக்கொண்டார்கள் இல்லையா? அதற்குப் பெயர்தான் Cultural Osmosis கலாச்சாரத் தகவமைவு. இது நம் கலாச்சாரத்தின்

பலமான அம்சம்; இதையெல்லாம் நாம் இழந்துகொண்டிருக்கிறோம் என்ற கவலையினை, அக்கறையினை, நாம் பெற்றால்தான் நம்முடைய பாரம்பரியமான மருத்துவத்தை, நாளைய தலைமுறையின் தேவைக்கு ஏற்றதாக நம்மால் சீரமைக்க முடியும் எனக் கருதுகிறேன்.

இது நம் பண்பாட்டிலிருந்து நாம் கற்றுக்கொண்டதாகும். கிடைக்கிற எல்லா புதிய அனுபவங்களையும் கொண்டு தனக்குத் தானே தகவமைத்துக்கொள்வது நம் பண்பாட்டின் பலம்.

15/06/2005 அன்று Siddha Rest 05 விழாவில் நிகழ்த்திய உரை.

சாளரம் இலக்கிய மலர் 2008

கல்லறைகள் அல்ல; விளை நிலங்கள்

வெகுசனக் கத்தோலிக்கத்தில் 'கல்லறைகள்' என்ற தலைப்பில் அருட்திரு. இருதயராஜ் அடிகளார் எழுதிய நூலைப் படித்தேன். கிறித்துவ மதத்தின் பிற பிரிவுகளைவிடக் கத்தோலிக்கம் தாராளவாதத் தன்மையுடையது என்பது அதன் பெயரிலேயே காணக் கிடைக்கிறது.

தமிழகக் கடற்கரைப் பகுதியில் கிறித்துவம் காலூன்றி ஐந்து நூற்றாண்டுகள் கழிந்துவிட்டன. முதன்முதலில் கத்தோலிக்கத் திற்குள் வந்து சேர்ந்த மீனவ மக்கள், அக்காலத்தில் 'வெகுசனம்' என்ற அடையாளத்திற்குள் இருந்தனர்.

கத்தோலிக்கத்திற்குள் வந்து சேர்ந்ததும் அதுவரை தாங்கள் வழிபட்டுவந்த பூடங்களின் (பீடங்களின்) அமைப்பிலேயே குருசடிகளை அமைத்துக்கொண்டனர். குருசடிகள் விளக்கு மாடத்துடன் அமைந்திருந்தன. இதுபோன்ற விளக்கு மாடங்கள் வீட்டின் வெளிப்புறக் கதவையொட்டியும் அமைந்திருந்தன.

விளக்கு என்பது திராவிட நாகரிகத்தின் வலிமையான பண் பாட்டுக் கூறுகளில் ஒன்றாகும். குத்துவிளக்கைப் போலக் கை விளக்குகளும் அக்காலத்தில் வழக்கில் இருந்தன. மின்சாரம் வராத காலத்தில் அறைக்கு அறை எடுத்துச் செல்லும் இந்தக் கைவிளக்கிற்கு (hand lamp) காமாட்சி விளக்கு என்பது பொதுப் பெயராகும்.

திருச்சபை ஒளிதரும் பொருள் என்பதனால் இந்தக் குருசடி விளக்கு வடிவத்தை ஏற்றுக்கொண்டது. (இன்னும் என்னுடைய சேகரிப்பில் குருசடி விளக்கு ஒன்று உள்ளது). எனவே, கிறித்துவம் தமிழ் மண்ணில் கால்கொண்டபோதே இந்த வெகுசனத்தன்மையை ஏற்றுக்கொண்டது.

திராவிட நாகரிகத்தின் அசைக்க முடியாத பண்பாட்டுக் கூறுகளில் மற்றொன்று, தாய் வழிபாடாகும். இன்றும் கிறித்து வரல்லாத பெருந்திரள் (இந்து) மக்கள் எல்லாத் தேவாலயங்களையும்

மாதா கோயில் என்றே குறிப்பிடுவது கவனிக்கத் தகுந்ததாகும்.

இதனைச் சரியாகப் புரிந்துகொண்ட பெஸ்கி, கத்தோலிக்கத்தை வெகுசனமயமாக்கும் பிரதான நோக்கோடு தேவ மாதா வழிபாட்டுக்கு முன்னுரிமை கொடுத்தார். தேவமாதாவுக்கு அவர் இட்ட தமிழ்ப் பெயர் 'பெரிய நாயகி' என்பதாகும். உலகத்துயிர்களுக்கு தாயைப்போலப் பாதுகாப்பு தரும் உயிர் வேறெதுவுமில்லை. எனவே அன்னையின் காவலில் அமைந்த ஊர்களுக்கெல்லாம் காவலூர், காவனூர் எனப் பெயரிட்டார். அதன்பின்னரே தமிழ்ச் சமூகத்தில் கத்தோலிக்கம் அசைக்க முடியாதபடி கால் கொண்டது.

தென்னிந்தியத் திருச்சபையினர் பாளையங்கோட்டையில் 19ஆம் நூற்றாண்டின் கடைசிப் பகுதியில் 'தேவமாதா வணக்கத்தவது' என்னும் நூலினை (1894இல்) வெளியிட்டார். அதற்குப் பதிலடியாகப் பாளையங்கோட்டையிலிருந்து ஜே.இராயப்ப உபதேசியார் எழுதி வெளியிட்ட 'மேரி' என்னும் நூல் வெளிவந்தது.

மேற்குறித்த பின்னணியில் சின்னமாயி, மரித்தியம்மாள் வழிபாடு நமக்கு அந்நியத்தன்மை கொண்டதாகத் தோன்றவில்லை. எல்லா உயிர்களுக்கும் உண்பதற்கான தகுதி, அது பசித்திருக்க வேண்டும் என்பதே. உணவைப் பெறும் உரிமைக்கு வேறு தகுதி எதுவும் தேவையில்லை.

இந்த உண்மையை உணர்ந்த சின்னமாயி அம்மையார், கணவனுக்குத் தெரியாமல் ஏழைகளின் பசியாற தானியங்களை எடுத்துக் கொடுத்துவிடுகிறார். உணவுப் பிச்சை இடுவது பெண்களின் தனிஉரிமை என்பதனைத் தமிழ்நாட்டில் மணிமேகலைக் காலம் தொடங்கி இன்றைய வாழ்வியல் வரை காண்கிறோம்.

விவசாயக் குடும்பத்தில் பிறந்து விவசாயம் சார்ந்த தொழிலாளியாக வாழ்ந்து மறைந்த சின்னமாயி அம்மையார், மண்ணின் மகத்துவத்தை உணர்ந்திருக்கிறார். மண்ணிலும் ஏழைகளின் மனத்திலும் விழுந்த விதைகள் முளைக்கத் தவறுவதில்லை என்பதும் அவருக்குத் தெரிந்திருக்கிறது. மண்ணில் புதைந்த நிலையிலும் அவர் கிறித்துவராக உயிர்த்தெழுந்துள்ளார். மறு உயிர்ப்பு (Re - generation) என்பது உழவு சார்ந்த வெகுசன மக்களின் பண்பாடாகும். இதுவே கிறித்தவரான சின்னமாயி அம்மையாரின் வாழ்விலும் நிகழ்ந்திருக்கிறது. வயிற்றுவலியால் துடித்த கோனாருக்கு மண்ணையே மருந்தாகப் பரிந்துரைத்ததும் இதனால்தான்.

மரித்தியம்மாள் கல்லறை வழிபாடு குறித்த செய்திகள் எனக்கு வியப்பைத் தந்தன. நெடும்பலம் சாமியப்பா (முதலியார்), நீதிக்கட்சியின் தலைவர்களில் ஒருவர். தந்தை பெரியாரின் நண்பர். அவர் நிலத்திலும் கிறித்துவம் உயிர்த்தெழுந்துள்ளது. சின்னமாயி அம்மையார் தாய்த் தெய்வம் என்றால் மரித்தியம்மாள் கன்னித் தெய்வம் ஆகிறார்.

வீரமாமுனிவர்,

'உருவில்லா உருத்தாங்கி உலகிலொரு மகன் உதிப்பக்
கருவில்லாக் கருத்தாங்கி கன்னித்தாய் ஆயினையே'

என்று தேவமாதாவை (Virgin Mary) பாடுகிறார். எனவே சாதி அரசியல் வேறுபாடுகளைத் தாண்டி மரித்தியம்மாள் வழிபடப் பெறுவதில் வியப்பொன்றுமில்லை.

நூலாசிரியரான அடிகளார், திருச்சபையின் உறுப்பினர் என்ற வகையில் இவ்விரு ஆலயங்களும் திருச்சபை நிருவாகத்தின் கீழ் வரவில்லையே என்று வருத்தப்படுகிறார். திருச்சபைப் பொறுப் பிலுள்ள எல்லாக் கோயில்களும் வேளாங்கண்ணிபோல் மக்களை ஈர்க்கும் திறன் கொண்டவையல்ல. எனவே அடிகளாரின் வருத்தம் எனக்கு நியாயமாகத் தோன்றவில்லை.

அடித்தள மக்களின் ஆன்மீக உணர்வுகள் சபைகளாலும் ஆகமங்களாலும் உருவானவை அல்ல. அவை எளிய மக்களின் உரையிலும் நினைவுகளிலும் கனவுகளிலும் தங்கி வாழ்பவை. அங்கேயே வளர்பவை. எனவே திருச்சபை வரம்புக்குள் வரமறுக்கும் எளிய மக்களின் ஆன்மீக உணர்வுகளை அப்படியே பாதுகாப்பதே நல்லது என்று நான் கருதுகிறேன்.

அதிகார மையங்களுக்கு அப்பாற்பட்ட ஆன்மீக உணர்வுகளே (அதிலும் குறிப்பாக எளிய மக்களின், பெண்களின்) இந்த நாட்டில் சமயத்தையும் சமயச் சார்பின்மையினையும் ஒருங்கே பாதுகாத்துத் தருகின்றன.

அடிகளாரின் பரந்த நோக்கும் எழுத்து முயற்சிகளும் தொடரட்டும். வெல்லட்டும் எனப் பாராட்டுகிறேன்.

(அ.இருதயராஜ் சே.ச அவர்கள் எழுதியுள்ள 'வெகுசனக் கத்தோ லிக்கத்தில் கல்லறைகள்' எனும் நூலிற்கு அளித்த அணிந்துரை)

தெய்வங்களின் உணவுரிமை

தமிழக அரசு அண்மையில் கோவில்களில் உயிர்ப்பலி கொடுப்பதைத் தடுத்து நிறுத்துமாறு மாவட்ட ஆட்சித் தலைவர்களுக்குக் கடிதம் எழுதியிருக்கிறது. 'புதிதாகச் சட்டம் எதையும் அரசாங்கம் இயற்றவில்லை. 1950ஆம் வருடம் இயற்றப்பட்ட சட்டத்தை அமல் நடத்துமாறு அரசாங்கம் கேட்டுக்கொண்டிருக்கிறது. இதிலே என்ன எதிர்ப்பு வேண்டியிருக்கிறது?' என்று சில நண்பர்கள் கேட்கிறார்கள். 'புதிதாகச் சட்டம் இயற்றுவதுதானே நமது அரசாங்கத்திற்கு வாடிக்கை. இப்போது அப்படியெல்லாம் ஒன்றும் இல்லையே! இருக்கிற சட்டத்தை அமல் நடத்தச் சொல்லியிருக்கிறார்கள்; அவ்வளவுதானே?' என்று கேட்கிறார்கள். மைய அரசின் சட்டமாக இருந்தாலும் அல்லது அரசியல் சட்டத்தில் வரைவெல்லை காட்டப்பட்டிருக்கிற சட்டமாக இருந்தாலும் இருக்கிற எல்லாச் சட்டங்களும் நடைமுறைப்படுத்தப்படுகின்றனவா? 1965ஆம் ஆண்டுக்குள்ளாக இந்தியாவில் இருக்கிற வயதான அனைவருக்கும் இலவசமாகக் கட்டாயக் கல்வியைத் தரவேண்டும் என்று இந்திய அரசியல் சட்டம் ஓர் உறுதிமொழியினை அளித்தது. அது பிறகு பத்தாண்டுகளாகத் தள்ளிக்கொண்டே போனது. கடைசியாக என்ன சொன்னார்கள்? ராஜீவ்காந்தி ஆட்சிக்காலத்தில் Due to Financial அது நடைமுறைப்படுத்தப்பட முடியாத திட்டம் என்று கைகழுவிவிட்டார்கள். இப்படி மத்திய அரசாலும் மாநில அரசாலும் கைகழுவப்பட்ட சட்டங்கள் நிறைய இருக்கின்றன. சைக்கிளில் இரண்டுபேர் செல்லக்கூடாது என்ற சட்டம் இருந்தது. அந்தச் சட்டத்தை நடைமுறையில் வைத்துக்கொண்டே மனிதர்கள் உட்கார்ந்து செல்வதற்கான பின் இருக்கைகளை சைக்கிள் கம்பெனிகள் வடிவமைத்தன. பெரும்பாலான சமயங்களில் சைக்கிளில் இரண்டு பேராகத்தான் போனார்கள். வழியில் ஒரு காவலரைப் பார்த்தால் பத்தடிக்கு முன்னால் இறங்கி, அவருக்கு அந்தப்பக்கம் பத்தடி சென்று ஏறிக்கொள்வார்கள்; காவலரும் அதைக் கண்டும் காணாமல் விட்டுவிடுவார்; கேலி செய்வது மாதிரி இருந்ததால் அந்தச் சட்டத்தை

எம்.ஜி.ஆர் அரசு நீக்கிவிட்டது. அமல்படுத்த முடியாத சட்டம் எதற்கு, மக்கள் எதிர்க்கிற சட்டம் எதற்கு என்று அதை நீக்கி விட்டார்கள்; இப்போது சைக்கிளில் இரண்டுபேர் போகலாம்.

அதுபோலவே 1950இல் ஒரு சட்டம் போட்டார்கள், கோவில் களில் உயிர்ப்பலி கூடாது என்று. ஐம்பத்து மூன்று ஆண்டுகள் ஆயிற்று. ஒருபோதும் சனங்கள் இதைக் கேட்கவில்லை, அரசாங்கமும் இதைக் கண்டுகொள்ளவில்லை என்பது மட்டுமன்று, அரசே பல இடங்களிலும் மறைமுகமாக இந்தச் சட்டத்தை மீறியிருக்கிறது. நிறைய ஊர்களில் கோயில்களில் உயிர்ப்பலி கொடுக்கிறபோது அந்த உள்ளாட்சி அமைப்புகளின் சார்பாகத் 'தலைக்கிடா' வெட்டுவது என்ற வழக்கம் இருந்தது. மேட்டூர் அணையில் காவிரித் தண்ணீரைத் திறக்கிறபோது கிடா வெட்டுவது அரசின் வழக்கம். புது அணைகட்டித் திறக்கிறபோதெல்லாம் கிடா வெட்டுவது, ஓர் உயிர்ப்பலி தருவது வழக்கம். மாவட்ட ஆட்சித்தலைவர், மாவட்டக் காவல்துறை அதிகாரி போன்றவர்களெல்லாம் அங்கே இருப்பார்கள். இது எல்லாருக்கும் தெரிந்ததுதான். அரசின் நேரடிக் கோயில்கள் பெருந்தெய்வக் கட்டுப்பாட்டிலிருக்கின்ற சிலவற்றில், உதாரணமாக அழகர் கோயில் வளாகத்திற்குள்ளே நூற்றுக்கணக்கான ஆடுகள் ஆடித்திருவிழாவிலும் சித்திரைத் திருவிழாவிலும் வெட்டப்படுகிறபோது, அந்த அதிகாரி பார்த்துக் கொண்டுதான் இருப்பார். அந்தப் பார்ப்பன அர்ச்சகர்களும் அந்த வழியாகத்தான் வருவார்கள், போவார்கள். எல்லாரும் பார்த்துக்கொண்டிருப்பார்கள். ஐம்பத்து மூன்று ஆண்டுகளாக, ஒரு விழுக்காடு மக்களால்கூட ஏற்றுக்கொள்ளப்பட முடியாத சட்டத்தை ஏன் இன்னும் எழுத்தில் வைத்திருக்க வேண்டும்? எத்தனைச் சட்டங்கள் கைகழுவப்பட்டுள்ளன, மக்களால் ஏற்றுக் கொள்ளப்படவில்லை என்று?

இந்திய ஆன்மீகமென்பது personal God relationship எனும் ஒவ்வொரு தனி மனிதனுக்கும் கடவுளுக்கும் ஓர் உறவு இருக்கிறது என்று சொல்லப்படக்கூடிய வகையினைச் சார்ந்தது. அந்த வகையில் ஒரு மனிதனுடைய ஆன்மீகத்துக்குக் குறுக்கே வருவதாக இந்தச் சட்டம் வந்திருக்கிறது. பாரம்பரியமானது நமது மரபு. இந்த நாட்டிலிருக்கிற மக்களில் 90 விழுக்காட்டினர் புலால் உண்ணுகிறவர்கள் என்பது பழைய கணக்கு. புலால் உண்ணாதவரும்

இப்போது புலால் உண்ண வந்துவிட்டார்கள். விஞ்ஞானப் பாடத்தில் கற்றுத் தருவார்கள், ‘மனிதன் ஒரு ஹெர்பிஒரஸ், கார்னிஒரஸ் எல்லாம் கலந்த கலவை’ என்று. புலால் உண்ணுவதற்கு அரசு தடைவிதித்திருக்கிறதா என்றால், இல்லை. உயிர் செகுக்காமல் உண்ண முடியாது. கொல்லாதே, புலால் உண்ணாதே என்று இந்த நாட்டில் முதன்முதலாகப் பேசியவர் திருவள்ளுவர்.

அவிசொரிந்து ஆயிரம் வேட்டலின் ஒன்றன்
உயிர்செகுத்து உண்ணாமை நன்று

என்றார் அவர்.

திருவள்ளுவரைக் காலம்தோறும் தலையில் வைத்துக் கொண்டாடிய தமிழர்கள், இந்த உணவு சம்பந்தப்பட்ட விஷயத்தில் மட்டும் (இரண்டு அதிகாரங்களை - ஒன்று கள் உண்ணாமை, மற்றொன்று புலால் உண்ணாமை) காலம் தோறும், ஆண்டுதோறும், நாள்தோறும் நிராகரித்து வந்திருக்கிறார்கள்; இதுதான் உண்மை. இப்போது எங்கே பிரச்சனை வருகிறது? உண்ணக் கூடாது என்று அரசு சொல்கிறதா என்றால், இல்லை. உயிர் செகுக்கலாமாம்; ஆனால் அதை எந்த இடத்தில் செகுப்பது என்று கேட்டால், அரசு சொல்கிற இடத்தில்தான் அதைச் செய்ய வேண்டுமாம்.

ஒவ்வொருவருக்கும் ஒரு ‘வெளி’ இருக்கிறது. அந்த வெளி பற்றிய உத்தரவாதத்தைக் காலங்காலமாகப் பண்பாடு தந்திருக்கிறது. பெருந்தெய்வக் கோவிலின் உள்ளே இருக்கிற அந்த ஆறடிக்கு, ஆறடி கர்ப்பக்கிரகத்தைப் பிராமணர்களுக்கு மட்டுமே அரசியல் சட்டம் உத்தரவாதம் செய்து தந்திருக்கிறதல்லவா, அது மாதிரி ஒரு ‘வெளி’யை அரசு எனக்கு உத்தரவாதம் செய்து தரவேண்டும். செய்துதராவிட்டாலும், நான் காலங்காலமாக அனுபவிக்கக்கூடிய என்னுடைய வெளி அது என்பதில் எனக்கு உரிமை வேண்டும்.

நம்முடைய மரபும் நம்முடைய வேர்களும் உயிர்ப்பலி கொடுப்பதில் இருக்கிறது. உலகம் முழுக்க உயிர்ப்பலி கொடுக்கக் கூடாது என்று சொன்ன ஒரே மதம், ஒரே சிந்தனை கி.மு. ஆறாம் நூற்றாண்டில் இந்தியாவில் பிறந்தது; தமிழ்நாட்டுக்கும் அதே நூற்றாண்டில் வந்துவிட்டது. அதுவரை பார்ப்பனர்கள் அனைவரும் புலால் உண்டார்கள். வேதத்தின் வழியே, எல்லாவகையான உயிர்களையும்

இவர்கள் பலியிடப் போய்த்தான் புத்தர் கொல்லாமையைப் பேசினார்; புலால் உண்ணாமையைப் பேசவில்லை. நம்முடைய மரபு என்ன? சைவம், வைணவம் போன்ற ஆகம நெறிக்குட்பட்ட கோயில்களெல்லாம் உருவாவதற்கு முன்னால் நம்முடைய முன்னோர்கள், இன்றைக்கு ஆகம நெறிக்குள் கொண்டுவந்து நிறுத்தப்பட்டிருக்கிற முருகனை எப்படி வணங்கினார்கள்? 'மறிக்குரல் அறுத்து, தினைப் பிரப்பு இரீஇ' வணங்கினார்கள். 'தோப்பிக் கள்ளொடு துரூஉப் பலிகொடுத்து' என்பது சங்க இலக்கியம். ஆட்டைப் பலி கொடுத்து இரத்தப் படையலிட்டு வணங்கினார்கள். அப்படித்தான் நம்முடைய இலக்கியங்கள் பேசுகின்றன. முருகன் ஏதோ காரணமாகக் கடைசியில் அதை விட்டுவிட்டார்; அல்லது பார்ப்பனப் பெண்ணான அவரது இரண்டாவது மனைவி காரணமாக இருக்கலாம். இன்று முருகன் கோயில்களில் இரத்தப்பலி இல்லை. ஆனால் இன்னும் ஆட்டு வாகனம் இருக்கிறது; மறந்துவிடக்கூடாது. அதில் என்ன வருகிறது என்று கேட்டால், சுடலை ஆண்டவர் கோயில் பூசாரி சொன்ன மாதிரி, புலால் உண்ணாதவர்களெல்லாம் மேல் சாதி, புலால் உண்ணுகிறவர்கள் கீழ் சாதி என்று சொல்லப்படுகிற இந்து சமூகத்தை இரண்டாகப் பகுத்துக் காட்டுகிறார். 'வெளி' பற்றிய பிரச்சனையில் இன்னொன்றை நாம் கவனிக்க வேண்டும்.

கடவுளுக்கு ஓர் உயிரைப் பலி கொடுத்து உண்ணுவது உலகளாவிய வழக்காகும். எல்லா உயிரையும் கடவுளுக்குப் பலிகொடுத்துதான் உண்ணவேண்டும் என்பது முஸ்லிம்களுடைய கருத்து; அதுதான் புனிதமான உணவு என்று அவர்கள் உறுதி செய்கிறார்கள். புளியம்பட்டி அந்தோணியார் கோயிலிலேயும் ஆடு வெட்டத்தான் செய்கிறார்கள். எனவே அது இந்து சமூகத்தின் மீது மட்டும் திணிக்கப்படுகிற விசயம் அன்று. உண்மையான இந்து *சமூகமாக்கப் பின்னப்படுகிற ஒரு சதியாகத்தான் நான் இதைக் கருதுகிறேன்.

இரத்தப்பலி கொடுக்கும் இந்தப் பெருந்திரளான மக்கள் கூட்டம் இந்துக்கள் அல்ல. ஏனென்றால் இந்து என்பதற்கான வரைவிலக்கணம் இவர்களுக்குப் பொருந்தாது. ஒரு புனித நூல் கிடையாது. 'ஒரு கடவுள்' கோட்பாடு கிடையாது. தெய்வம்தான் உண்டு; ஆகம நெறி கிடையாது. வணங்குபவர்க்கும் வணங்கப்படு பவருக்கும் இடையிலே வேறு எதுவும் கிடையாது, ஆத்மார்த்தமான

உறவு தவிர. இந்த ஆத்மார்த்த உறவை, இந்த நாட்டுச் சைவம்கூட ஒத்துக்கொண்டிருக்கிறது. கண்ணப்பன் கடவுளுக்குக் கறி கொடுக்கிறபோது எப்படிக் கொடுத்தான்? பன்றிக் கறியை அவித்து, அதுவும் நன்றாக வெந்திருக்கிறதா என்று வாயினாலே சுவைத்துப் பார்த்து, அதற்குப் பிறகு சிவபெருமானுக்குக் கொண்டுபோய் வைக்கிறான். சிவபெருமான் அதை ஏற்றுக்கொண்டார் என்பதுதானே வரலாறு. இறைவனுக்குத் தான் உண்ணுவதை மட்டுமே ஒரு மனிதன் கொடுக்க முடியும். தமிழ்நாட்டில் எங்கேயாவது ஒட்டகம் பலி கொடுக்கிறார்களா? இல்லையே! நான் என்ன உண்ணுவேனோ அதுதான் என் கடவுளின் உணவு. நான் என்ன உடுப்பேனோ அதுதான் என் கடவுளின் உடை. என்னுடைய கடவுள் என்னைப்போல மீசை வைத்திருக்கும். ஒருவரிடம் மீசை இல்லையெனில் கடவுளும் மீசை இல்லாமல் இருப்பார். என்னுடைய தெய்வத்திற்கு என்ன உணவு என்பதை நான் தீர்மானிக்க வேண்டும். ஏனென்றால், எங்களுடைய உறவு ஆத்மார்த்தமான உறவு. எங்கள் வீட்டின் பக்கத்தில் ஓர் அம்மன் கோயில் இருக்கிறது. அந்த அம்மன் எங்களுக்குத் தாயாரைவிட மேலான தாயார். ஏன் தாயார்? அவள் என்னைப் போலப் புலால் உண்ணுவாள்; தாய்க்கோழியைப் போல கோபப்படுவாள். தீமைக்கெதிராகக் கையிலே கடக்கென்று ஆயுதத்தைத் தூக்குவாள். பிள்ளைகளைக் காப்பாற்ற ஆயுதத்தை எப்போதும் பயன்படுத்துகிற நிலையிலேயே வைத்திருப்பாள். நான் இறந்து போனால் கதவை மூடி உண்ணாமல் இருப்பாள். என்னுடைய பிணம் அந்த வழியாகப் போனபிறகுதான் கதவைத் திறந்து குளித்துவிட்டுச் சாப்பிடுவாள். இதுதானே என்னுடைய ஆன்மீகம்?! நாட்டார் சமயத்தில் ஆத்மார்த்தமான உறவு தெய்வத்திற்கும் மனிதனுக்குமானது என்பது இதுதான். இந்த உறவுக்குள் அரசாங்கம் ஏதோ காலாவதியாகிப்போன ஒரு சட்டத்தை எடுத்துக்கொண்டு மூக்கை நுழைக்கிறது என்பது நமது கவலை.

நாட்டார் தெய்வ வழிபாடுதான் பெண்ணையும் தெய்வத்தின் பிரதிநிதியாக (சாமியாடியாக) அங்கீகரித்திருக்கிறது. இரத்தப்பலி பெறும் தெய்வங்களிலும் சரிபாதிக்குமேல் பெண் தெய்வங்கள். இரத்தப்பலி கொடுக்கும் இந்த வழிபாட்டில் தெய்வத்திற்கும் மனிதனுக்கும் இடையிலே நிற்கிற பூசாரி எளியவனாகவும் இருக்கிறான்; ஏழையாகவும் இருக்கிறான். குறிப்பிட்ட சிலமணி

நேரங்கள் மட்டும் அவன் கையில் ஆன்மீக அதிகாரம் தரப்படு கின்றது. அதுவும் ஓர் அடையாளமாக, குறியீடாக மட்டும்தான்.

எனவேதான் சொல்கிறோம், உயிர்ப்பலித் தடைச்சட்டம் நாட்டார் பண்பாட்டின் மீதும் அதன் சனநாயகத்தன்மை மீதும் தாக்குதல் நடத்த முன்வருகிறது. அரசு அந்தச் சட்டத்தைப் பெரும்பாலான மக்களின் உணர்வுகளுக்கு மதிப்புக் கொடுத்துத் திரும்பப் பெற வேண்டும்.

'தீயின் தாக்குதலில்' என்ற தலைப்பில் ஆனந்தவிகடனில் வெளியான மதன் கட்டுரை, பார்ப்பனிய ஆன்மீகச் சிந்தனையின் வெளிப்பாடாகும். வேதகாலக் கடவுள்களைப் பட்டியலிட்டுப் பார்த்தால் பல செத்துப்போனது தெரியவரும்; சமூக வளர்ச்சிப் போக்கில் அவை தேவையில்லாமல் போய்விட்டன என்பதே இதன் பொருளாகும். முதல்மட்டக் கடவுள்கள், இரண்டாம் மட்டக் கடவுள்கள் என்று பார்த்தது, ஆன்மீக அதிகாரம் பெற்ற பார்ப்பனியமே தவிர, எளிய மக்களின் ஆன்மீகம் அல்ல.

நரபலியின் கொடுமைகளை விவாதிப்பதாக அமைவது என்று தோன்றினாலும் அதற்குக் குறையாத அருவருப்பு உணர்வினை நாட்டார் வழிபாட்டின் மீது பாய்ச்சுவதாகவே இக்கட்டுரை அமைகிறது, நாட்டார் ஆன்மிகத்தின் தகுதிப்பாட்டினை அதற்கு வெளியிலே நிற்பவர்களால் முழுமையாக உணரமுடியாது.

* வல்லினம், ஆகஸ்ட் 03 ஜனவரி

நம்பமுடியாத புலமையாளர்

தமிழ்நாட்டில் அறியப்பட்டவர்களைப்போல் அறியப்படாத பெரிய அறிஞர்களின் பட்டியல் ஒன்று இருக்கிறது. அதற்கு ஒரு நல்ல எடுத்துக்காட்டு சி.சு. மணி.

தொல்காப்பியம் உயிர்ஈற்றுப் புணரியலைப் பற்றிப் பேச வேண்டுமா? சங்க இலக்கியத்தின் பிசிராந்தையார் நட்பினைப் பற்றிப் பேசவேண்டுமா? பரிமேலழகர் உரைச் சிறப்பு என்ன? தமிழிலக்கிய நெடும் பரப்பில் எங்கே எந்தக் கேள்வி கேட்டாலும் பதில் சொல்லக்கூடிய ஓர் அறிஞர்.

சி.சு.மணி அஞ்சல்துறையில் எழுத்தராக இருந்தார். உண்மை யிலேயே அவர் நெல்லை மாவட்டத்தில் எல்லாப் பேராசிரியர் களுக்கும் பேராசிரியர். எந்தத் தமிழ், ஆங்கிலப் பேராசிரியருக்கும் மரபுவழி இலக்கியத்தில் ஐயம் ஏற்பட்டால் அவரிடத்திலே போய்த்தான் கேட்டுத் தெரிந்துகொள்வார்கள். அவரது வாசிப்பு அவ்வளவு விரிவானது; ஆழமானது; மிக நுணுக்கமானது.

கல்லூரியில் பி.ஏ. பொருளாதாரத்தில்தான் அவர் பட்டம் பெற்றி ருந்தார். ஆனால் அவரிடம் இசை உட்பட பலதுறைப்புலமை இருந்தது.

அவர் தன்னைத்தானே கேலியாகச் சொல்லிக்கொள்ளுகிற மாதிரி, புளிய மரத்தடியைவிட்டு எங்கும் போகாமலேயே எல்லா ஞானத்தையும் பெற்றுக்கொண்ட நம்மாழ்வாராகவே அவர் விளங்கினார்.

யார் எப்போது என்ன வந்து கேட்டாலும் இல்லையென்று சொல்லாமல் கொடுக்கக்கூடிய ஒரு செல்வனைப்போல, அவருடைய வீடு அறிவைத் தேடி வருபவர்களுக்கு திறந்தே கிடந்தது.உடல்நலம் குன்றியிருந்த கடைசி நிமிடம் வரை அது அப்படியேதான் இருந்தது.

உணர விரித்துரைத்தல் என்றால் அதுதான் நல்ல கல்வியின் பயன் என்று சொல்லுவார் வள்ளுவர். கற்றவன் அதை அடுத்தவர் உணருமாறு விரித்துச் சொல்லவேண்டும். அப்படிச் சொல்லுகிற ஆற்றல் பேராசிரியர்களைவிட அவருக்கு நிறைய இருந்தது. அவர் எல்லாருக்கும் ஆசிரியராக மட்டுமன்று; கடைசி நிமிடம் வரை மாணவனாகவும் இருந்தார். என்ன புதிய புத்தகம் வந்திருக்கிறது என்று கேட்பார். 69ஆம் வயதில் 2003ஆம் ஆண்டு வெளிவந்த 'புனைகளம்' இலக்கிய இதழையும் வல்லினம் இதழையும் அவர் படித்திருந்தார். 'புனைகளம்'மூன்றாவது இதழ் ஏன் வரவில்லை என்று ஒரு மாதத்திற்கு முன்னால் கேட்டார்.

அவருடைய மரபு சைவ மரபு. அவருடைய தாயார் குமர குருபரருடைய தம்பியின் வழியிலேயே வந்தவர். எனவே அவருக்கு ஒரு சைவ மரபுப் பின்புலம் இருந்தது. ஆனால் மத அடியாரைப் போல அவர் ஒருபோதும் நடந்துகொள்ளமாட்டார். தேவாரத்தை அவ்வளவு நுணுக்கமாகச் சொல்லுவார். 'சடையாய் எனுமால் சரண் நீ எனுமால்'என்ற சம்பந்தர் தேவாரத்திற்குச் சைவர்கள் சொல்லுகிற கதையை ஒப்புக்கொள்ளமாட்டார். இது அகப் பொருள் பாசுரம் என்பார். சிவஞான முனிவருடைய 'சத்சூத்திரர்' என்று சொல்லுகிற கருத்தை அவர் ஒப்புக்கொள்ளமாட்டார். சைவ சித்தாந்தம் ரௌரவ ஆகமத்தினுடைய மொழிபெயர்ப்பு என்று சொல்லக்கூடிய கருத்தையும் அவர் ஒப்புக்கொள்ள மாட்டார். 14 சாத்திரங்களுக்கும் உரை எழுதி, ஒரு பல்கலைக்கழகம் செய்யவேண்டிய பெரும் பணியாகிய சிவஞான மாபாடியத்துக்கு ஆயிரம் பக்கங்களில் எளிய உரையை வரைந்திருந்தாலும் சீவதீட்சை பெற்றுக்கொள்ளவில்லை. ஆனால் நல்ல சைவராக வாழ்ந்தார். சைவநெறி என்பது ஒரு வாழ்நெறி என்று அடிக்கடிச் சொல்வார்.

அவருடைய எழுத்துப்பணி மிக விரிவானது. 14 சாத்திரங்களுக்கும் உரை எழுதியிருக்கிறார். சிவஞான மாபாடியத்துக்கு உரை எழுதுவது அவ்வளவு எளிதான காரியமன்று, அதிலே உள்ள கடுமையான இலக்கணப் பகுதிகளெல்லாம் யாரையும் மலைக்க வைக்கும். அது அவருடைய மிகப் பெரிய பங்களிப்பு 50, 60 ஆண்டுக்காலமாக யாருமே படிக்காது இருந்த சிவஞான மாபாடி யத்தை இன்னுமொரு நூற்றாண்டு காலத்திற்கு ஒரு கல்லூரி

மாணவன் தைரியமாகத் தொட்டுப் பார்க்கலாம். அந்த அளவுக்கு உரை எளிமையான உரை.

சைவம் மட்டுமல்ல; வைணவ நூல்களையும் படிப்பார். ஆச்சார்ய ஹிருதயமும் மும்மூச்சுப் படியும் ஸ்ரீவைஷ்ணவ பூஷணமும் அவருடைய நாவிலே சாதாரணமாக வந்து விழும். 'செந்நிறத்த தமிழோசை என்றதனாலே அகஸ்தியமும் அனாதி என்று சொன்னாரல்லவா' என்று அவர் மேற்கொள்காட்டுகிறபோது நமக்குத் தலைசுற்றும், ஒரு திருநீறணிந்த சைவர் இவ்வளவு சாதாரணமாக மேற்கொள் காட்டுகிறாரேயென்று.

பைபிளிலே ஜேம்ஸ் எடிசன்னிலிருந்து 13 பதிப்புகள் காஸாலி பற்றிய அவரிடத்திலே இருந்தன. இமாம் நூல்களையெல்லாம் அவர் வைத்திருந்தார். ஒரு இஸ்லாமியரிடம் இமாம் காஸாலியரைப்பற்றி அவரால் பேச முடியும். கூடுதலாகச் சில விசயங்களைச் சொல்லவும் முடியும். அவர் கடைசியாக, என்னிடத்திலே வாங்கிப் படித்த புத்தகம் சமண ஷியாத்வாதம் பற்றியது.

அவரது நினைவாற்றல் ஒரு கணிப்பொறியை நினைவுபடுத்து வதாக இருந்தது. மனப்பாடமாகச் சொல்லி நடத்துவார். அவர் வீட்டு மாடியிலே ஒருகாலத்திலே எல்லாருக்கும் உணவளிக்கும் அளவுக்கு அவருக்குப் பொருள் வசதி இருந்தது; செய்தார். எல்லாரும் வந்து உட்கார்ந்திருப்போம். கேட்பவர்கள் பெறுவான் தவம் என்பது மாதிரி வந்து உட்காருவார்கள். சொல்லிக்கொண்டே இருப்பார். எல்லாரும் கேட்டுக்கொண்டே இருப்போம். எல்லாப் பக்கமும் சுற்றிச் சுற்றி வருவார்.

மூல இலக்கியங்களை மட்டுமல்லாமல் உரைகளையும் நுணுக்க மாகப் படித்திருந்தார். சிலப்பதிகார உரையிலே அவருக்கு இருந்த பயிற்சி, பண்ணாராய்ச்சி வித்தகர் சுந்தரேசனார் போன்றவர்கள் மெச்சும்படி இருந்தது.

தவத்திரு குன்றக்குடி அடிகளார், பேரறிஞர் வானமாமலை, நுண்கலைச் செல்வர் சாத்தான்குளம் அ.ராகவன் போன்ற எல்லாரும் அவரை மதித்தார்கள். எல்லாரும் அவர் வீடு தேடி வந்துசென்றார்கள். குன்றக்குடி திருமடம் அவருக்கு 'சேக்கிழார் விருதை' ஏற்படுத்திய முதல் ஆண்டு அழைத்து வழங்கியது.

பத்துப் பதினைந்து ஆண்டுகளுக்கு முன்னாலே வரைக்கும் அவருடைய குரல்வளம் மிக அருமையாக இருந்தது. செவ்வியல் இசையையும் காவடிச் சிந்தையும் தேவாரத்தையும் பாடுவார். இத்தனைக்கும் ஓயாது புகைப்பிடிக்கிற வழக்கம் உடையவர். இருந்தாலும் அவரது குரல் மணிக்குரலாக இருந்தது.

அவருடைய நடை, தோற்றம், எழுத்து, பேச்சு, காசுக்குத் தன்னுடைய புலமையை விற்காத வாழ்க்கை, எல்லாமே கம்பீரம் நிறைந்ததாக இருந்தது. அந்தக் கம்பீரத்தைக் கடைசிவரை காப்பாற்றினார். ஆக, ஒட்டுமொத்தத்தில் நான் என்னுடைய குருநாதரை இழந்துபோனேன். சைவ உலகம் ஒரு மிகப்பெரிய சைவ சித்தாந்தியை இழந்துபோய்விட்டது. தமிழ் இலக்கியம் ஒரு பெரிய மரபிலக்கியப் பேரறிஞரை இழந்துபோய்விட்டது. எங்கள் நெல்லை மாவட்டம் ஒரு பல்துறை அறிஞரை இழந்து போய்விட்டது.

தீராநதி, செப்: 2003

இருட்டறையில் வெளிச்சம் வரவேண்டும்

என் அண்ணன் ஒளிந்துகொள்வதற்கு அவசரமாக இடம் தேடினான். எனக்கு நாலு வயது மூத்தவன். அவனை அடிப்பதற்கென்று மாமா துடித்துக்கொண்டு தேடியலைந்தார். அவர் கையில் அகப்பட்டால் தொலைந்தான். நான் ஒரு குற்றமும் அறியாதவன் என்றாலும் அண்ணாவின் பின்னால் இழுபட்டேன். என்னுடைய அண்ணனின் காலின் வேகத்துக்கு ஈடுகட்டும் விதத்தில் அவனுடைய மூளையும் வேலை செய்யும். கனவிலும் மாமா கண்டுபிடிக்க முடியாத ஓர் இடத்தை அவன் மூளை தெரிவு செய்தது. அந்த இடம் எங்கள் கிராமத்து நூலகம். அவன் உள்ளே நுழைந்தான். நானும் அவன் பின்னால் முதன்முதலாக அந்த நூலகத்துக்குள் காலடி எடுத்து வைத்தேன்.

அப்படியே பிரமித்துப் போனேன். இவ்வளவு புத்தகங்களா?! சிறுவர் பகுதியில் வண்ணப் படம் போட்ட அழகழகான புத்தகங்கள் அடுக்கி வைக்கப்பட்டிருந்தன. நான் உருவி எடுத்த புத்தகத்தின் பெயர் 'டாம் மாமாவின் இருட்டறை'. அது ஒரு 40, 50 பக்கங்கள் இருக்கும். ஒரே அமர்வில் படித்து முடித்தேன். அந்த நாவலின் கதை அமெரிக்காவில் நடந்தது. எலைசா என்ற நீக்ரோ பெண் அடிமை தன் எசமானிடம் இருந்து தப்பி ஓடுகிறாள். அவளுடைய துயரத்தையும்அவளுக்கு இழைக்கப்படும் அநீதிகளையும்கொடூரங்களையும் சொல்வதுதான் கதை. சில கட்டங்களில் என் மனம் நடுங்கியது. இளவயதில் அப்படியே மனத்தில் பதிந்துவிட்டது.

அதைப் படித்தபோது அது Uncle Tom's cabin என்ற பிரபல அமெரிக்க நாவலின் மொழிபெயர்ப்பு என்பதோ, அந்த நாவலை எழுதிய பெண்மணியான Harriet Beecher Stowe என்பவர் உலகப் புகழ்பெற்றவர் என்பதோ, அமெரிக்கப் போர் மூள்வதற்கும் அடிமை ஒழிப்புக்கும் அது காரணமாக அமைந்தது என்பதோ, உலகத்திலே பைபிளுக்கு அடுத்தபடி அப்போது அதிகமாக வாசிக்கப்பட்ட புத்தகம் என்பதோ எனக்குத் தெரியாது. சிறுவயதில் நடந்த ஓர் அற்புதமான விபத்து என்று இதை எடுத்துக்கொள்ள வேண்டும்.

இப்படிச் சொன்னவர் மனோன்மணியம் சுந்தரனார் பல்கலைக் கழகத் தமிழ்த்துறைத் தலைவரும் பேராசிரியருமான டாக்டர் தொ.பரமசிவன். இவர் கடந்த ஜூன் மாதம் கனடாவின் Academy of Tamil Arts and Technology பி.ஏ. இறுதி ஆண்டு மாணவர் களுடைய ஆய்வேடுகளைப் பரிசீலனை செய்வதற்காக வந்திருந்தார். கனடாவில் இரண்டு வாரம் இருப்பார்.

இவர் தங்கியிருந்த வீட்டின் அழைப்பு மணியை அடித்தேன். கதவைத் திறந்தது இவர்தான். கறுப்பு உருவம், மெலிந்த தோற்றம், வாரிவிட்ட கறுப்பு முடி, இடைக்கிடை வெள்ளை தலைகாட்டும் மீசை, சதுரமான கண்ணாடி, கொலர்கள் மொடமொடவென்று தூக்கி நிற்க, அப்போதுதான் பிரித்த வெள்ளைநிற நீளக்கைச் சட்டையை அணிந்தபடி 'வணக்கம்' என்றார். பளீர் சிரிப்பு, இனிமையான சுபாவம், சிநேகமான உடல் மொழி.

"இந்தச் சட்டை அழகாயிருக்கிறது" என்றேன். ஒரு பேராசிரி யரிடம் பேச வேண்டிய முதல் வசனம் அல்ல என்றாலும் மனத்தில் பட்டதைச் சொன்னேன். அவர் வெட்கமாகச் சிரித்தார். நான் எளிமையாக உடுப்பவன். கனடா பயணம் முற்றானதும் கடையிலே போய் இரண்டு சேர்ட் வாங்கினேன். ஒரே தரத்தில் இரண்டு சேர்ட் வாங்கி ஊதாரித்தனம் செய்தது இதுவே முதல் தடவை. அவர் என்னிடம் மன்னிப்பு கேட்பதுபோலப் பேசிக்கொண்டே காரின் முன் இருக்கையில் ஏறி உட்கார்ந்தார். பெல்ட்டைப் பூட்டச் சொன்னேன். தன்னுடைய வலது கை நீளச் சட்டையின் பட்டனை இடது கையால் பூட்டியபடியே காரின் பெல்ட்டை இழுத்துக் கொளுவினார். அமைதியாக இருந்து பேசுவதற்காக பேர்ச் மவுண்ட் சாலையில் இருந்த Country Style உணவகத்தை நோக்கி நான் காரைச் செலுத்தினேன்.

பேராசிரியரிடம் இருந்தது நாலு மணி நேரமே. எனக்கோ கேட்க வேண்டிய கேள்விகள் நிறைய இருந்தன. கிளைக்குக் கிளை, கொப்புக்குக் கொப்பு, மரத்துக்கு மரம் தாவும் அணிலைப் போல என் கேள்விகள் இருந்தன. ஆயிரம் ஒட்டுப்போட்ட ஒரு பிச்சைக்காரனுடைய உடையை நினைவூட்டும் வகையில் இந்த உரையாடல் அமைந்தது என்றும் சொல்லலாம்.

பேராசிரியர் குடிப்பது தேநீர்தான். நான் ஒரு கப்பு சீனோவுக்கு ஓடர் கொடுத்தேன். தன் மஞ்சள் தலைமுடியைப் பந்துபோல் உருட்டி அதற்கு மேல் தொப்பி அணிந்திருந்த பரிசாரகி, காதிலே மாட்டியிருந்த ஒலி வாங்கியில் ஏதோ பேசியபடி எங்கள் பானங்களைத் தயாரித்தாள். வசதியான ஒரு மூலையில் அமர்ந்து அவற்றைச் சுவைத்தபடி பேச்சைத் தொடங்கினோம்.

அவர் பிறந்தது யாதவ சமூகத்தில். தகப்பன் சொந்தமாக லொறி வைத்து ஓட்டி உழைத்தவர். இவருக்கு நாலு வயதாக இருக்கும் போது ஒருநாள் இரவு படுக்கப் போனவர், காலையில் எழும்ப வில்லை. தூக்கத்திலேயே இறந்து போனார். மிஞ்சியது நாலு மாடுகளும்ஒரு தொழுவமும். தாயார் பெற்றது பதினொரு பிள்ளைகள்; மிஞ்சியது நாலு. இப்படி மிஞ்சியதை வைத்து அவர் சம்பாதித்துப் பிள்ளைகளைப் படிக்கவைத்தார்.

பாளையங்கோட்டையில் எல்லாக் குடும்பத்தினருக்கும் படிப்பு முக்கியம். சினிமா பாட்டுப் புத்தகம் காலிலே பட்டாலும் அவருடைய அம்மா தொட்டுக் கும்பிடச் சொல்லும். அவ்வளவு பக்தி. எந்த ஏழை வீடு என்றாலும் பிள்ளைகளை எப்படியும் படிக்கவைத்துவிடுவார்கள். இவர் படித்தது கிறிஸ்தவப் பள்ளிக் கூடம். பள்ளிக்கூடம் என்றால் பெரிதாக நினைக்கக் கூடாது. ஒழுகாத கூரை, குடிப்பதற்குத் தண்ணீர். இது முக்கியம். இந்தப் பள்ளியில் படிக்கும்போதுதான் மேற்படி நூலகச் சம்பவம் நடந்தது.

அமெரிக்கா என்றால் அது ஒரு பெரிய முன்னேறிய தேசம். அங்கே கறுப்பர்களை இப்படியா கொடுமை செய்வார்கள்?! என்பதில் அவருக்கு அந்தச் சிறுவயதிலேயே ஆச்சரியம். ஆனால் அதைவிட ஆச்சரியம், அவரைச் சுற்றிப் பல அநீதிகள் அப்போதே நடந்துகொண்டிருந்ததுதான். அவை அவர் கண்களுக்குத் தெரியவில்லை. சூழல் அப்படி.

'என்னோட படித்த ஒரு பிராமணப்பையன், என் வயதுதான் இருக்கும், வீட்டுக்கு விளையாட வருவான். எம் அம்மா அவனை சாமி என்று அழைக்கும். மரியாதையாக நடத்தும். ஒன்றும் புரியாத வயது, எனக்கு வித்தியாசமாகப்படவே இல்லை.

எங்கள் வீட்டில் உரக்குழி ஒன்று இருந்தது. மாட்டுச்சாணம், வைக்கோல் என்று வேண்டாத சாமான் எல்லாம் இதற்குள்தான் போட்டுவைப்போம். பந்து விழுந்தால் நாங்கள் இறங்கி எடுக்க முடியாது. தீட்டாகிவிடும் என்று அம்மா சொல்லும். ஜூன் மாதத்தில், கோவணம் மட்டும் கட்டிய பள்ளன் அதற்குள் இறங்கி, பதப்பட்ட உரத்தை அள்ளி எடுத்துக்கொண்டு வயலுக்குப் போவான். அம்மா அவனுக்குச் சோறு போடுவதற்கு, புறம்பான மண்சட்டி, சிரட்டை என்று வைத்திருக்கும். அது ஒன்றும் எனக்குத் தவறாகத் தெரியாது.

வகுப்பிலே நான் எப்பவும் முதல்தான். ஆனால் சோதனையில் முதல் இல்லை. நூற்றுக்கு நூறு எடுத்ததே கிடையாது. ஒரு கேள்வி வந்தால் அதற்கு எனக்குத் தெரிந்த அத்தனை பதில்களையும் எழுதிக்கொண்டே இருப்பேன். எல்லாம் எழுதி இனிமேல் இல்லை என்ற பிறகுதான் அடுத்த கேள்விக்குப் போவேன். ஒரு பரீட்சையிலாவது எல்லாக் கேள்விகளுக்கும் பதில் எழுதியது கிடையாது. எஸ்.எஸ்.எல்.சி. எடுத்தபோது எனக்குப் பதினைந்து வயது முடியவில்லை.

ஒன்றரை மாதம் குறைச்சலாக இருந்தது. தலைமை ஆசிரிய ருடைய சிறப்பு அனுமதி பெற்றுப் பரீட்சை எழுதினேன். அங்கேயும் ஒரு பாடத்திலாவது நான் கடைசிக் கேள்வியைத் தொடவில்லை.

நான் படித்தது கிறிஸ்துவப் பள்ளிக்கூடமாயிருந்தாலும் எங்கள் கிராமத்தில் சமயப் பிரச்சனை கிடையாது. அம்மா நேர்த்திக்கடன் என்று என்னை அடிக்கடி கோயிலுக்குக் கூட்டிப்போகும். டிசெம்பர் 25இல் இருந்து ஜனவரி முதலாம் தேதி வரைக்கும்எங்கள் கிராமம் விழாக்கோலம் பூணும். அம்மா எங்களை வெளிக்கிடுத்தி பாலன் பிறப்புப் பார்க்க மாதா கோவிலுக்கு அழைத்துப்போகும். நான் சோர்ந்துபோய் மந்தமாக இருந்தால் பள்ளிவாசலுக்குக் கூட்டிப்போகும், தண்ணீர் ஓதி என்மீது தெளிப்பதற்கு. இப்படி எங்களுக்கு எல்லாமே ஒன்றுதான்.

வாசிப்புப்பழக்கம் அப்போது தொடங்கியது. 'நற்கருணை வீரன்'என்று ஒரு புத்தகம். படம் போட்டிருக்கும். காலணா காசு கொடுத்து வாங்குவோம். அந்த வயதில் அது பெரிய காசு. எங்கள் கிராமத்தில் திராவிட இயக்கப் படிப்பகங்கள் நிறைய இருக்கும். எல்லாப் பத்திரிகைகளையும் ஆர்வமாக வாசிப்போம். அரசியல் கூட்டங்களையும் தவறவிடுவதில்லை.

மாணவனாயிருக்கும்போது அரசியலில் ஈடுபட பெற்றோரோ ஆசிரியரோ எப்படி அனுமதித்தார்கள்? படிப்பு கவனம் சிதறிவிடும் என்பதில் தமிழ்நாட்டுப் பெற்றோருக்கு பயம் கிடையாதா?

அப்படியல்ல. நிலைமை வேறு. அரசியலில் ஈடுபட்டவர்களுக்கு நிறைய வாசிக்கும் பழக்கம் இருந்தது. வாசிப்பு பொது அறிவையும் உலக ஞானத்தையும்பிரச்சனைகளை அலசும் கூர்மையையும் கொடுத்தது. ஆகவே அரசியலில் ஈடுபட்டவர்கள் அந்தக் காலத்தில் பரீட்சைகளில் உன்னதமான வெற்றிகளை அடைந்தார்கள்.

உங்கள் ஈடுபாடு எப்படித் தீவிரமடைந்தது?

1964, 65ஆம் ஆண்டுகள் என் வாழ்க்கையின் முக்கியமானவை. அண்ணாவின் பேச்சை முதன்முதலில் திருநெல்வேலியில் கேட்டேன். காசு கொடுத்துக் கேட்ட பேச்சு. அந்தக் காலத்தில் பெருந்தலைவர்கள் பேச்சைக் கேட்கக் காசு கொடுக்க வேண்டும். இப்பொழுதுபோல அல்ல. பல நாட்களாக நான் பணம் சேகரித்து அவர் பேச்சைக் காதால் கேட்டேன். வாழ்க்கையில் மறக்க முடியாதது. 65இல் எஸ்.எஸ்.எல்.சி தேர்வு எழுதினேன். அது முக்கியமல்ல; முக்கியம், பக்தவத்ஸலம் காலத்தில் தி.மு.க. நடத்திய இந்தி எதிர்ப்புப் போராட்டம். கறுப்புக் கொடி பிடித்து ஆர்ப்பாட்டம் செய்தோம். தமிழ்நாடு முன்பு எப்பொழுதும் காணாத பெரும் போராட்டமாக அது உருமாறியது. ராணுவம் வெளிவந்து 150 இடங்களில் துப்பாக்கி வெடித்தது. பள்ளிக் கூடங்கள் இரண்டு மாத காலம் பூட்டப்பட்டன. கடைசியில் நேருவின் உறுதிமொழியுடன் போராட்டம் முடிவுக்கு வந்தது.

இந்தப் போராட்டத்தின் முக்கிய விளைவு, முதல்முதலாகச் சனங்களுக்குப் பொலீஸ் பயம் உடைந்தது. இதற்குப் பிறகு நாலு பேர் ஒன்றாகப் போனால் பொலீஸ் மற்றப்பக்கம் போய்விடும். இரண்டாவது, தி.மு.க. முதல்முதலாக ஒரு மாபெரும் சக்தியாக

அறியப்பட்டது. இதைத் தொடர்ந்து வந்த தேர்தலில் தி.மு.க. ஆட்சியைக் கைப்பற்றி அண்ணா முதலமைச்சரானார்.

எஸ்.எஸ்.எல்.சி எடுத்த பிறகு உங்கள் படிப்பு எப்படித் தொடர்ந்தது?

இந்தக் கேள்விக்கு ஒருவரியில் பதில் வருகிறது. 'மதுரைப் பல்கலைக்கழகம், பி.ஏ. பொருளாதாரம். இது என் அண்ணாவுக் காகச் செய்தது. காரைக்குடி அழகப்பன் கல்லூரி, எம். ஏ. தமிழ் - இது என் விருப்பத்திற்காகச் செய்தது.

மதுரைப் பல்கலைக்கழகம் - முனைவர் பட்டம். மூன்று வருட லீவும்பணமும் கொடுத்தார்கள். அதற்காகச் செய்தது. அவர் வெள்ளையாகச் சிரித்தார்.

எங்கள் பக்கத்து மேசையில் ஒரு பெண் விளக்குச் சுடர் நீலத்தில் உடை, அதே கலரில் கண்கள். அவள் முன்னால் நாலு குடித்து முடித்த கடுதாசிக் குவளைகள் நேர்க்கோட்டில் நின்றன. கணுக்கால் களைக் கோத்துக்கொண்டு, அன்று முழுவதும் இருக்கத் தயாராக வந்தவள்போலச் சாவதானமாக யாருக்காகவோ காத்திருந்தாள். அடிக்கடி கைபேசியில் பேசினாள். வேறு ஒரு நாட்டில் புழங்கும் அந்த மொழி சங்கீதம் போல ஒலித்தது.

பேராசிரியருக்கு அடிக்கடி சிகரெட் பிடிக்க வேண்டும். ஒரு நாளைக்கு இருபது சிகரெட் இந்தியாவில் பிடித்தது வேறு. ஆனால் கனடாவுக்கு வந்து du maurierக்கு மாறிவிட்டார். சிகரெட் பிடிப்ப வர்களுக்கு கனடா சிநேகமான நாடு அல்ல. ஆகவே அடிக்கடி வெளியே போகவேண்டி வந்தது. இரண்டு நாளைக்கு முன்பு கனடாவின் smog நிலை உச்சக்கட்டத்தை அடைந்திருந்தது.

அவருடன் நானும் வெளியே வந்து தரையிலே பொருத்தியிருந்த மேசையைச் சுற்றி அடுக்கியிருந்த நாற்காலிகளில் உட்கார்ந்தோம். எங்களைப் பார்த்தவுடன் சாண்டில்யனுடைய கடல் புறாக்கள் சில எங்களுக்கு அருகாமையில் வந்து அமர்ந்தன. அதிலே ஒன்று பேராசிரியருடைய குரலையும் தாண்டித் தன் உயர்ந்த சத்தத்தால் எதையோ திருப்பித் திருப்பிச் சொன்னது. சங்கீதக்காரியே மேல் என்று எனக்குப் பட்டது. தன்னை அறியாமலே பேராசிரியரும் குரலை உயர்த்தினார். வலது கை நீளச்சட்டை பட்டனை இடது கையால் பிடித்திருந்தார். ஒட்டை சிறிதாகவும் பட்டன் பெரி

தாகவும் இருந்தது. அவர் விடாமல் அதை இறுக்கிப் போட்டார். விலை உயர்ந்த du Maurier புகையை வெளியே விட்டபடி தன் மீதிப் பேச்சைத் தொடர்ந்தார்.

கனடா போன்ற நாடுகளில் தமிழ் வளர்ச்சிக்கு உதவி செய்யும் நிறுவனங்கள் உள்ளன. திடீரென்று உங்களிடம் ஒரு லட்சம் ரூபாயைத் தந்து தமிழ் இலக்கியத்தை முன்னெடுக்கும் முக்கியமான பணி ஒன்றைச் செய்யச் சொன்னால், அந்தப் பணி என்னவாயிருக்கும்?

அச்சு ஊடகங்கள் தமிழ் மொழியை நவீனப்படுத்திய காலப் பகுதியில் (1840-1940) நடந்த அறிவு முயற்சிகளை அளவீடு (survey) செய்ய முயல்வேன். தமிழ்ச் சமூகத்தினுடைய அடித்தளம் தாக்குதலுக்கு ஆளான காலகட்டம் இதுதான். பெண் கல்வியும் விதவை மறுமணமும் குழந்தை மண ஒழிப்பும் மூளையில் உறைத்த காலம். அதைவிட, காலம் காலமாகப் பேச்சுரிமை இல்லாத பிற்படுத்தப்பட்ட, ஒடுக்கப்பட்ட மக்கள் தங்கள் உணர்வுகளை எழுத்திலே சொல்ல உரிமை கிடைத்த காலம். இன்னும் அரசியல் அதிகாரம், கோமாமிசம் சாப்பிடுபவன் கையிலே இருந்தது. அதை மேல்சாதி மக்கள் ஏற்றுக்கொண்ட காலம். ஆகவேதான் இந்தக் காலக்கட்டத்தில் ஏற்பட்ட அறிவு முயற்சிகளை அளவீடு செய்ய வேண்டியது முக்கியக் கடமை என்று கருதுகிறேன்.

வேகமாக மாறிவரும் உலகில் தமிழ் அழிந்துவிடும் என்று ஒரு கருத்து இருக்கிறது. இந்த இணைய யுகத்தில் தமிழின் எதிர்காலம் எப்படி?

உலகில் பல்வேறு கண்டங்களில் சிதறிக் கிடக்கும் பத்துக் கோடி மக்களால் பேசப்படும் மொழியின் அழிவு அவ்வளவு எளிதான நிகழ்வு அல்ல. இன்றைக்கும் தமிழ் மொழியின் முன்னாலே நிற்கிற பெரிய முரண்பாடு என்னவென்றால், "கணிப்பொறிக்குள் நுழைந்துவிட்ட தமிழ், கோயில் கருவறைக்குள் நுழைய முடிய வில்லையே" என்று குன்றக்குடி அடிகளார் வருத்தப்படுவது போலத்தான். கணிப்பொறியோடு கலந்துவிட்ட ஒரு மொழி அவ்வளவு விரைவில் அழிந்துவிடும் என்றா கருதுகிறீர்கள்?

அப்படி இல்லை. ஆனால் நீங்கள் கண்ணால் பார்த்த சாட்சி. ஜூன் 21ம் தேதி கனடாவில் மறக்க முடியாத தினம். ஹரி

பொட்டரின் ஐந்தாவது நாவல் வெளியான நாள். 32 மில்லியன் சனத்தொகை கொண்ட இந்த நாட்டில் ஓர் இரவில் மட்டும் 70,000 புத்தகங்கள் அஞ்சலில் விநியோகிக்கப்பட்டன. இதுதவிர, புத்தகக் கடைகளிலும் நடுநிசியிலிருந்து அமோகமான விற்பனை. ஆனால் நீங்கள் சொல்லும் பத்துக்கோடி தமிழ் பேசும் உலகத்தில் 1000 பிரதிகள் விற்பதே பிரச்சினையாக இருக்கிறது. நவீன தமிழ் இலக்கியப் படைப்பு ஏதாவது உலகத் தரத்தை எட்டியிருக்கிறதா? இன்னும் 50 ஆண்டுகளுக்குத் தாக்குப்பிடிக்கும் படைப்புகள் ஒன்றிரண்டுபற்றிக் கூறமுடியுமா?

இலக்கியப் படைப்பில் உலகத்தரம் என்பதுபற்றி எனக்கு ஏதும் தெரியாது. சிலப்பதிகாரமும் கம்பராமாயணமும் திருக்குறளும் உலகத் தரமுடையன என்பதுதான் எனக்குத் தெரியும். ஐம்பது ஆண்டுக்காலம் என்பது நீங்கள் நினைக்கிற புனைகதை உலகத்தில் மிக நீண்டது. கவிதை உலகத்தில் மிகக் குறுகியது. பாரதியின் கண்ணன் பாட்டு, பாரதிதாசனின் சில கவிதைகள், ஈழத்துக் கவிதைகளில் சில கட்டாயம் நிற்கும். இயற்கையோடு உறவாடும் எழுத்துகள் எப்பொழுதும் நிற்கும்.

மரபுக்கவிதை புதுக்கவிதைக்கு வழிவிட்டது. மறுபடியும் மரபுக்கவிதை தலைதூக்கும் காலம் வருமா? இக்காலக் கவிகளுக்கு மரபுக் கவிதை பரிச்சயம் அவசியமா?

'கவிதை என்பது மனித உடலோடும் மனத்தோடும் பிசையப்பட்டது. மரபு, புதுமை என்பதெல்லாம் ஒரு குறிப்பிட்ட காலத்திற்கான எழுத்துலக ஏற்பாடுகள், அவ்வளவுதான். நெஞ்சில் கனல் மணக்கும் பூக்களாக விரிகின்ற ஒப்பாரிப் பாடல்களின் கவித்துவத்தின் முன்னர், பெரியாழ்வாரும் கம்பனும்கூடத் தோற்றுப்போவார்கள். நினைவறியாக் காலம் தொட்டு வருகிற கவிதை என்னும் பேராற்றில், காலப் பங்கீடு செய்ய முடியாது. உலகின் கடைசி மனிதன் இருக்கும் வரை கவிதை இருக்கும். மரபுக்கவிதையினை ஒழுங்காகப் படிக்காத காரணத்தினால்தான் தமிழ்ப் புதுக்கவிஞர்கள் சொல்வறுமை கொடுமையானதாகக் காட்சியளிக்கிறது.

உங்கள் மாணவர்கள் யாராவது தமிழில் ஒப்பாரி, தாலாட்டுப் பற்றி ஆய்வு செய்திருக்கிறார்களா?

ஒப்பாரியும் தாலாட்டும் பெண்கள் படைத்தளித்த இலக்கியப் பேருலகமாகும். இன்னமும் ஒப்புக்கூட்டி (ஆசுகவி) பாடும் எழுத்தறிவில்லாப் பெண்கள் தமிழ்நாட்டில் நிறையவே இருக்கிறார்கள். தமிழ்மொழியில் பிறந்த தாலாட்டுகள் திராவிட மண உறவு முறையினை (உடன் பிறந்த ஆணும்பெண்ணும் தங்கள் பிள்ளைகளின் வழி அடுத்த தலைமுறையில் மண உறவு கொள்வதனை - cross cousin marriage) விளக்கிக்காட்டும் இலக்கிய வடிவமாகும். தாலாட்டின் சொற்கள் அனைத்தும் அள்ளி மடியில் கட்டிக்கொள்ளும் அழகான கூழாங்கற்களாகும். அவை கால ஓட்டத்தினை காட்டக்கூடியன. என்னுடைய மாணவர்கள் தாலாட்டு, ஒப்பாரி குறித்து ஆராயவில்லை. ஆனால் தமிழ்நாட்டில் இவை குறித்து நூற்றுக்கணக்கான ஆய்வுகள் வட்டாரவாரியாக நடந்தேறியுள்ளன.

சிலப்பதிகாரத்தை நீங்கள் வேறு கோணத்தில் பார்க்கிறீர்கள். அரச பயங்கரவாதத்தை முதல் முதலாக எதிர்த்த காவியம் என்று குறிப்பிட்டிருக்கிறீர்கள். இது புதுமையான பார்வை. கொஞ்சம் விளக்க முடியுமா?

'சிலப்பதிகாரம்' போன்ற செவ்விலக்கியங்கள் கால வெள்ளத்தை எதிர்த்து நின்று பல்வேறு வகையான வாசிப்புகளுக்கு இடம் தருவன. எனவேதான் அவை உயிர் வாழ்கின்றன. பாரதியின் சிலப்பதிகார வாசிப்பு வேறு, ம.பொ. சியின் சிலப்பதிகார வாசிப்பு வேறு. என்னுடைய மாணவர் 'சூழலியல் நோக்கில் சிலப்பதிகாரத்தை' வாசித்துக் கட்டுரை எழுதியுள்ளார். இன்று தஞ்சை மாவட்டத்தில் வறண்டுகிடக்கும் காவிரியை நினைத்துக்கொண்டு சிலப்பதிகாரத்தின் கானல் வரியைப் படித்தால் எந்தத் தமிழனுக்கும் நெஞ்சடைத்துப் போகும். அதற்கான காரணம் சிலப்பதிகாரம் ஒரு செவ்விலக்கியம் என்பதுதான்.

என்னுடைய வாசிப்பும் வித்தியாசமானது. நிகழ்காலத் தமிழ் நாட்டுத் தமிழன் இப்படித்தான் சிலப்பதிகாரத்தை வாசிக்க முடியும். வெளியூர்க்காரனான கோவலன் மேல் குற்றம் சுமத்தப்படுகிறது. அவன் கையில் குற்றப் பத்திரிகை தரவில்லை. நீதிமன்றம் அழைக்கப்படவும் இல்லை. குற்றச்சாட்டிற்கு என்ன பதில் என்று அறியும் முயற்சியும் இல்லை. விசாரணை இல்லாமலே அரசன் 'கொன்று அச்சிலம்பு கொணர்க' எனத் தீர்ப்புச் சொல்லிவிடுகிறான்.

கிறிஸ்தவ மதத்தில் இறுதித் தீர்ப்பு நாளில்கூட, மனித உயிருக்குத் தன் கட்சியைச் சொல்ல ஒரு வாய்ப்புத் தரப்படுகிறது. இஸ்லாமிய மதத்தில் 'கியாமத் நாள்' என்று சொல்வார்கள். ஆனால் இங்கே, அரசவையில் கோவலனுடைய கட்சியைக் கேட்க மன்னன் தவறி விடுகிறான்.

'இளங்கோவடிகள்' தன் காவியத்தில் 'கொலைக்களக் காதை' என்று தலைப்புக் கொடுத்திருந்தாலும் கோவலன் கொலைக் களத்துக்கு இட்டுச் செல்லப்படவில்லை. அங்கு அழைத்துச் சென்றிருந்தாலாவது அவனுக்குத் தன் கட்சியைச் சொல்ல ஒரு வாய்ப்புக் கிடைத்திருக்கும். அவன் வீதியிலே கொல்லப்பட்டான். குறுக்காக வெட்டப்பட்ட அவன் சடலத்தை, கண்ணகி வீதியிலே தான் கண்டெடுத்தாள். எல்லா மனித உரிமைகளும் மீறப்பட்டன. இதைவிடத் துல்லியமாக அரச பயங்கரவாதத்தை வேறு எந்தக் காவியமும் கூறவில்லை.

மதங்கள் பற்றி நீங்கள் பேசினாலும் அடிப்படையில் நாஸ்திகர். தமிழ்நாட்டில் அம்மன் விழாக்கள் பற்றி ஆராய்ச்சி செய்திருக் கிறீர்கள். பக்தி இலக்கியங்களை, குறிப்பாக நாலாயிர திவ்யப் பிரபந்தத்தை ஊன்றிப் படித்திருக்கிறீர்கள். காரணம் என்ன? பக்தியா அல்லது இலக்கிய ஆர்வமா?

'பக்தி என்பது தனி மனித மீட்சிக்குரியது. எழுத்து என்பது மரபு சார்ந்த மேலோர் பார்வையாகும். 'நான் யார் என் உள்ளமார்' என்று கேட்ட மணிவாசகர்கூட மக்களை மறந்தவரல்லர். பக்தி இலக்கியப் பக்தியும் பயம் கலந்த பக்தியல்ல. பக்தி இலக்கியங்கள் அனைத்தும் மறுபுறமாக சமூக ஆவணங்களாகும். தமிழ்நாட்டு அம்மன் தெய்வம், எளிய மக்களின் உலகியல் சார்ந்த ஆன்மீக வெளிப்பாடு. சக மனித வாழ்வின் இன்பதுன்பங்களை மறந்து கண்ணை மூடிக்கொள்ளும் போக்கு அங்கு கிடையாது. எனவேதான் பக்தி இலக்கிய வாசிப்பும் அம்மன் கோவில் விழாக்களும் எனக்கு மகிழ்ச்சியளிக்கின்றன.

நேரம் ஓடிக்கொண்டிருந்தது. நண்பர்களுக்கு சில பரிசுகள் வாங்க கடைக்குப் போகவேண்டும் என்றார் பேராசிரியர். கார் ரேடியோ, சார்ஸ் வியாதியால் மரணமடைந்த ஒரு மருத்துவமனை தாதியின் மரணச் சடங்கு விபரங்களைச் சொல்லிக்கொண்டிருந்தது. நான் ரேடியோவைப் பட்டென்று அணைத்தேன் கோடுபோட்டு

அடைத்த இரண்டு தரிப்பிடங்களுக்குச் சொந்தமான இடத்தில் அவசரமாகக் காரைக் குறுக்காக நிறுத்திவிட்டு அவரைக் கடைக்குள்ளே அழைத்துச் சென்றேன்.

அவர் பல பேனாக்களை ஆராய்ந்தார். சிலதை எழுதிப்பார்த்து, சிலதைப் பெட்டியோடு திறக்காமல் தேர்வு செய்தார். எத்தனை விதமான பேனர்கள், திருகித் திறக்கும் பேனா, மைக்கட்டி அடைத்த பேனா, உருளும் பேனா இப்படிப் பல வகை. அச்சு அசல் சேக்ஸ்பியர் போலத் தோற்றம் கொண்ட காசாளரிடம், பேராசிரியர் கனடிய டொலர்தாள்களை ஒவ்வொன்றாக இரண்டுமுறை எண்ணிக் கொடுத்தார். அவர் 'நன்றி, மீண்டும் வருக' என்றார். பாளையங்கோட்டையில் இருந்து திரும்பி வருவதற்கு மூன்று நாட்கள் எடுக்கும் என்பது காசாளருக்குத் தெரிந்திருக்க நியாயமில்லை.

இவ்வளவுக்கும் நாங்கள் ஒருகணமும் நிறுத்தாமல் எங்கள் உரையாடலைத் தொடர்ந்தோம்.

இப்பொழுது தமிழ்நாட்டில் உள்ள கல்வி முறையில் எல்லாச் சாதியினருக்கும் படித்து முன்னேறும் வசதியிருக்கிறது. ஏற்கனவே பொருளாதார வித்தியாசங்கள் ஓரளவுக்கு சமனடைந்திருக்கின்றன. இந்நிலையில் இன்னும் இருபது வருட காலத்தில் தமிழ்நாட்டில் சாதியே அழிந்துவிடும் என்று சொல்ல முடியுமா?

இன்னும் ஒரு நூற்றாண்டுக்காலம் தமிழ்நாட்டில் சாதி அழிவதற்கான வாய்ப்புகள் இல்லை. காலம், வெளி, மொழி, உணவு, உணவாக்கும் முறை, அணிகலன், ஆன்மீகம், ஒப்பனை என்று சமூக அசைவின் எல்லாத் திசைகளிலும் சாதி தொழிற் பட்டிருக்கின்றது. அவை அனைத்தும் மறைந்து, ஒரு பொதுத் தன்மையினை எட்டுவதற்கு இன்னும் ஒரு நூற்றாண்டுக்காலம் போதாது என்பதே என்னைப் போன்றோரின் கணிப்பாகும். சாதி ஒழிப்புப் பற்றிய நம்முடைய பார்வைகள் எல்லாம் அடிப்படை யில்லாத ஆர்வக்கோளாறுகளே.

உலகமயமாக்கலின் தாக்கத்திலிருந்து நாடுகள் தப்ப முடியாது. இந்த நிலையில் தமிழ்க்கலாச்சாரம். பண்பு அடையாளங்கள் எல்லாம் அடிபட்டுப் போகும் சாத்தியக்கூறுகள் இருக்கின்றன இதை தமிழ் மக்கள் எப்படி எதிர்கொள்ளலாம்?

உலகமயமாக்கல் என்பது தமிழ்க்கலாச்சாரத்துக்கு மட்டுமல்ல; மூன்றாம் உலக நாடுகளின் பல்வகைப்பட்ட கலாச்சார வேர்களை அழித்து ஒழிக்கும் முயற்சியாகும். கலாச்சாரம் என்பது ஏதேனும் ஒருவகையில் உற்பத்தி சார்ந்தது. உலகமயமாக்கம், மூன்றாம் உலக மனிதனை உற்பத்தி இழந்த உயிராக மாற்றுகின்றது. புல்லும்புழுவும்மரமும்கூட உற்பத்தி சார்ந்தவை. எனவே, அவை கலாச்சாரமுடையவை. இலையும் கொம்பும் அடி மரமும் அழிந்தால்கூட, மண்ணுக்குக் கீழே இருக்கும் வேர்களைக் காப்பாற்றிக்கொண்டால் எந்தத் தாவரமும் தன்னை மறுஉயிர்ப்பு செய்து கொள்ளலாம். இந்த உண்மையை உணர்ந்துகொண்டால், தமிழ்க் கலாச்சாரம் பிழைக்க வழியுண்டு. கவனிக்கப்பட வேண்டிய மற்றுமொரு செய்தி, தாவரங்களிடையே துரோகம் கிடையாது. போராடிக்கொண்டிருக்கும் எந்த உயிரினமும் தன்னை அழிவிலிருந்து மீட்டுக்கொள்ளும்.

இரவு எட்டு மணி. சூரியனின் சாய்ந்த கிரணங்கள் இன்னும் பலம் குறையாமல் அடித்தன. கனடாவில் இது கோடைக்காலம் என்றபடியால், முழு இருள் சூழ்வதற்கு இன்னும் சரியாக ஒரு மணிநேரம் இருந்தது. அவரைக் கூட்டிப்போக நண்பர் வரன் வந்திருந்தார். அவர்களை ஒரு கடைவாசலில் இறக்கிவிட்டேன். விடைபெறும்போது விருந்தினர்களிடம் வழக்கமாகக் கேட்கும் ஒரு கேள்வியைக் கேட்டேன். மாணவப் பருவத்தில் பேராசிரியர் பரீட்சைகளில் கடைசிக் கேள்விக்குப் பதில் அளித்ததே கிடையாது என்றாலும் என்னுடைய கேள்விக்கு அவரிடம் பதில் இருந்தது.

நீங்கள் இரண்டு வாரம் தங்கியிருக்கிறீர்கள். கனடா தமிழருக்கு என்ன சொல்ல விரும்புகிறீர்கள்?

இந்தக் கேள்விக்கு அவர் யோசிக்கவில்லை. இது ஏற்கெனவே சிந்தித்து முடிந்த காரியம் என்பது போலப் பேசினார். கனடாவில் தமிழ் வாசிக்கும் பழக்கமுள்ள தமிழர்கள் ஒன்றரை லட்சம் பேராவது இருக்கிறீர்கள். ஒருவருக்கு ஒரு தமிழ்ப் புத்தகம் என்று பார்த்தாலும்கூட உங்கள் நூலகத்தில் 1,50,000 புத்தகங்கள் இருக்க வேண்டும். இல்லையே! பணவசதி இருக்கிறது. ஆர்வம் அதைவிட மேலாக இருக்கிறது. நீங்கள் எப்படியும் அடுத்த பட்டமளிப்பு விழாவுக்கு முன்பாக 1,50,000 புத்தகங்களைச் சேகரித்துவிட வேண்டும்.

தமிழ்நாட்டின் ஒரு கிராமத்து நூலகத்தில் தூண்களின் மறைவில் இருந்துகொண்டு தன் பதினோராவது வயதில் "டாம் மாமாவின் இருட்டறை" என்ற புத்தகத்தை ஒரே மூச்சில் வாசித்து தன் இலக்கியப் பயணத்தைத் தொடங்கிய பேராசிரியர், என்னிடம் விடைபெறும்போது இப்படி மதியுரை வழங்கினார்.

அவரைத் திரும்பிப் பார்த்தேன். அங்கே நின்ற ஒரு மேப்பிள் மரத்தைக் கடந்து அவர் கடை வாசலை அணுகிவிட்டார். சடாரென்று பிளந்து திறக்கும் கதவு வழியாக, கடையிலிருந்து மஞ்சள் கண்ணாடி அணிந்த பெண்ணொருத்தி வெளிப்பட்டாள். பேராசிரியர் உள்ளே நுழைந்தார். அவருடைய வலது கை நீளச் சட்டை பட்டனை இடது கை நெருக்கிப் போட்டபடி இருந்தது.

மானுட வாசிப்பு

மானுட வாசிப்பு

பேராசிரியர் தொ.ப.வின் தெறிப்புகள்

பண்பாடு, கல்வி, அரசியல், நாட்டார் வழக்காற்றியல், ஆளுமைகள், சுற்றுச்சூழல், சித்தர்கள், பார்ப்பனியம், சமயம், மரபு, பெரியாரியல், சாதி என எந்தத் தளத்திலும் ஆற்றொழுக்குடன் தொ.ப. பேசும் அழகை நாள்கணக்கில் கேட்டுக்கொண்டிருக்கலாம். 2015ஆம் ஆண்டு மழைக்கால மாதமொன்றின் இறுதியில், அவரது வீட்டில் நான்கு நாள்கள் மாலை வேளையில் நடந்த நீண்ட உரையாடல்...

அரசியல் - சாதி - மதம்

சென்னை ஐ.ஐ.டி. வளாகத்தில் அம்பேத்கர் - பெரியார் வாசகர் வட்டம் தொடர்பாகச் சமீபத்தில் ஒரு பிரச்சனை வந்தது. அம்பேத்கரை ஏற்றுக்கொள்கிற இந்துத்துவவாதிகள், பெரியாரை முற்றிலும் நிராகரிப்பதற்கான காரணம் என்ன?

அம்பேத்கர் பெரிய படிப்பாளி. இந்திய அரசியல் சட்டம் எழுதும் குழுவிலே தலைவராக இருந்த காரணத்தால்தான் அவரை இன்னமும் பார்ப்பனர்கள் ஒத்துக்கொள்கிறார்கள். ஆனால், பெரியாரைப் பொறுத்தமட்டிலே அவரை ஒரு சிந்தனையாளர் என்றே இவர்கள் ஒத்துக்கொள்ளத் தயாராக இல்லை. ஏனென்றால், இவர்கள் கட்டி எழுப்பியிருக்கிற பிம்பம் இருக்கிறதல்லவா? 'பிளாஸபர்ஸ் ஆஃப் இந்தியா'ன்னு சொன்னால் சங்கரர், மாத்துவர், இராமானுஜர் என்ற மூன்று பிராமணர்களைத் தவிர வேறு யாருக்கும் அந்தப் பலகையிலே இடம் கொடுக்கக்கூடாது என்பதில் தெளிவாக இருக்கிறார்கள்.

அவர்கள் பெரியாரை மட்டுமல்ல; நீராஜ் சௌத்திரியை ஒத்துக்கொள்ள மாட்டார்கள். டி.வி. சட்டோபாத்தியாவை அறிஞர் என்று ஒத்துக்கொள்ளமாட்டார்கள். தர்மானந்த கோசாம்பி யையும் அறிஞர் என்று ஒத்துக்கொள்ளமாட்டார்கள். ஏனென்றால் இவர்களுடைய கொள்கைக்கு எதிரானவர்கள். இவர்களின் கொள்கை என்பது, வேகத்தின் அத்தாரிட்டியை ஒத்துக்கொள்வது.

இன்னொன்று சாதிய மேல் கீழ் அடுக்கை ஒத்துக்கொள்வது. எனவே, இதை ஒத்துக்கொள்ளாத யாரையும் அவர்கள் ஒத்துக் கொள்ளத் தயாராக இல்லை. துறைத் தலைவர்கள் என்ற பெயரில் ஐ.ஐ.டி.யிலும் உண்மையான அதிகாரம் இவர்கள் கையிலேதான் இருக்கிறது.

கறுப்பு நிறத்தை ஒடுக்கப்பட்ட மக்களின் விடுதலைக்கான குறியீடாகக் கருதலாமா? தந்தை பெரியார், ஒடுக்கப்பட்ட மக்களின் நிலையைச் சுட்டிக்காட்டவே கறுப்புச் சட்டையை ஒரு குறியீடாக அணிந்தாரா?

கறுப்பு என்பதே அதிகாரத்திற்கு வர முடியாத, அதிகாரத்தால் தீண்டப்படாத நிறம் என்பதுதான். நான் 'கறுப்பு' என்றொரு கட்டுரை எழுதியிருக்கிறேன். தொடர்ந்து வந்த ஆட்சிகளில் ஆட்சியாளர்கள் எல்லாம் வேறு நிறத்திலே இருந்தாங்க. ஆனால் சோழர்களெல்லாம் சிவப்பா இருந்தாங்கன்னு நான் நினைக்கல. 'கறுப்பின்கண் மிக்குள்ளது அழகு'ன்னு தமிழ்ல சொல்லி வச்சுருக்கான். அதனால் தீர்க்கமான வண்ணம் கறுப்பு. Raymonds துணிக்கடைகள்ல கறுப்பு நிறங்கள்லதான் சிலை செய்து உடை போட்டிருப்பான். அதப்பாக்கணும்.

கறுப்பின மக்கள் அதிகமாக வாழுகிற ஆப்பிரிக்க நாடுகளில் வெள்ளையர்கள் வருகைக்குப் பின்னரே வளர்ச்சி ஏற்பட்டதாகக் கூறுவது பற்றி?

கார்ப்பரேட் நிறுவனங்களின் நிழல் படாத, சாயல்படாத பழங்குடி மக்கள் இன்னமும் சுதந்திரமாகவும் உற்பத்தியிலே தன்னிறைவாகவும்தானே வாழ்றாங்க. அவங்கள என்ன பண்றது? கடல்ல அமுக்கிற முடியுமா? எனவே இந்த அளவுகோளே தப்பு. நமக்கு சின்ன வயசில கத்துக் கொடுத்தாங்க. விஞ்ஞானம் என்பது சாதி, இன, மத, நாடுகளைக் கடந்ததுன்னு சொல்லிக் கொடுத்தாங்க. நாம் அப்படி நினைக்கல. 'விஞ்ஞானம் என்பது சுரண்டல்தன்மை உடையது; அது ஐரோப்பியச் சுரண்டல் தன்மையை உடையது; அது அமெரிக்கச் சுரண்டல் தன்மையை உடையது'ன்னு நாம நினைக்கிறோம்.

திராவிடம் என்ற சொல்லாடல் சங்க இலக்கியப் பாடல்களில் பதிவு பெற்றுள்ளதா? முதன்முதலில் திராவிடம் என்ற சொல் யாரால், எப்போது பயன்படுத்தப்படுகிறது?

இல்ல. 13ஆம் நூற்றாண்டுல பார்ப்பனர்கள்தான் அதைப் பதிவு பண்ணியிருக்காங்க. நான் அதையும் எழுதியிருக்கேன்.

ஆதிசங்கரர் திராவிட சிசுன்னு ஒரு சொல்லைப் பயன்படுத்து கிறாரே?

ஆதிசங்கரர் வடமொழில 'கனகதாரா ஸ்தோத்திரம்' எல்லாம் எழுதுனாரு. அவர் ஒரு மலையாளி. ஞானசம்பந்தர் தமிழன் அப்படிங்கிறதுனால் திராவிட சிசுன்னு சொல்றார்.

சைவம் நிலவுடைமை சார்ந்து வளர்ந்த மதம்; வைணவம் அரசு மதிப்பைக் குறைவாகப் பெற்ற மதம் என எதன் அடிப்படையில் குறிப்பிடுகிறீர்கள்? அதற்கான காரணம் என்ன?

கல்வெட்டுக்களின் அடிப்படையில் சைவம் நிலவுடைமை சார்ந்த மதங்கிறது சைவ இலக்கியங்கள், சைவ மடங்கள் சார்ந்தே தெரியும். நெல்லை மாவட்டத்துலேயே சைவ மடங்களுக்கு எவ்வளவு இடம் இருக்குன்னு தெரியாது. எவ்வளவு சொத்து இருக்குன்னு தெரியாது. குன்றக்குடி எங்க இருக்குன்னே திருநெல் வேலில் பாதிப் பேருக்குத் தெரியாது. போனது இல்ல. ஆனா குன்றக்குடி மடத்துக்குத் திருநெல்வேலில் சொத்து இருக்கு. களக்காட்டுல அவங்களுக்கு சொத்து இருக்கு. தமிழ்நாட்டு சைவம் இன்னமும் நஞ்சை நிலங்களைக் கையில வைத்திருக்கக்கூடிய மதம்தான். வைணவத்துல அப்படியில்ல; வைணவர்களும் அப்படியில்ல. ஏன்னா தொடக்கத்துல இருந்து எண்ணிக்கை குறைவா இருக்கிறதால இந்த நிலை.

தமிழகத்தில் சாதிகளின் தோற்றம் எந்த அடிப்படையில் உருவாச்சு?

ஜாதி என்ற சொல் தமிழ்ச்சொல் இல்லை. திராவிட மொழில 'ஜா'ங்கிற சொல்லுக்கு வேர்ச்சொல் தமிழ்ல கிடையாது. 'ஜா'ங்கிற வேர் சொல்லுக்குப் பிறப்புன்னு அர்த்தம். சாதி பற்றித் தொல் காப்பியத்துல ஒரு இடத்துல வர்றது இடைச்செருகல்ன்னு நினைக்கிறேன். 'உயிர் வாழ் சாதி'ன்னு பறவைகளைச் சொல்றாங்க. பிரிவுன்னு இருந்துருக்கணும். குலங்கள் இருந்திருக்கின்றன; குடிகள் இருந்திருக்கின்றன. ஆனா பக்தி இயக்கத்தோட எழுச்சிக்கு அப்புறம்தான் சாதிகள் தலைதூக்கியிருக்கின்றன என்று நினைக்கிறேன்.

குலங்கள், குடிகள் எந்த அடிப்படையில் தோன்றின?

அதைப்பற்றி நாம இன்னும் நிறைய ஆய்வு பண்ண வேண்டியிருக்கு. குலங்கள் தங்களுக்கென்று தனித்த தெய்வங்களை உடையவை. பத்ரகாளிபோல ஒரு குறிப்பிட்ட சாதிக்கே உரிய தொல் திராவிடத் தெய்வங்கள் இருந்திருக்கின்றன. குடிகள் என்பது அதற்குக் கீழாக உள்ள சிறிய அளவிலான மக்கள் தொகுதி.

வலங்கை, இடங்கை சாதியப் பிரிவுகள் தமிழ் மரபில் நிலை கொள்ளாமைக்குக் காரணம் என்ன?

வலங்கை, இடங்கைன்றது 19ஆம் நூற்றாண்டுல வெள்ளைக் காரன் எழுதிவச்சு பெரிசுபடுத்திட்டாங்க. சென்னையிலதான் அது அதிகமாயிருந்துச்சு. இடங்கை சாதிகள்லாம் விவசாயம் சார்ந்த சாதிகளாகவும் வலங்கை சாதிகளெல்லாம் சேவை சாதிகளாகவும் இருந்தன என்பதுதான். சேவை சாதிகள், தொழில் சாதிகள் என்பது அந்தப் பிரிவு.

தமிழ் மரபில் வர்ணாசிரமம் நிலைகொள்ளாமல் போவதற்கான காரணம் என்ன?

இல்லைங்கிறது உண்மையே தவிர, அத யாரும் எதிர்த்து நிலைகொள்ளாம போச்சுனு சொல்றதுக்கில்ல. எழுத்திலதான் அது இருக்கே தவிர, அது வாழ்நிலைல ஒருபோதும் இல்ல. எழுத்துலதான் நான்கு வர்ணம்னு இருக்கு. நடைமுறைல சாதிகள்தான் இருந்தன. வர்ண பேதம் இல்லை. இங்க பழைய அளவுகோலுக்கு ஏற்றார்போல் இவன் சத்திரிய சாதி, இவன் வைசிய சாதின்னு பிரிச்சுக்கிட்டாங்க. அவ்வளவுதான். வர்ணாசிரமம் ஏதும் இங்கில்லை.

தமிழகத்தில் அடிமை முறை இருந்ததா? இருந்தது என்றால் இருந்த காலகட்டம் எது? அடிமை முறைக்கான தோற்றுவாய் எது? எப்படி இருந்துச்சு?

இருந்தது. 'தமிழகத்தில் அடிமை முறை' என்ற தலைப்பில் ஆ.சிவசுப்ரமணியன் ஒரு புத்தகம் எழுதியிருக்கார். தமிழகத்தில் அடிமை முறை இருந்துச்சு. நிலத் தொழிலாளர்களை அடிமை செய்திருக்கிறார்கள். சமீபத்தில்கூட சிவசுப்ரமணியனோட ஒரு கட்டுரை படிச்சேன். 18ஆம் நூற்றாண்டுல ஓலைப்படிவங்கள் எடுத்திருக்காங்க. அடிமைகள் இருந்திருக்கிறார்கள். கோயில்ல

இருந்துதான் தொடங்குது. பணியாளர்களை அடிமைகளா விலைக்கு வாங்கிக் கோயில் பணிக்கு அமர்ந்தியிருக்காங்க. மாணிக்கமும் Slavery in Tamil Country அப்படின்னு ஒரு புத்தகம் எழுதியிருக்கார்.

பறை முற்றி பள்ளு ஆச்சு; பள்ளு முற்றி பள்ளியாச்சு; பள்ளி முற்றி முதலியாச்சு; முதலி முற்றி பிள்ளையாச்சு என தமிழகத்தின் சாதிகளைப் பற்றிய சொல்லாடல் எதைக் குறிக்கிறது?

குறிப்பிட்ட சாதியினர் இந்த ஊர்ல இருக்காங்க. 50 குடும்பம் சென்னைக்குக் குடிபெயர்ந்து அங்க சாதி அடையாளத்த மாற்றிச் சொன்னால் அதானே உண்மை. இரண்டு தலைமுறை ஆச்சுன்னா அது நிலைபெற்றுவிட்ட உண்மை அல்லவா! அப்படி நிறைய ஆயிருக்கு. சில சாதிகளோட பூர்வீகத்த சடங்குகள்ல இருந்து கண்டுபிடிச்சுரலாம். Sanskritation அப்படிங்கிறது அதிகாரத்தை நோக்கிய நகர்வு. மேல் நோக்கிய நகர்வு எல்லா சாதிகளிலும் இருந்திருக்கு.

தமிழர் சமயம்னு எதையாவது சொல்ல முடியுமா?

ஏன் இருக்கணும்? உங்களுடைய அளவுகோலே சிக்கலாயிருக்கு. தமிழர் சமயம்னு ஒன்று இருந்தாகணுமா? தமிழன் சாமி கும்பிட்டானான்னு கேளுங்க; நியாயமான கேள்வி. இயற்கை கலந்த தெய்வத்த நம்புனானான்னு கேளுங்க. சமயம் இருக்கணும்னு என்ன அவசியம்? இன்னும் சொல்லப்போனா கடவுள்ங்கிற வார்த்தையோ இறைவன்ற வார்த்தையோ இல்ல. தெய்வங்கிறதுதான் பழைய வார்த்தை. நாட்டார் தெய்வங்கள்னுதான் சொல்றோம். நாட்டார் கடவுள்னு சொல்லக்கூடாது.

பார்ப்பனர்களுக்கு விளை நிலங்கள் சொந்தமாக இருந்தாலும் அவர்கள் விளைநிலங்களில் காலை வைப்பது கிடையாது. ஏன்?

பிராமணர்கள் என்னல்லாம் செய்ய மாட்டேங்குறாங்கன்னு நீங்க பாத்தீங்கன்னா தெரியும். பிராமணர்கள் பனங்கிழக்கு சாப்பிடமாட்டாங்க. பிராமண வீடுகளுக்குள்ள இன்னமும் பனங்கிழங்கு போகலைங்க. பனங்கிழங்கு ருசியை ஆண்கள் வேண்டுமானால் அறிந்திருக்கலாம். பெண்கள் அறிந்திருக்க மாட்டார்கள். பூமிக்குக் கீழே விளையிறதெல்லாம் சூத்திரர்களுக்கும் பன்றிகளுக்கும் உரியது. அதுமட்டுமல்ல. சங்கராந்திதான்

கொண்டாடுவார்களே தவிர, அவர்கள் பொங்கல் கொண்டாட மாட்டார்கள். பொங்கல் திருவிழாவிலே அவ்வளவு கிழங்குகளும் படைக்கப்படுது. கிழங்குகள் சாப்பிடாத சாதி அவங்க. ஏன்னா கிழங்குகள் எல்லாம் பூமிக்குக் கீழே விளையுதே! சர்க்கரைவள்ளிக் கிழங்கா இருந்தாலும் சரிதான். அவர்கள் சாப்பிடமாட்டார்கள். ஆனால், உருளைக்கிழங்கு சாப்பிடுவார்கள். ஏன்னா அது அதிகாரத்தோடு வந்தது. கோயில் மடப்பள்ளிகளில் இன்னும் உருளைக்கிழங்கும் போகல, வெங்காயமும் போகல.

சூத்திரர்களுக்கு உரியதை அவர்கள் சாப்பிடமாட்டார்கள் என்பது எப்போது வந்தது?

இந்து சாம்ராஜ்யத்துடைய தொடர்ச்சியாக விஜயநகர மன்னர்கள் வந்தபோதுதான் இந்தக் கூத்தெல்லாம் நடந்தது. காபி வருகிறது. வெள்ளைக்காரன் கொண்டு வர்றான். காபிக்கு என்ன இனிப்பு சேக்குறதுன்னா, கருப்பட்டி சேர்க்கமாட்டாங்க. பிராமணர்கள் சீனிக்காப்பிய அறிமுகப்படுத்தினாங்க. கீழ்ச் சாதிக்காரர்கள் தொட்டு, கருப்பட்டி காய்ச்சுறாங்க. அதனால் கருப்பட்டி எடுக்கமாட்டார்கள். பிராமண வீடுகள்ல கருப்பட்டிப் பயன்பாடு மருந்துக்குத்தான் இருக்கும். சர்க்கரைப் பயன்பாடுதான் இருக்கும். கோயில் மடப்பள்ளிகளில் இல்லாத பொருள்களை எல்லாம் நீங்களே யோசிச்சுப் பாருங்க தெரியும்.

ஆசிவகம்தான் தமிழர்களோட மதம், சமணம்தான் தமிழர் களோட மதம், அத பார்ப்பனர்கள் வந்து அழிச்சுட்டாங்கன்னு சொல்றாங்க. மதம் என்றால் நிறுவனமான மதத்தை மட்டும் சொல்வதா? அல்லது அதைத் தாண்டி நிறுவனமில்லாத நாட்டார் தெய்வங்களையும் அதில் சேர்க்கலாமா?

இன்னமும் 90 விழுக்காடு மக்கள் நிறுவன மதத்துக்கு உள்ள இல்லையே. அங்கயும் இங்கயும் ஊசலாட்டம் உடையவங்க சிலபேரு உண்டு. 90 விழுக்காடு மக்கள் சைவத்துலயும் இல்லாதவங்க, வைணவத்துலயும் இல்லாதவங்க. எட்டிப் பார்த்த மாதிரி சில பேர் அங்கயும் போயிட்டு வர்றது உண்டு. இன்னும் சில ஒழுக்கங்கள வச்சுருக்கான். அவ்வளவுதான். செத்த வீட்டுக்குப் போனா சாப்பிடமாட்டாங்க சிலபேரு. வந்து குளிச்சுட்டுதான், திருமண் வச்சுட்டுதான் சாப்பிடுவாங்க. எங்கம்மாலாம் தெருவுல

பிணம் கிடந்துச்சுன்னா தூக்கிட்டு போற வரைக்கும் சாப்பிட மாட்டாங்க. சொந்தமே இல்லாத வீடா இருந்தாலும் சரிதான். ஆனா எங்கள சாப்பிடச் சொல்லிருவாங்க.

கோயில் சார்ந்த அதிகாரம் நிலவும்போது கோயிலுக்கும், சமூகத் துக்குமான உறவு முறை எப்படி இருந்தது?

பல சமயங்கள்ல கோயில் சார்ந்த அதிகாரத்தை மக்கள் ஏற்றுக்கொண்டிருக்கிறார்கள். சில நேரங்களிலே கோயிலோடு முரண்பட்டிருக்கிறார்கள். மகேந்திர சதுர்வேதிமங்கலத்துக் கல்வெட்டுக்களை வைத்து இன்குலாப் ஒரு கவிதை எழுதியிருக் கிறார். கோயில்ல நெருப்பக் கொளுத்தி இருக்கானே! 'அலைவாய்க் கரையில்' நாவல் படிச்சுருப்பீங்க. சர்ச்சுக்கும் கிறிஸ்தவர்களுக்கும் இடையில முரண்பாடு வருதுல்ல? திரும்பத் திரும்ப நீ என்ன கொடுமைப்படுத்தினேன்னா, நான் கிறித்துவத்த விட்டு வெளிய போயிருவேன்னு சொல்றான். நான் கிருத்தவனா இருக்கப் போயிதான உனக்குத் துவி கொடுக்கணும், போறேன்னுட்டான். நானூறு வருசமாதான் கிறிஸ்தவர்கள். 1530இலிருந்து கிறிஸ்துவன். அங்க பிஷப்பும் அவங்க சாதிக்காரந்தான். அவங்க ஊர்க்காரன். பரவன் பதிதன் ஆகமாட்டான். அதாவது கிறிஸ்துவத்த விட்டுப் போய் பாவி ஆகமாட்டான்னாங்க. ஆனால், அவர்கள் அதை விட்டுப்போய் ஒரு பிள்ளையார் கோயிலைக் கட்டிக் கொண்டார்கள், ஆர்.எஸ்.எஸ். உதவியோடு. ஊர்ல நான் கல்லூரியில் படிக்கிறப்ப இடிந்தகரைல அப்படி ஒரு போராட்டம் நடந்தது. சர்ச்சா வயிறான்னு வர்றப்ப, வயிறுதான் ஜெயித்தது; சர்ச் தோற்றது. அதுதான் எல்லா மதத்துக்கும் பொருந்தும். கோயிலுக்கு எவனாவது குத்தகை ஒழுங்கா கொடுக்கிறானா? கோயில் கடைக்கு வாடகை கொடுக்குறானா?

சமண மதம் வேரூன்றாம போனதற்கான காரணம் என்ன?

அளவுக்கு மீறிய துறவும் ஒழுக்கமும்தான். தனிமனித ஒழுக்கத்தை அளவுக்கு மீறிக் கொண்டுவந்தாங்க. உணவு விசயத்துல அடிக்கடி பட்டினி கிட, பட்டினி கிடன்னு சொன்ன மதம் அது. பாவத்துக்கு நிவாரணமே பட்டினி கிடக்குறதுன்னு சொன்ன மதம் அது. மேலும், தீவிரமான நிர்வாணக் கோட்பாடு. இதுபோன்ற சில காரணங்களால் அந்த மதம் அழிஞ்சது.

விவசாயத்துக்கு எதிரா அந்த மதம் இருந்ததாகச் சொல்லலாமா?

விவசாயத்துக்கு எதிரா அவங்க இல்ல. சமணத் துறவிகளே குளம் வெட்டியிருக்காங்க. நிறைய சேவை பண்ணியிருக்காங்க. குளம் வெட்டி அந்த வைகாவூர் திருமலைல ஒரு கல்வெட்டுப் பாட்டே உண்டு. ராஜராஜன் காலத்துல பாட்லயே கல்வெட்டு இருக்கு,

அலைபுரியும் புனற்பொன்னி ஆறுடைய சோழன்
அருமொழிக்கு யாண்டு இருபத்தொன்றாவ தென்றுங்
கலைபுரியு மதிநிபுணன் வெண்கிழான் கணிச் செக்
கர மருபொற் சூரியன்றன் நாமத்தால் வாம
நிலைநிற்குங் கலிஞ்சிட்டு நிமிர்வைகை மலைக்கு
நீடூழி இருமங்கும் நெல்விளையக் கண்டோன்
கொலைபுரியும் படை அரைசர் கொண்டாடும் பாதன்
குணவீர மாமுனிவன் குளிர்வைக்கக் கோவேய்

(வட ஆர்க்காடு மாவட்டம். வந்தவாசி தாலுகா, வாயலூர். இவ்வூர் ஏரிக் கரைமேல் உள்ள கல்லில் எழுதப்பட்டுள்ள செய்யுட்கள்). இப்படி ஒருகல்வெட்டு இருக்கு. சமணத் துறவிகளே குளம் வெட்டியிருக்கான்.

சமணத்தின் அழகுணர்ச்சி குறைவாக இருந்ததால், பெண்களிடம் செல்வாக்கில்லாமல் போனதும் ஒரு காரணமா?

நிர்வாணத்த தமிழ் பெண்களால ஏத்துக்கவே முடியல. நிர்வாணமாத்தான் வருவேன்; ஆனா, பிச்சைக்கு வரும்போது பெண்தான் பிச்சை கொடுக்கணும் அப்படிங்கிறான். கூடுமானவரை இரண்டு ஆம்பிளைகள் குறுக்க வேட்டியப் பிடிச்சுட்டு வந்தாங்க. அப்பவும் பெண்களால் தாக்குப் பிடிக்க முடியல. மதம் காலியாயிட்டுது.

ஆதிசங்கரரின் சன்மார்க்கத்தின் தோற்றம் எதன் அடிப்படையில் உருவானது? ஆறு மதங்கள இணைச்சதா சொல்றாங்களே?

சன்மார்க்கம் வேற. நீங்க சொல்றது ஷன்மத மார்க்கம். அவரு இணைக்கவும் இல்லை. ஒன்னும் ஆக்கவும் இல்ல. காஞ்சி சங்கராச்சாரியார் விட்ட கதை அது. அவரு ஆரியமயப்படுத்தப் பார்த்தாரு. பல கோயில்கள்ல ஆதிசங்கரர் ஸ்ரீசக்கர பிரதிஷ்டை

பண்ணாரு அப்படிம்பான். அப்படின்னா என்னா அர்த்தம்? நாட்டார் தெய்வக் கோயில புடுங்கி பார்ப்பனர் கையில் கொடுத்தார்ன்னு அர்த்தம்.

நல்ல உதாரணம் திருவானைக்காவல். அந்தந்தக் கோயிலுக்குத் தான் சங்கராச்சாரியார் போவாரு. ஸ்ரீசக்கர பிரதிஷ்டை தாடங்கம் செய்து கொடுத்தார். திருவானைக்காவல் அகிலாண்டேஸ்வரி கோயில மத்த மக்கள்கிட்ட இருந்து பிடுங்கி பிராமணன் கையில கொடுத்திட்டாரு. ஸ்ரீசக்கர பிரதிஷ்டைங்கிறது ஒரு நம்பகத் தன்மையற்றது. ஷன்மதங்கிறதே ஒரு நம்பகத் தன்மையற்றது. இதை எல்லாம் புனிதமாகக் காட்டிட்டாங்க. என்ன, நாம கண்விழிச்சு எழுத்துல வாசிக்கிறபோது கல்கி, கல்கண்டு, குமுதம், மஞ்சரி இருந்துச்சு. நம்ம கண்ண குருடாக்கிட்டாங்க. 'தெய்வத்தின் குரல்'ன்னு ஒரு குண்டப் போட்டாங்க. இப்ப எங்கடா தெய்வம் இருக்கு? தெய்வம் ஏன்டா சாகுது? தெய்வத்த ஏன்டா மண்ணுக்குள்ள போட்டு மூடுனீங்க? இன்னம் அந்தப் பழைய சங்கராச்சாரியார் கோவணம் கட்ன படத்தப் போட்டு தீபாவளி மலர் போடாம இவனுகளுக்குப் பொழுது விடியாதே.

வள்ளலாரின் சன்மார்க்கம்கிறது வேறயா?

சன்மார்க்கம்னா அருள் நிறைந்த மதம்னு அர்த்தம். வள்ளலார் ஜீவகாருண்யக் கோட்பாட்டில் ரொம்பத் தீவிரமா இருந்தாரு. அவரோட உயிர் இரக்கக் கோட்பாடு எதுவரைக்கும் போச்சுன்னா, 'வாடிய பயிரைக் கண்டபோதெல்லாம் வாடினேன்.' ஷன்மதங்கிறது நம்பகத் தன்மையற்றது. ஆனந்த விகடன், குமுதம், கலைமகள், தீபாவளி மலர்ல பண்ண ஏமாத்து வேலை. பார்த்தாலே பொசு பொசுன்னு வரும் எனக்கு. அந்தக் காலத்துல அதுலதான் நிறைய படம் போடுவான். நான் நாலாங்கிளாஸ், அஞ்சாங்கிளாஸ் படிக்கிறப்ப வாசிக்கத் தொடங்கிட்டேன்.

ஆதிசங்கரர் எவ்வாறு மதங்களைக் கொண்டு வந்தார்?

இல்லங்க. வேதத்தோட புனிதத்தைக் கொண்டாடுனாரு. வேதம் மனுசன மேல் கீழ்னுச்சு. சும்மா கட்டி எழுப்புன பிம்பம்தான். 50 வருடத்துக்கு முந்தி பிளாக் அண்ட் வொயிட் மீடியா செஞ்ச வேல. இந்து மதம்னே ஒரு மதம் கிடையாது. ஷன்மதம்னு ஒன்னு கிடையாது. பார்ப்பான் ஆகம வழிப்பாட்டுப்படி, ஆகமம் இல்லாம இவன் இஷ்டப்படி கும்பிட்டுக்கிட்டிருந்தான்.

கௌமாரம் தமிழர் மதமாக முன்னிறுத்தப்படுவதற்கான காரணம் என்ன?

யாரு, சீமான் சொன்னாரா? 'வீரத் தமிழர் முன்னணி'ன்னு ஒன்னு வச்சுக்கிட்டு ஏதோ பண்ணிக்கிட்டு இருக்காரே, அத கேட்கிறீங்களா? கௌமாரம் மதம் இல்ல. முருக வழிபாடாக இருந்துச்சு. திருமுருகன்னு ஒரு புத்தகம் வந்துருக்கு. அதுலயும் நிறைய தப்புத் தப்பாத்தான் இருக்கு Muruga Kanthas in tamil content-ன்னு ஒரு புத்தகம் பெட்லோத்தின்னு வெள்ளைக்காரன் எழுதியிருக்கார். அவர் என் நண்பர்தான்.

ஆனாலும் நான் இன்னும் அந்தப் புத்தகத்தைப் படிக்கல. முருக வழிபாடு பழைய திராவிட வழிபாடு. திராவிடர்களோட தெய்வம் முருகன். ஆனா இதை வைத்துக்கொண்டு 'வீரத் தமிழர் முன்னணி'ன்னு ஒன்றைக் கட்டியிருக்காராம் சீமான்.

அவர் என் மாணவர்தான். இங்கல்லாம் அப்பப்ப வந்துகிட்டு இருந்தார். கட்சி ஆரம்பிக்காதீங்கன்னு சொன்னேன். இப்ப வரமாட்டார்.

காணாபத்தியம் என்றழைக்கப்படுகிற மதம் எங்கு உருவானது? எந்தக் கடவுளை முன்னிறுத்திக் காணாபத்தியம் தோன்றியது? தமிழகத்தில் வழிபாட்டு முறைக்கு வந்துள்ளதா?

ஆறாம் நூற்றாண்டு. இன்னும் சொல்லப்போனா கணபதி வந்து விக்னேஸ்வரர். விக்கிரகங்கள உருவாக்குறவனே தவிர, விக்கிரகங்கள போக்குறவன் அல்ல G.S.Ghurye, Gods and Men (https://en.wikipedia.org/wiki_S_Ghurye) அப்படின்னு ஒரு புத்தகம் எழுதியிருக்கார். கணபதி விக்கிரகங்களை உருவாக்கக்கூடியவர்.

தயவுசெய்து ஒன்னும் செய்துறாதப்பா அப்படின்னு அவரக் கும்பிட்டுத் தொடங்குறது கணபதி வழிபாடுதான் காணாபாத்தியம். அப்புறம்தான் அவர் விக்கிரகங்கள் நீக்குகிற கடவுளாயிட்டார். இங்க ஆண்டிச்சி பாறைன்ற ஒரு எட்டாம் நூற்றாண்டைச் சார்ந்த குடைவரைக் கோயில் இருக்கு. துவார பாலகருக்குப் பதிலா ஒரு பக்கம் மூதேவி, ஒரு பக்கம் பிள்ளையார். அவ்வளவுதான் அவன் ஸ்டேட்டஸ். ஆன்மிக உலகத்துல அப்புறம்தான் பெரியாளா ஆக்கிட்டாங்க.

வட இந்தியா முழுக்க பிள்ளையார் சதுர்த்தி கொண்டா டுறாங்க. வடநாட்டுப் பிள்ளையார் சதுர்த்திக்கும் தென்னாட்டுப் பிள்ளையார் சதுர்த்திக்கும் ஏதாவது வித்தியாசம் இருக்கணும்ல? இங்க இருக்கிறது கல்லுப் பிள்ளையார். அவரு கரைக்கிற பிள்ளையார். பிள்ளையார குமபிடலாம். கூட இருக்க முடியா துன்பான் அவன். ஆனா, இங்க கூட வச்சுக்கலாம். வீட்லயே பிள்ளையார் மாடம் வச்சுக்கலாம். அது ஒருவகையான வழிபாட்டு நெறி. அவ்வளவுதான்.

பூனா ஏரியாவுல இருக்கிற சித்பவன பிராமணர்களோட தெய்வம்தான் அது. சித்பவன பிராமணர்கள் வெறிபிடிச்ச இந்துக்கள். திலகர் அதுல இருந்து வந்தவர். அதக் கொண்டு இந்தியா முழுக்க காங்கிரஸ் வளர்ந்துச்சு. பிள்ளையார் எங்க ஊர்லயும் உண்டு. எங்க பிள்ளையார் எங்களோடது. உங்க பிள்ளையார் உங்களோடது. எங்க பிள்ளையார கரைக்கவே முடியாது. ஏன்னா அவர் கல்லுப் பிள்ளையார்.

தேசிய விநாயகர் என்றால் ...?

தேசிகம்னா வியாபாரம். வியாபாரிகள் மூலமாத்தான் அந்த cuit தமிழ்நாட்டுக்குள் வருது. பிள்ளையார்ப்பட்டிலாம் வணிகப் பாதையில் (Trade Route) இருந்து தோன்றியது. தேசிக விநாயகர் அதான். இன்னைக்கு வியாபாரிகள்தான் பிள்ளையார ரொம்ப கொண்டாடுவாங்க. கணபதி ஹோமம் பண்ணனும்னுவான். இவனுக்கு கணபதியும் தெரியாது. ஹோமமும் தெரியாது. அது ஒரு fashion மீடியா கெடுத்த கெடுதல்.

பொங்கலுக்கும் சங்கராந்திக்கும் என்ன வித்தியாசம்?

உத்ராயாணம்பான். சூரியன் வடக்கு நகர்ற காலத்த அவன் கொண்டாடுறான். லூனார் காலண்டர்க்காரன் (சூரிய கால அட்டவணை) சோலார் காலண்டரக் (சந்திர கால அட்டவணை) கொண்டாடுறான்.

சமணம், பௌத்தம் இவற்றுக்கு எதிரான பக்தி இயக்கம் (சைவம், வைணவம்) வணிகர்கள், வேளாளர்கள் எதிர்ப்புணர்வு இன்றைய தமிழ்ச் சமூகத்திலும் எதிரொலிக்கிறதா? எதிரொலிக்கிறது என்றால் அதற்கான பின்புலமும் காரணமும் என்ன?

சமணமும் பௌத்தமும் வணிகர்களால பாதுகாக்கப்பட்ட மதங்கள். எனவே, சமண பௌத்த எதிர்ப்பு என்பது வணிகர்களோட எதிர்ப்பு. அந்த எதிர்ப்பு வந்து வேளாளர்களோட ஆதரவா மாறுது. சரண்சிங் - இந்திராகாந்தி பாலிட்டிக்ஸ்ல, சரண்சிங் விவசாயிகளுக்கு ஆதரவா இருந்தார். இந்திராகாந்தி கார்ப்பரேட் செக்டார்க்கு ஆதரவா இருந்தாங்க. முதலாளிக்கு ஆதரவா இருந்தாங்க. இந்த பாலிட்டிக்ஸ் 20ஆம் நூற்றாண்டு வரை நீடிக்குது. சமணம், பௌத்தம் இரண்டுமே வியாபாரிகளோட மதம். Religion of the merchantails அதனால் வணிகப் பெரு வழிகள்லதான் அது இருந்துச்சு. நிலபுலன்கள் இருக்கிற இடத்துல பெருங்கோயில்கள் இருக்கும். நெல்வேலில சிவன் கோயில் இருக்கும்.

காலனி ஆட்சிக்குப் பிறகு வரக்கூடிய மதமாற்றம் ?

மீனாட்சிபுரம், Meenakshipuram after convertion-ன்னு ஒரு புத்தகம்; இரண்டையும் Folk lore center-க்கு கொடுத்துட்டேன். ஒன்னும் நடக்கல. அன்வர் பாலசிங்கம் நாவல்ல மதமாற்றத்தால் ஒன்னும் நடக்கல அப்படின்றாரு. அவரு இஸ்லாமா கன்வெர்ட் ஆன தலித். அப்புறம் அங்க போயி ஒன்னும் நடக்கலன்ன உடனே ‘மதமாற்றம் ஒரு பிராடு’னு நாவல் எழுதியிருக்கார். ‘கருப்பாயி என்கிற நூர்ஜகான்’ ஸ்கிரிப்டக் கொடுத்து புத்தகமாப் போடலாமான்னு லேனா குமார் கேட்டாரு. ‘போடுய்யா, நல்லா விக்கும்’னு சொன்னேன். நல்லா வியாபாரமாச்சு.

தெலுங்கு, கன்னட மக்களோட ஊடுருவல் எந்தக் காலத்துல அதிகமாச்சு?

13ஆம் நூற்றாண்டுக்குப் பிறகுதான். 1370இல் தெலுங்கு விஜயநகர மன்னர் வர்றான்ல, அப்பதான் நடக்குது. ஊடுருவல்னு எல்லாம் சொல்ல முடியாது. அவங்க ஓப்பனாத்தான் வர்றாங்க. மகிழ்ச்சியான விசயம் என்னான்னா, ‘பள்ளு தொட்டு பன்னெண்டு சாதி’ அப்படிம்பான்ல; பிராமணன்ல இருந்து பறையர் வரை எல்லா சாதியும் migrate ஆகி இங்க வந்துச்சு. அதனால அது பெரிய சமூகச் சிக்கலா மாறவேயில்ல. அவன் வரலட்சுமி நோன்பு கொண்டாடிட்டுப் போவான். நாம கொண்டாடுறதுல்ல.

தமிழ் மக்கள் இடம் பெயர்ந்தார்களா?

ஆகல. அவங்க தேவை காரணமா Migrate ஆகி வந்தாங்க. வட மாவட்டத்துல இருந்து ரெட்டியார், தெலுங்கு பேசுற செட்டியாரு, பாளையங்கோட்டை பக்கத்துல ரெட்டியார்பட்டின்னு ஒரு கிராமம் இருக்கு. அதுவரைக்கும் அவங்க வந்தாங்க. எல்லா மாவட்டங்கள்லயும் அவங்க வந்தாங்க.

தமிழ் மக்கள் போகாததற்கான காரணம்?

அவனுக்குப் பொழப்பு இல்ல, வந்தாங்க. இவன் ஊர்ல இவனுக்குப் பொழப்பு இருந்துச்சு. அவங்க பொழைப்புக்காகத்தான் வந்தாங்க. வந்த இடத்துல அரசியல் அதிகாரம் கைக்கு கிடைச்சுப் போச்சு.

தமிழக ஆன்மிக வரலாற்றில் 19ஆம் நூற்றாண்டுல வள்ளலார் ஒரு கலகக்குரல் எழுப்பியிருக்கார். அது குறித்து?

எனக்கு வட மாவட்டங்களோட அதிகமா பரிச்சயம் கிடையாது. ஆனா, வள்ளலாரோட கலகக்குரல் சிதம்பரம் கோயில மையமிட்டு, அங்க மட்டும்தான் நடந்துச்சு. சிதம்பரம் தீட்சிதர்கள் வள்ளலாருக்கு எதிராக ஆறுமுக நாவலரை நிறுத்தினாங்களே தவிர, எதிர்க்கவில்லை.

ஆனாலும் வள்ளலார் நிற்பதற்குக் காரணம், அவர் பிறந்த சாதியினுடைய எண்ணிக்கை பலமும் பொருளாதார பலமும்தான். இல்லைன்னா வள்ளலார் நின்றிருக்க மாட்டார்.

'இந்து' என்கிற ஒற்றைச் சொல் உருவாக்கம் குறித்து...

இந்துவே தற்போது வரலாற்றில் பின்னால் வந்தது. அதாவது, 40, 50 வருசத்துக்குள்ள வந்தது. போஜ்புரி, மைதிலி, அர்த்தமாகதி போன்ற மொழிகளெல்லாம் இந்தியாவுல அழிக்கப்பட்டதுனு வட இந்தியாக்காரனே நினைக்கிற காலமிது.

வட இந்தியாவுலேயே கமலாபதி திருபாதியோட காலமெல் லாம் முடிஞ்சுபோச்சு. லாலு பிரசாத், முலாயம் சிங் காலம் இது. உத்திரப்பிரதேசத்துல பிராமணர்களைத் தவிர யாருமே முதலமைச்சர் நாற்காலியைக் கனவு காணக்கூட முடியாத காலமிருந்தது. இன்னைக்கு அப்படி இல்ல. இந்தியா முழுக்கவே சீன் மாறிட்டுது. காட்சிகள் மாறிட்டுது. சமணம் எப்படி முதல்ல வட நாட்டுல அவுட் டேட்டடு ஆகி இங்க வந்ததோ அதுபோல.

பிஜேபி இங்க அவுட் டேட்டடு ஆகி, அங்கயும் ஆகும்.

குஜராத்தில் படேல் சமூகத்துடைய கலவரம், பின்னணி குறித்து?

ஒட்டுமொத்தமா எல்லாத்தையும் காலி பண்றது. தலைவர்கள் பெயர்ல போக்குவரத்துக்கழகம் வைக்கக் கூடாதுன்னு சொல்லி எல்லாப் பேரையும் காலி பண்ணாங்க. எல்லா மாவட்டத்துப் பேரையும் காலி பண்ணாங்க. பாவம், அதுல பெரியார் மாவட்டமும் காலியாயிருச்சு. இந்த மாதிரி எல்லாவற்றையும் காலியாக்குவதற்கு பி.ஜே.பி மறைமுகமா பண்ணக்கூடிய, ஒட்டுமொத்தமா இட ஒதுக்கீட்ட காலி பண்றதுக்கான சூழ்ச்சின்னு நான் நினைக்குறேன்.

ராஜராஜன் மாதிரி பழைய ஆண்ட பரம்பரை ராஜாக்களுக்கு சாதி இருந்ததா?

தமிழ்ல 'சாதி கெட்டவன்'னு ஒரு வசவுச் சொல் உண்டு. ராஜாக்கள் எல்லாரும் சாதி கெட்டவர்கள்தான். ஏன்னா எல்லா சாதியிலயும் பெண் எடுத்துருக்கான். ராஜராஜனும் அப்படித்தான். அதிகாரப்பூர்வ மனைவிமாரே நாலு பேரு. கல்வெட்டுகளில் இருக்கு. வேளம் இருந்துருக்கு. வேளத்துப் பொண்டாட்டி வரகுணன் வைத்த திருவிளக்குனு சொல்றா. வேளம்னா (ஹாரம்) அந்தப்புரம். இதெல்லாம் நிக்காது. நாங்கதான்னு எல்லோரும் சொல்லிக்கலாம். ஒவ்வொரு மக்கள் தொகுதிக்கும் ஒவ்வொரு பகுதியில் அரசியல் அதிகாரத்த வச்சுருக்கு.

சமயங்கள், தத்துவங்கள், சடங்குகள் – ஒவ்வொரு இனக்குழுவுக்கும் ஏற்ப இருந்ததா?

அப்படித்தான் உருவாயிற்று. நிலப்பரப்பு சார்ந்து, மாவிளக்கு எடுக்குற சடங்கு தினை விளைகிற சங்கரன்கோயில் பகுதியில தான் இருக்க முடியும். சென்னையில் இருக்க முடியுமா? திருநெல்வேலிக்காரங்க அங்க குடி போனா இருக்கும். ஒரு ஐம்பது வீட்டுக்காரங்க அங்க குடிபோயி மாவிளக்கு எடுக்குற சடங்கைச் செஞ்சா அங்கேயிருக்கும். ஆபத்தில்லாத சடங்கு, செலவில்லாத சடங்கு.

மற்றபடி அது எங்க தொடங்கியிருக்கும்னா, தினை அதிகமா விளையிற சங்கரன்கோயில் பகுதியில்தான். அந்தக் கோயில்லதான் மாவிளக்கு எடுப்பாங்க. நெல்லையப்பர் கோயில்லயோ, திருச்செந்தூர் கோயில்லயோகூட எடுக்கமாட்டாங்க. நிலத்துக்கு

ஒரு முக்கியத்துவம் இருக்கு. ஆனா, பழையகாலம் அளவுக்கு இல்ல.

கோத்ரம் என்பது என்ன? வேதப் பார்ப்பனர்களுக்கு மட்டுமே கோத்திரம் உரித்தானது என்றால் அதன் வரலாற்றுப் பின்புலம் என்ன?

கோத்திரம்னாலே ஒரு அணியில் கட்டப்பட்ட பசுக்கள்ன்னு அர்த்தம். தாய்வழிச் சமூகத்தோட எச்சப்பாடு. அத அவர்கள்தான் வைத்திருக்கிறார்கள். தமிழ்ச் சமூகத்திடம் நிறைய சாதிகள் கிளை வைத்திருக்கிறார்கள் அல்லவா? அதுமாதிரி அவன் கோத்திரமும் சூத்திரமும் வச்சுருக்கான். ஆனா, அவங்கதான் இப்ப கோத்திரம் மாறிக் கல்யாணம் பண்றாங்க. கொத்து, கூட்டம்போல. கோயம்புத்தூர் பக்கம் பார்த்தீங்கன்னா கவுண்டர்ல அவ்வளவு கூட்டம் இருக்கு.

பாகவதம், கபாலிகம் பற்றி...

சித்தாந்த சைவத்த இவங்க தமிழ்ச் சைவம்னு காட்ட முற்படுறாங்க. அப்பர் தொடங்கி வைக்குறார். சேக்கிழார் அதச் செய்றாரு. சைவத்தைத் தமிழ் வழக்கு அப்படிங்கிறார். சமணத்தை அயல் வழக்கு என்கிறார். சைவத்தைத் தமிழ் வழக்குன்னு சொல்லும்போது, இதுதான் தமிழனோட மதம். அப்படி ஆனா, அவரும் அவருக்குப் பிறகு வந்த மெய்கண்டாரும்தான் அதைச் சூத்திரப்படுத்தினார்கள். ஆனாலும் சைவத்தினுடைய தொடக்கம் காஷ்மீர்தான். காஷ்மீர்ல இருந்து வந்ததுதான் சைவம். சித்தாந்த சைவத்தோட தோற்றத்தைப் பார்க்கிறதா இருந்தா, காஷ்மீர்தான் போகணும்.

பார்ப்பனர்களின் தென்கலை, வடகலை பற்றி...

இராமானுஜர் பார்ப்பனர் அல்லாத மக்களை வைணவம் பிழைக்கணும்னு கூட்டிட்டுப் போனாரு. சில நெகிழ்வுகளை உண்டாக்குனாரு. அவங்களையெல்லாம் தென்கலையா ஏற்றுக் கொண்டார் இராமானுஜர். அப்படியில்ல, வைணவம் பார்ப்பனர்களுடைய மதம் அப்படின்றவங்க வேதாந்த தேசிகர பின்பற்றுன வடகலை. அவங்க ஹி நாமம் போடுவாங்க. இவங்க சீ நாமம் போடுவாங்க.

அய்யங்கார்ங்கிறவர்கள் யார்?

அய்யங்கார் என்பவர்கள்தான் வைணவர்கள். அவங்க பெரும்பாலும் இராமானுஜர் சித்தாந்தம். அவங்க அரக்கத்தனமா இருக்கமாட்டாங்க. கொஞ்சம் மனிதாபிமானத்தோடு இருப்பார்கள்.

தமிழ் பிராமணர்கள் என்பவர்கள் உண்டா?

யாருமே கிடையாது. எல்லாமே கற்பனைதான். தமிழ் பிராமணர்கள்னு யாருமே கிடையாது. அந்தணர் என்போர் அறவோர். அறவோரா இருக்கிற எல்லாரையும் பிராமணரா ஏத்துக்கலாம். ஆனா, எல்லாப் பிராமணரும் அறவோரா? புதுப்புது கற்பிதம் பழைய கற்பிதங்களைச் சாகடிக்கணும். அவங்க நினைக்கும்போது புதுவகையான கற்பிதங்கள் தேவையில்லன்னு சொல்லலாம்.

பரதவர்கள் தொல்குடி மரபுன்னு சொல்றாங்களே?

பரதவர்கள் தொல்குடிகள்தான். சங்க இலக்கியங்கள்ல அவர்களுக்கு ஒரு தனி அரசு இருந்ததா குறிப்பு இருக்கு. ‘தென் பரதவர் மிடல்சாய வடவடுகர் வாளோட்டினார்’ (புறம் *378*) அப்படின்னு ஒரு சங்கப்பாடல் இருக்கு. இன்னமும் தூத்துக்குடில அதோட எச்சப்பாடல்லாம் இருக்கு. அவங்களுக்குள்ள ‘கடலரசன்’னு ஒருத்தர் இருக்கார். சாதிப் பஞ்சாயத்துத் தலைவர ‘கடலரசன்’னு சொல்றாங்க.

அவங்ககிட்ட தொல்குடிச் சடங்குகள் நிறைய இருக்கு. தாய்மொழி சார்ந்த பிரியமும் ரொம்ப அதிகம்.

பரதவர் வைணவம் சார்ந்து இருந்திருக்கிறார்களா?

இங்கில்ல. வட மாவட்டத்துல திருக்கண்ணபுரத்துல பார்த்தேன். திருக்கண்ணபுரம் சவுரிராஜப் பெருமாளை மாப்பிள்ளேன்னு சொல்லக்கூடியவங்க மீனவர்கள்தான். தென்பகுதி முழுக்க நூற்றுக்கு நூறு மீனவர்கள் கிறிஸ்துவர்கள்தான். கிழக்கே தூத்துக்குடியில் இருந்து வேம்பாறு வரைக்கும். தமிழ்நாட்டினுடைய முதல் கிறித்துவக் குடிகள் அவங்கதான். *1530*கள்ல பிரான்சிஸ் சேவியர் காலத்துல மாறுனவங்க. இன்னும் அவங்க தொல்தமிழ்ச் சடங்குகளை எல்லாம் வச்சுருக்காங்க. ‘வாசல் பதித்தல்’ என்னும்

சடங்கு மாதிரிப் பல சடங்குகளை வச்சிருக்காங்க. இன்னும் அவங்க மூதாதையர்களைப் பற்றிச் சொல்லும்போது, 'பரவர் புராணம்'னு ஒன்னு வச்சிருக்காங்க. சிவபெருமான் வலைவீசி மீன்பிடித்த திருவிளையாடலோடு தங்களைத் தொடர்புபடுத்துகிறார்கள் பரதவர்கள். 'பரதவர் பாண்டிய வம்சத்தினரே'னு ஒரு புத்தகத்தை நான் பார்த்திருக்கேன். படிச்சதுல, அவங்க தமிழ் identity-க்குத்தான் முயற்சி பண்றாங்க.

கிறித்துவர்களா அவங்க மாறுவதற்கு முன்பு வழிபாட்டு முறை எப்படி இருந்தது?

அவர்கள் சுறாக்கொம்பை நட்டு வழிபட்டுக் கொண்டிருந் தார்கள்னு சங்க இலக்கியத்துல

'சினைச் சுறவின்கோடு நட்டு, மனைச் சேர்த்திய வல்லணங் கினான்'

அப்படின்னு பட்டினப்பாலையிலேயே சுறாவின் கொம்பை நட்டு வழிபட்டதைச் சொல்றாங்க. தொடக்கக் கிறித்துவ மிஷனரிகள் இதை எழுதும்போது, அவர்கள் ஒரு சுறாக் கொம்பை நட்டு வழிபட்டார்கள்னு எழுதுனாங்க. அதுதான் அவங்க வழிபாடு.

பண்பாடு

பண்பாடு குறித்து...

பண்பாடு என்பது பண்படுத்தப்பட்ட நடத்தை முறை. "பண்பெனப் படுவது பாடறிந்து ஒழுகுதல்" என்ற கலித்தொகை அடியிலிருந்துதான் பண்பாடு என்ற சொல் உருவானது. பண்பாட்டை எப்போது உணரமுடியுமென்றால் மீறப்படுகிற போதுதான் பண்பாட்டை உணர முடியும். யாரேனும் ஒரு இளைஞன் விலக்கப்பட்ட உறவிலே திருமணம் செய்யப்போகிறான் என்றால், அப்பொழுது திருமண உறவுகளைப் பற்றிய சிந்தனை வரும். தேவை ஏற்படும்போதுதான் நாம் பண்பாட்டைப்பற்றிப் பேசுவோம்; உணர்கிறோம். மற்ற நேரங்களிலே இயல்பாக மூச்சுவிட்டுக்கொண்டிருப்பதுபோல் நாம் பண்பாட்டோடு கலந்துதான் வாழ்ந்துகொண்டிருக்கிறோம்.

ஒரு நீர்க்கோவையோ வேறு ஏதோ நோய் வந்து சரியாக மூச்சுவிட முடியாதபோதுதான் மூக்கு என்றஒன்று நமக்குநினைவுக்கு வருகிறது. அதுபோல, மீறப்படுகிறபோதுதான் பண்பாட்டைப் பற்றிய கவலை நமக்கு வருகிறது. நம்முடைய வீட்டின் தண்ணீர்த் தேவையைத் தீர்ப்பதற்கு நகராட்சி தரும் தண்ணீர் போதவில்லை எனும்போது நம்முடைய வீட்டிலேயே பூமிக்குக் கீழே நீர் இருக்கிறது என்ற உணர்வு வருகிறது. அதுபோலத் தேவை ஏற்படுகிறபோதுதான் நாம் பண்பாட்டைப் பற்றி யோசிக்கிறோம். பண்பாடு என்பது பண்பாட்டைக் கொண்டிருக்கிற மக்களுடைய வாழுகின்ற நிலப் பரப்பு, உற்பத்திமுறை, அங்கே இருக்கிற தட்ப வெப்பநிலை, அந்த மக்களுடைய திருவிழாக்கள், நம்பிக்கைகள் அவர்களுடைய மொழி, இலக்கியம் எல்லாம் கலந்ததுதான் பண்பாடும்.

தமிழர் பண்பாடு என்றால் என்ன?

தமிழர் பண்பாடு என்பது 'வடவேங்கடம் தென்குமரி ஆயிடை தமிழ் கூறும் நல்லுலகு' என்று கூறுகிறது தொல்காப்பியம்.

"நெடியோன் குன்றமும் தொடியோள் பௌவமும்
தமிழ் வரம்பறுத்த தண்புனல் நல்நாட்டு"

என்பது சிலப்பதிகாரம். எனவே, வேங்கடமலை தொடங்கி குமரி வரை வாழுகிற மக்களிடத்திலே அடிப்படையான சில கட்டமைவுகள் ஒன்றுபோல இருக்கும். மற்றபடி எல்லாம் ஒன்றாகயிருக்கும். வேங்கடம் முதல் குமரி வரை வாழுகின்ற மக்கள் தமிழ் மக்கள். தாய்மாமனுக்கு மரியாதை தரும் பண்பாட்டிலேதான் வாழ்ந்துகொண்டிருக்கிறார்கள்.

அதேபோல இறந்த உடலுக்கான மரியாதைகளையும் பார்த்தீர்கள் என்றால் மற்ற கலாச்சாரங்களிலிருந்து தமிழர்கள் தனித்திருப்பது தெரியும். இறந்த உடலுக்கு மரியாதை செலுத்து வதும் இறந்த உடலைத் தொட்டுப் பார்ப்பதும் என்று, இறந்த உடலுக்கான மரியாதை இங்கு அதிகம். அதுபோல, பெண் உடல் மீதான வன்முறை இந்தச் சமூகத்தில் அங்கீகரிக்கப்படாத ஒன்று. பளிச்சென்று சொல்வதானால் இதைத்தான் சொல்லலாம். பெண்களின் உடல் மீதான வன்முறைக்கு அங்கீகாரமில்லாமை, தாய்மாமன் மரியாதை இவற்றைத்தான் சொல்ல முடியும்.

தமிழர்களின் பண்பாட்டுத் தலைநகரமாக மதுரையைச் சொல்வது ஏன்?

மதுரைதான் தமிழர்களுடைய பண்பாட்டுத் தலைநகரம். மதுரையிலே கேட்டா சொல்வார்கள். 'மதுரையைச் சுற்றிய கழுதையும் வெளியூர் போகாது' என்பார்கள். ஏனென்றால் மதுரைக்குள்ளே அத்தனை விசயங்களையும் பார்க்க முடியும். மதுரை, தென் மாவட்டங்களுக்கும் வட மாவட்டங்களுக்கும் நடுவிலே அமைந்தது. தேனி, திண்டுக்கல், இராமநாதபுரம், தூத்துக்குடி, திருநெல்வேலி இந்த மாவட்டங்களிலுள்ள எல்லா மக்களும் கூடுகிற, சந்திக்கிற இடமாக இருப்பது மதுரைதான்.

இலக்கியத்தில் நெடுங்காலமாகப் பேசப்படுகிற ஊர். அதுமட்டு மல்ல, நெடுங்காலமாக நம் நாட்டிலே வணங்கப்படுகிற தெய்வங் களிலே மதுரையிலே இருக்கிற மீனாட்சித் தெய்வம், தாய்வழிச் சமூகத்தின் எச்சப்பாடு. தனியாக இன்றைக்கும் முடிசூடி அரசியாகிறாள். அவளுக்கு 'மதுரைக்கு அரசி' என்றே பெயர். ஆனால், அவள் கணவன் மதுரைக்கு அரசனல்ல. பெண்ணின் தனித்த உரிமையைப் பேணிக்காப்பது, சடங்குகளும் திருவிழாக்களும் அதிகமுள்ள ஊர் என்பதனாலே தனிச்சிறப்பு. அதுமட்டுமல்லாமல் மதுரையிலே கிடைக்கிற விளை பொருள்களை, மதுரையிலே

ஒரு திருவிழா என்றால் திருவிழாவில் நீங்கள் பார்க்கலாம். மக்களுடைய நகைகள் இருக்கிறதல்லவா? அணிகலன்கள் வகை வகையாகயிருக்கும். குறிப்பாக, அழகர் ஆற்றிலே இறங்குகிற சித்திரைத் திருவிழாவன்று பார்த்தால் கண்கொள்ளாக் காட்சி என்பார்களே, அப்படியிருக்கும்.

அதில்தான் ஒரு பழமொழி பிறந்தது. 'நான் ஆற்றைக் கண்டேனா, அழகரைச் சேவித்தேனா' என்று ஆற்றைக் கண்டு அழகரைச் சேவித்து பல்வேறு மாவட்ட மக்களுடைய பண்பாட்டையும் அறிந்துகொள்ளமுடியும். அதைத் தெரிந்துகொள்ள முடியலையே என்று சொல்வதற்குத் தன்னடக்கத்திற்குச் சொல்லுகிற வார்த்தைகள்தான் 'நான் ஆற்றைக் கண்டேனா அழகரைச் சேவித்தேனா' என்பது. பொதுவாகத் தமிழ்நாடு முழுவதும் சாதி பேதமில்லாமல் இடப்படுகிற பெண்பால் பெயர் மீனாட்சி. தமிழ்நாடு முழுவதும் எல்லாச் சாதியராலும் அந்தப் பெயர் இடப்படுகிறது. இந்தச் சிறப்பு வேறு தெய்வங்களுக்குக் கிடையாது.

தமிழகத்தில் பண்பாட்டு மானுடவியல் ஆய்வுகள் எந்த அளவிற்கு உள்ளது? பண்பாட்டு மானுடவியல் ஆய்விற்கான வேர் எங்கிருந்து தொடங்குகிறது? அதற்கான எதிர்காலம் எப்படியிருக்கு?

மானுடவியல் என்கிற விஞ்ஞானம் ஜான் லூயிஸ் காலத்திலேயே இங்க வருது. சென்னைப் பல்கலைக்கழகத்திலே மானுடவியல் துறை ஆரம்பித்தபோது, ஒன்றிரண்டு பேர் படித்தார்கள். குறிப்பாக தமிழ் நாகரிகம்பற்றிப் பேசியவர்களில் கஸ்டம் ஆல்பர்ட் ஒருவர். பல்வேறு சாதிகள் பற்றிய குறிப்புகளை எல்லாம் எழுதுனாரு. அப்ப மானுடவியல் துறை, விஞ்ஞானப்பூர்வமாக இங்கே தமிழர்களுக்கு அறிமுகமாகவில்லை. இப்பத்தான் மானுடவியல் துறை விஞ்ஞானப் பூர்வமாக அறிமுகமாயிருக்கு. பக்தவத்சல பாரதி போன்ற மானுடவியலாளர்கள் இங்க வந்திருக்கிறார்கள்.

பண்பாட்டோடு வாழ்ந்தார்கள் என்பது தவிர, பண்பாடு பற்றிய ஆய்வுகள் இங்க கிடையாது. இரத்தத்தோடு வாழ்ந்தார்கள். ஆனால் இரத்தம் பற்றிய ஆய்வு கிடையாதுங்கிற மாதிரிதான், பண்பாடு பற்றிய ஆய்வு இங்க கிடையாது. இப்பத்தான் தொடங்குகிறோம். தேசிய இன விடுதலையை நோக்கிய நகர்வுகளிலே இது முக்கியமான இடம்னு நான் நினைக்கிறேன். நான் அந்தத் துறையில்தான் நிறைய எழுதுகிறேன். நிறைய விடை

காண முடியாத கேள்விகளுக்கு விடை காண முயல்வது அந்த அடிப்படையில்தான்.

தமிழகத்தின் வணிகக் குழுக்களில் 'அஞ்சுவண்ணத்தவர்கள்' குறித்து ஒரு கட்டுரையில் விரிவாகப் பேசியிருக்கிறீர்கள். அஞ்சு வண்ணம் குறித்து தமிழில் ஏதேனும் ஆய்வுகள் நடந்திருக்கிறதா?

நடக்கவில்லை என்பதுதான் சோகம். அஞ்சுவண்ணம் என்பது அரேபிய வணிகக்குழு. அஞ்சு வண்ணம் என்றாலே அஞ்சு நேரத் தொழுகையை உடைய இஸ்லாமியரைக் குறிக்கும் என்று பண்டாரத்தார் போன்றவர்கள் எழுதினார்கள். தமிழ் வரலாறு எழுதியவர்கள், 'அஞ்சு வண்ணமும் தழைத்து அறம் தழைத்த வானவூர்' என்று நாகப்பட்டினத்தைப்பற்றிக் குறிப்பிட்டிருக்கிறார்கள். இந்த அஞ்சு வண்ண வணிகக்குழு மறைந்தபோது, வணிகக்குழுவோடு வந்த பாதுகாப்புப் படைகள் (Security Guards) இங்கேயே தங்கிவிட்டனர். இங்கேயே தங்கிவிட்டனர் என்று சொன்னால், அவர்கள் பெண்களோடு வரவில்லை. எனவே, அவர்கள் திரும்பிச் செல்ல முடியாமல் இங்கே உள்ள பெண்களையே திருமணம் செய்துகொண்டு இங்கேயே தங்கிவிட்டார்கள்.

காயல்பட்டினமும் கீழக்கரை வழியிலே வந்தவர்கள் என்று நான் கருதுகிறேன். ஆனால், இன்று கீழக்கரையிலே பண்ட சாலிகள் என்று ஒரு பிரிவு இருக்கிறது. மேலப்பண்ட சாலை, கீழப்பண்டசாலை. யாருக்குரிய பண்டசாலை? அஞ்சு வண்ணத்தவர்களுக்கிருந்த பண்டசாலை. இந்த பண்டசாலையினுடைய காப்பாளர்களாக, காவலர்களாக இவர்கள் இருந்திருக்கிறார்கள். அஞ்சு வண்ணத்தைப்பற்றி எந்த ஆய்வுகளும் விரிவாக நடக்க வில்லை. கல்வெட்டுகளிலே வருகிற குறிப்புகளைத் தவிர முழுமையான செய்திகள் ஏதும் இல்லை. கேரளத்திலே தேடிப் பார்த்தால் இருக்கும். ஏனென்றால், எட்டாம் நூற்றாண்டைச் சார்ந்த கோட்டயம் செப்பேடு, பாஸ்கர ரவிவர்மனுடைய கோட்டயம் செப்பேடு, அதிலே 'யூசுப்பு ராப்பனுக்கு அஞ்சு வண்ணமும் மணிக் கிராமப்பேரும் கொடுத்தோம்'னு அரசன் எழுதியிருக்கிறான். எனவே, கேரளத்திலே தேடினால் கிடைக்கும் என்று நான் நம்புகிறேன்.

தமிழக அளவிலே கல்வெட்டு ஆய்வுகள், அகழாய்வுகள் எந்த அளவிலே உள்ளன?

இந்தியாவிலேயே அதிகளவு கல்வெட்டுகள் உள்ள மாநிலம் தமிழ்நாடுதான். அதிகாரப்பூர்வமற்ற அளவீட்டின்படி இங்கு ஒரு லட்சம் கல்வெட்டுகள் உள்ளன. அதிலே ஐம்பதாயிரம்தான் பார்க்கப்பட்டிருக்கின்றன. இருபத்தைந்தாயிரம்தான் படிக்கப் பட்டிருக்கின்றன. ஐயாயிரம்தான் அச்சிடப்பட்டிருக்கின்றன. இந்த ஐயாயிரத்தை வைத்துக்கொண்டுதான் நாம வரலாறெல்லாம் எழுதுகிறோம். இன்னும் அறியப்படாத கல்வெட்டுகள் நிறைய இருக்கின்றன. 'தமிழ்நாடு தொல்லியல் ஆய்வுக்கழகம்' என்ற ஒரு அமைப்பு ஆண்டுதோறும் 'ஆவணம்' என்ற இதழை வெளியிடு கிறது. ஒவ்வொரு ஆவணம் இதழிலும் வெளிவராத கல்வெட்டு களை எல்லாம் தொகுத்துப் போடுகிறார்கள். அது ஒன்றுதான் அந்த இதழின் பணி. நிறைய கல்வெட்டுகள் இன்னமும் இருக்கின்றன. அந்தக் கல்வெட்டுகளின்மூலம் வரலாற்றை மீட்டுருவாக்கம் பண்ண வேண்டும். கோசாம்பிதான் சொன்னார், "இந்திய வரலாற்றை எழுதுவது என்பது அல்ல; இந்திய வரலாற்றைத் திருத்தி எழுதுவதுதான் நம் முன்னாலே இருக்கின்ற பணி'" என்றார். The Cultural and Civilisation of Ancient of Historical Outline என்ற நூலின் முன்னுரையிலே கோசாம்பி இதுகுறித்து விரிவாகக் கூறியுள்ளார்.

அந்த வகையிலே, இந்தக் கல்வெட்டுகள் முழுக்கப் படிக்கப் பட்டு, பொதுவெளிக்குக் கொண்டுவர வேண்டிய தேவை உள்ளது. அதைவிட பெரிய கொடுமை, மத்திய அரசாங்கத்தின் கல்வெட்டுத் துறை, அதை மக்கள் வாங்குகிற விலையிலே பதிப்பிப்பதுமில்லை. அவர்கள் பதிப்பிப்பதற்கே சுமார் 30, 40 ஆண்டுகள் ஆகும். மக்கள் மத்தியிலே வருவதற்கு இன்னமும் 30 ஆண்டுகளாகும். அதனுடைய விலையும் சாதாரண மக்கள் வாங்குகிற விலையில் இல்லை. கல்வெட்டுபற்றிய அறிவு சாதாரண இந்தியனுக்கு இருக்கக்கூடாது என்பதில் அவர்கள் தெளிவாக இருக்கிறார்கள். அதன் தலைமையிடம் தமிழ்நாட்டிலே இல்லை. ஊட்டியில் இருந்ததை மைசூருக்குக் கொண்டுபோய்விட்டார்கள்.

குகை ஓவியங்கள் குறித்து...?

குகை ஓவியங்கள் தமிழ்நாட்டிலே நிறைய இருக்கு. சென்னைப் பக்கத்துல குடியம்னு ஒரு இடத்துல Fossils நிறைய இருக்கு. அளவுல பெரிய குகை குடியம். அதேபோல் சிறுமலைல ஒன்னு இருந்துச்சு. நீலகிரி மலைல குணவக்கரை, கேர்பன், செத்தவரை

என்று மூன்று இடத்துல குகை ஓவியங்கள கண்டுபிடிச்சு இருக்காங்க. அதைப்பத்தி ஒரு டாக்குமென்டரி பார்த்தேன். 10 பேர் கொண்ட குழு அமைச்சிருந்தாங்க. என்னையும் போட்டுருந்தாங்க.

எல்லாமே குறைஞ்சது 1000 அடி இருக்கும். என்னோட ஜீனியர் ஸ்டீபன அனுப்புனேன். Folklore தெரிஞ்ச ஆளா இருக்கணும்னார். அவரு Folklore Expert. அவரு போய்ட்டு வந்தாரு. Funding Agency இருந்தா நம்மட்ட Potential இருக்குங்க. நிறைய ஆய்வுகள் நடத்தல. அதான் பிரச்சனை. ஐவர் மலையில பிராமிக் கல்வெட்டு இருக்கு.

ஒற்றைப் பண்பாடாகத்தான் இந்தியப் பண்பாட்டைப்பற்றிய ஆய்வுகள் வருது. திராவிடப் பண்பாடு அல்லது நாகரிகத்துக்கான தகவல்களை எந்தக் கல்வெட்டுத் தரவுகள் மூலமாக நாம் அறிய முடிகிறது?

ஒற்றைப் பண்பாடு என்கிற வலிமையான கருத்தாக்கம் 21ஆம் நூற்றாண்டிலேதான் வந்திருக்கிறது. ஆனால், கல்வெட்டுகளும் செப்பேடுகளும், பெரும்பாலும் அவை ஒரு போக்குடையனவாக இருக்கின்றன. ஆனால், அவை உணர்த்துகிற பண்பாடு வேறுவகையாக இருக்கிறது. இந்தப் பண்பாடு, ஆரியம் அல்லாத பண்பாடு என்பதிலே நாம் தெளிவாக இருக்கிறோம்.

அந்தக் கல்வெட்டை எழுதியவர்களும் தெளிவாக இருந்திருக்கிறார்கள். ஏனென்றால் கிரந்தப் பகுதி ஒன்று இருந்தால் அதற்குப் பிறகு கீழே தமிழ்ப்பகுதி ஒன்று எல்லாக் கல்வெட்டுகளிலும் விரிவாக இருக்கு. கிரந்தம் என்பது வடமொழியை எழுதுவதற்குத் தமிழர்கள் கண்டுபிடித்த எழுத்துமுறை. எனவே, மக்களின் மொழியிலே அவர்கள் எழுதினார்கள். இரண்டு அடியிலே வடமொழியிலே சுலோகம் ஒன்று, புகழ்ச்சிப் பாடல் இராஜராஜ சோழனுடையது. அடுத்த அடியிலே தமிழிலே, தமிழிலேயே தொடங்கிவிடுகிறான். தமிழ்க் கல்வெட்டுகள் தெளிவாக யாரும் புரிந்துகொள்ளக்கூடிய வகையில், இன்றளவும் புரிந்துகொள்ளக் கூடிய வகையில் இருக்கின்றன. அவை உணர்த்தக்கூடிய செய்திகள் ஆரியம் அல்லாத ஒரு பண்பாடு. ஆரியம் அல்லாதது என்று சொன்னாலே, அது இந்துத்துவத்திற்கு மாற்றானது என்று அர்த்தமாகிறது. அதைப்பற்றித்தான் நிறைய பேசியிருக்கிறார்கள்; எழுதியிருக்கிறார்கள்.

அந்த வகையிலே ஆதிச்சநல்லூர் குறித்து எப்படிப் பார்ப்பது?

ஆதிச்சநல்லூர் 150 ஏக்கர் பரப்பளவுள்ள ஒரு நிலப்பகுதியை அரசு கையகப்படுத்தி வைத்திருக்கிறது. அதில் 35 சென்ட் வரைக்கும்தான் ஆய்வுக்கு உட்படுத்தப்பட்டிருக்கு. அதுவும் 1905இல் அகழாய்வுக் குழிகளை அலெக்சாண்டர் ரீ மூடிவிட்டுப் போனபிறகு 2005இல் தான் மறுபடியும் தொடங்கினார்கள். இப்பொழுதும் 35 சென்ட் மட்டும்தான் ஆய்வு பண்ணாங்க. இன்னும் சரிபாதியாக இருக்கிற வடபகுதிமேடு தொடப்படவே இல்லை. அதுதான் தாமிரபரணி ஆற்றங்கரையிலே இருக்கிறது. ஆற்றங்கரைக்கு அடுத்தாற்போல, திருச்செந்தூர் செல்லும் சாலை. சாலைக்குத் தெற்கேயும் அந்த மேடு பரந்திருக்கிறது. தென்பகுதியிலேதான் இதுவரைக்கும் அகழாய்வு பண்ணியிருக்காங்க. 2005இல் சத்தியமூர்த்தி தலைமை யிலே பண்ணின அகழாய்வுல நமக்குக் கிடைச்ச ஒரே பெரிய விசயம், தெர்மோலூமிஸன்ஸ் ஆய்வுகள், சி 14 ஆய்வுகள் மூலமாக கி.மு. எட்டாம் நூற்றாண்டு வரை காலத்தைக் கொண்டுபோய் இருக்கிறார்கள் என்பதுதான். அவர்கள் கண்டுபிடிப்பிலே இன்னொன்று, அதற்கு முன்னாலேயே இங்கு தங்கமெடுத்து இருக்கிறார்கள் என்ற செய்தியைச் சொல்லியிருக்கிறார்கள். ஆனால், ஆதிச்சநல்லூரிலேயே நம்முடைய பெரிய சோகம் என்னவென்றால், அங்கு எழுத்தும் கிடைக்கவில்லை. வெள்ளிப் பொருள்களும் கிடைக்கவில்லை.

சல்லிக்கட்டுக்கான தடை குறித்து நீங்கள் எப்படிப் பார்க்கிறீர்கள் ?

தமிழ் அடையாளத்தை அழிக்கணும்கற முயற்சியிலதான் மஞ்சு விரட்டுக்கான தடை. எவ்வளவோ போராடுனாரு மதுரை மாவட்ட ஆட்சியரா இருந்த உதயச்சந்திரன். என்னிடம் திரும்பத் திரும்பக் கேட்டாரு. ஸ்பெயின்ல என்ன பண்ணுவாங்க?

‘மாடு அடக்குதல்’னு சொல்றதே தப்பு. ‘மாடு அணைதல்’னு அவன் சொல்லுவான். அணைஞ்சுகிட்டு மாடுகூட முப்பது அடி போனாலே போதும். கொம்ப புடிச்சு அடக்கி எம்.ஜி.ஆர். மாதிரியெல்லாம் செய்ய வேண்டாம். மாட்டோடு திமிலைப் பிடிச்சுக்கிட்டு முப்பது அடி போனாலே அவன் ஜெயிச்சுட்டான். ‘மாடு அணைதல்’தான்; அடக்குதல் இல்ல. இது தமிழனோட வீர விளையாட்டுகள்ல ஒன்னு. ஒவ்வொரு சமூகத்துக்கும் இதுபோல இருக்கு. இதைத் தடை பண்ணனும்கிறது தமிழ் அடையாளம் ஒன்றை அழிக்கிற முயற்சிதான்.

சல்லிக்கட்டுக்கு நேர்ந்துவிட்ட மாடு, ஊர்ல் வயக்காட்டுல கதிரத் தின்னாலும் ஊர்க்காரன் ஒன்னும் சொல்லமாட்டான். ஊர்க்காரன்ல புகார் பண்ணனும், சல்லிக்கட்டு வேணாம்னு. சல்லிக்கட்டுக் காளைகளால் ஆபத்து இருக்குன்னு எந்த ஊர்க்காரனாவது புகார் பண்ணியிருக்கானா? இல்லையே! ஊர்ல ஒத்துக்கிட்டுதான் காளை வளர்க்குறாங்க.

மஞ்சு விரட்டு குறித்து?

ஊர் கண்மாய்க்குள்ள வச்சு மாட்ட அவுத்து விட்டுருவான். பின்னாடி விரட்டிப் போவான். அதுல மாட்ட அவுத்து விரட்டி விட்டுருவான். 'மைந்து விரட்டு'தான் மஞ்சு விரட்டு ஆயிருச்சு. மைந்துன்னா 'வீரம்'னு அர்த்தம். சல்லிக்கட்டு, ஒரு வாடிவாசல்ல அடைச்சு அதற்குள்ளே அணைவது.

சல்லிக்கட்டிற்கான மாட்டை வளர்ப்பு உயிரினமாக (Domestic Animal) **எப்படிச் சொல்வது?**

ஏன்னா முதல்நாள் வரைக்கும் அது எந்த வீட்ல வளருதோ அந்த வீட்ல இருக்கிற சின்னப்புள்ள அதுட்ட விளையாடும். குளத்துள கூட்டிட்டு போய்க் குளிப்பாட்டும். அது என்ன சிங்கம், புலியா? சிங்கம் புலிதான் காட்டு உயிரினங்கள் (Wild Animal).

கோயில்ல யானை வளர்ப்பது?

எந்தக் கோயில்ல, தனிநபர் யானை வளர்த்தாலும் அதனோட வயித்துக்குப் போதுமான உணவைக் கொடுக்க முடியல. வேலை ஏவுறாங்க. ஒரு காட்டு உயிரினத்தில் பேருயிரை, வளர்ப்பாகப் (Domasticate) பண்ண முயல்றாங்களே தவிர, அத ஆரோக்கியமா (Healthy) வைக்க உதவல. ஒரு யானை 150 வயசு இருக்குங்குறாங்க. எந்தக் கோயில் யானையும் 150 வயசு இருந்ததில்ல.

குருவாயூர்க் கேசவனே எண்பது வயசு வரைக்கும்தாம் இருந்துச்சு. நல்ல உணவு கொடுக்கப்பட்ட யானையை அதன் வாழ்விடத்தில் (Wildlife) இருந்து பிரிச்சாலே சிக்கலாயிரும். சிறை வாழ்க்கை. ஏன் கஷ்டம்? மந்தை உணர்ச்சி உடைய ஒரு உயிரினத்தை மந்தையிலிருந்து பிரிச்சா கஷ்டந்தானே? யானையும் மந்தை உணர்ச்சி நிறைய உடைய உயிரினம். அதை பிரிச்சுத் தனியா கொண்டுவந்து தனிமைச் சிறையிலே வைச்சுருக்காங்க.

இன்று தமிழகம் முழுக்க வரவேற்பிற்கும் நல்ல காரியங்களுக்கும் வீட்டு வாசல், கோயில், மண்டப வாசல்களில் போடப்படும் கோலம் எந்தக் காலகட்டத்தில் தோன்றியது? அதற்கான காரணம் என்ன?

கோலம் என்பது, புள்ளிகளாலும் வளைகோடுகளாலும் ஆன ஒரு கலை. இது வரலாற்றுக்கு முற்பட்ட காலத்திலிருந்தே, அதாவது தனிமனிதனின் அழகுணர்ச்சி தோன்றிய காலத்திலிருந்தே இந்தக் கலை வந்திருக்கு. தமிழர்களுக்கு ஒரு நம்பிக்கை உண்டு. தெய்வங்கள் பூமிக்கு வரும். வந்தால் அந்தத் தெய்வங்களின் கால்கள் தரையிலே பாவாது. எனவேதான் கீழே பூ வைப்பாங்க. தாமரைப்பூ வைப்பர்.

'மலர்மிசை ஏகினான்' அப்படிம்பாரு வள்ளுவர். குத்துவிளக்கு தரையில் வைப்பதற்குப் பதிலாகப் பலகையில் வைக்கிறார்கள். குத்து விளக்கு தெய்வத்தினுடைய அடையாளம். தெய்வங்கள் கால் பதிப்பதற்காகப் போடப்படும் ஆசனங்கள்தான் கோலம். மண்ணுல அதைத்தான் போட்டார்கள். வீட்டிற்கு வரும் தெய்வம் அதிலேதான் கால் பதித்து வீட்டுக்குள்ள வருகிறது. இன்றைய வரைக்கும் கலையின் அடிப்படையான அம்சம் இந்தப் புள்ளிகளும் வளைகோடுகளும், Dot Matrix-இல்தான் வந்து நிற்கிறது.

இன்றைய தமிழகத்தில் திருமண நிகழ்வில் முக்கிய இடம் பிடிப்பது தாலி என்றழைக்கப்படும் மஞ்சள் கயிறுதான். இது எந்தக் காலகட்டத்தில் இருந்து தொடங்கியது? பண்டைய தமிழ்ச் சமூகத்தில் தாலி அணிவிக்கும் பழக்கம் தமிழர்களிடம் இருந்துள்ளதா?

தாலி ஒரு புராதன அடையாளச் சின்னம். இந்தப் பெண் மணமாகி இன்னொருவனுக்கு உரிமையாகிவிட்டாள் என்பதை அடையாளப்படுத்தும் வகையிலிருக்கிறது. என்னுடைய கருத்துப்படி தாலி கழுத்திலே அணிவது. அதற்கு முன்னாலே கையிலே அணிகிற வளையல்கள்தான் தாலியினுடைய இடத்தைப் பெற்றிருக்கின்றன. வளையல் மங்கலச் சின்னமாகக் கருதப்பட்டிருக்கு. சிலப்பதிகாரத்திலேகூட,

கொற்றவை வாயிற் பொற்றொடி தகர்த்துக்
கீழ்த்திசை வாயிற் கணவனோடு புகுந்தேன்
மேற்றிசை வாயில் வறியேன் பெயர்கென

(சிலம்புக் காதை:181)

கோவலன் இறந்த பிறகு மேற்கு வாசல் வழியாக மதுரையைவிட்டு வெளியேறுகிறாள் கண்ணகி.

வளையல் எல்லாப் பழங்குடி மக்களிடத்திலும் இருக்கு. ஹரப்பா நாகரிகத்திலே நிறைய வளையல்களை அடுக்கிய சிலை கிடைச்சுருக்கு. வளையல்தான் பழைய மங்கலச் சின்னம். அதுபோல பின்னாலே கழுத்திலே கட்டுகிற தாலி என்ற ஒன்று வந்தபோது, அதை மானுடவியல் நோக்கிலே பார்க்க வேண்டியிருக்கிறது. அப்படி அணுகி சென்னை அருங்காட்சியகத்திலே இருந்து ஒரு புத்தகம் வெளியிட்டிருக்கிறார்கள். Thalli signs of South India-ன்னு ஒரு புத்தகம் வெளியிட்டிருக்கிறார்கள். ஒவ்வொரு தாலியினுடைய வடிவமும் அந்த இனக்குழுவினுடைய வரலாற்று எச்சப்பாடாகத் திகழ்கிறது என்பதுதான்.

தொல் தமிழ்ச் சடங்குகள்ல விளக்கேற்றுவதற்கான அடிப்படைக் காரணம் என்ன?

‘தமிழ்நாட்டுத் திருவிளக்கு’ன்னே ஒரு புத்தகம் எழுதியிருக்காரு ஆ.ராகவன். திருவிளக்குத் திருவிழா அப்படின்னு ஒரு கட்டுரை எழுதியிருக்கேன்.

சமீபத்தில் இந்துத்துவவாதிகள் ஒரு தொலைக்காட்சி நிகழ்ச்சியில் தாலி குறித்துப் பேசக்கூடாது என்று சொல்லும்போது, தாலியை எப்படிப் பார்ப்பது?

புனிதம் என்பதே ஆதிக்கப் பிரிவுகள் தங்களுடைய அடையாளத்துக்காக, தங்களுடைய பிழைப்புக்காக ஏற்படுத்திக் கொண்டதுதான். எது புனிதமில்லை? பசுவின் கழிவுகூட இந்த நாட்டிலே புனிதம்தான். அவர்களுக்கு பெரியாரைப் பிடிக்காத ஒரே காரணம் இதுதான். ஒரே காரணம் மட்டுமல்ல; பல காரணங்களுள் இதுவும் ஒன்று.

இந்தியாவிலேயே தாலியை நிராகரித்த ஒரே சிந்தனையாளர் பெரியார்தான். அதைக் கேலி செய்தார். ஒன்றிரண்டு திருமணங்

களிலே பெண் ஆணுக்குத் தாலி கட்டுவதாக நடத்திக் காட்டினார். தாலி நிராகரிப்புக்கான தைரியம் பெரியாருக்குத்தான் இருந்தது. அதுதான் இவர்களுக்கு அவரைப் பிடிக்காமல் போனதற்கான காரணங்களிலே ஒன்று. தாலியை எந்த சீர்திருத்தவாதியும் எதிர்க்கவில்லை. இராஜாராம் மோகன்ராய் உட்பட யாரும் நிராகரிக்கவில்லை. பெரியார் ஒருத்தர்தான் தாலியை நிராகரித்தார்.

கடவுளை வணங்குவதற்கு அடையாளமான திருநீறு, பெண்களின் குங்குமம் போன்ற குறியீடுகள் எதன் அடிப்படையில் உருவானது? இவற்றுக்கான வரலாற்றுப் பின்புலம் என்ன? தொல் தமிழர்கள் கடவுளை வணங்குவதற்கு ஏதேனும் குறியீடுகளைப் பயன்படுத்தியுள்ளார்களா?

ஆண்களுக்குத் திருநீறும் பெண்களுக்குக் குங்குமமும் என்பதே நவீன ஊடகங்கள் கற்பித்த விசயம்தான். திருநீறு எப்படிப் புனிதமாச்சு என்பதைப் பற்றி ஹில்பர்ட்ஸ் ரைட்டர் தன்னுடைய புத்தகத்திலே எழுதியுள்ளார். வேறெதும் கொடுக்க முடியாதபோது சிவன் கோயில்களிலும் இரத்தப்பலி கேட்கும் நாட்டார் தெய்வக் கோயில்களிலும் திருநீறு கொடுக்குறாங்க. பழங்குடி மக்களுக்கும் புனிதம் உண்டு. இன்றைய அரசியல்வாதிகளுக்கு மட்டும் புனிதம் இல்லையா? எல்லாருக்கும் தங்கள் கட்சிக் கொடி புனிதமானது தானே? எதிர்க்கட்சிக்காரன் அதை எரித்தாலோ அல்லது மிதித்தாலோ கோவம் வருது இல்லையா? புனிதம் என்பது கற்பிக்கப்பட்ட ஒன்றுதான். புனிதம் சிலருடைய பிழைப்பு.

தமிழ்ச் சமூக வரலாற்றில் புலால் உணவின் விலக்கு எதன் அடிப்படையில் உருவானது? இன்று தாழ்த்தப்பட்ட, பிற்படுத்தப் பட்ட சாதிகளின் முக்கிய உணவாக இருக்கும் மாட்டுக்கறியின் உருவாக்கம் குறித்து? சமூகத்தில் மாட்டுக்கறியை அருவருக்கத் தக்கதாகப் பார்க்கப்படும் உளவியல் எதன் அடிப்படையில் உருவானது?

சங்கோசப்பட்டு மறைவிடங்கள்ல சாப்பிடுவது சமூக இயல்பு. ஏன்னா பெருவாரியான மக்கள் விலக்குன உணவைச் சாப்பிடும் போது அவங்க சங்கோசப்படுவது இயற்கை. ஆனா, பழைய தமிழகத்துலே மாட்டுக்கறி சாப்பிட்டுருக்காங்க. பாசுபதர்கள்கூட மாட்டுக்கறி சாப்பிட்டுருக்காங்க. பாசுபதர்கள்னா பாசுபத சைவர்கள். சங்க இலக்கியத்துல, கொழுத்த மாட்டுக்கறிய

சாப்பிட்டதபத்தி குறிப்பு இருக்கு. மாட்டுக்கறி சாப்பிடுறது ஒரு வழக்கம். பெருவாரியான மக்கள் அதுலயிருந்து விலகிட்டாங் கங்கிறதுக்காக அதைத் தடை பண்றது தப்பு. உணவுங்கிறதே நம்பிக்கை சார்ந்த விசயம். தடை பண்ண முடியாது. உயிர்ப்பலி தடைச்சட்டம் கொண்டுவந்தபோது எங்கள மாதிரியான ஆட்கள் சொன்னோம், "நாட்டார் வழக்காற்றியல்ல இது ஒப்பேறாது. இது வெற்றிபெற முடியாது"ன்னு சொன்னோம். அது தோத்துப் போச்சுல்ல? ஒரு ஆண்டு காலம்கூட அந்தச் சட்டத்த நடைமுறைப்படுத்த முடியலியே. அந்தமாதிரிதான்.

உயிர்ப்பலி தடைச் சட்டத்தை இராமகோபாலன் ஆதரித்ததுபோல, வீரமணியும் ஆதரித்தாரே இதை எவ்வாறு காண்பது?

பரிக்ஷா ஞாநி சேவியர் கல்லூரில் இதுபற்றி ஒரு விவாதம் நடத்தினார். நான், பேராசிரியர் லூர்து, பேராசிரியர் சிவசுப்ர மணியன்னு நாங்க அவரை Counter பண்ணோம். இராமகோபாலன் எதிர்த்ததற்கும் வீரமணி எதிர்க்கிறதுக்கும் வேறு வேறு காரணங்கள் இருக்கு. வீரமணி விவரமில்லாம எதிர்க்கிறாரு. பலி, மூடத்தனம்னு சொன்னா, பிரேயருக்கே திருப்பலின்னு பேரு கிறிஸ்துவ மரபுல. அதை எதிர்க்க முடியுமா? வீரமணியால முடியாது. நம்பிக்கை சார்ந்த விசயங்க.

மூடநம்பிக்கைக்கும் நம்பிக்கைக்கும் என்ன வித்தியாசம்? மூடநம்பிக்கைன்னு பேசுன பரிக்ஷா ஞானி, "எனக்கு Folklore தெரியாது. நீங்க சொல்லுங்க"ன்னார். நம்பிக்கைக்கும் மூடநம்பிக் கைக்கும் இடையில் என்ன இருக்குன்னு கேட்டா, அதிகாரம் இருக்கு. நுண் அதிகாரம் இருக்கு இல்லையா? பாலைக் கல்லு மேல இருக்கற சிலை மேல கொட்டுறது மூடநம்பிக்கை கிடையாது. அது நம்பிக்கை. கொட்டுனா கடவுள் சொர்க்கம் தருவார்னு நம்புறது மூடநம்பிக்கை. இந்த இரண்டுக்கும் இடையில் என்ன வருதுன்னா, பூசாரி, குரு, மறைமுக நுண் அதிகாரம் வருது. இதான் வித்தியாசம். இதப் புரிஞ்சுக்க முடியாமத்தான் வீரமணி இத ஆதரிச்சுட்டாரு. பெரியார் இருந்தா அதச் சொல்லியிருக்கமாட்டாரு. எல்லாக் கோயிலையும் திறந்துவிடு. அப்புறமா நான் ஆதரிக்கிறேன்பாரு.

தமிழ் ஆண்டு குறித்த சர்ச்சை தொடர்ந்து நிலவுது. 'தை'ன்னு சொல்றாங்க. 'சித்திரை'ன்னு சொல்றாங்க. அது குறித்தான தங்களுடைய பார்வை?

என் கருத்து வந்து தைப்பூசம்தான் தமிழ் ஆண்டின் தொடக்க நாள். அதப்பத்தி எழுதியிருக்கேன். தைப்பூசம் பௌர்ணமி நாள். அதுதான் தமிழர்களுடைய ஆண்டுத் தொடக்கம். தை ஒன்னாந்தேதி இல்ல. தை ஒன்னாந்தேதிக்கும் தைப் பூசத்துக்கும் இடையில் இருபது நாள் கிட்ட வித்தியாசம் வரும். இந்த வித்தியாசம் என்னான்னா, அயன, விசு காலங்கள கணிக்கிறதுல நாம தப்பிட்டோம்னு சொல்லி ஒரே ஒரு ஆள் எழுதியிருக்கார். கவிஞர் பாரதியார்தான் அவர்.

அதனால் நம்ம திருவிழாக்கள் எல்லாம் மாறி மாறி வருது. தமிழர்கள், திராவிடர்கள் எல்லாருமே லூனார் சிஸ்டத்துக்காரங்க. ஆரியர்கள் சோலார் சிஸ்டம், அதாவது சூரிய காலண்டர். இப்ப நாம ரெண்டும் இல்லாம லூமி சோலாரா இருக்கோம். இன்னைக்கு இதெல்லாம் சோலார் சிஸ்டத்துக்கு வந்துட்டாலும்கூட, பிள்ளைக்கு முதல் பிறந்தநாள் கணிக்கிறபோது நட்சத்திரம் பார்த்துத்தான் கணிக்கிறோம். நட்சத்திரத்தைப் பேராக வைத் திருப்பதைப் பார்க்கலாம். மூலத் திருநாள், சித்திரைத் திருநாள், சுவாதித் திருநாள்னு சேர்த்துப் பேர வச்சுகிறாங்க. நான் என்னோட கருத்த சோதிடம் தெரிந்தவர்களிடம், வானசாஸ்திரம் தெரிந்தவர் களிடம் கேட்டு உறுதிப்படுத்தி வைத்திருக்கிறேன். எல்லா மாதங்களும் பௌர்ணமிலதான் தொடங்கும். தை முதல் நாள் அல்ல. தைப்பூசம்தான் தமிழர்களுடைய ஆண்டின் தொடக்க நாள்.

தீபாவளி தமிழர்களுடைய பண்பாட்டில் எப்போது கலந்தது? நீங்கள் கார்த்திகையைத்தான் தமிழர்களின் தீபத் திருநாள் என்கிறீர்கள். தீபாவளி, பொங்கல் பண்டிகை, இன்று வணிகச் சந்தையாக மாறி வருகிறது..

விஜயநகர ஆட்சிக் காலத்துலதான் வந்துச்சு. தெலுங்குப் பார்ப்பனர்கள் தமிழுக்குப் பண்ண கேடு ரொம்ப அதிகம். தீபாவளி அவர்கள் மூலமாகத்தான் தமிழ்நாட்டுக்குள் வந்துச்சு. தீபாவளி சமணர்களுடைய திருநாள். வர்த்தமான மகாவீரர் இறந்தநாள். குஜராத் மார்வாடிகள பார்த்தீங்கன்னா, தீபாவளி அன்னைக்குத்தான் புதுக்கணக்கு போடுவாங்க. பார்ப்பனர்கள் தங்கள் எதிரி செத்ததைக் கொண்டாடுறாங்க. பொங்கல் இயற்கைத் திருநாள். ஏசுவினுடைய மரணமும் ஈஸ்டரும்

மூன்று நாள் கிட்ட வரும். ஈஸ்டர் யூதர்களுடைய அறுவடைத் திருநாள். ஒவ்வொரு சமூகத்துக்கும் அறுவடைத் திருநாள் இருக்கு. அறுவடைத் திருநாள்ன்றது உயிர்ப்பிப்பது. அதனாலதான் மூன்றாம் நாள்ல ஏசு உயிர்த்தெழுந்தார்ன்றதே. அது ஈஸ்டர ஒட்டி வர்ற நாள்றதுனாலதான் அந்தக் கதையே வந்தது. பொங்கல் இயற்கை யோடு சார்ந்தது. அது அறுவடைத் திருநாள்.

தமிழர்களின் சிறப்பான பண்பாடுகளில் ஒன்றாக விருந்தோம்பல் சுட்டிக் காட்டப்படுகிறது. ஆனால், தாழ்த்தப்பட்ட சமூகத்தை ஆண்டாண்டு காலமாக ஒதுக்கிவைக்கும் வழக்கம் எதன் அடிப்படையில் வந்தது? தமிழ்ச் சமூகத்திடம் உள்ள நல்ல, அரிய பண்புகள் தீண்டாமையால், சாதியப் படிநிலைகளால் கெடாதா?

விருந்தோம்பல் என்பது சகமனிதனை மதிக்கிற விசயந்தான். என் வீட்டுக்கு வர்ற எல்லாரும் பசியோட வரல. ஆனா சாப்பிட்டுப் போங்கன்னு சொல்றேன்.

எங்க வீட்ல எல்லாம் இப்ப, சமகாலத்துல என் சகோதரி வீட்லயும் சரி, எங்க வயலில் பண்ணை பார்க்கிற தலித் சகோதரர் களுக்கு நாங்க காப்பி குடிக்கிற டம்ளர்லேயே காபி கொடுக்கிறோம். மாறிட்டுது. இது மாதிரி எல்லா இடமும் மாறணும்தானே?

பெண்கள்தான் விவசாயத்தைக் கண்டுபிடித்ததாகக் கூறுவதை, சற்று விரிவாக விளக்குங்கள்?

அதுபற்றி தொல்லெச்சப் பதிவுகள் நிறைய இருக்கு. மீனாட்சிதான் விவசாயத்தைக் கண்டுபிடிச்சதா ஒரு பாட்டுப் பதிவு இருக்கு. ‘உடமையும் ஒழுக்கமும்’ன்னு ஒரு கட்டுரை எழுதியிருக்கேன் (பண்பாட்டு அசைவுகள்). என்ன பண்ணணும் அரசாங்கம் இலவச வீட்டுப் பட்டாலாம் கொடுக்கும்போது பெண்களின் பெயருக்குத்தான் கொடுக்கணும். அப்படின்னா நல்லாருக்கும்.

நிலம் பொண்ணு பேருக்கு இருந்தா என்ன? ஆண் பேருக்கு இருந்தா என்ன? விவசாயமே கார்ப்பரேட் செக்டாருக்குள்ள போகும்போது, நிலத்தை நம்ம பெண்களின் பெயருக்குக் கொடுத்தால் நம்ம பெண்களும் கார்ப்பரேட் செக்டாருக்கு அடிமையாகத்தான் போகணும். நமக்கு முன்னால இருக்கிற வேலையும் போராட்டமும் வேற. அத மொதல்ல முறியடிப்போம்.

உயிர்ப்பலி தடைச்சட்டம் வரும்போது பெரியார் எப்படி எதிர்கொண்டிருப்பார்? மொதல்ல உள்ள விடு. பிறகு அப்புறம் என்ன சாப்பிடலாம்னுருப்பார். கர்ப்பகிரகத்த போய்ப் பார்த்துட்டு வரட்டும்னு சொல்லியிருப்பார்.

பண்பாட்டாய்வுகளோட எதிர்காலம்?

மனித வாசிப்பு பெருகப் பெருக பண்பாட்டாய்வு தனியா வந்துரும். அதுக்காக Course நடத்த வேண்டாம். Degree நடத்த வேண்டாம். மனித வாசிப்பு அப்படிங்கிறதுதான் பண்பாட்டாய்வு. Every man was good read. வயசான ஆள்னா கட்டாயம் படிக்க வேண்டிய புத்தகம்.

புழங்கு பொருள் பண்பாடு

புழங்கு பொருள் பண்பாடு குறித்து...

வீட்டிலே இருக்கிற அஞ்சறைப்பெட்டி இருக்கிறதல்லவா? அதுகூட ஆய்வுப் பொருள்தான். நான் சொல்லுவேன், அடுக்களையிலிருந்துதான் ஆய்வு தொடங்க வேண்டும். சில சாதியார் உலையிலே உப்பிட்டு சமைக்கிறார்கள். சில சாதியார் சோற்றைப் பரிமாறுகிறபோது இலையிலே வைக்கிறார்கள். வேறுபாடு எதற்கு? இங்கிருந்து ஆய்வைத் தொடங்க வேண்டும் என்று நான் சொல்லுவேன். சாதிய மேல் அடுக்கு, கீழ் அடுக்கு என்பதிலே உள்ள ஒரு கொடுமையான நிகழ்வு, அந்த வட்டாரத்திலே உலையிலே உப்பிட்டுச் சோறாக்குபவர்கள் ஏதோ ஒரு காலத்திலே மேல் சாதியினராலே ஒடுக்கப்பட்டிருக்கிறார்கள் என்பதுதான் அதற்குப் பொருள்.

நம்முடைய வீட்டிலேயே இருக்கிற பழைய காலத்துப் பாத்திரங்கள்தான் புழங்கு பொருள் பண்பாடு. தயிர் கடையும் மத்து, மோர் கடையும் மத்து. நல்ல ஆராய்ச்சி என்பது நம்முடைய வீட்டிலிருந்து, சமையலறையிலிருந்து தொடங்கப்பட வேண்டும். ஆராய்ச்சி என்பது வெளியிலே நூலக இடுக்கிலே, புத்தகங்களிலிருந்து தொடங்குவது அல்ல. நம்முடைய வீட்டிலிருந்து தொடங்குவது. மானுடவியல் படித்தவர்களுக்குத் தெரியும், மனித உடம்பிலிருந்துதான் மனிதன் நிறைய விசயங்களைக் கற்றுக்கொண்டான். மனித உடம்பிற்கும் மொழிக்கும்கூடத் தொடர்பு உண்டு.

பண்பாட்டாய்வுகளை வீட்டின் சமையலறையிலிருந்து தொடங்கணும் என்கிறீர்கள். இதுபோன்ற ஆய்வுகள் தமிழில் வந்திருக்கா?

இந்த மாதிரி ஆய்வுகள் தமிழ்ல இப்பத்தான் தொடங்குது. 'காடு' மாதிரியான ஒரு இதழை இப்பத்தான் நீங்க தொடங்குறீங்க. இதுதான் தொடக்கம். இதுவும்கூட 80க்குப் பிறகுதான்.

சர்வதேச அளவில் புழங்கு பொருள் பண்பாட்டு ஆய்வுகள் குறித்து...

நான் அந்தளவு எதுவும் வாசிக்கல. மலாய்நாத் பாஷூ, பிரேந்திரநாத் பாஷூ என இரண்டு வங்காளிகள் இங்க ஆய்வு பண்ணியிருக்காங்க. Introduction to Anthropology ஒரு சின்ன புத்தகம்; ரொம்ப நல்ல புத்தகம். நெசவைப் பத்திப் பேசுவார்கள். Textile industry older than man பனங்சில்லாட இவற்றை வைத்துக் கொண்டு பேசுவாங்க. எனவே இந்தியாவுல இப்பத்தான் தொடங்குது. தமிழகத்திலே ரொம்ப லேட்டாத்தான் தொடங்குது. ஏன்னா இந்தியாவுல எல்லா அறிவு முயற்சிகளும் பெரும்பாலும் அங்க இருந்துதான் தொடங்குது.

உணவு

தமிழருடைய உணவில் சுவையூட்டிகள், மணத்திற்காக...

எனக்கு உணவியல்பற்றி அதிகம் தெரியாது. தெரியாத விசயங்களைப் பேசாமலிருப்பதுதான் நாகரிகம்.

மிளகு பற்றி ஓரிடத்திலே சொல்லியிருக்கிறீர்கள்...

மிளகு பழைய பொருள். உணவுக்கு அப்பாலே அதைப்பற்றிப் பேசலாம். சுவையூட்டிகள்பற்றி என்னாலே பேச முடியாது.

உப்பு குறித்த நம்பிக்கைக்கான வரலாற்றுக் காரணம் என்ன?

உப்பு ஒரு புனிதப் பொருள். உறவின் தொடர்ச்சியைக் காட்டுவது என்பதாகும். நான் உப்பு பற்றி ஒரு கட்டுரை எழுதியிருக்கிறேன். புது வீடு கட்டி உள்ளே போகுறபோது அந்த வீட்டுக்கு உரிமையாளரான அந்தப் பெண் கையிலே உப்பு மரவையைக் கொண்டு போகிறாள். பழங்காலத்திலே தமிழகம் முழுவதற்கும் சந்தைப்படுத்தப்பட்ட ஒரு பொருள் உப்புதான். ஏன்னா அது கடலிலே மட்டும்தான் விளையும். அதற்கு முன்னாலே மிகப் பழைமையான காலத்திலே மனிதன் உப்பைப் பாறைகளிலே இருந்து எடுத்திருக்கிறான்.

அந்தத் தொழில்நுட்பம் எல்லாம் மறைந்துபோன பிறகு கடலிலே இருந்து உப்பெடுத்தான். இந்தக் கடலிலே இருந்த உப்பைக் கொண்டு விற்பதற்கான சாதிக்குச் சங்க இலக்கியத்திலேயே 'உமணர்' என்று பெயர் சொல்லப்பட்டிருக்கு. உமணர்கள் வண்டிகளிலே உப்பைக் கொண்டுசென்றார்கள். பின்னாலே 'உப்பு வாணிய முத்தூர்' என்றே ஒரு சாதிக்குப் பெயர்.

இன்றைக்கும்கூட நெல்லை மாவட்டத்தில் தாமிரபரணி கரை யிலே உப்பு வாணியமுத்தூர் என்று ஒரு ஊர் இருக்கு. எல்லாச் சுவைகளுடைய பெயரும் உப்பு என்றுதான் முடியும். கரிப்பு, எரிப்பு, இனிப்பு என அனைத்தும் உப்பு என்றே முடியும். எனவே, உப்பு என்ற சொல்லுக்கே சுவை என்று பெயர்.

அமாவாசை, பௌர்ணமி நாள்களில் 'புலால் விலக்கும்' பழக்கம் பெண்களிடம் இருக்கிறது. சில ஆண்களிடமும் இருக்கிறது. இது எதன் அடிப்படையில் தோன்றியது? வெள்ளி, செவ்வாய் புலால் விலக்குவது எதனால்?

சமணம், பௌத்தம் இங்கு மதமாக இருந்தது. அப்ப சமண, பௌத்தத் துறவிகள் பிச்சைக்கு வருவாங்க. பிச்சையைப் பெண்கள் இடவேண்டும் என்பதற்காக, பிச்சைக்கு 'மாதுகரம்' என்று பெயர் வைத்தார்கள் வடமொழியிலே. அமாவாசை, பௌர்ணமியன்று கார் உவா, வெள்ளுவா நாள் என்பார்கள். இந்த நாளிலே பௌத்தத் துறவிகளெல்லாம் சேர்ந்து சங்கக் கூட்டத்தை அந்த வட்டாரத்திலே ஓரிடத்திலே நடத்துவார்கள். பௌத்தர்கள் தினந்தோறும் பிச்சையெடுப்பர். சமணத் துறவிகள் எட்டு நாள்களுக்கொரு முறை. பதினாறு நாள்களுக்கு ஒருமுறை பிச்சை எடுத்துச் சாப்பிடுவார்கள். அவர்கள் பிச்சைக்கு வருகிற நாள்களிலே அவர்களுக்குப் புலால் கொடுக்கக்கூடாது என்கிற அடிப்படை யிலேதான். அவர்கள் வீட்டுப் புலாலை அவர்கள் உண்ணலாம்.

'கொன்றால் பாவம், தின்றால் தீரும்' பௌத்தருடையதுதான். பௌத்தர்கள் நிறைய மீன் உண்பார்கள். இன்றைக்கும் இலங்கை யிலே இருக்கிற பௌத்தத் துறவிகள் தினந்தோறும் மீன் உண்பார்கள். கடையிலிருந்து வேலைக்காரர்கள் வாங்கிச் செல்லும்போது 'செத்த மீனா?' என்று பார்த்து வாங்கிப்போவார்கள். உயிரோடு இருக்கிற மீனை வாங்கமாட்டான். ராகுல சாங்கிருத் தியாயன் இதை ஓரிடத்திலே எழுதியிருக்கிறார். அவர்களுக்குப் புலால் கொடுக்கக் கூடாது என்பதற்காகத்தான் இந்த விரதமே. அமாவாசை, பௌர்ணமி விரதமெல்லாம் அவங்ககிட்ட இருந்து வந்ததுதான். சில பகுதிகளிலே, நஞ்சை நிலங்கள் அதிகமுள்ள திருநெல்வேலி மாதிரிப் பகுதிகளிலே அமாவாசை, பௌர்ணமி அன்றைக்குப் பழைய சோற்றுப் பானையிலே கையை விடமாட்டார்கள். பிச்சைக்காரன் வந்தாலும் 'இன்னைக்கு அமாவாசை; பழைய சோற்றுப் பானைக்குள் கைய விடமாட்டேன்' என்பார்கள். வந்த துறவிகளுக்குப் பழைய சோறு போடுவதில்லை.

கீரை வகைகள் ஏழை மக்களுக்கானது என்ற வழக்கம் எப்போது தோன்றியது? விருந்தாளிகளுக்கு பாகற்காய், பயறு வகைகள், அகத்திக்கீரை போன்றவற்றை ஏன் சேர்ப்பதில்லை?

அது புராதன நம்பிக்கை. எல்லாச் சமூகத்திற்கும் உண்டு. பாகற்காய் கசப்பு என்பதினாலே, விருந்தாளிகளுக்குக் கசப்பு கொடுக்கக் கூடாது. கீரை என்பது, வறுமையினுடைய சின்னமாகக் கருதப்பட்டது. வேறு எந்தக் காய்கறியும் வாங்கப் பணமில்லாதபோது கீரையை உணவாகக் கொண்டார்கள். சங்க இலக்கியத்திலே ஒரு பதிவு இருக்கு.

குப்பை வேளை உப்பிலி வெந்ததை
மடவோர் காட்சி நாணிக் கடையடைத்து
இரும்பேர் ஒக்கலோடு ஒருங்குடன் மிசையும்
அழிபசி வருத்தம் வீடப்பொழிவுகள்
தறுகண் பூட்கைத் தயங்குமணி மருங்கின்
சிறுகண் யானையோடு பெருந்தேர் எய்தி
யாமவன் நின்றும் வருதும்...

(இடைக்குழி நாட்டு நல்லூர் நத்தத்தனார்,
சிறுபாணாற்றுப்படை, அடி 129-143)

என்று ஒரு செய்தி வருகிறது. வறுமை காரணமாகக் கீரையை உணவாக்கி உண்டார்கள். கீரை வறுமையின் சின்னம் என்பதனால் அதை விருந்தாளிக்குக் கொடுப்பதில்லை.

ஆளுமைகள்

திராவிட நாகரீகத்தை சர்வதேச அளவிற்கு எடுத்துச் சென்றதில் தனிநாயகம் அடிகளுக்கு ஒரு பங்கிருக்கிறது. தனிநாயகம் அடிகள் பற்றிய தங்களுடைய பார்வை?

தனிநாயகம் அடிகள் யாழ்ப்பாணத்துத் தமிழர். கத்தோலிக்கத் துறவி என்பதனாலே பல நாடுகளுக்குச் செல்வதற்கு அவருக்கு வாய்ப்புக் கிடைத்தது. அவர் அண்ணாமலைப் பல்கலைக் கழகத்திலே படித்தவர். தமிழ் இயக்க உணர்வுகள் அரும்பி வளர்கிற காலத்திலே படித்தவர். எனவே இந்த உணர்வுகளோடு அவர் வெளிநாடுகளுக்குச் சென்றார். தொன்மையான தமிழ் மொழியை உலகெங்கும் கொண்டு சேர்க்கும்பொருட்டு விடாத முயற்சியோடு செயல்பட்டவர். அந்தவகையிலே அவர் நன்றிக்குரியவர். அவர் நெல்லை மாவட்டத்திலே வேலை செய்திருக்கிறார். தூத்துக்குடியிலும் திசையன்விளையிலும் தமிழாசிரியராகப் பணிபுரிந்திருக்கிறார். அவரோட நூற்றாண்டு விழா சமீபத்தில் கொண்டாடப்பட்டது. நான் அந்த மலர்க்குழுவிலே இருந்தேன். தனிநாயகம் அடிகளைப்பற்றிய புத்தகம் இங்கே இருக்கு.

வானமாமலை அவர்களைப் பற்றிய உங்க மதிப்பீடு?

மார்க்சியம் என்பது புத்தகம் சார்ந்தது. புரியாத மொழியிலே பேசுறது என்பதைத் தாண்டி, கள ஆய்வுக்குப் போனாரு. ஒரு மாணவர் கூட்டத்தை உருவாக்குனார். ஆ.சிவசுப்ரமணியன் போன்றவர்கள் அவருடைய மாணவர்கள். காத்திரமான பங்களிப்பு செய்தவர். ஆராய்ச்சி இதழ் மூலமாகத்தான் அவர் பங்களிப்பு. 5 ரூபாய் ஆராய்ச்சி இதழ் தொடங்குறபோது மணி அண்ணனிடம் சந்தா கேட்குறபோது, நான்கூட இருந்தேன். இரண்டு தெரு தாண்டி பக்கத்திலேதான் குடியிருந்தார். அவர்தான் ஆய்வுக்கு உட்படாதுன்னு சொன்னவற்றையெல்லாம் ஆய்வுக்கு உட்படுத்தியவர். தமிழின் ஆய்வின் எல்லைகளை விரித்துக்காட்டிய மார்க்சிய அறிஞர்.

திருவள்ளுவரைத் தமிழர்களின் முக்கியமான ஆளுமையாகப் பார்க்கிறார்கள். ஆனால், வள்ளுவனின் கள்ளுண்ணாமை,

புலாலுண்ணாமை, துறவு என மூன்றும் தமிழர்களிடம் தோற்றுப் போனதற்கான அடிப்படைக் காரணம் என்ன?

'தமிழ்த் தேசியம் உருவாக்கம்'னு ஒன்று 19 ஆம் நூற்றாண்டிலே அரும்புகிறபோது, அதற்குத் திருக்குறள் உதவி பண்ணுச்சு. தமிழ்த் தேசிய உருவாக்கத்திற்குத் திருக்குறளின் பங்கு குறித்து எழுதியிருக்கிறேன். அதுவரைக்கும் திருக்குறளுக்குப் பெரிய மரியாதை கொடுக்கல. திருக்குறளை எல்லாரும் கற்றுக்கொள்ள வில்லை.

திருக்குறளைப் படிச்சாங்க; பாதுகாத்தாங்க. திருவள்ளுவருக்கு இன்னைக்கு இருக்கிற பெயர், 133 அடிக்கு சிலை வைக்கிற எண்ணமெல்லாம் அப்ப இல்ல. காரணம், இந்த மூனுலயும் திருவள்ளுவர் தோத்துப்போயிட்டார். இன்னைக்கு வரைக்கும் தோத்துப்போயிட்டார். முப்பது திருக்குறள்தான் ஒத்துக்கொள்ளலாம்னு ஜி.டி.நாயுடு சொன்னார். பதினைந்துதான் ஒத்துக்கலாம்னுவாரு பெரியார்.

திருக்குறளைக் கடுமையான வார்த்தைகளால் விமர்சனம் செய்தவர் பெரியார். ஆனாலும் வள்ளுவரைப் பாராட்டுகிறோம். ஏன் தெரியுமா? அந்தக் காலத்திலேயே 'பிறப்பொக்கும் எல்லா உயிர்க்கும்'னு சொல்றதற்கு தைரியம் வேணுங்க. எல்லாரும் சொல்ல முடியாது; சொன்னார். கோட்பாட்டின் நீதி, எல்லா உயிர்க்கும்னா ஆறறிவு, ஐந்தறிவு, நாலறிவு எறும்பு உயிரும், மனித உயிரும் வேறு வேறு அல்ல. எல்லா உயிர்களுக்கும் இருப்பதற்கான தகுதி இருக்கிறது.

திருக்குறள் சமணச் சார்புடைய நூல் என்று நீங்கள் சில இடங்களில் குறிப்பிட்டுள்ளீர்கள். சைவ சித்தாந்தவாதிகள் முழுக்க முழுக்க சைவச் சார்புள்ள நூல்னு சொல்றாங்க...

சைவத்துக்கும் வள்ளுவருக்கும் உள்ள பெரிய உடன்பாடு புலால் உண்ணாமை. இன்னைக்கு சைவர்கள் புலால் உண்ணாமையைக் கைவிட்டுவிட்டார்கள். திருவள்ளுவரையும் சீக்கிரம் கைவிட்டுவிடுவார்கள். மதத்தை அடையாளப்படுத்துவது உயிர், உடம்பு, உலகம். இதை ஒரு மதம் எப்படிப் பார்க்கிறது, இணை காலங்கிற சைவக் கோட்பாடும் வள்ளுவருடைய கோட்பாடும் ஒன்றாக வரும். அதனால் வள்ளுவரை சைவர்னு சொல்றாங்க.

திருக்குறள், வள்ளுவர் மாதிரி ஒரு பேராளுமை, எங்க சைவந்தான்னு சொல்லிக்கிறது. "அமைச்சர் எனக்குச் சொந்தக்காரர்" என்கிற மாதிரிதான் வள்ளுவர் சைவச் சார்புள்ளவர்னு சொல்றது.

திருக்குறள் சமணச் சார்புள்ள நூல் என்பதற்கான தீர்வு என்ன?

பௌத்தத்துக்கும் சமணத்துக்கும் உள்ள வித்தியாசம், பௌத்தம் செத்த மீனைச் சாப்பிடலாம்னுது. வள்ளுவர் சாப்பிடக் கூடாதுங்கறார்.

தினற்பொருட்டால் கொல்லாது உலகெனின் யாரும்
விலைப்பொருட்டால் ஊன்தருவார் இல்.

நீ ஆட அறுக்கல. ஞாயிற்றுக்கிழமை 10 மணிக்கு நீ கறி வாங்க வருவேன்றதுக்காகத்தான் அவன் 6 மணிக்கு ஆட அறுத்தான். கொல்லுவதும் தப்பு. தின்னுவதும் தப்பு. வள்ளுவரோட கோட்பாடு. சமணத்தின் உயிரான கோட்பாடே அதுதான்.

படை, குடி, கூழ் - இதுல படைய முதல்ல சொல்றாரே வள்ளுவர்?

அரசு உருவாக்கக் காலத்தைச் சேர்ந்தவர் திருவள்ளுவர். எனவே அரச உருவாக்கச் சிந்தனையின் தாக்கம் வள்ளுவர்ட்ட இருந்துச்சு. நம்மைப் போன்ற அறிவுஜீவிகள், தேசம் என்றால் மக்கள் என்கிறோம். வள்ளுவர் படை இருந்தால்தான் அது நாடு அப்படிங்கறார். படை, குடி, கூழ் அப்படிம்பாரு. நாம் இந்த வரிசை முறையை இப்ப ஒத்துக்கொள்ள மாட்டோம். படையைக் கடைசியா கொண்டுபோறோம்.

சித்தர் இலக்கியம்

சித்தர் இலக்கியத்தைக் 'கலகக்குரலாக' பார்க்கலாமா? சங்க இலக்கியத்தில் கடவுள் மறுப்பு நூல்கள் குறித்து...

அரசு அதிகாரம் சாராமல் மறுப்பு நூல்கள் வந்துட்டே இருக்கும். இந்தப் பிறவியில் செய்தது, அடுத்த பிறவியில சொர்க்கத்துல உனக்கு புண்ணியமாப் போகும்ன்றது ஒரு கருத்தோட்டம். இது சுத்தமான வைதீக ஆரியக் கருத்தோட்டம்.

இம்மைச் செய்தது மறுமைக்கு ஆம்
எனும் அற விலை வணிகள் ஆஅய் அல்லன்;
பிறரும் சான்றோர் சென்ற நெறி என,
ஆங்குப் பட்டின்று, அவன் கைவண்மையே.

என சங்க இலக்கியத்திலே ஒரு மறுப்பு இருக்கு. இந்த மாதிரி கருத்துகள் வந்துட்டேதான் இருக்கும். சித்தர்கள் தமிழ்நாட்டில் உதிரி உதிரியாகப் போனார்கள். அவங்க நிறுவன எதிர்ப்பாளர்கள் (Anti Establishment). ஆனா கர்நாடகத்துல அவங்களே ஒரு Establishment ஆகி, அப்புறம் பசுவேசர் வீரசைவம் அங்கேயிருந்து தான் வருது. தமிழ்நாட்ல அப்படி இல்ல. தமிழ்நாட்ல அவங்க Anti Establishment. செண்பகா பதிப்பகத்தோட சித்தர் பாடல் களுக்கு ஒரு முன்னுரை எழுதியிருக்கிறேன். படிச்சுப் பாருங்க.

சித்தர் காலத்தை எப்படி வரையறை செய்வது?

13ஆம் நூற்றாண்டுல இருந்துதான் வரையறுக்க முடியும். 13ஆம் நூற்றாண்டுக்கு முன்னாலேயே சித்தர் பாடல்களுக்கான வேர் இங்கே இருக்கு. இஸ்லாமியப் படையெடுப்பை ஒட்டி நிறைய சூஃபி ஞானிகள்கூட வர்றாங்க. தமிழ்நாட்ல இஸ்லாம் வாளோடு பரவல. சூஃபி பிரச்சாரம் மூலமாத்தான் இஸ்லாம் பரவியது.

இஸ்லாமியப் படையெடுப்பால் சித்தர் மரபு முற்றாக அழிக்கப் பட்டது என்று கூறுகிறீர்கள். இஸ்லாமியப் படையெடுப்பு இல்லா திருந்தால் தொழிற்புரட்சிக்கான வித்து தமிழ்நாட்டில் ஊன்றப் பட்டிருக்கும் எனத் தாங்கள் எதன் அடிப்படையில் நம்புகிறீர்கள்? எந்த மாதிரியான தொழிற்புரட்சி ஏற்பட்டிருக்கும்?

சித்தர்கள் வந்து விஞ்ஞானத்தின் ஒரு பகுதியாகிய அல்கமி யோடு தொடர்புடையவர்கள். அதாவது இரசவாதத்தோடு. இங்கே இஸ்லாமியப் படையெடுப்பு வந்ததனால கோயில்கள் தாக்கப்பட்டன. அது உண்மைதான். ஒரு பத்து கல்வெட்டாவது தமிழ்நாட்ல இருக்கு. ஒட்டிய கலாபம், துளுக்க கலாபம், இக்கோயில் துளுக்காவனத்து இரங்கல்பட்டுன்லாம் கல்வெட்டு இருக்கு.

ஒட்டுமொத்தமா எல்லாம் அழியப் போகுதுன்ற அவநம்பிக் கையை சமூகத்தில் உருவாக்கிருச்சு. அதனால சித்தர்கள் எல்லாம் மறுபடியும் காட்டுக்குப் போயிருப்பாங்கன்னு நினைக்கிறேன். ஏன்னா அவங்க எல்லாமே அலைந்து திரியும் பண்பு கொண்ட வர்கள். இருந்திருந்தா, இரசவாதத்தின் விளைவாக ஏதேனும் நடந்திருக்கலாம் என்று நான் எண்ணுகிறேன். அதற்கான எல்லாச் சூழல்களும் இங்கிருந்தன. சோழ, பாண்டிய அரசுகளோட அரசு அதிகாரத்தின் கொடுமைகளையெல்லாம் தமிழர்கள் அனுபவிச் சுட்டாங்க.

சித்தர்கள் காலத்திற்கு முன்பு அவர்களின் கடவுள் மறுப்பு, நாத்திக தத்துவ மரபு எவ்வாறு இருந்தது?

இல்லாம இருக்காதுங்க. பட்டநாகருடைய ரிசு கீதைன்ற ஒரு அத்வைத நூல்லயிருக்கு. அத்வைதமே மறைமுகமாக நாத்திகம் தான். அத்வைதம் ஆத்திகம் அல்ல. அதனாலதான் சங்கராச்சாரியார் யாருக்கும் திருநீறு எடுத்துக் கொடுக்கமாட்டார். நாத்திகக் கருத்துகள் இங்க மணிமேகலைல இருக்கு, நீலகேசில் இருக்கு. கடவுள் என்ற பொருள் இல்லை என்கிற குரலும் இருக்கு. கடவுள் என்ற ஒரு பொருள் இருக்க முடியாது; இருக்க இயலாது என்ற குரலும் இங்க இருக்கு.

தமிழர்களுடைய தத்துவ மரபுன்னு எதையாவது வரை யறுக்க முடியுமா?

அவைதீக மரபுதான் தமிழர்களோட தத்துவ மரபு. எல்லா வற்றையும் Centralised பண்றது. ஒரு குவிநிலைக்குக் கொண்டு வருவதுன்னு இல்லாம, இப்ப Post Modernism சொல்றாங்கல்ல. Valantine Danial எழுதின FLUID SIGNS என்ற புத்தகத்துல இருக்கு. எதுவுமே கெட்டிப்படுத்தப்பட்ட திடமான பொருளாக இல்லை. எல்லாமே திரவ நிலையில்தான் இருக்கு.

அதுதான் நாட்டார் மக்கள் கருத்துலயும் இருந்துச்சு. அதனாலதான் எல்லாவற்றுக்கும் விதிவிலக்கு வச்சான். ஐயப்பன் கோயிலுக்கு மாலை போட்டுருந்த அந்த விரதம் ரொம்பக் கடுமையா இருக்கும். வீட்டுக்குள்ளயே அது உண்டு. பெற்ற தாயே மாலை போட்டவர சாமின்னுதான் கூப்பிடணும். அவ்வளவு கடுமையான விரதம். மாலைய கழட்டக் கூடாதுன்னுல்லாம் இருக்கு. ஆனா, தாயார் இறந்துபோனா என்ன பண்றது? கழட்டிரலாம். விதிவிலக்கு. விதிவிலக்குன்றதே FLUID SIGNS-தான். எல்லா கடுமையான விதிகளுக்கு அப்பாலும் FLUID SIGNS இருக்கு.

பத்து மணிக்குப் பள்ளிக்கூட வாசல அடச்சுருவாங்க. அதற்கப்புறம் நாலு மணி வரைக்கும் திறக்கமாட்டாங்க. ஆனா, ஒரு பையன் மயக்கம் போட்டு விழுந்துட்டான்னா என்ன பண்ணுவாங்க? திறந்து வெளிய கொண்டு போவாங்க. Fluidதான்; எதுவுமே static இல்ல. இந்தக் கருத்தோட்டம்தான் தமிழ் வாழ்வியல் கருத்தோட்டமாக இருந்தது. தத்துவப் பள்ளிகள் என்று எதுவும் இல்ல. பள்ளி என்பதே நம்மட்ட பௌத்தப் பள்ளிதான். அவங்களும் இங்க இல்ல. காஞ்சிபுரத்துல இருந்த ஜின்நாதர் வந்து Jain philosoper அவர் நாளந்தா போயிட்டார். ஆச்சார்ய தம்மகீர்த்தி ஒரு பௌத்தத் தத்துவஞானி. அவரு காஞ்சிபுரத்துல இருந்தார்னு நினைக்கிறேன். இங்க School of Thought எதுவும் தமிழ்நாட்ல இல்ல.

தமிழ் இசை மரபு குறித்து...

நிறைய எழுதியிருக்காரு மம்மது. மம்மதுவோட 'இழை இழையாய் இசைத்தமிழ்'னு ஒரு புத்தகம் இருக்கு. அவர கேட்டீங்கன்னா மூன்று நாள் இதப் பத்திப் பேசுவாரு. அவருடைய தமிழிசைப் பேரகராதி பார்த்திருக்கீங்களா?

அரசியல் ரீதியாகத் தெலுங்குக் கீர்த்தனைகள் முன்வந்ததற்கான காரணம்?

அரசர்களை மகிழ்விப்பதற்காகத்தான். இசை வளரும்போது, யார் அரசதிகாரத்தோடு நெருக்கமா இருந்தாங்களோ, அதுல தெலுங்கன் ஜெயிச்சுட்டான்; தமிழன் தோத்துட்டான். தெலுங்கு அரசு வந்தபிறகுதான் இதெல்லாம் நடந்தது. மலையாளியவிட, கன்னடத்துக்காரனவிட, தெலுங்குக்காரங்க இசைல நாட்ட முடையவங்க.

கல்வி

நவீனக் கல்வி தமிழ்ச் சமூகத்தோடு ஒத்துப்போகாமத்தான் வருது. ஆனால், சங்க இலக்கியக் காலத்துல கல்வி எப்படியிருந்தது?

அதுபற்றி விரிவாகத் தனிநாயக அடிகளார் தனிப் புத்தகமா Educational thoughts in Tamilnadu எழுதியிருக்கிறார்.

பார்ப்பனர்களோட குருகுலக் கல்வி நம்ம தமிழ்ச் சமூகத்துல எப்படி வருகிறது?

குருகுலக் கல்விதான் இங்கயும் இருந்தது. என்ன கொடுமையான விசயம்னா, அந்தக் குருகுலத்திலேயும் சாதி தொழிற்பட்ட காரணத்தால் அந்தக் கல்வி ஒரு திடமான இடத்துக்கு வரமுடியாம போயிருச்சு. குருகுலத்துல ஆசிரியர் வீட்லயே மாணவர் தங்கி னாங்க. அது உண்டு உறைவிடப் பள்ளி (Residential School) மாதிரி ஆசிரியர் வீடு இருந்துச்சு.

ஆனால், சாதி வேற்றுமை கருதாத பள்ளிக்கூடமா அது இருக்க முடியல. வெள்ளக்காரன் வந்து கிறித்துவத்துக்கு மாறுன பிறகுகூட பாளையங்கோட்டைல சாதி வேற்றுமை காரணத்தால் ரெயினீஸ் தொடங்குன முதல் பள்ளிக்கூடம் ஓராண்டு காலம் மூடப்பட்டது. இவ்வளவுக்கும் நாடார்கள் பிள்ளைகளோட வெள்ளாளப் பிள்ளைகள் சாப்பிட மாட்டேன்னு சொல்லிட்டாங்க. ரெயினீஸ் பள்ளிக்கூடத்த மூடப்போறேன்னு சொல்றாரு. மூடுனா மூடிக் கோன்றான். அவரும் மூடிட்டார். அப்புறம் போய்க் கெஞ்சி ஒரு ஆண்டு, இரண்டாண்டுக்குப் பிறகு அந்தப் பள்ளிக்கூடம் திறக்கப்பட்டது. ஆசிரியப் பயிற்சிப் பள்ளியிலும் இதே சாதிக்கொடுமை. தேவாலயத்துலயும் இருந்துச்சு.

பள்ளி, கல்லூரி என்ற வார்த்தை சமணம் நமக்குக் கொடுத்த கொடையா?

பள்ளின்னா Bed என்றுதான் அர்த்தம், முதற்பொருள். பள்ளி கொண்டான், பள்ளி கொண்ட பெருமாள்னா என்ன அர்த்தம்? சமணக் குகைத் தலங்கள நீங்க மேல போய்ப் பார்த்தீங்கன்னா Bed, Bed ஆக செதுக்கியிருப்பாங்க கல்லுல. இந்த இடத்துல பிள்ளைகள உட்காரவச்சுச் சொல்லிக் கொடுத்தாங்க. ஏன்னா,

அவங்க நிர்வாணத் துறவிகள். ஊருக்குள்ள வரமுடியாது. சின்னப் பிள்ளைகல்லாம் நிர்வாணம் பெரிய விசயம் ஒன்றும் இல்ல. கற்படுக்கைமீது அமர்ந்து படிச்சதால 'பள்ளிக்கூடம்'னு ஆச்சு. கல்லூரி என்பது, திவாகர நிகண்டுலயே அந்தச் சொல் இருக்கு. 9ஆம் நூற்றாண்டில் 'கல்வியூறி கல்லூரியாகும்' என்ற சொல் திவாகர நிகண்டுலேயே இருக்கு. உயர்கல்வி நிலையமாகக் கல்லூரி என்ற வார்த்தை பயன்படுத்தப்பட்டிருக்கு. அது கோயில்கள் பிரகாரங்கள் இருந்ததால, தேவார் சுற்றாலைக் கல்லூரின்னு சோழர் காலக் கல்வெட்டுக்கள் இருக்கு. கற்கக்கூடிய இடம்னு வருது. சமய நூல்களைக் கற்கக்கூடிய இடம்னு வரும். உயர்கல்வி நிலையமென்ற பொருளிலும் வருது.

கல்வி குறித்துப் பேசும்போது, பொருள் முதல்வாதம் குறித்தான கருத்தோட்டம் தமிழிலக்கியங்களில் இருக்கா?

தாராளமா இருக்கே.
மண் திணிந்த நிலனும் நிலம் ஏந்திய விசும்பும்
விசும்பு தைவரு வளியும்தீ முரணிய நீரும்
என்றாங்கு ஐம்பெரும் பூதத்து இயற்கை போல

என்ற தொல்காப்பிய வரி, பொருள் முதல்வாதம் குறித்தே பேசுகிறது. புறநானூற்றுல ஒரு பாட்டு இருக்கு. உலகமே இந்த ஐந்துல அடங்கும். பேராசிரியர் நா.வானமாமலை இதைப்பற்றி நிறைய எழுதியிருக்கார்.

மொழி

அயல் மொழிகளின் கலப்பால், தமிழின் பேச்சு வழக்கு சிதையுமா? அதனால் தமிழ் மொழி பாதிப்படையாதா?

கலப்பு எப்பொழுதுமே நல்லதுதான். மொழிக்கலப்பு, இனக்கலப்பு எல்லாம் நல்லதுதான். தமிழ்மொழியின் வேர்களைக் கெடுக்கிறார்போல அது வந்துவிடக்கூடாது என்பதுதான் மிகவும் முக்கியம். தமிழ் ஒலிமுறைக்கு எதிரான சொற்களை வேண்டுமானால் கழிக்கலாம். நாவல் என்ற சொல்லைக் கழிக்க வேண்டாம்னு நான் நினைக்கிறேன். நாவலோ நாவல் என்று தூரத்திலே இருப்பவரை அழைப்பதற்கு இந்த ஒலியைப் பயன்படுத்தியிருக்கிறார்கள். நாவல், புதினம் என்று தமிழ்ப்படுத்தணும்னு நான் நினைக்கல. Fluid ஆக வச்சுக்கலாம். ரொட்டிய எப்படி புழங்குகிற பெண்கள்கிட்ட கொண்டு போறது? வாழ்நிலை ரொம்ப மாறிப்போச்சு. ரொட்டி ரொட்டியா இருக்கட்டும். இருந்தா ஒன்னும் கெட்டுப்போகாது.

(மேயர் - மேயர் மேலாண்மையைக் குறிக்கக்கூடியது தமிழ்லயே இருக்கு. 'யர்' விகுதியா வச்சு மேயர், மேலானவர்னு வச்சுக்கலாம்)

ஆங்கில மொழி ஈர்ப்பு, ஆங்கில வழிக் கல்வி குறித்த அச்சத்தை எப்படிப் பார்க்கிறீர்கள்?

அச்சம் நியாயமானதுதான். ஏனென்றால் சீட்டுக் கட்டுகளுடைய எண்ணிக்கையைப் பற்றிச் சொல்லிக்கொண்டிருந்தேன்; இது 52, ஜோக்கர் 3 அப்படின்னு. என்னுடைய பேத்தி வந்து, Tell in English அப்படின்னா. Fifty two + threeù உடனே Fifty fiveன்றா. இது மோசமானது. தாய்மொழி வழிக்கல்வி மறுக்கப்படும்போது கலாச்சார ரீதியா நுட்பமான வேர்களை அறுத்துவிடும். அதுதான் அதுல உள்ள ஆபத்து. அதனாலதான் மாற்று மொழியில் கல்வி பயில்வதை எதிர்க்கிறோம். ஆங்கிலம்னு இல்லை; தெலுங்கிலோ மலையாளத்துலயோகூட நாம கல்வி பயில முடியாது.

தமிழர்கள் பெயர் சூட்டும்போது பெரும்பாலும் சாய் கிருஷ்ணா, ஸ்ரீ என்கிற மாதிரியான முன்னொட்டுகள், பின்னொட்டுகள் வருவதற்கான காரணம் என்ன?

ஊடகங்கள் உருவாக்கிய போலி மரபு. வட ஒலி கிரந்த எழுத்துக்களால் எழுதப்படுகிற ஒலி. ஶ்ரீ என்பதோ, V என்பதோ, X என்பதோ இருந்தால் அந்தப் பெயர் நாகரீகமான பெயர் என்று கருதுகிறது. பெயரிடுவதற்குப் புராதன இறந்துபோன மூதாதையர்கள் திரும்ப வருகிறார்கள். பெயரன் என்ற சொல்லுக்கே மீண்டு வந்தவன் என்றுதான் அர்த்தம். மானுடவியல் ரீதியாக வடமொழி மோகமும் வடமொழி ஒலி மோகமும் கொஞ்ச நாளைக்குத் தற்காலிகமானது. தமிழ்ச் செல்வன்கிற பேரை எல்லாச் சாதியிலயும் வைக்கிறார்கள். சாதி வேற்றுமை, மத வேற்றுமை கடந்து செல்வின்ற பேரை எல்லாரும் இடுகிறான்.

சுற்றுச்சூழல்

சுற்றுச்சூழல் பேசக்கூடிய சுற்றுச்சூழல்வாதிகள் மொழியை அதில் கலக்கக்கூடாது என்கிறார்களே?

எல்லாமே ஒன்றோடு ஒன்று தொடர்புடையதுதான். விடலைப் பிள்ளை - இளமையைக் குறிக்குற விடலைன்ற சொல்ல எப்படித் தவிர்ப்பீங்க? நீண்ட பாரம்பரியம் உடையமொழி. மொழில அந்த மாதிரி விஷயங்களைத் தேடி எடுத்துக் களைவது சாத்தியமே இல்ல. பிள்ளைய பூப் போல எடுன்றாங்க. கிழவன் பழுத்த பழமா உட்கார்ந்திருந்தார்ன்றாங்க. அந்தப் பொண்ணு வஞ்சிக்கொடின்னு பாட்டெழுதுறார். எல்லாமே இயற்கை சார்ந்ததுதான். மனித உடல்னு அடையாளப்படுத்தும்போது உடம்பு சருகா போச்சுங்கறான்.

நுனி நாக்கு ஆங்கிலத்துல பேசும் சுற்றுச்சூழல் என்பது மேட்டுக்குடி சார்ந்த விசயமா இருக்கும்போது, தமிழ்ல அது பற்றி...

சுற்றுச்சூழல்ங்ற சொல் துண்டு துண்டாவாவது தமிழ்ல இருக்கு. நம்ம சூழ்நிலை சரியில்ல. அவன் சூழல் சரியால்ல. சுற்றுச்சுவர்ங்றாங்க. அப்புறம் என்ன? இயற்கையோடு நன்றி கொண்டிருந்த சமூகம், இயற்கையை ரொம்ப மதிச்சுருக்கு. பச்சை மரத்துக்கு கீழ் நின்று பொய் சொன்னா மரம் கருகிறும் என்று நம்புன சாதி. அந்த அளவுக்கு வாழ்க்கையோடு இயற்கையைப் பிணைத்துக்கொண்டவர்கள். பாவம், நிறைய மழை போனா மழை பெய்யாதுங்கிறதுதான் எண்ணம்.

இயற்கை வளச்சுரண்டல், அதாவது ஆறு, மணல், மலை இவற்றை அழிப்பது, இந்த நிலைமைக்கான காரணம் என்ன?

பன்னாட்டு நிறுவனங்களும் அவர்களின் அடிமைகளாகிய இந்திய அரசியல்வாதிகளும்தான். பன்னாட்டு நிறுவனங்களின் அடிமைகள்தானே இந்தியா? சோறும் நீரும் விற்பனைக்கல்ல என்பதே நம் தமிழரோட மரபு. அப்படியில்ல, எதை வேண்டு மானாலும் விற்கலாம்னு அவன் நினைச்சுட்டான்.

சங்க இலக்கியத்துல அறுபத்தி மூனு வகையான பறவைகளைக் குறிப்பிட்டுருக்காங்க. அதுல 22 நீர்வாழ் பறவைகள் இருக்குன்னு சொல்லப்படுகிறதே?

அறுபத்திமூன்று இல்ல. நிறைய இருக்குங்க. த.வி. சாம்பவிசம் பிள்ளையினுடைய அகராதியப் பாருங்க. தமிழ்ப் பல்கலைக் கழகத்துல ஜான் பிரிட்டோ புத்தகம் பாருங்க,

தமிழருக்கும் இயற்கைக்குமான உறவு, பக்தி இலக்கியக் காலத்திற்குப் பிறகு கொஞ்சம் கொஞ்சமா அறுபடுது. இதற்கான காரணம்...?

150 ஆண்டுகாலக் காலனிய ஆட்சில நம்முடைய குவாலிட்டியை முழுக்க இழந்து போனோம். செல்வங்களை இழந்துபோனால் பரவாயில்லை. நெல்லை இழந்தா பரவா யில்லை. நெல்லை உற்பத்தி செய்கிற வயலை இழந்தால்கூடத் தாக்குப்பிடிக்கலாம். வயலினுடைய வளத்தன்மையை இழந்தோம், இரசாயன உரங்களா போட்டு. இதான் காலனிய ஆட்சியினுடைய மிகப்பெரிய சீர்கேடு.

மூன்றாண்டுகளுக்கு முன்பு பூவுலகின் நண்பர்கள் ஒரு நிகழ்ச்சி நடத்தினபோது அம்பைப் பகுதியில் மட்டும் 53 வகையான நெல் வகைகள் இருந்தது. இன்று மூன்று நான்குதான் இருக்கு. அதற்கான சிறப்பு, வேறு பகுதிகள் குறித்து...?

எனக்கு இதுதான் தெரியும். இதச் சொன்னேன். நெல் பத்தி ஒரு கட்டுரை எழுதியிருக்காரு மரைக்காயர் செந்தமிழ்ல. நான் இளையான்குடி கல்லூரியில் பணிபுரியும்போது ‘நெல்’ என ஒரு புத்தகம் போட்டோம். அதுல அந்தக் கட்டுரைய நானும் ஷாஜகான்றவரும் எழுதினோம். அதுல அவரு என்னன்ன நெல்லெல்லாம் இருந்துச்சுனு எழுதுவாரு. நான் கேள்விப்பட்ட நெல் பெயர்கள் எல்லாம் எங்கக்கா அம்பாசமுத்திரம், வீரவநல்லூர், அவ சொல்லிக் கேட்டதுதான்.

பசுமை நடை, இன்னீர் மன்றல் விழாவுல பேசும்போது சிலப்பதிகாரம் குறித்துப் பேசியது பற்றி...?

குறைந்தது 5000 தாவரப் பெயர்களாவது சிலப்பதிகாரத்துல இருக்கு. சிலப்பதிகாரம் மொத்தமே 5001 அடிதான். அதுல் 5000 தாவரப் பெயர்கள் எழுதியிருக்கார். தாவரங்களுக்கு அவர் தருகிற மதிப்பு இருக்குல்ல... முன்னொட்டுகளைப் பார்த்தாலே அற்புதமா

இருக்கும். தாவரங்களை அடையாளப்படுத்துகிற முறை மிக அருமையா இருக்கும். உதாரணமா மதுரைக்கும் கோவலன், கண்ணகி வரும்போது வைகையாற்றில் மிதந்து வருகிற பூக்களைப் பார்த்து இளங்கோவடிகள் பெரிய பட்டியல் கொடுப்பார்.

குரவமும் வகுளமும் கோங்கமும் வேங்கையும்
மரவமும் நாகமும் திலகமும் மருதமும்
சேடலும் செருந்தியும் செண்பக ஓங்கலும்
பாடலம் தன்னொடு பன்மலர் விரிந்து
குருகும் தளவமும் கொழுங்கொடி முசுண்டையும்
விரிமலர் அதிரலும் வெண்கூ தாளமும்
குடசமும் வெதிரமும் கொழுங்கொடிப் பகன்றையும்
பிடவமும் மயிலையும் பிணங்கரில் மணந்த
கொடுங்கரை மேகலைக் கோவை யாங்கணும்
மிடைந்துசூழ் போகிய அகன்றேந் தல்குல்

என்று ஒரு பெரிய பட்டியல் கொடுப்பார்.

அதச் சொல்லிட்டு அத இலக்கியத்தோடு இணைப்பதைப் பார்க்கணும். அத கோவலனும், கண்ணகியும்

புண்ணிய நறுமல ராடை போர்த்துக்
கண்ணிறை நெடுநீர் சுரந்தனள் அடக்கிப்
புனல்யா றன்றிது பூம்புனல் யாறென
அனநடை மாதரும் ஐயனுந் தொழுது

என்று கையெடுத்துக் கும்பிடுறாங்க. புனல் ஆறல்ல; பூ ஆறு. அத இலக்கியத்தோடு தொடர்புபடுத்துகிறார். வைகைப் பெண் ஆற்றுக்கு அக்கரைக்குப் போய் இவர்கள் படப்போற கஷ்டம் தெரியுது. அதனால் கண்ணீர் மல்கிச் சுரந்தது. அந்தக் கண்ணீரைப் பூவாடை கொண்டு மறைச்சுட்டான்னு சொல்வார் இளங்கோவடிகள்.

கருநெடுங் குவளையும் ஆம்பலும் கமலமும்
தையலும் கணவனும் தனித்துறு துயரம்
ஐயமின்றி அறிந்தன போலப்
பண்ணீர் வண்டு பரிந் தினைத் தேங்கிக்
கன்னீர் கொண்டு காலுற நடுங்கப்
போருழந் தெடுத்த ஆரெயில் நெடுங்கொடி

வாரலென் பனபோல் மறித்துக்கை காட்டப்
புள்ளணி கழனியும் பொழிலும் பொருந்தி
வெள்ளநீர்ப் பண்ணையும் விரிநீர் ஏரியும்
காய்க்குலைத் தேங்கும் வாழையும் கமுகும்
வேய்த்திரன் பத்தரும் விளங்கிய இருக்கை
அறம்புரி மாந்தர் அன்றிச் சேராப்
புறஞ்சிறை மூதூர் புக்கனர் புரிந்தென்.

என்று சொல்கிறார் இளங்கோவன். கண்ணீரை மறைப்பதற்காகத் தன் மீது பூவாடை போர்த்திப் போகிறாள் வைகைப் பெண். மாதவின்றதே ஒரு தாவரம்தான். மாதவிக் கொடி என்பது குறுக்கத்திச் செடிதானே? ஐவகை நிலத்திலும் கண்ணகி பயணம் செய்கிறாளே? ஆமா, இளங்கோவடிகள் ஐவகை நிலத் தாவரங் களையும் பதிவு பண்ணிடுறார். கதையும் அதுக்குத் தகுந்தாப்ல இருக்கு. நெய்தல் தொடங்கி மருதம் வந்து முல்லை வந்து குறிஞ்சிக்குப் போய் சேர்றா. இப்படி எல்லா வகையான நிலப்பரப்பும் அந்தக் கதைக்குள்ளேயே வருது. இளங்கோவடிகள் கள ஆய்வு செய்துதான் எழுதியிருக்கிறார். அவர் சொல்றாரு, காவேரி Cross பண்றாங்க ஸ்ரீரங்கம் தாண்டி. உறையூர் நொச்சிக் காட சொல்றாரு. நொச்சிக்காடுன்னு சொல்றாரே, அங்க ஒரு காடு இருக்கு. கொடும்பாளூர் சொல்றாரு. இன்னமும் இருக்கு. கொடும்பாளூர் அந்தக் காலத்துல பெரிய நகரமா இருந்திருக்கும். கொடும்பை, நெடுங்குளம், கோட்டகம்- அதாவது கொடும்பாளூர்ல நெடுங்குளம் இருந்ததையும் சொல்றாரு. நீளமான குளம் - அந்தக் குளம் இன்னமும் இருக்கு. மதுரைக்கு மூன்று வழின்னு சொல்றாரு. திண்டுக்கல் வழியா வாறது ஒன்னு. மணப்பாறை வழியா வாறது ஒன்னு. மேலூர் வழியா வாறது ஒன்னு. சிலப்பதிகாரம் முழுக்க முழுக்க ஒரு பயண நூல். 'சிலம்புப் பயணங்கள்' என்று ஒரு நூலே எழுதியிருக்கார் பஞ்சாங்கம். சிலப்பதிகாரத்திலுள்ள எல்லா பாத்திரங்களும் பயணம் பண்ணிக்கிட்டே இருப்பாங்க. கண்ணகி பயணம், கோவலன் பயணம், பராசரர்னு ஒரு பார்ப்பான் தெற்கே குமரியாடி வரும்போது திருத்தங்கல்ல எதிர்கொள்றான். அது ஒரு பயணம். இப்படி நிறைய பயணங்கள் வரும் சிலம்பில்.

சிலப்பதிகாரத்துல பயணங்கள்னே ஒரு நூல் எழுதுமளவிற்குப் பயணம் செய்யும் பாத்திரங்கள் இருக்கு. அதுவே பெரிய Culture இல்லையா?

கடவுளுக்குத் தாவரங்களை, குறிப்பா பூக்களை மலர் மாலையாக அணிவிப்பதற்கான காரணம் என்ன?

Fresh-ஆ ஒன்னு சொன்னா அது பூதான். அன்று பிறந்தது. வம்ப மலர்ம்பான் இலக்கியத்துல. வம்புன்னா புதுசுன்னு அர்த்தம். வம்புச் சண்டைன்னா புதுச்சண்டைன்னு அர்த்தம். தொல்லைன்னா அது பழைய சண்டைனு அர்த்தம். இவன் வம்ப இழுத்துட்டு வந்துட்டோம்போம். புதுசா வர்ற தொல்லைக்கு பேர்தான் வம்பு. வம்ப மலர்னு சொல்வான். புதுசா உள்ளது.

இரண்டாவது, பூக்களின் அழகும் மணமும் மனிதனாலே செய்ய முடியாது. 'வனாந்திரங்களில் கிடக்கிற இந்தப் புஷ்பங் களைப் பாருங்கள். சர்வ மகிமையும் உள்ள சாலமன் காணாத உடைகளை அல்லவா அவை உடுத்தியிருக்கின்றன?' என்பார் இயேசு, பூக்களுடைய அழகு, மணம், தூய்மை எல்லாத்தையும் சேர்த்துத்தான். அழகும் மணமும் தூய்மையும் உடைய பொருளை மதிக்கிற இறைவனுக்குக் கொடுக்கணும்னு சொல்லத்தான் பூக்களைப் பயன்படுத்துறாங்க. இதுக்கு காலவரையறை சொல்ல முடியாது. மனித நாகரிகத்தின் தொடக்கக் காலத்தி லிருந்து இதெல்லாம் இருக்கு. ஒவ்வொரு திணைக்கும் ஒரு பூ பயன்பட்டு இருக்கு. இத சனாதன மதத்தால்கூட நிராகரிக்க முடியல. சிவபெருமானுக்கு ஊமத்தை, வில்வம். திருமாலுக்கு, நம்மாழ்வாருக்குக்கூட மகிழம்பூ.

இதற்கான காரணம்னு எதையாவது குறிப்பிட்டுச் சொல்ல முடியுமா?

இது வெப்ப நாடுங்க. இந்தளவு மலர்களுடைய பெருக்கம் குளிர் நாடுகள்ல இருக்குமான்னு தெரியல. உயிரினப் பெருக்கம் எப்படி அதிகமோ, அதுமாதிரி பயிரினப் பெருக்கமும் அதிகம். இத்தனை வகையான பூக்கள் மேலை நாடுகள்ல இருக்குமான்னு எனக்குத் தெரியல. என்னுடைய தன் அனுபவமா ஒரு விசயம் சொல்றேன். நான் ஒரு மாத காலமா கனடாவுல இருந்தேன். நான் பார்த்த பறவையே 2, 3தான். வேற பறவையே பார்க்கல. நான் பார்த்த பறவையும் காக்கா மாதிரி, வாத்து மாதிரி இருந்தது.

நான் காலைல எழுந்து புகைபிடிக்கிறபோது (அங்க வீட்டுக்குள்ள குடிக்கக்கூடாது. வெளியேதான் பிடிக்கணும்) ரோட்டைத் தாண்டிக் கறுப்பு நிறத்துல பெருச்சாளி மாதிரி ஒன்னு வரும்.

அப்புறம் பார்த்தா அது அணில். முப்பது நாளா அந்த ஒன்னத்தான் பார்த்தேனே தவிர, அதோட சோடியக்கூட பார்க்கல. கிடைக்காது. ஏதோ ஒரு இடத்துக்குக் கூட்டிட்டுப் போனாங்க. அங்கதான் ஒரு ஒட்டகம், ஒரு காளை மாட்டைப் பார்த்தேன். வேற உயிர் வகைகளை நான் பார்க்கல. எண்ணிக்கையில ரொம்ப குறைச்சல். அது மாதிரி பயிர் வகைகள்ளயும் எண்ணிக்கை குறைச்சல். பூ வகைகளும் ரொம்பக் குறைச்சல். மலர்ந்திருக்கிற பூ வகைகள் முப்பது நாளா பார்க்கல. ஆனா தாவரங்கள் நிறைய இருந்தது. அந்த நாடே காட்டுக்குள்ள இருக்கிற மாதிரிதான் இருக்கு. ஆனா பூக்களைப் பார்க்கல. நம்மூர்ல எவ்வளவு பூ! நெல்லை சந்திப்புக்குள்ள இறங்குனா அவ்வளவு பூக்களைப் பார்க்கிறேன்.

சங்க இலக்கியமும் சூழலியல் சார்ந்ததுதானா?

அவங்க வாழ்க்கை அப்படி இருந்ததால அவங்க பாட்ல சூழலியல் சார்ந்த விசயங்கள் நிறைய இருக்கு, அவ்வளவுதான். சூழலியலுக்காக அவங்க பாடல. அவங்க, அவங்க வாழ்க்கை சார்ந்து பாடுனாங்க. அவங்க வாழ்க்கை சூழலியல் சார்ந்து இருக்கு. சங்க இலக்கியத் தாவரங்களே தனி. என்கிட்ட ஒரு மாணவர் முனைவர் பட்டம் பண்ணாரு, Ethnography of Sangam plantsன்னு. சங்க இலக்கியத் தாவரங்களில் இனவரைவியல்னு 158 தாவரங் களைப் பண்ணாரு.

தமிழ்ப் பல்கலைக்கழகத்துல ஐம்பதோ, ஐம்பத்தையோதான் பண்ணியிருக்காங்க. என் மாணவர் 158 பண்ணியிருக்கார் ஒரே மலைல. தாவரங்கள் அடையாளப்படுத்துற முறையிலேயே ரொம்ப அருமையா இருக்கும். கருங்கால் வேங்கை, ஒவ்வொரு தாவரமும் அதன் அடிமரத்தச் சுத்திதான் அடையாளப்படுத்தியிருந்தாங்க. நெட்டிலை, இலுப்பை, சிறியிலை, நெல்லி இப்படி ஒவ்வொரு தாவரங்களை அடையாளப்படுத்துறது விசேஷமானது.

நெய்தல் என்னும் பெயரிலேயே ஒரு பூ இருக்கிறதுன்னு மருத்துவர் மைக்கேல் குறிப்பிடுகிறாரே?

நான் சுஜாதாக்கு எழுதின மறுப்புலகூட இதப்பத்தி எழுதி யிருக்கேன். அவர் கழிவு நீரில் மலர்ந்த நெய்தல்னு எழுதிட்டார். கழி அப்படின்னா கடல் நீரும் மண் நீரும் சந்திக்கிற பகுதி. காடு இதழில்கூட கண்டல்னு பேர் சொல்றீங்கள்ல.. அதுக்குக்

கழிமுகம்னு பேர். அந்த இடத்தோட Eco System வேற; நன்னீரும் கடல் நீரும் சந்திக்கிற இடத்துல உள்ள மீன்கள் வேற, செடிகள் வேற, உயிர்கள் வேற. அங்க உள்ளது நெய்தல், நெய்தல்ன்றது அந்தி மந்தாரைன்னு எழுதியிருக்கார், இந்தியா டுடே கட்டுரையில். நிகழ்காலப் பெயர் அந்திமந்தாரை. நெய்தல் பூ என்ன செப்டிக் டாங்க்லயா வளருது?-

தலித்தியம்

1990களில் தலித் அமைப்புகளின் எழுச்சியோடு ஒப்பிடும்போது, இன்றைய தர்மபுரி, மரக்காணம் என சாதிய ஆதிக்கவாதிகளின் கை ஓங்குவது எதனைக் காட்டுகிறது? தமிழ்ச் சமூகம் பிற்போக்குத் தன்மையை நோக்கிச் செல்கிறதா? தலித் அமைப்புகளின் பலவீனமாக இதனைக் கருதலாமா? அல்லது பெரியார் என்ற ஆளுமையின் தாக்கம் சமூகத் தளத்தில் குறைந்துள்ளதாகக் கருதலாமா? இந்நிலையை எப்படி எடுத்துக்கொள்ளலாம்?

பிற்போக்குத்தனத்தை நோக்கிப் போகலை. தர்மபுரி இளவரசன் நிகழ்வு நடக்கிறபோதே அதே ஊர்ல திவ்யாவின் சாதி, இளவரசனின் சாதியைச் சார்ந்தவங்க திருமணம் செய்துகொண்டு, மகிழ்ச்சியாக வாழ்கிறார்கள். என்னுடைய மாணவர் ஒருத்தரே அங்க இருந்தார். சாதி மறுப்புத் திருமணம் செய்துகொண்டு, தொழில் செய்துகொண்டு அங்கேயே இருந்தார். அது இல்ல.

ஆதிக்கச் சாதிக்கு ஒரு பங்கு இருக்கிறதுபோல மிகமிகக் குறைந்த அளவாவது தாழ்த்தப்பட்ட சாதித் தலைவர்களுக்கும் ஒரு பங்கு இருக்கு. வெளில சொன்னா வருத்தப்படுவாங்க, இல்ல சண்டைக்கு வருவாங்க. தாழ்த்தப்பட்ட மக்களுக்கு சரியான தலைமை இல்லன்னு பொதுவாவது சொல்லலாம்.

சாதி மறுப்புத் திருமணங்கள் குறித்து?

இருக்கக்கூடியதுல, இருக்கிற சமநிலையைக் குலைக்கனும்னு தான் நாம ஆசைப்படுறோம். சமநிலைய திடீர்னு குலைச்சா கலவரம் வரும். மெல்லமெல்ல அந்தச் சமநிலை குலைய வேண்டும். வேற ஒன்றும் வேண்டாம். சாதிமறுப்புத் திருமணம் பண்றவங்களுக்கு இந்த ஊர்ல வாடகைக்கு வீடு தரமாட்டாங்க. சாதி மறுப்புத் திருமணம் பண்ண எல்லாப் பொண்ணுங்களுமே ஒழுக்கங்கெட்டவன்னு ஒரு கருத்து இருந்துச்சு. கொஞ்சம் கொஞ்சமா அந்தக் கருத்து மாறியிருக்கு.

இன்னமும் இந்த ஊர்ல சாதி இறுக்கம் அதிகம். வாடகைக்கு வீடு கேட்டா சாதி கேட்பாங்க. இப்ப கொஞ்சம் குறையுது. சாதி மறுப்புத் திருமணத்தைப்பற்றிப் பெண்களுக்குக் கோபமோ,

அக்கறையோ வருவது இல்ல. கொஞ்சம்கிறது, நம்ம தேவைக்கும் ஆசைக்கும் ஏற்ப சீக்கிரமா நடக்காது. ஆனா நடக்கும்; மெல்லமெல்ல நடக்கும்.

இன்றைய சூழலில் சாதிச் சங்கங்களை எப்படிப் பார்ப்பது?

'சாதி என்பது பாதுகாப்பற்றவனின் புகலிடம்' என்று ஒரு இடத்துல சொல்லியிருக்கேன். அதுக்குள்ள போய் ஒளிஞ்சுக்குறான். சாதாரணமா சின்ன வயசுல மற்ற பயலுக அடிச்சுட்டு "எங்க தெருவுக்கு வாடா பார்த்துக்குறோம்"னு சொல்றது. 'எங்க தெருவுக்கு வான்னா, எங்க சாதி எல்லைக்குள்ள வான்றது.' அப்ப பாதுகாப் பற்றவனின் புகலிடம் சாதி. பாதுகாப்பு வெளியிலிருந்து கிடைக்கிறதுன்னு சொன்னா, தொழிற்சங்கத்துல இருந்து கிடைக்கு துன்னு சொன்னா தொழிலாளர்கள் சாதியை நம்பமாட்டார்கள்.

இன்றைய நிலையில் தாழ்த்தப்பட்ட மக்கள் வாழ்விடங்களைப் பறைச் சேரி என்கிறார்கள். இதற்கான தொடக்கப் புள்ளி எது என்று நினைக்கிறீர்கள்?

பக்தி இயக்கத்தோட எழுச்சியின்போதே இந்த மாதிரி பறைச்சேரிகள் உருவாயிருச்சு. நந்தனார் கதையைப் பார்க்கலாம். இந்த மாதிரி தனித்தனி குடியிருப்புகள் அப்பவே வந்துருச்சு. கோயில் அத பாதுகாத்துட்டே வந்துச்சு. அதனாலதான் பெரியார் சொல்றாரு, கோயிலை நான் நிராகரிக்கிறேன். அது சாதி பேணும் இடம் என்கிறார். சங்க காலத்துல கோயில் கிடையாது. 'கோட்டம்' என்று சொல்லக்கூடிய மண்ணாலான சிறு வட்டங்கள். அப்ப பூசாரிக்குப் பெரிய அதிகாரம் எல்லாம் கிடையாது.

ஆனா பறையர்கள் வாழ்ந்திருக்கிறார்கள். 'பார்ப்பார் - ஒரு வரலாற்றுப் பார்வை'னு ஒரு கட்டுரை எழுதியிருக்கேன். பார்ப் பான்னா ஜூனியர்னு அர்த்தம். பாப்புனா The young ஒன்னுன்னு அர்த்தம். அதான் குழந்தையைப் பாப்பான்னு கூப்பிடுறோம். அப்போ யாரு சீனியர் என்ற கேள்வி வருகின்றபோது பறையர்தான் சீனியர். அதான் கிராமப்புறங்கள்ல ஒரு பழமொழி சொல்வாங்க: "பார்ப்பானுக்கு மூப்பு பறையன், கேட்க நாதியில்லாம கீழ்ச்சாதியா போனான்." நான் கட்டுரை எழுதியிருக்கிறேன்.

யானை மேல் பறையர் அமர்ந்து போவதா பண்பாட்டு அசைவுகள்ல சொல்லியிருக்கீங்க...

திருவாரூர்ல யானையேறும் பெரும் பறையர்ன்னு இருக்காங்க. நிறைய கோயில்கள் அவங்களோடது. அவங்க பூசை செய்த கோயில்களைப் பிடுங்கிக்கொண்டார்கள். நான் சொன்னேன்ல, ஸ்ரீசக்கர பிரதிஷ்டை பண்ணாரு ஆதிசங்கரர்னு. அதுலயிருந்து தொடங்கியது.

பெரியாரியம்

ஆத்திகம், நாத்திகம் என்ற சொற்களுக்கான வேர்ச் சொல் என்ன? கடவுளை ஏற்றுக்கொண்டவர்களை ஆத்திகர் என்றும் கடவுளை நம்பாதவர்களை நாத்திகர் என்றும் குறிப்பிடுவதற்கான காரணம் என்ன? இது எதன் அடிப்படையில் வந்தது? அதற்கான பின்புலம் என்ன?

இரண்டுமே தமிழில் இல்லை. நாத்திகம் எதிர்மறையைக் குறிக்கக்கூடிய சொல். இரண்டு சொல்லுமே தமிழ்ச்சொல் இல்லை. இணையாகச் சொல்வதென்றால் இறை மறுப்புக் கொள்கை அப்படின்னு ஆக்கிக்கொள்ளலாம்.

பெரியாரின் எதிர்ப்பு என்பது, வேதப் பிராமணர்கள் மீதா? தமிழ்ப் பிராமணர்கள் மீதா?

அதிகாரங்கிறதப்பத்தி சரியான பார்வை இல்லை. 'வேதப் பிராமணர்களும் வேஷப் பிராமணர்களும்'னு 1909இல் அயோத்தி தாசப் பண்டிதர் ஒரு கட்டுரை எழுதினார். வேதங்கிறது ஒரு எழுதப்படாத அதிகாரம். எல்லாவற்றையும் தீர்மானிக்கிற அதிகாரம். அவன் சொல்லறது வேதம்னா என்ன வேதம்? விவாதத்திற்கு உட்படுத்த முடியாததுதான். மிகப் பெரிய வேதத்தின் தலைமையை ஏற்றுக்கொண்ட ஸ்மார்த்த பிராமணர்கள்தான் சிக்கலான ஆட்கள். அதாவது சங்கராச்சாரியாரும், சங்கராச்சாரியாரோட அவரது சித்தாந்தத்தைப் பின்பற்றுகிறவர்களும். ஒரு வைணவனை அப்படிச் சொல்ல முடியாது. சிவப்பிராமணனை அப்படிச் சொல்ல முடியாது. அவங்கக்கூட ஒரு வகைல மதத்துக்காகச் சாதியை விட்டுக்கொடுப்பான்.

சாதியையும் மதத்தையும் ஒன்றாகவே வைத்துக்கொண்டு வேதத்தை மட்டுமே தெய்வமாக வைத்திருக்கக்கூடியவர்கள் ஸ்மார்த்த பார்ப்பனர்கள். சங்கராச்சாரியாரியாருடைய கட்சியைச் சேர்ந்தவர்கள். அவங்களைத்தான் நாம் எதிர்க்கணும். வேதம்கிற அதிகாரத்தத்தான் நாம் எதிர்க்கணும். எதைச் சொன்னாலும் 'வேதத்துல சொல்லியிருக்கு'ன்னு கிராமத்துல நம்புறான். அதான் மூளையிலே பதிவாயிருச்சு. வேதத்தைக் கேள்வி கேட்கவே முடியாது.

விவாதங்களுக்கு அப்பாற்பட்டது. மிகப் பெரிய உடைக்கமுடியாத அதிகாரம் இந்த வேதம். அதைக் கையில் தூக்கிக்கொண்டு பிராமணர்கள் வருகிறார்கள். 'நாத்திகனாகூட இருக்கலாம். ஆனா வேதத்தை மறுக்கக்கூடாது' அப்படிங்கிறாரு 'தெய்வத்தின் குரலில்' பழைய சங்கராச்சாரியார். அதான் சிக்கல். வேதம் என்பது எழுதாத எழுத்து. மிகப்பெரிய அதிகாரக் கட்டமைப்பு.

பெரியார் நிராகரித்தது ஒட்டுமொத்த கோயில்களையா? பெருந் தெய்வக் கோயில்களையா?

சாதி பேணுகிற எல்லா விசயங்களையும் அவர் நிராகரிச்சார். உங்க இலக்கியம் சாதி பேணுகிற இலக்கியம்னா, அதை நிராகரிக்கிறார். உங்களுடைய கதைகள் சாதி பேணுகிற கதைகள்னா அதனால் கதையை நிராகரிக்கிறார். சாதி பேணுகிற எல்லா விசயங்களையும் அவர் நிராகரிச்சார். நாட்டார் தெய்வங்கள் பெரும்பாலும் சாதி பேணுவது அல்ல. விதிவிலக்காக ஏதேனும் ஒன்றிரண்டு இருக்கலாம். நாட்டார் தெய்வங்களை அவரு நிராகரிக்கவில்லை.

தந்தை பெரியாரை முற்றாக ஏற்றுக்கொண்டவர்கள் ஒருபுறமும், முற்றாக மறுத்தவர்கள் அல்லது எதிர்ப்பவர்கள் ஒருபுறம் என்ற சமகால தமிழ்ச் சூழலில் இன்றைய இளைஞர்கள் பெரியாரை எப்படிப் புரிந்துகொள்வது? ஏற்றுக்கொள்வது?

பெரியாரை முற்றாக நிராகரிப்பது என்பது முட்டாள்தனமே தவிர வேறெதும் இல்லை. ஏனென்றால் ராஜாஜியாலேயே பெரியாரை முற்றாக நிராகரிக்க இயலவில்லை என்னும்போது, புரிதலின்மைதான் மிகப் பெரிய காரணம். பெரியார்தான் ராஜாஜியை நிராகரித்தார்.

தமிழ் காட்டுமிராண்டி மொழின்னு பெரியார் சொன்னாரு. சங்க இலக்கியங்களைப் பெரியார் ஏற்றுக்கொள்ளவில்லை என்பதை யெல்லாம் எப்படிப் பார்ப்பது?

சங்க இலக்கியங்களை ஏற்றுக்கொள்பவர்களைத்தான் இவர்கள் தலைவராக ஏற்றுக்கொள்வார்களா? காமராஜர் ஏத்துகிட்டாராமா? அது இல்ல. தமிழ் காட்டுமிராண்டி மொழின்னு பெரியார் சொன்னார். நூறுமுறை கேட்கப்படுகிற கேள்வி இது. அவர்தான் உ.வே.சாமிநாத அய்யர், வையாபுரிப் பிள்ளை, பாவாணர் வரை நூற்றுக்கும் மேற்பட்ட அறிஞர்கள் வாழ்ந்துகொண்டிருந்த

காலகட்டத்தில் தமிழுக்கு எழுத்துச் சீர்திருத்தம் வேணும் என்று சொன்னதும், செய்து காட்டியதும். இந்தப் பெருந்தமிழ்ப் புலவர்கள் அல்ல; பெரியார்தான். பெரியார், வாழ்க்கையை வாழ்க்கையாகப் பார்த்த மனிதர். ஆகவே, இவர்கள் ஒத்துக்கொள்ளணும் என்ற அவசியம் இல்ல. அதேபோல, பெரியார் சொல்கிற எல்லா வற்றையும் இவர்கள் ஒத்துக்கிறணும்னு அவசியம் இல்ல. இவங்க ஒத்துக்கிறலேன்னா அவர் சிறியார் ஆயிருவாரா?

1937களில் நடந்த இந்தி எதிர்ப்புப் போராட்டத்தைப் பெரியார் ஆதரித்தார். ஆனால், 1960களில் நடந்த இந்தி எதிர்ப்புப் போராட்டத்தை அவர் 'காலிகளின் போராட்டம்' என்கிறார். இந்த முரண்பாடு ஏன்?

1965இல் நடந்த போராட்டம் அரசியல் அதிகாரத்துக்கு ஆசைப்பட்டவங்களாலே நடத்தப்பட்ட போராட்டம் என அவர் நினைக்கிறார். அதுமட்டுமில்ல. காமராஜர் கையிலே உள்ள அதிகாரத்தைத் தட்டிப்பறிப்பதாக அமைந்துவிடுமோ என்று அவர் பயந்தார். அவர் பயந்தபடிதான் நடந்தது. அதனாலே அவர் எதிர்த்தார். 1937இல் நடந்த போராட்டம், அது நேரடியா பிராமணர்களோட இந்தி ஆதிக்கத்திற்கெதிராக (Pure Hindi) *நடந்தது. அப்ப எதிர்த்தார்.*

அப்படி என்றால் இந்தி எதிர்ப்பு சரியா? மாணவர் போராட்டம் சரியா?

அப்படிக் கேட்க முடியாது. கேள்விதான் சரியில்ல. இந்தி எதிர்ப்பு சரி. சரியாச் சொன்னா, இந்தி ஆதிக்கம். எல்லா வகையான ஆதிக்கமும் எதிர்க்கப்பட வேண்டியவை. இந்தியும் பல்வேறு வகையான இந்திய மொழிகளைக் கொன்னுட்டுது. இப்போது நாலு நாளைக்கு முன்னால் பாட்னாவுக்குப் போய்ட்டு வந்த மனித உரிமை ஆர்வலர் சொன்னார். தமிழ்நாட்டைப்போல இங்க இந்தி எதிர்ப்பு இல்லாததால் போஜ்புரி, மைதிலி, அர்த்தமாகதி ஆகிய மொழிகளை நாங்க இழந்துகிட்டிருக்கோம் என்று சொன்னார். இவையெல்லாம் இத்தியைப்போல பிராகிருதத்தின் கிளை மொழிகள். மைதிலி என்ற மொழி பிராமணர்களில் ஒரு பிரிவு உண்டு. இந்த மொழிகள் எல்லாம் இந்தியாவிலே அழிந்துகொண்டிருக்கின்றன என்று அவர்கள் அச்சப்படுகிறார்கள்.

பெரியாரோட 'கடவுள் இல்லை, கடவுள் இல்லை, கடவுள் இல்லவே இல்லை' என்ற முழக்கத்தை இன்றைய இளைஞர்களிடம் எவ்வாறு கொண்டு சேர்ப்பது?

சுய சிந்தனை மூலமாகத்தான் இந்த முழக்கத்தை அவர்கள் புரிந்துகொள்ள வேண்டும். இரண்டாவது, பெரியார் "ஏன் முட்டாள்னு சொல்றேன், ஏன் அயோக்கியன்னு சொல்றேன், ஏன் காட்டுமிராண்டினு சொல்றேன்"னு பேசியிருக்காரு. நிறைய எழுதியிருக்காரு. அச்சுல வந்துருச்சு. படிச்சுப் பாருங்க.

எளிய மக்களின் கடவுள் நம்பிக்கையைப் பெரியார் சொல்ற கடவுள் மறுப்போடு எவ்வாறு காண்பது?

அந்தக் கடவுள் வேற. இந்தக் கடவுள் வேறன்றதுதான் சிக்கலே. நாட்டார் மக்களுடைய சுடலைமாடனும் காத்தவராயனும் நம்மளைத் தொந்தரவு பண்ற கடவுள் இல்ல. துணை செய்ற கடவுள், அவங்களுடைய நம்பிக்கைப்படி...

கடவுள் இல்லை என்ற திராவிட இயக்கங்களின் பரப்புரை தொடர்ந் தாலும் இளைஞர்களின் மனப்போக்கு மாறாமல் இருப்பதற்கான காரணம் என்ன?

ஊடகங்களோட செல்வாக்கு. அதை எதிர்கொள்கிற அளவுக்குப் பெரியார் இயக்கங்களுக்கு வலிமை இல்லை. வீரமணியும் 10 படம் எடுத்தார்னா நல்லாருக்கும்.

சிறு தெய்வ வழிபாடு, பெருந்தெய்வ வழிபாடு என்பதை இடதுசாரிகள் ஒன்றாகப் பார்த்து, பக்தின்றதே மூடநம்பிக்கை என்கிறார்கள். அதுகுறித்து...

இடதுசாரிகள் யார்? இடதுசாரிகள்ல பண்பாட்டு ஆய்வாளர்கள் கிடையாது. ஒரு பண்பாட்டு ஆய்வாளர் இடதுசாரியா இருக்க முடியாது. இவங்க தமிழ்னு, திராவிடம்னு பேசுற எல்லாவற்றையும் கொட்டிக் கவிழ்க்கிறாங்க. இவர்கள் எல்லாவற்றையும் ஒரு வெறுப்போடயே அணுகுகிறார்கள். தென் தமிழ்நாட்டையும் தென் தமிழ்நாட்டு மக்கள் பண்பாட்டையும் இடதுசாரிகள் அடி மனதிலே வெறுப்போட அணுகுகிறார்கள். கேட்டா அவங்கதான் மக்களைக் காதலிக்கிறவங்க மாதிரி பேசுவாங்க. அதுதான் எல்லா வகையான சீர்கேடுகளுக்கும் வழிவகுக்குது. அவங்க பெரியாரைப் புரிஞ்சுக்காமதான் நிறைய காலம் இருந்தாங்க.

'பகுத்தறிவுச் சிகரம் ஈ.வெ.ரா.'னு ஒரு புத்தகம் 1953-1954இல் தொழிற்சங்கத் தலைவர், இவ்வளவுக்கும் ஐயங்கார் அவரு எழுதினார். கட்சி அத ஏறெடுத்துக்கூடப் பார்க்கல. இன்னைக்குப் பெரியார் 150வது விழாவக் கொண்டாடவேண்டிய கட்டாயத் தேவை இருக்கிறது. வாக்கு வங்கி காரணமாகப் பெரியாரை நிராகரிக்க முடியாது என்ற நிலை. ஏற்றுக்கொண்டதைப்போல பாவனை செய்கிறார்கள். வெறொன்னும் வேண்டாங்க. இடதுசாரி இயக்கத்திலே உள்ளவர்கள் பெரியார் இயக்கத்திலே உள்ளவர்களைப்போன்று சாதி மறுப்புத் திருமணம் பண்றாங்களா? இல்லையே!

தமிழ்த் தேசியம்

தமிழ்த் தேசியவாதிகளில் சிலர் 'தூய தமிழ்ச் சாதிகள்தான் ஆட்சிக்கு வரணும்' என்று குரலெழுப்புவதை எப்படிப் பார்ப்பது?

பதிமூன்றாம் நூற்றாண்டிலே இருந்து ஆட்சியதிகாரம் தமிழ் பேசாத அன்னிய சாதிக்காரரர்கள் கையிலே இருந்தது; இன்றும் தொடர்கிறது. ஜெயலலிதா கன்னடம் பேசுபவர், எம்.ஜி.ஆர். மலையாளம் பேசுபவர். அப்படி வரும்போது ஒரு சந்தேகம் வரத்தானே செய்யும். தமிழ்த் தேசியவாதிகளுக்கு அந்தச் சந்தேகம் நிரம்ப வருகிறது. இல்லையென்றால் தமிழ் பயிற்று மொழியாக வந்திருக்கும் என்று அவர்கள் நம்புகிறார்கள். இன்னொரு கருத்து, கலப்பே இல்லாத Air tight compartment ஆக ஒரு இனம் இருக்க முடியாது. காற்றுப் போகாத ஒரு அடைப்பிற்குள் மொழியை வைத்துப் பாதுகாக்க முடியாது.

இன்றைய அரசியல் சூழல் என்பதே, அதிகாரத்தை நோக்கித்தான் நகர்கிறது. இந்த அதிகாரம் சார்ந்த நகர்வு, மக்கள் மீது அக்கறை கொண்டவர்களிடம் ஒரு அச்சத்தை ஏற்படுத்துகிறது என்று கூறலாமா?

எல்லாத் துறைகளிலும் அதிகாரத்தைக் கட்டமைக்க மனிதன் முயல்கிறான். இந்த அதிகாரத்துக்கு ஆசைப்படுதல் என்பதே இங்கே ஒரு கலாச்சாரமாகிவிட்டது. திரைப்படத்துறையாக இருந்தாலும் சரிதான். ஒரு மருத்துவக் கல்லூரியாக இருந்தாலும் சரிதான். ஒரு மருத்துவக் கல்லூரிப் பணியாளர்களாக இருந்தாலும் சரிதான். அவர் சொன்னாத்தான் எல்லா டாக்டர்களும் கேட்பாங்க அப்படிங்கிறாங்க. ஒரு அதிகாரத்தை நோக்கிய நகர்வு இருக்கிறதே, அது ஒட்டுமொத்தமாக மானுட விடுதலைக்கு எதிரானது. யார் எந்த வட்டத்துக்குள்ளே இதைச் செய்தாலும் இது எதிரானது. எந்த வகையான அதிகாரத்தையும் நாம் எதிர்க்க வேண்டும். பெரியார் அதைத்தான் செஞ்சாரு. அவர் 'எதிர்ப்பு மாநாடு'தான் நிறைய நடத்துனாரு.

தமிழ் ஆர்வம் என்பதைத் தாண்டி தமிழ்த் தேசியம் ஒரு பாசிசப் போக்கை நோக்கி நகர்வதுபோலத் தெரிகிறது. அது குறித்து...

இந்த சந்தேகம் உருவாவதற்கு யார் காரணமானார்களோ அவர்கள் பெரிய மக்கள் தலைவர்கள் இல்ல. ஊடகங்களிலே அவர்களுடைய பெயரும் முகமும் அடிக்கடி அடிபடுகிறது என்பதைத்தவிர, பெரிய தலைவர்கள் இல்லை. அதனால் அவர்களுடைய கருத்துகள் சாதாரண மக்களை எட்டும் என நான் நம்பல.

ஆரியம், திராவிடம் எனப் பூச்சாண்டி காட்டித் தமிழைக் கீழ் நிலைக்குக் கொண்டுவந்தது தெலுங்கு, கன்னட வந்தேறிகள்தான் என சில தமிழறிஞர்கள் கூறுவதில் உண்மை உள்ளதா?

பல குற்றச்சாட்டுகளுக்குக் காரணம் வந்து Local obsession-ம் பாங்க. உள்ளூர்க்காரன் மாதிரி சொந்தக் காரணம். நல்ல உதாரணம் சொல்ல வேண்டும்னா, குணா. பெங்களூர்ல கன்னடர்களுக்கு மத்தியிலே வாழ்ந்த அவரு, எதற்கெடுத்தாலும் கன்னட எதிர்ப்புதான். ஏன்னா அவருக்கு லோக்கல் ஆப்செஷன் (local obsession). அவருடைய கருத்துக்களை நாம எடுத்துக்கிட முடியாது. அது அப்படித்தான் இருக்கும். விட்டுட்டுப் போயிட வேண்டியது தான். பெரியாரைக் கன்னடர்னு முதல்ல பேசுனது அவர்தான். அவர் பெங்களூர்ல இருக்காரு. இவர மாதிரி கருத்தோட்டம் உடையவர்கள தமிழன்க பாக்குறாங்க. இதான் இதற்கான வேறுபாடு.

தமிழ்த் தேசிய உருவாக்கம் குறித்து..

19ஆம் நூற்றாண்டுலதான் தமிழ்த் தேசியங்கிற கருத்தாக்கம் வருது. தமிழ்த் தேசிய உருவாக்கத்திற்குத் திருக்குறளின் பங்கு பற்றி நான் ஒரு கட்டுரை எழுதியிருக்கேன். வெள்ளைக்காரங்க வந்த பிறகுதான் சாதி, மதத்துக்கு அப்பாலே ஒரு இலக்கியம் இருக்குன்னு அவங்க திருக்குறள கண்டுபிடிச்சாங்க. அதை கொண்டாடுனாங்க. அப்புறம்தான் நாம அதைக் கொண்டாட ஆரம்பிச்சோம். ஆங்கிலக் கல்வியும் ஆங்கில அறிவும்தான் தமிழ்த் தேசிய உருவாக்கத்திற்குக் காரணம். “மருத்துவக் கல்லூரிகளிலே தமிழைப் பாடமொழியாக வைக்க வேண்டும்” என்று ஒரு வெள்ளைக்காரன் ‘சாமன் பிரிஸ்கி’ புத்தகம் எழுதுனாரு தமிழ்ல. அவன் என்ன சொல்றது? “வீதிதோறும் தமிழ்ப் பள்ளிக்கூடங்களில் போட்டு ஐரோப்பிய சாத்திரங்களை எல்லாம் தமிழிலே சொல்லிக்கொடுக்க

ஏற்பாடு செய்ய வேண்டும்" என்று சொன்னான் பாரதி. அவன என்ன பண்றது? 'தமிழச்சியைத் தவிர வேறு சாதிக்காரரர்கள் அழகாயிருந்தால் எனக்குப் பொறுக்கவில்லையடா தம்பி' என எழுதுனானே, அவனவிடவா பெரிய தமிழ்த் தேசிய்வாதி வேண்டும்.

தமிழகத்தின் பொற்காலமாகச் சோழர் காலத்தையும் இருண்ட காலமாகக் களப்பிரர் காலத்தையும் வரலாறு கட்டமைத்துள்ளது. களப்பிரர் குறித்த பதிவை வரலாற்றாய்வாளர் மயிலை சீனி வேங்கடசாமி தவிர பொ.வேல்சாமி மற்றும் கார்த்திகேசு சிவத்தம்பி என வெகு சிலரே பேசியுள்ளனர். களப்பிரர்கள் என்பவர்கள் யார்? அவர்களது வரலாற்றுப் பின்னணி என்ன? தமிழகத்தின் பொற்காலமாக எந்தக் காலத்தைக் குறிப்பிடலாம்?

தமிழகத்துக்கு வெளியிலேயிருந்து வந்து தமிழ் மக்களோடு கலந்துவிட்ட ஒரு கூட்டம்தான் களப்பிரர்கள். அவர்கள் கலந்து விட்டவர்கள் என்பதற்கு அடையாளம். இன்றைக்கும் 'களப்பாட ராயர்' என்ற பெயர் பல குடும்பங்களுக்கு இருக்கு. எல்லா மாவட்டங்களிலும் 'களப்பாளன் குளம்' ஒன்றிருக்கிறது.எனவே அவர்கள் வெளியிலிருந்து வந்து தமிழ் மக்களோடு கலந்து விட்டவர்கள், பல்லவர்களைப் போல. அந்தக் காலத்தை இருண்ட காலம் என்பது வேளாளர்களின் கட்டமைவு. அவர்கள்தான் அந்தக் கருத்தைப் பரவலாக்கினார்கள்.

களப்பிரர்கள் காலத்தில் தமிழ் மொழியின் வளர்ச்சி குறித்து...

களப்பிரர் காலத்திலும் தமிழ் இலக்கியங்கள் இருந்தன. அதை நடனகாசிநாதன், மயிலை சீனி. வேங்கடசாமி எழுதியிருக்காங்க. இவர்கள் சொல்வதுபோல இருண்டகாலம் அல்ல என்பதற்கு நான் சொல்ல வந்தேன்.

இருண்ட காலம்னு ஏன் சொல்றாங்க?

அறியப்பட்ட பேரிலக்கியம் எதுவும் அந்தக் காலத்திலே பிறக்கல. கம்பராமாயணம் மாதிரி, திருக்குறள் மாதிரி.

பிரம்மதேயங்களைப் பறித்தார்கள் என்று சொல்கிறார்களே?

களப்பிரர் காலம் முடிந்தபிறகு சின்னமனூர் செப்பேட்ல ஒரு சின்ன செய்தி இருக்கு. அத வெச்சுக்கிட்டு இவர்கள் பிம்பங்களாகக்

கட்டுவதுபோலக் கட்டுகிறார்கள், களப்பிரர்கள் வந்து பிராமணர்களுடைய பிரம்மதேயங்களைப் பறித்தார்கள் என்று. அப்படி இல்ல. களப்பிரர்கள் சமண ஆதரவு கொண்டவர்களாக இருந்திருக்கிறார்கள். இயல்பாகவே அவர்கள் வைதீகத்திற்கு மாற்று நிலையிலே இருந்தவர்கள். அதை வைத்துக்கொண்டு 'களப்பிரர்கள் தமிழ் மன்னர்கள் அல்ல; தமிழர்களுக்கு எதிரானவர்கள்' என்று கட்டமைப்புச் செய்கிறார்கள். தொடக்கக்கால வேளாள ஆய்வாளர்கள் செய்த வேலை இது.

களப்பிரர்கள் ஆட்சிக்காலத்தில் குறிப்பிட்டுச் சொல்லக்கூடிய மன்னர் பெயர் ஏதாவது உள்ளதா?

போதுமான அளவிற்குச் சான்று (Evidence) கிடைக்கலன்றதுதான் வருத்தமான செய்தி.

நாட்டார் வழக்காற்றியல்

நாட்டார் வழக்காற்றியல் குறித்துப் பெரியாரின் பார்வை என்ன?

நாட்டார் வழக்காறு பற்றிய தன்னுணர்ச்சி பெரியார் காலத்துல தமிழனுக்கு இல்ல. பெரியார் மறைஞ்சு கிட்டத்தட்ட 50 ஆண்டுகள் ஆகுது. அதற்குப் பிறகுதான் அந்தத் துறை ஒரு அறிவுத் துறையாக வளர ஆரம்பிக்குது. அதுபற்றிப் பெரியார் என்ன கருதினார்னு கேட்கவே முடியாது. ஏன்னா அவர் காலத்துல அது இல்ல. பிறக்காத கொழந்தையைப் பற்றிப் பேசற மாதிரிதான். நாட்டார் வழக்காற்றியல் துறை பெரியாரை எப்படிப் பார்க்குதுன்னு வேணா கேட்கலாம்?

சரிதான் ஐயா, நாட்டார் வழக்காற்றியலையும் பெரியாரியலையும் ஒரு புள்ளியில் இணைக்கும் பண்பாட்டு மானுட ஆய்வாளரான தொ.ப., பெரியாரை எப்படிப் பார்க்கிறார்?

பெரியார், பிள்ளையார் சிலையை உடைச்சாரு. காத்தவராயன், சுடலை மாடன் சிலையை உடைச்சாரா? காத்தவராயன், சுடலை மாடன் வழிபாட்ல அதிகாரக் கட்டுமானம் இல்லை. திருவிழா நடந்த 30 நாள் கழிச்சு அந்தக் கோயிலப் போய்ப் பார்த்தா அந்த மண்ணாலான பீடம் மறுபடியும் மழைல கரைஞ்சு மண் மேடாத்தான் கிடக்கும்.

மறுபடி அடுத்தாண்டு திருவிழாவின்போது ரீஜெனரேட் ஆகும். ஆகம வழிப்பட்ட, பிராமண அதிகாரத்திற்கு உட்பட்ட கோயில்கள் விழுந்தா விழுந்ததுதான். எந்திருக்கவே எந்திருக்காது. எழுந்தாலும் காட்சிப் பொருளாத்தான் இருக்கும்.

நாட்டுப்புறத் தெய்வங்கள் மலையாளத்திலிருந்து வந்ததாகச் சொல்வதற்கான காரணம்?

நாட்டார் தெய்வங்களின் வாகனம் பெரும்பாலும் நீர்தான். சாமியாடிகள் தலையிலே கரகம் வைத்து ஆடுகிறபோது அந்தக் கரகத்துக்குள்ள இருக்கிற தண்ணீரிலே அந்தத் தெய்வத்தினுடைய ஸ்பிரிட்சுவல் எஸ்சன்ஸ் அடங்கி இருப்பதாக நம்பிக்கை. தண்ணீரெல்லாம் மேற்கிலிருந்து கிழக்கு நோக்கி ஓடுகிற ஆறுகளின் வழியாக நமக்குக் கிடைக்கின்றன. எனவே, தெய்வங்கள்

மேற்கிலிருந்து கிழக்கு நோக்கி வந்தன என்ற நம்பிக்கையும் உருவானது.

நாட்டார் வழக்கில் மனிதனுக்கும் தெய்வத்திற்குமான உறவு குறித்து..?

மனித உறவுகளை மீறிய உறவு இல்ல. சாமியாடுகிற அந்தப் பத்து நிமிட நேரம் மட்டும்தான் அவன் சாமியாடி.'டேய்'னு யாரையும் பார்த்துக் கூப்பிட முடியும். பத்தாவது நிமிடம் சாமி மலையேறிட்டாருன்னா, 'டேய் மாப்ள'ன்னு இவன் கூப்டுருவான். நிரந்தர அதிகாரம் ஏதும் சாமியாடிகள் கையில் இல்லை.

கோயிலில் தேங்காய் உடைப்பதை எவ்வாறு காண்பது?

மானுடவியல் நோக்குல அதைப் பார்க்கணும். நான் அதைப் பத்திச் சிந்திச்சுருக்கேன். எனக்கென்னவோ, அது நரபலியினுடைய தொடர்ச்சியாப் பார்க்குறேன். உள்ள தண்ணியிருக்குது. பெண் வயிறு. அப்படி நான் பார்க்குறேன். இதைத் தெளிவாச் சொல்ல முடியாது. நாம கோயிலுக்குள்ள தேங்காயக் கொண்டுபோய் உடைக்குறோம்ல. அப்புறம் தெருவுல சப்பரம் வரும்போது தேங்காய் உடைக்குறோம். ஆராதனைக்கு பிராமணர்கள் வாழைப்பழம், வெத்தலைதான் வைப்பாங்க. தவிர தேங்காய் உடைக்க மாட்டாங்க.

கடவுளுக்கும் தெய்வத்துக்குமான வித்தியாசம் என்ன?

தெய்வம், கூட இருக்கிறது; உதவி பண்றது; கூட வர்றது. தெய்வம்கிற சொல் பழைய திராவிட வேர்ச்சொல். தெய்யாட்டம்னு மலையாளத்துல ஒரு ஆட்டம் இருக்கு. தெய்வத்துக்கு ஆடுகிற ஆட்டம். ஆடியும் பாடியும் இயற்கை சார்ந்த, இயற்கையை மீறிய ஒன்றை வழிபட்டதுதான் தெய்வம்.

அரசுகள் உருவாக்கத்தின்போதுதான் மதங்கள் உருவாகுது. அப்ப அந்தத் தெய்வ வழிபாடுகள் எல்லாம் சேர்த்து மதமாக்குறான். 'சிவபெருமானே ஒரு Tribal chieftain - அதாவது பழங்குடியைச் சேர்ந்த குறுநிலத் தலைவன்' அப்படிம்பாரு நாட்டார் வழக் காற்றியல் வகுப்பெடுத்த பேராசிரியர். சிவபெருமான் தலையில் மாட்டுக் கொம்பு இருக்கு, ஊமத்தம் பூ இருக்கு.

ஒரு இனக்குழுத் தலைவன் தன்னை எப்படி அலங்கரித்துக் கொள்கிறானோ அந்த மாதிரிதான் இருக்கு. 'அரப்பால இருந்த

பசுபதி வழிபாடும் அப்படித்தான்' என்பார் பாண்டு என்னும் நாட்டுப்புற ஆய்வாளர்.

மயானக் கொள்ளை திருவிழாவை எப்படிப் புரிந்துகொள்வது...

காளி என்பதே மயானத்து தேவதைதான். மசானம், தென் தமிழ்நாடு முழுவதும் பெண் தெய்வ வழிபாடாக இருக்கிறது. காளி வட தமிழ்நாட்டிலே காளன் என்ற ஆண் தெய்வ வழிபாடாகவும் காளி என்ற பெண் தெய்வ வழிபாடாகவும் இருக்கிறது. இந்த மயானக் கொள்ளை, மசானக் கொள்ளைதான். மயானத்திலே நடத்துறாங்க. கோவை மாசாணியம்மன் திருவிழாவும் இதோடு தொடர்புடையதுதான்.

பங்காரு அம்மன் வழிபாடு குறித்து?

பங்காரு தெலுங்குக் கடவுள். பங்காருன்னா தங்கம்னு அர்த்தம். தமிழ்நாட்டிலே பங்காரு என்கிற பெயர் அதிகமாகப் பொற்கொல்லர் சாதியினர்தான் வைத்திருப்பார்கள். தெலுங்கு மொழிச் சொல். பங்காரு பத்தர், காமாட்சி பேரும் அவங்கதான் அதிகமா சொல்வாங்க.

உஜ்ஜைனி மாகாளி...

உஜ்ஜைனியிலிருந்து அது இங்கே வந்திருக்கிறது. காளிதாசருக்கு அருள் செய்த காளி அவதான். இங்கே தமிழ் உஞ்சனை என்று சொல்லியிருக்கிறார்கள். சாதிக் கலவரத்திற்குப் புகழ்பெற்ற தேவகோட்டை உஞ்சனை வந்து உஜ்ஜைனிதான். கல்வெட்டுகள்ல உஞ்சனைதான் இருக்கு. தேவாரத்துல பதிவு பண்ணியிருக்காங்க. உஞ்சனை மாகாளம்தான். உஞ்சனைல இருந்து வந்த வழிபாட்டு இயக்கம்தான் உச்சினி மாகாளியம்மன். காளம் என்றால் வெப்பமான தரை. சுடுகாட்டுத்தரையில் உள்ளவள் என்பதாலே காளி என்று பெயர்.

சிறு தெய்வ பலி கொடுப்பது எந்தக் காலக்கட்டத்துல தொடங்குகிறது?

வட்டார வேறுபாடுகளும் சாதி வேறுபாடுகளும் இதில் இருக்கிறது. பெரும்பாலும் மாசி முதல் ஆடி வரை உள்ள, வேளாண்மை வேலைகள் குறைவாக இருக்கிற காலத்துலதான் சிறு தெய்வங்களோட திருவிழாக்கள் நடக்கும். அப்பத்தான் அவங்க உயிர்ப்பலி கொடுப்பாங்க. விதிவிலக்கா வேறு வேறு இருக்கலாம்.

கார்த்திகை மாதம் உயிர்ப்பலி கொடுக்கிற கோயில்களும் இருக்கு. கற்குவேல் அய்யனாருக்குக் கார்த்திகை மாதம்தான் உயிர்ப்பலி கொடுக்கப்படுது.

சிறுதெய்வக் கோயில்களின் திருவிழாக்கள் மாசி மாதம், நெல்லை, குமரி மாவட்டங்களில் பங்குனி மாதங்களில் நடைபெறுவதற்கான காரணம் என்ன?

மழையைக் கொண்டுதான் வட தமிழ்நாடும் தெற்குக் கடைசியில் உள்ள தமிழ்நாடும் வேறுபடுகிறது. இங்கே பங்குனி உத்திரம் பெரும் மரியாதையைப் பெறுகிறது; அங்கே சிவராத்திரி பெறுகிறது. கோவில்பட்டி தாண்டி பங்குனி உத்திரம் கொண்டாடப் படுவது இல்ல. ஆனா ஒரு காலத்திலே பங்குனி உத்திரம் தமிழ்நாடு முழுவதும் கொண்டாடப்பட்டு இருக்கிறது என்று தெரிகிறது. திருச்சியிலே பங்குனி உத்திரம் கொண்டாடப்பட் டிருக்கிறது. ஆனால், அந்தப் பக்கம் மாசிக் களரி என்று சொல் வார்கள். மாசிக் களரி என்று சொல்லப்படுகிற சிவராத்திரிதான் கொண்டாடப்படுகிறது. பங்குனி உத்திரம் தென் தமிழ்நாட்டிலே தான் கொண்டாடப்படுகிறது. காரணம், பஞ்சாங்கம். அங்கும் இங்கும் வேறு வேறு பஞ்சாங்கம். தென்மேற்குப் பருவக் காற்றினாலே மழை வளம் பெறுது. அது வடகிழக்குப் பருவக் காற்றினாலே மழை பெறுகிறது. இதுதான் வேறுபாட்டிற்கான காரணம்.

முருகு இறங்குதல், வெறியாடல் என்ற சொல்லாடலுக்கான முழு விளக்கம்?

வேலன், வெறியாடல் என்பது excite danceதான். வேலன் மார்னே ஒரு சாதி இன்னும் கேரளால இருக்குங்க. வேலன் வெறி யாடுதல்னா களமிழைத்து வெறியாடுவான். அத்தப்பூ கோலம் மாதிரி ஒரு கோலம் போட்டு, அதற்குப் பேர்தான் களம். அதுமேல நின்னுதான் வேலம் ஆடுவான். வெறியாட்டம் என்பது சாமி யாட்டம்தான். அப்படித்தான் தொடங்கியிருக்கு. முருக வழிபாடு போய், வள்ளி வழிபாடு வந்துருச்சு. வள்ளிங்கிற பெண் தெய்வம் Sceneä Dominate பண்ணிருச்சு. காட்சியைத் தனதாக்கிக்கொண்டது வள்ளி.

முருகன் வைதீகமாகப் போனான். அதுக்கு தகுந்தாப்ல தெய்வானைன்னு ஒரு வைதீகப் பெண்ணைக் கல்யாணம் பண்ணி வச்சாங்க. அதனால முருகன் பிராமணன் ஆயிட்டான்.

வள்ளி குறத்தியா நிக்குறா. தொல் பழங்காலத்துல இருந்து வருதுங்க. வள்ளுவர் தெய்யாட்டம் சொல்லாருல்ல.. இதத்தான். வேலனுக்குக் கோட்டங்கள் இருந்தன. கோட்டங்கள் என்பது வட்ட வடிவக் கோயில்கள். பழங்குடி மக்களோட கோயில் எல்லாம் வட்ட வடிவுலதான் இருக்கும். அணங்குடை முருகன் கோட்டம்னு இதத்தான் பதிவு பண்றாங்க. முருகன் கோட்டத்துல அணங்குன்னா, மோகினின்னு அர்த்தம். வருத்து அப்படிங்கிறது தான் மோகினி. அழகாலே வருத்தப்படுறது. அதான் அணங்கு. அணங்குதல்னா வருத்தப்படுத்தல்னு அர்த்தம். வணங்குதல்னா மகிழ்ச்சிப்படுத்துதல்னு அர்த்தம்.

அணங்குகொல் ஆய்மயில் கொல்லோ கனங்குழை
மாதர்கொல் மாலும்என் நெஞ்சு

அப்டின்னு திருவள்ளுவர் இதத்தான் குறிப்பிடுகிறார்.

தமிழ் வழிபாட்டு நெறிமுறைகளில் மேல்மருவத்தூர் பங்காரு அடிகளார் ஏற்படுத்திய மாற்றம் குறித்து...

பங்காரு ஒரு விதிவிலக்காகப் பேசப்பட வேண்டிய Cult. வழிபாட்டு நிலை. ஏனென்றால் மாதவிலக்கு என்று சொல்லக்கூடிய தீட்டு பழங்குடி மக்களிடத்திலேகூட இருக்கிறது. குறிப்பா இன்று வரை அந்தத் தீட்டைக் கடைபிடிக்கக்கூடியவர்கள் பழங்குடி மக்களும் பார்ப்பனர்களும்தான். இதை உடைத்தார் பங்காரு சாமியார். இது இயற்கை. பெண்களுக்கு அது எவ்வளவு மனத் தடையாக இருந்தது என்பது, இன்று அங்கு கூடுகிற கூட்டத்தைப் பார்த்தால் தெரியும். அதற்காகவே அவர் சிவப்பு சேலையை சீருடைபோல ஆக்குகிறார். பங்காரு கோயிலில் 99 விழுக்காடு பெண்கள்தானே.. ஒரு விழுக்காடுதானே ஆண்கள் இருக்கிறார்கள். இந்தத் தீட்டை அவர் உடைத்ததுதான் காரணம்.

தற்போது பங்காரு அடிகளாரின் ஆதிபராசக்தி கோயிலும் அதிகாரத்தை நோக்கி நகர்கிற மாதிரி ஒரு தோற்றம் வருகிறதே..?

அப்படித்தானே இருக்கும். எல்லா ஆன்மிக நிறுவனங்களும் அப்படித்தான் இருக்கும். இது பொது விதி. பங்காரு பொறியியல் கல்லூரி வைத்திருக்கிறார். மருத்துவக் கல்லூரி வைத்திருக்கிறார். அது அப்படித்தான் இருக்கும். அளவுக்கு மீறிய சொத்துடமை பௌத்தத்தையே சீரழித்தபோது பங்காருவை சீரழிக்காதா?

வைணவம், நட்டார் மரபு இரண்டுக்குமான மையப் புள்ளி எது?

தொடர்புன்னு இல்ல. வைணவம் தன் நிலையிலிருந்து கீழ இறங்கி நாட்டார் மக்களோடு சமரசம் செய்துகொண்டது. அதன் விளைவாகத்தான் ஸ்ரீரங்கம் கோயிலுக்குள்ள துலுக்க நாச்சியார் சன்னதி இருக்கு.

இதுக்குக் காரணம் தங்கள் வாழ்வை உத்திரவாதப்படுத்திக் கொள்வதுதான். இராமானுஜர் அதைத்தான் செஞ்சாரு. பிராமணரல்லாதவர்களைக் கூட்டிட்டுப் போகலேன்னா வைணவம் வாழாதுன்னு அவர் முடிவு பண்ணி எல்லாத்தையும் மாத்துனாரு. அதுதான் அவருடைய பெரிய புரட்சி.

தமிழகத்தோட தொன்மையான வாய்மொழி இலக்கியங்கள் கதைப் பாடல்களா மாறுது. இதனுடைய தோற்றம் எவ்வாறு?

அது, எழுத்து மரபு உருவாவதற்கு முன்னே வாய்மொழி மரபுதானே உருவாயிருக்கும்? அதுதானே.. ஆனால் எப்போதுன்னு சொல்ல முடியாது. Folk memory sort lived. அதாவது நாட்டார் மரபுகள், நினைவுகள் ரொம்ப குறுகிய காலத்தவை.

கதைப் பாடல் ஆய்வு தமிழகத்தில் எந்தளவிற்கு உள்ளது?

தமிழில் கதைப்பாடல்கள்னு ஒருத்தர் பண்ணியிருக்கார். உலகத் தமிழ் ஆராய்ச்சி நிறுவனத்துல இருந்து ஒரு புத்தகம் வந்துருக்கு. தமிழ் வில்லுப்பாட்டுகள் ஒன்னு வந்துருக்கு.

PERFORMANCE AS PARADIGM: A RHYTHM IN A TAMIL ORAL TRADITION அப்படின்னு ஒரு புத்தகத்தை Stuart Blackburm-ன்னு ஒரு வெள்ளைக்காரரர் எழுதியிருக்கார். வில்லுப் பாட்டுகளப் பத்தி Folk lore ஆய்வுகள் நிறைய வந்துருக்கு.

தமிழ்ச் சமூகத்துல பாணர்கள், நாடோடிகள் பற்றி?

பாணர்கள் இசைக்கார சாதி. அப்புறம் எல்லாம் போச்சு. இசைக் கருவிகள் செய்ய வந்தாங்க. இசையும் போச்சு, இசைக் கருவிகளும் போச்சு. தோல் தைக்கிற ஊசி மட்டும்தான் மிஞ்சிச்சு. துன்னூசி. அப்புறம் அதுவும் போயி வெள்ளைக்காரரர்கள் கொண்டு வந்த ஊசியும் தையல் மெஷினும் வந்துச்சு. தெருவில் தையல் மெஷின் கருவியத் தூக்கிட்டு வந்தவங்க பாணர்கள்தான். இந்த ஊர்ல இருக்காங்க. திருநீலகண்ட பிள்ளையார் தெருன்னு ஒன்னு இருக்கு. பாணர்கள் 50, 60 குடும்பமா இருக்கும். ஒரு ஊசியக்

கையில எடுத்துட்டாங்க. அது பெரிய ஊசி கொழுத்துன்னூசி, சின்ன ஊசி கைல எடுத்துத் தைத்தார்கள். இன்றைக்கு பாணர்கள் நிலைமை அதுதான். எவருக்கும் இசை தெரியாது.

தமிழர்களோட வரலாறு முழுக்கப் பாடல்களாக அமைந்தது எப்படி?

பாடல்களாகப் பதிவு பண்ணப்படுதுன்னா உரைநடை வளர்ச்சி இல்ல. பாடல்களின் காலம் முடிந்து உரைநடையின் காலம் ஆரம்பிக்குதுன்ற தன்னுணர்ச்சிகூட அந்தக் காலத்துல இல்ல. அதனாலதான், ஐரோப்பியத் தத்துவங்களைக் கரைச்சு குடிச்ச மனோன்மணியம் மீனாட்சிசுந்தரம் பிள்ளை தன்னுடைய நூலைப் பாடலாக எழுதுகிறார். 'உரைநடையின் காலம் தொடங்கி, பாடல்களின் காலம் முடிந்துவிட்டது' என அவருக்குத் தெரியல.

சங்க இலக்கியம் மேலோர் மரபு என்று கருதப்படுவதன் காரணம் என்ன?

பெரிய வேறுபாடுகளும் பிளவுகளும் இல்லாத காலம் சங்க இலக்கியம் பிறந்த காலம். பிறந்தகாலத்துப் பண்புகளோடதான் அந்த இலக்கியம் இருக்கு. சங்க இலக்கியக் காலத்துப் பண்புகள் தான், அவை பிறந்தகாலத்துப் பண்புகள்.

சங்க இலக்கியம் உழைக்கின்ற, ஒடுக்கப்பட்ட மக்களோட வாழ்வைச் சரியா பிரதிபலிக்கவில்லை என்ற குற்றச்சாட்டு குறித்து...

உங்க காலத்து அளவுகோலைக் கொண்டு சங்க காலத்தை அளக்க முடியாது. தஞ்சாவூர்க் கோபுரத்த உங்களுடைய மீட்டர் ஸ்கேல் வச்சு அளந்து பார்த்தா சரியா வருமா? அவன் காலத்துல அதுக்குன்னு ஒரு அளவுகோல் இருக்கு. வேற ஒன்னும் வேணாம், தாத்தா காலத்துல கட்டப்பட்ட வீடுகளே தச்சு முழத்துல கட்டப்பட்டது. ஒரு தச்சு முழம் 33 அங்குலம். அடி ஸ்கேல் வச்சுக் கட்டல. காலந்தோறும் அளவுகோல்கள் மாறுபடுது. அப்ப அந்தந்தக் காலத்து அளவுகோலாக வச்சுத்தான் அத அளக்கணும். சில கோயில்கள்ல கோயில் கட்றபோது கோயில் எந்தக் ஸ்கேல் வச்சு கட்டுனானோ அத கல்லுல அடிச்சு வச்சுருக்குறான். தமிழ்நாட்டுல அப்படி ஒரு பத்துக் கோயிலாவது இருக்கும். அழகர் கோயில்லயே இருக்கு. திருமாலிருஞ்சோலை நின்றான் விமானத்த கட்றபோது அந்த ஸ்கேல் கிட்டத்தட்ட 33 - 35 அங்குலம் வரும். தஞ்சாவூர் கோயில் என்ன ஸ்கேல்? காலந்தோறும் ஸ்கேல் மாறுது.

கோயில்

முனைவர் சுந்தர் காளியுடனான உரையாடலில் ஒரு கட்டத்தில் பெருங்கோயில்கள் முடிவுக்கு வரும் என நம்பிக்கையுடன் குறிப்பிட்டுள்ளீர்கள். பெருங்கோயில்கள் முடிவுக்கு வரும் என்று எப்படிக் குறிப்பிடுகிறீர்கள்?

அவற்றை இனி பேணுவதற்கான செலவுகளை மக்கள் ஏற்கத் தயாராக இல்லை; அரசும் தயாராக இல்லை. விதிவிலக்காகத் தென்காசி கோயில்போலக் கட்டலாம். அவ்வளவுதான். தென்காசி கோயில்போல, கட்டப்படவேண்டிய கோயில் 500, 1000 இருக்கு. எல்லாத்துக்கும் அரசும் செலவழிக்காது. மக்களும் செலவழிக்க மாட்டாங்க. அவை பாழடைஞ்சு போகும். என்னோட கள ஆய்வுல நிறைய பார்த்திருக்கேன். இப்பக்கூட கள்ளிக்கோட்டை பக்கத்துல முத்துநாகபுரம் கோயிலைச் சுற்றி வயல்தான். ஊரே கிடையாது. வயலுக்கு நடுவுல ஒரு கோயில். அப்படி ஆயிரம் கோயிலாவது தமிழ்நாட்டிலே பார்க்கலாம். சனங்கள் கோயில விட்டு விலகிட்டாங்க. கோயில் அனாதையா இடிஞ்சி போயிடுது.

பெண்கள் கோயிலைப் பராமரிப்பதற்கும் பெருந்தெய்வக் கோயில்கள் பராமரிப்புக்குமான வித்தியாசம், பெருந்தெய்வக் கோயில் பராமரிப்பு இப்ப பெண்கள்ட்ட இல்லையே! நாட்டார் தெய்வக் கோயில்கள பெண்கள் பராமரிக்குறாங்க இல்லையா?

வடநாட்டு பிராமணர்கள் தமிழ்நாட்டுக்கு வரும்போது பெண்களோடு வரவில்லை. தமிழகத்தில் பெண் எடுத்தார்கள் எனும்போது தமிழே அவர்களது தாய் மொழியாகிறது. ஆனாலும் சமஸ்கிருதத்தையும் இந்தியையும் தூக்கிப் பிடிப்பதற்கான காரணம் என்ன?

இது நம்ம மொழி இல்லேங்கிற நெனப்பு அவனுக்கு இருக்கு. பெண்களுக்கு அவங்க சமஸ்கிருதம் கத்துக் கொடுக்கல. மெட்ராஸ் யுனிவர்சிட்டில சான்ஸ்கிரிட் டிபார்ட்மென்ட் 1900இலேயே ஆரம்பிச்சுட்டாக்கூட, ரொம்ப காலம் சான்ஸ்கிரிட்ல பெண்கள் சேர்றதில்ல. பெண்கள் சமஸ்கிருதம் கத்துக்கிறக் கூடாதுன்றதுல தெளிவா இருந்தான். ஏன்னா, அது ஆண் மொழி. ஆணாதிக்க

மொழி. வீட்டு மொழியாக இல்லாம போச்சு. வீட்டு மொழியா இல்லாம போனா அவ்வளவுதான்.

பெண் தெய்வக் கோயில்கள் வடக்கு நோக்கியும் ஆண் தெய்வக் கோயில்கள் கிழக்கு நோக்கியும் அமைவதற்கான காரணம் என்ன? ஆண் தெய்வக் கோயில்களின் தோற்றத்திற்கான அடிப்படை காரணம் என்ன?

பெண் தெய்வங்கள் எல்லாமே வடக்கு நோக்கித்தான் இருக்கின்றன. ஒரு அடிப்படையான வேறுபாட்டை நீங்கள் மறந்துவிடக் கூடாது. பெண் தெய்வங்கள் எல்லாம் கையிலே ஆயுதம் வைத்திருக்கும். ஆண் தெய்வங்கள் ஆயுதங்களை அலங்காரமாக, ஹஸ்த பூசனமாகத்தான் வைத்திருக்கின்றன. முருகன்கூட வேலைத் தோளிலே சாத்திக்கொண்டுதான் நிற்கிறானே தவிர, கையிலே ஏற்றி எறிகிற தோற்றத்துல முருகன் வேலை வைத்திருக்கவில்லை. பெண் தெய்வங்கள் எல்லாம் ஆக்ரோஷமானவை.

ஏன் இந்த ஆக்ரோஷம்? இந்த ஆக்ரோஷம் எங்கிருந்து வந்தது?

தாய்க் கோழியின் ஆக்ரோஷத்த.. நீங்கள் அடையிலே இருக்கிற முட்டையை எடுக்கப்போகிற போதுதான், ஒரு கோழி எந்தளவுக்கு வன்முறையானது என்பதைப் பார்க்கலாம். அந்தளவுக்கு அது violent ஆக இருக்கும்கிறத அடையிலே இருக்கிற முட்டையை எடுக்கப் போகிறபோது தெரியும். அது மாதிரித்தான் தாய்த் தெய்வம்.

தாய்த் தெய்வம் ஏன் வடக்கு நோக்கி இருக்குன்னா, அந்தக் காலத்தில் தமிழகத்தில் தாய்த் தெய்வக் கோயில்கள் எல்லாம் உருப்போடுகிற காலத்தில், தமிழகத்துக்குப் பகை என்பது வடக்கி லிருந்து மட்டும்தான் வந்தது. கிழக்கிலும் மேற்கிலும் தெற்கிலும் கடல்கள் இருந்ததால் பகை வடக்கிருந்துதான் வரும் என்பதினாலே வருகிற பகையை எதிர்கொள்கிறதுக்காக வடக்கே நோக்கி இருந்தன. ஆண் தெய்வக் கோயில்கள் என்று சொல்லக்கூடிய கோயில்கள் எல்லாம் ஆகம வழிப்பட்ட கோயில்கள். பார்ப்பனியச் செல்வாக்குக்கு உட்பட்ட கோயில்கள். அவர்களுடைய கருத்துப் படி, முதல் திசை கிழக்கு என்பதனாலே கிழக்கு நோக்கி இருக்கிறது.

குழந்தை வேண்டிப் பிள்ளைத் தொட்டில் கட்டுவது, இன்று பல கோயில்களில் நடைபெற்று வருகிறது. மரம் முழுக்க தொட்டில் களாகவும் திருமணம் வேண்டித் துணிகளும் தாலிகளும் சுற்றிக்

கட்டப்பட்டிருக்கின்றன. தந்தை பெரியார் இத்தகைய செயல்களை மூடநம்பிக்கையின் பெயரால் கடுமையாகச் சாடியுள்ளார். இதை எந்தக் கண்ணோட்டத்தில் தாங்கள் பார்க்கிறீர்கள்?

இவையெல்லாம் புராதன நம்பிக்கை சார்ந்த விசயம். இமிடேட்டிங் மேஜிக், கன்டைட்டிங் மேஜிக். ஒத்து மந்திரம், தொத்து மந்திரம் என்பார்கள். மந்திரங்களும் சடங்குகளும் புத்தகத்தில் ஆ. சிவசுப்ரமணியன் இதப்பத்தி நிறைய எழுதியிருக் காரு. சில நம்பிக்கைகளை ஒன்னும் பண்ண முடியாது. சின்ன வயசுலேயே நமக்கு முக்கா முக்கா மூனுதடவைன்னு சின்னப் பிள்ளை சொல்லுது. மூனு என்பது புதிய எண்ணாகக் கருதப் பட்டிருக்கிறது. திருநீறு பட்டைய மூன்றாக இடுவது வரைக்கும் இது புராதன நம்பிக்கை. பல நேரங்களில் புராதன நம்பிக்கைக்கான காரண காரியம் கண்டுபிடிக்க முடியாது. சில நேரங்களில்தான் கண்டுபிடிக்க முடியும்.

பரத்தமை என்ற சொல்லின் வேர், அதன் நடைமுறை உருவாக்கம் குறித்தும் பெண்ணடிமைத்தனத்திற்கான கரு பரத்தமையில் உள்ளது பற்றியும் விளக்குங்கள். தேவதாசி மரபும் பரத்தமையும் ஒன்றா? அல்லது வேறு வேறா?

இல்ல. சங்ககாலப் பரத்தமை என்பது வேறு. அவர்கள் இசைக் காரர்கள். பிற்காலத்திலே வந்த பரத்தமை Temple Prostitution. சங்ககாலப் பரத்தமை என்பது Natural Prostitution. பிற்காலத் தேவதாசி மரபு என்பது Temple Prostitution. தேவதாசி மரபு இம்பிளிமென்ட் ஆனதுல ஒன்பதுவகை இருக்கு. அவர்களை வேறுபடுத்திக்காட்ட தாசி, பதியிலா, தளியிலா, ருத்திரக் கன்னிகை, மாணிக்கத்தார், நக்கன், நாக பாசத்தார் என்பன போன்ற ஒன்பது வகையான தேவதாசிப் பிரிவுகள் இருந்திருக்கின்றன. அவர்கள் கோயிற் பணியாளர்களாகவும் இருந்திருக்கின்றனர். தேவதாசிகளாகவும் இருந்திருக்கின்றனர். Temple Prostitution உலகத்துல பல நாடுகள்ல இருக்கு. சிலப்பதிகார மாதவி கதாபாத்திரம், மாதவி வந்து பரத்தமைதான்.

தாய் வழிச் சமூகம் தன்னோட எல்லா வேர்களையும் இழந்த போதுதான் இதெல்லாம் நடக்குது. பெண் சொத்துரிமை என்பது ஆண் சொத்துரிமையாக வருகிறபோதுதானே பரத்தமை வருது. ஆண்தானே பரத்தமை வீட்டுக்குப் போக முடியும்? அவந்தானே

அதற்காக செலவு பண்ணுகிறவன்? உடமையும் ஒழுக்கமும் என்று நான் ஒரு கட்டுரை எழுதியிருக்கேன். தெய்வமே பரத்தமை வீட்டுக்குப் போகுதில்ல? சிவபெருமான் பல ஊர்கள்ல போவாரு. பெருமாளும் போவாரு. சப்பரத்துல தேவதாசி தெருக்களே இல்ல. அழிந்துபோனது என்பது மட்டுமல்ல; முள்ளுக்காடுகளாக இருக்கின்றன. முள்ளுக்காட்டு வரைக்கும் பழைய ஞாபகத்துல மோந்து பார்த்துட்டே போய்ட்டு வராரு சாமி. ‘மாமியார் முடுக்கு’ன்னுவாங்க.

கோயிலின் வெளி எவ்வாறு பங்கிடப்பட்டது?

கோயிலுக்குத் தேவையான பணிகளைச் செய்றவங்க கோயிலுக்குப் பக்கத்திலேதான் இருக்க முடியும். தொழிற்சாலைக் குள்ளேயே சில இடங்கள்ல குடியிருப்பு (குவாட்டர்ஸ்) இருக்கில்ல.. அதுனால கோயில் பக்கத்துல வாழுற சாதில முதல்ல அர்ச்சகர், அப்புறம் நிலங்களப் பராமரிக்கிற வேளாளர்கள், அப்புறம் கோயிலுக்கான சேவைகளைச் செய்யக்கூடிய இசைக்காரரர்கள், பால் கொண்டுவருபவர்கள் இவர்கள்தான் கோயிலுக்குப் பக்கமா இருக்கிறாங்க. நிலத் தொழிலாளர்கள் கோயிலுக்கு வெளியிலே ரொம்பத் தொலைவிலே இருப்பாங்க. இப்படித்தான் அந்த வெளி பங்கிடப்பட்டிருக்கு. இதுபத்தி ஒரு கட்டுரை எழுதியிருக்கேன். சேவியர் கல்லூரி மலரிலே வந்திருக்கிறது.

கோயிலின் பூசை செய்யக்கூடிய ஆட்களாக இன்றைய தாழ்த்தப்பட்ட சமூகம் இருந்தது குறித்து...

இங்கே அதோட தொல்லெச்சங்கள் பல இடங்கள்ல இருக்கு. அதப்பத்தி வெள்ளக்காரன் வாலேஸ்ல இருந்து நிறைய பேர் எழுதியிருக்காங்க. இன்றைக்கும் கருமாத்தூர் மூனு சாமி கோயில்ல பூசாரி பறையர்தான். கடுமையான சாதி வேற்றுமையும் வன்முறை உணர்வும் கொண்ட உசிலம்பட்டிக் கள்ளர்கள் அவர்களிடம்தான் திருநீறு வாங்கிப் பூசிக்கிறாங்க. மாரியம்மன்னு சொல்லக்கூடிய பெண் தெய்வத்திற்குப் பறையர்கள்தான் கணவர்கள். நான் எழுதியிருக்கேன். மாரியம்மன் தாய்த் தெய்வமா, கன்னித் தெய்வமான்னு கேட்டா, தாய்த் தெய்வம். கழுத்துல தாலி இருக்கு. கணவன் யாருன்னு கேட்டா பறையர்கள்தான். மாரியம்மனுக்குப் பறையர்கள் தாலி கட்டித் திருக்கல்யாணம் நடந்திருக்கு. இது தெரிஞ்சுடக்கூடாதுன்னுதான் திருக்கல்யாணத்தையே நிறுத்

திட்டாங்க. மாரியம்மன் கோயில்களில் திருக்கல்யாணம் கிடையாது. ஏன்னா பறையர் தாலிகட்ற அந்தச் சடங்கை யாரும் பார்க்கக்கூடாது.

கன்னித் தெய்வம், தாய்த் தெய்வம் வகைப்பாடு எப்படி?

கன்னியாகச் செத்துப்போனால் திருநிலைப்படுத்துகிறபோது கன்னித் தெய்வம். அந்த வழிபாட்டுக்குச் சிற்றாடைதான் படைப்பாங்க. சேலை வைக்கமாட்டாங்க. தாய்த் தெய்வத்திற்கு சேலை படைப்பாங்க. கன்னித் தெய்வ வழிபாடு குடும்ப வழிபாடா இருக்குது. பொது வழிபாடா இருக்காது.

சிதம்பரம் கோயில், தஞ்சாவூர் கோயில் இரண்டிற்கு மான வேறுபாடு என்ன?

தஞ்சாவூர் கோயில் கட்டப்படுகிறபோது சித்தாந்த சைவக் கோயில் அல்ல. பாசுபத சைவக் கோயில். பாசுபத மூர்த்தங்கள் ஐந்து மூர்த்தங்கள்தான் அந்தக் கோயில்ல இருக்கு. அகோர சிவம், வாம சிவம், சத்தியோஜம். தஞ்சாவூர்க் கோயில் அர்ச்சகர்கள்கூட பாசுபதர்களாககளாகத்தான் இருந்திருக்கிறார்கள். பாசுபதர்களைச் சித்தாந்த சைவர்கள் தமிழ்நாட்டிலிருந்து அடித்து விரட்டியிருக் கிறார்கள். திருமழிசைல, திருவொற்றியூர்ல, நெல்லை மாவட்டம் திருலிங்கேஸ்வரர்ல அந்தக் கல்வெட்டுச் சான்றே இருக்கு, அடிச்சு விரட்டியிருக்காங்க. குகை நீக்கம்னு அதுக்குப் பேரு. யாருடைய குகை? பாசுபதர்களுடைய குகை.

இப்ப சைவருடைய கோயில பிராமணர் பிடிச்சுட்டான்னு சொல்றாங்க. கதை மாறிப்போச்சு. பாசுபதர்களை சைவர்கள் அடிச்சு விரட்டியிருக்காங்க. தஞ்சாவூர் கோயில் கட்டி 150, 200 வருசம் கழிச்சு வந்த சேக்கிழார், பெரியபுராணத்துல மறைமுக மாகக்கூட அந்தக் கோயில பத்தி ஒரு குறிப்பாகச் சொல்ல மாட்டார். அந்தக் கோயில் கோபுரத்தப் பார்த்தாலே மூஞ்சிய திருப்பிக்கிடுவாங்க. நெல்லை கண்ணன்தான் வேடிக்கையா சொல்வார்: கூரத்தாழ்வாரோட அப்பா நைனாக்குளத்துக் கரையில் கருட தரிசனத்துக்கு நிக்கிறபோது நெல்லையப்பர் கோயில் கோபுரம் கண்ணுல படுமேன்னு சொல்லிக் கன்னத்துல போட்டுக்குவார். அந்தளவுக்கு இவங்க இருந்தாங்க.

இராஜராஜன் கோயிலை இந்துத்துவ சக்திகள் கையில எடுக்குதே?

முடியாதுதான். முயற்சி பண்றான். தஞ்சாவூர்க் கோயில் பாசுபத சைவம்னு ஒருத்தர் வழக்கு போட்டார். பி.ஜே.பி எப்படி counter பண்ணுவான்? பி.ஜே.பிக்கு சைவமே தெரியாது. பாசுபதம் எங்க தெரியப் போகுது? பி.ஜே.பி. ரொம்ப வீக்குங்க. தமிழர் களோடும் தமிழ்க் கலாச்சாரத்தோடும் தமிழ் குவாலிட்டியோடும் ஒப்பிடுகிறபோது பி.ஜே.பி ரொம்ப வீக். 'பிறப்பொக்கும் எல்லா உயிர்க்கும்'ன்ற திருக்குறள ஏத்துக்கிறாதவன் தமிழ்நாட்ல நிக்க முடியுமா?

கண்ணன் பலராமன் வழிபாடு குறித்து...

கண்ணன் வழிபாடுதான் இருக்கு. பலராமன் வழிபாடு செத்துப் போச்சு. ஒரே ஒரு பேர் முன்னால விடுவாங்க. இப்ப அதுவும் அதிகமா காணோம். வெள்ளைச்சாமினு ஒரு பேர். திண்டுக்கல் வட்டாரத்துல முத்துலக்கையன் பேர் நான் கேள்விப் பட்டிருக்கிறேன். அங்கயும் இப்ப இல்ல. அதுவும் பலராமன குறிக்கிறது. செத்துப்போன கடவுள்களோட பட்டியல்ல பலராமனும் சேர்ந்துட்டார்.

நிறைய தெய்வங்கள் செத்துப்போய்விட்டன, 'பார்ப்பன பயங்கரவாத மாநாடு'ன்னு தஞ்சாவூர்ல நடத்துனாங்கல்ல.. அதுல இதுபத்தி நாற்பது நிமிடம் பேசினேன். அவங்க அத சி.டி.யாகவும் போட்டுருக்காங்க. கேட்டுப் பாருங்க.

கி.பி. 8ஆம் நூற்றாண்டுக்கு முன்புவரை தமிழகத்தில் சுடு மண்ணாலும் மரத்தாலும் கோயில்கள் அனைத்தும் கட்டப் பட்டிருந்தனவா? தற்போது உள்ள கோயில்களில் சில உதாரணங் களையாவது காட்ட முடியுமா?

இல்லங்க. அது கற்கோயில் கட்டுமானம் அல்ல. மதம் அந்தளவு வலிமையானதா மாறல. அரசர்கள் அத தேவைன்னு நினைக்கல. ஆனா மண்ணாலான கோயில்கள கட்டுகிறது போல சில சொல்லெச்சச் சடங்குகள் இருக்கின்றன. சங்கரன்கோயிலப் பார்த்தீங்கள்ன்னா கோயில் யானை போய் மண்ணெடுத்துட்டு வரும் திருவிழாவுக்கு. ஒருகாலத்துல ஆண்டுதோறும் மண் எடுத்து புதுக்கோயில் செஞ்சுருக்காங்க. அது அதனுடைய எச்சப்பாடுதான்.

ஒருமுகப்படுத்துதல் என்பதில் பல உருவமுள்ள சிலைகளை அகற்றி, உருவமற்ற அருவுருவமான சிவலிங்கம் என்ற வடிவம்

எதனடிப்படையில் வந்தது?

இராஜராஜன்தான் செஞ்சார். அரசு அதிகாரச் சிந்தனை. ஒன்றே எல்லாம் என்கிறபோது, பண்பாட்டுப் பன்முகத்தன்மையை அழிக்கிறதுதான் அரசு உருவாக்கம். அழிச்சான் அவன். அதுக்கு முன்னால உள்ள மகாபலிபுரத்துப் பல்லவர் கோயிலப் பார்த்தீங் கன்னா, திருத்தணி கோயில் உட்பட, இப்பொழுது இருக்கிற கர்ப்பக்கிரகத்தில், பின் பக்கச் சுவர்களிலே வேறுவகையான உருவங்கள் இருந்திருக்கின்றன. இராஜராஜன்தான் ஒரே சிவலிங்கம் மட்டும் இருக்கணும்னு முடிவு பண்ணிட்டான். எல்லாவற்றையும் அழித்து ஒன்றுமேல் எழுதுவதுதான் ஏகாதிபத்தியம். இராஜராஜன் ஏகாதிபத்தியவாதி.

அரசு உருவாக்கம் தமிழ்ச் சமூக மரபுல முதல்ல எப்ப வருது?

ஆதிச்சநல்லூர்லயே தங்கத்தாலான நெற்றிப்பட்டங்க நமக்குக் கிடைக்குது. நெற்றியில் பட்டம் கட்டுகிறபோதே அரசு உருவாக்கச் சிந்தனை வந்துட்டுதுனுதான அர்த்தம்?

“போந்தை வேம்பே ஆர் என வரூஉம்
மா பெருந் தானையர் மலைந்த பூ”

என்ற பாடல்ல மிகப் பெரிய படைகள் இருக்கும்னு தொல் காப்பியர் சொல்றாரே, அப்பவே அரசு உருவாக்கம் வந்துருச்சு. கொஞ்சம் கொஞ்சமா வளருது. இன்னைக்கு நம்ம இறப்புச் சடங்குகள்ல அதெல்லாம் பார்க்கலாம்.

இராஜராஜனின் பக்தி இயக்கத்தோட தத்துவப் பின்புலத்தின் உதவி என்ன?

ஆமா, அத ‘பேரரசும் பெருந்தத்துவமும்’னு ஒரு நெடுங் கட்டுரையாவே கைலாசபதி எழுதியிருக்காரு. சைவம் எனும் பெருந்தத்துவம் வளர்கிறபோது சோழ அரசு உருவாகுது. சோழ அரசு சைவ சித்தாந்தத்தை உருவாக்குது. ஒன்னையொன்று சார்ந்து நாணயத்தின் இரண்டு பக்கங்கள்போலப் பிரிக்கமுடியாதபடி இருக்கின்றன.

சமயக்குரவர் நாலு பேர்ல அப்பரைத் தவிர மூவரும் பார்ப்பனர்கள். சைவத்தைவிட வேதம் முன்னிருத்தப்பட்டதா? அப்பர் தோற்கடிக்கப்பட்டாரா?

ஆம். அப்பர் தோற்கடிக்கப்பட்டார்.

சாத்திரம் பல பேசும் சழக்கர்காள்!
கோத்திர(ம்)மும் குலமும் கொண்டு என் செய்வீர்?
பாத்திரம் சிவன் என்று பணிதிரேல்,
மாத்திரைக்குள் அருளும், மாற்பேறரே.

இன்னைக்கும் சைவ மடங்கள் முழுக்க சாதி மடங்கள்தானே. அப்புறம் என்ன?

இராசராசன் பார்ப்பனத் தத்துவத்தை ஏற்றுக்கொள்ள வேண்டிய நிர்ப்பந்தம் என்ன?

அவருக்கு அந்த மாதிரி, விரிந்த எதிர்காலத்துக்கு ஏற்ற மாதிரி தத்துவப் பார்வையெல்லாம் கிடையாது. சமகாலத்த தவிர குறிப்பிட்ட இனக்குழுவுல பெண்ணெடுத்தா பகையை சமாளிக் கலாம்னா பெண் எடுத்துக்குவான். அவங்கள சமரசம் பண்ணுக் கிடுவான். அவங்கள அழிக்கணும்னா அழிச்சுருவான். அழிக்க முடியாதபோதுதான் சமசரம் பண்ணுவான்.

இராசராசன் காலத்தில்தான் சாதி இறுக்கம் அதிகமாகியதா?

பல்லவர் காலத்துலயே சதுர்வேதிமங்கலம் வந்துட்டுது. வேதப் பார்ப்பனர்கள் அப்பவே வந்துட்டாங்கல்ல. தொண்டை மண்டலம், நாடு, அரசு உருவாக்கம் பற்றி முனைவர் பட்டம் வாங்கியிருக்காரு சாந்தலிங்கம். அவரிடம் கேளுங்கள்.

அழகர் கோயில்

மதுரை பற்றி...

மற்ற இடங்களிலே இல்லாத செய்திகளையும் நிகழ்வுகளையும் தன்னிடத்திலேவைத்துக்கொண்டிருக்கக்கூடிய ஒரு நகரம். குறிப்பாக வழக்காறுகள், சடங்குகள், ஆடல், பாடல் இவற்றையெல்லாம் மதுரை தன்னகத்திலே வைத்திருக்கிறது. தமிழ்நாட்டினுடைய வேர்கள் என்று சொல்லக்கூடிய, பக்தி இலக்கியக் காலத்திற்கு அப்புறம் உள்ள வேர்களைக்கூட மதுரைதான் வைத்திருக்கிறது. சிவபெருமான் 64 திருவிளையாடல் நடத்தினார்னு சொல்றோம்ல. அந்தத் திருவிளையாடல திருவிழாக்களாக நடத்துகிறார்கள். 64 திருவிளையாடல்கள் மதுரையில்தானே நடந்தது? மதுரைக் கோயிலில் மட்டும்தானே அந்த விழாக்கள் நடத்தப்படுகின்றன?! மதுரை தனிச்சிறப்புடைய நகரம்.

மதுரை அரசியா மீனாட்சியைச் சொல்வதற்கான காரணம் என்ன?

இன்னும் மதுரை மக்களுடைய நம்பிக்கையின்படி மதுரை வந்து மீனாட்சிப்பட்டினமே தவிர சொக்கநாதப்பட்டினம் அல்ல. மீனாட்சியினுடைய ஆளுகைக்கு உட்பட்ட ஊர். தமிழ் நாட்டிலேயே ஒரு பெண் முடிசூடி அரசாளுவதாக ஒரு திருவிழா நடக்கிறது அங்கே மட்டும்தான். பட்டாபிஷேகம் நடக்கிறது. அவர் ராணியின் கணவர்தானே தவிர, ராஜா அல்ல. இதான் மதுரையினுடைய சிறப்பு.

அழகர் கோயில் ஆய்வைத் தேர்ந்தெடுத்ததற்கான காரணம்?

அழகர் கோயில் ஆய்வ நான் தேர்ந்தெடுக்கல. அத என்னோட நெறியாளர் டாக்டர் சண்முகம்பிள்ளை என் தலைல வச்சு கட்டுனாரு. கோயிலாய்வுகளுக்கு போகணும்னே நான் நினைக்கல. அடிப்படையில் நான் பெரியாரிஸ்ட். 15 வயசுலேயே சாமி கும்பிடறதெல்லாம் விட்டுட்டேன். நான் புதுமைப்பித்தன் பத்தி ஆய்வு பண்றேன்னுதான் சொன்னேன். அவர்தான் வேற எதாவது பண்ணு அப்படின்னாரு. அழகர் கோயில் பார்த்திருக்கியான்னார்.

பார்த்திருக்கேன்னேன். அதப் பத்தி பண்ணுன்னாரு. ஓரளவு எனக்கு விசயம் தெரியும். சரி பண்றேன்னேன். அவ்வளவுதான். அது ஒரு Accidental diversion. நான் அதற்காகவே இரண்டாண்டுகள் Sanskrit படிச்சேன். நான் Sanskrit Diploma Holder. Sanskrit Professor சுந்தரமூர்த்தின்னு, ஜெர்மனி, சிலோன்லாம் வேலை பார்த்துட்டு மதுரைல செட்டில் ஆனவர். அவர்தான் எனக்கு ஆசிரியர்.

மதுரை அழகர்கோயில் பகுதியில் உள்ள கள்ளர்கள் குறித்து..

மதுரையின் சிறப்பு என்பது, நெடுங்காலமாக ஒரு அரசியல் தலைநகரமாக இருக்கின்றது. எனவே அதைச்சுற்றி வாழுகிற மக்கள் அந்தத் தலைநகரத்தோடு பண்பாட்டு ரீதியாகவும் சமூக ரீதியாகவும் உறவு கொண்டுள்ளனர். இந்த உறவு பலவகைகளில் எதிரொலிக்கிறது. இப்படி மதுரையிலே இருக்கிற கள்ளர்கள் ஒரேவகையான கள்ளர்கள் இல்லை. மதுரைக்கு மேற்கே இருக்கிற கள்ளர்கள் வேறு. மதுரைக்கு மேற்கே இருக்கிற, உசிலம்பட்டியில் இருக்கிற கள்ளர்கள் வேறு. அவர்கள் மலைக்கள்ளர்கள். மதுரை மேலூர் பகுதியிலே இருக்கிற கள்ளர்கள் நாட்டுக்கள்ளர் என்பர். சிவகங்கைப் பகுதியிலே இருக்கிற கள்ளர் வேறு. புதுக்கோட்டைப் பகுதியிலே இருக்கிற கள்ளர்கள் வேறு. தஞ்சாவூர்ப் பகுதியிலே இருக்கிற கள்ளர்கள் வேறு. நிக்கோலஸ்னு ஆங்கிலேய ஆய்வாளர் புதுக்கோட்டை சமஸ்தானத்தைப்பத்தி எழுதியிருக்கார். வின்செண்ட் பெரோரா கள்ளர்களைப் பற்றி 11 பிரிவுகளைக் குறிப்பிடுகிறார். ஒரு குறிப்பிட்ட சாதியினரால் எந்தப் பகுதி வரை திருமணம் செய்துகொள்ள முடிகிறதோ அதுதான் அந்தச் சாதியினுடைய எல்லை. அதைத் தாண்டியாச்சுன்னா ஒரே பட்டத்தைப் பெற்றிருந்தாலும்கூட அது வேற சாதி.

மதுரையைப் பொறுத்தமட்டிலே, மதுரையில் இருக்கிற அரசியல் நிகழ்வுகளுக்கு இந்தச் சுற்றுவட்டாரத்திலே இருக்கிற மக்கள் ஏதேனும் ஒருவகையிலே தங்கள் பங்களிப்பைக் கட்டாயமாகச் செலுத்தியிருக்கிறார்கள். மதுரைக் கோயிலும் பல அரசியல் விபத்துகளைச் சந்தித்திருக்கிறது. எனவே கள்ளர்களும் அந்த விபத்துக்களை எதிர்கொண்டிருக்கிறார்கள். மற்ற மக்களும் எதிர்கொண்டிருக்கிறார்கள். ஏதோ ஒரு வகையிலே ஒரு உணர்வுப்பூர்வமான ஈர்ப்பாலே அந்தக் கோயிலை மையமிட்ட நகரம் மதுரை.

ஒரு நல்ல உதாரணம் தமிழ்நாட்டிலே, மீனாட்சி சொக்கர் தாலாட்டு. எல்லா இடங்களிலும் வழங்குகிற ஒரு தாலாட்டு. இந்தத் தாலாட்டு வேறு எந்தத் தெய்வத்துக்கும் கிடையாது. வட்டார ரீதியாகவோ, சாதி ரீதியாகவோ வேறு எந்தத் தெய்வத்துக்கும் கிடையாது. மீனாட்சித் தெய்வத்துக்கு மட்டும்தான் தமிழ்நாடு முழுவதும் ஏற்றுக்கொள்ளப்பட்ட தாலாட்டுப் பாடல்கள் உள்ளன. எல்லாச் சாதியும் ஏதேனும் ஒருவகையிலே அரசியல் ரீதியாகவும் சமூகரீதியாகவும் மதுரையோடு பிணைக்கப்பட்டிருக்கிறார்கள். வெறுமனே அது அவர்களுடைய வாழ்வாதாரமாக மட்டும் அமையவில்லை.

மதுரை அழகர்கோயிலோடு தொடர்புடைய கள்ளர்களுக்கும் அந்தக் கோயிலுக்குக் கிழக்கேயும் தென்கிழக்கேயும் வாழுகிற கள்ளர்கள்தான். இவர்கள் பொதுவாக, அம்பலம் என்ற பட்டத்தைப் போட்டுக்கொண்டிருக்ககூடியவர்கள். இவர்களுடைய சாதியினுடைய அடையாளமாக ஏதேனும் ஒன்றைச் சொல்ல வேண்டுமென்றால், இவர்கள் மாடு வளர்ப்பதிலே ரொம்ப ஈடுபாடு கொண்டவர்கள்.

மாடு வளர்ப்பது என்றால் ஜல்லிக்கட்டுக் காளை வளர்ப்பது. அந்த வீர விளையாட்டு அவர்களாலேதான் நடத்தப்படுகிறது. அவர்களுடைய ஆதரவிலும் அவர்களுடைய செலவிலும்தான் நடத்தப்படுகிறது. அழகர்கோயிலோடு தொடர்புடையவர்கள் அந்தக் கள்ளர்கள்தானே தவிர, உசிலம்பட்டிக் கள்ளர்கள் அல்ல. மேலூர் நாட்டுக்கள்ளர்களைப் பார்த்தால் வீட்டுக்கு வீடு கருப்பன் அல்லது பெரிய கருப்பன் என்ற பெயர் இருக்கும்.

அழகர் கோயில் - பழமுதிர்ச்சோலை முருகன் கோயில் குறித்து?

நான் அதை மறுத்து ஒரு கட்டுரை எழுதியிருக்கிறேன். அழகர் கோயில் பழமுதிர்ச் சோலை அல்ல. அது முருகனுக்கு ஆறுபடை வீடல்ல. 100 படை வீடுகள் உண்டு. ஆனால், பழமுதிர்ச் சோலை அதிலே சேராது என்று கட்டுரை எழுதியிருக்கிறேன். அது நீதிமன்றத்திலே ஆவணமாகத் தாக்கல் செய்யப்பட்டிருக்கிறது. அது மிகவும் பிற்காலத்திலே, மிஞ்சிப்போனால் 60, 70 ஆண்டுகளுக்கு முன்னாலே பி.டி.ராஜனால் உருவாக்கப்பட்டது. சாம்பல்புத்தூர் மண்டபம் என்றுதான் அதற்குப் பெயர். அந்த இடத்தை புளிக்குமிச்சான்மேடு என்றும் சொல்வார்கள். அந்த இடத்திலே

ஒரு முருகன் சிலையை நிறுவி, அதைப் பிரபலமாக்கிவிட்டார் பழனிவேல் ராஜனுடைய தந்தை பி.டி.ராஜன். அதற்குப் பின்புதான் அதற்கு பழமுதிர்சோலை என்ற பெயரே தவிர, எந்த ஆவணங்களிலும் கோயில் ஆவணங்களிலும் அதற்குப் பழமுதிர்சோலை என்ற பெயர் கிடையாது. இந்தப் பெயரால் அதை வழங்கக்கூடாது என்று நீதிமன்றத் தீர்ப்பே உள்ளது.

நாட்டார் மக்களுக்கும் அழகர் கோயிலுக்குமான நெருக்கமான தொடர்பு எப்படி ஏற்பட்டது?

அழகர்கோயில் வழிபாட்டிலே நிறைய நாட்டார் மரபுகள் இடம்பெறுகின்றன. குறிப்பாக, நான் நாலு சாதிகளைப்பற்றி ஆய்வு செய்திருக்கிறேன். கள்ளர், வலையர், யாதவர் எனப்படும் இடையர், தாழ்த்தப்படுத்தப்பட்ட மக்கள் - இவர்களோடு கோயில் என்ற சமூக நிறுவனம் கொண்டுள்ள உறவைத்தான் நான் ஆய்வுப்பொருளாக்கினேன். வெவ்வேறு காலத்திலே, வெவ்வேறு பின்புலத்திலே அந்த உறவுகள் உருவாகியிருக்கு. இந்த மக்களுடைய வழிபாட்டு உணர்வையும் கோயில் என்கிற நிறுவனத்தையும் இணைக்கும் பாலமாக கருப்பசாமி வழிபாடு இருக்கிறது.

ஏனென்றால் இவர்கள் வாசலிலே இருக்கிற கருப்புசாமியை மட்டும் வணங்கிவிட்டு, அப்படியே திரும்பிவிடுபவர்கள் உண்டு. உள்ளுக்குள்ளே இருக்கிற அழகரைப்பற்றிக் கவலைப்படாமல் போகிறவர்கள். அழகர்கோயில் கருப்புசாமி வழிபாட்டிலே ஏராளமான ஆடுகள் பலியிடப்படுகின்றன. அடைக்கப்பட்ட சன்னதிக் கதவுமுன் இரத்தம் குவிந்து கிடக்கிறது. இதைக் கோயில் நிர்வாகம் பண்பாட்டுச் சமரசமாக ஏற்றுக்கொள்கிறது.

ஏனென்றால், இந்த மக்கள்தான் இந்தக் கோயிலைப் பாதுகாக்கிறவர்கள். இந்தக் கோயிலுக்கு உரிய காணிக்கைகளை முறையாகவும் ஒழுங்காகவும் செலுத்துகிறவர்கள். கோயில் நிர்வாகம் மக்களோடு சமரசம் செய்துகொள்கிறது. அந்தக் காலத்திலேயே செய்துகொண்டது. அது இந்தக் காலத்திலும் தொடர்கிறது. அதனால் நாட்டார் மரபு சார்ந்த எல்லா வழிபாட்டுமுறைகளும் இந்தக் கோயில் வழிபாட்டோடும் திருவிழாவிலே கலந்திருக்கும். திரியெடுத்தாடுதல், சாட்டையடித்து ஆடுதல் வேடமிட்டு ஆடுதல் எல்லாம் நாட்டார் மரபிலிருந்து வந்தவைதான்.

கள்ளர் சாதி என்பது வைணவ சாதியா?

பிராமணர், வேளாளர் இரண்டு சாதியைத் தவிர மற்ற சாதிக்காரர்களுக்கு மதம் கிடையாது. அவர்கள் வாழுகின்ற இடத்தைப் பொறுத்தும் வாழுகின்ற சூழலைப் பொறுத்தும் வழிபாட்டு முறைகள் இருக்கும். வைணவ நெறியிலே கொஞ்சம் ஆர்வம் காட்டுகிறவர்களாக யாதவ சமூகத்தினரும் தெலுங்கு மொழி பேசும் மக்களும் இருந்திருக்கின்றனர். சாதி என்று வருகிறபோது, அது மண உறவு எல்லையைக் குறிக்கிற இனக் குழுவாகும். இந்தத் தன்மையினை உடைய அந்த நிறுவனத்தை மதத்தோடு நீங்கள் சேர்த்துப் பார்க்கக்கூடாது. சிவன் கோயிலுக்குப் போனால் அவன் சைவன், பெருமாள் கோயிலுக்குப் போனால் அவன் வைணவன். அவ்வளவுதான். இந்த வேதங்களெல்லாம் நாட்டார் மரபிலே பாதிப்பதில்லை.

அழகர் கோயில் முதல் மரியாதை, தேர் வடம்...

எல்லாக் கோயில்களுமே, தேர்வடம் இழுக்கும்போது மக்கள் சக்தி தேவைப்படுவதினாலே அந்த மக்கள் சக்திக்கு மரியாதை தரும் வகையிலே முதல் மரியாதை தரும் பழக்கம் வட்டார ரீதியாகவும் அரசியல் ரீதியாகவும் கொஞ்சம் வேறுபாடுகளோடு இருக்கும். இங்கே கள்ளர் சமூகத்திற்கு அந்த மரியாதை தரப்படுகிறது.

அழகர் வரும்போது கள்ளர் வழிமறிச்சாங்கன்னு சொல்றது?

அதான் உண்மை. அழகர் மதுரைக்கு வருகிறபோது இதே கள்ளர் சாதியினர் மறித்துத் தாக்குதல் நடத்தியது உண்மை. அதுவொரு போலச் செய்தலாக, புனைவாக, ஒரு எனாக்மென்டாக (Enactment) மதுரையிலே இன்னும் நடத்திக் காட்டப்படுகிறது. ஆனாலும்கூட கோயில் என்ற பெரிய சமூக நிறுவனம் பண்பாட்டுச் சமரசம் செய்துகொள்கிறது என்றுதான் சொல்லுவேன்.

மதுரை நாயக்கர், துலுக்க நாச்சியார் கட்டுரைக்கு ஒருவர் இந்து பத்திரிகையில் மறுப்பு எழுதியுள்ளாரே?

பண்பாட்டுச் சமரசம் என்பதே, கோயில் என்ற பெரிய நிறுவனம் ஏழை எளிய மக்களிடத்திலே சாதிப் படிநிலையிலே கீழே தாழ்த்தப்பட்டவர்களோடு செய்துகொண்டது; பல ஊர்களிலே செய்துகொண்டது. திருவரங்கம் கோயிலிலும் இந்தப் பண்பாட்டுச் சமரசம் உண்டு. அங்கே துலுக்க நாச்சியார் சன்னதி

இன்றைக்கும் இருக்கிறது. ஆனால், சிலையாக இல்லை சித்திரரூபமாக இருக்கிறது.

இதைவிட ஒரு ஆச்சர்யமான விசயம், தென்னாற்காடு மாவட்டத்திலே திருமுட்டம் என்று ஒரு தலம் இருக்கிறது. அது ஒரு வைணவக்கோயில். பூவராகவப் பெருமாள் கோயில். மூலஸ்தானத்திலேயே கருவரையிலே நிற்கின்ற பன்றி வடிவத்திலே இருக்கிறார். உயிரினங்களிலேயே இஸ்லாமிய மக்களால் மிகவும் வெறுக்கப்படுகிற மிருகம் பன்றி. அந்தப் பெயரையே ஒரு வசவாக அவர்கள் கருதுவார்கள். கள ஆய்விலே, அந்தக் கோயிலில் இஸ்லாமிய மக்கள் வந்து மற்றவர்களைப்போல தேங்காய் உடைத்து வழிபட்டுச் செல்வதை கண்ணாறப் பார்த்தேன். இதை என்ன சொல்றது?

என்னுடைய ஆய்வேட்டில் நான் எழுதியிருக்கிறேன், பன்றி வடிவப் பெருமாள் இருக்கிற கோயிலிலே இஸ்லாமிய மக்கள் வந்து வணங்குகிறார்கள். அதைக் கோயில் நிர்வாகமும் ஏற்றுக்கொள்கிறது. இத்தனைக்கும் அந்தக் கோயிலிலே இஸ்லாமியப் படையெடுப்புக் காலத்திலே சில அழிவுகள் நேர்ந்ததென்று அந்த உள்ளூர் வரலாறுகள் தெரிவிக்கின்றன. அப்படி இருந்தும் இஸ்லாமியர்கள் வருகிறார்கள். கோயில் நிர்வாகமும் அவர்களை ஏற்றுக்கொள்கிறது என்றால், அதற்கு பண்பாட்டுச் சமரசம் என்றுதானே பொருள்.

அழகர் சித்திரைத் திருவிழாவை நாயக்கர் சைவ வைணவ இணைப்புன்னு ஒரு விமர்சனம் இருப்பது குறித்து..

சைவ வைணவ முரண்பாடுகள் கூர்மையாக இருந்த காலத்திலே மதுரை நாயக்க மன்னராக இருந்த திருமலை நாயக்கர் இதைச் செய்திருக்கலாம். ஆனால், 'மதுரைக்கு வருவதற்கு முன்னாலே அழகர் சோழவந்தான் போற வழியிலே உள்ள தேனூர் ஆற்றிலேதான் இறங்கினார். திருமலைநாயக்கர் காலத்திலே மாற்றினார்' என்பதை எல்லா வாய்மொழி மரபுகளும் ஏற்றுக்கொள்கின்றன. சைவ, வைணவம் என்பது நாட்டார் மக்களைப் பொறுத்த அளவு பிரச்சனையே இல்லை. கருப்பசாமிக் கோயிலுக்கு வரும்போது திருமண் வைத்திருப்பான். மீனாட்சியம்மன் கோயிலுக்கு வருகிறபோது திருநீறு வைத்திருப்பான். அவர்களை இது பாதிப்பதே இல்லை. சைவ வைணவ முரண்பாடுகள் கூர்மையடைகிறபோது

நாட்டார் மக்கள் எண்ணிக்கையிலே பெருந்தொகையாக இருப்பவர்கள், ஆயுதமேந்திப் பழக்கப்பட்டவர்கள். இவர்களோடு சமரசமாக இருக்கணும்கிறதுக்காக இந்தத் திருவிழாவை அவர் உருவாக்கியிருக்கலாம்.

அழகர் வண்டியூர்க்கு துலுக்க நாச்சியார் வீட்டிற்குப் போவதாகக் கதை சொல்கிறார்களே?

துலுக்க நாச்சியார்க்கு ஸ்ரீரங்கத்துலதான் சன்னதி இருக்கு. அதுவும் சித்திர ரூபத்துல. வண்டியூர் பெருமாள் கோயில்லதான் அழகர் தங்குறாரு. கேட்டா, "அந்தா.. துலுக்க நாச்சியார் வீட்டுக்கு தங்கப் போறாரு"ம்பாங்க. நம்பமுடியாத, விடை சொல்ல முடியாத கேள்விகளுக்குக் கதைகளை விடையாகத் தந்துவிடுவது நாட்டார் மரபு. வானம் ஏன் இவ்வளவு உயரமா இருக்குன்னு கேட்டா, 'கீழதான் இருந்துச்சு; ஒரு கிழவி பெருக்கி நிமிரும்போது இடுச்சுச்சு. உடனே அவ எட்டு வண்டி மண்ணுக்கும் எட்டாமப் போன்னு வாரியலால் ஒரு சாத்து சாத்துச்சு. உடனே வானம் மேலே போயிருச்சு'ன்னு சொல்லுவாங்க. பதில் சொல்லமுடியாத கேள்விகளுக்குக் கதைகள்தான் விடை; நம்பிக்கைகள்தான் விடை. எத்தனை நட்சத்திரம் இருக்கு? விவரமாயிட்டவன் பதில் சொல்லுவான். 5131, நேத்து ஒன்னு விழுந்துச்சே, அதையும் சேர்த்தா 5132. எண்ணிப்பாரு. இதான். நாட்டார் மனம் சைல்டிஸ்சாதான் இருக்கும். அவர்கள் கதைகளிலே திருப்தியடைந்துவிடுவார்கள்.

துலுக்க நாச்சியார் போல, அழகர் கோயில் பதினெட்டாம் படிக் கருப்பு எப்படிச் சாத்தியமாச்சு?

வைணவம் நாட்டார் பண்பாட்டோடு பல இடங்களிலே சமரசம் செய்துகொள்கிறது. வேறு ஒன்னும் வேணாம்; நானே நேர்ல பார்த்து எழுதியிருக்கேன். திருமலைராயர் பட்டினத்துல பெருமாளை மாப்பிள்ளைன்னாங்க. அதனாலே அந்த நம்பிக்கை யின் அடிப்படையில் பட்டினஞ்சேரிக் கடற்கரைக்குத் திருக்கண்ண புரம் சவுரிராஜப் பெருமாள் நீராட வருகிறபோது, மருமகன் என்பதனாலே மீனவ சாதிப் பெண்கள் நேரிலே நின்று சாமி கும்பிடமாட்டார்கள். அந்த மரபை நேர்லயே பார்த்திருக்கேன். ஏன்னா, மருமகனாம்.

அந்தளவிற்கு சைவக் கோயில்கள் சமரசம் பண்ணியிருக்கா?

சைவம் சமரசம் பண்ணல. ஒன்னு ரெண்டு இடங்கள்ல இருக்கலாம். வைணவம் அளவுக்கு உறுதியாகப் பண்ணல.

அப்படி ஏதாவது குறிப்பிட்டுச் சொல்லும்படி இருக்கா?

தேர்த் திருவிழால எல்லாச் சாதிகளும் பங்கெடுக்கத்தானே செய்றாங்க. திருநெல்வேலில ஒரு திருவிழா இருக்கு; மதுரைக் கோயில்ல பிட்டுக்குமண்சுமந்ததிருவிழா, 64 திருவிளையாடல்களை நடத்திக் காட்டுகிறபோது, எல்லா சாதிகளோடயும் கோயில் நிர்வாகம் சமரசம் பண்ணிக்கிறது.

அழகர் கோயில் ஆய்வு செய்த கால நினைவுகள்...

கூட்டத்துல புகுந்து கொஸ்டின் கொடுத்து பண்றது என, தொடர்ச்சியா 24 மணி நேர சர்வே ஒரு ஆண்டு பண்ணேன். என்னுடைய மாணவ நண்பர்கள் 6 பேர் இடைவிடாமல் மாறி மாறி 24 மணி நேரம் பண்ணோம். 76இல் இருந்து 79 வரைக்கும் ஆய்வுக்காலம். 76 டிசம்பர்ல இருந்து 77 டிசம்பர் வரைக்கும் குடும்பத்த இங்க விட்டுருந்தேன். மாதம் 15 நாள் சென்னைக்குப் போயிடுவேன்.

மயிலை சீனி வேங்கடசாமியை நேர்ல பார்த்திருக்கிறேன். ரொம்ப சந்தோஷப்பட்டாரு. ஏன்னா அவர் எழுதுறபோது அழகர் கோயில் பவுத்தக் கோயிலோன்னு சந்தேகப்பட்டாரு. நான் அவர் எழுதி 43 வருசம் கழிச்சு ஒரு கட்டுரை எழுதிட்டுபோய், நீங்க எழுதுனது சரின்னு சொன்னபோது அவருக்கு சந்தோஷம் தாங்கல. அவருக்கு அப்பப் பேச முடியலை. ஆனாலும், நல்லா கேட்டார். அவரைப் பார்த்தது பெரிய விசயம். மெட்ராஸ் யுனிவர்சிட்டில விவ ஸ்வீஸ்ணீவின்போது 'எப்படி சார் எழுதுனீங்க?'ன்னுதான் முதல்ல கேட்டாங்க. தலைப்பிள்ளை மாதிரி, அது பேர் சொல்லும் நூல்.

தமிழ்ச் சமூகத்துக்கு திணைக்கோட்பாடு..?

திணைக் கோட்பாடு தமிழர்களின் ஆழ்ந்த அனுபவத்தையும் இலக்கிய மேன்மையையும் காட்டக்கூடியது. 'காலத்தோடும் வெளியோடும் தொடர்பு கொண்டதுதான் எல்லாம்' என்று சொல்லக்கூடியது திணைக் கோட்பாடு.

நான் கனடாக்குப் போனப்ப கேட்டாங்க, 'திணைக் கோட்பாட்ட எப்படி நீங்க கண்டுபிடிச்சீங்க?' அது எனக்குத் தெரியாது. திணைக் கோட்பாடு என்பது காலத்தோடும் வெளியோடும் தொடர்புடையதா இருந்தது. காலத்தோடும் வெளியோடும் தொடர்புகொண்டுதான் அவங்க இலக்கியம் படைக்க முடியும்னு அவங்க நம்புனாங்க. இன்றைக்கு நீங்க அத வெவ்வேறு பேர்கள்ல செஞ்சுட்டு இருக்கீங்க. எத்னோகிராஃபிக் நாவல்னு இன்றைக்கு சொல்றாங்கல்ல.. இனவரைவியல் நாவல்னா என்னது? திணை இலக்கியம்தானே? சாதி சார்ந்து, வட்டாரம் சார்ந்து நிறைய நாவல்கள் வருது. இதெல்லாம் என்ன? திணைக் கோட்பாட்டினுடைய பின்தொடர்ச்சிதானே? நிலம் சாராமல் எதுவும் இருக்க முடியாது. மொழிய வச்சே இவன் கன்னியாகுமரிக்காரன், இவன் கோயம்புத்தூர்க்காரன், இது மெட்ராஸ்காரன் பாஷை அப்படிச் சொல்றோம்ல. அது நிலம் சார்ந்ததுதான்.

பாரதியார்

புதுக்கவிதையின் தோற்றுவாயாக உள்ள பாரதியை இன்றைய தமிழிலக்கிய உலகில் முற்றாகப் புறக்கணிக்கும் ஆளுமைகளும் உள்ளனர். பாரதியை முற்றாக மறுப்பவர்கள், 'பாரதியை ஒரு கவிஞராக ஏற்றுக் கொள்ளலாமே தவிர்த்து, அதிக முக்கியத்துவம் கொடுப்பதை ஏற்கவியலாது' என சில குற்றச்சாட்டுகளை முன்வைக்கின்றனர். பாரதியை முற்றாக நிராகரிப்பது சரியாகுமா? இவற்றை எப்படிப் பார்ப்பது?

நான் பாரதியாரை முற்றாக நிராகரித்த இடத்திலிருந்து வந்தவன். பாரதியா? பாரதிதாசனா?னு ஒரு பட்டிமன்றம் நடக்கும். பாரதிக்கு நெல்லைக் கண்ணன். நான் எதிரணி. இப்படித்தான் தொடங்குனோம். வேலைக்குப் போய், தனியா பாரதியைப் படிக்கும்போது நாம் தப்புப் பண்ணிட்டோமோன்னு தோனுச்சு. கொஞ்ச காலங்கழிச்சு நாம பெரிய தப்பு பண்ணிட் டோம்னு தோனுச்சு. அப்புறம் பாரதியாரை முழுக்க வாசிக்க வாசிக்க, நாம முட்டாள்தனம் பண்ணிட்டோம்னு தோனுச்சு. பெரியாரை ஏத்துக்கிறேன். பாரதியும் பகுத்தறிவு இயக்கமும்னு நான் ஒரு கட்டுரை எழுதியிருக்கேன். பாரதிய பாரதியா ஒத்துக்கணும். எட்டயபுரத்து ஸ்மார்த்த பிராமணனா பார்க்கணும். அப்புறம் அவன் எப்படி எவால்வானான், எஸ்டாபிலிஷ் ஆனான்னு பார்க்கணும். நான் பாரதியை மகாபுருஷனாவே ஏத்துக்குறேன். வாழ்ந்து காட்டுனான். வாழ்கிற காலத்தில் அவன ஏகாதிபத்தியம் கசக்கிப் பிழிஞ்சு, சக்கையாத் துப்பிட்டு. அதுவரைக்கும் அவன் நின்னான். அவ்வளவுதான். மன்னிப்புக் கடிதம் எழுதிக் கொடுத் தான்பாங்க. நானா இருந்தாலும் எழுதிக் கொடுத்திருப்பேன். ஏகாதிபத்தியத்த எதிர்த்து ஒரு ஏழை பிராமணனால் அந்தக் காலத்துல அவ்வளவுதான் முடியும்.

அவரது உரைநடை பற்றி...

உரைநடைதான் உண்மையான பாரதி. உரைநடையில்தான் அவனுடைய வாசிப்பின் வீச்செல்லாம் தெரியும். 'தமிழனைத் தவிர வேறொரு சாதிக்காரன் அழகிலும் அந்தஸ்திலும் உயர்ந் திருந்தால் எனக்குப் பொறுக்கவில்லை. தமிழச்சியைத் தவிர

வேறொரு சாதிக்காரப் பெண் அழகாய் இருப்பதைக் கண்டால் பொறுக்கவில்லை’ என்றான்.

அதே பாரதி ரஷ்யப் புரட்சியின்போது மாகாளியின் கடைக்கண் பட்டுன்னு கூறுகிறாரே?

எட்டயபுரத்து அக்ரகாரத்துக்குப் பையன் அவன். அவ்வளவு தான் பேசமுடியும். உங்க ஆசைக்கு நீங்க வச்சுருக்கிற ஸ்கேல் அளவுக்கு எல்லாம் யாருமே வரமாட்டாங்க. நாங்க இப்படி வச்சுத்தான் ஏமாந்து போனோம்னு சொன்னேன். பாரதிய படிக்காதது தவறுன்னு நினைச்சேன். பாரதியார் எங்கப்பா பிறப்பதற்கு முன்னாலேயே செத்துப்போயிட்டார். அது அப்படியேதான் இருந்துச்சு. நான்தான் வளர்ந்திருக்கேன்.

பாரதியை முதன்மைப்படுத்திய தமிழ்ப் படைப்பாளிகள், அறிவாளிகள் யாரும், பாரதிதாசனை முதன்மைப்படுத்தவில்லை அல்லது பாரதிதாசன் குறித்து பெரிய அக்கறை எடுத்துக்கொள்ள வில்லை என்ற குற்றச்சாட்டு முன்வைக்கப்படுவது குறித்து..

உண்மையோ பொய்யோ, பாரதிதாசன் நாத்திகர்ங்கிற முத்திரை அவர் மேல விழுந்திருச்சு. நான் ஒரு நாத்திகன்னு எழுதியே வச்சுருக்கார் 1927ல. அதனால் அவருக்குக் கவிதைக்குரிய மரியாதை கம்மி. பாரதியார் ஆன்மிகக் கவிஞரா இருந்ததால் அவருக்கான மரியாதைகூட.

குடும்பம்

தங்களுடைய வளர்ச்சிக்கு வித்திட்ட உங்கள் அம்மா குறித்து..

எனக்கு இந்த வகையான ஆர்வம் வந்ததற்குக் காரணம் எங்கம்மாதான். ஒரு நாலாண்டு காலம், வேலைக்குச் சென்ற புதிதில் கோடைக்காலத்துல நான் ஊருக்கு வந்தா, எங்க வீட்ல எங்க அம்மா மட்டுந்தான். இரவுச் சாப்பாடு சாப்பிடுகிறபோது எங்கம்மா என்ட்ட நிறைய பேசிட்டே இருப்பாங்க. ஒவ்வொரு கதையா சொல்லுவாங்க. அவ இந்த ஊர்லயே பிறந்து வளர்ந்தவ. இந்த ஊர்லயே இருந்ததுனால இந்த ஊருடைய வளர்ச்சி, பிற சாதிகளோட தொடர்பு, பழமொழிகள், சொலவடைகள், (proverbs, phrases) இதுலயெல்லாம் எங்கம்மா கெட்டிக்காரங்க. எல்லாரும் சொல்வாங்க, நிறைய பழமொழி சொல்லிட்டே இருப்பாங்க. 'பார்ப்பானுக்கு மூப்பு பறையன்' அதே எங்கம்மா சொன்னதுதான். அப்புறம் யாரும் சொல்லி நான் பார்க்கல. கடைசியா முப்பது, முப்பத்தைந்து ஆண்டுகள் கழித்து எங்க மாமனார் சொல்லி நான் கேட்டேன்.

இத்தனைக்கும் எங்கம்மா பள்ளிக்கூடத்துக்குப் போகாத ஆளு. மூனு நாள்தான் பள்ளிக்கூடத்துக்குப் போனேன்னு சொல்லி, கடைசிவரைக்கும் வருத்தப்பட்டுக்கிட்டிருந்தா. அவ பிறந்து வளர்கிற காலத்துல வீட்டுக்குப் பக்கத்துல பெண் பள்ளி வந்தாச்சு. 100 ஆண்டுகளுக்கு முன்னாலே அஸ்போன் மெமோரியல் ஸ்கூல். 3 நாள் ஸ்கூலுக்குப் போனாளாம். அவங்கம்மா 'பிள்ள தூக்க ஆளில்ல'ன்னு நிறுத்திட்டாளாம். சொல்லிச் சொல்லி வருத்தப்படுவாங்க, இவ்வளவு கல்வி பெருத்த நகரத்துல நான் படிக்கலையேன்னு.

அதனாலேயே இந்தப் பழமொழிகள், சொலவடைகள் மேல அவளுக்கு ரொம்ப ஆர்வம் இருந்துருக்கு. சொல்லிட்டே இருப்பா; கேட்டுட்டே இருப்பேன். மனித உறவுகளப் பத்தி நிறைய பேசுவாங்க. இந்த ஊர்ல வெள்ளைக்காரன் இருந்தான்ல.. வெள்ளைக்காரனப்பத்தி நிறைய பேசுவா. "வெள்ளைக்காரன் கண்ணு வச்சா ஒரு பொருள் விளங்காது" அப்படிண்ணுவா. எங்க வீட்ல இருந்து ஆட ஒரு வெள்ளைக்காரன் விலைக்குக்

கேட்டானாம். எங்கப்பா கொடுக்க மாட்டேன்னாராம். அந்த ஆடு செத்துப் போச்சாம். அதான் சொல்லுவா. அப்புறம் நான் வெளியில வேலைக்குப் போனபெறவு 20 வயசுலதான் இந்த ஊர விட்டு வெளியில் போறேன். காரைக்குடிக்குப் படிக்கப்போறேன். எங்கம்மாவோட பேச்சு காரணமா Every old man is good read with என்ற எண்ணம் வந்துச்சு. ஒவ்வொரு மனிதனும் படிக்கப்பட வேண்டிய புத்தகம். அதுனாலதான் யார் எங்க பேசுனாலும் கேட்டுகிட்டு இருக்கிறது.. பேச வைக்குறதுன்னா எதாவது அவங்களுக்கு விருப்பமான ஒன்னச்சொல்லி, தண்ணி வராத பம்புல தண்ணிய ஊத்தி அடிச்சா வரும்ல அதுமாதிரி.. பேச ஆரம்பிச்சா அப்புறம் நிறுத்தமாட்டாங்க. என்னுடைய methodology உரையாடல் மரபிலிருந்து வந்ததுதான். நிறைய உரையாடல்கள்ல தெரிந்துகொண்ட செய்திதான் அதிகம்.

தங்களது படிப்பு, நட்பு, கல்வி குறித்து...

இங்க அந்தோணியார் பள்ளி, தெற்குக் கடைத் தெரு மூலைல இங்க இருக்கிற சேவியர் கல்லூரி. எம்.ஏ. மட்டும் காரைக்குடிக்குப் போனேன். அப்ப இங்க எம்.ஏ. கிடையாது. எந்த PG கோர்சும் ஏ.எல்.முதலியார் கொடுக்க மாட்டாரு. 25 வருசமா மெட்ராஸ் யுனிவர்சிட்டில துணைவேந்தரா இருந்தாரு. அப்படி ஒரு டெரர்! இவ்வளவுக்கும் அலோபதி டாக்டர் அவரு. ராமசாமி முதலியார், லட்சுமணசாமி முதலியார் இரண்டு பேர், திராவிட இயக்கத்தினுடைய தூண்கள். ஜஸ்டிஸ் கட்சியினுடைய தூண்கள். அவர் பெரிய Gynecologist. அந்தக் காலத்துல ஆண்கள்ல கைனகாலஜிஸ்ட் அவரு. மதுரைக்குத் தெற்கே எங்கேயும் எம்.ஏ., எம்.எஸ்ஸி தரமாட்டேன்டாரு. அப்புறம் நான் காரைக்குடியில போயி படிச்சேன். இராமநாதபுரம் மாவட்டத்துல இளையான்குடியில வேலைபார்த்தேன். ரொம்ப அத்துவானக் கிராமம்.

உங்களுடைய இளமைக்கால நண்பர்கள், நட்பு குறித்து...

இளமைக்கால நண்பர்கள் எல்லாம், என்னோடு பால் பண்ணைக்கு மாடு பத்திட்டு வந்தவுங்க, வாய்க்கால்ல வந்து மாடு குளிப்பாட்டுனவங்க, சடுகுடு விளையாடுனவங்க, இவங்கதான். பள்ளிக்குப்போன பிறகு கத்தோலிக்கக் கிறிஸ்துவப் பள்ளியாக இருந்தது. ஒரு பிராமனிக்கல் Tinch உண்டு. என்னுடைய

ஆசிரியர்கள் பெரும்பாலும் பிராமின்ஸ்தான். அப்புறம் கல்லூரி போனப்ப திராவிட இயக்கச் சார்பு நிலை. ஆசிரியர்களுக்கே அப்ப அதுதான் இருந்துச்சு. திராவிட இயக்கச் சார்புநிலைன்றதவிட, காங்கிரஸ் எதிர்ப்பு நிலைப்பாடு ரொம்ப. பிறகு வேலைக்குப் போய்ட்டேன். வேலைக்குப் போனபிறகுதான் பாரதியாரையே சரியாப் படிச்சேன் நான். அதுவரைக்கும் திணீராவிட இயக்க சார்புல பாரதியாரைக்கூட சரியாப் படிக்கல. பாரதிதாசனத்தான் படிச்சுட்டு இருந்தேன்.

சமகால ஆய்வாளர்கள் குறித்து...

மூன்று ஆய்வாளர்கள் என்னைத் திசை திருப்புனவங்களா நான் அடிக்கடி சொல்வேன். நா.வானமாமலை, மு. ராகவையங்கார், மயிலை சீனி. வேங்கடசாமி. இந்த மூனு பேர்தான் என் மெத்தடாலஜியை Shape பண்ணவங்க. அப்புறம் நிறைய பேர் இருக்காங்க. நான் இந்த மூனு பேரைத்தான் உணர்ந்து படிச்சேன்.

சமூகம்

இன்றைய இளைஞர்களைக் கெடுக்கிற விதமாகப் பல்வேறு விதமான போதைகள் இருக்கு. சினிமா, ஊடகம், டாஸ்மாக் என. ஒரு பண்பாட்டு ஆய்வாளரா நீங்கள் இவர்களுக்குச் சொல்ல விரும்புவது?

நான் என்ன சொல்றது? கேட்கிறதுக்கு ஆள் கிடையாது. நாங்கள்ளாம் உங்கள படிச்சுட்டுதான் வந்தோம்.

அவ்வளவுதான். இதே பெரிய விசயம். சென்னைல இருந்து வந்து கேட்கிறது. இதான் எனக்கான அதிகபட்ச அங்கீகாரமா நினைக்கிறேன். இவ்வளவுதான் இருக்க முடியும். இதுக்கு மேல நான் எதிர்பார்த்து ஏமாந்து போகக்கூடாது. ஆனா சமூகம் திருந்தாம இப்படியே போய்ட்டு இருக்காது. எல்லா இரவுகளும் விடிஞ்சு ஆகணும்ல? அப்படியே இருட்டுல முங்கிப் போகல உலகம். செங்கிஸ் கான் காலத்துல, தைமூர் காலத்துல, ஔரங்கசீப் காலத்துல, ஏன், காங்கிரஸ் காலத்துலயே இந்தியா முங்கிப் போகலையே..

பெரியாரை நீங்கள் சந்தித்திருக்கிறீர்களா?

1970 ஜூன் மாதம் அவரைப் பார்த்திருக்கிறேன். அப்போது எடுத்த படம்தான் வீட்டிலுள்ளது. அப்ப எனக்கு 21 வயது, அவருக்கு 93 வயது. நான் அப்போது எம்.ஏ படிக்கிற மாணவன்.

கமல்ஹாசன் உங்களுடைய எழுத்துக்களை விரும்பி வாசிக்கிறாரே.. அவருடனான உங்கள் பழக்கம் குறித்து...

கமல்ஹாசன் நல்ல ரீடர். அவருடன் பேசிக்கொண்டிருக்கும் போது தொலைபேசி அழைப்பு வந்தால் தமிழ், மலையாளம், தெலுங்கு, கன்னடம் என எந்த மொழியிலும் சாதாரணமா பேசிட்டு வச்சுடுவார். அத்தனை மொழியும் தெரிஞ்சுருந்தா, நமக்குத் தெரிஞ்ச விசயத்துக்கு என்னாலாம் பண்ணியிருக்கலாம்னு தோனும். Sense of Humor உள்ள ஆளு. நல்லா ஜாலியா பேசுவாரு. கெட்ட வார்த்தை நல்லா பேசுவாரு.

பாரதிதாசன் கவிதையை நான் ஒருமுறை அவரிடம் சொன்னேன். அதற்குப் போட்டியா மலையாளப் பாட்டு சொன்னாரு. மாடிப்படில இருந்து காலிக்குடம் கீழே விழுது. அந்தச் சத்தம் எப்படியிருக்குங்கிறத பாட்டுல பதிவு பண்ணியிருக்கான். அந்தப் பாட்ட அப்படியே சொன்னாரு. குணா படத்துல வர்ற,

இடங்கொண்டு விம்மி இணை கொண்டு இறுகி இளகி முத்து
வடங்கொண்ட கொங்கை மலை கொண்டு இறைவர் வலிய நெஞ்சை
தடங்கொண்ட கொள்கை நலம் கொண்ட நாயகி நல் அரவின்
படம் கொண்ட அல்குல் பனி மொழி வேதப் புரிபுரையே

என்ற அபிராபி அந்தாதியைத் தொலைபேசியில் அப்படியே சொன்னார். எட்டாங்கிளாஸ்தான் படித்திருக்கிறார். ஒருமுறை ஒரு புத்தகத்தைப் படித்துவிட்டு என்னிடம் தொலைபேசியில் The Lost Word of the man, கடைசி கடைசியா ஒரு மனிதன் சொல்ற வார்த்தையைப்பற்றிய புத்தகச் செய்தியைச் சொன்னார். நான் அவரிடம் சொன்னேன், வைஷ்ணவத்திலேயே இது இருக்கே.. சர்வ வாயநிர்ணயம் சர்வ ஸ்லோக.. இரண்டு புத்தகம் இருக்கு. உலகத்துக்குக் கடைசியா என்ன செய்தி சொல்லிட்டுப் போறான்னு. The last world of the acharyaன்னு சொன்னேன். வைணவம் சம்பந்தப்பட்ட சந்தேகம் இருந்தா கேட்டுக்குவார்.

The last word of the acharya - அதுக்கு என்ன பொருள்?

ஒருத்தர் சாகப் போறப்ப அவர்கிட்ட, எதாவது சொல்லுங் கன்னு ஒருத்தர் கேட்கிறார். "கடற்கரையையும் மணல் வெளியையும் நினைத்திருங்கள்" அப்படின்னு சொல்லிட்டு அவர் செத்துப் போயிடுறார். அப்படின்னா என்னா அர்த்தம்னா, அந்தப் பக்கம் இராவணன் இருக்கிற இலங்கை இருக்கு. இந்தப் பக்கம் திருப்புல்லாணிக் கடற்கரையில இராமன் வில்லையும் அம்பையும் பிடிச்சுட்டு எல்லோரும் தூங்கும்போது காவல் காத்தானாம். அந்தக் காட்சியை நினைச்சுட்டுருங்கன்னு சொன்னார்.

கண்ணகி குறித்த விவாதம் மீண்டும் தொடங்கியிருக்கிறதே?

காந்திராஜன், ஆவணப்படம் எடுத்துத் திரும்பத் தொடங்கி யிருக்காரு. கண்ணகி குறித்த myth வந்து தமிழ்ச் சமூகத்துள் முக்கியமான விசயம் இல்லையா? தமிழகம் தாண்டி வெளியில் பரவுனது. இலங்கையில் பத்தினித் தெய்வம்னு கண்ணகிய

கும்பிடுறான். கிழக்கு இலங்கைல கண்ணகியம்மன் கோயில் மட்டக்களப்புல இருக்கு. மலையாளத்துல பகவதியம்மன்ற பேர்ல நிறைய ஊர்கள்ல கோயில் இருக்கு. குறிப்பா கொடுங்களூர் பகவதி கோயில். Secrets Champer of Kodumpaloor-இங்கிலீஸ்ல ஒரு புத்தகம் இருக்கு. கொடுங்களூர் பகவதி கோயில் கர்ப்பக் கிரகத்திற்குப் பின்னாலதான் ஒரு Room பூட்டிக் கிடக்கு. எந்தப் பக்கமும் திறப்பில்லாத ஒரு அறை. இப்படி நிறைய கோயில்கள் இருக்கு. அதை கண்ணகியோட சமாதிங்கிறாங்க. கண்ணகி கதையும் சிலப்பதிகாரமும் ஆய்வுக்குரிய விசயம்தான். காந்திராஜன் ஆவணப்படத்துல மதுரை சமணப் பள்ளிகள் இருக்கிற Route வழியாவே வந்துருக்காங்க. அன்னைக்கு பெருவழிகள்ங்கறதே Trade Routesதான். அவரோட கணிப்பு சரிதான். மதுரை வரைக்கும் நல்லா எடுத்துருக்காரு. ஆனா அதுக்கப்புறம் மேற்கே போற எடிசன்ல சரியா இல்ல.

தமிழ்ல மார்க்சிய விமர்சன மரபு தொ.மு.சி. முதல் கேசவன் வரைக்கும் ஒரு தொடர்ச்சி இருந்தது. கேசவனுக்கு பிறகு...

இருக்குது. 'தமிழர் வாழ்வியல்'னு ஒரு புத்தகம், அதே அரசுக் கல்லூரியிலே வே. மாணிக்கம்னு ஒருத்தர் எழுதியிருக்கார். அவர் கேசவனுடைய நண்பர். இது மார்க்சிய இயலுடைய தொடர்ச்சி. அந்த மாதிரி யாராவது வருவாங்க. நம்ம கண்ணுக்குத் தெரியலயே தவிர, வருவாங்க. மாணிக்கமே ரொம்பநாள் கழிச்சுதான் நமக்குத் தெரிஞ்சாரு.

பாண்டியர் வரலாறு எழுதிக்கொண்டிருப்பதா கேள்விப்பட்டோம்.

எழுதல. எழுதணும்னு ஆசைப்பட்டேன்.

பாண்டியர் வரலாறு ஏன்?

சேர, சோழ, பாண்டியர் மூனு பேர்ல, பாண்டியர் குடிதான் பழைமையான குடின்ற எண்ணம் அந்தக் காலத்துலேயே இருந்திருக்கு. பாண்டியர்களை வெற்றிகொள்வதைத்தான் பெரிய வெற்றியாக சோழர்கள் கருதியிருக்கிறார்கள். பாண்டியர் குடிதான் ரொம்பப் பழைய குடியாக அறியப்பட்டிருக்கு. பாண்டியர்களுடைய தெய்வம் தமிழ்நாட்டின் முதல் பெரும் தெய்வமான மீனாட்சி. பெண் முடிசூடி ஆண்டாள். பெண் அரசு ஆளுகைக்குக் கீழே தமிழ்நாடு இருந்தது. அரசு உருவாக்கம் அங்கிருந்து

தோன்றியதற்கு அடையாளமாக இன்னும் ஆண்டுக்கு ஒருநாள் மீனாட்சிக்கு வேப்பம்பூ மாலை அணிவிக்கிறார்கள். வேப்பம்பூ மாலை பாண்டியர்களோட குறியீடு. பாண்டியர் மீனாட்சிய வழிபட்டதால் நின்று ஆண்டிருக்கார். இதுதான் பழைய அரசா இருக்கணும்.

பாளையங்கோட்டை தல வரலாறு குறித்த உங்கள் நூல்?

அது ஒரு சின்ன புத்தகம். இன்னமும் அறியப்படாத கல்வெட்டுகள், செப்பேடுகள் நிறைய இருக்கு. வெளிநாடுகள்ல இதுமாதிரி உள்ளூர் வரலாறு நிறைய இருக்கு.

தமிழ்ச் சமூகத்தில் பெரியார், பிரபாகரன் என்ற மிகப்பெரும் ஆளுமைகள் பற்றிய தங்களது பார்வை?

இருவரும் விடுதலைக்காக வாழ்ந்தவர்கள். பெரியார் சமூக விடுதலைக்காக வாழ்ந்தவர். மனிதகுல விடுதலைக்குப் பெரியார், பிரபாகரன் இன விடுதலைக்கு. இரண்டு பேரும் வாழுகிற காலத்திலேயே அங்கீகாரம் பெற்றவர்கள். பெரியார் பெற்ற வெற்றியை பிரபாகரன் பெறவில்லை. பன்னாட்டுப் படைகள் அதற்கு அனுமதிக்கலன்றதுதான் வருத்தமானது.

பெரியாரிஸ்டா இருந்து கோயில் சார்ந்த ஆய்வு செய்து, பண்பாடு சார்ந்தும் நாட்டார் தெய்வங்கள் பற்றியும் சொல்றீங்க. இப்பச் சொல்லுங்கய்யா.. கடவுள் இருக்காரா? இல்லையா?

கடவுள்ன்ற ஒரு பொருள் இருக்க இயலாது. ஆறு விரல் மனுசனப் பார்த்திருக்கேன். மூன்று கால் மனுசன பார்த்திருக் கீங்களா? 'நான் பார்த்திருக்கேன். ஆப்பிரிக்கக் காடுகள்ல'ன்னு சொன்னா, நீங்க என்ன நினைப்பீங்க? இருக்க இயலாது இல்லையா? ஒரு கன்னுக்குட்டி குருட்டுக் கன்னுக்குட்டியா பொறந்தா செத்துப் போயிறும். நிக்காது. கடவுள்ன்ற ஒரு பொருள் இருக்க இயலாது.

தசாவதாரம் படத்தின் கடைசி வசனம் உங்களோட பாதிப்புன்னு கேள்விப்படறோம். இப்பச் சொல்லுங்கய்யா, கடவுள் இருந்தா நல்லாயிருக்குமா ஐயா?

இருந்தா நல்லத்தான் இருக்கும். தீமையை அழிக்க ஒரு ஆள் வேணும். எனக்கு பக்கபலமா என் ஆசையைச் செயல்படுத்த ஒரு ஆள் கிடைச்சா நல்லாத்தான் இருக்கும். இவன் சொல்ற கடவுள்

இவன மாதிரி இருந்து, என் கை பட்டார்னா நல்லா இருக்கும். என் ஆசைகளுக்கு இணங்கி வந்தார்னா நல்லாயிருக்கும்.

திடீர்னு தெய்வம் உங்க முன்னாடி வந்து என்ன வேணும்னு கேட்டா என்ன கேட்பீங்க?

எனக்கு இப்படிக் கற்பனைகூடப் பண்ண முடியல. அடுத்த பிறவிலயும் இந்த ஊர்லயே பிறக்கணும். அதுலயாவது சிலப்பதி காரத்த ஒழுங்கா படிக்கணும்னு கேட்பேன்.

இந்து தேசியம்

நான் இந்துவல்ல; நீங்கள்..?

'இந்து' என்ற சொல்லுக்குப் பொருள் என்ன?

இந்து என்ற சொல், இந்தியாவிலே பிறந்த வேதங்களிலோ உபநிஷதங்களிலோ ஆரண்யகங்களிலோ பிராமண்யங்கள் என்று சொல்லக்கூடிய வேறு வகையான பழைய இலக்கியங்களிலோ இல்லை. இதிகாசங்களிலும் கிடையாது. இந்தச் சொல் 18ஆம் நூற்றாண்டின் நடுப்பகுதியிலே ஐரோப்பிய Orientalist அதாவது கீழ்த்திசை நாடுகளைப்பற்றி ஆராய வந்தவர்கள் பயன்படுத்திய சொல். இந்தச் சொல்லுக்கான 'மரியாதை' என்ன என்று கேட்டால், 'இது வெள்ளைக்காரரர்கள் கண்டுபிடித்த சொல்' என்பதுதான். இந்திய மொழிகளில் எந்த மொழியிலும் இந்து என்ற சொல்லுக்கு வேர்ச் சொல்லே கிடையாது.

மறைந்துபோன சங்கராச்சாரியார் எழுதிய தெய்வத்தின் குரல் என்ற புத்தகத்தைப் படித்துப் பார்த்தால் தெரியும். அதிலே "வெள்ளைக்காரன் வந்து நமக்கு இந்து என்று பொதுப்பெயர் வைத்தானோ இல்லையோ, நாம் பிழைத்தோம்" என்று சொல்கிறார். 'இந்து' என்று வெள்ளைக்காரன் சூட்டியதாலே ஆதாயம் அடைந்தது பிராமணர்கள் மட்டும்தான். எப்படியென்றால், அந்தச் சொல்லுக்கான அதிகார அங்கீகாரத்தை காலனி ஆட்சிக் காலத்திலேயே பிராமணர்கள் பெற்றுக்கொண்டார்கள். 1799இல் உள்நாட்டு நீதிநெறிகளைத் தொகுக்கவேண்டிய ஒரு கட்டாயம் வந்தபொழுது, கல்கத்தாவில் இருந்த சர்.வில்லியம் ஜோன்ஸ் (இந்தப் பெயரை இன்னும் ஆர்.எஸ்.எஸ்-காரரர்கள் கொண்டாடுவார்கள்) உள்நாட்டு நீதிநெறிகளைத் தொகுத்து அதற்கு Hindu Law என்று பெயரிட்டார். அப்பொழுதுதான் Hindu என்ற சொல் முதன்முதலாக அரசியல் அங்கீகாரம் பெறுகிறது. இந்தச் சொல் வெள்ளைக்காரன் கண்டுபிடித்த சொல். இந்த நாட்டிலே எந்த மொழியிலும் இல்லாத சொல். திராவிட மொழியிலும் கிடையாது. ஆரிய மொழிகளிலும் கிடையாது.

இந்து என்ற சொல் நமக்கானது இல்லையென்றால், இதற்கான பழைய சொல் என்னவாக இருக்கும்?

நம்முடைய நாட்டிலே இந்து என்ற சொல் சிந்து நதிக்கு இந்தப்புறம் வாழுகிற மக்களைக் குறிப்பதற்கு வெள்ளைக்காரர் களால் பயன்படுத்தப்பட்ட சொல். நம்முடைய நாட்டிலே என்ன வகையான பழைய இனப்பாகுபாடு எனக்கேட்டால், 'ஆரிய' என்ற ஒரு சொல் இருக்கிறது. 'திராவிட' என்று ஒரு சொல் இருக்கிறது. இந்தச் சொற்கள் இரண்டு மொழிக் குடும்பங்களைச் சார்ந்த மக்களைக் குறிக்கின்றவை ஆகும். இந்த இரண்டும் தனித்தனியே தம்மிலே வேறுபட்டவை. ஆரிய மொழிகளைப் பேசுகிறவர்களுக்கென்று ஒரு கலாச்சாரம் இருக்கிறது. திராவிட மொழிக்குடும்பத்தைச் சேர்ந்த மொழிகளைப் பேசுகிற மக்களுக் கென்று ஒரு கலாச்சாரம் உண்டு. இந்த இரண்டு சொற்களுக்குத் தான் மிகப் பழைய அங்கீகாரம் உண்டு. நம்முடைய சங்க இலக்கி யத்திலேயே 'ஆரியம்' என்ற சொல் வந்திருக்கிறது.

வடநாட்டுக்காரர்கள் என்ற பொருளில், "ஆரியர் துவன்றிய பேரிசை இமயம்" என்று வந்திருக்கின்றது. திராவிடம் என்ற சொல்லை **13**ஆம் நூற்றாண்டிலிருந்து முதலிலே வடமொழி நூல்களிலேதான் தென்னகத்து மக்களைக் குறித்து வழங்கியிருக் கிறார்கள். அந்தச் சொல் தமிழ்நாட்டில் உருவான சொல்லாகத் தெரியவில்லை. ஆனால் திராவிட மொழி பேசுகிற தென்னாட்டு மக்களைக் குறிக்கக்கூடியதாகவும் தமிழ் மொழியைக் குறிக்கக் கூடியதாகவும் இந்தச் சொல் பலமுறை பயன்படுத்தப்பட்டு வந்திருக்கின்றது.

13ஆம் நூற்றாண்டைச் சேர்ந்த வைணவ உரையாசிரியர்களைக் கேட்டால் 'திராவிட உபநிஷத்' என்றுதான் நம்மாழ்வாரின் திருவாய்மொழியைச் சொல்வார்கள். 'வேதம் பஹீவிதம். இதில் ஆரியம், திராவிடம் என்கிற பிரிவு ருகாதி பேதம் போலே' என்பார் **13**ஆம் நூற்றாண்டிலே ஒரு வைணவ உரையாசிரியர். ரிக், யஜுர், சாமம் போலேதான் ஆரியம், திராவிடம் என்ற பிரிவு என்பது இதன் பொருளாகும். திராவிட இயக்கம் பிறப்பதற்கு முன்வரை தென்னிந்திய பிராமணர்கள் 'பஞ்ச திராவிட பிராமணர்கள்' என்றுதான் தங்களை அழைத்துக்கொண்டனர்.

இரவீந்திரநாத் தாகூர், 'பஞ்சாப சிந்து குஜராத மராட்ட திராவிட' என்று பாடும்போது நான்கு தென் மாநிலங்களைச் சேர்ந்த நிலப்பரப்பை 'திராவிட' என்ற சொல்லாலே குறிக்கிறார்.

எனவே ஆரியம், திராவிடம் என்ற சொல்லுக்கு ஒரு வரலாறு உண்டு. இந்து என்ற சொல்லுக்கு அப்படியொரு வரலாறு கிடையாது.

இந்துக்கள் என்ற சொல் யாரையெல்லாம் குறிக்கும்?

'இந்து' என்ற சொல் இந்திய அரசியல் சட்ட அங்கீகாரத்தைப் பெற்ற சொல்தான். அது ஒரு 'சமயச்சார்புடைய' (religious utterance) சொல் அல்ல. இந்திய அரசியல் சட்டத்தில் குறிக்கப்படக்கூடிய 'இந்து' என்ற சொல்லுக்கு நேரிடையான வரைவிலக்கணம் (Positive definition) கிடையாது. 'கிறிஸ்துவரல்லாத, இசுலாமியரல்லாத, பார்சி அல்லாத மக்கள் எல்லாம் இந்துக்கள் என்று எதிர்மறையான வரைவிலக்கணம்தான் உண்டு.

ஒரு மதம் என்றால் மூன்று செய்திகள் அடிப்படையாக அமைய வேண்டும். ஒரு முழுமுதற் கடவுள், ஆகமங்கள், குறிப்பிட்ட வழிபாட்டு நெறிகள் ஆகியன அவை. இந்து மதத்திற்கு அல்லது அப்படி அடையாளம் காட்டப்படும் மதத்திற்கு இவை ஏதும் இல்லை.

இந்துக்கள் ஏன் சீக்கியர்களைச் சேர்த்துக்கொள்கிறார்கள்?

சீக்கியர்களை இந்துக்கள் என்ற கணக்கிலேதான் இந்திய அரசியல் சட்டம் சேர்த்திருந்தது. மிக அண்மைக்காலமாக அவர்கள் தாங்கள் 'இந்துக்கள் இல்லை' என்று சொல்லி வருகின்றார்கள்.

தமிழ்நாட்டில் சைவர்கள், வைணவர்கள் என்று இரண்டு சொற்கள் பயன்படுத்தப்படுகிறதே? அதற்கு பொருள்தான் என்ன?

'இந்து மதம் என்ற சொல் உருவாக்கியுள்ள குழப்பங்கள் பற்றிக் கேட்கிறீர்கள் என்று நினைக்கின்றேன். 'இந்து மதம்' என்ற சொல்லாடலுக்குள்ளே சைவர்கள், வைணவர்கள், ஸ்மார்த்தர்கள், இந்த மூன்றும் அல்லாத நூற்றுக்கணக்கான வழிபாட்டுமுறைகளை உடையவர்கள் என்று பல மக்கள்திரள்கள் உள்ளன. வேதத்தை மட்டுமே நம்புகின்ற - கடவுளை மதிக்காத ஸ்மார்த்தப் பிராமணர்கள் ஒருவகை. சைவர்கள் என்பவர்கள் சிவனை முழுமுதற் பொருளாகவும் கடவுளாகவும் ஏற்றுக்கொள்கிறவர்கள். சிவன் கோவிலிலே கருவறைக்குள்ளாக நுழைபவர்கள் பிராமணர்கள் அல்லர், சிவப்பிராமணர்கள். அவர்கள் ஒரு தனிப்பிரிவினர். தங்களுக்குள்ளே மட்டும் திருமணம் செய்துகொள்ளும் பிரிவினர் (Endogamous group).

அதுபோலவே விஷ்ணுவை முழுமுதற்பொருள் - உலகைப் படைத்த கடவுள் என்று சொல்லக்கூடியவர்கள் வைணவர்கள். வைணவக் கோவில் கருவறையில் நுழைந்து அருச்சனை செய்கிற வர்கள் வைணவப் பிராமணர்கள். அவர்களிலும் வைகானசம், பாஞ்சராத்திரம் என்ற இரண்டு ஆகமநெறிகளைப் பின்பற்று பவர்கள் உண்டு. தங்களுக்குள் மட்டும்தான் அவர்கள் திருமண உறவு வைத்துக்கொள்வர். அவர்கள் தனிப்பிரிவினர். இவ்விரண்டும் அல்லாத 'ஐயர்' என்ற பெயரோடு வேதங்களை மட்டும் நம்பும் பிரிவினர் உண்டு. 'ஸ்மிருதி' என்பது வேதத்தின் இன்னொரு பெயர். 'சொல்லப்படுவது' என்பது அதன்பொருள். எழுதப்படாமல், சொல்லவும் கேட்கவும் படுவதனால் வேதத்திற்கு அந்தப் பெயர் வந்தது. பார்ப்பனரல்லாதவர்களின் கண்ணுக்கும் காதுக்கும் தெரியவிடாமல் மறைத்துக்கொள்வதால் வடமொழி வேதத்துக்கு 'மறை' என்ற பெயர் வந்தது. எனவேதான் அதைப் பார்ப்பனர்கள் மனப்பாடம் செய்து வைத்துக்கொள்வார்கள். இந்த ஸ்மிருதியை மட்டும் கடவுளைப்போல வணங்குகிறார்கள் ஸ்மார்த்தர்கள். இவர்கள் ஆதி சங்கரருக்குப் பிறகு பெரும்பாலும் அத்வைத மரபு சார்ந்தவர்கள். இவர்களுக்கு பரமார்த்திகத்திலே, அதாவது உயர்ந்த தத்துவ நிலையிலே கடவுள் என்று ஒருவர் கிடையாது.

எனவே, இது ஒரு மறைமுக நாத்திகம். இவர்கள் எல்லாம் கோயிலிலே வேதத்தை மாத்திரம்தான் சொல்வார்கள் வேதங்களைக் கருவறைக்குள் சொல்லக்கூடாது. கருவறைக்குள்ளே சொல்லப்படுவதெல்லாம் வடமொழியிலமைந்த அருச்சனைகள், கோயிலில் இடைகழி மண்டபம் தாண்டி அடுத்தாற்போலுள்ள மண்டபத்திலிருந்து வேதம் கொல்ல வேண்டும். வேதப் பார்ப்பனர் வேறு, கோவில் பார்ப்பனர் வேறு என்பதைப் புரிந்துகொள்ள வேண்டும். கோயிற் பார்ப்பனர்களில் சைவர், வைணவர் உண்டு. இவர்களைத்தான் சிவாச்சாரியர்கள், பட்டாச்சாரியார்கள் என்று சொல்வது வழக்கம். அது அல்லாமல் பல்வேறு சாதிகளைச் சார்ந்த சைவர்கள் உண்டு. பல்வேறு சாதிகளைச் சார்ந்த வைணவர்கள் உண்டு. இந்த நெறிகளுக்குள் வராமல் மாடனை. காடனை, அம்மனை வணங்கும் மக்கள்தான் பெரும்பான்மையானவர்கள். சைவர்களும் வைணவர்களும் கோயில் வழிபாட்டுக்காரர்கள். ஸ்மார்த்தர்கள் கோயில் வழிபாட்டுக்காரர்கள் அல்ல.

கோவிலுக்குள்ளே வேதம் சொல்பவர்கள் என்பது தவிர, கோயில் வழிபாட்டுக்காரர்கள் அல்ல. இப்பொழுது எல்லாக் கோயில் குடமுழுக்குகளிலும் சங்கராச்சாரியார்தான் முன்னேவந்து நிற்கிறார். இது ஆகமங்களைக் கேலி செய்வதுபோல் இருக்கிறது. இதனை எதிர்த்துதான் திருநெல்வேலிச் சைவர்கள் நீதிமன்றத்துக்குப் போயிருக்கிறார்கள்.

சங்கராச்சாரியார் கோவிலுக்குப் போகிறாரே?

ஒரு சங்கராச்சாரியார் கோவிலுக்குப் போவது என்பது "ஸ்மார்த்தர்" என்ற முறையினாலேதானே தவிர, ஒரு முதல் பொருளை-உலகைப்படைத்தகடவுளை-தனியானபரம்பொருளை நம்புகிறவர் என்ற முறையினால் அல்ல. தனியான பரம்பொருள் என்பது ஸ்மார்த்தர்களைப் பொறுத்தமட்டில்- சங்கராச்சாரியாரைப் பொறுத்தமட்டிலே கிடையாது. தானே கடவுளாக, கடவுளே தானாக இருப்பதாக அவர்களுடைய சித்தாந்தம். "அகம் பிரம்மாஸ்மி" "தத்வம் அஸி" என்று சொல்வதெல்லாம் அதுதான். ஆனால் மத ஆச்சாரப்படி கோவிலுக்குப்போய் தங்களையும் ஆத்திகர்கள் என்று காட்டிக்கொள்வார்கள். இன்னொரு வேடிக்கை தெரியுமா? சங்கராச்சாரியார் திருநீறு பூசுவார். ஆனால் சைவ மடாதிபதிகளைப் போலவோ கோவில் அருச்சகரைப் போலவோ திருநீற்றை எடுத்து அடுத்தவர்களுக்குக் கொடுக்கமாட்டார். அவர் கையெழுத்துப் போடுவது "நாராயண ஸ்மிருதி" என்றுதான். ஆனால் பெருமாள் கோவிலுக்குச் சாதாரணமாகப் போவது கிடையாது. இப்பொழுது வேறு நோக்கத்திற்காகப் போகிறார். இந்த அளவிலேதான் கோயில்களுக்கு அவரோடு சம்பந்தம். கோயில்கள் ஆகம விதிப்படி நடப்பன. சங்கராச்சாரியார்களுக்கு ஸ்மிருதிதான் உண்டு. ஆகமங்களும் கோயில் வழிபாடும் சங்கராச்சாரியாரைப் பொறுத்தமட்டிலே ஆன்மீக ரீதியாக மரியாதைக்குரிய விஷயமல்ல. அவருக்கும் ஒரு அருச்சகரைப்போல சிவ பூசை செய்யவோ வைணவ ஆராதனை செய்யவோ சடங்கியல் தகுதி கிடையாது. ஸ்மிருதியைச் சொல்வதுதான் அவர்களுக்குக் கடவுள் மாதிரி.

காமாட்சியம்மன் கோவில் சங்கராச்சாரியார் கட்டுப்பாட்டில்தானே இருக்கிறது?

உங்கள் கேள்வி நன்றாக இருக்கிறது. காஞ்சி சங்கராச்சாரியார், காஞ்சி காமாட்சியம்மன் கோவிலில் பூசை செய்யவில்லை. அந்தக்

கோயில் அவரின் கட்டுப்பாட்டில் இருக்கிறது, அவ்வளவுதான். காமாட்சியம்மன் கோவிலைப் பொறுத்தமட்டில் கோயில் ஆராய்ச்சியாளர்கள் கருத்தெல்லாம் வேறு. ஒருகாலத்தில் அது பௌத்த மதக் கோயிலாக இருந்திருக்க வேண்டும். கி.பி. 1839இல் ஒரு வழக்கிலே தீர்ப்பு அளிக்கப்பட்டதன் அடிப்படையிலேதான் இந்த சங்கராச்சாரியார் கையிலே வந்ததே தவிர, 1839க்கு முன்னால் காமாட்சியம்மன் கோயிலுக்கும் சங்கர மடத்துக்கும் எந்தச் சம்பந்தமும் கிடையாது.

காமகோடி பீடம் என்பது உண்மையில்லையா?

காஞ்சி காமகோடி பீடம் என்று அவர்கள் சொல்கிறார்கள். சங்கராச்சாரியார் உருவாக்கிய கிழக்கு மடம், பூர்வ ஆம்னாய மடம் இதுதான் என்பது அவர்கள் சொல்லிக்கொண்டிருப்பது. ஆனால், "காஞ்சி காமகோடி பீடம் ஒரு கட்டுக்கதை" என்று வாரணாசி ராஜகோபால சர்மா என்று ஒருவர் ஒரு புத்தகம் எழுதியிருக்கிறார். சங்கராச்சாரியாருடைய வரலாறு பற்றி குடுமியான்மலை சங்கரன் என்பவரால் எழுதப்பட்ட இன்னொரு புத்தகம் வந்துள்ளது. "தட்சிணாம்னாய பீடம் சிருங்கேரியா? காஞ்சியா?" என்று இன்னொரு புத்தகம் வந்துள்ளது. இந்த மூன்று புத்தகங்களையும் எழுதியவர்கள் பிராமணர்கள். சிருங்கேரி மடம்தான் இவர்களுடைய மூல மடம். சிருங்கேரி மடத்தின் கிளையொன்று கும்பகோணத்திலே இருந்தது. அந்த மடத்தை இவர்கள் நிருவகித்து வந்தார்கள்.

17-ஆம் நூற்றாண்டின் நடுப்பகுதியில் அரசியல் அமைதியின்மை காரணமாக, இவர்கள் கும்பகோணத்திலிருந்து காஞ்சிக்கு வருகிறார்கள். அதாவது சிருங்கேரி மடத்தின் கிளை மடம் காஞ்சி புரத்திற்கு வருகிறது. பின்னாளிலே இவர்கள் காமாட்சியம்மன் கோவிலைக் கையகப்படுத்திக்கொள்கிறார்கள். காமக்கோட்டம் என்பது காமாட்சியம்மன் கோவிலின் பெயர். சங்கராச்சாரியார் குறித்த பழைய சமஸ்கிருத நூல்களிலே காமக்கோட்டத்தைப்பற்றிக் குறிப்புகள் கிடையாது. காமக்கோட்டம் கோயிலைக் கைப்பற்றிக் கொண்டதினாலே தங்கள் மடத்தை இவர்கள் "காமகோடி பீடம்" என்று சொல்கிறார்கள். "காம கோடி மடம்" என்றுதான் சொல்லி யிருக்க வேண்டும். ஆனால் "காம கோடி பீடம்" என்று சொல் கிறார்கள். மேலே சொன்ன மூன்று புத்தகங்களையும் பார்த்தாலே,

காஞ்சி மடம் ஆதி சங்கராச்சாரியாரால் தோற்றுவிக்கப்பட்ட மடம் அல்ல என்பது தெரியும். அது மட்டுமல்ல. இப்பொழுதுள்ள சங்கராச்சாரியாரைத் தவிர, கிளை மடத்தின் மடாதிபதிகள் எல்லாருமே ஒன்று தெலுங்கு அல்லது கன்னடம் பேசுகிறவர்களாகத்தான் இருப்பார்கள்.

ஏனென்றால் சிருங்கேரி மடம், இவ்விரண்டு மொழி பேசுகிறவர்களைத்தான் மடாதிபதிகளாக ஏற்றுக்கொள்ளும். ஆதிசங்கரர் பிறந்த காலடியில் போய்க் கேட்டுப்பாருங்கள். இந்த மடத்தை ஆதிசங்கரர் நிறுவியதாக ஏற்றுக்கொள்ள மாட்டார்கள். அதுபோல பூரி சங்கராச்சாரியாரைக் கேட்டால், காஞ்சிமடத்தை ஆதி சங்கரர் நிறுவினார் என்பதை ஒத்துக்கொள்ள மாட்டார். 19ஆம் நூற்றாண்டு ஆவணங்களில்கூட காஞ்சி மடாதிபதியை "சிக்க உடையார்" (சின்ன சாமிகள்) என்றுதான் குறித்திருக்கிறார்கள். பெரிய சாமிகள் (தொட்ட உடையார்) என்பவர் சிருங்கேரி சங்கரமடத்தின் தலைவர்தான். இந்த மடத்தின் தோற்றமே ரொம்ப சிக்கலுக்குள்ளான ஒரு விஷயம்.

ஆகம வழிபாடு என்றால் என்ன?

எடுத்துக்காட்டாக காரணாகமம், காமிகாகமம் என்று சிவன் கோயிலில் பூஜை செய்கின்ற, வழி நடத்துகின்ற முறைகளின் தொகுப்புக்கு ஆகமம் என்று பெயர். ஒரு காலத்திலே ஆகமங்கள் நிறைய இருந்திருக்கின்றன. தமிழிலும் ஆகமங்கள் இருந்திருக்கின்றன. சைவ நெறியும் வைணவ நெறியும் ஆகம நெறிகள். சைவத்தைப்போலவே வைணவத்திலும் 108 ஆகமங்கள் இருந்ததாகச் சொல்வார்கள். பாஞ்சராத்திர ஆகமம்பற்றி திருப்பதி தேவஸ்தானம் புத்தகமே வெளியிட்டிருக்கிறது. ஆகமம் என்பது கோயிலை, பூசைகளை நெறிப்படுத்தும் முறை. இதற்கும் வேதத்திற்கும் சம்பந்தம் கிடையாது. ஏனென்றால் வேதப்பாடல்கள் பிறந்த காலத்தில் கோயில் என்ற நிறுவனமே கிடையாது. இந்திரன், வருணன், அக்கினி, மருத் (காற்று) போன்ற (இப்போது செத்துப்போன) தெய்வங்களுக்குத் தற்காலிகமான வேள்விச் சாலைகளை உருவாக்குவார்கள், அவ்வளவுதான். கோயிலோடு சம்பந்தமில்லாத சங்கராச்சாரியார் ஆகமத்தை மதிக்கமாட்டார். ஆகம வழிப்பட்டவர்கள், சங்கராச்சாரியாரை ஏற்றுக்கொள்ள மாட்டார்கள். ஆகம விதிப்படிதான் கோயில்கள் இன்றளவும்

நடந்து வருகிறதே தவிர. "இந்து நெறி", "இந்து மதம்" என்ற ஒன்றின்படி கோயில்கள் நடக்கவில்லை. இந்து என்ற சொல்லுக்கு அரசியல் சட்ட அங்கீகாரம் இருக்கிறதே தவிர, நான் முதலிலேயே சொன்னதுபோல சைவ, வைணவக் கோயில்களுக்கு உள்ளாக "இந்து" என்ற சொல்லுக்குச் சமய ரீதியான அங்கீகாரம் கிடையாது என்பதே உண்மை. அதனால்தான் சங்கராச்சாரியார் சாமியைத் தொட்டு பூசை செய்யக் கூடாது. மூலஸ்தானத்திற்குள் நுழையக் கூடாது என்று திருநெல்வேலியிலே 1960களிலும் 80களிலும் சைவர்கள் கிளர்ச்சி பண்ணினார்கள்.

காஞ்சிமடம் "இந்து" என்ற பெயரில் எல்லாவற்றையும் தன்னுடைய கட்டுக்குள் கொண்டுவர வேண்டும் என்பதற்காகத் திருப்பாவை, திருவெம்பாவை மாநாடுகளை நடத்தத் தொடங்கியது. உண்மையிலேயே அவர்கள் பூசை செய்கின்ற நேரத்தில் தமிழிலே பேசக்கூடாது என்ற கொள்கை உடையவர்கள். அவர்கள் பூசையிலே திருப்பாவை பாடுவார்களா? திருவெம்பாவை பாடுவார்களா? இரண்டையும் பாடமாட்டார்கள். ஏனென்றால் தமிழ்மொழி அவர்களுக்குத் தீட்டான மொழி. இந்தத் திருப்பாவை, திருவெம்பாவை மாநாடு என்பது சைவர்களையும் வைணவர்களையும் ஏமாற்றுவதற்காகச் செய்த ஏற்பாடு. முதலிலே சைவர்கள் ஏமாந்தார்கள். வைணவர்கள் ஏமாறுவதற்குத் தயாராகவில்லை.

குறிப்பாக காஞ்சியிலே இருந்த, 5 ஆண்டுகளுக்கு முன்னர் காலமான 96 வயது வைணவ அறிஞர், பிரதிவாதி பயங்கரம் அண்ணங்கராசாரியார் என்பவர் இவர்கள் நடத்திய திருப்பாவை, திருவெம்பாவை மாநாட்டிற்குக் கடைசிவரை வரமாட்டார். "திருப்பாவை பேசுவதற்கு ஆன்மிகத் தகுதி உங்களுக்குக் கிடையாது. நீங்கள் திருப்பாவை பேசுகின்ற மாநாட்டிற்கு நான் வரமாட்டேன்" என்று கடைசிவரை மறுத்துவிட்டார். இன்னமும் வைணவ நூல்களை ஏராளமாக வெளியிடுகின்ற (திருச்சி) புத்தூர் கிருஷ்ணசாமி ஐயங்காரிடம் (ஸ்ரீ சுதர்சனம் பத்திரிகையின் ஆசிரியர்) போய்க் கேட்டுப்பாருங்கள். 'ஸ்மார்த்தர்கள் திருப்பாவை மாநாடு நடத்தலாமா? நடத்தினால் நீங்கள் வருவீர்களா?' என்றால் வரமாட்டார். இவர்களாகச் செய்துகொள்கின்ற ஏற்பாடு இது. இப்போது அதனையும் கைவிட்டுவிட்டு "இந்து" என்பதை மட்டும் கையில் எடுத்திருக்கிறார்கள். இவர்களது நோக்கம் எல்லாம்,

ஏதேனும் ஒரு போர்வையில் அரசியல் அதிகாரத்தை மறைமுகமாகத் தங்கள் வசம் வைத்திருப்பதுதான்.

கோயில் கருவறையிலே வடமொழி வேதம் பாடுவதில்லையா?

கருவறையிலே வடமொழியிலே அருச்சனை நடைபெறுகிறதே தவிர, வேதம் கருவறையிலே இல்லை. கருவறை தாண்டி, இடைகழி மண்டபம் தாண்டி அடுத்த பகுதியிலே வேதம் ஓதப்படுகிறது. நான் திரும்பத் திரும்பச் சொல்லுகிறேன். வேதத்தை ஓதுபவர்கள் ஸ்மார்த்தர்கள். வடமொழி வேதத்தை மட்டும் கடவுள்போலக் கொண்டாடுபவர்கள். அதுவல்லாமல் வைணவக் கோயில்களிலே கருவறைக்குள்ளாகவே தமிழ் பாடப்படுகின்றது. இன்றளவும் திருப்பதி கோயிலிலே நாள்தோறும் திருப்பாவை சேவிக்கப்படுகிறது. சைவர்கள் சிதம்பரம் நடராசர் கோயில் கருவறையில் தேவாரமும் திருவாசகமும் பாடுவதற்காகப் போராடி வருகின்றார்கள்.

'முன்னோர்கள் செய்ததுபோல்' என்ற வார்த்தையை அடிக்கடி பயன்படுத்திக்கொண்டிருக்கிறார்களே, அதன் பொருள் என்ன?

"முன்னோர்கள் போல", "நமது முன்னோர்கள் செய்தது போல", "மரபுப்படி" என்று சொல்லுவதற்கு "சனாதனம்" என்று அர்த்தம். இந்த வார்த்தையை முன்பு அடிக்கடிச் சொல்லுவார்கள்; இப்போது சொல்லுவதில்லை. சனாதன தர்மப்படி கோயில் நுழைவுச் சட்டம் கொண்டு வந்தபோது முன்னோர்கள் சொன்னதெல்லாம் என்னவாயிற்று? கோயில்களில் தேவதாசிமுறையினை ஒழிக்க முத்துலெட்சுமி ரெட்டி போராடியபோது காங்கிரஸ் தலைவரான பார்ப்பனர் சத்தியமூர்த்தி, அதனை எதிர்த்தார். எதிர்க்க முடிய வில்லை. அந்தச் சட்டத்தை 15 ஆண்டுகளுக்கு மேலாகக் கிடப்பிலே போட்டு இறுதியில் 1949இல் நடைமுறைப்படுத்தினர். முன்னோர்கள் செய்த கொடுமையினைப் பின்னோர்கள் தூக்கித் தூர எறிந்தனர். "முன்னோர் செய்தது, முன்னோர்கள் செய்தது" என்று இவர்கள் சொல்லுவதெல்லாம், பிறப்பு காரணமான சாதி வேற்றுமையைக் கோயிலுக்குள்ளே மறுபடியும் நிலைநிறுத்துவது என்பதே. இவர்கள் சொல்லுவதுபடி பார்த்தால், தாழ்த்தப்பட்ட ஒருவரை அர்ச்சகராக ஏற்றுக்கொள்ள இவர்கள் தயாராக இல்லை. இவர்களின் முன்னோர்கள் என்ன செய்தார்கள்? பிறவி ரீதியாக மக்களை மேல்கீழாக அடுக்கி வைத்தார்கள். உயர்ந்தோர்

தாழ்ந்தோர் எனப் பிரித்து வைத்தார்கள். இதுதான் முன்னோர்கள் செய்தது போல" என்பதின் இரகசியம்.

அப்படியானால் கோயில் கருவறைக்குள் தமிழ்ப் பாட்டு செல்லுபடி யாகாதா?

ஏன் செல்லுபடியாகாது? ஆழ்வார்களின் பாசுரங்கள் இல்லை யென்றால் திருவரங்கம் பெருமாள் கோயில் எங்கே போகும்? தேவாரம் செல்லுபடியாகவில்லையென்றால் சிதம்பரம் கோயில் எங்கே போகும்? மாணிக்கவாசகர் சொல்ல, கடவுளே திருவாசகத்தை எழுதித் தமக்கென ஒரு பிரதியை வைத்துக்கொண்டார் என்பது சைவர்களின் நம்பிக்கை. வைணவர்களின் நம்பிக்கை என்னவென் றால், "திருவரங்கத்துப் பெருமாள் தெற்கு நோக்கிப் படுத்திருப்பதே. வடக்கே ஆரியர்களின் முரட்டு சமஸ்கிருதம் வழங்குகிறது; தெற்கே ஆழ்வார்களின் ஈரத் தமிழ் நடமாடுகிறது. அதுதான் காரணம்" என்பதாகும். இதை உரைநூல்களில் வைணவர்கள் எழுதியே வைத்திருக்கிறார்கள்.

அருச்சனை என்ற சொல்லே வட சொல்தானே?

வட சொல்தான். தமிழிலே அதனை "போற்றிப்பாடல்" என்று சொல்ல வேண்டும். அல்லது தொல்காப்பியர் சொல்வது போல் "பரவுதல்" என்பதுதான் அருச்சனை. இந்தப் "பரவுதல்" என்ற சொல்லையும் காலி செய்துவிட்டார்கள். "போற்றி" என்ற சொல் இன்னமும் திருவாசகத்தில் "ஈசனடி போற்றி, எந்தையடி போற்றி" என்று இருக்கிறது. திருவாசகத்தின் போற்றிப் பாடல்கள் அருச் சனையன்றி வேறு என்ன? "அருச்சனை பாட்டேயாகும்" என்றுதானே சேக்கிழார் சொல்லுகிறார்! திருவாசகம் பாட்டுத்தானே! தேவாரம் பாட்டுத்தானே! ஆழ்வார் பாசுரங்கள் எல்லாம் பாடல்கள்தானே! இவற்றையெல்லாம் விட்டுவிட்டுப் போனால் உங்களின் தெய்வம் வேற்றுமொழிக்காரர்கள் தெய்வம் என்றுதானே பொருளாகின்றது?!

இவை தவிர தமிழில் அருச்சனைப் பாடல்கள் ஏதேனும் உண்டா?

தமிழில் அருச்சனைப் பாடல்கள் ஏராளம் இருக்கிறதே! சிலப்பதிகாரத்தின் வேட்டுவவரி முழுக்க அருச்சனைப் பாடல்கள். சக்தி, விஷ்ணுதுர்க்கை என்று இவர்கள் கொண்டாடுகிறார்களே, அந்தக் கடவுளர்களின் போற்றிப் பாடல்களை வேட்டுவ வரியில் நிறையப் பார்க்கிறோம். ஏன், ஆதி சங்கரர் வடமொழியில் லலிதா

சகஸ்ரநாமம் எழுதுவதற்கு சிலப்பதிகாரத்தின் வேட்டுவவரிதானே தூண்டுகோலாக இருந்திருக்க வேண்டும்?! அவர் காலத்தில் கி.பி. எட்டாம் நூற்றாண்டில் மலையாள மொழி பிறக்கவே யில்லை. அவர் சிலப்பதிகாரத்தின் வேட்டுவவரியைக் கட்டாயம் படித்திருக்க வேண்டும்.

சிலம்பும் கழலும் புலம்பும் சீறடி
வலம்படு கொற்றத்து வாய்வாள் கொற்றவை
இரண்டுவே(று) உருவில் திரண்டதோள் அவுணன்
தலைமிசை நின்ற தையல் பலர்தொழும்
அமரி குமரி கவுரி சமரி
சூலி நீலி மால்அவற்(கு) இளங்கிளை
ஐயை செய்யவள் வெய்யவாள் தடக்கைப்
பாய்கலைப் பாவை பைந்தொடிப் பாவை
ஆய்கலைப் பாவை அருங்கலப் பாவை

பெருங்கோயில்களில் மட்டுமல்ல, சூலமும் வாளும் ஏந்தியுள்ள எல்லா அம்மன் கோயில்களிலும் பாடக்கூடிய அருச்சனைப் பாட்டு இது. அதற்காகவே இளங்கோவடிகள் இதனைப் பாடியிருக்கிறார்.

சைவ, வைணவ மதங்கள் தலித்துகளை எப்படிப் பார்த்தன?

சைவ, வைணவர்கள் பக்தி இயக்க எழுச்சிக் காலத்தில் சமண, பௌத்த மதங்களைச் சாய்ப்பதற்காக ஒருவகையான 'சனநாயகத் தன்மையினை' தற்காலிகமாகக் கொண்டிருந்தனர். முதலிலே சைவர்களும் வைணவர்களும் தலித்துகளை எப்படிப் பார்த்தார்கள் என்பதில் வேறுபாடுகள் உண்டு. சைவத்திலே நந்தனார் சோதி யாகத்தான் சிதம்பரம் கோயிலுக்குள்ளே போக முடிந்தது. வைண வத்திலே திருப்பாணாழ்வாரை தோளிலே தூக்கிக்கொண்டு ஒருவர் திருவரங்கம் கோயிலுக்குள்ளே செல்கிறார். இந்த வித்தியாசம் இருக்கிறதே, இது என்னவென்று கேட்டால் "நீ சைவனா? பிராமணனா?" என சிவப் பிராமணரிடம் கேட்டால், அவர் திண்டாடிப் போவார். ஆனால் தத்துவார்த்தரீதியாக வைணவனா? பிராமணனா? என ஒரு வைணவரிடம் கேட்டால், ஒரு உண்மையான வைணவர் "நான் பிராமணனல்ல; வைணவர்" எனத் தைரியமாகச் சொல்லுவார். அண்மையிலே வந்த குமுதம் ரிப்போர்ட்டர் இதழிலே "வருணாசிரமத்தைக் கடைப்பிடிக் கிறவர்" என்று சங்கராச்சாரியைத் தாக்குகிறார் இராமானுஜ

தாத்தாச்சாரியார். "வருணதர்மிகள் தாசவிருத்திகள் என்று துறை வேறு இடுவித்தது" என்ற ஆச்சாரிய ஹிருதயம் (மாறன் மனம் என்று பொருள்படும் 13ஆம் நூற்றாண்டு வைணவத் தத்துவ நூல்) நூற்பாவை வைத்துக்கொண்டுதான் தாத்தாச்சாரியார் தாக்குகிறார். "வருணாசிரம தருமத்தை மேற்கொள்ளும் ஸ்மார்த்தப் பார்ப்பனர்கள் குளிக்கும் துறையிலேகூட வைணவர்கள் குளிக்க மாட்டார்கள்" என்பதுதான் இதன் பொருள். ஒடுக்கப்பட்டவரின் கோயில் நுழைவு இராமானுசரால் முதன்முதலில் மைசூரிலுள்ள மேல் கோட்டையிலே நடத்தப்பட்டது. அது தொடர்ந்து வர முடிய வில்லை என்பது வேறு விசயம். ஆனால் ஒரு நல்ல வைணவன், பிராமணனாக இருக்க முடியாது என்கிறார் தொண்டரடிப் பொடியாழ்வார். "நான் பிராமணன் இல்லை. நான் என் பிராமணத் தன்மையினைக் கைவிட்டுவிட்டேன்" என்று ஏழாம் நூற்றாண்டி லேயே அவர் கூறுகின்றார். வைணவத்திற்குள்ளே சாதிக்கு எதிராகவும் வடமொழி ஆதிக்கத்திற்கு எதிராகவும் ஒரு கலகக் குரல் தொடர்ந்து வருகின்றது. அது பலவீனமாக இருந்திருக்கிறது. இப்போது வைணவப் பார்ப்பனர்களிலே சிலபேர் வைணவர் என்பதை விட்டுவிட்டுப் பார்ப்பனர் என்ற உணர்வோடு இந்து என்ற கருத்தாக்கத்திற்குள்ளே புகுந்துகொண்டிருக்கிறார்கள். ஆனால் இன்று தலித்துகளைப் பொறுத்தவரையில் இராமானுசர் பார்வையும் வைணவ தத்துவப் பார்வையும் வேறு, நடைமுறை வேறாகத்தான் உள்ளது.

ஆனால் நடைமுறையிலே ஒன்றைச் சொல்லலாம். சங்கராச் சாரியார் யாருக்கு தீட்சை கொடுப்பார்? சைவ மடம் யாருக்கு தீட்சை கொடுக்கும்? பிறப்பினாலே சைவ சமயத்தைச் சார்ந்தவருக் குத்தான் தீட்சை கொடுக்கும். ஆனால் வைணவ மதம் தாழ்த்தப் பட்டோருக்கும் தீட்சை கொடுக்கும் வழக்கம் இன்றுவரை நடைமுறையிலிருக்கிறது. ஒரு தாழ்த்தப்பட்டவர் வைணவ தீட்சை பெற்று வைணவராகலாம். தீட்சை பெற்று வைணவரானவுடன் தீட்சை பெற்றவர்கள் யாரும் யாருடைய சாதியையும் கேட்கக் கூடாது. ஒன்றாகச் சமைத்து, ஒன்றாகச் சாப்பிட வேண்டும். இந்த தாராள மனப்பான்மை சைவத்திலே கிடையாது. இதுதான் பார்வையிலே வித்தியாசம். ஆனால் இன்று எல்லோருமே "இந்து" என்ற போர்வையிலே தலித்துக்களை வெறுப்போடு தள்ளி வைத்துப் பார்க்கும் பார்வைதான் உள்ளது. இராமானுசரின் சாதி எதிர்ப்புக் குரல் தோற்றுப்போய்விட்டது.

நீங்கள் சொல்லுவதைப் பார்த்தால் கோயில் என்ற அமைப்பே சாதிகளைக் காப்பாற்றும் முறைபோன்று தோன்றுகிறதே?

ஆம். 1949இல் கோயில் நுழைவுச் சட்டம் வருகிற வரைக்கும் கோயில் என்ற நிறுவனம் சாதியை முழுமையாகக் காப்பாற்றும் அமைப்புத்தானே. கோயில் நுழைவுச் சட்டம் என்பது தடை செய்யப்பட்ட சாதியார் கோயிலினுள் நுழையலாம் என்பதுதானே! இவர்களைத் தடை செய்து வைத்தது எது? கோயில்தானே?! இன்றைக்கு நாம் அனைவரும் உள்ளே போய் வணங்கினாலும்கூட, மதுரை வீரன் கோயில் மதுரை மீனாட்சியம்மன் கோயில் கோபுரத் திற்கு வெளியேதான் இருக்கிறது. அதேபோல மதுரை வீரனை வணங்கும் சாதியார் கோயிலுக்கு வெளியே நிறுத்தப்பட்டனர்.

கோயில், சாதியைக் காப்பாற்றினால் அது வருணாசிரம தருமத்திற்குக் கட்டுப்பட்டது என்றுதானே அர்த்தம்?

இல்லை. வருணாசிர தர்மம் என்பது தமிழ்நாட்டிலே ஒருபோதும் நடைமுறையிலே இருந்ததில்லை. வருணாசிரம தருமப்படி, பிராமணர்களுக்கு அடுத்தபடி இருப்பவர்கள் வைசியர் என்று அழைக்கப்படுகிற வணிகச் சாதியார். அந்த வணிகச் சாதி யாருக்கு கோயிலிலே எங்காவது இடம் இருக்கிறதா? இல்லை. அடுத்து சத்திரியர் என்று சொல்லப்படக்கூடிய போர்க்குணமுடைய சாதியர். அவர்களுக்கு எங்காவது இடம் இருக்கிறதா? வேளாளர் என்று சொல்லக்கூடிய, சைவ மடங்களை வைத்திருப்பவர்கள் வருணதரும கணக்குப்படி சூத்திரர்கள். ஆனால் நடைமுறையிலே பிராமணர்களுக்கு அடுத்த உயர்சாதி நிலையில் அவர்கள் இருக்கிறார்கள். இதற்கு என்ன பொருள்? வருணாசிரம தருமம் இங்கு நடைமுறையிலே இல்லை. இங்கே சாதிதான் இருந்தது, இருக்கிறது. எனவே கோயில் சாதி பேணுகிறதே தவிர, வருணாசிரம தருமத்தைப் பேணவில்லை.

"அவரவர் தருமம்" என்கிறார்களே, அதன் அர்த்தம் என்ன?

இப்படிச் சொல்லுகின்ற பார்ப்பனர்களின் ஆசைப்படி, "அவரவர் தருமம்" என்றால் தாழ்த்தப்பட்டவர்கள் தாழ்த்தப்பட்ட வர்களாகவே இருக்க வேண்டும். பிராமணர் வேதம் ஓதிக் கொண்டிருக்க வேண்டும். பிராமணர்கள் வேதமும் ஓத வேண்டும், அரசியலும் செய்ய வேண்டும். சமூகத்தில் மிக உயர்ந்த பதவி

களாகிய தலைமை அமைச்சர் பதவியிலோ, குடியரசுத்தலைவர் பதவியிலோ, புகழ்பெற்ற மருத்துவராகவோ, வழக்கறிஞராகவோ இருக்க வேண்டும். பேருந்துப் போக்குவரத்து பெருந்தொழிலாக மாறியபோது பார்ப்பனர்கள் அதற்குள் நுழைந்து முதலாளிகள் ஆனார்கள். பட்டறைத் தொழில் பார்ப்பனர்களின் பரம்பரை தர்மத்துக்கு உடன்பாடா? இதுதான் 'அவரவர் தருமம்' என்பதற்கான உண்மையான அர்த்தம்.

பகுத்தறிவு வாதத்தால்தான் கோயில்கள் பாழடைந்து போய்விட்டன என்று சொல்கிறார்களே?

பகுத்தறிவு வாதத்தால் என்றல்ல. அவர்கள் வெளிப்படையாகச் சொல்வது திராவிட இயக்கம் வந்தபிறகுதான் தமிழ்நாட்டுக் கோயில்கள் பாழ்பட்டுக் கிடக்கின்றன என்ற குற்றச்சாட்டைத்தான். நாத்திகத்தோடு திராவிட இயக்கம் வந்தது 1925-க்குப் பிறகுதான். அதற்கு முன்னாலே பாழ்பட்ட கோயில்களுக்கெல்லாம் யார் பொறுப்பு? இரண்டாவது, பார்ப்பனர் கையில் இருந்த - பாழ் பட்டுக் கிடக்கும் கோயில்கள் எல்லாம் பெரிய சொத்துடைமை நிறுவனங்களாக இருந்த கோயில்கள்தானே தவிர, எந்த ஊரிலாவது சாதாரண அம்மன் கோயில், சுடலை கோயில், இசக்கி கோயில், காத்தவராயன் கோயில் பாழ்பட்டுப் போகிறதா? எனில், எந்த ஆன்மீகம் பாழ்பட்டுப் போயிருக்கிறது? யாருடைய ஆன்மீகம் உயிரோடு இருக்கிறது? பெருவாரியான மக்களுடைய ஆன்மீகம் உயிரோடு இருக்கிறதனால்தானே காத்தவராயன் கோயிலோ, சுடலை கோயிலோ, பொன்னியம்மன் கோயிலோ அழியாமல் அப்படியே இருக்கிறது?! சுஜாதாகூட ஒருமுறை எழுதியிருந்தார், நவதிருப்பதியை சுற்றிப் பார்த்துவிட்டு வந்து, அவை வாழ்ந்த காலத்தை நினைத்துப் பார்த்துவிட்டு "அப்பொழுதெல்லாம் திராவிட இயக்கம் இல்லை" என்று. திராவிட இயக்கம் பிறப்பதற்கு முந்நூறு, நானூறு ஆண்டுகளுக்கு முன்னாலேயே பெரும் பாலான கோயில்கள் பாழ்பட்டுப் போயின. அதற்கான காரணம், பிராமணர்கள் புதிய அதிகார மையத்தைத் தேடி அந்தக் கோயில் களை எல்லாம் கைவிட்டுவிட்டு நகரங்களை நோக்கிப் புறப்பட்டுப் போனார்கள். 19ஆம் நூற்றாண்டில் நீதிபதி முத்துச்சாமி ஐயரோ, எஸ்.எஸ்.வாசனோ தங்கள் கிராமத்தைவிட்டு நகரத்திற்கு வந்ததற்கு திராவிட இயக்கமா காரணம்? திராவிட இயக்கம் பிறப்பதற்கு

முன்னாலேயே இவர்கள் நகரத்திற்கு புதிய அதிகாரங்களையும் பொருள் வளத்தையும் தேடித்தான் கோயில்களைக் கைவிட்டுவிட்டு வந்தார்கள்.

கோயில்களைக் காப்பாற்றவே முடியாதா?

எந்தக் கோயில்களை நீங்கள் குறிப்பிடுகிறீர்கள்? பெரிய கோபுரங்களோடு கூடிய கோவிலையா? இல்லை, உங்கள் வீட்டிற்குப் பக்கத்தில் இருக்கும் அம்மன் கோவிலையா? அரசு ஆதரவிலே வளர்ந்த மிகப்பெரிய சொத்துடைமை நிறுவனங்களாக இருக்கிற கல்மண்டபங்களோடு கூடிய கோயில்களையும் காப்பாற்ற முடியும். எப்படி முடியும் என்றால், சமூகம் ஜனநாய கப்பட்ட பொழுது கோவில்கள் என்ற சொத்துடைமை நிறுவனங் களும் ஜனநாயகப்பட வேண்டும். ஆனால் அண்மையில் சங்கராச் சாரியார் "ஆழ்வார். நாயன்மார்களின் பிறந்தநாட்களை அந்தந்த சாதிக்காரரர்கள் கொண்டாட வேண்டும்" என்கிறார். நந்தனார், திருப்பாணாழ்வார் சந்நிதிகளில் பார்ப்பனர்கள் வழிபாடு செய்ய மாட்டார்கள் என்பதுதான் இதன் பொருள். பார்ப்பனர்களைத் தலைமைச்சாதி (ஆக உயர்ந்த சாதி) என்று எல்லாரும் ஏற்றுக் கொள்ளும் வரை ஆன்மிகத்தில் சமத்துவம் ஏற்படாது. கோயிலும் அனைத்து மக்களுக்கும் உரியது ஆகாது. இதுவரைக்கும் அவை தாக்குப்பிடிப்பதற்கான காரணமே, கோவில் நுழைவுச் சட்டத்தின் விளைவாகத்தான். இனிமேல் அவை வாழவேண்டுமானால் அனைத்து சாதியினரும் தகுதி காரணமாக அருச்சகராகலாம் என்று அண்மையிலே உச்சநீதிமன்றம் தீர்ப்பு வழங்கியிருக்கிறதே, அந்தத் தீர்ப்பை நடைமுறைப்படுத்தினால் இந்தக் கோயில்கள் வாழும். கோயிலை மையமிட்ட கலைகள் காப்பாற்றப்படும். கோயிலி லுள்ள கலைச்செல்வங்கள் அனைத்தும் பாதுகாக்கப்படும்.

அப்படி ஒரு நிலை வந்தால் கோயில்களைக் காப்பாற்ற முடியும். ஆனால், "தலித் என்ற பெயரோடு வந்தால் கோயிலுக்குள் அனுமதிக்கமாட்டோம்" என்றும் சங்கராச்சாரியார் கூறிவருகிறார். கோயில் அனுமதி அதிகாரம் இவருடைய குடும்பச் சொத்தோ, மடத்தின் சொத்தோ ஆகாது. ஒருவருடைய சாதியை சட்டப்படி அரசாங்கம்தான் அடையாளம் காட்ட முடியும்.

மதச்சிறுபான்மைச் சமூகங்களை எப்படிப் பார்க்கிறீர்கள்?

தமிழ்நாட்டில் மதச்சிறுபான்மைச் சமூகங்களுடைய உருவாக்கம் என்ன? வட இந்தியாவைப்போல அல்ல இங்கே. மிகப்பெரிய கலைச்செல்வங்கள் உடைய கோயில்கள் இருக்கின்றனவே. இவற்றின் மீது இவற்றை உருவாக்கிவிட்டு இன்றைக்கு வேறு மதத்தில் இருக்கிற மக்களுக்கு ஒரு பங்கு இருந்ததல்லவா? அப்படியானால் அவர்கள் இதையெல்லாம் விட்டுவிட்டு ஏன் போனார்கள்? போகவில்லை, அவர்கள் துரத்தப்பட்டார்கள் என்பதுதான் உண்மை. மழையிலும் வெயிலிலும் நின்றுகொண்டு இருக்கிற மக்கள், கோயிலுக்குள் நுழையமுடியாது. மழைக்குக்கூட நுழையமுடியாது. ஏனெனில் சாதியினால் தாழ்ந்தவர்கள். எந்தக் கோயில் திறந்திருந்ததோ அந்தக் கோயிலுக்கு அவர்கள் போய்விட்டார்கள்.

எனவே "இங்கிருந்து துரத்தப்பட்டவர்கள்" என்று சொல்வதுதான் பொருத்தம். சமூக அரசியல் ஆதிக்கம் காரணமாக, தென்மாவட்டக் கடற்கரையில் இருக்கிற பரதவர் என்ற சாதியினர், தமிழ்நாட்டில் தொல் பழைய சாதியினர். சங்க இலக்கியத்திலேயே அவர்களைப் பற்றிய குறிப்புகள் உண்டு. அவர்கள் 15ஆம் நூற்றாண்டின் தொடக்கப் பகுதியிலேயே நூற்றுக்கு நூறு கிறிஸ்தவர்களாகப் போய்விட்டனர்.

என்ன காரணம்? அன்றைக்கிருந்த நாயக்கராட்சியின் நெருக்கடி தாங்கமுடியவில்லை. மறுபுறம் கடற்கொள்ளையர்கள். இன்னொருபுறமோ போர்த்துக்கீசியப் படைகள். நம்முடைய மூச்செல்லாம் நம்முடைய மண்ணில் இருப்பதுபோல, அவர்கள் மூச்செல்லாம் அந்தக் கடற்கரையிலும் கடலிலும் கிடந்தது. கடலின் மடியிலே தங்களுடைய வாழ்க்கை அமைந்திருக்கிறது என்பதனாலே தங்களை, தங்கள் கடலை, தங்களுடைய புனிதங் களும் நம்பிக்கைகளும் சார்ந்த நெடிய கடற்பரப்பைக் காப்பாற்றிக் கொள்வதற்காக அனைவரும் போர்த்துக்கீசியரோடு உடன்பாடு செய்துகொண்டு கிறித்தவ மதத்திற்குப் போனார்கள். தவிர, இயேசுவின் சேதியை அப்பொழுது அவர்கள் அறிந்துகொண்டு போகவில்லை. பின்னாலே அவர்கள் அறிந்திருக்கலாம்; அது வேறு விசயம். போகிறபொழுது இயேசுவின் செய்தி அவர்களுக்குத் தெரியாது. இப்படித்தான் எல்லா இடத்திலும் நிகழ்ந்தது.

வடநாட்டு ஆசிரியர்கள் எல்லாம் எழுதி வைத்திருக்கிறார்கள், இஸ்லாம் வாளோடு வந்த மதம் என்று. எந்த மதம் வாளைத் தூக்கவில்லை? எல்லா மதங்களும் வாளைத் தூக்கியவைதான். சிலுவைப்போர்கள் நடந்ததும் உண்மைதான்; கலிபாக்கள் இடையில் போர் நடந்ததும் உண்மைதான்; மதுரையிலே எண்ணாயிரம் சமணர்களைக் கழுவேற்றியதும் உண்மைதான்.

உலக வரலாற்றை எடுத்துப் பார்த்தால், எல்லா மதங்களுமே ஒருகட்டத்தில் ஆயுதத்தை ஏந்தி அடுத்த மதத்தை ஒடுக்கிய மதங்கள்தான். இன்றைக்குத்தான், "அவரவர் மதம் அவரவர்களுக்கு" என்கிற ஞானம் எல்லா மதத்துக்காரரர்களுக்கும் வந்துள்ளது. சாதி ஆதிக்கமும் பொருளாதார ஆதிக்கமும் அரசியல் அதிகார ஆதிக்கமும் பலமும் உடையவர்களாலே கிறிஸ்தவர்களும் இசுலாமியர்களும் விரட்டப்பட்டார்கள் என்பதுதான் சரியானதாக இருக்கமுடியும். இங்கு அவர்கள் உயிரைக் கையில் பிடித்துக்கொண்டு இருந்தார்கள். போன இடத்திலே அவர்கள் வாழ்கிறார்கள். அவர்களுடைய வாழ்க்கை இவர்களுக்குப் பொறுக்கவில்லை.

தற்பொழுது இந்துக்களை மதமாற்றம் செய்வது திட்டமிட்ட சதி என்கிறார்களே?

இங்கிருந்து விரட்டியதும் சாதியினாலே தாழ்ந்தவர்கள் என்பதும் திட்டமிட்ட சதியில்லையா? ஆம். சாத்திரங்களும் உயர்சாதிகளும் திட்டமிட்ட சதிதான். இன்னமும் நெல்லை மாவட்டத்தில் மட்டும் 160க்கும் மேற்பட்ட சிற்றூர்களிலே தனித்தம்ளர் முறை இருக்கிறது. சாதி ரீதியான ஒடுக்குமுறை தமிழ்நாட்டின் பல மாவட்டங்களிலே வெவ்வேறு வடிவிலே வெவ்வேறு சாதி மக்களிடையே இருக்கிறது.

இதுவரைக்கும் இந்த நாட்டில் வறுமைக்கோட்டிற்குக் கீழுள்ள மக்களிடையே சாதிக் கணக்குப் போட்டுப்பாருங்கள். எந்தக் கோயில் அவர்களைக் காப்பாற்ற முன் வந்தது? ஆற்றோரங்களிலும் புறம்போக்கு நிலங்களிலும் குடிசைகளிலும் வாழ்கிற மக்களை சாதி ரீதியாகக் கணக்கெடுத்துப் பாருங்கள். இவர்களிலே பெரும்பாலோர் மரபு வழியாக ஆன்மீக அதிகாரத்தால் புறந்தள்ளப்பட்ட மக்கள் அல்லவா?

இந்துத் தலைவர்களிடையே "தலித்" பற்றியதான பார்வை தற்பொழுது மாறியிருக்கிறதா?

இல்லை. அவர்கள் மாறியதாகக் காட்டுகிறார்கள். இன்னும் இந்துத் தலைவர்களிடையேகூட சங்கராச்சாரியார் என்ன சொல்கிறார்? "அம்பேத்கரைப் பின்பற்றும் மக்கள்" என்கிறார். வெளிப்படையாகப் பெயர் சொல்லக்கூட அவருக்கு மனமில்லை. இவர்கள் சுத்தமாக இல்லையென்று ஒருகாலத்திலே சொன்னார்கள். இப்பொழுது எதிர்ப்பு வந்துவிட்டதால் அதை விட்டுவிட்டார்கள். யாருடைய சுத்தம் பற்றி யார் பேசுவது? அழுக்குகளை உரமாக்கி அழகான பயிர்களை உருவாக்கும் மனிதன் அசுத்தமானவன்; மடாதிபதி சுத்தமானவரா? அசுத்தம் என்பது உடல் உழைப்பை மதிக்காத, அதைச் சுரண்டி வாழுபவரின் பேச்சாகும். "திரௌபதி சுத்தமாக இருந்தா ஆபத்திலே கிருஷ்ணனைக் கூப்பிட்டாள்? கூப்பிட்டவுடன் உதவிக்கு அவர் வரவில்லையா" என்று கேட்கிறார்களே வைணவர்கள். இந்தக் கேள்விக்கு சங்கராச்சாரியார் பதில் சொல்வாரா? நூற்றுக்கு இருபது பேராக இருக்கிற தலித் மக்கள், மதம் மாறிப் போய்விடவும் கூடாது. இருக்கிற இடத்திலே "இந்து" என்ற பெயரோடு தலித்துகளும் பிற்படுத்தப்பட்ட மக்களும் பார்ப்பனர்களின் ஆன்மிக அதிகாரத்தை ஏற்றுக்கொள்ள வேண்டும். பங்காரு அடிகளார்போலப் புதிய நெறிகளைக் கண்டு பிடிக்கக் கூடாது. இதுதான் அவரது எண்ணமாகும்.

ஏதேனும் ஒரு காரணம்பற்றி தங்களுடைய ஆன்மீக அதிகாரத்தையும் மறைமுகமான அரசியல் அதிகாரத்தையும் தக்கவைத்துக் கொள்ளவேண்டும் என்பதுதான் அவர்களுடைய நோக்கம். அதுமட்டுமல்ல; இப்பொழுது அந்தக் "கிறிஸ்தவர், இசுலாமியராக அல்லாத இந்து" என்கிற அரசியல் சட்டம் சொல்கிற வார்த்தையை, ஒரு சமூக ஆதிக்கமாக மாற்றப் பார்க்கிறார்கள். இதனைப் புரிந்துகொண்டால் 'இந்து' என்னும் பண்பாட்டு மாயையி லிருந்து நமக்கு விடுதலை கிடைக்கும். அவரவர்கள் அவரவர் தெய்வங்களை நிம்மதியாக வணங்கிவிட்டுப் போவார்கள். நம்முடைய வழிபாட்டு உரிமையினையும் மத உரிமையினையும் நாம் காப்பாற்றிக்கொள்ள முடியும்.

சங்கரமடம் தெரிந்துகொள்ள வேண்டிய உண்மைகள்

சங்கர மடம் சிக்கலுக்கு ஆளாகியிருக்கிறதே?

சங்கரமடம் இப்பொழுதுதானா சிக்கலுக்கு ஆளாகியிருக்கிறது? அதன் தோற்றம், சங்கராச்சாரியாரின் நடைமுறைகள், அவர் பின்பற்றுகின்ற கொள்கைகள், அவருடைய அரசியல் தலையீடுகள், எல்லாமே சிக்கலுக்குள்ளானவைதான். 1987ஆம் ஆண்டு ஆகஸ்டு மாதத்தில் தண்டத்தையும் கமண்டலத்தையும் விட்டுவிட்டு தலைக்காவேரிக்கு ஓடிப்போனாரே, அதுவும் சிக்கல்தானே!

2500 ஆண்டுகாலப் பழமையான மடம் என்கிறார்களே?

ஆதிசங்கரர் காலமே கி.பி 8ஆம் நூற்றாண்டுதான். கி.பி.7ஆம் நூற்றாண்டில் பிறந்த திருஞானசம்பந்தரை, அவர் 'திராவிட சிசு' என்று குறிப்பிடுகின்றார். பிறகு எப்படி? 2500 ஆண்டு மடம் என்பது பொய். இதுமாதிரியான வரலாற்றுப் புரட்டு வேறொன்றுமில்லை. ஏனென்றால், இது சிருங்கேரி மடத்தினுடைய ஒரு கிளை; கும்பகோணத்திலே இருந்தது. அப்புறம் காஞ்சிபுரத்திற்குக் கொண்டுவந்தார்கள். 1830இலே இந்த மடத்தினுடைய தலைவரை 'சிக்க உடையார்' - 'இளைய மடாதிபதி' என்றுதான் ஆவணங்கள் குறிப்பிடுகின்றன. அதாவது, சிருங்கேரிக்காரரர் மூத்த மடாதிபதி (பீடாதிபதியும்) இவர் இளைய மடாதிபதி. காஞ்சிபுரத்திற்கு இவர்கள் வந்த நேரத்திலே, காமாட்சியம்மன் கோயிலில் குழுக்களுக்கிடையிலே ஒரு தகராறு. ஒரு தற்காலிக ஏற்பாடாகக் கம்பெனி அரசாங்கத்தால் காமாட்சியம்மன் கோவில் இவர்களின் கையில் ஒப்படைக்கப்பட்டது.

இந்த மடத்திற்கு நெருக்கமான தொல்லியல் துறை முன்னாள் இயக்குநர் இரா. நாகசாமியைக் கேட்டுப்பாருங்கள். அவரே இம்மடத்தின் வரலாற்றை ஒத்துக்கொள்ள மாட்டார்.

2500 ஆண்டுப் பழமை என்றால், காஞ்சியை ஆண்ட பல்லவன் உட்பட சேர, சோழ, பாண்டிய மன்னர்கள் இம்மடத்திற்கு ஏதேனும் செய்திருக்கிறார்களா? சான்று காட்ட முடியுமா?

மற்ற மடங்களைப்போல இவர்களுக்கு வேறு எங்காவது கோயில் இருக்கிறதா என்றால், இல்லை. இவர்களுக்கும் கோயில் வழிபாட்டுக்கும் சம்பந்தமே கிடையாது. காமாட்சியம்மன் கோயில் இவர்களுக்குப் பங்கிடும்பொழுது கிடைத்த சொத்து. அவ்வளவுதான்.

காமகோடி என்றால் என்ன பொருள்?

காஞ்சிபுரத்திலிருக்கிற காமாட்சியம்மன் கோயில் மிகமிகப் பழமையானது. அதற்குக் காமக்கோட்டம் என்று பெயர் ஆகும்.

கச்சி வளைக்கச்சி காமக்கோட்டம் தன்னில்
மெச்சி இனிதிருக்கும் மெய்ச்சாத்தன் - கைச்செண்டு

என்பது 9ஆம் நூற்றாண்டைச் சேர்ந்த ஒரு தனிப்பாடல்.

இன்று வரை காமாட்சியம்மன் சன்னதிக்குப் பின்னால் ஒரு சாத்தனார் (ஐயனார்) சன்னதி உள்ளது. ஐயனார் வழிபாடு என்பது பார்ப்பனர் அல்லாத மக்களுக்கு உரியது. காமாட்சியம்மன் கோயில் தாய் வழிபாட்டு நெறிகளுக்குட்பட்டது. காமக்கோட்டம் என்ற ஒன்பதாம் நூற்றாண்டுத் தாய்த்தெய்வக் கோயில்களுக்குரிய பெயரையே பார்ப்பனர்கள் தன்வயமாக்கி, (கிஉஉவீனீவீறீணீமீமீ) காமகோடி என்று வடமொழிப்படுத்தினார்கள். காமம் (விருப்பம்) என்பது திராவிட மொழிகளின் வேர்ச்சொல்லாகும்.

காஞ்சி மடத்தை மூல மடம் என்று சொல்கிறார்களே?

ஆதிசங்கரர் நிறுவியதாகச் சொல்லப்படுபவை நான்கு மடங்கள்தாம். (சிருங்கேரி, துவாரகை, பூரி, பத்ரிநாத்). இந்த நான்கு மடங்களுக்கு அப்பாலே இவர்கள் கற்பனையாகக் கூறியது தான் காஞ்சி மடம். சங்கரர் பிறந்த காலடியில்கூட மடம் கிடையாது. சங்கரர் உருவாக்கிய மடம் நான்குதான். இவர்கள் பொய் சொல்வதற்காக சமஸ்கிருத மொழியில் ஆதாரங்களை உருவாக்கினார்கள். இதை மறுத்து அருமையான நூல்களை மூன்று பிராமணர்கள் எழுதியுள்ளனர். முக்கியமான புத்தகம் 'காஞ்சி காமகோடி பீடம் - ஒரு கட்டுக்கதை'. வாரணாசி ராஜகோபால்

சர்மா என்பவர் இப்புத்தகத்தை எழுதியுள்ளார். அவர் பலமுறை, மறைந்த சங்கராச்சாரியாரை நேருக்குநேர் கேட்டு மடக்கி, பழைய சங்கராச்சாரியார் அவரிடம் தோற்றுப் போயிருக்கிறார். இவர்கள் மடமல்லாத மடம் என்பதனாலே ஒரு கிளை மடத்தைத் தனிமடம் என்று காட்டுவதற்காக, மூல ஆம்னாய மடம் என்று எழுதி வைத்திருக்கிறார்கள். சங்கரர் பிறந்த காலடியில் போய்க் கேட்டுப்பாருங்கள். அவர்கள் ஒத்துக்கொள்ள மாட்டார்கள். சிருங்கேரி மடத்தில் போய்க் கேட்டுப்பாருங்கள். உள்ளேயே நுழைய விடமாட்டார்கள்.

காஞ்சி மடம் வருணாசிரம தர்மத்தைப் பின்பற்றுவதாகச் சொல்கிறார்களே? அப்படியென்றால் என்ன?

வருணாசிரமம் என்பது பிறப்பினாலேயே உயர்வு, தாழ்வு உண்டு என்கிற பிராமண தருமம். நமக்குத் தெரியும், வருணாசிரம தருமப்படி. பிராமணர்கள் ஆக உயர்வானவர்கள். அடுத்து வைசியர்கள், அடுத்து சத்திரியர்கள். அப்புறம் சூத்திரர்கள். வருணாசிரமம் தமிழ்நாட்டிலே ஒருபோதும் நடைமுறையில் கடைப்பிடிக்கப்பட்டது கிடையாது. வருணாசிரமத்தினுடைய ஒட்டுமொத்தப் பயன் என்னவென்றால், பார்ப்பனர்கள் தங்களை 'ஆக உயர்சாதியாக' கற்பித்துக்கொண்டு அதன் பயனை அனுபவித்ததுதான். இந்தியாவின் எல்லா மாநிலங்களிலும் பார்ப்பனர்தான் ஆக உயர்ந்த சாதியாகக் கருதப்படுகிறார்கள். 1967 வரை இந்தியாவில் எந்த மாநிலத்திலும் மூன்று சதவீத மக்கள் தொகை யுடைய பிராமணர் பங்கேற்பு இல்லாத ஒரு அமைச்சரவை அமைய வில்லை. 1967இல் தமிழ்நாட்டில்தான் அந்தப் புதுமை நடந்தேறியது. (அண்ணா தலைமையில் பதவியேற்ற தமிழக அமைச்சரவை).

'இந்தியர்கள்' என்றால் பிராமணர்களைத்தான் சொல்ல வேண்டும். ஏனென்றால் இந்தியா முழுக்க எல்லா மாநிலங்களிலும் விவாதத்திற்கு இடமில்லாமல் 'ஆக உயர்ந்த சாதி' அது ஒன்றுதான் என்று கற்பிக்கப்பட்டுள்ளது. வருணாசிரமம் என்பது பார்ப்பன ருடைய பிறப்பை உயர்வாகப் போற்றுகிற கொள்கை. ஏனென்றால் வருணாசிரம தருமப்படி, தமிழ்நாட்டிலே பிராமணர்களுக்கு அடுத்ததாக இருந்த வேளாளர்கள், சூத்திர சாதிக்காரர்கள். அவர்களைவிடச் சத்திரியர்கள் என்று சொல்லக்கூடிய மறவர்களோ வன்னியர்களோ கள்ளர்களோ உயர்ந்த சாதிக்காரர்கள் அல்லர்.

அவர்களைவிடச் செட்டியார்கள் தாழ்ந்த சாதிக்காரரர்கள் அல்லர். எனவே, வருணாசிரமம் பார்ப்பனர்கள் தாங்களாகத் தங்களுடைய மேன்மைக்குக் கற்பித்துக்கொண்ட ஒரு எழுத்து வன்முறையே தவிர, நடைமுறையிலே இருந்தது இல்லை. நடைமுறைக்கு வந்ததெல்லாம் பிராமணர்கள் அரசியல் அதிகாரத்தைப் பயன் படுத்தி, தாங்களே 'ஆக முதல்சாதி', 'உயர்ந்தவர்கள்' என்ற நிலைமையைத் தக்கவைத்துக் கொண்டார்கள் என்பதுதான். இதுதான் வருணாசிரமம். வருணாசிரமம் என்பது பிறப்பு வழிப் பட்டது. ஆகவே வருணாசிரமம் இந்திய அரசியல் சட்டத்திற்கு எதிரானது. அதனாலேதான் சங்கராச்சாரியார் அவருடைய பெற்றோர் இட்ட பெயரைச் சொல்லி சுப்பிரமணி என்று நீதிமன்றத்தில் கூப்பிடும்பொழுதுகூட கையெழுத்துப் போட மறுக்கிறார். 'கைரேகை' வேண்டுமானால் வைக்கிறேன். 'கையெழுத்துப் போட மாட்டேன்' என்று சொல்கிறார். ஏனென்றால் பிறப்புவழிப்பட்ட மேலாண்மை அதிகாரம்தான் இதற்குக் காரணம்.

வேத வளர்ச்சி என்கிறார்களே? வேதங்கள் என்றால் என்ன?

வேதங்கள் எல்லாம் பன்னெடுங் காலத்திற்கு முன்னாலே கங்கைக் கரையிலே வேதமொழி பேசிய மக்களினுடைய பாடல்கள்தாம். அந்த மொழியிலிருந்து வளர்ச்சி பெற்றதுதான் சமஸ்கிருதம் (திருந்திய மொழி) எனப்படும் வடமொழியாகும். வேதமொழி என்பது வடமொழிக்கு முந்திய மொழி ஆகும். ரிக்வேதம் என்பது முழுவதும் பாடல்களால் ஆனது. இந்தப் பாடல்கள் எல்லாமே பல்வேறு வகையான தெய்வங்களை அந்தந்த நேரத்திற்குத் தகுந்தாற்போல (Henotheism) குறிக்கும். வருகின்ற இரவு, போகின்ற இரவு, வைகறை குறித்த பாடல்களாக அவை உள்ளன. உஷா என்றால் விடியல் காலத்திற்குரிய தேவதை. நிஷா என்பவள் இரவின் தேவதை. அருணன் என்பது சூரிய உதயத்திற்கு முந்திய விடிகாலையின் தேவதை.

இப்படி நிறைய தெய்வங்களைப் பாடுகிற பாடல்கள் ரிக் (இருக்கு) வேதத்திலே உண்டு. அந்த காலத்தில் வேள்விக்குரிய தெய்வங்களாக அவை இருந்தன. அவற்றுக்கு மண்ணுலகில் உருவம் கிடையாது. இந்திரன், மருத் (காற்று) ஆகியவை போல்வன அந்தத் தெய்வங்கள். அக்னி மட்டும் பூமியில் இருக்கும். அதற்கும் 'அக்னி

தேவன்' என்று தனியாக மந்திரத்தில் பெயர் வைத்துக்கொள்வார்களே தவிர, பூமியிலே மற்ற மூன்று தெய்வங்களுக்கும் உருவம் அந்தக் காலத்திலே கிடையாது. இந்தக் காலத்திலும் கிடையாது. யஜூர் வேதம் என்பது, வேதக் கிரியைகளை எவ்வாறு செய்வது என்று சொல்லக்கூடிய குறிப்புகளின் தொகுதியாகும்.

'சாம வேதம்' என்பது இசைப்பாடல்களால் ஆனது. 'சாமகானம்' என்பார்களே, அதெல்லாம் (சாம வேதம்) இசை வேதம் ஆகும். அதர்வண வேதம் ஒருகாலத்திலே கிடையாது. பின்னாலே அதர்வண வேதம் என்பது நாட்டார் மந்திரங்கள் (Witch Craft) என்று சொல்லக்கூடிய செய்வினை செய்வதைக் கூறும் மந்திரங்கள் அடங்கிய தொகுப்பு ஆகும்.

மூன்று வேதங்கள் என்பதுதான் பழைய வழக்கு. பின்னாளில் மற்ற மக்கள் தொகுதியின் நம்பிக்கைகளை உள்வாங்கிக்கொண்டு வேறு வழியில்லாமல் நாலாவது வேதத்தை உருவாக்கினார்கள். அதற்குப் பின்னாலே யஜூர் வேதத்தினை இரண்டாகப் பிரித்து (உபகர்மா என்று வடமொழியிலே பெரிதாகச் சொல்வார்கள்), அதாவது செய்யக்கூடிய சடங்குகள் சாதிவாரியாக வித்தியாசப்படும் என்பதனாலே, கிருஷ்ண யஜூர் வேதம், சுக்ல யஜூர் வேதம் என்று இவர்கள் தனியாகப் பிரித்து வைத்துக்கொண்டார்கள் (சுக்ல என்பது சிவந்த நிறமுடைய ஆரியப் பார்ப்பனர்களையும் கிருஷ்ண என்பது கறுத்த நிறமுடைய மற்றவர்களையும் குறிக்கும்).

வேதத்திலே சொல்லப்படுகிற எல்லாத் தெய்வங்களும் செத்துப் போய் இரண்டாயிரம் ஆண்டுகள் ஆயிற்று. அந்தத் தெய்வங்களுக்கு ஒருபோதும் உருவமும் கிடையாது. கோயில் என்பது ஆகம நெறிகளால் ஒழுங்குப்படுத்தப்பட்டது; வழிபாட்டிற்குரிய இடமாகும். உண்மையாகச் சொல்லப் போனால் சங்கர மடத் தாருக்குக் கோயில் என்பது சம்பந்தமில்லாத ஒரு இடம் ஆகும். இவர்களுக்கு ஸ்மிருதி (சொல்ல மட்டுமே கூடிய ஒன்று) என்று சொல்லக்கூடிய ஓதப்படுகிற வேதமந்திரப் பாடல்கள்தாம் கடவுள் மாதிரி.

"வேதங்கள் மனிதர்களால் செய்யப்பட்டவை அல்ல. ஆகாயத்தில் மிதந்து கொண்டிருந்தவை. ரிஷிகள் மூலமாக அதனை மண்ணுக்கு மந்திரப் பாடல்களாக இறக்கி வைத்தார்கள்" என்று இவர்கள் வேதங்கள்குறித்துச் சொல்வார்கள். மந்திரம்

என்றால் மறைவானது. அதனால்தான் வேதத்திற்கு 'எழுதாக் கிளவி' என்ற பெயர். பார்ப்பனர் அல்லாதாரின் கண்ணுக்கும் காதுக்கும் மறைக்கப்பட்டதால்தான் தமிழில் அதற்கு 'மறை' என்று பெயர். 'கிறித்தவத் திருமறை', 'இசுலாமியத் திருமறை' என்று சொல்வதெல்லாம் தவறு. இவையெல்லாம் மறைக்கப்பட்டவை அல்ல. வெளிப்படையானவை.

வேதத்தைத் தவிர வேறு தெய்வங்கள் இவர்களுக்குக் கிடையாது. அந்த வேதத்தினுடைய சாரமாக 'அகம் ப்ரம்மாஸ்மி' (நானே பிரம்மம் ஆக இருக்கிறேன்) 'தத்வம் அஸி', நீ தேடுகிற அதுவாய் நீயே இருக்கிறாய்) என்று மகா வாக்கியங்களைச் சொல்வார்கள். இதற்கு என்ன அர்த்தம் என்றால், நான் தேடுகிற கடவுளின் வடிவாக நானே இருக்கிறேன் என்பதுதான். 'நானே கடவுள், கடவுளே நான்' என்பதுதான் அவர்களுடைய சித்தாந்தம். இதைத்தவிர பெரும்பான்மையான மக்கள் திரள் நம்புவதுபோல தனியான ஒரு முதற்பொருளை (ஈஸ்வரனை) அவர்கள் ஒப்புக் கொள்வதில்லை.

வேதத் தெய்வங்கள் இரண்டாயிரம் ஆண்டுகளுக்கு முன்னால் இறந்துவிட்டன என்கிறீர்கள். ஆனால் இன்னும் வேத வளர்ச்சி, வேதப் பாடசாலைகள் தொடர்ந்துகொண்டு இருக்கின்றனவே?

வேதப் பாடசாலைகள் ஸ்மார்த்தப் பார்ப்பனர்களுக்கு மட்டும் உரியதுதானே. மற்ற சாதியில் பிறந்தவர்களை வேதம் படிக்க இன்றுவரை அனுமதிக்க மறுக்கிறார்களே. காசு கொடுத்துச் சேர்வதாக இருந்தாலும் அவர்கள் கற்றுத் தர மாட்டார்கள். வேதம் என்பது பிறப்பினாலே சாதியினாலே பிராமணர்களாக இருப்பவர்களுக்கு மட்டும்தான். தமிழ்நாட்டிலே வேதப் பாடசாலைகளில் இதுதான் நடைமுறை. நாட்டுக்கோட்டைச் செட்டியார்கள் உருவாக்கிய வேதபாடசாலைகளிலும் பிராமணர்களுக்கு மட்டும்தான் அனுமதி. கேரளத்திலே இதை உடைத்து விட்டார்கள். கேரளத்திலே மற்ற சாதியினர் வேதம் படித்துவிட்டனர். இதனால்தான் உச்சநீதிமன்றம் அண்மையிலே (ஒரு வருடத்திற்கு முன்னால்) வேதம் படித்தவர்கள் பிறப்பினால் எந்த சாதியாக இருந்தாலும் கோயிலில் அர்ச்சகராகலாம் என்று தீர்ப்பு வழங்கி யுள்ளது. தமிழ்நாட்டிலே பார்ப்பனர்கள் மட்டும்தான் முறையாக வேதம் படித்தவர்கள். தமிழ்நாட்டில் இருக்கிற வேதப் பாட

சாலைகள் எல்லாமே நூற்றுக்கு நூறு பிராமண மாணவர்களாகக் கொண்டு இயங்குகிற கல்வி நிறுவனங்கள்தாம். வேறு எந்தச் சாதியாரும் தங்கள் சாதிக்கு மட்டும் சாதி ஆசாரத்திற்கு மட்டும் என்று ஒரு கல்வி நிறுவனத்தை நடத்த முடியுமா? சிந்தித்துப் பாருங்கள்.

அப்பொழுது, வேத வளர்ச்சி என்றால் பிராமண வளர்ச்சிதானா?

ஆம், வேத வளர்ச்சி என்றால் பிராமணர்களின் வளர்ச்சிதான். தனக்கென்று ஒரு கல்வித் திட்டத்தை உருவாக்கி, மற்றவர்களுக்குப் பிறப்பினால் அதை மறுக்கின்ற சாதி நாட்டிலே வேறு எதுவும் கிடையாது. இது ஒன்றுதான். இவர்கள் மட்டும்தான் இப்படி வைத்துக்கொள்ளவும் முடியும். தாக்குப் பிடிக்கவும் முடியும்.

வேதங்கள் தெய்வங்களை ஒப்புக்கொள்ளவில்லையா?

வேதப்பாடல்கள் பல்வேறு வகையான தெய்வங்களைப் பேசின. தெய்வங்கள் சமூகத்தின் தேவை கருதி சில மாறிவரும். சில செத்துப் போகும். வேத காலத் தெய்வங்கள் அநேகமாக எல்லாமே செத்துப் போய்விட்டன. ஏனென்றால் அவை பார்ப்பனர்களுக்கு மட்டும் உரியன. அவர்களுக்கு உருவ வழிபாடு கிடையாது. பார்ப்பனர்கள் என்றால் சிவப் பிராமணர்களையும் வைணவப் பிராமணர்களையும் சொல்லவில்லை. சங்கர வேதாந்திகளான ஸ்மார்த்தப் பிராமணர்களுக்கு உருவ வழிபாடு கிடையாது. மூத்த ஆசிரியர் சமாதியை மட்டும் வணங்குவார்கள். அதற்கு 'அதிஷ்டானம்' என்று பெயர். தவிர, கோயில் கோபுரத்தைப் பார்த்தால் நாம் கன்னத்தில் போட்டுக்கொள்வோமே, அதுமாதிரி இவர்கள் செய்ய மாட்டார்கள்.

காஞ்சி மடாதிபதி கோயில்களுக்கு எல்லாம் வருகிறாரே?

கோயில்களுக்கும் இவர்களின் வேதாந்தத்திற்கும் உறவே கிடையாது. ஒருகாலத்தில் ஆனந்தவிகடன், அப்புறம் கல்கி, கலைமகள், மஞ்சரி என்று பார்ப்பனர் கையிலே இருந்த பத்திரி கைகள் திரும்பத் திரும்ப எழுதி எழுதிப் பொய்யை உண்மையாக்கி விட்டார்கள். பின்னாளிலே, வானொலி வந்ததும் இதைத்தான் செய்தது. தொலைக்காட்சியும் இதையே செய்தது. எனவே தகவல் தொடர்பு சாதனங்கள்தான் இப்போக்கினை உருவாக்கின. அதாவது, சங்கராச்சாரியார் கோயில் வழிபாட்டுக்காரர் என்பதுபோல.

சங்கராச்சாரியார் எனது காமாட்சி அம்மனே நீதான் என்று குறிப்பிட்டதாக வந்த செய்தி பற்றி?

காமாட்சி அம்மனை அவர்கள் வணங்கமாட்டார்கள். காமாட்சி அம்மன் சன்னதியில் நின்றுகொண்டு கையைத் தனியாக எடுத்து நெஞ்சுக்கு நேராக வைத்துக் கும்பிடும் வழக்கம் அவர்களுக்குக் கிடையாது. நம்மைப் போல கையினை நெஞ்சுக்கு மேலே வைத்து கும்பிடும் வழக்கம் கிடையாது. கையினை நெஞ்சின்மேல் வைத்து 'நீ, நான்; நான், நீ' என்றுதான் சொல்வார்கள். அதாவது 'காமாட்சியே, நீதான் நான்' என்று சொல்வார்கள்.

இன்று கும்பாபிசேகம் போன்ற விஷயங்களுக்கு நாள் குறித்துக் கொடுக்கிறாரே?

அரசியல் ரீதியாக, மறைமுகமாக அரசியல் அதிகாரத்தை இவர்கள் கைப்பற்றிக்கொண்டதனாலேதான். எழுத்து ஊடகங்கள் - குறிப்பாகப் பத்திரிகைகள் இவர்களை இந்து மதத்தின் ஒரே தலைவர், ஒப்பற்ற தலைவர் என்று காட்டியதனாலே, அறியாத மக்கள், அறியாத பக்தர்கள், இவர்களைக் கோயிலுக்குள்ளே அனுமதிக்கின்றனர். இவர்கள் கோயில் சம்பந்தப்பட்ட ஆகமங்களை அறியாதவர்கள். ஆகமங்கள் சங்கராச்சாரியாருக்குத் தெரியாது. ஏனென்றால் இவர்கள் ஆகமத்திற்கு எதிரானவர்கள். கோயில்கள் ஆகமங்களால் ஒழுங்குபடுத்தப்பட்டவை. கும்பாபிசேகம், குட முழுக்கு எல்லாம் ஆகமவிதிப்படி நடக்க வேண்டியவை; இவர்கள் அதிகாரத்தின்படி அல்ல. ஆனால் அதிகாரத்தைத் தவறாகக் கையில் எடுத்துப் பயன்படுத்தி, இந்துக்களின் தலைவர் என்று காட்டுவதற்கு இவர்கள் செய்கிற வேலை இது.

கோயில் வழிபாட்டிற்கும் இவர்களுக்கும் சம்பந்தமே இல்லை என்கிறீர்களே, அது எப்படி?

ஐயா, காமாட்சியம்மன் கோயில் தவிர, இவர்கள் கட்டுப் பாட்டில் வேறு எந்தப் பழமையான கோயிலும் கிடையாது. இவர்களுடைய வேலையெல்லாம் ஸ்மார்த்தப் பிராமணர்களுக்கு மட்டும் கல்வியும் வடமொழிக் கல்வியும் கொடுப்பதுதான். தங்கள் சாதிக்காரர்களுக்கு மட்டும் இவர்கள் சன்னியாச தீட்சை கொடுப்பார்கள்.

ஆண்டுக்கு 4 மாதம் இவர்கள் வேறு இடத்தில் தங்க வேண்டும்.

அதற்கு 'சதுர் மாஸ்ய விரதம்' என்று பெயர். மறைந்த சங்கராச்சாரியார் இப்படித்தான் கலவையிலே தங்கினார். இவர்கள் தங்கி யிருக்கிற இடம் மடம்தானே தவிர ஆலயம் அன்று.

இவர்களுடைய மற்ற வழக்கங்கள் எப்படி?

இவர்கள் துறவி ஆனபிறகு சொந்த வீட்டிற்குச் செல்லக்கூடாது. ஆனால் இப்போது இருக்கிற சங்கராச்சாரியார்கள் சொந்த ஊருக்குப் போய் வந்திருக்கிறார்கள். தன் செல்வாக்கினால் சொந்த ஊருக்கு வசதிகள் செய்து கொடுத்திருக்கிறார்கள். அதனால் துறவிகளுக்குச் சொந்த ஊர்ப்பற்று போகவில்லை என்பதுதானே பொருள்?! அதுபோல் இவர்களுடைய வழிபாட்டில் வடமொழியைத் தவிர மற்ற எந்த மொழிக்கும் இடம் கிடையாது. அது தீட்டாகும்.

மற்றொரு செய்தி. இவர்கள் விதவைகள் முகத்தில் விழிக்க மாட்டார்கள். ஆனால் இந்திராகாந்தி தலைமை அமைச்சராக இருந்தபோது மறைந்த சங்கராச்சாரியாரைப் பார்க்க விரும்பினார். இவர்கள் என்ன செய்தார்கள் தெரியுமா? நடுவிலே நீர் இருந்தால் தீட்டு போய்விடும் என்று சொல்லி, ஒரு சிறிய கிணற்றின் ஒருபுறமாக சங்கராச்சாரியாரையும் மறுபுறமாக இந்திராகாந்தி அம்மையாரையும் அமர வைத்தார்கள். துறவி என்பவன் எல்லாருக்கும் எளியவன் என்பது நம்முடைய கோட்பாடு. ஆனால் இவர்கள் அமர்கிற இடத்தில் இவர்களைவிட உயரமாக யாரும் ஆசனத்தில் அமரக்கூடாது. குடியரசுத் தலைவராக இருந்தாலும்கூட இவர்களுக்கு முன்னால் தரையில் அமர்ந்துகொண்டு, அல்லது நின்றுகொண்டு பேச வேண்டும். சிறைச்சாலை வாசத்திலும் காவல்துறை வாகனத்திலும் விமானப் பயணத்திலும் இதுவெல்லாம் எப்படிச் சாத்தியமானது என்று தெரியவில்லை.

மற்ற மடங்களுக்கும் சங்கர மடங்களுக்கும் என்ன வித்தியாசம்?

இந்தியாவிலே ஏராளமான மடங்கள் இருக்கின்றன. ஒவ்வொரு மடமும் ஏதோ ஒரு இறைத் தத்துவத்தை முன்னிறுத்துகிற மடங்கள். ஜீயர் மடங்கள் இருக்கின்றன. திருவாவடுதுறை மடம், திருப்பனந்தாள் மடம் என்று சைவ, வைணவ மடங்கள் பல இருக்கின்றன. எல்லா மடத்துக்கும் ஒரு இறைக் கொள்கை உண்டு. அதாவது முதன்முதலாக இறைவன் ஒருவன் உண்டு என்பதுதான் எல்லா மடத்துக்கும் உடன்பட்ட செய்தி. சங்கர மடத்துக்கு

அப்படிக் கிடையாது. சங்கர மடத்துக்கு வேதம்தான் தெய்வம். உருவ வழிபாடே இல்லாத ஒரு மதம், இந்த ஸ்மார்த்த மதம். எனவேதான் இவர்கள் யாரும் இன்றைக்கும் எந்தக் கோயிலிலும் அர்ச்சகராக இருக்க முடியாது. சங்கராச்சாரியாருக்கும் காமாட்சி யம்மன் கோயிலில் கும்பிடத்தான் உரிமையே தவிர, மூலத் திருமேனியைத் தொடுவதற்கோ அர்ச்சனை செய்வதற்கோ எந்த உரிமையும் கிடையாது.

மடங்களெல்லாம் சாதி சார்ந்தனவா?

ஆம். தத்துவம் என்று பெயருக்கு வெளியிலே சொன்னாலும் எல்லா மடங்களின் பொருளாதார வளங்களும் ஏதோ ஒரு சாதிக்குரிய சொத்துதான். ஜீயர் மடங்கள் எல்லாம் வைணவப் பிராமணர்களுக்குரிய சொத்து. திருவாவடுதுறை மடமும் தருமபுர மடமும் சைவ வேளாளர்களின் சொத்து. இதுபோன்ற வேறு சில சாதியார்கள் விஸ்வகர்மா போன்றோர் - ஒன்றிரண்டு இடங்களில் மடம் வைத்திருக்கிறார்கள். எல்லா மக்களுக்கும் எல்லாச் சாதியினருக்கும் உள்ள மடம் என்று தமிழ்நாட்டிலே எதுவும் கிடையாது. யார் அங்கு தீட்சை பெறுகிறார்களோ, தீட்சை பெற யாருக்கு உரிமை உள்ளதோ அவர்கள் மட்டுமே அங்கு உரிமை பெறுகின்றனர். சங்கரமடம் தீட்சைக்கு அப்பாற்பட்ட மடம். அங்கு தீட்சையே கிடையாது. தங்களுடைய அடியார்களுக்குக்கூட தீட்சை கொடுக்கும் மரபு கிடையாது. அடுத்துப் பட்டமேறுகிறவர்களுக்கு மட்டும்தான் சன்னியாச தீட்சை கொடுப்பார்கள். பெண்களுக்குத் தீட்சை தரமாட்டார்கள்.

இந்த மடத்திற்கு இவ்வளவு சொத்து எப்படி வந்தது?

காலனி ஆட்சி வந்தபிறகு, காலனி ஆட்சியின் சட்டங்களாலும் அதன் பின்னர் வந்த ஒழுங்காற்றுச் சட்டங்களாலும் எல்லா மடங்களும் இந்திய அளவிலே தங்கள் அதிகாரத்தில் இருந்த சொத்துக்களை இழந்துகொண்டே இருந்தன. அவர்களுக்குப் பெரும் பாலான சொத்துக்கள் விளை நிலங்களாகும். காஞ்சி மடத்துக்கு விளைநிலங்களே கிடையாது. ஆகையால் பார்ப்பனரல்லாத சமூகத்தின் உறவும் கிடையாது. குத்தகைதாரர் சட்டம், வரன்முறைச் சட்டங்கள் இவற்றின் காரணமாக நிலவருவாயை நம்பியிருந்த மற்றைய மடங்கள் வருவாயை இழந்துகொண்டே வந்தன. இந்த மடத்தில் ஆளுகைக்கு உட்பட்ட ஸ்மார்த்த பிராமணர்களும்

மற்றவர்களும் இவர்களுக்குத் தட்சணை கொடுப்பது உண்டு. இன்றளவும் பணக்காரர்களும் தொழிலதிபர்களும் அப்படி கொடுத்துக்கொண்டே இருக்கிறார்கள். அதனால்தானே 183 வங்கிக் கணக்குகள் வைத்திருக்கிறார்கள். காஞ்சிமடம் மட்டும் பொன்னும் பொருளுமான காணிக்கைகளால் தன்னுடைய வருவாயைப் பெருக்கிக்கொண்டே வந்தது. குறிப்பாக, காஞ்சிமடம் தமிழ்நாட்டுக்கு வெளியிலேயும் இந்தியாவுக்கு வெளியிலேயும் பணக்காரர்களிடமிருந்து நிறைய நன்கொடையைப் பெற்றதால், இவர்களுக்கு மட்டும் சொத்து சேர்ந்தது. மற்ற மடங்கள் எல்லாம் சொத்துக்களை இழந்துகொண்டிருந்தன.

மற்ற மடங்களின் சொத்துடைமை நிலை என்ன?

மற்ற மடங்களுக்கு நகரங்களிலே கட்டடங்கள் உண்டு. கிராமங்களிலே ஏராளமான விளைநிலங்கள் இருக்கின்றன. தருமபுரம், திருவாவடுதுறை, திருப்பனந்தாள் ஆகிய மடங்கள் தஞ்சை மாவட்டத்தில் இருந்தால்கூட, நெல்லை மாவட்டத்தில் அம்பாசமுத்திரத்தில் இம்மூன்றுக்கும் நிறைய விளைநிலங்கள் உள்ளன. இவ்விளைநிலங்களைப் பார்வையிட அங்கங்கே இளைய தம்பிரான்மார்கள் இருப்பார்கள். கட்டடங்களும் நெற்களஞ்சியங்களும் உண்டு. கோயில் சார்ந்த பெருநகரங்களிலே மடத்திற்கான கிளைகள் உண்டு. யாராவது ஒரு தம்பிரான் இருப்பார். விஜயநகர ஆட்சிக் காலத்திற்குப் பின், நாயக்கர் ஆட்சியிலேதான் பெருங் கோயில்களுக்கு அருகிலேயே சிறிய மடங்கள் வர ஆரம்பித்தன. சிருங்கேரிக்கு மதுரையிலே அம்மன் சன்னதியிலே ஒரு சிறிய மடம் இருக்கிறது. திருநெல்வேலியிலேயே அம்மன் சன்னதியில் ஒரு மடம் இருக்கிறது. ஆனால் காஞ்சி மடத்திற்கு இருக்காது. ஏனென்றால் இது மடமே அல்ல என்பதனாலேதான். இப்பொழுதுதான் தங்களது சொத்துக்களின் பெருக்கம் காரணமாகப் பெரிய நகரங்களிலே ஏதாவது ஒரு இடத்தை வாங்கி மடம் கட்டிக்கொண்டு இருக்கிறார்கள். இவர்களுக்குக் கும்பகோணத்தில் இருந்த சிறு கட்டடம் தவிர, எந்த ஊரிலும் வேறு சொத்துக்களே கிடையாது. நஞ்சை விளைநிலங்கள் ஒருபோதும் கிடையாது. தமிழ்நாட்டிலே மடம் என்றாலே, நிலவுடைமையின் வெளிப்பாடுதானே. இம்மடத்தின் சொத்துக்கள் எப்பொழுது சேர்ந்தன என்பதற்கான அடையாளம் இதுதான்.

அப்படியெனில் சைவர்களும் வைணவர்களும் இவரை எப்படி ஒத்துக்கொண்டார்கள்?

எங்கே ஒத்துக்கொண்டார்கள்? இவர்கள் கையிலே இருக்கிற அரசியல் அதிகாரத்துக்குப் பயப்படுகிறார்கள். அவ்வளவுதான்.

எப்பொழுது இந்த மடம் அதிகார மையமாக மாறியது?

காங்கிரசு இயக்கம் வளர்கிறபோதே, தேசிய இயக்கத்திற்குள்ளே வருணாசிரம தர்மத்தை உயர்த்திப் பிடிக்கிற போக்கும் அதனை நம்புகிறவர்களும் இருந்தனர். சிலருக்கு அது தேவையானதாக இருந்தது. காந்தி இந்த மடாதிபதியைச் சந்தித்த பின்புதான் தன்னுடைய வருணாசிரம தர்மத்தின் மீதான நம்பிக்கையை அரசியலாக வெளியிடுகிறார். பின்னர் தேசிய இயக்கத் தலைவர்கள். ஆர்.எஸ்.எஸ். இயக்கம் இவர்களுக்கெல்லாம் பிறப்பு வழிபட்ட மேன்மை, 'பிராமணர்கள் ஆக உயர்ந்த சாதி' என்ற பெயர் என்பவை யெல்லாம் தேவையாக இருந்தன. அதைச் சொல்லிக்கொண்டிருக்கிற மடம் இது என்பதாலே இந்த மடத்திற்கு வந்து போனார்கள். தேசிய இயக்கத்தின் வளர்ச்சியோடு அதன் துணைவிளைவாக இதுவும் வளர்ந்தது.

1928இல் காந்தி இந்த மடத்திற்கு வந்து போகிறார். காந்தியடிகள் இந்த மடத்திற்கு வந்த காரணத்தினாலும் ராஜாஜி யினுடைய ஆதரவினாலும்தான், இந்த மடத்திற்கு அரசியல் செல்வாக்கு வளர்ந்தது. அதற்கு முன்பு யாரும் இதனைச் சீண்டிப் பார்த்ததில்லை. காலனி ஆட்சியின் தொடக்கப் பகுதியில் எந்த மரியாதையும் கிடையாது. எல்லா மடங்களையும்போல சின்ன மடமாக இருந்தது. இதற்கு முன்னால் இருந்த சங்கராச்சாரி நன்றாக சமஸ்கிருதம் படித்தவர். அவர் தன் சாதி மக்களுக்கு மிக மிக உண்மையாக நடந்துகொண்டவர். ஆனால், வருணாசிரமம் வேண்டும் என்று திரும்பத் திரும்பச் சொன்னார். பெண்களுடைய சுதந்திரத்தை மட்டுப்படுத்தினார். ஆனால் இவரைப்போல அவர் எதையுமே வெளிப்படையாகப் பேசவில்லை. அவரிடம் இவருடைய கொள்கைதான் இருந்தது. அவருடைய உரைத்தொகுப்புகளைப் படித்துவிட்டு ஒருவர், "தெய்வத்தின் குரலா? தில்லுமுல்லா?" என்றே ஒரு மறுப்பு நூல் எழுதினார். அதாவது, 'வருணாசிரம தர்மம் பார்ப்பன சாதியின் நலன்களுக்காக' என்றுதான் இருந்தது. அதையே அவர் சனாதன தருமம் என்ற பெயரிலே சொன்னார். நாம்தான்

அதைப் புரிந்துகொள்ளத் தவறிவிட்டோம். நாம் புரிந்துகொள்ளத் தவறியது ஏன்? புதிதாகப் படித்து வருகிற மற்ற சாதி மக்களுக்கு எல்லாம் புதிதாக ஒரு கருத்தியலை உருவாக்கிக்கொள்ள வேண்டும் என்றால் 30களிலும் 40களிலும் 50களிலும் ஆனந்தவிகடன், கல்கி, கலைமகள், வார, மாத இதழ்கள்தாம் இருந்தன. நாளிதழ்களில் தினமணி, இந்து, சுதேசமித்திரன்தாம் இருந்தன. குடியரசு, திராவிடநாடு போன்ற எதிர்ப்பியக்க எழுத்துக்களைவிட இந்த வகை சுகமான வாசிப்பிற்கான பத்திரிகைகளிடம் இரண்டு மூன்று தலைமுறைகள் ஏமாந்துவிட்டன. ஐம்பதுகளிலேதான் தினத்தந்தி பெரிதாகி வருகிறது.

ஒரு பொதுக் கருத்தியலை உருவாக்குவது என்பது பிராமணர்களால் மட்டுமே முடிந்தபோது, அவர்கள் உருவாக்கிய கருத்தியல் அவர் மகா பெரியவர், நடமாடும் தெய்வம், அவருக்குத் தெரியாததே கிடையாது என்று கையிலே கிடைத்த அதிகாரத்தை இந்த மடத்திடம் சேர்த்தார்கள். தமிழ்நாட்டிற்கு வெளியேதான் அவர்களது அரசியல் அதிகாரம் நிறைய இருந்தது. தமிழ்நாட்டிலே காமராசர், பக்தவச்சலம் ஆகியோர் முதல்வராக இருந்தபொழுது இவர்களுக்கு அனைத்திந்திய அளவில் செல்வாக்கு இருந்ததே தவிர, தமிழ்நாட்டில் கிடையாது. அதற்குப் பிறகு அவர் தேசாந்திரம் என்று சொல்லக்கூடிய யாத்திரை போனார். அதற்குப் பிறகுதான் அதிகாரம் பெருகிற்று. இன்னும் சொல்லப்போனால், ராஜாஜி காலத்திலும் டில்லியிலே பிரதமரின் அலுவலகமான சவுத் பிளாக் (தற்போதுகூட கைதான ஜெயேந்திரர் மரியாதையுடன் நடத்தப்பட வேண்டும் என்பதில் பிரதமர் அலுவலகம் செலுத்திய தனிக் கவனம் குறிப்பிடத்தக்கது) என்று சொல்லக்கூடிய அதிகார மையத்திலே தமிழ்நாட்டுப் பிராமணர்கள் ஆதிக்கம் செலுத்தி வந்ததாலும், இந்த மடம் அனைத்திந்திய அளவிலே அதிகாரத்தை விரித்துக்கொள்ள முடிந்தது. இந்த மூத்த சங்கராச்சாரியார் இறந்தபொழுது அவரது இறுதி ஊர்வலத்தை அரசுத் தொலைக்காட்சியில் சரியாகக் காட்டவில்லை என்று டில்லி அதிகார மையத்திலே தமிழ்நாட்டு பிராமண ஐ.ஏ.எஸ். அதிகாரிகள் மத்தியிலே வருத்தம் ஏற்பட்டது. வைணவப் பிராமணர்கள், சிவப் பிராமணர்கள் என்று எல்லாரும் சங்கராச்சாரியார் பக்தர்களாக வெளிப்படையாக மாறிவிட்டனர். இவர்கள் கையில் நேரடியாக அரசியல் அதிகாரம் சிக்கிக்கொண்டது.

மறைந்த சங்கராச்சாரியாரை மகாபெரியவர் என்கிறார்களே, ஏன்?

பிராமணர்கள் எழுத்து ஊடகத்தை வளைத்துக்கொண்டதனாலே, அவர்களுக்கு மிக வசதியான அதிகாரம் செலுத்துகிற கோட்பாட்டு முறைமைகளைத் தேர்ந்தெடுத்துக்கொண்டார்கள். பெரிய முதலாளியின் மகன் கோடீஸ்வரனாக இருந்தாலும் பணியாளனுக்கு 'சின்ன' முதலாளிதான். இவர்கள் மட்டும் அந்த சின்ன என்ற வார்த்தையைப் பயன்படுத்துவதில்லை. நீதிமன்ற ஆவணத்தில் சிக்குடையார் (சிக்கவுடையார்) சின்ன மடாதிபதி என்றுதான் ஒருகாலத்தில் இருந்தது. இவர்கள் பெரியவர் என்று சொன்னால் அவர்கள் வாரிசைச் சிறியவர் என்று சொல்வதுதானே உலகத்தில் நடைமுறை?! கோடீசுவரக் குடும்பங்களிலும் அதுதான் நடக்கிறது. ஆனால் ஆனந்தவிகடன், கலைமகள், கல்கி இவர்களெல்லாம் அந்தக் காலத்திலேயே புதுவார்த்தையைக் கண்டு பிடித்தார்கள். இரண்டாவது சங்கராச்சாரியை இளையவர் என்று சொல்லாமல் புதுப்பெரியவர் என்று சொன்னார்கள். சரி மூன்றாவது சங்கராச்சாரியைக் கொண்டுவந்தார்கள். இவரை என்ன சொல்வார்கள் என்று பார்த்தோம். இளைய சங்கராச்சாரி என்று சொல்வார்கள் என்றால் அவர் பெரியவர், அடுத்து புதுப் பெரியவர், அடுத்தவரை பாலபெரியவர் என்று சொன்னார்கள். இது பிராமணியத்தன்மை தன் சாதிய மேலாண்மையினைத் தக்க வைத்துக்கொள்வதையே காட்டுகிறது. மற்ற மடங்களில் இளைய மடாதிபதி என்று சொல்வார்கள். இவர்கள் மட்டும் சின்ன என்ற வார்த்தையைச் சொல்லிவிடக்கூடாது என்பதற்காக அவரை மகாப்பெரியவர் என்கிறார்கள். மக்கள் மொழியின் மீதான வன்முறை இது. அதுபோலவே மூத்த மடாதிபதி உயிரோடு இருந்தபோது அவரைத் தெய்வம் என்றார்கள். அவரது உரைகளைத் தொகுத்துப் புத்தகமாகப் போட்டபோது அந்தப் புத்தகத்திற்குத் தெய்வத்தின் குரல் என்று பெயர் வைத்தார்கள்.

இந்த மடத்திலுள்ளவர்கள் ஸ்மார்த்தப் பிராமணர்கள் என்கிறீர்கள். ஆனால் இதற்கு ஆதரவு கொடுப்பவர்களில் கணிசமானவர்கள் வைணவ மற்றும் சைவ பிராமணர்கள்தானே?

சிவப் பிராமணர்களோ வைணவப் பிராமணர்களோ இந்த மடத்திற்கு ஆதரவு தர மாட்டார்கள். உள்ளே நுழையவும் மாட்டார்கள். எல்லாருக்கும் மேலே ஒரு சாதி இருக்கிறதல்லவா?

பணக்காரர்கள், குறிப்பாகப் பெரும் பணக்காரர்கள். இந்த மடம் சாதி, வித்தியாசமின்றிப் பெரும் பணக்காரர்களின் ஆதரவைத் தனக்காக்கிக் கொண்டுள்ளது. இப்பொழுது பத்திரிகைகளில் இது குறித்துச் செய்தி வருகிறது. ஏ.சி.முத்தையா செட்டியார் தமிழ்நாட்டினுடைய பெரிய தொழிலதிபர்; கோடீஸ்வரர். அவரின் மனைவி மடத்திற்கு வழக்கமாக வந்துபோகிறவராக இருந்திருக் கிறார். அவருக்கு அம்மடத்தில் எந்தவித ஆன்மீக உரிமையும் கிடையாது; இருக்க முடியாது. பெரும் பணக்காரர்கள் மட்டுமே சாதி கடந்து இந்த மடத்தின் ஆதரவாளர்கள் ஆனார்கள். தவிர, சைவப் பிராமணர்களோ, வைணவப் பிராமணர்களோ, ஏழைகள், எளிமையானவர்கள் இவர்கள் ஆதரவாளர்கள் அல்லர். அதனால் தானே சங்கராச்சாரியார் காஞ்சியில் கைது செய்யப்பட்டபொழுது காஞ்சியில் எதிர்ப்பு இல்லை. அவருக்கு ஆதரவாக எந்த நடவடிக்கையும் இல்லை என்பது மட்டுமல்ல, வைணவப் பிராமணர்கள் காஞ்சி வரதராஜப் பெருமாள் கோயில் முன்பாக வெடி போட்டுக் கொளுத்தித் தங்கள் மகிழ்ச்சியினைத் தெரிவித் திருக்கிறார்கள்.

மறைந்து போன சங்கராச்சாரியாரின் பேச்சுக்களை தெய்வத்தின் குரல் என்றார்கள். ஜெயேந்திரரின் ஆன்மீகம் குறித்து?

வெளிப்படையாகவே, ஜெயேந்திரர் படிப்பாளி அல்ல. இவருக்கு வேதப் பயிற்சியோ மற்ற பயிற்சிகளோ கிடையாது. அதைப்பற்றியே பேசுவதும் கிடையாது. இவர் சொன்னதெல்லாம், பெண்கள் வேலைக்குப் போகக்கூடாது. விதவைப் பெண்கள் தரிசு நிலம் என்பது மாதிரியான கருத்துக்களை வெளிப்படையாகச் சொன்னவர். ஜெயேந்திரடமிருந்து எந்தக் கல்வி ஞானத்தையும் நாம் எதிர்பார்க்கவில்லை. அப்படித் தன்னை பெரிய கல்விமானாக, ஞானியாக அவர் காட்டிக்கொள்ளவில்லை. எதுவும் பேசவில்லை. ஒருமுறை சொன்னார். "கருணாநிதி என்னைப்பற்றிச் சொன்னார். நான் தெய்வத்தைக் கேட்டுக்கொண்டேன். கருணாநிதியைப் படுக்கப் போட்டுவிட்டது" என்றார். தொலைக்காட்சிப் பேட்டியில் வழக்கறிஞர் அருள்மொழி கேட்டதுபோல, துறவியானதற்கு யாரேனும் விழா கொண்டாடுவார்களா? இவர் தன்னுடையதுறவின் வெள்ளிவிழாவினையும் கொண்டாடினார். இவர் துறவியாகி ஐம்பதாண்டுக் காலம் ஆனதற்கு விழா கொண்டாடினார்.

துறவு என்பது எல்லா வகையான பற்றுக்களிலிருந்தும் விலகி நிற்பது. இந்த மடத்தில்தான் கனகாபிஷேகம் நடந்தது. துறவிக்கு எதற்குத் தங்கம்? மடத்திலே எதற்குத் தங்கம்? மடத்திலே தங்கம் வந்தால் அதைத் தொடர்ந்து வருகிற எல்லாக் கேடுகளும் வரத்தானே செய்யும்? இது நிரூபிக்கப்படுகிறதோ நிரூபிக்கப்படவில்லையோ, மக்கள் நம்புவதற்கான காரணங்கள் இருக்கின்றன. இவருக்குத் தங்க மலர்களால் பூசை செய்யப்பட்டது. அரசியல்வாதிபோல மலர்க்கிரீடம் சூட்டிக்கொண்டதும் நாம் கண்கண்ட உண்மை அல்லவா? இவர் மடாதிபதி இல்லை. ஒரு மறைமுகமான அரசியல் இயக்கமாகத் தன்னை வெளிப்படுத்தியுள்ளார்.

இன்று கைது செய்யப்பட்டுள்ள 'சங்கராச்சாரி' தலித்துகளுக்கு நிறைய உதவிகள் செய்தார் என்கிறார்களே?

அங்குக் கிடக்கிற சொத்திலே ஒரு விழுக்காடுகூட மக்களுக்கு உதவியாக வந்ததில்லை. தலித் இயக்கம் வளர்ந்துகொண்டு இருக்கிறது. அதுவும், திராவிட இயக்கத்தையும் மீறி வளர்ந்து கொண்டு இருக்கிறது. இதனைத் தின்று செரிக்க வேண்டும் என்ற முயற்சியிலே இவர்கள் காட்டிய நாடகம். ஏற்கெனவே கையில் ஊடகங்கள், தகவல் தொடர்புச் சாதனங்கள் இருப்பதால், இவர்கள் எதைச் செய்தாலும் மிகப்பெரிய விளம்பரம் கிடைக்கிறது.

நம் கண் முன்னாலே தன்னை ஒரு தலித் தொடுவதற்கு சங்க ராச்சாரியார் அனுமதிப்பாரா? ஒரு தலித் வீட்டிலிருந்து ஒரு குவளை தண்ணீர் வாங்கி அருந்துவாரா? செய்ய மாட்டார். அப்புறமென்ன, தீண்டாமைதானே?! கொடுமையான தீண்டாமையை இன்றுவரை காப்பாற்றிக்கொண்டு இருப்பவர்கள் இந்தச் சங்கரமடத்தில் இருப்பவர்கள் மட்டும்தான். பிராமணர்கள் தவிர வேறு யாரும் இவர்களைத் தொடக்கூடாது. முதன்முறையாகக் கைது செய்யப்பட்டு வருகிறபொழுதுகூட, அந்த வேனில் பிராமணர்கள்தான் வரலாம் என்று சொல்லியிருக்கிறார்கள். இன்னும் தீண்டாமையை அதனுடைய கொடுமையான, உக்கிரமான வடிவத்தில் கடைப்பிடித்து வருகிறவர்கள் காஞ்சி மடத்துப் பிராமணர்கள்தான். சின்னவர் விஜயேந்திரர், அவராவது மற்ற சாதிக்காரரைத் தொடுவாரா? தொடமாட்டார்.

காஞ்சிபுரத்துக்கு அருகில் கூத்தரப்பாக்கம் கிராமத்திலே தலித்துக்கள் கோயிலுக்கு சென்று வழிபாடு செய்ய உரிமை

கேட்டதற்கு சங்கராச்சாரி கட்டைப் பஞ்சாயத்திற்குப் போனார். "நீங்கள் தனிக் கோயில் கட்டிக்கொள்ளுங்கள்" என்றார். தலித் பிள்ளையார் வேறு. உயர்சாதிப் பிள்ளையார் வேறா? அவர்கள் அப்படித்தான் கருதினார்கள். இந்துவாக இருக்க வேண்டும். ஆனால் அடிமைத்தனத்தின் அனைத்து விதிகளையும் ஏற்றுக்கொள்ள வேண்டும் என்று இவர்கள் நினைக்கிறார்கள். இரண்டாவது, தலித் மக்கள் சுத்தமாக இல்லை என்று சொன்னார்களே, அதுவே அவர்களைக் கொச்சைப்படுத்துவதும் அசிங்கப்படுத்துவதுமான வேலைதானே?

சில தலித் தலைவர்களிடையில் இருக்கிற அதிகாரப் போட்டியில், ஒன்றிரண்டு தலைவர்கள் இவர்கள் பக்கம் ஆதரித்துக் கொண்டு இருக்கிறார்கள். இதுதான் நடந்தது. கக்கன் பிறந்த தும்பைப்பட்டிக்கு வருகிறபொழுது தலித் மக்கள் பெரிய சாமியார் வருகிறதால் உணர்ச்சி வசப்பட்டுக் காலில் விழுந்து வணங்கிவிடக் கூடாது என்று சொல்லி, யாராவது தெரியாமல் தொட்டுவிட்டால் என்ன செய்வது என்று காலிலே பட்டுத்துணி கட்டிக்கொண்டுதான் நின்றார். அந்தளவுக்கு கொடுமையான தீண்டாமையைக் கடைப்பிடித்தவர். தீண்டாமை ஒழிப்புத் தண்டனைச் சட்டத்தின் கீழ் நடவடிக்கை எடுக்க முழுத்தகுதி வாய்ந்தவர் இவர். தீண்டாமைக் கொடுமையைச் சங்கராச்சாரியார் இன்னமும் பின்பற்றிக்கொண்டுதான் இருக்கிறார். அதை அரசாங்கம் பார்த்துக்கொண்டுதான் இருக்கிறது. அவரை அழைத்து வருகிற காவல் துறையினரை, அதிகாரிகளைக்கூட நாம் தொலைக்காட்சியில் பார்க்கலாம். மற்ற குற்றவாளிகளைப்போல நடத்தாமல், அவரை ஓரிடத்திலிருந்து தனியே நடத்திக் கூப்பிட்டு வருவதைப் பார்க்கலாம்.

இந்தக் கைது நடவடிக்கையின் முடிவு என்னவாக இருக்குமென்று நினைக்கிறீர்கள்?

கைது நடவடிக்கையின் முடிவு என்பது ஒரு வழக்கைப் பொறுத்த விசயம். நீதிமன்றத்தைப் பொறுத்த விசயம். ஆனால் இந்த மடம் மக்களுக்கான மடமல்ல. இந்த மடம் தீண்டாமையைக் கடைப்பிடிக்கிற, பிராமணர்களில் ஒரு பிரிவினரின் நலன்களுக்காக மட்டும் நடக்கிற மடம். தமிழ்நாட்டில் இருக்கிற எல்லா மடங்களிலும் தமிழ்மொழியை வழிபாட்டில் விலக்கி வைத்திருக்

கிற ஒரே மடம். எல்லா மடங்களிலும் நடைபெறும் ஒழுக்கக்கேடு இந்த மடத்திலும் இருக்கிறது என்பது மக்களுக்குத் தெரிந்து போயிற்று.

வேறு வழியில்லாமல்தான் இந்தப் பத்திரிகைகள் சில விசயங் களையாவது இப்பொழுது வெளியிடுகின்றன.

மக்கள் ஆதரவாக என்றில்லாமல் பத்திரிகையின் ஆதரவினால் கட்டி எழுப்பப்பட்ட மடத்தின் பிரம்மாண்டம் உடைந்து போய் விட்டது. ஏனென்றால் ஒரு காலத்தில் நூற்றுக்கு நூறு பேராதரவு தெரிவித்த பத்திரிகைகள் எல்லாம் சங்கரமடத்திற்கு வந்தாக வேண்டும். சங்கர மடத்தை ஆதரித்து எழுத வேண்டும் என்று இருந்தது. பெரியாரின் குரல் மட்டும் ஒற்றைக் குரலாகத் தொடர்ந்து ஒலித்தது. இன்று இந்த மடத்தின் பிரமாண்டம் மணற்கோட்டைபோல் சரிந்துவிட்டது. ஆனால் 1932இலேயே சங்கராச்சாரியைப் பெரியார் கண்டித்து எழுதியிருக்கிறார். பெரியாரை மக்கள் சரியாகத்தான் புரிந்துகொண்டார்கள். சங்கராச்சாரியார் கைதுக்குத் தமிழ்நாட்டில் ஒருசதவீத மக்கள்கூட எதிர்ப்புத் தெரிவிக்கவில்லையே. இந்த மடம் மக்களாலோ தத்துவத்தாலோ வளர்ந்ததல்ல.

“உயர்வு தாழ்வு வித்தியாசம் முதலியவை கொண்ட மடாதிபதி களை எல்லாம் சிறையில் அடைத்துவிட வேண்டும். பொது ஜனங்கள் கிளர்ச்சி செய்தால் மடாதிபதிகளைத் தீவாந்திரத்திற்கு அனுப்பிவிட வேண்டும்” என்று 1928இலேயே பெரியார் பேசியிருக்கிறார்.

அன்றே மடாதிபதிகளைச் சரியாகப் புரிந்துகொண்டு பேசிய பெரியாரை இன்றாவது புரிந்துகொள்ள முயல்வார்களா?

நான் திரும்பவும் சொல்கிறேன். எல்லா மடங்களும் ஒவ்வொரு சாதிக்குரியன. எல்லா மக்களுக்கும் உரிய மடம் என்ற ஒன்று கிடையாது. மடங்களினுடைய செயல்பாடுகள் இப்படித்தான் இருக்குமென்று மக்கள் புரிந்துகொள்ள வேண்டும். அதுதான் பெரியாரியச் சிந்தனைக்கு வெற்றி. அரசியல் கட்சிகள் எல்லாம் சாதிமயமாகிக்கொண்டிருக்கின்றன. மடங்களில் உள்ள அதிகாரக் கட்டுமானம், ஒதுக்கல்கள் எல்லாம் பத்திரிகைகளில் வந்துகொண்டிருக்கின்றன. எந்த மடமும் மதிப்புக்குரிய மடமல்ல. எந்த மடமும் எல்லாருக்கும் உரியதல்ல. குறிப்பிட்ட

சாதிக்குரியது என்று புரிந்துகொள்ள வேண்டும் அந்தச் சாதியினரின் நலனுக்காகத்தான் மடங்கள் இருக்கும். எல்லா மடங்களும் தங்களின் மதத்துவத்தைக் கைவிட்டு நெடுங்காலமாகிவிட்டது. சாதி சார்ந்துதான் மடங்கள் இயங்குகின்றன. சாதி சார்ந்து இயங்குகின்ற அரசியல் கட்சிகளைப்பற்றிப் பேசுகிறோம். ஆனால் சாதி சார்ந்து இயங்குகின்ற மடங்களைக் கண்டுகொள்ளாமல் விட்டுவிட்டோம்.

தமிழ்ப் பத்திரிகைகள் பலவாறாகச் சொல்கின்றனவே, எது உண்மை?

எது உண்மையோ, உண்மை இல்லையோ? நமக்குத் தெரிந்திருக்கிற, விவாதத்திற்கு அப்பாற்பட்ட உண்மைகளைப்பற்றி மட்டும் பேசலாம். இந்த மடம் ஏராளமான சொத்துக்களைத் திரட்டியிருக்கிறது. ஏராளமான சொத்துக்கள் இருக்கும்பொழுது நடைபெறும் கேடுகள் இங்கும் நடந்திருக்கிறது. மடங்களுக்கும் கொலைகளுக்கும் வரலாறு நெடுகிலும் சம்பந்தம் உண்டு. எல்லா மடங்களின் அழிவுகளுக்கும் அம்மடங்களில் உள்ளாக நடைபெறும் ஒழுக்கக்கேடுகள்தான் காரணம். இந்த மடத்திலும் அது நடந்தது. இந்த மடம் பொதுவிதிக்கு அப்பாற்பட்டது என்ற மாதிரி நினைத்துக்கொள்ளக்கூடாது. அப்படிக் காட்டிக்கொண்டிருந்த பத்திரிகைகள், காட்சி ஊடகங்கள் இதையும் இன்றைக்கு விவாதத் திற்குள்ளாக்க வேண்டும்.

ஜெயேந்திரர் இன்று கைது செய்யப்பட்டிருக்கின்றார். இவரது கைது அரசியலை உலுக்கியிருக்கிறது. இதன் விளைவுகள் என்னவாகவும் இருக்கலாம். காஞ்சி மடம் குறித்த ஒரு பிம்பம் இன்று சிதைந்துள்ளது. இதை நீங்கள் எப்படிப் பார்க்கிறீர்கள்?

நீங்கள் சொன்னதுபோல எந்த மடாதிபதி கைதும் அரசு நிர்வாகத்தை உலுக்கியது கிடையாது. ஏனென்றால் இவர் ஒரு அரசியல்வாதி போலத்தான் செயல்பட்டார். அரசியல்வாதிகளால் தீர்க்க முடியாத அயோத்திப் பிரச்சனையைத் தான் தீர்ப்பதாக விமானமேறி டெல்லிக்குப் போனார். எதுவும் நடக்கவில்லை. எல்லா மதத்திற்கும் ஒரு நுண்ணரசியல் தளம் உண்டு. திருநாவுக் கரசருக்கும் திருஞான சம்பந்தருக்கும்கூட ஒரு நுண்ணரசியல் தளம் இருந்தது. ஆனால் இவர் வெளிப்படையாக ஓர் அரசியல் கட்சித் தலைவரைப்போலவே நடந்துகொண்டார். இந்து மத வாதக்கட்சிகள் அதற்குத் துணை செய்தன. அரசியல்வாதிகள்போல்

மலர்க்கிரீடம் வாங்கினார். இதன் பிறகும் இந்த மடத்தை ஆன்மீக ரீதியிலான நிறுவனம் என்று நாம் நினைத்துக்கொண்டால் நாம் முட்டாள்களாவோம். இது ஒரு அரசியல் இயக்கமாகத் தன்னைக் காட்டிக்கொள்ளவில்லையே தவிர, அவ்வாறுதான் செயல்பட்டு வந்தது. இப்பொழுது இதற்கு வந்துள்ள ஆபத்து, அரசியல் உலகத்தையும் பாதிக்கிற விஷயமாக உள்ளது. எளிய மக்களே நிறைந்து இருக்கிற இந்த நாட்டில், அவர்கள் சொல்கிற கோடிக் கணக்கான வரவு செலவுகளைப் பார்த்தால் 'இது ஆன்மீகம் பேசக் கூடிய இடம்தானா?' என்று அச்சமாக இருக்கிறது. இது என்ன விளைவுகளை உண்டாக்கும் என்று கணிக்க இயலவில்லை.

என்ன விளைவுகளை உண்டாக்க வேண்டும் என்று ஆசைப்படுகிறோம் என்றால், 'மடங்கள் இப்படித்தான் இருக்கும்; இது பொதுவிதி. இந்த மடமும் தப்பவில்லை. இந்த மடத்தைப்பற்றி சொல்லப்பட்டு வந்த, ஊடகங்களால் உருவாக்கப்பட்டு வந்த தெய்வீக, புனித பிம்பங்கள் அனைத்தும் பொய்யானவையே' என்று மக்கள் புரிந்துகொள்ள வேண்டும். ஆன்மீக ஊழல்வாதிகள் எப்போதாவதுதான் பிடிபடுவார்கள். எனவே மக்கள் மிகுந்த எச்சரிக்கையாக இருக்க வேண்டியது இவர்களிடம்தான். இதுதான் நமக்குக் கிடைத்திருக்கும் பாடம்.

'இந்து' தேசியம்

இந்திய தேசிய உருவாக்கத்தில் பார்ப்பனியத்தின் பங்கு

பதினெட்டாம் நூற்றாண்டின் நடுப்பகுதி முதலாகக் கிழக்கிந்தியக் கம்பெனியின் படைகள் தமிழ்நாட்டின் தென்கோடிப் பகுதி வரை எவ்விதப் பேரெதிர்ப்புமின்றி ஊடுருவிச் சென்றன.

எனவே பதினெட்டாம் நூற்றாண்டின் இறுதியில், ஏறத்தாழத் தமிழ்நாடு முழுவதும் அப்படைகளின் கையில் வந்துவிட்டது. 1752இல் தொடங்கி 1799க்குள் அவர்கள் தமிழ்நாட்டின் நிலவரி வசூலை முழுவதுமாகத் தமதாக்கிக் கொண்டனர். இதன் இறுதிக் கட்டமாகத் தென்தமிழ்நாட்டில் 1799இல் வீரபாண்டிய கட்ட பொம்மனும் 1801இல் மருது சகோதரர்களும் தூக்கிலிடப் பட்டனர். இதன் பின்னர் நீதித்துறையும் இராணுவமும் சார்ந்த ஒரு முழுமையான அரசாங்கத்தை உருவாக்கும் முயற்சியில் காலனி அரசாங்கம் ஈடுபட்டது.

வங்காளம் உள்ளிட்ட கிழக்கிந்தியப் பகுதிகளில் அரசாங்கத்தை உருவாக்கிய முன் அனுபவம் காலனி அரசுக்கு இருந்தது. வங்காளத்தில் நீதித்துறையை ஒழுங்குடுத்தும் முயற்சியில் சர் வில்லியம் ஜோன்ஸ் ஈடுபட்டார். உள்நாட்டு நீதிமுறைகளை அவர் தொகுத்துத் திரட்டி, அதற்கு இந்துச் சட்டம் (Hindu Law) எனப் பெயரிட்டார். கிறித்தவரல்லாத, இசுலாமியரல்லாத பெருந் திரளான மக்களைக் குறிக்க ஐரோப்பியர் வழங்கிய 'இந்து' என்னும் சொல், முதன்முதலாக அதிகார அங்கீகாரம் பெற்றது அப்போது தான். 1801இல் திருப்பத்தூரில் தூக்கிலிடப்பட்ட பெரியமருது, தன்னுடைய மரண வாக்குமூலத்தில் கம்பெனி அதிகாரிகளுக்கு வைத்த கோரிக்கைகளில் ஒன்று, 'நான் கோயில்களுக்கும் அறநிலையங்களுக்கும் வழங்கிய சொத்துக்களைக் கம்பெனியார் பறிக்கக்கூடாது' என்பதாகும். ஆட்சி அதிகாரத்தைத் தக்கவைக்க முயன்றுகொண்டிருந்த கம்பெனி அரசு, இந்தக் கோரிக்கையை அப்படியே ஏற்றுக்கொண்டது. அத்துடன் உள்நாட்டு மக்களின் மத உணர்வுகளைச் சீண்டிவிடக் கூடாது என்பதில் அது முன் எச்சரிக்கை உணர்வுடன் 1817 வரை நடந்துகொண்டது. இந்தக் காலப் பகுதியினை அரசு ஆவணங்கள் நடுநிலைக் காலம் (Period of Nutrality) என்று குறிப்பிடுகின்றன. இக்காலத்தில் கோயில் நிலங்களுக்குரிய வரியினை மட்டும் பெற்றுக்கொண்டிருந்த கம்பெனி அரசாங்கத்தின் மாவட்ட ஆட்சித்தலைவர்கள், கோயில் நிர்வாகத்தில் சிக்கல் ஏற்பட்டபோதெல்லாம் வருவாய் ஆணையத்தின் (Board of Revenue) ஆணையைப் பெற்றே நடவடிக்கை எடுத்தனர்.

வடஇந்தியாவைப் பார்க்க, தமிழ்நாட்டில் பெருங்கோயில் களும் மடங்களும் எண்ணிக்கையில் மிகுதி. விளைநிலங்களில் 90% இவற்றுக்கு உரியதாகவே இருந்தன. இக்கோயில்கள் அனைத்தும் பார்ப்பனர்களின் முழுமையான கட்டுப்பாட்டில் இயங்கி வந்தன. (விதி விலக்காகச் சில மடங்களும், விளைநிலங்களும் வேளாளர் கையில் இருந்தன). சொத்துடைமை நிறுவனமான கோயில் வழியாகப் பார்ப்பனர்கள் பெருந்திரளான மக்களின்மீது தங்களின் அதிகாரத்தைச் செலுத்த முடிந்தது. கோயிற்பணியாளர் வரிசை யிலும் இசைக்காரரர், கொத்தர், தச்சர் தவிர அருச்சகர், பரிசாரகர், மடைப்பள்ளியார், ஸ்தலத்தார் என்று பார்ப்பனர்களே எண்ணிக் கையிலும் மிகுதியாக இருந்தனர்.

எனவே அரசு என்னும் நிறுவனத்துடன் தொடர்புகொள்ளப் பார்ப்பனர்களுக்கு மட்டுமே வாய்ப்பிருந்தது. பெருந்திரளான மக்களின் கையில் இருந்த ஒரே நிறுவனம் உள்ளூர் சாதிக்குழு (Local Caste Assembly) மட்டுமே. சொத்துடைமையற்ற இந்தக் குழுக்களுக்கு வேறு வலிமை ஏதும் இல்லை. இவை வட்டார அளவில் சடங்குகளால் பிணைக்கப்பட்டவை மட்டுமே. இந்தப் பின்னணியில்தான் 1817இல் காலனி அரசு கோயில்களையும் மடங் களையும் ஒழுங்குப்படுத்தும் (Regulations VII of 1817) சட்டத்தைக் கொண்டுவந்தது.

1830களில்தான் பத்திரிகைகள், பொதுக்கல்விப் பள்ளிகள் என்னும் புதிய சமூக நிறுவனங்கள் தமிழ்நாட்டில் அறிமுகமாயின. அதற்கு முன்னர் ஐரோப்பிய மிஷனரிகள் தங்கள் முயற்சியில் சிறிய அளவிலான கல்வி முயற்சிகளைச் செய்திருந்தனர். சென்னையை அடுத்து தென்தமிழ்நாட்டின் திருநெல்வேலிப் பகுதியில் ஒடுக்கப் பட்ட மக்கள் கணிசமான அளவு கிறித்துவத்தைத் தழுவியிருந்தனர். எனவே மேல்சாதியினரின் நடுவில் அரசதிகாரம் பிற மதத்தினரின் கையில் இருப்பது ஓரளவு உணரப்பட்டது. மறுதலையாக சில

மிஷனரிகள் முயற்சியால், கிறித்துவர்களாக மாறிய தாழ்த்தப்பட்ட மக்களைப் பழைய வழக்கப்படி ஊர்க்கோயில் திருவிழாக்களில் ஊழியம் செய்ய மேல்சாதியார் கட்டாயப்படுத்தக் கூடாது என்று அரசு ஒரு ஆணை வெளியிட்டது. இதனைப் பொறுக்கவியலாத மேல்சாதியார், அரசு தங்கள் மத வழக்கங்களில் தலையிடுவதாகக் குற்றஞ்சாட்டினர். காலனி ஆட்சிக்கான தங்கள் முதல் எதிர்ப்பை மேல்சாதியார் இவ்வாறு சாதி சார்ந்தும் மதம் சார்ந்துமே பதிவு செய்தனர். ஏனென்றால் மரபுவழிச் சமூகத்தில் சாதியும் மதமும் (குறிப்பாகப் பார்ப்பனர்களுக்கு) நாணயத்தின் இரண்டு பக்கங்களைப் போல் பிரிக்க முடியாதபடி அமைந்திருந்தன. 1834இல் சென்னைப் பல்கலைக்கழகத்தின் முன்னோடியாகத் தொடங்கிய சென்னை உயர்நிலைப் பள்ளியில் 1855 வரை தாழ்த்தப்பட்ட வகுப்பினருக்கு அனுமதி இல்லை. 1851இல் தாழ்த்தப்பட்ட வகுப்பினரை அனுமதித்ததால் பல்கலைக்கழக மேலாண்மைக் குழுவிலிருந்து ஒரு 'இந்து' உறுப்பினர் பதவி விலகினார். 1855 வரை இந்தப் பள்ளியிலிருந்து தகுதிகாண் பட்டயம் (Proficiency Degree) பெற்ற 36 பேரில் 20 பேர் பார்ப்பனர்களே என்றும் 1859இல் ஆங்கிலேய அரசு முதன்முறையாகத் தேர்ந்தெடுத்த துணை ஆட்சியர் (Deputy Collector) 40 பேரில் இந்தப் பள்ளியில் பயின்ற பார்ப்பனர்களே பெருந் தொகையினர் என்றும் ஆர்.சுந்தர லிங்கம் எடுத்துக் காட்டுகிறார்.

மேற்குறித்த நிகழ்வுகளில் இருந்து நாம் பெறக்கூடிய செய்தி ஒன்றுண்டு. அதுவரை பார்ப்பனர்கள் மட்டுமே பெற்று வந்த வேதக்கல்வியும் வடமொழிக் கல்வியும் தம் அதிகாரத் தகுதியை இழந்துவிட்டன. சமூக அதிகாரம் சார்ந்த கல்வி என்பது ஆங்கிலக் கல்வியாக மாறிவிட்டது. அது பொதுக்கல்வியாக இருந்தபோதும் மக்கள் திரளில் சிறுபான்மையினராக இருந்த பார்ப்பனர்கள் புதிய அதிகாரத்தைத் தேடி ஆங்கிலக் கல்விக்குள் முதலில் நுழைந்து கொண்டனர்.

தேசம், தேசியம், இந்து, இந்திய நாகரிகம், திராவிடம் முதலிய கருத்தாக்கங்கள் அக்காலத்தில் முழுமையாக உருப்பெறவில்லை. 1866இல் வங்கத்தைச் சேர்ந்த கேசவ சந்திர சென் பிரம்ம சமாஜத்தின் பிரதிநிதியாக தமிழ்நாட்டில் சுற்றுப்பயணம் செய்கின்றார். ஆங்கிலக் கல்வி கற்ற பார்ப்பனர்கள் அவரால் மீட்கப்படுகின்றனர். பிரம்ம சமாஜத்தின் கருத்துக்கள் மொழி

எல்லைகளைத் தாண்டி இந்திய ஆன்மிகத்தை உருவாக்கும் என்பதை அவர்கள் கண்டுகொண்டனர். பார்ப்பன, பௌராணிக மரபுகளால் கொண்டாடப்பட்ட 'பரதக் கண்டத்தின்' உயிர்ப்பை அது மீட்டெடுக்கும் என அவர்கள் நம்பினர். இந்தக் காலகட்டம் தொடங்கி பிற்படுத்தப்பட்ட மக்கள்திரள் இதற்கு வெளியில் தங்கள் சாதி அடையாளத்தைத் தேடத் தொடங்கினர். இதனைச் சாதியப் பத்திரிகைகளின் தொடக்கக் காலம் எனலாம்.

மொழி எல்லைகளைக் கடந்த தேசியம் என்ற கருத்தாக்கம் பார்ப்பனர்களுக்கு ஏற்புடையதாக இருந்ததால் 1880இல் பி.சிவசாமி அய்யரும் அனந்தாச்சார்லு என்பவரும் சேர்ந்து 'மெட்ராஸ் மகாஜன சபா' என்ற அமைப்பினைத் தொடங்கினர். இதுவே தமிழ்நாட்டில் இந்திய தேசியம் பேசிய முதல் அமைப்பாகும். இந்த அமைப்பின் முன்னணித் தலைவர்களில் சேலம் இராமசாமி முதலியார் தவிர, எஞ்சிய அனைவரும் பார்ப்பனர்கள். 1884இல் இவர்கள் சென்னையில் தங்கள் அமைப்பின் முதல் மாநாட்டைக் கூட்டினர். காலனிய அரசுக்கு இந்திய தேசியம் என்ற கருத்தாக்கம் அன்றைக்குத் தேவையாக இருந்தது. 1881இல் பணி ஓய்வு பெற்ற ஹியூம் (Hume) என்ற ஐசிஎஸ் அதிகாரி இவர்களோடு (சில கருத்து வேறுபாடுகளுடன்) இணைந்து வேலை செய்ய முன்வந்தார். அதன் விளைவாக 1884இல் புனா நகரில் நடந்த காங்கிரஸ் மாநாட்டிற்கு 8 பேர் சென்றனர். இவர்களில் 6 பேர் பார்ப்பனர்கள். 1881இல் பிரம்மஞான சபை நிறுவிய கர்னல் ஆல்காட்டும் பிளாவட்ஸ்கி அம்மையாரும் சென்னை வந்தனர்.

ஆரிய நாகரிகமும் வடமொழி வேதங்களும் உலகிற்கே வழிகாட்டும் என்பது அவர்களது கருத்தாகும். அழைப்பின் பேரில், அப்பொழுது கிறித்துவம் கணிசமாகப் பரவியிருந்த திருநெல்வேலிக்கு அவர்கள் சென்றனர். திருநெல்வேலி நெல்லையப்பர் கோவிலில் பூரண கும்ப மரியாதையும் வரவேற்பும் அவர்களுக்கு அளிக்கப்பட்டது. கோயில் வளாகத்தில் அவர்கள் இருவரும் கூட்டம் ஒன்றிலும் பேசினர். "மலை மீது கட்டப்பட்ட கோட்டை போல இந்திய நாகரிகம் என்பது வேதங்களின் மீதும் புனித நூல்களின் மீதும் கால் கொண்டு நிற்கின்றது" (An Indian Civilization resting upon the vedas and other National Works is like a strong castle built upon rocks) என்பது ஆல்காட் வெளியிட்ட கருத்தாகும்.

ஆரியன் என்ற கருத்தாக்கம், இந்து என்ற கருத்தாக்கம், இரண்டும் உருவாகி வந்த இந்திய தேசியத்திற்குள் புகுந்து கொண்டன. பின்னர் வந்த இந்திய தேசியக் காங்கிரசின் பெரும் தலைவர்களான திலகர், ரானடே, பண்டித மதன் மோகன் மாளவியா, அன்னிபெசன்ட் ஆகியோரும் இதே கருத்தாக்கங்களையே உயர்த்திப் பிடித்தனர். 1927இல் தமிழ்நாட்டில் காந்தியடிகள் வெளிப்படையாகவே வர்ணாசிரம தர்மத்தை ஆதரித்துப் பேசினார். அதுவே பெரியாரை தேசிய இயக்கத்திலிருந்து முற்றிலுமாக வெளியேறச் செய்தது.

இந்திய தேசியத்திற்குள் பார்ப்பனியம் ஊடுருவிய போதெல்லாம் அதற்கான எதிர்ப்பு தமிழ்நாட்டில் இருந்துதான் வந்தது. அயோத்திதாசப் பண்டிதர், மறைமலையடிகள், திராவிட இயக்க மூலவர்கள், பெரியார் ஈ.வெ.ரா என்று, இந்திய தேசியத் திற்கு மாற்றான ஒரு கருத்தியலை முன்வைத்ததில் தமிழ்நாட்டிற்குப் பெரும் பங்குண்டு.

பெரியாரின் போராட்ட உணர்வு, முழுவீச்சினை அடைவதற்குச் சற்றுமுன் தமிழ்நாட்டில் நடந்த ஒரு முயற்சியினை இங்கே பதிவு செய்வது நல்லது. 1921இல் தமிழ்நாட்டில் நீதிக்கட்சி ஆட்சிப் பொறுப்பேற்று அறநிலையப் பாதுகாப்பிற்கான சட்ட முன் வரைவு 1924இல் வெளிவந்தது. இந்தச் சட்ட முன்வரைவில் இருந்த 'இந்து' என்ற சொல்லைத் தமிழ்நாட்டுச் சைவர்கள் கடுமையாக எதிர்த்தார்கள். 1924ஆம் ஆண்டு டிசம்பர் 'செந்தமிழ்ச் செல்வி' இதழில் பின்னிணைப்பாக இந்தச் சட்ட முன்வரைவு விமர்சனம் செய்யப்பட்டுள்ளது. 'இந்து' என்று சொல்லப்படும் பிரிவில் சைவம், வைணவம், லிங்காதயம், ஸ்மார்த்தம் என்று பல பிரிவுகள் உள்ளன. எனவே இந்த முன்வரைவு ஒவ்வொரு சமயத்தை பற்றியும் தனித்தனியாகக் கணக்கிடவேண்டும். இந்து என்ற சொல் ஸ்மார்த்தர்களுடையது என்பதே இந்த விமர்சனத்தின் சாரம். அதே இதழில் "ஸ்மார்த்தக் கலப்பால் சிவாலயங்களில் ஏற்படும் இடையூறுகள்" என்று ஒரு கட்டுரையினை வழக்கறிஞரும் தமிழறிஞருமான கா.சு.பிள்ளை எழுதியுள்ளார். சங்கராச்சாரியாரை குருவாகக் கொண்ட ஸ்மார்த்தப் பார்ப்பனர்கள், ஆகம விதிக்குப் புறம்பானவர்கள். ஆகம நெறிக்குட்பட்ட சிவாலயங்களை அவர்கள் கைப்பற்ற முயற்சிக்கிறார்கள் என்று குற்றம் சாட்டுகின்ற

கா.சு.பிள்ளை, திருநெல்வேலி சிவாலயத்தில் இந்த முயற்சி தொடங்கியிருப்பதாகவும் குறிப்பிடுகின்றார். கா.சு.பிள்ளையின் முயற்சி தோல்வியடைந்து, 'இந்து அறநிலையம்' என்ற சொல்லே சட்டச் சொல்லாயிற்று. ஆனால் திருநெல்வேலிச் சிவாலயத்தில் ஊடுருவ ஸ்மார்த்தர்கள் செய்யும் முயற்சி 1960களிலும் 70களிலும் தொடர்கிறது. அண்மையில் 2003இல்தான் திருநெல்வேலி சைவர்கள் இப்போதுள்ள சங்கராச்சாரியாரை எதிர்த்து நீதி மன்றத்தில் வழக்குத் தொடர்ந்து, அவரைப் பின்வாங்கச் செய்தனர். ஆனால் 'இந்து' என்ற சொல்தான் இந்திய தேசியத்திற்கு மற்ற மதங்களை நிராகரிக்கும் அடிப்படைக் கருத்தியலாக அமைந்திருக் கிறது என்பதனையும் நாம் மறுக்க இயலாது. இந்தப் போக்கிற்கு ஸ்மார்த்தப் பார்ப்பனர்களே தலைமை தாங்குகின்றனர் என்பதும் நம் கண்முன் அரங்கேறும் உண்மையாகும்.

இந்திய தேசியமும் திராவிட தேசியமும் : உறவுகளும் முரண்களும்

பத்தொன்பதாம் நூற்றாண்டின் நடுப்பகுதியிலிருந்து நமது தமிழ்ச் சமூகத்தில் ஏற்பட்ட அசைவுகளைக் குறித்து தமிழ்நாட்டு, வெளிநாட்டு ஆய்வாளர்கள் சிலர் அண்மைக்காலத்தில் நிறைய எழுதியுள்ளனர். அவர்களுடைய எழுத்துக்கள் பெரும்பாலும் ஒரு குறிப்பிட்ட காலப்பகுதியை அடிப்படையாகக் கொண்டு அமைகின்றன.

ஆர்.சுந்தரலிங்கம் *1852-1891*, டி.ஏ.வாஸ்புருக் *1870-1920*, கிறிஸ்டோபர் பேக்கர் *1920-1937*, யூஜின் இர்ஷிக் *1919-20, 1930*கள் (இருநூல்கள்), ஈ.சா.விஸ்வநாதன் *1920-49*. கே.நம்பி ஆரூரன் *1905-44* ஆகியோரின் நூல்கள் இந்த வரிசையில் குறிப்பிடத் தக்கவை. இவை தவிர முரசொலி மாறன், எஸ்.சரசுவதி, எஸ்.வி. ராஜதுரை, வ.கீதா, இரா.வேங்கடாசலபதி, கேசவன் ஆகியோரின் நூல்களும் ஆனந்தி, எம். எஸ்.எஸ்.பாண்டியன், அ.மார்க்ஸ். பொ.வேல்சாமி ஆகியோரின் கட்டுரைகளும் இத்துறையில் குறிப் பிடத்தகுந்த முயற்சிகளாகும். மிக நீண்டகாலப் பகுதியினை ஆய்வுப் பொருளாக எடுத்துக்கொண்டு, 'இந்தியத் தேசியமும் திராவிடத் தேசியமும்' என்ற நூலை குணா எழுதியுள்ளார்.

பத்தொன்பதாம் நூற்றாண்டின் நடுப்பகுதி தொடங்கி பெரியாரின் இறுதிக்காலம் வரையுள்ள தமிழ்நாட்டுச் சமூக அரசியல் வரலாற்றை நான்கைந்து காலகட்டங்களாகப் பகுத்துப்

பார்ப்பது, இந்தியத் தேசியத்தின் உருவாக்கம், வளர்ச்சி, வாழ்வு இவற்றோடு தமிழ்ச் சமூகம் கொண்ட உறவுகளையும் முரண் களையும் விளக்க ஓரளவு போதுமானதாக அமையும் என நம்பலாம்.

இக்காலப் பகுப்பைப் புரிந்துகொள்ளும் முன்தேவையாக ஆரியன் X தமிழன், ஆரியம் X திராவிடம், இந்து X தமிழர் ஆகிய எதிர்நிலைச் சொற்கள் எந்த எந்தப் பொருளில் காலந்தோறும் ஆளப்பட்டன என்பதைப் புரிந்துகொள்ள வேண்டும்.

'ஆரியன் கண்டாய் தமிழன் கண்டாய்' என்ற திருநாவுக்கரசர் தேவாரத்தில், வடமொழியாளர் X தமிழர் என்ற பொருளில் இது கையாளப்பட்டுள்ளது. ஆரியன் என்று தமிழரல்லாத வடமொழி யாளரைக் குறிப்பிடும் சொற்பயன்பாட்டில் இதுவே காலத்தால் மூத்ததாகும். 'பஞ்சதிராவிட' எனத் தென்னாட்டுப் பிராமணர்கள் தங்களை அழைத்துக்கொண்டபோது, திராவிடம் என்ற சொல் தமிழ், தெலுங்கு, மலையாளம். கன்னட, துளு நிலப்பகுதிகளைக் குறிக்கிறது. அழகிய மணவாளப் பெருமாள் நாயனாரின் 'ஆச்சார்ய ஹிருதம்' என்ற வைணவத் தத்துவ நூலில் (14ஆம் நூற்றாண்டு) 'வேதம் பஹுவிதம்' இதில் ஆரியம் திராவிடம் என்கிற பிரிவு ருகாதி பேதம் போலே1* என்று திராவிடம் என்ற சொல் தமிழ் மொழியைக் குறித்திருக்கிறது. கடந்த நூற்றாண்டில் கால்டுவெல், திராவிடம் என்ற சொல்லை மொழிக் குடும்பத்தைக் குறிக்கப் பயன்படுத்தினார். ஆனால் அவருக்கு முன்னர் 1847இல் திராவிட தீபிகை என்ற பெயரோடு சென்னையில் ஒரு பத்திரிகை தொடங்கப்பெற்றுள்ளது. குறிப்பாக, பின்னர் பஞ்சாபில் பிறந்த ஆரிய சமாஜத்தின் செல்வாக்கு காரணமாக, ஆரியன் என்ற சொல் இந்திய நிலப்பகுதி மக்கள் அனைவரையும் குறிக்கும் சொல்லாகப் பார்ப்பனர்களால் பயன்படுத்தப்பட்டுள்ளது. 'பேரிமய வெற்பு முதல் பெண் குமரி ஈறாகும் ஆரியநாடு' என்பது 1906இல் பாரதி கவிதை2.* பாரததேவிக்கு நகரம் காசி, ஆறு கங்கை, மலை இமயம், வேதங்களே வெற்றிமுரசு. தாஜ்மஹாலும் எல்லோராவும் சரப சாஸ்திரியின் கையிலிருக்கும் புல்லாங்குழலும் பாரதிக்கு ஆரிய சம்பத்து. பாரதியின் குருவான திலகர் ஓர் ஆரிய சமாஜி. 1904இல் இந்திய சமூகத்தை (Aryan Nationality) ஆரிய தேசிய இனம் என்றே இந்து ஆங்கில நாளிதழ் எழுதியது3.*

இந்து, இந்தியா ஆகிய இரண்டு சொற்களும் ஆங்கிலேயரால்

அறிமுகப்படுத்தப்பட்ட சொற்களாகும். 1930களில் இந்து என்ற சொல் கிறிஸ்தவர்களும் முஸ்லீம்களும் அல்லாத உள்நாட்டுக் காரர்களைக் குறிக்கும் சொல்லாகக் கருதப்பட்டது. Hindu Literary Society பெயரில் சென்னையில் தொடங்கப்பெற்ற கல்விச் சங்கம் இப்படித்தான் இந்தச் சொல்லை வழங்கியது. பார்ப்பனரல்லாத வர்கள் (தமிழர்கள்) இந்தச் சொல்லை வடமொழி வேதத்தை ஏற்றுக்கொண்ட மக்களைக் குறிக்கும் சொல்லாக அப்பொழுது கருதவில்லை. 1917 (ஜூன் 1ஆம் நாள்) வெளியிடப்பெற்ற திராவிடன் முதல் இதழ், 'பிராமணரல்லாத இதர இந்துக் களுடைய குறைகள்' என்றுதான் எழுதியது4.*

1898க்குள் இந்து என்ற சொல்லைத் தன் பெயரில் கொண்ட 15 தமிழ் இதழ்கள் (பத்திரிகைகள்) வெளிவந்துள்ளன5.* இவற்றுள் பெரும்பாலானவை பார்ப்பனர் அல்லாதாராலேயே நடத்தப் பெற்று வந்துள்ளன. 1888 சனவரியில் இந்து ஜன சம்ஸ்காரிணி என்ற இதழ் அரசாங்க வேலைகளில் பிராமணர்கள் நிறைந்திருப் பதைச் சுட்டிக்காட்டி, அவர்களுக்கு மக்கள்தொகை விகிதப்படியே அரசாங்க வேலைகள் கொடுக்கப்பட வேண்டும் என்று எழுதியிருக்கிறது6.*

இதே காலப்பகுதியில் திராவிடம் என்ற சொல்லைத் தன் பெயரில் கொண்ட இதழ்கள் (பத்திரிகைகள்) 13 வெளி வந்துள்ளன7.* இவை எவற்றிலும் பார்ப்பனர்கள் தொடர்புடைய வராகக் காணப்படவில்லை.

விதிவிலக்காக திராவிட பாகவதன் 1914, டி.கே.சீனிவாச ஐயங்கார் (வைணவ மாத இதழ்), திராவிட நேசன் 1891, தஞ்சை (சைவம்) மாறாக அயோத்திதாசப் பண்டிதர் தொடங்கிய திராவிடப் பாண்டியன் (1888) இதழ் திராவிட என்ற சொல்லை மொழிக் குடும்பம், நிலப்பகுதி ஆகியவற்றுக்கும் அப்பால், சமூக அரசியல் தளத்தில் முன்வைத்திருக்கிறது. இந்து என்ற சொல் இந்துத்துவக் கோட்பாடுகளுக்கு முன்னோடியாக மாற்றப்பட்டதைப் பின்னர் காணலாம். இவரே 1890இல் திராவிட மகாஜன சபையினையும் தோற்றுவிக்கிறார். 'தேசியக் காங்கிரஸ் அல்ல, பார்ப்பனக் காங்கிரஸ்' என்று 1908இல் எழுதியவரும் இவர்தான்.

தமிழ்நாட்டு மக்களின் அமைப்பு ரீதியான முதல் அசைவுக்கு 1852இல் தொடங்கப்பட்ட சென்னை ஜன சங்கத்தினை (Madras

Natives Association) அடையாளமாகக் குறிப்பிடலாம். இதற்கு முன்னர் 1830களில் பச்சையப்பன் அறக்கட்டளை நிர்வாகிகள் தொடங்கிய 'இந்து கல்விச் சங்கம்' (Hindu Literary Society) 1840களில் தொடங்கப்பெற்ற 'சதுர்வேத சித்தாந்த சபை' என்னும் அமைப்பு ஆகிய இரண்டினை அறிகிறோம். சதுர்வேத சித்தாந்தம்8* என்ற பெயரிலிருந்து இது நேரிடையாகவோ மறைமுகமாகவோ ஒரு பார்ப்பன அமைப்பாக இருந்திருக்க வேண்டும் என்று தெரிகிறது. 1845இல் திருநெல்வேலியில் கிறிஸ்தவர்கள் மீது இந்துக்கள் நடத்திய தாக்குதலுக்கு அரசு ஆவணங்கள் இந்தச் சபையினையே குற்றம் சாட்டுகின்றன என்று சுந்தரலிங்கம் குறிப்பிடுகிறார்9.*

சென்னை ஜனசங்கம் (MNA) சென்னையிலிருந்த செட்டிகள், நாயுடு, கோமுட்டிச் செட்டி ஆகியோர் ஆதரவுடன் லெட்சுமிநரசு செட்டியால் தொடங்கப்பெற்றதாக ஆய்வாளர்கள் தெரிவிக்கின்றனர். ஆனால் இதில் திருநெல்வேலி சைவ வேளாளரும் வியாபாரியுமான ஜே.ஏ.அப்பாசாமிப் பிள்ளை போன்றோரும் பங்கு பெற்றுள்ளனர். இரண்டாண்டுகளில் இச்சங்கத்தில் அரசியல் விவகாரங்களை முன்னெடுத்துப் போவதா, சமூகச் சீர்திருத்தத்துக்கு முன்னுரிமை தருவதா என்பதில் கருத்து வேறுபாடு ஏற்பட்டுப் பிளவு ஏற்படுகிறது. இதிலிருந்து விலகிய சீனிவாசப் பிள்ளை 'இந்து முன்னேற்றச் சங்கம்' (Hindu Progressive Development Society) என்ற அமைப்பைத் தொடங்குகிறார்10.* சென்னை ஜனசபையின் கிரசண்ட் இதழுக்குப் போட்டியாக 'உதய சூரியன்' (Rising Sun) என்ற இதழைத் தொடங்குகின்றனர். 1853 முதல் 1863 வரை நடந்த இந்தப் பத்திரிகைக்கு வெங்கட்ராய நாயுடு என்பவர் ஆசிரியர்11.* பின்னர் ஒரு நூற்றாண்டுக் காலம் இந்திய தேசிய இயக்கத்திற்கும் திராவிட இயக்கத்துக்குமான முரண்பாட்டின் வித்து இங்கேயே தொடங்கிவிட்டதை வரலாற்று மாணவர்கள் எளிதாகவே கண்டுகொள்ள முடிகிறது.

இதன்பின் வங்காளத்தில் பிறந்த கேசவ சந்திரன் சென் பிரம்ம சமாஜத்தின் பிரதிநிதியாக 1866இல் தமிழ்நாட்டில் சுற்றுப்பயணம் செய்கிறார். பிரம்மம் பற்றி விசாரத்தை அவருடன் தமிழ்நாட்டுப் பார்ப்பனர்கள் பகிர்ந்துகொண்டிருக்க வேண்டும். ஏனென்றால் அது அவர்கள் மரபுவழி ஆன்மீகத்தோடு தொடர்புடைய கோட்பாடாகும்.

அதன்பின்னர் 1881இல் கர்னல் ஆல்காட்டும் பிளாவட்ஸ்கி அம்மையாரும் பிரம்மஞானக் கருத்துக்களைப் பரப்பச் சென்னை வந்து, அங்கிருந்து திருநெல்வேலி, தூத்துக்குடி, யாழ்ப்பாணம் ஆகிய இடங்களில் தங்கள் அமைப்புக்கான (Theosophical Society) கிளைகளைத் தொடங்கிவைக்கின்றனர்12.* ஆரிய மதத்தையும் பிற மதங்களையும் படிப்பதும் பொருள்முதல் வாதத்தை வளர விடாமல் தடுப்பதும் பிரம்மஞான சபையின் நோக்கங்களாகச் சொல்லப்பட்டன. தேசிய சமஸ்கிருத இயக்கத்தின் (National Sanskrit Movement) பகுதியாக அடையாறு கீழ்த்திசை நூலகம் தொடங்கப்பட்டது.

திருநெல்வேலி நெல்லையப்பர் கோவிலில் கர்னல் ஆல்காட்டும் பிளாவட்ஸ்கி அம்மையாருக்கும் கோயில் சார்பாக வரவேற்பு தரப்பட்டது. ஆல்காட் அமெரிக்கப் பண்டிதர் என்று பெயர் சூட்டப்பட்டார்13.* சென்னையை அடுத்து திருநெல்வேலியிலும் தூத்துக்குடியிலும்தான் பழமையான கிளைகள் அச்சபைக்கு ஏற்பட்டன. இவர்களுக்கு முன் மனுநீதியை ஆங்கிலத்தில் மொழி பெயர்த்த வில்லியம் ஜோன்ஸ், வடமொழி வல்லுநரான மோனியர் வில்லியம்ஸ், ஆகியோர் பெயர்கள் பலமுறை பேசப்பட்டன. முதல்முறையாக, ‘இந்தியா வேதப் பெருமை உடைய நாடு, இந்திய மதம் என்பது ஆரிய மதம், வடமொழி உயர்வானது ஆகிய கருத்துக்கள் இந்திய தேசியம் என்பதன் அடிப்படைகளாக’ உருவாக்கப்பட்டன.

தமிழ்நாட்டில் இவர்களுக்குக் கிடைத்த வரவேற்பினால் 1882 இறுதியில் (டிசம்பர்) பிரம்மஞான சபையின் தலைமையகம் பம்பாயிலிருந்து சென்னைக்கு மாற்றப்பட்டது14.* (மீண்டும் அவர் 1882இல் ஆறு வாரத் தமிழகச் சுற்றுப்பயணம் செய்தார்). சபையின் கொள்கைகளைப் பரப்ப மதுரை, திருச்சி, குண்டூர், பெல்லாரி ஆகிய இடங்களில் சமஸ்கிருதப் பள்ளிகள் தொடங்கப்பட்டன. இதன் சார்பு நிறுவனமாக 10-21 வயது வரை உள்ள இளைஞர்களுக்குப் பயிற்சி அளிப்பதாக (League of Honour) ஆரிய உயர் மதிப்புக் கழகம் என்ற அமைப்பும் தொடங்கப்பட்டது15.* 1884இல் சென்னையில் பச்சையப்பன் கல்லூரியில் ஆசிரியராக இருந்த சிவசங்கர பாந்தியா (Siva Sankara Pandiah) என்ற குஜராத்திப் பார்ப்பனர் ‘இந்து மீட்சிக் கழகம்’ (Hindu Revivalistic Society) என்ற அமைப்பையும்

1887இல் (Hindu Track Society) இந்து சிறுநூல் வெளியீட்டுக் கழகம் என்ற அமைப்பையும் தொடங்கினார்16.*

சிவசங்கர பாந்தியாவைப்பற்றி இங்கு சற்று விரிவாகத் தெரிந்து கொள்ள வேண்டும். சென்னை பச்சையப்பன் கல்லூரியில் ஆசிரியராகப் பணியாற்றியவர் இவர். ஒரு குஜராத்தி பார்ப்பனர். இந்து பத்திரிகை குடும்பத்தைச் சேர்ந்த ஜி.சுப்ரமணிய ஐயருக்கும் தெலுங்குப் பார்ப்பனரான அனந்தாச்சார்லுவுக்கும் நெருங்கிய நண்பர். அதன்விளைவாக இந்து தியாலஜிகல் உயர்நிலைப்பள்ளியைத் தொடங்கி அதன் தலைமையாசிரியரானார். சென்னை கிறித்தவக் கல்லூரியில் இந்து - கிறிஸ்தவப் பூசலுக்குக் காரணமானார் என்று பச்சையப்பன் கல்லூரியிலிருந்து வெளியேற்றப்பட்டவர். கிறிஸ்தவக் கல்லூரி சச்சரவில் இவருக்குத் துணை நின்றவர் அனந்தாச்சார்லு17.*

சிவசங்கர பாந்தியா தொடங்கிய இந்து சிறுநூல் வெளியீட்டுக் கழகத்தின் வெளியீடுகளிலிருந்து மேலும் சில செய்திகளைத் தெரிந்துகொள்ள முடிகிறது. 1887இல் சென்னையிலிருந்து வெளிவந்த 'ஆரிய ஜன பரிபாலினி' என்ற இதழும், சிதம்பரத்திலிருந்து சீனிவாச சாஸ்திரி என்பவரை ஆசிரியராகக் கொண்டு வெளிவந்த பிரம்ம வித்யா பத்திரிகையும், கிறிஸ்தவர்களோடு திட்டமிட்ட ஒரு போராட்டத்தைத் தொடங்கி இருக்கின்றன. வேதாந்த விசாரணை சபை என்ற பெயரிலும் இவர்கள் சில துண்டறிக்கைகளை வெளியிட்டிருக்கின்றனர்.

ஐரோப்பிய வடமொழி அறிஞரான மோனியார் வில்லியம்ஸும் (Moniar Williams) 1797இல் மனுநீதியை மொழிபெயர்த்த சர் வில்லியம் ஜோன்சும் (Sir William Jones) இந்த இந்துவாதிகளால் புகழப்படுகின்றனர். 21 பாஷைகளில் வல்லவரான சர் வில்லியம் ஜோன்ஸ் என்பதாக இவர் பெயர் பத்திரிகைகளில் குறிப்பிடப்படுகிறது. இந்து ஜெயபேரிகை என்ற பெயரில் 4 நூல்கள் இந்த சபையினரால் வெளியிடப்பட்டிருக்கின்றன. 'ஆரியப் பெண்களுக்குக் கல்வி', 'கிறிஸ்தவர் மத திரியோகத்துவ ஆபாசம்', 'பைபிளும் உலக சிருஷ்டியின் ஆபாசமும்', 'பாதிரிமார் ஸ்கூல்களில் பெண்கள் படிக்கலாமா?' என்பன இவர்கள் வெளியிட்ட சில நூல்களின் தலைப்புகள்18.*

யாழ்ப்பாணம் நல்லூர் ஆறுமுக நாவலரின் மாணவரான

காசிவாசி செந்தி* நாதய்யர் என்ற சைவரும் சபையினரின் பிடியில் அகப்பட்டு இருக்கிறார். விவிலிய குத்சிதம், விவிலியக் குத்சித கண்டன திக்காரம் ஆகிய இரு நூல்களும் அவரால் எழுதப்பட்டு அக்கழகத்தவரால் வெளியிடப்பட்டிருக்கின்றன. 'இயேசு கிறிஸ்துவும் கடவுளா?' என்ற சிறுநூல் 15 ஆயிரம் பிரதிகள் விற்பனையாகி மறுபதிப்புச் செய்யப்பட்டிருக்கின்றது. ஆரிய மதம், ஆரிய தேசம், ஆரிய மதாபிமானி என்ற சொல்லாடல்கள் மிகச் சரளமாகப் பயன்படுத்தப்பட்டுள்ளன. ஆர்.எஸ்.எஸ் என்னும் மதவாத அமைப்புக்கு முன்னோடி அமைப்பினைப்போல் செயல்பட்ட இந்தக் கழகம், இந்துத்துவம் என்ற கோட்பாட்டையே இந்திய தேசியம் என்ற பெயரில் தமிழ்நாட்டில் வெற்றிகரமாகப் பரப்பியிருக்கிறது. இந்தக் கழகத்தின் வெளியீடுகளுக்கு எதிராக நெல்லை மாவட்டப் புரோட்டஸ்டண்டு கிறிஸ்துவர்கள், உண்மை தேடுவார் கழகம் (Truth Seekers Society) என்ற பெயரிலும் அரக்கோணத்தில் இருந்து எஸ்.பி.எஸ். என்ற அமைப்பின் பெயரிலும் சில நூல்களை வெளியிட்டுள்ளனர்.

யாழ்ப்பாணத்தில் இருந்த கத்தோலிக்கக் கிறிஸ்துவத் திருச்சபையாரும் இதே காலத்தில் அங்குள்ள சைவர்களோடு ஒரு தத்துவச் சண்டையினை நிகழ்த்தியிருக்கிறார்கள். யாழ்ப்பாணத்துச் சைவ-கிறித்துவக் கருத்து மோதல் இரு தரப்பாலும் கல்வித்துறையின் நாகரிக வரம்புகளுக்குள்ளேயே நடத்தப்பட்டிருக்கிறது. 'இந்து சாதனம்' 'ஞானசித்தி' என்ற சைவ இதழ்களிலும் சத்திய வேத பாதுகாவலன் என்ற கிறித்துவ இதழிலும் இந்தக் கருத்துப் போராட்டம் நிகழ்ந்திருக்கிறது19.*

ஜி.சுப்பிரமணிய ஐயரும் அனந்தாச்சார்லுவும் சென்னை மகாஜன சபையினைத் தொடங்கியவர்கள் (1884). அதன் சார்பாளர்களாகப் புனேயில் நடந்த முதல் காங்கிரஸ் மாநாட்டில் கலந்துகொண்டவர்கள்20.* இவர்கள் இருவரையும் சேர்த்து முதல் காங்கிரஸ் மாநாட்டில் சென்னை மகாஜன சபைப் பிரதிநிதியாகக் கலந்துகொண்ட 8 பேரில் 6 பேர் பார்ப்பனர்.

அனந்தாச்சார்லு 'ராவ் பகதூர்' பட்டம் பெற்றவர். 1890 கல்கத்தா காங்கிரஸ் மாநாட்டில் கௌரவிக்கப்பட்டவர். இந்து பத்திரிகையின் இயக்குநர்களில் ஒருவர்21.* சென்னை கிறித்துவக் கல்லூரியில் மதமாற்றம் தொடர்பாக நடந்த கலவரத்தில்

நீக்கப்பட்ட இந்து மாணவர்களை மீண்டும் கல்லூரியில் சேர்க்கப் பேச்சுவார்த்தை நடத்தியவர்.

சுருக்கமாகச் சொல்வதானால் தமிழ்நாட்டில் காங்கிரஸ் இயக்கத்தின் தோற்றுவாய் என்பது, வேதப் பெருமை, வடமொழி உயர்வு, பார்ப்பனர்கள், பார்ப்பனர்களின் இந்துப் பத்திரிகை ஆகிய அடிப்படைகளிலேயே அமைந்தது.

இதற்கு எதிரிடையான நிகழ்வுகளும் இதே காலத்தில் நிகழ்ந்தன. ஆல்காட்டும் பிளாவட்ஸ்கி அம்மையாரும் திருநெல்வேலியில் பார்ப்பனர்களிடம் பெற்ற ஆதரவு, சைவ வேளாளர்களை எதிரிடையாகச் செயல்பட வைத்தது. 1883இல் தூத்துக்குடிச் சைவ சபையும் 1886இல் பாளையங்கோட்டைச் சைவ சபையும் தொடங்கப்பெற்றன. பிரம்ம சமாஜியாக இருந்த மனோன்மணியம் சுந்தரம்பிள்ளை, திருவனந்தபுரம் சைவ சபையைத் தொடங்கக் காரணமானவர்களில் ஒருவரானார். திராவிடம் என்ற சொல்லோடு, வடமொழி செத்த மொழி, தமிழ் வாழும் மொழி என்ற கருத்தையும் அவர் முன்வைத்தார்.

தமிழின் மேன்மையை எடுத்துச் சொல்லவும் சைவத்தின் சிறப்பினைப் பேசவும் சி.வை.தாமோதரம் பிள்ளை, கனகசபைப் பிள்ளை, ஜே.எம். நல்லுசாமிப் பிள்ளை, பின்னர் ஞானியார் அடிகள், மறைமலை அடிகள் என, "இந்திய தேசியத்துக்கு" வெளியில் தமிழ் அறிவாளிகள் கூட்டம் ஒன்று தோன்றவும் வளரவும் அவரது முயற்சிகள் ஊன்றுகோலாய் அமைந்தன.

1887 வரை தமிழ்நாட்டில் முசுலீம்கள் காங்கிரஸ் இயக்கத்தின் மீது நம்பிக்கை கொள்ளவில்லை. 1887இல் சென்னை காங்கிரஸ் மாநாட்டு வரவேற்புக் குழுத்தலைவர் ரெங்கைய நாயுடு (இவர் இந்து பத்திரிகை நிறுவனத் தலைவராகவும் சில காலம் இருந்தவர்) முசுலீம்கள் காங்கிரசுக்கு வெளியில் நிற்பதைக் குறிப்பிட்டு வருந்துகிறார்22.*

பார்ப்பனர், சைவ வேளாளர், இசுலாமியரை அடுத்து தாழ்த்தப் பட்ட வகுப்பினர் இக்காலகட்டத்தில் உயிர்ப்பும் விழிப்பும் உடைய சக்தியாக உருவாயினர்.

1885இல் அயோத்திதாசப் பண்டிதர் திராவிடம் என்ற சொல்லை சமூக அரசியல் தளத்தில் வலிமையாக முன்வைத்து,

பார்ப்பனரல்லாதவர் என்ற அடையாளத்தை உருவாக்கினார். அவரது 'திராவிடப் பாண்டியன்' இதழ் 1891இல் உருவாயிற்று23.* பண்டிதரின் மைத்துனர் ரெட்டமலை சீனிவாசன் 'பறையன்' என்ற பெயரில் 1893இல் இதழ் ஒன்றைத் தொடங்கினார். இவரே பின்னர் டி.எம். நாயருக்கும் அம்பேத்கருக்கும் உதவியாக நின்றவர். 'தாழ்த்தப்பட்ட மக்களின் விடுதலை தேசிய இயக்கத்திற்கு வெளியே உள்ளது' எனக் கருத்துரைத்தவர். சென்னை பொதுச் சாலைகளில் தாழ்த்தப்பட்டோர் நடப்பதற்கான உரிமையினைப் பெற்று, தன் மனைவியின் கல்லறைக் கல்வெட்டிலும் அதனை இடம்பெறச் செய்தவர்.

இவ்வாறு இருபதாம் நூற்றாண்டின் தொடக்கம் வரை, இந்தியத் தேசியம் என்பது தமிழ்நாட்டில் பெருவாரியான மக்களையும் பார்ப்பனரல்லாத அறிவாளிகளையும் தன்னுள் ஈர்த்துக்கொள்ள இயலாமல் தடுமாறி நிற்பதைப் பார்க்கிறோம்.

இந்திய தேசியம் என அடையாளம் காட்டப்பட்ட மொழி, நிலம், பண்பாடு ஆகியவை தமக்குரியவை அல்ல என எண்ணும் போக்கும் பார்ப்பனர் மீதான நம்பிக்கையின்மையும் தமிழ்நாட்டுப் பார்ப்பனரல்லாத மக்களிடத்திலே படிந்திருந்ததே அதற்குக் காரண மாகும். ஆனால் இந்திய தேசியத்திற்கு மாற்றான ஒரு கருத்தியலை வடித்தெடுப்பதற்கு இருபதாம் நூற்றாண்டின் தொடக்கப் பகுதி வரை அவர்கள் காத்திருக்க வேண்டியதாயிற்று.

இருபதாம் நூற்றாண்டின் தொடக்கத்தில் தமிழ்நாட்டில் இந்திய தேசியத்துக்கு மாற்றான உணர்வுகளுடன் கூடிய, ஒரே தலைவராக அயோத்திதாசப் பண்டிதர் மட்டுமே இருந்தார். ஆனால் ஒரு தேசிய இனத்தை முதலில் அடையாளம் காட்டும் மொழித் துறையில், அறியப்பட்ட அறிவாளிகள் சிலர் இருந்தனர். கனகசபைப் பிள்ளை, சி.வை.தாமோதரம் பிள்ளை, ஜி.யு.போப், உ.வே.சாமிநாதையர் போன்றோர் வேதமல்லா மரபு (Non-vedic Tradition) சார்ந்த தமிழிலக்கியங்களை அச்சிட்டு வெளிப்படுத்தி யிருந்தனர்.

இவர்களில் மறைமலையடிகள், ஜே.எம். நல்லுசாமிப் பிள்ளை போன்ற சைவ அறிஞர்கள் வேதமல்லா மரபு பற்றிய அறிவும் பார்ப்பன எதிர்ப்புணர்ச்சியும் உடையவர்களாக இருந்தனர்24.*

1908இல் இந்திய தேசிய காங்கிரசைப் 'பார்ப்பனர் காங்கிரஸ்' என்று தன் 'தமிழன்' பத்திரிகையில் எழுதிய அயோத்திதாசப் பண்டிதர், 1909இல் 'பார்ப்பனர் எதிர்ப்பும் வேதங்களின் எதிர்ப்பும்' என்ற தலைப்பில் சென்னையில் கருத்தரங்கம் ஒன்றைத் தலைமையேற்று நடத்தினார்25.* வடமொழி, வேத எதிர்ப்பு உணர்ச்சியே அவரது பௌத்த மத ஈடுபாட்டிற்குக் காரணம் என்று கருதலாம்.

வேதப்பெருமை, வேதியர் பெருமை, வடமொழி உயர்வு, வருணாசிரமத்தின் சிறப்பு, இந்திய நாகரிகம் போன்ற கருத்தாக் கங்களால் பத்தொன்பதாம் நூற்றாண்டின் பிற்பகுதியில் ஆல்காட்டும் பிளாவட்ஸ்கியும் எதிர்நிலையாகத் தமிழர்களை எழுப்பியதுபோல, இருபதாம் நூற்றாண்டில் அந்தத் திருப்பணிக்கு அன்னிபெசன்ட் (1847-1933) என்ற ஐரிஷ் பெண்மணி வந்து சேர்ந்தார். அவருடைய (Home Rule) தன்னாட்சி இயக்கமும் 'புதிய இந்தியா' (New India) இதழுமே திராவிட இயக்க முன்னோடிகளான டி.எம்.நாயர், பிட்டி தியாகராசர், பி.நடேசன் ஆகியோரை எதிர்மறையாக ஒன்றிணைந்து பணி செய்ய வைத்தன. தென்னிந்திய நல உரிமைச் சங்கத்தின் பேரால் அவர்கள் 'பிராமணரல்லாதவர் வெள்ளை அறிக்கை' (Non-Brahmin Manifesto) வெளியிட்ட மறுநாளே (20-12-1916) அதற்கு மறுப்பும் எதிர்ப்பும் அன்னி பெசன்டின் புதிய இந்தியா இதழில் அவரால் வெளியிடப் பட்டன26.*

இந்த வெள்ளை அறிக்கையினை வெளியிட்ட இந்து நாளேடு, இதனைவிட இந்நேரத்தில் ஒரு தற்கொலை முயற்சி இருக்க முடியாதென்றும் வெளியிட்டவர்களின் உள்நோக்கத்தை வலுப் படுத்தும் என்பதால் இது குறித்து விவாதம் நடத்த விரும்பவில்லை என்றும் எழுதியது. மேலும் இந்த இயக்கம் தொடங்கியதிலிருந்து நேர்மையற்ற போக்கினைக் (Sinister) கைக்கொள்வதாகவும் இது பிராமண சமூகத்தின் நலனுக்கும் தேசிய இயக்கத்துக்கும் காங்கிரசின் நோக்கங்களுக்கும் எதிரானதென்றும் எழுதியது. இந்த அறிக்கையினை மறுத்த குத்தி.பி.கேசவப் பிள்ளையினைப் பாராட்டியும் 'இந்து' எழுதியது27.*

மூன்றுமாத காலம் உதகமண்டலத்தில் தடுப்புக் காவலில் வைக்கப்பட்ட அன்னிபெசன்ட் அம்மையார், விடுதலையாகிச்

சென்னை வந்தபோது (1917 செப், 14) அவருக்கு "அரசர்களும் கண்டிராத வகையில் 5 மைல் நீள ஊர்வலத்துடன்" வரவேற்பு தரப்பட்டதாக இந்து இதழ் குறிப்பிடுகிறது28.* கோயில் குடை பிடித்து, வேத பாராயண முழக்கத்துடன் இந்த ஊர்வலம் நடந்ததாகவும் இந்த ஊர்வலத்தில் பாதியில் சுப்பிரமணி அய்யரும் வந்து கலந்துகொண்டதாகவும் ஊர்வலம் முடியும் இடத்தில் மற்றொரு பார்ப்பனர் கூட்டம் வேதபாராயணத்துடன் எதிர்கொண்டு வரவேற்றதாகவும் 'Madras Mail' இதழ் எழுதுகிறது29.* திராவிட இயக்க முன்னோடியான டாக்டர் டி.எம். நாயர் மீது அவமதிப்பு வழக்குத் தொடர்ந்தார் அன்னிபெசன்ட். ஜஸ்டிஸ் இதழ் அவரை, *30 "ஜஸ்டிஸ் கட்சி தோன்றுவதற்குக் கிரியா ஊக்கியாக, தூண்டுகோலாக இருந்தது அன்னிபெசன்ட் துவக்கிய ஹோம் ரூல் இயக்கம்தான்" என்கிறார் யூஜின் இர்ஷிக் என்ற ஆய்வாளர்31.*

பி.நடேசனார், பிட்டி தியாகராசர், டி.எம்.நாயர் முயற்சியால் நீதிக்கட்சி எழுந்த நேரத்தில் காங்கிரசின் மக்கள் தலைவராக பெரியார், திரு.வி.க., வ.உ.சி., வரதராஜுலு நாயுடு ஆகிய பார்ப்பனரல்லாத தலைவர்கள் இருந்தனர். இவர்களைத்தவிர, காங்கிரஸ் இயக்கத்தின் பார்ப்பனத் தலைவர்களாக கஸ்தூரிரங்க ஐய்யங்கார், சீனிவாச ஐய்யங்கார், இராஜாஜி ஆகியோர் இருந்தனர்32.*

நீதிக்கட்சியின் தோற்றத்தோடு தமிழ்ச் சமூக அசைவுகள் விரைவு பெற்றன எனலாம். இதற்குச் சற்று முன்னும் பின்னுமான காலத்தில் ஒரு தேசிய இனத்தின் முதல் அடையாளமான மொழி பற்றிய தன்னுணர்ச்சி தமிழ்நாட்டில் அரும்பியிருந்தது. பார்ப்பனியப் புராண மரபுகளிலிருந்து பெரிதும் தள்ளி நின்ற சங்க இலக்கியங்களின் அறிமுகம், தமிழர்களின் வேதமல்லா மரபினை விளக்கிய கனகசபைப் பிள்ளையின் நூல் (ஆயிரத்துத்தொண்ணூறு ஆண்டுகட்கு முற்பட்ட தமிழகம்) 1904இல் பாண்டித்துரைத் தேவர் தொடங்கிய மதுரைத் தமிழ்ச் சங்கம் ஆகியன இவ்வகையில் குறிப்பிட்ட தமிழ்க் காரணிகளாகும். 1914 மைசூர் பல்கலைக்கழகம் தொடங்கப்படுகிறது33.* சென்னைப் பல்கலைக்கழகத்தில் பார்ப்பனர் ஆதிக்கமும் பிற திராவிட மொழியாளர் அதில் நிறைய பங்குபெற்றிருந்ததும் சேர்ந்து தமிழ்நாட்டின் தென்பகுதியில் தமிழ்ப் பல்கலைக்கழகம் ஒன்று வேண்டும் என்ற உணர்வும்

கோரிக்கையும் எழக் காரணமாகின்றன. 1920களில் இக்கோரிக்கை வலுப்பெறுகிறது. சென்னைப் பல்கலைக்கழகப் பேரவைக் (செனட்) கூட்டத்திலும் இது எழுப்பப்பெறுகிறது. விளைவாக 1920இல் சிதம்பரத்தில் மீனாட்சி கல்லூரி அமைக்க ராஜா சர். அண்ணாமலை செட்டியாருக்கு அனுமதி தரப்படுகிறது. அவர் அதற்கு 20 லட்சம் நன்கொடை அளிக்கிறார்.

மீண்டும் சேலம் மாகாணக் கல்வி மாநாட்டில் இக்கோரிக்கை எழுப்பப்பெற்று, தமிழறிஞர் மு.சு பூரணலிங்கம் பிள்ளை தலைமையில் ஒரு குழுவும் அமைக்கப்பெறுகிறது34.* தமிழ் மொழிக்கென மட்டும் ஓர் பல்கலைக்கழகம் அமைவது குறுகிய பார்வை என்று 1926 சனவரி (28)யில் ஒரு கட்டுரையும் ஜூன் 17இல் ஒரு தலையங்கமும் எழுதியது 'இந்து' நாளிதழ். தமிழ்த் தேசிய இன உணர்வு கூர்மை அடையக்கூடாதெனப் பார்ப்பனியம் கவனமாகவே பணியாற்றியிருக்கிறது. இதனை இன்னொரு செய்தியுடன் இணைத்துப் பார்க்க வேண்டும். 16-09-43 இதழில் (விடுதலை) 'சபாஷ் சர்.சி.பி.' என்ற ஒரு தலையங்கம், கோட்டையூர் ராம.அழகப்ப செட்டியார் தம் வீட்டு விழா ஒன்றின் நினைவாக, திருவாங்கூர்ப் பல்கலைக்கழகத்தில் தமிழ்த்துறை ஏற்படுத்த ரூ.10001 நன்கொடை தருகிறார். பணத்தைப் பெற்றுக்கொண்ட சர்.சி.பி. "தமிழ்மொழி வளர்ச்சிக்கும் வடமொழி வளர்ச்சிக்கும் கொடுப்பதாக ஏற்றுக் கொள்கிறேன்" என்று பணத்தைப் பெற்றுக்கொண்ட பின் பேசுகிறார். இதை எழுதிவிட்டு, "இதை எதிர்த்துக் கேட்கும் 'சுத்தத் தமிழன்' இருக்கிறானா?" என்று எரிச்சலுடன் கேட்கிறார் பெரியார்35.*

1920களின் நடுப்பகுதியில் நடந்த சேரன்மாதேவி குருகுல நிகழ்ச்சியும் காஞ்சிபுரம் மாநாடும் பெரியாரைக் காங்கிரசில் இருந்து வெளியேறச் செய்கின்றன. குருகுலத்தில் தீண்டாமையை எதிர்த்து எஸ்.இராமநாதன், காங்கிரஸ் காரியக் கமிட்டியில் கொண்டுவந்த தீர்மானத்தை சீனிவாச ஐயங்கார் தவிர அனைத்துப் பார்ப்பனர்களும் உள்கட்சி வேறுபாடுகளை மறந்து எதிர்த்திருக்கிறார்கள்36.*

திராவிட இயக்க முன்னோடிகள் 'திராவிட தேசியம்' என்ற கருத்தாக்கத்தை முன்வைத்தனர். நடைமுறையில் அது தமிழ்த் தேசியமாகவே அமைந்ததை 1930களில் காண்கிறோம். தமிழர்கள்

தங்கள் சுய அடையாளம் தேடும் முயற்சிகளில் ஒன்றாகவே மொழிவழி ஏகாதிபத்தியத்தை இனங்கண்டுகொண்ட பெரியார், 1926இல் 'இந்துஸ்தானி தேசிய பாஷையா?' என்ற முதல் இந்தி எதிர்ப்புக் கட்டுரையை எழுதுகிறார்.

கடவுள் நம்பிக்கை உடைய தமிழ் அறிவாளிகள், 1930களின் தொடக்கத்தில் பெரியாரிடமிருந்து விலகியே நின்றனர். குடி அரசு இதழில் பொதுவுடைமைக் கருத்துகளும் இந்தி எதிர்ப்புக் கட்டுரைகளும் வெளிவந்தன37.*

1932-33இல் சிங்காரவேலர், அ.இராகவன், மயிலை சீனி.வேங்கடசாமி போன்றோர்களே இக்கட்டுரைகளை எழுதினர். அ.இராகவன் 'தமிழ்ப் பண்டிதர்களே, இன்னும் தூக்கமா?' என்று கேட்டு, தமிழ் மொழியின் மேன்மை பற்றி 50 பக்கத்தில் புத்தகம் போட்டு 2 ரூபாய்க்கு விற்கும் தமிழ்ப் புலவர்களைச் சாடிவிட்டு, இந்தி எதிர்ப்புக் கிளர்ச்சிக்கு "அடிகளும், முதலியாரும் பிள்ளையும் நாட்டாரும் முன்வரப் போகிறார்களா இல்லையா?" என்றெழுதினார்38.*

தென்னிந்தியாவின் முதல் கம்யூனிஸ்ட் என்றழைக்கப்பட்ட சிங்காரவேலரின் இந்தி எதிர்ப்புக் குரலுக்கு, அன்றைக்குத் தமிழ்நாட்டிலிருந்த பொதுவுடைமை இயக்கத்தினர் கேளாக் காதினராக முகம் திருப்பிக்கொண்டார்கள். இன்றுவரை அப்படித்தான்.

1937இல் இந்தி எதிர்ப்புப் போராட்டம் தமிழ்ப் புலவர்கள், பிற அறிவாளிகள், பொதுமக்கள் ஆகியோர் ஆதரவுடன் வெற்றிகரமாக நடத்தப்பெற்றது. 9 தளபதிகள் (சர்வாதிகாரிகள்) இதற்கென நியமிக்கப்பட்டனர். இவர்களில் இருவர் பெண்கள். ஒருவர் பார்ப்பனர் (காஞ்சிபுரம் பரவஸ்து இராஜகோபாலாச்சாரியார்) ஈழத்து அடிகள் என அறியப்பட்ட ஈழத்துச் சிவானந்த அடிகளும் இதில் பங்கு பெற்றார். திராவிட இயக்கத்துக்கு ஒரு விரிந்த மக்கள் தளத்தைப் பெற்றுத் தந்தது 1937 இந்தி எதிர்ப்புப் போராட்டமே ஆகும்.

தமிழ் மக்களுக்குத் தமிழ்மொழி பற்றிய தன்னுணர்ச்சி ஊட்டுவதில் 1930களில் திராவிட இயக்கம் குறிப்பிடத்தகுந்த வெற்றியைப் பெற்றது என்றால், வேறொரு வகையில் அனைத்திந்திய

தேசியம், திராவிட இயக்கத்தின் மீது வெற்றி பெற்றது. அயோத்தி தாசப் பண்டிதர் காலம் முதல் 30 ஆண்டுக்காலமாக திராவிட இயக்கத்தோடு தலித் மக்கள் கொண்டிருந்த உறவு மிக நெருக்க மானது. ரெட்டமலை சீனிவாசன், எம்.சி.ராஜா. மீனாம்பாள் சிவராஜ். எஸ்.பி.ஐ.பாலகுலசிங்கம், மேயர் சிவராஜ், மேயர் முனுசாமிப் பிள்ளை என தாழ்த்தப்பட்ட மக்கள் தலைவர்கள் அனைவரும் திராவிட இயக்கத்தோடு இணைந்து நின்றனர்39.* 1932 பூனா ஒப்பந்தத்தின் மூலம் காங்கிரசு மட்டுமே தாழ்த்தப்பட்ட மக்களின் பாதுகாவலன் என்ற மாயை உருவாக்கப்பட்டது.

தமிழ்நாட்டைச் சேர்ந்த எம்.சி.ராஜா விபீடணன் ஆக்கப்பட்டு 1937இல் ராஜாஜி மந்திரிசபையில் அமைச்சராகவும் ஆக்கப்பட்டார். அதன் பின்னர் தாழ்த்தப்பட்ட மக்கள்திரள் மீண்டும் திராவிடக் கருத்தியல் நோக்கி நகர்வதற்கு 40 ஆண்டுக்காலம் ஆயிற்று. தலித் மக்களுக்கு என வலிமையாகத் திரண்ட ஒரு இயக்கம் 30களிலும் 40களிலும் காந்தி மாயையில் கரைக்கப்பட்டது. 40 ஆண்டுகாலம் தமிழ்நாட்டில் தலித் மக்கள் இயக்கமற்றுப் போயினர்40.* இவர்களிலும் பெரும்பாலோர் தென்னிந்தியாவில் அம்பேத்கரை அங்கீகரித்த முதல் இயக்கம் திராவிட இயக்கம் என்பதையும் மறந்துபோயினர். 1933இலேயே அம்பேத்கரின் நூல்களை ஈரோடு குடியரசு பதிப்பகம் தமிழில் வெளியிட்டது.

1930களில் குடியரசு வெளியீடாகவும் ஈரோடு பகுத்தறிவு நூற்பதிப்புக் கழக வெளியீடாகவும் வெளியிடப்பட்ட அறிவு நூல்களின் தொகுதி மிகப் பெரியதாகும். இங்கர்சால், பெட்ரன்ட் ரஸ்ஸல் ஆகியோரின் மொழிபெயர்ப்பு நூல்களும் கே.பிரமச்சாரி என்பவர் எழுதிய பிரபஞ்ச உற்பத்தி (1930), பெரியார் எழுதிய பிரகிருதி வாதம் 1934, சிங்காரவேலரின் குடியரசு எழுத்துக்கள் ஆகியவை குறிப்பிட்டுச் சொல்லத் தகுந்தவையாகும்.

1937 இந்தி எதிர்ப்புப் போராட்டம் தந்த புதிய தெம்பில் 1938இல் 'தமிழ்நாடு தமிழருக்கே' என்ற முழக்கத்தைப் பெரியார் முன்வைத்தார்41.* 1937-44 காலகட்டத்தை வீரம் மிகுந்த திராவிட தேசியம் உருவான காலம் என்று வகைப்படுத்துகிறார் நம்பி ஆரூரன்42.* மிட்டாமிராசுகள் 1937லேயே திராவிட இயக்கத்தி லிருந்து விலகிக்கொண்டனர் என்றால், சமூகத்தின் மேல்தளத்து மக்கள் திராவிட இயக்கத்திலிருந்து 1944க்குள் விலகிக்கொண்டனர்.

1949இல் அண்ணாவின் விலகல் திராவிடத் தமிழ்த் தேசியக் கருத்தியலுக்கு ஏற்பட்ட மிகப்பெரிய சரிவாகும்.

1940களில் தமிழ்நாட்டில் அனைத்திந்திய தேசியத்தில் நிகழ்ந்த குறிப்பிடத்தகுந்த மாறுதல், காங்கிரசுக் கட்சியின் தலைமை நிரந்தரமாக பார்ப்பனரல்லாதாரின் கைக்கு மாறியதுதான். இதனை, காங்கிரசுக்குள் இராஜாஜி என்ற இந்தியத் தலைவரை, காமராசர் என்ற (அன்றைய) தமிழகத் தலைவர் வெற்றி கொண்ட கதை எனக் குறிப்பிடலாம்43.*

1950களில் தமிழ்த் தேசியக் கருத்தியலின் மறு உயிர்ப்புக்குக் காரணமானது மொழிவழி மாநிலப் பிரிவினையாகும். ஒரு தேசிய இனம் தன் நிலவியல் எல்லைகளின்மீது கொண்ட அக்கறையின் வெளிப்பாடாக, 'தேவிகுளம் பீர்மேடு தமிழர்க்கே' என்ற முழக்கத்துடன் எழுந்த போராட்டத்தைக் குறிப்பிடலாம்.

ம.பொ.சி.யின் தமிழரசுக் கழகம், சி.பா. ஆதித்தனாரின் நாம் தமிழர் இயக்கம், தி.மு.க., பொதுவுடைமைக் கட்சி ஆகியவை ஓரணியில் திரண்டு நின்று நீதிக்கட்சியின் பழைய தலைவரான பி.டி. ராஜனைத் தலைவராகக் கொண்டு, கடையடைப்புப் போராட்டம் ஒன்றை நடத்தின. கண்டன ஊர்வலகத்தில் ஜீவானந்தமும் வெங்கட்ராமனும் காவல்துறையினரின் தடியடிக்கு ஆளாகிக் காயம் அடைந்தனர்44.* பெரியாரின் ஆதரவைப் பெற்ற பார்ப்பனரல்லாதார் ஆட்சி, தயங்கித் தயங்கி ஆட்சிமொழிச் சட்டத்தை நிறைவேற்றியது, தமிழ்நாடு என்ற பெயர் மாற்றத்தை ஏற்க மறுத்தது. பார்ப்பனரல்லாதார் ஆட்சியைக் காப்பது என்ற பெயரில் பெரியார் எடுத்த நிலைப்பாடுகள் தமிழ்த் தேசியத்திற்கு உரமூட்டுவதாக அமையவில்லை.

ஆனால் 1965இல் தமிழ் மாணவர்கள் மத்தியில் எழுந்த இந்தி எதிர்ப்புப் போராட்டம் மைய அரசின் வல்லாண்மையைக் குறிக்கொண்டு தாக்கிய போராட்டமாகும். வாக்குவங்கி அரசியலுக்கு ஆட்பட்ட திராவிடக் கருத்தியலாளர்களின் கட்டுக்களையும் கைகளையும் மீறி எழுந்த நெருப்பாகும் அது.

இன்று அதன் கனல் துண்டுகள் மட்டுமே எஞ்சியுள்ளன. பஞ்சாப், அஸ்ஸாம், காஷ்மீர், ஜார்க்கண்ட், போடோ, சட்டிஸ்கர் என வடமாநிலங்களில் தேசிய இன உணர்வுகள் அரும்பி வருகின்ற

நேரத்தில், அனைத்திந்திய தேசியத்திற்கு மாற்றாக ஒரு தத்துவத்தை வளர்த்தெடுக்க தமிழ்நாட்டில் வாக்குவங்கித் தலைவர்களால் இயலவில்லை.

பன்னாட்டு மூலதனங்கள் அணுகுண்டுக்குப் பதிலாக வணிக ஒப்பந்தங்களையும் துப்பாக்கிக்குப் பதிலாகத் தகவல் தொடர்பு சாதனங்களைக் கையகப்படுத்திக்கொண்டும் பெருவாரியான மக்கள் திரளின் அரசியல் சமூக நலன்களைக் கொள்ளையிடு கின்றன. இதுபற்றிய தன்னுணர்ச்சியினை இன்று தமிழ்நாட்டுப் புலமையாளர்கள் மட்டுமே பெற்றிருக்கிறார்கள்.

தமிழ்த் தேசிய எழுச்சியின் அடையாளமாகக் கருதப்பட்ட தைப்பொங்கல் விழாவில், தொலைக்காட்சியில் சங்கராச்சாரியார் அருளாசி வழங்குகிறார். தகவல் தொடர்புச் சாதனங்களின் வழி பார்ப்பனியம் அதிகார மையங்களைத் தன்னிடம் தக்கவைத்துக் கொண்டிருக்கிறது.

பெருவாரியான மக்கள் திரளுக்கு இதற்கு எதிர்நிலையான ஞானம் கிடைக்கவில்லை. இந்த ஞானம் வந்தால், பின் நமக்கென்ன வேண்டும் என்பதுதான் தமிழ்நாட்டுப் புலமையாளர்களின் ஆதங்கமாக இருக்கிறது.

குறிப்புகள்

1. *ஸ்ரீவசனபூஷணம் (மூலம் மட்டும்) சுதர்சனம் வெளியீடு, திருச்சி, 1977* சூர்ணை எண்: 40

2. *பாரததேவி திருத்தசாங்கம், பாரதியார் பாடல்கள்* Rangasamy Partha Sarathi (Bd)

3. A Hundred years of the Hindu (the epic stony of Indian Nationalism) Kasturi & songs Ltd. Madras P.15. இன்றளவும் இந்திய அரசியல் அமைப்புச் சட்டத்தில் இந்து என்ற சொல்லுக்கு நேரிடையாக அல்லாமல் எதிர்மறையான விளக்கமே தரப்பட்டுள்ளது.

4. *நீதிக்கட்சி பவளவிழா மலர், 1992 பக்கம் 116*இல் உள்ள திராவிடன் முதல் இதழ் முதல் பக்கம்.

5. அ.மா.சாமி 19ஆம் நூற்றாண்டுத் தமிழ் இதழ்கள். சென்னை-4. 1972 பக்கம் 297

  1. இந்து சன சம்ஸ்சணி
  2. இந்து சனபூசணி
  3. இந்து சனபோதினி
  4. இந்து சாதம் (1889)
  5. இந்து சாதனம் (1884)
  6. இந்து சுமத்திரா
  7. இந்து தேசாபிமானி
  8. இந்து நேசன் (ஊட்டி)
  9. இந்து நேசன் (பெங்களூர்)
  10. இந்து நேசன் (பினாங்கு)
  11. இந்து பூசணி
  12. இந்து மத சீர்திருத்தி
  13. இந்து மத பிரகாசிகை
  14. இந்து மதாபிமானி (சென்னை)
  15. இந்து மதாபிமானி (கும்பகோணம்)

6. அ.மா.சாமி, 19ஆம் நூற்றாண்டுத் தமிழ் இதழ்கள் ப.131

7. அ.மா.சாமி, 19ஆம் நூற்றாண்டுத் தமிழ் இதழ்கள் ப.300

  1. திராவிட கோகிலம்
  2. திராவிட பாண்டியன் (1885)
  3. திராவிட பாண்டியன் (1896)
  4. திராவிட பானு
  5. திராவிடப் பிரகாசிகை
  6. திராவிட தீபிகை
  7. திராவிட நேசன்
  8. திராவிட மந்திரி
  9. திராவிட மித்திரன்
  10. திராவிட ரஞ்சனி
  11. திராவிட வர்த்தினி
  12. திராவிட வர்த்தமானி (1882)
  13. திராவிட வர்த்தமானி (1884)

திராவிடம் என்ற சொல் தமிழ் தென்கலை வைணவப் பார்ப்பனர்களுக்கு உகந்த சொல்லாகும். பொதுவாக நாலாயிர திவ்வியப் பிரபந்தத்தையும் குறிப்பாக

நம்மாழ்வார் பாடல்களையும் திராவிட வேதம் என அவர்கள் அழைப்பார்கள். நம்மாழ்வாரின் திருவாய்மொழி 'திராவிடோபநிஷத்' என அவர்களால் அழைக்கப் பட்டது. இந்த வைணவ மரபின் தொடர்ச்சியாக 1914இல் டி.கே.சீனிவாச ஐயங்கார் என்பவர் திராவிட பாகவதம் என்ற பெயரில் இதழ் ஒன்றை நடத்தி யுள்ளார். வைணவ மரபிற்கு பாகவத மார்க்கம் என்ற பெயரும் உண்டு.

திராவிட நேசன் என்ற பெயரில் 1891 தஞ்சையிலிருந்து சைவ மாத இதழ் ஒன்று வெளிவந்திருக்கிறது. 18ஆம் நூற்றாண்டில் வெளியிடப்பட்ட சிவஞான முனிவரின் பேருரையினை திராவிட மாபாடியம் என்ற பெயரில் சைவர்கள் வழங்கியிருக்கிறார்கள். அந்த மரபின் தொடர்ச்சியிது. சங்கரர், மாத்வர். இராமானுசரின் மாபாடியங்களுக்கு எதிராக அமைந்த மாற்றுப் பெயர் அது.

8. R.Sundaralingam Politics and National awakening in south india (1852-91). The University of Arizona Press, 1974 P.42 & 143
9. R.Sundaralingam do p.51
10. R.Sundaralingam do p.51
11. R.Sundaralingam do p.81
12. R.Sundaralingam do p.295
13. R.Sundaralingam do p.298
14. R.Sundaralingam do p.296
15. R.Sundaralingam do p.298
16. R.Sundaralingam do p.307
17. R.Sundaralingam do p.305-309
18. கிறிஸ்து மத கண்டனத் திரட்டு (18 நூல்களின் தொகுப்பு) முதல் பாகம் மதராஸ் ரிப்பன் அச்சியந்திர சாலை 1915. (1883 முதல் வெளிவந்த சிறுநூல்கள் மறுபதிப்புச் செய்யப்பட்டு இத்திரட்டு நூலாகத் தொகுக்கப்பட்டுள்ளன.)
19. 1916இல் பிராமணரல்லாதார் அறிக்கை (Non-Brahmin Manifesto) வெளி வந்தவுடன் இந்தச் சண்டை முற்றுப் பெற்றுவிட்டது.
20. கோபாலமேனன் நூலை மேற்கொள் காட்டி முரசொலி மாறன் (திராவிட இயக்க வரலாறு ப.67) தரும் தகவல் சரியானதன்று. நம்பெருமாள் செட்டியார் என்பவருக்குப் பதிலாக சிங்காரவேலு முதலியாரும் மற்றுமிரு பார்ப்பனரும் சேர்க்கப்பட்டனர். R.S. Op. Cit. P 247
21. A Hundred Years, The Hindu P.97 & 154
22. R.S. Op. Cit., P.287
23. எக்ஸ்ரே ந.அ.கருணாகரன், தென்னிந்திய நல உரிமச் சங்கமும் அதன் நாளிதழ்களும் (நீதிக்கட்சி பவள விழா மலர் 1992) சென்னை ப.115-119
24. *விடுபட்டுள்ளது
25. A.R. Venkatachalapathy. "At the Margins, Saivite Intellectuals in the Dravidian Movement 1927-1944", History & Society, (Ed.) K.M. Manikumar, Madras - 41 1996

26. எக்ஸ்ரே ந.அ.கருணாகரன் மு.நூல் நீதிக்கட்சி பவளவிழா மலர் 1992 117

27. முரசொலி மாறன் மு.நூல்.131

28. The Hindu dt.22.12.1916, 9-10-1917 See. One hundred years of the Hindu, P.231-32

29. Ibid. The Hindu. P.214

30. மெட்ராஸ் மெயில் நாள்.21.09.1917 முரசொலி மாறன், முந்நூல் மேற்கோள் ப.129

31. முரசொலி மாறன் முந்நூல் ப.124

32. Eugene Irshick, "The Significance of the Justice Party". Justice Party Golden Jubilee Souvenir, P.68

33. தந்தை பெரியாரே எழுதிய சுயசரிதை, தி.க. வெளியீடு, இரண்டாம் பதிப்பு, 1996, ப.18-24

34. K. Nambi Aruran -Tamil Renaissance and Dravidian Nationalism I Ed, Madras P.126

35. Ibid, P. 125

36. Ibid, P. 127-128

37. விடுதலை 14-9-1943, தந்தை பெரியார் 117ஆம் ஆண்டு மலர், ப.67

38. E.Sa.Visvanathan, The Political Career of E.V.Ramasamy Naicker, P.53

39. மா. இளஞ்செழியன், தமிழன் தொடுத்த முதற்போர் ப.46, பெரியார் சுயமரியாதைப் பிரச்சார நிறுவன வெளியீடு, 1986, 2ஆம் பதிப்பு

40. குடிஅரசு 1931 சூன் 14 தலையங்கம், மயிலை சீனி வேங்கடசாமி 'இந்தியாவின் பொது பாஷை இங்கிலீஷா' இந்தியா, குடி அரசு இதழ் 1931 ஆகஸ்டு 30

41. அ.இராகவன். இந்தியும் காந்தியும், தமிழ்ப்புலவர்களே இன்னும் தூக்கமா?, குடிஅரசு 1931 ஜூலை 26

42. மா. இளஞ்செழியன், முந்நூல் ப.6

43. சிவக்குமரன், பூனா ஒப்பந்தம், நீதிக்கட்சி பவள விழா மலர்

44. சிவக்குமரன். பூனா ஒப்பந்தம் ப.28-32

45. எஸ்.வி.ராஜதுரை, வ.கீதா, பெரியார் சுயமரியாதை சமதர்மம். ப.680-91

46. நம்பி ஆரூரன், முந்நூல் 219

47. 1942இல் வெள்ளையனே வெளியேறு இயக்கத்தில் தமிழகக் காங்கிரஸ் தலைவர்கள் சிறையிலிருந்த போது, ராஜாஜி காங்கிரசிலிருந்து விலகியிருந்தும், மீண்டும் அவர் 1945இல் காங்கிரசுக்குள் நுழைய முயன்றதும், திருப்பரங்குன்ற மாநாட்டில் காமராசரும் பசும்பொன்

முத்துராமலிங்கத் தேவரும் ஒன்று சேர்ந்து காங்கிரசுக்குள் ராஜாஜி நுழைவதை எதிர்த்தும், அனைத்திந்தியக் காங்கிரசின் துணையோடு ராஜாஜி காங்கிரசுக்குள் திரும்ப வந்ததும், திராவிட நாடு இதழில் அண்ணா 'கோடு உயர்ந்தது, குன்றம் தாழ்ந்தது' என எழுதியதும் தனி நூலுக்குரிய செய்திகளாகும். விரிவான செய்திகளுக்குப் பார்க்க டி.எஸ்.சொக்கலிங்கம், *1945 தமிழர் போராட்டம், 1945 தமிழர் போராட்டம் சென்னை 1957*

48. என்.வீ.நடராசன் *அவர் கண்ட அறப்போர்* Sri P.T.Rajan Eighty Second Birthday Souvenir, 1973, P.241-244

இதுதான் பார்ப்பனியம்

முன்னுரை

உலகின் எல்லா நாடுகளிலும் அரசதிகாரம் உருவானபோது அதனை நியாயப்படுத்தும் சித்தாந்தங்களும் உருவாகும். இதுவே உலக வரலாறு காட்டும் உண்மையாகும். அரசதிகாரம் மக்களை ஒடுக்கிய காலங்களில் அதனை நியாயப்படுத்தும் சாத்திரங்களும் எழுதப்படும். பெரும்பாலான மக்கள் எழுத்தறிவற்றவர்களாக வாழும் காலங்களில் எழுதப்பட்ட சாத்திரங்கள், அவர்களது சிந்தனைத் திறனை அடிமைப்படுத்தி, தாங்கள் அடிமையென்று தங்களையே ஏற்கச் செய்யும். இந்தியத் துணைக் கண்டத்தில் அவ்வாறு உருவான சித்தாந்தத்தைத்தான் நாம் பார்ப்பனியம் என்று அழைக்கின்றோம். பார்ப்பனியம் என்பது ஒரு கருத்தியல் வன்முறையாகும். பிறப்பின் வழியாகவே ஏனைய மக்கள்திரள்களை இழிந்தவர்கள் என்று அது அடையாளம் காட்டுவதையே நாம் வன்முறை என்கிறோம்.

பிறப்பொக்கும் எல்லா உயிர்க்கும் என்ற வள்ளுவரின் அறத்தினைப் பார்ப்பனியம் ஒருபோதும் ஏற்க இயலாது. பிறப்பினால் பார்ப்பனர் ஆனவர்கள் இன்னமும் தங்களை 'ஆக மேல் சாதி' என்றே உணருகின்றனர்; நம்புகின்றனர். இந்த நம்பிக்கையின் மறுபக்கமானது 'மற்றவர்கள் இழிந்தவர்கள்' என்பதாகும். நாடு விடுதலைபெற்றுப் பல ஆண்டுக் காலமான பின்னரும் வாய்ப்புக் கிடைத்தபோதெல்லாம் இந்த உணர்வினை வெளிப்படுத்த அவர்கள் தயங்குவதில்லை.

தங்களுக்கு மட்டுமே உரிய 'வடமொழி', 'வேதம்' ஆகியன அறிவார்ந்த விவாதங்களுக்கு அப்பாற்பட்டன என்பதும் வட்டார மொழிகளை நிராகரித்து சமஸ்கிருதத்தை மட்டுமே உயர்த்திப் பிடிப்பதும் கோயில்களின் தலைமையும் மற்ற சாதியாரின் சடங்கியல் தலைமையும் தங்களுக்கேயுரியன எனச் சாதிப்பதும் பார்ப்பனியத்தின் வேசங்களாகும்.

ஒரு சனநாயக நாட்டில் மொழிச் சமத்துவமும் பிறப்புச் சமத்துவமும் ஏற்படாதவரை முழுமையான சமத்துவம் மலர இயலாது. பார்ப்பனிய எதிர்ப்பு என்பது மனித சமத்துவத்துக்கும் சனநாயகத்துக்குமான தேடலாகும்.

அண்மைக்காலமாக காஞ்சி சங்கராச்சாரியாரும் அவரைக் கொண்டு கலாச்சார அரசியல் நடத்துபவர்களும் 'இந்து' என்ற கூட்டுக்குள் ஒன்று சேர்ந்து இருக்கிறார்கள். கிறித்தவரல்லாத, இசுலாமியரல்லாத எல்லா மக்களுக்கும் இவரே ஆன்மீகத் தலைவர் என்பதுபோல் அவருக்கு 'முடிசூட்டி' பெருந்திரளான தமிழர்களை ஏமாற்ற முற்படுகின்றனர். அவர்களது மாயாவாதச் சித்தாந்தம், எல்லா அரசியல், சமூக அதிகாரங்களையும் மீண்டும் பார்ப்பனிய வன்முறை வலைக்குள் கொண்டுவரப் பார்க்கின்றது. சைவம், வைணவம், நாட்டார் தெய்வங்கள் ஆகிய அனைத்தையும் பார்ப்பனியம் தின்று தீர்க்கப் பார்க்கிறது. இந்தச் சூழ்நிலையில் சமூக வரலாற்றுக் கல்வி ஒன்றே நம்மைக் காப்பாற்றும்.

பிறப்பு வழிப்பட்ட பார்ப்பனியத்தினை மட்டும் எதிர்ப்ப தில்லை இந்த வெளியீட்டின் நோக்கம். பார்ப்பனியக் கருத்தியலை ஏற்றுக்கொண்ட பார்ப்பனர் அல்லாதவர்களும் மறுப்புக்குரிய வர்கள். ஆராய்ச்சியாளர்கள் இவர்களைப் புதிய பார்ப்பனர்கள் (Neo-Brahmins) என அழைக்கின்றனர். நிகழ்காலத்தில் எல்லா வகையான ஊடகங்களையும் பார்ப்பனியக் கருத்தியல் தனதாக்கிக் கொண்டது. பார்ப்பனியம் என்பது ஒரு பண்பாட்டு வல்லாண்மை என்ற கருத்தை முன்வைத்தே இந்த வெளியீடு உண்மையான சனநாயகத்திற்காகக் குரல் கொடுக்கின்றது.

பார்ப்பன - பார்ப்பனிய எதிர்ப்பு என்பது தமிழ்நாட்டில் பார்ப்பனரல்லாதார் இயக்கம், திராவிடர் இயக்கம், தமிழின விடுதலை நோக்கிலான அமைப்புகள் போன்றவற்றினால் காலந் தோறும் தீவிரமாக நடைபெற்று வந்துள்ளது. ஆனால் இன்றைய நிலையில் பார்ப்பனிய எதிர்ப்பையும் பெரியாரையும் ஒருகாலத்தில் எதிர்மதிப்பீடு செய்த மார்க்சியவாதிகளும் மார்க்சிய லெனினிய அமைப்புகளும் பார்ப்பனியத்தின் புதிய பரிமாணத்தைப் புரிந்துகொண்டு பார்ப்பனிய எதிர்ப்பு நிலைப்பாட்டை எடுத்து வருகின்றனர்.

இதற்கு மறுதலையாக, வடநாட்டில் பாரதீய ஜனதாவின் செயல்பாடுகளும் தமிழ்நாட்டில் செயலலிதா ஆட்சியின் செயல் பாடுகளும் ஆர்.எஸ்.எஸ். மற்றும் பி.ஜே.பி. தமிழ்நாட்டில் காலூன்ற ஒரு வாய்ப்பை ஏற்படுத்தியுள்ளன. அதற்கு இங்குள்ள தினமணி, தினமலர் போன்றவை நல்ல சேவை செய்துவருகின்றன. குறிப்பாக, தினமணி நாளிதழில் 10 ஆண்டுகளுக்கு முன் வெளிவந்த ஆர்.எஸ்.என்.சத்யா, இந்திரா பார்த்தசாரதி ஆகியோரின் பார்ப்பனியக் கருத்துரைகளும் அவற்றை மறுத்துப் பார்ப்பனிய எதிர்ப்புணர்வுடன் எஸ்.வி.ராஜதுரை, வ.கீதா ஆகியோர் எழுதிய மறுப்புரைகளும் இவ்வகையில் குறிப்பிடத்தக்கன. இக்கடிதங்களைத் தொகுத்து, 'திராவிடத் தினமணியின் பார்ப்பனியம்' என்ற பெயரில் எஸ்.வி.ராஜதுரையும் வ.கீதாவும் ஒரு நூலாகவே வெளியிட்டுள்ளனர். (1992 மார்ச்). இவர்களே 1996இல் வெளியிட்ட 'பெரியார் சுயமரியாதை சமதர்மம்' என்ற நூலும் தமிழர்கள் வாசிக்க வேண்டிய நூலாகும்.

இன்று தமிழ்நாட்டில் உருவாகியுள்ள சூழ்நிலைகளைச் சற்றுப் பொறுமையுடன் கணித்தறிய வேண்டும். கிறித்தவரல்லாத, இசுலாமியரல்லாத அனைத்து மக்களுக்கும் நான்தான் ஆன்மீகத் தலைவர்' என்று காஞ்சி சங்கராச்சாரியார் எழுதப்படாத அதிகாரம் ஒன்றைத் தன் கையில் எடுத்துக்கொண்டுள்ளார். இராமகோபாலன் போன்ற இந்து வெறியர்கள் சிலரும், ஏமாந்துபோன ராமகிருஷ்ண மடத்து வேதாந்திகள் சிலரும் வலுத்த குரலில் அதை வழிமொழிந்து ஆர்ப்பாட்டம் செய்கின்றனர். செய்தியாளர்கள் பொதுநியாயம் பேசுவதுபோலக் காட்டிக்கொண்டு சங்கராச்சாரியாருக்கு ஆலவட்டம் வீசுகின்றனர். எழுத்துலக மேதை சோ, அவரைச் சார்ந்த முன்னாள்கள் பலர், திரைமறைவு எழுத்துக்களால் பார்ப்பனிய மேலாண்மையினைத் தக்கவைக்க முயலுகின்றார்கள். சங்கர மடத்தின் அதிகாரப் பிற்புலத்தை நினைத்து சைவ, வைணவ மடாதிபதிகளோ பேச்சு மூச்சற்றுப் போய்க் கிடக்கின்றார்கள். பார்ப்பனர் நலன் காக்கும் ஆர்.எஸ்.எஸ். இந்து முன்னணி போன்ற அமைப்புகளும் ஓரளவு தமிழ்நாட்டில் வலுப்பெற்று வருகின்றன.

1980க்குப் பின் தோன்றிய அரசியல் கட்சியான பா.ம.க. பெரியாரின் கொள்கைகளை வலிமையோடு முன்வைத்தது. 'எங்கள் கட்சியில் பார்ப்பனர்களைச் சேர்க்க மாட்டோம்' என்று

பா.ம.க. வெளிப்படையாகச் சொல்லியது. ஆனால் அது இந்த நிலைப்பாட்டை எடுப்பதற்கு முன்னரே பார்ப்பனியத்திற்கு அரணான இந்து முன்னணி 1980 தேர்தலில் சட்டமன்றத்திற்குள் ஒரு உறுப்பினரை அனுப்பிவிட்டது (குமரி மாவட்டம், பத்மநாபபுரம் தொகுதி). அண்மையில் தோன்றியுள்ள தலித் அமைப்புகளில் புதிய தமிழகம் அமைப்பும் விடுதலைச் சிறுத்தைகள் அமைப்பும் பார்ப்பனிய எதிர்ப்பினை வெளிப்படையாக முன் வைக்கின்றன.

நாட்டு விடுதலைக்கு முன்னும் பின்னும் பொதுவுடைமைக் கட்சிகள் உள்பட அனைத்துத் தேசியக் கட்சிகளும் பெரியாரையும் அவரது பார்ப்பனிய எதிர்ப்பையும் மிக எளிதாகப் புறந்தள்ளி வைத்தன. பெரியார் வாக்குக் கேட்கும் அரசியலுக்கு வராதது அவர்களுக்கு அவரை எளிதாக ஒதுக்கித்தள்ள ஒரு வாய்ப்பாகவும் இருந்தது. ஆனால் கடந்த பதினைந்தாண்டுகளுக்குள் பார்ப்பனிய எதிர்ப்புணர்வு தமிழ்நாட்டில் மீண்டும் புதிய பரிமாணங்களைப் பெற்றுள்ளது. திராவிடர் இயக்கங்களோடு மார்க்சிய லெனினியம் என்ற பெயரில் பொதுவுடைமைக் கோட்பாட்டை முன்வைக்கும் சில அரசியல் கட்சிகள் அண்மைக்காலத்தில் பார்ப்பனிய எதிர்ப்பை அங்கீகரித்து வருகின்றன. ‘வர்க்கம்’ என்ற பிரிவினை முன்வைத்து ‘சாதியம்’ என்ற வாழ்நெறியைப் பொதுவுடைமையாளர்கள் முற்றிலும் புறக்கணித்திருந்த காலம் ஒன்று உண்டு. இன்றோ மார்க்சியவாதிகள் வர்க்கத்திற்கும் சாதிக்கும் உள்ள உறவை ஆராயத் தொடங்கியுள்ளனர். இந்தவகையில் இச்சிந்தனையில் கெயில் ஓம்வெட் எழுதிய, ‘வர்க்கம் சாதி நிலம்’ (Class, Caste & Land) என்ற நூலுக்கு ஒரு தனியிடம் உண்டு. இந்தப் பின்னணியில்தான் பார்ப்பனர் என்ற மக்கள் கூட்டத்தாரையும் பார்ப்பனியம் என்ற கோட்பாட்டையும் இன்று நாம் மீள்பார்வை செய்வது அவசிய மாகிறது.

பார்ப்பனர் யார்?

பிராமணர், அந்தணர், பார்ப்பனர் என்று குறிப்பிடப்படும் மக்கள் தொகுதியை முதலில் நாம் கூர்ந்து கவனிக்கவேண்டும். பொதுவாகச் சிவந்த நிறமும் பெரும்பாலும் மீசை இல்லாத முகமும் மார்பில் பூணூலும் பார்ப்பனரைப் பார்த்த மாத்திரத்திலேயே நாம் அறிய உதவும் அடையாளங்களாகும். இப்போது பார்ப்பனப் பெண்கள் (குடும்பச் சடங்கு நேரங்கள் தவிர) மடிசார் வைத்துப்

புடவை கட்டுவது இல்லை. சாதிய மொழி வழக்கு (Caste Dialect) என்பது எல்லாச் சாதியார்க்கும் உரிய பண்புதான். ஒவ்வொரு சாதியார்க்கும் வட்டார வழக்கு உண்டு. இதனை அண்ணாமலைப் பல்கலைக்கழக மொழியியல் ஆய்வுகள் விளக்குகின்றன. ஆனாலும் புதிய கல்வி, நகர நாகரிகம் ஆகியவை மற்ற சாதியாரின் மொழி வழக்கையும் உச்சரிப்பையும் மாற்றியதுபோலப் பார்ப்பனர்களின் பேச்சுவழக்கை மாற்றவில்லை. வந்துண்டு, இருக்கச்சே. தோப்பனார், ஆத்திலே, வெச்சு, அவாளை, த்வம்சம், பண்ணிப்புடுத்து என்பது மாதிரியான சொல் வழக்கோ உச்சரிப்போ பொது இடங்களில் பார்ப்பனர்களை இன்றும் எளிதில் அடையாளம் காட்டிவிடும். பரம்பரை பரம்பரையாகவே பார்ப்பனர்கள் தமிழ்நாட்டில் (ஆற்று நீர்ப்பாசனம் பெறும்) நீர்வளம் நிறைந்த பகுதிகளிலேயே குடியிருந்தனர். இன்றும் ஓரளவேனும் நீர்வளம் உடைய தஞ்சை, திருச்சி, நெல்லை மாவட்டங்களிலே பார்ப்பனர் எண்ணிக்கை மிகுதியாகும் என்பதை மனத்தில் கொள்ளவேண்டும்.

பார்ப்பனர்கள் பிறப்பினால் உயர்ந்தவர்கள் என்றும் தேவ தூதர்கள் என்றும் சித்தரித்துப் பார்ப்பனர்களால் புனையப்பட்ட மனுநீதி, புராண இதிகாசக் கதைகளைப் புனிதமானவை என்றும் இவற்றைச் சொர்க்கத்தின் படிக்கட்டுகளாகவும் காட்டி அவற்றைப்பற்றிய ஒரு மாயையைத் தோற்றுவிப்பதில் பார்ப்பனர் கண்ட வெற்றியானது, ஏனைய தமிழ்ச் சாதியார் வடமொழிப் புனிதத்தையும் பார்ப்பனர்களையும் கண்ணை மூடிக்கொண்டு ஏற்றுக்கொள்ள வைத்தது. மூடக்கதைகளின் வாயிலாகப் பார்ப்பன நலன்களையே முழுவதும் போற்றிய இக்கலாச்சார வெற்றியே இன்றுவரை பார்ப்பனர்களின் ஆதிக்கத்தைப் பாதுகாக்கும் அரணாக உள்ளது.

தமிழக மக்கள்தொகையில் பார்ப்பனர் 3% உள்ளனர் என்ற புள்ளிவிவரம் வழிவழியாகச் சொல்லப்படுகிறது. இந்தப் புள்ளி விவரக் கணக்கைப் பார்ப்பனர்களே மறுக்காது ஏற்றுக்கொள் கின்றனர். அறிஞர்கள் தமிழ்நாட்டு மக்களைச் சாதிவாரியாகப் பகுத்து ஆராய்ச்சி செய்யத் தொடங்கி ஒன்றரை நூற்றாண்டு காலமாகிறது. இருப்பினும் பெருமளவு கல்வி வசதி பெற்ற பார்ப்பனச் சாதியாரைப்பற்றிய ஆய்வு நூல்கள் ஒன்றுகூடத் தமிழில் இல்லை. 75 ஆண்டுகளுக்கு முன்பு கிருஷ்ணசாமி அய்யங்கார் எழுதிய 'History of Sri Vaishnava Brahmins' என்ற நூலும் 20 ஆண்டுகளுக்கு முன்னர் ந.சுப்பிரமணியன் (ஐயர்) எழுதிய 'Brahmins in the Tamil country' என்ற நூலும் ஓரளவு பார்ப்பனர்களைப்பற்றிய சில செய்திகளை அறிய உதவுகின்றன. இவை தங்களை மிக உயர்ந்த சாதியாகவும் வடமொழியோடு இணைந்தவர்களாகவும் ஏனைய தமிழ்ச் சாதியார் ஏற்றுக்கொள்ளுமாறு ஆக்கப்பட்டன. இது ஒரு வரலாற்று உண்மை. இருப்பினும் தங்களைத் தனி நாகரிகமுடைய சாதியார்களாகக் காட்டிக்கொள்ளும் பார்ப்பனர்களுக்கென்று ஒரு தனிமொழி இல்லை என்பதும் வரலாற்று உண்மையே. தமிழ், தெலுங்கு, கன்னடம் என்ற வட்டார மொழிகளையே வீட்டு மொழிகளாகப் பார்ப்பனர்கள் பயன்படுத்தி வருகின்றனர். பார்ப்பனர்கள் தமிழ்நாட்டிற்கு வந்தது குறித்த ஆரியச் சார்புக் கொள்கை ஒன்றும் திராவிடச் சார்புக் கொள்கை ஒன்றும் படித்தவர்கள் மத்தியிலே இருந்துவருகின்றன. மூன்றாவது ஒரு கோட்பாட்டையும் பார்ப்பனரான பேரா. எஸ்.இராமகிருஷ்ணன் முன்வைக்கிறார். சிந்து வெளியினரான திராவிடரோடு வந்த புரோகிதர்களும் பின்னாளில் ஆரியராக வந்த பார்ப்பனர்களும் கலந்ததால் உருவானது தமிழக அந்தணர் கூட்டம் என்பது அவர் கருத்து. இதையும் மனத்தில் இருத்திக்கொள்ளலாம்.

ஒரு குறிப்பிட்ட மக்கள் கூட்டம் வெளியிலிருந்து பார்க்கும் போது ஒரே சாதிபோலத் தோன்றினாலும் அதன் உள்ளாகப் பல அடுக்குகள் இருக்கின்றன. ஒரு சாதி என்பது ஒரு திருமண உள் வட்டமாகும் (Endogamous group). அதாவது, ஒருவன் திருமணம் செய்யக்கூடிய எல்லையே அவனுடைய சாதியின் எல்லையாகும். எடுத்துக்காட்டாக, வேளாளரில் தொண்டை மண்டல வேளாளர், கார்காத்த வேளாளர், வயலக வேளாளர் முதலிய பிரிவினரில் ஒருவர் மற்றவரோடு திருமண உறவு கொள்வதில்லை. யாதவர் களில் இவ்வகையான 27 பிரிவுகள் இருப்பதாகக் கூறுவர். இவர் களைப்போலவே பார்ப்பனர்களுக்கு உள்ளாகவும் கோத்திரம், சூத்திரம், வேதம், சாகை என்பனவற்றின் அடிப்படையில் அமைந்த பிரிவுகளும் உண்டு. பார்ப்பனர் அல்லாதார் புரிந்துகொள்வதற்கு வசதியாகப் பார்ப்பனர்களை மொத்தத்தில் மூன்று பெரும் பிரிவுகளாகப் பிரிக்கலாம். 1. ஸ்ரீவைஷ்ணவர்கள், 2. அர்ச்சகர்கள் 3. ஸ்மார்த்தர்கள் என்பன.

ஸ்ரீ வைஷ்ணவர்கள்

ஐயங்கார் அல்லது ஆச்சாரியார் என்ற பட்டப் பெயருடைய அனைவரும் ஸ்ரீ வைஷ்ணவர்களே. விஷ்ணுவைக் கடவுளாகக் கொண்டதால் இவர்கள் வைஷ்ணவர்கள் ஆவர். இவர்கள் திருநீறு பூசுவதில்லை. நெற்றியில் U அல்லது Y வடிவத் திருமண் மட்டுமே அணிந்திருப்பர். நெற்றியில் அணிந்த திருமண்ணுக்குப் பாதம் இருந்தால் அவர் தென்கலை மரபினர்; பாதம் இல்லாதவர் வடகலையார் ஆவார். வைகானச மரபினர், பாஞ்சராத்திர மரபினர் என்ற பிரிவுகளும் உண்டு. இப்பிரிவு ஆகம நெறியைப் பின்பற்றியதாகும்.

இவர்களில் தென்கலையினர் இராமாநுசரைப் பின்பற்றி சாதி வேறுபாட்டினை அதிகம் பாராட்டுவதில்லை. பார்ப்பனர் அல்லாத வைணவரோடு இப்பிரிவினர் மிகுந்த நெருக்கம் காட்டுவர். தமிழ் மொழிக்கும் ஆழ்வார்களின் பாடல்களுக்கும் மிகுந்த மதிப்பளிப் பவர். தமிழ்ப் பாடல்கள் இல்லாமல் இவர்கள் வீட்டுத் திருமணம் நிறைவுறாது. நம்மாழ்வார் பாடல்களைத் திராவிட வேதம் என்னும் பெயரால் முதலில் அழைத்தவர்களும் இவர்களே. சேலம் விசயராக வாச்சாரியார் தொடங்கி இராசகோபாலாச்சாரியார் வரை தமிழகத்தில் காங்கிரசை வளர்த்தெடுத்ததில் வைணவப் பார்ப் பனர்களுக்குப் பெரும்பங்கு உண்டு. பெரியாரின் நண்பர்களாகவும் இந்தி எதிர்ப்பு வீரராகவும் ராஜாஜியின் அரசியல் எதிரியாகவும் விளங்கிய பரவஸ்து இராஜகோபாலாச்சாரியும் அக்ரகாரத்து அதிசயமணியாய் விளங்கிய வ.ரா.வும் (வ.ராமசாமி ஐயங்கார்) வைணவப் பார்ப்பனர்களே.

அர்ச்சகர்

சைவ, வைணவக் கோவில்களில் கருவறையில் கடவுளர்களின் உருவங்களைத் தொட்டுப் பூசனை செய்பவர்களை அர்ச்சகர் எனலாம். இவர்கள் வேதத்திலும் வேள்வியிலும் (தீ வளர்ப்பதிலும்) அதிக நாட்டம் செலுத்துவதில்லை. எனவே உருவ வழிபாட்டில் அதிக நாட்டம் உடையவர்கள். கோவில் கருவறைக்குள் முதல் மொழியாக வடமொழியை நிறுத்துவதில் மிகுந்த அக்கறை காட்டு வார்கள். கோவிலில் கருவறைகளில் இவர்களின் தனி ஆட்சி நடை பெறுவதால் அதைப் பயன்படுத்தி பணமும் அதிகாரமும் கொண்ட மேல்தட்டு மக்களை மகிழ்விப்பதில் இவர்களுக்கு இயல்பாகவே

ஆர்வம் அதிகம். இந்த இரண்டு பிரிவினரில் வைணவக் கோயில் அர்ச்சகரான ஐயங்கார்கள் தமிழில் உள்ள வைணவத் தத்துவ நூல்களில் தனி ஆர்வம் செலுத்துவர். சைவக் (சிவன்) கோயில் அர்ச்சகரான பட்டர் அல்லது சிவாச்சாரியார் தமிழில் உள்ள சைவத் தத்துவ நூல்களைப் படிப்பதில் ஒருபோதும் ஆர்வம் காட்டுவதில்லை. மாறாக, தமிழரது சைவ சித்தாந்தக் கொள்கையே வடமொழியிலுள்ள ரௌரவ ஆகமத்திலிருந்து வந்தது என்று வாதாடுவர். அதனால்தான் சைவக் கோயில்களில் திருமுறைப் பாடல்களை ஓதுவதற்கென்றே பார்ப்பனரல்லாத ஒருவர் (ஓதுவார்) தனியாக நியமிக்கப்பட்டிருப்பதைச் சாதாரணமாகக் காணலாம்.

ஸ்மார்த்தர்

பார்ப்பனர் என்ற தன்னுணவர்வை நிரம்பப் பெற்றவர்கள் ஸ்மார்த்தப் பார்ப்பனர்களே. இவர்கள் நெற்றியில் திருநீறு அல்லது சந்தனக் கீற்று அணிவர். கோயிலில் வேதம் ஓதுவது தவிரப் பிற வேலைகளை இவர்கள் ஏற்பதில்லை. ஸ்மார்த்தர் என்ற பெயர் ஸ்ருதி (சொல்லப்படுவது) என்பதிலிருந்து வந்ததாகும். வடமொழி வேதங்களும் வேதசாரமான மகாவாக்கியங்களும் எழுதப்படாமல் நீண்டகாலமாக சொல்லப்பட்டே வந்திருக்கின்றன. இவையே இவர்களுக்குத் தெய்வம்போலப் பிரமாணமாகும். எல்லா நிலை களிலும் தீண்டாமைக் கொள்கையை அனுசரிப்பதும் இவர்களே. காலையில் குளிப்பது தொடங்கி அந்த நாளுக்குரிய காலைப் பூசையை முடிப்பது வரை வடமொழி தவிரப் பிற மொழியை (தமிழை) உச்சரிப்பதில்லை என்ற உறுதியான வழக்கம் இவர்களுக்கு உண்டு (கேட்டால் இல்லை என்று மறுப்பார்கள்).

இக்காலத்தில் இவர்கள் அனைவரும் சங்க வேதாந்தம் (மாயாவாதம்) என்னும் கொள்கையை ஏற்றுக்கொண்டிருக்கிறார்கள்.

சிருங்கேரி, காஞ்சி ஆகிய சங்கர மடங்களுக்குச் சீடர்களாக இருப்பவர்கள் அனைவரும் ஸ்மார்த்தப் பார்ப்பனர்களே ஆவர். ஈஸ்வரன் (கடவுள்) என்று ஒருவர் தனியாக இருப்பதாக இவர்களின் மாயாவாதம் ஒத்துக்கொள்வதில்லை. இருந்தாலும் ஒரு கடவுள் இருப்பதுபோல இக்காலத்தில் காஞ்சி மடாதிபதிகள் 'இந்து' என்ற போர்வையில் சைவ, வைணவ ஒற்றுமைபற்றிப் பேசுவதும் திருப்பாவை, திருவெம்பாவை மாநாடுகள் நடத்துவதும் ஆன்மீக உலகத்தில் வேடிக்கைக்கும் சிரிப்புக்கும் உரிய விசயங்களாகும்.

அர்ச்சகர் அல்லாத ஐயர் என்று பட்டம் இட்டுக்கொள்பவரும் கனபாடிகள், ச்ரௌதிகள் என்று பட்டமிட்டுக்கொள்பவர்களும் ஸ்மார்த்தப் பார்ப்பனர்களே. வேதத்தைக் கனம் என்ற தகுதி வரை படித்தவர்கள் கனபாடிகள். அதற்குக் குறைவாகச் சொல்லத் தெரிந்தவர்கள் ச்ரௌதிகள். க்ரமம் என்ற மிகக் குறைந்த கல்வி பெற்றவர்கள் க்ரம வித்தர்கள். இவர்களுக்கு அரசர்கள் வாரி வழங்கிய ஊருக்குத்தான் கிராமம் என்று பெயர். இதுமட்டுமல்ல; பார்ப்பனர்களுக்கு அரசர்கள் அவ்வப்போது ஹிரண்ய கர்ப்ப, கோகர்ப்ப தானங்களையும் வழங்கியுள்ளனர். அதாவது பொன்னா லாகிய கர்ப்பப்பை. பொன்னாலாகிய பசுவின் கர்ப்பப்பை ஆகியவற்றைச் செய்த அரசர்கள் அதில் நுழைந்து வெளிவந்த பின் அவற்றைப் பார்ப்பனர்களுக்குத் தானமாக வழங்கிவிட வேண்டும். இவையெல்லாம் கல்வெட்டுகளிலிருந்து கண்டறியப் பெற்ற உண்மைகள்; பொய்க்கதை இல்லை. மொத்தத்தில் தமிழ் மொழி யிடமிருந்தும் தமிழ் மக்களிடமிருந்தும் பெருமளவு அந்நியமாகி யிருப்பவர்கள் ஸ்மார்த்தப் பார்ப்பனர்களே.

பார்ப்பனர் மேலாதிக்கம்: ஒரு வரலாற்றுப் பார்வை

தமிழ்நாட்டின் வரலாற்றையும் பண்பாட்டையும் அறிவதற்கு நமக்குக் கிடைக்கும் சான்றுகளில் மிகப் பழமையானது சங்க இலக்கியம் எனப்படும் இலக்கியச் சான்றேயாகும். உத்தேசமாக கி.மு. 3ஆம் நூற்றாண்டிலிருந்து கி.பி. 5ஆம் நூற்றாண்டு வரையிலான காலத்தின் தமிழகப் பண்பாட்டை அறியச் சங்க இலக்கியங்கள் தெளிவான சான்றுகளாகும். நகரங்களும் அரசுகளும் அரசர்களும் கிறித்துவின் சமகாலத்திலேயே தமிழ்நாட்டில் பார்ப்பனர்களுக்கு அடிமையாகிவிட்டதைப் பார்க்க முடிகிறது. பார்ப்பனர்களின் 7 ரிஷி கோத்திரப் பெயர்களையும் தமிழ்நாட்டுப் பேரரசர்கள் பார்ப்பனர்களுக்குத் தலைவணங்கியதையும் அரசனுக்கு அடுத்த நிலையிலிருந்த பணக்கார (நில முதலாளிகள் - கிழார்) வேளாளர் களோடு பார்ப்பனர்கள் நல்லுறவு வைத்திருந்ததையும் சங்க இலக்கியங்களிலிருந்து தெளிவாக அறிகிறோம்.

ஆனாலும் அக்காலத்தில் பார்ப்பனர்கள் யாரும் கோயில் பூசை செய்பவர்கள் அல்லர். ஏனெனில் அக்காலத்தில் கோயில் என்பது மிகப்பெரிய சமூக நிறுவனமாக வளர்ச்சியடையவில்லை. மண்ணாலும் மரத்தாலுமான சிறு கோவில்களே அக்காலத்தில்

இருந்தன. எனவே அக்காலத்தில் அரசனுக்கு அருகில் இருந்த எல்லாப் பார்ப்பனர்களும் வேள்வி செய்த ஸ்மார்த்தப் பார்ப்பனர்களே. அவர்கள் கோயிலில் பூசை செய்தவர்கள் அல்லர். இவர்கள் வழிபட்ட வேத காலத் தெய்வங்களான அக்னி, வருணன், இந்திரன் போன்ற தெய்வங்களுக்குக் கோயில்கள் தமிழ்நாட்டில் எப்பொழுதும் கிடையாது. ஆயினும் அரசன் பணிந்து வணங்கும் அளவுக்கான அதிகாரம் பார்ப்பனர் கையில் இருந்தது என்பது மட்டும் அழுத்தமான வரலாற்று உண்மையாகும்.

இந்த அதிகாரத்தை, தொடர்ந்து சில நூற்றாண்டு காலம் பார்ப்பனர்கள் தக்கவைத்துக்கொண்டிருந்தனர். பின்னர் கி.பி. ஏழாம் நூற்றாண்டின் தொடக்கத்தில் தமிழ்நாட்டில் பக்தி இயக்கம் ஒரு பேரலையாக எழுந்தது. தனி ஒரு கடவுளை ஏற்றுக்கொள்ளாத சமணத்திற்கும் பௌத்தத்திற்கும் எதிராக அனைத்துச் சாதிகளும் பார்ப்பனர்களால் ஒன்று திரட்டப்பட்டனர். வருவதை உணராத வேளாளர்களும் பார்ப்பனர்களோடு முழுமூச்சாக இந்த இயக்கத்தில் ஒன்றிணைந்தனர். அதன் விளைவாக சமண பௌத்த மதங்கள் தமிழ்நாட்டில் வேரோடு சாய்க்கப்பட்டன.

ஏனைய கோயில்கள் கற்கோயிலாக மாற்றப்பட்டன. அவற்றின் பெயரில் மிகப் பெரிய சொத்துக்கள் உருவாயின. கோயில்கள் அரசியல் அதிகாரத்தின் துணை நிறுவனங்களாக மாறி வளர்ந்தன.

தமிழில் இருந்த ஆகமங்களை, பார்ப்பனர் வடமொழியில் பெயர்த்து வைத்துக்கொண்டனர். வடநாட்டில் உள்ள கோயில்களுக்கு இந்த ஆகம முறைகள் இன்றும் பொருந்தாது. ஏனென்றால் அங்கே தமிழ்நாட்டில் இருப்பதைப்போலப் பெரிய கோயில்கள் 5% கூடக் கிடையாது. அவற்றின் கட்டுமானக் கலையும் திராவிடக் கலையல்ல.

பார்ப்பனர்களில் ஒரு பிரிவினர் அர்ச்சகர் என்ற பெயரில் உருவ வழிபாட்டுக்கு மாறிக் கருவறையில் நுழைந்தனர். கோயிலின் ஆன்மீகத் தலைமைப் பதவியைக் கைப்பற்றினர். கோயில் சார்ந்த பார்ப்பனர்களின் உணவு, உடை, உறைவிடம் (வீடு), வேதக் கல்வி ஆகிய அனைத்துத் தேவைகளும் சேர, சோழ, பாண்டிய, பல்லவ விசய நகர அரசர்களால் முழு மனத்துடன் ஏற்றுக்கொள்ளப்பட்டன.

வேதக் கல்விக்காக அரசர்களால் விடப்பட்ட மானியத்துக்குக்

கிடைப்புறம் என்று பெயர். அன்றைய அரசுகள் பார்ப்பனர்களுக்கு மட்டுமே கல்விச் செலவை ஏற்றன. அனைவருக்கும் கல்வி என்ற சமண மதக் கோட்பாட்டை அரசர்கள் ஏற்கவிடாமல் பார்ப்பனர்கள் பார்த்துக்கொண்டனர். அதுமுதற்கொண்டு 14ஆம் நூற்றாண்டின் தொடக்கத்தில் முசுலீம் படையெடுப்புகளால் ஏற்பட்ட சிறு இடையூறைத் தவிர, 18ஆம் நூற்றாண்டின் முதற்பகுதி வரை பார்ப்பனர்களின் அனைத்துத் தேவைகளும் அரசாங்கத்தால் (மக்களின் வரிப் பணத்தால்) நிறைவு செய்யப்பட்டன. அரசர்கள் போர் புரியும்போது பார்ப்பனர்களை எவ்விதத் தாக்குதலுக்கும் உட்படுத்தக்கூடாது என்ற சட்டமும் வகுக்கப்பட்டிருந்தது. (சிலப்பதிகாரத்தில் மதுரை நகரைக் கண்ணகி எரிந்து சாம்பலா கட்டும் என்று சாபமிடுவதாகக் கூறப்படும்போதும் பார்ப்பனர் களை இந்நெருப்பு தீண்டக்கூடாது என்று சொல்லும் அளவுக்குப் பார்ப்பனர்கள் செல்வாக்கு உயர்ந்திருந்தது என்பது குறிப்பிடத் தக்கதாகும்). ஏறத்தாழ 18 நூற்றாண்டு காலம் பார்ப்பனர்கள் தமிழ்நாட்டு அரசுகளின் சலுகையளிக்கப்பட்ட குடிமக்கள் (Privileged Citizens) ஆக வாழ்ந்தனர் என்பது யாராலும் மறுக்க முடியாத வரலாற்று உண்மையாகும். (இவர்கள்தான் தாழ்த்தப்பட்ட மக்கள் அரசுச் சலுகை என்ற பெயரில் தங்கள் உரிமையை அரை நூற்றாண்டுக் காலம்கூட அனுபவிக்கத் தடையாக இருந்து வருகின்றனர்).

19ஆம் நூற்றாண்டின் நடுப்பகுதிக்குள் மெக்காலேயின் ஆங்கிலக் கல்விமுறை நடைமுறைக்கு வந்தது. மனுதர்ம நெறிப்படி காலங்காலமாக கல்வியைத் தங்களுடைய ஏகபோகமாகவும் மற்றவர்களுக்கு உரிமையில்லாமலும் ஆக்கிவைத்திருந்தார்கள் பார்ப்பனர்கள், தங்களை விரைவாக ஆங்கிலக் கல்விக்கு உட்படுத் தினர். அதன்விளைவாக 1875க்குள் ஆங்கிலக்கல்வி பெற்ற பார்ப்பனர் அனைவரும் நீதித்துறை, வருவாய்த்துறை ஆகிய இரண்டு துறைகளையும் தங்கள் கைவசப்படுத்தினர். அப்போதுதான் வளரத் தொடங்கியிருந்த தமிழ்ப் பத்திரிகைத்துறையில் புகுந்தனர். இந்துமதம் என்ற போர்வையில் ஒரு குலத்துக்கு ஒரு நீதி சொல்லும் சனாதன தர்மத்தைப் பத்திரிகையின் வாயிலாக வளர்க்கத் தொடங்கினர். அப்போது மெதுவாகக் கிளர்ந்துகொண்டிருந்த தேசிய இயக்கத்தையும் தம்வசப்படுத்தினர். தமிழ் நாவலாசிரியரான வத்தலக்குண்டு ராஜமையர் 'Rambles of Vedanta' என்ற புகழ்பெற்ற

ஆங்கில நூலை எழுதியதும் இக்காலத்தில்தான். சுதேசமித்திரன் இதே காலத்தில் சனாதன தர்மத்தினைப் பாதுகாக்க மிகுந்த அக்கறையுடன் செயல்பட்டது. சனாதன தர்மத்தின் வெளிப்பாடான The Hindu என்ற பெயரே பார்ப்பனர்கள் நடத்திய ஆங்கிலப் பத்திரிகைக்கு இடப்பட்டது.

தமிழ்நாட்டில் மட்டுமல்ல; இந்தியாவின் பிற பகுதிகளிலும் இந்திய தேசிய எழுச்சியை இந்து மறுமலர்ச்சி இயக்க எழுச்சி யாகக் காட்ட முயற்சிகள் நடந்தன. மராட்டியத்தின் திலகரும் வங்காளத்தின் அரவிந்தரும் தமிழ்நாட்டு ராஜமையரும் பேசிய தத்துவம் வேதாந்தமே. ஆக மொத்தத்தில், இந்திய தேசியத்திற்கு முன்னே பார்ப்பனர்களே வேதாந்தப் பதாகை பிடித்து (கீதாபாஷ்யம்) எழுதியபிறகுதான் உயர்சாதி மக்கள் ஏற்றுக்கொண்ட தலைவரானார். தேசிய எழுச்சிக்கான பண்பாட்டு உத்திகளாகப் பவானி பூசை யினையும் விநாயகர் வழிபாட்டையும் அவர் முன்வைத்தார். விநாயக சதுர்த்தி அரசியல் ஆனதற்கு அவரே முதற்காரணம். இதன் பின்விளைவாகவே 1923இல் இந்து மகாசபை வேத காலத்திற்குத் திரும்புதல் என்று தன் கொள்கையை வெளிப்படையாகவே முன்வைத்து 1925இல் ஆர்.எஸ்.எஸ். தொடங்கப்பட்டது.

இருபதாம் நூற்றாண்டு தொடங்குகிற நேரத்தில் நீதித்துறையும் வருவாய்த்துறையும் மட்டுமல்லாமல், தமிழ்நாட்டுக் கல்வித்துறையும் பார்ப்பனர்களின் வசமாகிவிட்டது. அக்காலத்தில் சென்னைப் பல்கலைக்கழகத்தின் பட்டதாரிகளில் 80% பார்ப்பனர்களாக இருந்தனர். அவர்களின்மூலம் சென்னை ஆளுநரின் ஆலோசனை சபைக்குத் தேர்ந்தெடுக்கப்படும் உறுப்பினரும் பார்ப்பனராகத்தான் இருக்கமுடியும் என்ற நிலை உருவானது. நவீன விஞ்ஞானத் துறையிலும் அரசியல் துறையிலும் புகுந்த அதேநேரத்தில் தங்கள் கைவசம் இருந்த அதிகாரத்தைக்கொண்டு பார்ப்பனர்கள் சனாதன தர்மத்தையும் தக்கவைத்துக்கொண்டனர். பள்ளிகளிலும் கல்லூரிகளிலும் அரசாங்க மானியத்தில் சமஸ்கிருதம் கட்டாய மாகத் தெரிந்திருக்க வேண்டும் என்னும் அரசாங்க விதி 1921இல் நீதிக்கட்சி அரசின் முதலமைச்சர் ஆன பனகல் அரசர் (சென்னைப் பல்கலைக்கழகத்தில்) மசோதா கொண்டுவந்து மருத்துவக் கல்லூரி களில் படிக்க சமஸ்கிருதம் தெரிந்திருக்க வேண்டும் என்பதை நீக்கினார். (ஆதாரம்:1985 பெரியார் நாட்குறிப்பு, பக்.107) இந்தக்

காலத் தமிழ் இளைஞர்கள் இதைக் கற்பனை செய்துகூடப் பார்த்திருக்க மாட்டார்கள்.

இந்த விதிமுறையின் விளைவாகப் பணமும் அதிகாரமும் சமூக கௌரவமும் தரும் ஆங்கில மருத்துவப் படிப்பு, சட்டப்படிப்பு, பொறியியற் படிப்பு ஆகிய கல்வித்துறைகளில் பார்ப்பனர்களே பேராதிக்கம் செலுத்தினர். இவையல்லாத பொதுக்கல்வியிலும் உயர்கல்வி என்பது பார்ப்பனர்களுக்கு உரியதாக இருந்தது. தமிழ்நாட்டில் அன்று இருந்த ஒரே பல்கலைக்கழகமான சென்னைப் பல்கலைக்கழகப் பட்டதாரிகளில் 1880-1911இல் 64% ஆகவும் 1890- 91இல் 67% ஆகவும் 1901-1911இல் 71% ஆகவும், 1918இல் 67% ஆகவும் பார்ப்பனர்களே இருந்தனர்.

அடிப்படைக் கல்வியிலும் பார்ப்பனர்கள் அதன் போக்கைத் தங்களுக்குச் சாதகமாக அமையும்படி தீர்மானித்தார்கள். பார்ப்பனர்களின் வேதக் கல்வி என்பது, முழுக்க முழுக்க மனப்பாடம் சார்ந்த கல்வியாகும். மனப்பாடப் பயிற்சி எழுத்தறிவில்லாத மற்ற சாதியார்க்குக் குறைவே. மெக்காலே கல்வியின் அடிப்படையில், நன்றாக மனப்பாடம் செய்யும் மாணவனே நிறைய மதிப்பெண் பெற்று, சிறந்த மாணவன் ஆகிவிடுவான். எனவே பரம்பரையாக மனப்பாடப் பயிற்சி உடைய பார்ப்பன மாணவர்கள் சிறந்த மாணவர்களாக வெற்றிபெறுவது தவிர்க்க முடியாததாகிவிடும் (கல்வித் துறையில் இக்குறைபாடு இன்றளவும் களையப்படாதது வேதனைக்குரிய செய்தியாகும்).

இதன் பின்விளைவாக வருவாய்த் துறையிலும் நீதித்துறையிலும் பார்ப்பனர்கள் தொடர்ந்து மேலாதிக்கம் பெற முடிந்தது. 1912இல் சென்னை மாகாணத்தில் 140 டெபுடி கலெக்டர்களில் (மாவட்டத் துணை ஆட்சித் தலைவர்) 77 பேர் பார்ப்பனர்களாக இருந்தனர். 18 துணை நீதிபதிகளில் (சப் ஜட்ஜ்களில்) 15 பேர் பார்ப்பனர்கள். 129 உரிமையியல் நீதிமன்ற நடுவர்களில் (முன்சீப்புகளில்) 93 பேர் பார்ப்பனர்கள்.

இதேநேரத்தில் பார்ப்பனர்கள் மற்றும் ஒரு போக்கையும் திட்டமிட்டு மேற்கொண்டனர். பார்ப்பனர் கையில் இருந்த பெருங்கோயில்களுக்கும் கோயில் பார்ப்பனர்களுக்கும் கோயில் கலாச்சாரத்திற்கும் 19ஆம் நூற்றாண்டின் தொடக்கப்பகுதி முதலே அரசாங்க ஆதரவு வரலாற்றில் முதல்முறையாக இல்லாமல்

போயிற்று. பெரிய நிலக்கிழார்களும் ஜமீன்தார்களும் செல்வாக்கு இழந்து போய்விட்டனர். கலெக்டரின் பெயரால் மாவட்டத் தலைநகரங்களிலும் கவர்னர் என்ற பெயரில் சென்னை நகரத்திலும் வைசிராய் என்ற பெயரில் டெல்லியிலும் புதிய அதிகார மையங்கள் தோன்றிவிட்டன. அதிகார மையங்களை நெருங்குவதற்கு ஆங்கிலக்கல்வியே பார்ப்பனர்களுக்கு வழியாக இருந்தது. எனவே, கிராமத்து நிலங்களையும் கோயில்களையும் சமஸ்கிருதக் கல்வியையும் குடுமியையும் விட்டுவிட்டு ஆங்கிலக் கல்விக்கும் அதிகாரப் பதவிகளுக்கும் ஆசைகொண்ட பார்ப்பனர்கள் நகரங்களுக்குக் குடிபெயர்ந்தனர். இரண்டாம் உலகப்போர் நடைபெற்றபோது, செர்மன் உலக அரங்கில் வெற்றி பெறும் என்ற கணிப்பில் இங்குள்ள பார்ப்பனர்கள் செர்மானிய மொழியினைக் கற்கத் தொடங்கினர். சென்னையில் மயிலாப்பூர், திருவல்லிக்கேணி ஆகியவற்றை ஒட்டி பார்ப்பனர்களின் புதிய குடியேற்றங்கள் உருவாயின.

அரசாங்கப் பதவிகள் மட்டுமல்லாது பேராசிரியர்கள், உயர்நீதிமன்ற வழக்கறிஞர்கள் ஆகிய பதவிகளையும் பார்ப்பனர் தமதாக்கிக்கொண்டனர். இருபதாம் நூற்றாண்டின் தொடக்கத்தில் வலிமை வாய்ந்ததாக உருவெடுத்த புதிய துறையான பத்திரிகைத் துறையையும் பார்ப்பனர்கள் வளைத்துக்கொண்டனர். இந்து, சுதேசமித்திரன் போன்ற நாளிதழ்களும் சில சிறிய வார இதழ்களும் புதிய பார்ப்பனக் கலாச்சாரத்தைப் பாதுகாப்பதிலும் பரப்புவதிலும் முனைந்து செயல்பட்டன. வலிமை வாய்ந்த பத்திரிகை சாதனத்தின் துணையாலும் வானொலியின் துணையாலும் அதுவரை தாங்கள் இழிந்தது என்று ஒதுக்கிவைத்திருந்த தமிழர்களின் பாட்டையும் கூத்தையும் தங்களுக்கெனப் பறித்துக்கொண்டனர். தமிழிசை கர்நாடக சங்கீதமாயிற்று. தொல்காப்பியம் தொடங்கி, சிலப்பதி காரம் வரையான தமிழிசை இலக்கணங்கள் அனைத்தும் பார்ப்பனர் களால் பறிக்கப்பட்டன. ஆனால், இவற்றைப்பற்றிப் பல்கலைக் கழகங்களில் ஆராய்ச்சி செய்து முனைவர் பட்டம் பெற்றுக் கொண்டவர்கள் எல்லாரும் பார்ப்பனர்களே.

1993 பிப்ரவரி சுபமங்களா இதழில், 'கர்நாடக இசை பார்ப்பனர் இசை என்ற கருத்து நிலவுகிறதே' என்ற கேள்விக்கு விமரிசகர் சுப்புடு (ஐயர்) "பொதுவாக அவர்கள் (பார்ப்பனரல்லாதார்) இந்த

லயனுக்கு வரல்லே” என்று பதிலளித்தார். எவ்வளவு பெரிய வரலாற்றுப் பொய் இது?! தஞ்சை நால்வர் என்று அழைக்கப்படும் பொன்னையா, சின்னையா, சிவானந்தம், வடிவேலு ஆகிய நால்வர் தான் இன்றைய பரதநாட்டிய நிகழ்ச்சிகளின் முன்னோடிகளாவர். இசை வேளாளர் மரபில் பிறந்த இவர்களின் கலைப் பெரும் பணியினை மறைப்பதற்காகவே, இவர்கள் ‘கர்நாடக மும்மூர்த்திகள்’ என்று தெலுங்குக் கீர்த்தனங்கள் பாடிய மூன்று பார்ப்பனர்களை முன்னாலே நிறுத்தினார்கள். முத்துத்தாண்டவர், மாரிமுத்தாப்பிள்ளை, சீர்காழி அருணாச்சலக் கவிராயர் ஆகிய தமிழ் இசை ஆசிரியர்கள் மறைக்கப்பட்டனர். கல்கியும் ஆனந்த விகடனும் இருக்கிறபோது, அறிவுலகத் திருட்டுத்தனங்களில் இவர்களுக்குக் கவலையேதும் கிடையாது.

தமிழர்களின் கலாச்சாரச் சொத்தைப் பிடுங்கிக்கொண்டு அது பரம்பரையாகத் தங்களுடையதே என்று சாதிக்கும் மேல்சாதி ஏமாற்று வேலை இது. சேர, சோழ. பாண்டிய, விஜய நகர அரசர்களின் காலத்தில் எந்தப் பார்ப்பனன் பாட, எந்தப் பார்ப்பனப் பெண் மேடையேறி ஆடினாள்? ஏன், இன்னும் திராவிடர் இசை நாகரிகத்தைக் காட்டும் பெருவங்கியமும் (நாதசுரமும்) தவிலும் வாசிக்கப் பார்ப்பனர்கள் முன்வருவதில்லை? இசை வேளாளர் வகுப்புச் சகோதரிகள் ஆடிவந்த சதிர் என்னும் தமிழர் நடனத்தைக் காலனிய ஆட்சி வரலாற்றில் முதல்முறையாகப் பார்ப்பனப் பெண் மேடையேறி ஆடத் தொடங்கினாள். அதற்குப் பரதநாட்டியம் என்று புதுப்பெயர் சூட்டப் பெற்றது.

இருபதாம் நூற்றாண்டின் பிற்பகுதியிலே வாழுகிற தமிழன், கர்நாடக சங்கீதமும் பரதநாட்டியமும் பார்ப்பனர்களின் கண்டுபிடிப்பு என்றும் காலங்காலமாக அவற்றை அவர்களே வளர்த்தனர் என்றும் நம்புகிறான். இந்த ஏமாளித்தனத்தை எப்படி மாற்றுவது?

இருபதாம் நூற்றாண்டின் தொடக்கத்தில் திலகராலும் பின்னர் காந்தியாலும் வளர்க்கப்பட்ட ‘இந்திய தேசியம்’ பார்ப்பனக் கலாச்சாரத்திற்குப் பாதுகாப்பாக அமைந்தது. காந்தியார் வர்ணாசிரம தர்மத்தில் தான் கொண்ட நம்பிக்கையை ஒளிவு மறைவில்லாமல் வெளியிட்டார். அதன் காரணமாகப் பார்ப்பனர்கள் அலை அலையாக இந்தியக் தேசியக் காங்கிரசுக்குள் புகுந்தனர். அந்தச்

சமயத்தில், 'அனைத்துச் சாதியினருக்கும் சாதியினரின் மக்கள் விகிதாச்சாரப்படி வகுப்புரிமை வேண்டும்' என்ற தீர்மானத்தினைக் காங்கிரசில் ஈ.வெ.ரா. கொணர்ந்தார். இதற்கு ஆதரவாகத் திரு.வி.க., வ.உ.சி. ஆகியோர் இருந்தனர். ஆனால் பின்னர் அதே திரு.வி.க.வும் ஒரு காரணமாக, ஈ.வெ.ரா. பெரியார் காங்கிரசி லிருந்து வெளியேறினார். ஆக மொத்தத்தில் சுதேசமித்திரன் ஜி.சுப்பிரமணிய ஐயர் கலந்துகொண்ட முதல் காங்கிரஸ் மகா சபை தொடங்கி, தமிழ்நாடு காங்கிரசை மெல்லமெல்லக் கைப்பற்றும் பார்ப்பனர்களின் முயற்சி 1924இல் முழுமை பெற்றது. அந்த ஆண்டில் தமிழ்நாட்டிலிருந்து அகில இந்தியக் காங்கிரஸ் கமிட்டிக்குத் தேர்ந்தெடுக்கப்பட்ட 14 பேர்களில் 13 பேர் பார்ப் பனர்களாக இருந்தனர். இதுவே இதனை விளக்கப் போதுமான சான்றாகும்.

இக்காலகட்டத்தில் தமிழ்நாட்டில் பார்ப்பன சக்திகளின் நிலை எவ்வாறு இருந்தது என்று பார்க்க வேண்டும். சர்.சி.பி.இராமசாமி ஐயர் தலைமையில் மயிலாப்பூர் கோஷ்டி என்று ஒன்று அரசியல் தலைமைக்கு (கவர்னருக்கு) நெருக்கமாக இருந்தது. மயிலாப்பூர் கோஷ்டியில் பெரும்பாலும் பார்ப்பன வக்கீல்களே இருந்தனர். அரசியல் தலைமையைப் பெரும்பாலும் அனுசரித்துப்போகும் போக்கு இவர்களிடம் இருந்தது. இந்தக் கோஷ்டியினரைத்தான் பாரதி 'மயிலாப்பூர் வக்கீல்கள்' என்றும் தன்னுடைய கவிதையில் 'அந்தகர்' என்றும் 'அலிகள்' என்றும் சாடித் தீர்க்கின்றான். இந்த நேரத்தில்தான் சேலத்து வக்கீல் இராஜகோபாலாச்சாரியார் சென்னைக்கு வந்து மயிலாப்பூர் கோஷ்டியின் பக்கம் சாய்கிறார். பிறகு தேசபக்தன் பத்திரிகை நடத்திய திரு.வி.க.வைத் தன்னுடைய ஆதரவாளராக அவர் வளைத்துக்கொண்டார்,

பார்ப்பனியத்தின் பலமான அம்சங்களில் ஒன்று, அவர்கள் தங்கள் சார்பில் பேசப் பார்ப்பனர் அல்லாத அடிமைகளைத் தேர்ந்தெடுத்துக்கொள்வதுதான். தமிழகச் சமூக அரசியல் வரலாற் றில் குறிப்பிடத்தக்க, Non-Brahmin Manifesto (1916) என்று அழைக் கப்படும் பிராமணரால்லாதார் அறிக்கையினை உடனடியாக எதிர்த்தவர்கள் குத்திகேசவப் பிள்ளையும் ஐரிஷ் பிராமணியான அன்னி பெசன்டு அம்மையாரும்தான். எனவேதான் இன்றளவும் பள்ளிப் பிள்ளைகளுக்கான வரலாற்றுப் பாடப் புத்தகத்தில்

அன்னிபெசன்ட் பற்றியதான செய்திகள் உயர்வாக இடம் பெறுகின்றன.

1920களின் தொடக்கத்தில் தமிழ்நாடு காங்கிரஸ் கமிட்டித் தலைவராக டி.வெங்கடராம ஐயர் இருந்தபோது, கீழ்க்காணுவோர் மாவட்டக் காங்கிரஸ் கட்சித் தலைவர்களாக இருந்தனர். மதுரை - வைத்தியநாத ஐயர், திருச்சி - சாமிநாதையர், தஞ்சாவூர் - பந்துலு ஐயர், திருநெல்வேலி - மகாதேவ ஐயர், கோயமுத்தூர் - என்.எஸ். இராமசாமி ஐயர், சேலம் - ராமராவ், வட ஆற்காடு - சுப்பிரமணிய சாஸ்திரி, சென்னை - ராமசாமி ஐயங்கார்.

1922இல் வ.வரகனேரி வேங்கட சுப்பிரமணிய ஐயர் என்ற வ.வே.சு. ஐயர், நெல்லை மாவட்டம் சேரன்மகாதேவியில் 'இந்து தர்மத்தை மீட்டெடுக்க' ஒரு குருகுலத்தைத் தொடங்கினார்.

இது நெல்லை மாவட்டம் கல்லிடைக்குறிச்சியில் தொடங்கி பின்னர் சேரன்மகாதேவிக்கு மாற்றப்பட்டது. இரண்டு ஊர்களுமே அக்காலத்தில் அதிக அக்ரகாரங்களையுடைய பார்ப்பனக் கோட்டைகளாகும். இதற்கான நன்கொடை சகல சாதியாரிடமும் குறிப்பாக நாட்டுக்கோட்டைச் செட்டியாரிடமிருந்தும் பெறப் பட்டது. இந்தக் குருகுலத்தில் பார்ப்பன மாணவர்களுக்கும் பார்ப்பனரல்லாத மாணவர்களுக்கும் தனித்தனியாக உணவு பரிமாறப்பட்டது. (பின்னாளில் முதலமைச்சராக இருந்த ஓமந்தூர் இராமசாமி ரெட்டியாரின் மகன் அங்கே மாணவராக இருந்து இந்தச் செய்தியை வெளியுலகத்திற்குக் கொண்டுவந்தார்). இதற்கெதிரான கண்டனக் குரல்கள் பார்ப்பனரல்லாதவரிடமிருந்து எழுந்தன. அதுவரை சேர்க்கப்பட்டிருந்த பார்ப்பன மாணவர்களுக்கு அவர்களுடைய பெற்றோர்களிடம் தாம் வாக்களித்தபடி தனித் தனியாக உணவு தரவேண்டும். 'இனி சேர்க்கப்படும் பார்ப்பன மாணவர்களை மற்றவர்களோடு இணைந்து சாப்பிடச் செய்வேன்' என்று வ.வே.சு.ஐயர் தமிழ்நாடு காங்கிரசுக்கும் மகாத்மா காந்திக்கும் தெரிவித்தார்.

மகாத்மா காந்தியும் இதை ஒப்புக்கொண்டார். தமிழ்நாடு காங்கிரஸ் தலைவர்களான எஸ்.இராமநாதனும் வரதராஜுலு நாயுடுவும் பெரியாரும் அதைக் கடுமையாக எதிர்த்தனர்.

ஐயர் நடத்திய குருகுலத்தில் பிறப்பு வழிப்பட்ட வேறுபாடு

இருக்கக்கூடாது என்று எஸ்.ராமநாதன் 1925இல் தமிழ்நாடு காங்கிரஸ் கமிட்டியில் தீர்மானத்தைக் கொண்டுவந்தபோது 26 உறுப்பினர்களில் அந்தத் தீர்மானத்தை எதிர்த்த 7 பேர்களில் ஆறு பேர் பார்ப்பனர்களாவார்கள். ராஜாஜி, (திருச்சியைச் சேர்ந்த) டாக்டர் டி.எஸ்.எஸ்.இராசன், சேலம் விசயராகவாச்சாரியார், பின்னாளில் ராஜாஜியின் உற்ற தோழராக விளங்கிய கே.சந்தானம், டாக்டர்.சாமிநாத சாஸ்திரி, என்.எஸ்.வரதாச்சாரி ஆகியோரே அந்த அறுவர். காலம் கனிந்து வரும்வரை சமபந்தியைத் தனியார் நடத்தும் குருகுலத்தில் வலியுறுத்த காங்கிரசுக்கு உரிமை இல்லை என்றார் ராஜாஜி. இதேபோல் மற்றுமொரு சம்பவமும் இங்கே நினைக்கப்பட வேண்டும். சேரன்மகாதேவிக் குருகுலத்துக்கு தமிழ்நாடு காங்கிரஸ் கமிட்டி நிதியுதவி அளித்தது. அங்கே பார்ப்பனர் - பார்ப்பனரல்லாதார் வேறுபாடு காட்டப்பட்டதால் தமிழ்நாடு காங்கிரஸ் கமிட்டிப் பொதுச்செயலாளராக இருந்த பெரியார், வாக்களித்திருந்த இரண்டாவது தவணைப் பணம் ரூபாய் 5,000ஐத் தர மறுத்துவிட்டார். ஆனால் பெரியாருக்குத் தெரியாமல் இணைப் பொதுச்செயலராக இருந்த கே.சந்தானம் அத்தொகையைக் குருகுலத்திற்குக் கொடுத்துவிட்டார்.

இப்படியாகத் தமிழ்நாடு காங்கிரஸ் இயக்கம், நடைமுறையில் பார்ப்பனர் கையிலேயே இருந்தது. நீதிக்கட்சி அரசில் டாக்டர் முத்துலெட்சுமி (ரெட்டி) அவர்கள் கொண்டுவந்த தேவதாசிமுறை ஒழிப்பு மசோதாவை எதிர்த்து சத்தியமூர்த்தி ஐயர் 'இனிமேல் இறைவனுக்குத் தேவதாசித் தொண்டு செய்வது யார்?' என்று கேட்க, அதற்கு முத்துலெட்சுமி 'ஏன், இனிமேல் உங்கள் இனப் பெண்கள் இத்தொண்டைச் செய்யட்டுமே' என்றார். அதன்பிறகும் சத்தியமூர்த்தி ஐயர், 'நான் சட்டத்தை மீறிச் சிறை சென்றாலும் செல்வனே தவிர, சாத்திரத்தை மீறி நரகத்திற்குப் போகமாட்டேன்' என்று பேசினார். 1927இல் இந்து அறநிலையத்துறைச் சட்டத்தை நீதிக்கட்சி கொண்டுவந்தபோது காங்கிரஸ் தலைவர்களான சத்தியமூர்த்தி, சீனிவாச ஐயங்கார் ஆகியோர் அதனை மூர்க்கமாக எதிர்த்தனர். இந்து பத்திரிகை இதற்கான சட்ட மசோதாவைக் கண்டித்துத் தலையங்கம் எழுதியது. இச்சட்டத்தை ஆதரித்துப் பேசிய நீதிக்கட்சித் தலைவர் நடேச முதலியார் கோயிலின் நிதி ஆதாரங்கள் ஒரு குறிப்பிட்ட சமூகத்து நலன் களுக்காகவும் செத்துப்போன சமஸ்கிருத மொழியை

வளர்க்கவுமே பயன்படுத்தப்படுகின்றன. அதனைத் தடுத்து நிறுத்த இப்படியொரு சட்டம் தேவையென வலியுறுத்தினார். 1928இல் காந்தி வர்ணாசிரம தர்மத்தை வெளிப்படையாக ஆதரித்தும் நியாயப்படுத்தியும் பேசினார். இத்தகைய நிகழ்ச்சிகள்தாம், காங்கிரசில் ஏமாற்றம் அடைந்திருந்த பெரியாரைச் சுயமரியாதை இயக்கம் காணத் தூண்டின.

நீதிக்கட்சியும் பார்ப்பனர் தோல்வியும்

இந்த நூற்றாண்டின் முதல் இருபது ஆண்டுகளில் கண்விழித்து, நகர்ப்புறம் சார்ந்து, ஆங்கிலக் கல்வி பயின்று, சிறிய அரசுப் பதவிகளில் அமர்ந்த தமிழர்கள், ஆங்கிலேய ஆட்சியிலும் பார்ப்பனர்களின் செல்வாக்கைக் கண்டு திடுக்கிட்டனர். பார்ப்பனர் அல்லாத ஏனையோருக்காகத் 'திராவிட மாணவர் சங்கம்' என்ற ஒன்றை நிறுவினர். கேரளத்தைச் சேர்ந்த டாக்டர்.டி.எம்.நாயர், ஆந்திராவைச் சேர்ந்த பி.தியாகராயச் செட்டியார், தமிழ்நாட்டைச் சேர்ந்த டாக்டர்.நடேச முதலியார் ஆகியோர் பெருமுயற்சி செய்து தமிழர்களை ஒன்று திரட்டி 1916 டிசம்பரில் பார்ப்பனரல்லாதார் அறிக்கை (Non Brahmin Manifesto) என்ற புகழ்பெற்ற அறிக்கை யினை வெளியிட்டனர். பின்னர் தென்னாப்பிரிக்காவிலிருந்து தமிழ்நாட்டிற்குத் திரும்பி வந்திருந்த, தாழ்த்தப்பட்ட மக்களின் (அம்பேத்கருக்கும் முற்பட்ட) பெருந்தலைவரான இரட்டைமலை சீனிவாசன், இவர்களின் முயற்சிக்குத் துணை நின்றார். மாண்டேகு செம்ஸ்போர்டு சீர்திருத்தத்தின் அடிப்படையில் வந்த 1920 தேர்தலில் திராவிடர் கட்சியான (ஜஸ்டிஸ்) நீதிக்கட்சி வெற்றி பெற்றது.

1920 முதல் 1937 வரை தமிழ்நாட்டில் நீதிக்கட்சி ஆட்சி அல்லது அதனுடைய ஆதரவு பெற்ற ஆட்சி நடைபெற்றது. பார்ப்பனர் களிடம் மட்டுமே சிக்கிக் கிடந்த அரசியல் அதிகாரத்தை இக்காலக் கட்டத்தில்தான் ஓரளவேனும் பார்ப்பனரல்லாதார் பறித்தெடுத் துக்கொண்டனர். நீதிக்கட்சியின் ஆட்சியின்போது பார்ப்பனர்களின் வலிமையான எதிர்ப்புக்கு ஊடே நிகழ்ந்த சாதனைகள், பிற்காலத்தில் தமிழர் பெற்ற விழிப்புணர்ச்சிக்குக் காரணமாக அமைந்தன. நீதிக்கட்சியின் இத்தகைய நடவடிக்கைகள் அன்றைய சமூக நிலையில் மாபெரும் சாதனைகளாகும்.

1. 1921 செப்டம்பரில் நீதிக்கட்சி அரசாங்கம் வெளியிட்ட

முதல் வகுப்புவாரிப் பிரதிநிதித்துவ அரசாணையில் (Communal G.O) அரசுப் பதவிகளில் பார்ப்பனரல்லாதார் எண்ணிக்கையைக் கூட்ட வேண்டும் என்ற அரசாங்கத்தின் நோக்கம் தெளிவாகக் குறிப்பிட்டிருந்தது. (அரசாணை எண்: I.M.R.O. Public Ordinary Services G.0. No.613 dated 16.2.1921)

2. 1922இல் வேலை வாய்ப்பில் மட்டுமல்லாமல், பதவி உயர்விலும் வகுப்புவாரிப் பிரதிநிதித்துவம் கடைப்பிடிக்கப்பட வேண்டுமென அரசாணை வெளியிடப்பட்டது. (அரசாணை எண்: I.M.R.O. Public Ordinary Services G.O. No.658 dated 15.8.1922)

3. மேற்குறித்த இரு ஆணைகளையும் அமுல்படுத்தும் பொறுப்பை, அங்கங்கே இருந்த அதிகாரிகளிடம் விட்டுவிடுவதற்கு அரசு தயாராக இல்லை. பெரும்பான்மையாக பார்ப்பனர்களே அதிகாரிகளாக இருந்த நிர்வாக அமைப்பில் இந்த ஆணைகளின் தலைவிதி எப்படி முடியும் என்பது நீதிக்கட்சியின் தலைவர்களுக்குத் தெரிந்திருக்கிறது. எனவே அரசுப் பணியாளர்களைத் தேர்ந்தெடுக்க நீதிக்கட்சி அரசாங்கம் 1924இல் Staff Selection Board என்ற பெயரில் வாரியம் ஒன்றை நியமித்தது. (இதுதான் T.N.P.S.C. எனப்படும் தமிழ்நாடு அரசுப்பணியாளர் தேர்வாணையத்தின் முன்னோடி அமைப்பாகும்). இதன்விளைவாகத்தான் 1947க்கு முன்னால் தமிழ்நாட்டில் பிற்படுத்தப்பட்ட, தாழ்த்தப்பட்ட மக்கள் கணிசமான அளவில் அரசுப் பணிகளில் நுழைய முடிந்தது. இன்றைய அளவில் ஒப்பிடும்போது இவர்களின் எண்ணிக்கை அன்று மிகக் குறைவுதான். ஆனால் அன்றைய சூழ்நிலையில் இந்தியாவில் வேறெந்த மாநிலத்தையும்விடப் பார்ப்பனரல்லாதார் அரசுப்பணிகளில் கணிசமாக இடம் பெற்றது தமிழ்நாட்டில்தான்.

4. நீதிக்கட்சி ஆட்சியில் பார்ப்பனரல்லாதார் விடுதலைக்குச் செய்யப்பட்ட மற்றுமொரு அரசு நடவடிக்கை, இந்து அறநிலையத்துறையை 1928இல் உருவாக்கியது ஆகும்.

5. தாழ்த்தப்பட்ட சமூகத்தைச் சேர்ந்த தலைவர் எம்.சி.இராசா அவர்களை நீதிக்கட்சி அறநிலையத் துறை அமைச்சர் ஆக்கியது. எம்.சி.இராசா பின்னர் அம்பேத்கருக்குத் துரோகம் செய்துவிட்டு ராஜாஜி அமைச்சரவையிலும் அமைச்சராக இருந்தார். அவரை வைத்துக்கொண்டே, தமிழ்நாட்டுப் பார்ப்பனர்கள் அன்றைக்கு எழுந்து வந்த தலித் சமூக எழுச்சியை உடைத்தார்கள். அது ஒரு தனிக்கதை.

காலங்காலமாகப் பார்ப்பனர்கள், சமூகத்திலும் அரசியலிலும் ஆதிக்கம் செலுத்துவதற்கு, அவர்களின் பொருளாதாரப் பின்புலமும் ஒரு காரணமாக இருந்தது. தமிழ்நாட்டின் நஞ்சை நிலங்கள் கணிசமான அளவு, கோயில்கள் மடங்கள் ஆகியவற்றின் பிடியில் இருந்தன. கோயில் பணிக்காகப் பார்ப்பனர்களுக்கு அரசர்கள், மடத் தலைவர்கள், ஜமீன்தார்கள் ஆகியோரால் தரப்பட்ட நஞ்சை நிலங்கள் அவர்கள் கையில் இருந்தன. அத்தோடு கோயில்களின் நில, பண வருமானத்தையும் கோயில் பார்ப்பனர்களே 'நிருவாகம்' என்ற பெயரில் அனுபவித்து வந்தனர். கிறித்துவர்களால் ஆன வெள்ளை அரசு தன்னுடைய பாதுகாப்புக்காக இந்து மத சம்பந்தமான விசயங்களில் தலையிடாமலே இருந்து வந்தது. எனவே நீதிக்கட்சி அரசு 1928இல் இந்தியாவிலேயே முதல்முறையாக இந்து அறநிலையத் துறையினை நிறுவி, கோயிற் பார்ப்பனர், மடாதிபதிகள் ஆகியோர் பொதுச் சொத்துக்களை விருப்பம்போல் அனுபவித்து வந்ததை நிறுத்தியது. அதிகார மையங்களாகிய நகரங்களை நோக்கி 1930க்குப் பிறகு பார்ப்பனர்கள் வேகமாக நகர்ந்து வந்ததற்கு இதுவும் ஒரு காரணமாகும்.

ராஜாஜி

திருமலை நல்லான் சக்கரவர்த்தி ராஜகோபாலாச்சாரியார் (ராஜாஜி) சேலம் மாவட்டம் தொரப்பள்ளி கிராமத்தில் வடகலை வைணவக் குடும்பத்தில் பிறந்தவர். இளம் வழக்கறிஞராக சேலத்தில் வாழ்க்கையைத் தொடங்கி முன்னுக்கு வந்தவர். கூர்த்த மதிநுட்பமும் திட்டமான வாழ்க்கை நெறிகளும் உடையவர். இதனை முழுக்கப் பார்ப்பனர் நலனுக்காகப் பயன்படுத்தினார். 40 வயதிற்குள்ளாகவே சேலம் நகர சபைத் தலைவரானார்.

இருபதாம் நூற்றாண்டுத் தமிழ்நாட்டு அரசியல் வரலாறு 55 ஆண்டு காலமாக இராஜாஜி, பெரியார் ஈ.வெ.ரா. என்ற இரண்டு எதிர்த் துருவங்களையே சுற்றிவந்திருக்கின்றது. 'தேவர்களுக்கு மகாவிஷ்ணு மாதிரி பார்ப்பனர்களுக்கு ராஜாஜி' என்று பெரியார் இவரை வர்ணித்ததுண்டு.

தமிழ்நாட்டு வரலாற்றில் இறுதி மூச்சு வரை பார்ப்பனியத்தின் நலன்களை வலிமையான, புதிய புதிய பாதுகாப்பு அரண்களோடு காப்பாற்றப் போராடியவர் ராஜாஜியைத் தவிர வேறு யாருமில்லை.

1919இல் சென்னைக்குக் குடிபெயர்ந்தார் ராஜாஜி. அப்பொழுது நாட்டிலிருந்த காங்கிரஸ் குழுக்கள் எவற்றிலும் காந்திக்கோ காந்தியத்துக்கோ செல்வாக்கில்லை. சர்.சி.பி.ராமசாமி ஐயர் தலைமையிலிருந்த குழு, காங்கிரசைவிடக் கவர்னரை நேசித்தது. மற்றொரு குழுவான தமிழ்நாடு காங்கிரஸ் தலைவர் எஸ்.சீனிவாச ஐயங்காரும் செயலாளர் எஸ்.சத்தியமூர்த்தியும் சட்ட மறுப்பு இயக்கத்தையும் காந்தியத்தையும் எதிர்த்தனர். குழுக்கள் எதிலும் சிக்கிக்கொள்ளாத (ஆனால் மயிலாப்பூர் சனாதனத்தை விரும்பிய) ராஜாஜி, அக்காலத்தில் வலிமை வாய்ந்த பேச்சாளராகவும் எழுத்தாளராகவும் திகழ்ந்த - தேசபக்தன் பத்திரிகை நடத்திய திரு.வி.கல்யாண சுந்தர முதலியாரைத் தன் பக்கம் இழுத்தார். பின்னர் பார்ப்பனரல்லாதாரான பெரியார், எஸ்.ராம நாதன், டாக்டர்.பி.வரதராஜுலு நாயுடு ஆகியோரை முன்னிறுத்தி (இவர்கள் மூவருமே பின்னாளில் ராஜாஜியையும் பார்ப்பனியத் தையும் எதிர்த்துத் திராவிடர் இயக்கத் தூண்களாயினர்) தன்னுடைய பார்ப்பன எதிரிகளை அரசியலில் வீழ்த்திக் காட்டினார். வ.வே.சு.ஐயர் நடத்திய சேரன்மகாதேவி குருகுலத்தில் பார்ப்பன மாணவர்களுக்குத் தனி உணவு, உறைவிடம், நீர் ஆகியவையும் பார்ப்பனர் அல்லாத மாணவர்களுக்குத் தனியான உணவு, உடை, நீர் எனவும் பாகுபாடு காட்டப்பட்டது. இதனைப் பெரியார் கடுமையாக எதிர்த்தார். அப்போது செங்கல்பட்டு எம்.கே.ஆச்சாரியா, கே.சந்தானம் (ஐயங்கார்) இருவரையும் ராஜாஜி தன்னுடன் சேர்த்துக்கொண்டு குருகுலச் சிக்கலில் பெரியார், எஸ்.ராமநாதன், டாக்டர்.நாயுடு மூவரும் சலிப்படைந்து காங்கிரசி லிருந்து ஒதுங்குமாறு செய்தார். பெரியார் கையிலிருந்த கதர் போர்டுக்கு கே.சந்தானத்தைத் (பின்னாளில் இவர் கவர்னராகவும் ரிசர்வ் வங்கி கவர்னராகவும் ராஜாஜியின் சுதந்திரக் கட்சியின் தூணாகவும் விளங்கினார்) தலைவராக்கிக் கதர் போர்டில் பார்ப்பன நியமனங்களைப் பெருக்கினார்.

1930களில் ராஜாஜிக்கு அரசியல் எதிரிகளாக, காங்கிரசுக்குள் எஸ்.சத்தியமூர்த்தியும் அவரது சீடரான காமராசருமே மிஞ்சினர். ராஜாஜி 1937களில் சென்னை மாகாணப் பிரதம மந்திரியானபோது அவருடைய அமைச்சரவையில் 11 பேர்களில் 5 பேர் பார்ப்பனர் களாக இருந்தனர். 1937இல் தமிழ்நாடு காங்கிரஸ் தலைவர் பதவிக்குக் காமராசர் போட்டியிட்டபோது, ராஜாஜி தனது

ஆதரவாளரான பார்ப்பனர் அல்லாத சி.பி. சுப்பையாவைத் தேர்தலில் எதிர்த்து நிறுத்தினார். காமராசர் வென்றார். அது முதல் 1969 வரை காமராசரை ராஜாஜி தன் அரசியல் எதிரியாகவே நடத்தினார்.

1939ஆம் ஆண்டு அகில இந்தியக் காங்கிரஸ் கட்சி எல்லா மாகாணங்களிலும் காங்கிரஸ் அமைச்சரவைகளைப் பதவி விலகுமாறு ஆணையிட்டது. சென்னை மாகாணப் பிரதம மந்திரியான ராஜாஜி மட்டும் கட்சிக் கட்டளையை முதலில் மறுத்தார். வேறு வழியின்றி இறுதியில் பதவி விலகினார். உடன் காங்கிரஸை விட்டும் விலகினார். ராஜாஜியின் அதிகார ஆசை அவ்வளவு கனமாக இருந்தது.

ராஜாஜியின் இரண்டு ஆண்டுகால ஆட்சியில் நடந்த முக்கிய நிகழ்ச்சியில் சிலவற்றைக் குறிப்பிட்டுச் சொல்லலாம். ஒன்று, பள்ளிகளில் கட்டாய இந்தியினைக் கொண்டுவந்து திராவிடர் இயக்கத்தாரின் கடுமையான, நெடிய போராட்டத்திற்குப் பிறகு அதை விலக்கிக்கொண்டது. மற்றொன்று, கம்மாளர் எனப்பெறும் விஸ்வகர்ம (அல்லது விஸ்வகர்ம பிராமண) சாதியார் தங்கள் பெயருக்குப் பின் ஆசாரி என்றுதான் சாதிப் பட்டத்தை எழுத வேண்டும். ஆச்சாரி என்று எழுதக்கூடாது என ஆணையிட்டது ஆகும். இரண்டாம் முறை தமிழ்நாட்டு முதலமைச்சரானபோது மதுவிலக்குக் கொண்டுவருவதால் அரசு வருவாய் குறைவதாகச் சொல்லி அதனை ஈடுகட்ட நூற்றுக்கணக்கான பள்ளிகளை மூடினார். அதே சமயத்தில் சமஸ்கிருதத்திற்குத் தேவையான நிதி ஒதுக்கித் தன் பார்ப்பனப் பற்றை செவ்வனே வெளிப்படுத்தினார். இவை யாவும் பார்ப்பனர் நலத்தை முன்னிறுத்திய செயல்களாகும்.

1942 முதல் 1945 வரை ராஜாஜி காங்கிரசில் இருந்து விலகி யிருந்தார். 1942இல் அலகாபாத்தில் கூடிய அகில இந்தியக் காங்கிரஸ் கூட்டத்தில் பாகிஸ்தான் பிரிவினையை ஆதரித்து ராஜாஜி கொண்டுவந்த தீர்மானத்துக்கு ஆதரவாக 15 வாக்குகளும் எதிராக 120 வாக்குகளும் கிடைத்தன. தீர்மானம் தோற்றதைக் காரணம் காட்டி ராஜாஜி காங்கிரசின் எல்லாப் பொறுப்பிலிருந்தும் நாலணா உறுப்பினர் பொறுப்பில் இருந்தும்கூட விலகிவிட்டார். இந்தக் கால இடைவெளியில்தான் இரண்டாம் உலகப் பெரும் போர் நிகழ்ந்தது. காங்கிரஸ் கட்சி ஆகஸ்டுப் புரட்சி எனப்படும்

‘வெள்ளையனே வெளியேறு’ இயக்கத்தை உக்கிரமாக நடத்தியது. காங்கிரசிலிருந்து விலகிவிட்ட ராஜாஜியைத் தவிர, காங்கிரசின் அனைத்து மாவட்டத் தலைவர்களும் சிறையிலிருந்தனர். ராஜாஜியோ கல்கத்தாவில் வணிகப் பேரவை நடத்திய கூட்டத்தில் ஆகஸ்டுப் புரட்சியைக் கேலி செய்தும் பேசினார்.

இந்த இடைவெளியில் ராஜாஜி தமிழ்நாட்டில் தனக்கு ஆதரவாகப் பத்திரிகை பலத்தை மட்டும் உறுதியாகப் பற்றிக் கொண்டார். ரா.கிருஷ்ணமூர்த்தி ஐயர் என்ற கல்கியை முன்னரே திரு.வி.க.விடத்தில் பயிற்றுவித்து, ஆனந்தவிகடன் பத்திரிகையில் இயங்க வைத்தார். கல்கியும் தன் வாழ்நாள் முழுவதும் ராஜாஜியின் ஆஸ்தான எழுத்தாளராக இருந்து அவரை ஞானி, கர்மயோகி, தவமுனிவர், ஜனக மகராஜா என்று எழுதிக் காட்டினார்.

1945 ஜூலையில் ஆகஸ்டு இயக்கம் எனப்பட்ட ‘வெள்ளையனே வெளியேறு’ இயக்கத்தில் சிறைப்பட்டிருந்த காங்கிரஸ் தலைவர்கள் எல்லாரும் வெளியே வந்தனர். சுதந்திரம் அருகில் வருவதை அறிந்தவுடன் வெளியிலிருந்த ராஜாஜி காங்கிரசில் சேர முயன்றார். அகில இந்தியக் காங்கிரஸ் கமிட்டிக்குக் காலியாக இருந்த 37 இடங்களில் ஒன்றான திருச்செங்கோட்டிலிருந்து அகில இந்தியக் காங்கிரஸ் கமிட்டிக்கு ராஜாஜி தேர்ந்தெடுக்கப்பட்டதாகச் செய்தி வந்தது. தனக்குத் தெரியாமல் திருச்செங்கோட்டில் தேர்தல் நடந்தது எப்படி என்று தமிழ்நாடு காங்கிரஸ் கமிட்டித் தலைவர் காமராசர் திகைத்தார். 1945 அக்டோபர் 31இல் திருப்பரங் குன்றத்தில் கூடிய தமிழ்நாடு காங்கிரஸ் கமிட்டி, ‘ராஜாஜியைத் தமிழ்நாடு காங்கிரசுக்குள் சேர்க்கக் கூடாது’ என்று தீர்மானம் நிறைவேற்றியது.

ஏமாந்துபோன த.நா.கா.க. தலைவர்களின் திருப்பரங்குன்றம் தீர்மானம் தோற்றது. மோசடியான திருச்செங்கோடு தேர்தல் செல்லுபடியாயிற்று. அறிஞர் அண்ணா இதைத்தான் ‘கோடு உயர்ந்தது; குன்றம் தாழ்ந்தது’ எனத் தலையங்கம் எழுதிக் காட்டினார்.

இந்த இடத்தில் குறிப்பிட்டுச் சொல்லவேண்டிய ஒரு மனிதர் தினமணி டி.எஸ்.சொக்கலிங்கம் ஆவார். இவர் ஆஷ் கொலை வழக்கில் குற்றவாளியாகச் சிறைத் தண்டனை பெற்ற தென்காசி மடத்துக்கடை சிதம்பரம் பிள்ளையின் உடன்பிறந்த தம்பியாவார்.

1937இல் சென்னை சட்டசபைக்குத் தென்காசித் தொகுதியிலிருந்து தேர்ந்தெடுக்கப்பட்டவர், தினமணி இதழின் முதல் ஆசிரியர், சிறந்த பத்திரிகையாளர். இவரே கடைசி முயற்சியாக ராஜாஜி தமிழ்நாட்டு காங்கிரசைக் கைப்பற்ற முனைந்தபொழுது அவருக்கு எதிராகக் காமராசரை முன்னிறுத்தியவர். இவர் நடத்திய தினசரி நாளிதழின் தலையங்கங்கள் ராஜாஜியின் காங்கிரஸ் துரோகத்தை அம்பலப்படுத்தின. அவை, '1945 தமிழர் புரட்சி' என்ற பெயரில் தொகுக்கப்பெற்று 1957இல் நூல் வடிவம் பெற்றுள்ளன.

1946 சனவரியில் காந்தியார் தமிழ்நாட்டுக்கு வருகைதந்தபோது காங்கிரஸில் நாலணா உறுப்பினராகக்கூட இல்லாத ராஜாஜி, சம்பந்தி என்ற முறையை வைத்துக்கொண்டு காந்தியைக் கண நேரமும் பிரியாமல் உடன் இருந்துகொண்டார். இதனால் தமிழ்நாட்டு காங்கிரசின் தலைவரான காமராசர், காந்தியிடம் கட்சி நடப்புகளைகூடப் பேச முடியாமல் போய்விட்டது. சுற்றுப்பயணம் முடிந்து திரும்பும்போது காந்தியார், தமிழ்நாட்டில் சிலர் 'க்ளிக்' அரசியல் நடத்துகின்றனர் என்று மறைமுகமாகக் காமராசரைக் கண்டித்து ஓர் அறிக்கை வெளியிட்டார். இந்த அறிக்கையைக் கண்டித்து காமராசர் பதவி விலகத் தயாரானார். காந்தியார் மழுப்பலான ஒரு சமாதான விளக்கத்தைத் தன்னுடைய அரிஜன் பத்திரிகையில் வெளியிட்டார். ஒட்டுமொத்த விளைவாக அரிஜன சேவைக்கு என்ற பெயரில் ராஜாஜி மீண்டும் காங்கிரசில் சேர்ந்தார்.

1946 மார்ச் தேர்தலில் ராஜாஜியை த.நா.கா.க. வேறு வழியில்லாமல் ஏற்றுக்கொண்டும் அவர் தேர்தலில் நிற்க மறுத்துவிட்டார். தேர்தலில் காங்கிரசுக்குப் பெரும்பான்மை கிடைத்தது. ராஜாஜியைத் தமிழக முதலமைச்சராக்கும்படி காந்தியடிகள் த.நா.கா.க.யைக் கேட்டுக்கொண்டார். ஆனால் தேர்ந்தெடுக்கப்பட்ட சட்டமன்ற உறுப்பினர்களில் 38 பேர் ராஜாஜிக்கு ஆதரவாகவும் 146 பேர் ராஜாஜிக்கு எதிராகவும் வாக்களித்தனர்.

1952இல் பொதுத்தேர்தல் முடிந்து குடியரசுத் தலைவராக இராசேந்திர பிரசாத் தேர்ந்தெடுக்கப்பட்டவுடன் கவர்னர் ஜெனரல் ராஜாஜி பதவியிழந்து சென்னைக்கு வந்தார். முதல் பொதுத்தேர்தலாகிய 1952 தேர்தலில் தமிழ்நாட்டில் காங்கிரஸ்

பெரும்பான்மை பெறவில்லை. காங்கிரசை எதிர்த்து வெற்றி பெற்றிருந்த உழைப்பாளர் கட்சி (வன்னியர் கட்சி) எம்.எல்.ஏக்கள் (சட்டமன்ற உறுப்பினர்கள்) பதினோரு பேரைத் தன் கூர்ந்த மதியால் காங்கிரசுக்கு ஆதரவளிக்கச்செய்து தமிழ்நாட்டின் முதலமைச்சரானார். இந்தியாவில் கட்சித் தாவல் நாடகத்தை முதன்முதலாகத் தமிழ்நாட்டில் அரங்கேற்றினார்.

1952இல் முதலமைச்சரானவுடன் அப்பன் தொழிலைப் பிள்ளை செய்யும் குலக்கல்வித் திட்டத்தைக் கொண்டுவந்தார். பெரியார் கடுமையாக இதனை எதிர்த்தார். இதனால் கட்சி உறுப்பினர் ஆதரவை இழந்த ராஜாஜி குற்றாலத்திலிருந்தபோது, காங்கிரஸ் சட்டமன்றக் கட்சி சென்னையில் புதிய தலைவராக (முதலமைச்சராக)க் காமராசரைத் தேர்வு செய்தது.

1957 வரை பத்திரிகைகளில் ராமாயண மகாபாரத விளக்கங்கள் எழுதி வந்த ராஜாஜி, 1957இல் சுதந்திரா கட்சியைத் தொடங்கினார். தமிழ்நாட்டில் முதன்முதலில் இந்தியைக் கட்டாயமாக்கிய ராஜாஜி, தானே இந்தியை எதிர்க்கத் தொடங்கினார். 'இந்தி வேண்டாம் ஒருபொழுதும்: ஆங்கிலம் வேண்டும் எப்பொழுதும்' (Hindi Never; English ever) என்ற முழக்கத்தை எழுப்பினார்.

ஏனென்றால், இந்தக் காலகட்டத்தில் மொழிவாரி மாநிலங்கள் நேருவின் அரைமனத்தோடு உருவாகிவிட்டன. எனவே, அனைத்திந்தியப் பார்ப்பனியம் என்னும் இடத்திலிருந்து ராஜாஜி வழுகிப் போவது தவிர்க்க முடியாததாகிவிட்டது. பார்ப்பனிய நலன்களை இந்தியோ சமஸ்கிருதமோ பாதுகாக்க இயலாது என்ற நிலை வந்தவுடன், ராஜாஜி ஐரோப்பியப் பார்ப்பன மொழியான ஆங்கிலத்தைப் பற்றிக்கொண்டார்.

நேருவின் தலைமையில் காங்கிரசின் இடது சார்பைக் கண்டு அஞ்சிய ராஜாஜி, தனியுடைமைக் கோரிக்கையினை முன் வைத்து சுதந்திரா கட்சியைத் தொடங்கினார். இந்தியாவின் பெரிய முதலாளிகள் அனைவரும் அவரை ஆதரித்தனர்.

தன்னைப் பதவியிலிருந்து வெளியேற்றிய காங்கிரசைப் பதவி யிறக்கும் நோக்கத்துடன் தமிழ்நாட்டில் தி.மு.க.வுடன் கூட்டுச் சேர்ந்தார். 1967 தேர்தலில் காங்கிரசின் வீழ்ச்சிக்கு ராஜாஜி ஒரு காரணமாக அமைந்தார்.

1967 தேர்தலில் வென்ற தி.மு.க. பெரியாரோடு தன் உறவைப் புதுப்பித்துக்கொண்டது. எனவே, ராஜாஜி தி.மு.க.வை வீழ்த்த 1971இல் தன் அரசியல் எதிரியான காமராசரோடு தேர்தல் கூட்டணி அமைத்தார். அந்தக் கூட்டணி தேர்தலில் தோல்வி கண்டது. 1972இல் எம்.ஜி.ஆர், தி.மு.க.வை விட்டுப் பிரிந்தபோது, ராஜாஜி அவருக்கு எல்லா வகைகளிலும் உதவி செய்தார். 1972இல் அவர் காலமானார்.

ராஜாஜியின் வாழ்க்கையைக் கூர்ந்து நோக்கித் தெரிந்துகொள்ள வேண்டிய விசயங்கள் சில உண்டு. ராஜாஜி ஜனநாயகத்தில் அழுத்தமான நம்பிக்கையுடையவர் அல்லர். இளவயதில் சேலம் நகரசபைத் தேர்தலில் வென்றதைத் தவிர, வேறு எந்தத் தேர்தலிலும் அவர் நின்றதே கிடையாது. ஆனால் நாட்டு விடுதலைக்கு முன்னும் பின்னும் இந்தியாவின் பெரும் பதவிகளையெல்லாம் அவர் வகித்தார். தன் கை தளரும்போதெல்லாம் காங்கிரசைவிட்டு ஒதுங்குவது அல்லது விலகுவது, பின்னர் பதவிக்காகக் கட்சிக்குள் வருவது என்பதனை அவர் திரும்பத் திரும்பச் செய்தார். இந்தியைத் தமிழ்நாட்டில் அதிகாரப்பூர்வமாக நுழைத்தது, குலக்கல்வித் திட்டம் கொண்டு வந்தது, 1971 தேர்தலில் தி.மு.க.வை எதிர்த்தது ஆகிய அவரது அனைத்து நடவடிக்கைகளுமே பார்ப்பனர்களின் நலனை முன்நிறுத்தியதேயாகும்.

இருபதாம் நூற்றாண்டின் பத்திரிகைத் துறையின் வலிமை யினை வேறு எந்த அரசியல்வாதிகளையும்விட முன்னதாகவே அறிந்துகொண்ட கூர்த்த மதியாளர் அவர். தொடக்கக்காலத்தில் நவசக்தி, தேசபக்தன், பின்னர் ஆனந்த விகடன், கல்கி ஆகிய பத்திரிகைகளையும் அவர் வளைத்துக்கொண்டார். தன்னுடைய ஆஸ்தான எழுத்தாளராகக் கல்கி கிருஷ்ணமூர்த்தியை வைத்துக் கொண்டார்.

ராஜாஜி இருக்கும் வரை தமிழ்நாட்டுப் பார்ப்பனப் பத்திரிகைகள் அவரை எப்பொழுதும் விவாதத்திற்கு அப்பாற்பட்ட ஞானியாகவும் உத்தமராகவும் சித்தரித்தன. திராவிட நாட்டுக் கொள்கையை அண்ணா கைவிட்டபோது, அவரைக் கொள்கை யிலே பல்டியடித்தவர் எனப் பேசினார்கள், எழுதினார்கள். ஆனால் 1937இல் காங்கிரசு கட்சிக்குக்கூட விருப்பமில்லாமல், தன் விருப்பத்தின் பேரில் கட்டாய இந்தியைக் கொண்டுவந்து

எதிர்ப்பினையும் தோல்வியையும் சந்தித்த ராஜாஜி, 1957இல் 'ஒருபோதும் இந்தி வேண்டாம்' என்றார். அவர் கொள்கையில் பல்டியடித்தவராக எந்தப் பத்திரிகையும் பேசவும் இல்லை; எழுதவும் இல்லை.

ராஜாஜி மிகப்பெரிய பதவிகளைக் கட்சியிலும் ஆட்சியிலும் வகித்தார். ஆயினும் அரசியலில் பல தோல்விகளைத் தன் இறுதிக்காலம் வரையில் சந்தித்தார். ராஜாஜியின் மறைவிற்குப் பின்னால் அவரது ஆதரவாளர்களும் ஆதரவுப் பத்திரிகைகளும் தர்க்க நியாயங்களைக் காட்டி வெளிப்படையாகவும் மறைவாகவும் இந்து மதவெறிக் கட்சிகளுக்கு ஆதரவு தருவது கண் கூடு.

பெரியார்

ஈரோடு வெங்கடப்ப இராமசாமியாகப் பிறந்து நாயக்கர், ராமசாமி நாயக்கர் என்று எதிரிகளாலும் பெரியார், தந்தை பெரியார் என்று ஆதரவாளர்களாலும் அழைக்கப்பட்ட பெரியார், தமிழகத்தின் அறியப்பட்ட ஈராயிரம் ஆண்டு வரலாற்றில் ஒரு தனித்த மாமனிதராக விளங்கியவர். இருபதாம் நூற்றாண்டு மாமனிதர் அவரே ஆவார்.

திருவள்ளுவர், திருநாவுக்கரசர், இராமானுசர் எனத் தமிழ்நாடு புதிய புதிய விடுதலைச் சிந்தனையாளர்களைப் பெற்றதுண்டு. ஆனால் தமிழக வரலாற்றில் சிந்தனையாளராகவும் செயல் வீரராகவும் வாழ்ந்த சமுதாய வீரர் அவர் ஒருவரே ஆவார். களத்திலே மாய்ந்த பெருவீரனைப்போல தனது 94வது வயதில் வீதியில் தன்னுடைய கருத்துப் போரை நிகழ்த்திவிட்டு வீதியிலிருந்தே மருத்துவமனைக்கு மரணத்தை நோக்கிப் பயணமானவர்.

பெரியாரின் தந்தை, ஈரோட்டில் கூலித் தொழிலாளியாக வாழ்க்கையைத் தொடங்கிக் கோடீசுவரரானார். செல்வக் குடும்பத்தில் பிறந்த பெரியார் சிறு வயதிலே சிந்தனையாளர்களுக்குரிய எதிர்ப்புணர்வும் முரட்டுத்தனமும் மிகுந்தவராக இருந்தார். எனவே 13 வயதிற்குள் அவரது பள்ளிப்படிப்பு நின்றுபோனது வியப்பான செய்தியல்ல. 37 வயதில் ஈரோடு நகரசபைத் தலைவரானார். அக்காலத்தில் சேலம் நகரசபைத் தலைவராக இருந்த ராஜாஜியால் காங்கிரசுக் கட்சிக்கு கொண்டுவரப்பட்டார். அக்காலத்தில் (1917) காங்கிரசில் பார்ப்பனரல்லாத பெருந்தலைவர்களாக இருந்த

திரு.வி.க. (முதலியார்) பி.வரதராசுலு (நாயுடு) ஆகியோரோடு மற்றுமோர் பார்ப்பனரல்லாதோர் தலைவரானார். திராவிட இயக்க மூவர்களில் ஒருவரான டாக்டர் டி.எம்.நாயர் தன்னுடைய புகழ்பெற்ற ஸ்பர்டாங் பேருரையில் (1919) 'ஈரோடு இராமசாமி நாயக்கர் போன்றோர்கள் காங்கிரசைவிட்டு வெளியேறி வர வேண்டும்' என்று இவரை அடையாளம்கண்டு அழைப்பு விடுத்தார். காங்கிரஸ் என்ற அரசியல் நிறுவனத்திற்குள்ளும் பெரியாரின் சிந்தனைகள் சமூகச் சீர்திருத்தத்தையே சுற்றி வந்தன. 1924இல் பெரியார் தமிழ்நாடு கதர் வாரியத்தின் (Board) தலைவரும் ஆனார். எடுத்துக்கொண்ட பணியினைத் தூங்காது செய்யும் ஊக்கமும் சிக்கனமும் எளிமையும் தைரியமும் கறை படியாத கரங்களும் பெரியாரின் சிறப்பியல்புகள் ஆகும். தமிழ்நாட்டுப் பார்ப்பனர்கள் காங்கிரசு இயக்கத்தைத் தங்கள் பிடிக்குள் கொண்டுவந்து பாதுகாத்துக்கொள்வதை அவர் கண்கூடாகக் கண்டார். வ.உ. சிதம்பரம் (பிள்ளை) போன்ற மூத்த காங்கிரசு விடுதலை வீரர்கள் காங்கிரசால் புறக்கணிக்கப்பட்டதைக் கண்டார். காந்தியின் தலைமை, காங்கிரசை சனாதன தர்மநெறிக்கு மாற்றுவதையும் அவரால் கண்டுணர முடிந்தது. 1920 முதலாக 1925 வரை காங்கிரசின் எல்லா அரங்குகளிலும் வகுப்புவாரிப் பிரதிநிதித்துவத்துக் காகத் தொடர்ந்து குரல் கொடுத்துக்கொண்டே இருந்தார். காங்கிரசு இயக்கம் பெரியாரைக் கொள்ளவும் முடியாமல் தள்ளவும் முடியாமல் தத்தளித்தது.

1925இல் காஞ்சிபுரத்தில் காங்கிரசு அரசியல் மாநாடு கூடியது. மாநாட்டின் தலைவர் திரு.வி.க. வழக்கம்போல் பெரியார் இந்த மாநாட்டிலும் எல்லா அரசியல் அரங்குகளிலும் வகுப்புவாரிப் பிரதிநிதித்துவம் வேண்டும் என்று தீர்மானம் கொண்டுவந்தார். அற்பமான சில விதிமுறைகளைக்காட்டி பெரியாரின் தீர்மானத்தைத் தலைவர் திரு.வி.க. தள்ளுபடி செய்தார். திரு.வி.க.வை முன்நிறுத்திய காங்கிரசின் பார்ப்பன ஆதிக்கச் சக்திகளைப் பெரியார் சரியாகவே புரிந்துகொண்டார். அந்த மாநாட்டிலேயே, 'காங்கிரசை ஒழிப்பது தான் இனி என் வேலை' என்று வெளிப்படையாகச் சொல்லி விட்டு வெளியேறினார். அப்போதும்கூடக் காந்தியைப் பெரியார் எதிர்க்கவில்லை. 1928இல் காந்தி தமிழ்நாட்டிற்கு வருகை தந்தார். அப்போது அவர் வெளிப்படையாகப் பார்ப்பனர்களையும் சனாதன தர்மத்தையும் ஆதரித்துப் பேசினார். இப்பேச்சு பெரியாரை

மிகுந்த ஏமாற்றமடையச் செய்தது. இந்தக் காலகட்டத்தில் பெரியாரோடு நெருங்கிப் பழகியவர், தமிழ்நாட்டுப் பொது வுடைமை இயக்க மூலவரான சிங்காரவேலர் ஆவர். எஸ்.இராம நாதனோடு பெரியார் 1931-32இல் ஐரோப்பிய நாடுகள் முழுவதும் சுற்றினார். அன்றைய இரும்புத்திரை நாடான இரஷ்யாவுக்கும் சென்று வந்தார். ஆனால் பெரியார் இரஷ்யா செல்வதற்கு முன்பே பொதுவுடைமை அறிக்கை, பொதுவுடைமை நூல்கள் முதலியவற்றைத் தனது 'குடி அரசு' இதழில் மொழி பெயர்த்து வெளியிட்டமை குறிப்பிடத்தக்கதாகும். 1929ஆம் ஆண்டிலேயே சமதர்மம், நாத்திகக் கருத்துக்களையும் பெரியார் கொண்டிருந்தார் (ஆதாரம், நமது குறிக்கோள்). இரஷ்யப் பயணத்திற்குப் பின் அவரது பொதுவுடைமைக் கருத்துக்களை மேலும் செழுமைப் படுத்திக்கொண்டார்.

கம்யூனிஸ்ட் கட்சியின் முதல் அறிக்கையைத் (Communist manifesto) தமிழில் வெளியிட்டவர் பெரியாரே. 1933இல் காங்கிரஸ் சோசலிஸ்ட்டுகளான (பிற்காலத்தில் லோகநாயகர் எனப் புகழப்பட்ட) ஜெயப்பிரகாஷ் நாராயணனும் (பிற்காலத்தில் கம்யூனிஸ்ட் தலைவரான) பி.ராமமூர்த்தியும் ஈரோட்டுக்கு வந்து பெரியாரைச் சந்தித்து, மீண்டும் காங்கிரசுக்கு வருமாறு அழைக் கின்றனர். காங்கிரசு கட்சியைக் காந்தியத்திலிருந்து மீட்டு சோசலிஸ்டுகள் கைப்பற்றிவிடலாம் என்பதே அவர்களது திட்டம். 'அது இயலாத செயல்' என்று கூறிப் பெரியார் அவர்களின் அழைப்புக்கு இணங்க மறுத்துவிட்டார். பெரியாரின் முடிவே சரியானது என்று காலம் காட்டியது. பெரியார் சொன்னதுபோலவே, நாடு விடுதலை அடைந்ததும் அனைத்திந்தியத் தொழிற்சங்கக் காங்கிரசில் (AITUC) கம்யூனிஸ்டுகள் ஆதிக்கம் பெருகி இருந்ததைக் கண்ட சர்தார் படேல், அதை உடைத்து இந்திய தேசிய தொழிற் சங்கக் காங்கிரஸ் (INTUC) என்ற ஒன்றைத் தொடங்கினார். ஆக மொத்தத்தில் சோசலிஸ்டுகள் ஏமாந்தனர். காங்கிரசார் வெற்றி பெற்றனர்.

1937இல் ராஜாஜி முதலமைச்சரானவுடன் கட்டாய இந்தியைக் கொண்டுவந்தார். அதை எதிர்த்துப் பெரியார் தொடங்கிய இந்தி எதிர்ப்புப் போராட்டம், பரவலாகப் பொதுமக்கள் ஆதரவைப் பெற்றது. இறுதியாக கட்டாய இந்திக்குரிய அரசாணையை

ராஜாஜி திரும்பப் பெற்றார். பெரியார் தாம் நடத்திய இந்த இந்தி எதிர்ப்புப் போராட்டத்திற்கு ஏழு தளபதிகளை நியமித்தார். அவர்களில் ஒருவர் பார்ப்பனர், மற்றொருவர் பெண் ஆவர். தமிழ்நாட்டில் பெண்கள் அதிக அளவில் சிறை சென்ற போராட்டம் இதுவேயாகும்.

1944இல் சேலத்தில் நீதிக்கட்சியை அண்ணாவின் துணையோடு பெரியார், திராவிடர் கழகமாக மாற்றினார். நீதிக்கட்சித் தலைவர்களான கி. ஆ. பெ. விசுவநாதம், சண்டே அப்சர்வர் பாலசுப்பிரமணியம் ஆகியோர் பெரியாரிடமிருந்து பிரிந்து சென்றனர். அவர்கள் அக்காலக்கட்டத்தில் சென்னை வந்த டாக்டர் அம்பேத்கருக்கு ஒரு வரவேற்பு அளித்தனர். பெரியாருடன் ஒத்துப்போகுமாறு அம்பேத்கர் அவர்களைக் கடிந்துரைத்தார். அதன்பின்னர் பெரியார் திராவிட நாடு பிரிவினைக் கோரிக்கையை முன்வைத்துச் செயலாற்றினார்.

பம்பாய்க்குச் சென்று ஜின்னாவைச் சந்தித்துத் தன்னுடைய கோரிக்கைக்கு ஆதரவு திரட்ட முயன்றார். 1947இல் இந்தியா பெற்ற அரசியல் விடுதலையைப் பெரியார் ஏற்றுக்கொள்ளவில்லை. விடுதலைநாளைத் துக்கநாள் என்று அறிக்கை வெளியிட்டார். அவரது அறிக்கை சனாதன தர்மத்தின் ஆதரவாளர்களுக்கு அதிர்ச்சியாக அமைந்தது. 'கிடைத்துள்ள விடுதலை சனாதன தர்மத்தைப் பாதுகாக்கவே செய்யும்' என்பது அவரது கருத்து. ராஜாஜி சென்னை முதலமைச்சரானபோது வகுப்புவாரிப் பிரதி நிதித்துவ ஆணை (1924 முதலே) தமிழ்நாட்டில் நடைமுறையில் இருந்தது.

பின்னர் புதிய அரசியல் சட்டப்படி அது நீதிமன்றத்தால் நிராகரிக்கப்பட்டது. இதை எதிர்த்துப் பெரியார் போராட்டத்தைத் தொடங்கியதன் விளைவாக, இந்திய அரசியல் சட்டத்தில் முதல் திருத்தம் (1951) கொண்டுவரப்பட்டது. அதன்படி பிற்படுத்தப் பட்டவர்களுக்கான சலுகைகளை மாநில அரசு வழங்கலாம் என்ற அனுமதியை அரசியல் சட்டம் மாநில அரசுகளுக்கு வழங்கியது. இத்திருத்தத்தை வட இந்தியக் காங்கிரஸ் மேல்சாதி உறுப்பினர்கள் எதிர்த்தபோது, பிரதமர் நேரு நாடாளுமன்றத்தில் அவர்களுக்குச் சென்னையில் பெரியார் நடத்தும் போராட்டத்தை நினைவுபடுத்தினார்.

1952இல் மீண்டும் சென்னை முதலமைச்சரான ராஜாஜி, குலக்கல்வித் திட்டத்தைக் கொண்டுவந்தார். இதன்விளைவாக பாரம்பரியச் சாதித் தொழிலிருந்து பார்ப்பனரல்லாத சாதியார் மீளமுடியாத ஒரு நிலை உருவாகும் என்பதைப் பெரியார் உணர்ந்தார். போராட்டங்களை அறிவித்தார். மறுபுறத்தில் காங்கிரசில் உள்முரண்பாடுகள் பெரிதாகி ராஜாஜி பதவி விலகினார். அவரைத் தொடர்ந்து முதலமைச்சரான காமராசரைப் பார்ப்பனியத்தின் தாக்குதலிலிருந்து பாதுகாக்கும் அரணாக விளங்கியவர் தந்தை பெரியார். இதன் விளைவாக, அடுத்த பதினேழு ஆண்டுகாலம் காமராசரின் வலிமை காங்கிரசுக்குள் உயர்ந்துகொண்டே போயிற்று. இறுதியாகத் தமிழ்நாட்டுக் காங்கிரசுக்குள் பார்ப்பனியத்தின் பிடி தளர்ந்து மறைந்தது.

1967 தேர்தலில் ராஜாஜியோடு கூட்டுச் சேர்ந்த காரணத்தால் வெற்றி வாய்ப்பைப் பெற்றிருந்த தி.மு.க.வைப் பெரியார் எதிர்த்தார். அதே ராஜாஜியோடு காமராசர் 1971இல் தேர்தல் கூட்டுச் சேர்ந்தபோது அவரையும் தந்தை பெரியார் எதிர்த்தார். எதிரியை அளந்து அறிந்து போர்த்தந்திரங்களை வகுக்கும் போர் வீரனைப்போல் அவர் வியூகங்களை மாற்றிவந்தார். போர்க்களத்துப் போர் வீரனைப் போலவே அவர் உறவு, பாசம், ஒத்த கருத்தினர் மீது அன்பு ஆகியவற்றை ஒதுக்கிவிட்டுப் போராடினார். எனவே, அவரது சில முடிவுகள் படைத்தலைவரின் கட்டளைகள்போல இருந்தது தவிர்க்க முடியாததாகிவிட்டது.

பார்ப்பன எதிர்ப்புணர்வும் சீர்திருத்த உணர்வும் கொண்ட அறிஞர்களும் செயல்வீரர்களும் இந்தியாவில் பலமுறை தோன்றி யுள்ளனர். புத்தர் தொடங்கி பூலே வரை இவர்களது எண்ணிக்கை ஏராளம். அவர்களில் யாரும் பெறாத வெற்றியைப் பெரியார் மாத்திரமே பெற்றார். அதுவும் தம் வாழ்க்கையிலேயே பெற்றார். அவ்வெற்றிக்கான காரணங்களைப் பின்வருமாறு வரிசையிடலாம்.

1. கடவுள் மறுப்புச் சிந்தனையோடு - நாத்திகத்தோடு பார்ப்பனிய எதிர்ப்பினை முன்வைத்தவர் வரலாறு முழுமைக்கும் பெரியார் ஒருவரே.

2. எதிரிகள் வீழ்த்தவும் ஏமாற்றவும் முடியாதபடி அவர் தன்னலமற்றவராகவும் கறை படியாத கைகளோடும் வாழ்ந்தார்.

3. நீதிமன்றமாக இருந்தாலும் காங்கிரஸ் தலைவர் காந்தியாராக இருந்தாலும் கொள்கைக்காக யாரையும் நேரடியாக எதிர்க்கும் நெஞ்சுரம் அவரிடம் இருந்தது.

4. தன்னை நாடி வந்த எல்லா அதிகாரப் பதவிகளையும் பெரியார் உதறித் தள்ளினார். பதவியினால் வரும் அதிகாரமும் சுகமும் இந்தியச் சூழலில் நல்ல கொள்கைகளுக்கு எதிரியாய் முடியும் என்பதை அவர் உணர்ந்திருந்தார்.

5. களத்தில் இருக்கும் ஒரு போராளியைப்போல ஒவ்வொரு நிமிடமும் பார்ப்பன ஆதிக்கச் சக்திகளை அளந்து அளந்து தன் எதிர்நடவடிக்கைகளைத் தொடங்கினார். இத்தகைய விழிப்புணர்ச்சி அவரது வாழ்நாள் முழுவதும் அவருக்கு இருந்தது.

6. சிறுவயதிலிருந்தே நடைமுறை வாழ்நிலைக்குப் பயன்படாத பள்ளிப்படிப்பை நிராகரித்திருந்த பெரியார், புத்தகப் படிப்பாலும் சுயசிந்தனையாலும் தன்னுடைய கல்வியையும் கொள்கைகளையும் செழுமைப்படுத்திக்கொண்டேயிருந்தார். வருங்காலத்தில் ஆண் பெண் உடலுறவு இல்லாமல் சோதனைக் குழாயில் குழந்தைகள் பிறக்கும் என்று 1938இல் விஞ்ஞானத்தின் மீது வைத்த நம்பிக்கையால் எழுதினார்.

அவரே 1943இல், 'வருங்காலத்தில் கம்பியில்லாத் தந்தி சாதனம் ஒவ்வொருவரின் சட்டைப் பையிலும் இருக்கும்' என எழுதினார்.

7. உடல் தளர்ந்து, அவ்வப்போது நோயின் கடுமையால், வலியால் துடித்தபோதும் உடற்சுகங்களையோ ஓய்வுகளையோ கருதாது 94வயது வரை சந்தித் திடல்களில் மக்களைச் சந்தித்து கொள்கைகளைப் பேசிக்கொண்டேயிருந்தார்.

இத்தகைய நீண்டகாலம், அதுவும் மரணத்திற்கு அருகில் நின்றது வரை போர்க்குணத்தோடு உலாவிய தலைவர் இந்தியாவில் வேறு யாரும் இல்லை.

தூங்காமை, கல்வி (பட்டறிவு), துணிவுடைமை, அனைத்துக்கும் மேலாகத் தன்னலமின்மை ஆகிய பண்புகள் பெரியாரை மாமனிதராக ஆக்கின.

பார்ப்பனியமும் நிறுவனங்களும்

பார்ப்பனியத்தின் பலமான அம்சங்களில் ஒன்று நிறுவன

பலமாகும். இந்த நிறுவன பலம் பழைய காலத்தில் பார்ப்பனர்களுக்கு இரண்டு வகையாக இருந்தது. ஒன்று, நிலபுலங்களோடும் சொத்துக்களோடும் இருந்த பெரிய கோயில்கள்; மற்றொரு வகை, கண்ணுக்குப் புலனாகாத கருத்தியல் நிறுவனமாகும். அதாவது வேதங்கள், சாத்திரங்கள், புராணங்கள் ஆகியனவாகும். அக்காலத்தில் புராணக் கதைகளும் சாத்திரங்களும் பார்ப்பனரல்லாத மக்கள் கூட்டத்தைச் சிந்தனை அளவில் அடிமை ஆக்கின. கோயில்கள் உலகியல் ரீதியாக, அவர்களை நிரந்தர அடிமைகளாக ஆக்கின.

19ஆம் நூற்றாண்டின் கடைசிப் பகுதிக்குள் கோயில்கள் வலுவற்றுப் போய்விட்டன. பார்ப்பனர்கள் அவற்றைக் கைவிட்டு விட்டு நகரத்தில் குடியேறினர். இரண்டாவது வகை நிறுவனமான கருத்தியல் நிறுவனங்களான புராணக் கதைகளும் சாத்திரங்களும் செல்வாக்கிழந்து போயின. ஆதிக்கக் கருத்தியலை நிலைநாட்டிக் கொள்ள, பார்ப்பனர்கள் ஒரு புதிய கருவியினைக் கண்டனர். அதைத் தங்களுக்கு மட்டுமேயாக வளைத்துக் கொண்டனர். அதுதான் இந்தியப் பத்திரிகைகளாகும்.

இன்று இந்தியாவில் பெருவாரியாக விற்பனையாகும் நாள், வாரப் பத்திரிகைகள் அனைத்தும் பார்ப்பனரால் நடத்தப்படுவன அல்லது (பார்ப்பனரல்லாதார் நடத்தினாலும்) பார்ப்பனக் கருத்தாக்கங்களைப் போற்றுவனவே. தமிழ்நாட்டைப் பொறுத்த அளவில் தமிழர் நடத்தும் பத்திரிகைகளில் பார்ப்பனர் ஆதிக்கம் இருப்பதோடு பார்ப்பன எதிர்ப்பு நோக்கில் எந்தச் செய்தியும் வருவதில்லை. அவை விடுதலை, உண்மை, முரசொலி, இனி, தென்மொழி, தமிழ்ச் சிட்டு, தமிழர் கண்ணோட்டம், சிந்தனை யாளன், மக்கள் தமிழகம் போன்றவை ஆகும்.

வலிமையும் கூர்மையும் வாய்ந்த பத்திரிகைச் சாதனத்தை எப்படிப் பார்ப்பனர்கள் தமதாக்கிக்கொண்டனர் என்பது தனிக்கதை. கடந்த நூற்றாண்டின் கடைசிப் பகுதியில் (1875-1890) இந்து மதத்தை மையமாக வைத்துத் தொடங்கப்பெற்ற பத்திரிகைகள் அனைத்தும் பார்ப்பனர்களால் தொடங்கப்பெற்றன. ஆங்கிலப் பத்திரிகை ஒன்றினையும் 'The Hindu' என்ற பெயரிலேயே அவர்கள் தொடங்கினர். ஹிந்து என்ற கோட்பாடே தங்களை அடுத்த நூற்றாண்டில் வாழவைக்கப் போவதனை அவர்கள் உணர்ந்திருந்தனர். பின்னர் திலகர், காந்தி என்ற இருபெரும் சக்திகளாலும்

அவற்றின் செல்வாக்காலும் தேசிய இயக்கப் பத்திரிகைகள் எல்லாமே இந்து என்ற போர்வையில், பார்ப்பனிய நலன்களைக் கவனமாகப் பாதுகாத்துக்கொண்டன.

விடுதலைப் போராட்டத்தின் இறுதிக் கட்டத்தில் தங்களுக்கிருந்த பத்திரிகை பலத்தாலேயே தங்கள் அரசியல் ஆதிக்கத்தைத் தக்கவைத்துக்கொள்ள இன்னொரு நிறுவனத்தையும் பார்ப்பனர்கள் வளர்த்து எடுத்தனர். அதுதான் காஞ்சி சங்கராச்சாரியார் மடம்.

சிருங்கேரி மடத்திற்குக் கும்பகோணத்தில் ஒரு கிளை மடம் இருந்தது. இந்தக் கிளை மடம் கர்நாடகப் போர் நடந்த காலத்தில் காஞ்சிபுரத்திற்குத் தனது இருப்பிடத்தை மாற்றியது. அங்கே முதலில் கம்மாளருக்குச் சொந்தமான காமாட்சியம்மன் கோவிலை இந்த மடத்துக்காரர்கள் பிரிட்டிஷ் அரசை ஏமாற்றித் தமக்குச் சொந்தமாக்கிக்கொண்டனர். பிறகு இதுதான் ஆதிசங்கரர் ஸ்தாபித்த முதல் மடம் என்று கதை கட்டினர். (இதற்கு மேலும் தெளிவான ஆதாரங்களுடன் செய்திகளை அறிய 'காஞ்சி மடம் ஒரு கட்டுக்கதை' என்ற நூலினைப் படிக்கவும். ஆசிரியர் வாரணாசி ராஜகோபால் சர்மா) ஆட்சி அதிகாரத்தில் பார்ப்பனர்களுக்கு இருந்த செல்வாக்கு அதற்குத் துணை செய்தது. சிருங்கேரி மடத்தின் கும்பகோண (காஞ்சிபுர)க் கிளை மடத்தலைவர் 'சிக்க உடையார் சுவாமிகள்' என்பவர் 15ஆவது காமகோடி பீடாதிபதியாகவும் ஜகத்குருவாகவும் பெயர் மாற்றப்பட்டார். 1946இல் இந்த மடத்திற்குக் காந்தியை அழைத்துவந்தார்கள். அதன்பிறகு இன்று வரை இந்தியப் பிரதமர் தொடங்கி அரசியலிலும் பத்திரிகைத் துறையிலும் பிழைக்க விரும்பும் எல்லாருக்கும் காஞ்சி மடம் யாத்திரைத் தலமாக மாற்றப்பட்டது. சங்கராச்சாரி நூற்றாண்டுக்கு பிரதமர், முன்னாள் பிரதமர், தலைமைத் தேர்தல் அதிகாரி, உள்துறை அமைச்சர் வரை வருகின்றனர்.

காலஞ்சென்ற சந்திரசேகரேந்திர சரஸ்வதி என்ற பெயர் கொண்ட சங்கராச்சாரியார், மிகச் சிறந்த படிப்பாளி. அவர் அறுபதாண்டுகளுக்கு மேலாகப் பட்டத்தில் இருந்தார். தமிழ் அறிவுலகமும் இந்திய இதழியல் உலகமும் உருவாகி வருகின்றபொழுது அவர் மிகுந்த புத்திசாலித்தனத்துடன் அதைத் தனக்கென வளைத்துக்கொண்டார். அதன் விளைவாக ஸ்மார்த்தப் பார்ப்பனர்களின் சாதிக்கும் மதத்திற்கும் தலைவரான அவரை, ஜகத்குரு (உலகத் தலைவர்)

என அச்சு வழி ஊடகங்கள் (தினமணி, The Hindu) ஆரவாரம் செய்து ஏமாளித் தமிழர்களை நம்பவைத்தன. அவரது பேச்சுக்களை 'தெய்வத்தின் குரல்' என்ற பெயரில் திருநாவுக்கரசு செட்டியாரின் வானதி பதிப்பகம் வெளியிட்டுள்ளது. அந்த நூலில் நாம், நாங்கள், நம்முடைய ஆகிய சொற்களெல்லாம் பார்ப்பனர்களை மட்டுமே குறித்தனவையாகும். தமிழ் வாசகர்கள், நூற்றுக்கு நூறு ஏமாந்துபோன இடத்தில் இதுவும் ஒன்றாகும்.

சுருக்கமாகச் சொன்னால், ஸ்மார்த்தப் பார்ப்பனர்களின் ஒரு சிறு பிரிவின் தலைவர் (பார்ப்பன சாதித் தலைவர்களில் ஒருவர்) இந்தியாவின் ஆஸ்தான சாமியாக்கப்பட்டார். வேறுவகையில் சொல்வதானால் இந்திய ஆட்சி அதிகாரத்தில் தமிழ்நாட்டுப் பார்ப்பனர்களின் செல்வாக்கு ஒரு பொய் மடத்தை அதிகார மையமாக்கியது.

பார்ப்பனர்கள் மட்டுமல்ல; ஜெயகாந்தன், வலம்புரி ஜான் போன்ற எழுத்தாளர்கள்கூட சங்கராச்சாரியாரைப்பற்றி எழுதியே தீரவேண்டும். பகுத்தறிவுப் பரம்பரையில் வந்த குங்குமம் போன்ற இதழ்கள்கூட இந்தச் சாமியாரின் படத்தைப் போட்டே ஆக வேண்டும். இந்த உண்மையான அதிகார மையத்தின் பெருமையினை கலைமகள், ஆனந்தவிகடன், குமுதம், ஜூனியர் விகடன், இந்தியன் எக்ஸ்பிரஸ், தி ஹிந்து ஆகிய பத்திரிகைகளும் தொடர்ந்து பரப்பி வரும். ஆனால் அதை மறைமுகமாகச் செய்யும். ஒட்டு மொத்த விளைவாகப் பார்ப்பனர் வாசனையே படாத குக்கிராமத்தின் கருப்பசாமி கோவில் திருவிழாப் பத்திரிகைகூட, 'காஞ்சி ஜகத்குரு அருளாணைப்படி' என்றுதான் அச்சடிக்கப்படுகிறது.

இக்காலத்தில் வலிமையான மக்கள் தொடர்புச் சாதனங்களில் சினிமாவும் பத்திரிகையும் அடங்கும். கலை இலக்கியத் துறைகளில் பார்ப்பனர்கள் செல்வாக்கைத் தூக்கிப்பிடிக்க, இந்த இரண்டு நிறுவனங்களும் பெருந்துணை செய்கின்றன. இவர்களுக்கு சினிமா என்றால் பாலசந்தர், ஜீவி, மணிரத்தினம், கமலஹாசன், லெட்சுமி இவர்கள்தான் நினைவுக்கு வருவார்கள். சிறுகதை, நாவல் துறை என்றால் கு.ப.ரா. முதல் லா.ச.ரா வரை ஒரு நீண்ட பட்டியல் ஒப்பிப்பார்கள். பூமணி, பிரபஞ்சன், வண்ணதாசன், பா.செயப் பிரகாசம், கந்தர்வன் போன்ற பெயர்களெல்லாம் இவர்களது நினைவுக்கே வருவதில்லை. அதிலே தொட்டுக்கொள்கிற மாதிரி

ஏதோ புதுமைப்பித்தன் பெயர் இருக்கும். அரைப் பார்ப்பனர்களான அகிலன், ஜெயகாந்தன் பெயர்கள் கட்டாயம் இருக்கும். சமையல் குறிப்புகள் என்றால் தமிழ்நாட்டில் தெருவுக்கு ஒருவர் மட்டுமே புலால் உண்ணுவதால், அதை விட்டுவிட்டு சைவச் சமையல் பற்றித்தான் குறிப்பு இருக்கும். இசை நடனத் துறைகளை இவர்களே கண்டுபிடித்ததால் (?) இவர்களை மீறி வெளியே வர மதுரை சோமுவும் சேலம் ஜெயலெட்சுமியும் பட்டபாடு அவர்கள் கும்பிட்ட கடவுளுக்கே வெளிச்சம். எம்.எஸ்.சுப்புலெட்சுமி போன்ற இசை மேதைகளைப் பார்ப்பனர் அல்லாத குலத்தில் பிறந்தவர் என்று இன்று நம்புவார்களா? கல்கியும் ஆனந்த விகடனும் இந்த உண்மையை மறந்தும்கூட வெளிப்படுத்துமா?

ஒரு பார்ப்பன பெண் நடன அரங்கு ஏறுகிறாள் என்றால், அந்த நிகழ்ச்சிக்கு கஸ்டம்ஸ் கலெக்டராகவோ இன்கம்டாக்ஸ் கமிசனராகவோ அல்லது அரசுச் செயலாளராகவோ இருக்கிற ஒரு பார்ப்பனர் தலைமை தாங்குவார். சென்னையில் உள்ள ஒரு பார்ப்பன சபாவின் செயலாளரும் ஒரு பார்ப்பன இசைவாணரும் பாராட்டுரை வழங்குவார்கள். சுப்புடு அதைக் கல்கியிலும் ஆனந்த விகடனிலும் பாராட்டி எழுதுவார். பூணூல் போட்டுக்கொண்ட தமிழ்நாட்டு டி.வி அவரைப் பேட்டி காணும். அந்தப் பெண் தன்னுடைய திறமைக்கு 'சங்கராச்சாரியாரின் அருளாசிதான் காரணம்' என்று பேட்டியில் சொல்லுவார். இப்போது புரிகிறதா பார்ப்பனியத்தின் நிறுவன பலமும் அவற்றின் ஒருங்கிணைப்பும்?

நான்கைந்து தலைமுறையாக இங்கே இதுதான் தொடர்ந்து நடந்துகொண்டிருக்கிறது. இன்றும்கூட வானொலியில் (மதுரை நிலையம்) தமிழ் ஒலிபரப்பு ஆரம்பிக்கும் காலவேளையில் எந்தத் தமிழருமே பயன்படுத்தாத சக ஆண்டு, பல்குண மாதம், நாள் போன்றவற்றைச் சொல்லி ஆரம்பிப்பதும் திருவள்ளுவர் ஆண்டு, தமிழ் மாதப் பெயர்கள், நாள் ஆகியவற்றைப் புறக்கணிப்பதும் நடந்துகொண்டிருக்கிறது. இது போன்றுதான் தொடர்ந்து நடக்கும், தமிழனுக்குச் சொரணை வரும் வரை.

பார்ப்பனியத்திற்குத் துணைபோகும் பார்ப்பனரல்லாதவர்கள், 'பார்ப்பனியம் எங்கே இருக்கிறது? அது செத்துப்போய்விட்டது, பார்ப்பனர்கள் மாறிப்போய்விட்டார்கள்' இப்படியொரு வாதத்தைப் பார்ப்பனரல்லாத படித்த நண்பர்கள் மத்தியில்

அடிக்கடி கேட்கலாம். இவர்கள் இந்த முடிவுக்கு எப்படி வந்தனர்? வேறு எப்படி? வழக்கம்போலப் பார்ப்பனர்களால் ஏமாற்றப்பட்டுத்தான்.

பூணூல், குடுமி, பஞ்சகச்சம் வைத்துக் கட்டுதல், தீண்டாமை, புலால் உண்ணாமை முதலிய பழக்கங்களைப் பார்ப்பனர்கள் விட்டுவிட்டார்கள் என்பது உண்மைதான். இவையெல்லாம் பார்ப்பனியத்தின் முகம் மட்டுமே. எவையெல்லாம் பார்ப்பனியத்தின் உயிர் என்பதனைக் கீழ்க்காணுமாறு அடையாளம் கண்டுகொள்ள வேண்டும். ஏனென்றால் பார்ப்பனியம் என்பது வெளி ஆச்சாரம் மட்டுமல்ல. அது கருத்தியல் (Ideology) ஆகும். அது மட்டுமன்று; அது பார்ப்பனரல்லாதார் மீதான ஒடுக்குமுறைக் கருத்தியலும் ஆகும்.

1. பிறவியினால் ஒருவனை மேல், கீழ் என அடையாளம் காணுவது, நினைப்பது, காட்டுவது.

2. கடுமையான உடல் உழைப்புள்ள தொழில்களைத் தாழ்வாக எண்ணுவது. உடல் உழைப்புத் தொழில்களைத் தவிர்ப்பது.

3. ஒவ்வொருவரையும் குலத்தொழிலைச் செய்யக் கட்டாயப் படுத்தி அதிலிருந்து வெளியே வராமல் இருக்கச் செய்வது.

4. வெகுஜனப் பத்திரிகைகளில் வரும் பார்ப்பனக் கருத்தாக்கங் களை நம்பி அவற்றினைப் பிரச்சாரம் செய்வது (குறிப்பாக சங்கராச்சாரியார், அஹிம்சை, கணபதி ஹோமம், இந்து மதம் முதலிய சொற்களில் நம்பிக்கை வைப்பது). பார்ப்பனியம் நேற்று வரை வேதத்தின் புனிதம், புராணக் கதைகள், சடங்குகள், ஆசாரங்கள் ஆகியவற்றின்மூலம் தனக்கு வேண்டிய கருத்துக்களை மற்றவர்கள் மூளைக்குள் திணித்தது. இன்றும் அதே கருத்தாக்கங்களை மறைமுகமாகப் பத்திரிகைகள்மூலம் மற்றவர்கள் மூளையில் திணித்துவருகிறது.

மேற்குறித்த வகையான கருத்துக்களை அறிந்தே கடைப் பிடித்துவரும் ஏமாறும் தமிழர்களை நாம் பார்ப்பன அடிவருடிகள் என்று அழைப்பதே பொருத்தமானது. இவர்கள் பார்ப்பனியம் என்ற ஒடுக்குமுறைக் கருத்தியலுக்குப் பலியாகிப் போனவர்கள். ஏனென்றால், பார்ப்பனரல்லாதவரான படித்த ஒருவருக்குப் பார்ப்பனியம் ஒரு உளவியல் தடையாக மாறிவிடுகிறது.

ஒட்டு மொத்தமாக, பார்ப்பனரல்லாதாரின் சமூக உளவியல் தடையாகவும் பார்ப்பனியம் வளர்ந்திருக்கிறது. இனி மேற்குறித்த கருத்துகளை விரிவாகக் காண்போம்.

நண்பர்கள் மற்றொரு தனிநபரைப் பாராட்டும்போதும் இகழும்போதும் அவரது சாதியையும் சேர்த்துப் பேசுவது சாதாரணமாக உரையாடல்களில் நாம் காணுவதாகும். 'சாதிப் புத்தி' என்ற தொடரைப் பயன்படுத்தும் இவ்வகையான பேச்சுக்களில், 'சாதிப் புத்தி' என்பதனை நம் நண்பர்கள் 'பிறவிப் புத்தி' என்றே கொள்கிறார்கள். இந்த மேல் தட்டு மனோபாவம் பார்ப்பனியக் கூறுதான்.

மலம் அள்ளும் கவுண்டரைக் கண்டதுண்டா? வன்னியரைக் கண்டதுண்டா? செட்டியாரைக் கண்டதுண்டா? என்பது போன்ற கேள்விகளை முற்போக்குப் பார்ப்பனர்கள் நயவஞ்சகமாகக் கேட்கிறார்கள். இங்கு ஒரு செட்டியாரோ, வன்னியரோ, கவுண்டரோ, சக்கிலியரோ, பள்ளரோ தங்கள் சாதித் தொழிலை மட்டுமே செய்கிறார்கள் என்பது அச்சாதியின் வெற்றியல்ல. அது வருணாசிரமத்தின் வெற்றியாகும். ஒவ்வொரு சாதிப்பிரிவும் இந்தத் தொழிலைத்தான் செய்ய வேண்டும் என ஏற்பாடு செய்துவைத்த பார்ப்பனியக் கருத்தாக்கத்தின் (வருணாசிரம் முறையின்) தாக்கம் இன்னும் வலிமையோடு உள்ளது என்பதுதான் உண்மையான பொருளாகும்.

ஆயினும், இன்றைய பொருளாதாரச் சூழலில் பார்ப்பனரல்லா தார் அதிகம் பாதிக்கப்பட்டு வேறு சில தொழில்களில் ஈடுபடு கின்றனர். இன்று செருப்புத் தயாரித்தல், முடி திருத்தல். அனைத்து வகையான விவசாயத் தொழில்கள், கல்லுடைத்தல், பாரவண்டி இழுத்தல் போன்ற வேலைகளைச் சாதி வேறுபாடில்லாமல் பார்ப்பனரல்லாதார் பார்க்கக்கூடிய நிலை உள்ளது. ஆனால் அதேநேரத்தில் இந்தியாவின் பெரும்பகுதி மக்களின் தொழிலாகிய விவசாயத்தில்கூடப் பார்ப்பனர்கள் இன்னும் ஈடுபடவில்லை. அப்படிப்பட்ட நெருக்கடி அவர்களுக்கு ஏற்படவில்லை என்பதும் கவனிக்கத்தக்கது. ஒவ்வொரு சாதிக்கும் வரையறுக்கப்பட்ட சாதி ஆச்சாரத்தைப் பார்ப்பனியம் நம்மீது திணித்து வைத்திருக்கிறது. ஒடுக்கப்பட்ட சாதியார் மட்டுமே பசு, பன்றி இவற்றின் மாமிசத்தை உண்ணும் வழக்கம் இருந்தது. இன்று இராணுவத்திலும் நட்சத்திர

உணவு விடுதிகளிலும் அனைத்துச் சாதியாரும் இவற்றை உண்ணுகிறார்கள். இருப்பினும் பொது இடங்களிலும் இவ்வகை இறைச்சி மட்டுமல்லாமல் பிறவகை ஆடு, கோழி இறைச்சிகளும் தவிர்க்கப்பட்டு மரக்கறி (சைவ) உணவும் மிகப் பெரிய சைவ உணவு விடுதிகளும் மேட்டிமையின் சின்னங்களாகக் கருதப்படுகின்றன.

மணமுறிவும் மறுமணமும் விதவை மறுமணமும் தமிழ்நாட்டு மக்கள் தொகையில் குறைந்தது 60% மக்களால் நேற்றுவரை கைக்கொள்ளப்பட்டு வந்தன. இவை பெண் உரிமையின் அடையாளங்களாகும். தன்னுடைய குடும்பத்தில் இவை நடைபெறுவது 'நாகரிகக் குறைவு' அல்லது 'கேவலம்' என்கிற மனப்போக்கு இப்பொழுது பார்ப்பனரல்லாதோரிடையே பெருகி வருகிறது. இவ்வகை உணர்வுடைய நண்பர்களை நாம், 'பார்ப்பனியத்திற்குப் பலியாகிப் போனவர்கள்' என்று கொள்ளுதல் வேண்டும்.

சாதிக்குரிய நல்ல மரபுகளை மறைத்துக்கொள்வது என்று நாம் இதனைத்தான் குறிப்பிடுகின்றோம்.

மருத்துவம், பொறியியல், வேளாண்மை, கணிப்பொறி ஆகிய தொழிற்கல்லூரிப் படிப்புகளின்மீது பார்ப்பனரல்லாத நடுத்தர வர்க்கம் வெறிக்கொண்டு அலைகிறது. இதற்காக போலித்தனமான மனப்பாடக் கல்வியைத் தங்கள் பிள்ளைகளின்மீது திணித்துக் கொடுமைப்படுத்துகிறார்கள். இந்தக் கல்வியின் மீது இவர்களுக்கு என்ன இப்படித் திடீர்க் கவர்ச்சி? மிகப்பெரிய பணக்காரன்கூட இந்தப் படிப்பினை நாடிப் போவது ஏன்? இந்தத் தொழில்கள் வாழ்க்கையின் ஏதேனும் ஒருகட்டத்தில் கருப்புப் பணத்தின் ஊற்றாகவும் அதன்மூலம் அதிகார மையங்களை நெருங்குவதற்கு வாயிலாகவும் அமைந்துவிடுகிறது. அதாவது, மாதம் இரண்டு இலட்சம் ரூபாய் சம்பாதிக்கும் வியாபாரியைவிட மாதம் ரூ.20,000/- சம்பாதிக்கும் டாக்டர் ஒரு மாவட்ட ஆட்சித் தலைவரையோ அமைச்சரையோ எளிதில் சந்திக்க முடியும். உலக அதிகார மையங்களாகிய அமெரிக்காவிலோ ஜப்பானிலோ எளிதில் தொடர்பு ஏற்படுத்திக்கொள்ள முடியும். இப்போதுள்ள தொழிற்கல்விப் படிப்பின் மீதான போலிக் கவர்ச்சி, கருப்புப் பணத்தின் மீதான கவர்ச்சி. இது பொதுநல உணர்வோடு பிறந்த தல்ல. உள்நாட்டுத் தொழில் நுட்பத்தோடு இந்தக் கல்விமுறை மாற்றம் பெறும் வரை இது எளிய மக்களுக்குப் பயன்படாது.

இருப்பினும் பார்ப்பனர்களுக்கு மாற்றாக இந்தத் துறையில் பார்ப்பனரல்லாதார் நுழைகிறார்கள் என்பதில் மட்டுமே நாம் நிறைவு கொள்ளலாம்.

நேரடியாக அரசு அதிகாரப் பதவிகளை அடைவதில் சிலர் அதிக நாட்டம் கொண்டுள்ளனர். குறிப்பாக காவல்துறை, வனத்துறை, சோதனைப் பணிப்பிரிவுகள் ஆகிய துறைகளில் பணி செய்பவர்கள், தங்கள் பதவிக்குரிய அதிகார வரம்பினை மிக எளிதாக மீறுவது கண்கூடு. தங்களின் பண வருவாயினைவிட எசமான், துரை, அய்யா போன்ற சொற்களால் தங்களைப் பிறர் அழைக்க வேண்டும் என்ற உணர்வுடன் பலர் நடந்துவருகின்றனர். அதிகாரம் இங்கே போதையாக மாறிவிடுகிறது. தங்களுக்குப் பிறர் அடிமை செய்வதைப்போலத் தங்களைவிட உயர்ந்த பதவிகளில், நிறைய அதிகாரத்துடன் இருப்பவர்களுக்கு இவர்கள் கூசாமல் அடிமை வேலை செய்யத் தயாராகிவிடுவார்கள். ஆக மொத்தத்தில் பணிவு, சட்டம் என்ற பெயரில் சுயமரியாதை உணர்வும் விடுதலை உணர்வும் பார்ப்பனியத்தால் பலியிடப்படுகின்றன.

பார்ப்பனர் அல்லாத படித்தவர்களையும் பார்ப்பனருக்குத் துணைபோகச் செய்வதில் பெரும்பங்கு வகிப்பன, வெகுஜனப் பத்திரிகைகளே. இந்தப் பத்திரிகைகளின் சிந்தனைத் தாக்கத்திற்கு இரையாகாத பார்ப்பனரல்லாதாரே இல்லை எனலாம். கல்கி, ஆனந்த விகடன், தினமலர் இவை இலேசாக வாசிப்புப் பழக்க முடைய பார்ப்பனரல்லாதாரை ஏமாற்றுகின்றன. இதைத் தாண்டி வாசிக்கும் ஆர்வமுடையவர்களை இந்தியா டுடே, மஞ்சரி, கலைமகள், சர்வதேச அறிவாளி சோவின் துக்ளக், தினமணி ஆகியவை ஏமாற்றும். ஆங்கில வாசிப்புப் பழக்கமுடையவர்களை எக்ஸ்பிரஸ், ஹிந்து ஆகியவை மிக நாகரிகமான நடையில் எழுதி ஏமாற்றும். இவையேயன்றி, மிச்சமிருக்கிற திருப்பணிகளை குங்குமம், சுமங்கலி, வாசுகி, தினத்தந்தி, குமுதம் போன்ற சுத்தத் தமிழர்களின் பத்திரிகைகள் இலாப நோக்கத்திற்காகச் செய்து முடிக்கும்.

'சங்கராச்சாரியார் உலகத்திற்கே வழிகாட்டக் கூடியவர்', 'எல்லாரும் சாதியை மறந்து ஒன்றாக இருக்க வேண்டும்', 'ஆங்கில மீடியத்திற்குப் பிள்ளைகளை அனுப்புவது நாகரிகமான விசயம்' ஆகிய கருத்தாக்கங்கள் மேற்கூறிய பத்திரிகைகளால் மீண்டும்

மீண்டும் தமிழர்களின் மூளையில் திணிக்கப்படுகின்றன. இதே மூளைச்சலவை வானொலி, தொலைக்காட்சி, திரைப்படம் ஆகியவற்றால் நாள்தோறும் தொடர்ந்து செய்யப்படுகின்றது. அதன் விளைவாக, 'தீபாவளிக்குச் சங்கராச்சாரியார் ஏன் தமிழர்களுக்கு ஆசி வழங்க வேண்டும்? வானொலியில் ஏன் ஒரு நாளைக்கு மூன்று மணிநேரம் தெலுங்கிலும் வடமொழியிலும் பாடல் ஒலிப்பரப்பப்பட வேண்டும்?' என்ற கேள்வியை எழுப்பும் சிந்தனைத் திராணியையே தமிழர்கள் இழந்துபோய்விடுகிறார்கள். ஜாதிமல்லி என்ற படத்தை பாலசந்தர் (ஐயர்) எடுப்பதன் மூலம் மண்டல் அறிக்கைக்கு மீண்டும் நெருப்பு வைக்கிறார் என்பது இவர்களுக்கு உறைக்கவில்லை.

இப்பொழுது நமக்குத் தெளிவாகப் புரிகிறது. பார்ப்பனியத்தை எதிர்த்துப் போரிட விரும்பும் எவரும், பார்ப்பனியத்தின் பாதுகாவலராக இருக்கும் பார்ப்பனர்களை எதிர்க்க வேண்டும்.

1. சுயநலக் காரணங்களுக்காகத் தெரிந்தே பார்ப்பனியத்திற்குத் துணை போகும் பார்ப்பனரல்லாதவர்களை மக்களுக்கு அடையாளம் காட்ட வேண்டும்.

2. அறியாமையால் பார்ப்பனியத்திற்குத் துணை போகின்றவர்களை விமர்சன ரீதியில் தெளிவுபடுத்தி, பார்ப்பனியத்திற்கு எதிராக அணி திரட்ட வேண்டும்.

முடிவுரை :

இந்தச் சிறிய நூல் பார்ப்பனியத்தின் ஆதிக்க உணர்வினையும் பார்ப்பனிய எதிர்ப்பின் வரலாற்றினையும் ஓரளவு உங்களுக்கு அடையாளம் காட்டியிருக்கிறது. இது சுயமரியாதை உணர்வு கொண்டு, சமூக மாற்றத்தை விரும்பும் இளைஞர்களுக்கான முதல் பாடநூல் மட்டுமே ஆகும். விரிவான செய்திகளையும் கருத்துக்களையும் தெரிய விரும்புபவர்கள் முதலில் படிக்க வேண்டியன, கால வரிசைப்படி பெரியாரின் அனைத்து எழுத்துக்களையும் பேச்சுக்களையும் ஆகும். பெரியாருக்குப் பின்னர் வந்த திராவிடர் இயக்கம் பற்றி ஆய்வு நூற்களையும் அவசியம் படிக்க வேண்டியதாகும்.

அளவில் சிறிய இந்தப் பாடநூலிலிருந்து நீங்கள் தெரிந்து கொள்ள வேண்டியது, 'பார்ப்பனியத்தோடு நாம் தொடுத்த போர்

இன்னும் முடியவில்லை' என்பதுதான்.

படிக்க வேண்டிய நூல்களின் பட்டியல் :

1. E.SA. Viswanathan, 1983, The Political Career of E.V. Ramasami Naicker.

2. Eugene F Irschick, 1986, Tamil Revivalism in 1930'S, Madras: 'Cre-A'.

3. மார்க்ஸ். அ. 1999, 'இந்துத்துவம் ஒரு பன்முக ஆய்வு', சென்னை: அடையாளம்.

4. எஸ்.வி.ராஜதுரை, 1996, 'பெரியார்: சுயமரியாதை சமதர்மம்', கோவை: விடியல் பதிப்பகம்.

5. எஸ்.வி.ராஜதுரை, 1998, 'பெரியார்: ஆகஸ்ட் 15', கோவை: விடியல் பதிப்பகம்.

6. டி.எஸ்.சொக்கலிங்கம். 1957:1945 'தமிழர் புரட்சி', சென்னை: ஜனயுகம் காரியாலயம்.

7. அ.மார்க்ஸ், 1999, 'அதிகரித்துவரும் இந்துத்துவ அபாயம்', புதுக்கோட்டை: மக்கள் கல்வி இயக்கம்.

8. ஞா.ஸ்டீபன், 1999, 'பண்பாட்டு வேர்களைத் தேடி (தொ)', பாளையங்கோட்டை: நாட்டார் வழக்காற்றியல் ஆய்வு மையம்.

9. M.D. Gopalakrishnan 1991. Periyar: Father of the Tamil Race, Madras: Emerald

10. எஸ்.வி.ராஜதுரை, 'இந்து, இந்தி, இந்தியா', சென்னை: மணிவாசகர் பதிப்பகம்.

11. Politics and Nationalist Awakening in South India, 1852-1891, The University of Arizona Press, U.S.A. 1974.

12. Nambi Arooran K., 1980, Tamil Renaissance and Dravidian Nationalism, 1905-1944, Madurai: Koodal Publishers.

13. N. Subramaniam, 19, Brahmins in the Tamil Country, Madurai.

14. Eugene F Irschick, 1969, 'Politics and Social Conflict in South India', Berkely: University of California Press.

15. N.K. Mangala Murugeson, Self-Respect: Movement in Tamilnadu 10/920-40, Madurai: Koodal Publishers

16. கி.வீரமணி 'சங்கராச்சாரி யார்?' சென்னை: திராவிடர் கழகம்.

17. S.Saraswathi, 1994, 'Towards Self-Respect Periyar on a New World'.

18. விடுதலை ராசேந்திரன், 1983, 'RSS ஒரு அபாயம்' (இரண்டாம் பதிப்பு) சென்னை: திராவிடர் கழக வெளியீடு.

19. அ.வெங்கடாசல நாயகர், 1993, 'பார்ப்பனரும் வேளாளரும் பறித்துக்கொண்ட வன்னியரின் மன்னவேடு ஊர்கள்', சென்னை: மார்க்சியப் பெரியாரியப் பொது உடைமைக் கட்சி

20. வே.ஆனைமுத்து, 1974, 'பெரியார், ஈ.வெ.ரா. சிந்தைகள்' (மூன்று தொகுதிகள்), திருச்சி: சிந்தனையாளர் கழகம்.

21. 1977, 'தஷிணாம்நாய பீடம் - சிருங்கேரியா காஞ்சியா?' மதுரை: அனைத்திந்திய பகவத் பாத சிஷ்யர்கள் சபை.

22. வாரணாசி ராஜகோபால் சர்மா. 1989: 'காஞ்சி காமகோடி மடம் ஒரு கட்டுக்கதை'. மதுரை: சத்ய மேவ ஜயதே பிரசுரம்.

23. குடுமியான்மலை சங்கரன், 1989, 'காஞ்சிமடத்து ஆச்சாரியர்கள் வரலாறு', மதுரை: சத்ய மேவ ஜயதே பப்ளிகேஷன்ஸ்.

புனா ஒப்பந்தம்:
ஒரு சோகக் கதை

மதுரை நகரத்தின் தெருக்களிலும் பேருந்துகளிலும் 1992 செப்டம்பர் மூன்றாம் வாரத்தில் தாழ்த்தப்பட்ட மக்களின் அமைப்பொன்றின் சார்பில் சுவரொட்டி ஒன்று காணப்பட்டது. 'படுபாதகன் காந்தி புனா ஒப்பந்தத்தின்மூலம் தாழ்த்தப்பட்ட மக்களைக் கழுத்தறுத்த நாள் செப்டம்பர் 24' என்பது அந்தச் சுவரொட்டியின் வாசகம் ஆகும். பொதுமக்கள், அரசியல்வாதிகள், காவல்துறையினர் ஆகியோரை மட்டுமின்றி, வரலாற்று உணர் வுடையவர்களையும் வரலாற்றுக் கல்வித்துறை சார்ந்தவர்களையும் அந்தச் சுவரொட்டியின் சொற்கள் அதிர்ச்சியடையச் செய்தன. புனா ஒப்பந்தம் 1932இல் ஏற்பட்டு அறுபது ஆண்டுகள் கழித்து, ஒப்பந்தத்திற்குக் காரணமானவர்கள், கையெழுத்திட்டவர்கள் அனைவரும் இறந்துபோன பின்னர், அந்த ஒப்பந்தம் கடுமையான சொற்களால் விமர்சனம் செய்யப்படுகிறது. ஒரே நூற்றாண்டுக்குள் முதல் தலைமுறையினர் 'மிகப் பெரிய அரசியல் சாதனை' என்று கொண்டாடியதை அடுத்த தலைமுறையினர் இத்தனை அளவு குறைத்து மதிப்பிட முடிந்தது எப்படி? ஒரு தலைமுறைக் காலத்திற்குள் (30ஆண்டுகள்) நடந்த தலைகீழ் மாற்றத்திற்கான காரணம் என்ன? இந்தச் சுவரொட்டிக்கு மாற்றாக, இந்தச் சுவரொட்டியால் தாக்கப்பட்ட தேசிய இயக்க அரசியல்வாதிகள் (ஒருகாலத்தில் தேசிய இயக்கத்தில் இருந்து இப்பொழுது பல பெயர்களில் தேசிய அரசியல் கட்சிகளாகப் பிரிந்து நிற்பவர்கள்) ஏன் மாற்றுக் கருத்துக்களை முன் வைக்கவில்லை? இந்தக் கேள்விகளுக்கான விடையாக புனா ஒப்பந்தம் எழுந்த சூழ்நிலை யினையும் அதன் பின்விளைவுகளையும் வரலாற்று உணர்வுடன் காண முற்படுவதே இச்சிறு வெளியீட்டின் நோக்கமாகும்.

இந்திய தேசிய இயக்கத்தின் வரலாற்றிலும் தாழ்த்தப்பட்டோர் இயக்க வரலாற்றிலும் நடந்த குறிப்பிடத்தக்க ஒரு அரசியல் நிகழ்ச்சி, புனா ஒப்பந்தம் ஆகும். காங்கிரசு இயக்கத்திற்கும் அம்பேத்கார் இயக்கத்திற்கும் இடையிலான இந்த ஒப்பந்தம் 1932ஆம் ஆண்டு

செப்டம்பர் மாதம் 24ஆம் நாள் சனிக்கிழமையன்று புனா நகரில் உள்ள எரவாடா சிறையில் காலவரையற்ற உண்ணாவிரதம் இருந்த காந்தியடிகள் முன்னிலையில் ஏற்பட்டது. காந்தியடிகளின் ஒப்புதலின்பேரில் அன்று மாலை புனா நகரில் இராமகிருஷ்ண பண்டர்கர் சாலை, முதலாம் எண் இல்லத்தில் இரு தரப்பிலுமாக மொத்தம் 23 அரசியல்வாதிகள் இந்த ஒப்பந்தத்தில் கையெழுத் திட்டனர். காந்தியடிகள் இந்த ஒப்பந்தத்தில் கையெழுத்திடவில்லை. அன்று அவர் சிறையில் உண்ணாவிரதம் தொடங்கிய 4ஆவது நாள். அன்றே உண்ணாவிரதத்தை நிறுத்திக்கொள்ளத் தாம் தயாராக இருப்பதாக பிரிட்டிஷ் பிரதமருக்கு காந்தி தந்திச் செய்தி அனுப்பினார். அதேபோல் ஒப்பந்தத்தில் கையெழுத்திட்ட தலைவர்களில் சர்.தேஜ்பகதூர் சாப்ரு, பண்டித மதன் மோகன் மாளவியா ஆகியோரும் பிரிட்டிஷ் பிரதமருக்கு ஒப்பந்தம் ஏற்பட்ட செய்தியை தந்திச் செய்தியாக அனுப்பினர். மறுநாள் காலை புனாவில் இருந்து பம்பாய்க்குப் புறப்பட்டுச் சென்று, அன்று பிற்பகல் இரண்டு மணிக்கு பம்பாயில் நடைபெற்ற 'இந்துக்களின்' மிகப் பெரிய கூட்டம் ஒன்றில் மேற்குறித்த தலைவர்கள் ஒப்பந்தச் செய்தியை மக்களுக்கு விரிவாக அறிவித்தனர். அன்று பம்பாயில் மேலும் 18 தலைவர்கள் ஒப்பந்தத்தில் கையெழுத்திட்டனர். ஒப்பந்தத்தை பிரிட்டிஷ் அரசாங்கம் ஏற்றுக்கொண்ட செய்தி அதற்கு மறுநாள் (26.09.1932) கிடைத்தது. அன்று மாலை 5.15 மணிக்கு எரவாடா சிறையில் மனைவி கஸ்தூரிபா காந்தி ஆரஞ்சுப் பழச்சாறு தர, காந்தியடிகள் தமது 6 நாள் 5 மணிநேர உண்ணாவிரதத்தை முடித்துக்கொண்டார். அப்போது கவிக்குயில் சரோஜினி நாயுடு, மோதிலால் நேருவின் மனைவி, சர்தார் வல்லபாய் படேல், காந்தியடிகளின் செயலாளர் மகாதேவ தேசாய் ஆகியோர் உடனிருந்தனர்.

இந்த ஒப்பந்தம் 'காங்கிரசு இயக்கத்திற்கும் அம்பேத்கர் இயக்கத்திற்கும் இடையிலான ஒப்பந்தமா? அல்லது சாதி இந்துக் களுக்கும் தாழ்த்தப்பட்ட மக்களுக்கும் இடையிலான ஒப்பந்தமா?' என்பதை நுனித்து ஆராய வேண்டும். அம்பேத்கர் இது தன்னுடைய இயக்கத்திற்கும் காந்தியாரின் தலைமைக்கும் ஏற்பட்ட ஒப்பந்தம் என்றே கருதினார். காந்தியாரோ தாழ்த்தப்பட்டோர் உள்ளிட்ட அனைத்து மக்களுக்கும் பிரதிநிதியான காங்கிரசுக் கட்சிக்கும் தாழ்த்தப்பட்ட மக்களின் இரண்டு பெரும் பிரிவுகளுக்கும் (ஒன்று

அம்பேத்கர் தலைமையிலானது, மற்றொன்று தமிழ்நாட்டைச் சேர்ந்த எம்.சி.ராஜா தலைமையிலானது) இடையில் ஏற்பட்ட ஒப்பந்தமாகக் கருதினார். எனவே ஒப்பந்தம் ஏற்பட்டதற்காக அவர் தனது 'இந்து நன்றிகளை' (Hindu gratitudes)[1] அம்பேத்கருக்கும் எம்.சி.ராஜாவுக்கும் தனித்தனியாகத் தெரிவித்துக்கொண்டார்.

உண்மையில் ஒப்பந்தத்தில், உயர்சாதி இந்துக்களின் சார்பாகக் கையெழுத்து இட்டவர்களிலும் இரண்டு பிரிவினர் இருந்தனர். ஒரு பிரிவினர் காந்தியடிகளின் தலைமையை ஏற்று காங்கிரஸ் கட்சிக்குள் இருந்த இராஜாஜி, தேவதாஸ் காந்தி, இராசேந்திர பிரசாத் ஆகியோர். மற்றொரு பிரிவினர், இந்து மிதவாதத் தலைவர்கள் (Hindu Liberal Leaders) எனப்பட்ட பண்டித மதன் மோகன் மாளவியா, தேஜ் பகதூர் சாப்ரு, ஜி.டி.பிர்லா, எம்.ஆர். ஜெயகர் ஆகியோர். இந்து மகாசபை என்ற அமைப்பு டாக்டர் பி.எஸ்.மூஞ்சே தலைமையில் இதுபோன்றதொரு ஒப்பந்தத்தை மூன்று மாதங்களுக்கு முன்னதாக அம்பேத்கரை எதிர்த்து நின்ற எம்.சி.ராஜாவோடு செய்துகொண்டிருந்தது.

இந்த ஒப்பந்தத்தையும் உண்ணாவிரதத்தையும் பற்றி காந்தியடிகளின் பணியாளராக இருந்த பியாரிலால், ஒப்பந்தம் முடிந்த மூன்று மாதத்திற்குள்ளாக THE EPIC FAST என்ற ஆங்கில நூலை எழுதி வெளியிட்டார். இப்புத்தகத்திற்கு இராஜாஜி ஒரு முன்னுரைகொடுத்திருந்தார். இப்புத்தகத்தை ஒரு 'பாஸ்வெலியானா' என்று அம்பேத்கர் விமர்சித்தார்.[2] இதற்கு மாற்றாக டாக்டர் அம்பேத்கர் 1939இல் புனா ஒப்பந்தம் என்ற நூலில் தன்னுடைய கருத்துகளை வெளியிட்டார். 'புனா ஒப்பந்தத்திலிருந்து காங்கிரஸ் சாற்றை உறிஞ்சிக்கொண்டு, சக்கையைத் தீண்டத்தகாதவர் எனக் கருதப்படுவோரின் முகத்தில் வீசியெறிந்தது என்று கூறி இந்த நீண்ட சோகக் கதையினை முடிக்கலாம்' என்பதுதான் அந்தப் புத்தகத்தின் கடைசி வாக்கியமாகும்.[3]

இந்தியாவின் எதிர்கால அரசியல் சட்ட வரைவுக்காக இங்கிலாந்து அரசு ஒரு குழுவினை 1928இல் அமைத்தது. ஜோக்கன் சைமன் தலைமையில் அமைக்கப்பட்ட இந்தக் குழுவைக் காங்கிரஸ் இயக்கத்தினர் வன்மையாக எதிர்த்தனர். அதன் பின்விளைவாக இந்தியாவின் அனைத்துத் தரப்பினரையும் அழைத்துப் பேச இங்கிலாந்து அரசு இலண்டனில் வட்டமேசை

மாநாடு ஒன்றைக் கூட்டியது. 1930ஆம் ஆண்டு நவம்பர் 12 முதல் 1931 ஜனவரி 19 முடிய நடைபெற்ற இம்மாநாடே முதல் வட்டமேசை மாநாடு ஆகும். காங்கிரஸ் இயக்கத் தலைவர்கள் பலர் சிறையில் இருந்ததால், காந்தியடிகள் தலைமையிலான காங்கிரஸ் இயக்கம் இந்த மாநாட்டைப் புறக்கணித்தது. இந்த மாநாட்டில் இந்து மகாசபையின் (Hindu Mahasabha) டாக்டர்.பி.எஸ். மூஞ்சேவும் இந்து மிதவாதக் கட்சித் தலைவர்களான சர்.தேஜ் பகதூர் சாப்ரு, ரைட் ஆனரபில் சீனிவாச சாஸ்திரி, எம்.ஆர்.ஜெயகர், தாழ்த்தப்பட்டோர் இயக்கத்தின் சார்பாக டாக்டர் அம்பேத்கர் (தமிழ்நாட்டைச் சேர்ந்த) ராவ் பகதூர் ரெட்டமலை சீனிவாசன் ஆகியோர் கலந்துகொண்டனர். அவர்களைத் தவிர முஸ்லீம்கள், கிறித்துவர்கள், சீக்கியர்கள் ஆகியோர்களின் சார்பாளர்களும் கலந்துகொண்டனர். இவர்கள் அனைவரும் முறையாக ஆங்கிலேய அரசால் அழைக்கப்பெற்ற பிரதிநிதிகள் ஆவர். மிகப் பெரிய இயக்கமான காங்கிரஸ் இயக்கம் கலந்துகொள்ளாததால் இம்மாநாட்டில் எந்த முடிவும் எடுக்கப்படவில்லை.

இந்த மாநாட்டில் 'வகுப்பு வேறுபாட்டு உணர்வுகள்' (Communal Difference) கூர்மையாக நிலவியதாக 'இந்து' நாளிதழ் குறிப்பிடு கின்றது.[4]

இந்த மாநாட்டைப்பற்றி டாக்டர் அம்பேத்கர் பின்வருமாறு குறிப்பிடுகிறார்:

'தீண்டத்தகாதவர்கள் என்று கருதப்பட்டவர்கள் இந்துக்களி லிருந்து ஒரு தனிப் பிரிவினராக அங்கீகரிக்கப்பட்டது மட்டு மல்லாது, இந்திய அரசியல் அமைப்புச் சட்டம் எழுதப்படும்போது அவர்கள் கலந்தாலோசிக்கப்பட வேண்டும் எனும் உரிமையைக் கொண்ட முக்கியத்துவம் வாய்ந்தது இந்த மாநாடு ஆகும்'.[5] இந்த மாநாட்டில் அம்பேத்கர் இந்திய தாழ்த்தப்பட்டோரின் நிலைப்பாட்டினை விளக்கும்போது, 'பணிவான போக்கு முடிந்து எதிர்ப்புணர்ச்சி தொடங்குமிடத்தை அதிகாரத்தில் உள்ளவர்கள் புரிந்துகொள்ள வேண்டும். அப்படிப்பட்ட மனிதர்களைக்கொண்ட அரசாங்கம் ஒன்றே எங்களுக்கு அமைய வேண்டும்' என்றும் குறிப்பிட்டார்.[6]

இந்த மாநாட்டில் அம்பேத்கரின் செயல்பாடு குறித்து இலண்டனிலிருந்து வெளிவந்த 'சண்டே கிரானிக்கல்' என்ற இதழ்,

'டாக்டர் அம்பேத்கர் மனத்தளவில் ஒரு உண்மையான தேசியவாதி. அவரைத் தங்கள் பக்கம் இழுக்க விரும்பிய பிரிட்டிஷ் அதிகாரத்தை எதிர்த்து அவர் ஒருபுறம் உறுதியாகப் போர் நிகழ்த்தினார். மறுபுறம் இன்னொரு கடுமையான வேலையும் அவருக்கு இருந்தது. தன்னுடைய சகோதரச் சார்பாளரான ராவ் பகதூர் சீனிவாசனை தேசியத் தளத்துக்கு இழுத்து வருவதுதான் அது' என்று எழுதியது.[7] இரண்டாம் வட்டமேசை மாநாட்டிற்கு முன்னர் 1931 ஜனவரி 21 காந்தியடிகள் சிறையிலிருந்து வெளி வருகிறார். அதே ஆண்டு பிப்ரவரி 17இல் அரசுப் பேராளர் (Viceroy) இர்வினைச் சந்திக்கிறார். மார்ச் 4ஆம் தேதி இருவருக்கும் ஒப்பந்தம் நடக்கிறது. காந்தியடிகள் ஒத்துழையாமை இயக்கத்தை நிறுத்திவைக்கிறார்.

இரண்டாம் வட்டமேசை மாநாட்டில் கலந்துகொள்ள காங்கிரஸ் உடன்படுகிறது. இரண்டாம் வட்டமேசை மாநாடு தொடங்குவதற்கு முன்னர், ஆகஸ்டு 14இல் காந்தியடிகளின் வேண்டுகோளின் பேரில் அவரை அம்பேத்கர் பம்பாயில் சந்திக்கிறார். இரண்டாம் வட்டமேசை மாநாடு செப்டம்பர் 12இல் தொடங்குகிறது. மாநாட்டில் தாழ்த்தப்பட்டோர் பிரதி நிதிகளாக மீண்டும் அம்பேத்கரும் ரெட்டமலை சீனிவாசனும் கலந்துகொள்கின்றனர். காங்கிரஸ் இயக்கத்திலிருந்து காந்தியடிகள், இந்துக்களின் தலைவர்களாக பண்டித மதன்மோகன் மாளவியா, கஸ்தூரி ரங்க ஐயங்கார் முதலியோர் கலந்துகொள்கின்றனர்.

1931ஆம் ஆண்டு செப்டம்பர் 15ஆம் நாளன்று நடைபெற்ற கூட்டமைப்புக் குழுவின் (Federal Structure Committee) முதற் கூட்டத்தில் பேசும்போது தாழ்த்தப்பட்டோருக்கான தனித் தொகுதிக் கோரிக்கையை காந்தியடிகள் எதிர்த்தார். 'இந்தியா முழுமையிலும் உள்ள எந்த ஒரு அங்கத்தின் அல்லது தனி நபரின் நலன்களைப் போலவே தீண்டத்தகாதவர்கள் எனக் கருதப்படு பவர்களின் நலன்களும் காங்கிரசுக்குத் தெளிவாகத் தெரிகிறது. ஆதலின் அவர்களுக்கு மேலும் அதிகப்படியான எந்தவிதமான சிறப்புப் பிரதிநிதித்துவத்தையும் நான் கடுமையாக எதிர்க்கிறேன்' என்பது அவர்தம் வெளிப்படையான வாதமாகும்.[8]

அதே கூட்டத்தில் அன்று மாலையில் பேசிய டாக்டர் அம்பேத்கர் இதனைக் கடுமையாக எதிர்த்தார். அம்பேத்கரின்

கடுமையான எதிர்ப்பினைக் கண்ட காந்தியடிகள், இந்தியக் குழுக்களிடையே ஒரு சமரசத்தை எட்டுவதற்காகக் கூட்டத்தை சிலநாள்கள் ஒத்திவைக்க பிரிட்டானியப் பிரதமரை வேண்டிக் கொண்டார். இந்த வேண்டுகோளை முஸ்லீம்களின் பிரதிநிதியான சர் அலிஇமாமும் இந்து மிதவாதிகளின் பிரதிநிதிகளான பண்டித மதன்மோகன் மாளவியாவும் ஆதரித்தனர்.

இந்தக் கால அவகாசத்தில் காந்தியடிகள் முஸ்லீம்களோடு ஒரு சமரச ஒப்பந்தத்தை உருவாக்கப்போகிறார் என்பதை டாக்டர் அம்பேத்கர் உணர்ந்துகொண்டார். எனவே, தன் கருத்தை அவர் ஆணித்தரமாகக் கூறத் தொடங்கினார். 'சமரசப் பேச்சுவார்த்தையை மேற்கொள்பவர்கள், தாங்கள் ஒரு ஒப்பந்தத்தை உருவாக்குவதற்கு சிறுபான்மையினர் குழுவினால் முன் அதிகாரம் அளிக்கப்பட்டு நியமிக்கப்பட்டவர்கள் அல்ல என்பதைப் புரிந்துகொள்ள வேண்டும். திரு.காந்தி அவர்களின் அல்லது அவர் யாருடன் பேச்சுவார்த்தையை மேற்கொள்ள விரும்புகிறாரோ அந்தக் கட்சிகளின் பிரதிநிதித்துவத்தன்மை எதுவாயிருப்பினும் அவர்கள் எங்களைக் கட்டுப்படுத்தும் நிலையில் நிச்சயம் இல்லை; நிச்சயமாக இல்லவே இல்லை. இக்கூட்டத்தில் இதனை மிகவும் ஆணித்தரமாகக் கூறிக் கொள்கிறேன்'.[9]

மீண்டும் செப்டம்பர் 8ஆம் நாள் கூடிய சிறுபான்மைக் குழுக் கூட்டத்தில் இந்த இடைப்பட்ட காலம் பயனற்றுப் போய்விட்டதென்றும் தன்னுடைய முயற்சி தோல்வியடைந்து விட்டதென்றும் அதற்காகத் தான் வருந்துவதாகவும் காந்தியடிகள் கூறினார். இந்த எட்டு நாள்களுக்குள் நடந்தவையாக டாக்டர். அம்பேத்கர் இந்தியாவிற்கு வந்தபின்னர் கூறிய செய்திகள் வரலாற்று மாணவர்க்கு அதிர்ச்சியையும் வருத்தத்தையும் ஏற்படுத்தக்கூடியனவாகும்.

'இந்தக் கால இடைவெளியில் காந்தியடிகள் முஸ்லீம்களோடு ஒரு உடன்பாட்டிற்கு வர முயன்றார். குறிப்பாக டாக்டர் ஆகாகானைப் பலமுறைச் சந்தித்தார். முஸ்லீம்களின் 14 கோரிக்கை களையும் காங்கிரசு ஏற்றுக்கொள்ளும். தாழ்த்தப்பட்டவர்களின் தனித்தொகுதி கோரிக்கையினை முஸ்லீம்கள் ஏற்றுக்கொள்ளக் கூடாது' என்று ஒரு ஒப்பந்தம் செய்ய முயற்சி எடுத்தார்.[10] இவையே காந்தியடிகள் மீது அம்பேத்கர் சுமத்திய கடுமையான

குற்றச்சாட்டுகள் ஆகும். காங்கிரசுக்கும் முஸ்லீம் பிரதிநிதிகளுக்கும் இடையே ஏற்பட விருந்த ஒப்பந்த நகலை எட்டு ஆண்டுகள் கழித்து 1939இல் 'பாகிஸ்தான் மீதான சிந்தனைகள்' Thoughts on Pakistan புத்தகத்தின் பிற்சேர்க்கையாக அம்பேத்கர் வெளியிட்டார். தேசிய இயக்கத்தவர்கள் யாரும் அதற்கு இன்றுவரை மறுப்புத் தெரிவிக்க வில்லை என்பது குறிப்பிடத்தகுந்த செய்தியாகும்.

1931 செப்டம்பரில் கூடிய இரண்டாவது வட்டமேசை மாநாட்டில் (அல்லது வட்டமேசை மாநாட்டின் இரண்டாவது சுற்றில்) எந்த முடிவும் எடுக்கப்படவில்லை. மாநாட்டின் இறுதியில் பிரிட்டன் பிரதமர், 'பிரதமர் எடுக்கும் முடிவுகளுக்கு நாங்கள் கட்டுப்படுகிறோம்' என்ற எழுத்து உறுதிமொழியினை மாநாட்டில் கலந்துகொண்ட அனைவரிடமும் கேட்டுப் பெற்றார். தாழ்த்தப்பட்டோர் பிரதிநிதிகளான டாக்டர்.அம்பேத்கரும் ரெட்டமலை சீனிவாசனும் அப்படியொரு உறுதிமொழியை எழுத்தில் கொடுக்காமலேயே இந்தியா திரும்பிவிட்டனர்.[11]

இந்த மாநாட்டில் காந்தியடிகளின் செயல்பாடு குறித்து இலண்டனிலிருந்து வெளிவந்த 'தி டைம்ஸ்' என்ற ஆங்கிலப் பத்திரிகை பின்வருமாறு எழுதியது: 'விவாதத்தின்போதான அவரின் (காந்தியின்) குறுக்கீடுகள் பிரதானமாகக் கொள்கைப் பரப்பாளரின் பேசுகின்ற தன்மையை ஒத்திருந்தனவேயன்றி, விசயத்திற்கு உண்மையான பணிக்கான தொடர்பின்றியிருந்தன. உண்மையான ஆக்கப்பூர்வமான மாநாட்டுப் பங்கினை அவர் ஆற்றவில்லை.'[12] காந்தியடிகள் இறந்த மறுநாளன்றும் அப்பத்திரிகை இதே கருத்தினை வெளியிட்டது.

மாநாட்டு நிகழ்ச்சிகளில் நிறைவடையாத காந்தியடிகள், நாடு திரும்பிய ஒரு வாரத்திற்குள் (1932 ஜனவரி முதல் வாரம்) கைது செய்யப்படுகிறார். பிரிட்டன் பிரதமர் மாநாட்டு நிகழ்ச்சிகளை ஆராய்ந்து முடிவு எடுக்க லோதியன் பிரபு என்பவர் தலைமையில் குழு ஒன்றை (Lord Lothian Committee) நியமித்தார்.

தாழ்த்தப்பட்டோர் இயக்கத் தலைவர்களில் அன்று நாடறிந்த தலைவர்களாக இருந்தவர்கள் டாக்டர்.அம்பேத்கர், 1893லேயே 'பறையன்' என்ற தமிழ் இதழைத் தொடங்கிய ரெட்டமலை சீனிவாசன், எம்.சி.ராஜா ஆகியோரே ஆவர். இவர்களுக்கு அடுத்த நிலையில் ராஜபோஜ், கவாய், பி.பாலு, சிவராஜ், மீனாம்பாள்

சிவராஜ், சிவசண்முகம் பிள்ளை ஆகியோர் இருந்தனர். இவர்களில் வயதில் மூத்தவரான ரெட்டமலை தென்னாப்பிரிக்காவில் காந்தியோடு பணிசெய்து இந்தியா திரும்பியவர். வந்தவுடனேயே ஜஸ்டிஸ் இயக்கத்தில் சேர்ந்தார். 1923-26 இல் சென்னை சட்டசபையில் உறுப்பினராக இருந்தவர். 1892 ஆதி திராவிட மகாஜன சபாவைத் தொடங்கியவரும் இவர்தான்.

சிறையிலிருந்த காந்தியடிகள் 11.03.1932இல் தாழ்த்தப்பட்டோருக்கான தனித்தொகுதிக்குத் தன்னுடைய எதிர்ப்பினை மீண்டும் தெரிவித்து, பிரிட்டன் பிரதமருக்குக் கடிதம் எழுதினார். இக்கடிதம் எழுதிச் சில நாள்களுக்குள் (29.03.1932) எம்.சி.ராஜாவுக்கும் இந்து மகாசபைத் தலைவர் டாக்டர் பி.எஸ்.மூஞ்சேவுக்கும் ஒரு ஒப்பந்தம் ஏற்படுகிறது. காங்கிரசு எதிர்ப்பிலும் தாழ்த்தப்பட்டோர் நலனிலும் தீவிரமாக ஈடுபட்டுவந்த எம்.சி.ராஜா திடீரென்று தாழ்த்தப்பட்டோர் தனித்தொகுதிக் கோரிக்கையைக் கைவிட்டு விட்டு, பொதுத் தொகுதி முறையினை ஏற்றுக்கொண்டு ஒரு ஒப்பந்தத்தைச் செய்துகொண்டார். தாழ்த்தப்பட்டோரின் மற்ற தலைவர்களுக்கு இவ்வொப்பந்தம் வியப்பிற்குரியதாக இருந்தது.

சிறிது நாள்கள் பொறுத்திருந்துவிட்டு அதே ஆண்டு ஏப்ரல் தொடக்கத்தில் டாக்டர் அம்பேத்கர் ஒரு அறிக்கை வெளியிட்டார். இந்த அறிக்கையின் தமிழாக்கம் 10.04.1932இல் குடியரசு இதழில் வெளியாகிறது. திரு.ராஜாவோடு உடன்படிக்கை செய்துகொள்வதற்கு முன்பு டாக்டர் மூஞ்சே என்னோடு முதலில் விவகாரம் ஆரம்பித்தார். புது டெல்லியில் மூன்று நாள்களாக நாங்கள் இதைப்பற்றி விவாதித்தோம். பிப்ரவரி மாதம் முதல் தேதி முதல் 3ஆம் தேதி மட்டும் எங்களுடைய தர்க்கவாதம் நடந்தது. தாழ்த்தப்பட்ட வகுப்பினர்களுக்கு ஐந்து வருட காலத்திற்கு மட்டும் தனித்தொகுதி கொடுக்கலாமென்று டாக்டர் மூஞ்சே கூறினார். நான் அதை ஒத்துக்கொள்ளவில்லை. அதனால் எங்களுடைய விவகாரம் முறிந்தது. அந்தச் சமயத்தில் டாக்டருக்கு திரு. ராஜாவைப் பற்றிய ஞாபகமே இருந்ததில்லை. திரு.ராஜா தாழ்த்தப்பட்ட வகுப்பினரின் அதிகாரம் பெற்ற பிரதிநிதியென்று அவர் அந்தக் காலத்தில் நினைத்திருக்கவில்லை.[13]

இதற்கிடையில் நடந்த இன்னொரு விசயத்தையும் நாம் நினைவில் கொள்ளவேண்டும். அகமதாபத்தில் All India Depressed

People Federation (அனைத்திந்திய தாழ்த்தப்பட்டோர் கூட்ட மைப்பு) என்ற பெயரில் ஒரு மாநாட்டைக் காங்கிரசு இயக்கத்தினர் பண்டித மதன்மோகன் மாளவியாவின் தூண்டுதலின்பேரில் நடத்தினர். இந்த மாநாட்டின் முன்னணித் தலைவராக எம்.சி. ராஜா அறிமுகப்படுத்தப்பட்டார். இந்த மாநாட்டிற்குத் தமிழ் நாட்டிலிருந்து தாழ்த்தப்பட்டோர் தலைவர்களான என்.சிவராஜ் (பின்னாளில் சென்னை மேயர்) தர்மலிங்கம் பிள்ளை ஆகியோரை அனுப்பி வைப்பதில் காங்கிரசு இயக்கத்தினர் பெருமுயற்சி எடுத்தனர். என்.சிவராஜின் வகுப்புத்தோழரான ஆந்திரத் தலைவர் டி.பிரகாசாவைக் கொண்டு அவரை மனம் மாற்றினர். எம்.சி. ராஜாவின் நண்பரான வரதாச்சாரியார், தன்னுடைய மற்றுமொரு நண்பர் தர்மலிங்கம் பிள்ளையை மனம் மாற வைத்தார். இந்தத் திரைமறைவுச் செய்தியை வெளிப்படுத்தும் யூஜின் இர்சிக், இதற்கு ஆதாரமாக அரசு ஆவணங்களையே முன்வைக்கிறார்.[14]

இரண்டாம் வட்டமேசை மாநாட்டின் முடிவுகள் விரைவில் பிரிட்டன் பிரதமரால் அறிவிக்கப்படும் சூழ்நிலை உருவாகியது. 1932 ஜூலையில் (10.07.1932) பம்பாயில் காங்கிரசுக்கு ஆதரவாக தாழ்த்தப்பட்டோர் மாநாடு ஒன்று கூட்டப்பெறுகிறது. இந்த மாநாட்டில் அம்பேத்கரின் ஆதரவாளர்களுக்கும் எம்.சி.ராஜாவின் ஆதரவாளர்களுக்கும் (தனித்தொகுதி முறை வேண்டுபவர்களுக்கும் அதனைக் கைவிட்டவர்களுக்கும்) இடையே மோதல் நிகழ்கிறது. ஒருவர் சாகிறார்; 50 பேர் காயப்படுகிறார்கள். முடிவு எதனையும் எடுக்காமலேயே மாநாடு குழப்பத்தில் முடிகிறது. இந்த மாநாடு தொடங்குவதற்கு முன்னரே பிரிட்டன் பிரதமரின் தீர்ப்பை விரைவுபடுத்த அம்பேத்கர் லண்டனுக்கு மீண்டும் சென்று விட்டார்.[15]

1932 ஆகஸ்டு மூன்றாம் வாரத்தில் (17.08.1932) பிரிட்டன் பிரதமர் 'ராம்சே மெக்டோனால்ட்' வட்டமேசை மாநாட்டில் கொள்கையை அறிவிக்கிறார். இதன்படி பொதுத்தொகுதிகளில் வாக்களிக்கும் உரிமையோடு, தாழ்த்தப்பட்டோர் தனித்தொகுதி உரிமையினையும் பெற்றனர். அதாவது பிளவுபடாத அன்றைய சென்னை மாகாணத்தில் சில தொகுதிகளில் பொதுவாக்கெடுப்பில் தேர்ந்தெடுக்கும் உறுப்பினர்களோடு அத்தொகுதிகளில் தாழ்த் தப்பட்டோருக்காகத் தாழ்த்தப்பட்டோர் மட்டும் வாக்களித்து

ஒரு தாழ்த்தப்பட்ட வகுப்பு உறுப்பினரையும் தேர்ந்தெடுப்பார்கள். அந்த இரட்டை வாக்குரிமையே தாழ்த்தப்பட்டோருக்கு அளிக்கப் பட்ட சிறப்புரிமை ஆகும்.

இந்த ஒப்பந்தத்திற்குப் பிறகு இரட்டை வாக்குரிமையின் அருமை குறித்து அம்பேத்கர் பின்வருமாறு கூறினார். 'இனப் பிரதிநிதித் துவத் தீர்வினால் அளிக்கப்பட்ட இரண்டாவது வாக்குரிமை என்பது விலைமதிப்பற்றதொரு சலுகை. ஒரு அரசியல் ஆயுதம் என்கிற முறையில் பார்க்கும்போது அதன் மதிப்பு கணிப்பிற்கு அப்பாற்பட்டது.'[16]

இந்த வகுப்புவாரிப் பிரதிநிதித்துவத் தீர்ப்பை எதிர்பார்த்து, சிறையிலிருந்து காந்தியடிகள் 11.03.1932இலேயே பிரிட்டன் பிரதமருக்கு ஒரு கடிதம் எழுதியிருந்தார். 'தாழ்த்தப்பட்ட வகுப்பினருக்கு தனித்தொகுதி உருவாக்கும் முடிவினை மேன்மை தாங்கிய மன்னரரசு அறிவிக்குமானால் நான் சாகும்வரை உண்ணா விரதம் இருக்கவேண்டும் என்பதை அவ்வரசுக்கு மரியாதையுடன் தெரிவித்துக்கொள்கிறேன்'.[17]

அதன்படியே இனப்பிரதிநிதித்துவத் தீர்ப்பு அளிக்கப்பட்ட மறுநாள் (18.08.1932) 'அத்தீர்ப்பு மாற்றியமைக்கப்பட்டா லொழிய நான் உத்தேசித்துள்ள உண்ணாவிரதம் வருகின்ற செப்டம்பர் மாதம் 20ஆம் நாள் மதிய நேரத்திலிருந்து சாதாரண முறையில் நடைமுறைக்கு வரும்' என்று கடிதம் எழுதினார் காந்தியடிகள்.[18] பிரிட்டன் பிரதமர் இதற்கு செப்டம்பர் 8ஆம் நாள் எழுதிய கடிதத்தில், (08.09.1932) 'இன்று பயங்கரமான குறைபாடுகளினால் துன்புற்றுக்கொண்டிருக்கும் தாழ்த்தப்பட்ட வகுப்பினர், வருங்காலத்தில் அவர்தம் நலனில் மிகுந்த செல்வாக்கை ஏற்படுத்தும் விதத்தில், சட்டமன்றங்களில் அவர்கள் செல்வாக்கை ஏற்படுத்தும் விதத்தில், சட்டமன்றங்களில் அவர்கள் சார்பில் பேசுவதற்கு அவர்களாலேயே ஒரு வரையறுக்கப்பட்ட எண்ணிக்கையுள்ள பிரதிநிதிகளைத் தேர்ந்தெடுத்துக்கொள்ளும் வாய்ப்பினைத் தடுத்திடுவதற்காகவே இத்தகைய உண்ணாவிரதத்தை நீங்கள் மேற்கொள்ளப் போகிறீர்கள்' என்று குற்றம் சாட்டினார்.[19] இதையும் மறுத்து ஒரு கடிதம் எழுதிவிட்டு, காந்தியடிகள் குறித்த நாளில் (20.09.1932 செவ்வாயன்று) தன்னுடைய உண்ணா விரதத்தைத் தொடங்சினார்.

அதைத் தொடர்ந்து நாடெங்கிலும் காங்கிரசு இயக்கத் தலைவர்கள் பரபரப்படைந்தனர். காந்தியாரை வேண்டுமென்றே சிக்கலில் மாட்டிவிடவும் பழிவாங்கும் உணர்ச்சியோடும் பிரிட்டிஷ் பிரதமர் இனவாரித் தீர்ப்பை அளித்ததாக, பட்டாபி சீத்தாராமையா குறிப்பிடுகிறார்.[20] தாழ்த்தப்பட்டோருக்குக் காங்கிரசு இயக்கமே பாதுகாப்பு என்கிற கருத்து நாடெங்கிலும் பரப்பப்பட்டது. தாழ்த்தப்பட்டோருக்கான தனித்தொகுதிக் கோரிக்கையை எதிர்த்து நாடெங்கிலும் ஊர்வலங்கள் நடத்தப்பட்டன.

தமிழ்நாட்டு தேசியக் கவிஞர்களான நாமக்கல் இராமலிங்கம் பிள்ளையும் தேசிய விநாயகம் பிள்ளையும் தாழ்த்தப்பட்டோருக்குத் தனித்தொகுதி முறை வேண்டாம்; பொதுத்தொகுதியே போது மென்று கவிதை எழுதினர். அதேநேரத்தில் காந்தியடிகளுடைய கருத்தை மறுத்தும் தமிழ்நாட்டில் பல குரல்கள் எழுந்தன. 'காந்தி கண்டன கீதம்' என்ற பெயரில் கவிதை நூல் ஒன்றும் வெளிவந்தது. அந்நூலில் "சாற்றிடும் அரிசனப் பெயர் எதற்குதவும்? தாழ்ந்தவரைக் கைதூக்குமா?" என்று காந்தியடிகள் பயன்படுத்திய அரிசன் என்ற சொல்லுக்கு எதிர்ப்புத் தெரிவிக்கப்பட்டது. 'பாம்புக்கு வால் காட்டி மீனுக்குத் தலை காட்டும் பார்ப்பன தாசர் காந்தி' என்றும் கவிதைகள் எழுந்தன.[21]

இதற்கிடையில் செப்டம்பர் 20ஆம் தேதிக்குள் காங்கிரசுத் தலைவர்கள் பம்பாயில் கூடினர். சர்.தேஜ் பகதூர் சாப்ரு, பண்டித மதன்மோகன் மாளவியா, எம்.ஆர்,ஜெயகர் போன்ற காங்கிரசு சார்புடைய இந்துமதத் தலைவர்களும் இராஜாஜி, தேவதாசு காந்தி போன்ற காங்கிரசு தலைவர்களும் இந்து மகாசபைத் தலைவர் டாக்டர் மூஞ்சேயும் பம்பாயில் இருந்தனர். 'பொதுத் தொகுதியே போதும்' என்று மூஞ்சேயோடு ஐந்து மாதத்திற்கு முன்னரே ஒப்பந்தம் செய்துகொண்ட தமிழ்நாட்டுத் தாழ்த்தப்பட்டோர் தலைவரான எம்.சி.ராஜாவும் அவருடைய மராட்டிய நண்பர் பி.பாலுவும் பம்பாய் வந்துசேர்ந்தனர்.

இதற்கிடையில் பம்பாய் நகரத்தில் அம்பேத்கரின் பழைய நண்பரான அம்ரித்லால் தக்கர் (தக்கர் பாபா) அம்பேத்காரை அடிக்கடிச் சந்தித்து காங்கிரசு சார்பாகப் பேச்சுவார்த்தை நடத்திக்கொண்டிருந்தார்.

காந்தியடிகள் உண்ணாவிரதம் தொடங்கிய செப்டம்பர் 20 செவ்வாய்க்கிழமையன்றே, பம்பாயில் இந்துத் தலைவர்களுடைய மாநாடு பிர்லா மாளிகையில் கூடுவதாக இருந்தது. பண்டித மதன்மோகன் மாளவியா, சர்.தேஜ் பகதூர் சாப்ரு, காங்கிரஸ் தலைவர் இராஜாஜி, சர்.சுநிலால் மேத்தா, சர்.புருஷோத்தம் தாஸ், தாகூர் தாஸ், சேட் மதுராதாஸ் வாசன்ஜி, ஜி.டி.பிர்லா, எம்.ஆர்,ஜெயகர், டி.பிரகாசம், மூஞ்சே, பாபு இராசேந்திர பிரசாத் ஆகியோர் பம்பாய் நகர் வந்துசேர்ந்தனர். இந்தத் தலைவர்களை டாக்டர் அம்பேத்கரும் சோலங்கியும் சந்தித்துப் பேசினர். காந்தியடிகள் உண்ணாவிரதம் இருந்த ஆறு நாள்களில் நடந்த நிகழ்ச்சிகளை, எரவாடா சிறையில் அவருக்கு அருகிலேயே இருந்து நேரில் கண்டவரான அவரது பணியாளர் பியாரிலால், தன்னுடைய நூலில் 42 பக்கங்களில் தந்திருக்கிறார். அவர் தரும் செய்திகளைத் தொகுத்துக் காண்பது புனா ஒப்பந்தம் ஏற்பட்ட முறையினை விளங்கிக்கொள்ள மேலும் உதவும்.

20.09.1932 செவ்வாய் முற்பகல் 11.30 மணிக்கு வெந்நீரில் சிறிது எலுமிச்சைச் சாறும் தேனும் கலந்து காந்தியடிகள் பருகினார். 12.00 மணியிலிருந்து அவரது உண்ணாவிரதம் நடைமுறைக்கு வந்தது. மறுநாள் 21ஆம் தேதி அவர் சிறைக்குள் தனிப்பிரிவுக்கு மாற்றப்பட்டார். சர்தார் வல்லபாய் பட்டேலும் காந்தியடிகளின் செயலாளர் மகாதேவ தேசாயும் அவரது அருகில் இருந்தனர். பெண்கள் சிறையில் இருந்த சரோஜினி நாயுடு தனிப்பிரிவுக்குக் கொண்டு வரப்பட்டு, காந்திக்கு உதவி செய்துகொண்டு இருந்தார். மறுநாள் 22ஆம் தேதி சபர்மதி சிறையில் இருந்த கஸ்தூரிபாய் காந்தி, கணவருக்கு உதவி செய்ய எரவாடா சிறைக்குக் கொண்டு வரப்பட்டார்.

20ஆம் தேதி அன்றே இந்து மிதவாதக் கட்சித் தலைவர்களும் பம்பாய் நகரத்தில் பிர்லா மாளிகையில் அம்பேத்கருடன் பேச்சு வார்த்தையைத் தொடங்கிவைத்தனர். சர்.தேஜ் பகதூர் சாப்ரு இதில் முன்னணியில் இருந்தார். இங்கிலாந்துப் பிரதமர் அளித்ததைவிட அதிகமான தொகுதிகளை அளிக்க மேற்குறித்த தலைவர்கள் தங்கள் இசைவைத் தெரிவித்தனர். அன்று மாலை இரண்டு மணி நேரத்தில் தானொரு திட்டத்தோடு வருவதாகச் சொல்லிவிட்டு அம்பேத்கர் சோலங்கியோடு அவ்விடத்தைவிட்டுச் சென்றார்.

பேச்சுவார்த்தையில் ஈடுபட்டிருந்த தலைவர்களுக்கு, 'காந்தியடிகள் தங்கள் திட்டத்தை ஏற்பாரா?' என்ற ஐயப்பாடு ஏற்பட்டு, புனா வந்து சேர்ந்தனர்.

அவர்களோடு காந்தியடிகளின் மகன் தேவதாஸ் காந்தியும் இருந்தார். மறுநாள் 21ஆம் தேதி காலை ஏழு மணிக்குச் சிறை அலுவலகத்தில் அவர்கள் காந்தியடிகளைச் சந்தித்தனர். அப்போது சரோஜினி நாயுடுவும் உடன் இருந்தார். பேச்சுவார்த்தை விவரங்களைக் கேட்டுக்கொண்ட காந்தியடிகள், 'நான் முதலில் டாக்டர் அம்பேத்கரையும் ராவ்பகதூர் எம்.சி.ராஜாவையும் நேரில் சந்தித்து அவர்கள் மனதைத் தெரிந்துகொள்ள விரும்புகிறேன்' என்று சொல்லி அவர்களை அனுப்பிவிட்டார். அப்போதே அவருடைய உடல்நிலை சற்றுத் தளர்ந்திருந்தது. அதேநாளில் புனா நகரத்துத் தாழ்த்தப்பட்டோர் தலைவரான ராஜபோஜ் தனது நண்பருடன் வந்து காந்தியடிகளைச் சந்தித்து, அவருக்குத் தன் ஆதரவினைத் தெரிவித்துக்கொண்டார். அன்றே பண்டித மதன்மோகன் மாளவியாவும் எம்.சி.ராஜாவும் புனாவுக்கு வரவழைக்கப்பட்டனர்.

மறுநாள் சாப்ருவின் வேண்டுகோளின்படி அம்பேத்கர் பம்பாயிலிருந்து புனா நகரம் வந்து சேர்ந்தார். இதற்கிடையில் காந்தியடிகள் புனாவில் தங்கியிருந்த இராஜாஜியையும் இராசேந்திர பிரசாத்தையும் தன்னைச் சிறையில் வந்து சந்திக்கு மாறு அழைத்தார். 'நீங்கள் நேற்று தந்த திட்டத்திலே ஒரு பெரிய குறைபாடு உள்ளது. இதனால் தாழ்த்தப்பட்டோர் மத்தியில் கூட்டுத் தொகுதியிலிருந்து தேர்ந்தெடுக்கப்பட்டவர், தனித் தொகுதியிலிருந்து தேர்ந்தெடுக்கப்பட்டவர் என்ற பிரிவு உண்டாகும். அதனால் உயர்வு மனப்பான்மையும் தாழ்வு மனப்பான்மையும் அவர்களிடத்தில் உண்டாகும். எனவே இதற்கு நான் சம்மதிக்க முடியாது' என்று காந்தியடிகள் அவர்களிடம் கூறி அனுப்பினார்.

புனா நகரத்துக்கு வந்திருந்த அம்பேத்கரோடு வெளியிலிருந்த தலைவர்களில் சாப்ருவும் எம்.ஆர்.ஜெயகரும் மறுபடியும் பேச்சுவார்த்தை தொடங்கினர். பேச்சுவார்த்தையில் முன்னேற்றம் ஏற்படவில்லை. ஜெயகரின் குரலில் தொனித்த ஏமாற்றத்தைக் கண்ட அங்கிருந்த காங்கிரசுத் தலைவர்கள், அம்பேத்கரை ஏசத் தொடங்கினர். ஜெயகரும் சாப்ருவும் மீண்டும் காந்தியடிகளைச்

சிறையில் சந்தித்தனர். காந்தியடிகளை அம்பேத்கர் சிறையில் நேரில் சந்தித்தால் அவருடைய பிடிவாதம் தளர்ந்துபோகும் என்று நம்பி, அதற்குரிய ஏற்பாடுகளைச் செய்யத் தொடங்கினர். இதற்கிடையில் ராவ் பகதூர் எம்.சி.ராஜாவும் அவரது நண்பர் பி.பாலுவும் காந்தியடிகளைச் சிறையில் சந்தித்தனர். எம்.சி.ராஜா இந்து மகாசபைத் தலைவர் டாக்டர் மூஞ்சேயோடு கூட்டுத்தொகுதி முறை போதுமென்று ஓர் ஒப்பந்தம் செய்திருந்தார். இப்பொழுது ஒப்பந்தம் ஏற்படத் தங்களால் ஆன எல்லா முயற்சிகளும் செய்வதாகக் காந்தியடிகளிடம் உறுதியளித்தனர்.

அன்று (22.09.1932) பிற்பகல் சிறையிலிருந்த காந்தியடிகளைச் சந்திக்க டாக்டர் அம்பேத்கர் தன் நண்பர்களுடன் வந்து சேர்ந்தார். 'மகாத்மாவே, எங்களிடம் நீங்கள் நியாயமில்லாமல் நடந்துகொள்கிறீர்கள்' (Mahatmaji, you have been very unfair to us) என்று அம்பேத்கரே பேச்சைத் தொடங்கினார். பேச்சுவார்த்தை யின்போது ஒரு விசயத்தை மட்டும் அவர் திரும்பத் திரும்பக் கூறினார். எல்லாருக்கும் அந்த வாக்கியம் மீண்டும் மீண்டும் கேட்டது. 'எனக்கு (எங்களுக்கு) உரிய நட்டஈடு வேண்டும்' (I want my compensation) என்பதுதான் அது.

காந்தியடிகள் 'முதல் நிலைத் தேர்வுக்குழு (Panel) திட்டத்தைத் தான் ஏற்றுக்கொண்டால், அது தாழ்த்தப்பட்டவர்களைப் பிளவு படுத்தும்' என்று அவரிடம் தன் கருத்தை விளக்கினார். அம்பேத் கரும் அவருடைய நண்பர்களும் காந்தியடிகளின் அன்புப் பிடியில் இறுகிப்போயிருந்தனர். அம்பேத்கர் மனத்தில் திருப்புமுனை ஏற்பட்டது. 'மகாத்மாவே கூட்டுத்தொகுதி முறையை ஏற்றுக் கொண்டு நான் உங்களுக்குச் சலுகை அளித்துவிட்டேன்' என்று அம்பேத்கார் கூறினார். மற்ற விசயங்களைப்பற்றி வெளியில் உள்ளவர்களிடம் பேச்சுவார்த்தை நடத்துமாறு காந்தியடிகள் கூறினார்.

இதற்கிடையில் பம்பாயில் கூடிய இந்துமகாசபைக் கூட்டத்தில், வகுப்புவாரித் தீர்ப்பினை நிறுத்திவைக்குமாறு கடிதங்களும் தந்திகளும் பிரிட்டிஷ் பிரதமருக்கு அனுப்புமாறு சுநிலால் மேத்தா பொதுமக்களுக்கு வேண்டுகோள் விடுத்தார். மொத்தத்தில் பம்பாயில் நிலைமை மோசமடைந்துகொண்டு வந்தது.

மறுநாள் வெள்ளிக்கிழமை நம்பிக்கைக் கதிர்கள் தோன்ற

ஆரம்பித்தன. டாக்டர் அம்பேத்கரோடு அவரது தென்னிந்திய வங்காள நண்பர்களும் வந்து சேர்ந்திருந்தனர். பிரிட்டிஷ் அரசாங்கம் அளித்த 71 இடங்களுக்குப் பதிலாக, அம்பேத்கர் 197 இடங்களைக் கேட்டார். இடங்களின் எண்ணிக்கையை பாஹ்லேயுடனும் தக்கர் பாபாவுடனும் பேசி முடிவு செய்து கொள்வது என்று முடிவாயிற்று. மத்திய அசெம்பிளியில் தாழ்த் தப்பட்டோருக்கு 18% இட ஒதுக்கீடு பெற்றுக்கொள்ளப்பட்டது. பிற்பகல் மணி 4 ஆகிவிட்டது. ஆனால் பேச்சுவார்த்தை சிறிதளவே முன்னேற்றம் கண்டிருந்தது. டாக்டர் அம்பேத்கரும் அவருடைய நண்பர்களும் ஒவ்வொரு கட்டத்திலும் நின்று போராடினார்கள். (The redoubtable Doctor, supported by his colleagues fought every inch of ground). இதற்கிடையில் காந்தியடிகளின் உடல்நிலை மோசமாகிக்கொண்டு வந்தது. சலுகைக்குரிய காலம் முடிந்ததும் அதுகுறித்து மீண்டும் பொது வாக்கெடுப்பு (Referandum) நடத்த வேண்டும் என்ற அம்பேத்கரின் கோரிக்கையைச் சாப்ரு திட்ட வட்டமாக மறுத்தார்.

இதற்கிடையில் அவசர அவசரமாகச் சிறைக்குச் சென்று தந்தையைச் சந்தித்து வந்த தேவதாஸ் காந்தி, பொதுவாக்கெடுப்பு விசயத்தில் விட்டுக்கொடுக்குமாறு தனிப்பட்ட முறையில் அம்பேத்கரிடம் கேட்டுக்கொண்டார். அன்று மாலை 4 மணிக்கு சிறையில் தலைவர்கள் காந்தியடிகளைச் சந்திப்பதற்கு ஏற்பாடு செய்யப்பட்டிருந்தது. ஆனால் நேரமோ இரவு ஒன்பதை நெருங்கிக்கொண்டிருந்தது. டாக்டர் அம்பேத்கர் சிறையிலிருந்த காந்தியடிகள் தன்னுடைய பொதுவாக்கெடுப்புக் கோரிக்கையை ஏற்றுக்கொள்வார் என்ற உறுதியான நம்பிக்கையோடு சந்திக்க வந்தார். காந்தியடிகளும் அதை ஏற்றுக்கொண்டார்.

மறுநாள் (24.09.1932) சனிக்கிழமை பேச்சுவார்த்தை மீண்டும் தொடர்ந்தது. ஒதுக்கப்படும் இடங்களின் எண்ணிக்கை 147 என்று முடிவு செய்யப்பட்டது. எத்தனை ஆண்டுகாலம் கழித்து மீண்டும் பொது வாக்கெடுப்பு நடத்துவது என்று முடிவு செய்ய அன்று நண்பகல் மீண்டும் காந்தியடிகளைச் சந்திக்க அம்பேத்கர் சிறைக்கு வந்தார். அவரோடு டாக்டர் சோலாங்கியும் இராஜாஜியும் வந்தனர். குறைந்தது 10 ஆண்டுகள் என்ற தன் கருத்தைக் காந்தியடிகள் ஒத்துக்கொள்வார் என்று அம்பேத்கார் எண்ணினார்.

காந்தியடிகள் 5 ஆண்டுகள் என்ற தன்னுடைய கருத்தில் உறுதியாக நின்றார். உறுதியான குரலில் அவர் அம்பேத்காரிடம் கூறினார். 'எது வேண்டும்? 5 ஆண்டுகள் அல்லது என்னுடைய உயிர்.' அம்பேத்கார் 5 ஆண்டுகள் என்கிற கால அளவிற்கு இணங்கினார். அன்று பிற்பகல் 3 மணிக்கு இராஜாஜி ஒப்பந்த நகலை காந்தியடிகளிடம் கொண்டுவந்து காட்டினார். உடனடியாக தேஜ்பகதூர் சாப்ரு, டாக்டர் அம்பேத்கர், எம்.சி.ராஜா, மதன்மோகன் மாளவியா ஆகியோர் ஒப்பந்தம் ஏற்பட்ட செய்தியைப் பிரிட்டிஷ் பிரதமருக்குத் தந்தி மூலம் அனுப்பினர்.

பிரிட்டிஷ் அரசாங்கம் அந்த ஒப்பந்தத்தை ஏற்றுக்கொண்ட தகவலை (26.09.1932) திங்கள் பிற்பகல் 4.15 மணிக்கு சிறைத் துறைத் தலைவர் கர்னல் டயல் (Dyole) காந்தியடிகளிடம் தெரிவித்தார். அதற்குரிய ஆவணத்தையும் கொடுத்தார். மாலை 5.15 மணிக்குக் காந்தியடிகள் தன் மனைவி கொடுத்த ஆரஞ்சுப் பழச்சாற்றைப் பருகி உண்ணாவிரதத்தை முடித்தார். அப்போது சர்தார் வல்லபாய் படேல், மகாதேவ தேசாய், சரோஜினி நாயுடு, கவிஞர் தாகூர், அம்பாலா சாராபாய் அவரது குடும்பத்தினர், நேருவின் தாயார் சொரூபராணி நேரு ஆகியோர் அங்கிருந்தனர்.

மேற்குறித்த செய்திகள் அனைத்தும் நிகழ்ச்சிகளை நேரில் கண்டவரான பியாரிலால் எழுதிய நூலில் 42 பக்கங்களில் (பக்.40-81) வருணிக்கப்பட்டுள்ளன.[22]

இந்த ஒப்பந்தம் ஏற்பட்ட சூழ்நிலையைக் குறித்து, சில ஆண்டுகள் கழித்து டாக்டர் அம்பேத்கர் பின்வருமாறு எழுதுகிறார். 'இயற்கையாக அந்த நேரத்தில் நாயகனாக (Man of the moment) அல்லது கதையின் வில்லனாகக் (Villain of the piece) கருதி அனைத்துக் கண்களும் என் பக்கம் திரும்பின. இரு மாறுபட்ட முடிவுகளிடையே ஒன்றினை நான் தேர்வு செய்ய வேண்டியிருந்தது. காந்தியடிகளை நிச்சயம் சாவிலிருந்து காப்பாற்றுவதற்கு, பொது மனிதத்தன்மையின் ஒரு பகுதியாக இயங்கிவந்த அந்தக் கடமை என் முன்னாலிருந்தது. தீண்டத்தகாதவர் எனக் கருதப்படுகிறவர்களுக்குப் பிரதமர் அளித்திருந்த அரசியல் உரிமைகளைக் காக்கும் பிரச்சினையும் என் முன்னாலிருந்தது. மனிதத் தன்மையின் அழைப்புக்குக் குரல் கொடுத்து, திரு.காந்தியடிகளுக்கு திருப்தியானவகையில் திருத்தியமைக்க இனப்பிரதிநிதித்துவத் தீர்ப்பினைத்

ஒப்புக்கொண்டு திரு.காந்தியின் உயிரைக் காப்பாற்றினேன்' என்கிறார் அம்பேத்கர்.[23]

செப்டம்பர் 24ஆம் தேதி மாலை ஒப்பந்தம் கையெழுத் திடப்பட்டது. பொதுத்தொகுதியில் தனித்தொகுதி முறையைக் கைவிடுவது என்பதும் இனவாரித் தீர்ப்பின்படி கிடைத்த 68 இடங்களுக்குப்பதிலாக148இடங்களைத்தாழ்த்தப்பட்டோருக்காக ஒதுக்குவது என்பதும் ஒப்பந்தத்தின் சாரம் ஆகும். இதன்மூலம் தாழ்த்தப்பட்டோர் தங்களுக்கு இனவாரித் தீர்ப்பின்மூலம் கிடைத்த இரட்டை வாக்குரிமையை இழந்துவிடுகின்றனர். ஒப்பந்தத்தில் கையெழுத்திட்டோர்களில் அம்பேத்கர், எம்.சி.ராஜா, சாப்ரு, மாளவியா ஆகியோர் பெயரால் உடனடியாக இங்கிலாந்துக்கும் டெல்லிக்கும் தந்திகள் அனுப்பப்படுகின்றன. ஒப்பந்தம் கையெழுத் தான மறுநாள், செப்டம்பர் 25ஆம் தேதி பம்பாய் வணிகர் சங்கக் கட்டிடத்தில், கையெழுத்திட்ட தலைவர்கள் அனைவரும் கலந்துகொண்ட ஒரு பொதுக்கூட்டம் நடைபெற்றது. அன்றும் சிலர் பம்பாய் நகரில் ஒப்பந்தத்தில் கையெழுத்திட்டனர். உண்ணாவிரதத்தை முடித்தவுடன் காந்தியடிகள் தாழ்த்தப்பட்டோர் தலைவர்களுக்கு நன்றி தெரிவித்து ஒரு அறிக்கை வெளியிட்டார். இந்த அறிக்கையில் அம்பேத்கர், ரெட்டமலை சீனிவாசன் ஆகியோ ருக்கும் எம்.சி.ராஜா குழுவினருக்கும் தனித்தனியே நன்றி தெரிவித்திருந்தார்.

ஒப்பந்தம் முடித்த ஐந்து மாதக் காலத்துக்குள் காந்தியடிகள் 'ஹரிஜன்' என்ற பத்திரிகையை ஆரம்பித்தார். இந்தப் பத்திரிகையின் முதல் இதழுக்கு அனுப்பிய செய்தியில் 'தாழ்த்தப்பட்டோர் ஆலய நுழைவு பெரிய அளவிற்குப் பிரச்சனைகள் எதையும் தீர்த்துவிடாது' என்று அம்பேத்கர் குறிப்பிட்டிருந்தார்.[24]

'1935இலேயே புனா ஒப்பந்தம் தோல்வியடைந்தது' என்று டாக்டர் அம்பேத்கர் குறிப்பிட்டார். அதே ஆண்டில் காங்கிரசு இயக்கத்தின் வரலாற்றை எழுதிய பட்டாபி சீத்தாராமைய்யர், 'இனவாரித் தீர்ப்பின் ஒருபகுதி புனா ஒப்பந்தத்தால் அழித்து எழுதப்பட்டது. இன்னமொரு பகுதி அழித்து எழுதுவதற்காக எஞ்சி நிற்கிறது' என்று வன்மம் நிறைந்த குரலில் எழுதியிருக்கிறார்.[25]

1937 தேர்தலில் தாழ்த்தப்பட்டோருக்காக ஒதுக்கப்பட்ட 151 இடங்களில் 78 இடங்களைக் காங்கிரசு கைப்பற்றியது.

ஒதுக்கப்பட்டுள்ள இடங்களுக்கு, காங்கிரஸ் திட்டங்களை ஏற்றுக்கொள்வதாக உறுதி கொடுத்த தீண்டத்தகாதவர் எனக் கருதப்படும் வேட்பாளர்களைக் காங்கிரஸ் இசைவுச் சீட்டில் (டிக்கெட்) போட்டியிடவைத்து வெற்றிகொள்வதில், ஒரு முழுமை யான வலிமை வாய்ந்த, சொல்லப்போனால் ஒரு பழியார்வம்மிக்க பங்கினையாற்றக் காங்கிரஸ் தயங்கவில்லை. தனது நிதி வளத்தைக் கொண்டு காங்கிரஸ் தனித்த இலாபமடைந்தது.

இவ்வாறாக, காங்கிரஸ் தனது அரசியல் வியாபாரத்தில் பெரும்பகுதி இலாபத்தைப் பெற்றது. அதிகபட்சமாக தமிழ் நாட்டின் **30** இடங்களில் **26** இடங்களையும் குறைந்தபட்சமாக பம்பாயில் **15** இடங்களில் **4** இடங்களையும் காங்கிரஸ் கைப்பற்றியது.

புனா ஒப்பந்தத்தை உருவாக்குவதில் காங்கிரசும் இந்து மகா சபையும் தமக்குச் சாதகமாகப் பயன்படுத்திக்கொண்ட தாழ்த்தப்பட்ட மக்கள் தலைவர்களில் முக்கியமானவர் எம்.சி.ராஜா. இவர் தமிழ்நாட்டுக்காரரர் என்பதால் முதலில் இவரைப்பற்றித் தெரிந்துகொள்ள வேண்டும். தமிழ்நாட்டுத் தாழ்த்தப்பட்டோர் தலைவர்களில் ஒருவர், தொழிற்சங்கத் தலைவரும் ஆவார். **1921-1924** சென்னை சட்டசபை உறுப்பினராகவும் **1924-26** மத்திய சட்டசபையில் ஒரே ஒரு தாழ்த்தப்பட்ட உறுப்பினராகவும் இருந்த எம்.சி.ராஜா, பொது வாழ்க்கையிலும் அரசியல் அனுபவத்திலும் அம்பேத்கருக்கு முந்தியவராவார். மயிலாப்பூர்க்காரரான இவர், திரு.வி.க.வின் நண்பர். அவரோடு வெஸ்ட்லியன் மிசன் கல்லூரியில் பணிபுரிந்தவர். பின்னர் **1921-22**இல் பக்கிங்காம் ஆலையில் ஏற்பட்ட வேலைநிறுத்தத்தில் தாழ்த்தப்பட்ட தொழிலாளர்களை ஒன்றுபடுத்திச் சங்கம் வளர்த்தவர். ‘நீங்கள் எங்கள் இனத்தாரைக் கொண்டு புரட்சி செய்வித்தால் அதன் பயனை மேல் சாதியாரே அனுபவிப்பர்’ என்று தன்னிடம் எம்.சி.ராஜா சண்டையிட்டதாகத் திரு.வி.க. தனது வாழ்க்கைக் குறிப்பில் எழுதுகிறார்.[26] **1926**இல் மத்திய சட்டசபையில் இந்து மகாசபைத் தலைவர் டாக்டர் மூஞ்சேயைக் கடுமையாகத் தாக்கிப் பேசியவர். தனித்தொகுதிக் கோரிக்கையை முழுமையாக ஆதரித்தவர். இவர் அம்பேத்கருக்கு எதிராகத் திடீரென்று போட்டிச் சங்கத்தை ஆரம்பித்ததும் இனவாரித் தீர்ப்பிற்கு முன்னாலேயே அகமதாபாத்தில் போட்டி

மாநாடு ஒன்றைக் காங்கிரசு ஆதரவோடு கூட்டியதும் புனா ஒப்பந்தத்திற்கு ஐந்து மாதக் காலத்திற்கு முன்னரே தனித்தொகுதிக் கோரிக்கையை விட்டுக்கொடுத்து இந்து மகாசபைத் தலைவர் டாக்டர் மூஞ்சேயோடு ஒப்பந்தம் செய்துகொண்டதும் பின்னர் ஒப்பந்தத்திற்குச் சற்றுமுன்னர் பம்பாயில் தாழ்த்தப்பட்டோர் மாநாடு கூட்டி ஆதரவு திரட்ட முயன்றதும் வரலாற்று நிகழ்ச்சி களாகும். இவற்றிற்கான காரணத்தை மிக எளிதாகக் கண்டுணர முடிகிறது. 'வட்டமேசை மாநாட்டுக்குத் தான் அழைக்கப்படாமல் புறக்கணிக்கப்பட்டதாகக் கருதி, சாதி இந்துக்களிடம் எம்.சி.ராஜா அன்பு காட்டிக்கொண்டிருக்கிறார்' என்று 1937இல் குறிப்பிடுகிறார் அம்பேத்கர்.[27] இதை இன்னமும் விரிவாக ஜெய்சன் ஜேக்கப் எழுதுகிறார். 'மத்திய சட்டமன்றத்தில் தாழ்த்தப்பட்ட வகுப்பி னரின் ஒரே உறுப்பினராக விளங்கியவர் எம்.சி.ராஜா. வட்டமேசை மாநாட்டிற்குத் தாழ்த்தப்பட்ட வகுப்பினரைப் பிரநிதித்துவம் செய்வதற்காக, டாக்டர் பி.ஆர்.அம்பேத்கார் மற்றும் தாத்தா ரெட்டமலை சீனிவாசன் ஆகிய இருவரும் தேர்வு செய்யப்பட்ட பிறகும் 'நான் தேர்வு செய்யப்படவில்லையே' என்று பொறாமை கொள்ளாது ஆதரவு அளித்து வந்தவரின் மனத்தில், சாதி இந்து 'சாத்தான்கள்' புகுந்துகொண்டு அவரைத் தங்கள் பக்கம் இழுத்துக் கொண்டு டாக்டர் அம்பேத்கர் அவர்களுக்கு எதிராகவே முடுக்கி விட்டு வெற்றியும் கண்டனர்.[28]

புனா ஒப்பந்தத்தில் கையெழுத்திட்டவர்கள் ஒவ்வொரு வரையும் இயன்றவரை தனித்தனியாக அறிந்துகொள்வது நல்லது. புனா நகரத்தில் இராமகிருஷ்ண பண்டர்கர் சாலையில் முதலாம் எண்ணுடைய இல்லத்தில் ஒப்பந்தத்தில் செப்டம்பர் 24இல் 23 பேர் கையெழுத்திட்டனர். கையெழுத்திட்டவர்கள் மறுநாள் பம்பாயில் ஒரு பெரிய கூட்டத்திற்கு ஏற்பாடு செய்திருந்தனர். அன்று (செப்டம்பர் 25) இந்து மகாசபையின் ஆதரவாளர்களான மேலும் 18 பேர் அதில் கையெழுத்திட்டனர்.

புனா நகரத்தில் ஒப்பந்தம் கையெழுத்து ஆனாலும் ஒப்பந்தத்தை உருவாக்கியவர்களில் காந்தியடிகளும் சர்தார் வல்லபாய் படேலும் காந்தியடிகளின் செயலாளர் மகாதேவ தேசாயும் சிறையில் இருந்த காரணத்தினால் அதில் கையெழுத்திடவில்லை. ஆனால் உண்மையில் இது காந்தியடிகளுக்கும் அம்பேத்கருக்கும் இடையில் ஏற்பட்ட ஒப்பந்தம்தான்.

காந்தியடிகளினுடைய உண்ணாவிரதத்தை முன்னிறுத்தி அம்பேத்கரை இந்த ஒப்பந்தத்திற்கு இணங்கவைத்தவர்கள் இந்து மகாசபைத் தலைவரான மதன்மோகன் மாளவியா, சுயராஜ்ஜியக் கட்சி என்ற மிதவாதக் கட்சியின் தலைவர்களாக இருந்த சர்.தேஜ் பகதூர் சாப்ரு மற்றும் எம்.ஆர்.ஜெயகர் ஆகிய மூவர்தான். இடையிடையே இந்த முயற்சியில் அவர்களுக்கு இராஜாஜியும் உதவுகிறார்.

மதன்மோகன் மாளவியா, **(1861-1946)** அலகாபாத்தில் சிறீகவுட பிராமணர் குடும்பத்தில் பிறந்தவர். அதிலும் பழமைவாத 'சதுர்வேதி' என்னும் பிரிவைச் சேர்ந்தவர். இவரது தந்தை ரேவார், தர்பங்கா, காசி மகாராஜாக்களால் அவரது வேத சாத்திரப் புலமைக்காக ஆதரிக்கப்பட்டவர். **1906**இல் இந்து மகாசபையைத் தொடங்கியவர்களில் மாளவியாவும் ஒருவர். இவரே காசி இந்து பல்கலைக்கழகத்தை நிறுவுவதற்குப் பெருமுயற்சி எடுத்தவர். **1931** முதலாம் வட்டமேசை மாநாட்டுக்கு ஆங்கிலேயர்களால் அழைக்கப்பட்டவர். வருணாசிரம தர்மத்தில் அழுத்தமான நம்பிக்கைக் கொண்டவர். கிறித்தவர்களாயும் முஸ்லீம்களாயும் மாறியவர்களைக் கங்கையில் முழுக்காட்டி (சுத்தி செய்து) 'ஸ்ரீராம் ஜெய்ராம்' என்று கோசமிடச் செய்து மீண்டும் இந்து மதத்தில் சேர்த்தவர். 'மாளவியாஜி கவுட பிராமணர்களைத் தவிர வேறு யார் கையாலும் உணவு கொள்ளமாட்டார்; நீரருந்த மாட்டார்' என்று இவரைப் பற்றி சமகாலத்தவரான ராஜகுமாரி அமிருத கௌர் குறிப்பிடுகிறார்.[29]

சர்.தேஜ்பகதூர் சாப்ரு **(1875-1949)** வழக்கறிஞரான இவர், அலிகார் நகரில் காஷ்மீரி பிராமணக் குடும்பத்தில் பிறந்தவர். பண்டித மோதிலால் நேருவும் சித்தரஞ்சன் தாசும் இவரது நெருங்கிய நண்பர்கள். அவர்களோடு சேர்ந்து காங்கிரஸ் மிதவாதக் கட்சியைத் தோற்றுவித்தவர். வைசிராயின் நிர்வாகக் குழுவில் உறுப்பினராக இருந்தவர். பின்னாளில் இலண்டனில் உயர்நீதி மன்றத்தில் (Privy Council) பணியாற்றியவர்.

ஒப்பந்தம் தொடர்பாகப் பம்பாயில் நடந்த பேச்சுவார்த்தைகளில் முக்கியப் பங்கு எடுத்துக்கொண்டவர்களில் ஒருவர் டாக்டர் பி.எஸ்.மூஞ்சே எனப்படும் பாலகிருஷ்ண சிவராம் மூஞ்சே ஆவார் **(1872-1948)**. இவர் சுக்ல யஜூர் வேதப் பிராமணர்களில் 'தேசஸ்த' என்னும் பிரிவினைச் சேர்ந்தவர். இவர்தான் அப்போதைய

இந்து மகாசபையின் தலைவர். ஆறடிக்கு மேலான உருவம்; பயில்வான் போன்ற தோற்றமும் இராணுவ ஈடுபாடும் கொண்டிருந்ததால் இந்து மகாசபையினரால் ஃபீல்டு மார்ஷல் என்று அழைக்கப்பட்டவர். 'இந்து இராணுவக் கல்விச் சங்கம்' ஒன்றை நிறுவி, அதன் சார்பாக 'பௌசலர்' இராணுவப் பள்ளியை நடத்தியவர். முதலாம் வட்டமேசை மாநாட்டில் கலந்துகொண்டு இராணுவத்தை இந்தியமயமாக்க வேண்டும் என்று கோரிக்கை விடுவித்தவர். புனா ஒப்பந்தத்திற்கு முன்னதாக அம்பேத்கருக்கு எதிராக இருந்த எம்.சி.ராஜா, பி.பாலு ஆகியோரின் குழுவினரை 'தனித்தொகுதி வேண்டாம்' என்ற கோரிக்கைக்கு இணங்கவைத்து ஒப்பந்தம் போட்டவர். பேச்சுவார்த்தைகளில் கலந்துகொண்ட இவர், புனா ஒப்பந்தத்தில் கையெழுத்து இடவில்லை. அதன் காரணமும் தெரியவில்லை.

ஒப்பந்தத்தில் கையெழுத்திட்ட மற்றொருவர் பி.எஸ்.காமத் எனப்பட்ட பாலகிருஷ்ண சீதாராம காமத் என்பவராவார். (1871-1945) இந்து சரஸ்வத் பிராமணர் பிரிவைச் சேர்ந்தவர். இந்து மிதவாதத் தலைவர்களில் ஒருவர். மராட்டியத்தில் இரத்தினகிரி மாவட்டத்தைச் சேர்ந்த இவர் புனாவில் குடியிருந்து வந்தார். தமிழ்நாட்டு வைணவ வடகலை ஐயங்காரான இராஜாஜி (திருமலை நல்லான் சக்கரவர்த்தி இராஜகோபாலாச்சாரியார்) ஒப்பந்தத்தில் கையெழுத்திட்டவர்களில் மற்றொருவர் ஆவார். பிராமண வகுப்பைச் சேர்ந்த கோவிந்த மாளவியா என்பவரும் கையெழுத்திட்டிருக்கிறார். கையெழுத்திட்டவர்களில் மற்றொருவரான ஆர்.கே.பாஹ்லே என்பவரும் உயர்சாதிப் பிராமணரே. இவர் பம்பாயில் தொழிற்சங்கத் தலைவராக இருந்தவர்.

பின்னாளில் இந்தியாவின் முதல் குடியரசுத் தலைவராய் இருந்த இராசேந்திர பிரசாத், ஒப்பந்தத்தில் கையெழுத்திட்டவர்களில் மற்றொருவர். இவர் பீகாரில் பிராமணரை அடுத்த உயர்சாதியான காயஸ்த வகுப்பில் பிறந்தவர். ஒப்பந்தத்தில் கையெழுத்திட்ட ஏ.வி.தாக்கர் பின்னாளில் 'தக்கர் பாபா' என்று அழைக்கப்பட்டவர். இவர் கோகரி என்ற வணிகச் சாதியைச் சேர்ந்தவர்.

உண்மையில் புனா ஒப்பந்தம் காந்தியடிகளுக்கும் அம்பேத் கருக்கும் ஏற்பட்டதுதான். ஆயினும் காந்தியடிகள் இந்த ஒப்பந்தத்தில் கையெழுத்திடவில்லை. அவர் மகன் தேவதாஸ் காந்தி

கையெழுத்திட்டிருக்கிறார். பிராமணரல்லாதாரில் உயர் சாதியான குஜராத்திய பனியா என்னும் வணிகச் சாதியில் பிறந்தவர். ஒப்பந்தத்தில் கையெழுத்திட்டபோது இவர் திருமணம் ஆகாத இளைஞர். ஒப்பந்தம் முடிந்த ஓர் ஆண்டுக்குள் இவருக்கும் ஒப்பந்தத்தில் கையெழுத்திட்ட தலைவர்களில் ஒருவரான இராஜாஜியின் மகளான லெட்சுமிக்கும் திருமணம் நடக்கிறது. இந்தியாவின் கோடீசுவரர்களில் ஒருவரான ஜி.டி.பிர்லா இந்த ஒப்பந்தத்தில் கையெழுத்திட்டிருக்கிறார். அதே குடும்பத்தைச் சேர்ந்த ஆர்.டி.பிர்லா (இராமேஸ்வரதாஸ் பிர்லா) என்பவரும் கையெழுத்திட்டிருக்கிறார்.

உயர்சாதி வணிகர்களான சங்கர்லால் பேங்கர் என்பவரும் சி.வி.மேத்தா என்ற பார்சிக்காரரும் கையெழுத்திட்ட இன்னும் இருவர். மற்றும் ஒருவரான பி.சி.சோலங்கி பிராமண வகுப்பைச் சேர்ந்தவர். பிஸ்வாஸ் (விஸ்வாஸ்) என்ற வங்காளியும் ஒப்பந்தத்தில் கையெழுத்திட்டுள்ளார். இவரும் மேல்சாதியினர் என்று தெரிகிறது. ஒப்பந்தத்தில் கையெழுத்திட்ட ஜி.கே.தியோதர் (தேவதர்) என்பவரும் மேல்சாதிக்காரரே.

ஆக மொத்தத்தில், 24.09.1932 பம்பாயில் மேலும் பதினெட்டுப் பேர் இந்துக்கள் மாநாட்டின் இறுதி அமர்வில் இந்த ஒப்பந்தத்தில் கையெழுத்து இடுகின்றனர். இவர்களில் தமிழ்நாட்டுக்காரரான பத்திரிகையாளர் கே.நடராஜன், அவர் மனைவியான காமகோடி நடராஜன், பண்டித ஹிருதயநாத் குன்ஸ்ரு, கே.ஜி.லிமாயே, டி.கோதண்டராவ், ஜி.கே. காட்கில், அவந்திபாய் கோகலே, கே.ஜெ. சித்தாலியா ராதா காந்த் மாளவியா, ஏ.ஆர்.பட் ஆகியோர் பிராமணர்களாவர்.

இவர்களில் மூவர் பெண்கள். ஹன்ஸா மேத்தா என்ற மற்றொரு பெண்மணி, பரோடாவைச் சேர்ந்த திவான் மனுபாய் மேத்தாவின் மகள். புகழ்பெற்ற டாக்டர் ஜீவராஜ் மேத்தாவின் மனைவி. இலண்டனில் படித்தவர். புருஷோத்தம் தாஸ் தாகூர் தாஸ் (1879-1961) குஜராத்திய பனியா வகுப்பைச் சேர்ந்த ஜவுளி வியாபாரி. ஆங்கிலேயரிடம் 'பெருவீரர்' (Knight) பட்டம் பெற்றவர். மதுராதாஸ் வசந்த்ஜி - லால்சந்த் ஹிராசந்த் இருவரும் பார்சிப் பெருவணிகர்கள். ஹிராசந்த் கப்பல் வணிகம் செய்தவர். ஏனையோர் லல்லுபாய் சாமன்தாஸ், மனோசுபேதார், சோலம்,

பிரதான் ஆகியோர் ஆவர். இவர்களில் யாரும் தாழ்த்தப்பட்ட வகுப்பினராகத் தெரியவில்லை.

ஒப்பந்தத்தில் கையெழுத்திட்ட தாழ்த்தப்பட்ட மக்களின் பிரதிநிதிகளில் அம்பேத்கர், திவான்பகதூர் ரெட்டமலை சீனிவாசன் ஆகியோர் ஓர் அணியினராவர். எம்.சி.ராஜா, பி.பாலு, கவாய், ராஜபோஜ் ஆகியோர் மற்றொரு அணியினராக நின்றிருக்கின்றனர்.

அம்பேத்கரும் ரெட்டமலை சீனிவாசனும் இரண்டாம் வட்ட மேசை மாநாட்டில் கலந்துகொண்டு, தாழ்த்தப்பட்டவர்களுக்குத் தனித்தொகுதி முறை வேண்டும் என்று போராடியவர்கள். அதில் வெற்றியும் பெற்றவர்கள். இந்த வெற்றியை எதிர்த்தே காந்தியடிகள் எரவாடா சிறையில் உண்ணாவிரதம் இருந்தார்.

தமிழ்நாட்டைச் சேர்ந்த எம்.சி.ராஜா இரண்டாவது வட்ட மேசை மாநாட்டில் கலந்துகொள்ளும் வாய்ப்பும் கௌரவமும் தன்னிடமிருந்து ரெட்டமலை சீனிவாசனால் பறிக்கப்பட்டது என்று கருதினார். எனவே அம்பேத்கர் மீதும் ரெட்டமலை சீனிவாசன் மீதும் அவர் கோபம்கொண்டிருந்தார். இந்த ஒப்பந்தத்தை நிறைவேற்றுவதில் கர்நாடகத்தைச் சேர்ந்த கவாய், குஜராத்தைச் சேர்ந்த ஜாதவ் ஆகியோரும் அவருக்குத் துணை நின்றனர். இவர்களும் தாழ்த்தப்பட்ட மக்கள் தலைவர்களே. எம்.சி.ராஜா அம்பேத்கருக்கு எதிராக இவர்களைத் தன்னுடன் சேர்த்துக்கொண்டார்.

எம்.சி.ராஜா மற்றுமொரு வேலையும் செய்தார். தாழ்த்தப்பட்டோர் தலைவர்களில் ஒருவரான பி.பாலு என்பவர் பம்பாயைச் சேர்ந்தவர். அம்பேத்கருக்கு எதிராக இவரையும் தம் அணியில் சேர்த்துக்கொண்டார். 10.07.1932 அன்று பம்பாயில் நடந்த தாழ்த்தப்பட்டோர் மாநாடு (எம்.சி.ராஜாவின் ஆதரவாளர்கள் நடத்தியது) கலவரத்தில் முடிந்தது.

இந்த இரண்டு நிகழ்ச்சிகளும் தனித்தொகுதிக் கோரிக்கையை ஏற்று அறிவிப்பு வெளியிடுவதற்குச் சில மாதங்களுக்கு முன் நடந்தவை என்பதை நினைவில் கொள்ளவேண்டும். அதாவது, 1931இல் செப்டம்பரில் நடைபெற்ற இரண்டாம் வட்டமேசை மாநாட்டில் அம்பேத்கரும் ரெட்டமலை சீனிவாசனும் தாழ்த்தப்பட்டோர் தனித் தொகுதிக்காகப் போராடுகின்றனர். அந்தக் கோரிக்கையை

எம்.சி.ராஜாவும் 1931 நவம்பர் வரை ஆதரித்திருக்கிறார். பின்னர் அம்பேத்கரின் தலைமையை ஏற்க மறுத்திருக்கிறார். 17.08.1932ஆம் நாள், தனித்தொகுதிக் கோரிக்கையை வேண்டாம் என்று டாக்டர் மூஞ்சேயுடன் 29.03.1932இல் ஒப்பந்தம் செய்து கொள்கிறார். 10.07.1932இல் பம்பாயில் நடைபெற்ற மாநாட்டில் அவருடைய ஆதரவாளர்கள் அம்பேத்கரின் ஆதரவாளர்களுடன் மோதுகிறார்கள். ஆக மொத்தத்தில், காந்தியடிகள் உண்ணாவிரதம் தொடங்கும் முன்னரே தாழ்த்தப்பட்ட தலைவர்களில் ஒரு பாதியினரை, அம்பேத்கருக்கும் தனித்தொகுதிக் கோரிக்கைக்கும் எதிராகத் தங்கள் பக்கம் இழுப்பதில் காந்தியடிகளும் காங்கிரஸ் இயக்கத் தலைவர்களும் வெற்றி கண்டிருக்கிறார்கள்.

எம்.சி.ராஜாவின் ஆதரவாளர்களில் குறிப்பிட்டுச் சொல்லத் தக்கவர் ராஜபோஜ், புனா நகரத்துக்காரரான இவர், அந்நகரில் பார்வதி கோயிலில் தாழ்த்தப்பட்டோர் நுழைவுக்காகப் போராட்டம் நடத்தித் தோல்வி கண்டவர். உண்ணாவிரதத்திற்கு முன்னரே அம்பேத்கர் அணியினரையும் எம்.சி.ராஜா அணியினரையும் சந்தித்துப் பேசவிரும்பிய காந்தியடிகள், தன்னுடைய விருப்பத்தை ராஜபோஜிடம்தான் தெரிவித்துள்ளார்.

ஒப்பந்தம் ஏற்படுவதற்கு முதல்நாள் எம்.சி.ராஜா தன்னுடைய பம்பாய் ஆதரவாளர் பி.பாலுவுடன் சிறைக்குச் சென்று காந்தியடி களைச் சந்திக்கிறார். ஒப்பந்தம் ஏற்பட எல்லாவித முயற்சிகளும் செய்வதாக இருவரும் காந்தியடிகளிடம் உறுதி அளிக்கின்றனர். 'எந்த அரசியல் சட்டத்தையும்விட தாழ்த்தப்பட்ட மக்களுக்கு உங்கள் வாழ்க்கைதான் உத்தரவாதம்' என்று பாலு காந்தியடிகளிடம் கூறுகிறார். அந்த நேரத்தில் காந்தியடிகளுடன் இருந்த பியாரிலால் தன்னுடைய நூலில் இந்த வாசகத்தைக் குறிப்பிட்டுள்ளார்.[31]

ஒப்பந்தம் உருவாகி 5 ஆண்டுகள் கழித்து 1937 தேர்தலில் காங்கிரசோடு கைகோர்த்து நின்றார் எம்.சி.ராஜா. தேர்தலுக்குப் பின் சென்னை மாகாணத்தில் இராஜாஜி தலைமையில் அமைந்த அமைச்சரவையிலும் இடம்பெற்றார். பின்னர் 1942இல் காங்கிரசி லிருந்து விலகினார். பின்னர் அவரும் அவரது புனா நகரத்து நண்பர் ராஜபோஜும் அம்பேத்கருடன் இணைந்தனர். 30.03.1942இல் அம்பேத்கார் ஸ்டாப்போர்டு கிரிப்ஸ் (Sir Stafford Cripps) குழுவினரைச் சந்தித்தபோது எம்.சி.ராஜாவும் அவருடன் சென்றார்.

வரும் தலைமுறையினருக்குப் பாடமாகும் வரலாற்று நிகழ்ச்சி இது.

இனி. ஒப்பந்தக் காலத்திலும் அதன் பின்னரும் புனா ஒப்பந்தம் தமிழ்நாட்டில் உருவாக்கிய விளைவுகளையும் எதிர்விளைவு களையும் தொகுத்துக் காண்பது நல்லது.

அம்பேத்கருடன் வட்டமேசை மாநாட்டுக்கு பிரதிநிதியாக அழைக்கப்பட்ட ரெட்டமலை சீனிவாசன் மதுராந்தகம் அருகி லுள்ள கோழியாலம் என்ற ஊர்க்காரரர். 1891இலேயே 'பறையர் மகாஜனசபை' என்ற அமைப்பை நிறுவியவர். 1893இல் 'பறையன்' என்ற பெயரோடு மாத இதழ் ஒன்றைத் தொடங்கியவர். தென்னாப் பிரிக்காவில் சிறிது காலம் காந்தியடிகளுடன் இருந்து, பின்னர் தமிழ்நாட்டுக்குத் திரும்பியவர். கடைசி வரை காங்கிரஸ் எதிர்ப்பாளராக இருந்தவர். 1924 ஆகஸ்டு 25இல் சென்னை சட்டசபையில், 'எந்தப் பொதுச் சாலையிலும் எந்தப் பொது இடத்திலும் தாழ்த்தப்பட்டோர் சென்று வரலாம்' எனத் தீர்மானம் கொண்டுவந்து சட்டமாக்கியவர். 1937இல் இறந்த தன் மனைவியின் கல்லறையில்கூட இந்தச் செய்தியைக் கல்லில் எழுதி வைத்தவர். இந்தியாவின் தாழ்த்தப்பட்டோர் தலைவர்களில் பணியால் மிக மூத்தவர். தமிழ்நாட்டுத் தாழ்த்தப்பட்டோர் தலைவர்களில் மற்ற வர்கள் (மேயர்) என்.சிவராஜ், தர்மலிங்கம் பிள்ளை, ஜே.சிவ சண்முகம் பிள்ளை, எல்.பி.ஐ. பாலகுரு சிவம், மீனாம்பாள் சிவராஜ், (மேயர்) முனுசாமிப்பிள்ளை ஆகியோர் ஆவர்.

இவர்களில் சிவராஜ் வழக்கறிஞர். 1926-36 சென்னை சட்ட மன்ற உறுப்பினர். 1928இல் சீனிவாசன் தொடங்கிய அமைப்பின் செயலாளர். 1929 ஆதிதிராவிட மகாஜன சபை மாநாட்டுக்குத் தலைமை தாங்கியவர். பின்னாளில் மேயர். சைமன் குழுவைச் சந்தித்தவர். 'புனா ஒப்பந்தத்தில் நானும் கையொப்பமிட்டவனாக இருக்கின்றபோதிலும் அதனால் முழுமையாக ஏமாற்றப் பட்டிருக்கின்றேன்' (இந்தியா ஆண்டு அறிக்கை 1932, கல்கத்தா பாகம் 1 ப.19) 'உண்மை' மார்ச் 1-15 (92) ப.16) என்றவர். புனா ஒப்பந்தத்தில் இவர் கையெழுத்திட்ட செய்தி, காங்கிரஸ் சார்பான குறிப்புகளில் இல்லை. 1952இல் ஸ்ரீபெரும்புதூர் நாடாளுமன்றத் தொகுதியில் தோற்று 1957இல் வென்றார். 1964 செப்டம்பர் 29இல் காலமானார். இவரது மனைவி மீனாம்பாள் சிவராஜ் 1957இல் காங்கிரஸ் சீட்டில் சட்டமன்றம் சென்றார். ஜே.சிவசண்முகம்

பிள்ளை பின்னாளில் சென்னை மேயர். 1952இல் சட்டப்பேரவைத் தலைவரானார்.

மொத்தத்தில், தாழ்த்தப்பட்டோர் சார்பில் ஒப்பந்தத்தில் கையெழுத்திட்டவர்களில் அம்பேத்கர், கவாய் (கர்நாடகம்), தேவதர் டி.ஜாதவ் (குஜராத்), ராம் சேனாதிபதி (அஸ்ஸாம்), இவர்களைத் தவிர எம்.சி.ராஜா, பி.பாலு, ரெட்டமலை சீனிவாசன், சிவராஜ் ஆகியோர் தமிழ்நாட்டுக்காரர்களாகவே இருந்துள்ளனர்.

புனா ஒப்பந்தத்தைக் கண்டித்து அக்டோபர் மூன்றாம் வாரத்தில் சென்னையில் மாநாடு கூட்டி, தாழ்த்தப்பட்டோர் தலைவர்களான சிவசண்முகம் பிள்ளை, பாலகுருசிவம் இருவரும் தீர்மானம் நிறைவேற்றினர். இந்த மாநாட்டில் தாழ்த்தப்பட்டோர் சேனை (1928) அமைத்த பறைநாயுடு என்ற மேயர் சுந்தர்ராவ் நாயுடுவும் ஜஸ்டிஸ் இயக்கத்தின் சார்பில் குத்தூசி குருசாமியும் கலந்துகொண்டனர். இந்த மாநாடு அம்பேத்கருக்குப் போட்டியாக எம்.சி.ராஜா அமைத்த அரிஜன சங்கத்தைக் கண்டித்தும் இருக்கிறது.

1937 தேர்தலுக்குப் பிறகு எம்.சி.ராஜா குழுவினர் காங்கிரசில் ஐக்கியமாயினர். எம்.சி.ராஜா, இராஜாஜியின் ஆட்சியில் அமைச்சராகவும் ஆனார். பின்னர் காங்கிரசிலிருந்து விலகினார். இராஜா 1943இலும் சீனிவாசன் 1945இலும் காலமானார்கள். சிவசண்முகம் பிள்ளையும் காங்கிரசில் சேர்ந்தார். மேயர் முனுசாமிப்பிள்ளையும் காங்கிரசில் சேர்ந்தார். சிவராஜ் மனைவி மீனாம்பாளும் சேர்ந்தார். 1950இல் அரசியல் சட்டத்தில் தாழ்த்தப்பட்டோருக்காக 18 விழுக்காடு இடத்தை அம்பேத்கர் உறுதி செய்தார். இரட்டை உறுப்பினர் தொகுதிகள் அமைக்கப்பட்டன. காந்தியடிகள் உயிரோடு இருந்தால் இதை எதிர்த்திருப்பார். 1956இல் அம்பேத்கரும் காலமானார். சிவராஜ் குடியரசுக் கட்சி அமைத்தார். அதைக் கவாய் பின்னர் இரண்டாக்கினார்.

1957இல் தேர்தலில் ஆந்திராவில் இரட்டை உறுப்பினர் தொகுதியான பார்வதிபுரம் பொதுத்தொகுதியில் தோற்றுப்போன வி.வி.கிரி (பின்னாளில் குடியரசுத் தலைவர்) தாழ்த்தப்பட்டோர் தனித்தொகுதியை எதிர்த்து வழக்குத் தொடர்ந்தார். 1962 தேர்தலுக்கு முன்னர் 1961இல் அரசாங்கம் இரட்டை உறுப்பினர் தொகுதியைக் கைவிட்டபோது எதிர்ப்பே இல்லாமல் போய்விட்டது.

ஏனென்றால் தாழ்த்தப்பட்டோருக்கு வலிமையான ஒரு இயக்கமோ, தலைவரோ அப்போது இல்லை. புனா ஒப்பந்தத்தின் பின்விளைவால் காங்கிரஸ் இயக்கம் தாழ்த்தப்பட்டோரைத் தன்னுள் வைத்திருக்க எல்லா முயற்சிகளையும் செய்தது. ஒப்பந்தம் முடிந்த 5 மாத காலத்தில் காந்தியடிகள் 'ஹரிஜன்' என்ற இதழைத் தொடங்கிவிட்டார்.

தமிழ்நாட்டில் நீதிக்கட்சியோடு (ஜஸ்டிஸ் இயக்கத்தோடு) தொடர்பு கொண்டிருந்த தாழ்த்தப்பட்டோர் இயக்கத்தை, புனா ஒப்பந்தம் இரண்டாகப் பிளந்தது. அனைத்திந்திய அரங்கில் எம்.சி.ராஜா மூலமாக அம்பேத்கருக்குப் போட்டியாக ஒரு தலைமையினையும் சங்கத்தையும் காங்கிரஸ் உருவாக்கியது. புனா ஒப்பந்தம் மூலமாக இனவாரித் தீர்ப்பை எதிர்த்து வெற்றிபெற்றது. இறுதியில் தனித்த கொள்கையோடு தாழ்த்தப்பட்டோர் இயக்கம் ஒன்று வளரவிடாமல் அவர்களைத் தன்னுள் ஐக்கியமாக்கிக் கொண்டது. எனவே, இந்த ஒப்பந்தத்தால் பெரிதும் பாதிக்கப்பட்டது தமிழ்நாட்டில் எழுந்த தாழ்த்தப்பட்டோர் எழுச்சியே ஆகும். நூற்றாண்டின் கடைசிப் பகுதியில் இந்தியாவின் தேசிய இயக்கம் ஒரு வடிவத்தைப் பெறத் தொடங்கியது. அதே கால கட்டத்தில் தமிழ்நாட்டில் தாழ்த்தப்பட்டோர் இயக்கமும் எழுந்தது. அந்த இயக்கம் காங்கிரஸ் இயக்கத்திற்கு மாற்றாக எழுந்தது. ரெட்டமலை சீனிவாசனின் சகோதரி கணவரான க.அயோத்திதாசப் பண்டிதர், 'திராவிட பாண்டியன்' என்ற இதழை 1885இலேயே தொடங்கினார். பின்னர் அந்த இதழே 'திராவிடன்' என்ற பெயரோடு வெளிவந்தது. 'ஆதிதிராவிட மகாஜன சபை' என்கிற அமைப்பையும் இவர் தொடங்கினார். 'திராவிடம்' என்கிற சொல்லை ஒரு அரசியல் கருத்தோட்டமாக முதலில் முன்வைத்தவர் இவரே ஆவார். இவரது மைத்துனர் ரெட்டமலை சீனிவாசன் 1892இல் 'பறையர் மகாசபை' என்ற அமைப்பினையும் 'பறையன்' என்ற இதழையும் தொடங்கியதை முன்னரே கண்டோம். தாழ்த்தப்பட்டோர் மட்டும் வாக்களித்துத் தங்கள் பிரதிநிதிகளைத் தேர்ந்தெடுக்கவேண்டும் என்ற கருத்து முதன்முதலில் திராவிடன் என்ற இதழிலேயே 1921இல் வெளிவந்தது. அப்போது அவ்விதழின் ஆசிரியராக ஜே.எஸ்.கண்ணப்பர் என்பவர் இருந்தார். இந்தக் கருத்தையே 11 ஆண்டுகள் கழித்து வட்டமேசை மாநாட்டில் அம்பேத்கர் முன்வைத்தார்.

அயோத்திதாசப் பண்டிதரும் ரெட்டமலை சீனிவாசனும் வயதால் மட்டுமல்ல, சமூகப் பணியாலும் அம்பேத்கரைவிட மிக மூத்தவர்கள். இவர்களைத் தவிர எம்.சி.ராஜா, என்.சிவராஜ் (மேயர்), சிவசண்முகம் பிள்ளை (மேயர்), முனுசாமிப் பிள்ளை, எல்.பி.ஐ பாலகுருசிவம் போன்ற நாடறிந்த தாழ்த்தப்பட்டோர் தலைவர்களும் தமிழ்நாட்டுக்காரரர்கள். புனா ஒப்பந்தம் நடைபெறும்வரை இவர்கள் எல்லாரும் நீதிக்கட்சியோடு தொடர்புடையவர்களாகவும் சார்புடையவர்களாகவுமே இருந்தனர்.

இந்தியாவின் வேறெந்த மாநிலத்திலும் தாழ்த்தப்பட்ட மக்களின் எழுச்சிக்கு நீதிக்கட்சி போன்ற ஒரு இயக்கம் பின் இருந்து துணை செய்தது இல்லை.

புனா ஒப்பந்தத்திற்குப் பிறகு இவர்களில் பெரும்பாலோர் காங்கிரஸ் இயக்கச் சார்பாளராக மாறிக் கரைந்துபோனார்கள். அதன் பின்னர் 50 ஆண்டுகளுக்குத் தமிழ்நாட்டுத் தாழ்த்தப்பட்டோர் தங்களுக்கான ஒரு இயக்கம் இல்லாமல், தன்னுணர்ச்சியும் இல்லாமல் போயினர். 1947இல் நாடு விடுதலை பெற்றவுடன் அம்பேத்கருக்குப் பதிலாக, தாழ்த்தப்பட்டோர் தலைவர்களில் மற்றொருவரை மந்திரியாக்க நினைத்தனர். அப்போதும் தமிழ்நாட்டைச் சேர்ந்த மேயர் முனுசாமிப் பிள்ளையையே அம்பேத்கருக்குப் போட்டியாக உருவாக்க எண்ணினர். அந்த முயற்சி வெற்றி பெறவில்லை.

புனா ஒப்பந்தம் ஏற்பட்ட காலத்தில் அன்றைய தலைவர்கள் மத்தியில் நிலவியிருந்த மனநிலையும் அவர்களுடைய எதிர்பார்ப்புகளும் அவர்கள் போட்ட கணக்குகளும் தவறாகப் போயிருப்பதைக் காலம் காட்டுகிறது. இதிலிருந்தே வரலாற்று மாணவர்கள் பாடம் கற்றுக்கொள்ள வேண்டும். காந்தியடிகளின் உண்ணாவிரதம், அவர் தலைமையேற்ற காங்கிரஸ் இயக்கத்தால் முடிவு செய்யப்பட்டதல்ல. தன்னுடைய உள்ளொளி (Some secret strength and mystic ecstasy of the soul) தனக்கு அவ்வாறு ஆணையிட்டதாகக் காந்தியடிகள் கூறினார்.[32]

காங்கிரஸ் இயக்கம் அன்றைக்கு அதை அப்படியே ஏற்றுக் கொண்டது. அக்காலத்தில் இந்த 'உள்ளொளி'யை விமர்சித்தவர். பின்னாளில் இந்தியாவின் தலைவிதியை எழுதிய ஜவஹர்லால் நேரு ஒருவர் மட்டுமே. அவர் அப்பொழுது 'நைனிடால்' சிறையி

லிருந்தார். அவர் தன்னுடைய சுயசரிதையில் பின்வருமாறு எழுது கிறார்: 'அரசியல் பிரச்சினையொன்றிற்கு மதம் தொடர்பான, உணர்வுப்பூர்வமான அவரது (காந்தியடிகளது) அணுகுமுறை எனக்குக் கோபத்தை உண்டாக்கிற்று. அது தொடர்பாகக் கடவுளை அடிக்கடி குறிப்பிடுவதும் எனக்குப் பிடிக்கவில்லை. உண்ணாவிரதம் இருப்பதற்கான நாளையும் கடவுளே குறிப்பிட்டார் என்கிறதுபோல அவர் கூறியிருந்தார். இப்படித்தான் பிறருக்கு முன்னுதாரணமாய் இருப்பதா?'[33]

பிரிட்டிஷ் அரசாங்கம் கொடுத்த இரட்டை வாக்குரிமையை அம்பேத்கரும் ரெட்டமலை சீனிவாசனும் போராடிப் பெற்ற உரிமையை இந்து சமூகத்தின் நன்மைக்காக அவர்கள் விட்டுக் கொடுக்க வேண்டும் என்பதே காந்தியடிகளின் நோக்கமாகும். அம்பேத்கருக்கோ நாட்டு மக்கள் தொகையில் ஐந்தில் ஒரு பகுதியினரின் வாழ்வுரிமைப் போராட்டம் இது. காந்தியடி களுக்கோ இது இந்து மதம் சார்ந்த பிரச்சினையாகவே பட்டது. எனவேதான் காந்தியடிகளின் மதம் சார்ந்த அணுகுமுறை, ஜவஹர் லால் நேரு போன்ற சிந்தனையாளர்களுக்குக் கோபத்தை உண்டாக்கியிருக்கிறது.[34]

'எரவாடா சிறைச்சாலையிருக்கும்போது தாழ்த்தப்பட்டோ ருக்குத் தனித்தொகுதி ஏற்பட்டதால் தன்னுயிரை மாய்த்துக் கொள்ளுவதாக உண்ணாவிரதம் ஆரம்பித்தார். சிறைச்சாலையில் மூன்று தரம் கண்டேன். வாதாடி வெற்றி பெறுவதை இவர் தவிர்த்து உண்ணாவிரதம் இருப்பது, வீரத்தன்மையை இழந்து இரக்கத்தைத் தேடவேண்டியவரானார் என்பதைக் கண்டு என் மனமிரங்கி புனா ஒப்பந்தத்தில் கையொப்பமிட்டேன். இருபது வருடங்களாக அவர் கிளர்ச்சி செய்து வந்ததும் ஜாதி இந்துக்களின் கல் மனத்தினின்று நாருரிக்க அவரால் முடியவில்லை. தாழ்த்தப்பட்டவரை ஹரிஜனம் என்று இவர் பெயர் சூட்டி அழைத்துவருகிறார். 'ஹரிஜனம்' என்னுமோர் பத்திரிகையும் பிரசுரம் செய்துவருகிறார். அவர் மனம் போனபடி ஏதேதோ எழுதிவருகிறார். அவற்றில் பெரும்பாலும் தாழ்த்தப்பட்டோர் அபிப்பிராயம் அல்லவென்று சொல்லலாம். அது தன்னயதேட்டம்; அவர் அசரீரி வாக்கைக் கேட்டறியும் அருள் பெற்ற ஒரு நல்ல ஆத்மா!' என்று 1939இல் ரெட்டமலை சீனிவாசன் சினந்தும் கேலியாகவும் எழுதியிருப்பதும் வரலாற்று மாணவர்கள் அறிய வேண்டிய செய்தியாகும்.[35]

தனித்தொகுதி பற்றிய பொதுவாக்கெடுப்பைப் பதினைந்து ஆண்டுகள் கழித்து வைத்துக்கொள்ளலாமென்பது அம்பேத்கரின் கருத்தாகும். ஐந்தாண்டுகளுக்குள் தீண்டாமைக் கொடுமையும் பிற ஒடுக்குமுறைகளும் நாட்டில் முற்றிலுமாக அகன்றுவிடும் என்பது காந்தியடிகளின் நம்பிக்கையாகும். இருவரின் நம்பிக்கைகளும் பலிக்கவில்லை. 1950இல் விடுதலை பெற்ற இந்தியாவில் அரசியல் சட்டம் அமுலுக்கு வந்தபோது 30 ஆண்டுக்கால எல்லையோடு தனித்தொகுதிகள் உருவாக்கப்பட்டன. 1957க்குப் பிறகு அம்பேத்கர் உருவாக்கிய இரட்டை வாக்குரிமை முறையும் வி.வி.கிரி தொடுத்த வழக்கால் இல்லாமல் போயிற்று. இவையாவும் வரலாற்று மாணவர்களுக்கு மற்றுமொரு பாடமாகும். இன்றுள்ள தேர்தல் முறையில் தாழ்த்தப்பட்டோர் தனித்தொகுதி என்பது, கட்சி அரசியலால் தன்னுடைய உண்மையான பொருளை இழந்துபோய்விட்டது. இந்த நடைமுறை உண்மையும் வரலாற்று மாணவர்கள் மனத்தில் இருத்திக்கொள்ள வேண்டியதாகும். புனா ஒப்பந்தம் 'பொய்யாய்ப் பழங்கதையாய்க் கனவாய் மெல்லப் போனதுவே' என்பதுபோலக் கரைந்துபோயிற்று.

இந்த வரலாற்று நிகழ்வுகளின் பின்விளைவே மிகக் கடுமையான சொற்களுடன் கூடிய சுவரொட்டிகளாக வெளிப்பட்டிருக்கிறது. புனா ஒப்பந்தம் முடிந்து பல ஆண்டுகள் ஓடிப்போய்விட்டன. ஒப்பந்தத்தை உருவாக்கியவர்கள், துணை நின்றவர்கள், கையெழுத்திட்டவர்கள் யாரும் இன்று உயிரோடில்லை. ஆயினும் வரலாற்று நிகழ்வுகள் நின்றுவிடவில்லை. ஏனென்றால் இந்தியச் சமூகம் தொடர்ந்து மாற்றங்களுக்கு ஆளாகிக்கொண்டே இருக்கிறது. தாழ்த்தப்பட்டோரின் விடுதலைக்கான போராட்டம் மீண்டும் கூர்மையடைந்திருக்கிறது. தாழ்த்தப்பட்டோர், ஒடுக்கப்பட்டோர், அரிஜன், செடியூல்டு என்று பிறராலும் சட்டத்தாலும் இடப்பட்ட பெயர்கள் வலுவிழந்து போய்க்கொண்டிருக்கின்றன. 'தலித்' (மண் சார்ந்தவர், மண்ணோடு சார்ந்தவர், மண்ணின் மக்கள்) என்று ஒடுக்கப்பட்டோர் தங்கள் பெயரைத் தாங்களே இட்டுக்கொண்டுள்ளனர். இந்திய மக்களின் வரலாறு ஒரு திருப்புமுனையை நெருங்குகிறது.

அடிக்குறிப்புகள் :

1. The Settlement arrived at is, so far as I can see a generous gesture on all sides. It is a meeting of hearts and my Hindu gratitudes is due to Ambedkar, Rao Behadur Srinivasan and their party on the one hand and Rao Behadur M.C. Raja on the other. The collected works of Mahatma Gandhi, Vol. 51, P.144 The Publications Division, Ahamadabad (1972)

2. ஆங்கிலப் பேரகராதி தொகுத்த அறிஞர் ஜான்சனின் பெருமை சமகாலத்து மக்களால் உணரப்படவில்லை. ஜான்சனை மிகைப்படப் புகழ்ந்து, அவரது மாணவர் பாஸ்வெல் எழுதிய புத்தகமே அவரது புகழை உலகம் அறியக் காரணமாக இருந்தது. எனவே மிகைப்படப் புகழ்ந்து எழுதப்படும் புத்தகங்களை 'பாஸ்வெலியானா' என்று கூறுவது ஆங்கிலத்தில் மரபு.

3. ஜெய்சன் ஜோக்கப். (மொ.ஆ.) புனா ஒப்பந்தம், சென்னை 1988. ப.134

4. One hundred Years of the Hindu (The Epic Story of Indian Nationalism) Madras, 1985.

5. புனா ஒப்பந்தம். ப.2

6. Dhananjay Keer; Dr.Ambedkar Life and Mission. Popular Prakashan, Bombay, 1962. P.150

7. Ibid., pp. 155-156.

8. Ibid., The interests of the Untouchables are as dear to the Congress as the Interest of the any other body or of any other Individual throughout the length and breadth of India. Therefore I would most strongly resist any further special representation, P.175.

9. புனா ஒப்பந்தம், ப.41

10. மேலது. ப.70-72, "இந்தக் குற்றச்சாட்டு 07.02.1932 பெரியாரின் குடியரசு இதழில் செய்தியாகவும் வந்துள்ளது. இந்தச் செய்தி அறிக்கையில், குற்றச்சாட்டைக் கூறியபோது "இதை ருசுப்படுத்த என்னிடம் ஒப்புக் கொள்ளத்தக்க தஸ்தாவேஜுகள் இருக்கின்றன. காந்தியடிகளின் பக்தர்கள் யாராவது பார்க்க விரும்பினால் என் காரியாலயத்திற்கு அவர்கள் வரட்டும். அந்த தாஸ்தாவேஜுக்களை நான் காட்டுகிறேன்" என்றார் டாக்டர் அம்பேத்கர். பக்.70-72., கழஞ்சூர் சொ. செல்வராஜி (தொ.ஆ) டாக்டர் அம்பேத்கர் அறிவுக்கொத்து ப.32

11. Dhanajay Keer, Dr.Ambedkar - Life and Mission, P. 190.

12. The Times, Jan 31., 1948 obituary as quoted in Gandhi in London by James D. Hunt. P.201.

13. டாக்டர் அம்பேத்கர் அறிவுக்கொத்து ப.41

14. Eugene Irschick, Tamil Revivalism in 1930s Cre-A., Madras April 1986, P.158 - 1591.

15. Dhananjay Keer, Dr.Ambedkar - Life and Mission, P.230

16. புனா ஒப்பந்தம், ப. 108

17. மேலது, ப.8 ?
18. மேலது, ப.92
19. மேலது ப.98
20. "It was a wanton attempt on the Premier's part to put Gandhi in the wrong. If he should opposed.. this was a bounty with ta vengence" Pattabi Sitaramayya. The History of the Indian National Congress, Vol.1 (1885-1935) P.532.
21. மணிநீலன் (முத்துக்கிருஷ்ணன்), காந்தியடிகள் கண்டன கீதம். உண்மை விளக்கம் பிரஸ், ஈரோடு 1934, ப.11 (பி.யோகீசுவரன், தமிழ்க் கவிதையில் சமுதாயச் சிக்கல்கள் LJ.150. 17160 மேற்கோள்)
22. Pyarelal, The Epic Fast, Ahamedabad, P.40-18
23. புனா ஒப்பந்தம் ப. 103 -104
24. M.L. Shahare. Dr.Bhim Rao Ambedkar His Life and Work, NCERT, New Delhi. P.40
25. Pattabi Sitaramayya. The History of the Indian National Congress, Vol I P.40
26. திரு.விக. வாழ்க்கைக் குறிப்புகள் பகுதி-2, மறுபதிப்பு. 1969, ப.495
27. புனா ஒப்பந்தம்
28. மேலது. மொழிபெயர்ப்பாளர் பிற்சேர்க்கை - 6. ப.175.
29. மாளவியா, ஜெயகர். சாப்ரு, மூஞ்சே. காமத், தக்கர் பாபா உள்ளிட்ட தலைவர்களின் வாழ்க்கைக் குறிப்பிற்கு, பார்க்க Dictionary of National Biography (volumes 1-4) Ed., by S.P.sen, Institute of Historical Studies, Calcutta. 1974.
30. Not available
31. "your life is a greater guarantee to the Depressed classes than any other number of constitution" Pyarelal. The Epic Fast. P.59
32. குடியரசு, 23,10,1932, பக்.13, அம்பேத்கர் அறிவுக்கொத்து. பக்.67இல் காட்டிய மேற்கோள்.
33. Pyarelal. The Epic Fast. p.11.
34. ஜெயரதன் (தமிழாக்கம், ஜவஹர்லால் நேரு சுயசரிதை, பூரம் பதிப்பகம், சென்னை. 1981. ப.403
35. ரெட்ட மலை சீனிவாசன், திவான் பகதூர், ரெட்டமலை சீனிவாசன் சுயசரிதை, சென்னை, 1939, ப.21

பாளையங்கோட்டை ஊர் வரலாறு

வரலாற்றுப் பின்னணி

பாளையங்கோட்டை ஒன்பதாம் நூற்றாண்டைச் சார்ந்த ஒரு கோட்டை நகரம். இந்நகரிலுள்ள பழைமையான கோயில்கள் கோபாலசாமி என்னும் கோபாலன் கோயிலும் திரிபுராதீஸ்வரர் என்னும் சிவன் கோயிலும் ஆகும். இவ்விரண்டும் ஆகம வழி கற்கோயில்கள்.

கோபாலன் கோயில் இப்பொழுது 'அழகிய மன்னார் ராஜகோபால சுவாமி' கோயில் என வழங்கப்படுகிறது. கருவறை இறைவனை வீரநாராயணர் என்று அழைக்கிறார்கள். கோயில் மேல்தளத்தில் இருந்த வேணாட்டரசர் காலத்தின் (16 ஆம் நூற்றாண்டு) ஓவியங்கள் 2011இல் நடந்த குடமுழுக்குத் திருப்பணியின்போது அழிக்கப்பட்டுவிட்டன.

இக்கோயிலிலிருந்து கண்டெடுக்கப்பெற்ற 41 கல்வெட்டுகளே இவ்வூரின் பழைமையை அறிய நமக்குக் கிடைக்கும் சான்றுகள். இக்கல்வெட்டுகளில் சில வட்டெழுத்தில் அமைந்துள்ளது குறிப்பிடத்தக்கது.

இவற்றில் குறிப்பிட்டுச் சொல்லத்தக்கன, முதலாம் இராசராசன் காலத்தைச் சேர்ந்த (கி.பி. 985-1014) ஏழு கல்வெட்டுகள் ஆகும். கி.பி. 995இல் பாண்டிய நாட்டை வெற்றிகொண்ட முதலாம் இராசராச சோழன், அங்கு வழக்கிலிருந்த வட்டெழுத்துக்களை மாற்றிவிட்டுத் தமிழ் எழுத்துக்களை அறிமுகம் செய்தான் என்பது வரலாற்றறிஞர் ஏற்றுக்கொண்ட உண்மையாகும். இக்கோயிலில் முதலாம் இராச இராசன் தமிழ்க் கல்வெட்டு ஒன்றும் கிடைத்துள்ளது. எனவே இக்கோயில் பத்தாம் நூற்றாண்டில் பெரிய கோயிலாகத் திகழ்ந்தது.

கருவறை முதல் திருச்சுற்றின் மேற்குப் பகுதியில் அழகிய புடைப்புச் சிற்பங்களைக் கொண்ட தூண்கள் சில காட்சி அளிக்கின்றன. அவற்றில் இரண்டு, இராமாயணத்தைக் காட்சிப்படுத்தும் சிற்பங்களாகும். ஒன்று இராமன், இலக்குவன், சீதை மூவரையும்

படகிலேற்றி குகன் கங்கையாற்றைக் கடக்கும் சிற்பமாகும். இக்காட்சியைத் திருமங்கையாழ்வார் 'ஏழை ஏதிலன் கீழ்மகன்' என்னும் பாசுரத்திலும் கம்பர் 'ஆழநீர்க்கங்கை அம்பிகடாவிய' என்ற பாடலிலும் பாடியுள்ளனர். அடுத்த தூணிலுள்ள சிற்பத்தில் அசோகவனத்தில் துயரமே உருவாய் அமர்ந்திருக்கும் சீதையை அனுமன் பணிவுடன் தொழுதபடி நிற்கிறான். அந்தச் சிற்பத்தின் கீழ் தூணில் நான்கு வரிகளில் ஒரு வட்டெழுத்துக் கல்வெட்டு அமைந்துள்ளது 'ஸ்வஸ்திஸ்ரீவாம அநித்த அடிகணம்பி இடுவிச்சிது. இத்தூணின் திருநாமம் ஸ்ரீ ஹனுமந்' என்பது அக்கல்வெட்டின் வாசகமாகும். எழுத்தமைதியைக் கொண்டு பார்க்கும்போது, இந்த வட்டெழுத்துக் கல்வெட்டு கி.பி.ஒன்பதாம் நூற்றாண்டைச் சேர்ந்தது எனக் கல்வெட்டியல் அறிஞர்களான வெ.வேதாசலம், சொ.சாந்தலிங்கம் ஆகியோர் மதிப்பிடுகின்றனர். எனவே இக்கோயில் கி.பி. ஒன்பதாம் நூற்றாண்டில் கருவறையோடும் முதல் திருச்சுற்றோடும் அமைந்திருந்தது என்பதில் ஐயமில்லை.

இக்கோயில் எந்த அரசனால் எழுப்பப்பெற்றது என்பது அடுத்து வரும் கேள்வியாகும். இக்கோயிலின் திருப்பணி மலரில் இக்கோயிலை மணப்படை வீட்டிலிருந்த 'பல்கி மகாராஜா' கட்டினான் என்று வரலாற்று அடிப்படையற்ற செய்தி கட்டுரை யாக வெளியாகியுள்ளது. கோயிலிலுள்ள அனைத்துக் கல்வெட்டு களிலும் இவ்வூரின் பெயர் 'கீழ்களக் கூற்றத்து ஸ்ரீவல்லப மங்கலம்' என்றே காணப்படுகிறது. எனவே, இதுவே பாளையங்கோட்டை நகரத்தின் பழைய பெயராகும்.

கோயிலின் பெயர் எல்லாக் கல்வெட்டுகளிலும் 'வீரநாராயண விண்ணகரம்' என்றே காணப்படுகின்றது. விண்ணகரம், விஷ்ணுக்ருகம் பெருமான் கோயில்) என்பதைக் குறிக்கும் தமிழ்ச் சொல் ஆகும். அக்காலத்தில் சோழ, பாண்டிய மன்னர்கள் தாங்கள் கட்டிய கோயில்களுக்குத் தங்கள் பெயரை இட்டுக்கொள்வதே வழக்கமாக இருந்தது. தஞ்சை ராஜராஜேஸ்வரம், கங்கைகொண்ட சோழீஸ்வரம், ஆற்றூர் அறிஞ்சிகை (அரிஞ்சய சோழன்) ஈஸ்வரம் ஆகியன இதற்கு எடுத்துக்காட்டுகள். அந்த வகையில் 'வீரநாராயண விண்ணகரம்' எனக் குறிக்கப்படும் கோபாலன் கோயில் 'வீரநாராயணன்' என்னும் பெயருடைய மன்னன் ஒருவனால் எழுப்பப்பட்டிருக்க வேண்டும். அப்படியானால் கருவறை இறைவன் திருப்பெயரும் வீரநாராயணர் என்றே இருந்திருக்க

வேண்டும். கி.பி. பதினாறாம் நூற்றாண்டு வரை இந்தப் பெயரே நிலைத்திருக்கின்றது. அதன்பிறகு வைதீகப் பார்ப்பனர்கள் இறைவன் பெயரை 'வேத நாராயணர்' என மாற்றிவிட்டனர்.

அடுத்து யார் இந்த வீரநாராயணன் என்ற கேள்வி எழுகின்றது. பராந்தக வீரநாராயணன் என்று வரலாற்று ஆசிரியர்கள் குறிப்பிடும் மன்னனாகவே இவன் இருக்க வேண்டும். இவன் கி.பி. 863இல் முடிசூடி கி.பி. 904 வரை அரசாண்டவன்.

இவனது அண்ணனாகிய இரண்டாம் வரகுணன் (மாணிக்க வாசகரின் சம காலத்தவன்) தன் தந்தையின் பெயரில் (இப்பொழுது கங்கைகொண்டான் என வழங்கப்படுகிற) ஊரினை எடுப்பித்து அவ்வூருக்கு ஸ்ரீவல்லபமங்கலம் என்று பெயரிட்டான். தம்பி எடுப்பித்த கோயிலும் ஊரும் பின்னர் அதே பெயரைப் பெற்றன.

கங்கைகொண்டான், முதலாம் இராசேந்திரனின் பேரன் காலத்தில்தான் கங்கை கொண்ட சோழச் சதுர்வேதி மங்கலம் என்ற பெயரைப் பெற்றதாகக் கல்வெட்டறிஞர் குடந்தை என். சேதுராமன் குறிப்பிடுகிறார்.

பராந்தக வீரநாராயணனின் தந்தை பராந்தக நெடுஞ் சடையன் ஸ்ரீ மாறன் ஸ்ரீவல்லபன் ஆவார். தன் தந்தையின் பெயரையே இவ்வூருக்கும் இம்மன்னன் இட்டிருக்கிறான். இவன் இரண்டாம் வரகுணனின் தம்பி ஆவான். இரண்டாம் வரகுணன் அரசுப் பதவியைத் துறந்து சைவனாக ஆன்மிக வழியில் சென்றதால் இவன் மன்னன் ஆனான். இந்தச் செய்தியைப் பாண்டியர்களின் தளவாய்புரத்துச் செப்பேடு பதிவு செய்கிறது. இம்மன்னன் மதுரையிலிருந்து ஆளாமல், பாண்டிய நாட்டின் தென்பகுதியை ஆட்சி செய்திருக்கிறான். நெல்லை மாவட்டம் மானூருக்கருகில் உக்கிரங்கோட்டை என்னும் இடத்திலிருந்து அழிந்துபோன கோட்டையினையும் இவனே கட்டியிருக்க வேண்டும். கயத்தாற்றுக்கு அருகிலுள்ள தளவாய்புரம் ஊரில் கண்டெடுக்கப்பெற்ற இச்செப்பேடு, ஆசூர் என்ற நாட்டைக் குறிப்பிடுகிறது. ஆசூர் என்ற ஊர் கயத்தாற்றுக்கருகில் இன்றும் உள்ளது. இவன் தந்தை ஸ்ரீமாறன் ஸ்ரீவல்லபனே தென்பாண்டி நாட்டின் எல்லையிலிருந்த ஆய்குல மன்னர்களை அடக்கியவன். தன் தந்தையின் நினைவாகவே மன்னன் இவ்வூருக்கு ஸ்ரீவல்லப மங்கலம் எனப் பெயரிட்டுள்ளான்.

நெல்லை மாவட்டம் சேரன்மாதேவியில் மூன்று கருவறையுடன் கூடிய (அஷ்டாங்க விமானம்) இராமசாமி கோயில் உள்ளது. இப்பெருமாள் கோயிலையும் இவனே கட்டியிருக்க வேண்டும் எனத் தோன்றுகிறது. ஏனென்றால் அந்தக் கோயிலிலும் இறைவன் பெயர் வீரநாராயணன் என்றே கூறப்படுகிறது.

அதுபோலவே, உக்கிரங்கோட்டைக்கு அருகிலுள்ள வீராணம் என்ற ஊரும் இம்மன்னன் பெயராலேயே அமைந்திருக்க வேண்டும்.

முதலாம் இராசராசசோழன், சுந்தரபாண்டியன், பிற்காலச் சேர மன்னனான பூதல வீரஉதய மார்த்தாண்டன் ஆகிய தமிழ் மூவேந்தர்களின் கல்வெட்டுகளும் இக்கோபாலன் கோயிலில் இருப்பது தனிச்சிறப்பாகும்.

கோபாலன் கோயில் கல்வெட்டுகளிலிருந்து இந்நகரின் பழைமையை அறிய, சில அரிய செய்திகள் நமக்குக் கிடைக்கின்றன.

இந்நகரைச் சுற்றி ஒரு கோட்டை அமைந்திருந்தது ஆங்கிலேயர் ஆவணங்களால்தான் நமக்குத் தெரிய வருகின்றது. அதைப்பற்றிய ஒரு சிறு குறிப்புக்கூட நேரடியாகவோ மறைமுகமாகவோ இந்தக் கல்வெட்டுகளில் காணப்படாதது வருத்தமளிக்கும் செய்தியாகும்.

பிற்காலப் பாண்டியர் கல்வெட்டுகளில் "திருமேற் கோயில் வல்லபர் விண்ணகரம்" என்ற தொடர் காணப்படுவதால், இக்கோயிலின் மேற்கருவறை இக்கோயிலின் தோற்றக் காலத்தில் எழுப்பப் பெறவில்லை, பிற்காலத்தில்தான் எழுப்பப்பட்டது எனத் தெரிகிறது.

இவ்வூர் நஞ்சை நிலங்களுக்கு இன்றுவரை பாசனம் அளித்து வரும் வாய்க்கால், பாளையங்கால்வாய் என்றழைக்கப்படுகிறது. கி.பி. 1010ஆவது ஆண்டில் எழுந்த முதலாம் இராசராசனின் கல்வெட்டில் 'நாரத வாய்க்கால்' என்று இது அழைக்கப்படுகிறது. அருகிலுள்ள குறிச்சி சொக்கநாதர் கோயில் கல்வெட்டும் இவ்வாய்க்காலை இதே பெயருடன் குறிப்பிடுகிறது. எனவே, இந்த வாய்க்கால் ஆயிரம் ஆண்டுகளுக்கு முன்னதாக வெட்டப்பட்டிருக்க வேண்டுமென்று உறுதியாகத் தெரிகிறது. கல்வெட்டுகள் இந்த நிலப்பகுதியைக் 'கீழ் களக்கூற்றம்' என்று குறிப்பிடுகின்றன. இது அக்காலத்திய வருவாய்ப் பிரிவு ஆகும். இந்த வருவாய்ப்

பிரிவில் சீவலப்பேரி, முரப்பநாடு, மணப்படை வீடு, பாலாமடை, உதயநேரி ஆகியவை உட்கடையாக அமைக்கப் பெற்றிருக்கின்றன. இக்கோயிலிலுள்ள மற்றொரு கல்வெட்டு இரண்டாம் வடக்குத் தெருவில் இரண்டு சிறகுகளிலும் (வரிசையில்) வீடுகள் அமைக்கப் பட்டுள்ளதைத் தெரிவிக்கிறது. இன்னுமொரு கல்வெட்டு இவ்வூர் 'வடபிடாகை சுந்தரபாண்டிய நல்லூர் இருக்கும் படை வீட்டில்' என்று குறிப்பிடுவதால், இப்பொழுது வடக்குப்படைத் தெரு என்று குறிப்பிடப்படும் நகரின் வடக்குப் பகுதியில் படைவீடு அமைந்திருந்தது தெரியவருகிறது. பொதுவாக, படைகள் அல்லது படை வீடுகள், நீர்க்கரைகளை ஒட்டியே அமைக்கப்பெறும். அந்தவகையில் வடக்குப்படைத் தெருவின் வழியாக ஓடும் நாரத வாய்க்காலின் கரையில் இந்தப் படைவீடு அமைக்கப்பட்டிருக்க வேண்டும். அந்த நிலப்பகுதிக்கு இன்றும் பெரியபாளையம் என்ற பெயர் அமைந்திருப்பது குறிப்பிடத்தகுந்தது.

ஒவ்வொரு கோட்டையிலும் வடக்கு வாயிலில் 'வடவாயில் செல்வி' என்ற பெயருடன் ஓர் அம்மன் கோயில் அமைக்கப்படுவது வழக்கம். வடக்குப்படைத் தெருவில் அமைந்துள்ள முப்பிடாரி அம்மனே பாளையங்கோட்டையின் வடவாயில் செல்வியாக இருக்க வேண்டும். கோபாலன் கோயிலின் வடபுற நிலைக்கல்லில் விசயநகர அரசமரபைச் சார்ந்த சதாசிவ தேவமகாராயரின் கல்வெட்டு காணப்படுவதால், இக்கோயில் இராசகோபுரம் அவரது காலமான கி.பி. பதினாறாம் நூற்றாண்டில் எடுக்கப்பட்டிருக்க வேண்டுமென்று தெரிகிறது.

இராசகோபுரத்தை அடுத்து உட்புறமாக வடபக்கத்தில் வாகன மண்டபம் உள்ளது. கோயில் கட்டடக்கலை மரபை நன்கு அறிந்தவர்களுக்கு இது பிற்காலப் பாண்டியர் பாணியில் கட்டப்பட்ட கல்யாண மண்டபம் என்பது தெரியவரும். கோயில் கருவறையில் இராசராசன், சுந்தரபாண்டியன், விக்கிரமபாண்டியன் ஆகியோரது கல்வெட்டுகள் காணப்படுகின்றன. என்றாலும், இக்கோயில் கருவறையில் மகாமண்டபம் (இப்பொழுது அடியவர் நின்று இறைவனை வணங்கும் பகுதி) பதினாறாம் நூற்றாண்டில் உதயமார்த்தாண்டன் என்னும் சேர மன்னனால் புதுப்பித்துக் கட்டப்பட்டது தெரிகிறது. இந்த முன் மண்டபத்தின் தென்புறச் சுவரில், வெளிப்புறமாக அவனது பெயருடன் ஒரு கல்வெட்டு

காணப்படுவது இதற்குச் சான்றாகும். வென்று மண் கொண்ட பூதல வீர உதயமார்த்தாண்டவர்மா என்னும் பெயருடைய இப்பிற்கால வேணாட்டு மன்னன், தாமிரபரணிக் கரையிலுள்ள நிலப்பகுதி முழுவதையும் கைப்பற்றி இருக்கிறான். களக்காட்டில் ஒரு கோட்டையினையும் அரண்மனையினையும் கட்டியிருக் கிறான். தாமிரபரணிக் கரையினைக் கைப்பற்றுவது வேணாட்டு மன்னர்களின் நீண்டநாள் கனவாகும். இம்மன்னனது கலைப்பாணி மணப்படைவீடு, திருவைகுண்டம், ஆழ்வார்திருநகரி, ஆத்தூர், திருச்செந்தூர், திருக்குறுங்குடி, மன்னார்கோயில், திருப்புடை மருதூர் ஆகிய ஊர்க்கோயில்களில் காணப்படுகிறது. காயல்பட்டி னத்திலுள்ள பழைய பள்ளிவாசலும் இம்மன்னன் பெயரால், ‘உதயமார்த்தாண்டப் பெரும்பள்ளி’ என்றழைக்கப்பட்டுள்ளது.

கோபாலன் கோயிலில் கி.பி. 1450இல் எழுந்த விட்டல்தேவ மகாராயர் கல்வெட்டில்தான், நாச்சியார் ஸ்ரீவல்லபநாச்சியார் என்று இறைவியின் பெயர் முதன்முதலில் காணப்படுகிறது. அதேபோல் அக்கல்வெட்டில் இறைவன் பெயர் நயினார் அழகிய மன்னார் என்றும் வருகிறது. கொல்லம் 701 (கி.பி.1526)இல் வெட்டப்பட்ட ஒரு கல்வெட்டில் ‘ஸ்ரீவிருந்தாவன ஆழ்வார் கோயில்’ என்று ஒரு குறிப்பு உண்டு. இந்தப் பெயரோடு, இராச கோபுரத்தை அடுத்து உட்புறமாகத் தென்பகுதியில் ஒரு சந்நிதி அமைந்திருக்க வேண்டும். இவ்வாறு விருந்தாவன ஆழ்வார் (பிருந்தாவன கிருஷ்ணன்) சந்நிதியைக் கோயிலுக்குள் அமைக்கும் மரபு (யாதவர்கள் மிகுந்த பகுதியில் விசயநகர மன்னர்களின் வழக்கமாக இருந்து வந்துள்ளது. இக்கோயிலின் 1918இல் எழுந்த ஒரு கல்வெட்டு, ‘மலையாள மகாராசா பகப்புற சூப்பிரண்டு பலவேசக் கோனார்’ என்பவரைக் குறிப்பிடுகிறது. எனவே அக்காலம்வரை இக்கோயிலில் ஒரு பசுமடம் (கோமடம்) இருந்த செய்தியும் தெரியவருகிறது.

கல்வெட்டில் காணாத புதுமை

இக்கோயில் கருவறையில் வடபுற அதிட்டானத்தில் உள்ள ஒரு கல்வெட்டு, இராசராசதேவனின் பதினைந்தாம் ஆண்டில் (கி.பி.1010) நடந்த ஒரு நிகழ்வினைக் குறிப்பிடுகிறது, 'புகுந்து ஊர் அழிப்போமென்று பிராமணரைப் படைகளம் பறிக்க பிராமணிகள் தாலியும் காதுமறுத்துக் கவரா நிற்கக் கவராமல் பட்ட வள்ளுவன்' என்கிற செய்தியைக் குறிப்பிடுகிறது. அதாவது, ஏதோ ஓர் அரசனின் படை கோட்டைக்குள் புகுந்திருக்கிறது. ஊரை அழிக்க முயன்று, அதன் விளைவாகப் பிராமணரைத் தாக்கி, பிராமணப் பெண்களின் தாலியையும் காதுகளையும் அறுத்திருக்கிறது. தமிழக வரலாற்றையும் கல்வெட்டுகளையும் அறிந்தவர்களுக்கு இது அதிர்ச்சியூட்டும் செய்தியாகும். ஏனென்றால் தமிழகக் கல்வெட்டுகளில் பெரும்பாலானவை பிராமணர்களுக்குத் தரப்பட்ட தானங்களைப்பற்றியே பேசுகின்றன. மங்கலம், சதுர்வேதி மங்கலம், கிராமம் என முடியும் ஊர்ப் பெயர்களெல்லாம் பிராமணர் களுக்கு வழங்கப்பட்ட நில தானத்தைப் பற்றியே பேசுகின்றன. பிராமணர்கள் அரசனைவிட உயர்ந்தவர்கள் என்னும் கருத்து சங்ககாலம் தொட்டே தமிழகத்தில் நிலவிவந்திருக்கிறது. 'அரசனின் தலை பிராமணர்கள் முன் மட்டுமே தாழ்ந்து நிற்கும்' என்று ஒரு சங்கப்பாடல் குறிப்பிடுகிறது. 'நின் முன்னோர் பார்ப்பார் நோவன செய்யார்' என்று அரசனுக்கு எடுத்துரைக்கிறது ஒரு சங்கப்பாடல். தமிழ்நாட்டில் இதுவரை அறியப்பட்ட பல்லவ, சோழ, பாண்டியர் செப்பேடுகள் அனைத்தும் பிராமணர்களுக்கு அளிக்கப்பட்ட நில தானம் பற்றியே பேசுகின்றன. இத்தனை உயர்வாகப் பேசப்பட்ட பிராமணர்களும் அவர் வீட்டுப் பெண்களும் தாக்கப்பட்டனர் என்பதே அதிர்ச்சி தரும் செய்தியாகும். பகைவர் நாட்டை வென்றபின்கூட அந்நாட்டுப் பெண்களின் தாலியையும் காதினையும் அறுக்கும் கொடுமை தமிழ்நாட்டில் இல்லை. பிராமணர் சொத்துக்களைப் பறிப்பது மிகப்பெரிய பாவம் என்று கல்வெட்டுகளும் செப்பேடுகளும் குறிப்பிடுகின்றன.

அந்தக் காலத்தில் அந்த நிகழ்வின்போது இந்தக் கொடுமையைத் தடுக்க ஒருவன் முயன்றிருக்கிறான். அவன் பெயர் 'வள்ளுவன் மாணிக்கன் மணியன்னான கவறை இகற்சி மயில் ஒப்பன்' ஆகும். அவனும் கொல்லப்படுகிறான். பொதுநலத்திற்காக இறந்த வீரர்களுக்கு அக்காலத்தில் இரத்த காணிக்கை நிலம் கொடுக்கும் வழக்கம் உண்டு. தமிழில் அதனை 'உதிரப்பட்டி நிலம்' என்று கூறுவர். முதலாம் இராசராசன் ஆளத் தொடங்கிய பதினைந்தாவது வருசத்தில் (கி.பி. 1030) மணியன் ஒப்பனுக்கு உதிரப்பட்டி நிலம் வழங்கப்பட்டுள்ளது. எனவே இந்த நிகழ்வு அதற்குச் சற்று முந்திய காலத்தில் நடந்திருக்க வேண்டும் என்று தோன்றுகிறது. இப்பொழுது அடுத்த கேள்வி எழுகிறது. ஊரழிப்போம் என்று வந்த படை யாருடையது? அது வேணாட்டுப் படைகளாகவே இருக்க வேண்டும் என்பது உறுதி. ஏனென்றால் முதலாம் இராசராசனுக்கு முந்திய பாண்டிய மன்னர்கள் அனைவரும், வேணாட்டு அரசர் களைப் படையெடுத்துத் தோற்கடித்து வந்தனர். இக்கோயிலைக் கட்டிய பராந்தக வீரநாராயண பாண்டியனின் தந்தை ஸ்ரீமாறன் ஸ்ரீவல்லபன், ஆய்குல மன்னனைத் தோற்கடித்ததோடு கொல்லவும் செய்தான். எனவே படையெடுத்து வந்து ஊரழிக்க முயன்ற படை, பழிக்குப் பழியாகவே வந்திருக்க வேண்டும். படையெடுத்து வந்த மன்னன் பார்த்திப சேகரபுரம் செப்பேட்டை வெளியிட்ட 'கோக்கருநந்தடக்கனாக' இருக்க வேண்டும்; அல்லது அவனை அடுத்துவந்த மன்னனாக இருக்க வேண்டும்.

தமிழ்நாட்டில் இதுவரை 28,000 கல்வெட்டுகள் வரை அறியப் பட்டுள்ளன. அவற்றில் இதுவரை ஒரு கல்வெட்டில்கூட, பிராமணப் பெண்கள் மீது வன்முறை ஏவப்பட்டதாகவோ தாலியும் காதும் அறுக்கப்பட்டதாகவோ செய்தி இல்லை. (இந்நூலாசிரியருக்கு ஏற்பட்ட ஐயப்பாடு காரணமாக அவரும் கல்வெட்டு அறிஞர் சொ. சாந்தலிங்கமும் நேரில் சென்று இக்கல்வெட்டைப் படித்தறிந்தே மேற்படி செய்தியினை ஏற்றுக்கொண்டனர்.)

மணியன் ஒப்பனுக்கு உதிரப்பட்டியாக திருவரங்கநேரிக் குளத்தடியில் நிலம் வழங்கப்பட்டுள்ளது. திருவரங்கநேரி என்று இக்கல்வெட்டில் குறிப்பிடப்படுவது, இப்பொழுது மூளிக்குளம் என்ற பெயரால் வழங்கப்படுகிறது. பாளை சிவன் கோயிலில் கிடைக்கும் ஒரே ஒரு முழுமையான கல்வெட்டில் 'தண்

பொருந்தத்தின் தென்கரை மேல்மலைத் திருவரங்கநேரி' என்று மூளிக்குளம் குறிப்பிடப்படுகிறது.

தாமிரபரணி நதியின் பழைய பெயர் தண்பொருந்தப் பேராறு என்பதாகும். பேராற்றங்கரையமர்ந்த செல்வி அம்மனே 'பேராற்றுச் செல்வி' எனப் பெயர் பெற்றாள்.

கோபாலன் கோயிலுக்குக் கிழக்காகச் சற்றுத் தள்ளி திரிபுராந் தீசர் ஆலயம் (திரிபுராந்தகர் - முப்புரம் எரித்த சிவபெருமான்) அமைந்துள்ளது. இக்கோயில் கருவறையில் கிடைத்துள்ள முதலாம் இராசராசன் கல்வெட்டு, 'இக்காளாபிடாரியார் கோயில்' எனக் குறிக்கிறது. சிவபாத சேகரன் எனப் பெயர் சூட்டிக்கொண்ட மாமன்னன் முதலாம் இராசராசனுக்கு, சிவபெருமானின் திரிபுராந்தக மூர்த்தம் (வடிவம்) மிகப் பிடித்தமான ஒன்றாக இருந்ததை வரலாற்றறிஞர்கள் கூறுவர். இக்காளாபிடாரியார் கோயிலுக்கு இருமாவரை நிலம் இறையிலியாகத் தரப்பட்டுள்ள செய்தி இக்கல்வெட்டில் காணக்கிடைக்கிறது. எனவே இந்தச் சிவன் கோயில் தொடக்கத்தில் காளாபிடாரியார் (கொற்றவை) கோயிலாக இருந்து, பின்னர் சிவன் கோயிலாக - திரிபுராந்தக ஈஸ்வரர் கோயிலாக) மாற்றப்பட்டுள்ளது எனக் கொள்ளலாம். இது தவிர, இக்கோயிலில் கிடைத்துள்ள பதினொரு துண்டுக் கல்வெட்டுகள் ஒன்றில்கூட கோயில் இறைவன் பெயர் காணப்பட வில்லை. இக்கோயிலிலுள்ள கோமதி அம்மன் சந்நிதியானது, கேரளக் கலைப்பாணியில் கட்டப்பட்டுள்ளதால் இது சேர மன்னன் உதயமார்த்தாண்டன் ஆட்சிக் காலத்தில் (கி.பி. பதினாறாம் நூற்றாண்டு) கட்டப்பட்டிருக்க வேண்டும் எனத் தோன்றுகிறது.

இது தவிர, இப்போதுள்ள தலைமை அஞ்சலகக் கட்டடத்தின் பின்புறம் (பழைய அலுவலகம் இருந்த இடத்தில்) விசயநகரக் காலத்தில் சிவன் கோயில் ஒன்று இருந்து, பின்னர் அது அழிந்திருக்க வேண்டும். இக்கோயிலுக்குரிய இரண்டு அழகான நந்திகள் தற்போது தலைமை அஞ்சலக வாயிலில் நிறுத்தப்பட்டுள்ளன.

சிவன் கோயிலில் இம்மாற்றம் முதலாம் இராசராசன் காலத்திலேயே தடந்திருக்க வேண்டும். ஏனென்றால் சிவ மூர்த்தங்களிலே முப்புரம் (திரிபுரம்) எரித்த திரிபுராந்தக மூர்த்தமே இராசராசனால் பெரிதும் கொண்டாடப்பெற்றது. சேர, சோழ, பாண்டிய மூன்று மண்டலங்களையும் வென்றதால் அவன் தானே

மும்முடிச் சோழன் என்று பெயர் சூட்டிக் கொண்டான். அவன் கட்டிய தஞ்சைக் கோயிலிலும் திரிபுராந்தக மூர்த்தம் சிறப்பிடம் பெறுவதைக் கலையியல் அறிஞர்கள் குறிப்பிட்டுள்ளனர். இக்கல்வெட்டில்தான் தண்பொருந்தத்தின் தென்கரை மேல்மலைத் திருவரங்கநேரி என்ற பெயர் காணப்பெறுகிறது. மேல்மலைத் திருவரங்கன் என்பதனாலே இவன் வேணாட்டைச் சார்ந்தவன் என்று ஊகிக்கலாம்.

கோட்டையும் நகரமும்

பாளையங்கோட்டை என இப்பொழுது அறியப்படும் இந்நகரத்தில் கோட்டை ஒன்று இருந்ததற்கான தடயங்கள் மட்டுமே எஞ்சியுள்ளன. பெரும்பாலும் அழிந்த நிலையிலிருந்த இக்கோட்டையினை நேரில் கண்டவரான அறிஞர் இராபர்ட் கால்டுவெல், இக்கோட்டை உட்புறச் சுவரும் வெளிப்புறச் சுவருமாக இரட்டைச் சுவர்களைக் கொண்டிருந்ததாக எழுதுகிறார். இதனைத் தவிர, இவ்வூரில் பிறந்து வளர்ந்த இந்நூலாசிரியர் கள ஆய்வின் வழி கண்டுணர்ந்த செய்திகளே இவ்வியலில் இடம் பெறுகின்றன.

நீள் செவ்வக வடிவில் அமைக்கப்பட்டிருந்த இக்கோட்டையின் கிழக்கு வாசலில் இப்பொழுது அரசு அருங்காட்சியகம் அமைந் துள்ளது. இதன் தரைத்தளப் பகுதி ஒரு கல்கட்டுமானம் ஆகும். கோட்டையின் மேற்கு வாசல் முப்பது அடி உயரத்தில் இன்றும் அழியாமல் நிற்கின்றது. இதன் மேல்தளத்தில் குற்றப்பிரிவு காவல் நிலையம் அமைந்துள்ளது. தெற்கு வாசல் இப்பொழுதுள்ள சேவியர் உயர்நிலைப் பள்ளிக்கும் கல்லூரிக்கும் நடுவே அமைந்திருந்தது. இதற்கு மேற்குப் புறமாக மாவட்ட மைய நூலகம் அமைந்துள்ள இடத்தில் இன்னொரு கொத்தளமும், கட்டபொம்மன் சிலை அமைந்துள்ள இடத்தில் ஒரு கொத்தளமும் அமைந்திருந்தன. கோட்டையின் வடக்கு வாசலும் கொத்தளமும் இருந்த சந்தைப் பகுதியில் அதன் சுவடுகள் காணப்படவில்லை. சேவியர் கல்லூரி முன்புறமுள்ள சாலையில் கோட்டைச் சுவரின் அடித்தளம் காணப்படுகிறது.

மேலவாசலில் படைவீரர்கள் தங்குவதற்குரிய காவல்கூடம் ஒன்று இருந்தது. இந்தக் காவல்கூடமே இப்பொழுது பிரசன்ன விநாயகர் கோயிலாக மாற்றப்பட்டுள்ளது. கோயிலுக்கு முன்னுள்ள சாலையின் நடுப்பகுதியில் படை வீரர்களின் பயன்பாட்டிற்குரிய ஒரு கிணறு கண்டறியப்பட்டது. கீழ்வாசலில் அமைந்திருந்த காவல்கூடமே இப்பொழுது அரசு அருங்காட்சியகமாக மாறியுள்ளது. அதன் எதிரில் காவல் வீரர்கள் பயன்பாட்டிற்காக வெட்டப்பட்ட பழைய கிணறு உள்ளது. தெற்கு வாசல்

காவல்கூடத்திலிருந்த வீரர்களுக்கான கிணறு, இப்பொழுது சேவியர் பள்ளி மாணவர் விடுதிக்குள் அமைந்துள்ளது. இவை தவிர, தெற்கு வாசலின் அருகே கட்டபொம்மன் சிலை அமைக்கப்பட்டுள்ள இடத்தில், அச்சிலைக்குக் கீழாகக் காவல் வீரர்கள் தங்கும் அறை உள்ளது. அங்கிருந்த காவல் வீரர்களின் பயன்பாட்டிற்குரிய கிணறு இப்போது அதனருகிலுள்ள உணவகத்தின் முன்பாக அமைந்திருந்தது.

பழைய காலத்தில் கோட்டைக்கு வெளியே வடபுறத்தில் ஸ்ரீநாரத வாய்க்காலும் திருவரங்கநேரி (மூளிக்குளம்)யும் கோட்டைக்குக் கிழக்கே பிராந்தான் குளம் எனப்படும் திரிபுராந்தகன் குளமும் நீராதாரங்களாக இருந்தன. கோட்டையின் கிழக்கே இருந்த திரிபுராந்தகக் குளத்தின் மிகை நீர், இராமசாமிக் கோயில் தெப்பக்குளத்திற்கு வந்து சேர்ந்தது. இன்றளவும் நாரத வாய்க்கால் என்றறியப்பட்ட பாளையங்கால்வாயிலிருந்து பாளை இராமசாமிக் கோயில் தெப்பக்குளத்திற்கு நீர் வருகிறது. இது தவிர, பாளை சிவன் கோயில் தெப்பக்குளத்திற்குப் பாளையங் கால்வாயிலிருந்து வந்த நீர்க்கால் தூர்ந்துபோனதால், தெப்பக் குளம் வறண்டு போய்விட்டது.

நாட்டார் தெய்வங்கள்

இனி பாளை நகரத்தில் வழிபடப்பெறும் நாட்டார் தெய்வங்களைப் பற்றிக் காணலாம். பழைய கோட்டை நகரத்தின் நட்ட நடுப்பகுதியில் அமைந்துள்ள கோயில் ஆயிரத்தம்மன் கோயில் ஆகும். கோட்டையின் மேற்கு வாசலிலிருந்து கிழக்கு வாசலுக்குச் செல்லும் சாலையும் தெற்கு வாசலிலிருந்து வடக்கு வாசலுக்குச் செல்லும் சாலையும் சந்திக்கும் இடத்தில் இக்கோயில் அமைந்துள்ளது. இத்தெய்வம் எட்டுக் கைகளிலும் ஆயுதம் ஏந்தியுள்ள உக்கிரமான தெய்வமாகும். பாளை நகரில் புரட்டாசி மாதத்தில் கொண்டாடப்பெறும் தசரா எனப்படும் பத்துநாள் திருவிழா இக்கோயிலை மையமிட்டே நடைபெறுகிறது. இந்த ஊரிலுள்ள மற்ற எல்லா அம்மன் கோயில்களும் ஒவ்வொரு சாதிக்குச் சொந்தமானவை. அவ்வகையான ஒன்பது தெய்வங்களும் இக்கோயிலின் தலைமைத் தன்மையினை ஏற்றுக்கொள்கின்றன. ஆயிரத்தம்மனின் தலைமையில் எல்லாத் தெய்வங்களும் நகர வீதிகளைச் சுற்றிவந்து, இப்போது அழிந்துவிட்ட கோட்டையின் வடக்கு வாசல் வழியாக வெளியேறிக் கோட்டையின் கிழக்குப் பகுதியில் அமைந்துள்ள திறந்தவெளியில் கூடுகின்றன. அங்கே எல்லாத் தெய்வங்களுக்கும் பிரதிநிதியாக ஆயிரத்தம்மனே எருமைத்தலை அரக்கனைப் போரிட்டு அழித்துத் திரும்புகிறது. இவ்வாறு திரும்பியவுடன் இக்கோயிலின் முன் எருமைப்பலி கொடுக்கும் வழக்கம் 1948வரை இருந்திருக்கிறது.

வடக்கு நோக்கிய இக்கோயிலுக்குள் ஒரு நவகண்டச் சிற்பம் காணப்படுகிறது. (நவகண்டம் என்றால் வீரன் ஒருவன் தன் கழுத்தைத் தானே அறுத்துப் பலியிட்டுக் கொள்ளுவதாகும்.) நவகண்டச் சிற்பம் இக்கோயிலுக்குள் காணப்படுவதால், இத்தெய்வம் மன்னர்களின் காலத்தில் நரபலி பெறும் தெய்வமாக இருந்திருக்க வேண்டுமென்று தெரிகிறது.

இன்று நரபலியும் இல்லை, எருமைப்பலியும் இல்லை. ஆனால் பத்தாம் திருவிழாவில் அரக்கனை அழிக்கப் புறப்படும் அம்மனின் காவடியில் மரத்தாலான எருமைத்தலைச் சிற்பம் வைக்கப்படுகிறது. இந்தச் சிற்பம் யாதவர்களின் கோயிலான உஜ்ஜயினி மாகாளி

அம்மன் கோயிலிலிருந்து கொண்டுவரப்படுகிறது. ஒரு காலத்தில் பலிக்குரிய எருமையை அவர்களே கொடுத்துவந்த காரணத்தினால் இந்தப் பெருமை அவர்களுக்கு அளிக்கப்படுகிறது. அத்துடன் முதல் திருவிழா கட்டளை உரிமையும் அவர்களுக்கு அளிக்கப்படுகிறது.

ஆயிரம் என்ற இத்தெய்வத்தின் எண்ணுப் பெயரும் படைவீரர்களின் எண்ணிக்கையைக் குறிப்பதாகும். கோட்டைக்குள் அமர்த்தப்பட்டிருந்த ஆயிரம் படைவீரர்களின் வழிபடு தெய்வமாக இத்தெய்வம் தோற்றம் பெற்றிருக்க வேண்டும். நெல்லை மாவட்டத்தில் அம்பாசமுத்திரம் அருகிலுள்ள திருவாலீசுவரத்தில் முதலாம் இராசேந்திர சோழன் காலத்தில் கடனை ஆற்றங்கரையில் (கடனா நதி) ஒரு படை வீடு அமைக்கப்பட்டிருந்தது. அப்படை வீட்டுத் தெய்வத்தின் கோயில் நாலாயிரத்தம்மன் கோயில் என்று இன்றும் அழைக்கப்பெறுகிறது.

மற்ற எல்லா அம்மன் கோயில்களும் நகரத்திலுள்ள ஒவ்வொரு சாதிக்கும் உரிமையான கோயில்கள் ஆகும். நெல்லை மாவட்டத்தில் சாதிய உணர்வுகள் கூர்மையாக இருப்பதற்கு இதுவும்கூடக் காரணமாக இருக்கலாம்.

யாதவர்களுக்கு உஜ்ஜயினி மாகாளியம்மன் கோயிலோடு தூத்துவாரி (தீர்த்தவாரி) அம்மன் கோயில் ஒன்றும் உரிமையாக இருக்கிறது. சைவ வேளாளர்களுக்குத் தெற்கு முத்தாரம்மன், வடக்கு முத்தாரம்மன், உலகம்மன் ஆகிய மூன்று கோயில்கள் இருக்கின்றன. பொற்கொல்லருக்கு ஒன்றும் தேவர் சமுதாயத்திற்கு ஒன்றுமாக அம்மன் கோயில்கள் உள்ளன. ஆற்றங்கரையிலுள்ள பேராற்றுச் செல்வி (பேராச்சி) அம்மன் கோயில் தேவேந்திரர், வண்ணார், மறவர் ஆகிய மூன்று சமுதாயத்திற்கும் உரியதாகும். ஆனாலும் அத்தெய்வம் ஊர் மக்கள் அனைவராலும் கொண்டாடப்படுகிறது.

கோட்டையின் அமைப்பு

பாளையங்கோட்டை என இன்றழைக்கப்படும் பகுதியில் ஒரு கோட்டை இருந்தது. இந்தக் கோட்டையின் சுவடுகளாக இன்று கிழக்கு வாசல் கொத்தளமும் மேலவாசல் கொத்தளமும் தென்மேற்கு மூலையில் அமைந்திருந்த கொத்தளமும் (இப்பொழுது கட்டபொம்மன் சிலையுள்ள இடம்) எஞ்சியுள்ளன.

கி.பி. 1752இல் ஆங்கிலேயக் கும்பினிப் படைகள் (பெர்சிய மொழி பேசிய நவாபின் வீரர்கள் உள்பட) பாளையங்கோட்டை நகரத்துக்குள் நுழைந்தன. அப்பொழுதே கோட்டை அழிபாடுற்ற நிலையில்தான் இருந்தது.

ஆங்கிலேயர்களான கர்னல் ஓர்ம் (Orme), 18ஆம் நூற்றாண்டில் பேராயர் கால்டுவெல், பின்னர் ஸ்டூவர்ட் என்பவர் வெளியிட்ட திருநெல்வேலி மானுவல் (Manual), 20ஆம் நூற்றாண்டில் அரசு வெளியிட்ட நெல்லை மாவட்ட அரசிதழ் (Gazetteer) ஆகியவற்றின் துணைகொண்டும் இன ஆய்வின் வழியாகவும் அறிந்துகொண்ட செய்திகள் இவ்வியலில் தொகுத்துத் தரப்படுகின்றன.

கட்டபொம்மனை எதிர்த்துப் பாஞ்சாலங்குறிச்சிப் போரில் கலந்துகொண்ட வெல்ஷ் (Welsh) என்ற ஆங்கிலேயச் சிப்பாய், பின்னாளில் கர்னல் ஆனார். 1799ஆம் ஆண்டின் இறுதியில் அவர் பதவி உயர்வு அளிக்கப்பெற்றுத் தென் பகுதியிலிருந்து மூன்றாவது படையணியின் முதலாவது பிரிவுக்கு மாற்றப்பட்டார். அப்போது மாவட்டத் தலைநகராயிருந்த பாளையங்கோட்டைக்கு அருகில் அந்தப் பிரிவு முகாமிட்டிருந்தது. அவர் தனது அனுபவங்களை ‘இராணுவ நினைவுகள்’ (Military Reminiscences) என்ற பெயரில் நூலாக எழுதினார். ஐரோப்பிய அறிவொளிக் காலம் உச்சத்தி லிருந்த 1832இல் தனது நூலை அச்சிட்டு வெளியிட்டார். இதில் பாளையங்கோட்டை பற்றிய நினைவுகளைத் தந்துள்ளார். அந்த நூலில் அவர் தரும் செய்திகள்:

கோட்டை 100 அடி நீளமும் 880 அடி அகலமும் கொண்டு நீள் செவ்வக வடிவில் அமைக்கப் பட்டிருந்தது. கோட்டையின் கிழக்கு வாசல் திருச்செந்தூர் வாசல் என்றும் மேற்குப் பாகம்

திருநெல்வேலி வாசல் என்றும் அழைக்கப்பெற்றன. கோட்டையின் வடக்குவாசல் அப்பொழுதே தகர்ந்துபோயிருந்தது.

ஆற்றிலிருந்து இரண்டு மைல் தொலைவில் வளமான சமதளத்தில் கோட்டை கட்டப்பட்டிருந்தது. கோட்டைச் சுவரிலிருந்து சற்றுத் தொலைவில் தெளிந்த நீருடன் ஒரு வாய்க்கால் ஓடிக்கொண்டிருந்தது. கிட்டத்தட்ட இரண்டு மைல் சுற்றளவில் ஏறத்தாழ சதுர வடிவில் கோட்டை அமைந்திருந்தது. ஆனால் அகழி ஏதும் இல்லை.

கோட்டை இரட்டைச் சுவர்களால் சூழப்பட்டிருந்தது. வெளிச் சுவர் பதின்மூன்று அடி உயரமாகவும் உட்சுவர் பதினெட்டடி உயரத்திலும் இருந்தன. உட்சுவர் இருந்த பகுதி பிள்ளைக்கோட்டை என அழைக்கப்பட்டது. கோட்டையின் வெளிச்சுவரில் சமமற்ற தூரத்தில் காவல் பிறைகளும் கொத்தளங்களும் இருந்தன. தென் மேற்கு மூலையிலுள்ள கொத்தளம் கட்டுக் குலையாமல் இருந்தது.

கோட்டைக்கு நான்கு முகப்பிலும் நான்கு வாசல்கள் இருந்தன. அவற்றைச் சுற்றி சதுர வடிவிலான அரண்கள் இருந்தன. மேற்கு, தெற்கு வாசல்கள் மூடப்பட்டிருந்தன. வடக்குக்கோட்டை வாசலிலிருந்து திருநெல்வேலி - தச்சநல்லூர் நோக்கிச் செல்லும் வழியில் ஆற்றின் குறுக்கே ஓர் இறங்குதுறை இருந்தது. தென் மேற்குப் பருவ மழைக்காலம் தவிர மற்றக் காலங்களில் கடந்து செல்லக் கூடியதாகவே அது இருந்தது.

ஆற்றை நோக்கிச் செல்லும் சாலையில் மகிழ்வூட்டும் தோட்டங்களோடுகூடிய வெள்ளை அதிகாரிகளின் வளமனைகள் சில இருந்தன. சுற்றியுள்ள பகுதி முழுவதும் நீர்வளத்துடன் கண்ணுக்கினிய அழகான பகுதியாக அமைந்திருந்தது.

இன்றைய பேருந்து நிலையம் அருகேயுள்ள கட்டபொம்மன் சிலையிலிருந்து மனகாவலம்பிள்ளை பூங்கா வரையில் கிழக்கு நோக்கிச் செல்லும் சாலையே கோட்டையின் தெற்குச் சுவர் இருந்த இடமாகும். சேவியர் உயர்நிலைப் பள்ளித் திடல் முடியும் இடத்தில் கோட்டைச் சுவர் வடக்கு நோக்கித் திரும்பி, இப்போது அரசு அருங்காட்சியகம் அமைந்துள்ள இடம் வரை சென்றது. இதுவே கோட்டையின் கிழக்கு வாசல் ஆகும். தென் கீழ்ப்பகுதியில் காவல் வீரர்கள் தங்கும் கூடம் ஒன்று இருந்தது.

இங்கே நீதித்துறைத் துணை நடுவர் மன்றம் வெள்ளையர் ஆட்சிக் காலத்தில் நிறுவப்பட்டது. அத்துடன் கைதிகள் பிணைக்கூடமும் சிறிய அளவில் அமைந்திருந்தது. அந்த இடத்திலிருந்து வடக்கு நோக்கிச் சென்ற கோட்டைச் சுவர் (இப்போது) அனைத்து மகளிர் காவல் நிலையம் இருக்கும் இடம் வரை சென்று மேற்கு நோக்கித் திரும்பியது. பின்னர் (இப்போது) மாநகராட்சிச் சந்தை இருக்குமிடத்தில் சென்று முடிந்தது. சந்தையின் வடபுறத்தில் இருக்கும் கடைகளை மக்கள் இன்றும் வடக்கு வாசல் கடைகள் என்றே வழங்கி வருகின்றனர். இந்த வடக்கு வாசலே முதலில் அழிந்துபோனது.

அங்கிருந்து மேற்கு நோக்கிச் சென்றதும் சித்த மருத்துவக் கல்லூரி முன்புறமாகச் சென்று மேற்கு வாசலை (இப்போது பிள்ளையார் கோயிலும் காவல் நிலையமும் இருக்கும் இடம்) சென்று தொட்டது. மீண்டும் தொடர்ந்து கோட்டை வாசல் பிள்ளையார் கோயில் தெரு வழியாகத் தென்மேற்கு மூலை கொத்தளத்தைச் சென்றடைந்தது (இன்று கட்டபொம்மன் சிலை அமைந்திருக்கும் இடம்). கோட்டை அமைந்திருந்த நிலப்பகுதி இதுவேயாகும். கோட்டையின் உட்புறச் சுவர் இருந்ததற்கான தடயங்களைக் கண்டறிய இயலவில்லை.

1856இல் கோட்டைக்குள் காவல் சாவடிகள் நிறுவப்பட்டு அவ்விடங்களில் எண்ணுடன்கூடிய கற்களும் நடப்பட்டிருந்தன. இவ்வகையான Cont (கன்டோன்மென்ட்) என்ற ஆங்கில எழுத் துடனும் எண்ணுடனும் கூடிய கற்களை இன்றும் பத்து இடங்களி லாவது காணமுடிகிறது.

ஆங்கிலேயர் ஆவணங்களிலிருந்து, கோட்டைக்குள் அழிந்து பட்ட கோயில் ஒன்றின் கற்கள் சிதறிக் கிடந்தனவென்று தெரிகிறது. பல கல்வெட்டுத் துண்டுகள் பாளை தென்பகுதியில் வீட்டின் அடித்தளத்திலும் சாக்கடைகளின் உட்புறத்திலும் வைத்துக் கட்டப்பட்டுள்ளன. எழுத்தமைதி கொண்டு இவை பிற்காலப் பாண்டியர் காலத்தைச் சேர்ந்தவை எனத் தெரிகிறது. இந்தக் கோயில் இப்போது தொலைபேசி நிலையம் அமைந்துள்ள இடத்திற்கு வடக்காகப் பழைய அஞ்சலகக் கட்டடம் அமைந்துள்ள இடத்தில் இருந்திருக்க வேண்டும். இக்கோயிலிலிருந்த இரண்டு அழகான நந்தி சிலைகள் தலைமை அஞ்சலக வாயிலில் இன்றும்

காணப்படுகின்றன. இந்தச் சிலைகள் இரண்டு வகையான கலைப்பாணியில் அமைந்தவை. எனவே பிற்காலப் பாண்டியர் எடுப்பித்த சிவன் கோயிலுக்கு விசய நகர மன்னர்களின் காலத்தில் (கி. பி. பதினாறாம் நூற்றாண்டு) திருப்பணி நடைபெற்றிருக்க வேண்டுமெனத் தெரிகிறது.

இவை தவிர, கோட்டையின் கொத்தளங்களுக்கு அருகில் காவல் வீரர்களின் நீராதாரமாகக் கிணறுகள் அமைத்திருந்தன. தென்மேற்குக் கொத்தளத்திற்கருகில் (இப்போது சரவணபவன் உணவகம் அமைந்துள்ளது) இருந்த கிணறு மூடப்பட்டுவிட்டது. மேலக்கோட்டை வாசலிலிருந்த கிணறு, இப்போது பிள்ளையார் சந்நிதிக்கு எதிரில் சாலைக்குள் நடுவில் அமைந்திருந்தது. அண்மையில் பாதாளச் சாக்கடைப் பணிகள் நடந்தபோது அந்தக் கிணறு அடையாளம் காணப்பட்டது. இதைத் தவிர, மேல வாசலருகில் பாளையங்கால்வாய் என்ற நாரத வாய்க்கால் ஓடிக்கொண்டிருக்கிறது. கீழக்கோட்டை வாசல் பகுதியிலுள்ள கிணறு, இப்பொழுதும் அரசு அருங்காட்சியக வளாகத்தில் நன்னிலையில் உள்ளது. வடக்குக் கோட்டை வாசல் கிணறு இருந்த இடத்தைக் கண்டுபிடிக்க இயலவில்லை.

இவை தவிர, கோட்டைக்குள் கோபாலன் கோயில் சந்நிதித் தெருவில் (இப்பொழுது மாநகராட்சிப் பள்ளி அமைந்துள்ள இடம்) மிக உயரமான ஒரு மண்மேடு இருந்ததாகப் பேராயர் கால்டுவெல் குறிப்பிடுகிறார். டமாரம் அடித்துச் செய்திகளை அறிவிக்க இந்த மேடு பயன்படுத்தப்பட்டிருக்க வேண்டும். இப்பொழுதும் முதிய வர்கள் அந்த நிலப்பகுதியைத் 'தம்மந்தான் மேடு' என்றே அழைக்கின்றனர்.

மேற்குறித்தவை தவிர, கோட்டையின் வெளிப்புறத்தில் அகழி எதுவும் இருந்ததற்கான தடயங்கள் கிடைக்கவில்லை. கோட்டையின் தெற்குச் சுவரையடுத்து இலந்தைக்குளம் உள்ளது. கிழக்குப் புறத்தில் பிராந்தான் குளம் (திருநெல்வேலி புராந்தகன் குளம்) இருந்த இடத்தில் (மாவட்ட ஆட்சியர் இல்லத்துக்குப் பின்புறம்) குடியிருப்புகள் வந்துவிட்டன. இவை தவிர, அப்பொழுது மனகாவலம்பிள்ளை நகர் குடியிருப்பு அமைந்துள்ள இடத்தில் 'வரிசைப் புத்தூர்குளம்' என்ற பெயரில் ஒரு குளம் இருந்ததாக ஆங்கிலேயர் ஆவணங்கள் குறிப்பிடுகின்றன.

கோட்டையின் வெளிப்புறத்தில் தெற்கு, கிழக்கு, மேற்குப் பகுதிகளில் பரந்த திடல்கள் இருந்தன. குடியிருப்புப் பகுதிகள் எவையுமில்லை. கோட்டையின் தெற்குப்புறத்தில் இப்போதுள்ள பழைய பேருந்து நிலையம், சரோஜினி பூங்கா, வானொலி நிலையம், மாவட்ட மனமகிழ் மன்றம் (District Club), சேவியர் கல்லூரி ஆகியவை அமைந்திருந்த இடங்கள் பரந்த திடல்களாகவே இருந்திருக்க வேண்டும்.

இப்போது மாவட்ட மைய நூலகம் அமைந்துள்ள இடம் ஒரு கொத்தளமாகும். ஆங்கிலேயர் இந்தக் கொத்தளத்தை இடித்து விட்டுப் பந்தடி மேடு (Tennis Coat) அமைத்திருந்தனர். அந்த இடத்தை சேவியர் கல்லூரி முன்னாள் மாணவரான சுப்பிரமணியக் கரையாளர் என்பவர் வாங்கி, ஒரு கட்டடமும் கட்டிப் பாளை நகராட்சி நூலகம் அமைத்தார். அதன் பின்னர் அங்கிருந்த பந்தடிமேடு எதிர்ப்புறத்தில் இப்போதுள்ள இடத்திற்கு மாறியது.

கோட்டையின் கிழக்குப் பகுதியில் இப்போதுள்ள கிறிஸ்து ராசா பள்ளியின் விளையாட்டுத் திடலும் அதனை அடுத்துள்ள யோவான் கல்லூரியும் திடலாகவே இருந்தன. அதற்கு வடபுறமாக இப்போது காவல்துறைத் தலைவர் அலுவலகம் அமைந்துள்ள இடத்தில், படை வீரர்களுக்கான மருத்துவமனை இருந்தது. அதிலே இராணுவ மருத்துவர் ஒருவரும் இருந்தார். அதற்கருகிலுள்ள தெருவுக்கு இன்றுவரை 'மிலிட்டரி லைன் மருத்துவமனைத் தெரு' என்றே பெயர். அதற்கு வடபுறமாகக் கிழக்குவாசல் அருகில் இசுலாமியப் படைவீரர்களின் வழிபாட்டிற்காக இப்போது காணப்படும் பள்ளிவாசல் இருந்தது. அதற்கும் வடக்காக இப்போதுள்ள குடியிருப்புகள் அப்போது இல்லை.

இன்றைய மகளிர் காவல் நிலையத்திற்கு அருகிலுள்ள இடத்தில் மாரியம்மன் கோயில் திடல் இருக்கிறது. அதற்கு மேற்காக இப்போது மாநகராட்சிப் பள்ளியும் மனகாவலம்பிள்ளை மருத்துவமனையும் அமைந்துள்ள இடமும் சந்தைத் திடலும் திறந்தவெளியாகவே இருந்தன.

கோட்டையின் மேலச்சுவருக்கு அடுத்து, இப்போதுள்ள செம்மார் சமுதாயக் குடியிருப்பு, சித்த மருத்துவக் கல்லூரியின் நூற்றாண்டு மண்டபம், பாளை நகராட்சி மண்டல அலுவலகம், வ.உ.சி. திடல், எல்.ஐ.சி. ஆகியன அமைந்துள்ள இடங்கள் திறந்தவெளித் திடல்களாகவே இருந்தன.

கோட்டையின் உட்புறம்

தோராயமாக 1848இல் ஆறை அழகப்ப முதலியின் வாரிசாக இருந்த தீத்தாரப்ப முதலியாரின் கட்டுப்பாட்டில் சில வீரர்களுடன் கோட்டை இருந்தது.

கோட்டையின் மேற்கு வாசல் வழியாக ஆங்கிலேயப் படைகள் நுழைந்தபோது, சிறிய அளவில் ஆங்கிலேயப் படைகளுக்கும் முதலியாரின் ஆட்களுக்கும் சண்டை நடந்துள்ளது. முதலியாரின் ஆட்கள் நிறைய பேர் கொல்லப்பட்டனர். இறந்தவர்களின் நினைவாக சுடலைக் கோயில் அமைப்பதுண்டு.

மேலக்கோட்டைச் சுவரை அடுத்துள்ள மேலரத வீதியில், இருநூறு மீட்டர் தொலைவுக்குள் பன்னிரண்டு சுடலைக் கோயில்கள் இருப்பதே இதற்குச் சான்றாகும். சவேரியார் பள்ளியும் அதன் முன் இருந்த திடலும் படைவீரர்களின் பயிற்சி இடமாயிற்று. இப்போது காவல் நிலையம் அமைந்துள்ள இடம்தான் அன்று இராணுவத்தினரின் ஆயுதக் கிடங்காக மாற்றப்பட்டிருந்தது. அதற்குப் பின் இருந்த காலி மனையிலே பீரங்கிகள் நிறுத்தப் பட்டன. 1960 வரை இந்த இடம் பீரங்கித் தட்டு என்றே அழைக்கப்பட்டது. பீரங்கித் தட்டிற்கு எதிராக இப்போதுள்ள ஜாமியா பள்ளிவாசல் அமைந்துள்ள இடத்தில் யூசுப் கானால் இசுலாமிய நீதிமன்றம் (ஷரியத் நீதிமன்றம்) நிறுவப்பட்டது. இதனைக் குறிக்கும் பெர்ஸிய மொழிக் கல்வெட்டு, பள்ளிவாசலின் நெற்றி முகப்பில் பொறிக்கப்பட்டிருந்தது. அண்மையில் அது அகற்றப்பட்டுவிட்டது.

இசுலாமியப் படைவீரர்களுக்கான கல்லறை (மையவாடி) கோட்டைக்கு வெளியே கண் தெரியாதார் பள்ளிக்கருகில் அமைக்கப்பட்டிருந்தது. இவ்விடம் ஆங்கிலேய ஆவணங்களில் பார்ஸி டோம் (Parsee Tomb) என்று குறிக்கப்பட்டுள்ளது. யூசுப்கான் செய்த மற்றொரு செயல், கிழக்குக் கோட்டை வாசலையொட்டிச் சிதறிக்கிடந்த கற்களைக் கொண்டு ஒரு சிறைக்கூடம் அமைத்த தாகும். இந்தச் சிறைக்கூடம், அரசு அருங்காட் ட்சியகம் அமைந்துள்ள இடத்திற்கு எதிராக அமைந்திருந்தது. இந்தச்

சிறையினை யூசுப்கானின் சமகாலத்தவரான மார்ச்சன்ட் (MARCHAND) என்ற பிரெஞ்சுக்காரர் 'தமிழ்நாட்டின் பாஸ்டில்ஸ்' என்று குறிப்பிடுகிறார். கப்பம் தராத பாளையக்காரர்களின் உறவினர்கள் இங்கே பிணைக் கைதிகளாகப் பிடித்து வைக்கப்பட்டுள்ளனர். அவர்கள் நாள் முழுவதும் கை, கால் விலங்குடனே வைக்கப் பட்டிருந்தனர். 1764இல் கான்சாகிப் இறந்த பின்னரும்கூட இந்த நிலையே நீடித்தது. (இந்தச் சிறையில்தான் பிற்காலத்தில் ஊமைத்துரை அடைக்கப்பட்டிருந்தார்).

கோட்டையின் எல்லைக்குள் ஆங்கிலேயப் படை வீரர்களுக் காக ஒரு திருச்சபைத் தேவாலயத்தைக் கட்டினர். யோவான் கல்லூரி வாசலில் இப்போது அமைந்துள்ள ஆங்கிலேயத் தேவாலயம் ஆங்கிலப் படை வீரர்களுக்கும் அதிகாரிகளுக்குமாகக் கட்டப்பட்டது. இத்தேவாலயத்திலுள்ள மிகப்பழைய கல்லறைக் கல்வெட்டு கி.பி. 1775ஐச் சார்ந்தது என பேராயர் கால்டுவெல் குறிப்பிடுகிறார்.

இது கோட்டையின் எல்லைக்குள் ஆங்கிலேயர் கட்டிய முதல் கட்டுமானமாகும். பின்னர் ஆங்கிலேயருக்குத் தொல்லை கொடுத்துவந்த நெல்லை மாவட்டப் பாளையக்காரர்கள் அனைவரும் அடக்கப்பட்டுவிட்டனர். இக்காலகட்டத்தில் நெல்லை மாவட்டம் முழுவதும் சட்டம் ஒழுங்கு கெட்டிருந்ததாகக் கால்டுவெல் குறிப்பிடுகிறார்.

1764 அக்டோபர் 24ஆம் நாள் பாளையங்கோட்டையி லிருந்த ஓர் ஆங்கிலேயப் படைவீரன் ஸ்காட்லாண்டிலுள்ள தன் நண்பனுக்கு எழுதிய கடிதத்தை எஸ்.சார்லஸ் ஹில் (SC HILL) மேற்கோள் காட்டுகிறார். அதாவது, மார்ச் மாதத்தில் ஒரு படைப் பிரிவுக்குத் திருநெல்வேலி செல்லுமாறு ஆணையிடப்பட்டது.

"செல்லும் வழியில் எதிரிகளின் பல மண்கோட்டைகளை அழித்துக்கொண்டே வந்தோம். ஏப்ரல் மாதம் பாளையங்கோட்டை வந்து சேர்ந்தோம். அது கான்சாகிப் கையிலிருந்த பலமான கோட்டை ஆகும். படைப்பிரிவில் இரண்டாயிரம் சிப்பாய்களும் இருநூறு குதிரை வீரர்களும் இருந்தனர். ஐரோப்பிய பீரங்கி ஏவுநர் சிலரும் இருந்தனர். கொத்தளங்களின் மீது 18 புவுண்டு, 20 பவுண்டு பீரங்கிகள் இரண்டு நிறுத்தப்பட்டிருந்தன."

"உள்ளூர் இந்து மக்களின் ஒத்துழைப்பு இல்லாததால் படை வீரர்களுக்கான மாட்டிறைச்சி கிடைக்கப்பெறுவது ரொம்பச் சிரமமாக இருக்கிறது" என்று அந்த வீரர் கடிதம் எழுதுகிறார்.

இந்தக் கடிதம் கான்சாகிப் தூக்கிலிடப்படுவதற்குச் சில மாதங் களுக்கு முன்னர் எழுதப்பட்டது. அப்பொழுதே ஆங்கிலேயர்கள் கான்சாகிப் மீது நம்பிக்கை இழந்திருந்தனர். கான்சாகிப் திருவிதாங்கூர் மன்னர் உதவியுடனும் பிரெஞ்சுப் படைகளின் உதவியுடனும் தென் தமிழ்நாட்டின் ஆளுநராக முயற்சி செய்த தனை ஆங்கிலேயர் கண்டுபிடித்துவிட்டனர். திரும்பத் திரும்ப அழைத்தும் கான்சாகிப் மதுரைக்கோ சென்னைக்கோ வர மறுத்து விட்டார். திரும்பவும் மதுரை சென்றபோது, 1765இல் வஞ்சகமாகப் பிடிக்கப்பட்டுத் தூக்கிலிடப்பட்டார். இந்தப் பின்னணியில்தான் மேற்குறித்த கடிதத்தைப் பார்க்க வேண்டும்.

கான்சாகிப்பால் பிணைக்கைதிகளாகப் பிடிக்கப்பட்டு, பாளை யங்கோட்டைக்குள் சிறைவைக்கப்பட்ட சிலர் இருபதாண்டுகள் வரை அங்கே தண்டனை அனுபவித்துவந்தனர். மருது சகோதரர் களின் தளபதியாக இருந்த சித்திரங்குடி மயிலப்ப சேர்வை என்பவர் தூக்கிலிடப்படுவதற்குமுன் மூன்று மாதங்கள் இங்கே சிறை வைக்கப்பட்டிருந்தார்.

1799 அக்டோபர் 16இல் கட்டபொம்மன் கயத்தாற்றில் மேஜர் பானர் மேன் என்ற அதிகாரியின் விசாரணைக்குப் பிறகு தூக்கிலிடப்பட்டார். அவரது தம்பி ஊமைத்துரையும் அவரது உதவியாளர்களும் பாளையங்கோட்டைச் சிறையில் அடைக்கப் பட்டிருந்தனர். 1799ஆம் ஆண்டு இறுதியில் கர்னல் வெல்ஸ் பதவி உயர்வு பெற்று, பாளையங்கோட்டையிலிருந்த மூன்றாவது படையணியின் முதலாவது பிரிவுக்கு மாற்றப்பட்டார். பாளை யங்கோட்டையும் கோட்டைச் சிறையும் அவரது பொறுப்பில் இருந்தன. இத்துடன் பாளையங்கோட்டையின் 18ஆம் நூற்றாண்டு வரலாறு முடிவுற்றது.

19ஆம் நூற்றாண்டின் தொடக்கப் பகுதிவரை முக்கியமான அரசியல் நிகழ்வு எதுவும் நிகழவில்லை. 1801ஆம் ஆண்டு பிறந்தவுடன் பாளைச் சிறையிலிருந்து ஊமைத்துரையும் அவரது உதவியாளர்களும் தப்பித்தனர். இதுகுறித்து கர்னல் வெல்ஸ் தனது 'இராணுவ நினைவுகள்' நூலில் எழுதியிருப்பதாவது:

பாளையக்காரச் சிறைவாசிகள் தப்பித்த 1801 பிப்ரவரி இரண்டாம் நாள் படைகளின் பெரும்பகுதி சங்கரன்கோயில் சென்றிருந்தது. எஞ்சியிருந்த சுமார் இருபது ஆண்களும் பெண்களும் மேஜர் மெக்காலேயின் தோட்ட வீட்டில் விருந்துக்காகக் கூடியிருந்தனர். சிறைவாசிகள், காவலுக்கிருந்த வீரர்களையும் கோட்டை வாயிற் காவலர்களையும் ஆயுதங்களைப் பறித்துத் தள்ளிவிட்டு தப்பிச் சென்றனர். அரசாங்கத்தின் கைதிகள் என்ற பெயரில் அவர்கள் இரும்புச் சங்கிலிகளால் பிணைக்கப்பட்டுப் பலத்த காவலுடன் இருந்தனர். ஆனால் அவர்கள் மத்தியில் சின்னம்மை நோய் பரவியதால் சில நாட்களுக்கு முன் சங்கிலிகள் கழற்றப்பட்டிருந்தன.

அவர்களது ஆட்கள் அன்று மாலையே மாறுவேடத்தில் கோட்டைக்குள் ஊடுருவியிருந்தனர். அவர்கள் ஆயுதங்களையும் மறைத்து வைத்திருந்தனர். திட்டமிட்ட சங்கேதம் கிடைத்தவுடன் சிறைக் கதவைத் தகர்த்தார்கள். கைதிகளாக இருந்தவர்கள் தங்கள் முன் நின்ற இரண்டு காவலரையும் தாக்கினர். சில காவலாளிகள் காயமடைந்தனர். உடனடியாக அனைவரது ஆயுதங்களும் பறிக்கப்பட்டன. அவர்களது கேடயங்களையும் பறித்துக்கொண்டு கோட்டை (கீழ்) வாசலுக்கு விரைந்து அங்கிருந்த காவலாளிகளையும் விரட்டினர். கதவின் வழியாக வெளியேறியதும் ஓட்டமும் நடையுமாக விரைந்தனர். விடிவதற்குள் முப்பது மைல் தொலைவிலிருந்த பாஞ்சாலங்குறிச்சியை அடைந்துவிட்டனர்.

பதினெட்டாம் நூற்றாண்டின் நடுப்பகுதியில் யூசுப்கான் என்ற கம்மந்தான் கான்சாகிப் பாளையங்கோட்டையைப் பிடிக்க வந்தார். ஆர்க்காட்டு நவாபிற்குக் கப்பங்கட்டிக்கொண்டிருந்த ஆறை அழகப்ப முதலியார் வசம் கோட்டை இருந்தது. கான் சாகிப்பின் படைகள் மேற்குப் பகுதிப் பாளையக்காரர்களை அழித்து விட்டுப் பாளையங்கோட்டைக்கு வரும்போது களைப்படைந்திருந்தது. எனவே அவர்களால் அழகப்ப முதலியார் படைகளையும் கோட்டைக்குள் இருந்த நவாபின் படைகளையும் சேர்ந்து எதிர்க்க முடியவில்லை. கான்சாகிப் இரண்டாம் முறையாக 1759இல் படையெடுத்து வந்தபோது, முதலியாரின் படைகள் நவாபின் ஆணைக்கிணங்கச் சரணடைந்துவிட்டன. கான்சாகிப் எத்தனைக் காலம் பாளையங்கோட்டையில் இருந்தார் எனத் தெரியவில்லை.

எனவே மதுரைக் கோட்டைக்குள் தளவாடங்களையும் துருப்பு களையும் சேர்த்து வைத்திருந்தார். பாளையங்கோட்டையிலுள்ள ஆங்கிலேயத் துருப்புகளும் அவருக்கு அடிபணிந்தன. ஏனென்றால் அவர்களது குடும்பத்தார்கள் கான்சாகிப் வசமிருந்த மதுரைக் கோட்டைக்குள் இருந்தனர். கான்சாகிப் பாளையங்கோட்டையைத் துருப்புகளுக்கு வேண்டிய தளவாடங்களுக்கான இடமாகவும் கிடங்காகவும் மாற்றியிருந்தார். அப்படியிருந்தும் அவரது படைகளுக்கு வேண்டிய மாட்டிறைச்சி கிடைப்பதற்கு உள்ளூர் மக்கள் ஒத்துழைக்கவில்லை. பாளையக்காரர்களிடம் இருந்து பிடிக்கப்பட்ட பிணைக்கைதிகளுக்காகக் கோட்டைக்குள் ஒரு சிறையும் அமைத்திருந்தார்.

நீதிமன்றத்திற்கு எதிரிலுள்ள காலியிடத்தில் (இப்போதுள்ள காவல் நிலையத்தின் பின்புறம்) பீரங்கி ஒன்றையும் நிறுத்தியிருந்தார். காவல் நிலையத்தின் உட்புறமாக ஒரு புளியமரத்தின் அடியில் ஏராளமான பீரங்கிக் குண்டுகள் அண்மையில் கண்டெடுக் கப்பட்டன. மரண தண்டனை விதிக்கப்பட்டவரை பீரங்கி வாயில் வைத்துச் சுடுவது அவரது வழக்கமாக இருந்தது.

கான்சாகிப் திருவிதாங்கூர் அரசருடன் ஓர் இரகசிய ஒப்பந்தம் செய்திருந்தார். அதன்வழி களக்காட்டுப் பகுதியை விட்டுக் கொடுத்தார். இந்த ஒப்பந்தத்தை அறிந்துகொண்ட ஆங்கிலேயர்கள், கான்சாகிபைத் தந்திரமாக வரவழைத்தனர். அங்கு சென்ற பிறகு தொழுகையில் இருந்த அவரைத் தந்திரமாகப் பிடித்து, இரண்டாம் நாள் எந்தவித விசாரணையுமின்றித் தூக்கிலிட்டுக் கொன்றுவிட்டனர். அச்சமூட்டும் அவரது ஆட்சியில் வழிப்பறிக் கொள்ளைகள் குறைந்திருந்த காரணத்தால் எளிய மக்கள் நிம்மதியாகப் பயணம் செய்தனர். அதனால் அவரைப் பற்றிய நாட்டார் பாடல்கள் மிகுதியாகத் தோன்றின.

பாளையங்கோட்டையில் அவர் அமைத்திருந்த சிறைச் சாலையில் பிணைக் கைதிகள் அடைக்கப்பட்டிருந்தனர். இருபது ஆண்டுகள் வரை அச்சிறையில் இருந்தவர்களைத் தான் கண்டதாகக் கான்சாகிபின் நண்பர் மார்ச்சன் எழுதிய நூலில் செய்தி வருகிறது.

கான்சாகிப் கொல்லப்பட்டதும் கோட்டையில் இருந்த சார்லஸ் கேம்பல் என்ற ஆங்கிலேயத் தளபதி கோட்டையின் பொறுப்பினை ஏற்றுக்கொண்டார்.

கோட்டையின் இராணுவப் பாதுகாப்புப் பகுதி கன்டோன் மென்ட் என அறிவிக்கப்பட்டது. கோட்டைக்குள் ஆங்காங்கே காவல் படைகள் நிறுத்தப்பட்டிருந்தன. கோட்டைக்கு வரும் வழியில் கோட்டூர் சாலையில் ஒரு சுங்கச்சாவடியும் இப்போதுள்ள ஆயுதப்படைப் பிரிவுக்கருகில் இன்னொரு சுங்கச்சாவடியும் அமைக்கப்பட்டிருந்தன. கிறித்தவப் படை வீரர்களுக்கு எனக் கோட்டைக்குள் கல்லறைத் தோட்டம் அமைக்கப்பட்டிருந்தது.

கி.பி. 1788இல் இதை அடுத்துள்ள இடத்தில் தஞ்சையிலிருந்து மதம் பரப்ப வந்த கிளோரிந்தா என்ற அம்மையார், ஒரு சிற்றாலயம் கட்டிக் கிணறும் வெட்டினார்.

ஆங்கிலேயப் படைப் பிரிவு ஒன்றும் படைப்பயிற்சித் திடல் (இப்போதுள்ள சேவியர் மேல்நிலைப் பள்ளி விளையாட்டு மைதானம்) ஒன்றும் பாளையில் இருந்தன. இத்திடலுக்கு எதிராகவே கிளோரிந்தா அம்மையார் கட்டிய சிற்றாலயமும் போதகர்களின் குழந்தைகளுக்காக அவர் தொடங்கிய பள்ளியும் இருந்தன. பின்னர் அந்த வளாகம் ஆங்கிலேயர்களின் கல்லறைத் தோட்டமாகவும் மாற்றப்பட்டது. 'பாளையங்கோட்டையில் பக்கீர்கள் நடத்திய சுதந்திரப் போர்' என்ற கட்டுரையில் வரலாற்றறிஞர் செ.திவான் பின்வரும் வரலாற்றுக் குறிப்பைத் தருகின்றார். ஆங்கிலேயர்களின் இரகசியக் குறிப்புகள் (Secret Entries) என்னும் புத்தகத்திலிருந்து அவர் தரும் தகவல் இது. கோட்டையின் உட்பகுதிக்குள் வலம் வந்த இசுலாமியப் பக்கீர்கள், கொல்லப்பட்ட முஸ்லிம் வீரர்களின் ஆவிகள் கோட்டையைச் சுற்றிவந்துகொண்டிருப்பதாக மக்களை நம்பவைத்தனர். இதனால் ஆங்கிலேயர் மனக்கலக்கம் அடைந்தனர். பக்கீர்கள் வெள்ளை அதிகாரிகளை வீழ்த்த சுதேசிச் சிப்பாய்களுடன் தொடர்புகொண்டனர். இந்த நிலையில் ஓர் இரகசியக் கடிதம் ஆங்கிலேயரிடம் பிடிபட்டது.

இதன் விளைவாக 1806ஆம் ஆண்டு நவம்பர் 19 அன்று காலையில் அப்போது படைப் பொறுப்பிலிருந்த, 'இராணுவ நினைவுகள்' நூலை எழுதிய மேஜர் வெல்ஸ், தன் கையில் துப்பாக்கியை வைத்துக்கொண்டு அனைத்து வீரர்களையும் ஒன்றாக நிறுத்தி அவர்களுடைய ஆயுதங்களைப் பறித்துவிட்டார். அவரைத் தாக்க முயன்ற ஒரு வீரரும் தாக்கப்பட்டார்.

ஆனாலும் கர்னல் வெல்ஸ் இந்த நிகழ்ச்சியைத் தன்னுடைய இராணுவ நினைவுகள் நூலில் குறிப்பிடவில்லை. இரகசியக் குறிப்புகள் நூலிலிருந்து செ.திவான் தரவுகள் காட்டுவதால் இச்செய்தி நம்புவதற்குரியதே. இந்த இடைப்பட்ட காலப் பகுதியில் கத்தோலிக்கர்களின் ஏசு சபையினைக் கி.பி.1773 முதல் போப்பாண்டவர் முடக்கி வைத்திருந்தார். இம்முடக்கம் கி.பி.1815இல்தான் தளர்த்தப்பட்டது. இந்த இடைப்பட்ட காலத்தில் சீர்திருத்தக் கிறித்துவம் வேகமாகப் பரவ இது வாய்ப்பாக இருந்தது.

பத்தொன்பதாம் நூற்றாண்டு

பத்தொன்பதாம் நூற்றாண்டின் தொடக்கத்தில் கோட்டைக்குள் ஆங்கிலேயப் படைகள் இருந்தன. இனி பாளையங்கோட்டைக்குக் கிறித்துவ முகம் தந்த நூற்றாண்டின் வரலாற்றைத் தொடங்குவோம்.

கி.பி.1788இல் பாளையங்கோட்டைக்கு வந்த கிளோரிந்தா அம்மையாரே முதல் சமயப் பரப்புநர் ஆவார். இவர் குழந்தைகளுக்கான சிறிய பள்ளிக்கூடத்தை, தான் கட் டிய சிற்றாலயத்திற்கு அருகில் நிறுவியதாகத் தெரிகிறது.

கிளோரிந்தாவின் அயராத பணிகளால் திருச்செந்தூர் தேரிக் காட்டுப் பகுதியில் தென் இந்தியத் திருச்சபை (புராட்டெஸ்டன்ட்) வேகமாகப் பரவியது. அப்போது திருச்சபைப் பேராயத்தின் தலைமையிடம் கல்கத்தாவாக இருந்தது. 1816இல் கல்கத்தாவிலிருந்து லிவிங்ஸ்டன் என்ற பேராயர் முதல்முறையாகப் பாளையங் கோட்டைக்கு வருகைதந்தார். அக்காலத்தில் கத்தோலிக்கக் கிறித்தவ சபையான 'ஏசு சபை' போப் ஆண்டவரால் தடை செய்யப்பட்டிருந்தது.

1820இல் அவர் வண்ணார்பேட்டையில் இருந்த திருப்பாற் கடல்நாதன் கவிராயரிடம் பழந்தமிழ் இலக்கியங்களைக் கற்றறிந்தார். 1822இல் ஞானோபதேச வினா விடை என்ற தம் முதல் தமிழ் நூலைக் கிறித்தவப் போதகருக்காக வெளியிட்டார். அவரது எழுத்துகளும் போதனைகளும் தென்னிந்தியத் திருச்சபை வரலாற்றில் பொன்னெழுத்துகளால் பொறிக்கப்பட வேண்டியன வாகும். அவரைத் திருநெல்வேலியின் அப்போஸ்தலர் என்று கிறித்தவர்கள் கொண்டாடுகின்றனர். அவரே 1825இல் கிறித்தவப் போதகர்களுக்காகத் தமிழ் இலக்கணம் குறித்து ஆங்கிலம், தமிழ் என இரு மொழிகளிலும் இலக்கண நூல் எழுதினார். அந்த நூலில் ஓர் உதாரண வாக்கியம் பின்வருமாறு அமைகிறது: 'பிராமணர்கள் பொய்க் கதைகளைக் கூறி ஜனங்களை ஏமாற்று கிறார்கள்.' தமிழ்நாட்டில் பார்ப்பனிய எதிர்ப்பிற்கான முதல் வித்து இதுவே எனலாம். அவரே 1825இல் விவிலியத் தமிழ் மொழிபெயர்ப்பிலுள்ள குறைகளைத் திறனாய்ந்து ஆங்கிலத்தில் திறனாய்வுக் கட்டுரை எழுதினார். திறனாய்வுமுறை குறித்தும்

மொழிபெயர்ப்பு குறித்தும் இந்திய மொழிகளில் எழுதப்பட்ட முதல் கட்டுரை இதுவே ஆகும். (On the Principles of translating of the holy scriptures in to vernacular languages particularly tarmous.)

ஐரோப்பிய அறிவொளிக் காலத்தின் விளைவாகப் பிறந்த இரேனியஸ் அடிகளே தமிழை நவீன யுகத்திற்குத் திருப்பிய முதல் எழுத்தாளர் எனலாம். இவரைப் பற்றி சுந்தரனார் பல்கலைக்கழகத் தமிழியல் துறை 'இரேனியஸ் -தமிழியல் முன்னோடி' என்ற நூலை வெளியிட்டுள்ளது.

சார்லஸ் தியோபிலஸ் எவால்டு இரேனியஸ் (C.T.E. Rhenius) ஜெர்மனியில் பிரசிய மாநிலத்தைச் சேர்ந்தவர். 1814இல் சென்னைக்கு வந்து ஆறு ஆண்டுகள் அங்கே கழிந்த பின்னர், 1820இல் பாளையங்கோட்டைக்கு வந்து சேர்ந்தார். கிறித்தவ சமயத் தொண்டு செய்ய வந்த இரேனியஸ், நெல்லை மாவட்டத்துக்குச் செய்த கல்வித் தொண்டே மிகப் பெரியது.

"வீதிதோறும் தமிழ்ப் பள்ளிக்கூடங்களைப் போட்டு ஐரோப் பியச் சாத்திரங்களையெல்லாம் தமிழில் சொல்லிக்கொடுக்க ஏற்பாடு செய்ய வேண்டும்" என்று பாரதி எழுதியதற்கு முக்கால் நூற்றாண்டுக்கு முன்னரே அதைச் செய்துகாட்டியவர் இரேனியஸ். 1832இல் அவர் எழுதி அச்சிட்டு வெளியிட்ட 'பூமி சாஸ்திரம்' என்ற நூலே அறிவியல் தமிழில் முதல் நூலாகும். 639 பக்கங்களையுடைய நூலுக்கு ஐந்து பக்கத்தில் முகவுரை தந்துள்ளார். 'நாமங்களை அக்கர முறைமைப்படி' காட்டிய ஓர் அட்டவணை நூல் இறுதியில் சேர்க்கப்பட்டுள்ளது. பக்கங்களின் எண்களும் தமிழிலே தரப்பட்டுள்ளன.

நூலின் முதற்பக்கத்தில் நூற் பெயருக்கான விளக்கமும் தரப்பட்டுள்ளது. 'பூமி சாஸ்திரமாவதும் பூகோளமாவதும் இந்தப் பூமியின் தன்மை, உரூபம் முதலானவைகளையும் அதிலிருக்கிற இராச்சியங்கள் பட்டினங்கள் முதலானவைகளையும் காட்டிய கல்வியேயாம்.'

தமிழ்மொழியின் ஆளுமையினைப் புரிந்துகொண்டு 168 ஆண்டுகளுக்கு முன்னர் இரேனியஸ் என்னும் ஜெர்மானியத் தமிழர் செய்துள்ள அறிவியல் தமிழ்க் கலைச்சொல்லாக்கத்திற்கு இதோ சில எடுத்துக்காட்டுகள்.

North Pole	-	வடமுனை
Zenith	-	தலைமுனை
Nadir	-	கால்முனை
Latitude	-	அகல் அளவு
Longitude	-	நீள் அளவு
Circumference	-	சுற்றளவு
Diametre	-	மத்திய அளவு
Meridian	-	நடுவரை
Ecliptic	-	சாவரை
A Circular line	-	சக்கரவரை
Contorial line	-	சமவரை
Sensible horizon	-	கண் எல்லை வரை
Rational Horizon	-	நினைப்பெல்லை வரை

நூலின் தலைப்புப் பக்கத்தில் இரேனியஸ் எழுதியதை நினைத்துப்பார்க்கிறோம். 'தமிழருக்கு அறிவுண்டாகும்படி பாளையங்கோட்டையிலுள்ள இரேனியுசையரால் செய்யப்பட்டது.'

திருச்சபையின் கணக்குப்படி நெல்லை மாவட்டத்தில் 163 பள்ளிகளைத் தொடங்கியவர் இரேனியஸ் ஆவார். இவர் கிறித்தவ மத போதகர்களுக்கு மாத ஊதியம் வழங்கியவர். அவர்களின் விதவைகளுக்கும் ஓய்வூதியம் வழங்கிய தீர்க்கதரிசி. 1832இல் நெல்லை நகரில் காலரா நோய் பரவியபோது அதைக் கட்டுப்படுத்தத் துண்டுப் பிரசுரம் அடித்து விநியோகித்தவர்.

திருச்சபைக்குள் சாதி வேறுபாடுகளைக் கடுமையாக எதிர்த்தவர். ஆசிரியப் பயிற்சிப் பள்ளியில் வேளாளர்கள் சாதி வேற்றுமை பாராட்டியபோது, பள்ளிக்கூடத்தை இழுத்து மூடிவிடுவேன் என எச்சரித்து, அப்படியே மூடியவர். சாதி வேறுபாடுகளைக் கண்டித்து 'சீர் தூக்கல்' என்ற சிறு துண்டுப் பிரசுரத்தை வெளியிட்டார். அது திருச்சபை மேலிடத்திற்குப் பிடிக்கவில்லை. பின்னர் ஆங்கிலேயப் படை அதிகாரிகளின் மதம் மாறாத ஆசை நாயகிகளின் பிள்ளைகளுக்குத் திருமுழுக்குத் தர மறுத்ததால் திருச்சபையிலிருந்து நீக்கம் செய்யப்பட்ட புரட்சிவாதி. அதன் விளைவாக 1839இல் அவர் மறைந்தபோது அடைக்கலபுரம் கல்லறைத் தோட்டத்தில் இடம் தர மறுத்துவிட்டனர். இத்தனைக்கும் அடைக்கலபுரம் கல்லறைத் தோட்ட நிலத்தை 1823இல் மாவட்ட ஆட்சியரிடமிருந்து அவரே

நன்கொடையாகப் பெற்றார் என்று அவரது நாட்குறிப்பு கூறுகிறது.

இனி பாளையங்கோட்டைக்குக் 'கல்வி நகரம்' என்ற பெருமை யினைப் பெற்றுத்தந்த பத்தொன்பதாம் நூற்றாண்டு வரலாற்றைப் பார்ப்போம். இரேனியஸ் அடிகளார் பாளையங்கோட்டைக்கு வந்த மூன்று ஆண்டுகளில் 1822இல் 'ஞானோபதேச வினா விடை' என்ற சிறிய நூலைக் கிறித்தவப் போதகர்களுக்காக எழுதி வெளி யிட்டார். அவரே, அதே ஆண்டில் மேரி சார்ஜென்ட் ஆசிரியப் பயிற்சிப் பள்ளியையும் தொடங்கினார். இதற்காகவும் கிறித்தவத் தேவாலயம் ஒன்று கட்டவும் திருநெல்வேலி செல்லும் நெடுஞ் சாலையிலுள்ள சில நிலங்களைப் பாளையங்கோட்டையில் இருந்த வெங்கு முதலியாரிடமிருந்து மிகக் குறைந்த விலையான அறுநூறு ரூபாய்க்கு வாங்கினார். இப்போது ஊசிக்கோபுரம் என வழங்கும் கிறித்துவப் பேராலயத்திற்கு அவரே கி.பி. 1826இல் அடிக்கல் நாட்டினார்.

வெங்கு முதலியாரிடமிருந்து வாங்கிய நிலத்தில் இரேனியஸ் அடிகளாரின் மனைவி, 1823இல் போதகர்கள் வீட்டுப் பிள்ளைகள் படிக்க இருபத்து மூன்று பிள்ளைகளுடன் ஒரு பள்ளியைத் தொடங்கினார்.

இந்தப் பள்ளிக்கூடம் 'இரேனியஸ் அம்மா பள்ளிக்கூடம்' என அழைக்கப்பட்டது. அக்காலத்தில் அரசின் நிதி உதவி கிடைக் காத காரணத்தால், திருச்சபையின் செலவிலேயே இப்பள்ளி நடத்தப்பட்டது. இப்பள்ளியில் காலையில் கல்வி சம்பந்தமான பாடங்களும் பிற்பகலில் மதபோதனைப் பாடங்களும் நடத்தப் பட்டன. இரேனியஸ் அடிகள் காலத்திற்குப் பின்னர் பேராயர் எட்வர்டு சார்ஜென்ட் என்பவரின் மனைவி எலிசபெத் கிரேவர் இப்பள்ளிகளுக்குப் பொறுப்பாக இருந்தார். பின்னர் பேராயரின் இரண்டாம் மனைவி மேரி சார்ஜென்ட் பொறுப்பேற்றார். பள்ளிக்கு வரும் பிள்ளைகளுக்கு ஒரு துண்டு கருப்புக்கட்டியும் கொஞ்சம் நிலக்கடலையும் தின்பண்டம் வாங்கித் தின்ன ஒரு பைசாவும் நாள்தோறும் கொடுத்துவந்தார். இதுவே தமிழ்நாட்டில் பெண்களுக்கான உணவு, உறைவிடப் பள்ளியாகத் தொடங்கப் பட்ட இரண்டாவது பள்ளி ஆகும். இவ்விடத்தில் தமிழகக் கல்வித்துறையில் நடந்த பிற நிகழ்வுகளையும் ஒப்பு நோக்க வேண்டும்.

லார்டு மெக்காலே பிரபுவின் கல்வித் திட்டம் நடைமுறைக்கு வந்தபோது, உள்நாட்டுப் பள்ளிகள் அனைத்தும் மூடப்பட்டன. ஆங்கிலவழிப் பள்ளிக்கூடங்களே நிலைபெற்றன. பின்னர் 1882இல் ரிப்பன் பிரபு வைசிராயாக இருந்தபோது 'ஹண்டர் ஆணையம்' அமைக்கப்பெற்றது. இந்த ஆணையமே பள்ளிகளில் தாய்மொழியில் கற்பிக்க வேண்டும் என்னும் பரிந்துரையை அளித்தது. அதை ரிப்பன் பிரபு நடைமுறைப்படுத்தினார். அதற்கு முன்னரே 1854இல் பள்ளிக்கூடங்களுக்கு அரசாங்க நிதி நல்கை (Grand in aid code) நடைமுறைப்படுத்தப்பட்டது. கர்சன் பிரபுவே 1904இல் இந்தியப் பல்கலைக்கழகச் சட்டத்தையும் கொண்டுவந்தார். அரசாங்க நிதி நல்கை கிடைத்த பின்னரே தமிழகத்தில் ஏராளமான தொடக்கப் பள்ளிகள் தொடங்கப்பட்டன. இவற்றுள் பெருந்திரள் (இந்து) மக்கள் தொடங்கிய பள்ளிகளும் அடக்கம்.

நிதிநல்கை தாராளமாகக் கிடைத்த காரணத்தால் பாளையங் கோட்டைக்குக் கத்தோலிக்கப் பங்குத் தந்தையாக வந்து சேர்ந்த வெர்டியர் அடிகளார் படைப்பயிற்சித் திடலுக்கு எதிராகக் கோட்டையின் தெற்குச் சுவருக்குள்ளாக இருந்த பகுதியில் தூய பிரான்சிஸ் பள்ளிக்கூடத்தைத் தொடங்கினார்.

18ஆம் நூற்றாண்டின் நடுப்பகுதியில் நெல்லை மாவட்டத்தின் பாளையக்காரர்களுக்கும் ஆங்கிலேயர்களுக்கும் நெடுநாள்களாக நடந்த போர் ஓயத் தொடங்கியது. கான்சாகிப் என்ற யூசுப்கான், சார்லஸ் கேம்பல் ஆகிய இருவரும் பாளையங்கோட்டையைக் கைப்பற்றிக்கொண்டனர்.

ஆனால் சமூகத் தளத்தில் இக்காலத்தில் நடந்த பெரிய மாறுதல்களுக்கான வித்து ஒன்று அப்பொழுதுதான் கோட்டை மண்ணில் விழுந்தது. கோட்டைக்குள் (இப்போதுள்ள சேவியர் மேனிலைப் பள்ளி விளையாட்டுத் திடலில்) இராணுவ முகாம் இருந்தது. அதற்கு எதிரில் சிறிய கல்லறைத் தோட்டம் இருந்தது. அக்காலத்தில் உயர் சாதியைச் சார்ந்த விதவைப் பெண்களை ஆங்கிலேய அதிகாரிகள் ஆசைக்குரியவர்களாக வைத்துக்கொண்டு குடும்பம் நடத்துவதுண்டு. அந்த வகையில் தஞ்சாவூரிலிருந்து பாளையங்கோட்டைக்கு மாறுதலாகி வந்த கேப்டன் லிட்டில்டன் என்ற அதிகாரி தஞ்சாவூரைச் சேர்ந்த கோகிலா என்ற பணக்கார மராட்டிய விதவைப் பெண்ணைத் தன்னோடு அழைத்துவந்தார்.

(Raja Clarinda - widow, concubine, patroness: women's leadership in Indian church Eliza F. Kent) அப்பொழுது இராமநாதபுரத்திலிருந்து பாளையங்கோட்டைக்கு வந்த பேராயர் ஸ்வார்ட்ஸ் என்பவர் கிறித்தவராக மாற விரும்பிய அந்தப் பெண்ணுக்கு முறையற்ற உறவுடையவள் என்று காரணங்காட்டி, 'ஞானஸ்நானம்' (திருமுழுக்கு) கொடுக்க மறுத்துவிட்டார்.

ஆறு ஆண்டுகள் கழித்துப் பேராயர் ஸ்வார்ட்ஸ் திருநெல்வேலிக்குத் திரும்பவும் வந்தபோது அந்தப் பெண்ணின் கணவர் லிட்டில்டன் இறந்துவிட்டதனால், ஸ்வார்ட்ஸ் ஐயரிடம் வந்து திரும்பவும் ஞானஸ்நானம் கேட்டாள். ஸ்வார்ட்ஸ் 'ஞானஸ்நானம்' வழங்கினார்.

1787ஆம் ஆண்டு நடந்த நிகழ்ச்சி இது. அதன்பின்னர் கிளோரிந்தா என்ற பெயரோடு அப்பெண் சீர்திருத்தக் கிறித்தவப் பரப்புதலில் தீவிரமாக ஈடுபட்டார். அவரது முயற்சியில் ஒரு சிற்றாலயம் கட்டப்பட்டது. அதனை அடுத்து, பொதுமக்களின் பயன்பாட்டிற்காகக் கிணறும் வெட்டினார். அந்தக் கிணறு 'பாப்பாத்திக் கிணறு' என்ற பெயரில் அண்மைக் காலம் வரை வழங்கப்பட்டுவந்தது.

இக்கல்லறைத் தோட்டத்திலுள்ள கல்லறைகளில் காலத்தால் முந்தியது கி.பி.1765இல் உள்ளது எனப் பேராயர் கால்டுவெல் இதனை நேரில் கண்டு எழுதியுள்ளார். கிளோரிந்தா கட்டிய சிற்றாலயத்தில்தான் தென்னிந்தியத் திருச்சபையைச் சார்ந்த ஆங்கிலேயப் படைவீரர்கள் வழிபாடு செய்துவந்தனர். (படையிலிருந்த ஆங்கிலக் கத்தோலிக்க வீரர்கள் சவேரியார் கோவில் என்ற பெயரில் அமைக்கப்பட்ட சிற்றாலயத்தில் வழிபாடு நடத்தினர்). கி.பி.1765இல் இதற்குச் சற்றுக் கிழக்கே கோட்டையின் தென்கிழக்கு மூலையிலிருந்த காலி இடத்தில் பெரிய அளவில் ஒரு திருச்சபைத் தேவாலயம் கட்டப்பட்டது. இப்போது யோவான் கல்லூரி வாசலருகே அமைந்த அந்தத் தேவாலயம் மிலிட்டரி லயன் தேவாலயம் என்றே அழைக்கப்படுகிறது.

பாளையங்கோட்டை எனும் பழைய கோட்டை நகரம் இன்று நெல்லை மாநகராட்சியின் நாலைந்து வட்டாரங்களுள் ஒன்றாகச் சுருங்கிவிட்டது. சேவியர் கல்லூரிக்கு வடக்கு, கடைத் தெருவுக்குத் தெற்கு, மாநகராட்சியின் பாளை மண்டல அலுவலகத்திற்குக்

கிழக்கு, காவல்துறை கண்காணிப்பாளர் அலுவலகத்துக்கு மேற்கு என்பதாக அதன் எல்லைகளைத் தோராயமாகச் சொல்லலாம். முன்னரே குறிப்பிட்ட பாண்டியன் அதிகேசரி மாறவர்மனின் மகன் பராந்தகன் வீரநாராயணன் (863-904) இந்தக் கோட்டையினைக் கட்டி, கோட்டையின் மேற்குப்புறமாக இராஜகோபாலசாமி என வழங்கப்படும் கோபாலன் கோயிலையும் கட்டினான், அதற்கு முன்னர் இப்பகுதி தாமிரபரணி நதியின் கிழக்குப்புறத்தில் தருவைக் காடாக இருந்திருக்க வேண்டும்.

பழைய கோட்டை நகர எல்லைக்குள் பிராமணர், சைவ வேளாளர், யாதவர் எனப்படும் இடையர், கத்தோலிக்கக் கிறித்தவர்கள், சௌராட்டிரர் என்னும் பட்டு நெசவாளர் உள்ளிட்ட இன்னும் பல சாதியினர் வாழ்கின்றனர். குடியிருப்புகளைப் பொறுத்தமட்டில் ஒரு கிராமத்தினைப் போலவே, சாதிக் குடியிருப்புகளின் அடுக்குகளாகவே அமைந்துள்ளன. ஆனால் சாதி, மதங்களின் பெயரால் இந்த ஊரில் பிணக்குகளோ சண்டைகளோ ஏற்பட்டதில்லை என்பது குறிப்பிடத்தக்கது.

கி.பி. ஒன்பதாம் நூற்றாண்டில், கோபாலன் (இராஜகோபாலன்) கோயிலைச் சுற்றி ஓர் அக்கிரகாரமும் ரத வீதிகளில் வேளாளர் வீடுகளும் கிழக்கே சில யாதவர் வீடுகளும் இருந்தன. எஞ்சிய வேளாளர்களும் யாதவர்களும் காலப்போக்கில் கோட்டைக்குள் ளிருந்த காலிமனைகளில் குடியேறினர்.

கோபாலன் கோயிலுக்கும் சிவன் கோயிலுக்கும் இடையிலிருந்த காலி இடத்தில், விசயநகர ஆட்சிக் காலத்தில் (கி.பி. பதினேழாம் நூற்றாண்டின் தொடக்கத்தில் - தோராயமாக சதாசிவ தேவ மகாராயர் காலத்தில்) பெருந்தொகையினரான பட்டு நெசவாளர் குடியேற்றப்பட்டனர். இந்தப் பகுதியில் அவர்களால் கிருஷ்ணன் கோயில், இராமசாமி கோயில், வெங்கடாசலபதி கோயில் ஆகிய மூன்று கற்கட்டுமானக் கோயில்கள் உருவாயின.

கி.பி. பதின்மூன்றாம் நூற்றாண்டில் கோட்டையின் தென் மேற்குப் பகுதியில் காலியாகக் கிடந்த இடத்தில், இராமசாமி கோயிலும் தெப்பக்குளமும் உருவாக்கப்பட்டதில் சிறிய அக்கிரகாரமும் உருவானது.

பாளை நகரத்தின் வட்டாரப் பெருமை, பத்தொன்பதாம் நூற்றாண்டில்தான் தொடங்குகிறது.

போதகர் அருள்திரு ஜான் டக்கர் என்பவரின் சகோதரி சாராள் டக்கர் 1857இல் காலமானார். சகோதரியிடம் கொண்ட அன்பு மேலீட்டால் அவள் பெயரில் ஜான் டக்கர் நினைவு நிதி தொடங்கினார். அதில் அன்றைய பிரிட்டிஷ் மதிப்பில் 208 பவுண்டுகள் சேர்ந்தன. அத்துடன் தன்னுடைய சொந்தப் பணம் ரூ.3500/- சேர்த்து நெல்லைத் திருமண்டிலப் பேராயர் எட்வர்ட் சார்ஜன்டிடம் வழங்கினார். பேராயர் இப்பணத்தைக் கொண்டு பதினாறு ஏக்கர் நிலத்தை வாங்கினார்.

பாளை நகரத்தின் கல்விப் பெருமைகளில் குறிப்பிடத்தக்கது, இயற்கையால் வஞ்சிக்கப்பட்ட கண் தெரியாதவர்களுக்கும் காது கேளாதவர்களுக்கும் ஒரு நூற்றாண்டுக் காலத்துக்கு முன்னரே (19ஆம் நூற்றாண்டின் இறுதியில்) கல்வி வாய்ப்பினை அளிக்க முன்வந்ததே ஆகும். தொடக்கப் பள்ளிகள், உயர்நிலைப் பள்ளிகளின் எண்ணிக்கையால் அல்ல; மேற்குறித்த மாற்றுத் திறனாளிகளுக்கும் கல்வி வழங்கியதால்தான் இந்த நகரம் ‘தென்னிந்தியாவின் ஆக்ஸ்போர்ட்’ என்ற பெருமையைப் பெற்றது.

1863இலேயே இரண்டாம் நிலைக் கல்லூரியாக இருந்த சாராள் டக்கர் கல்லூரியில் அக்காலத்தில் இங்கிலாந்திலிருந்து வந்த பேராசிரியர்களே தொண்டுள்ளத்துடன் பணியாற்றினர். அக்காலத்தில் பயிற்று மொழி ஆங்கிலமாகவே இருந்த காரணத்தால் இப்படி ஒரு முடிவு திருச்சபைக்கு இயல்பாகவே வாய்த்தது.

அவ்வாறு வந்தவர்களில் ஒருவரே ஆனி ஜன் ஆஸ்க்வித் என்னும் கண்ணம்மையார். இறையடியார்களுள் இறைவனுக்கே கண் கொடுத்தவரைக் ‘கண்ணப்பர்’ என்று அழைப்பதுபோல, கண் தெரியாதவர்களுக்குக் கலைமகளின் அருட்காட்சி பெற்றுத் தந்தவரைக் கண்ணம்மை என்று அழைப்பதே நன்றியுணர்ச்சிக்குப் பொருத்தமாக இருக்கும்.

1918க்குள் இப்பள்ளியில் மாணவர் எண்ணிக்கை நூற்றுக்கும் மேலாக வளர்ந்தது. இது ‘உண்டு உறைவிடப் பள்ளி’யாகும். இப்பள்ளியில் அரசுமுறைக் கல்வியோடு இசை, நெசவு ஆகிய துறைகளும் அறிமுகப்படுத்தப்பட்டன. மாணவர்கள் இசைக்கருவி வாசிக்கவும் செவ்வியல் இசை பயிலவும் செய்தனர்.

பாளை நகரம் தன்னுடைய எல்லாக் கல்விப் பெருமைகளையும் 19ஆம் நூற்றாண்டில்தான் பெற்றது. ஏராளமான தொடக்கப் பள்ளிகள், பெண்களுக்கான பள்ளிகள், உயர்நிலைப் பள்ளிகள், கல்லூரிகள் என்பவற்றோடு பாளை நகரத்தின் கல்விப் பெருமை நிறைவடையவில்லை. கண் தெரியாதவர்களுக்கு இந்த நகரம் கல்விச் செல்வத்தை வழங்கியது; காது கேளாத, வாய்பேச முடியாதவர்களுக்குக் கல்விப் பேற்றினை வழங்கியது.

இதைச் சற்று விரிவாகப் பார்ப்போம். சாராள் டக்கர் கல்லூரியில் பணியாற்றிவந்த ஆனிஜேன் ஆஸ்க்வித் அம்மையாரிடம் சுப்பு என்ற சிறுவனை அழைத்து வந்தனர். தாராள மனமுடைய அந்த அம்மையார், என்னிடம் கல்விதான் இருக்கின்றது; காசு இல்லை என்றார். 'எனக்குக் கல்வியாவது கொடுங்கள்' என்று அச்சிறுவன் கூறினான். பின் அவனிடம் 'நீ உழைத்துப் பிழைத்தால் என்ன?' என்று கேட்டார். 'கண் தெரியாத எனக்கு என்ன வேலை கிடைக்கும்?' என்றான் அவன். அம்மையார் அவனுக்குப் பங்கா இழுக்கக் கற்றுக்கொடுத்து, அந்த வேலையை வழங்கினார். மின்சாரமும் மின்விசிறியும் வருவதற்கு முன்னர் அதிகாரியின் தலைக்கு மேல் மரச்சட்டத்தில் கட்டப்பட்ட ஜமுக்காளம் ஒன்று தொங்கும். அதிகாரியின் அறைவாசலுக்கு வெளியில் சிறு நாற்காலியில் அமர்ந்திருக்கும் கடைநிலைப் பணியாளர் தன் கையில் தரப்பட்டிருக்கும் கயிற்றின் மூலம் அந்தப் பங்காவை இயக்குவார். பெரிய கைவிசிறி அளவிற்குக் காற்று வரும். இந்த வேலையை அந்த அம்மையார் சிறுவன் சுப்புவிற்குக் கற்றுக்கொடுத்தார். அவன் நாள்தோறும் நான்கு கிலோ மீட்டர் தொலைவு நடந்து வந்து இந்த வேலையைச் செய்தான். இரண்டு ஆண்டுகள் கழித்து 1880இல் ஆஸ்க்வித் அம்மையார் தன்னுடைய தாயகமான இங்கிலாந்திற்குச் சென்றார். அந்நாட்டில் அப்பொழுதே கண் தெரியாதார் பள்ளிகள் இருந்தன. டாக்டர் வில்மூன் என்பவர் ரோமன் எழுத்தில் ஆங்கிலத்தை பிரெய்லியில் எழுதிக் கற்றுக் கொடுத்துக்கொண்டிருந்தார்.

அம்மையார், டாக்டர் மூன் உதவியோடு அந்த எழுத்து முறையைத் தமிழுக்கு மாற்ற முயற்சி எடுத்தார். முதலில் தமிழிலுள்ள பன்னிரண்டு உயிர் எழுத்துகளையும் பதினெட்டு மெய் எழுத்துகளையும் ப்ரெய்லி வடிவில் மாற்றினார். தானும் அதனைக்

கற்றுக்கொண்டார். பின்னர் சில புத்தகங்களோடும் பிரெய்லி எழுதுபலகை (Slate)யோடும் பாளை நகரம் திரும்பினார். முதலில் சிறுவன் சுப்புவிற்கு அதனைக் கற்றுக்கொடுத்தார். மிக விரைவில் அவன் அதில் சிறந்த தேர்ச்சிபெற்றான்.

1890இல் சுப்புவையே முதல் ஆசிரியராகக் கொண்டு, கண் தெரியாத ஏழு மாணவர்களுக்கு ஒரு வகுப்பைத் தொடங்கினார். இந்த வகுப்பு சாராள் டக்கர் பள்ளி வளாகத்திலேயே நடந்தது. பள்ளி வளர்ந்துவந்த காரணத்தினால் விரைவில் இட நெருக்கடி ஏற்பட்டது. மாலை நேர நடைப்பயிற்சிக்குச் செல்லும்போது காலியாகக் கிடந்த ஒரு பெரிய நிலம் அம்மையார் கண்ணிற்குப் பட்டது. அந்தக் காலிமனை ஆயுதப்படைக் காவலர் குடியிருப் பிற்குக் கிழக்காக இருந்தது. ஆசாரி ஒருவரிடமிருந்து அதில் பன்னிரண்டு ஏக்கர் நிலத்தை அம்மையார் 1890இல் விலைக்கு வாங்கினார்.

அக்காலத்தில் பெருந்திரள் (இந்து) சமூகத்தில் இந்த முயற்சி பெரிய வரவேற்பைப் பெற்றது. திருச்சபை உறுப்பினர்களோடு பெருந்திரள் சமூகத்துப் பணக்காரரர்கள் மனிதாபிமான நோக்கில் பொருளுதவி செய்தனர். 1908இல் பள்ளி இப்போதுள்ள வளாகத் திற்கு மாற்றப்பட்டது. சமயம் சார்ந்த மூடநம்பிக்கைகளின் முகத்தில் அடிப்பதுபோல அம்மையார் அந்த வளாகத்திற்குத் 'தரிசன மனை' எனப் பெயரிட்டார். இங்கிலாந்திலிருந்த அறவுணர்வாளர்கள் அவ்வப்போது உதவிகள் செய்தனர். நெல்லையைச் சேர்ந்த செல்வந்தர் தளவாய் முதலியார் நூறு ரூபாய் நன்கொடை அளித்தார். 1918இல் நடந்த கல்வி விழாவில் அப்போதைய வைசிராய் பெண்ட்லென்ட் கலந்துகொண்டார். மாணவர்களின் தேவைக்காகக் கிணறு வெட்டப்பட்டது.

தளவாய் முதலியார் குடும்பத்தினர் கண்பார்வையற்ற மேல்சாதி மாணவர்களின் நலனுக்காக ஒரு கட்டடத்தைக் கட்டிக்கொடுத்தனர். இருபத்தைந்து ஆண்டுகளுக்கு முன்வரை அக்கட்டடம் இருந்தது.

இப்பள்ளியில் மாணவர்களிடம் கல்விக் கட்டணம் எதுவும் பெறப்படவில்லை. தமிழ், ஆங்கிலம், கணக்கு, மதபோதனை ஆகிய பாடங்கள் நடத்தப்பட்டன. பயிற்சிமொழி தமிழாக இருந்தது. திருச்சபையினையும் நன்கொடையாளர்களையும்

நம்பியே பள்ளி நடந்துவந்தது. 1918இல் இங்கிலாந்து சென்ற ஆஸ்க்வித் அம்மையார் அங்கே காலமானார். அதற்கு முன்னரே நூற்றுக்கணக்கான மாணவர்கள் இப்பள்ளியில் பத்தாவது வரை படித்து வெளியேறியுள்ளனர்.

அம்மையாரின் காலத்தில் இப்பள்ளி நிகழ்த்திய மற்றொரு மகத்தான சாதனை, பிரெய்லி எழுத்தில் முதல் தமிழ்ப் புத்தகத்தை வெளியிட்டதாகும்.

அது விவிலியத்தில் யோவான் எழுதிய நற்செய்தியாகும். இந்தப் புத்தகம் 1903இல் வெளியிடப்பட்டது. இந்திய மொழி களில் பிரெய்லி எழுத்தில் வெளியிடப்பட்ட முதல் நூல் இதுவே. அப்பொழுது பள்ளி மின்சார வசதி பெறவில்லை. ஆஸ்க்வித் அம்மையாருக்குப் பிறகு நெடுங்காலம் பள்ளியின் முதல்வராக பால் ஜோனத்தான் என்பவரே இருந்தார். அவர் முதல்வராக இருந்த காலத்தில்தான் 1947இல் இப்பள்ளி மின்சார வசதி பெற்றது. பள்ளியில் தமிழ்நாட்டைச் சேர்ந்த மாணவர்கள் மட்டுமன்றி ஆந்திரம், கேரளம், இலங்கையைச் சேர்ந்த மாணவர்களும் கல்வி பயின்றனர். இதுவரை ஆயிரத்திற்கும் மேற்பட்ட மாணவர்கள் இப்பள்ளியில் படித்துச் சென்றுள்ளனர். பயிற்சி முடித்த பின்பு, ஆதரிப்பார் இல்லாத மாணவர்கள் முதுமை வரை அங்கேயே தங்கிக்கொள்ளலாம். அவர்களுக்காகத் தனி இல்லம் அமைக்கப் பட்டுள்ளது. எப்படியிருந்தாலும் தமிழகத்தின் கல்விப் பெருமை களில் ஒன்றாக இப்பள்ளி திகழ்கின்றது என்பதில் ஐயமில்லை.

மாற்றுத்திறனாளர்களுக்கான பள்ளி

ஆஸ்க்வித் அம்மையாரைப் போலவே இங்கிலாந்திலிருந்து சாராள் தக்கர் கல்லூரிக்கு ஆசிரியராகப் பணி செய்ய வந்தவர் ஃபிளாரன்ஸ் ஸ்வயின்சன் அம்மையார். சமூக சேவையில் நாட்ட முடைய இவரிடம், வாய் பேச இயலாத இரண்டு பெண்கள் வந்து தங்களுக்குக் கல்வி வேண்டும் என்று கேட்டனர். அவர் இங்கிலாந்திலுள்ள நண்பர்களுக்கு எழுதிச் சில புத்தகங்களை வரவழைத்தார். பின்னர் டாக்டர் தனக்கோடி ராஜ் என்பவர் நடத்திவந்த மருத்துவமனையை அதிலுள்ள கட்டடங்களோடு சேர்த்து வாங்கினார். அது மொத்தம் பதினான்கு ஏக்கர் ஆகும். டாக்டர் தனக்கோடி ராஜ் பாளை நகரத் தொடக்கக் காலக் கிறித்தவர்களில் ஒருவர். திருச்செந்தூரிலும் தூத்துக்குடியிலும் அவருக்கு உப்பளங்கள் இருந்தன. சென்னையில் இரும்பு உருக்கும் தொழிற்சாலை வைத்திருந்தார் எனத் தெரிகிறது. பணக்காரரான இவரிடமிருந்து ஸ்வயின்சன் அம்மையார் நன்கொடையாகப் பெற்றதே அந்நிலமாகும்.

காதுகேளாப் பெண்கள் நால்வருடன் கி.பி.1895இல் தொடங்கப்பட்டது. இதற்கிடையில் இங்கிலாந்து சென்ற ஸ்வயின்சன் அம்மையார் விரல்களால் பேசும் கலையை (Dactylology) அறிந்து வந்திருந்தார். அந்தப் பயிற்சியினை அந்த மாணவர்களுக்குக் கொடுத்தார். கி.பி.1901இல் இப்பள்ளிக்கு அரசு அங்கீகாரம் கிடைத்தது. பத்தாம் வகுப்பு வரை இருந்த இந்தப் பள்ளியில் ஆங்கிலம், கணக்கு, அறிவியல், மத போதனை ஆகிய வகுப்புகள் நடத்தப்பட்டன. 1957இன் கணக்கின்படி 116 மாணவிகள் பயின்றனர். இப்போது மாணவர்கள் பத்தாம் வகுப்பு அரசுத் தேர்வினையும் எழுதுகின்றனர்.

பிற பள்ளிகள்

பேராயர் ஜேம்ஸ்ஹோப் 1818இல் ஒரு தமிழ் ஆங்கிலப் பள்ளியை (ஆங்கில வெர்னாகுலர்) தொடங்கினார். முதல் இரண்டு ஆண்டுகள் இப்பள்ளி வாடகைக் கட்டடத்தில் இயங்கியது.

பின்னர் இது நெல்லை நகரத்திலிருந்த சாப்டர் பள்ளி வளாகத் திற்கு மாற்றப்பட்டது. மீண்டும் அங்கிருந்து 1928இல் பாளையங் கோட்டையிலுள்ள யோவான் பள்ளி வளாகத்திற்கு மாற்றப்பட்டது. அதுவே பின்னர் நடுநிலைப் பள்ளியாகவும் உயர்நிலைப் பள்ளியாகவும் மேல்நிலைப் பள்ளியாகவும் வளர்ந்தது. 1925இல் யோவான் பள்ளி, யோவான் கல்லூரி நிலங்கள் விலைக்கு வாங்கப்பட்டன. CMS கல்லூரி என்னும் பெயரில் சாப்டர் பள்ளி வளாகத்தில் இயங்கிய கல்லூரி இரண்டாம் நிலைக் கல்லூரியாக பாளையங்கோட்டைக்கு மாற்றப்பட்டது (அதாவது FA வகுப்புவரை உள்ள கல்லூரி).

அப்பொழுது பேராயராக இருந்த செல்வின் கல்லூரியின் முதல்வராகவும் இருந்தார். 1943இல் இக்கல்லூரியில் மலையாளமும் இரண்டாம் மொழியாகக் கற்பிக்கப்பட்டது.

மேரிஆடன் பள்ளி

கோட்டை நகரத்திற்கு வெளியேயும் ஒரு பள்ளியினை நிறுவ வேண்டுமென்று திருச்சபையினர் ஆசைப்பட்டனர். அந்தக் காலத்தில் இங்கிலாந்துக் கப்பல் பயணத்தின்போது இறந்துபோன தமது மகள் மேரி இசபெல்லா ஆடன் நினைவாக அவளது தந்தை ஆல்பெர்ட் ஹென்றி ஆன் என்பவர் ஒரு பெருந்தொகை யினைப் பள்ளிக்கு நன்கொடையாக வழங்கினார். 1898இல் பன்னிரண்டு மாணவர்களோடு ஓலைக் கொட்டகையில் இப்பள்ளி தொடங்கப்பட்டது. இன்று இரண்டாயிரத்து ஐந்நூறு மாணவர் களோடு மாவட்டத்திலேயே பெரிய நடுநிலைப்பள்ளியாக இயங்கிவருகிறது. பாளை நகரத்து ஏழை மக்களுக்கு, குறிப்பாகத் தாழ்த்தப்பட்ட மாணவர்களுக்கு இந்தப் பள்ளி பெரிய கல்விச்சேவையினை வழங்கியது.

பாளையங்கோட்டை

1863 முதல் நகராட்சியாக விளங்கிய இந்த ஊர், இப்பொழுது திருநெல்வேலி மாநகராட்சியோடு இணைக்கப்பட்டுள்ளது. தற்போதுள்ள இந்த மண்டலம் நகரின் விரிவாக்கப் பகுதிகளையும் உள்ளடக்கியதாகும்.

பாளை நகரம் சேவியர் கல்லூரிக்கு வடபுறமாகவும் யோவான் கல்லூரிக்கு மேல்புறமாகவும் கோட்டூர் சாலைக்குத் தென்புறமாகவும் அமைந்திருந்தது.

தமிழ்நாட்டில் மிக வெப்பமான ஊர்களென்று அறியப்பட்ட வேலூர், திருத்தணி, ஆரணி என்ற ஊர்களின் வரிசையில் இந்த நகரத்திற்கும் ஓர் இடமுண்டு. கடல்மட்டத்திலிருந்து 155 அடி உயரத்தில் அமைந்துள்ள இந்த ஊரின் அதிகபட்ச வெப்பம் 2010இல் 106மு பாரன்ஹீட் ஆகும். இந்த ஊரின் மழை அளவு தமிழ்நாட்டின் சராசரி மழை அளவைவிடக் குறைவு.

நகரத்தின் மேற்கு எல்லையாகவும் வடக்கு எல்லையாகவும் தாமிரபரணி நதி ஓடுகிறது. பழைய கோட்டையின் மேற்குச் சுவருக்கும் நதிக்கும் இடையில் பசுமையான நன்செய் வயல்கள் இருந்தன. அதுபோலவே கோட்டையின் வடக்குச் சுவருக்கும் தாமிரபரணி நதிக்கும் இடையில் மிகப்பரந்த அளவில் நன்செய் வயல்கள் இருந்தன; இன்றும் இருக்கின்றன. கோட்டையின் மேற்குச் சுவரின் அருகில் ஓடும் பாளையங்கால்வாய் அதன் வடக்குச் சுவரை ஒட்டியும் ஓடுகிறது. இதன் வழியே வயல்களுக்கான நீர் கிடைக்கின்றது.

கல்வெட்டுகளிலிருந்து தாமிரபரணி நதியானது, தண் பொருந்தம் என்றும் தண் பொருந்தப் பேராறு என்றும் அழைக் கப்பட்டு வந்தது தெரியவருகின்றது.

பழைய கோட்டை நகரத்தில், மேற்கு வாசலிலிருந்து கிழக்கு வாசலுக்குச் செல்லும் வழியே இப்போது தெற்குக் கடைத்தெரு என்று அழைக்கப்படுகிறது.

கோட்டையின் தெற்கு வாசலிலிருந்து, (இப்போதுள்ள

மாவட்ட மைய நூலகத்திலிருந்து) வடக்குக் கடைத்தெரு நோக்கிச் செல்லும் பாதை கோட்டையின் வடக்கு வாசலில் முடிந்திருக்கிறது. அந்த வாசலோ அதன் சுவடுகளோ இப்போதில்லை. தென்மேற்கு மூலைக் கொத்தளத்தில் கட்டபொம்மன் சிலைக்குக் கீழாக இருந்த காவல்கூடம் மண்ணால் மூடப்பட்டுள்ளது.

அரசு அருங்காட்சியக வளாகத்திற்கு எதிரில் வடக்கு நேர்க்கிச் செல்லும் தெருவில், கோட்டையின் உட்புறமாக இருந்த பெரிய கல் கட்டடம் நான்கைந்து ஆண்டுகளுக்கு முன்னால் இடிக்கப்பட்டுவிட்டது.

கம்மந்தான் கான்சாகிபு என்னும் படைத் தளபதி ஆங்கிலேயப் (நவாபு) படைகளுக்குத் தலைமை தாங்கி, கி.பி. 1756இல் பெரிய எதிர்ப்பு ஏதுமின்றிப் பாளையங்கோட்டையைக் கைப்பற்ற முயன்றான்; 1759இல் அவன் கைப்பற்றினான். அவனுடைய படையில் கிறிஸ்தவரான ஆங்கிலேய வீரர்களும் பாரசீகர்களான இசுலாமிய வீரர்களும் இருந்தனர். இந்தப் பாரசீக வீரர்களின் தொழுகைக்காகக் கோட்டையின் கிழக்கு வாசலில் வெளிப்புறமாகக் கட்டப்பட்ட பள்ளிவாசலே இன்று மிலிட்டரி லைன் பள்ளிவாசல் என்று அழைக்கப்படுகிறது.

கோட்டையின் தென்புறமாக இருந்த பரந்த திடலின் நடுப்பகுதி 'கோட்டையடிப் பொட்டல்' என்று அழைக்கப்பட்டு வந்தது. சேவியர் கல்லூரி முதல்வர் அறைக் கட்டடம், லொயோலா அரங்கம், பிரிட்டோ வளாகம், தேவாலயம் ஆகியவை இந்த இடத்தில்தான் அமைந்துள்ளன. கல்லூரி வளாகத்தின் மேற்பகுதி, ஆலமரங்கள் நிறைந்திருந்ததனால் 'ஆலங்கட்டை' என்று அழைக்கப்பட்டுள்ளது.

கோட்டையின் கிழக்குப் பகுதியிலும் பரந்த திடல் ஒன்று இருந்தது. நவராத்திரி விழாவில் எருமைத்தலை அரக்கன் (சூரன்) தலைவெட்டும் நிகழ்ச்சி நடைபெறும். மாரியம்மன் கோயில் மட்டும் அங்கு இருந்தது. கோட்டையின் மேற்குப் பகுதியில் திருவாங்கூர் செல்லும் சாலையில் பாளையங்கால்வாய் இருந்தது. அதனை அடுத்து, பசிய நெடிய வயல்கள் இருந்தன; இன்னும் இருக்கின்றன.

இந்தக் கோட்டை நகரம் தாய்த் தெய்வக் கோயில்களை

நிறைய உடையதாக அமைந்துள்ளது. இத்தாய்த் தெய்வங்களின் தலைமைத் தெய்வமாகக் கருதப்படும் ஆயிரத்தம்மன் கோயிலே பழைய கோட்டையின் மையப்புள்ளி ஆகும். அரசர்களின் காலத்தில் நரபலி பெற்ற இந்தத் தெய்வம் பிற்காலத்தில் 'எருமைப்பலி' பெற்றது; இப்பொழுது 'காராட்டுப் பலி' மட்டும் நடக்கின்றது.

தமிழக வரலாற்றில் பாண்டிய நாடு என்பது பழைய மதுரை, இராமநாதபுரம், திருநெல்வேலி ஆகிய வருவாய் மாவட்டங்களை உள்ளடக்கியதாகும். இவற்றுள் தென்பகுதியில் அமைவது நெல்லை மாவட்டமாகும். பாண்டிய நாட்டின் தெற்குப் பகுதியில் அமைந்ததனால், தென்பாண்டி நாடு என்றும் அழைப்பர். இதன் ஒருபுற எல்லையாகக் கேரள நாடு அமைந்துள்ளது. கேரள நாடு எனப்படும் பழஞ்சேர நாட்டின் தெற்கு எல்லையாக இன்றைய குமரி மாவட்டம் அமைந்துள்ளது. குமரி மாவட்டத்தின் மேற்குப் பகுதியில் வேணாடும் (திருவனந்தபுரம் மாவட்டம்) நடுப்பகுதியில் நாஞ்சில் நாடும் (தோவாளை, அகஸ்தீஸ்வரம் வட்டங்கள்) தென்கிழக்கு எல்லையில் புறத்தாய நாடும் (கன்னியாகுமரி} அமைந்திருந்தன.

நெல்லை மாவட்டத்தின் நடுப்பகுதியில் திருநெல்வேலி நகரம் அமைந்துள்ள பகுதி கீழ்வேம்ப நாடு எனப்பட்டது. வேம்பன் என்பது பாண்டிய மன்னர்களின் தொன்மையான குடிப்பெயர்களில் ஒன்றாகும். எனவே இந்நிலப்பகுதி தொன்மைக் காலந்தொட்டு பாண்டியர்களின் ஆட்சிக்கு உட்பட்டிருந்தமை தெரியவருகிறது. கீழ் வேம்ப நாட்டுக்குக் கிழக்காக நான்கு கி.மீ. தொலைவில் கீழ்க்களக் கூற்றம் அமைந்துள்ளது. பிற்காலத்தில் நாடு, வளநாடு என அழைக்கப்பட்டதுபோல, சங்க காலத்தில் நாட்டுப் பிரிவுகள் கூற்றம் என்னும் பெயரால் அழைக்கப்பெற்றன.

மிழலைக் கூற்றம், முத்தூற்றுக் கூற்றம் என்பதுபோல கீழ்க்களக் கூற்றமும் சங்க காலத்திய நாட்டுப் பிரிவாகத் தோன்றுகிறது. இக்கீழ்க்களக் கூற்றத்தின் தலைமையிடமாக ஸ்ரீவல்லப மங்கலம் என்னும் பாளை நகரம் அமைந்தது. இது பெரிய வருவாய்ப் பிரிவாகும். இதன் பகுதியாக பிடாகை என்னும் வருவாய்ப் பிரிவுகள் இருந்தன.

வடக்கே பாலாமடை (இராஜவல்லிபுரம்), வடகிழக்கே

மணப்படை வீடு, கிழக்கே சீவலப்பேரி என வழங்கும் கீழ்க்களக் கூற்றத்துத் தென் திருமாலிருஞ்சோலை ஆகியவை அமைந்திருந்த தாகப் பாளை நகரக் கல்வெட்டுகளின் மூலம் அறிகிறோம்.

இந்த நகரில் இருந்த கோட்டையும் அதன் சுவடுகளும் அழிந்துவிட்டபோதும் அதன் எச்சப்பாடுகள் ஆங்காங்கே காணப்படுகின்றன.

பழைய காலத்தில் பகை வீரர்களை அழிக்கக் கோட்டையி லிருந்து வெளியேறும் அரசன், அதன் வடக்கு வாசல் வழியேதான் வெளியேறுவான். இச்செய்தி சிலப்பதிகாரத்திலும் பேசப்படுகிறது. போருக்குப் புறப்படும் அரசனது வாளை வடக்கு நோக்கி அமைப்பது அக்கால வழக்கமாகும். வடநாட்டுப் போருக்குச் செல்லும் செங்குட்டுவன் "வாளும் குடையும் வடதிசை பெயர்க்க" என ஆணை இடுகிறான். இன்றுவரை புரட்டாசி மாத நவராத்திரித் திருவிழாவில், எருமைத்தலை அரக்கனைப் போரிட்டு அழிக்கும் தாய்த் தெய்வம், வடக்கு நோக்கிச் சென்று கோட்டையை விட்டு வெளியேறும் வழக்கம் இருந்துவருகின்றது. புரட்டாசி மாதம் நவராத்திரித் திருவிழாவில் வடக்கு வாசல் வழியாகக் கோட்டையைவிட்டுக் கிளம்பும் தாய்த் தெய்வம் எருமைத்தலை அரக்கனோடு போரிடும் பரந்த வெளியினை நோக்கித் திரும்பும். பழைய (மண்) கோட்டைகள் இருந்து அழிந்த எல்லா ஊர்களிலும் வடக்கு வாசல் இருந்த இடத்தில்தான் தாய்த் தெய்வம் போர்க்களம் நோக்கித் திரும்பும் நிகழ்ச்சி நடைபெறுகிறது. சில ஊர்களில் வடக்கு வாசல் காவல் தெய்வமான தாய்த் தெய்வம் மட்டும் எஞ்சி இருந்தால், அதனை வடக்கு வாசல் செல்வி (வடக்குவாச் செல்வி) என்று அழைப்பது வழக்கம். மதுரையிலுள்ள புகழ்பெற்ற செல்லத்தம்மன் கோயில், மதுரைக் கோட்டையின் வடக்கு வாசல் செல்வி கோயில் ஆகும்.

பாளையங்கோட்டையிலுள்ள தாய்த் தெய்வக் கோயில்கள் அனைத்தும் வடக்கு நோக்கி அமைந்துள்ளன. நவராத்திரித் திருவிழாவில் கோட்டையின் மையப் புள்ளியான தலைமைத் தாய்த் தெய்வமான ஆயிரத்தம்மனுடன் இணைத்து வடக்குக் கடைத்தெரு வரை சென்று அங்கிருந்து போரிடும் களமான மாரியம்மன் கோயில் திடலை நோக்கி கிழக்காகப் பிரிந்து வந்தன.

பாளையங்கோட்டை உள்ளும் புறமும்

ஸ்ரீ வல்லபமங்கலம் என்னும் இக்கோட்டை நகரம் கி. பி. ஒன்பதாம் நூற்றாண்டில் கட்டப்பட்டதை முன்னர் கண்டோம். இந்நகரக் கோயில்களிலுள்ள அறுபத்தொரு கல்வெட்டுகளாலும் இதன் வரலாற்றைத் தொடர்ச்சியாக அறிய முடியவில்லை. குறிப்பாக, பிற்காலப் பாண்டியர் கல்வெட்டுகளில் இராஜ கோபாலசாமி கோயிலிலும் சிவன் கோயிலிலும் காணப்படவில்லை. காலத்தால் மிகப் பிந்திய கல்வெட்டு கி.பி.1918இல் ஏற்பட்டதாகும்.

குறிப்பாக 17, 18, 19ஆம் நூற்றாண்டுகளில் இந்த நகரம் பெற்ற வளர்ச்சியைக் குறிக்க, ஐரோப்பிய ஆவணச் சான்றுகளைத் தவிர வேறு சான்றுகள் இல்லை.

கி.பி. 1754இல் ஆங்கிலக் கும்பினிப் படைகளும் ஆற்காட்டு நவாபின் படைகளும் இக்கோட்டை நகரத்திற்குள் அடியெடுத்து வைக்கின்றன. அக்காலத்தில் கோட்டையிலிருந்த ஒரு சிறுபடை அவர்களை எதிர்த்துத் தோல்வியுற்றிருக்க வேண்டும். பிடிபட்ட கோட்டையினை அவர்கள் சிறைக்கூடமாகவே பயன்படுத்தி வந்துள்ளனர். 1782 ஜூலை 13இல் கிழக்கிந்தியக் கம்பெனியகத்துத் தலைமையகத்தில் எழுதப்பட்ட கடிதத்தில் பாளையங்கோட்டைச் சிறைகளிலிருந்து கைதிகளின் பட்டியல் தரப்பட்டிருப்பதாகத் தெரிகிறது. அவர்களில் ஒருவர் இருபது ஆண்டுகளுக்கும் மேலாகச் சிறையில் இருந்துள்ளார். இந்தச் சிறைக்கூடம் பிரெஞ்சு நாட்டின் பாஸ்டைல் சிறையினைப்போலக் கொடுமையாக இருந்ததாகவும் எஸ்.ஜி.ஹில் எழுதிய நூலிலிருந்து அறிகிறோம்.

இதன்பின்னர் இக்கோட்டையினைப்பற்றிய குறிப்பு 1799இல் வெல்ஸ் (பிற்காலத்தில் கர்னல் வெல்ஸ்) எழுதிய குறிப்புகளிலிருந்து தெரியவருகின்றது. அவருடைய நூல் தரும் செய்திகளாவன:

1799ஆம் ஆண்டு இறுதியில் பதவி உயர்வு அளிக்கப்பெற்று தென் பகுதியிலிருந்து மூன்றாவது படையணியின் முதலாவது படைப்பிரிவுக்கு மாற்றப்பட்டேன். அப்போது மாவட்டத்

தலைநகராயிருந்த பாளையங்கோட்டை அருகில் அந்தப் பிரிவு முகாமிட்டிருந்தது.

ஆற்றிலிருந்து இரண்டு மைல் தூரத்தில் வளமான சமதளத்தில் அந்தக் கோட்டை கட்டப்பட்டிருந்தது. கோட்டைச் சுவரிலிருந்து சிறு தொலைவில் தெளிந்த நீருடன் ஒரு வாய்க்கால் ஓடிக் கொண்டிருந்தது. கிட்டத்தட்ட இரண்டு மைல் சுற்றளவு, ஏறத்தாழ சதுர வடிவில் இரண்டு சுவர்களுடன் கோட்டை அமைந்திருந்தது. ஆனால் அகழி ஏதும் இல்லை.

உட்சுவர் வெளிச்சுவரைவிட மிக உயரமாக இருந்தது. வட்ட வடிவிலான சிறு கொத்தளங்கள் சுவரில் நிறைய இருந்தன. கோட்டைக்கு நான்கு முகப்பிலும் நான்கு வாசல்கள் இருந்தன. அவற்றைச் சுற்றி சதுர வடிவிலான கொத்தளங்கள் இருந்தன. மேற்கு, தெற்கு வாசல்கள் மூடப்பட்டிருந்தன. வடக்குக் கோட்டை வாசலிலிருந்து ஒரு சாலை திருநெல்வேலி தச்சநல்லூர் நோக்கிச் சென்றது. வழியில் ஆற்றின் குறுக்கே ஓர் இறங்குதுறை இருந்தது. தென்மேற்குப் பருவமழைக் காலம் தவிர மற்ற காலங்களில் கடந்துசெல்லக்கூடியதாகவே அது இருந்தது.

ஆற்றுக்குச் செல்லும் சாலையாக வெல்ஸ் குறிப்பது இப்போதுள்ள திருவனந்தபுரம் நெடுஞ்சாலை ஆகும். இந்த நெடுஞ்சாலையில் வழிப்போக்கருக்கான சத்திரங்கள் இருந்தன. முதலாவது சத்திரம் ஞானமணியம்மாள் சத்திரம். இரண்டாவது சத்திரம், முருகன்குறிச்சியில் இப்போது டயோசின் அச்சுக்கூடம் அமைந்திருக்கும் இடத்திலிருந்த கதிர்வேல் பிள்ளை சத்திரம்.

மூன்றாவது, இப்பொழுதும் பாளை நகராட்சிக்கு எதிரே அமைந்துள்ள கோபால்பிள்ளை சத்திரம். கோட்டையின் வடக்கு வாசலையொட்டி இருந்த குடியிருப்புப் பகுதி இப்பொழுதும் வடக்குப் படைத்தெரு என்றே அழைக்கப்படுகிறது. அதற்கும் வடக்கே வாய்க்காலின் மறுகரையில் இப்பொழுது பெரிய பாளையம் என்று அழைக்கப்படுகின்ற பகுதியில் ஒரு படைப் பிரிவு தங்கியிருந்திருக்க வேண்டும். கோட்டையின் வடக்கு வாசற் செல்வியான (காவல் தெய்வமான) முப்பிடாரி அம்மன் கோயில் வடக்குப் படைத் தெருவில் அமைந்துள்ளது.

கோட்டையின் வடக்கு வாசல் பகுதியிலிருந்து ஆற்றை நோக்கிச் செல்லும் பெருவழி, தைப்பூச மண்டபத்திற்கு எதிரே

முடிவடைகிறது. பரிசல்களிலும் படகுகளிலும் ஆற்றைக் கடக்கும் துறை இருந்தது. அங்கு சுலோசன முதலியார் பாலம் 1843இல் கட்டப்பட்டது. கோட்டையில் வடக்கு வாசலிலிருந்து தூத்துக்குடி செல்லும் சாலை 1876இல் உருவாக்கப்பட்டது. கோட்டையின் உட்புறம் தெற்குப் பகுதியிலும் கிழக்குப் பகுதியிலும் (இப்போது யாதவர் தெரு, தலைமை அஞ்சலகம், சேவியர் மேல்நிலைப் பள்ளி, அப்பள்ளியின் விளையாட்டு மைதானம் ஆகியவை அமைந்த பகுதி) நெருஞ்சி முள் காடாகக் கிடந்தது. உத்தேசமாக 1740இல் இராதாபுரம், நாங்குநேரி பகுதியிலிருந்து வந்த யாதவர்கள் கோட்டையின் பள்ளமான பகுதியாகவும் நெருஞ்சிக் காடாகவும் இருந்த பகுதியில் குடியேறினார்கள். கோட்டைக்குள் கீழ்மேலாக ஓடிய நீரோடையும் கோட்டையின் தெற்கு வாசலிலிருந்த இலந்தைக் குளமும் கால்நடைகளுக்கான நீராதாரமாக இருந்ததே குடியேற்றத்திற்கான காரணமாகும். கோட்டையின் தெற்கு வாசலுக்கு முன்னர் சேர, சோழ, பாண்டியர் என்னும் மூன்று அரச மரபினரின் கல்வெட்டுகள் இக்கோயிலில் கிடைத்துள்ளது, இக்கோயில் கல்வெட்டுகளின் மற்றுமொரு சிறப்பாகும். சேர நாட்டை ஆண்ட அரச மரபினர் இந்த நிலப்பகுதியைத் தங்கள் ஆதிக்கத்தில் கொண்டுவரப் பலமுறை முயன்றனர் என்பதும் வரலாற்று உண்மையாகும்.

கி.பி. 863இல் மறைந்த ஸ்ரீ மாறன் ஸ்ரீ வல்லபன் முற்பாண்டிய மன்னர்களில் ஒருவனாவான். இவனே இப்போது அழிந்துவிட்ட உக்கிரன்கோட்டையில் இருந்த ஆசூர் நாட்டுக் கோட்டையினைக் கட்டியவன். இவன் வாழ்ந்த காலத்தில் கங்கைகொண்டானுக்கும் ஸ்ரீ வல்லப மங்கலம் என்ற பெயர் இருந்துள்ளது. 11ஆம் நூற்றாண்டில் அந்த ஊர் கங்கைகொண்ட சதுர்வேதி மங்கலம் என்ற பெயர் பெற்றுள்ளது. பராந்தக வீரநாராயணனே கோட்டையினையும் கட்டியிருக்கிறான். இவனது தந்தையும் இவனது மூத்த அண்ணனான வரகுண பாண்டியனும் சைவத்தில் ஈடுபாடுடையவர்களாக இருந்தனர். அண்ணனாகிய வரகுணன், மாணிக்கவாசகர் தொடர்பால் அரச பதவியைத் துறந்த காரணத்தால், பராந்தக வீரநாராயணன் மன்னனானான்,

பாளை நகரத்துக்குத் தெற்கிலும் கிழக்கிலும் தென்கிழக்கிலும் இன்றுள்ள நகர விரிவாக்கப் பகுதிகள் 1960 வரை கால்நடைகளின் மேய்ச்சல் நிலமாகவே இருந்தது. பிற்காலப் பாண்டியர் கல்வெட்டு

ஒன்றில் 'ஸ்ரீ வல்லப மங்கலத்து வடபிடாகை சுந்தர பாண்டிய நல்லூர் இருக்கும் படை வீட்டில்' என்ற தொடர் காணப்படுகிறது. இப்போது வடக்குப் படைத்தெரு என்றும் பெரிய பாளையம் என்றும் அழைக்கப்பெறும் நிலப்பகுதிகளே சுந்தரபாண்டிய நல்லூர் என்று இருந்திருக்க வேண்டும். பிற்காலப் பாண்டியனான சுந்தர பாண்டியன் காலத்தில் இந்தப் படைவீடு, கோட்டையின் வடக்கு வாசலையடுத்து மணப்படை வீடு செல்லும் பாதையில் அமைந்திருப்பது குறிப்பிடத்தக்கது. படை வீடுகளும் பெரிய சந்தைகளும் பொதுவாகத் தண்ணீர் வசதியுடைய இடங்களிலேயே அக்காலத்தில் அமைக்கப்பட்டன. அந்த வகையில் சுந்தர பாண்டிய நல்லூர் படை வீடும் நாரத வாய்க்காலுக்கு வடக்கும் தெற்குமான பகுதியில் அமைந்திருக்க வேண்டும்.

பாளையங்கோட்டை சிவன் கோயிலில் ஒரு பெரிய கல்வெட்டும் பதினொரு துண்டுக் கல்வெட்டுகளும் கிடைத்துள்ளன. கிடைத்துள்ள பெரிய கல்வெட்டு, சாமி சந்நிதி கருவறை அடித்தளத்தில் உள்ளது. இக்கல்வெட்டு முதலாம் இராசராசன் காலத்தைச் சார்ந்ததென்பதனால் கி.பி. பதினொன்றாம் நூற்றாண்டின் தொடக்கப் பகுதியிலேயே இக்கோயில் இருந்திருக்க வேண்டும் என்று தோன்றுகிறது. முற்றுப்பெறாத இக்கல்வெட்டில் முதல், இறுதிப் பகுதிகளுடன் அரசன் ஆண்ட காலத்தின் குறிப்புகளும் கிடைக்கவில்லை. இக்கல்வெட்டு ஊர் மகா சபையார் காளாபிடாரியார் கோயிலுக்கு இருமாவரை அளவுள்ள நிலத்தை இறையிலியாக விற்றுக் கொடுத்த செய்தியைக் குறிப்பிடுகின்றது. இக்காலத்தே, துர்க்கை எனப்படும் உக்கிர தெய்வத்தையே அக்காலக் கல்வெட்டுகள் பிடாரியார் என்றும் காளாபிடாரியார் என்றும் குறிப்பிடுவதாகக் கருதலாம்.

வழக்கு மரபில் இக்கோயில் இறைவன் பெயர் 'திரிபுராந்தக ஈசுவரர்' ஆகும். சிவ மூர்த்தங்களில் முதலாம் இராசராசன் மிகவும் கொண்டாடியது திரிபுராந்தக மூர்த்தமாகும். சோழ, பாண்டிய, ஈழ மண்டலங்களை வென்றதனால், முப்புரம் எரித்த சிவபெருமானின் திருவிளையாடல் அவனுக்கு உவப்பாக இருந்ததுபோலும். அவன் கட்டிய தஞ்சைப் பெரிய கோயிலிலும் திரிபுராந்தகம் எரித்தது சிற்பங்களில் கொண்டாடப்படுகிறது. இராசராசனுக்கு முந்திய கல்வெட்டுகளில் திரிபுராந்தக மூர்த்தி 'திருவிற்கோலநாதர்' என்று குறிப்பிடப்படுகின்றார். பாளை சிவன் கோயிலில் காளாபிடாரியார்

பற்றிக் குறிப்பிடும் கல்வெட்டு, சிவன் சந்நிதி கருவறை அடித் தளத்தில்தான் காணப்படுகிறது. அக்கல்வெட்டிலேயே 'காளா பிடாரியார் கோயிலில் இந்த நிலக்கொடையைக் கல்லிலே வெட்டவும்' என்ற செய்தி காணப்படுவதால், இச்சிவன் சந்நிதியே ஒரு காலத்தில் காளாபிடாரியார் சந்நிதியாக இருந்திருக்க வேண்டும்.

பாளையங்கோட்டைக் கல்வெட்டுகளில் இக்கோட்டை குறித்தோ கோட்டையின் நட்ட நடுப்பகுதியில் அமைந்துள்ள ஆயிரத்தம்மன் குறித்தோ எந்தச் செய்தியும் இல்லை. முதலாம் இராசராசன் காலத்துக் கல்வெட்டொன்றில் (கி.பி.1109) ஸ்ரீ வல்லப மங்கலத்து மகாமாத்திக்குத் திருநந்தாவிளக்கு வைக்கக் கொடுத்த பணக்கொடை பற்றிய குறிப்பு உள்ளது. இந்த மகாமாத்தி ஆயிரத்தம்மனாகவே இருக்க வேண்டும். பொதுவாகக் கோட்டை நட்ட நடுப்பகுதியில் கட்டப்படும் கொற்றவைக் கோயில்கள், படைவீரர்களின் வழிபாட்டிற்காக அமைக்கப்பட்டவையாகும். இக்கோயில் மூர்த்தங்கள் அபிசார மூர்த்தங்கள் எனப்படும். போருக்குச் செல்லும்முன் வீரர்களில் ஒருவர் தன் தலையை அரிந்து நவகண்டம் கொடுக்கும் வழக்கம் இருந்துள்ளது. எட்டுக் கைகளோடு அமர்ந்த கோலத்தில் காலடியில் அரக்கனுடன் கோரைப்பல் ஏற்று, சினங்கொண்ட தோற்றத்தில் இச்சிலைகள் வடிக்கப்பட்டிருக்கும். ஆயிரத்தம்மன் கோயிலுக்குள்ளும் இக்காலத்தைச் சேர்ந்த நவகண்டச் சிற்பமொன்று இன்றளவும் காணப்படுகின்றது. ஆனால் கருவறை மூர்த்தம் பிற்காலத்தில் மாற்றப்பட்டுள்ளது. அக்கோயில் அமைந்துள்ள ஆற்றங்கரை மணல்மேடு ஒரு படை வீடாகும். உக்கிரங்கோட்டையில் நட்ட நடுப்பகுதியில் அமைந்துள்ள சொக்கநாயகியம்மன் கருவறைச் சிற்பகம் இக்கோலத்தில் அமைந்துள்ளதை இன்றளவும் காணலாம்.

பாளையங்கோட்டையை எழுப்பித்த பராந்தக வீரநாராய ணனின் தந்தை ஸ்ரீ மாறன் ஸ்ரீ வல்லபன் எழுப்பித்த கோட்டை யாகும் இது. சேரர் படையெடுப்புக்கு அஞ்சியே இந்த இரு கோட்டைகளையும் தந்தையும் மகனுமான இரு மன்னர்களும் எழுப்பியிருக்க வேண்டும். ஆயிரத்தம்மன் என்ற பெயர் பெற்ற கோயில்கள் நரபலிக்குப் பதிலாக எருமைக்கடா பலியிடும் வழக்கத்திற்கு மாற்றப்பட்டு, பிற்காலத்தில் ஆட்டுக்கடா பலியிடும் வழக்கத்திற்கு வந்துள்ளன.

கோட்டைக்குள் நீராதாரமாக சிவன் கோயில் தெப்பக்குளமும் இப்போதுள்ள இராமர் கோயில் தெப்பக்குளமும் அமைந்திருந்தன. ஆவணக் குறிப்புகளிலிருந்து ஆயிரத்தம்மன் கோயிலுக்கு முன் ஒரு சிறுகுளம் (இப்போது தூர்க்கப்பட்டுவிட்டது) அமைந்திருந்ததாகத் தெரிகிறது. கோட்டை நகரத்துக்குள் சில மண்டபங்களும் அமைந் திருந்தன. சிவன் கோயிலுக்குக் கிழக்கேயுள்ள பகுதி பிச்சிவனம் எனப்பட்டது. கோபாலசாமிக் கோயிலுக்கு வடமேற்குப் பகுதியில் செண்பகவனம் என்ற நந்தவனம் இருந்ததாகத் தெரிகிறது. கோட்டையின் வெளிப்புறத்தில் இப்போது புதுப்பேட்டைத் தெரு அமைந்துள்ள இடத்தில் முல்லைவனம் அமைத்திருந்தது.

கி.பி. 1195இல் இருந்த ஸ்ரீ வீரபாண்டியனின் இருபதாம் ஆட்சியாண்டுக் கல்வெட்டு திருமஞ்சனத்திற்காக விடப்பட்ட நிலம் குறித்துப் பேசுகின்றது. இந்நிலம் அழகப்பட்டர் என்பவர் பெயரால் வழங்கப்பட்டுள்ளது. இதே அழகப்பட்டர் என்ற பெயருடையவருக்கு வேதமும் புராணமும் வாசிக்கப் பலரிடம் விலைக்கு வாங்கி நிலம் தானமாக வழங்கப்பட்ட செய்தியினைக் குலசேகரன் பாண்டியன் கல்வெட்டும் (1268 கி.பி) குறிப்பிடுகின்றது. இதன் பின்னர் பிற்காலப் பாண்டியர் கல்வெட்டு ஏதும் இக்கோயி லில் காணப்படவில்லை.

காலங்காலமாக இந்நிலப்பகுதியின் மேல் கண்வைத்திருந்த வேணாட்டு மன்னர்கள் பதினாறாம் நூற்றாண்டின் தொடக்கப் பகுதியில் இந்நிலப்பகுதியைக் கையகப்படுத்தினர். நாங்குநேரி வட்டம் களக்காட்டில் கோட்டை ஒன்றினையும் கட்டினர். குற்றாலம், தென்காசி, திருப்புடைமருதூர், திருநெல்வேலி, ஆழ்வார் திருநகரி, மணப்படை வீடு ஆகிய ஊர்க் கல்வெட்டுகளில் இந்த வேணாட்டு மன்னர்கள் குறிப்பிடப்படுகின்றனர். இவர்களுள் முதலாம் மன்னனான ‘வென்று மண் கொண்ட பூதல வீர உதய மார்த்தாண்டனின் கல்வெட்டுகள் முக்கியமானவை. இம் மன்னனது கி.பி.1531ஐச் சார்ந்த (சகம் 1453, கொல்லம் 706) கல்வெட்டு கோபாலசாமி கோயிலில் காணப்படுகின்றது. இவன் காலத்தில் மலை மண்டலத்து (தென் கேரளம்) இரவி நல்லூர் வடவாற்று அய்யப்பன் மார்த்தாண்டன் என்பவன் பன்னிரண்டு பிராமணர்களுக்கு உணவூட்ட நிலம் வழங்கிய செய்தி காணப் படுகின்றது.

இம்மன்னனே கருவறை அதிட்டானத்திற்கு (கருங்கல் தளத்திற்கு) மேலுள்ள கோயில் கட்டடப் பகுதியினை மீண்டும் பிரித்துக் கட்டியுள்ளான்.

இப்பொழுது உற்சவருக்கு முன்னுள்ள மகாமண்டபத்தையும் இவனே கட்டியுள்ளான். இம்மண்டபத்தின் உட்புறத்தில், தூண்களுக்கு மேலாக அமைந்த கேரள பாணிச் சிற்பங்களே இதற்குச் சான்றாகும். நெல்லை மாவட்டத்தின் பெரும்பாலான கோயில்களில் ஏற்படுத்தப்பட்டுள்ள 'உதயமார்த்தாண்டன் சந்தி' என்ற பூசை இவனது பெயரால் ஏற்படுத்தப்பட்டதாகும். கி.பி.1550இல் எழுந்த ஒரு கல்வெட்டு, பெருமாள் உடையவன் நாயனார் என்பவனுக்குக் கணக்கெழுதும் உரிமை வழங்கிய செய்தியினைக் குறிப்பிடுகின்றது. இக்கல்வெட்டில்தான் முதன்முறையாக அழகிய மன்னார் கோயில் என்ற பெயர் காணப்படுகின்றது.

அத்துடன் விருந்தாவன ஆழ்வார் கோயில், வேதநாயகப் பெருமாள் கோயில் என்ற இரண்டு சந்நிதிகளும் சுட்டப்படுகின்றன. இவற்றுள் வேதநாயகப் பெருமாள் சந்நிதி, இப்பொழுது வேத நாராணப் பெருமாள் சந்நிதி எனக் குறிக்கப்படுகிறது. பிற்காலப் பாண்டியர் காலத்திற்குப் பின் கோயிலுக்குள் அமைந்த நந்தவனங்களில் 'விருந்தாவன (பிருந்தாவன) ஆழ்வார்' சந்நிதியை உருவாக்கும் வழக்கம் இருந்திருக்கிறது. அதன்படியே இக்கோயிலுக்குள்ளும் நந்தவனத்தில் இப்பெயரோடு ஒரு கோயில் இருந்து அழிந்திருக்க வேண்டும்.

வீரநாராயணன் என்ற பெயரே, பதினாறாம் நூற்றாண்டின் தொடக்கப் பகுதியில் இந்நிலப் பகுதியைக் கைப்பற்றிய வேணாட்டு உதய மார்த்தாண்டவர்மனால் வேத நாராயணன் என்று மாற்றப்பட்டுள்ளது. கி.பி.1000, 1007, 1008, 1009 ஆகிய ஆண்டுகளில் எழுந்த முதலாம் இராசராசனின் கல்வெட்டுகள், இக்கோயிலை 'ஸ்ரீ வல்லப மங்கலத்து வீரநாராயண விண்ணகரம்' என்றே குறிப்பிடுகின்றன. பிற்காலப் பாண்டியர், பிற்காலச் சோழர் ஆகியோரின் கல்வெட்டுகளும் தொடர்ச்சியாக இக்கோயிலில் காணப்படவில்லை. பிற்காலப் பாண்டியர்களில் முதலாம் விக்கிரம பாண்டியனின் ஐந்தாம் ஆட்சியாண்டுக் (கி.பி. 1223) கல்வெட்டு இக்கோயிலில் காணப்படுகின்றது.

சில துளிச் செய்திகள்

நெல்லை மாவட்டத்தின் நடுப்பகுதியில் அமைந்துள்ள ஊர் பாளையங்கோட்டை. இதன் மழை அளவு மிகக்குறைவு. ஆண்டிற்கு 752 மி.மீ. மட்டுமே. இதன் கோடைக்கால அதிகபட்ச வெப்ப அளவு 106 டிகிரி ஃபாரன்ஹீட். இந்நகரம் நிலக்குறுங்கோட்டின் 8.741222இலும் நிலநெடுங்கோட்டின் 77.694626இலும் அமைந்துள்ளது. 2017இல் இதன் மக்கள்தொகை 473.637 இலட்சம் ஆகும்.

பத்தாம் நூற்றாண்டுக் கல்வெட்டொன்றில் பாளை நகரம் கீழ்க்களக் கூற்றத்து ஸ்ரீவல்லபமங்கலம் எனக் குறிப்பிடப்படுகின்றது. இதுவே பாளை நகரத்தின் பழைய பெயராகும்.

முதலாம் இராசராசன் கல்வெட்டில் தாமிரபரணி ஆறு - தண் பொருந்தம் என்று குறிக்கப்பட்டுள்ளது. அதுபோல, மூளிக்குளம் - திருவரங்கநேரி எனவும் பாளையங்கால்வாய் - நாரத வாய்க்கால் எனவும் குறிப்பிடப்பட்டுள்ளன. இக்கல்வெட்டு பாளை கோபாலசாமி கோயிலில் உள்ளது. இதன் காலம் கி.பி. 12ஆம் நூற்றாண்டின் தொடக்கப் பகுதியாகும்.

ஆங்கிலேயர் ஆட்சிக் காலத்தில், இது ஜமீன் பாளையம் அல்ல. சர்க்கார் பாளையம் என்பதனைக் குறிப்பிட்டு, இங்கிருந்த கோட்டையினை அடையாளப்படுத்திப் பாளையங்கோட்டை என்ற பெயர் உருவானது. ஆங்கிலேயர் ஆட்சிக் காலத்தில் ஏற்பட்ட பெயராகும் இது.

1862இல் கொக்கிரகுளம், வண்ணாரப்பேட்டை, முருகன் குறிச்சி ஆகிய பகுதிகளை இணைத்துப் பாளையங்கோட்டை நகராட்சி உருவாக்கப்பட்டது. அப்போது அதன் மக்கள்தொகை இருபதாயிரம் மட்டுமே. 1923வரை பாளை நகராட்சி, சேவியர் உயர்நிலைப் பள்ளிக்கு நேர் எதிரில், ரெங்கசாமிக் கோனார் வீட்டில் வாடகைக்கு இயங்கி வந்துள்ளது.

தொ.ப.ஆய்வுலகம்

*1899*இல் வின்கிலேயர் என்ற ஆங்கிலேயர் பாளை நகராட்சியின் தலைவராக நியமிக்கப்பட்டார். அவர் இந்துக் கல்லூரியில் பேராசிரியராக இருந்தவர். அவர் சைக்கிள் அலவன்சாக மாதம் ஒன்றிற்கு ஒரு ரூபாய் பெற்று வந்துள்ளார்.

பாளை நகராட்சியில் நெடுங்காலம் (பதினான்கு ஆண்டுகள்) தலைவராக இருந்தவர் எம்.எஸ். மகராஜ பிள்ளை. பாளை நகராட்சியின் கடைசித் தலைவர் சுப. சீதாராமன்.

*1787*இல் கிறித்தவ மத போதகர்களின் பிள்ளைகளுக்காகப் பாளையங்கோட்டையில் கிளோரிந்தா அம்மையார், முதல் பள்ளியைத் தொடங்கினார். *1890*இல் ஆனி ஜேம்ஸ் ஆஸ்க்விக் ஃப்ளாரன்ஸ் ஸ்வயின்சன் அம்மையார், கண் தெரியாதோர் பள்ளியைத் தொடங்கினார். *1892*இல் ஃப்ளோரன்ஸ் ஸ்வைன்சன் அம்மையார், காது கேளாதோர் பள்ளியைத் தொடங்கினார். *1858*இல் சாராள் டக்கர் பள்ளியோடு சேர்த்து ஆசிரியர் பள்ளியும் தொடங்கப்பட்டது. *1928*இல் யோவான் கல்லூரி திருநெல்வேலி நகரத்திலிருந்து பாளையங்கோட்டைக்கு மாற்றப்பட்டது. அதன் முதல் முதல்வர் சாப்டர் ஆவார்.

*1863*இல்தான் சேவியர் உயர்நிலைப் பள்ளி உருவாக்கப்பட்டது. பெரும்பான்மை மக்களின் மதமாற்ற அச்சத்தினைத் தவிர்ப்பதற்காக முதல் தலைமையாசிரியராக இராமலிங்கம் பிள்ளை என்பவர் நியமிக்கப்பட்டார்.

*1898*இல் தென்னிந்தியத் திருச்சபையின் நூற்றாண்டு விழா கொண்டாடப்பட்டது. பாளை நூற்றாண்டு மண்டபத்திற்கு அடிக்கல் நாட்டப்பட்டது. அதே ஆண்டில் அல்போன்ஸ் சகோதரிகள் அளித்த இருபதினாயிரம் ரூபாய் நன்கொடையில் அல்போன்ஸ் நினைவுப் பள்ளி தொடங்கப்பட்டது.

*1965*இல் ஆங்கிலமுறை மருத்துவக் கல்லூரியும் *1966*இல் சித்த மருத்துவக் கல்லூரியும் தொடங்கப்பட்டன.

*1849*இல் தென்னிந்தியத் திருச்சபையிலிருந்து நற்போதகம் என்ற இதழ் தொடங்கப்பட்டது. இன்றளவும் அது வெளிவந்து கொண்டிருக்கிறது. *1904*இல் கண் தெரியாதோர்களுக்காக யோவான் எழுதிய சுவிசேஷம் தமிழ் ப்ரெய்லி எழுத்தில் பாளையில் வெளியிடப்பட்டது.

பாளையில் சைவசபை என்னும் அமைப்பு 1883 முதல் இயங்கி வருகிறது. சென்னை மாகாணத் தமிழ்ச் சங்கம் 1934 முதல் அரசு ஆதரவுடன் பாளையில் இயங்கி வருகிறது.

1876இல் ஏற்பட்ட தாது வருடப் பஞ்சத்தின்போது ஆங்கிலேய அரசு, கைக்குழந்தைகளுக்கு இலவசமாகப் பால் வழங்கியது. இந்தக் கட்டடம் இன்றளவும் பாலாஸ்பத்திரி என அழைக்கப்படுகிறது.

1869இல் தாமிரபரணியில் ஏற்பட்ட பெருவெள்ளம் முருகன் குறிச்சி வரை எட்டிப் பார்த்தது. இதில் கதீட்ரல் தேவாலயத்தின் முன்மண்டபம் இடிந்து விழுந்தது.

தொ. பரமசிவன்
நேர்காணல்கள்

பன்முக அடையாளம்

உங்கள் குடும்பம், நீங்கள் பிறந்து வளர்ந்த சூழல் பற்றிச் சொல்லுங்கள்?

நான் இதே தெருவிலேதான் பிறந்து வளர்ந்தேன். பத்துத் தலைமுறைகளாக என் முன்னோர் இதே இடத்திலேதான் வாழ்ந்துவந்தார்கள். நான் என் வீட்டின் மூலப்பத்திரத்தின் அடிப்படையிலேயே 10 தலைமுறைகள் என்று சொல்கிறேன். நான் வசிக்கும் இந்தப் பகுதிதான் நகரின் மையப் பகுதி. பாளையங்கோட்டை, ஒன்பதாம் நூற்றாண்டைச் சேர்ந்த ஒரு கோட்டை நகரம். என் தாய் தந்தை படிக்காதவர்கள். தந்தைக்குக் கையெழுத்து மட்டும் போடத் தெரியும். பிற்பட்ட வகுப்பு. அதற்கேற்ற சகல பலவீனங்களும் என் வீட்டில் இருந்தன. நான்தான் என் வீட்டின் முதல் பட்டதாரி.

உங்கள் கல்லூரிக்கால நினைவுகளைப் பகிர்ந்துகொள்ள முடியுமா?

நான் படித்த காலம் தமிழகத்தில் அரசியல் கொந்தளிப்புகள் இருந்த காலம். காங்கிரஸ் என்ற ஆலமரம் மெள்ளச் சரிந்து கொண்டிருந்த காலமாகவும் தி.மு.க என்ற திராவிட இயக்கத்தின் அமைப்பு வளர்ந்துகொண்டிருந்த காலமாகவும் இருந்தது. அப்போ திருந்த மாணவர்களில் பெரும்பகுதி தி.மு.க-வினர்களாகவும் சிலர் காங்கிரஸ்காரரர்களாகவும் வெகுசிலர் இந்திய கம்யூனிஸ்ட் கட்சி யினராகவும் இருந்தார்கள். அன்றைய உரையாடவும் சூழலால் எங்களுக்குத் தினமும் சண்டையிடவும் விவாதிக்கவுமென ஆனந்த விகடனிலும் குமுதத்திலும் துக்ளக்கிலும் செய்திகள் இருந்தன. நாங்கள் அனைவருமே அதில் அவரவர்க்கு என ஒரு தரப்பை எடுத்துக்கொண்டு விவாதித்தோம். அந்த விவாதங்கள் என்னைப் பொறுப்புள்ள சமூக மனிதனாக மாற்றின. நான் ஒரு பெரியாரிஸ்ட்டாக, திராவிட இயக்கத்தவனாக மாற அந்த விவாதங்களும் பயன்பட்டன.

'அழகர்கோயில் ஆய்வு' என்ற நூலை எழுத உங்களுக்குத் தூண்டுகோலாக இருந்தது எது?

என் முனைவர் பட்ட ஆய்வுக்காக நான் 'புதுமைப்பித்தன்

படைப்புகளில் சமூக மாற்றமும் மதிப்பீடு மாற்றமும்' என்ற தலைப்பில் ஆய்வு செய்வதாக இருந்தேன். என்னுடைய நெறியாளர் பேராசிரியர் சண்முகம் பிள்ளை என்மீது மிகுந்த மதிப்புக் கொண்டவர். அவர், 'நீ ஏன் சமூகவியல் சார்ந்து ஏதேனும் ஆய்வுசெய்யக் கூடாது?' என்று கேட்டார். 'என்ன ஆய்வு செய்வது?' எனக் கேட்டபோது, 'கோயில்கள் சார்ந்து ஏதாவது ஆய்வுசெய். அழகர்கோயில் பற்றி ஆய்வுசெய்' என்று பட்டெனச் சொன்னார். அன்றும் நான் பெரியாரிஸ்ட்தான் என்றாலும் மறுக்காமல், 'சரி, கோயிலுக்குப் போய்ப் பார்த்துவிட்டுச் சொல்கிறேன்' என்றேன். மூன்று ஆண்டுகள் கடுமையாக உழைத்து அந்த ஆய்வைச் செய்தேன். ஓராண்டு கள ஆய்வும் செய்தேன். குடும்பத்தைப் பிரிந்துசென்று வெளியில் தங்கிக் கள ஆய்வு செய்தேன். கையில் பெரிதாகக் காசு இல்லை. அப்போது பேருந்துக் கட்டணம் 25 பைசா. நான் 25 ரூபாயை நாணயங்களாக மாற்றி வைத்துக்கொள்வேன். என்னிடம் தகவலாளிகளின் ஊரும் பேரும் மட்டுமே இருக்கும். பேருந்து நிலையத்துக்குப் போய் எந்த ஊருக்குப் பேருந்து கிடைக்கிறதோ, அந்த ஊருக்குச் சென்று ஏதேனும் ஒரு தகவலாளியைப் பிடித்துத் தகவல் சேகரிப்பேன். நான் சந்தித்த தகவலாளிகள் ஆயிரம் பேருக்கு மேல் இருக்கும். பதிவு செய்தது ஒரு நூறு பேர்தான். வைணவ இலக்கியங்களைப் படிக்கவேண்டிய தேவை ஏற்பட்டது. வைணவத்தைப் புரிந்துகொள்ள சமஸ்கிருதமும் தேவைப்பட்டது.

எனவே மாலைக் கல்லூரியில் சமஸ்கிருத வகுப்பில் சேர்ந்தேன். அதில் டிப்ளமோ படித்தேன். மதுரைப் பல்கலைக்கழகத்தில் பேராசிரியர் சுந்தரமூர்த்தி சிறந்த ஆசிரியர். அவரிடம்தான் கற்றேன். வைணவத்தில் ஜனநாயகத்தன்மை இருப்பதைக் குறித்துப் பேசத் தொடங்கினேன். 'தென்கலை வைணவத்தில் ஒரு கலகக் குரல்' என்ற கட்டுரையை எழுதினேன். வைணவம் எனக்கான சால்வேஷன் எனப் பேசாது. அதில் கோஷ்டி என ஒரு கோட்பாடு உண்டு. அது நமக்கான தீர்வு எனப் பேசுவது. என் குருநாதர் சி.சு.மணி, 'சைவ சித்தாந்தவாதியாக இருந்தாலும், எனக்கு வைணவத்தில் ஈடுபாடு வந்தது இந்த இடத்தில்தான்' என்கிறார். வைணவம் சார்ந்து ஒரு நான்கைந்து கட்டுரைகள் எழுதியுள்ளேன். அந்தக் காலம்தான் நல்ல வாசிப்புக்கான காலம். 1976-79 காலகட்டம். அப்போது ஒரு ஸ்கூட்டர் வைத்திருந்தேன். நூலகத்தை முழுமையாகப் பயன்படுத்தினேன். அப்போது நாகமலை புதுக்

கோட்டை நூலகத்தைவிட்டுக் கடைசியாக வெளியேறுகிற ஆள் நான்தான். வெறி பிடித்ததுபோல் வாசித்தேன். அதுதான் என் எல்லா ஆய்வுகளுக்கும் அடிப்படை.

அழகர்கோயில் நூலுக்குக் கிடைத்த வரவேற்பு எப்படி இருந்தது?

என் ஆய்வைப் பல்கலைக்கழகமே நூலாக வெளியிட முன்வந்தது. அவர்களுக்கு உரிமை உள்ளதால், என்னிடம் கேட்காமலேயே வெளியிட்டார்கள். முதல் பதிப்பை 35 ரூபாய்க்குப் போட்டார்கள். இரண்டாம் பதிப்பை 200 ரூபாய்க்குப் போட்டார்கள். பொதுவாக, பல்கலைக்கழக நூல் என்றால் விற்காது. ஆனால், என் புத்தகம் உடனடியாக முதல் பதிப்பு விற்றுத் தீர்ந்து, இரண்டாம் பதிப்பும் விற்றது. பல்கலைக்கழகமே வெளியிட்டதால் உலகம் முழுதும் அந்த நூல் பிரபலம் ஆயிற்று. அமெரிக்கா உள்பட உலகின் முக்கியமான நாடுகளிலுள்ள அனைத்துப் பல்கலைக்கழகங்களிலும் அந்த நூல் உள்ளது. அப்படி ஒரு நூலை அதற்குப் பிறகு என்னால் எழுத முடியவில்லை. இந்த உடல்நிலையை வைத்துக்கொண்டு இனியும் என்னால் எழுத முடியாது.

நாட்டார் வழக்காற்றியல் என்ற துறை நீங்கள் வந்தபோது எப்படி இருந்தது? அப்போது இருந்த முன்னோடிகளுடனான உங்களது அனுபவம்பற்றிச் சொல்லுங்கள்.

இந்தத் துறைக்குள் வந்தபோது பேராசிரியர் தே.லூர்துவின் நட்பு எனக்குக் கிடைத்தது. அவர் எங்களை மாணவனாகவே நடத்தமாட்டார். ஒரு தோழனைப்போல நடத்துவார். மிக இயல்பாக, எங்களுடன் சிகரெட் பிடிப்பார். அவருடன் சிகரெட் பிடித்துக்கொண்டே விவாதிக்கமுடியும். அவ்வளவு தோழமையோடு எங்களை நடத்தினார். கெட்டவார்த்தைப் பழமொழிகளைப்பற்றிச் சொல்வார். அந்தப் பழமொழிகள் ஏன் உருவாகின என்று விளக்குவார். பிறகு, நாட்டார் தெய்வங்கள் பற்றியும் ஆய்வுசெய்யத் தொடங்கியபோது, கருப்பசாமிபற்றிய என் ஆய்வு அவருக்கு மிகவும் பிடித்திருந்தது. என்னை அவர் மிகவும் ஊக்கப்படுத்தினார்.

சிறுதெய்வக் கோயில்கள் மெல்ல பிராமணியத்துக்குள்ளும் ஆகம விதிகளுக்குள்ளும் உட்செரிக்கப்படும் இன்றைய சூழலை எப்படிப் பார்க்கிறீர்கள்?

பெருந்தெய்வ நெறி, சிறு தெய்வ நெறியை விழுங்கப்பார்க்கிறது

என்பது உண்மைதான். ஆனால் அவற்றால் சிறு தெய்வங்களை முழுமையாக விழுங்க முடியாது. இப்போது, கோயிலில் ஆடு வெட்டுவதைத் தடுக்க முடியுமா? சிறு தெய்வங்களை, பெரு தெய்வங்கள்போல ஓரளவு தோற்றம்கொள்ள வைக்கலாமே தவிர, அவற்றை முழுமையாகப் பெருந்தெய்வங்களாக மாற்ற முடியாது. ஏனெனில் சிறு தெய்வங்கள் எளிய மக்களின் தெய்வங்கள். அவற்றுக்கான சடங்குகள் எளிய மனிதர்களின் சடங்குகள். அவற்றை முழுமையாக மாற்ற முடியாது என்பதே என் துணிபு.

ஆனால் மேல் நிலையாக்கம் என்ற ஒன்று தொடர்ந்து நடந்து கொண்டுதானே இருக்கிறது?

இருக்கலாம். அதெல்லாம் நாட்டார் மரபை உட்செரிக்கச் செய்யும் பிராமணியத்தின் அர்த்தமற்றப் பிரயத்தனங்கள்; அது தோற்றுப்போகும். பெருந்தெய்வங்களில் பெண் தெய்வத்துக்கு ஆண் தெய்வத்துணை வைக்கப்படுகிறது. அப்படி சிறு தெய்வத்திற்கு வைப்பதில்லை அல்லவா? மாரியம்மன் கையிலிருந்து சூலாயுதத்தை எடுத்துவிட்டால், அது எப்படி அம்மனாக இருக்கும்? எனவே இது ஒரு தற்காலிக நிலை. இந்துத்துவத்தின் தற்காலிக எழுச்சி இது என்றே கருதுகிறேன். நிச்சயம் பிராமணியத்தால், நாட்டார் மரபை ஒன்றும் செய்ய முடியாது.

சிறு தெய்வங்கள் என்பவை ஒருவகையில் சாதியம் என்ற கோட்பாட்டைத் தக்கவைத்துக்கொள்வதற்கும் பேணுவதற்கும் உதவுகின்றன என்பதை, ஒரு பண்பாட்டு ஆய்வாளராக எப்படிப் பார்க்கிறீர்கள்?

தேர்தலைவிடவும் சாதியைத் தக்கவைத்துக்கொள்ளும் சமூக ஏற்பாடு இங்கு இருக்கிறதா? அதற்காக அதை நாம் வேண்டாம் எனச் சொல்ல முடியுமா? சாதி என்பது உண்மையும் இல்லை; பொய்யும் இல்லை. அதற்கென ஒரு வரலாற்றுத் தொடர்ச்சி, ஒரு பண்பாட்டுத் தொடர்ச்சி இருக்கிறதுதானே? தெய்வம்தான் சாதியைக் காப்பாற்றுகிறது என்று இல்லை. உண்மையில் சாதிதான் தெய்வத்தைக் காப்பாற்றுகிறதே தவிர, தெய்வம் சாதியைக் காப்பாற்றவில்லை.

அப்படியென்றால் சாதி ஒழிப்பு என்கிற விஷயம் சாத்தியம் இல்லாத கருத்தியலா?

சாதி ஒழிப்பு என்பதை, ஏதோ கொசு ஒழிப்புபோல சுலபமாகப் பேச முடியாது. சாதி என்ற அமைப்பு அவ்வளவு எளிமையானது கிடையாது. சாதியை ஒழிக்க முடியாது. ஆனால் சாதியைக் கரைக்க முடியும். சாம்பாரில் உப்பைக் கரைப்பது போல. சாதி என்பது தன்னைத்தானே மறுஉற்பத்தி செய்துகொள்ளும். சாதி தோன்றியதற்கு எண்ணற்ற தியரி சொல்ல முடியும், நீங்கள் எந்தக் காரணம் சொன்னாலும் அதில் சிறிது உண்மை இருக்கும். எனவே இப்படித்தான், இதனால்தான் சாதி தோன்றியது என்பதை முழுமையாகக் கண்டுபிடிக்கமுடியவில்லை. அப்படிக் கண்டுபிடிக்க முடியாததாலேயே அது அழிக்க முடியாததாக இருக்கிறது.

இந்தச் சாதியக் கட்டுமானத்தை எப்படித் தகர்ப்பது? எதைத் தீர்வாக நீங்கள் நினைக்கிறீர்கள்?

இதைத் தகர்க்க வேண்டுமெனில் அகமண உறவை உடைத்தாக வேண்டும். அதுதான் ஆதாரத் தீர்வு. சொத்துரிமைச் சட்டம் சீர்திருத்தப்பட வேண்டும். தந்தையின் சாதிதான் மகனுக்கு என்பது திருத்தப்பட வேண்டும். சாதிகளை Re-shuffle பண்ண வேண்டும்.

அப்படி ஒரே நாளில் செய்தால், பெரிய சாதியக் கலவரமாகிவிடுமே?

ஆமாம். 'சாதிகெட்ட அரசாங்கம்' என்று சொல்லுவான். விருப்பப்பட்ட சாதிப்பட்டத்தைப் பெயருக்குப் பின் போட்டுக் கொள்ள அரசு அனுமதிக்க வேண்டும். இதை ஒரு 'கல்ச்சராக' மாற்ற வேண்டும்.

இது மேலும் பிரச்சனைகளுக்கு வழிவகுக்காதா?

ஆமாம், பிரச்சனைகள் அதிகரிக்கும். என்னுடைய நம்பிக்கை இதுதான். சாதிமுறைகளை வரையறை இன்றி முற்றிலுமாகச் சீரழிக்க வேண்டும். எல்லாம் குழம்பட்டும். அப்போதுதான் தெளிவு உண்டாகும்.

இப்படியான இடத்தில்தான் பெரியாரின் தேவை இருக்கிறது. கெட்டிதட்டிப்போன சாதியைக்கூட அசைத்துப்பார்த்ததுதான் பெரியாரின் சாதனை.

நான் சிறுபிள்ளையாக இருக்கும்போது சாதி மறுப்புத் திருமணம் செய்பவர்களுக்கு, வீடு வாடகைக்குத் தர மாட்டார்கள். இப்போது ஓரளவு நிலைமை மாறியிருக்கிறதுதானே? இப்போதும் சென்னை

மாதிரியான நகரங்களில் 'வெஜிடேரியன் ஒன்லி' என டூலெட் போர்டுகள் இருக்கின்றனதான். ஆனால், 'பிராமின்ஸ் ஒன்லி' எனப் போட முடியவில்லை அல்லவா? வெளிப்படையாகச் சாதியை விசாரிப்பது, பேசுவது ஓரளவு கட்டுப்படுத்தப்பட்டிருக்கிறதுதானே? இதுதான் பெரியாரின் பங்களிப்பு.

பெரியார் சாதியை அசைத்துப் பார்த்தார் என்று சொன்னீர்கள். ஆனால் தற்போது திராவிட இயக்கம் வீழ்ச்சியை நோக்கித்தானே சென்றுகொண்டிருக்கிறது? இப்போதும் திராவிடக் கட்சிகளின் தேவை இருக்கிறது என நினைக்கிறீர்களா?

திராவிடக் கட்சிகள் நைந்து போய்விட்டன; நீர்த்துப் போய் விட்டன. இவர்கள் அழிந்த பிறகு அங்கிருந்து இனி புதிதாக உருவாகிவருகிற ஓர் இயக்கத்தால்தான் பெரியாரின் கொள்கைகளை மேலெடுத்துப் போக முடியும். பெரியாரின் கொள்கைகளை மேலெடுத்துச் செல்வதற்கான சக்தி இவர்களுக்குக் கிடையாது. ஆனால், பெரியார் கொள்கைகள் ஒருபோதும் சாகாது. மானுட விடுதலை ஒன்றுதான் பெரியாரின் நோக்கம். அதற்கு எதிரான அத்தனை அம்சங்களையும் அவர் எதிர்த்தார். அதனால் யாரெல்லாம் மானுட விடுதலையை முன்னெடுக்கிறார்களோ, அவர்களுக்கெல்லாம் பெரியாரிடம் கற்றுக்கொள்ள விஷயங்கள் உண்டு. அவரின் பல கோட்பாடுகள் அதிரடியானவைதாம். ஆனால் அவை அந்தக் காலத்தின் தேவையால் உருவானவை. அதன் பின்னிருந்த அடிநாதம் என்பது மானுட விடுதலை.

இப்போதுள்ள திராவிட இயக்கங்களையும் திராவிடம் எனும் கருத்தியலையும் போட்டுக் குழப்பிக்கொள்ளக் கூடாது. திராவிடக் கட்சிகள் தோற்றுள்ளன என்பது உண்மையே. என்னைக் கேட்டால் காந்தி, 'காங்கிரஸைக் கலைத்துவிடலாம்' என்று சொன்னதுபோல, 'திராவிட இயக்கங்களைக் கலைத்துவிட்டுப் புது இயக்கங்கள் செய்யலாம்' என்று சொல்வேன்.

இன்று இந்துத்துவ அறிவுஜீவிகள் அம்பேத்கரைக் கொண்டாடு வதன் மூலமாக உட்செரிக்கப் பார்க்கிறார்கள். சுப்பிரமணிய சாமி போன்றவர்கள் அம்பேத்கரை 'ரிஷி' என வர்ணிக்கிறார்கள். இப்படியான சூழலில் திராவிட இயக்கத்தைக் கலைப்பது என்பது மாதிரியான உரையாடல்கள் சரியாக இருக்குமா?

இல்லை.. நான் பெரியார் தேவையில்லை எனச் சொல்லவில்லை. பெரியார் முன்னிலும் அதிகமாகத் தேவை என்கிறேன். எனவே பெரியாரை ஆக்கபூர்வமாகப் பயன்படுத்தும் இயக்கங்கள் வேண்டும் என்கிறேன். அருண்சோரி போன்ற பார்ப்பனிய அறிவுஜீவிகள், 'ஒர்ஷிப்பிங் ஃபால்ஸ் காட்' போன்ற நூல்களை எழுதி, அம்பேத்கர் மேல் அவதூறு செய்யப்பார்த்தார்கள். இன்று அவரைக் கொண்டாடுவதன்மூலமாக அவரை அழிக்க முடியும் என நினைக்கிறார்கள். பெரியார், அம்பேத்கர் என்ற கட்டுமானம் பிராமணியத்தின் முன்னிருக்கும் மிகப்பெரிய சவால். அம்பேத்கரை அவர்களால் உட்செரிக்க முடிந்தால்கூட, பெரியாரை ஒருபோதும் அவர்களால் ஒன்றும் செய்ய முடியாது. ஆகவேதான் அழிக்க வேண்டும் எனத் துடிக்கிறார்கள். பெரியார் - அம்பேத்கர் என்ற பைண்டிங்கில் பெரியாரை உடைப்பது என்ற வேலையையும் செய்துவருகிறார்கள். அம்பேத்கரைப் பெரியாரிடமிருந்து தனிமைப்படுத்தினால், வேலை சுலபம் ஆகும் என நினைக்கிறார்கள். அதற்கு இங்கு உள்ள சில அறிவுஜீவிகள் பலியாகிறார்கள்.

பெரியாரை விமர்சிப்பது ஒரு மோஸ்தர் என்று சில அறிவுஜீவிகள் நினைக்கிறார்கள். அவர்களால் ஒருபோதும் பெரியாரை அழிக்க முடியாது. தலித் மக்கள் பெரியாருடன்தான் இருக்கிறார்கள். தங்களது அடையாளச் சிக்கலுக்காகச் சிலர் இப்படிச் செய்கிறார்கள். ஒருகட்டத்தில் இவர்கள் சோர்ந்து போவார்கள். பெரியாரின் அரசியலில் எதிர்ப்பு இருந்ததே தவிர, வெறுப்பு இருந்ததில்லை. இவர்களிடம் வெறுப்புதான் இருக்கிறது. இந்த அரசியல் மக்களை வென்றெடுக்கப் போதாது.

ஆனால் பெரியார் வெறுப்பு அரசியல் செய்தார் என்றுதானே ஜெயமோகன் போன்றவர்கள் விமர்சனம் செய்கிறார்கள்? கேரளத்தின் நாராயணகுரு போன்றவர்களைச் சொல்லும்போது, அவர்கள் வெறுப்பு அரசியலை மேற்கொள்ளாமல் சாத்வீகமான முறையில் பிராமணியத்துடன் போராடித்தான் அதிகாரத்தை வென்றார்கள்; திராவிட இயக்கங்கள் வெறுப்பு அரசியல் செய்துதான் முன்வந்தன என விமர்சிக்கப்படுகிறதே?

இல்லை.. இது அபாண்டமான பொய். பெரியாரிடம் பிராமணத் துவேஷம் கிடையவே கிடையாது. எதிர்ப்பு மட்டுமே தீவிரமாக இருந்தது. அவருடைய நட்பு வட்டத்திலேயேகூட

நிறைய பிராமணர்கள் இருந்தார்கள்தானே? அவர்களிடம் துவேஷமுடன் நடந்துகொள்ளவில்லையே! நாராயண குரு போன்றவர்கள் பணிசெய்த கேரளத்தில்தான் இன்று ஆர்.எஸ். எஸ். வலிமையாக இருக்கிறது. ஈழவச் சமுதாயத்தினர் முழுக்க இந்துக்களாக மாறிப்போனார்கள். ஆனால் பெரியார் வேலைசெய்த இங்கு ஆர்.எஸ்.எஸ். இன்னும் வலுவடைய முடியவில்லைதானே? தமிழர்களை முழுமையாக இந்துக்களாக இன்னும் மாற்ற முடியவில்லையே! வெறுப்பு அரசியலால் மக்களை வென்றெடுக்க முடியாது. இன்று ஜெயமோகனும் ரவிக்குமாரும் ஸ்டாலின் ராஜாங்கமும் சில அறிவுஜீவிகளும் செய்துகொண்டிருப்பதுதான் வெறுப்பு அரசியல்.

பெண்களும் தலித்துகளும் அதிகமாக எழுத வந்திருப்பதை எப்படிப் பார்க்கிறீர்கள்?

நிச்சயமாக வரவேற்கப்படவேண்டிய விஷயம். பெண்கள் நிறையப் பேர் எழுத வந்திருப்பது, குறிப்பாகக் கவிதைத் துறையில் ஏற்பட்டுள்ள எழுச்சி குறிப்பிடத்தக்கது. தலித்துகள் எழுத வந்திருப்பதும் வரவேற்கத்தக்கதே. ஆனால் அவர்கள் பெரியார்மேல் காரணமற்ற வெறுப்புடன் நடந்துகொள்ளத் தேவையில்லை என்றே கருதுகிறேன். பெரியார் முன்வைத்தது மானுட விடுதலை; ஒட்டுமொத்த மானுட விடுதலை எனும்போது, அதில் தலித் விடுதலையும் அடக்கம்தான்.

தற்போது தமிழ்த் தேசியர்களும் பெரியாரை விமர்சிக்கிறார்களே? சீமான் போன்றவர்கள் தொடக்கத்தில் தம்மைப் 'பெரியாரின் மாணவர்கள்' என்றுதான் கூறினர். இப்போது 'முப்பாட்டன் முருகன்' சொல்லிக்கொண்டு திராவிட இயக்கத்தை சீமான் விமர்சிக்கிறாரே?

சீமான் எனக்கும் மாணவர்தான் (சிரிக்கிறார்). ஆனால் அவர் தடம்புரண்டு போனார். முப்பாட்டன் முருகன் எனச் சொன்னால், மற்ற கடவுள்கள் என்ன உறவு எனச் சொல்ல வேண்டுமே? யாரெல்லாம் நம் உறவு இல்லை எனச் சொல்லிவிட்டுத்தானே, யார் நமது உறவு என்று சொல்ல வேண்டும்? ஏன் அவர் அதைச் சொல்வது இல்லை? அவருக்கு அவையெல்லாம் தெரியாது. தத்துவார்த்தத் தெளிவற்ற வெறும் அரசியல் காரணங்கள் அவை. திராவிடம் என்ற கருத்தாக்கம் வேறு; தமிழ்த் தேசியம் வேறு. பெரியார், 'தமிழ்நாடு தமிழருக்கே' என்ற கோஷத்தை

1938ஆம் ஆண்டிலேயே முன்வைத்தார். தெ.பொ.மீ., சி.பா. ஆதித்தனார், கருமுத்து தியாகராச செட்டியார் போன்றவர்கள் கட்சிகளைக் கடந்து, திருச்சியில் நடந்த அந்தக் கூட்டத்தில் கையெழுத்திட்டார்கள். ஆகவே பெரியார் தமிழ்த் தேசியத்துக்கு எதிரானவரல்ல.

நீங்கள் தமிழ்த் தேசியம் என்ற கருத்தியலை நம்புகிறீர்களா?

ஆமாம், நான் தமிழ்த் தேசியம் என்ற கருத்தியலை நம்புகிறேன். நானும் தமிழ்த் தேசியர்தான்.

அப்படியானால், தமிழ்த் தேசிய மதமாக எது இருக்க முடியும் இங்குள்ள சைவம், வைணவம் போன்ற மார்க்கங்களெல்லாம் ஏற்கெனவே இந்துத்துவத்தால் விழுங்கப்பட்டதாக இருக்கின்றனவே?

தமிழ்த் தேசியம் இந்து மதத்துடன் போய் இணையாது. இந்து மதம் எல்லாவற்றையும் விழுங்கிவிட்டதென மேலோட்டமாக ஒரு தோற்றத்தை உருவாக்குகிறார்கள். 'நான் இந்து அல்ல' என ஒரு நூல் எழுதியுள்ளேன். தமிழ்த் தேசியத்தில் எல்லா மார்க்கங்களுக்கும் இடமுண்டு. இந்து என்ற சொல்லே ஒரு மிஸ்நாமினல். அப்படி ஒரு மதமே கிடையாது. இந்த நிலத்தின் எந்தப் பழைய நூலிலும் அந்தச் சொல் கிடையாது.

பெரியார் மத, தேசிய, மொழி அபிமானங்களென எல்லாவற்றையும் நிராகரித்தாரே.. நீங்கள் ஒரு பெரியாரிஸ்ட். தேசியம் எனும் உரையாடலை எப்படிப் பார்க்கிறீர்கள்?

ஆமாம்.. பெரியார் எல்லா அபிமானங்களையும் நிராகரித்தார். தமிழைக் 'காட்டுமிராண்டி பாஷை' என்றார். ஒரு கோபத்தில், ஒரு வேகத்தில் இழிசொல்லால் வைவது இல்லையா? அப்படித்தான் அவர் இவற்றையெல்லாம் நிராகரித்தார். அவர் கோபங்கள், ஆதங்கங்கள் நியாயமானவை. அவை ஆழமான மானுட நேசத்திலிருந்து வருபவை.

இன்றைய சூழலில் தமிழ்ச் சமூகம் உடை, பண்பாடு, கல்வி, மருத்துவம் போன்ற அனைத்திலும் தன் தனித்தன்மையை வேகமாக இழந்துவருகிறேதே..

பண்பாடு என்பது சிறிய விஷயம் இல்லை. யாராவது சித்தப்பா பெண்ணைத் திருமணம் செய்கிறார்களா? இல்லையே? அப்படி

சில அடிப்படையான விஷயங்கள் எப்போதுமே எந்தப் பண்பாட்டிலும் மாறாது. மற்றபடி சில விஷயங்கள் காலத்துக்குத் தகுந்தாற்போல் மாறத்தான் செய்யும். அதில் பெரிதாகத் தவறும் இல்லை. உடையில் தனித்தன்மை வேண்டுமா என்றால், அப்படியொன்றும் பெரிதாக வேண்டாம் என்றே சொல்வேன். பார்ப்பதற்கு நாகரிகமான, மற்றவர்கள் முகம் சுளிக்காத, நமக்கு வசதியான ஓர் உடை இருந்தால்போதும். வேட்டிதான் கட்ட வேண்டும் என அவசியம் இல்லை.

கல்வி, மருத்துவம் போன்ற துறைகளில்கூட நம் அடையாளத்தை இழக்கிறோமே.. தமிழே எழுதப் படிக்கத் தெரியாத தலைமுறை ஒன்று உருவாகிவருகிறதே?

இது மோசமான விஷயம். தமிழ்வழிக் கல்வி தொடர்பாக ஒரு பேரியக்கம் தொடங்கவேண்டிய அவசியமான, அவசரமான காலத்தில் நாம் இருக்கிறோம். ஆனால் அதற்குத் தகுந்த தலைவர்கள் தற்போது நம்மிடம் இல்லையென்பது வருத்தமான விஷயம்.

தமிழர்களின் தனி அடையாளம் என்று சொன்னால் எவற்றையெல்லாம் சொல்வீர்கள்?

நிறையச் சொல்லலாம். குறிப்பாகச் சடங்குகள், சம்பிரதாயங்கள், பழக்க வழக்கங்களில் சொல்லலாம். வேறு எந்தச் சமூகத்தைவிடவும் தமிழ்ச் சமூகத்தில் தாய் மாமன் என்கிற உறவு, ஒரு குடும்பத்தோடு நெருக்கமாகக் கட்டப்பட்டிருக்கிறது. அதுபோலவே இறந்தோருக்குச் செய்யப்படும் சடங்குகளில் தொட்டு வணங்கும் பழக்கம் நம்மிடையே உள்ளது. பிராமணர்கள் சவத்தைத் தொட்டு வணங்க மாட்டார்கள். பொது இடத்தில் பெண்கள் மீதான வன்முறையைத் தடுப்பதைத் தமிழ்ச் சமூகத்தின் தனி அடையாளம் என்று சொல்லலாம்.

சேர, சோழ, பாண்டியர் எனும் பேரரசு மரபுகள் உருவான காலத்தில்தான் மதங்களும் உருவானதாகச் சொல்லப்படுகிறதே?

லெனின் 'ஸ்டேட் அண்ட் ரிலிஜன்' என ஒரு தியரி சொல்வார். 'பேரரசும் பெருந்தத்துவமும்' எனக் கைலாசபதி கட்டுரை எழுதியிருக்கிறார். அதில் அவர் அப்படித்தான் சொல்கிறார். சின்ன சின்ன இனக் குழுக்களைப் பெரிதாகத் திரட்டி, ஒரு பேரரசை

உருவாக்கும்போது, பெரிய மதம் ஒன்று தேவைப்படுகிறது. அப்படித்தான் சோழர்களுக்குச் சைவம் தேவைப்பட்டது. பாண்டியர்களுக்குச் சைவமும் ஓரளவு வைணவமும் தேவைப்பட்டன. சமணத்தையும் பௌத்தத்தையும் காலி செய்துவிட்டார்கள்.

சமணமும் பௌத்தமும் தமிழ்ச் சமூகத்திலிருந்து வெளியேறிய காரணம் என்ன? அவை வன்முறையாக அப்புறப்படுத்தப்பட்டனவா?

சமணர்களைக் கழுவிலேற்றிய கதை உண்மைதான். ஆனால் வடநாட்டில் சமணத்துக்கும் பௌத்தத்துக்கும் நடந்ததைப்போன்ற பெரிய அளவிலான வன்முறைகள் தமிழகத்தில் நடக்கவில்லை. அவற்றின் அழிவுக்கு அவையும் காரணமாக இருந்தன. அளவுக்கு மீறிய துறவு நெறி ஒரு முக்கியமான காரணம். நிலப்பிரபுத்துவச் சமூகம் வலுவாகக் காலூன்றிய பிறகு, ஒரு சம்சாரியால் பின்பற்றவே இயலாத துறவு நெறி அவனுக்குத் தேவையில்லை என்று தோன்றியிருக்க வேண்டும். எனவே தன்னியல்பாக மக்கள் அந்த மதங்களை விட்டு வெளியேறியிருக்க வேண்டும். இன்னொரு காரணம் செல்வம்; அது திரண்டுகொண்டே இருந்தது. செல்வம் ஒருபக்கம் திரண்டு கொண்டிருக்கையில், துறவு வாழ்வும் செல்வமும் ஒன்றோடொன்று ஒத்திசைந்து செல்ல இயலவில்லை. போலித் துறவிகள் வள்ளுவர் காலத்திலேயே இருந்திருக்கிறார்கள் என்பதற்கு, ‘நெஞ்சின் துறவார் துறந்தார்போல் வஞ்சித்து வாழ்வார்’ என்ற குறளே சாட்சி.

இன்று தமிழகத்தில் பல்வேறு சாதியினர் தாங்கள் ஆண்ட பரம்பரை எனச் சொல்லிக்கொள்கிறார்களே?

சுத்தப் பைத்தியக்காரத்தனம் இது. அரசன் சாதி கெட்டவன். பெரும் எண்ணிக்கையிலுள்ள சாதிகள் எப்போதும் அரசனுக்குத் துணையாக இருந்திருக்கும் என்பது உண்மை. அப்படித் துணையாக இருந்த சாதிகளிலிருந்து அரசன் பெண் கொடுத்து, பெண் எடுத்திருந்திருப்பான். அதற்காக நாங்கள் அவன் வாரிசு என்று எப்படிச் சொல்ல முடியும்? ஆண்ட பரம்பரை எனச் சொல்லாத சாதிகளும் தமிழ்நாட்டில் உள்ளன. உண்மையில் அவர்களுமேகூட வரலாற்றின் ஏதோ ஒரு தருணத்தில், ஏதாவது ஒரு நிலப்பரப்பின் அதிகாரத்தைக் கையில் வைத்திருந்தவர்களாக இருப்பார்கள். எனவே, ‘நாங்க ஆண்ட பரம்பரை’ எனச் சொல்வதில் எந்தத் தனிப்பட்ட பெருமிதமும் இல்லை.

பெரியாரின் தலைமையில் நடந்த மிகப்பெரிய போராட்டங்களையும் சமூகச் சீர்திருத்தக் கருத்தாக்கங்களையும் தாண்டி இன்று கல்விக் கூடங்களில் சாதியுணர்வுகள் கூர்மையடைந்திருக்கின்றன. இதற்கு என்ன காரணம்?

சாதி, மண உறவுகளைப் பாதுகாப்பதன் வழியாகத், தன்னைத் தக்கவைத்துக்கொள்கிறது. சமூக வாழ்வில் தோல்வி அடைந்தவர்கள், அரசியல் செல்வாக்கு இழந்தவர்கள், சாதியைக் கொண்டு தங்கள் அதிகாரத்தை மீட்க நினைக்கிறார்கள். ஒருவனை நடுராத்திரியில் காவல்துறை வந்து அடித்து இழுத்துச் செல்லுமெனில், அவனை ஜாமீனில் எடுக்க யாரும் முன்வர மாட்டார்கள்; அவனது சாதிக்காரன்தான் வருவான்.

காவல்துறைக்குள்ளும் சாதிய உணர்வுகள் புரையோடிப் போயிருக்கின்றன. ஒருவகையில் சாதிய ஒடுக்குமுறை உணர்வு இல்லாத ஒரு காவல் நிலையம் என்பது இங்கு கிடையாது; அல்லது ஒடுக்குமுறை உணர்வுள்ள காவல்துறை அதிகாரிகள் எல்லாக் காவல் நிலையங்களிலும் இருக்கிறார்கள். காவல்துறை ஒருதலைப்பட்சமாகச் செயல்படுவது வாடிக்கையாக இருக்கிறது. ஒருவகையில் பிரச்சனையைப் பெரிதாக்கிவிடுகிறவர்களே அவர்கள்தான். இதனால் காவல் நிலையத்திற்குள்ளே செல்லும்போது இருந்ததைவிட, வெளியே வரும்போது அவனது சாதிய உணர்வு ஆழமாகிறது.

கிராமத்தின் வேளாண் கட்டுமானமும் சாதியக் கட்டுமானமும் இன்னும் முழுமையாகச் சிதையவில்லை. ஒடுக்கப்பட்ட மக்கள் கல்வியறிவு பெறும்போது அவர்கள் ஒடுக்குமுறைக்கு எதிரான சிந்தனையுடனும் வாழ்முறையுடனும் வருகிறார்கள். மேல் சாதிக் காரர்களுக்கு இணையாக உண்கிறார்கள், உடுத்துகிறார்கள், பார்களில் உட்காருகிறார்கள். இதை, மேல் சாதிக்காரர்களால் தாங்கிக்கொள்ள முடிவதில்லை. இவன் ஒடுக்க முற்படுகிறான்; அவன் அடங்க மறுக்கிறான். டீக்கடையில் யாரேனும் தவறுதலாக டீயைக் கொட்டிவிட்டாலும் பிரச்சனை வந்துவிடுகிறது. இவ்விடத்தில் ஒடுக்குவதற்கும் ஒடுக்கப்படுவதற்கு எதிராகவும் இருவரும் சாதியச் சங்கங்களை நாடுகிறார்கள். இருவரிடத்திலும் ஆயுதப் புழக்கம் இருக்கிறது. தமிழ்ச் சமூகம் இன்னும் முதிர்ச்சி யடையவில்லை என்பதற்கு அடையாளம் இது.

இன்று எல்லாச் சமூகத்தைச் சேர்ந்தவர்களும் கல்வியறிவு பெற்று, பல்வேறு அறிவுசார்ந்த பொறுப்புகளுக்கு வந்திருக்கிறார்கள்; பேராசிரியர்களாக இருக்கிறார்கள். ஆனாலும் சாதியை அவர்கள் கைவிடத் தயாராக இல்லையே?

முதலில் இந்தக் கல்வி, கல்வியே அல்ல. இது மருத்துவம் அல்ல, இது கலை அல்ல, இது சினிமா அல்ல, இது அரசியல் அல்ல. எல்லாவற்றிலும் நாம் மாற்றைத் தேடவேண்டிய கட்டாயத்தில் இருக்கிறோம். மாற்றைத் தேடுகிற முயற்சியை நாம் ஊக்குவிக்க வேண்டும்.

திருநெல்வேலியின் எந்த ஊரின் எந்தத் தெருவுக்குப் போனாலும் அவர்களின் சாதியைப்பற்றி அறிந்துகொள்ள முடிகிற வகையில் பெயர்வைத்திருப்பார்கள். ஏதாவது அடையாளங்களை நிறுவி இருப்பார்கள். இதையெல்லாம் சரி செய்யாமல் ஒன்றும் செய்ய முடியாது.

சென்னையில் பல தெருக்களுக்கு, பல பகுதிகளுக்குச் சூட்டப் பட்டிருந்த சாதிப்பெயர்கள் பெரும்பாலும் நீக்கப்பட்டுவிட்டன அல்லது மாற்றப்பட்டுவிட்டன. அதற்கான சட்டமும் கொண்டு வரப்பட்டது. அதைச் செயல்படுத்தலாம் அல்லவா?

அது ரொம்பக் கஷ்டம். சென்னை போன்ற நகரங்களில் சாத்தியப்படலாம். இங்கு அது சாத்தியமில்லை. எனது தெரு விலிருக்கும் பெயரில்கூட சாதி இருக்கிறது. அதை நீக்க வேண்டும் என்று அரசு சொன்னால், ஊரே எதிராகக் கிளம்பிவிடும்.

இதை அரசு செய்ய வேண்டும் என்று ஏன் நாம் எதிர்பார்க்க வேண்டும்? இங்குள்ள பெரியோர்கள், சிந்தனையாளர்கள் இத்தகைய விஷயங்களைச் செய்யலாம் அல்லவா?

பழைய சமூக அமைப்பில், 'பெரிய மனுஷன்' என்ற ஒருவன் இருந்தான். இன்று எந்த ஊரிலும் பெரிய மனுஷன் என்கிற ஒருவனே கிடையாது. நமது கல்விமுறை அப்படியானவர்களை உருவாக்கவில்லையே.

விகடன் தடம்

காயம் படாத விளையாட்டை இனிமேல்தான் கண்டுபிடிக்கணும்

உள்ளதை உள்ளபடி மனத்தில் பட்டதைப் பட்டென்று எடுத்துச் சொல்லும் ஒரு சில பகுத்தறிவாளர்களில் முதன்மையானவரும் யாரும் எதிர்ப்புத் தெரிவிக்க இயலாதபடி தன் ஆழமான ஆராய்ச்சிகளால் ஆணித்தரமான கருத்துக்களை அள்ளி வீசும் பேராசிரியர் தொ.பரமசிவன் அவர்களை, பாளையங்கோட்டையில் அவரது இல்லத்தில் சந்தித்தோம். அன்பாய் வரவேற்று, அருந்த எலுமிச்சைப் பழச்சாறு கொடுத்து இனிதே நலம் விசாரித்தார். அவருடன் நடந்த விரிவான நேர்காணல் இது.

நேர்காணலின் தொடக்கத்தில் "உங்களுக்கு வாசிப்புப் பழக்கம் உண்டா?" என்று நம்மைக் கேட்டார். "ஓஷோ புத்தகங்கள் அதிகம் படிப்பேன்" என்றதும் "மனம் என்றால் என்ன?" என்றார். நமது அமைதியைக் கண்டு அவரே பேச ஆரம்பித்தார்.

மனம் என்றால் என்ன?

நிச்சயம் மனம் என்பது ஒரு உறுப்பு அல்ல. இதயம், நுரையீரல், கண் போன்ற ஒரு பகுதி இல்லை. மூளையின் வினோதமான பிரதிபிம்பம்தான் மனம். இதைப்பற்றி ஏங்கல்ஸ் எழுதியுள்ளார். மனம்தான் இன்பத்திற்குக் காரணம். ஓஷோ நீடித்த இன்பம்பற்றிக் கூறுகிறார். அது நீடித்த இன்பமாக இருக்க முடியாது, அதற்கான முயற்சிதான் வஜ்ராயன புத்திசம். இதைத்தான் அவர் 'வாழ்க்கை இன்பமயமானது; இறந்தபின்பும் இறப்பை மகிழ்ச்சியாகக் கொண்டாடுங்கள்' என்றார். இந்த இன்பத்திற்குக் காரணம் மனம்.

அதுமட்டுமல்லாது, சூதாட்டம் எல்லாவற்றிற்கும் மனம்தான் காரணம். தர்மன் சூதாடினான், நளன் சூதாடினான். சூதாடாத அரசனே கிடையாது. யானை ஏற்றம், குதிரை ஏற்றம், வில்வித்தை, இப்படி சூதாடாத அரசன் எவனும் இல்லை. சூதும் வாதும் அரசர்களுக்கு வெற்றிக்கான விசயமாய் ஆனது.

நான் 'பல்லாங்குழி' என்று ஒரு கட்டுரை எழுதி இருக்கிறேன். பல்லாங்குழி என்பது நமக்குத் தெரியும் பெண்களால் ஆடப்படுவது.

முதற் பூப்படைந்த பெண்ணின் தீட்டுக்குரிய காலத்திலும் கருவுற்ற பெண்கள் பொழுதுபோக்கிற்காகவும் பல்லாங்குழி விளையாடுவது உண்டு. பெண்களுக்கு சீர்வரிசைப் பொருள்களிலும் இடம்பெறும்.

இதில் ஒரு சமுதாய சமத்தன்மை குலைகின்றது. இருவர் ஆடும் பல்லாங்குழி ஆட்டத்தில் இருபுறமும் ஏழு குழிகள் இருக்கும். ஒரு குழிக்கு ஐந்து காய்கள் வீதம் துல்லியமான சமத் தன்மையுடன் ஆட்டம் தொடங்கும். விளையாடத் தொடங்கிய உடனே சமத்தன்மை குலைகின்றது, எடுத்தாடுபவர் குழியில் காய்கள் தற்காலிக இழப்புக்கு உள்ளாகின்றன. குலைக்கப்பட்ட சமநிலை பின்பு எப்பொழுதும் வருவதில்லை. காய்களை எல்லாக் குழியிலும் போட்டு வரும்பொழுது எதிர்ப்படும் ஒரு வெற்றுக் குழியினைத் துடைத்துவிட்டு அடுத்த குழியில் உள்ளதை எடுத்துக்கொள்ளலாம். சிலருக்கு அதிகமாகக் கிடை-க்கும் அல்லது குறைந்த காய்கள் கிடைக்கும். சிலநேரம் ஒன்றுமே கிடைக்காது. ஆட்டத்தில் ஒரு இடைநிகழ்வில் ஒரு வெற்றுக்குழியில் ஒவ்வொரு சுற்றுக்கும் ஒரு காயினை இட்டு வரும்பொழுது அது நாலாகப் பெருகிய உடன் அதனைப் பசு என்று அந்த குழிக்குரியவர் எடுத்துக்கொள்ளலாம். ஆட்ட இறுதியில் ஒருவர் தோற்றுப்போகிறபோது கையில் ஒரு குழிக்குரிய ஐந்து காய்கள்கூட இல்லாமல் நாலு காய்கள் மட்டும் இருந்தால் குழிக்கு ஒவ்வொரு காயினை இட்டு ஆட்டம் தொடர்கிறது. இதற்கு 'கஞ்சிக் குடி அல்லது கஞ்சி காய்ச்சுதல்' என்று பெயர். இதில் கஞ்சி என்பது வறுமையின் குறியீடு ஆகும். தோல்வியை நியாயப்படுத்துவதே பல்லாங்குழி. இந்தக் கட்டுரையை மார்க்ஸியம் படித்தவர்கள் எல்லாம் தமிழ்நாட்டில் பாராட்டுவார்கள் என்று நினைத்தேன், ஒருவர் மட்டும்தான் பாராட்டினார். அரசுருவாக்கத்தின் தோற்றத்தை நியாயப் படுத்துவதுதான் இந்த விளையாட்டு.

ஆனால் இப்பொழுது விளையாட்டிலும் சூதாட்டம் வந்துவிட்டதே?

கேம் என்றாலும் கேம்ப்ளிங்க் என்றாலும் ஆங்கிலத்தில் ஒன்றுதான். சூதாட்டம் என்பது ஏதோவொரு நம்பிக்கையில் விளையாடுவதுதான். கிடைத்தால் கிடைக்கும், அவ்வளவுதான். வேட்டையாடுதல் என்பதும் இதேபோன்றுதான். கிடைத்தால் கிடைக்கும்; இல்லையென்றால் இல்லை. விளையாட்டு வேறு, சூதாட்டம் வேறு இல்லை. பிறகு ஏன் விளையாட்டில் சூதாட்டம்

நடத்துகிறார்கள் என்றால், இதெல்லாம் வேட்டைச் சமூகம் சார்ந்ததுதான்.

நிலப்பரிமாற்றம், நிலப்பங்கீட்டைக் குறிக்கும் விளையாட்டு தான் பாண்டி விளையாட்டு, தரையில் கீறி விளையாடுவோமே.. இதை யாராவது எழுதுங்கப்பா என்றேன். இதுவரை யாரும் எழுதவில்லை. பாண்டி விளையாட்டும் ஒரு சூதாட்டம்தான். இந்த விளையாட்டில் தள்ளி நின்று விளையாடுவது, பிறகு ஒரு கட்டத்தைக் கால்படாமல் தாண்டி விளையாடுவது என்று இருக்கும். இது எதைக் குறிக்கும் என்றால், மற்றொருவர் நிலத்தை நாம் மிதிக்கக் கூடாது; ஏனென்றால் அது அடுத்தவருக்குச் சொந்தம் ஆகிவிட்டது.

இதேபோல் ஆயிரம் கால் பாண்டி என்றும் ஒரு விளையாட்டு உள்ளது. பெரிய கட்டம் போட்டு விளையாடுவது. விளையாட்டு என்றால் ஒரு ஒற்றுமை இருக்க வேண்டும்; கூட்டு ஒற்றுமை இருக்க வேண்டும். 24 மணி நேரமும் தொலைக்காட்சியில் ஓடக்கூடிய கிரிக்கெட் என்பது corporate-காரர்களின் சூழ்ச்சிதான். இதில் எந்த வீரமும் இல்லை. ஒரு குழு ஒற்றுமையும் இருப்பதாக எனக்குத் தெரியவில்லை. கிரிக்கெட்டில் 'டீம் ஸ்பிரிட்' என்பது இல்லை. வேட்டையாடும்போது ஒரு மானை வீழ்த்த வேண்டுமென்றால் அவர்களுக்குள் ஒரு ஒற்றுமை இருக்கும். ஒற்றுமையோடு பிரிந்து நின்று வீழ்த்துவார்கள். இன்றும் கிராமங்களில் ஊர்கூடி வேட்டைக்குச் செல்வர். வேட்டையில் கிடைப்பதைப் பங்கு போட்டுக் கொள்வார்கள்.

அப்படியென்றால் வீரம் சார்ந்த ஜல்லிக்கட்டு விளையாட்டை நீங்கள் ஆதரிக்கிறீர்களா?

ஆம். ஜல்லிக்கட்டு என்பது ஒரு வேட்டைச் சமூகத்தைச் சார்ந்த விளையாட்டு. மாட்டின் திமிலைப் பிடித்துக்கொண்டு ஒரு 30 அடி ஓடினாலே அவன் வெற்றி பெற்றவன்தான். அவனுக்குப் பரிசு உண்டு. மாடு அடக்குதல் என்பதைவிட மாட்டை அணைத்தல் என்பதுதான் சரியானதாகும். இதை wild animal என்று எவன் சொன்னது? It's not a wild animal; it's a pet animal. மாடு என்ன காட்டிலா பிறந்து வளருது? அது வீட்டிலே பிறந்து மனிதனோடு வாழ்கிறது. காயப்படாத விளையாட்டு ஏதாவது இருக்கா? காயப்படாத விளையாட்டை இனிமேல்தான் கண்டுபிடிக்கணும்.

கிரிக்கெட்டில் ஒருத்தன் செத்துப் போனானே.. அதைத் தடை செய்ய வேண்டியதுதானே? இது தமிழர்களின் வீரவிளையாட்டு. பண்பாடு பாரம்பரியம் சார்ந்தது. இதில் துன்புறுத்துவது என்பது இல்லை. ஜல்லிக்கட்டு மாடு வளர்ப்பவர்கள் யாரும் மாட்டுக்கறி சாப்பிடமாட்டார்கள். மேலும், ஜல்லிக்கட்டு மாடு யார் வயலிலும் போய் பயிர் பச்சையைச் சாப்பிட்டாலும் அதை யாரும் விரட்டக்கூட மாட்டாங்க. பிராணிகள் வதை என்பதை எளிய மக்களின் பண்பாட்டிலிருந்துதான் பார்க்க வேண்டுமா? ஏன், ராணுவத்தில் தினமும் மாட்டுக்கறி கொடுக்கறீங்களே. அதை முதலில் தடை செய்யுங்கள்.

ஜல்லிக்கட்டைத் தடை எல்லாம் செய்ய முடியாது. இத்தனை வருடமா ஓடிக்கிட்டுதான் இருக்கு, இனியும் இது ஓடும். வாடிவாசலில் அத்துகிட்டு ஓடுவதுதான் ஜல்லிக்கட்டு மாடு. கட்டிக்கிடக்கும் மாடு அவிழ்த்துக்கிட்டு ஓடுனா என்ன செய்ய முடியும்? எந்த சுப்ரீம் கோர்ட் வந்து தடை செய்ய முடியும்? தொழுவத்தில் அவிழ்த்துவிடுவதுதானே ஜல்லிக்கட்டும்? மாடு ஓடத்தான் பார்க்கும்; யாரையும் முட்ட நினைப்பது இல்லை. இதில் சூதாட்டத்திற்கு வேலை இல்லை.

அயல் நாடுகளில் thanks giving day, harvesting day, easter day என்றெல்லாம் கொண்டாடுகிறார்கள். இவையெல்லாம் harvesting festival-தானே? நாம் வெப்ப மண்டலத்தைச் சேர்ந்தவர்கள். அதனால் நாம் சூரியனுக்கு நன்றி செலுத்துகின்றோம். இதைத் தடை செய்வது என்பது மேல் தட்டு மக்களின் ஆதிக்கம். அவர்கள் யாரும் இந்த விளையாட்டிற்குள் வர மாட்டார்கள்.

இது திராவிடப் பண்பாடு. நாம் விலங்குகளைத் தெய்வமாக வணங்குபவர்கள். இயற்கையை, சூரியனை. நிலத்தை, நீரை வணங்குபவர்கள்...

பெரியார் கொள்கைகளைப் பின்பற்றும் நீங்கள் ஆன்மிகம்பற்றிப் பேசுகிறீர்களே.. இது மூடநம்பிக்கை சார்ந்தது இல்லையா?

15 வயதில் அப்பாவிற்கு தெவசம் கொடுக்கமாட்டேன் என்றேன். பெரியாரின் வாழ்க்கையும் நோக்கமும் மக்களின் கண்ணியமான வாழ்விற்கான போராட்டமாக இருந்தது. அதனால்தான் ஆண்டு முழுவதும் வெட்டவெளியில் மண்

குவியலாகக் கிடந்த, ஆண்டிற்கொருமுறை உயிர்கொண்டெழும் நாட்டார் தெய்வங்களை அவர் எதிர்கொள்ளவில்லை. மாறாக, அதிகார மையமாகிய கோயில்களையும் அதனை மையப்படுத்திய மனித ஏற்றத்தாழ்வுகளையுமே அவர் எதிர்த்தார்.

நான் சிறுதெய்வ வழிபாட்டையும் நாட்டார் வழக்காறு களையும் அவர்களின் நம்பிக்கைகள் பற்றியும்தான் பேசுகிறேன். எங்க சாமி புலால் சாப்பிடும். புலால் சாப்பிடாத சாமி எங்க சாமி இல்லை. என்னைத் தொடாத அம்மா எங்க அம்மா இல்லை.

எங்க வீட்டுக்கு அடுத்த வீதியில் எங்க குலதெய்வம் - ஒரு அம்மன் கோவில் இருக்கு. எங்க உறவினர் யாராவது இறந்துவிட்டால் அந்தக் கோவில் கோபுர விளக்கு அணைக்கப்படும். கோவில் கோபுர விளக்கு அணைக்கப்பட்டு இருந்தால் கோவில் மூடியுள்ளது, பூஜைகள் ஏதும் நடைபெறவில்லை, யாரோ இறந்துவிட்டார்கள் என்று அர்த்தம். அந்த இரண்டு நாள்களும் எங்க அம்மா பட்டினி கிடப்பாள், மூன்று வேளை பூஜை கிடையாது. எங்களுக்காக எங்க அம்மா தன்னை வருத்திக்கொண்டு பட்டினி கிடக்கிறாள். இறந்த உடல் கடந்து சென்றபிறகு, அம்மனைக் குளிக்க வைத்துப் பிறகு வழக்கம்போல் பூஜைகள் தொடரும். இதுபோன்ற நிகழ்வுகளை அனைவரும் நம்புகிறார்கள்.

எல்லாருக்கும் நன்மை வேண்டும், எனக்கும் நன்மை வேண்டும். ஆபத்தில்லாத ஆன்மிகம், யாரையும் காயப்படுத்தாத ஆன்மிகம். எனக்குக் குத்துவிளக்கு ஆன்மிகம் மிகவும் பிடித்தது. இது ஒரு ஆபத்தில்லா ஆன்மிகம்; இது பெண்களின் தனி உரிமை. திருக்கார்த்திகை விழா எனக்குப் பிடித்த ஒன்று, இது ஒரு Pre Ariyans Festival. நான் அதிகம் விளக்குகள் சேகரித்து வைத்துள்ளேன். திராவிட நாகரிகத்தின் Symbol ஆக RC விளக்கு உள்ளது. கிறித்துவர்கள் பயன்படுத்திய சிலுவைபோன்ற விளக்கும் என்னிடம் உள்ளது. அருகில் உள்ள வாக்குளம் விளக்கு மிகவும் புகழ்பெற்றது. அ.ராகவன் எழுதிய ‘தமிழ்நாட்டுத் திருவிளக்குகள்’ என்ற புத்தகத்தில் விளக்குகள்பற்றி அதிகம் எழுதியுள்ளார். என் மனைவி விளக்கு ஏற்றும்பொழுது கொல்லைக் கதவைச் சாத்திவிட்டுத்தான் விளக்கு ஏற்றுகிறார். வரும் லட்சுமி பின்வழியாகப் போய்விடாதாம். இது அவரது நம்பிக்கை.

இப்படி அவரவர் விருப்பத்திற்கு ஏற்ற நம்பிக்கைகளை நம்புகின்றனர். நான் அந்த நம்பிக்கைகளைப் பார்க்கிறேன். ஆபத்தில்லாத நம்பிக்கைகள் இருந்துட்டுப் போகட்டும். எனது உறவினர் தோட்டத்திற்குச் சென்றிருந்தோம். அங்கு தோட்டத்தில் வேலை பார்ப்பவர் என்னிடம் 7 கோழி முட்டைகளைக் கொடுத்தார். கொடுத்தவர் "முட்டைகளைப் பொரித்துச் சாப்பிடுங்கள்; கோழி அடையில் இருக்கு" என்றார். என் மனைவியும் அதை ஏற்றுக்கொண்டார். முட்டை அடையில் இருக்கும்பொழுது அவிக்கக்கூடாது என்பது அவர்களது நம்பிக்கை. நம்பிக்கைகளால் கட்டப்பட்டதுதானே சமூகம்? இப்படி ஆபத்தில்லாத நம்பிக்கைகள் ஆபத்தில்லாததுதான். ஆனால் ஜாதிகள்தான் ஆபத்தானவை.

ஜாதியை ஒழிக்கவே முடியாதா?

ஜாதியை ஒழிக்க முடியாது; ஆனா கரைக்கலாம். ஜாதி பொய்யும் இல்லை; உண்மையும் இல்லை. உணவுப் பழக்கம், உடைப் பழக்கம் இப்படி வேறுபடுகிறதே. இது ஒவ்வொரு ஜாதியில் உள்ளவருக்கும் மாறும். ஒவ்வொருவருக்கும் ஒவ்வொருவிதமான நம்பிக்கைகள். எங்க வீட்டில் வைக்கின்ற புளிக்குழம்பு ஒருவித சுவையுடன் இருக்கும். வேறு ஜாதியில் உள்ளவர்கள் வீட்டில் வேறு சுவையில் இருக்கும். ஜாதி ரீதியான மொழி என்பதும் வேறுபடும்.

யாராவது என்னிடம் வந்து பேசினால் அவர் எங்கிருந்து வருகிறார், எந்த ஊர், எந்தத் தெரு என்பதைத் தெரிந்துகொள்ளலாம். இது உண்மை. ஆனால் அதுவே எல்லாவற்றையும் தீர்மானிக்கும் என்றால் அது பொய்.

சாதியை ஒழிக்கணும்னு போராடுவது எல்லாம் சும்மா. அது முடியாத காரியம். ஆனா நிச்சயம் கரைக்க முடியும். ஒரு தாயும் தந்தையும் ஒரே ஜாதியில் திருமணம் செய்துகொண்டார்கள். அவர்களது குழந்தையை வேறு ஜாதியில் திருமணம் செய்து கொடுக்கட்டும். இன்னொரு குழந்தையை மற்றொரு ஜாதியில் திருமணம் செய்துகொடுக்கட்டும். இப்படியே செய்தார்கள் என்றால் ஒரு ஐந்து தலைமுறையில் நிச்சயம் ஜாதி கரைந்துவிடும். இதைத்தான் பெரியாரும் சொன்னார். ஆனால் அதிலும் சிக்கல் வரத்தான் செய்யும்.

'கருப்பாயி என்ற நூர்ஜகான்' என்ற நூலில் மதமாற்றத்தைப் பற்றி

எழுதியிருப்பார்கள். மீனாட்சிபுரம் மதமாற்றம் நாம் எல்லாரும் கேள்விப்பட்டு இருக்கிறோம். தலித்துகள் மதமாற்றம் செய்யப்பட்டனர். அங்கே மதமாற்றம் தோல்விதானே? இங்கே பெரியார் தோற்றார், அம்பேத்கர் தோற்றார், எல்லாரும் தோற்றார்கள். இருந்தும் அந்த வழியில் போய்த்தான் ஜாதியைக் கரைக்க வேண்டியிருக்கிறது.

அப்படி என்றால் தலித்துகள் தனது ஜாதியைச் சொல்ல வெட்கப்படுவதால்தான் மதமாற்றம் செய்கிறார்களா?

20ஆம் நூற்றாண்டு வரை செய்த மதமாற்றங்கள் ஓரளவு வெற்றி பெற்றன. ஆனால் இப்பொழுது வெற்றியை மட்டுமே நோக்கமாகக் கொண்டு செயல்படும் மதமாற்றங்கள் தோல்வி அடைகின்றன. இதற்கு மீனாட்சிபுரம் நிகழ்வு மற்றும் கருப்பாயி என்ற நூர்ஜகான் என்ற குறுநாவல் போன்றவை உதாரணம்.

பெருந்தெய்வங்கள், சிறுதெய்வங்கள் பற்றிய பார்வைகள் குறித்து என்ன கருதுகிறீர்கள்?

புராண நம்பிக்கைகளுக்கும் புராதன நம்பிக்கைகளுக்கும் இணைக்கும்படியாக இருக்கக்கூடாது. பெருந்தெய்வங்கள் பிராமணர்களால் உருவாக்கப்பட்டவை. இவை அனைத்தும் இடைச்செருகல்களே. சிவபெருமான் ஒரு இனக்குழுத் தலைவன் தான். பிராமணர்களால் உருவாக்கப்பட்ட இந்தப் பெருந்தெய்வங்களும் பிராமணர்களும், தான் சாப்பிடும்பொழுதுகூட கதவைச் சாத்திவிட்டும் திரையை மூடிவிட்டும்தான் சாப்பிடுவார்கள். ஆனால் எங்கள் தெய்வங்களும் நாங்களும் அப்படி இல்லை. எல்லாருக்கும் தெரியும்படிதான் தெய்வத்திற்கும் படைப்போம். படைத்ததைப் பங்கிட்டுக் கொடுப்போம். எங்கள் வீட்டில் நாங்கள் சாப்பிடும்பொழுதுகூட கதவைத் திறந்து வைத்துத்தான் சாப்பிடுவோம்.

சிறு தெய்வங்களுக்கு மகனோ மகளோ கிடையாது. இப்படி வாரிசுகளை தெய்வங்களாக வழிபடுவது இல்லை. ஏனென்றால் அவர்களின் வாரிசுகள் நாம்தான். இப்படி நம்மோடு வாழ்ந்தவர்களை, வாழ்ந்து மறைந்தவர்களைத்தான் நாம் தெய்வங்களாக வழிபடுகின்றோம்.

அப்ப சாமி சாராயம் கேட்கிறது என்பது மூடநம்பிக்கை இல்லையா?

சாமியே மூடநம்பிக்கைதான். அப்புறம் படைக்கிறது, கும்புடுறது எல்லாம் ஒன்றுதான். சாமிக்குத் திருவிழா வேண்டும். என்னை மாதிரியே சாமிக்கு ஆட்டம் என்பது எல்லாம் ஒரு நம்பிக்கைதானே? கடவுள் இருக்கிறார்; இருந்துகிட்டுப் போகட்டும். நமக்கு இடையில் சண்டையை மூட்டக்கூடாது. உனக்கு ஒரு அடையாளம், எனக்கு ஒரு அடையாளத்தைக் கொடுத்திருக்கிறார். அவருக்குன்னு ஒரு அடையாளம் இருக்கக்கூடாது. அந்த அடையாளத்தை நாம் திணிக்கக்கூடாது. அதைத்தான் நான் சொன்னேன். கடவுள் இல்லை என்று சொல்லவில்லை; இருந்தா நல்லா இருக்கும்...

காலகாலமாக மதுப்பழக்கம் இருந்துதான் வருகிறது. சோறு என்பதற்கு தமிழில் 20 வார்த்தைகள்தான் இருக்கு. ஆனால் மதுவிற்கு 40 வார்த்தைகள் இருக்கு. நிகண்டில் இருக்கு. காலம் காலமாக கலாச்சார ரீதியாக மதுவிற்கு அடிமையாகத்தான் இருக்கிறார்கள். மது உணவின் ஒரு பகுதி. அளவோடு சாப்பிடு பவரை மது ஒன்றும் செய்வது இல்லை. நுகர்வுக்கான விசயங்களை நாம் தவிர்க்க முடியாது. ஏனென்றால், இன்னும் நாம் தெய்வங் களுக்கு மதுவைத்தான் படைக்கின்றோம். கருப்பசாமியும் காத்தவ ராயனும் மதுரை வீரனும் சாராயம் கேட்கிறார்களே! நாமும் படையல் வைக்கிறோம். சாமி சாராயம் குடிக்கும்பொழுது மனுசன் குடிக்கமாட்டானா? அப்ப சாமி ஒழுக்கம் கெட்டவன்னு ஆகிவிடுமா என்ன?

வாழும் தெய்வங்களைப்போல் செத்த தெய்வங்கள் ஏதும் உள்ளதா?

வெள்ளைச்சாமி, பலராமன், அக்னி, இந்திரன், குபேரன் இப்படி சொல்லிக்கொண்டே போகலாம். குபேரனுக்கு ஒரே சிலை, ஒரே இடம்தான் உள்ளது. அது திருப்பதியில். அது வியாபாரிகளின் தெய்வம். என்னைப் பொறுத்தவரையில் அது ஒரு நிறுவனம்.

பிள்ளையார் நம் தெய்வம் கிடையாது. இது வாதாபியில் இருந்து சிறப்பவன பிராமணர்களால் கொண்டுவரப்பட்டது. இதை பாலகங்காதர திலகர் அதிகம் வளர்த்துவிட்டார். உச்சிஸ்ட கணபதி என்ற ஒரு பிள்ளையாரை நீங்கள் பார்த்திருக்கலாம். அவர் மடியில் ஒரு பெண் இருப்பார். பிறப்பு உறுப்பை மறைத்தபடி. அவள்

அதிகப் பிள்ளைகளைப் பெற்றெடுத்தவள் என்பதால் இப்படி அந்தச் சிலை இருக்கும். என்னை ஒரு பிராமணப் பெண்மணி கேட்டார், "நீங்களும் பிள்ளையாரை வழிபடுகின்றீர்களே?" என்று. "ஆமாம், எங்கள் வீட்டுப் பிள்ளையார் கல்லுப் பிள்ளையார்; உங்கள் பிள்ளையார் கரைக்கிற பிள்ளையார். நீங்கள் மண் பிள்ளையாரை வழிபடுகின்றீர்கள். வழிபட்டுவிட்டுக் கரைத்துவிடுகிறீர்கள்" என்றேன். வடநாட்டில் கல்லுப்பிள்ளையார் கிடையாது. நம்ம ஊரிலும் அன்று செய்து அன்றே அழிகிற தெய்வம் என்று சில தெய்வங்களை இப்படி மண்ணில் செய்து பூஜை செய்து வழிபட்டு, பின்பு கரைத்து விடுவர். இதற்கு உக்ரதேவதை என்பர். இவர்கள்கூட வாழ முடியாது; பிள்ளையாரும் உக்ரதேவதைதான். பிள்ளையாரை நிரந்தரமாக வைத்துக் கும்பிட முடியாது. நம்ம பிள்ளையார்பட்டியில் உள்ள பிள்ளையார் 6ஆம் நூற்றாண்டில் வியாபாரிகளால் கொண்டுவரப்பட்டது. தமிழ்நாட்டில் அந்தப் பிள்ளையார்தான் ரொம்ப ஆதிகாலத்துப் பிள்ளையார்.

பத்ரகாளி தெய்வம் ஓலை சம்பந்தப்பட்டது. பத்ரம் என்றால் ஓலை என்று பொருள். ஆங்கிலத்தில் Safe பத்ரப்படுத்துதல். ஓலைக்காளிதான் பத்ரகாளி. அந்தக் காலத்தில் ஓலையில் எழுதினார்கள்; அதைப் பத்திரப்படுத்தினார்கள். அதைத்தான் நாம் இப்போது பத்திரம் எழுதுதல் என்று சொல்கிறோம். ஓலை அதிகம் பயன்படுத்துவது பனைத்தொழில் செய்யும் நாடார் சமூகத்தைச் சேர்ந்தவர்கள். இதனால் நாடார்கள் அதிகம் பத்ரகாளியை வழிபடுகின்றனர்.

அப்படியானால் ஜோதிடவியல் என்பதை எப்படிப் பார்க்கிறீர்கள்?

இதுவும் பிராமணர்களின் வேலைதான். Astronomy உண்மை; astrology பொய். கோள், கிரகங்கள் எல்லாம் இயங்கிக்கொண்டுதான் இருக்கு. கிரகம் இயங்குது; ஆனால் அது உன்னை இயக்கவில்லை. It's an undeveloped science. We don't know something; but there is something. இது வான சாஸ்திரம். மாடு மேய்ப்பவனுக்குக்கூட வான சாஸ்திரம் தெரியும். வானத்தைப் பார்த்து சரியான நேரத்தைச் சொல்வான். நானும் வானத்தைப் பார்த்து நேரத்தைச் சொல்வேன். ஆனால் இப்போது வயதாகிவிட்டதால் முடியவில்லை. வலது கண்ணில் சற்றுப் பிரச்சனை.

ஆன்மிகத்தில் அறிவியல் சார்ந்த உண்மைகள் உள்ளதாகச் சொல்கிறார்களே? கோவிலின் ஒவ்வொரு அமைப்பும் ஒருவித அறிவியல் தன்மை உடையது. உதாரணமாக, கோவிலில் விழுந்து வணங்குவதும் ஒருவித யோகா; அதனால் உடம்பிற்கும் நன்மைதான் என்கிறார்கள். இதையும் பொய் என்கிறீர்களா?

எதில் அறிவியல் இல்லை சொல்லுங்க.. எல்லாவற்றிலும் அறிவியல் இருக்கு. எங்க வீட்டுல வைக்கிற புளிக் குழம்புல கூடத்தான் அறிவியல் இருக்கு. என் மனைவிக்கும் அறிவியல் தெரியும். அடுப்பைப் பற்றவைத்து பாத்திரத்தை எடுத்து வைக்கிறது இயற்பியல். அதில் எவ்வளவு உப்பு போடணும், என்னென்ன சேர்த்துக் கலக்கணும் என்பது வேதியியல். எவ்வளவு கலக்கணும் என்பது கணிதம். இதில் ஒரு சோஷியாலஜி உள்ளது. இப்படி எல்லா விசயத்திலும் அறிவியல் இருக்கு. காற்று அனைவருக்கும் சொந்தம். அறிவு எல்லாருக்கும் பொதுவானது. அறிவியல் எல்லாருக்கும் சொந்தம்.

பள்ளிகளில் யோகா கற்றுக்கொடுக்கிறார்கள். அதைக் கற்றுக் கொடுக்கக் கூடாது என்றுதான் சொல்வேன். யோகா என்பது செயலற்ற தன்மை. குழந்தைகள் செயலற்ற தன்மையில் இருக்கக் கூடாது. காலத்தை உடைக்கக் கூடாது. இது காலத்தைக் கொல்லும் முயற்சி.

பிரான் யோகேஷ் தீராநதி, ஆகஸ்ட் 2014

தொல் தமிழர்களின் சுற்றுச்சூழல் அறிவியல்

தமிழர்கள் பொருளிலக்கணத்தில் காலத்தை ஆறாக வகுக்கிறார்கள். அது என்னவிதமான பொருத்தப்பாடு?

உலகத்தில் ஒவ்வொரு நாட்டுக்கும் ஒவ்வொரு வகையான வானியல் இருக்கிறது. இந்த வானியல், சோதிடத்தை அடிப்படையாகக் கொண்டிருக்கிறது. இதை முதன்முதலாகச் சொன்னவர்கள் கிரேக்கர்கள். அப்புறம், சங்ககாலத் தமிழர்களும் சங்க காலத்துல வாழ்ந்த ஆரியர்களும் ஒரு கணிப்பு வச்சிருந்தாங்க. காலத்தை வகுத்த முன்னோடி தமிழனே. நாள்காட்டியை கண்டுபிடிச்சது, ஆடு மாடு மேய்க்கிறவங்கதான். ஆடு மாடுகளைப் பத்திவிட்டு திறந்தவெளியில் படுத்துக்கிட்டு ஆகாயத்தைப் பார்க்கிறபோது, இந்த நட்சத்திரத்த இந்த இடத்தில் பார்த்தால் மழைவரும். இந்த நட்சத்திரத்த இந்த இடத்தில் பார்த்தால் அடுத்த மாசம் பொறந்தாச்சு, என்று கண்டுபிடித்தார்கள்.

தமிழின் ஐவகை நிலங்களில் அதிகம் பாடப்பட்ட நிலம் என்று குறிப்பாக ஏதாவது உள்ளதா?

முல்லைதான். அதுதான் நாகரிகத்தின் தொட்டில். அவன்தான் வீட்டிற்குள் அடைந்து கிடக்காமல் தெருவில் நின்று இயற்கையை வாசித்தவன். இராமநாதபுரம் மாவட்டத்தில் இன்றும் அப்பழக்கம் தொடருகிறது. கறி, மீன் சாப்பிட்ட இலைகளில் மோர் ஊற்றி சோறு சாப்பிடுவதில்லை. காரணம், இறைச்சி சாப்பிட்ட இலையில் புனிதமான பசுவின் மோரை ஊற்றக்கூடாது என்கிற கோட்பாடு. பிற உயிர்களை மதிப்பதுதான் இதற்கு அடிப்படை. தலைசீவினால் முடி கழியும். அது மாட்டின் வயிற்றுக்குள் போய்விடக்கூடாது என்பதற்காகத் தூரத்தில் சென்று போடுவார்கள்.

எதற்கும் ஒரு சார்பு நிலை இருக்குதுங்க. இதெல்லாம் ஐன்ஸ்டீனைப் படிச்சு வரல. தானா வந்தது. "வரப்புயர நீர் உயரும், நீர் உயர நெல் உயரும், நெல் உயரக் குடி உயரும், குடி உயரக் கோன் உயர்வான்" என ஒன்னுக்கொன்னு சார்ந்துதான இருந்தது. இதை அவர்கள் நன்றாகப் புரிந்துகொண்டார்கள். 'மங்கும் காலம் மாங்காய், பொங்கும் காலம் புளி' என்று சாதாரணமாகச் சொன்னார்கள். மழை நன்றாகப் பெய்தால், மாங்காய் நன்றாகக் காய்க்கும். மழை இல்லேன்னா, புளி நன்றாகக் காய்க்கும். புளி நன்றாகக் காய்ச்சிருந்தாலே மற்ற பயிர்கள் மழையின்றிப் பட்டுப் போகும்னுதான் அர்த்தம், நம்பிக்கை. நம்பிக்கைங்கறது, பல காலம் பார்த்துப் பார்த்து வர்றதுதானே.

தொல்காப்பியத்துக்கு முன்னால நமக்குப் பனுவல் இருக்கா?

திடீர்னு ஒருநாள் ஒரு பனுவல் வர முடியாதில்லயா? என் வீட்டிற்கு வருகிறீர்கள், என் புகைப்படங்களைக் கால வரிசையில் பார்த்துக்கொண்டு வருகிறீர்கள், 18 வயதில் ஒரு புகைப்படம் இருக்கு. 18 வயதுக்கு முந்தின புகைப்படம் இல்லை. அப்ப நான் இல்லன்னு பொருளா? என்னோட மூனு அல்லது ஐந்து வயசு புகைப்படம் இல்லைன்னு வச்சுக்குங்க. அப்போது நான் இல்லேன்னு பொருளா? நான் இருந்திருக்கேன். புகைப்படம் எடுக்கலன்னுதானே பொருள்? அப்படியெனில், இவ்வளவு பெரிய வளர்ச்சி திடீர்னு வந்திருக்க முடியாதுதானே? ஏற்கனவே, ஏதாவது ஒன்று இருந்திருக்க வேண்டும். இதைத்தான், தொல்காப்பியர் முந்தியோர் மரபு, மேலை மரபு. ஏனை மரபு என வேறு சில வார்த்தைகளில் சொல்றாரு.

அந்தத் தொல்காப்பியம் இயற்கையை எப்படி விளக்குகிறது? தொல்காப்பியத்தில் இயற்கை, சுற்றுச்சூழல் பற்றி என்ன சொல்லப்பட்டிருக்கிறது?

"செந்தமிழ் இயற்கை சிவணிய நிலத்தோடு முந்து நூல் கண்டு முறைப்பட எண்ணி" எனத் தொல்காப்பியம் எழுதப்பட்ட விதம் பற்றி முன்னுரையில் சொல்கிறார். செந்தமிழ் இயற்கை சிவணிய நிலம் தமிழ் மக்கள் இயற்கையோடு பொருந்திய வரலாறு. அதுதான் தொல்காப்பியப் பாயிரம். பாயிரம் என்றால் முன்னுரை.

தொல்காப்பியமே இயற்கை சார்ந்த விசயமா?

இயங்குகிற எல்லா உயிர்களும் இயற்கை சார்ந்தவைதான். நானும் நீங்களும் உள்பட 'செந்தமிழ் இயற்கை சிவணிய நிலத்தோடு முந்துநூல் கண்டு முறைப்பட எண்ணி புலம்தொடுத்தோனை போக்கறு பனுவல்' வரிசையா ஒன்னொன்னா சொல்லிட்டு வருவார். தொல்காப்பியம், வேதம் மாதிரி ஒரு புனிதமான பனுவல் இல்ல. தொல்காப்பியத்துல கம்ப்யூட்டர் பத்தி சொல்லப்படவில்லை. ஆனா வேதத்துல இருக்குன்னு பார்ப்பனர்கள் ஏதாவது ஆதாரத்தைக் கொண்டுவந்து காட்டுவார்கள்.

ஐந்திணைகளை வகுத்தது யார்?

திணைகளை வகுத்தது இயற்கைதான். திணைகள் என்பது நிலவெளி. பேருந்தில் போகும்போது வெளியே பார்த்துக்கொண்டே போவேன் நான். ஒருமுறை காளையார்கோவில் போகிறவழியில், வெள்ளை வெள்ளையா ஒரு மரம் பார்த்தேன். இது என்ன மரம்? நாம் பார்த்ததேயில்லையேன்னு ரொம்பநாளா யோசிச்சுக்கிட்டே இருந்தேன். அப்புறம் ஒருமுறை தெரிஞ்ச நண்பரோடு போகும் போது அவர் சொன்னார். அது "வெவ்வேலா" அப்படின்னு. ஏதோ கிரேக்கப் பெயர் மாதிரி இருக்கேன்னு யோசிச்சேன். அப்புறம்தான் புரிஞ்சது, அது வெள்வேலமரம். அடிமரம் வெள்ளையா இருக்கும். வேல மரம் மாதிரி வெள்வேல மரம். வெட்டி உரத்துக்குப் போடுவாங்க. அதே மாதிரி ஒவ்வொரு வட்டாரமும் ஒரு பொருளாதார மண்டலம். சங்கரன்கோவிலில் விளைகிற தினை, மானூர்ல விளையாது. மானூர்ல விளைகிற மிளகாய் வற்றல் திருநெல்வேலி நகருக்குள் விளையாது. சின்ன சின்ன பொருளாதார மண்டலங்களா வகுத்திருந்தாங்க.

எப்படி பொருளாதார மண்டலம் என்று சொல்கிறீர்கள்? சூழலியல் மண்டலம் என்று சொல்லாமல்?

சூழலியலா உள்ளதுதான். மிகை உற்பத்தியாக வரும்போது விற்பதற்குப் போகிறார்கள். அவர்கள் வயலில் விளைஞ்ச மிளகாய், மிகையாகும்போது விற்கத்தானே வேண்டும்? விற்கப் போகும்போது அது எப்படி இருந்திச்சுன்னா, ஒன்றையொன்று சார்ந்து இருந்திச்சு. நான் ஒரு வட்டம் போட்டுக் காட்டுறேன்

(ஒரு தாளில் வட்டம் வரைந்து விளக்குகிறார்) ஒரு மண்டலத்தைத் தொட்டு அடுத்த மண்டலம் இருக்கும். ஒன்னுக்கொன்னு உறவு இருக்கும். இடையில் ஒரு ஆறு ஓடும். அவ்வளவுதான். வணிக வழிகள் எப்படி இருக்கும் என்று சொன்னால் ஒரு ஊருணி, தாவளம் இருக்கும். தாவளம்னா, இப்ப நீங்க சொல்ற மோட்டல்தான். விநாயகருக்கு தாவள விநாயகர்ணு ஒரு பெயர் உண்டு. ஒவ்வொரு தாவளத்திலும் ஒரு விநாயகரை வச்சிருப்பார்கள். வியாபாரிகளுக்கு தேசிகன் என்றும் ஒரு பெயர். நாலு திசைகளுக்கும் பயணம் செய்வதால் ஞானதேசிகன் என்றும் பெயர். தேசிக விநாயகம்ன்னு பிள்ளைகளுக்குப் பெயர் வைப்பார்கள். இந்தத் தங்க நாற்கரச் சாலையால் அழிந்துபோன கல்மண்டபங்கள் எக்கச்சக்கம்.

கல்மண்டபம் என்றால் தங்குகிற இடம் இல்லையா?

ஆமாம். அங்க ஒன்னும் இருக்காது. பெரிய கல் மண்டபம். பெரிய தங்குகிற இடம் என்றால் பக்கத்தில் ஒரு கிணறு இருக்கும். கிணறு இல்லாமல் இருக்காது. சங்கரன்கோவில் போகும்போது பார்த்திருக்கேன். குற்றாலம் போறப்பவும் நிறைய பார்க்கலாம்.

பசுமைப் புரட்சிக்கு அப்புறம் நிறைய பூச்சிகள் எல்லாம் அழிஞ்சு போச்சு. பி.எல்.சாமி 'சங்க இலக்கியத்தில் பூச்சிகள்'னு ஒரு புத்தகமே எழுதியிருக்கிறார். பசுமைப் புரட்சிக்கு முன்னால இயற்கை சார்ந்த ஒரு சூழற்சி இருந்திருக்கிறதல்லவா? அந்தச் சூழற்சி எப்படிப் பதிவாகி யிருக்கு? கண்ணின்னு நாம் எல்லாரும் சொல்கிறோம். அந்தக் கண்ணி எப்படிப் பதிவாகியிருக்கு?

மழையைச் சொல்கிறார்கள். மேகத்தைச் சொல்கிறார்கள். பெய்கிற மழையைச் சொல்கிறார்கள். பாய்கிற தண்ணியைச் சொல்கிறார்கள். வரப்பைச் சொல்கிறார்கள். வயலைச் சொல்கிறார்கள். வயலில் விளைகிற நெல்லைச் சொல்கிறார்கள். மீனைச் சொல்கிறார்கள். அப்புறம் வயலில் பாட்டுப்பாடி நெல் வாங்கிக்கொண்டு போகிற பாணர்களைச் சொல்கிறார்கள். பாணர்கள் களம் பாடுறது திருநெல்வேலிப் பக்கத்தில் இல்லை. அங்கே விளைச்சல் அதிகம்; அதனால் களம் பாடுவது இல்லை. மதுரை மாவட்டத்துல நெல் அறுவடைக் காலத்தில், களத்திற்குச் சென்று பாணர் சமூகத்தைச் சார்ந்தவங்க களம் பாடுவாங்க. அறுவடைக் காலத்துல நெல்களத்துல போய் 'பட்டி பெருக. பால் பானை பொங்க. எட்டு லெச்சுமியும் ஏறி விளைய' என்று

பாடுவார்கள். பொலிக! பொலிக! பொலிக!ன்னு நெல் பொலி தூற்றும்போது பாடுவார்கள். பொலிக என்றால் 'பெருக' என்று பொருள். "பொலிக பொலிக பொலிக போயிற்று வல்லுயிர்ச் சாவு"ன்னு நம்மாழ்வார் பாட்டு ஒன்னு இருக்கு. அதுபோல, நெல் வாங்கிச் செல்வார்கள். விளைவதில் பாணர்களுக்கும் ஒரு பங்கு இருந்தது. ஆனா இந்த மந்திரவாதி, வாயைக்கட்டுறவன், அவர்களுக் கெல்லாம் ஏதுமில்லை. பூச்சிக்கொல்லி மருந்தென்று எதையும் பயன்படுத்தவில்லை. பூச்சிக்கொல்லி மருந்தாகப் பூச்சிகளையே தான் பயன்படுத்தியிருக்காங்க. மாற்றுப்பயிர் முறையைப் பயன் படுத்தியிருக்காங்க. உதாரணமா, ஒரு வயலை மேடாக்கணும்னா, 'கம்படி கம்பா வச்சா வயல் மேடாயிரும்'பாங்க. திரும்பத் திரும்ப கம்பு பயிரிட்டா வயல் மேடாயிரும். இல்லேன்னா அந்த ஒரு ஏக்கர் நிலத்துக்குச் சமமா மண்ணடிச்சு நிரப்பி மேடாக்க முடியாது. வயல் மேடாக மேடாக என்னாகும்? எறும்புக்கு நல்ல இடம் கிடைக்கும். பூச்சிகளுக்கும் நல்ல இடம் கிடைக்கும். மாற்றுப்பயிரை வைத்துதான் பூச்சிகளைக் கட்டுப்படுத்தினாங்க. இல்லையென்றால், சங்க காலத்துல விவசாயம் பண்ணியதற்கு, இந்நேரம் பூச்சிகள் எல்லாவற்றையும் அழிச்சு முடிச்சிருக்குமே! ஆகலையே? எப்படீன்னா, மாற்றுப்பயிர்கள். மாற்று உயிர்களை வச்சுத்தான். மாற்று உயிர்களை வச்சு உயிரினப் பன்மையைச் சமப்படுத்தியிருக்கிறார்கள். இயற்கையாகவே, உயிர்களிடத்துல இருக்குற ஒரு விசயம் என்னவென்றால், பல்லுயிர்ப் பெருக்கத்துக்காக செய்துகொள்ளுகிற சமரசம். திருநெல்வேலி நகரத்து நாய்கள் பத்து, பாளையங்கோட்டை நாய்கள் பத்து. இரண்டு தரப்புக்கும் சரியான சண்டை பாலத்துல நடக்கும். பாளையங்கோட்டை நாய் தோத்துப்போகுது. தலைமை தாங்கின நாய் திரும்புது. எல்லா நாய்களும் திரும்பிப்போகுதுங்க. ஜெயிச்ச நகரத்து நாய்கள் பெருமிதத்தோட கொஞ்சநேரம் பார்த்துக்கொண்டு நிற்கின்றன. பின்னர் அவையும் திரும்பிப்போகின்றன. இந்தப் பக்கத்தில் (பத்து நாய்களில்) எட்டு நாய் சாகுது. அந்தப் பக்கத்தில் எட்டு நாய்கள் சாகின்றன என்றெல்லாம் இல்லை. சமரசம். சாதிக்கலவரம்னாலும் அதுதான். சாதிக்கலவரம் எங்கேயாவது 200 நாளைக்குமேல் நீடிச்சிருக்கா? 200 நாளைக்குள் 2 கொலை விழும். அவ்வளவுதான். ஒரு எல்லைக்குமேல அந்தப் பண்பாட்டுச் சமரசம் பன்மைத் தன்மைக்கு ஒருவித சமரசவாதத்தைக் கொண்டுவந்துவிடும்.

அந்தச் சமரசவாதம் இயற்கையிலேயும் இருக்கு. செயற்கையிலே மனிதன்கிட்டயும் இருக்கு. கலவரத்துல உயிர்களப் பலிகொடுத்த பிறகு சமரசம் பண்ணிக்கிறது தோல்வி இல்ல. அது புத்திசாலித்தனம். திருக்குறளே சமரசவாதம் பேசுகிற ஒரு நூல்தான். 'வலியார்மேல் மாறேற்றல் ஓம்புக' 'மெலியார்மேல் மேக பகை'. பக்கத்து நாடு சின்ன நாடா இருந்தா ஒரு தட்டு தட்டி வைக்கணும். ஒரு பயம் இருக்கணும் என்பதற்காக. அதுதான்.

திணை என்பதே ஒரு சூழலியல் ஒழுங்கமைவுதான் (eco system) என்று பாமயன் சொல்கிறார், அது ஒரு சுற்றுச்சூழல் பிரிவு என்கிறார். அதுபற்றி உங்கள் கருத்து?

இருக்கலாம். ஒவ்வொரு பத்து மைலுக்கும் இடையில் மழைப்பொழிவு வித்தியாசப்படுவதில்லையா? இளையான்குடியில் இருந்து காளையார்கோவில் போகிற வழியில் மறவமங்கலம்னு ஒரு ஊர். அந்த ஊர்ல ஒரு தெப்பக்குளம். ராமநாதபுரம் மாவட்டத்தில் மற்ற ஊர்களில் 200 அடி தோண்டியும்கூடத் தண்ணீர் இல்லாமப் போகும்போது, அந்த ஊர்க் கிணற்றில் சாதாரணமாகத் தண்ணீர் எடுத்து மக்கள் குளிச்சிகிட்டு இருப்பாங்க. அந்த ஊர்ல மட்டும் மழை பெய்யும். அந்த ஊரின் வான் இயற்பியல் தன்மை (அஸ்ட்ரோ ஃபிஸிகல்) இப்படித்தான் இருக்கிறது. இதை அனுபவத்தில்தான் கண்டுபிடித்தார்கள். ஆனி மாசம் 13ஆம் தேதி. திருநெல்வேலி நெல்லையப்பர் கோவிலில் கொடியேற்ற வேண்டும் என்று யார் முடிவு பண்ணினார்கள்? இயற்கைதான் முடிவு பண்ணியது. ஆனி 13 கொடியேற்றுகிற அன்றுதான் குற்றாலத்தில் சாரல் தொடங்கும். சங்கரன்கோவிலில் திருவிழா தொடங்கும். சங்கரன்கோவிலில் சாமி கும்பிட்டுவிட்டு திருநெல்வேலி வந்து மாம்பழம் வாங்கிக்கொண்டு போனால், அது மாம்பழ சீஸன். பாளையங்கோட்டையில் மாம்பழச் சங்கம்னு ஒரு சங்கமே வைத்திருந்தார்கள். நூற்றாண்டு மண்டபத்துக்கு வெளியில் ஒரு 50 கடை போட்டிருப்பார்கள். மாம்பழச் சங்க விழா நடக்கும். இது இயற்கையோடுதானே இணைஞ்சு வருது?

'திணைக்கோட்பாடு' தமிழர்களுடைய தனித்துவமான கோட்பாடா?

அப்படித்தான் இன்று உலகம் முழுவதும் சொல்கிறது. ஐரோப்பியச் சமூகம் முழுவதும், குறிப்பாக ஆங்கில இலக்கியம்

படிக்கிறவர்கள், இதைத்தான் ஆய்வு பண்ணிக்கிட்டிருக்காங்க. கனடாவுக்கு நான் சென்றிருந்தபோது அவர்கள் திணைக் கோட்பாடு பற்றித்தான் ஆர்வமாகக் கேட்டார்கள். எல்லை மீறினதில்லையா இயற்கை? இயற்கைக்கு நாம கட்டுப்படணு மில்ல? கட்டுப்படலேன்னா நான் நட்டப்படுவேன். பாதிப்பு வரும். மழைவரும்போல் இருக்கிறதென்றால், ஒரு குடையை எடுத்துக் கொண்டு கிளம்புகிறேன். குடை என்னிடம் இல்லையென்றாலும் இரவல் வாங்கிக்கொள்கிறேன். அப்படியென்றால், மனித உயிர் வாழ்வதற்காகத்தான் இருக்கிறது. சாகிறதுக்காக இல்லை. வாழும்போது நிறைய சமரசம் பண்ணிக்கிட்டுதான் வாழ்கிறோம். அந்தச் சமரசங்களுக்கு சில பகுதிகளில் திருவிழாச்சாயம் பூசிவிடுவார்கள். அவ்வளவுதான். 'குழந்தைப்பேறு கொடுக்க வில்லை என்றாலும் சாமி கருணை காட்டவில்லை என்பார்கள். குழந்தைப்பேறு கிடைத்தாலும் சாமி அருளால் குழந்தை கிடைத்தது' என்பார்கள். இது ஒருவகையான சமரசம்தான்.

தொல்காப்பியர் காலத்தில் கடவுள் வழிபாடு - இயற்கை வழிபாடு. இதில் எது இருந்தது?

பொதுவாகச் சொன்னால் இயற்கை வழிபாடுதான் இருந்தது. கடவுள் வழிபாடு இல்லை. இயற்கையோட விளைபொருள்களில் ஒன்றுதான் மனிதன். மனிதன் தாயை மட்டும் பார்க்கவில்லை. தாய் மண்ணையும் பார்த்திருக்கிறான். என் உணவுக்கான ஆதாரம் இந்த நிலம்தான். வீட்டுக்குப் பின்னால் ஒரு 3 செண்ட் நிலத்துல காய்கறி போட்டிருக்கீங்க. அந்த இடத்தைப் பின் வீட்டுக்காரன் கேட்டால் கொடுப்பீங்களா? காய்கறி விளைஞ்ச உடனே, அந்த நிலத்தினுடைய மதிப்பும் மரியாதையும் உயர்ந்துவிடும். அந்த மாதிரிதான். உணவளிக்கும் தாய் என்று புரிந்துகொண்டார்கள்.

தொல்காப்பியத்துல நெல் இருந்துதா? நெல்லோட வரலாறு என்ன?

பொருந்தல்னு, சங்க இலக்கியத்துல இருந்த ஒரு ஊரைக் கண்டுபிடிச்சிருக்காங்க. அங்கே நெல் இருந்திருக்கு. ஆதிச்ச நல்லூர்ல, நெல் இருந்திருக்கு. அது அதிகமா தண்ணீர் சாப்பிடுகிற ஒரு பணக்காரப் பயிர். வீட்டுக்குச் சில விருந்தாளிங்க வந்தா நெல்லரிசி சமைச்சுப் போடணும். சிலபேர் வந்தா பழையசோறு போட்டால் போதும். நெல் ரொம்ப விலை உயர்வான பயிர். நீர்

மேலாண்மை தேவைப்படுகிற பயிர். நாம் கெட்டுப்போனதற்கு அதுவும் ஒரு காரணம். புஞ்சை நிலங்களை நஞ்சை நிலங்களாக மாத்தறோம்னு சொல்லி இது நடந்தது.

எப்போது அந்த மாற்றம் நிகழ்ந்தது?

விஜயநகரத்துக்காரர்கள் வருகிறார்கள் இல்லையா? அப்போது அது நடந்தது. அதுக்கு முன்னால ரெண்டு நிலத்துக்கும் சம மதிப்புதான் இருந்தது. நெல் விளையலேன்னா புல் விளையும்னு இருந்தது. கம்பு, கேப்பை போன்ற உணவுகள்தான் புல்லுணவுகள். விஜய நகரப் படைகள் மூலமாக புதுக் குடியேற்றங்கள் நடந்தது. அவங்க ஆந்திராவில் நன்றாக நெல் விளையுற பகுதியிலிருந்து கிருஷ்ணா, கோதாவரி பாய்கிற நிலப்பகுதியிலிருந்து வந்தவர்கள். நெல்லரிசிச் சோறு கேட்டார்கள். அதற்காக புதிய பயிர் நிலங்களை உண்டாக்கினார்கள். அதுக்கு முன்னால் இதே தண்ணிதான் இருந்தது. நெல், 5000 வருசத்துக்கு முந்தி வியட்நாம்ல சம்பாங்கற இடத்தில் இருந்து வந்ததுன்னு ஒரு கருதுகோள் இருக்கு. சம்பா என்கிற சொல்லே, தென் வியட்நாமைக் குறிக்கும் என்கிற ஒரு வரலாறெல்லாம் இருக்கிறது. நெல் என்கிற சொல்லே மிகப் பழமையானது. நெல் என்றாலே சம்பான்னு ஆகிப்போச்சே! சம்பா தொடர்பான சொற்களையெல்லாம் சேகரிங்க. சம்பா + அளம் = சம்பளம். நெல்லும் உப்பும் கூலியாகக் கொடுத்தா சம்பளம். சம்பளத்துக்கு ஒரு மாற்றுச்சொல் கண்டுபிடிங்க. வியட்நாம்ல எவ்வளவு மழைவீச்சு இருக்கு? எவ்வளவு தாவரம் இருக்கு? வருசம் முழுக்க நெல்லுக்குத் தண்ணீர் நிக்கணும்ல? மற்ற தானியங்களுக்கு அப்படி இல்லியே? "கிழங்கும் தேனும் சாப்பிட்டுக்கிட்டிருந்த எங்களுக்கு அரிசியைக் கொடுத்துக் கெடுத்துவிட்டீர்கள்" என்று ஆதிவாசிகள் சொல்கிறார்கள். அவரவர்களுக்குப் பிடிச்ச சாப்பாட்டுக்கு அரசு உத்திரவாதம் அளிக்கணுமே தவிர, அரசுக்குப் பிடிச்ச சாப்பாட்ட அவர்கள் தலையில் கொண்டு கட்டக்கூடாது.

இயற்கை குறித்த விசயங்கள் தொல்காப்பியத்திலிருந்து. சங்க இலக்கியத்தில் எவ்வளவு மேம்பட்டுள்ளன?

எல்லாமே தொல்காப்பியத்தில் இருக்க வேண்டும் என்று எதிர்பார்க்கக் கூடாது. பார்ப்பனர்களிடம் கேட்டால், கம்ப்யூட்டரும் வேதத்துல இருக்கு, யூரி காக்கரின் பேரும் வேதத்துல இருக்கிறதென்பார்கள். ரொம்ப ஆழமான கேள்வி. இரண்டுக்கும்

இடையில ஒரு நூறு விசயங்களுக்கான ஆவணங்கள் நம்மிடம் இல்லை. அதுபத்தி நாம் பேச முடியாது. வணிகம் பற்றியே தொல்காப்பியம் நிறைய பேசவில்லை.

அப்படியென்றால் அந்த அளவுக்கு வணிகம் ஆழமானதாக இல்லையா?

வணிகம் எப்போது பெருகும் என்றால், அரசு பேரரசாக உருவாகும்போதுதான் வணிகம் பெருகும். இப்ப இருக்கும் கார்ப்பொரேட் கம்பெனிகள் மாதிரிதான். பெருவணிகர்கள் உள்ளே நுழைகிறபோதுதான் வணிகம் பெருகும். தொல்காப்பியத்திற்குப் பிறகு ஆரியர்கள் நிறைய வணிகக் குழுக்களோடு வருகிறார்கள். அஞ்சுவண்ணம், மணிக்கிராமம், நகரத்தார், பதினெண் விசயத்தார் என்று நிறைய குறிப்புகள் இருக்கு. அரசாங்கம் கொள்முதல் பண்ணவேண்டுமென்றால் வீரவநல்லூரிலிருந்து (அம்பாசமுத்திரம் / சேரன்மகாதேவி தாலுகாவிலேயிருந்து) நெல்லை வெளியே கொண்டு போகக்கூடாதுன்னு வைத்திருந்தார்கள் இல்லையா? அந்த மாதிரி.

சங்க இலக்கியத்துல உள்ள நீர்மேலாண்மை, இயற்கை, மரங்கள், பூச்சிகள் இதைப்பத்தி சொல்லுங்க.

பெரிய குளங்களுக்கு 'வாட்டர் கார்டு' இருந்திருக்கிறார்கள். 'பெருங்குளக்காவலன் போல' என்று அதைக் குறிப்பிட்டிருக் கிறார்கள். அது எப்படி ஆச்சு? பெருங்குளக் காவலன்போல எங்கம்மா தூங்காமலேயே காவல் காக்கிறாள், நான் காதலனோடு சென்று விடுவேனோ என்று.

சங்க இலக்கியம் என்றாலே அது மேலோர் இலக்கியம். வளமாக வாழ்ந்தவர்களின் இலக்கியம் என்று ஒரு கருத்து நிலவுகிறதே?

இல்லவே இல்லை. அதில் பேசப்படுகிற உணர்வுகளைப் பார்க்கிறபோது அது மேலோர் இலக்கியம் மாதிரியா தோணுது? அதில் உண்மை இல்லை. அது மக்கள் இலக்கியம். மேலோர் இலக்கியமாக இருந்தால் இதற்குள் காணாமல் போயிருக்கும். ஐங்குறுநூறு பற்றி எழுதும்போது நான் எழுதியிருக்கேன்: "நெல் பல பொலிக! பொன்பெரிது சிறக்க! பால்பானை பொங்க!" என்று. காலங்காலமா அதுதான நடக்குது? பட்டி என்றால், மாடு அடைக்கிற பட்டி. பட்டி என்றால் வேலி என்று ஒரு அர்த்தம். பட்டியைக் காவல் காக்கிற நாய்க்கு பட்டி நாய்ன்னு பேரு. அப்புறம் மலையாளத்துல 'பட்டி' என்றாலே நாயைக் குறிக்கிற சொல்லா

யிருச்சு. பட்டிகள் பெருகுகிற இடத்திலிருந்துதான் கிராமங்கள் உருவாகுது. ஏனென்றால் கால்நடைகளைப் பாதுகாக்க வேண்டும். அதைத்தான் வேலி போட்ட கிராமம் என்கிறார்கள். மதுரையி லிருந்து காரைக்குடி போகிற வழியில் பார்த்தீர்கள் என்றால் பேருந்தில் இருந்துகொண்டே 200 பட்டி வரை எண்ணலாம். பட்டியில் மக்கள் குடியிருந்து அது ஊராக மாறும்போது அந்தப் பட்டியின் பெயர்கொண்ட ஊராகுது. அம்மங்கோயில்பட்டின்னு ஒரு ஊரு. அம்மன்கோவில் பக்கத்துல பட்டி போட்டுருக்காங்க. அதுதான் பின்னால அம்மங்கோவில்பட்டின்னு மாறிடுச்சு. 'பட்டி பெருக! பால்பானை பொங்க!' என்று சொன்னால், நாடு செழிக்க வேண்டும் என்றால் பட்டி பெருக வேண்டும் என்றுதான் பொருள்.

முல்லை இல்லாத மற்ற திணைகளெல்லாம் எப்படி இருந்தன?

நம்மிடம் அதைப்பற்றி அதிகமாகக் குறிப்புகள் இல்லை. மற்ற திணைகளிலெல்லாம் ரொம்ப ஏழ்மையான வாழ்நிலைதான். மருதத்துலதான் நல்ல சோறு உண்டு இருக்காங்க. பெருந்தடி வரால் மீன்கள் உண்டார்கள் என்கிறார்கள். அதிகாலையில் பழைய சோறும் வரால் மீனும் சேர்த்துச் சாப்பிட்டுவிட்டு வயலுக்குப் போயிருக்கிறார்கள். மருத நிலத்தைத் தவிர, மற்றவர்கள் எல்லாம் ஏழ்மையான வாழ்நிலையில்தான் இருந்திருக்கிறார்கள். காய்ந்த இறைச்சியைக் குறுநில மக்கள் சாப்பிடறாங்க. செந்நாய் அடிச்சுப் போட்டுட்டுப் போன காய்ந்த இறைச்சியைச் சாப்பிடறாங்க. முல்லை நில மக்கள் விதைத் தானியங்களை தின்பாங்க. விதைத் தானியங்கள் தானாக வளரக்கூடியவை இல்லை. எப்பவோ சிந்திவைத்த தினை, ஒரு மழை பெய்தவுடன் - 60 வருடம் கழித்துக்கூட - முளைக்கும். அதற்கு உள்ளே இருக்கிற விதை, உறைநிலையில் தன்னைப் பாதுகாத்துக்கொண்டு கிடக்கும். அதன் மேல இருக்கிற உறை உடையாம இருக்கணும். அது ஓர் உறைநிலை. இயற்கையிலேயே இருக்கு. எலுமிச்சம்பழத்தைப் பிழிந்துவிட்டு விதைகளைத் தூர எறிவாங்க. அலுவலகம் போய் விட்டு சாயந்திரம் வந்து பார்த்தால் அந்த நாலு விதையும் தன்னைச் சுத்தி ஓர் உறையை உருவாக்கிட்டு அங்கேயே கிடக்கும்.

விதைத் தானியங்களுக்கு தோல் ரொம்ப முக்கியம். வரகுக்கு 7 அரண்மனைகளுக்குள் இருக்கிற இந்திராணின்னு ஒரு பெயர் உண்டு. தொலி அதைச்சுத்தி இருக்கும். அவ்வளவு பாதுகாப்போட அது இருக்கும்.

தானே ஒரு உறை உருவாகிவிடும். அதை எடுத்துவந்து போட்டீங் கன்னா, அந்த உறை கழன்று, அந்த விதை முளைக்கும். இப்படி உறைநிலையில் எல்லாத் தாவரங்களும் இருக்கும். நமது மூளையி லேயும் அப்படி நிறைய விசயங்கள் உள்ளேயே கிடக்குது. அது வெளிப்படுகிறபோது வெளிப்படும். புறச்சூழ்நிலைகள் கூடிவருகிற போது, அதாவது நல்ல மண்ணு, நல்ல மழை, நல்ல வெயில்னு இருக்கிற இடத்துல அந்த விதை கிடைச்சுதுன்னா நல்லா முளைச்சிரும்.

ஜியோக்ரஃபிக் சானல்ல ஒரு படம் பார்த்தேன். நீர் வற்றிப் போகும்போது. மீன் அப்படியான ஒரு உறை நிலைக்குப்போறதும் அப்பமா ஒரு வருசம் கழித்து மழை பெய்தபிறகு அதற்கு உயிர் வருவதும். அதை அறிவியல்பூர்வமா விளக்குறாங்க.

ஆம். நம்ம வயல்களும் அப்படித்தானே? வயலில் அறுவடை முடிஞ்சு தாள் அறுத்தப்புறம் வயல் காய்ந்து கருங்கல் பாறை மாதிரி ஆயிடுது. அப்புறம் மழை பெய்தபிறகு மீண்டும் முளைக்குதில்ல? அது மாதிரிதானே.

அப்போ நெய்தல் பற்றி...

நெய்தல்ல விவசாயம் பற்றி அதிகமில்லை. இந்தக் காயல் பத்தி நிறைய பேசியிருக்கான். 'இருங்கழி நெய்தல்' என்பது, நன்னீரும் உப்புநீரும் சந்திக்கிற இடம். அந்த இடத்துல உயிர்ச்சூழல் அமைப்பு வேறு. அதில் உள்ள மரம் வேறு.

இயற்கையை நெய்தல் நிலத்தில் எப்படிப் புரிந்துகொண்டார்கள்? இந்தக் காற்றோட வகை பற்றியெல்லாம்...

காற்று, மழையை வைத்துதான் சொல்லியிருக்கிறார்கள். இந்த வருடம் இந்த மீன் செழிப்பா இருக்கும். அவங்க காற்றைப் பற்றிச் சொல்வார்கள். ஒரு காற்றை 'கச்சா' என்றும் மற்றொன்றை 'மச்சா' என்றும் அழைப்பார்கள். இந்தக் காற்று, இங்க அடிக்குற பருவத்தில் தோணி கொண்டு போறவனுக்கு இந்தப் பாய்மரத்தை வைத்துச் சொல்வார்கள், வலையில் படுகிற மீனை வைத்துச் சொல்வார்கள். இந்த வருடம் 'மத்தி' நிறையப்படும். ஏன் இந்த மீன் நிறைய படலை? ஏன் இந்த மீன் நிறைய பட்டுச்சு? என்று சொல்வார்கள். இதெல்லாம் அவர்களுக்கு அனுபவத்துல வருவதுதான். நீங்க கடற்கரையில போய்ப் பேசுனீங்கன்னா, எந்தக் கடற்கரையில்

எந்த மீன் கிடைக்கும் என்று சொல்வார்கள். நான் பாண்டிச்சேரி போயிருந்தபோது அங்கயிருந்தவங்க, “பாண்டிச்சேரியில நீங்க என்ன பார்க்கவேண்டும்?” என்று கேட்டார்கள். ‘மீன் சந்தை’ என்று சொன்னேன். இவர் சரியான மீன் சாப்பிடுறவர்னு நெனைச்சிருப்பாங்க. காலையில் சென்று பார்த்தால் மீன் மார்க்கெட் அவ்வளவு சுத்தமா இருக்கு. கறுப்பு மீன். செவப்பு மீன், கருஞ்சிவப்பு மீன், நீல மீன் என்று வகைவகையாக மீன்கள். கடலின் ஒவ்வொரு கலருக்கும் ஒவ்வொரு ஏரியா இருக்குபோல. சுருக்கமா சொன்னா ஒரு பருவத்துக்கு நம்மகிட்ட 20 வகையான மீன் கிடைத்ததென்றால், அவர்களிடம் 40 வகையான மீன்கள் கிடைக்கும். வகைவகையாக இருக்கும். அழகழகாக இருக்கும். அந்த அழகைப் பார்த்து ஒருநாள் நான் சாப்பிடணும்னு நெனைச்சேன். அதேமாதிரி கேரளாவுல ஒரு சீஸனுக்குப் போயிருந்தேன். வாழைக்காய் மாதிரி சீவி விற்றார்கள். சீவி, முட்டை பஜ்ஜி மாதிரி போடுகிறார்கள். சின்ன சைஸ்லேருந்து பெரிய சைஸ் வரைக்கும். சின்ன அப்பளத்தில் இருந்து பெரிய அப்பளம் வரைக்கும் வகை வகையாக. நடுவுல வெட்டுனா பெரிய அப்பளம்; நுனியில் வெட்டுனா சிறுசு. வகைவகையாக வெட்டிப்போட்டார்கள். அதற்கு ‘மத்தி’ என்று ஏதோ பெயரும் சொன்னார்கள்.

குறிஞ்சி நிலம் குறித்து...

அவர்களுக்குத்தான் உணவு சேகரிப்பு ரொம்ப எளிமையான விசயம். ஒரு மானை ஒரு நாளைக்கு அடிச்சால், ஒரு கிராமத்துக்கே ரெண்டு நாளைக்கு அது போதும். அவர்களிடம் மீன்பிடித்தலும் உண்டு. அவர்கள் தூண்டில் வைத்திருப்பார்கள். அப்புறம் கிழங்கு.

இன்னிக்கும் கேரளா மக்கள் கிழங்கைத்தானே விரும்பிச் சாப்பிடறாங்க?

மீனவ மக்கள்கிட்ட பேசிப் பார்க்கணும் நீங்க. சாப்பாட்டைப் பற்றி அவ்வளவு சொல்லுவார்கள். பாளையங்கோட்டைக்காரன் போய்த்தான் வட்டிக்குப் பணம் கொடுத்துக் கெடுத்துவிட்டார்கள். தொழிலோட சீரழிவுக்கு அதுதான் காரணம்.

இயற்கைய கவனிக்கறதுக்கு ஏதாவது சாத்தியம் இருந்ததா? அந்த மாதிரி ஏதாவது பிரிச்சுருக்காங்களா? இப்ப மதுரை பக்கத்தில யெல்லாம் நீர் மேலாண்மை, தண்ணீரைப் பாதுகாக்கிறது எல்லாமே

தலித் மக்கள் வசம் இருந்தது என்றும் அது மாதிரி ஒரு உரிமம் வழங்கப்பட்டிருந்ததாகவும் சொல்கிறார்களே?

'நீர்க்கட்டி'ன்னு அவங்களுக்குப் பேரு. அதை வைத்து தலித்து தான் விவசாயத்தையே கண்டுபிடிச்சதா சொல்லிட்டிருக்காங்க. மனுசன் சிந்திச்சுதான் விவசாயம் பிறந்தது. நீர்க்கட்டி, தண்ணீரைக் கட்டுகிறவர். மழை நேரத்துலதான் அவர் உதவி தேவைப்படும். மழை நேரத்துல வரப்பைக் கட்டறதும் அவர் பணி. இன்று உரம் போட்ட நாட்களில்தான் அவர் உதவி தேவைப்படுகிறது.

சங்க இலக்கியத்துல மரங்களோட பெயர்கள், பறவைகள் பெயர்கள் எல்லாமே தொகுக்கப்பட்டிருக்கு. அப்போ இலக்கியம் என்பதே ஒரு அதிகபட்ச உயிர்ச்சூழலை புவியியல் ரீதியா அடையாளப் படுத்தக்கூடிய விசயமாத்தானே இருந்திருக்கு? அது பற்றி...

சங்க காலத்துப் பெயர்கள் இன்னும் சிலது இருக்கு, பெயரிடு மரபுன்னு. குமரன் அப்படிங்கிற பெயர் இன்னும் இருக்கு. குறவர்கள்கிட்ட நிறைய இருக்கு தெரியுமா? நாம்தான் நவீனம் என்று சொல்லி, சங்ககாலப் பெயர்களை வைப்பதில்லை. நீலன், சாத்தன், கபிலன், இது மாதிரி நிறைய பெயர்கள் குறவர்கள்கிட்ட நீங்க பார்க்கலாம்.

சிலப்பதிகாரத்துல இயற்கை பற்றி என்ன சொல்லியிருக்கு?

அது பெரிய விசயம். பெருமளவுக்கு இயற்கை சார்ந்திருக்கிறது. தலைகீழ் மாற்றங்கள் மாதிரி. அதைத் தனியாகப் பேச வேண்டும். அவ்வளவு விசயங்கள் இருக்கின்றன. சிலப்பதிகாரத்தில்தான் நிறைய பூ பெயர்கள், தாவரங்கள், பெயர்கள் பதிவாகியிருக்கிறது.

கண்ணகியை மதுரையிலிருந்து அழைத்து வரும்போது, வழியில் என்னவெல்லாம் இருக்கும், என்ன கிழங்குகள் இருக்கும், என்ன பூக்கள் எல்லாம் இருக்கும், முள்சார்ந்த பூக்கள் இருக்கும் என்கிற விவரமெல்லாம் இருக்கின்றன. 'இன்னின்ன மிருகங்கள் எல்லாம் இருக்கும். நீ வரமாட்டாய், பயப்படுவாய்' என்றெல்லாம் சொல்லப்படுகின்றன. அது பெருங்கடல். அதற்குள் நுழைவதற்கே முதலில் நம்மைத் தயார்படுத்திக்கொள்ள வேண்டும்.

மக்கள் வாழ்க்கையைத் தெளிவாகப் பதிவு பண்ணியிருக்கிறது. நம்மால் கண்டெடுக்கவும் கண்டுபிடிக்க முடியாமலும் இருக்கிறது கண்ணகி கதை

கதை எல்லாருக்கும் தெரியும். 50 வருசத்துக்கு முன்னயே அதைத் தெருக்கூத்தா ஆடியிருக்காங்க. அதேமாதிரி மணிமேகலை முழுக்க முழுக்க பவுத்தம்தான். அது பவுத்தக் கோட்பாட்டை விளக்குறதுதான். எல்லாருக்கும் சோறு கொடு, எல்லாருக்கும் கல்வி கொடு, எல்லாருக்கும் மருந்து கொடு. அதுதான் WHO உலக சுகாதார அமைப்பின் அடிப்படை முழக்கமும்கூட. அனைவருக்கும் சோறு. அனைவருக்கும் கல்வி, அனைவருக்கும் மருத்துவம்.

நேர்காணல்: வே. சங்கர்ராம்,
குட்டிரேவதி, ஆர்.ஆர். சீனிவாசன்

தொகுத்து எழுதியவர்கள்:
தெய்வு, தயாளன், சங்கர்

'பூவுலகு' மார்ச் - ஏப்ரல் 2015

பாதுகாப்பற்றவனின் புகலிடம் சாதி

தமிழ் மரபின் தொடர்ச்சி குறித்த மிக நீண்ட ஆய்வுகளுக்குச் சொந்தக்காரரர் பேராசிரியர் தொ.பரமசிவன். இலக்கியம், சமயம், சடங்குகளின் வழியே நுணுக்கமான தன் பார்வையால், தமிழ்ச் சமூகத்தின் பண்பாட்டு அசைவுகளை அளந்தவர். வலது கால் ரத்த ஓட்டத்தில் ஏற்பட்ட சுணக்கம் காரணமாக, காலையே அகற்ற வேண்டிய நிலை. அறுவை சிகிச்சைக்குப் பிறகு, ஆரோக்கியமான உரையாடல்களிலும் வரலாற்று ஆய்வுகளிலும் மீண்டும் கவனம் செலுத்திவருகிறார். பாளையங்கோட்டை வீட்டில் சந்தித்தபோது தீராத தாகத்துடன் பேசினார்.

எழுத்தாளர்கள் மற்றும் ஊடக அலுவலகங்களைத் தாக்கி மதவாத, சாதியவாத சக்திகள் கருத்துரிமைக்குச் சவால் விடுகின்றன. இது என்ன மாதிரியான விளைவை ஏற்படுத்தும்?

கடவுள்களையே சபிக்கும் உரிமையுள்ள மக்கள் வாழும் நாடு இது. வேண்டிக்கொண்டது நிறைவேறவில்லை என்றால், 'உனக்குக் கண் இல்லையா? காது இல்லையா?' என சர்வ சாதாரணமாகக் கடவுளைத் திட்டித் தீர்ப்பார்கள் மக்கள். கருத்துச் சுதந்திரத்தின் உச்சம் அல்லவா இது!

ஆனால் சாதி, மத ஒடுக்குமுறைகளையே தன் கட்சிக்குக் கொள்கைகளாக வைத்திருக்கும் பா.ஜ.க., கருத்துச் சுதந்திரத்தைக் கொள்கை அளவில்கூட ஏற்கத் தயார் இல்லை. இது என்ன மாதிரியான விளைவுகளை ஏற்படுத்தும் என்றால், அவசரநிலைப் பிரகடனத்தின்போது நாடு என்னென்ன தொல்லைகளுக்கு ஆட்பட்டதோ, அத்தனை பாதிப்புகளும் மீண்டும் ஏற்படும்.

திராவிடக் கட்சிகளுக்கு மாற்றாக வேறு ஒரு கட்சி அரசியல் தலைமைக்கு வர வேண்டும் என்பது, இன்று தொடர்ச்சியான விவாதப் பொருள் ஆகிவிட்டது. கடந்த நாடாளுமன்றத் தேர்தலில், சில தமிழகக் கட்சிகள் பா.ஜ.க.வை முன்னிறுத்தினார்களே?

'எண்ணெய்ச் சட்டிக்குப் பயந்து, எரியும் நெருப்பிலே

விழுவதைப்போல'தான் இது. என்ன விலை கொடுத்தாவது திராவிடக் கட்சிகளை ஒழிக்க நினைப்பது சரியான நிலைப்பாடு அல்ல. அந்த முயற்சி தமிழகத்தில் எடுபடாது. என்றாலும், சிந்தனை அளவில்கூட அத்தகைய முயற்சி தவறுதான். வேத எதிர்ப்பு, வேதியர் எதிர்ப்பு என்பது, தமிழர்கள் சிந்தனையில் அழுந்தப் பதிந்துவிட்ட ஒன்று. அவற்றை ஆதரிக்கும் பா.ஜ.க. தமிழகத்தில் என்றைக்குமே வேர் பிடிக்காது.

மகாராஷ்டிராவில் மாட்டு இறைச்சிக்குத் தடை விதிக்கப்பட்டுள்ளதே?

தேசியக் கட்சிகள் எனச் சொல்லப்படும் காங்கிரஸ், பா.ஜ.க., பொதுவுடைமைக் கட்சி ஆகியவை, மாநிலங்களின் தனித் தன்மையை மறுக்கக்கூடியவையாக உள்ளன. அதுதான் இந்தத் தேசம் வளராமல் போனதற்கும் அக்கட்சிகள் வளராமல் போனதற்கும் காரணம். தேசிய இனங்களின் சிக்கலை அவை அங்கீகரிக்காமல், அதற்கான தீர்வையும் அலட்சியப்படுத்துகின்றன.

மாட்டு இறைச்சியைப் பயன்படுத்தத் தடை விதிப்பது, இந்திய தேசத்தின் பெரும்பான்மை மக்களின் உணர்வுகளைக் கொச்சைப் படுத்துவது போன்றது. 'கொழுப்பா தின்ற கூர்மபடை மழவர்' என சங்க இலக்கியப் பாடல் சொல்கிறது. கொழுப்பான பசு மாட்டைத் தின்றதற்கான சாட்சி வார்த்தைகள் இவை. இந்தியாவில் உழைக்கும் மக்களுக்கான புரதம், மாட்டு இறைச்சியிலிருந்துதான் கிடைக்கிறது. அதற்குத் தடை விதிப்பது, பெரும்பான்மை மக்களுக்கு எதிரான நடவடிக்கை.

நெல்லை உள்ளிட்ட தென் மாவட்டங்களில் பள்ளி, கல்லூரிகளில் மாணவர்கள் தங்கள் சாதி அடையாளங்களை வெளிப்படுத்தும் விதமாக, பல்வேறு நிறங்களில் கையில் கயிறு அணிந்து கொள்வதாகச் செய்திகள் வருகின்றன. மாணவர்கள் மத்தியில் இப்படி ஒரு நஞ்சு கலக்கப்படுவதற்கு என்ன காரணம்?

பாதுகாப்பற்றவனின் புகலிடமாக சாதி இருக்கிறது. தான் சார்ந்த அரசியல் கட்சி, தான் சார்ந்த தொழிற்சங்கம் போன்றவை ஒரு மனிதனைக் கைவிடும்போது, பாதிக்கப்பட்டவன் அவனுடைய சொந்த சாதியைத்தான் துணைக்குத் தேடுகிறான். ஒருவனைப் போலீஸ் பிடித்துக்கொண்டு போனால், அவனுடைய சொந்தபந்தம் ஆறுதலுக்கு வருகிறது. ஜெயிலில் இருந்து வெளியே வந்ததும்

அவனுடைய சாதிப்பற்று இயல்பாகவே இறுக்கம் அடைகிறது. இது எல்லாச் சாதிக்காரர்களுக்கும் பொருந்தும் பொது அம்சம்.

நகரக் கல்லூரியில் படிக்கவரும் கிராமத்து இளைஞன், சாதி ஒடுக்குமுறைச் சிந்தனையில் இருந்து விலக ஆரம்பிக்கிறான். விடுதலை உணர்வோடு அவன் கிராமத்துக்கு வரும்போது, அங்கு உள்ள ஒடுக்குமுறைச் சிந்தனை உள்ள உயர் சாதியினருக்கு அது பொறுத்துக்கொள்ள முடியாததாக இருக்கிறது. முரண்பாடுகள் வெடிக்கின்றன. வேளாண் குடிகளான இவர்கள் இரண்டு பேரிடமும் அரிவாள் இருக்கிறது. இதனால் மோதல், ஆயுத மோதலாக மாறுகிறது. இதுதான் சாதி மோதல்களின் பின்னணி. நீங்கள் சொல்லும் வண்ணக் கயிறுகளுக்கும் இதே பின்னணி பொருந்தும்.

சாதிக் கட்டமைப்பின் பலம் என்ன? அது ஒழிய என்ன செய்ய வேண்டும்?

சாதி என்பது என்ன? எதுவரை நீங்கள் திருமண உறவு வைத்துக்கொள்ளலாமோ... அதுதான் உங்கள் சாதி எல்லை. அந்தத் திருமண உறவுக்கான கட்டமைப்புதான் சாதியின் பலம். சாதிகள் ஒழிய வேண்டும் என்பது நமது விருப்பம். ஆனால், அது அவ்வளவு எளிது அல்ல என்பதுதான் அடிமட்ட யதார்த்தம். நம்பிக்கையான, சுயநலமற்ற தலைவர்கள் நம்மைத் தொடர்ந்து வழிநடத்தாதது ஒரு குறை.

சாதியை ஒழிக்க, தொடர்ச்சியான போராட்டம் தேவை. பெரியாரின் அதிர்ச்சி மதிப்பீடுகள் அதைச் செய்தன. "ஆண்தான் தாலி கட்டவேண்டுமா? ஆணுக்கு, பெண் தாலி கட்டட்டும்" என்றார். அப்படித்தான் சில திருமணங்களை அவர் நடத்திவைத்தார். அவருடைய உறுதி, அவர் மீது மக்களுக்கு இருந்த நம்பிக்கை எல்லாம் அவரை ஏற்றுக்கொண்டு, அவரைப் பின் தொடர வைத்தன. மன உறுதி மிக்கவராக இருந்தார். அவருடைய அதிர்ச்சி வைத்தியங் களுக்கு ஆதரவு இருந்தது.

பெரியாரின் கட்டளையை ஏற்று, தேவதாசிப் பெண்களை பல பெரிய மனிதர்கள் மணந்தனர். குத்தூசி குருசாமி, பூவாலூர் பொன்னம்பலனார். நெ.து. சுந்தரவடிவேலு போன்ற பெரியவர்கள் எல்லாம் தேவதாசி இனப் பெண்களை மணந்தனர். திருமண

உறவுகளுக்கு வெளியே வைக்கப்பட்டிருந்த ஒரு சாதியை, திருமண உறவுக்குள் மாற்றியதில் பெரியாருடைய பங்களிப்பு எத்தகையது என்பதைப் பாருங்கள். அப்படியான தொடர்ச்சியான அதிர்ச்சி மதிப்பீடுகளை முன்னெடுத்துச் செல்வதில் நம் தலைவர்கள் ஆர்வம் காட்டவில்லை. மாறாக, ஒட்டுக்காக சாதியை வளர்த்தார்கள்.

திராவிடக் கட்சிகள் செய்ய தவறியதும் செய்த சாதனையும் என நீங்கள் நினைப்பவை எவை?

தமிழ்நாட்டில் பெரிய மதச் சண்டைகள் ஏற்படாதது திராவிட இயக்கச் சாதனை. 19ஆம் நூற்றாண்டின் இறுதியில், சைவர்களுக்கும் கிறிஸ்தவர்களுக்கும் மிகப்பெரிய சண்டை நடந்தது. அது கருத்து மோதலாக இருந்த நேரத்திலேயே, 'பிராமணர் அல்லாதோர் இயக்கம்' பிறந்தது. சண்டைக்குத் தயாராக இருந்த அந்த இரு பிரிவினரும் தங்கள் பொது எதிரியை நோக்கித் திரண்டனர். திராவிடர் இயக்கத்தின் தோற்றத்தின்போதே, ஒரு மதச் சண்டை முடிவுக்கு வந்துவிட்டது. இந்தியாவின் மற்ற மாநிலங்களின் வளர்ச்சியுடன் ஒப்பிடும்போது, இந்தியை ஏற்றுக்கொண்ட மாநிலங்களைவிடத் தமிழகம் அதிக வளர்ச்சி அடைந்திருக்கிறது.

மற்றபடி திராவிட இயக்கம் நீர்த்துப்போய்விட்டது என்பது உண்மை. எளிய பொருளாதாரப் பின்னணியில் இருந்து வந்த அந்த இயக்கத்தினர், அதிகாரம் கைக்கு வந்ததும் தலைகீழாக மாறிப்போய்விட்டனர். அவர்கள் அடையாளம் காட்டும் ஏழைகள், கற்பனாவாத ஏழைகள். 'செயின்ட் புவர்' என்பார்களே... அப்படி ஏழைகளைப் புனிதர்களாக்கிக் கொண்டாடும் தலைவர்களாக மாறிப்போனார்கள். மத்திய அரசில் பங்கேற்று மக்களுக்காள உரிமைகளைப் பெற வேண்டியவர்கள், தேசியக் கட்சிகளிடம் பேரம் பேசுபவர்களாக மாறியது பெரும் அவலம். இன்றைய சூழலில் திராவிடக் கட்சிகள், சாதி, மத வெறித்தனங்களுக்கு எதிராக முனைப்போடு செயல்படுவதிலிருந்து தங்களின் நேர்மறை அரசியலை மறுபடியும் தொடங்க வேண்டும்.

நீங்கள் உங்கள் வாழ்நாளில் செய்ய வேண்டிய முக்கியப் பணியாக நினைப்பது எதை? அடுத்து என்ன ஆய்வில் உங்களை ஈடுபடுத்திக்கொள்ளப் போகிறீர்கள்?

பாண்டியர்கள் பற்றிய ஆராய்ச்சி முக்கியத் தேவையாக

இருக்கிறது. பொதுவாக, எவரும் சோழன் என்றோ, சேரன் என்றோ பெயர் வைப்பது இல்லை. ஆனால், தமிழகம் முழுவதுமே பாண்டியன் எனப் பெயர் வைப்பது வழக்கத்தில் உள்ளது.

மதுரை மீனாட்சி அம்மனுக்கு வேப்பம் பூ மாலை சூட்டப்படுகிற வழக்கம் உள்ளது. வேப்பம் பூ மாலை, பாண்டியர்கள் அணிவது. பாண்டியர்கள் அணியும் மாலை, மதுரை மீனாட்சி அம்மனுக்கு அணிவிக்கப்படுகிறது என்பது சாதாரண விசயம் அல்ல. திருநெல்வேலிக்கே 'வேம்ப நாடு' என்பதுதான் வரலாற்றுப் பெயர். கேரளத்திலும் ஒரு 'வேம்ப நாடு' உள்ளது. வேம்பன், வேம்பு என்பது தமிழகத்தின் அனைத்துச் சாதியினரிடமும் காணப்படும் பெயர். ஆக, தமிழகத்தின் மிகத் தொன்மையான அரசான பாண்டிய அரசை ஆராய்வது, தமிழ் மரபின் தொடர்ச்சியை ஆராய்வது ஆகும்.

அதேபோல், தமிழகத்தில் 500-க்கும் மேற்பட்ட சாதிப் புராணங்கள் உள்ளன. இவற்றை ஆராய்வதும் தமிழ் பண்பாட்டுத் தொடர்ச்சியைப் பகுத்தாய்வதற்கு வழிவகுக்கும். இந்த இரண்டையும் இப்போது கவனத்தில் கொண்டிருக்கிறேன்.

தமிழ் மகன்
ஆனந்தவிகடன்
8-4-2015

பெரியாரைத் தோற்கடிக்க முடியாது

தமிழ்ப் பண்பாட்டு ஆய்வுக்களத்தில், பேராசிரியர் தொ. பரமசிவன் தவிர்க்க முடியாத பெயர். வெகுமக்கள் வழக்காறுகள் மற்றும் நம்பிக்கைகள், சடங்குகள் சார்ந்தவை இவரது ஆய்வுகள். 'அழகர் கோயில்', 'பண்பாட்டு அசைவுகள்' போன்ற இவரது நூல்கள் பரவலான கவனத்தைப் பெற்றவை. மனோன்மணியம் சுந்தரனார் பல்கலைக்கழகத்தில் தமிழ்த்துறைத் தலைவராக இருந்து விருப்ப ஓய்வு பெற்றவர். அவரிடம் உரையாடியதிலிருந்து...

உங்களுடைய ஆய்வுகளைக் கல்வெட்டுகள், ஓலைச்சுவடிகளைத் தாண்டி, நாட்டார் வழக்காறுகள் வழி அமைத்துக்கொண்டிருக்கிறீர்கள். அதைப்பற்றி...

நாட்டார் என்கிற சொல்லால் நம்மை மாதிரி நகர்ப் புறத்துக்காரங்க யாரை அர்த்தப்படுத்துகிறோம்? பெரும்பாலும் 'அவுட்காஸ்ட்' எனப்படும் ஊருக்கு வெளியே இருக்கிறவர்கள், கல்வியறிவு இல்லாதவர்கள், ஏழை மக்கள் இவர்களைத்தான் நினைக்கிறோம். நாட்டார் என்று சொன்னவுடன், ஏதோ வேடிக்கைப் பொருள் மாதிரி, பெரிய மீசை வைத்துக்கொண்டு தலையில் துண்டு போட்டுக்கொண்டு சாமி ஆடுகிற கூட்டம் மாதிரிதான் நாம் நினைக்கிறோம். ஆனால் அப்படியில்லை. அவர்களைப் படிக்கிறதுதான் உண்மையாகவே தேசத்தைப் படிப்பதாகும். அவர்களுடைய வாழ்க்கை அசைவுகள் அர்த்தமுடையவை. இன்னும் சொல்லப்போனால், நாட்டார் என்று நாம் அடையாளங் காட்டும் ஒவ்வொருவரையும் 'படிக்கப்பட வேண்டிய புத்தகங்கள்' என்று சொல்லலாம். அந்தப் புத்தகங்களைத்தான் நான் ரொம்ப விரும்பிப் படிக்கிறேன். அவர்களிடம் இருக்கும் இயல்பான ஞானம், நம்ம நகர்ப்புறத்துக்காரங்கக்கிட்ட இல்லைங்கிறதுதான் சோகமான விசயம்.

நாட்டார் வழக்காற்றியல், நாட்டார் பண்பாடு குறித்த ஆய்வுகளுக்கு ஒரு சித்தாந்தம் சார்ந்த அணுகுமுறை அவசியமா?

என்னுடைய ஆய்வுகள் மற்றவர்களைக் கவர்கிற இடமே பெரியாரியத்தையும் நாட்டாரியலையும் நான் இணைத்துப் பார்ப்பதால்தான். இந்த வியப்பு, மார்க்சியவாதிகளிடமும் இருந்தது. சாதாரணமாகச் சொன்னால், நாட்டார் வழக்காற்றியல் மீது நமது கவனத்தைக் குவித்தது இடதுசாரிகள்தான். எங்கள் ஊரைச் சேர்ந்த என் பக்கத்துத் தெருவைச் சேர்ந்த நா.வானமாமாலை போன்றவர்கள்தான் இந்தத் துறையின் முன்னோடிகள். மார்க்சிய வெளிச்சத்தில் நாட்டார் மரபை அணுகுகிற போக்கு இந்தியா விலேயே தமிழகத்தில்தான் தலைப்படத் தொடங்கியது.

உங்களுக்கு முன்னர் நா.வானமாமாலை, பேராசிரியர் லூர்து போன்றவர்களும் சமகாலத்தில் நீங்கள், நா. முத்துமோகன் போன்றவர்கள் இத்தகைய ஆய்வுகளில் கவனம் செலுத்தி வருகிறீர்கள். இன்று இத்துறையில் நம்பிக்கையளிக்கும் ஆய்வுகளை யார் செய்துவருகிறார்கள்?

அப்படி நம்பிக்கையளிக்கக்கூடியவர்கள் யாரும் இல்லை. நாங்கள் நம்பிக்கையிழந்து போயிருக்கிறோம் என்பதுதான் இப்போதைய சோகம். நீங்கள் சொல்வதுபோல் வானமா மாலை, லூர்து போன்றவர்கள் முதல் தலைமுறையினர். எங்களைப் போன்றவர்கள் அவர்களுக்கு அடுத்த தலைமுறை. மூன்றாவது தலைமுறைக்கு இப்போது ஆள் இல்லையென்பதுதான் உண்மை. என்னைவிட, முத்துமோகனுக்கு சித்தாந்தத் தெளிவு நிறைய இருக்கிறது. அவருடைய ‘ஏகம், அநேகம், சாதியம்’ என்ற புத்தகத்துக்கு நான் முன்னுரை எழுதியிருக்கிறேன். என்னுடைய ‘தெய்வங்களும் சமூக மரபுகளும்’ என்ற புத்தகத்துக்கு அவர் முன்னுரை கொடுத்திருக்கிறார். நாங்கள் இருவரும் ஒரே படகில் பயணிப்பவர்கள்.

நீங்கள் பாண்டியர்களுடைய வரலாற்றில் கவனம் செலுத்தப்போவ தாகக் குறிப்பிட்டிருக்கிறீர்கள். இன்னும் செய்யவேண்டியவை எவை?

களம் திறந்துகிடக்கிறது. ஆய்வாளர்களைத்தான் காணவில்லை. செய்ய வேண்டிய வேலைகள் நிறைய இருக்கின்றன.

ஆட்களும் கருவிகளும் நிறுவன வசதியும்தான் இல்லை. மீனாட்சியம்மன் பாண்டியர்களோடு நெருங்கிய தொடர்புடைய

தெய்வம் என்பதோடு பழைய வரலாற்றாசிரியர்கள் நிறுத்திக் கொள்வார்கள். நான் கூடுதலாக ஒரு தகவலைத் தருகிறேன். அந்தத் தகவலை அவர்கள் கண்டுகொள்ளவும் இல்லை. கணக்கில் எடுத்துக்கொள்ளவும் இல்லை. மதுரை மீனாட்சியம்மனுக்கு நவராத்திரித் திருவிழாவில் ஒருநாள் 'வேப்பம்பூ மாலை' அணிவிக் கப்படுகிறது. பாண்டியர்களை அடையாளப்படுத்துகிற ஒரு மாலையை ஒரு தெய்வம் அணிகிறது. அதைப்பற்றி எந்த வரலாற்றாசிரியர்களும் இதுவரை ஆய்வு செய்யவில்லை.

அதிகரித்துவரும் வைதீக மரபின் தாக்கத்தினால் சிறு தெய்வ மரபுகள் அழிந்துவிடுமா?

உக்கிரம் பொருந்திய, கையில் ஆயுதமேந்திய, அக்னி மகுடம் சூடிய தாய்த் தெய்வங்களை வைதீக மரபால் ஏற்றுக்கொள்ள முடியாது. மீனாட்சியம்மனைப்போல சாந்தசொரூபியாய் இருக்கும் தெய்வங்களைத்தான் அவர்களால் ஏற்றுக்கொள்ள முடியும். இதை ஒரு 'மைக்ரோ பாலிடிக்ஸ்' என்றுகூடச் சொல்லலாம். எல்லாப் பெருந்தெய்வங்களின் கோயில்களிலும் சிறுதெய்வங்களைக் கொண்டுவந்து குடியமர்த்துவதனாலேயே சிறுதெய்வங்களைப் பெருந்தெய்வங்கள் தின்றுவிடும் என்று அச்சப்படத் தேவை யில்லை.

சமீபகாலமாக, தமிழகத்தில் சாதி அமைப்புகள் வலுவடைந்து வருகின்றன. மதவாத சக்திகளும் இவற்றை ஊக்கப்படுத்தி வருகின்றன. இந்த நிலையில், அரை நூற்றாண்டுக்கு மேலாக சாதி ஒழிப்புப் போராட்டத்தை முன்னெடுத்த பெரியாரின் முயற்சிகள் தோல்வியடைந்துவிட்டதாக விமர்சனங்கள் எழுகின்றனவே?

பெரியார் தோற்றுப்போகவில்லை என்பது மட்டுமல்ல; பெரியாரைத் தோற்கடிக்க முடியாது. ஏனென்றால், அவர் வாக்கு வங்கி அரசியலோடு துளிகூடத் தொடர்பு இல்லாதவர். அவர் மனிதகுலத்தின் விடுதலைக்கு இந்தியாவின் தென்பகுதியில் முதல் நிபந்தனையாக முன்வைத்தது 'சாதி ஒழிப்பு' என்பதைத்தான். எனவே, அவரை மனிதகுலத்தின் விடுதலையைத் தேடியவர் என்று சொல்ல முடியுமே தவிர, தமிழர்களின் விடுதலையைத் தேடியவர் என்றுகூடச் சொல்ல முடியாது. அந்த விடுதலைக்கான வழியாக அவர் சாதி ஒழிப்பை முன்வைத்தார். கடவுள் ஒழிப்பு, மத ஒழிப்பு அல்ல; சாதி ஒழிப்புதான், சாதி புகல்கிற கோயில்கள், சாதி

புகல்கிற இலக்கியங்கள், சாதி புகல்கிற மொழி என்று அவர் அதை முன்வைத்தார்.

சாதிக்கு அங்கீகாரம் தருகிற எல்லாவற்றுக்கும் அவர் அங்கீகாரம் தர மறுத்தார். பெரியாரைப்பற்றி எதிர்மறை விமர்சனங்கள் வருவதற்குக் காரணம் நம் கல்வியறிவின் வக்கிரங்கள்தான். நாடாளுமன்ற ஜனநாயகத்தை ஏற்றுக்கொண்டதால்தான் பெரியாரை அடுத்த தலைமுறைக்கு எடுத்துச்செல்ல முடியவில்லை. ஊழல், அரசியல் ஒழுக்கமின்மை காரணமாக, பெரியாரை திராவிடக் கட்சிகளால் முன்வைக்க முடியவில்லை. பெரியாரை சமூகத்திடம் கொண்டுசெல்வதற்கான திறனை அவர்கள் இழந்துவிட்டார்கள்.

பாளையங்கோட்டை வரலாற்றைப்பற்றி எழுதிவருவதாகத் தெரிவித் திருக்கிறீர்கள். அந்தப் பணி முடிந்துவிட்டதா?

அந்தப் புத்தகப் பணி கிட்டத்தட்ட நிறைவடைந்துவிட்டது. பாளையங்கோட்டை, கிறிஸ்தவ சமய மரபுகளை உள்வாங்கிக் கொண்ட ஊர். சமய சகிப்புத்தன்மை என்பது அந்த ஊரைப் பொறுத்தவரை கெட்டவார்த்தை. ஏனென்றால், அது அங்கே இயல்பாகவே இருக்கிறது. நூறு ஆண்டுகளுக்கு முன்பாகவே பார்வையில்லாதவர்களுக்கும் செவித்திறனில்லாதவர்களுக்கும் பள்ளிக்கூடங்களைக் கட்டிய ஊர் அது. அந்த முயற்சியில் நிறைய ஐரோப்பியர்களும் இருந்தார்கள். அதனால்தான், கால்டுவெல் போன்ற அறிஞர்கள் நெல்லை மாவட்டத்தில் இருந்து வந்தவர்கள். ஹென்றி பவர் என்று ஒருவர் இருந்தார்.

கால்டுவெல்லுக்குச் சமகாலத்தவர். பெரியார் எல்லாம் பிறப்பதற்கு முன்னாலேயே ஐரோப்பிய சமூகம் அவரை 'திராவிட இயல் அறிஞர்' என்றுதான் அடையாளப்படுத்தியிருக்கிறது. அவருடைய கல்லறையில் 'எமினெண்ட் டிராவிடியன் ஸ்காலர்' (Eminent Dravidian Scholar) என்றுதான் எழுதிவைத்திருக்கின்றனர். பாளையங்கோட்டை தேவாலயங்களில் இப்போது கேட்டாலும் ஹென்றி பவரின் வேதாகம மொழிப்பெயர்ப்பைத்தான் வாசிக்கிறோம் என்று சொல்வார்கள்.

முதல் அறிவியல் தமிழ் நூல் என்று சொல்லப்படுகின்ற 'பூமிசாஸ்திரத்தை' எழுதிய 'சார்லஸ் தியோபலஸ் இரேனியஸ்' என்ற

அறிஞரும் பத்தொன்பது ஆண்டுகள் பாளையங்கோட்டையில் வாழ்ந்திருக்கிறார்.

பாளையங்கோட்டையைப் பற்றிய இதுபோன்ற நிறைய நுணுக்கமான சான்றுகள் அழிந்துவிட்டன. அதற்குப் பிறகுதான் நான் என் ஆய்வுகளைத் தொடங்கினேன். ஹென்றி பவரின் நூல்கள் எதுவும் கிடைக்கவில்லை. ஒரு வியப்பான செய்தி என்ன வென்றால், ஹென்றி பவர் சிந்தாமணிக்கு ஒரு உரை எழுதியிருக்கிறார். சிந்தாமணியைப் பாடம் சொல்வதற்கு தமிழ் ஆசிரியர்கள் இப்போதும் பயப்படுவார்கள். ஆனால், ஹென்றி பவர் 1866இலேயே 'நாமகள் இலம்பகம்' பகுதிக்கு உ.வே.சாவிற்கு முன்னர் உரை எழுதியிருக்கிறார். ஆனால் உ.வே.சா. அதைச் சொல்லவேயில்லை.

என்.கௌரி
தி இந்து

பிற்சேர்க்கை - 1

தமிழ்ப் பண்பாட்டுக்குப் புத்துயிர் அளித்தவர்

தமிழ்ப் பண்பாட்டு ஆய்வாளர்களில் முக்கியமான ஒருவரான பேராசிரியர் தொ.பரமசிவன், நாட்டார் வழக்காறு சார்ந்த பார்வையில் புது வெளிச்சம் பாய்ச்சியவர். 'திராவிடம்' எனும் சிந்தனை எப்படித் தமிழ் மண்ணில் உருக்கொண்டது, அதற்கான வரலாற்று - பண்பாட்டுப் பின்னணி என்ன என்று தர்க்கபூர்வமாக நிலைநாட்டியவர். பண்பாட்டுத் தளத்தில் அண்ணாவின் பங்களிப்புகளை நம்மிடம் பகிர்ந்துகொண்டார்.

உங்கள் வாழ்வில் அண்ணா எப்படி நுழைந்தார் ?

நான் அவரை நேரில் பார்ப்பதற்குப் பல ஆண்டுகள் முன்னரே எழுத்து வழியாக என் வாழ்க்கைக்குள் வந்துவிட்டார். எங்களுடையது அரசியலுணர்வு மிகுந்திருந்த காலகட்டம். நானெல்லாம் பத்து வயதிலேயே 'திராவிட நாடு', 'முரசொலி' வாசிக்க ஆரம்பித்து விட்டேன். பெரும்பாலான பையன்களுக்குப் பாடப்புத்தகங்களைத் தாண்டி இப்படியான வாசிப்பு இருக்கும். 1962 தேர்தலில் அண்ணா தோற்றபோது நானும் என்னுடைய வகுப்பு நண்பர்களும் பள்ளி மைதானத்தில் நின்று அழுதது ஞாபகம் வருகிறது. அப்போது எட்டாவது படித்துக்கொண்டிருந்தோம். அப்படியென்றால் பாருங்கள். கல்லூரியில் நான் படிக்கும்போது, வகுப்பிலுள்ள 63 மாணவர்களில் 60 பேருக்கு ஏதேனும் ஒரு கட்சி சார்பு இருந்தது. தனது வீடு, தெரு, சாதி தாண்டி மாணவனுக்கென ஒரு பொது இருந்தது. அவர்கள் பேசுவதற்கும் சண்டை போடுவதற்கும் ஏதோ ஒரு தத்துவம் இருந்தது. கட்சி வேறுபாடுகளைத் தாண்டியும் அண்ணா எல்லார் மத்தியிலும் செல்வாக்கோடு இருந்தார். தமிழால், தமிழ் அரசியலால் அவர் எல்லாரையும் இணைத்தார்.

திராவிட அரசியலும் தமிழ் அரசியலும் வேறுவேறு இல்லையா?

தமிழ்தான் இங்கே திராவிட அரசியலுக்கான உயிர். திராவிடம் என்றுஎதைச் சொல்கிறோம் ? இரு விளக்கங்கள் கொடுக்கலாம்.

இனம் சார்ந்துஆரியர், திராவிடர் என்று இங்குள்ள இரு இனங்களில், எல்லா இனங்களையும் தன்னுடைய ஆதிக்கத்தின் கீழ் கொண்டுவர முற்படும் ஆரியப் பண்பாட்டுக்கு மாற்றாக பன்மைத்துவத்தைப் பேசுகையில் திராவிடம் பேசுகிறோம். அடுத்து, இடம் சார்ந்து தென்னகத்தை - கர்நாடகம், ஆந்திரம், தெலங்கானா, கேரளம், தமிழ்நாடு இணைந்த பகுதியைக் - குறிப்பிடுகையில் திராவிடம் பேசுகிறோம். ஆரியம் - திராவிடம் வரலாற்று வேறுபாடுகள் அறிவியல்பூர்வமாக நிரூபிக்கப்பட்டவை. பண்பாட்டுத் தளத்திலும் இந்த வேறுபாடுகள் பல விஷயங்களில் இன்றளவும் நீடிக்கின்றன. தென் மாநிலங்களிலும் திராவிட மொழி பேசுபவர்களுக்கென்று தனித்த பண்பாடு இருக்கிறது. பிராமணர்கள் அல்லாத எல்லா சாதிகள் மத்தியிலும் பொதுவான அம்சங்கள் நிறையவும், ஒவ்வொரு சாதிக்குமான சின்ன சின்ன பண்பாட்டு அசைவுகள் இருப்ப தையும் பார்க்கிறேன். ஓர் உதாரணத்துக்கு, இந்தச் சமூகங்களில் தாய்மாமனுக்குள்ள மரியாதையைச் சொல்லலாம். தாய்வழிச் சமூகத்தின் எச்சப்பாடாகத் தொடர்கிறது இது. ஆரியப் பண்பாட்டில் இது கிடையாது. அடுத்து இறந்தவருக்கு, சடலத் துக்குக் கொடுக்கப்படும் மரியாதை. நிறைய சொல்லலாம். திராவிட அரசியல் என்பதன் அடிநாதம் 'அவரவருக்குரிய பிரதி நிதித்துவம், அதிகாரத்தை அவரவருக்குக் கொடு' என்பதுதான். இங்கே அரசியல், பண்பாடு எல்லாவற்றிலும் பிராமணியத்தின் ஆதிக்கம் இருப்பதால், பிராமணியத்துக்கு எதிரான இயக்கமாக அது உருவெடுத்தது. ஆனால், தொடக்கம் முதலாகவே பிராமணர் களை எதிரியாக்கவில்லை. இன்னும் ஒருபடி மேலே போய், பிராமணர்களையும் இயக்கத்தினுள் கொண்டுவந்தார் அண்ணா. சமூக ரீதியாக பிராமணர்கள் மட்டுமல்லாது இங்கேயே வந்து தங்கிவிட்ட மாற்றுமொழியினரையும் உள்ளடக்கும் விதமாகத் தமிழையும் தமிழுணர்வையும் இணைப்புச் சங்கிலியாக் கினார். 'திராவிட நாடு' என அவர் முன்வைத்த நாட்டினுடைய நிர்வாகமும் கூடத்தெளிவாக மலையாளிகளுக்கு, தெலுங்கர்களுக்கு, கன்னடர் களுக்கு,தமிழர்களுக்கு என்று, அவரவருக்கான தனி நிலத்தையும் அங்கே அவரவர் சுயாட்சியையும் உறுதிப்படுத்துவததாகவே இருந்தது. ஒரு கூட்டரசாக அது இயங்கலாம் என்று அவர் நினைத்தார். ஆகையால், திராவிட அரசியலும் தமிழ் அரசியலும் வேறுவேறு அல்ல. தமிழ் அரசியலுக்குக் கூடுதல் தத்துவ பலத்தைத்

தருவது என்று திராவிட அரசியலைச் சொல்லலாம்.

அண்ணா உண்டாக்கிய முக்கியமான பண்பாட்டு மாற்றங்கள் என்றுஎவற்றைச் சொல்வீர்கள் ?

இந்தியத் துணைக் கண்டத்தில் சாதிக்கும் பிராமணியத்துக்கும் உள்ளசெல்வாக்கை அவர் முழுமையாக உணர்ந்திருந்தார். அதனால்தான் அரசியல் தளத்தில் பங்கெடுக்கும் ஒரு இயக்கத்தின் லட்சியத்தில் சாதிஒழிப்பையும் முக்கியமான ஒன்றாக்கினார். சகலத்திலும் பிராமணியம் கலந்திருப்பதால்தான் ஒவ்வொரு தளத்திலும் அதற்கு மாற்றான ஒன்றைநிறுவ முற்பட்டார். தமிழ்நாட்டு அரசியல் களத்திலிருந்து சாதிப் பெயரை ஒழித்ததே அண்ணாவின் சாதனைகளில் ஒன்றுதான். 'இஸ்ரோ'வின் தலைவராக இருந்த விஞ்ஞானியே மாதவன் நாயர் என்று சாதியைச்சூடிக்கொள்ளும் நாடு இது. அரசியலில் சொல்ல வேண்டுமா? மேனன்கள், கவுடாக்கள், ராவ்கள், சர்மாக்கள், முகர் ஜிக்கள்... இந்தியாவில் எங்கே சாதி ஒட்டு இல்லாத அரசியல் வாதி இருக்கிறார், தமிழ்நாடுதவிர? எங்களுடைய நெல்லை மாவட்டம் சாதி உக்கிரத்தில் உழன்ற ஊர். அண்ணாவின் அரசியல் எப்படிச் சூழலை மாற்றியது என்பதற்கு நானெல்லாம் நேரடி சாட்சியம். 'சாதி கேட்பது கேவலம்' என்ற உணர்வை ஒரு தலை முறைக் காலகட்டத்துக்குள் இங்கே அவர் கொண்டு வந்துவிட்டார். பெரிய சாதனை இல்லையா இது? சங்க இலக்கிய மரபை அவர் மீட்டெடுத்தார். அதன்வழி புதிய மதிப்பீடுகளை உருவாக்கினார். தமிழ்நாட்டின் அரசியலுக்கு என்று தனிக் கலாச்சாரத்தை உருவாக்கமுற்பட்டார். எல்லாரையும் உள்ளணைத்துச் செல்ல வேண்டும் என்ற எண்ணம் அவருக்கு இருந்தது. பொங்கல் பண்டிகைக்குப்புது உருவம் கொடுக்க முற்பட்டாரே! ஒரு சமூகம் இளைப்பாறிக்கொள்கிற நிகழ்ச்சி திருவிழா. பண்டிகையும் அப்படித்தான். இது அந்தந்தப் பகுதி மக்களோடும் உற்பத்தி யோடும் மண்ணோடும் பிணைக்கப்பட்டிருக்கிறது. சமூக மாற்றம் என்பது அரசியல் தளத்தில் மட்டுமே நிகழ்வது கிடையாது என்பதும் பண்பாட்டுத் தளத்தில் வேர் பிடிக்காத மாற்றம் நீடித்து நிலைக்காது என்பதும் அண்ணாவுக்குத் தெரிந்திருந்தது. அதனுடைய விளைவாகவேதமிழர் திருநாளான பொங்கல் பண்டிகைக்குப் புத்துயிர் கொடுத்தார் அண்ணா. எல்லாரையும்

'தமிழர்கள்' என்ற அடையாளத்தின் கீழ் ஒன்றுதிரட்டும் இலக்கும் சமத்துவ லட்சியமும் அதன் பின்னே இருந்தன. பிற்பாடு, கருணாநிதி ஆட்சியின்போது தமிழ்ப் புத்தாண்டு என்று தைமுதல் தேதியிலிருந்து கணக்கைத் தொடங்க முயற்சி மேற்கொள்ளப் பட்டதும்கூட இதன் தொடர்ச்சிதான். 'இந்து - இந்தி - இந்துஸ்தான்' எனும் ஒரே மதம், ஒரே மொழி, ஒரே நாடு என்கிற கொள்கையின் கீழ் இந்தியாவைக் கொண்டுவரும் பண்பாடுகள் அனைத்துக்கும் மாற்றுவழிகளைச் சிந்தித்தவர் என்று நீங்கள் அண்ணாவைப் படிக்கும்போது விளங்கிக் கொள்ளலாம். அண்ணாவைப் பொறுத்த அளவில் இந்தியக் கலாச்சாரம் என்று ஒன்று கிடையாது; வேண்டு மானால், இந்தியக் கலாச்சாரங்கள் என்று சொல்லலாம். ஏனென் றால், கலாச்சாரங்களின் தொகுப்பே இந்தியா. இதற்கு வழிகாட்டும் நிலமாகவே தமிழ்நாட்டைஅண்ணா கனவுகண்டார். அதற்கான பாதையாக ஒரு குறிப்பிட்டவட்டத்துக்குள் இருந்த பேச்சு, எழுத்து, உரையாடல்கள், வாசிப்புவெளியை வெகுமக்கள் நோக்கி நகர்த்தினார்.

கடவுள் எதிர்ப்பு திராவிட இயக்கத்துக்கு ஒரு சுமைதானே?

அப்படிக் கிடையாது. பெரியாரை, அண்ணாவை முழுமை யாகப் படித்தவர்கள் எவரும், கடவுளர்களை அவர் தாக்கிப் பேசியதன் நோக்கம் சாதி ஒழிப்பு என்பதைத் துல்லியமாகப் புரிந்துகொள்வார்கள். பெரியார், அண்ணா இருவருமே நிறுவன மயமாக்கப்பட்ட மதங்களைச் சமூகக் கேடுகளாக நினைத்தனர். அதனாலேயே தாக்கினார்கள்."நிறுவனமயமாக்கப்பட்ட மதத்தை நான் வெறுக்கிறேன்" என்பதைப் பல இடங்களில் பேசியிருக்கிறார் அண்ணா. பெரியார் கடவுள் மறுப்பைத் தூக்கிப் பிடித்தது வைதீக எதிர்ப்பு, பிராமணிய எதிர்ப்புக்காகத்தானே தவிர,ஆன்மிக எதிர்ப்பு என அதைப் பார்க்க முடியாது. பிள்ளையார் சிலையைத் தான் பெரியார் உடைத்தார்; சுடலைமாடன் சிலையை அல்ல.

பெருந்தெய்வ - சிறுதெய்வ அரசியலெல்லாம் இன்னும் எவ்வளவு காலத்துக்கு இருக்கும் ?

பிராமணியம் உள்ளவரை நீடிக்கும். நாட்டு தெய்வங்களை மக்களின் தெய்வங்களாகப் பார்க்கிறேன். இந்த ஆன்மிகம் மக்களுடைய ஆன்மிகம். அதாவது, இது நிறுவனமயமாக்கப்பட்டது கிடையாது. அதிகாரச் சார்பற்ற ஆன்மிகம். இன்றைக்கும் கிராம

தெய்வங்களுக்கான திருவிழாவில் மதஎல்லைக்கு அப்பாற்பட்ட கூடுகை, பங்கேற்பைப் பார்க்க முடியும். கடவுளுக்கும் மக்களுக்கும் குறுக்கே யாரும் இல்லாமல் வழிபட முடியும். கிராம எல்லையில் நிற்கிற வீரனை நீங்கள் தொட்டுக் கும்பிடலாம். படையல் போடும்போது குடும்பப் பெரியவர்தான் பல இடங்களில் பூஜை செய்கிறார். இந்த ஜனநாயகம் நிறுவனமயமாக்கப்பட்ட பெருந் தெய்வ வழிபாட்டில் கிடையாது. அது நமக்கும் கடவுளுக்கும் இடையே ஒரு ஆளை நிறுத்துகிறது; சம்பிரதாயங்களை நிறுத்து கிறது. இதன் மூலம் கிடைக்கும் ஆன்மிக அதிகாரத்தையும் அதன் வழியாகக் கிடைக்கும் அரசியல் அதிகாரத்தையும் கொண்டே பிராமணியம் வாழ்கிறது. எப்போதுவரை மேல், கீழ் என்ற அடுக்கு முறை இருக்கிறதோ அப்போது வரை அதற்கு எதிரான கலகங்களும் நீடிக்கத்தான் செய்யும். நான் என்ன சாப்பிடுகிறேனோ அதை என் தெய்வம் சாப்பிடுகிறது. நான் கறி சாப்பிட்டால் என் தெய்வமும் கறி சாப்பிடும் ; நான் மது குடித்தால் அதுவும் மது குடிக்கும். இதுவும்கூட ஒரு உயர்தர சமத்துவம்தானே? அப்படிப்பட்ட மக்களின் தெய்வத்தை எப்படி நீங்கள் அழிக்க முடியும் ?

அண்ணாவின் பெருமையாக நீங்கள் தமிழ் அரசியலைக் குறிப் பிட்டீர்கள். ஆனால், தமிழகத்தில் தமிழரல்லாதோர் - தெலுங்கர்கள், மலையாளிகள், கன்னடர்கள் உள்ளிட்டோரும் - அரசியலில் கோலோச்சுகிறார்கள். இதைஎப்படிப் புரிந்துகொள்வது?

இவையெல்லாம்தான் பெரியாரின், அண்ணாவின், திராவிட இயக்கத்தின் சாதனை என்று சொல்கிறேன். தமிழ் அரசியலுக்குப் புத்துயிர் கொடுத்தவர் அண்ணா. அப்படிக் கொடுக்கும்போது மத, இன வெறியூட்டாமல், இந்த மண்ணின் உணர்வைப் பெறும், தமிழுணர்வைப் பெறும் ஒவ்வொருவரும் தமிழர் என்பதை அடிப்படையாக்கினார். பிராமணரல்லாதோர் இயக்கமாகப் புகழ்பெற்ற ஒரு இயக்கத்தின் வழிவந்தகட்சியில் ஜெயலலிதா என்ற பிராமணர் எப்படித் தலைமைக்கு வந்தார் என இதைப் பார்க்கக்கூடாது. அந்த இயக்கத்தை அவரும் உள்வாங்கினார் என்றும் அதனால் தலைமை ஏற்றார் என்றும்தான் பார்க்க வேண்டும். தமிழ்நாட்டின் 69% இடஒதுக்கீடு சாதனையில் ஜெயலலிதாவுக்கும் பங்குஇருக்கிறது, இல்லையா? எம்ஜிஆர் தன்னை ஒரு மலையாளியாகநினைக்கவே இல்லையே! டெல்லி

ஆதிக்கத்துக்கு எதிராக எம்ஜிஆரும் ஜெயலலிதாவும்கூடப் பேசியிருக்கிறார்கள்.

இனவுணர்வை மதவுணர்வு வெல்ல முடியுமா?

முடியவே முடியாது. ஏனென்றால், இனம் உங்கள் பிறப்போடும் உடலோடும் உயிரோடும் கலந்திருக்கிறது. மதம் நீங்கள் நினைத்த மாத்திரத்தில் மாற்றிக்கொள்ளக் கூடியதாக இருக்கிறது. மேலும். மதம் எந்தக் காலத்திலும் இனத்துக்கான அடையாளமாக இருக்கவே முடியாது.ஏனென்றால், மதம் மாறும்போது அடையாளம் மாறுவதில்லை. இத்தாலியில் இருக்கும் கிறிஸ்தவமும் தமிழ்நாட்டில் இருக்கும் கிறிஸ்தவமும் ஒரே இன அடையாளமாக என்றுமே மாறமுடியாது.

அண்ணாவின் மிகப் பெரிய சாதனையாக எதைச் சொல்வீர்கள் ?

தமிழ் நிலப்பரப்புக்குத் தமிழ்நாடு ௳னப் பெயரிட்டது. இந்த உலகம் உள்ளளவும் தமிழ்நாடு என அவர் சூட்டிய பெயர் நிலைக்கும். அதுஅவரது கனவைக் காலமெல்லாம் அடுத்தடுத்த தலைமுறைகளுக்குக் கொண்டு செல்லும்.

நேர்காணல்: என்.சுவாமிநாதன்
மாபெரும் தமிழ்க் கனவு,
இந்து தமிழ் திசை வெளியீடு

பிற்சேர்க்கை - 1

இலக்கியத் தொல்லியல் ஆய்வு

தமிழ்மொழி இலக்கியம் 20 நூற்றாண்டுக்காலத் தொன்மையும் தொடர்ச்சியும் உடையது. ஆனால் இந்த இலக்கியப் பரப்பினையும் இதன் ஆழத்தினையும் அளந்தறியும் கருவி நூல்கள் தமிழில் போதுமான அளவு பிறக்கவில்லை.

கருவி நூல்கள் என நாம் குறிப்பிடுவனவற்றுள் முதன்மையானது அகராதி நூல்களாகும். அண்மையில் கிரகோரி ஜேம்ஸ் என்ற அமெரிக்கர் தமிழ் அகராதிகளின் வரலாறு (A History of Tamil Dictionaries) என்ற ஆங்கில நூலை எழுதியுள்ளார். தொல்காப்பிய உரியியல் தொடங்கி ஆராயும் இந்த நூல் இந்தியாவிற்கு வெளி யேயும் உள்ள 14 நாடுகளின் நூலகங்களைப்பார்த்து ஆக்கப்பட்டது.

உருசிய மொழியிலிருந்து ஆங்கிலத்தில் ஆக்கம் செய்யப் பட்டுள்ள மற்றுமொரு சமய அகராதியின் பெயர் 'நம்புபவர் களுக்கும் நம்பாதவர்களுக்குமான அகராதி' (A Dictionary of Believers and Non -Believers) என்பதாகும்.

ஐரோப்பியர்களின் மொழி, பண்பாட்டு வளர்ச்சிக்கு அறிவியல் கருவிகளோடு இந்த வகையான கருவி நூல்களும் காரணம் என்பதை நாம் மறந்துவிடலாகாது.

இப்போது நா. மம்மது அவர்களால் ஆக்கப்பெற்று வெளிவரும் இந்த அகராதியின் பெயர் 'தமிழிசைப் பேரகராதி' என்பதாகும். ஒரு சொல்லுக்கு ஒரு பொருள் என்பதோடு அமையாது, பொருள் விளக்கத்தோடும் போதிய எடுத்துக்காட்டுகளோடும் அமைவதால் இது 'பேரகராதி' எனப்பெயர் பெறுகிறது.

இந்த அகராதியைப் பயன்படுத்துவோர் மணீ னங்கொள்ள வேண்டிய சில செய்திகளை இனிப் பேசலாம்.

முதற்கண் இந்த அகராதி எல்லாரும் பயன்படுத்தும் மொழி அகராதி அன்று. ஓரளவு இசையார்வமும் இசையறிவும்

இசையாராய்ச்சி உணர்வுடையவர்களும் பயன்படுத்த வேண்டிய அகராதி இது.

மறைந்துபோனதாகக் கருதப்பெறும் தமிழிசைச் செல்வத்தை 'இலக்கியத் தொல்லியல் ஆய்வு' செய்து மீட்டெடுத்துத் தந்துள்ள அகராதி இது. இந்த அகராதியினை ஆக்கிய திரு. நா. மம்மது, தமிழ்த் தொல்லிசை குறித்த பயற்சியுடன் ஆங்கில, இந்துத்தானி, அரபிய இசையும் அறிந்தவர்.

ஏனைய அகராதிகளைப்போன்றே இந்த அகராதிலும் சொற்கள் அகர வரிசையில் நிரல்படுத்தப்பட்டுள்ளன. சொற்பொருள் விளக்கம் தொல்காப்பியம் தொடங்கி நமது காலத் திரைப்படப் பாடல்கள் வரை நீண்டுள்ளது. வேறுவகையில் சொல்வதானால் இந்த அகராதி, காலத்தினைக் கிழித்தெறிந்து பொருள் தெளிவு காட்டுகிறது.

தமிழில் போதிய பயிற்சி இல்லாதவர்களுக்காக அடிப்படைச் சொற்களுக்கு நிகரான ஆங்கிலச் சொற்களும் (எடு: Pitch, Mode) தரப்பட்டுள்ளன.

பண்களை நுட்பமான முறையில் இனங்காண அடிப்படைத் தேவை, சுரங்களின் (ஆரோகண அவரோகணம்) வரிசை முறை யாகும். அவையும் கணித அடிப்படையில் ஏறுநிரல், இறங்கு நிரல் ஆகிய தனித்தமிழ்ச் சொற்களுடன் விளக்கப்பட்டுள்ளன.

தமிழிசையும் ஆடற்கலையும் எள்ளும் எண்ணெயும்போலப் பிரிக்க முடியாதவை. எனவே இந்த அகராதி ஆடற்கலையின் அடைவுகள் சிலவற்றிற்கும் பொருள் தருகின்றது. அந்தத்துறை சார்ந்த கலைஞர்களுக்கும் இந்த அகராதி பயன் தருவதாகும்.

தொல் தமிழிசையின் ஏழிசை நிரல்களையும் ஏழ்பெரும் பாலைகளையும் அறிந்துணர விரும்புவோர்க்கு இந்த அகராதி பாடப்புத்தகம் போல் அமையும் என்பதில் ஐயமில்லை.

சில இடங்களில் சொல்விளக்கம் ஆராய்ச்சி உணர்வுடன் அமைந்துள்ளது. (எடு: வள்ளி, வட்டணை)

ஒரு சொல் காலந்தோறும் தமிழிலக்கியத்தில் பயின்று வருவ தானால் இயன்றவரை அவை அனைத்தும் ஒருங்கு தொகுத்துத் தரப்பட்டுள்ளன. (எடு:- குறிஞ்சி, வாரம்)

தொல்லியல் ஆய்வுக்கு மொகஞ்சதாரோ - அரப்பா போலத் தமிழிசை ஆய்வுக்கான புதையற்களம் சிலப்பதிகாரமும், அதற்கு அரும்பத உரைகாரரும், அடியார்க்கு நல்லாரும் வரைந்த உரைகளுமாகும். எனவே இவ்விருவரும் இவ்வகராதி நூலில் பொரும்பாலும் மேற்கோள் அறிஞர்களாகக் காட்டப்பட்டுள்ளனர்.

இனி, இந்த அகராதியைப் பயன்படுத்துவோருக்காகச் சில சொற்கள். இந்த அகராதி பொது வாசிப்பாளர், தமிழிலக்கியம் பயிலும் மாணவர்கள், பயிற்றுவிக்கும் ஆசிரியர்கள் ஆகிய அனைவர்க்கும் பயன்படும் வகையில் ஆக்கம் பெற்றுள்ளது. இந்தப் பேரகராதியின் மொழிநடையும் அதற்கேற்ப சுருக்கமும் தெளியும் உடையதாக அமைந்துள்ளது.

ஒரு பொது வாசகர், பண், திறம் ஆகிய இரு சொற்களையும் குழப்பிக்கொள்ள நேர்வதுண்டு. ஏழு சுரங்களும் பேசும் தாய்ப் பண்ணே ‘பண்’என்றும், அவ்வாறல்லாதவை ‘திறம்’ என்றும் புரிந்துகொள்ளலாம். இவ்வாறு பொது வாசகர்க்கு வழிகாட்டும் எளிமையான குறிப்புகள் இவ்வகராதியில் உள்ளன.

இந்தப் பேரகராதியில் பல இடங்களில் யாப்பிலக்கணச் செய்திகள் தரப்பட்டுள்ளன. மரபுத் தமிழிலக்கிய யாப்பானது இசையோடு பிசையப்பட்டது என்பதனை இந்த அகராதியைப் பயன்படுத்துபவர்கள் எளிதாகவே உணரமுடியும்.

அடுத்து தமிழிலக்கியம் பயிலும் மாணவர்க்கும் பயிற்றுவிக்கும் ஆசிரியர்க்கும் இந்த அகராதி தெளிவுகாட்டுகிறது. அதாவது சிறுபாணாற்றுப்படை, பெரும்பாணாற்றுப்படை ஆகிய இலக்கியங்களைப் பயிற்றுவிக்கும் ஆசிரியர்கள், ‘சிறு’, ‘பெரு’ ஆகிய முன்னொட்டுகளுக்கு, ‘சிறிய’, ‘பெரிய’ என்றே நெடுங் காலமாக எளிமையாகப் பொருள் சொல்லி வந்தனர். பின்னர் சிறிய, பெரிய என்பது, ‘பாணர் ஏந்திய யாழ் நரம்பின் எண்ணிக்கையைப் பொருத்தது’ என்று விளக்கி வந்தனர். இந்த அகராதியானது, ஏழ்பெரும் பண்களைக் குழலிலும் யாழிலும் இசைத்து அவற்றின் சேய்ப்பண்களையும் (ஜன்யராகங்கள்) அடையாளம் காட்டத் தெரிந்தவனே பெரும்பாணன் என்று சிலப்பதிகார வரிகள் மூலம் முழுமையான பொருள் விளக்கம் தருகிறது.

‘தமிழிசைப் பேரகராதி’ நூலுக்கு தொ.ப. எழுதிய அணிந்துரை